ਇਸੇ ਕਲਮ ਤੋਂ:-

1. ਔੜ ਦੇ ਬੀਜ (ਨਾਵਲ) - 1986
2. ਆਖਰੀ ਪਿੰਡ ਦੀ ਕਥਾ (ਨਾਵਲ) - 1992
3. ਖਾਜ (ਨਾਵਲ) - 2010

ਬੋਲ ਮਰਦਾਨਿਆ

(ਨਾਵਲ)

ਜਸਬੀਰ ਮੰਡ

Bol Mardaneya (A Punjabi Novel based on the life of Bhai Mardana, a companion of Guru Nanak)

Bol Mardania

A Novel By

Jasbeer Mand
Vill. Hirdapur. P/O Purkhali
Distt. Ropar (Punjab)
Mobile : 8968834726
E-mail : jasbeermand750@gmail.com

Title. Jagdip Garcha

2025
Published, printed & bound by
Unistar Books Pvt. Ltd.
301, Industrial Area, Phase-9,
S.A.S. Nagar, Mohali-Chandigarh (India)
email : unistarbooks@gmail.com
website : www.unistarbooks.com
Ph. +91-172-5077427, 5077429

Produced and bound in India

ਸਮਰਪਣ

ਦੋਵਾਂ ਦੀਆਂ ਮਾਵਾਂ ਅੱਗੇ ਸ਼ੀਸ਼ ਝੁਕਾਉਂਦਾ ਹਾਂ
ਅੰਮੀ ਲੱਖੋ ਤੇ ਮਾਤਾ ਤ੍ਰਿਪਤਾ
ਲਈ...

ਦੂਜਾ ਐਡੀਸ਼ਨ

ਜਿਸ ਤਰ੍ਹਾਂ ਪਾਠਕਾਂ ਤੇ ਬੁਧੀਜੀਵੀਆਂ ਨੇ ਇਸ ਨਾਵਲ ਨੂੰ ਹੁੰਗਾਰਾ ਦਿੱਤਾ ਹੈ, ਉਹਦੇ ਲਈ ਮੈਂ ਉਨ੍ਹਾਂ ਦਾ ਧੰਨਵਾਦੀ ਹਾਂ। ਮੈਨੂੰ ਇਸ ਗੱਲ ਦੀ ਤਸੱਲੀ ਹੋਈ ਹੈ ਕਿ ਜੋ ਕੁਝ ਮੈਂ ਨਾਵਲ ਵਿੱਚ ਕਹਿਣਾ ਚਾਹਿਆ ਸੀ, ਉਹ ਪਾਠਕਾਂ ਤੱਕ ਪੁਜਾ ਸਕਿਆ ਹਾਂ। ਪੰਜਾਬੀ ਦੇ ਪਾਠਕਾਂ ਨੇ ਮੇਰਾ ਇਹ ਵੀ ਭਰਮ ਤੋੜ ਦਿੱਤਾ ਕਿ ਔਖੀ ਤੇ ਸੰਜੀਦਾ ਕਿਤਾਬ ਹੁਣ ਘੱਟ ਪੜ੍ਹੀ ਜਾ ਰਹੀ ਹੈ। ਜਿਸ ਤਰ੍ਹਾਂ ਨਾਵਲ 'ਬੋਲ ਮਰਦਾਨਿਆ' ਨੂੰ ਪਾਠਕਾਂ ਨੇ ਵਿਆਪਕ ਰੂਪ ਵਿੱਚ ਪੜ੍ਹਿਆ ਹੈ, ਉਹਦੇ ਲਈ ਉਹ ਵਧਾਈ ਦੇ ਹੱਕਦਾਰ ਨੇ। ਪੰਜਾਬੀ ਦੇ ਪਾਠਕਾਂ ਦੀ ਗੰਭੀਰਤਾ ਤੇ ਸੰਜੀਦਗੀ ਅੱਗੇ ਸਿਜਦਾ ਕਰਦਾ ਹਾਂ।

ਦੂਜੇ ਐਡੀਸ਼ਨ ਲਈ ਮੈਂ ਖਾਸ ਤੌਰ 'ਤੇ ਡਾ. ਗੁਰਮੀਤ ਬੇਦਵਾਨ ਤੇ ਕਰਮਜੀਤ ਕੌਰ ਦਾ ਵਿਸ਼ੇਸ਼ ਤੌਰ 'ਤੇ ਧੰਨਵਾਦੀ ਹਾਂ, ਜਿਨ੍ਹਾਂ ਨੇ ਬਹੁਤ ਹੀ ਮਿਹਨਤ ਨਾਲ ਇਸ ਨਾਵਲ ਦੇ 'ਸ਼ਬਦ-ਜੋੜ' ਦੀ ਨਜ਼ਰਸਾਨੀ ਕੀਤੀ। ਦੂਜੇ ਐਡੀਸ਼ਨ ਲਈ ਸ੍ਰੀ ਹਰੀਸ਼ ਜੈਨ ਦਾ ਵੀ ਧੰਨਵਾਦ।

—ਜਸਬੀਰ ਮੰਡ

1-5-2016

ਪੰਜਾਬੀ ਸਾਹਿਤ ਵਿਚ ਨਾਵਲ 'ਬੋਲ ਮਰਦਾਨਿਆ' ਦੀ ਅਹਿਮੀਅਤ

ਨਾਵਲ ਬੋਲ ਮਰਦਾਨਿਆ ਦਾ ਪ੍ਰਕਾਸ਼ਨ ਆਧੁਨਿਕ ਪੰਜਾਬੀ ਸਾਹਿਤ ਦੀ ਇਕ ਅਹਿਮ ਘਟਨਾ ਹੈ। ਮਰਦਾਨਾ ਪੰਜਾਬ ਦੀ ਵਿਰਾਸਤ ਅਤੇ ਕਲਚਰ ਦਾ ਬਹੁਤ ਅਹਿਮ ਕਿਰਦਾਰ ਹੈ। ਗੁਰੂ ਬਾਬੇ ਨਾਲ ਸਭ ਤੋਂ ਲੰਬਾ ਸਮਾਂ ਬਿਤਾਉਣ ਅਤੇ ਉਨਾਂ ਨੂੰ ਸਭ ਤੋਂ ਨੇੜਿਓਂ ਦੇਖਣ ਦਾ ਮਾਣ ਮਰਦਾਨੇ ਨੂੰ ਹਾਸਲ ਹੈ ਅਤੇ ਮਰਦਾਨੇ ਵਰਗੀ ਸਖਸ਼ੀਅਤ ਦੇ ਜੀਵਨ ਨੂੰ ਐਨਾ ਨੇੜੇ ਤੋਂ ਦੇਖਣ ਦਾ ਪੰਜਾਬੀ ਸਾਹਿਤ ਵਿਚ ਇਹ ਪਹਿਲਾ ਜਤਨ ਹੈ। ਇਸ ਜ਼ਰੀਏ ਗੁਰੂ ਬਾਬੇ ਦੇ ਜੀਵਨ ਦੀਆਂ ਝਲਕਾਂ ਵੀ ਦੇਖਣ ਨੂੰ ਮਿਲ ਰਹੀਆਂ ਹਨ। ਜਸਬੀਰ ਮੰਡ ਦੀ ਇਹ ਰਚਨਾ ਇਸ ਲਿਹਾਜ਼ ਨਾਲ ਆਧੁਨਿਕ ਪੰਜਾਬੀ ਸਾਹਿਤ ਦੀ ਇਕ ਵੱਡੀ ਪ੍ਰਾਪਤੀ ਹੈ। ਇਸ ਅਹਿਮ ਕਿਰਤ ਤੇ ਕੀਤੀ ਘਾਲਣਾ ਲਈ ਪੰਜਾਬੀ ਸਾਹਿਤ ਉਸਦਾ ਰਿਣੀ ਹੈ।

ਮਰਦਾਨਾ ਕਿਉਂਕਿ ਇਕ ਇਤਿਹਾਸਕ ਸਖਸ਼ੀਅਤ ਹੈ, ਇਸ ਕਰਕੇ ਕੁੱਝ ਪਾਠਕ ਅਚੇਤੇ ਹੀ ਇਸ ਨੂੰ ਇਤਿਹਾਸ ਦੀ ਕਿਤਾਬ ਵਾਂਗ ਪੜ੍ਹਨਗੇ। ਪਰ ਇਹ ਕਿਤਾਬ ਨਿਸ਼ਚਿਤ ਤੌਰ ਤੇ ਭਾਈ ਮਰਦਾਨੇ ਦਾ ਇਤਿਹਾਸ ਨਹੀਂ ਹੈ। ਜਸਬੀਰ ਮੰਡ ਇਕ ਨਾਵਲਕਾਰ ਹੈ ਅਤੇ ਉਸਨੇ ਨਾਵਲੀ ਵਿਧੀਆਂ ਰਾਹੀਂ ਮਰਦਾਨੇ ਦੇ ਜੀਵਨ ਦੀਆਂ ਝਲਕਾਂ ਪੇਸ਼ ਕੀਤੀਆਂ ਹਨ। ਇਸ ਰਚਨਾ ਦਾ ਮਹੱਤਵ ਤਦ ਹੀ ਪੂਰੀ ਤਰਾਂ ਸਮਝਿਆ ਜਾ ਸਕੇਗਾ, ਜੇ ਇਸ ਨੂੰ ਗਲਪ ਦੀ ਇਕ ਰਚਨਾ ਵਜੋਂ ਦੇਖਿਆ ਜਾਵੇ। ਜਸਬੀਰ ਮੰਡ ਦਾ ਮੁੱਖ ਸਰੋਕਾਰ ਇਤਿਹਾਸਕ ਨਹੀਂ, ਆਤਮਿਕ ਹੈ। ਇਹ ਨਾਵਲ ਆਤਮਿਕ ਪ੍ਰਸ਼ਨਾਂ ਅਤੇ ਜਗਿਆਸਾ ਦਾ ਸਫਰਨਾਮਾ ਹੈ। ਉਪਰੋਂ ਭਾਵੇਂ ਇਹ ਯਾਤਰਾਵਾਂ ਦਾ ਬਿਆਨ ਲੱਗਦਾ ਹੈ ਪਰ ਅਸਲ ਵਿਚ ਇਹ ਮਰਦਾਨੇ ਦੇ ਅੰਦਰਲੇ ਸਫਰ ਦੀ ਕਹਾਣੀ ਹੈ।

ਇਸ ਦੇ ਫਿਕਰੇ ਬਹੁ-ਅਰਥੀ ਅਤੇ ਬਹੁ-ਪਰਤੀ ਹਨ ਅਤੇ ਸੰਵਾਦ ਉਪਨਿਸ਼ਦਾਂ ਵਰਗੇ। ਜਿਸ ਕਿਸਮ ਦੀ ਸੰਘਣੀ ਵਾਰਤਕ/ਗਲਪ ਜਸਬੀਰ ਮੰਡ ਲਿਖਦਾ ਹੈ, ਉਹ ਪੰਜਾਬੀ ਸਾਹਿਤ ਦੀ ਦੁਨੀਆ ਵਿਚ ਇਕ ਵਿਲੱਖਣ ਚੀਜ਼ ਹੈ। ਨਾਵਲੀ ਦ੍ਰਿਸ਼ਾਂ ਦੀ ਉਸਾਰੀ ਲਈ ਉਹ ਕਵਿਤਾ, ਪੇਂਟਿੰਗ ਅਤੇ ਥਿਏਟਰ ਦੀਆਂ ਵਿਧੀਆਂ ਦਾ ਇਸਤੇਮਾਲ ਕਰਦਾ ਹੈ ਅਤੇ ਪੂਰੇ ਦ੍ਰਿਸ਼ ਨੂੰ ਇਸ ਤਰਾਂ ਚਿਣਦਾ ਹੈ ਕਿ ਹਰ ਸ਼ਬਦ ਇਕ ਪ੍ਰਤੀਕ ਬਣ ਜਾਂਦਾ ਹੈ। ਹਰ ਸਤਰ ਦੇ ਵਿਚਾਲੇ ਜੋ ਗੱਲ ਬਿਨਾਂ ਕਹਿਆਂ ਕਹੀ ਜਾ ਰਹੀ ਹੈ, ਉਨਾਂ ਸੰਕੇਤਾਂ/ਇਸ਼ਾਰਿਆਂ ਨੂੰ ਸਮਝੇ ਬਗੈਰ ਇਸ ਤਰਾਂ ਦੇ ਗਲਪ ਨਾਲ ਨਹੀਂ ਤੁਰਿਆ ਜਾ ਸਕਦਾ। ਪੰਜਾਬੀ ਪਾਠਕਾਂ ਲਈ ਇਸ ਤਰਾਂ ਦੀ ਗਲਪ/ਵਾਰਤਕ ਇਕ ਨਵਾਂ ਅਨੁਭਵ ਹੈ।

ਇਸ ਨਾਵਲ ਦਾ ਕੇਂਦਰ ਬਿੰਦੂ ਭਾਵੇਂ ਗੁਰੂ ਨਾਨਕ ਦੇਵ ਜੀ ਦਾ ਸਾਥੀ ਮਰਦਾਨਾ ਹੈ ਪਰ ਮਰਦਾਨੇ ਦੇ ਜੀਵਨ ਨੂੰ ਬਿਆਨ ਕਰਨ ਲਈ ਨਾਵਲਕਾਰ ਨੂੰ ਗੁਰੂ ਨਾਨਕ ਦੇ ਕਰੀਬ ਵੀ ਜਾਣਾ ਪੈਂਦਾ ਹੈ। ਕੁੱਝ ਲੋਕਾਂ ਦਾ ਇਹ ਵੀ ਖਿਆਲ ਹੈ ਕਿ ਇਸ ਤਰਾਂ ਦੇ ਵਿਸ਼ੇ ਨੂੰ ਹੱਥ ਪਾਉਣਾ ਇਕ ਆਧੁਨਿਕ ਲੇਖਕ ਲਈ ਜੋਖਮ ਭਰਿਆ ਕੰਮ ਹੋ ਸਕਦਾ ਹੈ। ਪੈਗੰਬਰ, ਅਵਤਾਰੀ ਪੁਰਸ਼ ਅਤੇ ਹੋਰ ਰੂਹਾਨੀ ਮਹਾਂਪੁਰਸ਼ ਉਚ-ਚੇਤਨਾ ਨਾਲ ਵਰੋਸਾਏ ਹੋਏ ਲੋਕ ਹੁੰਦੇ ਹਨ ਅਤੇ ਚੇਤਨਾ ਦੇ ਜਿਸ ਅਯਾਮ ਤੇ ਉਹ ਵਿਚਰਦੇ ਹਨ, ਉਸ ਨੂੰ ਇਨਸਾਨੀ ਚੇਤਨਾ ਨਾਲ ਦੇਖਣਾ, ਸਮਝਣਾ ਜਾਂ ਉਸਦੀ ਵਿਆਖਿਆ ਕਰਨਾ ਸੰਭਵ ਨਹੀਂ ਹੋ ਸਕਦਾ। ਮਿਸਾਲ ਦੇ ਤੌਰ ਤੇ 'ਲਾਸਟ ਟੈਂਪਟੇਸ਼ਨਜ਼ ਔਫ ਕਰਾਈਸਟ' ਵਿਚ ਜੋ ਈਸਾ ਅਸੀਂ ਦੇਖ ਰਹੇ ਹਾਂ, ਉਸ ਅਸਲ ਵਿਚ ਲੇਖਕ ਨਿਕੋਸ ਕਜ਼ਾਨਜ਼ਾਕਸ ਦਾ ਆਪਣਾ ਮਨ ਹੈ। ਅਸਲ ਵਿਚ ਈਸਾ ਕੀ ਸੀ, ਉਸਦੀ ਥਾਹ ਅਸੀਂ ਇਨਸਾਨੀ ਚੇਤਨਾ ਦੇ ਤਲ ਤੇ ਰਹਿੰਦਿਆਂ ਨਹੀਂ ਪਾ ਸਕਦੇ। ਪਰ ਇਹ ਸੀਮਾ ਸਿਰਫ ਨਾਵਲਕਾਰਾਂ, ਕਵੀਆਂ, ਫਿਲਮਕਾਰਾਂ, ਇਤਿਹਾਸਕਾਰਾਂ, ਕਥਾਕਾਰਾਂ ਜਾਂ ਫਿਲਾਸਫਰਾਂ ਦੀ ਹੀ ਨਹੀਂ ਹੈ। ਇਹ ਇਨਸਾਨੀ ਚੇਤਨਾ ਅਤੇ ਸਮੁੱਚੀ ਇਨਸਾਨੀ ਸਭਿਅਤਾ ਦੀ ਸੀਮਾ ਹੈ। ਪਰ ਇਸਦੇ ਬਾਵਜੂਦ ਇਨਸਾਨੀ ਚੇਤਨਾ ਹਮੇਸ਼ਾ ਆਪਣੀਆਂ ਸੀਮਾਵਾਂ ਚੋਂ ਬਾਹਰ ਜਾਣ ਦੀ ਕੋਸ਼ਿਸ਼ ਵਿਚ ਰਹਿੰਦੀ ਹੈ। ਸਾਰਾ ਰੂਹਾਨੀ ਵਿਕਾਸ ਇਸੇ ਗੱਲ ਤੇ ਖੜ੍ਹਾ ਹੈ। ਜਪੁਜੀ ਵਿਚ ਗੁਰੂ ਨਾਨਕ ਦੇਵ ਜੀ ਵਾਰ ਵਾਰ ਕਹਿੰਦੇ ਹਨ ਕਿ ਰੱਬੀ ਸੱਤਾ ਅਕੱਥ ਹੈ। ਵੇਦ ਕਤੇਬ ਵੀ ਉਸਦਾ ਬਿਆਨ ਨਹੀਂ ਕਰ ਸਕੇ। ਪਰ ਫਿਰ ਵੀ ਉਸਦੀ ਅਕਹਿ ਸੱਤਾ ਦਾ ਬਿਆਨ ਕਰਨ ਦੀ ਕੋਸ਼ਿਸ਼ ਜੁਗਾਂ ਜੁਗਾਂ ਤੋਂ ਹੁੰਦੀ ਆ ਰਹੀ ਹੈ। ਇਸੇ ਤਰਾਂ ਦੀ ਲਗਾਤਾਰ ਕੋਸ਼ਿਸ਼ ਵਿਚੋਂ ਹੀ ਆਤਮਿਕ ਵਿਕਾਸ ਦਾ ਰਾਹ ਨਿਕਲਦਾ ਹੈ। ਇਹ ਕੋਸ਼ਿਸ਼ ਜਾਰੀ ਰਹਿਣੀ ਚਾਹੀਦੀ ਹੈ। ਕੋਸ਼ਿਸ਼ ਹੀ ਸਾਡੀ ਸੰਭਾਵਨਾ ਅਤੇ ਤਾਕਤ ਹੈ। ਪਰ ਇਨਸਾਨੀ ਚੇਤਨਾ ਦੀ ਇਹ ਤਕਦੀਰ ਹੈ ਕਿ ਅਜਿਹੀ ਕੋਸ਼ਿਸ਼ ਹਮੇਸ਼ਾ ਅਪੂਰੀ ਅਤੇ ਅਧੂਰੀ ਰਹੇਗੀ। ਜਸਬੀਰ ਮੰਡ ਨੇ ਇਕ ਰੱਬੀ ਦਰਵੇਸ਼ ਦੇ ਅੰਤਰ-ਬਾਹਰ ਦੀਆਂ ਝਲਕਾਂ ਨੂੰ ਪਕੜਨ/ਚਿਤਰਨ ਦੀ ਇਹ ਗੰਭੀਰ ਕੋਸ਼ਿਸ਼ ਕੀਤੀ ਹੈ ਅਤੇ ਇਥੇ ਪੂਰਨਤਾ ਦਾ ਕੋਈ ਦਾਅਵਾ ਨਹੀਂ ਹੈ। ਨਿਰਸੰਦੇਹ ਸਾਡੀ ਜ਼ੁਬਾਨ ਦੇ ਸਾਹਿਤ ਦੇ ਪ੍ਰਸੰਗ ਵਿਚ ਇਹ ਇਕ ਵੱਡੀ ਪ੍ਰਾਪਤੀ ਹੈ।

ਪੰਜਾਬ ਦੇ ਇਤਿਹਾਸ ਦੇ ਜਿਸ ਪਹਿਲੂ ਤੇ ਇਸ ਨਾਵਲ ਨੇ ਝਾਤ ਮਾਰੀ ਹੈ, ਉਸ ਨੂੰ ਜਾਣਨ ਲਈ ਸਾਡੇ ਕੋਲ ਪੁਰਾਤਨ ਰਹਿਤਨਾਮਿਆਂ ਤੋਂ ਸਿਵਾ ਹੋਰ ਕੁੱਝ ਨਹੀਂ ਹੈ। ਰਹਿਤਨਾਮੇ ਵੀ ਇਨਸਾਨਾਂ ਨੇ ਹੀ ਰਚੇ ਹਨ ਅਤੇ ਉਹ ਵੀ ਪੂਰਨ ਨਹੀਂ ਹਨ। ਇਹੀ ਗੱਲ ਪੁਰਾਣੇ ਅਤੇ ਨਵੇਂ ਹੋਰ ਇਤਿਹਾਸਕਾਰਾਂ ਬਾਰੇ ਕਹੀ ਜਾ ਸਕਦੀ ਹੈ। ਇਸ ਕਰਕੇ ਬਾਕੀ ਦੁਨੀਆ ਦੀ ਤਰਾਂ ਅਸੀਂ ਵੀ ਆਪਣੀ ਵਿਰਾਸਤ ਦੇ ਉਸ ਦੌਰ ਨੂੰ ਨਵੇਂ ਨਵੇਂ ਤਰੀਕੇ ਨਾਲ ਦੇਖਣ/ਪੜ੍ਹਨ ਦੀ ਕੋਸ਼ਿਸ਼ ਵਾਰ ਵਾਰ ਕਰਦੇ ਰਹਾਂਗੇ। ਉਸ ਦੌਰ ਨਾਲ ਸਹੀ ਰਾਬਤਾ ਬਣਾਏ ਬਗੈਰ ਅਸੀਂ ਇਕ ਕੌਮ ਦੇ ਤੌਰ ਤੇ ਤੰਦਰੁਸਤ ਨਹੀਂ ਹੋ ਸਕਦੇ। ਹਰ ਪੀੜ੍ਹੀ ਨੂੰ ਨਵੀਂ ਕੋਸ਼ਿਸ਼ ਕਰਨੀ ਪਵੇਗੀ। ਨਾਵਲ

ਨੂੰ ਪੜ੍ਹਦਿਆਂ ਕਈ ਵਾਰ ਮੇਰਾ ਦਿਲ ਭਰ ਆਇਆ। ਕੁੱਝ ਦ੍ਰਿਸ਼, ਘਟਨਾਵਾਂ ਜਾਂ ਬਿਆਨ ਇਸ ਤਰਾਂ ਦਾ ਅਸਰ ਕਿਉਂ ਪਾਉਂਦੇ ਹਨ, ਉਸਦਾ ਬਿਆਨ ਕਰਨਾ ਮੁਸ਼ਕਲ ਹੈ। ਇਹ ਸਿਰਫ ਇਕ ਮਨੋਵਿਗਿਆਨ ਪ੍ਰਸ਼ਨ ਨਹੀਂ ਹੈ। ਗੁਰੂ ਬਾਬੇ ਨਾਲ ਸਾਡੀਆਂ ਜੋ ਤੰਦਾਂ ਜੁੜੀਆਂ ਹਨ, ਉਸਦਾ ਸਾਨੂੰ ਖੁਦ ਨੂੰ ਵੀ ਪੂਰਾ ਭੇਤ ਨਹੀਂ ਹੈ। ਇਹ ਰਚਨਾਵਾਂ, ਇਹ ਕੋਸ਼ਿਸ਼ਾਂ ਉਸ ਭੇਤ ਨੂੰ ਖੋਲ੍ਹਣ ਦੇ ਜਤਨ ਵੀ ਹਨ।

ਸਾਡੀਆਂ ਇਨ੍ਹਾਂ ਸਮੂਹਿਕ ਕੋਸ਼ਿਸ਼ਾਂ ਦੇ ਇਤਿਹਾਸ ਵਿਚ ਨਾਵਲ 'ਬੋਲ ਮਰਦਾਨਿਆ' ਇਕ ਅਹਿਮ ਮੀਲ ਪੱਥਰ ਹੈ।

ਸ਼ਮੀਲ

ਬਰੈਂਪਟਨ, ਕੈਨੇਡਾ

ਨਿਰੰਤਰ ਵਗਦੀ ਧਾਰਾ

ਭਾਈ ਮਰਦਾਨੇ ਦਾ ਵਿਸ਼ਾ ਹੁਣ ਤੱਕ ਸਿਰਫ ਜਨਮ ਸਾਖੀਆਂ ਅਤੇ ਲੋਕ ਕਥਾਵਾਂ ਵਿਚ ਘਿਰਿਆ ਸੀ। ਇਸ ਅਣਗੌਲੇ ਨਾਇਕ ਦੇ ਰਹੱਸ ਨੂੰ ਸਮਝਣ ਲਈ ਸਿਰਫ ਇਤਿਹਾਸਕ ਸੂਝ ਨਾਲ ਨਹੀਂ ਸੀ ਸਰਨਾ। ਇਹ ਪੰਜਾਬੀ ਦੇ ਕਿਸੇ ਵੀ ਨਾਵਲਕਾਰ ਲਈ ਸਭ ਤੋਂ ਵੱਡੀ ਚੁਣੌਤੀ ਸੀ ਕਿ ਉਹ ਇਤਿਹਾਸ ਦੇ ਇਸ ਸਮੇਂ ਨੂੰ ਨਾਵਲ ਵਿਚ ਸੁਤੰਤਰ ਜਗ੍ਹਾ ਦਵਾ ਸਕਦਾ। ਮੰਡ ਦੀ ਇਸ ਰਚਨਾ ਵਿੱਚ ਨਾਵਲ ਅਤੇ ਇਤਿਹਾਸ ਦੀ ਸੁਗੰਧ ਬਰਾਬਰ ਆਉਂਦੀ ਹੈ। ਇਤਿਹਾਸ ਨੇ ਮਰਦਾਨੇ ਨੂੰ ਸਿਰਫ 'ਰਬਾਬੀ ਤੱਕ ਹੀ ਸੀਮਤ ਕਰ ਦਿਤਾ ਸੀ। ਮੰਡ ਨੇ ਮਰਦਾਨੇ ਦੇ ਸਿਰਫ ਸਾਜ਼ੀ ਹੋਣ ਦੀ ਮਿੱਥ ਨੂੰ ਤੋੜਿਆ ਹੈ। ਉਸਨੇ ਮਰਦਾਨੇ ਦੇ ਸਮਰਪਣ, ਸੂਝ ਅਤੇ ਸਾਦਗੀ ਦੇ ਸੰਗਮ ਨੂੰ ਇਕ ਨਵਾਂ ਸੰਵਾਦ ਦਿਤਾ ਹੈ।

ਗਲਪ/ਵਾਰਤਕ ਵਿਚ ਬਾਬੇ ਦੀ ਰੂਹਾਨੀ ਸੂਰਤ ਨੂੰ ਚਿਤਰਦਾ ਇਸ ਤਰ੍ਹਾਂ ਦਾ ਇਹ ਪਹਿਲਾ ਨਾਵਲ ਹੈ। ਇਸ ਨਾਵਲ ਵਿਚ ਇਕ ਧਾਰਾ ਨਿਰੰਤਰ ਵਗਦੀ ਹੈ, ਉਹ ਹੈ ਮਰਦਾਨੇ ਦੇ ਗਵਾਹ ਹੋਣ ਦੀ ਧਾਰਾ। ਜਿਸ ਤਰ੍ਹਾਂ ਬਾਬੇ ਦੇ ਸਾਥ ਦੌਰਾਨ ਮਰਦਾਨੇ ਨੇ ਸਫ਼ਰਾਂ ਨੂੰ ਜੀਵਿਆ ਹੈ, ਉਹ ਇਸ ਨਾਵਲ ਦੀ ਕੇਂਦਰੀ ਧੁਨ ਹੈ। ਮੰਡ ਨੇ ਘਟਨਾਵਾਂ ਨੂੰ ਛੱਡਕੇ ਸੂਖਮ ਪਲਾਂ ਨੂੰ ਪਕੜਨ ਦੀ ਕੋਸ਼ਿਸ਼ ਕੀਤੀ ਹੈ। ਇਸ ਨਾਵਲ ਵਿਚ ਫ਼ੈਲੇ ਰਹੱਸ ਨੂੰ ਧਿਆਨ ਨਾਲ ਮਹਿਸੂਸ ਕਰਨ ਦੀ ਲੋੜ ਹੈ। ਮੰਡ ਨੇ ਪ੍ਰਚਲਿਤ ਇਤਿਹਾਸਕ ਦੁਹਰਾਅ ਨੂੰ ਬਹੁਤ ਘੱਟ ਵਰਤਿਆ ਹੈ। ਅਸਲ ਵਿਚ ਉਹ ਮਰਦਾਨੇ ਦੀ ਜਗਿਆਸੂ ਨਜ਼ਰ ਨਾਲ ਉਸ ਸਮੁੱਚੇ ਦੌਰ ਨੂੰ ਪਕੜਨ ਦੀ ਕੋਸ਼ਿਸ਼ ਕਰਦਾ ਹੈ।

ਮੰਡ ਦਾ ਇਹ ਨਾਵਲ ਸਿਰਫ ਮਰਦਾਨੇ ਦੀ ਕਥਾ ਨਹੀਂ ਹੈ। ਇਹ ਉਸਦੇ ਜੀਵਤ ਸੁਆਸਾਂ ਦੀ ਧੜਕਣ ਹੈ, ਜਿਹੜੇ ਉਸਨੇ ਬਾਬੇ ਨਾਲ ਤੁਰਦਿਆਂ ਰੂਹਾਨੀ ਰੰਗਾਂ ਵਿਚ ਰੰਗੇ। ਇਸ ਵਿਚ ਬਾਬੇ ਦੇ ਹਜ਼ਾਰਾਂ ਮੀਲ ਦੇ ਸਫ਼ਰ ਦੀ ਉਹ ਚਿਣਗ ਵੀ ਹੈ, ਜਿਸ ਵਿਚ ਸੱਚ ਨੂੰ ਹਰ ਕਿਸੇ ਕੋਲ ਪਹੁੰਚਾਉਣ ਦੀ ਚੇਸ਼ਟਾ ਸੀ। ਹਜ਼ਾਰਾਂ ਮੀਲਾਂ ਦੇ ਇਸ ਸਫਰ ਨੂੰ ਚਿਤਰਦੇ ਇਸ ਨਾਵਲ ਦੀ ਕਲਾਤਮਿਕ ਇਕਾਗਰਤਾ ਕਮਾਲ ਦੀ ਹੈ।

ਬਾਬੇ ਦੇ ਅਲੱਗ-ਅਲੱਗ ਅੰਦਾਜ਼ ਵਿਚੋਂ ਗੁਜ਼ਰਨ ਦੇ ਦ੍ਰਿਸ਼ ਤਾਜ਼ਗੀ ਨਾਲ ਭਰੇ ਪਏ ਹਨ। ਮੰਡ ਨੇ ਪੰਜਾਬੀ ਨਾਵਲ ਨੂੰ ਇਕ ਤਾਜ਼ੀ ਅੱਖ ਦਿੱਤੀ ਹੈ, ਜਿਸ ਵਿਚ ਪੰਜਾਬੀ ਸਭਿਆਚਾਰ ਦੀਆਂ ਗਹਿਰਾਈਆਂ ਨੂੰ ਤਾਜ਼ੇ ਦਮ ਨਾਲ ਦੇਖਣ ਦੀ ਤਾਕਤ ਹੈ।

ਏ ਆਰ ਭੱਟ (ਵਿਸ਼ਵ ਪ੍ਰਸਿੱਧ ਸਮਾਜ ਸ਼ਾਸ਼ਤਰੀ)
ਟੋਕੀਓ, ਜਪਾਨ

ਕਾਂਡ : ਇਕ

ਧੁੱਪ ਨੇ ਹਵਾ ਦਾ ਸੁਭਾਅ ਬਦਲ ਦਿੱਤਾ ਸੀ। ਸਿਆਲੂ ਦੁਪਹਿਰ ਦੀ ਧੁੱਪ ਵਿਚੋਂ ਲੰਘਦੇ ਬੁੱਲੇ ਤਲਵੰਡੀ ਦੀ ਮਿੱਟੀ ਨੂੰ ਛੋਹ ਕੇ ਪਹਿਲਾਂ ਕੋਸੇ ਹੁੰਦੇ, ਫਿਰ ਅੱਗੇ ਪਹਾੜਾਂ ਵਿਚ ਜਾ ਠਰ ਜਾਂਦੇ। ਹਵਾ ਤਾਂ ਮੌਸਮਾਂ ਦੀ ਹਜ਼ੂਰੀ ਵਿਚ ਵਗਦੀ ਹੀ ਰਹਿੰਦੀ ਹੈ। ਇਹ ਤਾਂ ਚਾਨਣ ਤੋਂ ਬਿਨਾਂ ਆਕਾਰਾਂ ਦੀ ਗ਼ੈਰ-ਹਾਜ਼ਰੀ ਵਿਚ ਵੀ ਵਗਣਾ ਨਹੀਂ ਭੁੱਲਦੀ। ਮਰਦਾਨਾ ਅੱਜ ਕੱਲ ਅਜਿਹੇ ਅਜੀਬ ਖ਼ਿਆਲਾਂ ਵਿਚ ਗੁੰਮਿਆ ਤਲਵੰਡੀ ਦੀਆਂ ਗਲੀਆਂ ਵਿਚ ਘੁੰਮਦਾ ਫਿਰਦਾ ਦਿਸਦਾ ਸੀ। ਕੁਝ ਭਾਅ ਨਹੀਂ ਸੀ ਰਿਹਾ, ਘੜਤਾਂ ਬੁਣਤਾਂ ਨਾਲ ਅਣਬਣ ਚੱਲ ਰਹੀ ਸੀ। ਚਿੱਤ ਦੇ ਚੁਫ਼ੇਰੇ ਇਕ ਗੂੰਜ ਰਹਿੰਦੀ, ਅੱਖਾਂ ਅੱਗਿਉਂ ਇਕ ਝਲਕਾਰਾ ਜਿਹਾ ਲੰਘਦਾ। ਪਰ ਉਹ ਸੁਰੀਲੀ ਆਵਾਜ਼ ਨਾ ਸੁਣਦੀ ਜੋ ਕੋਸੀ ਹਵਾ ਦੇ ਸਾਹਾਂ ਦੇ ਨਿਰਲੇਪ ਪਲੜੇ ਝੁਕਾ ਦੇਂਦੀ ਸੀ। ਸ਼ਾਇਦ ਇਸੇ ਕਰਕੇ ਉਹ ਸਾਜ਼ ਵੀ ਹੁਣ ਚੁੱਪ ਸੀ। ਮਹੀਨੇ ਲੰਘ ਗਏ ਸਨ। ਆਪਣੇ ਆਪ ਤੇ ਹਰਖ਼ ਆਉਂਦਾ ਸੀ। ਉਹਨੇ ਆਪਣੇ ਮਿੱਤਰ ਦੇ ਜਾਣ ਨੂੰ ਵਿਦਾਇਗੀ ਕਿਉਂ ਬਣਨ ਦਿੱਤਾ ? ਜੈਰਾਮ ਨੇ ਤਾਂ ਏਨਾਂ ਹੀ ਕਿਹਾ ਸੀ, "ਤੁਸੀਂ ਚਲੋ ਹੁਣ ਮੈਂ ਤੇ ਨਾਨਕ ਇਥੋਂ ਇਕੱਲੇ ਹੀ ਸੁਲਤਾਨਪੁਰ ਜਾਵਾਂਗੇ।" ਇਹ ਲਫ਼ਜ਼ ਤਾਂ ਉਨ੍ਹਾਂ ਲਈ ਸਨ ਜਿਨ੍ਹਾਂ ਨੇ ਉਹਤੋਂ ਵਿਛੜਣ ਦੀ ਵਿਵਸਥਾ ਕੀਤੀ ਸੀ। ਇਥੋਂ ਤਲਵੰਡੀ ਵੱਲ ਵਾਪਸੀ ਮਹਿਤਾ ਕਾਲੂ, ਚਾਚੇ ਲਾਲੂ ਤੇ ਮਾਤਾ ਤ੍ਰਿਪਤਾ ਦੀ ਹੋਣੀ ਚਾਹੀਦੀ ਸੀ। ਉਹ ਕਿਉਂ ਵਾਪਸ ਮੁੜ ਆਇਆ ਸੀ ? ਉਹਨੇ ਇਹ ਵਿਛੋੜਾ ਕਿਹੜੀ ਗੱਲੋਂ ਸਹੇੜਿਆ ? ਅੱਜਕਲ ਆਪਣੇ ਆਪ ਨੂੰ ਅਜਿਹੇ ਬੜੇ ਸੁਆਲ ਸੁਣਦੇ ਸਨ। ਕਿਸੇ ਨੇ ਨਾਨਕ ਨੂੰ ਭੇਜਣ ਵਿਚ ਆਪਣੀ ਜਿੱਤ ਸਮਝੀ, ਕਿਸੇ ਨੇ ਆਪਣੇ ਨਾਲ ਤੋਰਨ ਵਿਚ ਗਰੂਰ ਕੀਤਾ ਸੀ। ਪਰ ਉਹਦੇ ਵੱਲ ਕਿਸੇ ਨੇ ਧਿਆਨ ਨਹੀਂ ਸੀ ਦਿੱਤਾ। ਸਾਂਈ ਵੀ ਆਪਣੇ ਪ੍ਰੇਮ ਵਿਚ ਸੁਲਤਾਨਪੁਰ ਵੱਲ ਝੁੱਕ ਗਿਆ ਸੀ। ਜਾਣ ਵੇਲੇ ਉਹਨੇ ਇਕ ਵਾਰੀ ਵੀ ਪਲਟ ਕੇ ਨਹੀਂ ਸੀ ਵੇਖਿਆ। ਜਿਨ੍ਹਾਂ ਨੇ ਉਹਨੂੰ ਭੇਜਿਆ ਸੀ ਉਨ੍ਹਾਂ ਨੂੰ ਵੀ ਉਹਦੀ ਇਹ ਹਰਕਤ ਚੰਗੀ ਨਹੀਂ ਸੀ ਲੱਗੀ। ਪਰ ਮਰਦਾਨਾ ਅਖ਼ੀਰ ਤੱਕ ਉਹਨੂੰ ਵੇਖਦਾ ਰਿਹਾ। ਅੱਗੇ ਪਹਾੜੀਆਂ ਦੀਆਂ ਕਤਾਰਾਂ ਨੇ ਪਗਡੰਡੀ ਘੁੱਟ ਲਈ ਤੇ ਉਹ ਦਿਸਣੋਂ ਹੱਟ ਗਏ। ਕੁਝ ਪਲਾਂ ਬਾਅਦ ਮਰਦਾਨੇ ਨੂੰ ਕੁਝ ਹੋਇਆ ਸੀ; ਤੇ ਉਹ ਸ਼ਾਂਤ ਉਸੇ ਜਗ੍ਹਾ ਖੜ੍ਹ ਕੇ ਇੰਤਜ਼ਾਰ ਕਰਨ ਲੱਗਾ। ਉਹ ਮਹਿਤਾ ਕਾਲੂ ਦੇ ਪਰਿਵਾਰ ਨਾਲ ਪਿੰਡ ਵੱਲ ਨਾ ਮੁੜਿਆ। ਉਨ੍ਹਾਂ ਕਿਹਾ ਵੀ ਪਰ ਉਹ ਮੁੜਿਆ ਆਪਣੀ ਮਰਜ਼ੀ ਨਾਲ ਸੀ। ਤਲਵੰਡੀ ਵੱਲ ਜਾਣ ਵੇਲੇ ਅਜਿਹਾ ਵੈਰਾਗ ਪਹਿਲਾਂ ਕਦੇ ਨਹੀਂ ਸੀ ਚੜ੍ਹਿਆ।

ਇਹੋ ਸੀ ਉਹ ਗੋਲ ਪਿੱਠ ਵਾਲੀ ਪਹਾੜੀ ਜਿਥੋਂ ਜੈਰਾਮ ਤੇ ਨਾਨਕ ਸੁਲਤਾਨਪੁਰ ਵੱਲ ਤੁਰੇ ਸਨ। ਇਸ ਤੋਂ ਅੱਗੇ ਬੇਰੀਆਂ ਦੇ ਝੁੰਡ ਓਹਲੇ ਉਹ ਦੀ ਗੁਪਤ ਕੁਟੀਆ ਸੀ,

ਜਿਸਦਾ ਸਿਰਫ਼ ਉਹਨੂੰ ਹੀ ਪਤਾ ਸੀ। ਤਾਂ ਹੀ ਤਾਂ ਪਲਾਂ ਵਿਚ ਉਹ ਲੱਭ ਲੈਂਦਾ ਸੀ। ਉਹ ਬੇਰੀਆਂ ਤੋਂ ਪਾਰ ਉਸ ਝੌਂਪੜੀ ਕੋਲ ਪਹੁੰਚਿਆ। ਇਸ ਤੋਂ ਅੱਗੇ ਜਿਵੇਂ ਉਜਾੜਾਂ ਮੁੱਕ ਜਾਂਦੀਆਂ ਸਨ। ਇਕ ਛੋਟਾ ਜਿਹਾ ਪੰਛੀ ਕੁਟੀਆ ਵਿਚੋਂ ਨਿਕਲ ਉਡਿਆ। ਅੰਦਰ ਪਿਆ ਸਾਂਈ ਦੇ ਹੱਥ ਦਾ ਬਣਿਆ ਇੱਕਤਾਰਾ ਉਹਨੇ ਛੋਟੇ-ਛੋਟੇ ਸੁਰਾਂ ਨਾਲ ਜਗਾਇਆ। ਨਿੱਕੇ ਨਿੱਕੇ ਵੇਰਵੇ ਉਹਦੇ ਚੇਤੇ ਵਿਚ ਸੱਜਰੇ ਹੋਣ ਲੱਗੇ; ਤਾਂ ਹੀ ਤਾਂ ਇਸ ਜਗ੍ਹਾ ਦਿਨ ਵਿਚ ਇਕ ਵਾਰ ਆਏ ਬਿਨਾਂ ਨਹੀਂ ਸਰਦਾ। ਚੁਫੇਰੇ ਫਿੱਕੇ ਜਾਮਣੀ ਰੰਗਾਂ ਦਾ ਫੈਲਿਆ ਪਹਾੜਾਂ ਦਾ ਘੇਰਾ ਆਪਣੀਆਂ ਹੀ ਕਤਾਰਾਂ ਵਿੱਚ ਰਚਿਆ ਦਿਸ ਰਿਹਾ ਸੀ। ਝੌਂਪੜੀ ਅੱਗੇ ਪਏ ਪੱਥਰਾਂ 'ਚੋਂ ਹਾਲੇ ਵੀ ਮਿੱਟੀ ਦੀ ਗੰਧ ਆ ਰਹੀ ਸੀ। (ਹਾਲੇ ਮਿੱਟੀ ਦੀ ਤਾਸੀਰ ਇਨ੍ਹਾਂ 'ਚੋਂ ਗਈ ਨਹੀਂ ਸੀ)

ਥਾਵਾਂ ਨਾਲ ਸ਼ਾਇਦ ਭਾਵਨਾ ਬਦਲ ਜਾਂਦੀ ਹੈ। ਇਸ ਕੁਟੀਆ ਵਿਚ ਤਲਵੰਡੀ ਵਿਚ ਵਾਪਰੀਆਂ ਦੁਖਦ ਘਟਨਾਵਾਂ ਬਾਰੇ ਕਦੇ ਗੱਲ ਨਹੀਂ ਸੀ ਹੋਈ। ਉਹ ਕਿਸੇ ਰੰਗ ਵਿਚ ਰੰਗਿਆ ਬਹੁਤ ਹੀ ਕੋਮਲ ਸੰਵਾਦ ਕਰਦਾ ਕਰਦਾ ਲੀਨ ਹੋ ਜਾਂਦਾ ਸੀ। ਚਾਹੇ ਉਹ ਮੱਝਾਂ ਦੁਆਰਾ ਉਜਾੜੀ ਖੇਤੀ ਸੀ, ਚਾਹੇ ਸੱਚੇ ਸੌਦੇ ਦਾ ਰੌਲਾ ਸੀ, ਚਾਹੇ ਘਰ ਤੋਂ ਸਾਰਾ ਦਿਨ ਬਾਹਰ ਰਹਿਣ ਦਾ ਝਗੜਾ ਸੀ। ਇਥੇ ਅਜਿਹੀ ਕੋਈ ਵੀ ਗੱਲ ਪੁੱਛਣੀ ਬੇਵਕਤ ਜਾਪਦੀ ਸੀ। ਇਥੋਂ ਹੀ ਦੋ ਪਹਾੜਾਂ ਵਿੱਚ ਦੀ ਲੰਘਦੀ ਇਕ ਬਾਰੀਕ ਧਾਰ ਸੀ ਜਿਸ ਵਿਚੋਂ ਦੂਰ ਤਲਵੰਡੀ ਦੇ ਫੈਲੇ ਖੇਤਾਂ ਨੂੰ ਵੇਖਿਆ ਜਾ ਸਕਦਾ ਸੀ। ਇਹੋ ਉਹ ਵਿੱਥ ਸੀ ਜਿਸ ਰਾਹੀਂ ਕਦੇ ਕਦੇ ਹਵਾ ਨਾਲ ਦੂਰ ਖੇਤਾਂ ਦੀ ਕੋਈ ਆਵਾਜ਼ ਸੁਣਦੀ।

ਹਾਲੇ ਸੱਚੇ ਸੌਦੇ ਵਾਲੀ ਗੱਲ ਠੰਢੀ ਨਹੀਂ ਸੀ ਪਈ। ਇਕ ਦਿਨ ਸੰਤਰੇਣ ਲੱਭਦਾ ਪਿੰਡ ਆ ਪਹੁੰਚਿਆ ਸੀ : "ਮੈਨੂੰ ਉਹ ਬਾਲਕ ਵਿਖਾਓ।" ਵੱਡੇ ਤੜਕੇ ਨੂੰ ਉਹ ਦੋਵੇਂ ਜਦੋਂ ਇਥੇ ਪਹੁੰਚੇ ਤਾਂ ਨਾਨਕ ਝੌਂਪੜੀ ਅੰਦਰ ਹੀ ਬੈਠਾ ਸੀ।

"ਤੇਰੇ ਬੈਰਾਗ ਨੂੰ ਉਡੀਕਦਿਆਂ ਹਨ੍ਹੇਰਾ ਹੋ ਗਿਆ।"

"ਬੈਰਾਗ ਦਾ ਵੀ ਚਾਨਣ ਹੁੰਦਾ, ਦੀਵਾ ਬਾਲ ਬਿਰਾਗਿਆ...।" ਸੰਤਰੇਣ ਉੱਤਰ ਸੁਣ ਹਨ੍ਹੇਰੇ ਵਿਚ ਹੀ ਖੜ੍ਹਾ ਰਿਹਾ। ਉਹ ਹੱਸਦਾ ਜਾਪ ਰਿਹਾ ਸੀ। ਸੰਤਰੇਣ ਨੇ ਵਿਛੜਣ ਨੂੰ ਜਸ਼ਨ ਬਣਾ ਲਿਆ ਸੀ। ਪਰ ਉਸਨੂੰ ਵਿਛੜ ਕੇ ਇਹ ਕੀ ਹੋ ਗਿਆ ਸੀ ? ਉਦੋਂ ਅਜਿਹਾ ਕੀ ਵਾਪਰਿਆ ਸੀ ਜੋ ਵਿਛੜਨਾ ਨਹੀਂ ਸੀ ਬਣਿਆ? ਉਹ ਝੌਂਪੜੀ ਤੋਂ ਬਾਹਰ ਆਇਆ। ਸੰਤਰੇਣ ਦੇ ਵਾਪਸੀ ਵਾਲੇ ਰਾਹ ਨੂੰ ਨਿਹਾਰਿਆ, ਪਰ ਵੈਰਾਗ ਉਦਾਸ ਹੀ ਰਿਹਾ। ਸੰਤਰੇਣ ਵਾਂਗ ਜਸ਼ਨ ਦਾ ਕੋਈ ਚਸ਼ਮਾ ਨਹੀਂ ਫੁੱਟਿਆ।

ਹੁਣ ਇਕ ਵਾਰ ਫਿਰ ਤਲਵੰਡੀ ਵੇਖਣਾ ਪੈਣਾ ਸੀ। ਉਸੇ ਗਲੀ ਵਿਚੋਂ ਦੀ ਲੰਘਣਾ ਪੈਣਾ ਸੀ, ਜਿਥੇ ਸਾਂਈ ਦਾ ਘਰ ਸੀ। ਅੱਜ ਕਲ ਬੀਬੀ ਨਾਨਕੀ ਵੀ ਆਈ ਹੋਈ ਸੀ। (ਜੈਰਾਮ ਨਾਨਕ ਨੂੰ ਲੈ ਗਿਆ ਸੀ; ਉਹ ਕੁਝ ਦਿਨ ਲਈ ਰੁੱਕ ਗਈ ਸੀ) ਬੀਬੀ ਨਾਨਕੀ ਦੇ ਮੂੰਹੋਂ ਉਹਦੇ ਬਾਰੇ ਸੁਣਨ ਲਈ ਆਪਣੇ ਆਪਨੂੰ ਪਹਿਲਾਂ ਤਿਆਰ ਕਰਨਾ ਪੈਣਾ ਸੀ। ਉਹਨੇ ਲੰਬੇ ਲੰਬੇ ਸਾਹ ਬਾਹਰ ਕੱਢੇ ਜਿਨ੍ਹਾਂ ਵਿਚ ਵਿਛੋੜੇ ਦਾ ਭਾਰਾਪਣ ਸੀ। ਦੇਹ ਨੂੰ ਨਾਜ਼ੁਕ ਬਣਾਉਣ ਨੂੰ ਜੀਅ ਕੀਤਾ। ਹੁਣ ਉਹਦੇ ਚੁਫੇਰੇ ਖੇਤ ਸਨ। ਆਲੇ

ਦੁਆਲੇ ਮਹਿਤਾ ਕਾਲੂ ਦੇ ਖੇਤਾਂ ਦੀਆਂ ਕਤਾਰਾਂ ਸਨ। ਇਨ੍ਹਾਂ ਖੇਤਾਂ ਦੀ ਮਿੱਟੀ ਤੇ ਫਿਰਦਿਆਂ ਉਹ ਅਨੇਕਾਂ ਵਾਰ ਦਿਸਿਆ ਸੀ। ਉਹ ਸਾਹਮਣੇ ਚਰਾਂਦਾਂ ਤੋਂ ਉਤਰਦੀਆਂ ਢਲਾਣਾਂ ਸਨ; ਜਿਨ੍ਹਾਂ ਤੋਂ ਉਤਰਦਾ ਉਹ ਅਕਸਰ ਦਿਸ ਪੈਂਦਾ ਸੀ। ਇਨ੍ਹਾਂ ਤੋਂ ਅੱਗੇ ਕੁਟੀਆ ਨੂੰ ਜਾਂਦੀ ਪੈੜਚਾਲ ਸੀ ; ਜਿਸ ਤੇ ਅੱਜ ਕਲ ਨੰਗੇ ਪੈਰੀਂ ਤੁਰਨ ਨੂੰ ਜੀਅ ਕਰਦਾ। ਇਕ ਵਾਰ ਫਿਰ ਉਹਨੇ ਖੜਕੇ ਉਨ੍ਹਾਂ ਖੇਤਾਂ ਵੱਲ ਵੇਖਿਆ ਜਿਥੇ ਕੰਮ ਕਰਦੇ ਵਕਤ ਮਿੱਟੀ ਵਿਚ ਇਕ ਤਾਰਾਨਾ ਜਾਗਦਾ ਸੀ; ਆਸਪਾਸ ਦੀ ਮਿੱਟੀ ਦੇ ਸੁਆਸ ਜਾਗ ਪੈਂਦੇ ਸਨ। ਇਨ੍ਹਾਂ ਵੱਟਾਂ ਤੇ ਬੈਠ ਕੇ ਦੋਵਾਂ ਨੇ ਕਿੰਨੀ ਵਾਰ ਗਾਇਆ ਸੀ; ਖੜ੍ਹੀਆਂ ਫਸਲਾਂ ਵੱਲ ਇਸ਼ਾਰੇ ਕਰ ਅੰਨ ਬਣਨ ਦੀ ਲਾਲਸਾ ਨੂੰ ਵਡਿਆਇਆ ਸੀ। ਸਾਂਈ ਦੇ ਇਸ਼ਾਰਿਆਂ ਨਾਲ ਖੜ੍ਹੀਆਂ ਫਸਲਾਂ ਪੀਰਾਂ ਦੇ ਝੁੰਡ ਜਾਪਦੀਆਂ ਸਨ। ਸ਼ਾਇਦ ਇਸੇ ਕਰਕੇ ਓਹਨੂੰ ਇਧਰ ਆਉਣੋਂ ਵਰਜ਼ ਦਿੱਤਾ ਸੀ।

ਤਲਵੰਡੀ ਹੋਰ ਨੇੜੇ ਦਿਸਣ ਲੱਗਾ। ਰਾਏ ਬੁਲਾਰ ਦੀ ਹਵੇਲੀ 'ਚੋਂ ਫਜਰ ਦੀ ਨਵਾਜ਼ ਦੀ ਆਵਾਜ਼ ਆ ਰਹੀ ਸੀ। ਮਾਸ਼ਕੀ ਹਵੇਲੀ ਅੱਗੇ ਪਾਣੀ ਛਿੜਕ ਰਹੇ ਸਨ। ਕੱਲ ਦੀਆਂ ਪੱਤਲਾਂ ਨੂੰ ਹਵਾ ਨੇ ਉਡਾਕੇ ਇਕ ਪਾਸੇ ਕਰ ਦਿੱਤਾ ਸੀ। ਇਕ ਐਸੀ ਆਵਾਜ਼ ਜੋ ਸਿਰਫ਼ ਹੁਕਮ ਵਿਚ ਹੀ ਬੋਲਦੀ ਸੁਣੀ ਸੀ। ਅੱਜ ਕਲ ਕੋਮਲ ਹੋ ਪੁੱਛਦੀ ਹੈ। "ਮਰਦਾਨਿਆ ਆਪਣੇ ਸਾਂਈ ਦੇ ਘਰ ਚੱਲਿਆਂ ?" ਰਾਏ ਬੁਲਾਰ ਦਾ ਇਹ ਪੁੱਛਣਾ ਬੜਾ ਸੁਆਦਲਾ ਲੱਗਦਾ। ਸੱਜਰੇ ਪਾਣੀ ਨਾਲ ਹਵੇਲੀ ਅੱਗੇ ਦੀ ਮਿੱਟੀ ਮਹਿਕ ਰਹੀ ਸੀ। ਸਾਹਮਣੇ ਹਵੇਲੀ ਦੀ ਡਾਟ ਤੇ ਲਿਖੀਆਂ ਆਇਤਾਂ ਉੱਤੇ ਸੱਜਰੇ ਸੂਰਜ ਦੀਆਂ ਕਿਰਨਾਂ ਪੈ ਰਹੀਆਂ ਸਨ। ਇਸ ਡਾਟ ਥੱਲੇ ਸਾਂਈ ਨਾਲ ਬੜੇ ਸੰਵਾਦ ਹੋਏ ਸਨ। ਕਦੇ ਫਸਲਾਂ ਦਾ ਉਜਾੜਾ ਕਦੇ ਕਾਜ਼ੀ ਨਾਲ ਵਿਵਾਦ। ਉਹ ਇਥੇ ਚੌਂਕੜੀ ਮਾਰ ਬੈਠ ਜਾਂਦਾ ਸੀ। ਉਹਦੀ ਉੱਪਰ ਵੱਲ ਉੱਠਦੀ ਉਂਗਲ ਨਾਲ ਆਇਤਾਂ ਦਾ ਰੰਗ ਹੋਰ ਗੂਹੜਾ ਦਿਸਦਾ। ਇੱਥੇ ਉਹਨੂੰ ਹਮੇਸ਼ਾ ਉਹਦੀਆਂ ਮਾਸੂਮ ਭੁੱਲਾਂ ਵਿਚ ਕੋਮਲਤਾ ਦਾ ਪਲੜਾ ਭਾਰੀ ਦਿਸਦਾ। ਉਹ ਤੇ ਨਾਨਕੀ ਜਦੋਂ ਵੀ ਉਹਦੇ ਵੱਲ ਵੇਖਦੇ ਤਾਂ ਅੱਖਾਂ ਸਕੀਆਂ ਸਕੀਆਂ ਜਾਪਦੀਆਂ। ਕਿੰਨੀ ਵਾਰ ਸੋਚਿਆ ਸੀ; ਉਹ ਕੋਈ ਭੇਦ ਕਿਉਂ ਨਹੀਂ ਖੋਲਦਾ ? ਬੱਸ ਦੁਆਰ ਖੋਲ ਦੇਂਦਾ ਹੈ; ਉਸ ਵਿਚ ਵਹਿਕੇ ਕੁਝ ਪਤਾ ਹੀ ਨਹੀਂ ਸੀ ਲੱਗਦਾ।

ਹਵੇਲੀ ਸਾਹਮਣਿਉਂ ਵਡੇਰਿਆਂ ਦੀ ਮਸੀਤ 'ਚੋਂ ਰਾਏ ਬੁਲਾਰ ਆਪਣੇ ਪਰਿਵਾਰ ਨਾਲ ਨਮਾਜ਼ ਅਦਾ ਕਰਕੇ ਮੁੜ ਰਿਹਾ ਸੀ। ਸਵੇਰ ਦੀ ਚਮਕਦੀ ਧੁੱਪ ਮਸੀਤ ਦੇ ਵੱਡੇ ਮੀਨਾਰਾਂ ਉੱਪਰ ਲਿਸ਼ਕਾਰੇ ਮਾਰ ਰਹੀ ਸੀ। ਅੱਜ ਮਰਦਾਨਾ ਰੁਕਿਆ ਨਹੀਂ ਸੀ। ਉਸ ਤੋਂ ਅੱਗੇ ਦੋ ਵੱਡੇ ਮੰਦਿਰ ਸਨ; ਇਕ ਵਿਚ ਬੁੱਤਾਂ ਦੀ ਭਰਮਾਰ ਸੀ ਤੇ ਦੂਜੇ ਅੱਗੇ ਵੇਹੜਾ ਖ਼ਾਲੀ ਪਿਆ ਸੀ। ਪਰ ਅੱਜ ਕਲ ਤਲਵੰਡੀ ਓਹੋ ਜਿਹਾ ਨਹੀਂ ਜਾਪਦਾ ਜਿਹੋ ਜਿਹਾ ਉਹਦੇ ਨਾਲ ਘੁੰਮਕੇ ਜਾਪਦਾ ਸੀ। ਹਰ ਜਗ੍ਹਾ ਕੁਝ ਖ਼ਾਲੀ ਦਿਸਦਾ ਸੀ; ਹਰ ਥਾਂ ਤੇ ਕਿਸੇ ਦਾ ਹੋਣਾ ਗੈਰਹਾਜ਼ਰ ਦਿਸਦਾ ਸੀ। ਹਾਲਾਂਕਿ ਉਹਦੀ ਯਾਦ ਬੜੀ ਮਿੱਠੀ ਸੀ, ਪਰ ਜੋ ਸੁਆਦ ਮਿੱਠੇ ਨੂੰ ਚੱਖਣ 'ਚੋਂ ਆਉਂਦਾ, ਉਹ ਨਹੀਂ ਸੀ ਆ ਰਿਹਾ। ਹਾਲੇ ਇਕ ਮੋੜ ਹੋਰ ਆਉਣਾ, ਜਿਥੋਂ ਉਹਦਾ ਘਰ ਦਿਸਣਾ ਸ਼ੁਰੂ ਹੋਣਾ ਸੀ।

ਇਸ ਗਲੀ ਵਿਚ ਸਰੀਰ ਨੂੰ ਨਾਜ਼ੁਕ ਬਣਨ ਲੱਗਿਆਂ ਦੇਰ ਨਹੀਂ ਲੱਗਦੀ। ਇਸ ਤੋਂ ਅੱਗੇ ਪੈਰਾਂ ਨੂੰ ਆਪਣੀ ਹਜ਼ੂਰੀ ਵਿਚ ਤੁਰਨਾ ਆਉਂਦਾ ਸੀ। ਇਸ ਗਲੀ ਵਿਚ ਸਾਂਈ ਨੇ ਹਰ ਖੰਡਿਨ ਨੂੰ ਸਵੀਕਾਰ ਦੀ ਤੋਰ ਵਿਚ ਮੁਕਤ ਕੀਤਾ ਸੀ। ਇਥੇ ਅੱਖਾਂ ਦੇ ਸਮੂਹਾਂ ਨੇ ਉਹਦੇ ਵੱਲ ਤਿਰਛੀਆਂ ਸਵਾਲੀਆਂ ਨਜ਼ਰਾਂ ਨਾਲ ਝਾਕਿਆ ਸੀ। ਪਰ ਇਕ ਮਸਤਾਨੀ ਚਾਲ ਹਵਾ ਵਾਂਗ ਇਸ ਰਾਹ ਤੇ ਤੁਰਦੀ ਰਹੀ ਸੀ। ਸਾਹਮਣੇ ਸਾਂਈ ਦਾ ਘਰ ਦਿਸਣ ਲੱਗ ਪਿਆ ਸੀ।

ਦਰਵਾਜ਼ੇ ਸਾਹਮਣੇ ਦੌਲਤਾਂ ਮਾਸੀ ਖੜ੍ਹੀ ਸੀ। ਫਿਰ ਉਹੀ ਆਵਾਜ਼ ਜਿਸ ਵਿਚ ਉਹ ਮਾਤਾ ਤ੍ਰਿਪਤਾ ਨੂੰ 'ਤੇਰੇ' ਕਹਿਕੇ ਬੁਲਾਉਂਦੀ ਸੀ। "ਤੇਰੇ ਪੁੱਤ ਦਾ ਮਰਾਸੀ ਯਾਰ ਆਇਆ ਏ।" ਇਸ ਦੌਲਤਾਂ ਤੇ ਕਦੇ ਕਦੇ ਤਰਸ ਆਉਂਦਾ। ਕਿੰਨੀ ਵਾਰ ਸਾਂਈ ਨੂੰ ਲੱਭ ਕੇ ਲਿਆਈ ਸੀ। ਫਿਕਰ ਵਿਚ ਭੱਜੀ ਵੀ ਫਿਰੀ; ਘਰ ਘਰ ਆਵਾਜ਼ ਮਾਰਦੀ ਲੰਘੀ। ਫਿਰ ਵੀ ਉਸ ਲੱਭੇ 'ਚੋਂ ਕੁਝ ਹੋਰ ਨਾ ਵੇਖ ਸਕੀ। ਉਹ ਬਾਹੋਂ ਫੜੀਂ ਅੱਗੇ ਚੱਲਦੀ ਪਿਆਰ ਨਾਲ ਸਮਝਾਉਂਦੀ, ਅਨੇਕਾਂ ਵਾਰ ਇਸ ਗਲੀ 'ਚੋਂ ਲੰਘੀ ਸੀ। ਪਰ ਕਿਸਦੀ ਬਾਂਹ ਫੜੀ ਏ ? ਉਹ ਉਸ ਛੋਹ ਨੂੰ ਛੂਹ ਨਾ ਸਕੀ। ਮਰਦਾਨਾ ਦੌਲਤਾਂ ਕੋਲੋਂ ਮੁਸਕਰਾਉਂਦਾ ਲੰਘ ਗਿਆ। ਅੰਦਰ ਜਾਕੇ ਵੀ ਉਹ ਚੁੱਪ ਹੀ ਰਿਹਾ; ਕੁਝ ਬੋਲਣ ਲਈ ਹੈ ਹੀ ਨਹੀਂ ਸੀ। ਨਾ ਉਹ ਚੇਹਰਾ ਸੀ ਨਾ ਉਹ ਆਵਾਜ਼ ਜਿਸ ਅੱਗੇ ਫੁਰਨੇ ਫੁਰਦੇ ਸਨ। ਉਹਨੇ ਦਲਾਨ ਪਾਰ ਕਰਦਿਆਂ ਮਾਤਾ ਦੀ ਆਵਾਜ਼ ਸੁਣੀ : "ਵੇ ਮਰਦਾਨਿਆ ਅੱਜ ਸਵੇਰੇ ਹੀ ਕਿਵੇਂ ਆਉਣਾ ਹੋਇਆ ?" ਉਹ ਪੱਕਾ ਫਰਸ਼ ਪਾਰ ਕਰਕੇ ਵੇਹੜੇ ਦੀ ਉਸ ਕੱਚੀ ਮਿੱਟੀ ਕੋਲ ਜਾਣਾ ਚਾਹੁੰਦਾ ਸੀ ਜਿਥੇ ਬਚਪਨ ਵਿਚ ਸਾਂਈ ਦੇ ਖੇਡਣ ਦਾ ਘੇਰਾ ਸੀ। ਬੀਬੀ ਨਾਨਕੀ ਅਜੇ ਦਿੱਸੀ ਨਹੀਂ ਸੀ।

"ਅੱਜ ਬੋਲਿਆ ਨੀ ਤੂੰ ... ?"

"ਅੰਮੀ ਤੈਥੋਂ ਇਕ ਗੱਲ ਪੁੱਛਣੀ ਸੀ ?"

"ਤੂੰ ਤਾਂ ਪੁੱਛਾਂ ਦੱਸਣ ਵਾਲੇ ਤੋਂ ਪੁੱਛਦਾ ਹੀ ਰਹਿੰਦਾ ਸੀ... ਹਾਲੇ ਥੱਕਿਆ ਨਹੀਂ।" ਤ੍ਰਿਪਤਾ ਦਾ ਉਦਾਸ ਚੇਹਰਾ ਹਲਕੀ ਜਹੀ ਕੁੜੱਤਣ ਵਿਚ ਆ ਗਿਆ ਸੀ। ਮਰਦਾਨੇ ਦੀ ਚੁੱਪ ਵਿਚ ਉਹ ਵੀ ਆਪਣੇ ਕੰਮ ਲੱਗ ਗਈ। ਵੇਹੜੇ ਵਿਚ ਤਾਂ ਸਭ ਕੁਝ ਉਵੇਂ ਹੀ ਸੀ ਪਰ ਉਹ ਨਹੀਂ ਸੀ। ਉਹਦੀ ਸਿਆਹੀ ਵਾਲੀ ਦੁਆਤ ਨਾਲ ਕਲਮ ਕੋਲ ਕੁਝ ਪੱਤਰੇ ਪਏ ਸਨ। ਕੰਧ ਉੱਤੇ ਸਿਆਹੀ ਦੇ ਛਿੱਟੇ ਦਿਸ ਰਹੇ ਸਨ। ਉਹਦਾ ਇਸ ਘਰ ਵਿਚ ਇਸ ਤਰ੍ਹਾਂ ਆਉਣਾ ਤੇ ਚਲੇ ਜਾਣਾ ਭਾਵੇਂ ਇਕ ਸੁਭਾਵਕ ਜਹੀ ਗੱਲ ਸੀ; ਪਰ ਅੱਜ ਉਹਨੂੰ ਆਪਣੇ ਲਈ ਅਜਿਹਾ ਨਹੀਂ ਸੀ ਲੱਗ ਰਿਹਾ। ਉਹਨੂੰ ਪਤਾ ਹੀ ਨਹੀਂ ਲੱਗਾ ਕਦੋਂ ਉਹ ਬੋਲਣ ਲੱਗਾ ਤੇ ਕਦੋਂ ਆਪਣਾ ਪੁੱਛਣਾ ਖ਼ਤਮ ਕਰ ਦਿੱਤਾ।

"ਜਦ ਸਾਂਈ ਪਹਿਲੀ ਵਾਰ ਤੁਰਿਆ ਕਿਹੋ ਜਿਹਾ ਲੱਗਿਆ ਸੀ ?"

"ਬੱਸ ਅਸੀਂ ਤਾਂ ਵੇਹੜੇ ਵਿਚ ਤੁਰਦਾ ਹੀ ਵੇਖਿਆ; ਚੀਜਾਂ ਨੂੰ ਛੂਹੀ ਜਾਵੇ... ਛੱਡੀ ਜਾਵੇ... ਹੱਸੀ ਜਾਵੇ... ਮੁੜਕੇ ਕੇ ਗੋਡਿਆਂ ਭਾਰ ਨਹੀਂ ਵੇਖਿਆ।" ਬੀਬੀ

ਨਾਨਕੀ ਨੇ ਕਦੋਂ ਅੰਦਰੋਂ ਆਕੇ ਉੱਤਰ ਦੇਣਾ ਸ਼ੁਰੂ ਕੀਤਾ ਸੀ ਪਤਾ ਹੀ ਨਹੀਂ ਲੱਗਿਆ। ਉਹ ਕੱਚੀ ਜਗ੍ਹਾ ਵੱਲ ਇਸ਼ਾਰੇ ਕਰਦੀ ਦੱਸ ਰਹੀ ਸੀ।

"ਨਾ ਤੂੰ ਕਿਉਂ ਅੱਖਾਂ ਗਿੱਲੀਆਂ ਕਰੀਂ ਖੜ੍ਹਾਂ ?" ਅੰਦਰੋਂ ਆਉਂਦੀ ਤ੍ਰਿਪਤਾ ਨੇ ਉਹਦੇ ਮੋਢੇ ਤੇ ਹੱਥ ਰੱਖਿਆ।

"ਐਨ੍ਹਾਂ ਤਾਂ ਉਹ ਮਾਂ ਨਾਲ ਵੀ ਨਹੀਂ ਰਿਹਾ ਜਿੰਨਾਂ ਤੇਰੇ ਨਾਲ...।"

"ਬੱਸ ਅੰਮੀ ਜੀਅ ਨਹੀਂ ਭਰਿਆ ਹਾਲੇ...।"

ਫਿਰ ਉਹਦੀਆਂ ਨਾਨਕੀ ਨਾਲ ਨਜ਼ਰਾਂ ਮਿਲੀਆਂ। ਜੇ ਭੈਣ ਤੋਂ ਵੀ ਕੋਈ ਵੱਡਾ ਰਿਸ਼ਤਾ ਹੁੰਦਾ; ਉਹ ਉਹਦੇ ਨਾਲ ਸੰਬੋਧਨ ਕਰਦਾ। ਪਰ ਉਸੇ ਵੇਲੇ ਤ੍ਰਿਪਤਾ ਦਾ ਚੇਹਰਾ ਉਹਦੇ ਵੱਲ ਝਾਕਿਆ :

"ਉਹ ਤਾਂ ਮਾਂ ਨੂੰ ਛੱਡ ਗਿਆ... ਭੈਣ ਨੂੰ ਵੀ ਛੱਡ ਗਿਆ... ਬੱਚਿਆਂ ਨੂੰ ਵੀ...।"

"ਪਰ ਅੰਮੀ ਮੇਰੇ ਕੋਲ ਤਾਂ ਹੈ ਹੀ ਕੁਝ ਨਹੀਂ ਜੋ ਉਹ ਛੱਡ ਜਾਂਦਾ...।"

"ਤੈਨੂੰ ਵੇਖ ਕੇ ਵੀਰ ਦਾ ਝਾਉਲਾ ਪੈਣ ਲੱਗ ਪੈਂਦਾ...।" ਦੋਵਾਂ ਵਿਚਕਾਰ ਨਾਨਕੀ ਆਈ।

"ਤੂੰ ਅੱਜ ਖ਼ਾਲੀ ਹੱਥ ਆਇਆਂ...।" ਨਾਨਕੀ ਦਾ ਦੂਜਾ ਸੁਆਲ ਸੀ।

"ਹਾਂ... ਭੈਣ ਸ਼ਾਇਦ ਇਸੇ ਲਈ ਆਪਣਾ ਆਪ ਨੀ ਝੱਲਦਾ...।" ਉਹ ਚੁੱਪਚਾਪ ਘਰੋਂ ਵਾਪਸ ਤੁਰ ਪਿਆ। ਜਾਪਿਆ ਸੀ ਬੀਬੀ ਪਿਛੋਂ ਆਵਾਜ਼ ਮਾਰੇਗੀ : "ਖ਼ਾਲੀ ਹੱਥ ਨਾ ਆਇਆ ਕਰ; ਸਾਜ਼ ਨਾਲ ਤੂੰ ਵੀਰ ਦੇ ਹੋਰ ਨੇੜੇ ਜਾਪਦਾਂ।"

ਪਿੱਛੇ ਮੁੜਕੇ ਵੇਖਿਆ ਨਾਨਕੀ ਸੱਚਮੁਚ ਦੇਹਲੀ ਉੱਤੇ ਖੜ੍ਹੀ ਸੀ। ਜੋ ਕੁਝ ਬੀਬੀ ਨੇ ਕਿਹਾ ਸੀ ਉਹਦੇ ਵਿਚ ਹੋਰ ਕੁਝ ਵੀ ਨਹੀਂ ਸੀ ਜੋੜਿਆ ਜਾ ਸਕਦਾ। ਹਵਾ ਥੋੜ੍ਹੀ ਹੋਰ ਤੇਜ਼ ਹੋ ਗਈ ਸੀ। ਸ਼ਾਇਦ ਕਿਸੇ ਦੀ ਹਜ਼ੂਰੀ ਦੇ ਸੁਨੇਹੇ ਲੈਕੇ ਜਾਣੇ ਹੋਣ। ਉਹਨੇ ਦੋਵੇਂ ਹੱਥ ਜੋੜ ਕੇ ਅਲੱਗ ਅਲੱਗ ਕੀਤੇ। ਕੁਝ ਛੂਹ ਰਿਹਾ ਸੀ; ਕੁਝ ਵਗ ਰਿਹਾ ਸੀ ਪਰ ਦਿਸ ਨਹੀਂ ਸੀ ਰਿਹਾ। ਬੁੱਲਾਂ ਤੇ ਥੋੜ੍ਹੀ ਜਿਹੀ ਮੁਸਕਾਨ ਆਈ। ਜੋ ਉਹ ਪੁੱਛ ਕੇ ਆਇਆ ਸੀ, ਇਹ ਗੱਲ ਇਸ ਤਰ੍ਹਾਂ ਕਹਿਣ ਲਈ ਤਾਂ ਸੋਚਿਆ ਵੀ ਨਹੀਂ ਸੀ। ਪਰ ਨਜ਼ਰਾਂ ਦੀ ਹਲੀਮੀ ਵਿਚ ਇਸ ਤਰ੍ਹਾਂ ਇਹ ਗਲੀ ਉਹਦੇ ਨਾਲ ਸਹਿਮਤ ਜਾਪੀ ਸੀ। ਉਹਦਾ ਅੰਦਰ ਥੋੜ੍ਹਾ ਸਰੂਰਿਆ ਗਿਆ ਸੀ। ਪਤਾ ਹੀ ਨਹੀਂ ਲੱਗਾ ਕਦੋਂ ਡੂਮਾਂ ਦਾ ਖ਼ੂਹ ਵੀ ਆ ਗਿਆ ਸੀ। ਉਹੀ ਕੱਚਾ ਥੜ੍ਹਾ ਜਿਸ ਉੱਤੇ ਕਿੰਨੀ ਵਾਰ ਸਾਂਈ ਨੂੰ ਬੈਠਾ ਵੇਖਿਆ ਸੀ, ਜਿਸਦੀ ਹਾਜ਼ਰੀ ਵਿਚ ਚੁਫੇਰਾ ਪ੍ਰੇਮ ਦੀ ਭੂਮਿਕਾ ਵਿਚ ਬਦਲ ਜਾਂਦਾ ਸੀ। ਉਹ ਥੜ੍ਹੇ ਦੇ ਹੋਰ ਨਜ਼ਦੀਕ ਪੁੱਜਾ। ਬੱਦਲਵਾਈ ਹੋ ਗਈ ਸੀ। ਖ਼ੂਹ ਤੇ ਤਲ ਤੇ ਹਨੇਰਾ ਸੀ। ਅੰਦਰਵਾਰ ਉੱਕਰੀਆਂ ਆਇਤਾਂ ਦਿਸ ਨਹੀਂ ਸੀ ਰਹੀਆਂ। ਯਾਦ ਤਾਂ ਸਨ, ਉਂਝ ਹੀ ਝੁੱਕ ਕੇ ਪੜ੍ਹਣ ਨੂੰ ਜੀਅ ਕੀਤਾ। ਇਸੇ ਬਹਾਨੇ ਕਿਸੇ ਦੀ ਯਾਦ ਵਿਚ ਸਿਜਦਾ ਵੀ ਹੋ ਜਾਣਾ ਸੀ।

ਕਾਂਡ : ਦੋ

ਮਸਜਿਦ ਦੀ ਚੜ੍ਹਦੀ ਗੁੱਠੇ, ਪਿੱਠ ਪਿੱਛੇ ਬਾਂਗ ਦੇਣ ਲਈ ਇਕ ਛੋਟਾ ਜਿਹਾ ਕੱਚਾ ਥੜ੍ਹਾ ਸੀ; ਜਿਸਦੇ ਸਾਹਮਣੇ ਦੋ ਮੰਜਿਆਂ ਜਿੰਨੀ ਕੋਠੜੀ ਜਿੰਨਾ ਮਰਦਾਨੇ ਦਾ ਘਰ ਸੀ। ਇਥੋਂ ਰਾਏ ਬੁਲਾਰ ਦੀ ਹਵੇਲੀ ਨਹੀਂ ਦਿਸਦੀ; ਸਿਰਫ਼ ਰਾਤ ਵੇਲੇ ਉਸ ਉੱਤੇ ਮਸ਼ਾਲਾਂ ਦੇ ਪਰਛਾਵੇਂ ਝੂਟੇ ਲੈਂਦੇ ਦਿਸਦੇ; ਜਿਸ ਨਾਲ ਹਨੇਰੇ ਵਿਚ ਚੜ੍ਹਦੇ ਛਿਪਦੇ ਦੀ ਸੇਧ ਸੌਖੀ ਦਿਸਦੀ। ਇਸੇ ਮਸਜਿਦ ਦੇ ਦੂਜੇ ਪਾਸੇ ਇਕ ਲੱਕ ਜਿੰਨਾ ਉੱਚਾ ਮੰਦਰ ਸੀ; ਜਿਸ ਵਿਚ ਲਟਕਦੀ ਛੋਟੀ ਜਹੀ ਟੱਲੀ ਥੱਲੇ ਉਹਦੇ ਵਾਂਗ ਹੀ ਛੋਟੀ ਜਿਹੀ ਮੂਰਤੀ ਸੰਧੂਰ ਨਾਲ ਲਿਬੜੀ ਰਹਿੰਦੀ। ਇਹ ਟੱਲੀ ਖੜਕਦੀ ਤਾਂ ਇਕ ਬੱਚੇ ਵਰਗੀ ਬਾਰੀਕ ਆਵਾਜ਼ ਕੱਢਦੀ ਜੋ ਮੂਰਤੀ ਦੁਆਲੇ ਘੁੰਮਦੀ ਅੰਦਰ ਹੀ ਖ਼ਤਮ ਹੋ ਜਾਂਦੀ। ਇਸਦੀ ਆਵਾਜ਼ ਬਾਹਰ ਬਹੁਤ ਘੱਟ ਸੁਣਦੀ। ਇਸ ਮੰਦਰ ਤੇ ਮਸਜਿਦ ਵਿਚਕਾਰ ਉਹ ਖੂਹ ਸੀ ਜਿਸ ਉੱਤੇ ਇਕ ਚਮੜੇ ਦਾ ਡੋਲ ਲਟਕਦਾ ਰਹਿੰਦਾ। ਖੂਹ ਅੱਗੇ ਥੋੜ੍ਹੀ ਜਹੀ ਜਗ੍ਹਾ ਗਿੱਲੀ ਰਹਿੰਦੀ ਜਿਸ ਨਾਲ ਇਸਦੇ ਕੰਢੇ ਤੇ ਖੜ੍ਹੀ ਝੁਕੀ ਹੋਈ ਨਿੰਮ ਹਮੇਸ਼ਾ ਆਪਣੇ ਵੱਲ ਸਰਕਦੇ ਪਾਣੀ ਨੂੰ ਉਡੀਕਦੀ ਰਹਿੰਦੀ। ਇਨ੍ਹਾਂ ਦੇ ਆਲੇ ਦੁਆਲੇ ਹੀ ਉਹ ਨੀਵੀਆਂ ਢਾਲਵੀਆਂ ਛੱਤਾਂ ਵਾਲੇ ਘਰ ਸਨ; ਜਿਨ੍ਹਾਂ ਦੀਆਂ ਛੱਤਾਂ ਦੇ ਸਿਰੇ ਦਰਵਾਜ਼ੇ ਜਿੰਨੇ ਉੱਚੇ ਰਹਿ ਜਾਂਦੇ। ਦਰਵਾਜ਼ਿਆਂ ਦੇ ਸਿਰ ਛੱਤਾਂ ਨੂੰ ਲੱਗਦੇ ਤੇ ਬੰਦਿਆਂ ਦੇ ਸਿਰ ਦਰਵਾਜ਼ਿਆਂ ਨੂੰ ਲੱਗਦੇ। ਇਨ੍ਹਾਂ ਛੱਤਾਂ ਦਾ ਸੰਬੰਧ ਸਿੱਧਾ ਦਰਵਾਜ਼ੇ ਨਾਲ ਰਹਿੰਦਾ ਤਾਂ ਹੀ ਦਰਵਾਜ਼ੇ ਨੂੰ ਲੱਗਾ ਹਲਕਾ ਜਿਹਾ ਧੱਕਾ ਪੂਰੀ ਛੱਤ ਕੰਬਾ ਦੇਂਦਾ।

ਇਨ੍ਹਾਂ ਸੰਘਣੇ ਨੀਵੇਂ ਘਰਾਂ ਵਿਚ ਮੁਸ਼ਕਲ ਨਾਲ ਲੰਘਦੀਆਂ ਗਲੀਆਂ ਵਿਚ ਬੰਦਾ ਸਿਰਫ਼ ਆਪਣਾ ਹੀ ਆਕਾਰ ਲੈ ਕੇ ਲੰਘ ਸਕਦਾ ਸੀ। ਕੁਝ ਹੋਰ ਚੁੱਕਣ ਲਈ ਆਪਣਾ ਹੀ ਆਕਾਰ ਛੋਟਾ ਕਰਨਾ ਪੈਂਦਾ। ਇਹ ਝੁੱਕੀ ਪਿੱਠ ਜਦੋਂ ਖੂਹ ਵਾਲੀ ਜਗ੍ਹਾ 'ਤੇ ਆ ਕੇ ਸਿੱਧੀ ਹੁੰਦੀ ਤਾਂ ਇਹ ਥਾਂ ਪਹਿਲਾਂ ਨਾਲੋਂ ਵੀ ਖੁੱਲੀ ਜਾਪਦੀ। ਇਨ੍ਹਾਂ ਗਲੀਆਂ ਦੀਆਂ ਵਿਰਲਾਂ ਵਿਚੋਂ ਦੂਰ ਪਿਛੇ ਕਿਸੇ ਆਚਾਰੀਆ ਦਾ ਆਸ਼ਰਮ ਦਿਸਦਾ। ਉਸ ਤੋਂ ਅੱਗੇ ਇਕ ਢਹੀ ਹੋਈ ਗੜ੍ਹੀ ਸੀ; ਜਿਥੇ ਕੋਈ ਨਹੀਂ ਜਾਂਦਾ। ਘੁੰਮ ਘੁੰਮਕੇ ਇਕ ਦੂਜੇ ਦੇ ਘਰ ਵਿਚ ਵੜਦੀਆਂ ਇਹ ਗਲੀਆਂ ਮੁੜ ਮਸੀਤ ਤੇ ਮੰਦਰ ਵਾਲੀ ਜਗ੍ਹਾ ਆ ਨਿਕਲਦੀਆਂ; ਇਥੋਂ ਕਿਤੇ ਵੀ ਬਾਹਰ ਨਿਕਲਣ ਲਈ ਸਭ ਤੋਂ ਪਹਿਲਾਂ ਇਸ ਜਗ੍ਹਾ ਆਉਣਾ ਹੀ ਪੈਂਦਾ। ਏਨੇ ਸੰਘਣੇ ਦਰਵਾਜ਼ੇ ਹੋਣ ਦੇ ਬਾਵਜੂਦ ਵੀ ਹਰ ਦੇਹਲੀ ਅੱਗੇ ਇਕ ਛੋਟਾ ਜਿਹਾ ਚੌਂਤਰਾ ਸੀ; ਜਿਸ ਉੱਤੇ ਘਰ ਦਾ ਕੋਈ ਨਾ ਕੋਈ ਜੀਅ ਜਰੂਰ ਬੈਠਾ ਦਿਸਦਾ। ਦੂਰੋਂ ਇਸ ਤਰ੍ਹਾਂ ਬੈਠੇ ਇਹ ਚੇਹਰੇ ਕਿਸੇ ਲੰਬੀ ਸੁਰੰਗ ਵਿਚ ਅਣਘੜੇ ਪੱਥਰਾਂ ਦੀ ਕਤਾਰ ਵਾਂਗ ਜਾਪਦੇ। ਪਰ ਇਨ੍ਹਾਂ ਮੁਹਾਂਦਰਿਆਂ ਦੀਆਂ ਦੁੱਖਾਂ ਨਾਲ ਛਿਲੀਆਂ ਆਵਾਜ਼ਾਂ ਦੀ ਸੋਗੀ ਗੂੰਜ ਹਮੇਸ਼ਾ ਸੁਣਦੀ ਰਹਿੰਦੀ; ਜਿਸਦੇ ਇਹ ਘਰ ਆਦੀ ਹੋ ਚੁੱਕੇ

ਸਨ। ਇਥੇ ਵੇਲੇ ਕੁਵੇਲੇ ਦੀ ਕੋਈ ਗੁੰਜਾਇਸ਼ ਨਹੀਂ ਹੁੰਦੀ; ਕਦੇ ਵੀ ਇਨ੍ਹਾਂ ਆਵਾਜ਼ਾਂ ਦੇ ਸੁਰ ਉੱਚੇ ਸੁਣ ਸਕਦੇ ਸਨ। ਮਰਦਾਨਾ ਬਚਪਨ ਤੋਂ ਇਹ ਸੁਣਦਾ ਤੇ ਵੇਖਦਾ ਆ ਰਿਹਾ ਸੀ; ਤਾਂ ਹੀ ਉਹਨੂੰ ਇਹ ਸਭ ਪਰਾਇਆ ਨਹੀਂ ਸੀ ਜਾਪਦਾ। (ਫਿਰ ਵੀ ਇਹ ਚੇਹਰੇ ਮੰਦਰ ਤੇ ਮਸਜਿਦ ਵਿਚ ਕਦੇ ਨਕਦ ਦੁਆ ਕਰਦੇ ਨਹੀਂ ਸੀ ਦਿਸੇ; ਉਹ ਸਿਰਫ਼ ਚੜ੍ਹੇ ਦਿਨ ਲਈ ਰੱਜਵਾਂ ਅੰਨ ਮੰਗਦੇ ਸੁਣਦੇ।)

ਵੇਹੜਾ ਐਨਾ ਛੋਟਾ ਸੀ; ਅੰਦਰੋਂ ਅਸਮਾਨ ਨਹੀਂ ਸੀ ਦਿਸਦਾ। ਕੋਠੜੀ ਵਿਚੋਂ ਸਿਰਫ਼ ਚਾਰ ਕਦਮਾਂ ਬਾਅਦ ਵੇਹੜਾ ਖ਼ਤਮ ਹੋ ਜਾਂਦਾ। ਜਿੰਨੀ ਕੁ ਜਗ੍ਹਾ ਸੀ ਉਥੇ ਚੰਦ ਚਾਨਣੀ ਸੀ। ਤਾਰਿਆਂ ਦੇ ਹਿਸਾਬ ਨਾਲ ਪੌਣੀ ਰਾਤ ਬੀਤਣ ਵਾਲੀ ਸੀ। ਟਿਕੀ ਹੋਈ ਰਾਤ ਵਿਚ ਸਿਰਫ਼ ਪੀਰਨ ਪਿੰਜੇ ਦੀ ਟੁਣਕਵੀ ਤਾਰ ਸੁਣ ਰਹੀ ਸੀ। ਕਦੇ ਕਦੇ ਰੂਈਂ ਦੇ ਭਾਰ ਥੱਲਿਉਂ ਉਹਦੀ ਟੁਣਕਾਰ ਅਚਾਨਕ ਭਾਰੀ ਹੋ ਜਾਂਦੀ। ਸ਼ਾਇਦ ਇਹ ਕਿਰਤ ਦੀ ਸਭ ਤੋਂ ਹੇਠਲੀ ਸੁਰ ਸੀ। ਥੋੜ੍ਹੀ ਦੇਰ ਬਾਅਦ ਓਹੀ ਟੁਣਕਾਰ ਫਿਰ ਉੱਚੀ ਹੋ ਜਾਂਦੀ; ਪਰ ਉਹਦੇ ਉੱਪਰ ਵੱਜਦਾ ਭਾਰਾ ਮੋਕਰਾ ਵੱਜਣੋਂ ਕਦੇ ਨਾ ਹੱਟਦਾ। ਇਸ ਹੱਥ ਦੀ ਥਕਾਵਟ ਦਾ ਉਦੋਂ ਪਤਾ ਲੱਗਦਾ ਜਦੋਂ ਇਹ ਰੁਕ ਰੁਕ ਕੇ ਵੱਜਦਾ। ਇਸ ਟੁਣਕਾਰ ਨਾਲ ਮਰਦਾਨਾ ਕਿਤੇ ਹੋਰ ਪਹੁੰਚ ਗਿਆ ਸੀ। ਉਹ ਕਾਫ਼ੀ ਦੇਰ ਕਿਰਤ ਨਾਲ ਜੂਝਦੀ ਉਸ ਸੁਰ ਨੂੰ ਸੁਣਦਾ ਰਿਹਾ; ਜਿਸਨੇ ਸੱਟ ਵੀ ਸਹਿਣੀ ਸੀ, ਕਿਰਤ ਵੀ ਕਰਨੀ ਸੀ ਤੇ ਟੁਣਕਾਰ ਵੀ ਸੁਣਾਉਣੀ ਸੀ।

ਦੁਬਾਰਾ ਜਾਗ ਖੁੱਲੀ ਤਾਂ ਹਨ੍ਹੇਰਾ ਨਹੀਂ ਸੀ। ਕੰਧ ਤੇ ਬਾਬੇ ਪੜਦਾਦਿਆਂ ਦੇ ਪੁਰਾਣੇ ਸਾਜ਼ ਉਵੇਂ ਜਿਵੇਂ ਲਟਕ ਰਹੇ ਸਨ। ਅੱਬਾ ਉਨ੍ਹਾਂ ਨੂੰ ਸੁੱਟਣ ਨਹੀਂ ਦੇਂਦਾ। ਇਨ੍ਹਾਂ ਛੋਟੀਆਂ ਛੋਟੀਆਂ ਕੰਧਾਂ ਉੱਤੇ ਸਾਜ਼ਾਂ ਕਰਕੇ ਕਿੰਨਾ ਕੁਝ ਟੰਗਣੋਂ ਰਹਿ ਜਾਂਦਾ ਸੀ। ਅੱਜ ਮਰਦਾਨੇ ਨੂੰ ਪਤਾ ਸੀ ਕਿ ਕਿਸੇ ਨੇ ਉਹਨੂੰ ਆਵਾਜ਼ ਨਹੀਂ ਮਾਰਨੀ। ਪਿਛਲੇ ਦਿਨੀਂ ਦੋ ਵਾਰੀ ਅੱਬਾ ਨਾਲ ਜਾਣ ਤੋਂ ਇਨਕਾਰ ਕਰ ਦਿੱਤਾ ਸੀ। ਬਚਪਨ ਵਿਚ ਵਿਆਹ ਸ਼ਾਦੀ ਵੇਲੇ ਅੰਮੀ ਅਕਸਰ ਇਹ ਕਹਿਕੇ ਲੈ ਤੁਰਦੀ ਸੀ, "ਜਿੰਨੇ ਹੱਥ ਹੋਣਗੇ ਉੱਨਾ ਹੀ ਡਿਗੇਗਾ।" ਪਰ ਅੱਬਾ ਨਾਲ ਵਿਆਹ ਕਮਾਉਣ ਲਈ ਮਨ ਨਹੀਂ ਮੰਨਿਆ। ਰਾਤ ਸੌਣ ਵੇਲੇ ਵੀ ਅੱਬਾ ਨੇ ਸੁਣਾਇਆ ਸੀ, "ਮਰਾਸੀ ਦਾ ਫਕੀਰਾਂ ਪਿਛੇ ਜਾ ਕੇ ਨਹੀਂ ਸਰਦਾ।" ਫਿਰ ਅੰਮੀ ਨੇ ਉਹਦੀ ਹਾਮੀ ਭਰੀ। "ਜਿਸਦੇ ਪਿੱਛੇ ਤੂੰ ਤੁਰਦਾਂ ਉਹ ਰੱਜ ਕੇ ਫਕੀਰ ਹੋਇਆ... ਤੂੰ ਮਰਾਸੀ ਦੀ ਜਾਤ ਕਿਧਰ ਨੂੰ ਪੁੱਠਾ ਘੁੰਮ ਗਈ... ?" ਮਰਦਾਨੇ ਨੇ ਫਿਰ ਵੀ ਕੋਈ ਉੱਤਰ ਨਾ ਦਿੱਤਾ। ਇਸ ਛੋਟੀ ਜਿਹੀ ਕੋਠੜੀ ਵਿਚ ਐਨੀਆਂ ਤਲਖ ਗੱਲਾਂ ਐਨੀ ਛੇਤੀ ਬਾਹਰ ਨਹੀਂ ਸੀ ਨਿਕਲ ਸਕਦੀਆਂ। ਉਹ ਖ਼ੁਦ ਹੀ ਉੱਠ ਕੇ ਬਾਹਰ ਨਿਕਲ ਆਇਆ। ਪਰ ਘਰੋਂ ਬਾਹਰ ਨਿਕਲਦਿਆਂ ਅੱਬਾ ਦੀਆਂ ਆਵਾਜ਼ਾਂ ਸੁਣਨੋਂ ਨਾ ਹਟੀਆਂ। "ਤੈਨੂੰ ਰਿਜ਼ਕ ਕਮਾਉਣ ਤੋਂ ਸੰਗ ਆਉਂਦੀ ਏ; ਵੱਡੇ ਘਰਾਂ ਅੱਗੇ ਆਵਾਜ਼ਾਂ ਮਾਰਨ ਵੇਲੇ ਵੀ... ਤੂੰ ਬੇਦੀਆਂ ਦਾ ਮੁੰਡਾ ਥੋੜ੍ਹੀ ਏਂ... ਆਪਣੇ ਅਸਲੇ ਨੂੰ ਪਛਾਣ ਮਰਾਸੀਆ... ਜੇ ਅਸਲੇ ਦਾ ਹੈ ਤਾਂ...।" ਉਹ ਘਰੋਂ ਨਿਕਲ ਕਿੰਨੀ ਦੇਰ ਝੌਂਪੜੀ ਵਿਚ ਬੈਠਾ ਰਿਹਾ। ਜੀਅ ਕੀਤਾ ਕਿਧਰੋਂ ਸੰਤਰੇਣ ਹੀ ਆ ਜਾਵੇ। ਉਹਦੇ ਨਾਲ ਬੈਠ ਕੇ ਉਹੀ ਗੱਲ ਪੁੱਛਾਂ।

"ਤੇਰੇ ਵਰਗੇ ਕਰੋਧੀ ਨੂੰ ਉਸ ਦਿਨ ਹੱਸਣਾ ਕਿਵੇਂ ਫੁਰਿਆ ਸੀ ?" ਪਰ ਉਹ ਤਾਂ ਮੁੜਕੇ ਤਲਵੰਡੀ ਦਿਸਿਆ ਹੀ ਨਹੀਂ ਸੀ। ਹੱਸਦਾ ਹੱਸਦਾ ਸ਼ਾਇਦ ਕਿਤੇ ਦੂਰ ਹੀ ਨਿਕਲ ਗਿਆ ਸੀ।

ਅੰਮੀ ਨੇ ਮਰਗਤ ਵਾਲੇ ਘਰ ਕੀਰਨੇ ਪਾਉਣ ਜਾਣਾ ਸੀ। ਅਜਿਹੇ ਵੇਲੇ ਉਹਦੇ ਚੇਹਰੇ ਦੀ ਨੁਹਾਰ ਬਦਲ ਜਾਂਦੀ ਹੈ। ਉਹ ਮਰ ਗਏ ਦੇ ਬੀਤੇ ਨੂੰ ਬੁੜਬੁੜ ਵਿਚ ਵਿਸਥਾਰ ਦੇਂਦੀ; ਜਿਸਨੇ ਅੱਗੇ ਜਾ ਕੇ ਕੀਰਨੇ ਦਾ ਹਿੱਸਾ ਬਣਨਾ ਹੁੰਦਾ। ਅਜਿਹੇ ਵੇਲੇ ਉਹ ਕਿਸੇ ਵੱਲ ਬਹੁਤ ਹੀ ਘੱਟ ਧਿਆਨ ਦੇਂਦੀ। ਉਹ ਇਸ ਮਾਤਮੀ ਕੰਮ ਨੂੰ ਵੀ ਰਿਜ਼ਕ ਕਮਾਉਣਾ ਕਹਿੰਦੀ। ਕਦੇ ਕਦੇ ਵਾਪਸੀ ਵੇਲੇ ਜਦੋਂ ਉਹਦੀਆਂ ਸੁਕੀਆਂ ਅੱਖਾਂ ਅੰਦਰਲੇ ਪੀਲੇਪਣ ਨਾਲ ਉਹਦੀ ਨਜ਼ਰ ਮਿਲਦੀ ਤਾਂ ਉਹ ਉਹਦਾ ਉੱਤਰ ਜ਼ਰੂਰ ਦੇਂਦੀ; "ਇਹ ਦੁੱਖਾਂ ਦੀ ਬੰਦਗੀ ਏ ਪੁੱਤ... ਮਰਾਸਣ ਨੇ ਦੁੱਖਾਂ ਨੂੰ ਗੱਲੀਂ ਪਾਉਣਾ ਹੁੰਦਾ; ਨਹੀਂ ਜਜ਼ਮਾਨ ਕਿਉਂ ਬੁਲਾਏ ਸਾਨੂੰ...?" ਫਿਰ ਉਹਦੀਆਂ ਅੱਖਾਂ ਦੇ ਡੋਰੇ ਲਾਲ ਹੋ ਜਾਂਦੇ। ਪਰ ਅੱਜ ਅੰਮੀ ਉਹਦੇ ਵੱਲ ਵੇਖ ਹੀ ਨਹੀਂ ਸੀ ਰਹੀ। ਸਾਹਮਣੇ ਦਾਦੀ ਦੀਆਂ ਖੱਟੀਆਂ ਚਿੱਟੀਆਂ ਅੱਖਾਂ ਅੱਗਿਉਂ ਗੁੜਗੁੜੀ ਦਾ ਸਲੇਟੀ ਧੂੰਆਂ ਨਿਕਲ ਰਿਹਾ ਸੀ।

"ਕੀ ਗੱਲ ਅੱਜ ਨਿਰਨੇ ਕਾਲਜੇ ਡਕਾਰ ਮਾਰਦੈਂ।" ਦਾਦੀ ਦਾ ਪੁੱਛਿਆ ਤਾਅਨਾ ਸਾਹਮਣੇ ਕੌਲੇ ਤੇ ਬਲੂੰਗੜੇ ਦੇ ਮਿਊਂ ਮਿਊਂ ਦੀ ਤਲਖੀ ਕਾਰਨ ਸੀ। ਪਰ ਇਸ ਵਾਰ ਇੱਕ ਵਾਰ ਫਿਰ ਮਰਦਾਨੇ ਵੱਲ ਇਸ਼ਾਰਾ ਕੀਤਾ।

"ਭਾਈ ਕਿਸੇ ਜਿਮੀਂਦਾਰ ਦੇ ਘਰ ਅੱਗੇ ਜਾਕੇ ਬੋਲ; ਇਥੇ ਤਾਂ ਮਰਾਸੀ ਫਕੀਰੀ ਵੱਲ ਚੱਲ ਪਏ ਨੇ।"

ਅੰਮੀ ਦੀ ਬੁੜਬੁੜ ਹੋਰ ਉੱਚੀ ਹੋ ਗਈ ਸੀ। ਉਹ ਕਿਸੇ ਵੇਲੇ ਵੀ ਘਰੋਂ ਨਿਕਲ ਸਕਦੀ ਸੀ। ਲਾਗਦੇ ਘਰਾਂ ਦੀਆਂ ਡੂਮਣੀਆਂ ਦੇ ਹਾਸੇ ਤੇ ਵਿਚ ਹੀ ਨਿਆਣਿਆਂ ਨੂੰ ਤਾਅਨੇ ਮੇਹਣੇ ਰੋਜ਼ ਵਾਂਗ ਸੁਣਨ ਲੱਗੇ। ਦੂਰ ਕਿਸੇ ਘਰੋਂ ਰੋਣ ਦੀ ਆਵਾਜ਼ ਆ ਰਹੀ ਸੀ। ਬਚਪਨ ਵਿਚ ਜਾਪਦਾ ਸੀ ਕਿ ਇਹ ਦਾਦੀ ਦਾ ਵਡੱਪਣ ਹੈ ਜਦੋਂ ਉਹਦੇ ਕੀਰਨਿਆਂ ਦਾ ਵੈਰਾਗ ਕੋਠੇ ਟੱਪ ਇਥੇ ਤੱਕ ਸੁਣਦਾ ਸੀ। ਪਰ ਉਹ ਵੀ ਉਹਨੂੰ ਹੀ ਮੇਹਣਿਆਂ ਤੇ ਤੁਲੀ ਬੈਠੀ ਸੀ। ਅੱਬਾ ਵੀ ਆਪਣੀ ਅੰਮੀ ਦੀ ਹਿਮਾਇਤ ਵਿਚ ਹੀ ਚੁੱਪ ਬੈਠਾ ਸੀ। ਹੁਣ ਇਥੇ ਬੈਠਣਾ ਸੌਖਾ ਨਹੀਂ ਸੀ। ਉਹ ਅੰਮੀ ਤੋਂ ਪਹਿਲਾਂ ਘਰੋਂ ਨਿਕਲਣਾ ਚਾਹੁੰਦਾ ਸੀ। ਫਿਰ ਅੱਬਾ ਦੀ ਆਵਾਜ਼ ਸੁਣੀ :

"ਬੇਦੀਆਂ ਦੇ ਚੱਲਿਆਂ ?"

"ਮੋਰਾ ਦੀ ਪਸੰਦ ਭੂਰੇ ਰੋੜ...।" ਘਰੋਂ ਨਿਕਲਦੀ ਅੰਮੀ ਵੀ ਆਪਣੀ ਗੱਲ ਸੁਣਾ ਗਈ ਸੀ। ਇਕ ਡੂੰਘਾ ਹਾਉਕਾ ਉਹਦੀ ਛਾਤੀ ਉੱਪਰੋਂ ਉੱਠਿਆ। ਫਿਰ ਦੁਬਾਰਾ ਉਸ ਸਾਹ ਨੂੰ ਬੈਠਣ ਲਈ ਜਗ੍ਹਾ ਨਹੀਂ ਮਿਲੀ।

ਬਾਹਰ ਖੂਹ ਦੀਆਂ ਭੌਣੀਆਂ ਖੜਕੀਆਂ। ਖੂਹ ਸਾਂਝਾ ਸੀ; ਪਰ ਰੇੜ੍ਹੇ ਅਲੱਗ ਅਲੱਗ ਸਨ। ਪਿੰਜਿਆਂ ਦੀ ਗਲੀ 'ਚੋਂ ਖੁਲਕਦਾ ਪੀਰਨ ਖੂਹ ਵੱਲ ਆ ਰਿਹਾ ਸੀ। ਮਸੀਤ ਦੁਆਲੇ ਕੀਤੀ ਪਾਂਡੂ ਦੀ ਕੱਚੀ ਤੋਈ ਦੀ ਖੁਸ਼ਬੂ ਆ ਰਹੀ ਸੀ। ਤਲਵੰਡੀ ਦੀ ਮਿੱਟੀ ਦੇ

ਸੁਆਸਾਂ 'ਚੋਂ ਵੀ ਕਦੇ ਕਦੇ ਅਜਿਹੇ ਹੀ ਬੁੱਲੇ ਆਉਂਦੇ ਸਨ। ਇਸ ਮਸੀਤ ਤੇ ਮੰਦਰ ਵਿਚਕਾਰ ਹੀ ਇਕ ਥਾਂ ਸੀ ਜਿਥੇ ਨਾਨਕ ਆ ਕੇ ਬੈਠਦਾ ਸੀ। ਉਹਦੀਆਂ ਨਜ਼ਰਾਂ ਇਸ ਚੁਫ਼ੇਰੇ ਨੂੰ ਨਿਹਾਰਦੀਆਂ ਸਨ। ਉਹ ਛੋਟੇ ਛੋਟੇ ਆਕਾਰਾਂ ਦੇ ਲੋਕਾਂ ਨੂੰ ਕੁਝ ਕਹਿਣ ਆਉਂਦਾ ਸੀ। ਇਹ ਉਨ੍ਹਾਂ ਦਿਨਾਂ ਦੀ ਗੱਲ ਸੀ ਜਦੋਂ ਮੰਦਰ ਤੇ ਮਸਜਿਦ ਕੋਲ ਆਪਣਾ ਦੀਵਾ ਨਹੀਂ ਸੀ ਹੁੰਦਾ। ਰਾਤ ਵੇਲੇ ਦੋਵਾਂ ਦੇ ਵਿਚਕਾਰ ਅੱਗ ਬਾਲ ਦਿੱਤੀ ਜਾਂਦੀ ਸੀ। ਇਸ ਛੋਟੀ ਜਹੀ ਧੂਣੀ ਦੇ ਪਰਛਾਂਵਿਆਂ ਨਾਲ ਦੋਵਾਂ ਦੇ ਆਕਾਰ ਵੱਡੇ ਵੱਡੇ ਦਿਸਦੇ। ਇਸ ਚਾਨਣ ਸਾਹਮਣੇ ਉਨ੍ਹਾਂ ਨੇ ਬਹੁਤ ਵਾਰ ਗਾਇਆ ਸੀ। ਡੂਮਣੀਆਂ ਨੇ ਅਨੇਕਾਂ ਵਾਰ ਮਖੌਲ ਕੀਤੇ ਸਨ। "ਵਾਹ! ਓਏ ਬੇਦੀਓ ਮਰਾਸੀ ਜੰਮ ਕੇ ਵਿਖਾ ਦਿੱਤਾ...।"

ਰਾਂਈ ਘੁਮਾਰ ਨੇ ਤਾਜ਼ੇ ਪਾਣੀ ਨਾਲ ਮਿੱਟੀ ਕਮਾਉਣੀ ਸ਼ੁਰੂ ਕਰ ਦਿੱਤੀ ਸੀ। ਪੈਂਖੜਾ ਲੱਗਿਆ ਗਧਾ ਦੂਰ ਖੇਤਾਂ ਵੱਲ ਜਾ ਰਿਹਾ ਸੀ। ਰਾਂਈ ਨੇ ਭੰਗੀ ਨੂੰ ਆਵਾਜ਼ ਮਾਰੀ। ਜੇ ਗਧੇ ਦੇ ਮੋੜੇ ਲਈ ਨਾ ਕਹਿਣਾ ਹੁੰਦਾ, ਤਾਂ ਉਹਨੇ ਅੱਗੋਂ ਵਾਂਗ ਟਕਣਾ ਸੀ। "ਗਿੱਲੀ ਧੋਤੀ ਲਾ ਕੇ ਮੰਦਰ ਅੱਗਿਉਂ ਨਾ ਲੰਘਿਆ ਕਰ... ਤੈਨੂੰ ਕਿੰਨੀ ਵਾਰ ਕਿਹਾ।" ਭੰਗੀ ਨੇ ਪਿੱਛੇ ਕੀਤੇ ਹੱਥ ਨਾ ਖੋਲੇ, ਸਿਰਫ਼ ਕੂਹਣੀਆਂ ਨਾਲ ਖੋਦਾਂ ਮਾਰਦਾ ਗਧੇ ਨੂੰ ਅੱਡੇ 'ਤੇ ਲੈ ਆਇਆ। ਦੋਵੇਂ ਪੈਰਾਂ ਵਿਚ ਪੈਂਖੜਾ ਸੀ; ਦੁਲੱਤੇ ਦਾ ਕੋਈ ਖ਼ਤਰਾ ਨਹੀਂ ਸੀ। ਕਮਾਈ ਮਿੱਟੀ ਦੇ ਗਿੱਲੇ ਤੋਂ ਇਕ ਪਾਸੇ ਕੋਲ ਹੀ ਉਹਦਾ ਪਾਲਤੂ ਕੁੱਤਾ ਵੀ ਆ ਬੈਠਾ। ਬਿਲਕੁਲ ਡੂਮਾਂ ਦੇ ਨਿਆਣਿਆਂ ਵਰਗੀਆਂ ਕੱਚੀਆਂ ਅੱਖਾਂ ਵਾਲਾ ਇਹ ਕੁੱਤਾ ਇਨ੍ਹਾਂ ਘਰਾਂ 'ਚੋਂ ਕਿਸੇ ਨੂੰ ਨਹੀਂ ਭੌਂਕਦਾ। ਕਦੇ ਕਦੇ ਜਦੋਂ ਖੂਹ ਅੱਗੇ ਪਾਣੀ ਪੀਣ ਲਈ ਕੋਈ ਕਾਂ ਉਤਰਦਾ ਤਾਂ ਉਹ ਤੇਜ਼ੀ ਨਾਲ ਉੱਥੇ ਜਾ ਪਹੁੰਚਦਾ। ਸ਼ਾਇਦ ਇਸੇ ਕਰਕੇ ਕਾਂ ਰੇੜੇ ਉੱਤੇ ਬੈਠਦੇ; ਜਿਸ ਕਰਕੇ ਉਨ੍ਹਾਂ ਦੀ ਬਿੱਠ ਖੂਹ ਵਿਚ ਹੀ ਡਿਗਦੀ। ਅੱਜ ਕੱਲ ਮਰਦਾਨਾ ਇਹ ਜੋ ਕੁਝ ਵੇਖ ਸੁਣ ਰਿਹਾ ਸੀ; ਪਹਿਲਾਂ ਇਨ੍ਹਾਂ ਨੂੰ ਵੇਖ ਏਨਾ ਵੈਰਾਗ ਨਹੀਂ ਸੀ ਚੜ੍ਹਦਾ। ਸਾਂਈ ਦੀਆਂ ਕਹੀਆਂ ਸੁਣੀਆਂ ਗੱਲਾਂ ਯਾਦ ਕਰਕੇ ਆਪਣਾ ਆਪ ਸੰਭਲ ਜਾਂਦਾ ਸੀ। ਪਰ ਕੁਝ ਦਿਨਾਂ ਤੋਂ ਜਾਪ ਰਿਹਾ ਸੀ ਕਿ ਨਜ਼ਰਾਂ ਨੇ ਕੁਝ ਜ਼ਿਆਦਾ ਹੀ ਗਹਿਰਾਈ ਨਾਲ ਵੇਖਣਾ ਸ਼ੁਰੂ ਕਰ ਦਿੱਤਾ ਸੀ। ਇਨ੍ਹਾਂ ਨੀਵੇਂ ਘਰਾਂ ਦੀਆਂ ਪਿੱਠਾਂ ਜਿਸ ਤਰ੍ਹਾਂ ਜੁੜੀਆਂ ਦਿਸਦੀਆਂ ਸਨ, ਘਰੋਂ ਨਿਕਲ ਉਸ ਤਰ੍ਹਾਂ ਨਹੀਂ ਸੀ ਦਿਸਦੀਆਂ। ਤਲਵੰਡੀ ਨਵੇਂ ਸਿਰਿਉਂ ਦਿਸਣਾ ਸ਼ੁਰੂ ਹੋਇਆ ਸੀ। ਬੇਸ਼ਕ ਇਨ੍ਹਾਂ ਗਲੀਆਂ ਵਿਚ ਆਉਣ ਲਈ ਰਾਏ ਬੁਲਾਰ ਨੂੰ ਵੀ ਘੋੜੇ ਉੱਪਰੋਂ ਉਤਰ ਕੇ ਆਉਣਾ ਪੈਂਦਾ ਸੀ। ਪਰ ਇਹਦੇ ਲਈ ਇਹ ਕਮੀਣ ਕਿਉਂ ਮਾਫੀ ਮੰਗਦੇ ਸਨ ? ਘੋੜਿਆਂ ਲਈ ਰਾਹ ਡੂਮਾਂ ਨੇ ਥੋੜ੍ਹੀ ਛੋਟਾ ਕੀਤਾ ਸੀ!

ਸੂਰਜ ਹੋਰ ਉੱਪਰ ਆ ਗਿਆ ਸੀ। ਘਰਾਂ ਅਗਲੇ ਚੌਂਤਰਿਆਂ ਤੇ ਬਹੁਤ ਸਾਰੇ ਚੇਹਰੇ ਬੈਠੇ ਦਿਸ ਰਹੇ ਸਨ। ਪਤਾ ਨਹੀਂ ਕਿਸਨੂੰ ਉਡੀਕ ਰਹੇ ਸਨ ? ਸ਼ਾਇਦ ਰਾਏ ਬੁਲਾਰ ਇਧਰੋਂ ਤੁਰਕੇ ਲੰਘਿਆ ਹੋਵੇ; ਉਹਦੀ ਖੇਚਲ ਨੂੰ ਨੀਵੀਂ ਪਾ ਕੇ ਮਾਫੀ ਮੰਗਣ। ਸ਼ਾਮ ਤੱਕ ਇਨ੍ਹਾਂ ਚੌਂਤਰਿਆਂ ਤੇ ਬੈਠੇ ਪਰਛਾਵਿਆਂ ਨੂੰ ਮੰਦਰ ਤੇ ਮਸਜਿਦ ਤੱਕ ਪੁੱਜਣ ਲਈ ਖੂਹ ਉੱਪਰੋਂ ਦੀ ਟੱਪਣਾ ਪਵੇਗਾ। ਬਚਪਨ ਦੇ ਮਰਦਾਨੇ ਨੂੰ ਹੋਰ ਦਿਨ ਤਾਂ ਬਹੁਤੇ ਯਾਦ

ਨਹੀਂ ਸਨ; ਪਰ ਉਹ ਦਿਨ ਯਾਦ ਸੀ ਜਦੋਂ ਅੰਮੀ ਨੇ ਮਹਿਤਾ ਕਾਲੂ ਦੀ ਦੇਹਲੀ ਅੱਗੇ ਉਹਨੂੰ ਗੋਦੀਓਂ ਉਤਾਰ ਦਿੱਤਾ ਸੀ। ਵੱਡੇ ਘਰਾਂ ਵਿਚ ਵੜਨ ਲੱਗੇ ਜੇ ਬੱਚਾ ਤੁਰ ਸਕੇ ਤਾਂ ਡੂਮਣੀਆਂ ਉਹਨੂੰ ਉਤਾਰ ਦੇਂਦੀਆਂ ਸਨ। ਅੰਮੀ ਕਹਿੰਦੀ ਸੀ; ਤੁਰਦੇ ਬੱਚੇ ਨੂੰ ਵੇਖ ਕੇ ਸ਼ਾਹਾਂ ਦਾ ਦਿਲ ਨਰਮ ਪੈ ਜਾਂਦਾ ਏ। ਉਹ ਦੇਹਲੀ ਫੜ ਰੋਣ ਲੱਗ ਪਿਆ ਸੀ। “ਆਜਾ ਤੈਨੂੰ ਕਾਕਾ ਵਿਖਾਵਾਂ।” ਅੰਮੀ ਉਹਨੂੰ ਉਂਗਲੀ ਫੜ ਅੰਦਰ ਮਾਤਾ ਤ੍ਰਿਪਤਾ ਦੀ ਗੋਦੀ ਵਿਚ ਪਏ ਬੱਚੇ ਕੋਲ ਲੈ ਗਈ ਸੀ। ਬੱਚੇ ਨੂੰ ਵੇਖ ਉਹ ਚੁੱਪ ਕਰ ਗਿਆ ਸੀ। “ਵੇ ਨਾਨਕ ਤੂੰ ਹੁਣੇ ਤੋਂ ਰੋਂਦਿਆਂ ਨੂੰ ਚੁੱਪ ਕਰਾਉਣ ਲੱਗ ਪਿਆਂ।” ਅੰਮੀ ਲੰਬੀ ਅਸੀਸ਼ ਨਾਲ ਬੋਲਦੀ ਗਈ ਸੀ। ਪਰ ਅੱਜ ਕਲ ਅੰਮੀ ਖਿੱਝ ਕੇ ਕਹਿੰਦੀ ਸੀ, “ਦੋਵਾਂ ਦੀਆਂ ਮਾਵਾਂ ਨੇ ਇਕੋ ਜਿਹਾ ਦੁੱਖ ਸਹੇੜ ਲਿਆ ਏ...।” ਸਾਹਮਣੇ ਆਪਣੇ ਘਰ ਦੀ ਛੱਤ ’ਚੋਂ ਪੁਣਕੇ ਆਉਂਦੀਆਂ ਧੂੰਏਂ ਦੀਆਂ ਧਾਰੀਆਂ ਚੜ੍ਹਦੇ ਸੂਰਜ ਦੀਆਂ ਕਿਰਨਾਂ ਵਿਚ ਗੁਆਚਦੀਆਂ ਵੇਖੀਆਂ। ਕਦੇ ਕਦੇ ਅੱਬਾ ਦੀ ਆਵਾਜ਼ ਵੀ ਸੁਣਦੀ ਸੀ। ਸ਼ਾਇਦ ਇਸ ਲਈ ਕਿ ਉਹ ਖੂਹ ਕੋਲ ਏਨੀ ਦੇਰ ਤੋਂ ਕਿਉਂ ਖੜ੍ਹਾ ਏ ? ਦੂਰ ਅੰਮੀ ਦੇ ਕੀਰਨਿਆਂ ਦਾ ਸਾਥ ਹੁਣ ਬਹੁਤ ਘੱਟ ਆਵਾਜ਼ਾਂ ਦੇ ਰਹੀਆਂ ਸਨ। ਛੇਤੀ ਹੀ ਇਹ ਸੋਗ ਚੁੱਪ ਹੋਣ ਵਾਲਾ ਸੀ। ਫਿਰ ਵੀ ਉਸ ਘਰ ਵੱਲ ਉਹਦਾ ਜਾਣ ਨੂੰ ਜੀਅ ਨਹੀਂ ਸੀ ਕਰ ਰਿਹਾ। ਰਸਤਾ ਬਦਲਣ ਲਈ ਉਹਨੂੰ ਆਪਣੀਆਂ ਹੀ ਕਬਰਾਂ ’ਚੋਂ ਲੰਘਣਾ ਪੈਣਾ ਸੀ। ਕਬਰਾਂ ਵਿਚ ਬੈਠੇ ਪੰਛੀ ਧੁੱਪ ਸੇਕਦੇ ਚੁੰਝਾਂ ਨਾਲ ਫੰਗ ਸਾਫ਼ ਕਰ ਰਹੇ ਸਨ। ਉਹਦੇ ਵੇਖਦਿਆਂ ਵੇਖਦਿਆਂ ਕਬਰਾਂ ਉੱਪਰੋਂ ਕਈ ਪੰਛੀ ਉਡਾਰੀ ਮਾਰ ਗਏ। ਪਹਿਲੀ ਨਜ਼ਰੇ ਹੈਰਾਨੀ ਵੀ ਹੋਈ; ਸਮਝ ਵੀ ਆਈ; ‘ਕਬਰਾਂ ਉੱਪਰੋਂ ਵੀ ਉੱਡਿਆ ਜਾ ਸਕਦਾ ਏ।’ ਇਕ ਵਾਰ ਫਿਰ ਸਰੀਰ ਅੰਦਰ ਤਾਜ਼ੇ ਦਮ ਦੀ ਧੜਕਣ ਸੁਣੀ। ਫਿਰ ਕਬਰਾਂ ਵਿੱਚਕਾਰ ਸੰਤਰੇਣ ਖੜ੍ਹਾ ਦਿਸਿਆ। ਉਹ ਉੱਡਦੇ ਪੰਛੀਆਂ ਵੱਲ ਵੇਖਦਾ ਤੇ ਇਕ ਉਂਗਲ ਆਪਣੀ ਛਾਤੀ ਵੱਲ ਸੇਧ ਰਿਹਾ ਸੀ। “ਉੱਡ ਜਾਓ... ਉੱਡ ਜਾਓ... ਇਹ ਰੂਹਾਨੀ ਗ਼ਮ ਨੇ...।”

ਪਿੰਡ ਦੀ ਨੁਹਾਰ ਬਦਲ ਰਹੀ ਸੀ। ਮੰਦਰ ਸਾਹਮਣੇ ਇਕ ਹੋਰ ਗੜ੍ਹੀ ਉਸਰ ਰਹੀ ਸੀ; ਜਿਸਦੇ ਸਾਹਮਣੇ ਇਕ ਵੱਡਾ ਚੌਂਤਰਾ ਪੱਕਾ ਹੋ ਰਿਹਾ ਸੀ। ਉਸ ਅੱਗੇ ਰਾਏ ਬੁਲਾਰ ਦੀ ਹਵੇਲੀ ਦੀਆਂ ਭਾਰੀਆਂ ਲਟੈਣਾਂ ਦਿਸ ਰਹੀਆਂ ਸਨ। ਉਸ ਅੱਗੇ ਵੱਡੀ ਮਸੀਤ ਦਾ ਬਾਂਗ ਦੇਣ ਲਈ ਥੜ੍ਹਾ ਪੌੜੀਆਂ ਲਾਕੇ ਉੱਚਾ ਕਰ ਦਿੱਤਾ ਸੀ; ਜਿਸ ਤੋਂ ਬੇਦੀਆਂ ਵਾਲਾ ਤੇ ਪ੍ਰੋਹਤਾਂ ਵਾਲੇ ਮੰਦਰ ਦੇ ਵੇਹੜੇ ਦੀਆਂ ਮੂਰਤੀਆਂ ਹੁਣ ਸਾਫ਼ ਦਿਸ ਸਕਦੀਆਂ ਸਨ। ਇਹੀ ਉਹ ਰਸਤਾ ਸੀ ਜਿਥੇ ਸਾਂਈ ਦੀ ਆਵਾਜ਼ ਅੱਗੇ ਅਗਿਆਨ ਅਸੰਭਵ ਹੋ ਜਾਂਦਾ ਸੀ। ਹੁਣ ਕਿੰਨ੍ਹੇ ਮਹੀਨੇ ਲੰਘ ਗਏ ਸਨ, ਇਥੇ ਕੋਈ ਸੰਵਾਦ ਹੀ ਨਹੀਂ ਸੀ ਹੋਇਆ। ਅੱਜ ਕਲ ਗੁਪਾਲ ਪੰਡਿਤ ਨੂੰ ਵੀ ਇਹ ਕਹਿਣਾ ਪੈ ਰਿਹਾ, “ਉਹ ਬੈਠਦਾ ਜੋਗੀਆਂ ਵਾਂਗ... ਉਹ ਉਠਦਾ ਯੋਧਿਆਂ ਵਾਂਗ... ਉਹ ਤੁਰਦਾ ਪੀਰਾਂ ਵਾਂਗ ਸੀ... ਇਸ ਰਾਹ ਦੀ ਲੀਲਾ ਹੀ ਜਾਂਦੀ ਰਹੀ...।”

ਮੰਦਰ ਵਿਚ ਆਰਤੀ ਚੱਲ ਰਹੀ ਸੀ। ਪਿੱਪਲ ਤੇ ਲਟਕਦੇ ਮਮੋਲਿਆਂ ਦੇ ਆਲ੍ਹਣਿਆਂ

ਉੱਪਰੋਂ ਓਸ ਦੇ ਆਖ਼ਰੀ ਤੁਬਕੇ ਮੂਰਤੀਆਂ ਉੱਤੇ ਡਿੱਗ ਰਹੇ ਸਨ; ਜਿਨ੍ਹਾਂ ਨੂੰ ਧੁੱਪ ਤੁਰੰਤ ਸੁਕਾ ਦੇਂਦੀ। ਇਨ੍ਹਾਂ ਮੂਰਤੀਆਂ 'ਚੋਂ ਇਕ ਬਿਨ੍ਹਾਂ ਬੰਸਰੀ ਤੋਂ ਖੜ੍ਹਾ ਕ੍ਰਿਸ਼ਨ ਦਾ ਬੁੱਤ ਵੀ ਸੀ; ਜਿਸ ਕੋਲ ਮਰਦਾਨੇ ਦਾ ਕਦੇ ਰੁਕਣ ਨੂੰ ਜੀਅ ਨਹੀਂ ਕਰਦਾ। ਇਸ ਤੋਂ ਤਾਂ ਚੰਗਾ ਸੀ ਪੂਜਾ ਦੇ ਫੁੱਲਾਂ 'ਚੋਂ ਆਪਣਾ ਰਿਜ਼ਕ ਕਮਾਉਂਦੇ ਪੰਛੀਆਂ ਵੱਲ ਵੇਖਿਆ ਜਾਵੇ। ਸਾਹਮਣੇ ਸਾਂਈ ਹੁਰਾਂ ਦੇ ਬਾੜੇ ਵਿਚ ਪਤਲੀ ਬਦਾਮੀ ਘੋੜੀ ਧੁੱਪ ਸੇਕਦੀ ਦਿਸੀ। ਉਹਦੇ ਕੋਲ ਹੀ ਸਾਂਈ ਦਾ ਹਲ, ਪੰਜਾਲੀ ਤੇ ਸੁਹਾਗੀ ਪਏ ਦਿਸੇ; ਜਿਨ੍ਹਾਂ ਨੂੰ ਉਹਤੋਂ ਬਿਨਾਂ ਕੋਈ ਨਹੀਂ ਸੀ ਵਰਤਦਾ। ਮਰਦਾਨੇ ਦਾ ਰੋਜ਼ ਜੀਅ ਕਰਦਾ ਇਕ ਵਾਰ ਉਨ੍ਹਾਂ ਉੱਤੇ ਸਾਜ਼ ਵਾਂਗ ਹੱਥ ਫੇਰ ਕੇ ਆਵਾਂ। ਮਰਦਾਨੇ ਨੇ ਵੇਖਿਆ ਤਸਬੀ ਫੇਰਦਾ ਰੁਕਮਦੀਨ, ਗੋਪਾਲ ਪੰਡਿਤ ਦੇ ਬਾੜੇ ਸਾਹਮਣੇ ਰੁੱਕ ਗਿਆ ਸੀ। ਉਹ ਬਾੜੇ ਵਿਚ ਬੈਠੀ ਗਾਂ ਵੱਲ ਵੇਖ ਰਿਹਾ ਸੀ ਜੋ ਮਹਿਤਾ ਕਾਲੂ ਨੇ ਪੁੱਤ ਦੀ ਭ੍ਰਿਸ਼ਟ ਬੁੱਧੀ ਦੇ ਨਿਵਾਰਨ ਲਈ ਦਾਨ ਕੀਤੀ ਸੀ। ਚਿੱਟੀ ਗਾਂ ਦੀਆਂ ਕਾਲੀਆਂ ਸਿਆਹ ਅੱਖਾਂ 'ਚੋਂ ਪਾਣੀ ਦੀ ਪਰਤ ਇਧਰ ਉਧਰ ਘੁੰਮਦੀ ਦਿਸਦੀ, ਪਰ ਮਹਿਤਾ ਕਾਲੂ ਦੇ ਬਾੜੇ ਵੱਲ ਆ ਕੇ ਰੁੱਕ ਜਾਂਦੀ; ਜਿਥੋਂ ਕੱਲ ਅਚਾਨਕ ਉਹ 'ਗਊਦਾਨ' ਬਣ ਨਿਕਲ ਆਈ ਸੀ। ਪੰਡਿਤਾਂ ਦੇ ਬਾੜੇ ਵਿਚ ਨਾ ਉਹ ਬੌਲਦਾਂ ਦੀਆਂ ਹਰਕਤਾਂ ਦਿਸਦੀਆਂ ਤੇ ਨਾ ਹੀ ਉਹ ਥਾਪੀ ਦੇਕੇ ਦੁੱਧ ਚੋਣ ਵਾਲੀਆਂ ਸੁਆਣੀਆਂ। ਫਿਰ ਵੀ ਮਰਦਾਨੇ ਦਾ ਜੀਅ ਕੀਤਾ, ਰੁਕਮਦੀਨ ਇਥੋਂ ਜਾਵੇ ਤੇ ਉਹ ਗਾਂ ਦਾ ਸਿਰ ਪਲੋਸ ਕੇ ਆਵੇ।

ਮੰਦਰ ਵਿਚੋਂ ਹਰਦਿਆਲ ਪੰਡਿਤ ਲੰਬਾ ਤਿਲਕ ਲਾ ਕੇ ਨਿਕਲਿਆ। ਉਹਦੇ ਮੱਥੇ ਦੀਆਂ ਤਿਊੜੀਆਂ ਭਰਵੱਟਿਆਂ ਤੱਕ ਫੈਲੇ ਤਿਲਕ ਨੂੰ ਛੇਤੀ ਹੀ ਝਾੜ ਦੇਂਦੀਆਂ। ਹਰਦਿਆਲ ਤੇ ਰੁਕਮਦੀਨ ਬੋਲੇ ਤਾਂ ਕੁਝ ਨਹੀਂ ਪਰ ਇਕ ਦੂਜੇ ਨੂੰ ਲੰਘ ਜਾਣ ਲਈ ਰੁਕੇ। ਸਾਂਈ ਵੇਲੇ ਉਹ ਇਕ ਦੂਜੇ ਨੂੰ ਕੁਝ ਨਾ ਕੁਝ ਜਰੂਰ ਬੋਲਦੇ ਸਨ। ਉਹਦੇ ਹੋਣ ਨਾਲ ਸੰਵਾਦ ਦਾ ਕੋਈ ਬਹਾਨਾ ਬਣਿਆ ਰਹਿੰਦਾ ਸੀ। ਉਹ ਉਨ੍ਹਾਂ ਦੀਆਂ ਸੋਚਾਂ ਵਿਚ ਫਸੇ ਸਭ ਤੋਂ ਕਮਜ਼ੋਰ ਲਫਜਾਂ ਨੂੰ ਕਾਂਬਾ ਛੇੜ ਦੇਂਦਾ ਸੀ। ਅੱਜ ਦੋਵਾਂ ਨੇ ਮਰਦਾਨੇ ਨੂੰ ਵੀ ਨਹੀਂ ਬੁਲਾਇਆ। ਪਰ ਰਾਏ ਬੁਲਾਰ ਅੱਜ ਕਲ ਅਜਿਹਾ ਨਹੀਂ ਕਰਦਾ। ਜੇ ਕੁਝ ਵੀ ਨਾ ਕਹਿਣਾ ਹੋਵੇ, ਉਹ ਇਕ ਦਿਨ ਪਹਿਲਾਂ ਕਿਹਾ ਵਾਕ ਦੂਹਰਾ ਦੇਂਦਾ : "ਆਪਣੇ ਸਾਂਈ ਵੱਲ ਜਾ ਰਿਹੈਂ... ਮਰਦਾਨਿਆ...।"

ਖਰਲਾਂ ਦਾ ਇਕ ਪਾਲਤੂ ਕੁੱਤਿਆਂ ਦਾ ਜੋੜਾ ਅਚਾਨਕ ਭੱਟੀਆਂ ਦੇ ਕੁੱਤਿਆਂ ਵਿਚ ਘਿਰ ਗਿਆ। ਡਰਿਆ ਜੋੜ੍ਹਾ ਮੂਰਤੀਆਂ ਦੁਆਲੇ ਘੁੰਮਦਾ ਹੱਥ ਨਹੀਂ ਸੀ ਆ ਰਿਹਾ। ਮੂਰਤੀਆਂ ਦੇ ਵਧੇ ਹੋਏ ਅੰਗ ਮੂੰਹ ਨਹੀਂ ਸੀ ਪੈਣ ਦੇ ਰਹੇ। ਅੰਦਰੋਂ ਗੰਜਾ ਸਿਰ, ਗਲ ਵਿਚ ਤੁਲਸੀ ਦੀ ਮਾਲਾ ਨਾਲ ਸਰਧਾ ਪੰਡਿਤ ਗੁੱਸੇ ਵਿਚ ਨਿਕਲਿਆ। ਕੁੱਤੇ ਆਪਸ ਵਿਚ ਜਿਆਦਾ ਉਲਝ ਗਏ ਸਨ; ਪੰਡਿਤ ਦੀ ਪਹਿਲੀ ਚੀਖ ਅਣਸੁਣੀ ਚਲੀ ਗਈ। ਫਿਰ ਉਹ ਦੂਰ ਭੌਂਕਦੇ ਦੌੜਦੇ ਗਏ; ਜਦੋਂ ਤੱਕ ਖਰਲਾਂ ਦਾ ਰਕਬਾ ਨਹੀਂ ਆਇਆ। ਅਜਿਹੇ ਵੇਲੇ ਮਰਦਾਨੇ ਨੂੰ ਨੱਥੂ ਯਾਦ ਆਇਆ। ਉਸ ਦਿਨ ਫਸਲਾਂ ਦਾ ਨੁਕਸਾਨ ਦੱਸਣ ਲਈ ਮਹਿਤਾ ਕਾਲੂ ਵੱਲ ਉਹ ਹੀ ਭੱਜਿਆ ਗਿਆ ਸੀ। ਉਹਦੇ ਪਿੱਛੇ ਖੁਰਦਰੇ ਨੱਕ ਵਾਲਾ ਮੁਨਸ਼ੀ ਗਿਆ ਸੀ। ਅੱਜ ਕਲ ਉਹ ਦੋਵੇਂ ਨਹੀਂ ਦਿਸਦੇ। ਰੋਜ਼ ਵਾਂਗ ਰਾਮ

ਤਲਾਈ ਦੇ ਕੰਢੇ ਤੇ ਪਰਜਾ ਪੰਡਿਤ ਸਾਫ਼ ਪਾਨੀ ਵਿਚ ਆਪਣਾ ਮੂੰਹ ਵੇਖਣ ਦੀ ਕੋਸ਼ਿਸ਼ ਕਰਦਾ ਦਿਸਿਆ। ਕੋਈ ਬਹੁਤ ਹੀ ਛੋਟਾ ਜੀਵ ਬਿਨਾਂ ਕੋਸ਼ਿਸ਼ ਤੋਂ ਤੈਰਦਾ ਦੂਜੇ ਕੰਢੇ ਜਾ ਨਿਕਲਿਆ। ਮੰਦਰ ਦੇ ਟੱਲ ਦੀ ਆਵਾਜ਼ ਹੌਲੀ ਹੌਲੀ ਰਾਏ ਬੁਲਾਰ ਦੀ ਹਵੇਲੀ ਵੱਲ ਸਰਕ ਰਹੀ ਸੀ। ਟੱਲ ਦਾ ਸਭ ਤੋਂ ਹੇਠਲਾ ਸੁਰ ਕਿੰਨਾ ਚੰਗਾ ਲੱਗਦਾ ਜੋ ਹਲਚਲ ਵਿਚ ਕੀਤੀ ਛੇੜਖਾਨੀ ਤੋਂ ਬਾਅਦ ਆਪਣੀ ਮਰਜ਼ੀ ਨਾਲ ਚੱਲਦਾ ਏ। ਮਰਦਾਨੇ ਨੇ ਚੁਫੇਰੇ ਵੇਖਿਆ; ਹੁਣ ਗਲੀ ਵਿਚ ਕੋਈ ਨਹੀਂ ਸੀ। ਉਹਨੇ ਚੁੱਪਚਾਪ ਤਲਵੰਡੀ ਨੂੰ ਇਸ ਤਰ੍ਹਾਂ ਵੇਖਦਿਆਂ ਇਕ ਪਹਿਰ ਲੰਘਾ ਦਿੱਤਾ ਸੀ।

ਗਲੀ ਵਿਚ ਅੰਮੀ ਆਪਣਾ ਰਿਜ਼ਕ ਕਮਾ ਵਾਪਸ ਆਉਂਦੀ ਦਿਸੀ। ਉਹਦੀਆਂ ਸੁੱਜੀਆਂ ਅੱਖਾਂ ਤੇ ਉਤਰੇ ਚੇਹਰੇ ਉੱਪਰ ਰਿਜ਼ਕ ਦੀ ਬਾਰੀਕ ਤਾਸੀਰ ਦੀ ਝਲਕ ਪੈ ਰਹੀ ਸੀ। ਭਾਰੀ ਝੋਲੀ ਨਾਲ ਝੁਕੀ ਉਹ ਚੁਪਚਾਪ ਕੋਲੋਂ ਲੰਘਣ ਲੱਗੀ ਬੁੜਬੁੜ ਕਰਨ ਲੱਗੀ।

"ਕਿਤੇ ਮਰਾਸੀ ਵੀ ਏਦਾਂ ਓਦਰਿਆ ਖੜ੍ਹਾ ਦਿਸਦਾ; ਜਜਮਾਨ ਕੀ ਸੋਚਣਗੇ ? ਵੇ ਪੁੱਤ ਤੂੰ ਕਿਹੜੀ ਉਦਾਸੀ ਵਿਚ ਹੱਸਣਾ ਭੁੱਲ ਗਿਆ...!" ਉਹਨੇ ਮੰਦਰ ਅੱਗੇ ਝੁਕਣ ਤੇ ਮਸਜਿਦ ਅੱਗੇ ਸਿਜਦਾ ਕਰਨ ਲਈ ਵਜ਼ਨ ਪਿੱਠ ਉੱਤੇ ਕੀਤਾ। ਅੰਮੀ ਦੇ ਅਜਿਹੇ ਬੋਲ ਸਾਰਾ ਸਾਰਾ ਦਿਨ ਪਿੰਡਾ ਠੀਕ ਨਹੀਂ ਹੋਣ ਦੇਂਦੇ। ਅੰਮੀ ਦੀ ਇਸ ਸੂਰਤ ਦੀ ਉਹਨੂੰ ਕਦੀ ਸਮਝ ਨਹੀਂ ਸੀ ਆਈ। ਇਥੋਂ ਕਦੇ ਮਮਤਾ ਉਤਰਦੀ, ਕਦੇ ਰਿਜ਼ਕ ਦੀ ਚੇਸ਼ਟਾ, ਕਦੇ ਕੁਝ ਨਾ ਮਿਲਣ ਦੀ ਕਾਣਤ ਚੜ੍ਹਦੀ ਦਿਸਦੀ। ਫਿਰ ਵੀ ਕੋਈ ਖਿੱਚ ਸੀ; ਉਹ ਮਾਂ ਦੇ ਪਿੱਛੇ ਤੁਰਿਆ। ਅੰਮੀ ਨੇ ਰੁਕਮਦੀਨ ਨੂੰ ਵੱਡਿਆਂ ਵਾਂਗ ਸਲਾਮ ਕੀਤਾ। ਪੈਂਖੜਾ ਲੱਗਿਆ ਗਧਾ ਇਧਰ ਮੂਰਤੀਆਂ ਦੇ ਪੈਰਾਂ ਵਿਚੋਂ ਖੱਬਲ ਦੀਆਂ ਤਿੜਾਂ ਚੁਗਣ ਲੱਗਾ। ਚੱਕ ਘੁਮਾਉਂਦਾ ਰਾਂਈ ਸ਼ਾਇਦ ਗਧੇ ਨੂੰ ਭੁੱਲ ਚੁੱਕਿਆ ਸੀ। ਭੀੜੀ ਗਲੀ ਵਿਚ ਕਦਮਾਂ ਦੀ ਆਵਾਜ਼ ਨੇੜੇ ਸੁਣਨ ਦੇ ਬਾਵਜੂਦ ਵੀ ਅੰਮੀ ਨੇ ਪਿਛੇ ਮੁੜਕੇ ਨਹੀਂ ਵੇਖਿਆ। ਸਾਹਮਣੇ ਮਸੀਤ ਤੋਂ ਚਾਰ ਕੁ ਕਦਮ ਪਿੱਛੇ ਆਪਣੇ ਇਕ ਛੋਟੇ ਰਹਿ ਗਏ ਪੈਰ ਨਾਲ ਭੰਗੀ ਮਿੱਟੀ ਨੂੰ ਠੋਕਰਾਂ ਮਾਰਦਾ ਦਿਸਿਆ। ਉਹਦੀ ਅੱਖ ਦੀ ਕੌਡੀ ਗੁੱਸੇ ਨਾਲ ਫੁੱਲੀ ਇਧਰ ਉਧਰ ਘੁੰਮ ਰਹੀ ਸੀ। ਰਾਂਈ ਘੁਮਾਰ ਨੇ ਸ਼ਾਇਦ ਉਹਨੂੰ ਉਹ ਗੱਲ ਕਹਿ ਦਿੱਤੀ ਸੀ; ਜੋ ਪਹਿਲਾਂ ਗਧੇ ਦੀ ਰਖਵਾਲੀ ਕਾਰਨ ਕੁਝ ਦੇਰ ਲਈ ਰੋਕ ਲਈ ਸੀ। ("ਗਿੱਲੀ ਧੋਤੀ ਨਾਲ ਮੰਦਿਰ ਅੱਗਿਉਂ ਨਾ ਲੰਘਿਆ ਕਰ।") ਰਾਂਈ ਹਾਲੇ ਵੀ ਆਪਣੇ ਕੰਮ ਵਿਚ ਮਸਤ ਸੀ। ਉਹਦੀ ਕਮਾਈ ਮਿੱਟੀ ਉੱਤੇ ਪਾਲਤੂ ਕੁੱਤਾ ਬੈਠਾ ਸੀ। ਉਹਨੇ ਇਹਦੇ ਉੱਪਰ ਬੈਠਣ ਤੋਂ ਵੀ ਬੜਾ ਗੁੱਸਾ ਕਰਨਾ ਸੀ; ਪਰ ਹਾਲੇ ਚੱਕ ਘੁੰਮ ਰਿਹਾ ਸੀ। ਭੰਗੀ ਦੇ ਡੋਲੇ ਦਾ ਪਾਣੀ ਹਾਲੇ ਵੀ ਚੋ ਰਿਹਾ ਸੀ। ਇਸ ਤੋਂ ਅੱਗੇ ਮਰਦਾਨੇ ਦਾ ਜਾਣ ਨੂੰ ਜੀਅ ਨਹੀਂ ਕੀਤਾ। ਘਰੋਂ ਅੰਮੀ ਦੀ ਆਵਾਜ਼ ਆ ਰਹੀ ਸੀ। ਤਾਜ਼ੇ ਰਿਜ਼ਕ ਨੇ ਉਹਦੀ ਆਵਾਜ਼ ਜੋਸ਼ੀਲੀ ਕਰ ਦਿੱਤੀ ਸੀ। ਮਰਦਾਨਾ ਇਥੋਂ ਹੀ ਫਿਰ ਵਾਪਸ ਮੁੜ ਗਿਆ। ਇਸ ਵਾਰੀ ਉਹਨੇ ਸੋਚਿਆ ਕਿ ਸਾਂਈ ਦੇ ਘਰ ਤੱਕ ਕੁਝ ਨਹੀਂ ਸੋਚਣਾ।

ਇਸ ਤਰ੍ਹਾਂ ਸਿਰਫ਼ ਸਾਂਈ ਦੇ ਸੁਨੇਹੇ ਦਾ ਲੁਤਫ਼ ਆਉਂਦਾ ਸੀ। ਅੱਜ ਕਿੰਨੀ ਦੇਰ

ਬਾਅਦ ਉਹਦੇ ਨਾਲ ਮਿਲਦੇ ਜੁਲਦੇ ਅਹਿਸਾਸਾਂ ਦਾ ਮਿਲਣ ਹੋਇਆ ਸੀ। ਉਹਨੂੰ ਵੇਖਦੀ ਸਾਰ ਮਾਤਾ ਤ੍ਰਿਪਤਾ ਕੂਲੇ ਕੂਲੇ ਅਹਿਸਾਸਾਂ ਨਾਲ ਅੱਖਾਂ ਭਰ ਆਈ ਸੀ : "ਤੂੰ ਕੱਲ ਨੂੰ ਸੁਲਤਾਨਪੁਰ ਜਾ... ਨਾਨਕ ਕੋਲ।" ਇਹੋ ਜਿਹਾ ਸੁਨੇਹਾ ਤਾਂ ਉਹ ਮਹੀਨਿਆਂ ਤੋਂ ਉਡੀਕ ਰਿਹਾ ਸੀ। ਉਹ ਜਿਆਦਾ ਦੇਰ ਉੱਥੇ ਰੁਕਿਆ ਵੀ ਨਹੀਂ। ਤਲਵੰਡੀ ਵਿਚ ਜੋ ਬਹੁਤ ਕੁਝ ਗੁਆਚਿਆ ਗੁਆਚਿਆ ਜਾਪਣ ਲੱਗਾ ਸੀ; ਅਚਾਨਕ ਉਹ ਫਿਰ ਦਿਸਣ ਲੱਗਾ ਸੀ। ਜੀਅ ਕੀਤਾ ਕਾਜ਼ੀ ਰੁਕਮਦੀਨ ਮਿਲ ਜਾਵੇ; ਪਾਧਾ ਹਰਦਿਆਲ ਦਿਸ ਜਾਵੇ; ਹੋਰ ਨਹੀਂ ਤਾਂ ਰਾਏ ਬੁਲਾਰ ਹੀ ਸਾਹਮਣੇ ਆ ਜਾਵੇ। ਅੱਜ ਕੋਈ ਗੱਲ ਕਰਨ ਨੂੰ ਜੀਅ ਕਰਦਾ ਸੀ। ਸਿਰਫ਼ ਇਕ ਹੀ ਰਾਤ ਵਿਚਾਲੇ ਸੀ। ਅੱਜ ਦੀ ਰਾਤ ਮੰਦਰ ਵਿਚ ਸਰਸਵਤੀ ਦੀ ਮੂਰਤੀ ਦੀਆਂ ਬਾਹਾਂ ਕੋਲ ਜੁਗਨੂੰ ਉੱਡਣਗੇ। ਖਾਲੀ ਹੱਥ ਖੜ੍ਹੇ ਕ੍ਰਿਸ਼ਨ ਨੂੰ ਵੇਹਲੀਆਂ ਖੜ੍ਹੀਆਂ ਮੂਰਤੀਆਂ ਬੰਸਰੀ ਫੜਾਉਣਗੀਆਂ। ਅੱਜ ਅਜ਼ਾਨ ਬੜੀ ਸੁਰੀਲੀ ਸੁਣੇਗੀ। ਅੱਜ ਦੀ ਰਾਤ ਰਾਏ ਬੁਲਾਰ ਦੀ ਹਵੇਲੀ ਵਿੱਚਲੇ ਨਵਾਰੀ ਪਲੰਘਾਂ ਤੇ ਸਭ ਮਰਾਸੀ ਬੈਠਣਗੇ। ਇਹ ਸਭ ਕੁਝ ਬਿਨਾਂ ਸੋਚਿਆਂ ਕਿਵੇਂ ਯਾਦ ਆ ਗਿਆ ? ਉਹ ਅੰਮੀ ਸਾਹਮਣੇ ਖੜ੍ਹਾ ਮੁਸਕਰਾ ਰਿਹਾ ਸੀ।

ਕਾਂਡ : ਤਿੰਨ

ਪਿੱਠਾਂ ਨਾਲ ਪਿੱਠਾਂ ਜੋੜੀਂ ਖੜ੍ਹੇ ਘਰਾਂ 'ਚੋਂ ਸਿਰਫ਼ ਅੰਮੀ ਹੀ ਉਹਦੇ ਨਾਲ ਬਾਹਰ ਨਿਕਲੀ। ਮੰਦਿਰ ਤੇ ਮਸੀਤ ਵਿਚਕਾਰ ਉਸ ਜਗ੍ਹਾ ਨੂੰ ਨਿਹਾਰਿਆ ਜਿਥੇ ਉਹਨੂੰ ਆਖਰੀ ਵਾਰ ਖੜ੍ਹ ਕੇ ਗਾਉਂਦੇ ਸੁਣਿਆ ਸੀ : "ਕੋਈ ਆਖੈ ਭੂਤਨਾ ਕੋ ਕਹੈ ਬੇਤਾਲਾ॥ ਕੋਈ ਆਖੈ ਆਦਮੀ ਨਾਨਕਿ ਵੇਚਾਰਾ॥" ਮਾਤਾ ਤ੍ਰਿਪਤਾ ਵੱਲੋਂ ਭੇਜੀ ਸਮਾਨ ਦੀ ਪੰਡੋਕਲੀ ਅੰਮੀ ਆਪ ਬੰਨੇ ਤੱਕ ਚੁੱਕਣ ਦੀ ਜਿੱਦ ਕਰਦੀ ਪਿੱਛੇ ਤੁਰ ਰਹੀ ਸੀ। ਇਹ ਦਿਲਗੀਰੀਆਂ, ਇਹ ਉਦਾਸੀਆਂ ਸਰੀਰ ਦੀ ਪਾਲਣਾ ਵੀ ਕਰਦੀਆਂ ਨੇ; ਅਜਿਹਾ ਅੰਮੀ ਨੂੰ ਵੇਖ ਸੁਣ ਜਾਪ ਰਿਹਾ ਸੀ :

"ਪੁੱਤ ਗੁੱਸਾ ਨਾ ਕਰੀਂ; ਦੁੱਖ ਨਾਲ ਆਪਣਾ ਰਿਸ਼ਤਾ ਦਿਸਣ ਲੱਗ ਪੈਂਦਾ ਏ।"

ਇਸ ਭੀੜੀ ਗਲੀ ਵਿਚ ਇਹ ਆਵਾਜ਼ ਕੰਧਾਂ ਨਾਲ ਵੱਜ ਕਈ ਵਾਰ ਸੁਣੀ। ਪਰ ਅੰਮੀ ਅੱਜ ਸਭ ਕੁਝ ਸਮਝਾ ਦੇਣਾ ਚਾਹੁੰਦੀ ਸੀ :

"ਮਰਾਸੀ ਦੇ ਪੁੱਤ ਦਾ ਫ਼ਕੀਰਾਂ ਨਾਲ ਤੁਰਕੇ ਨਹੀਂ ਸਰਦਾ... ਤੂੰ ਡੂਮ ਬਣਕੇ ਮੁੜ ਆਵੀਂ।"

ਅੰਮੀ ਉਹਨੂੰ ਹੁੰਗਾਰੇ ਦਾ ਮੌਕਾ ਵੀ ਨਹੀਂ ਸੀ ਦੇ ਰਹੀ। ਸਫ਼ਰਾਂ ਨੂੰ ਮਾਵਾਂ ਤਸੀਹੇ ਕਿਉਂ ਸਮਝਦੀਆਂ ਨੇ ? ਉਹਨੇ ਸੋਚਿਆ ਅੰਮੀ ਉਹਨੂੰ ਅੱਜ ਉਦਾਸ ਨਹੀਂ ਕਰ ਸਕਦੀ। ਉਹਨੇ ਇਕ ਮਮੋਲੇ ਨੂੰ ਆਲ੍ਹਣੇ ਤੋਂ ਬਾਹਰ ਨਿਕਲ ਚੌਗਿਰਦੇ ਨੂੰ ਨਿਹਾਰਦੇ ਵੇਖਿਆ। ਸਾਹਮਣੇ ਰਾਏ ਬੁਲਾਰ ਦੀਆਂ ਹਰੀਆਂ ਕਚੂਰ ਫਸਲਾਂ ਦਿਸੀਆਂ; ਨੀਵੇਂ ਉੱਡਦੇ ਪੰਛੀਆਂ ਦੀ ਸੱਜਰੀ ਉਡਾਣ ਵੇਖੀ। ਖੇਤ ਵਿਚ ਡਰਨੇ ਦੇ ਵਧੇ ਹੋਏ ਹੱਥ ਉੱਤੇ ਮਖੀਰ ਲੱਗਿਆ ਦਿਸਿਆ। ਬੇਸ਼ਕ ਡੰਗ ਵਾਲੇ ਪਰਿੰਦੇ ਸਨ; ਪਰ ਹੱਥ ਵਾਲਾ ਹਿੱਸਾ ਤਾਂ ਮਿਠਾਸ ਨਾਲ ਭਰ ਗਿਆ ਹੋਵੇਗਾ। ਪਰ ਅੰਮੀ ਨੇ ਆਪਣਾ ਬੋਲਣਾ ਬੰਦ ਨਾ ਕੀਤਾ। ਆਖ਼ਰ ਉਹ ਗੋਲ ਪਿੱਠ ਵਾਲੀ ਪਹਾੜੀ ਵੀ ਆ ਗਈ; ਜਿਥੋਂ ਤਲਵੰਡੀ ਦੇ ਵਸ਼ਿੰਦੇ ਅਕਸਰ ਵਾਪਸ ਮੁੜ ਜਾਂਦੇ ਸਨ। ਅੰਮੀ ਨੇ ਪੰਡ ਰੱਖਣ ਤੋਂ ਪਹਿਲਾਂ ਕਈ ਵਾਰ ਉਹਦੇ ਸਿਰ ਉੱਤੇ ਹੱਥ ਫੇਰਿਆ। ਫਿਰ ਆਪਣੇ ਹੱਥਾਂ ਨਾਲ ਪੰਡ ਉਹਦੇ ਸਿਰ ਉੱਤੇ ਰੱਖੀ। ਜਾਪਿਆ ਪੰਡ ਵਾਲੀਆਂ ਦੁਆਵਾਂ ਵੀ ਉਹਨੂੰ ਹੀ ਸੌਂਪ ਦਿੱਤੀਆਂ ਨੇ। ਫਿਰ ਭਿੱਜੀਆਂ ਅੱਖਾਂ ਨਾਲ ਮੁੜੀ ਤੇ ਮੁੜਕੇ ਨਹੀਂ ਵੇਖਿਆ। ਇਸ ਵਾਰੀ ਮਰਦਾਨਾ ਮਾਂ ਨੂੰ ਵਾਪਸ ਮੁੜਦਿਆਂ ਵੇਖਦਾ ਰਿਹਾ। ਪੰਡ ਵਿਚਲੀਆਂ ਕੁਝ ਦੁਆਵਾਂ ਅੰਮੀ ਨਾਲ ਚਲੀਆਂ ਗਈਆਂ ਸਨ; ਤਾਂ ਹੀ ਉਹਦੇ ਕਦਮ ਕਿਸੇ ਭਰੋਸੇ ਵਿਚ ਮੁੜੇ ਸਨ।

ਅੰਮੀ ਦਿਸਣੋਂ ਹਟੀ ਤਾਂ ਤ੍ਰਿਪਤਾ ਦੇ ਬੋਲ ਯਾਦ ਆਏ : "ਦੀਵਾ ਜਗਦੇ ਨੂੰ ਤੂੰ ਨਾਨਕ ਕੋਲ ਪਹੁੰਚ ਜਾਣਾ।" ਨਾਲ ਹੀ ਦੌਲਤਾਂ ਮਾਸੀ ਨੇ ਵੀ ਕਿਹਾ ਸੀ, "ਸ਼ਾਮੇ ਪੰਡਿਤ ਨਾਲ ਮੂਲ ਚੰਦ (ਸਹੁਰਾ) ਕੱਲ ਦੇ ਸੁਲਤਾਨਪੁਰ ਗਏ ਹੋਏ ਨੇ; ਉਹਨੂੰ ਪੱਕੀ

ਸੂਹ ਏ ਕਿ ਜੁਆਈ ਤਿਆਗੀ ਹੋ ਗਿਆ; ਵੇਖੀਂ ਕਿਤੇ ਮਾੜਾ ਚੰਗਾ ਨਾ ਬੋਲੇ।" ਸਫ਼ਰ ਦੇ ਚਾਅ ਵਿਚ ਇਹ ਜ਼ਰੂਰੀ ਗੱਲ ਤਾਂ ਉਹ ਭੁੱਲਿਆ ਹੀ ਫਿਰਦਾ ਸੀ। "ਮੇਰਾ ਵੀਰ ਫਰਸ਼ਾਂ ਦਾ ਨੀ ਅਰਸ਼ਾਂ ਦਾ ਏ।" ਬੀਬੀ ਨਾਨਕੀ ਵੀ ਉਹਦੇ ਖੇੜੇ ਨੂੰ ਪਛਾਣਦੀ ਅੱਖਾਂ ਭਰ ਆਉਂਦੀ ਸੀ। "ਮੈਂ ਮਰਾਸੀ ਨੂੰ ਵੇਖੋ...।" ਮਰਦਾਨੇ ਨੇ ਹੱਸਣ ਦੀ ਕੋਸ਼ਿਸ਼ ਕੀਤੀ। ਪਿਛੋਂ ਤਲਵੰਡੀ ਦਿਸਣੋਂ ਹੱਟ ਗਿਆ ਸੀ। ਉਹਨੇ ਉਹ ਭੀੜਾ ਰਸਤਾ ਵੀ ਪਾਰ ਕੀਤਾ ਜਿਥੋਂ ਨਾਨਕ ਤੇ ਜੈਰਾਮ ਮੁੜਕੇ ਨਹੀਂ ਸੀ ਦਿਸੇ। ਹੁਣ ਉਹ ਪਹਾੜ ਵੀ ਮੁੱਕਣ ਵਾਲੇ ਸਨ ਜਿਥੋਂ ਸੰਤਰੇਣ ਝੂੰਮਦਾ ਲੰਘਿਆ ਸੀ। ਉਹਨੇ ਇਕ ਵਾਰ ਫਿਰ ਪਿੱਛੇ ਰਹਿ ਗਈਆਂ ਪਹਾੜੀਆਂ ਵੱਲ ਨਜ਼ਰ ਘੁੰਮਾਈ; ਇਹੋ ਉਹ ਪਹਾੜਾਂ ਦੇ ਸਿਖ਼ਰ ਸਨ ਜਿਨ੍ਹਾਂ ਸੰਤਰੇਣ ਦੀ ਹਾਮੀ ਭਰੀ ਸੀ।

ਪਹਾੜ ਪਿੱਛੇ ਰਹਿ ਗਏ ਸਨ। ਉਹਨੇ ਕਈ ਪਿੰਡ ਕਸਬੇ ਕੋਲੋਂ ਗੁਜਰਦੇ ਵੇਖੇ। ਕਮੀਣਾਂ ਦੇ ਖੂਹਾਂ ਦੀਆਂ ਚੀਕਦੀਆਂ ਭੌਣੀਆਂ ਸੁਣੀਆਂ; ਜਿਨ੍ਹਾਂ ਦੇ ਆਸਪਾਸ ਸਿਰਫ਼ ਅੰਨ ਦੀਆਂ ਗੱਲ੍ਹਾਂ ਹੋ ਰਹੀਆਂ ਸਨ। ਪਰ ਉਹ ਰੁਕਿਆ ਨਹੀਂ। ਕਈ ਵਾਰ ਖ਼ੁਮਾਰੀ ਚੜ੍ਹੀ, ਕਈ ਵਾਰ ਉਤਰੀ। ਸਾਂਈ ਦੀ ਯਾਦ ਤੋਂ ਬਿਨਾਂ ਉਹਦੀ ਮਾਸੂਮ ਕਲਪਣਾ ਵਿਚ ਤਿੰਨ ਚੇਹਰੇ ਹੋਰ ਵੀ ਆਉਂਦੇ ਸਨ। ਪਹਿਲਾ ਚੇਹਰਾ ਬੀਬੀ ਨਾਨਕੀ ਦਾ ਸੀ। ਜਿਸ ਦਿਨ ਵੀਰ ਘੋੜੀ ਚੜ੍ਹਿਆ ਸੀ; ਅਜਿਹੇ ਗਾਏ ਸ਼ਗਨਾਂ ਦੇ ਰਸੀਲੇ ਗੀਤ ਉਹਨੇ ਮੁੜਕੇ ਨਹੀਂ ਸਨ ਸੁਣੇ। ਵੀਰ ਦੀ ਹਾਜ਼ਰੀ ਵਿਚ ਗਾਈਆਂ ਇਹ ਧੁੰਨਾਂ ਸਦਾ ਲਈ ਨਾਨਕੀ ਦੀ ਆਵਾਜ਼ ਨਾਲ ਸ਼ਗਨਾਂ ਨੂੰ ਜੋੜ ਗਈਆਂ ਸਨ। ਦੂਜਾ ਚੇਹਰਾ ਰਾਏ ਬੁਲਾਰ ਦਾ ਸੀ। ਰਾਏ ਬੁਲਾਰ ਦੀ ਵੇਲ ਸਾਂਈ ਦੇ ਵਰ ਨਾਲ ਵਧੀ ਸੀ। ਉਸ ਦਿਨ ਨਾਨਕੀ ਨੇ ਫਿਰ 'ਸੱਜਰੇ ਬੰਸ' ਨੂੰ ਗਾ ਕੇ ਸੁਣਾਇਆ ਸੀ। ਰਾਏ ਬੁਲਾਰ 'ਮੇਰੀ ਧੀ ਮੇਰੀ ਧੀ' ਕਹਿੰਦਾ ਨਹੀਂ ਸੀ ਥੱਕ ਰਿਹਾ। ਇਸੇ ਹਵੇਲੀ ਵਿਚ ਬੀਬੀ ਦਾ ਰਿਸ਼ਤਾ ਜੈਰਾਮ ਨਾਲ ਤਹਿ ਹੋਇਆ ਸੀ। ਉਸ ਦਿਨ ਦੌਲਤਾਂ ਮਾਸੀ ਅੰਮੀ ਨਾਲ ਗੁੱਸੇ ਵੀ ਹੋਈ ਸੀ : "ਪਹਿਲਾਂ ਪੱਲਾ ਭਰਨ ਦਾ ਹੱਕ ਮੈਨੂੰ ਏ... ਇਸ ਘਰ ਵਿਚ ਪਹਿਲਾ ਹੱਕ ਮੇਰਾ ਹੈ...।" ਅੰਮੀ ਦਾ ਪੱਲਾ ਥੋੜ੍ਹੀ ਦੇਰ ਉਡੀਕਦਾ ਰਿਹਾ ਸੀ; ਫਿਰ ਤ੍ਰਿਪਤਾ ਨੇ ਉਹਦਾ ਵੀ ਭਰ ਦਿੱਤਾ। ਇਹ ਤਿੰਨੋਂ ਹਮੇਸ਼ਾ ਇਕੱਠੀਆਂ ਯਾਦ ਆਉਂਦੀਆਂ ਨੇ; ਹਾਲਾਂਕਿ ਤਿੰਨੋਂ ਬਹੁਤ ਘੱਟ ਇਕੱਠੀਆਂ ਵੇਖੀਆਂ ਸਨ। ਅਜਿਹਾ ਵਧਾ ਚੜ੍ਹਾ ਕੇ ਸੋਚਣ ਦਾ ਅੱਜ ਉਹਦੇ ਕੋਲ ਸਮਾਂ ਵੀ ਨਹੀਂ ਸੀ। ਸਾਹਮਣੇ ਇਕ ਹੋਰ ਪਿੰਡ ਦਿਸਣ ਲੱਗਾ। ਕਦੇ ਕਦੇ ਇਕ ਚੇਹਰਾ ਜੋ ਸਾਂਈ ਦੇ ਘਰ ਬਹੁਤ ਘੱਟ ਬੋਲਦਾ ਸੁਣਿਆ; ਅਕਸਰ ਆਪਣੇ ਵਾਲਾਂ ਨੂੰ ਇਕੱਠੇ ਕਰਦਾ ਦਿਸਦਾ। ਅੱਜ ਜਦੋਂ ਉਹ ਪੰਡ ਚੁੱਕਣ ਗਿਆ ਸੀ ਤਾਂ ਸੁਲੱਖਣੀ ਚੁੱਪਚਾਪ ਖੜ੍ਹੀ ਵੇਖਦੀ ਰਹੀ ਸੀ। ਉਹਦੀ ਪਿੱਠ ਪਿੱਛੇ ਕੰਧ ਉੱਤੇ ਸਿਆਹੀ ਦੇ ਕੁਝ ਪੁਰਾਣੇ ਛਿੱਟੇ ਸਨ। ਫਿਰ ਉਹਦੀ ਮੱਧਮ ਜਹੀ ਆਵਾਜ਼ ਸੁਣੀ ਸੀ : "ਜਦੋਂ ਤੱਕ ਨਨਾਣ ਹੈ ਮੈਂ ਖੇੜੇ ਵਸਾਂਗੀ।" ਉਹਦੀ ਇਕ ਹਥੇਲੀ ਪਿੱਛੇ ਛਿੱਟਿਆਂ ਉੱਤੇ ਜਾ ਟਿਕੀ ਤੇ ਦੂਜੀ ਨਾਲ ਉਹਨੇ ਛਾਤੀ ਨੂੰ ਘੁੱਟ ਲਿਆ।

ਛੇਤੀ ਹੀ ਸੁਲਤਾਨਪੁਰ ਆਉਣ ਵਾਲਾ ਸੀ। ਗੱਡੇ ਪਾਲਕੀਆਂ ਦਿਸਣ ਲੱਗ ਪਈਆਂ ਸਨ। ਦੋ ਜੁੜਵੀਆਂ ਹਵੇਲੀਆਂ ਸਾਹਮਣੇ ਘੋੜੇ ਖੜ੍ਹੇ ਦਿਸ ਰਹੇ ਸਨ। ਹਰ ਜਗ੍ਹਾ ਵਾਂਗ ਸੁੰਨੀ ਜਗਾ ਪੈਖੜਿਆਂ ਨਾਲ ਗਧੇ ਤੇ ਖੱਚਰਾਂ ਚੁਗ ਰਹੀਆਂ ਸਨ। ਕੁਝ ਹੀ ਦਿਨ ਪਹਿਲਾਂ ਇਥੇ ਮੀਂਹ ਪਿਆ ਹੋਵੇਗਾ; ਤਾਂ ਹੀ ਹਵਾ ਦੇ ਵਿਵਹਾਰ ਵਿਚ ਸਿੱਲ ਸੀ। ਕੁਝ ਵਰਸੀਆਂ ਬਦਲੀਆਂ ਸੂਰਜ ਦੇ ਮੇਚ ਨਹੀਂ ਸੀ ਆ ਰਹੀਆਂ; ਪਲਾਂ ਵਿਚ ਹੀ ਸੂਰਜ ਚਮਕਣ ਲੱਗਦਾ। ਕਿਲੇ ਦੇ ਵੱਡੇ ਦਰਵਾਜ਼ੇ ਦੇ ਦੋਵੇਂ ਪਾਸੇ ਤਾਂਬੇ ਦੇ ਸਿਰਾਂ ਵਾਲੇ ਸ਼ੇਰ ਖੜ੍ਹੇ ਸਨ। ਛੇਤੀ ਹੀ ਦੀਵਾ ਬੱਤੀ ਦਾ ਸਮਾਂ ਹੋਣ ਵਾਲਾ ਸੀ। ਸੱਜੇ ਪਾਸੇ ਜਾਣ ਵਾਲੇ ਰਸਤੇ ਉੱਤੇ ਸਿਪਾਹੀ ਰਾਤ ਲਈ ਮਸ਼ਾਲਾਂ ਤਿਆਰ ਕਰ ਰਹੇ ਸਨ। ਮਰਦਾਨੇ ਨੇ ਸਹਿਜ ਸੁਭਾ ਆਵਾਜ਼ ਮਾਰੀ :

"ਗਰਾਂਈ ਮੋਦੀਖਾਨਾ ਕਿਧਰ ਏ ?" ਇਕ ਸਿਪਾਹੀ ਨੇ ਉਹਦੇ ਵੱਲ ਗ਼ੌਰ ਨਾਲ ਵੇਖਿਆ।

"ਤੇਰੇ ਸਿਰ ਉੱਤੇ ਤਾਂ ਪਹਿਲਾਂ ਹੀ ਪੰਡ ਏ... ਤੂੰ ਮੋਦੀਖਾਨੇ ਕੀ ਕਰਨਾ ?"

"ਇਹ ਤਾਂ ਮੇਰੇ ਸਾਂਈ ਦੀ ਅਮਾਨਤ ਏ।"

"ਨਾਲੇ ਗਰਾਈਂ ਕਹਿੰਦਾਂ ਨਾਲੇ ਰਸਤਾ ਪੁੱਛਦਾਂ...?" ਇਕ ਸ਼ੱਕੀ ਨਜ਼ਰ ਨੇ ਉਹਦੇ ਵੱਲ ਘੂਰਿਆ; ਪਰ ਉਸ ਤੋਂ ਪਹਿਲਾਂ ਉਹੀ ਸਿਪਾਹੀ ਉਸਦੇ ਸਾਹਮਣੇ ਆਇਆ।

"ਸਾਂਈ ਤਾਂ ਚਿੱਲਾ ਕੱਟਦੇ ਹੁੰਦੇ ਨੇ... ਮੋਦੀਖਾਨੇ ਨਹੀਂ ਹੁੰਦੇ...?"

"ਪਰ ਮੇਰਾ ਸਾਂਈ ਮੋਦੀਖਾਨੇ ਦਾ ਚਿੱਲ੍ਹਾ ਕਟਾਉਂਦਾ...।"

"ਮੈਨੂੰ ਲੱਗਦਾ ਤੂੰ ਜੈਰਾਮ ਦੇ ਸਹੁਰਿਆਂ ਤੋਂ ਆਇਆਂ; ਉਥੋਂ ਦੇ ਲੋਕੀਂ ਹੀ ਬੜੀਆਂ ਔਖੀਆਂ ਔਖੀਆਂ ਗੱਲਾਂ ਕਰਦੇ ਨੇ...।" ਉਹਨੇ ਹੱਥ ਦੇ ਇਸ਼ਾਰੇ ਨਾਲ ਇਕ ਮੱਠ ਵਰਗੀ ਗੜ੍ਹੀ ਵੱਲ ਇਸ਼ਾਰਾ ਕੀਤਾ, ਜਿਸਦੇ ਸਾਹਮਣੇ ਕਾਫ਼ੀ ਸਾਰੇ ਲੋਕ ਖੜ੍ਹੇ ਦਿਸ ਰਹੇ ਸਨ। ਦਿਨ ਛਿਪ ਰਿਹਾ ਸੀ। ਧੁੱਪ ਨਾਲ ਤਪੇ ਤਾਂਬੇ ਦੇ ਸਿਰ ਛੇਤੀ ਹੀ ਠੰਢੇ ਹੋਣ ਵਾਲੇ ਸਨ।

ਚੌਰਾਹੇ ਦੀ ਨੁੱਕਰ ਤੇ ਅੱਜ ਰਬਾਬ ਵੱਜੀ। ਲੋਕ ਕਹਿ ਰਹੇ ਸਨ, ਵੱਡੇ ਗਮੰਤਰੀ ਦਾ ਤਲਵੰਡੀਓਂ ਚੇਲਾ ਆਇਆ। ਅੱਜ ਸੁਰਾਂ ਨੇ ਬੜੇ ਦਿਨਾਂ ਪਿਛੋਂ ਉਂਗਲਾਂ ਦੀ ਸੁਰਤ ਨੂੰ ਟੋਹਿਆ। ਪੂਰਾ ਪਿੰਡਾ ਨਵੇਂ ਸਿਰਿਉਂ ਵੱਜਣ ਦੀ ਤਿਆਰੀ ਵਿਚ ਜਾਪਿਆ। ਪਰ ਇਸ ਤੋਂ ਪਹਿਲਾਂ ਅੱਜ ਮਰਦਾਨੇ ਨੇ ਜੋ ਕਿਰਤ ਦਾ ਕੀਰਤਨ ਮੋਦੀਖਾਨੇ ਵਿਚ ਸੁਣਿਆ; ਹਾਲੇ ਉਸਦਾ ਸਰੂਰ ਹੀ ਨਹੀਂ ਸੀ ਉਤਰਿਆ। ਅੱਜ ਅੰਨ ਤੇ ਬੀਜਾਂ ਨੇ ਬਾਬੇ ਦੀ ਸੰਗਤ ਵਿਚ ਗਾਇਆ ਸੀ। ਉਹਦੇ ਵਰਗੇ ਮਰਾਸੀ ਨੇ ਕੀ ਗਾਉਣਾ ਸੀ ? ਅੱਜ ਉਹਨੇ ਤਕੜੀ ਦੇ ਪਲੜੇ ਦਾਨਿਆਂ ਨੂੰ ਸਿਜਦਾ ਕਰਦੇ ਵੇਖੇ ਸਨ। ਅੱਜ ਝੁਕਦੇ ਪਲੜਿਆਂ ਵਿਚ ਸਿਜਦੇ ਵਰਗੀ ਹਲੀਮੀ ਸੀ। ਬਾਬੇ ਦੀ ਮੁੱਠੀ ਵਿਚ ਦਾਨਿਆਂ ਦੀ ਕਿਸੇ ਲੇਖੇ ਲੱਗਣ ਦੀ ਤਾਂਘ ਸੀ। ਕਿਸੇ ਦੇ ਹੱਥਾਂ ਵਿਚ ਦਾਨਿਆਂ ਨੇ ਪਹਿਲੀ ਵਾਰ ਆਪਣੀ ਸੁਤੰਤਰਤਾ ਚੁਣੀ ਸੀ; ਬੀਜ ਬਣਨਾ ਹੈ ਜਾਂ ਅੰਨ ਬਣਨਾ ਹੈ ? ਅੱਜ ਅਨਾਜ ਤਕੜੀ ਦੇ ਪਲੜਿਆਂ ਵਿਚ ਮਾਂ ਦੀ ਗੋਦ ਵਾਂਗ ਬੈਠਾ ਸੀ। ਮੋਦੀਖਾਨੇ ਵਿਚ ਆਪੋ ਆਪਣੇ

ਆਸਣਾਂ ਵਿਚ ਬੈਠੇ ਅਨਾਜਾਂ ਵਿਚ ਇਕ ਚੌਂਕੜੀ ਬਾਬੇ ਦੀ ਵੀ ਸੀ। ਜਦੋਂ ਬਾਬੇ ਨੇ ਮਰਦਾਨੇ ਵੱਲ ਵੇਖਿਆ ਤਾਂ ਉਹਦੇ ਦੋਵੇਂ ਹੱਥਾਂ ਵਿਚ ਅਨਾਜ ਸੀ। ਮੋਦੀਖਾਨੇ ਦੀਆਂ ਚੱਲਦੀਆਂ ਧੁਨਾਂ ਵਿੱਚ ਹੀ ਇਕ ਧੁਨ ਹੋਰ ਸੁਣੀ ਸੀ :

"ਆ ਗਿਆਂ ਮਰਦਾਨਿਆਂ...।"

ਕਿਰਤਾਂ ਦੇ ਸਾਰੇ ਕੀਰਤਨ ਕਰ; ਬਾਬਾ ਹੁਣ ਮੌਨ ਦੇ ਕੀਰਤਨ ਵਿਚ ਚਲਿਆ ਗਿਆ ਸੀ। ਉਹਦੇ ਇਕ ਪਾਸੇ ਪੰਡੋਕਲੀ ਕੋਲ ਰਬਾਬ ਪਈ ਸੀ। ਦੂਜੇ ਪਾਸੇ ਮਰਦਾਨਾ ਤੇ ਮੈਲਸੀਂਹੇ ਦਾ ਭਗੀਰਥ ਬੈਠੇ ਸਨ। ਭਗੀਰਥ ਬੈਠਾ ਵੇਖ ਕੇ ਯਾਦ ਆਇਆ; ਉਹ ਸ਼ਾਮੇ ਪੰਡਿਤ ਤੇ ਮੂਲ ਚੰਦ ਵਾਲੀ ਗੱਲ ਪੁੱਛਣੀ ਹੀ ਭੁੱਲ ਗਿਆ ਸੀ। (ਕਿਤੇ ਮੂਲ ਚੰਦ ਨੇ ਬਾਬੇ ਨੂੰ ਉੱਚਾ ਨੀਵਾਂ ਤਾਂ ਨੀ ਬੋਲਿਆ ?) ਹੁਣ ਇਹ ਗੱਲ ਬੀਤੇ ਦੀ ਪੱਤਝੜ ਵਾਂਗ ਜਾਪ ਰਹੀ ਸੀ। ਉਹ ਤਾਂ ਹੁਣ ਸੁਲਤਾਨਪੁਰ ਦੀਆਂ ਸੁਲਤਾਨੀਆਂ ਵਿਚ ਘੁੰਮ ਰਿਹਾ ਸੀ। ਪੱਤਝੜ ਦੇ ਪੱਤਿਆਂ ਨੇ ਕਦੋਂ ਦਾ ਆਪਣੇ ਆਪ ਨੂੰ ਹਵਾ ਦੇ ਹਵਾਲੇ ਕਰ ਆਪਣੀ ਜਗ੍ਹਾ ਬਦਲ ਲਈ ਸੀ।

ਅੱਜਕਲ੍ਹ ਮੋਦੀਖਾਨੇ ਅੱਗਿਉਂ ਵਾਰ ਵਾਰ ਲੰਘਣ ਨੂੰ ਜੀਅ ਕਰਦਾ...। (ਪਹਿਲਾਂ ਅਜਿਹੀ ਜਗ੍ਹਾ ਪੱਕੀ ਥਾਂ ਵਰਗੀ ਜਾਪਦੀ ਸੀ) ਦਿਨ ਵਿਚ ਕਈ ਵਾਰ ਲੰਘਣਾ ਉਹਨੂੰ ਕਿਸੇ ਰਿਆਜ਼ ਵਾਂਗ ਜਾਪਦਾ; ਜਿਵੇਂ ਕਿਸੇ 'ਬੰਦਿਸ਼' ਦੀ ਗਹਿਰਾਈ ਵਿਚ ਉਹ ਸੁਰ ਪਿਆ ਹੈ ਜਿਹੜਾ ਹਮੇਸ਼ਾ ਆਜ਼ਾਦ ਰਹਿੰਦਾ ਹੈ। ਹੁਣ ਤਾਂ ਇਸ ਰਾਹ ਦੇ ਘਰਾਂ ਵਾਲੇ ਵੀ ਉਹਨੂੰ ਪਛਾਣਦੇ ਸਨ। ਕੋਈ ਉਹਨੂੰ ਵੱਡੇ ਸਾਂਈ ਦਾ 'ਸੇਵਕ' ਕਹਿੰਦਾ, ਕੋਈ ਤਲਵੰਡੀ ਦਾ ਮਰਾਸੀ ਕਹਿੰਦਾ। ਇਸ ਰਾਹ ਦੇ ਸੁਣੇ ਸ਼ਬਦ ਕਦੇ ਸੁਰ ਤੋਂ ਬਾਹਰ ਜਾਂਦੇ ਨਹੀਂ ਜਾਪਦੇ। ਸਾਹਮਣੇ ਵੱਡੀਆਂ ਵੱਡੀਆਂ ਹਵੇਲੀਆਂ ਦੇ ਉੱਚੇ ਉੱਚੇ ਬੁਰਜ ਦਿਸਦੇ ਸਨ, ਸਜੇ ਹੋਏ ਰਥਾਂ ਅੱਗੇ ਫਿਰਦੇ ਅਹਿਲਕਾਰ ਸਨ। ਪਰ ਮੋਦੀਖਾਨਾ ਤਾਂ ਅੱਜ ਕਲ ਬਾਬੇ ਦੇ ਸੁਭਾਅ ਵਿਚ ਸੀ। ਜਿਸ ਤਰ੍ਹਾਂ ਸਿਰਾਂ ਤੇ ਪੰਡਾਂ ਚੁੱਕੀਂ ਪ੍ਰਸੰਨ ਚੇਹਰੇ ਅੰਦਰੋਂ ਨਿਕਲਦੇ ਸਨ; ਅੰਦਰ ਇਕ ਸਮੂਹਕ ਖੇਡ ਚੱਲਦੀ ਜਾਪਦੀ। ਸਿਰਾਂ ਉੱਤੇ ਸਵਾਰ ਅੰਨ ਤਾਂ ਉਹਨੇ ਹਮੇਸ਼ਾ ਹੀ ਵੇਖਿਆ ਸੀ; ਪਰ ਉਹ ਕੁਝ ਪਲਾਂ ਦਾ ਸਿਰ ਉੱਤੇ ਟਿਕਿਆ ਅਹਿਸਾਸ ਬਹੁਤ ਉਦਾਸ ਹੁੰਦਾ ਸੀ। ਪਰ ਇਥੇ ਅੰਨ ਤੇ ਤਨ ਆਪੋ ਆਪਣੀਆਂ ਧੁਨਾਂ ਦੀ ਪਛਾਣ ਵਿਚ ਮਗਨ ਸਨ। ਜਿਸ ਤਰ੍ਹਾਂ ਦਾਣਾ ਮਿੱਟੀ ਦੇ ਗਲੇ 'ਚੋਂ ਕੋਮਲ ਹੋਕੇ ਬਾਹਰ ਆਉਂਦਾ ਹੈ; ਫਿਰ ਆਪਣੀ ਝਲਕ ਨੀਲੇ ਅਸਮਾਨ ਨੂੰ ਵਿਖਾਉਂਦਾ ਹੈ; ਮਿੱਟੀ ਦੀ ਇਜਾਜ਼ਤ ਜੜ੍ਹਾਂ ਨੂੰ ਸਾਂਭਦੀ ਹੈ। ਇਹ ਸਭ ਸੰਗੀਤ ਹੀ ਤਾਂ ਹੈ। ਇਹ ਸਭ ਕੁਝ ਵੇਖਦੇ ਹੀ ਮਰਦਾਨੇ ਨੂੰ ਜਾਪਦਾ ਕਿ ਜਦੋਂ ਧੁਨਾਂ ਨਹੀਂ ਸੁਣਦੀਆਂ ਉਦੋਂ ਉਹ ਕਿਸੇ ਕੋਮਲ ਪੁੰਗਰਦੇ ਦਾਣੇ ਨੂੰ ਨਿਹਾਰਦੀਆਂ ਹੋਣਗੀਆਂ। ਇਹ ਧੁਨਾਂ ਦੀ ਸਭ ਤੋਂ ਪਵਿੱਤਰ ਆਰਾਮਗਾਹ ਹੋਵੇਗੀ। ਮੋਦੀਖਾਨੇ ਵਿਚ ਅੱਜ ਕਲ ਅਜਿਹੇ ਹੀ ਸਮੂਹਾਂ ਦਾ ਰਿਆਜ਼ ਬਾਬੇ ਦੀ ਦੇਖ ਰੇਖ ਵਿਚ ਚੱਲ ਰਿਹਾ ਸੀ।

ਸਮਾਂ ਛਿਣ ਤੋਂ ਵੱਡਾ ਹੋਇਆ ਹੀ ਨਹੀਂ ਸੀ; ਪਰ ਵਾਪਰਿਆ ਏਨਾਂ ਕੁਝ ਸੀ ਕਿ ਯਾਦ ਕਰਨ ਲਈ ਪੂਰਾ ਦਿਨ ਚਾਹੀਦਾ ਸੀ। ਅੱਜ ਅਜ਼ਾਨ ਤੋਂ ਪਹਿਲਾਂ ਭਗੀਰਥ ਨੇ

ਦੱਸਿਆ : "ਬਾਬਾ ਵੇਂਈ ਨਦੀ ਵਿਚ ਉਤਰਿਆ ਮੁੜਕੇ ਨਹੀਂ ਦਿਸਿਆ।" ਬੀਬੀ ਨਾਨਕੀ ਦੇ ਭਰੋਸੇ ਵਾਲੇ ਅੱਥਰੂਆਂ ਵੱਲ ਵੇਖਿਆ ਨਹੀਂ ਸੀ ਜਾਂਦਾ। ਸੁਲੱਖਣੀ ਉਹਦਾ ਮੋਢਾ ਨਹੀਂ ਸੀ ਛੱਡ ਰਹੀ। ਸਿਰੀ ਚੰਦ ਤੇ ਲਖਮੀ ਦਾਸ ਚੁੱਪਚਾਪ ਵੇਖ ਰਹੇ ਸਨ। ਜੈਰਾਮ ਨੇ ਤਲਵੰਡੀ ਵੱਲ ਸੁਨੇਹਾ ਭੇਜ ਦਿੱਤਾ ਸੀ। ਭਗੀਰਥ ਵੇਹੜੇ ਦੇ ਪੱਛਮ ਵੱਲ ਖੂਹ ਦੀ ਮਣ ਤੇ ਢਾਸਣਾ ਲਾ ਕੇ ਬੈਠ ਗਿਆ ਸੀ। ਹਿੱਲ ਗਏ ਸਿਦਕਾਂ ਨੂੰ ਘੁੰਮਣ-ਘੇਰੀਆਂ ਆਉਣ ਲੱਗੀਆਂ। ਵੇਹੜਾ ਹੌਲੀ ਹੌਲੀ ਆਮ ਲੋਕਾਂ ਨਾਲ ਭਰਨਾ ਸ਼ੁਰੂ ਹੋ ਗਿਆ ਸੀ। ਮਰਦਾਨਾ ਨਾਨਕੀ ਦੇ ਘਰੋਂ ਬਾਹਰ ਨਿਕਲਿਆ ਤਾਂ ਮੰਦਰ 'ਚੋਂ ਧੀਮੀ ਆਰਤੀ ਦੀ ਆਵਾਜ਼ ਆ ਰਹੀ ਸੀ। ਸੰਤਾਂ ਵਾਂਗ ਬੈਠੀਆਂ ਮੂਰਤੀਆਂ ਬੁੱਤਾਂ ਵਾਂਗ ਖੜ੍ਹੇ ਲੋਕਾਂ ਨੂੰ ਵੇਖ ਰਹੀਆਂ ਸਨ। ਉਹਨੇ ਮੋਦੀਖਾਨੇ ਦੇ ਸਾਹਮਣੇ ਜਾਕੇ ਇਕ 'ਤਾਨ' ਛੇੜੀ। ਫਿਰ ਲੋਕਾਂ ਦੇ ਸਬਰ 'ਚੋਂ ਖਿੰਡੇ ਦਾਣਿਆਂ ਨੂੰ ਚੁਗਦੇ ਪੰਛੀਆਂ ਨੂੰ ਵੇਖਣ ਲਈ ਰੁਕ ਗਿਆ। ਮੋਦੀਖਾਨਾ ਤਾਂ ਅੱਜ ਵੀ ਆਪਣੀ ਗੁਲਜ਼ਾਰ ਵਿਚ ਸੀ। ਚੁਗਦੇ ਪੰਛੀ ਵੀ ਸਜਿੰਦਿਆਂ ਵਾਂਗ ਝੂਮ ਰਹੇ ਸਨ। ਉਹ ਕਦਮਾਂ ਦੀ ਬਰਕਤ ਲੈ ਵੇਈਂ ਨਦੀ ਵੱਲ ਚਲ ਪਿਆ। ਅੱਜ ਦਿਨ ਦੀਆਂ ਸਾਰੀਆਂ ਨਮਾਜ਼ਾਂ ਉਸ ਜਗ੍ਹਾ ਅਦਾ ਕੀਤੀਆਂ; ਜਿਥੋਂ ਬਾਬਾ ਨਦੀ ਵਿੱਚ ਉਤਰਿਆ ਸੀ। ਨਮਾਜ਼ਾਂ ਨਾਲ ਉਸ ਜਗ੍ਹਾ ਕਲ-ਕਲ ਵਗਦਾ ਪਾਣੀ ਵੀ ਦਿਸਦਾ ਰਿਹਾ। ਇਹ ਪਾਣੀ ਨਹੀਂ ਕੋਈ ਤਰਲ ਆਸਣ ਸੀ ਜੋ ਸਮਤਲ ਹੋਣ ਦੀ ਤਾਜ਼ਗੀ ਵਿਚ ਵਹਿ ਰਿਹਾ ਸੀ। ਉਹਨੇ ਤੁਰ ਤੁਰ ਕੇ ਅਜਿਹੇ ਵਹਿੰਦੇ ਪਾਣੀ ਨਾਲ ਰਬਾਬ ਵਜਾਈ। ਦੂਜੇ ਪਾਸੇ ਵੀ ਧੁਨਾਂ ਸਨ; ਵਗਦੇ ਪਾਣੀ ਨੇ ਉਹਨੂੰ ਉਦਾਸ ਨਹੀਂ ਹੋਣ ਦਿੱਤਾ। ਸਾਜ਼ ਤੇ ਲਹਿਰਾਂ ਦਾ ਇਕ ਸੰਗਮ ਬਣ ਗਿਆ ਸੀ : "ਅਸੀਂ ਵੈਰਾਗ ਨੂੰ ਉਦਾਸ ਨਹੀਂ ਹੋਣ ਦੇਣਾ।"

ਰਾਤ ਹਾਲੇ ਸੱਜਰੀ ਸੀ; ਹੁਣੇ ਹਨੇਰਾ ਉਤਰਿਆ ਸੀ। ਤਾਰੇ ਲਿਸ਼ਕਦੇ ਦਿਸਦੇ; ਚੰਨ ਨੇ ਹਾਲੇ ਚੜ੍ਹਨਾ ਸੀ। ਇਨ੍ਹਾਂ ਤਾਰਿਆਂ ਦੀਆਂ ਪਿਛਲੀਆਂ ਕਤਾਰਾਂ ਨੇ ਤਲਵੰਡੀ ਦੇ ਸਿਰ ਉੱਪਰੋਂ ਵੀ ਲੰਘਣਾ ਸੀ। ਸਾਹਮਣੇ ਦੌਲਤ ਖਾਂ ਦੀ ਹਵੇਲੀ ਦੀ ਸਿੱਧੀ ਕੰਧ ਤੇ ਲਿਖੀਆਂ ਆਇਤਾਂ ਸਾਹਮਣੇ ਮਸਾਲਚੀ ਖੜ੍ਹਾ ਸੀ। ਫਿਰ ਮਰਦਾਨੇ ਨੂੰ ਰਾਏ ਬੁਲਾਰ ਦੇ ਦੋਵੇਂ ਪਾਸਿਉਂ ਝੁਕੇ ਹੋਏ ਡਾਟ ਤੇ ਲਿਖੀਆਂ ਆਇਤਾਂ ਯਾਦ ਆਈਆਂ। ਕੰਧਾਂ ਸਿਜਦੇ ਵਿਚ ਡਾਟ ਬਣ ਜਾਂਦੀਆਂ ਨੇ ? ਸਾਹਮਣੇ ਮਸ਼ਾਲਚੀ ਦੇ ਹੱਥ ਵਾਲੇ ਹਥਿਆਰ ਦਾ ਪਰਛਾਵਾਂ ਲੰਬਾ ਹੋ ਕੇ ਉਸੇ ਕੰਧ 'ਤੇ ਪੈਂਦਾ। ਕਦੇ ਕਦੇ ਪਿਛੋਂ ਕਿਸੇ ਵੱਡੇ ਅਹਿਲਕਾਰ ਦੀ ਆਵਾਜ਼ ਸੁਣਦੀ। ਅੱਖ ਲੱਗੀ ਤਾਂ ਮਾਤਾ ਤ੍ਰਿਪਤਾ ਦੀ ਆਵਾਜ਼ ਸੁਣੀ :

"ਜਾਹ ਨੀ ਦੌਲਤਾਂ ਰਾਤ ਹੋ ਗਈ ਏ... ਨਾਨਕ ਨਹੀਂ ਆਇਆ।"

ਉਹਨੇ ਉੱਠ ਕੇ ਵੇਖਿਆ; ਇਹ ਤਾਂ ਬੀਬੀ ਨਾਨਕੀ ਦਾ ਘਰ ਸੀ। ਕੋਲ ਹੀ ਭਗੀਰਥ ਜਾਗਦਾ ਪਿਆ ਸੀ। ਉਹ ਆਪਣੀ ਹੀ ਕੋਈ ਗੱਲ ਸ਼ੁਰੂ ਕਰ ਦੇਂਦਾ; ਬਿਲਕੁਲ ਇਹੋ ਜਹੀ ਗੱਲ ਜਿਸਦਾ ਸੱਚਮੁਚ ਉਸੇ ਸਮੇਂ ਨਾਲ ਸੰਬੰਧ ਹੁੰਦਾ। ਫਿਰ ਉਹ ਲੰਬਾ ਸਾਹ ਭਰਕੇ ਬੋਲਿਆ : "ਅਸੀਂ ਬਾਬੇ ਦੀ ਯਾਦ ਨਾਲ ਇਸ ਤਰ੍ਹਾਂ ਨਹੀਂ ਕਰ ਸਕਦੇ ਮਰਦਾਨਿਆ...।"

ਉੱਠ ਕੇ ਮਰਦਾਨਾ ਬਾਹਰ ਆਇਆ; ਅਸਮਾਨ ਵੱਲ ਨਜ਼ਰ ਚੁੱਕੀ। ਨੀਵੀਆਂ ਤੋਂ ਨੀਵੀਆਂ ਡੂੰਘਾਣਾਂ ਵੱਲ ਵੀ ਤਾਰੇ ਸਨ; ਇਹ ਅਸਮਾਨ ਦੀ ਮਰਜ਼ੀ ਸੀ ਕਿਸ ਨੂੰ ਕਿਥੇ ਜਗ੍ਹਾ ਦੇਣੀ ਹੈ...। ਮੋਦੀਖਾਨੇ ਦੇ ਪਿਛਵਾੜਿਉਂ ਪਿੰਜੇ ਦੀ ਟੁਣਕਾਰ ਸੁਣ ਰਹੀ ਸੀ। ਇਹ ਪਿੰਜਿਆਂ ਦੀ ਤਾਰ ਦਾ ਵੀ ਬੜਾ ਰਿਆਜ਼ ਏ; ਇਹਦਾ ਗਲਾ ਨਹੀਂ ਬੈਠਦਾ। ਸ਼ਾਇਦ ਰਿਆਜ਼ ਨਾਲ ਇਹ ਕਿਰਤ ਵੀ ਕਰਦੀ ਹੈ।

ਅੱਜ ਤੀਜਾ ਦਿਨ ਸੀ। ਅਸਮਾਨ ਵਿਚ ਫੈਲਿਆ ਮੈਲਾ ਪ੍ਰਵਾਹ ਛੇਤੀ ਹੀ ਹਰਕਤ ਵਿਚ ਆਉਣ ਵਾਲਾ ਸੀ। ਅਜੇ ਇਹ ਪਤਾ ਨਹੀਂ ਸੀ ਲੱਗ ਰਿਹਾ ਕਿ ਛੱਟਕ ਕੇ ਮੀਂਹ ਆਵੇਗਾ ਜਾਂ ਇਹ ਪੂਰੇ ਦਾ ਪੂਰਾ ਗੁਬਾਰ ਦਾ ਹੀ ਉਭਾਰ ਸੀ। ਪਰ ਛੇਤੀ ਹੀ ਹਨੇਰੀ ਆਉਣ ਵਾਲੀ ਸੀ। ਅਸਮਾਨੀ ਗੁਬਾਰ ਵਿਚ ਕਿਤੇ ਕਿਤੇ ਡੂੰਘੀ ਖੁੱਭੀ ਹੋਈ ਰੋਸ਼ਨੀ ਦਿਸਦੀ। ਸੁਲਤਾਨਪੁਰ ਸਿਖ਼ਰ ਦੁਪਹਿਰੇ ਅਨੋਖੇ ਮੂੰਹ ਹਨੇਰੇ ਦਾ ਸਾਹਮਣਾ ਕਰ ਰਿਹਾ ਸੀ। ਉੱਪਰ ਕੋਈ ਪੰਛੀ ਵੀ ਨਹੀਂ ਸੀ ਉੱਡ ਰਿਹਾ। ਉਨ੍ਹਾਂ ਕੋਲ ਸ਼ਾਇਦ ਹਨੇਰੀ ਦੇ ਸੰਦੇਸ਼ ਪਹਿਲਾਂ ਆ ਚੁੱਕੇ ਸਨ। ਸਿਰਫ਼ ਮਰਦਾਨਾ ਫਕੀਰ 'ਅੱਲਾ ਦਿੱਤਾ' ਦੀ ਕੁਟੀਆ ਪਾਰ ਕਰਕੇ ਵੇਈਂ ਨਦੀ ਦੇ ਕੰਢੇ, ਇਕ ਖੇਤ ਵਿਚ ਖੜ੍ਹੇ ਡਰਨੇ ਦੇ ਪੈਰਾਂ ਵਿਚ ਚੁਗ ਰਹੇ ਪੰਛੀ ਵੱਲ ਵੇਖ ਰਿਹਾ ਸੀ। ਇਹ ਪੰਛੀ ਵੀ ਅਜੀਬ ਸੀ; ਨਾ ਡਰਨੇ ਤੋਂ ਡਰ ਰਿਹਾ ਸੀ ਨਾ ਆਉਣ ਵਾਲੀ ਹਨੇਰੀ ਤੋਂ...। ਉਸ ਡਰਨੇ ਦੇ ਪੈਰਾਂ ਥੱਲੇ ਚੁਗਦੇ ਪੰਛੀ ਕੋਲ ਵੀ ਕੋਈ ਗੁਰ ਸੀ; ਹਨੇਰੀ ਆਈ ਤਾਂ ਡਰਨੇ ਨੇ ਓਟ ਬਣ ਜਾਣਾ ਸੀ। ਦਰੱਖਤਾਂ ਉੱਪਰ ਬੈਠੇ ਪੰਛੀ ਹਵਾ ਨਾਲ ਹਿਲਦੇ ਡਰਨੇ ਤੋਂ ਹੋਰ ਦਹਿਲਦੇ ਤੇ ਇਸ ਅਜਨਬੀ ਪੰਛੀ ਨੂੰ ਨਸੀਹਤਾਂ ਦੇਣ ਬਾਰੇ ਸੋਚਦੇ। ਕਦੇ ਕਦੇ ਤੇਜ਼ ਬੁੱਲ੍ਹਿਆਂ ਨਾਲ ਹਵਾ ਵਿਚ ਓਪਰੀ ਜਹੀ ਆਵਾਜ਼ ਸੁਣਦੀ ਤਾਂ ਪੰਛੀ ਪਰਾਂ ਵਿਚ ਸਿਰ ਲੁਕੋ ਲੈਂਦੇ। ਹਵਾ ਆਪਣਾ ਅੰਦਰਲਾ ਖੜਾਕਾ ਕਿਤੇ ਪਿਛੋਂ ਲੈ ਕੇ ਆਈ ਸੀ ਜੋ ਹੌਲੀ ਹੌਲੀ ਹਵਾ ਨੇ ਆਪਣੇ ਵਿਚ ਹੀ ਸਮਾ ਲੈਣਾ ਸੀ। ਇਹ ਅਨੁਭਵ ਵੀ ਸ਼ਾਇਦ ਇਸ ਪੰਛੀ ਕੋਲ ਸੀ। ਠੀਕ ਅਜਿਹੇ ਵੇਲੇ ਆਖ਼ਰੀ ਵਾਰ ਸੰਤਰੇਣ ਦਿਸਿਆ। ਵੇਈਂ ਕੰਢੇ ਉਹ ਆਪਣੀ ਤੋਰ ਵਿਚ ਝੂਮਦਾ ਉਸ ਜਗ੍ਹਾ ਆਕੇ ਰੁਕਿਆ ਜਿਥੋਂ ਕਹਿੰਦੇ ਸਨ; ਬਾਬਾ ਪਾਣੀ ਵਿਚ ਉਤਰਿਆ। ਅੱਖ ਦੇ ਝਮੱਕੇ ਵਿਚ ਉਹਦੀ ਨਜ਼ਰ ਮਰਦਾਨੇ ਨਾਲ ਮਿਲੀ :

"ਫੁੱਲਾਂ ਨੂੰ ਜੜ੍ਹਾਂ ਨਹੀਂ ਹੁੰਦੀਆਂ... ਉਹ ਤਾਂ ਜੜ੍ਹਾਂ ਦੇ ਸੁਨੇਹੇ ਹੁੰਦੇ ਨੇ...।" ਉਹ ਝੂਮ ਝੂਮ ਕਦਮ ਰੱਖਦਾ; ਵਗਦੇ ਪਾਣੀ ਵੱਲ ਵੇਖਦਾ; ਵਹਿਣ ਦੇ ਨਾਲ ਤੁਰਦਾ ਅਲੋਪ ਹੋ ਗਿਆ। ਮਰਦਾਨਾ ਰਬਾਬ ਸਮੇਤ ਉੱਥੇ ਹੀ ਖੜ੍ਹਾ ਰਿਹਾ। ਉਸ ਦਿਨ ਕਬਰਾਂ ਵਿਚ ਵੀ ਇਹਨੇ ਕਿਹਾ ਸੀ : "ਵੈਰਾਗ ਪੀਰਾਂ ਦੇ ਖੰਭ ਹੁੰਦੇ ਨੇ...।"

"ਕਿਤੇ ਇਹਨੂੰ ਖੰਭ ਤਾਂ ਨਹੀਂ ਲੱਗ ਗਏ...?" ਆਪਣੇ ਆਪ ਨੂੰ ਛੋਹ ਕੇ ਵੇਖਿਆ; ਦੇਹ ਦੀ ਏਨੀ ਜਾਣਕਾਰੀ ਹੀ ਬਹੁਤ ਸੀ।

ਸ਼ਾਮ ਦੇ ਪਰਛਾਵਿਆਂ ਨਾਲ ਹੀ ਮੀਂਹ ਉਤਰ ਪਿਆ ਸੀ। ਪਹਿਲੇ ਤੇਜ਼ ਬੁੱਲ੍ਹਿਆਂ ਨੇ ਕਣੀਆਂ ਨੂੰ ਆਪਣੀ ਮਰਜ਼ੀ ਨਾਲ ਧਰਤੀ ਉੱਤੇ ਨਾ ਡਿਗਣ ਦਿੱਤਾ। ਫਿਰ ਹਵਾ ਤੇ ਬੱਦਲ ਵਿਚ ਜਿਵੇਂ ਸੁਲ੍ਹਾ ਹੋ ਗਈ। ਪੂਰਾ ਅਸਮਾਨ ਇਕਸਾਰ ਤੁਰਦਾ ਦਿਸਿਆ।

ਹਵਾ ਦੀ ਚਾਲ ਵੀ ਸਾਦੀ ਤੇ ਬੱਦਲ ਦਾ ਲਹਿਜ਼ਾ ਵੀ ਆਗਿਆਕਾਰੀ ਹੋ ਗਿਆ ਸੀ। ਫਿਰ ਬੱਦਲ ਵੀ ਰਾਹੀਆਂ ਵਾਂਗ ਆਪੋ ਆਪਣੇ ਰਾਹ ਤੁਰ ਗਏ। ਅਸਮਾਨ ਦਾ ਸੁੰਨਾ ਸੁਭਾਅ ਅਸਮਾਨੀ ਹੋ ਗਿਆ। ਅਜਿਹੇ ਵੇਲੇ ਬਾਬਾ ਸੁਲਤਾਨਪੁਰ ਮੁੜ ਨਜ਼ਰੀਂ ਪਿਆ। ਨਾਨਕੀ ਦੇ ਵੇਹੜੇ ਦੇ ਪੱਛਮ ਵੱਲ ਖੂਹ ਸਾਹਮਣੇ ਇਕ ਪੁਰਾਣਾ ਬਿਰਧ ਬਰੋਟਾ ਖੜ੍ਹਾ ਸੀ। ਬਰੋਟੇ ਉੱਪਰੋਂ ਝੁਕੀਆਂ ਜੜ੍ਹਾਂ ਮੁੜ ਧਰਤੀ ਨੂੰ ਜਿਥੇ ਸੀਸ ਨਿਵਾਉਂਦੀਆਂ; ਉਨ੍ਹਾਂ ਜੜ੍ਹਾਂ ਦਾ ਢਾਸਣਾ ਲਾ ਮਰਦਾਨਾ ਚੁੱਪਚਾਪ ਬੈਠਾ ਸੀ। ਦੋ ਵਾਰ ਭਗੀਰਥ ਵੀ ਕੋਲੋਂ ਲੰਘਿਆ। ਅੱਜ ਸਵੇਰ ਤੋਂ ਉਹਦੇ ਕੋਲ ਕਹਿਣ ਲਈ ਇਕ ਹੀ ਵਾਕ ਸੀ : "ਹਰ ਰੋਜ਼ ਦੀਵੇ ਦੀ ਬੱਤੀ ਚੁੱਕਣੀ ਪੈਂਦੀ ਏ...।" ਸਿਰ ਉੱਪਰ ਇਕ ਪੰਛੀ ਬੋਲਿਆ। ਸਾਹਮਣੇ ਵੇਖਿਆ ਤਾਂ ਸਾਂਈ ਆ ਰਿਹਾ ਸੀ। ਬਹੁਤ ਸਾਰੇ ਲੋਕ ਪੈਰਾਂ ਵੱਲ ਝੁੱਕਦੇ ਪਰ ਉਹ ਅੱਧ ਵਿਚਕਾਰ ਹੀ ਰੋਕ ਦੇਂਦਾ। ਮਰਦਾਨੇ ਤੋਂ ਨਾ ਹੀ ਉੱਠ ਹੋ ਰਿਹਾ ਸੀ ਤੇ ਨਾ ਹੀ ਰਬਾਬ ਚੁੱਕ ਹੋ ਰਹੀ ਸੀ। ਜਿਵੇਂ ਮਾਂ ਦੀ ਗੋਦੀ ਵਿਚ ਬੱਚਾ ਰੋ ਕੇ ਵਾਪਸ ਪ੍ਰੇਮ ਵੱਲ ਮੁੜਦਾ ਹੈ; ਅਜਿਹਾ ਹੀ ਆਪਣੇ ਹੰਝੂਆਂ ਤੋਂ ਜਾਪਿਆ। ਬੀਬੀ ਨਾਨਕੀ ਦੇਹਲੀ ਉੱਤੇ ਪਹੁੰਚੀ; ਉਹਨੂੰ ਵੇਖ ਕੇ ਉੱਠਣ ਨੂੰ ਜੀਅ ਕੀਤਾ।

"ਵੀਰ ਆ ਗਿਆ ਏ... ਮਰਦਾਨਿਆ...।" ਇਹ ਰਬਾਬ ਨਾਲੋਂ ਵੀ ਸੁਰੀਲੇ ਬੋਲ ਸਨ। ਛੇਤੀ ਹੀ ਬੀਬੀ ਦੇ ਘਰ ਰੌਣਕ ਲੱਗ ਗਈ ਸੀ। ਜੈਰਾਮ ਨੇ ਹਵਨ ਸ਼ੁਰੂ ਕਰਾਇਆ। ਹਵਨ ਤੋਂ ਬਾਅਦ ਕੱਚੀ ਲੱਸੀ ਦੀ ਧਾਰ ਪਿੰਡ ਚੁਫੇਰੇ ਫੇਰੀ ਗਈ। ਭਗੀਰਥ ਤੇ ਮਨਮੁੱਖ ਮਿੱਠੀਆਂ ਸਲੂਣੀਆਂ ਬੱਕਲੀਆਂ ਵੰਡ ਰਹੇ ਸਨ। ਨਾਨਕੀ ਮੁੱਠੀਆਂ ਭਰ ਸ਼ੱਕਰ ਵੰਡਦੀ; ਕਦੇ ਕਦੇ ਸੁਲੱਖਣੀ ਨੂੰ ਥਾਲ ਫੜਾ ਵੰਡਣ ਲਈ ਕਹਿੰਦੀ। ਪਰ ਨਾਨਕ ਚੁੱਪ ਸੀ। ਅੱਠ ਪਹਿਰ ਲੰਘ ਚੁੱਕੇ ਸਨ; ਮਰਦਾਨਾ ਚੁੱਪਚਾਪ ਰਬਾਬ ਲੈ ਕੇ ਕੋਲ ਬੈਠਾ ਰਿਹਾ। ਸੁਣ ਸੁਣ ਦੂਰ ਦੂਰ ਤੋਂ ਲੋਕੀਂ ਆ ਰਹੇ ਸਨ। ਹਜ਼ਾਰਾਂ ਮੰਨਤਾਂ ਲਈ ਸੁਆਲ ਜਵਾਬ ਕੀਤੇ ਗਏ। ਪਰ ਨਾ ਬੀਬੀ ਨਾਨਕੀ ਤੇ ਨਾ ਹੀ ਮਰਦਾਨੇ ਨੇ ਕੋਈ ਸੁਆਲ ਕੀਤਾ। ਅਜਿਹੇ ਵੇਲੇ ਉਹਦੇ ਮੁੱਖ ਵੱਲ ਸਿਰਫ਼ ਵੇਖਿਆ ਹੀ ਜਾ ਸਕਦਾ ਸੀ। ਕੁਝ ਪੁੱਛਣ ਦੀ ਨਜ਼ਰ ਇਜ਼ਾਜਤ ਨਹੀਂ ਸੀ ਦੇਂਦੀ। ਪਲਾਂ ਨੇ ਆਪਣੀ ਛੋਟੀ ਤੋਂ ਛੋਟੀ ਇਕਾਈ ਵੀ ਨਜ਼ਰ ਨੂੰ ਸੌਂਪ ਦਿੱਤੀ ਸੀ। ਇਹ ਇਕ ਅਨੋਖੀ ਜਾਣ ਪਛਾਣ ਦੀ ਸ਼ੁਰੂਆਤ ਸੀ।

ਬਾਬੇ ਨੇ ਆਪਣਾ ਪੁਰਾਣਾ ਪਹਿਰਾਵਾ ਉਤਾਰ ਭਗਵਾਂ ਪਾ ਲਿਆ ਸੀ। ਉਹ ਮੁੜਕੇ ਮੋਦੀਖਾਨੇ ਵੀ ਨਹੀਂ ਗਿਆ। ਅੱਠ ਪਹਿਰੀ ਚੁੱਪ ਤੋਂ ਬਾਅਦ ਉਹਨੇ ਬਾਹਰ ਨਿਕਲ ਆਪਣੀ ਚੁੱਪ ਤੋੜੀ : "ਨਾ ਕੋਈ ਹਿੰਦੂ ਨਾ ਮੁਸਲਮਾਨ...।" ਇਕ ਮੁਸਲਮਾਨੀ ਨਗਰ ਵਿਚ ਇਹ ਕਹਿਣਾ ਖ਼ਤਰੇ ਤੋਂ ਖ਼ਾਲੀ ਨਹੀਂ ਸੀ। ਚੁਫੇਰੇ ਅਜੀਬ ਕਿਸਮ ਦੀਆਂ ਬਦਾਮੀ ਅੱਖਾਂ ਘੂਰ ਰਹੀਆਂ ਸਨ। ਭਗੀਰਥ ਤੇ ਮਨਸੁਖ ਵਾਰ ਵਾਰ ਮਰਦਾਨੇ ਕੋਲ ਆ ਕੇ ਸੂਹਾਂ ਦੇਂਦੇ। ਲੋਧੀਆਂ ਦੀਆਂ ਅੱਖਾਂ ਵਿਚ ਤਾਂ ਪਹਿਲਾਂ ਹੀ ਇਹ ਸੁਆਲ ਸੁੱਜੇ ਪਏ ਸਨ। ਉਨ੍ਹਾਂ ਨੂੰ ਇਹ ਵੀ ਭੁਲੇਖਾ ਸੀ ਕਿ ਅਜਿਹੇ ਵੇਲੇ ਗੁੱਸੇ ਵਿਚ ਕਾਜ਼ੀ ਨੇਕ ਹੋ ਜਾਂਦੇ ਨੇ। ਉਨ੍ਹਾਂ ਦੀ ਪੁੱਛਣ ਦੀ ਵਿਧੀ ਬਹਿਸ ਵਰਗੀ ਸੁਣਦੀ। ਛੇਤੀ ਹੀ ਕੁਝ ਵਾਪਰਨ ਵਾਲਾ ਦਿਸ ਰਿਹਾ ਸੀ। ਅੱਜ ਵੱਡੇ ਲੋਧੀ ਨੇ ਬੁਲਾਵਾ ਵੀ ਭੇਜਿਆ ਸੀ। ਕਾਜ਼ੀ ਨੇ

ਬਾਬੇ ਅੱਗੇ ਸੁਆਲਾਂ ਦੇ ਅੰਬਾਰ ਲਾ ਦਿੱਤੇ ਸਨ। ਪਰ ਬਾਬੇ ਦੇ ਨਿਮਰ ਉੱਤਰਾਂ ਅੱਗੇ ਉਹ ਆਪਣੇ ਆਪ ਨੂੰ ਗੁੱਸਾ ਚੜ੍ਹਾਉਣ ਵਿਚ ਸਫ਼ਲ ਨਾ ਹੋਇਆ। ਭਗੀਰਥ ਦੱਸਦਾ ਸੀ ਉੱਥੇ ਬੜਾ ਅਜੀਬ ਕਿਸਮ ਦਾ ਮਹੌਲ ਹੋ ਗਿਆ ਸੀ। ਚੁਫੇਰਾ ਭੈਅ ਨਾਲ ਕੰਬ ਰਿਹਾ ਸੀ। ਸਿਰਫ਼ ਬਾਬੇ ਦੀ ਨਿਮਰਤਾ ਗਰਜ਼ ਰਹੀ ਸੀ। ਇਸ ਤੋਂ ਪਹਿਲਾਂ ਪੰਡਿਤ ਨੇ ਵੀ ਇਹੋ ਜਹੇ ਹੀ ਸੁਆਲ ਪੁੱਛੇ ਸਨ। ਹੁਣ ਉਹ ਚਿੱਟੇ ਬਸਤਰ ਪਾ ਰਾਮਤਲਾਈ ਦੇ ਕੰਢੇ ਪਾਣੀ ਵਿਚ ਆਪਣਾ ਚੇਹਰਾ ਵੇਖ ਰਿਹਾ ਸੀ। ਬਹੁਤੀਆਂ ਗੱਲਾਂ ਕਾਜ਼ੀ ਨੇ ਅਜਿਹੀਆਂ ਪੁੱਛੀਆਂ ਜਿਨ੍ਹਾਂ ਦੇ ਅਰਥਾਂ ਤੋਂ ਪਹਿਲਾਂ ਹੀ ਕਾਂਬਾ ਛਿੜਦਾ ਸੀ। ਬਾਬੇ ਨੇ ਜਾਣ ਵੇਲੇ ਵੀ ਗਾਇਆ ਸੀ ਤੇ ਵਾਪਸ ਆ ਕੇ ਵੀ ਗਾਇਆ ਸੀ। ਅੱਜ ਕਲ ਬਾਬਾ ਸੁਲਤਾਨਪੁਰ ਵਿਚ ਝੂਮਦਾ ਫਿਰ ਰਿਹਾ ਸੀ। ਦੁਪਹਿਰ ਤੋਂ ਬਾਅਦ ਭਗੀਰਥ ਤੇ ਮਨਮੁੱਖ ਮਰਦਾਨੇ ਕੋਲ ਫਿਰ ਆਏ। ਭਗੀਰਥ ਨੇ ਦੱਸਿਆ, ਬਾਬੇ ਵਲੋਂ ਉਹਨੂੰ ਵਾਪਸ ਪਿੰਡ ਜਾਣ ਦਾ ਹੁਕਮ ਹੋਇਆ ਏ। ਉਹ ਰੋਂਦਾ ਰੋਂਦਾ ਹੱਸ ਪੈਂਦਾ; ਫਿਰ ਚੁੱਪ ਕਰ ਜਾਂਦਾ। ਭਗੀਰਥ ਨੇ ਦੱਸਿਆ ਬੀਬੀ ਸੁਲੱਖਣੀ ਬਹੁਤ ਉਦਾਸ ਹੈ। ਬਾਬੇ ਦੇ ਫਕੀਰੀ ਵਾਲੇ ਲਿਬਾਸ ਤੋਂ ਉਹਨੂੰ ਲੰਬੇ ਵਿਛੋੜੇ ਦੀ ਸੂਹ ਪੈ ਗਈ ਏ। ਅਜਿਹੇ ਵੇਲੇ ਮਰਦਾਨੇ ਨੂੰ ਉਹ ਬੰਦਾ ਯਾਦ ਆਇਆ; ਜਿਸ ਬਾਰੇ ਕਹਿੰਦੇ ਸੀ, ਬਾਬੇ ਨੂੰ ਵੇਈਂ ਤੋਂ ਬਾਹਰ ਆਉਂਦਾ ਉਹਦੀ ਨਜ਼ਰ ਨੇ ਵੇਖਿਆ ਸੀ। ਉਸ ਗਲੀ ਵਿਚੋਂ ਮਰਦਾਨਾ ਕਈ ਵਾਰ ਲੰਘਿਆ ਸੀ। ਉਥੇ ਪਹੁੰਚਿਆ ਤਾਂ ਪਿਛੋਂ ਆਵਾਜ਼ ਸੁਣੀ : "ਅੱਜ ਸਾਜ਼ ਨਹੀਂ ਲੈ ਕੇ ਆਇਆ ?" ਮੁੜ ਕੇ ਵੇਖਿਆ ਇਕ ਛੋਟਾ ਬੱਚਾ ਉਹਦੇ ਵੱਲ ਤੁਰਿਆ ਆ ਰਿਹਾ ਸੀ ?

"ਉਹਦਾ ਘਰ ਕਿੱਥੇ ਏ ?"

"ਭਾਈ ਕਿਸ ਨੂੰ ਮਿਲਣਾ ?" ਇਸ ਪਹਿਲੀ ਜਾਣ ਪਛਾਣ ਵਿਚ ਹੀ ਲੰਬੀ ਪਛਾਣ ਛੁਪੀ ਹੋਈ ਜਾਪੀ। ਦੁਬਾਰਾ ਉਸ ਬਜ਼ੁਰਗ ਦੇ ਘਰ ਵੱਲ ਜਾਂਦਾ ਉਹ ਸੋਚ ਰਿਹਾ ਸੀ। ਇਸ ਧਰਤੀ ਤੇ ਕਿੰਨੇ ਲੋਕ ਹਾਲੇ ਬਾਕੀ ਨੇ; ਜਿਨ੍ਹਾਂ ਨੂੰ ਮੈਂ ਜਾਣਦਾ ਹਾਂ; ਪਰ ਮਿਲਿਆ ਨਹੀਂ ਹਾਂ।

ਉਸ ਰਾਤ ਬਰੋਟੇ ਥੱਲੇ ਬਿਲਕੁਲ ਬੀਬੀ ਨਾਨਕੀ ਦੇ ਘਰ ਸਾਹਮਣੇ ਕੀਰਤਨ ਹੋਇਆ। ਦੂਰੋਂ ਦੂਰੋਂ ਲੋਕ ਸਤਸੰਗ ਸੁਣਨ ਆਏ। ਉਸ ਰਾਤ ਪਿੰਜੇ ਦੀ ਟੁਣਕਾਰ ਵੀ ਨਹੀਂ ਸੁਣੀ; ਸ਼ਾਇਦ ਉਹ ਵੀ ਸੰਗਤ ਵਿਚ ਬੈਠਾ ਸੀ। ਭਗੀਰਥ ਦੀ ਅੱਜ ਸੁਲਤਾਨਪੁਰ ਵਿਚ ਆਖ਼ਰੀ ਰਾਤ ਸੀ। ਰਬਾਬ ਤੇ ਸੁਰੀਲੇ ਬੋਲਾਂ ਨੇ ਅੱਜ ਸੁਲਤਾਨਪੁਰ ਨੂੰ ਥਿਰਕਣ ਲਾ ਦਿੱਤਾ ਸੀ। ਬਾਬੇ ਦੇ ਸੁਰੀਲੇ ਬੋਲ ਦੂਰ ਤੱਕ ਸੁਣ ਰਹੇ ਸਨ। ਕਦੇ ਕਦੇ ਸੁਲੱਖਣੀ ਕੰਧ ਉੱਪਰੋਂ ਆਪਣੇ ਪਤੀ ਨੂੰ ਵੇਖਣ ਲਈ ਝਾਤ ਮਾਰ ਲੈਂਦੀ। ਬਾਬਾ ਹਰ ਵਾਰੀ ਉਹਦੀ ਨਜ਼ਰ ਨੂੰ ਪਤੀ ਵਾਂਗ ਵੇਖਣ ਦੀ ਖੁੱਲ ਦੇਂਦਾ। ਪਰ ਕੰਧ ਓਹਲੇ ਨਾਨਕੀ ਦੇ ਗਲੇ ਲੱਗ ਰੋਂਦੀ, ਉਹ ਕਾਫ਼ੀ ਦੇਰ ਤੱਕ ਝਾਤ ਮਾਰਨ ਲਈ ਗਰਦਨ ਉੱਪਰ ਨਾ ਚੁੱਕਦੀ।

ਕਾਂਡ : ਚਾਰ

ਇਹ ਸੁਲਤਾਨਪੁਰ ਤੋਂ ਵਿਦਾਇਗੀ ਦਾ ਦਿਨ ਨਹੀਂ ਸੀ ਲੱਗਿਆ। ਉਹ ਤਾਂ ਦੋਵੇਂ ਗਾਉਂਦੇ ਨਿਕਲੇ ਸਨ; ਪਿੱਛੇ ਰਹਿ ਗਿਆ ਵੀ ਸੰਗੀਤਮਈ ਸੀ ਤੇ ਅੱਗੇ ਆ ਰਿਹਾ ਵੀ ਸੰਗੀਤਮਈ ਹੋਣ ਵਾਲਾ ਸੀ। ਕੁਝ ਇਸ ਤਰ੍ਹਾਂ ਸੁਲਤਾਨਪੁਰ ਨੇ ਦੋਵਾਂ ਨੂੰ ਆਪਣੇ ਅੱਗਿਉਂ ਲੰਘਦਾ ਵੇਖਿਆ। ਪੱਤਝੜ ਦੇ ਮੁੱਢਲੇ ਦਿਨ ਸਨ; ਬਹੁਤੇ ਪੱਤਿਆਂ ਦਾ ਰੰਗ ਗੇਰੂ ਰੰਗਾ ਸੀ। ਭਾਰੇ ਪੱਤਿਆਂ ਵਾਲੇ ਦਰੱਖਤ ਝੜ ਰਹੇ ਸਨ। ਇਹ ਸੱਜ-ਧੱਜ ਕੋਈ ਵਿਛੋੜਾ ਨਹੀਂ ਸੀ ਜਾਪਦੀ। ਬਹੁਤ ਸਾਰੇ ਲੋਕ ਪਿਛੇ ਤੁਰਦੇ ਆਏ ਸਨ; ਸ਼ਾਇਦ ਉਹ ਮੋੜਾ ਹੀ ਪਾ ਸਕਣ। ਪਰ ਉਸ ਸੁਰੀਲੀ ਆਵਾਜ਼ ਨੇ ਹਾਕ ਮਾਰਨੀ ਭੁਲਾ ਦਿੱਤੀ ਸੀ। ਵੇਖਦੇ ਵੇਖਦੇ ਸੁਲਤਾਨਪੁਰ ਪਿੱਛੇ ਰਹਿ ਗਿਆ ਸੀ। ਮਰਦਾਨੇ ਲਈ ਇਹ ਵਿਛੋੜਾ ਤਲਵੰਡੀਓਂ ਚੱਲ ਹੁਣ ਸੁਲਤਾਨਪੁਰ ਆ ਪਹੁੰਚਿਆ ਸੀ। ਜਿਥੋਂ ਵੀ ਜਾਣ ਦੀ ਸੇਧ ਸ਼ੁਰੂ ਹੁੰਦੀ ਸੀ; ਉੱਥੇ ਹੀ ਵਿਛੋੜਾ ਬਣ ਜਾਂਦਾ ਸੀ। ਅੱਜ ਸੁਲਤਾਨਪੁਰ ਨੇ ਵੀ ਆਪਣਾ ਓਹੀ ਰੰਗ ਵਿਖਾਇਆ ਸੀ। ਸੁਲੱਖਣੀ ਪਹਿਲਾਂ ਦੋਵੇਂ ਪੁੱਤਰਾਂ ਨੂੰ ਹਿੱਕ ਨਾਲ ਘੁੱਟ ਬੈਠੀ ਵੇਖਦੀ ਰਹੀ; ਫਿਰ ਤੇਜ਼ੀ ਨਾਲ ਆਖਰੀ ਝਲਕ ਲਈ ਦੇਹਲੀ ਤੋਂ ਬਾਹਰ ਆਈ ਸੀ। ਨਾਨਕੀ ਦੀ ਆਵਾਜ਼ ਆਈ ਸੀ : "ਉਹ ਜੰਗ ਲਈ ਥੋੜ੍ਹੀ ਚੱਲੇ ਨੇ... ਮੁੜ ਆਉਣਗੇ ਭਾਬੀ...।" ਹੌਲੀ ਹੌਲੀ ਚਿੱਟੀ ਚਮੜੀ ਵਾਲੇ ਗੁਸੈਲੇ ਲੋਧੀ ਵੀ ਘੱਟ ਦਿਸਣ ਲੱਗੇ। ਫਿਰ ਉਹ ਜਗਾਵਾਂ ਤੇ ਉਹ ਚੇਹਰੇ ਆਉਣ ਲੱਗੇ ਜਿੰਨ੍ਹਾਂ ਨੂੰ ਪਤਾ ਹੀ ਨਹੀਂ ਸੀ ਕਿ ਵਿਛੜ ਕੇ ਆ ਰਹੇ ਨੇ ਜਾਂ ਵਿਛੜਿਆਂ ਨੂੰ ਮਿਲਣ ਜਾ ਰਹੇ ਨੇ। ਮਰਦਾਨੇ ਦੀ ਨਜ਼ਰ ਨੇ ਕੁਝ ਨਵਾਂ ਵੇਖਣਾ ਸ਼ੁਰੂ ਕਰ ਦਿੱਤਾ ਸੀ। ਉਹਨੇ ਹੁਣ ਤੱਕ ਸਿਰਫ਼ ਬੈਠ ਕੇ ਗਾਇਆ ਸੀ। ਇਸ ਤਰ੍ਹਾਂ ਤੁਰ ਤੁਰ ਕੇ ਸੰਗੀਤ ਨੂੰ ਸਫ਼ਰ ਵਿਚ ਨਹੀਂ ਸੀ ਤੋਰਿਆ। ਇਹ ਖੜ੍ਹੀ ਬਨਸਪਤੀ ਤੇ ਪਹਾੜਾਂ ਕੋਲੋਂ ਇਕ ਸੰਗੀਤਮਈ ਤੋਰ ਗੁਜ਼ਰ ਰਹੀ ਸੀ। ਦਿਨ ਵਿਚ ਕਈ ਵਾਰ ਮਨ ਮਚਲ ਉੱਠਦਾ; ਇਨ੍ਹਾਂ ਖੜ੍ਹੇ ਆਕਾਰਾਂ ਦੀਆਂ ਭੁੱਲਾਂ ਵਿਚ ਖੜ੍ਹ ਕੇ ਮੈਂ ਵੀ ਉਸ ਤੋਰ ਨੂੰ ਵੇਖਾਂ। ਪਰ ਬਾਬੇ ਦਾ ਹੋਣਾ ਤੁਰਦਾ ਹੀ ਜਾ ਰਿਹਾ ਸੀ। ਸ਼ਾਇਦ ਅੱਗੇ ਅੱਗੇ ਕੋਈ ਉਡੀਕ ਚੱਲ ਰਹੀ ਸੀ।

ਸਾਰਾ ਜੰਗਲ ਝੜ ਰਿਹਾ ਸੀ। ਜਿਥੋਂ ਪੱਤੇ ਝੜ ਰਹੇ ਸਨ; ਉਹ ਜਗਾਵਾਂ ਹਰੀਆਂ ਸਨ। ਇਹ ਟਾਹਣੀਆਂ ਤੋਂ ਧਰਤੀ ਵੱਲ ਪੱਤਿਆਂ ਦੀ ਪਹਿਲੀ ਉਡਾਣ ਸੀ। ਹੁਣ ਹਲਕੀ ਹਲਕੀ ਚਲਦੀ ਹਵਾ ਗਿਰੇ ਪੱਤਿਆਂ ਨੂੰ ਇਕਾਂਤ ਦੀਆਂ ਡੂੰਘਾਈਆਂ ਵੱਲ ਸਰਕਾ ਰਹੀ ਸੀ। ਹਵਾਵਾਂ ਤੇਜ਼ ਨਹੀਂ ਸੀ ਚੱਲੀਆਂ; ਮੱਕੜੀ ਦੇ ਝੂਲਦੇ ਜਾਲੇ ਹਾਲੇ ਟੁੱਟੇ ਨਹੀਂ ਸਨ। ਹੁਣੇ ਹਵਾ ਦੇ ਬੁੱਲਿਆਂ ਨਾਲ ਜਿਹੜੇ ਬੱਦਲ ਤੇਜ਼ੀ ਨਾਲ ਸਿਰ ਉੱਪਰੋਂ ਲੰਘੇ ਸਨ; ਹਵਾ ਦਾ ਰੁੱਖ ਬਦਲਦੇ ਸਾਰ ਫਿਰ ਢਿੱਲੇ ਕਦਮੀਂ ਆਪਣੇ ਵੱਲ ਆਉਂਦੇ ਦਿਸੇ। ਪੈਰਾਂ ਵੱਲ ਨਜ਼ਰ ਮਾਰੀ ਤਾਂ ਪੱਤਝੜ ਦੇ ਸੁੱਕੇ ਘਾਹ ਨੇ ਤਰੇਲ ਪਹਿਲਾਂ ਹੀ ਚੂਸ ਲਈ

ਸੀ। ਹੁਣ ਤਾਂ ਸਿਰਫ਼ ਅੱਗੇ ਚੱਲਦੇ ਬਾਬੇ ਵੱਲ ਹੀ ਵੇਖਿਆ ਜਾ ਸਕਦਾ ਸੀ। ਭਗਵਿਆਂ ਵਿਚ ਉਹਦੇ ਅੱਗੇ ਇਕ ਸੱਜ-ਧੱਜ ਚੱਲ ਰਹੀ ਸੀ। ਇਸ ਸੱਜ-ਧੱਜ ਦੇ ਪੈਰਾਂ ਥੱਲੇ ਪਗਡੰਡੀਆਂ ਦੀਆਂ ਢਲਾਣਾਂ ਉਤਰਦੀਆਂ; ਚੜ੍ਹਾਈਆਂ ਚੜ੍ਹਦੀਆਂ; ਇਸ ਉੱਪਰ ਧੁੱਪਾਂ ਉਤਰਦੀਆਂ ਤੇ ਛਾਵਾਂ ਚੜ੍ਹਦੀਆਂ। ਹਰ ਰੰਗ ਆਪਣੇ ਰੰਗ ਵਿਚ ਚੜ੍ਹਦਾ। ਮਹੀਨੇ ਬੀਤ ਗਏ ਸਨ, ਉਹਨੇ ਆਪਣਾ ਇਕ ਰੰਗ ਰੱਖਿਆ...। ਨਿਰੰਤਰ ਤੁਰਦੇ ਜਾਣਾ ਤੇ ਗਾਉਂਦੇ ਜਾਣਾ। ਕੁਝ ਬੋਲਿਆ ਜਾਵੇ; ਮਰਦਾਨੇ ਨੇ ਰਬਾਬ ਵੱਲ ਵੇਖਿਆ। ਹਾਲੇ ਵੀ ਸੋਚ ਤੋਂ ਕਿਉਂ ਪੁੱਛਿਆ ?

ਪੈੜਚਾਲ ਜੰਗਲ 'ਚੋਂ ਨਿਕਲ ਇਕ ਢਲਾਣ ਉੱਤੇ ਉਤਰਨ ਲੱਗੀ। ਇਸ ਪਗਡੰਡੀ ਨਾਲ ਕੁਝ ਹੋਰ ਪਗਡੰਡੀਆਂ ਮਿਲਣੀਆਂ ਸ਼ੁਰੂ ਹੋ ਗਈਆਂ ਸਨ। ਹੌਲੀ ਹੌਲੀ ਇਹਦੀ ਚੌੜਾਈ ਇਕ ਰੱਥ ਜਿੰਨੀ ਹੋ ਗਈ। ਕੁਝ ਚੇਹਰੇ ਅੱਗੇ ਪਿੱਛੇ ਦਿਸਣ ਲੱਗੇ। ਦੂਰ ਕਿਸੇ ਪਿੰਡ ਦੇ ਖੂਹ ਦੀਆਂ ਭੌਣੀਆਂ ਚੀਕੀਆਂ। ਛੇਤੀ ਹੀ ਕੋਈ ਪਿੰਡ ਆਉਣ ਵਾਲਾ ਸੀ। ਪਹਾੜੀ ਸੇਮ ਦੇ ਪਾਣੀ ਨਾਲ ਗਲੇ ਦੀ ਖਟਾਸ ਭੌਣੀਆਂ ਦੀ ਆਵਾਜ਼ ਨਾਲ ਹੋਰ ਪਿਆਸੀ ਹੋਣ ਲੱਗੀ ਸੀ। ਉਹਨੂੰ ਪਿੰਡ ਨੇੜੇ ਵੇਖ ਕੇ ਹਮੇਸ਼ਾ ਇਸ ਤਰ੍ਹਾਂ ਹੀ ਜਾਪਦਾ। ਕਈ ਦਿਨਾਂ ਬਾਅਦ ਅੱਜ ਖੂਹ ਦਾ ਮਿੱਠਾ ਪਾਣੀ ਮਿਲਣਾ ਸੀ। ਉਂਝ ਵੀ ਕੂਲਾਂ ਦੇ ਪਾਣੀ ਨਾਲ ਭਾਰੇ ਹੋਏ ਗਲੇ ਨੂੰ ਜਦੋਂ ਸੁਰੀਲੀ ਰਬਾਬ ਟੋਕਦੀ ਹੈ ਤਾਂ ਸਾਜ਼ ਤੇ ਗਲੇ ਵਿਚਲੇ ਰਿਸ਼ਤੇ ਦਾ ਪਤਾ ਲੱਗਦਾ ਹੈ। ਉਦੋਂ ਹੀ ਬਹਾਨੇ ਨਾਲ ਪਿਆਸ ਦੀ ਯਾਦ ਆਉਂਦੀ ਹੈ।

ਹੁਣ ਤਾਂ ਕਈ ਦਿਨ ਲੰਘ ਚੁੱਕੇ ਸਨ। ਕੋਈ ਪਿੰਡ ਵੀ ਨਹੀਂ ਸੀ ਆਇਆ; ਕੋਈ ਚੇਹਰਾ ਵੀ ਨਹੀਂ ਸੀ ਦਿਸਿਆ; ਫਿਰ ਵੀ ਬਾਬੇ ਨੇ ਗਾਇਆ ਸੀ। ਕੁਦਰਤੀ ਨਜ਼ਾਰਿਆਂ ਨੇ ਆਪਣੇ ਕੋਲੋਂ ਦੋ ਸੰਗੀਤਮਈ ਸਰੀਰ ਲੰਘਦੇ ਵੇਖੇ ਸਨ। ਹੁਣੇ ਕੁਝ ਦੇਰ ਪਹਿਲਾਂ ਇਕ ਖੁਸ਼ਕ ਚਟਾਨ ਦਿਸੀ; ਤੇ ਅਚਾਨਕ ਉਹਦੇ ਵਿਚਕਾਰੋਂ ਲੰਘਦੀ ਪਗਡੰਡੀ ਨਾਲ ਸਾਹਮਣੇ ਮੈਦਾਨ ਦਿਸਣ ਲੱਗ ਪਏ ਸਨ। ਮਰਦਾਨੇ ਨੇ ਪਿੱਛੇ ਮੁੜ ਕੇ ਝਾਕਿਆ। ਹਰੀਆਈ ਦੀ ਸੱਜ ਧੱਜ ਤੋਂ ਬਿਨਾਂ ਵੀ ਮਿੱਟੀ ਦਾ ਆਪਣਾ ਸੁਹੱਪਣ ਹੁੰਦਾ ਏ। ਕੁਝ ਦੇਰ ਚਟਾਨ ਉੱਤੇ ਬੈਠਣ ਨੂੰ ਜੀਅ ਕੀਤਾ।

ਪਹਾੜਾਂ ਉੱਪਰੋਂ ਦਿੱਸਦੇ ਪਿੰਡ ਜਿੰਨੇ ਨੇੜੇ ਦਿਸਦੇ ਨੇ; ਉਨੇ ਹੁੰਦੇ ਨਹੀਂ। ਇਹ ਮਰਦਾਨੇ ਨੂੰ ਵੀ ਪਤਾ ਸੀ। ਇਸੇ ਕਰਕੇ ਉਹ ਕਦੇ ਦਰੱਖਤਾਂ ਉੱਪਰ ਬੈਠਦੇ ਪੰਛੀਆਂ ਤੋਂ ਝੜਦੇ ਪੱਤੇ ਵੇਖਦਾ; ਕਦੇ ਅਸਮਾਨ ਵਿਚ ਉਡਾਰੀਆਂ ਸਿਖਦੇ ਬੋਟਾਂ ਵੱਲ ਝਾਕਦਾ। ਜਦੋਂ ਕੁਝ ਵੀ ਨਾ ਸੁੱਝਦਾ ਤਾਂ ਅੱਗੇ ਚੱਲਦੇ ਬਾਬੇ ਦੀ ਸਾਦਗੀ ਦੇ ਜਲਵੇ ਵੇਖਦਾ। ਉਹ ਹੈਰਾਨ ਸੀ ਕਿ ਅੱਜ ਬਾਬੇ ਨੇ ਉਹਨੂੰ ਇਹ ਪੁੱਛਿਆ ਹੀ ਨਹੀਂ :

"ਮਰਦਾਨਿਆ ਪਿਆਸ ਲੱਗੀ ਏ ?" ਕੀ ਅਜਿਹਾ ਕੁਝ ਹੋਣ ਵਾਲਾ ਹੈ ਜਿਸ ਨਾਲ ਇਹ ਸਭ ਸਮੇਟਿਆ ਜਾਵੇਗਾ...। ਪਰ ਹੁਣ ਪਿਆਸ ਬਹੁਤ ਵੱਧ ਗਈ ਸੀ। ਅਜਿਹੇ ਵੇਲੇ ਜੇ ਬਾਬੇ ਨੇ ਕੋਈ ਅਲਾਪ ਛੇੜ ਦਿੱਤਾ, ਉਹਦਾ ਗਲਾ ਕਿਵੇਂ ਨਿਭਾਵੇਗਾ ?

ਦਰੱਖਤਾਂ ਵਿਚ ਘਿਰੇ ਪਿੰਡ ਅੱਜ ਕਲ ਪੱਤਿਆਂ ਤੋਂ ਬਿਨਾਂ ਬਿਰਲਾਂ ਵਿਚੋਂ ਕੁਝ ਕੁ ਦੂਰੀ ਤੇ ਖੜ੍ਹੇ ਹਥਿਆਰਬੰਦ ਲੋਕਾਂ ਵਾਂਗ ਜਾਪਦੇ ਸਨ। ਸ਼ਾਇਦ ਛਾਂ ਦੀ ਦੁਆ ਤੋਂ ਬਿਨਾਂ ਦਰੱਖਤਾਂ ਦੀਆਂ ਸੱਖਣੀਆਂ ਸ਼ਕਲਾਂ ਅਜਿਹੀਆਂ ਹੀ ਹੁੰਦੀਆਂ ਨੇ। ਫਿਰ ਵੀ ਇਨ੍ਹਾਂ ਵਿੱਚ ਦੀ ਮਰਦਾਨੇ ਨੂੰ ਪਹਿਲਾਂ ਖੂਹ ਹੀ ਦਿਸਿਆ। ਹਾਲਾਂਕਿ ਉਸ ਤੋਂ ਪਹਿਲਾਂ ਇਕ ਕੋਹਲੂ ਚੱਲ ਰਿਹਾ ਸੀ। ਉਸ ਤੋਂ ਵੀ ਪਹਿਲਾਂ ਵਗਾਰਾਂ ਲਈ ਨਿਕਲੇ ਲੋਕ ਅੱਜ ਦੇ ਦਿਨ ਵਿਚ ਹੋਣ ਵਾਲੀਆਂ ਬੇਇਨਸਾਫੀਆਂ ਬਾਰੇ ਗੱਲਾਂ ਕਰਦੇ ਲੰਘ ਰਹੇ ਸਨ। ਇਨ੍ਹਾਂ ਸਭਨਾਂ ਤੋਂ ਵੀ ਪਹਿਲਾਂ ਬਾਹਰ ਨਿਕਲੇ ਇਕ ਹਾਲੀ ਦੀ ਆਵਾਜ਼ ਸੁਣੀ :

"ਜਵਾਨੀ ਵਿਚ ਹੀ ਤਿਆਗੀ ਹੋ ਗਏ ਹੋ ?" ਮਰਦਾਨੇ ਨੇ ਕੋਲੋਂ ਲੰਘਦੇ ਹਾਲੀ ਵੱਲ ਵੇਖਿਆ। ਹਾਲੀ ਨੇ ਖੇਤਾਂ ਵੱਲ ਜਾਂਦੇ ਬੌਲਦਾਂ ਨੂੰ ਛੇੜਿਆ :

"ਪਿੰਡ ਵਿਚ ਕੋਈ ਸਰਾਂ ਨਹੀਂ ਹੈ...।" ਇਸ ਵਾਰੀ ਉਹਨੇ ਆਰ ਮਾਰੀ; ਚੌਂਦਕੇ ਬੌਲਦਾਂ ਦੀ ਪੰਜਾਲੀ ਉੱਪਰ ਉੱਠੀ ਤੇ ਦੁਬਾਰਾ ਉਸੀ ਜਗਾ ਆ ਕੇ ਫਿਰ ਟਿੱਕ ਗਈ। ਮਰਦਾਨੇ ਨੇ ਸੁੱਕੇ ਬੁੱਲਾਂ ਤੇ ਜੀਭ ਘੁੰਮਾਈ; ਕੁਝ ਪਲਾਂ ਲਈ ਪਿਆਸ ਹਾਲੀ ਕੋਲ ਚਲੀ ਗਈ ਸੀ। ਫਿਰ ਉਹਨੇ ਆਪਣੇ ਆਲੇ ਦੁਆਲੇ ਬਹੁਤ ਹੀ ਸੰਭਲ ਸੰਭਲ ਕੇ ਚੱਲਦੇ ਲੋਕ ਵੇਖੇ; ਤੇ ਮਸਤੀ ਵਿਚ ਘੁੰਮਦੇ ਘੋੜੇ ਵੇਖੇ। ਅਜਿਹੇ ਪਿੰਡ ਵਿਚ ਇਕ ਗੜ੍ਹੀ ਜ਼ਰੂਰ ਹੁੰਦੀ ਹੈ; ਅਜਿਹਾ ਉਹਦਾ ਅਨੁਭਵ ਸੀ। ਘੋੜੇ ਗੜ੍ਹੀ ਵੱਲੋਂ ਹੀ ਆ ਰਹੇ ਸਨ। ਨੇੜੇ ਆਉਂਦੇ ਖੂਹ ਨੂੰ ਵੇਖ ਕੇ ਮਰਦਾਨੇ ਨੇ ਬਾਬੇ ਨੂੰ ਉਹਤੋਂ ਪਿੱਛੇ ਹੱਟਦਾ ਵੇਖਿਆ। ਪਿਆਸ ਤੋਂ ਜਦੋਂ ਉਹਨੂੰ ਸੁਰਤ ਆਈ; ਉਦੋਂ ਯਾਦ ਆਇਆ ਕਿ ਬਾਬੇ ਨੇ ਤਾਂ ਹਾਲੇ ਪਾਣੀ ਪੀਣਾ ਹੈ। ਹੁਣ ਪਾਣੀ ਪੀਣ ਲਈ ਬਾਬਾ ਅੱਗੇ ਵੱਧ ਰਿਹਾ ਸੀ।

"ਆਹ ਤੇਰੇ ਨਾਲ ਬੰਦਾ ਕਿਹੜੀ ਜਾਤ ਦਾ ਏ ?" ਖੂਹ ਤੇ ਜਨੇਊ ਸਿੱਧਾ ਕਰਦਾ ਬੰਦਾ ਪਾਣੀ ਪੀ ਚੁੱਕੇ ਮਰਦਾਨੇ ਵੱਲ ਇਸ਼ਾਰਾ ਕਰਦਾ ਬੋਲਿਆ। ਉੱਤਰ ਦੀ ਉਡੀਕ ਵਿਚ ਉਹਨੇ ਪਾਣੀ ਨਾਲ ਭਰੀ ਬਾਲਟੀ ਨੂੰ ਛੂੰਹਦੇ ਜਨੇਊ ਤੋਂ ਨਿਖੇੜਿਆ। ਮਰਦਾਨੇ ਨੇ ਵੇਖਿਆ ਓਕ ਬਣਨ ਲਈ ਬਾਬੇ ਦੀਆਂ ਹਥੇਲੀਆਂ ਨੇ ਜੋ ਸਿਰ ਜੋੜੇ ਸਨ; ਉਹ ਹੌਲੀ ਹੌਲੀ ਇਕ ਦੂਜੇ ਤੋਂ ਦੂਰ ਜਾਣ ਲੱਗੇ ਸਨ। ਬਾਹਾਂ ਨੇ ਨਿਮਰਤਾ ਨਾਲ ਉਨ੍ਹਾਂ ਨੂੰ ਥੱਲੇ ਆਪਣੀ ਜਗ੍ਹਾ ਪੁਜਾ ਦਿੱਤਾ ਸੀ। ਖੂਹ ਉੱਤੇ ਪਿਆਸ ਜਾਤ ਨਾਲ ਜੜ੍ਹ ਹੋ ਗਈ ਸੀ ? ਉਹਨੇ ਆਪਣੀਆਂ ਗਿੱਲੀਆਂ ਹਥੇਲੀਆਂ ਨੂੰ ਟੋਹਿਆ। ਪੰਡਤ ਦੀ ਝੁੱਕਦੀ ਬਾਲਟੀ ਤੇ ਪੀਲੇ ਪੈਂਦੇ ਚੇਹਰੇ ਵੱਲ ਗ਼ੌਰ ਨਾਲ ਤੱਕਿਆ। ਇਹ ਪੁੱਛਣਾ ਕਿਤੇ ਖੂਹ ਵਾਂਗ ਹੀ ਜੜ੍ਹ ਹੋ ਗਿਆ ਸੀ : "ਇਹ ਤੇਰੇ ਨਾਲ ਕੌਣ ਏ ?" ਫਿਰ ਖੂਹ ਕੋਲੋਂ ਹੀ ਮਰਦਾਨੇ ਵੱਲ ਇਕ ਆਵਾਜ਼ ਸਰਕੀ : "ਚੱਲ ਮਰਦਾਨਿਆ...।" ਬਾਬਾ ਬਿਨਾਂ ਪਾਣੀ ਪੀਤਿਆਂ ਖੂਹ ਤੋਂ ਦੂਰ ਜਾ ਰਿਹਾ ਸੀ।

ਕਈ ਪਿੰਡ ਪਿੱਛੇ ਰਹਿ ਚੁੱਕੇ ਸਨ। ਕਈ ਵਾਰੀ ਪੁੱਛਣ ਨੂੰ ਜੀਅ ਕੀਤਾ; ਬਾਬਾ ਤੂੰ ਮੁੜ ਕੇ ਪਿਆਸ ਨੂੰ ਗੌਰਿਆ ਹੀ ਨਹੀਂ; ਮੇਰੀ ਹੀ ਜਾਤ ਤਾਂ ਪੁੱਛੀ ਸੀ। ਇਹ ਵੀ ਇਤਫ਼ਾਕ ਹੀ ਸੀ ਕਿ ਅੱਜ ਜਿੰਨੇ ਖੂਹ ਰਸਤਿਆਂ ਵਿੱਚ ਕਦੀ ਨਹੀਂ ਸੀ ਮਿਲੇ।

ਮਰਦਾਨਾ ਕਹਿੰਦੇ ਕਹਿੰਦੇ ਫਿਰ ਚੁੱਪ ਕਰ ਜਾਂਦਾ। ਲੱਗਦਾ ਸੀ ਖੂਹਾਂ ਵਿਚਲੀ ਤਰਲਤਾ ਬਾਬੇ ਨਾਲ ਵਹਿ ਤੁਰੀ ਹੈ; ਪਿਆਸ ਤਾਂ ਕਿਤੇ ਉਨ੍ਹਾਂ ਤਲਾਂ ਤੇ ਹੀ ਬੈਠੀ ਰਹਿ ਗਈ ਸੀ।

ਸਭ ਕੋ ਊਚਾ ਆਖੀਐ ਨੀਚੁ ਨ ਦੀਸੈ ਕੋਇ॥
ਇਕਨੈ ਭਾਂਡੇ ਸਾਜਿਐ ਇਕ ਚਾਨਣ ਤਿਹੁ ਲੋਇ॥
ਕਰਮਿ ਮਿਲੈ ਸਚੁ ਪਾਈਐ ਧੁਰਿ ਨ ਮੇਟੈ ਕੋਇ॥

ਇਸ ਸ਼ਬਦ ਤੋਂ ਬਾਅਦ ਵੀ ਦੋ ਪਿੰਡ ਲੰਘ ਚੁੱਕੇ ਸਨ। ਸ਼ਾਮ ਹੋਣ ਵਾਲੀ ਸੀ। ਇਹ ਦੂਰੀਆਂ ਨੂੰ ਸੰਭਾਲਦੇ ਬਾਬੇ ਦੇ ਕਦਮ ਇਕ ਹੋਰ ਖੂਹ ਕੋਲੋਂ ਗੁਜ਼ਰ ਗਏ। ਤਿੰਨ ਪਹਿਰ ਬੀਤ ਚੁੱਕੇ ਸਨ। ਬਾਬੇ ਦੇ ਹੱਥਾਂ ਵੱਲ ਵੇਖ ਵੇਖ ਹਾਲੇ ਵੀ ਜੀਅ ਨਹੀਂ ਸੀ ਭਰ ਰਿਹਾ...। ਅੱਗੇ ਤਾਂ ਹਮੇਸ਼ਾਂ ਜੀਅ ਕਰਦਾ ਸੀ; ਬਾਬੇ ਦੇ ਮੂੰਹੋਂ ਕੋਈ ਸੁਰੀਲੀ ਧੁਨ ਸੁਣੇ। ਅੱਜ ਸਾਰੀਆਂ ਧੁਨਾਂ ਕੀ ਹਥੇਲੀਆਂ ਉੱਤੇ ਆ ਬੈਠੀਆਂ ਸਨ ? ਜਦੋਂ ਤੱਕ ਰੋਸ਼ਨੀ ਰਵ੍ਹੇਗੀ ਅੱਜ ਨਜ਼ਰਾਂ ਹੱਥਾਂ ਉੱਤੇ ਹੀ ਰਹਿਣਗੀਆਂ। ਮਰਦਾਨੇ ਨੇ ਇਕ ਹੋਰ ਖੂਹ ਕੋਲੋਂ ਬਾਬਾ ਗੁਜ਼ਰਦਾ ਤੱਕਿਆ। ਹਨੇਰਾ ਹੋਣ ਤੋਂ ਪਹਿਲਾਂ ਇਕ ਕੱਚੇ ਖੂਹ ਕੋਲੋਂ ਆਵਾਜ਼ ਆਈ; ਜਿਸਨੂੰ ਦੂਰੋਂ ਨਹੀਂ ਸੀ ਪਛਾਣਿਆ ਜਾ ਸਕਦਾ। ਉਸ ਦੁਆਲੇ ਨਾ ਕੋਈ ਚੌਂਤਰਾ ਸੀ ਤੇ ਨਾ ਹੀ ਉਹਦੀ ਮਣ ਸੀ। ਉਹਦੀ ਡੂੰਘਾਈ ਦੇ ਸਹਾਰੇ ਵੀ ਮਿੱਟੀ ਆਸਰੇ ਸਨ। ਬਾਬੇ ਨੂੰ ਲੰਬੇ ਲੰਬੇ ਘੁੱਟ ਭਰਦਾ ਉਹ ਚੇਹਰਾ ਇਕ ਟਿਕ ਵੇਖਦਾ ਰਿਹਾ। ਫਿਰ ਚਮੜੇ ਦਾ ਡੋਲ ਥੱਲੇ ਰੱਖਦਾ ਬੋਲਿਆ :

"ਰਾਹੀਆ ਤੂੰ ਮੇਰੀ ਜਾਤ ਨਹੀਂ ਪੁੱਛੀ ?"

ਬਾਬੇ ਨੇ ਦੁਬਾਰਾ ਓਕ ਬਣਾ ਲਈ ਸੀ। ਇਸ ਵਾਰੀ ਉੱਤਰ ਪਾਣੀ ਬਣ ਕੇ ਡਿਗ ਰਿਹਾ ਸੀ। ਓਕ ਵਿਚ ਗਿਰਦੇ ਪਾਣੀ ਨੂੰ ਧੁਨਾਂ ਨੇ ਸਾਂਭ ਲਿਆ ਸੀ। ਖੂਹ ਦੇ ਕੰਢੇ ਖੜ੍ਹੀ ਬੇਰੀ ਥੱਲੇ ਬਾਬੇ ਨੇ ਆਪਣਾ ਪੜਾਅ ਲਾ ਲਿਆ ਸੀ। ਅੱਜ ਰਾਤ ਦਾ ਕੀਰਤਨ ਇਥੇ ਹੀ ਹੋਣਾ ਸੀ। ਖੂਹ ਦੇ ਆਸਪਾਸ ਸੰਗਤ ਬਣਨ ਲੱਗੀ ਸੀ।

"ਬਾਬਾ ਇਕ ਵਾਰ ਫਿਰ ਪਾਣੀ ਪੀਕੇ ਵਿਖਾ...।" ਸਾਰੇ ਦਿਨ ਦਾ ਰੁਕਿਆ ਮਖ਼ੌਲ ਕਹਿਣ ਨੂੰ ਜੀਅ ਕੀਤਾ।

ਕਾਂਡ : ਪੰਜ

ਜਿਸ ਤਰ੍ਹਾਂ ਇਸ ਚਲਦੇ ਰਸਤੇ 'ਚੋਂ ਚੌਰਾਹੇ ਨਿਕਲ ਰਹੇ ਸਨ; ਜਾਪਦਾ ਸੀ ਇਹ ਛੇਤੀ ਹੀ ਇਕੱਲਾ ਰਹਿ ਜਾਵੇਗਾ। ਇਨ੍ਹਾਂ 'ਚੋਂ ਨਿਕਲਦੀਆਂ ਪਗਡੰਡੀਆਂ ਦੀਆਂ ਪਿੱਠਾਂ ਦਿਸਦੀਆਂ ਸਨ; ਆਉਣ ਵਾਲੇ ਕਿਸੇ ਰਸਤੇ ਦਾ ਮੂੰਹ ਨਜ਼ਰ ਨਹੀਂ ਸੀ ਆਉਂਦਾ। ਪੈਰਾਂ ਦੀਆਂ ਪਿੱਠਾਂ ਨਾਲ ਭਰੇ ਇਹ ਰਾਹ ਇਸ ਰਸਤੇ ਵੱਲ ਪਲਟ ਕੇ ਨਹੀਂ ਸੀ ਵੇਖਦੇ। ਮਰਦਾਨੇ ਨੂੰ ਅਜਿਹੇ ਰਸਤਿਆਂ ਦਾ ਪਤਾ ਸੀ। ਜਦੋਂ ਅਜਿਹੇ ਰਸਤੇ ਉੱਤੇ ਕੋਈ ਨਹੀਂ ਹੁੰਦਾ ਉਦੋਂ ਛੇਤੀ ਹੀ ਕੁਝ ਡਰਾਉਣਾ ਵਾਪਰਨ ਵਾਲਾ ਜਾਂ ਵਾਪਰ ਚੁੱਕਿਆ ਹੁੰਦਾ ਏ। ਅਜਿਹੇ ਰਸਤੇ ਦੀ ਉਮਰ ਵੀ ਬਹੁਤ ਛੋਟੀ ਹੁੰਦੀ ਏ। ਉਂਝ ਉਹਨੂੰ ਪਤਾ ਸੀ ਕਿ ਰਾਹ ਪੈੜਾਂ ਨਾਲ ਹੀ ਸਾਹ ਲੈਂਦੇ ਨੇ। ਇਕ ਚਿਤਾਵਨੀ ਉਨ੍ਹਾਂ ਨੂੰ ਪਿਛਲੇ ਪਿੰਡ ਮਿਲ ਚੁੱਕੀ ਸੀ :

"ਅੱਗੇ ਕਿੱਥੇ ਜਾਣਾ ਏ ?" ਸਾਧਾਂ ਦੇ ਟੋਲੇ ਨੇ ਗੱਲ ਸੁਆਲ ਤੋਂ ਸ਼ੁਰੂ ਕੀਤੀ; ਪਰ ਜਾਣਕਾਰੀ ਕੁਝ ਹੋਰ ਦਿੱਤੀ ਸੀ। ਇਸ ਤੋਂ ਅੱਗੇ ਕੋਈ ਪਿੰਡ ਨਹੀਂ। ਅੱਗੇ ਵੇਸਵਾਵਾਂ ਦਾ ਮੰਦਰ ਹੈ। ਲਾਹੌਰ ਦੀਆਂ ਸਭ ਵੇਸਵਾਵਾਂ ਆਪਣੀਆਂ ਵਡਾਰਨਾਂ ਨੂੰ ਯਾਦ ਕਰਨ ਲਈ ਇੱਥੇ ਮੱਥਾ ਟੇਕਣ ਆਉਂਦੀਆਂ ਨੇ। ਇਨ੍ਹਾਂ ਦਿਨਾਂ ਵਿਚ ਉਹ ਮਰਦਾਂ ਨੂੰ ਨੇੜੇ ਨਹੀਂ ਢੁਕਣ ਦੇਂਦੀਆਂ। ਅੱਗੇ ਉਨ੍ਹਾਂ ਦਾ ਮੇਲਾ ਭਰ ਰਿਹਾ। ਫਿਰ ਗੱਲ ਉਸੇ ਸੁਆਲ ਨਾਲ ਖ਼ਤਮ ਕਰ ਦਿੱਤੀ, "ਅੱਗੇ ਕਿਥੇ ਜਾਣਾ ਏ ?"

ਮਰਦਾਨੇ ਨੇ ਅੱਗੇ ਵੇਖਿਆ; ਬਾਬੇ ਦੇ ਪੈਰਾਂ ਹੇਠ ਇਕ ਮੋੜ ਸਿੱਧਾ ਹੋ ਰਿਹਾ ਸੀ। ਸਾਹਮਣੇ ਮੰਦਰ ਦੀਆਂ ਕੰਧਾਂ ਦਿੱਸੀਆਂ। ਪਰ ਉਸ ਤੋਂ ਪਹਿਲਾਂ ਦਾ ਰਸਤਾ ਬੜਾ ਅਜੀਬ ਸੀ। ਦੋਵੇਂ ਪਾਸੇ ਬਿਰਮੀਆਂ ਦੀਆਂ ਕਤਾਰਾਂ ਜਿਵੇਂ ਮਿੱਟੀ ਦੀਆਂ ਖੋਪੜੀਆਂ ਹੋਣ...। ਨੇੜੇ ਵੱਜਦੇ ਢੋਲ ਦੀ ਆਵਾਜ਼ ਨਾਲ ਬਿਰਮੀਆਂ ਦੀ ਸੁੱਕੀ ਕੁੱਖ ਦੀ ਧਮਕ ਜਵਾਬ ਦੇਂਦੀ। ਬਿਰਮੀਆਂ ਵਿਚਕਾਰ ਬਹੁਤ ਭੀੜੀ ਪੈੜਚਾਲ ਸੀ। ਜਿਆਦਾ ਬਿਰਮੀਆਂ ਨੂੰ ਛੂਹ ਕੇ ਲੰਘਣਾ ਪੈਂਦਾ। ਮਰਦਾਨੇ ਦਾ ਜੀਅ ਕੀਤਾ ਲੰਘਣ ਵੇਲੇ ਇਨ੍ਹਾਂ ਦੇ ਸਿਰੇ ਮੰਦਰਾਂ ਦੇ ਕਲਸ਼ਾਂ ਵਾਂਗ ਕਲਪੇ ਜਾਣ; ਪਰ ਲੱਤਾਂ ਨੂੰ ਛੂੰਹਦੀ ਸਾਰ ਕਲਪਣਾ ਉੱਖੜ ਜਾਂਦੀ। ਕਿਤੇ ਕਿਤੇ ਤਾਜ਼ੀ ਮਿੱਟੀ ਦੀ ਨਰਮ ਨੋਕ ਚੰਗੀ ਲੱਗਦੀ। ਪਰ ਅਗਲੇ ਹੀ ਪਲ ਬਿਰਮੀ ਦੇ ਆਰ ਪਾਰ ਲੰਘੀ ਸੁੱਕੀ ਤਿੜ ਲਟਕਦੀ ਦਿਸਦੀ। ਉਹਨੂੰ ਨਹੀਂ ਸੀ ਪਤਾ ਕਿ ਇਸ ਮਿੱਟੀ ਦੀਆਂ ਜੜ੍ਹਾਂ ਤੋਂ ਖੱਬਲ ਨੂੰ ਸਿਲ ਨਹੀਂ ਚੜ੍ਹਦੀ। ਬਿਰਮੀਆਂ ਵਾਲਾ ਅੱਧਾ ਰਸਤਾ ਤਹਿ ਹੋ ਗਿਆ ਸੀ। ਸਵੇਰ ਦਾ ਸੂਰਜ ਹੋਰ ਉੱਪਰ ਆ ਗਿਆ ਸੀ। ਹੁਣ ਉਨ੍ਹਾਂ ਦੇ ਅੱਗੇ ਸਿਰਫ਼ ਓਹੀ ਚੇਹਰੇ ਸਨ ਜੋ ਮੰਦਰ ਵੱਲ ਜਾ ਰਹੇ ਸਨ। ਰਾਤ ਦੀਆਂ ਬੁਝੀਆਂ ਮਸ਼ਾਲਾਂ ਨਾਲ ਲੱਦਿਆ ਗਧਾ ਮੰਦਰ ਤੋਂ ਨਿਕਲ ਦੂਰ ਪਿੰਡ ਦੇ ਕੋਹਲੂ ਵੱਲ ਜਾਂਦਾ

ਦਿਸਿਆ। ਦੀਵੇ ਤੇਲ ਤੋਂ ਬਿਨਾਂ ਵੀ ਭਾਰੀ ਸਨ; ਤਾਂ ਹੀ ਇਕ ਜਨਾਨਾ ਹੱਥ ਉਹਨੂੰ ਹੱਕ ਰਿਹਾ ਸੀ। ਮਰਦਾਨੇ ਤੋਂ ਬਿਨਾਂ ਉਹਦੇ ਵੱਲ ਕਿਸੇ ਨਹੀਂ ਵੇਖਿਆ।

ਅੱਜ ਭਗਵਿਆਂ ਵਿਚ ਕੋਈ ਇਧਰ ਵੱਲ ਆਉਂਦਾ ਦਿਸਿਆ। ਉਹਦੇ ਪਿੱਛੇ ਇਕ ਮੁਸਲਮਾਨ ਪਹਿਰਾਵਾ ਸਾਜ਼ ਨਾਲ ਤੁਰ ਰਿਹਾ ਸੀ। ਇਸ ਤਰ੍ਹਾਂ ਤਾਂ ਕਦੇ ਕੋਈ ਫ਼ਕੀਰ ਇਧਰ ਵੱਲ ਆਉਂਦਾ ਨਹੀਂ ਦਿਸਿਆ। ਜਿੰਨਾਂ ਵੇਖਿਆ ਉਹ ਵੇਖਣ ਲਈ ਰੁਕ ਗਈਆਂ। ਮੰਦਰ ਅੱਗੇ ਇਕ ਸਮੂਹ ਬਣਦਾ ਜਾ ਰਿਹਾ ਸੀ। ਬਾਬੇ ਦਾ ਅੱਜ ਗੇਰੂਆ ਰੰਗ ਜੋਬਨਾਂ 'ਤੇ ਸੀ। ਜਿਵੇਂ ਹਵਾ ਇਹ ਸੋਚ ਕੇ ਵੱਗਦੀ ਹੈ, ਅੱਗੇ ਜਰੂਰ ਕਿਸੇ ਨੂੰ ਸੁਆਸਾਂ ਦੀ ਜਰੂਰਤ ਹੋਵੇਗੀ; ਕੁਝ ਇਸ ਤਰ੍ਹਾਂ ਮਰਦਾਨੇ ਨੇ ਬਾਬੇ ਦੇ ਕਦਮਾਂ ਨੂੰ ਅੱਗੇ ਵੱਧਦਾ ਵੇਖਿਆ। ਖੜਾਵਾਂ ਦੀ ਆਵਾਜ਼ ਉਸ ਸਮੂਹ ਅੱਗੇ ਜਾ ਕੇ ਚੁੱਪ ਹੋ ਗਈ। ਅੱਖਾਂ ਨੂੰ ਛੱਡ ਕੇ ਚੇਹਰੇ ਹੱਸਮੁਖ ਸਨ। ਖੁੱਲੇ ਖੁੱਲੇ ਸਾਹਾਂ ਦੇ ਸਹਾਰੇ ਉਨ੍ਹਾਂ 'ਚੋਂ ਇਕ ਜਵਾਨ ਚੇਹਰਾ ਅੱਗੇ ਆਇਆ। ਉਹਦੀ ਜੋਗੀਆਂ ਵਰਗੀ ਤੋਰ ਬਾਬੇ ਸਾਹਮਣੇ ਆ ਕੇ ਰੁੱਕ ਗਈ। ਇਸ ਤਰ੍ਹਾਂ ਕਿਸੇ ਸਮੂਹ ਦਾ ਮੁਹਾਂਦਰਾ ਬਣ ਕੇ ਖੜ੍ਹ ਜਾਣ ਦੀ ਜਿੱਦ ਮਰਦਾਨੇ ਤੋਂ ਝੱਲੀ ਨਹੀਂ ਸੀ ਜਾ ਰਹੀ। ਦੇਹਾਂ ਦੀਆਂ ਯਾਤਰਾਵਾਂ ਨਜ਼ਰਾਂ ਵਿਚ ਉਤਰ ਰਹੀਆਂ ਸਨ। ਲੰਬੀ ਬਿਰਮੀਆਂ ਦੀ ਕਤਾਰ ਇਧਰ ਵੱਲ ਸਰਕਦੀ ਦਿਸੀ। ਬੜੀ ਅਨੋਖੀ ਜਾਣ ਪਛਾਣ ਚੱਲ ਰਹੀ ਸੀ। ਕਿਸੇ ਕਿਸੇ ਦਿਨ ਕੁਦਰਤ ਸਿਰਫ਼ ਚੇਹਰਿਆਂ ਤੇ ਹੀ ਨਿਰਭਰ ਹੋ ਜਾਂਦੀ ਹੈ। ਬਾਬੇ ਦੇ ਕੋਲ ਖੜਕੇ ਵੀ ਮਰਦਾਨੇ ਤੋਂ ਕੰਬਦਾ ਸਰੀਰ ਸਾਂਭ ਨਹੀਂ ਸੀ ਹੋ ਰਿਹਾ। ਹਾਲੇ ਤਾਂ ਦੇਹਾਂ ਨਜ਼ਰਾਂ ਵਿਚ ਉਤਰੀਆਂ ਸਨ; ਜਦੋਂ ਇਨ੍ਹਾਂ 'ਚੋਂ ਆਵਾਜ਼ ਆਵੇਗੀ ਫਿਰ ਕਿਸ ਦੇ ਸਹਾਰੇ ਖੜੇਂਗਾ? ਉਹ ਚਾਹੁੰਦਾ ਸੀ ਇਸ ਤੋਂ ਪਹਿਲਾਂ ਬਾਬੇ ਦੀ ਗਾਉਂਦੀ ਆਵਾਜ਼ ਸੁਣੇ...। ਇਹ ਆਹਮਣੇ ਸਾਹਮਣੇ ਖੜਕੇ ਕਿਹੋ ਜਹੀ ਮਿਲਣੀ ਸੀ? ਅੱਗੇ ਤਾਂ ਅਜਿਹੀ ਚੁੱਪ ਮਿਲਣੀ ਕਦੇ ਨਹੀਂ ਸੀ ਵੇਖੀ। ਫਿਰ ਉਨ੍ਹਾਂ ਝਾਕਣੀਆਂ ਵਿਚ ਹੰਝੂ ਭਰਦੇ ਦਿਸੇ। ਹੁਣ ਚੇਹਰਿਆਂ ਦੀ ਥੋੜ੍ਹੀ ਥੋੜ੍ਹੀ ਪਛਾਣ ਹੋਣ ਲੱਗੀ। ਇੱਥੇ ਪਹਿਲੀ ਵਾਰ ਉਹਨੇ ਅੱਖਾਂ ਨੂੰ ਅੱਖਾਂ ਨਾਲ ਤੱਕਣ ਦਾ ਹੁਨਰ ਸਿੱਖਦਿਆਂ ਵੇਖਿਆ। ਅਜੀਬ ਕਿਸਮ ਦੀ ਸੰਗਤ ਸੀ। ਉਸ ਕੁੜੀ ਨੇ ਬਾਬੇ ਲਈ ਇਕ ਬੰਦਿਸ਼ ਗਾਈ...। ਖੁੱਲ੍ਹੀਆਂ ਗੰਢਾਂ ਵਰਗੇ ਉਹਦੇ ਬੁੱਲ ਹੰਝੂਆਂ ਨਾਲ ਭਿਜ ਹੋਰ ਵੀ ਕੋਮਲ ਹੋ ਗਏ। ਫਿਰ ਇਹ ਸਮੂਹ ਬਾਬੇ ਪਿੱਛੇ ਮੰਦਰ ਵੱਲ ਖਿਸਕਣ ਲੱਗਾ। ਉਹਨੂੰ ਜਾਪਿਆ ਅੱਜ ਤਾਂ ਬਹੁਤ ਸਾਰੇ ਮਰਦਾਨੇ ਬਣ ਗਏ ਨੇ; ਕਿਤੇ ਮੈਂ ਖੋ ਹੀ ਨਾ ਜਾਵਾਂ। ਉਹ ਮੁੜ ਮੁੜ ਬਾਬੇ ਕੋਲ ਹੋਣ ਦੀ ਕੋਸ਼ਿਸ਼ ਕਰਦਾ...। ਕੁਝ ਦੇਰ ਪਹਿਲਾਂ ਛਿੜੇ ਕਾਂਬੇ ਹਾਲੇ ਸਰੀਰ 'ਚੋਂ ਨਿਕਲੇ ਨਹੀਂ ਸਨ; ਕਿਉਂਕਿ ਹੁਣ ਤੱਕ ਬਾਬੇ ਦੀ ਆਵਾਜ਼ ਨਹੀਂ ਸੀ ਸੁਣੀ।

ਨੀਵੀਂ ਜਹੀ ਗਿਰੂੰ ਗਿਰੂੰ ਕਰਦੀ ਨਿਵਾਣ ਦੇ ਅੱਧ ਵਿਚਕਾਰ ਜਾ ਕੇ ਉਹ ਮੰਦਰ ਸੀ; ਜਿਸਦੇ ਸਿਰੇ 'ਤੇ ਇਕ ਸੁੱਜੇ ਪੈਰਾਂ ਵਾਲੀ ਪਹਾੜੀ ਖੜ੍ਹੀ ਸੀ। ਇਹ ਬਿਨਾਂ ਛੱਤ ਤੋਂ ਖੜ੍ਹੀਆਂ ਕੰਧਾਂ ਵਾਲਾ ਮੰਦਰ ਸੀ; ਜਿਸ ਵਿੱਚ ਟੱਲ ਦੀ ਜਗ੍ਹਾ ਇਕ ਧਾਤ ਦਾ ਗੋਲਾ ਲਟਕਦਾ ਸੀ। ਜਿਸ ਨੂੰ ਖੜਕਾਉਣ ਲਈ ਕੰਧ ਨਾਲ ਮਾਰਨਾ ਪੈਂਦਾ। ਜਿਸ ਨਾਲ ਇਹਦੀ ਅੱਧੀ ਆਵਾਜ਼ ਕੰਧਾਂ 'ਚੋਂ ਨਿਕਲਦੀ ਤੇ ਅੱਧੀ ਇਸ ਧਾਤ 'ਚੋਂ ਸੁਣਦੀ। ਮੰਦਰ

ਦੇ ਅੱਗੇ ਦੁਲਹਨ ਵਾਂਗ ਸਜੀ ਇਕ ਘੋੜੀ ਖੜ੍ਹੀ ਸੀ। ਪ੍ਰਸ਼ਾਦ ਲੈ ਉਹ ਅੱਧਾ ਘੋੜੀ ਦੇ ਪੈਰਾਂ ਵੱਲ ਸੁੱਟਦੀਆਂ। ਘੋੜੀ ਦੇ ਅੱਗੇ ਖੁੱਲ੍ਹੀ ਜਗ੍ਹਾ ਵਿਚ ਬੁੱਤਾਂ ਦੀਆਂ ਕਤਾਰਾਂ ਸਨ; ਜਿਨ੍ਹਾਂ ਦੀ ਵਿਰਲਾਂ 'ਚੋਂ ਬਾਹਰੋਂ ਉੱਡ ਕੇ ਆਏ ਪੱਤਝੜ ਦੇ ਪੱਤਿਆਂ ਦੀਆਂ ਤਹਿਆਂ ਸਨ। ਮੰਦਰ ਅੰਦਰ ਉਹ ਕੋਈ ਬਿਰਖ ਨਹੀਂ ਉੱਗਣ ਦੇਂਦੀਆਂ। (ਪੰਛੀ ਹਾਉਂਕਾ ਲੈਣਗੇ; ਅਜਿਹੀ ਕੋਈ ਉਨ੍ਹਾਂ ਦੀ ਧਾਰਨਾ ਸੀ) ਮਰਦਾਨੇ ਨੇ ਵੇਖਿਆ ਮੱਥਾ ਟੇਕ ਕੇ ਮੁੜਦੀਆਂ ਉਹ ਇਕ ਵਾਰ ਘੋੜੀ ਦੇ ਸਿਰ ਨੂੰ ਹੱਥ ਲਾਉਂਦੀਆਂ। ਅਜਿਹਾ ਉਸ ਵੇਲੇ ਸਭ ਤੋਂ ਸੌਖਾ ਹੁੰਦਾ ਜਦੋਂ ਉਹਦੀ ਗਰਦਨ ਦਾਣੇ ਖਾਣ ਲਈ ਝੁਕੀ ਹੁੰਦੀ।

ਮੰਦਰ ਤੋਂ ਬਾਹਰ ਨਿਕਲਦੇ ਮਰਦਾਨੇ ਨੇ ਵੇਖਿਆ; ਉਤਰਦੀਆਂ ਪੌੜੀਆਂ ਉਚਾਈ ਲਈ ਨਹੀਂ ਸਗੋਂ ਨਿਵਾਣ ਸਾਂਭਣ ਲਈ ਸਨ। ਵਾਰ ਵਾਰ ਬਾਬੇ ਦੇ ਨੇੜੇ ਹੋਣ ਦੀ ਕੋਸ਼ਿਸ਼ ਕਰਦਿਆਂ ਪਿੱਠ ਪਿੱਛੋਂ ਇਕ ਡੂੰਘੀ ਆਵਾਜ਼ ਸੁਣੀ :

"ਸਾਜ਼ ਰਾਜ਼ੀ ਏ ?"

ਸੁਣਨਾ ਜਿੰਨਾ ਸੌਖਾ ਸੀ ਉੱਤਰ ਦੇਣਾ ਉਨ੍ਹਾ ਹੀ ਔਖਾ ਜਾਪਿਆ। ਆਵਾਜ਼ ਪਿੱਠ ਦੇ ਬਹੁਤ ਨੇੜਿਓਂ ਆਈ...। ਪਰ ਸੰਘਣੇ ਸਮੂਹ ਵਿਚ ਪਿੱਛੇ ਘੁੰਮਕੇ ਵੇਖਣਾ ਬੜਾ ਮੁਸ਼ਕਿਲ ਸੀ। ਇਹਦਾ ਉੱਤਰ ਤਾਂ ਉਹਦੇ ਸੁਆਲ ਦੀ ਸਾਧਨਾ ਵਿਚ ਹੀ ਸੀ, ਪਰ ਉਸ ਆਵਾਜ਼ ਨਾਲ ਬਣੀ ਨੁਹਾਰ ਨੂੰ ਵੇਖਣ ਲਈ ਜੀਅ ਮਚਲ ਉੱਠਿਆ ਸੀ। ਸ਼ਾਇਦ ਇਸੇ ਕਰਕੇ ਰਬਾਬ ਵਾਰ ਵਾਰ ਨਾਭੀ ਨਾਲ ਜਾ ਟਕਰਾਉਂਦੀ; ਛੂਹਣ ਨਾਲ ਕੋਈ ਬੰਧਨ ਟੁੱਟ ਰਿਹਾ ਸੀ। ਮਰਦਾਂ ਤੋਂ ਬਿਨਾਂ ਕਦੇ ਅਜਿਹੇ ਸਮੂਹ ਵਿਚ ਘਿਰ ਕੇ ਚੱਲਣ ਦਾ ਇਹ ਪਹਿਲਾ ਅਨੁਭਵ ਸੀ। ਆਵਾਜ਼ਾਂ ਨਾਲ ਨੁਹਾਰਾਂ ਬਣਦੀਆਂ ਤੇ ਨਜ਼ਰਾਂ ਨਾਲ ਨੇਸਤੀ ਉਤਰਦੀ (ਅਤੀਤ ਪਹਿਲਾਂ ਕਿਸੇ ਬੰਧਨ ਵਿਚ ਸੀ ?) ਅੱਗੇ ਚਲਦੇ ਬਾਬੇ ਦੇ ਤਬੀਤਾਂ ਦੀ ਛਣਕ ਅੱਜ ਉੱਚੀ ਸੁਣ ਰਹੀ ਸੀ। ਹਰੇ ਧਾਗਿਆਂ 'ਚ ਪਰੋਈਆਂ ਰੱਤਕਾਂ ਦੀ ਮਾਲਾ ਨਾਲ ਭਰੇ ਗਲੇ ਵਾਲਾ ਚੇਹਰਾ ਉਹਦੇ ਬਰਾਬਰ ਆਕੇ ਮੁਸਕਰਾਇਆ। ਪ੍ਰਤੀਕਾਂ ਦੇ ਮੋੜਾਂ ਵਰਗੇ ਉਹਦੇ ਹੋਠਾਂ ਦੀ ਬਣਤਰ ਬਾਬੇ ਕੋਲ ਜਾਕੇ ਸਾਦਾ ਜਿਹਾ ਪੁੱਛਣ ਲੱਗੀ :

"ਪੀਰਾ ਤੇਰੀ ਦਰਗਾਹ ਕਿਥੇ ਏ ?"

ਮੂਰਤੀਆਂ ਤੇ ਮੰਦਰ ਵਿਚਕਾਰ ਜੋ ਖਾਲੀ ਜਗ੍ਹਾ ਸੀ; ਉਥੇ ਬਾਬੇ ਦੀਆਂ ਝਲਕਾਂ ਠਹਿਰ ਗਈਆਂ...। ਉਹਦੇ ਸਾਹਮਣੇ ਉਹ ਸਭ ਬੈਠਣ ਲੱਗੀਆਂ। ਇਲਾਹੀ ਗਲੇ 'ਚੋਂ ਰਾਮਕਲੀ ਦੀ ਸੱਦ ਉੱਠੀ...। ਸਮੂਹ ਵਿਚੋਂ ਇਕ ਹੋਰ ਸਾਜ਼ ਵੱਜਣ ਦੀ ਆਵਾਜ਼ ਆ ਰਹੀ ਸੀ। ਕੌਣ ਏਨੀ ਛੇਤੀ 'ਰਾਮਕਲੀ' ਦੇ ਨੇੜੇ ਪਹੁੰਚ ਗਿਆ ? ਦਿਸ ਨਹੀਂ ਸੀ ਰਿਹਾ। ਸਾਹਮਣੇ ਨੈਣ ਹੀ ਨੈਣ ਇਕੱਠੇ ਹੋ ਰਹੇ ਸਨ; ਦੇਹਾਂ ਸ਼ਾਇਦ ਸਾਹਮਣੇ ਬੁੱਤਾਂ ਨੇ ਸੱਦ ਲਈਆਂ ਸਨ। ਕਦੇ-ਕਦੇ ਬਾਬਾ ਵੀ ਅਜਿਹੇ ਅਹਿਸਾਸਾਂ ਦੇ ਸਾਹਮਣੇ ਖੜ੍ਹਾ ਕਰ ਦੇਂਦਾ ਹੈ; ਜਿਨ੍ਹਾਂ ਕੋਲ ਪਹੁੰਚਣ ਲਈ ਕੁਝ ਸਮਾਂ ਚਾਹੀਦਾ ਏ। ਉਹਨੇ ਸਾਰਾ ਕੀਰਤਨ ਬਾਬੇ ਦੇ ਪਿੱਛੇ ਖੜ੍ਹ ਕੇ ਗਾਇਆ। ਕਦੇ ਕਦੇ ਜਾਪਦਾ ਉਹ ਅੱਜ ਸਾਜ਼ ਦੀ ਜੂਨ ਵਿਚ ਚਲਾ ਜਾਵੇਗਾ। ਲੰਬੀਆਂ ਕਤਾਰਾਂ ਵਿਚ ਬੈਠੇ 'ਸਜਿੰਦੇ' ਉਹਦੇ ਆਉਣ

ਦੀ ਉਡੀਕ ਵਿਚ ਬੈਠੇ ਨੇ। ਹੁਣੇ ਅਤੀਤ ਵਿਚ ਗਿਆ ਸਰੀਰ ਫਿਰ ਬਾਬੇ ਵੱਲ ਪਰਤਿਆ। ਕੀਰਤਨ ਖ਼ਤਮ ਕਰ ਬਾਬਾ ਉੱਥੇ ਹੀ ਧਿਆਨ ਵਿਚ ਬੈਠ ਗਿਆ ਸੀ। ਰਤਕਾਂ ਦੀ ਮਾਲਾ ਵਾਲਾ ਉਹ ਚੇਹਰਾ ਹਾਲੇ ਵੀ ਬਾਬੇ ਸਾਹਮਣੇ ਬੈਠਾ ਸੀ। ਉਹਦੇ ਹੀ ਸੁਆਲ ਨੂੰ ਪਲਟ ਕੇ ਕੁਝ ਇਸ ਤਰ੍ਹਾਂ ਪੁੱਛਣ ਨੂੰ ਜੀਅ ਕੀਤਾ :

"ਰੂਹ ਰਾਜ਼ੀ ਏ ?"

ਪਿਛਲੀ ਰਾਤ ਵੀ ਸੌਖੀ ਨਹੀਂ ਸੀ ਲੰਘੀ। ਇਹ ਆਉਣ ਵਾਲੀ ਵੀ ਅਜਿਹੀ ਨਾ ਲੰਘੇ; ਅੱਜ ਦਾ ਪੂਰਾ ਦਿਨ ਦੁਬਾਰਾ ਚੇਤੇ ਕੀਤਾ। ਅੱਜ ਦੇ ਕੀਰਤਨ ਵਿਚ ਜਦੋਂ... ਸਭ ਬੈਠੇ ਚੇਹਰੇ ਹੰਝੂਆਂ ਨਾਲ ਕੋਮਲ ਹੋ ਗਏ ਸਨ। ਬਾਬਾ ਤਾਂ ਕੀਰਤਨ ਕਰ ਧਿਆਨ ਵਿਚ ਬੈਠ ਗਿਆ ਸੀ। ਪਰ ਉਨ੍ਹਾਂ ਚੇਹਰਿਆਂ ਦੇ ਚੜ੍ਹਦੇ ਉਤਰਦੇ ਵੈਰਾਗ ਤਾਂ ਉਹਨੂੰ ਵੇਖਣੇ ਪੈਣੇ ਸਨ। ਇਹ ਥੱਕੇ ਹੋਏ, ਪਾਪਾਂ ਦੇ ਅਕੇਵਿਆਂ ਨਾਲ ਭਰੇ ਚੇਹਰਿਆਂ ਵੱਲ ਲਗਾਤਾਰ ਨਹੀਂ ਸੀ ਝਾਕਿਆ ਜਾ ਸਕਦਾ। ਦੁੱਖਾਂ ਦਾ ਨਿਖਰਿਆ ਸੁਹਜ ਜਦੋਂ ਨਜ਼ਰ ਮਿਲਾਉਂਦਾ ਤਾਂ ਕਾਲਜਾ ਧੱਸ ਜਾਂਦਾ। ਅਜਿਹੇ ਵੇਲੇ ਕੋਈ ਨਜ਼ਰਾਂ ਦਾ ਜਾਮਨ ਚਾਹੀਦਾ ਸੀ। ਪਰ ਬਾਬਾ ਤਾਂ ਮੰਦਰ ਅੱਗਿਉਂ ਉੱਠ ਹੀ ਨਹੀਂ ਸੀ ਰਿਹਾ। ਉਹਦੀਆਂ ਸ਼ੁੱਧ ਆਕਾਸ਼ ਵਰਗੀਆਂ ਅੱਖਾਂ ਉਵੇਂ ਜਿਵੇਂ ਹੀ ਸਨ। ਕੱਲ ਰਾਤ ਦਾ ਕਈ ਵਾਰ ਜੀਅ ਕੀਤਾ ਕਿ ਉਹਦੇ ਅੱਗੇ ਇਕ ਅਰਜ਼ ਕਰ ਹੀ ਲਵਾਂ : "ਬਾਬਾ ਇਨ੍ਹਾਂ ਤੋਂ ਦੂਰ ਲੈ ਚਲ...।" ਉਹ ਬਹੁਤ ਦੇਰ ਤੱਕ ਅਸਮਾਨ ਵੱਲ ਤੱਕਦਾ ਰਿਹਾ। ਉੱਪਰ ਵੀ ਸਭ ਦੂਰੀਆਂ ਜਿਸਮਾਂ ਵਾਂਗ ਤੁਰਦੀਆਂ ਦਿਸੀਆਂ। ਦੌੜਦੀ ਤਲਾਸ਼ ਲਈ ਹਰ ਕਿਸੇ ਨੂੰ ਜਿਸਮ ਬਣਨਾ ਪੈਂਦਾ ਏ ? ਉੱਪਰ ਕੋਈ ਹੋਰ ਤਲਾਸ਼ ਵੀ ਹੈ ? ਜਿਸ ਕਰਕੇ ਤਾਰਿਆਂ ਦੀ ਤਰਤੀਬ ਨਹੀਂ ਹਿਲਦੀ ਦਿਸਦੀ; ਨਾ ਹੀ ਟੁੱਟਣ ਨਾਲ ਕੁਝ ਘੱਟਦਾ ਦਿਸਦਾ ਏ। ਇਸ ਮਨ ਦਾ ਕੀ ਇਸ ਆਕਾਸ਼ ਨਾਲੋਂ ਵੀ ਵੱਡਾ ਘੇਰਾ ਏ ? ਫਿਰ ਇਹ ਘੇਰਾ ਛੋਟਾ ਹੁੰਦਾ ਨੀਂਦ ਵਿਚ ਬਦਲ ਗਿਆ : ਅੱਜ ਰਾਤੀਂ ਸੁਪਨੇ ਵਿਚ ਨੈਣਾਂ ਵਾਲਾ ਆਕਾਸ਼ ਦਿੱਸਿਆ। ਜਾਗ ਖੁੱਲ੍ਹੀ ਤਾਂ ਮੀਂਹ ਪੈ ਰਿਹਾ ਸੀ। ਥੋੜ੍ਹਾ ਹਨੇਰਾ ਸੀ; ਵਰਸਣਾ ਨਹੀਂ ਸੀ ਦਿਸ ਰਿਹਾ। ਉੱਠ ਕੇ ਕਿਤੇ ਜਾਣਾ ਨਹੀਂ ਸੀ; ਕਿਉਂਕਿ ਇਥੇ ਛੱਤ ਕੋਈ ਨਹੀਂ ਸੀ।

ਸਾਰਾ ਦਿਨ ਭਾਰੀ ਧਾਤ ਨਾਲ ਵੱਜਦੀਆਂ ਕੰਧਾਂ ਹੁਣ ਸ਼ਾਂਤ ਹੋ ਗਈਆਂ ਸਨ। ਆਪਣੇ ਹੀ ਸਿੰਗਾਰ ਦੇ ਭਾਰ ਨਾਲ ਥੱਕੀ ਘੋੜੀ ਨੇ ਹੁਣ ਗੋਡੀ ਲਾ ਲਈ ਸੀ। ਕਥਕ ਨਰਤਕੀ ਦੇ ਪਹਿਰਾਵੇ ਵਿਚ ਪੂਰਾ ਦਿਨ ਸਿੰਗਾਰੀ ਘੋੜੀ ਅੱਗੇ ਨੱਚਦੀ ਕੁੜੀ ਨੇ ਘੋੜੀ ਦੇ ਢਿੱਡ ਦਾ ਢਾਸਣਾ ਲਾ ਲਿਆ ਸੀ। ਉਹਨੇ ਪੌੜੀਆਂ ਉੱਤੇ ਬੈਠੇ ਮਰਦਾਨੇ ਵੱਲ ਵੇਖਿਆ। ਜਿਸਦੇ ਇਕ ਹੱਥ ਵਿਚ ਰਬਾਬ ਸੀ। ਸਾਰੇ ਦਿਨ ਦੀ ਦੇਹ ਦੀ ਥਕਾਵਟ ਅੱਖਾਂ 'ਚ ਉਤਰ ਆਈ। ਫਿਰ ਮਰਦਾਨੇ ਨੂੰ ਉਹਦੀ ਆਵਾਜ਼ ਸੁਣੀ :

"ਵੇ ਸਜਿੰਦਿਆ...।"

ਕੁਝ ਚੇਹਰੇ ਨੈਣ ਨਕਸ਼ਾਂ ਕਰਕੇ ਵੀ ਸੱਖਣੇ ਲੱਗਦੇ ਨੇ। ਕੁਝ ਚੇਹਰੇ ਨੈਣਾਂ ਦੇ ਵੈਰਾਗ ਵਿਚ ਕਿੰਨੇ ਸੋਹਣੇ ਲੱਗਦੇ ਨੇ...? ਜੀਅ ਤਾਂ ਕੀਤਾ ਉਹਨੂੰ ਰਬਾਬ ਵਜਾ ਕੇ ਉੱਤਰ ਦੇਵਾਂ ਪਰ ਬਾਬਾ ਧਿਆਨ ਵਿਚ ਬੈਠਾ ਸੀ। ਓਹੀ ਮੰਦਰ ਤੇ ਮੂਰਤੀਆਂ ਦੇ

ਵਿਚਕਾਰ ਵਾਲੀ ਜਗ੍ਹਾ ਜਿੱਥੇ ਹਰ ਰੋਜ਼ ਕੀਰਤਨ ਚੱਲਦਾ ਸੀ। ਕੁਝ ਕਹਿਣ ਲਈ ਮਰਦਾਨਾ ਖੜ੍ਹਾ ਹੋਇਆ। ਕਦੇ ਕਦੇ ਕਿਸੇ ਅਣਜਾਣ ਸਾਹਸ ਵਿਚ ਉਤਰ ਜਾਣ ਨੂੰ ਜੀਅ ਮਚਲ ਉੱਠਦਾ ਏ। ਸਾਹਮਣੇ ਵਾਲੇ ਚੇਹਰੇ ਨਾਲ ਨਜ਼ਰਾਂ ਮਿਲੀਆਂ। ਇਥੇ ਧਿਆਨ ਨੂੰ ਨਜ਼ਰਾਂ ਤੋਂ ਬਾਹਰ ਕੱਢਣਾ ਬੜਾ ਹੀ ਮੁਸ਼ਕਲ ਸੀ; ਨਜ਼ਰਾਂ ਨੁਹਾਰਾਂ ਦਾ ਪਿੱਛਾ ਹੀ ਨਹੀਂ ਸੀ ਛੱਡਦੀਆਂ। ਉਹਨੇ ਬਾਬੇ ਨਾਲ ਕਰੋਧੀ ਸਾਧਾਂ, ਵਿਰਾਗੀ ਚੁੱਪਾਂ ਤੇ ਪੱਕੀਆਂ ਥਾਵਾਂ ਤੇ ਵੀ ਰਾਤਾਂ ਕੱਟੀਆਂ ਸਨ; ਪਰ ਦੇਹ ਵਿਚ ਅਜਿਹੀ ਕੰਬਣੀ ਕਿਤੇ ਨਹੀਂ ਸੀ ਛਿੜੀ...। ...ਪੱਤਲਾਂ ਉੱਤੇ ਖਿਚੜੀ ਦਾ ਲੰਗਰ ਚਾਲੂ ਹੋ ਗਿਆ ਸੀ। ਨਰਤਕੀ ਕਦੋਂ ਉਹਦੇ ਲਈ ਦੋ ਪੱਤਲਾਂ ਲੈ ਆਈ ਸੀ; ਪਤਾ ਹੀ ਨਹੀਂ ਲੱਗਿਆ। ਉਹਦੇ ਵੱਲ ਝੁਕਦੀ ਉਹ ਮੁਸਕਰਾ ਕੇ ਕਹਿ ਰਹੀ ਸੀ : "ਪਿੱਠ ਮੂਰਤੀਆਂ ਵੱਲ ਕਰ ਲੈ... ਰਾਤਾਂ ਵੇਲੇ ਮੰਦਿਰ ਦੀਆਂ ਕੰਧਾਂ ਅੰਦਰ ਸਜਿੰਦੇ ਸੌਂਦੇ ਨੇ।"

ਰਾਤ ਦੀਆਂ ਕਿਣੀਆਂ ਨਾਲ ਜਿਹੜੀ ਸਲਾਬ ਹੋਈ ਸੀ; ਉਹ ਹਾਲੇ ਬਾਕੀ ਸੀ। ਲੰਗਰ ਖਾਕੇ ਬਹੁਤੀਆਂ ਵੇਸਵਾਵਾਂ ਮੂਰਤੀਆਂ ਅੱਗੇ ਪਏ ਪੱਥਰਾਂ ਉੱਤੇ ਜਾ ਬੈਠੀਆਂ ਸਨ। ਚੁਫੇਰਿਉਂ ਢੋਲਾਂ ਡੱਬਾਂ ਦੀ ਆਵਾਜ਼ ਆ ਰਹੀ ਸੀ। ਪਿੰਡ ਵਾਲੇ ਪਾਸਿਉਂ ਇਕ ਤੁਰਦੇ ਢੋਲ ਦੀ ਆਵਾਜ਼ ਨੇੜੇ ਆਉਂਦੀ ਸੁਣ ਰਹੀ ਸੀ। ਸਭ ਆਪੋ ਆਪਣੇ ਘਰਾਣਿਆਂ ਦੇ ਲੋਕ ਨਾਚਾਂ ਨਾਲ ਟੱਪੇ ਗਾ ਰਹੀਆਂ ਸਨ। ਕਿਸੇ ਕਿਸੇ ਗੀਤ ਦੀ ਕਲਪਣਾ ਮਰਾਸੀਆਂ ਦੇ ਘਰਾਂ ਕੋਲੋਂ ਹੋਕੇ ਲੰਘਦੀ। ਅਜਿਹੇ ਵੇਲੇ ਮਰਦਾਨਾ ਪੌੜੀਆਂ ਉੱਪਰੋਂ ਉਤਰ ਮੂਰਤੀਆਂ ਦੇ ਜੰਮਘਟ ਵੱਲ ਤੁਰ ਪਿਆ। ਦੂਰੋਂ ਜਿੰਨੀ ਇਨ੍ਹਾਂ ਦੀ ਗਿਣਤੀ ਘੱਟ ਲੱਗਦੀ ਵਿਚਕਾਰ ਆ ਕੇ ਉਹਤੋਂ ਕਿਤੇ ਜਿਆਦਾ ਦਿੱਸਦੀਆਂ। ਹਰ ਬੁੱਤ ਅੱਗੇ ਬੈਠਾ ਇਕ ਜੀਵਤ ਆਕਾਰ ਸਾਹਮਣੇ ਵਾਲੇ ਬੁੱਤ ਅੱਗੇ ਬੈਠੇ ਜੀਵਤ ਆਕਾਰ ਨਾਲ ਗੱਲੀਂ ਪਿਆ ਸੀ। ਮਰਦਾਨਾ ਬੁੱਤਾਂ ਵਿੱਚਦੀ ਲੰਘਦਾ ਗਿਆ। ਇਕ ਬੁੱਤ ਕੋਲੋਂ ਉਹਨੂੰ ਆਵਾਜ਼ ਸੁਣੀ :

"ਸਾਨੂੰ ਤਾਂ ਗਾਹਕ ਲੁਭਾਉਣ ਲਈ ਗਾਉਣਾ ਪੈਂਦਾ ਏ; ਤੈਨੂੰ ਕਿਉਂ ਇਹ ਲਤ ਲੱਗੀ ਏ ?"

ਕਾਲੇ ਬੁੱਲ੍ਹਾਂ ਉੱਤੇ ਜਾਮਣੀ ਫਿਨਸੀ ਉੱਪਰ ਜੀਭ ਫੇਰਦੀ ਉਹ ਕੁੜੀ ਹੱਸਦੀ ਰਹੀ ਤਾਂ ਜੋ ਉਹਨੂੰ ਉੱਤਰ ਦਾ ਕੋਈ ਮੌਕਾ ਨਾ ਮਿਲੇ। ਹੁਣ ਉਹ ਗੁੜਗੁੜੀ ਪੀਂਦੀਆਂ ਦੋ ਬੁੱਢੀਆਂ ਕੋਲੋਂ ਲੰਘ ਰਿਹਾ ਸੀ :

"ਕੋਈ ਨਾਨਕ ਤਪਾ ਏ... ਉਹਦਾ ਸਜਿੰਦਾ ਏ ਕੋਈ...।" ਮੂਰਤੀਆਂ ਵਿਚ ਇਹ ਘੁੰਮਣਘੇਰੀ ਵਾਲਾ ਰਸਤਾ ਸੀ; ਬਾਹਰ ਜਾਣ ਲਈ ਹਰ ਬੁੱਤ ਕੋਲੋਂ ਲੰਘਣਾ ਪੈਣਾ ਸੀ। ਅਗਲੀ ਮੂਰਤੀ ਕੋਲ ਇਕ ਜਵਾਨ ਕੁੜੀਆਂ ਦਾ ਝੁੰਡ ਉੱਚੀ ਉੱਚੀ ਹੱਸ ਰਿਹਾ ਸੀ। ਉਹਦੇ ਅੱਗੇ ਬੈਠਣ ਲਈ ਬਹੁਤ ਸਾਰੇ ਪੱਥਰ ਸਨ :

"ਓਹ... ਨਾਨਕ ਤਪੇ ਦੇ ਚੇਲੇ... ਵਜਾ ਸਾਜ਼ ਤੈਨੂੰ ਨੱਚ ਕੇ ਵਿਖਾਈਏ...।"

"ਤੇਰੇ ਸੁਰ ਦਾ ਵੈਰਾਗ ਤਾਂ ਵੇਖੀਏ... ਦੇਹ ਤੋਂ ਬਾਹਰ ਵੀ ਨਿਕਲਦਾ ਏ ਜਾਂ ਨਹੀਂ...।"

"ਅਸੀਂ ਵੀ ਦੇਹ ਦਾ ਅਭਿਆਸ ਕੀਤਾ ਏ...।"

"ਸਾਜ਼ ਤਾਂ ਪਰਾਇਆ ਹੁੰਦਾ ਏ; ਤੂੰ ਇਹਨੂੰ ਦੇਹ ਤੋਂ ਅਲੱਗ ਹੀ ਨਹੀਂ ਕਰ ਰਿਹਾ।"

ਇਹ ਜੋਗੀਆਂ ਵਰਗੀਆਂ ਗੱਲਾਂ ਸੁਣ ਮਰਦਾਨੇ ਨੂੰ ਸਰੂਰ ਆ ਗਿਆ ਸੀ। ਅਜੀਬ ਕਿਸਮ ਦੀਆਂ ਜੋਗਨਾਂ ਸਨ; ਹੁਣ ਤੱਕ ਕਿਸੇ ਨੇ ਵੀ ਉਹਦੇ ਉੱਤਰ ਦੀ ਉਡੀਕ ਨਹੀਂ ਸੀ ਕੀਤੀ। ਸੂਰਜ ਛਿਪਣ ਦਾ ਸਮਾਂ ਆ ਗਿਆ ਸੀ। ਫਿਰ ਝੁੰਡਾਂ ਨੇ ਘੁੰਮਵਾਂ ਨਾਚ ਸ਼ੁਰੂ ਕੀਤਾ। ਬੁੱਤਾਂ ਅੱਗੇ ਜਿਸਮਾਂ ਨੇ ਘੁੰਮ ਘੁੰਮ ਕਈ ਕਿਸਮ ਦੇ ਪੰਧ ਪੂਰੇ ਕੀਤੇ। ਘੁੰਮਦੇ ਸਰੀਰ ਮੁਲਾਇਮ ਹੁੰਦੇ ਦਿਸੇ। ਤੁਰਦੇ ਢੋਲ ਦੀ ਆਵਾਜ਼ ਹੁਣ ਬੁੱਤਾਂ ਵਿਚ ਆ ਵੜੀ ਸੀ। ਫਿਰ ਮਰਦਾਨੇ ਨੇ ਵੇਖਿਆ ਉੱਥੇ ਹਰ ਕੋਈ ਨੱਚ ਉੱਠਿਆ ਸੀ। ਪੁਸ਼ਤਾਂ ਦਰ ਪੁਸ਼ਤਾਂ ਤੋਂ ਅੰਗਾਂ ਨੂੰ ਮਿਲੀ ਨਾਚ ਦੀ ਦਾਤ ਝੂਮ ਉੱਠੀ ਸੀ। ਬੁੱਤ ਦਿਸਣੋਂ ਹੱਟ ਗਏ ਸਨ। ਇਕ ਵਾਰ ਫਿਰ ਸਭ ਆਪੋ ਆਪਣੀ ਜਗ੍ਹਾ ਬੈਠ ਗਈਆਂ ਸਨ। ਸਭ ਕੁਝ ਕਿਸੇ ਤਰਤੀਬ ਵਿਚ ਚੱਲ ਰਿਹਾ ਸੀ। ਕਦੇ ਕਦੇ ਮਰਦਾਨੇ ਨੂੰ ਜਾਪਦਾ ਕਿਤੇ ਉਹ ਹੀ ਨਾ ਬੁੱਤ ਬਣ ਕੇ ਖੜ੍ਹ ਜਾਵੇ। ਪਿੰਡ ਵਲੋਂ ਤੇਲ ਨਾਲ ਭਰੇ ਦੀਵਿਆਂ ਦੇ ਭਾਰ ਨਾਲ ਝੁੱਕਿਆ ਗਧਾ ਆਉਂਦਾ ਦਿਸਿਆ। ਤੇਲ ਨਾਲ ਦੀਵੇ ਭਾਰੇ ਹੋ ਗਏ ਸਨ! ਰੱਤਕਾਂ ਦੀ ਮਾਲਾ ਵਾਲੀ ਕੁੜੀ ਨੇ ਉਹਨੂੰ ਗਲੋਂ ਇਸ ਤਰ੍ਹਾਂ ਫੜਿਆ ਸੀ ਜਿਵੇਂ ਉਹਦਾ ਭਾਰ ਵੰਡਾ ਰਹੀ ਹੋਵੇ। ਫਿਰ ਜੋ ਵੀ ਜਿਸ ਬੁੱਤ ਅੱਗੇ ਬੈਠੀ ਸੀ; ਉਹ ਉਸ ਅੱਗੇ ਦੀਵਾ ਰੱਖਦੀ ਗਈ। ਪਰ ਅਸੀਰਵਾਦ ਲਈ ਮੂਰਤੀਆਂ ਦੇ ਹੱਥ ਖਾਲ਼ੀ ਨਹੀਂ ਸਨ। ਕਿਸੇ ਦੇ ਹੱਥ ਲੱਡੂ, ਕਿਸੇ ਦੇ ਸੰਖ, ਕਿਸੇ ਹੱਥ ਤ੍ਰਿਸ਼ੂਲ; ਭੁਜਾਵਾ ਤੱਕ ਵੀ ਰੁਝੀਆਂ ਹੋਈਆਂ ਸਨ। ਬੁੱਤਾਂ ਨੂੰ ਮਿਲੇ ਦਾਨ ਹੱਥਾਂ ਵਿਚ ਜੜ੍ਹ ਹੋ ਗਏ ਸਨ; ਉਪਯੋਗ ਲਈ ਇਹ ਮੁੜ ਕੇ ਹੱਥ ਨਹੀਂ ਸੀ ਬਣ ਸਕਦੇ। ਮਰਦਾਨੇ ਨੇ ਮੰਦਰ ਵੱਲ ਨਜ਼ਰ ਮਾਰੀ; ਇੱਥੋਂ ਜੇ ਬਾਬੇ ਦੇ ਹੱਥਾਂ ਦੀ ਇਕ ਝਲਕ ਹੀ ਦਿਸ ਜਾਵੇ।

ਧੁੱਪ ਵਿਚ ਥੱਕੀਆਂ ਬੁੱਤਾਂ ਦੀਆਂ ਛਾਵਾਂ ਸ਼ਾਮ ਦੇ ਪ੍ਰਛਾਵਿਆਂ ਨਾਲ ਹੀ ਸੌਂ ਗਈਆਂ। ਧੁੱਪ ਨਾਲ ਨਿੱਘੇ ਪੱਥਰ ਠੰਢੇ ਹੋਣ ਲੱਗੇ...। ਕੁਝ ਉੱਡਦੇ ਪੰਛੀ ਬੈਠਣ ਦੀ ਕਲਪਣਾ ਨਾਲ ਆਏ ਸਨ; ਕੁਝ ਨਾ ਦਿਸਿਆ ਤਾਂ ਉਡਾਰੀ ਵਿਚ ਹੀ ਉਡਾਰੀ ਭਰ ਲਈ...। ਦੀਵਿਆਂ ਦੇ ਭਾਰ ਤੋਂ ਮੁਕਤ ਹੋਇਆ ਗਧਾ ਉਨੀਂ ਦੇਰ ਬੁੱਤਾਂ ਦੇ ਨੇੜੇ ਨਹੀਂ ਚੁਗਦਾ ਜਿੰਨੀ ਦੇਰ ਉਹਨੂੰ ਵਾਪਸੀ ਦਾ ਬੋਝ ਯਾਦ ਰਹੇਗਾ। ਉਹਦੀ ਜਗ੍ਹਾ ਹੁਣ ਦੋ ਗਾਵਾਂ ਇਕ ਦੂਜੇ ਨੂੰ ਚੱਟਦੀਆਂ, ਜੂਠੀਆਂ ਪੱਤਲਾਂ ਚੱਟਣ ਲੱਗੀਆਂ। ਪੱਤਲਾਂ ਚੱਟ ਕੇ ਥੱਕਿਆ ਇਕ ਕੁੱਤਾ ਬੈਠੀਆਂ ਕੁੜੀਆਂ ਦੇ ਪੈਰ ਸੁੰਘਣ ਲੱਗਾ। ਸੁੰਘਦੇ ਕੁੱਤੇ ਵੱਲ ਆਪਣੀ ਝਾਂਜਰ ਨੰਗੀ ਕਰਦੀ ਇਕ ਕੁੜੀ ਉੱਚੀ ਉੱਚੀ ਹੱਸੀ, "ਐਵੇਂ ਕੋਈ ਯਾਦ ਆਇਆ ਸੀ।" ਉਹ ਹੱਸਣ ਦਾ ਕਾਰਨ ਆਪਣੀ ਸਹੇਲੀ ਨੂੰ ਦੱਸਦੀ; ਬਾਬੇ ਕੋਲ ਬੈਠੇ ਮਰਦਾਨੇ ਵੱਲ ਵੇਖਦੀ ਰਹੀ। ਮੰਦਰ ਦੀ ਪਿੱਠ ਪਿਛੋਂ ਸਾਰੰਗੀ ਨਾਲ ਘੁੰਗਰੂਆਂ ਦੀ ਆਵਾਜ਼ ਆਉਣ ਲੱਗੀ। ਘੁੰਗਰੂ ਕਿਸੇ ਗੀਤ ਦੇ ਵਿਸ਼ਵਾਸ ਵਿਚ ਛਣਕ ਰਹੇ ਸਨ। ਮਰਦਾਨੇ ਨੇ ਸਾਹਮਣੇ ਨਿਗਾ ਮਾਰੀ, ਬੁੱਤਾਂ ਅੱਗੇ ਦੀਵੇ ਬਲਦੇ ਦਿਸੇ। ਇਕ ਵਾਰ

ਫਿਰ ਬੁੱਤਾਂ ਨੂੰ ਨਵੀਂ ਨਜ਼ਰ ਨਾਲ ਵੇਖਣ ਨੂੰ ਜੀਅ ਕੀਤਾ। ਅੱਜ ਹੀ ਦੁਪਹਿਰੇ ਰੱਤਕਾਂ ਦੀ ਮਾਲਾ ਵਾਲੀ ਕੁੜੀ ਨੇ ਬੁੱਤਾਂ ਵਿਚ ਖੜ੍ਹੇ ਨੂੰ ਅਨੋਖੀ ਗੱਲ ਕਹੀ ਸੀ :

"ਮਨ ਲਈ ਬੁੱਤ ਹਿਰਦੇ ਲਈ ਮੂਰਤੀ... ਤੂੰ ਕਿੱਥੇ ਖੜ੍ਹਾਂ ਏਂ ਸਜਿੰਦਿਆ... ?"

ਹੁਣ ਉਹ ਬੁੱਤਾਂ ਵਿਚ ਤੁਰਦਾ ਗਿਆ। ਲੋੜ ਤੋਂ ਜ਼ਿਆਦਾ ਦੀਵੇ ਜਗ ਰਹੇ ਸਨ। ਫਿਰ ਉਹ ਸਿਰੇ ਵਾਲੇ ਬੁੱਤ ਕੋਲ ਪਹੁੰਚਿਆ; ਜਿਥੇ ਅੱਜ ਦੁਪਹਿਰੇ ਉਸ ਕੁੜੀ ਨੇ ਤਾਅਨੇ ਵਰਗੀ ਆਵਾਜ਼ ਨਾਲ ਕਿਹਾ ਸੀ। ਉਸ ਬੁੱਤ ਅੱਗੇ ਦੀਵਾ ਨਹੀਂ ਸੀ। ਉਹ ਸਥਾਪਤ ਵੀ ਨਹੀਂ ਸੀ ਕੀਤਾ; ਸਿਰਫ ਕੁਝ ਹੀ ਫਰਕ ਨਾਲ ਰੱਖਿਆ ਸੀ। ਪਰ ਨਾਲ ਦੇ ਦੀਵਿਆਂ ਦਾ ਚਾਨਣ ਪੈ ਰਿਹਾ ਸੀ। ਬੁੱਤ ਕੁੱਤੇ ਦੀ ਪਿੱਠ ਉੱਪਰ ਧੁੱਪ ਸੇਕਦੀ ਘੁੱਗੀ ਦਾ ਸੀ। ਕੁੱਤੇ ਦੀ ਪੂਛ ਅਣਘੜੀ ਸੀ; ਉੱਡਣ ਲੱਗੀ ਘੁੱਗੀ ਦੇ ਪੈਰਾਂ ਹੇਠਲਾ ਪੱਥਰ ਬਾਰੀਕ ਸੀ। ਪੈਰਾਂ ਹੇਠਲਾਂ ਪੱਥਰ ਕਿਥੇ ਅਟਕ ਗਿਆ ਸੀ ? ਆਪਣੇ ਪਿੱਛੇ ਪੈੜਚਾਲ ਸੁਣੀ; ਉਹ ਫਿਰ ਖੜ੍ਹੀ ਸੀ। ਇਸ ਵਾਰੀ ਉਹ ਕੁਝ ਨਹੀਂ ਬੋਲੀ। ਮਰਦਾਨੇ ਦਾ ਜੀਅ ਕੀਤਾ ਰਬਾਬ ਘੁੱਗੀ ਦੇ ਗਲੇ ਉੱਪਰ ਟੰਗ ਦੇਵਾਂ; ਤੇ ਉਸ ਕੁੜੀ ਨੂੰ ਖ਼ਾਲੀ ਹੱਥ ਨਾਲ ਸੰਬੋਧਨ ਹੋਵਾਂ। ਪਰ ਉਹ ਸਾਹਮਣੇ ਇਕ ਠੋਸ ਪੱਥਰ ਉੱਤੇ ਜਾ ਬੈਠੀ ਸੀ; ਜਿਸ ਉੱਪਰ ਇਕ ਹਥੌੜਾ ਤੇ ਛੈਣੀ ਵੀ ਪਏ ਸਨ।

ਜਿਉਂ ਜਿਉਂ ਹਨੇਰਾ ਵੱਧ ਰਿਹਾ ਸੀ, ਬੁੱਤਾਂ ਦੇ ਪਰਛਾਵੇਂ ਹੋਰ ਗੂੜ੍ਹੇ ਹੋ ਰਹੇ ਸਨ। ਚਾਨਣ ਵਿਚ ਕੰਧਾਂ ਦੀਆਂ ਪਿੱਠਾਂ ਤੇ ਲਟਕਦੀਆਂ ਚਮਗਿੱਦੜਾਂ ਹੁਣ ਬੁੱਤਾਂ ਉੱਪਰ ਉੱਡ ਰਹੀਆਂ ਸਨ। ਦੀਵਿਆਂ ਅੱਗੇ ਬਣਦੇ ਉਨ੍ਹਾਂ ਦੇ ਸਾਏ ਬੁੱਤਾਂ ਉੱਤੇ ਆ ਕੇ ਹਨੇਰੇ ਦੇ ਚਟਾਕ ਬਣ ਜਾਂਦੇ। ਮਰਦਾਨੇ ਨੇ ਵੇਖਿਆ ਪੂਰਾ ਹਨੇਰਾ ਹੋਣ ਤੋਂ ਬਾਅਦ ਇਥੇ ਕੋਈ ਗਾਉਣ ਦੀ ਆਵਾਜ਼ ਨਹੀਂ ਆਉਂਦੀ; ਸਿਰਫ਼ ਸਾਜ਼ ਵੱਜਦੇ ਸਨ। ਇਨ੍ਹਾਂ ਸਾਜ਼ਾਂ ਦੀਆਂ ਧੁਨਾਂ ਗਾਏ ਹੋਏ ਗੀਤਾਂ ਤੋਂ ਅਲੱਗ ਹੁੰਦੀਆਂ। ਇਨ੍ਹਾਂ ਵਿਚ ਲੋਕ ਰੰਗ ਬੜਾ ਸੁਣਦਾ। ਦੂਰੋਂ ਇਕ ਤਾਰੇ ਦੀ ਧੁਨ ਵਿਚ ਮਗਨ ਹੋਏ ਮਰਦਾਨੇ ਸਾਹਮਣੇ ਉਹ ਫਿਰ ਸਾਹਮਣੇ ਆ ਖੜ੍ਹੀ। ਉਹਦੀਆਂ ਰਤਕਾਂ ਦਾ ਰੰਗ ਹਨੇਰੇ ਵਿਚ ਨਹੀਂ ਸੀ ਦਿਸਦਾ। ਉਹ ਇਸ਼ਾਰਾ ਕਰ ਅੱਗੇ ਅੱਗੇ ਚੱਲ ਪਈ। ਹਨੇਰੇ ਵਿਚ ਰੇਤੇ ਦੇ ਢੇਰਾਂ ਉੱਪਰ ਬੈਠੇ ਝੁੰਡ ਦਿਸ ਰਹੇ ਸਨ। ਉਹ ਮੰਦਰ ਤੋਂ ਦੂਰ ਨਿਕਲ ਆਈ ਸੀ। ਚਾਨਣ ਦੇ ਸਾਰੇ ਪ੍ਰਛਾਵੇਂ ਕਿਤੇ ਪਿਛੇ ਰਹਿ ਗਏ ਸਨ।

"ਮੇਰੀਆਂ ਕੁੜੀਆਂ ਨੂੰ ਸੁਰਾਂ ਵਿਚ ਦੁੱਖ ਦੱਸਣ ਆਏ ਹੋ ?" ਮਰਦਾਨੇ ਨੇ ਵੇਖਿਆ ਇਕ ਨਗਨ ਸਰੀਰ ਢਿੱਲੇ ਬੁੱਲ੍ਹਾਂ ਉੱਤੇ ਰਾਂਗਲੀ ਦਾਤਣ ਚੱਟਦਾ ਬੋਲ ਰਿਹਾ ਸੀ। ਉਹਦਾ ਇਕ ਮਾਤਰ ਪਹਿਰਾਵਾ ਮੱਥੇ ਉੱਤੇ ਲੱਗਿਆ ਤਿਲਕ ਸੀ। ਉਹ ਪੁੱਠੇ ਹੱਥਾਂ ਦੀਆਂ ਪਿੱਠਾਂ ਰਗੜਦੀ ਅਗਲੀ ਗੱਲ ਸ਼ੁਰੂ ਕਰ ਰਹੀ ਸੀ :

"ਅੱਛਿਆ ਗੁਰੂ ਚੇਲਾ ਭਰ ਜਵਾਨੀ ਵਿਚ ਹੀ ਘਰ ਤਿਆਗ ਆਏ ਹੋ ?"

"ਅਸੀਂ ਘਰੋਂ ਹੋਕੇ ਆਏ ਹਾਂ... ਤਿਆਗ ਕੇ ਨਹੀਂ...।" ਇਹ ਆਵਾਜ਼ ਉਹਦੇ ਬਿਨਾਂ ਪੁੱਛਿਆਂ ਹੀ ਨਿਕਲ ਗਈ ਸੀ। ਮਰਦਾਨੇ ਨੇ ਇੱਧਰ ਉਧਰ ਵੇਖਿਆ। ਅਜਿਹੀ ਬੇਚੈਨ ਜਗ੍ਹਾ ਉਹਨੂੰ ਇਕੱਲਿਆਂ ਨਹੀਂ ਸੀ ਆਉਣਾ ਚਾਹੀਦਾ। ਪਰ ਉਹ ਨਗਨ ਸਰੀਰ ਹਾਲੇ ਚੁੱਪ ਨਹੀਂ ਸੀ ਹੋਇਆ।

"ਸੁਣਿਆ ਤੇਰੇ ਗੁਰੂ ਦੀ ਕੀਰਤਨ ਤੋਂ ਬਾਅਦ ਵੀ ਆਵਾਜ਼ ਨਹੀਂ ਬਦਲਦੀ...।"

ਮਰਦਾਨੇ ਨੇ ਸਾਹਸ ਇਕੱਠਾ ਕਰ ਇਕ ਨਜ਼ਰ ਉਹਦੇ ਵੱਲ ਤੱਕਿਆ; ਸਰੀਰ ਦੀ ਨਗਨਤਾ ਕਿਤੇ ਕੱਪੜਿਆਂ ਨਾਲ ਚਲੀ ਗਈ ਸੀ।

"ਆਪਣੀ ਸਾਂਈ ਨੂੰ ਕਵੀਂ... ਆਉਣਾ ਸੀ ਖਾਲ਼ੀ ਪਿੰਡੇ ਕਿਵੇਂ ਆਵਾਂ...?" ਉਹ ਹੱਸਦੀ ਹੱਸਦੀ ਹੰਝੂ ਕੇਰਨ ਲੱਗੀ। ਉਹਦੀ ਪਿੱਠ ਪਿੱਛੇ ਵੱਜਦਾ ਇਕ ਤਾਰਾ ਉਸੇ ਤਰ੍ਹਾਂ ਵੱਜਦਾ ਰਿਹਾ। ਉਹ ਦੇਹ ਵੀ ਨਗਨ ਸੀ।

ਰਾਤ ਕੱਟਣ ਲਈ ਗੱਲੀਂ ਪੈਣ ਦਾ ਅਨੁਭਵ ਕੰਮ ਨਹੀਂ ਸੀ ਆ ਰਿਹਾ। ਬੁੱਤਾਂ ਅੱਗੇ ਰੱਖੇ ਦੀਵਿਆਂ ਦਾ ਤੇਲ ਮੁੱਕ ਚੁੱਕਾ ਸੀ। ਚੰਨ ਚਾਨਣੀ ਵਿਚ ਬੁੱਤਾਂ ਦੇ ਪਰਛਾਵੇਂ ਇਕ ਦੂਜੇ ਨੂੰ ਛੂੰਹਦੇ ਤੇ ਉਥੇ ਹੀ ਆਪਣਾ ਆਕਾਰ ਅਲੋਪ ਕਰ ਲੈਂਦੇ। ਰੱਤਕਾਂ ਵਾਲੀ ਕੁੜੀ ਫਿਰ ਬਾਬੇ ਸਾਹਮਣੇ ਆ ਬੈਠੀ ਸੀ। ਪਰ ਉਹਨੂੰ ਉਸ ਨਗਨ ਸਰੀਰ ਦੇ ਬਾਕੀ ਬਚੇ ਸੁਆਲ ਯਾਦ ਆ ਰਹੇ ਸਨ :

"ਤੇਰੇ ਗੁਰੂ ਨੂੰ ਵੇਖ ਕੇ ਇਹ ਵਿਰਾਗਣਾਂ ਵਾਂਗ ਫਿਰਦੀ ਏ... ਇਹਨੂੰ ਸਾਰਾ ਲਹੌਰ ਢੂੰਡਦਾ ਫਿਰੇਗਾ...। ਤੇ ਇਹਨੂੰ ਧੀ ਬਣਨ ਦਾ ਵਿਰਾਗ ਚੜ੍ਹ ਗਿਆ ਏ...।" ਫਿਰ ਉਹਨੇ ਕੁੜੀ ਵੱਲ ਉਂਗਲ ਦਾ ਇਸ਼ਾਰਾ ਕੀਤਾ ਸੀ :

"ਸਾਡੇ ਤਾਂ ਰੋ ਰੋ ਕੇ ਭੁੱਲਣ ਦਾ ਰਿਵਾਜ਼ ਹੁੰਦਾ ਏ; ਤੂੰ ਕਿਉਂ ਨੇਹਰਾਂ ਏਦਾਂ ਦੀਆਂ ਯਾਦਾਂ ਵੱਲ ਤੁਰ ਪਈ ਏ!" ਉਹਨੇ ਪਹਿਲੀ ਵਾਰ ਇਸ ਕੁੜੀ ਦਾ ਨਾਂ ਸੁਣਿਆ ਸੀ।

"ਤੂੰ ਕਿਉਂ ਚੁੱਪ ਏਂ... ਸਾਨੂੰ ਟੋਕ ਕੇ ਤਾਂ ਹਰ ਕੋਈ ਨੇਕ ਹੋ ਜਾਂਦਾ ਏ!" ਪਤਾ ਨਹੀਂ ਸੀ ਲੱਗਿਆ ਕਦੋਂ ਅੱਖਾਂ ਗਿੱਲੀਆਂ ਹੋ ਗਈਆਂ ਸਨ। ਇਹ ਨਗਨ ਸਾਦਗੀ ਮਰਦਾਨੇ ਦੀਆਂ ਅੱਖਾਂ ਧੋ ਗਈ ਸੀ। ਵਾਪਸੀ ਤੇ ਨੇਹਰਾ ਨੇ ਵੀ ਪੁੱਛਿਆ ਸੀ :

"ਮਰਦਾਨਿਆ...?" ਉਹਨੇ ਪਹਿਲੀ ਵਾਰ ਨਾਂ ਲਿਆ।

"ਇਹੋ ਜਹੇ ਮੁਰਸ਼ਦ ਦੀ ਤੂੰ ਹਰ ਵਕਤ ਕਿਵੇਂ ਤਾਬ ਝੱਲਦਾਂ... ਮੈਥੋਂ ਤਾਂ ਉਹਦੇ ਵੱਲ ਇਕ ਪਲ ਵੀ ਨਹੀਂ ਵੇਖਿਆ ਜਾਂਦਾ...।"

"ਮੈਂ ਤਾਂ ਗਾਉਣ ਲੱਗ ਪੈਂਦਾ ਹਾਂ... ਦੇਹ ਆਪੇ ਝੱਲਦੀ ਰਹਿੰਦੀ ਏ...।"

ਏਨਾਂ ਕੁਝ ਯਾਦ ਕਰਕੇ ਵੀ ਨੀਂਦ ਨਹੀਂ ਸੀ ਆ ਰਹੀ। ਨੇਹਰਾਂ ਨੇ ਦੱਸਿਆ ਸੀ। ਇਹ ਕਦੇ ਲਹੌਰ ਦੀ ਪ੍ਰਸਿੱਧ ਨਰਤਕੀ ਸੀ। ਜਦੋਂ ਇਹਨੇ ਬਸਤਰ ਪਾਉਣੇ ਛੱਡੇ ਤਾਂ ਗਾਹਕ ਆਉਣੋਂ ਹੱਟ ਗਏ। ਫਿਰ ਇਹ ਨਗਨ ਬਾਜ਼ਾਰਾਂ ਵਿਚ ਘੁੰਮਣ ਲੱਗੀ। ਤੇ ਇਹਨੂੰ ਲਹੌਰ ਛੱਡਣ ਦਾ ਹੁਕਮ ਹੋ ਗਿਆ। "ਅੱਜਕਲ ਇਹ ਮੇਰਾ ਬੜਾ ਫਿਕਰ ਕਰਦੀ ਏ... ਇਕ ਵੇਸਵਾ ਜੋਗਣ ਦੇ ਬਹੁਤ ਨੇੜੇ ਰਹਿੰਦੀ ਏ...।" ਉਹ ਇਕ ਟਿਕ ਉਹਦੇ ਵੱਲ ਵੇਖਦਾ ਰਿਹਾ।

"ਵੇਸਵਾ ਦੀਆਂ ਅੱਖਾਂ ਵਿਚ ਨੀ ਵੇਖੀਦਾ; ਕਲਪਣਾ ਬਦਲ ਜਾਂਦੀ ਏ।" ਇਹ ਬੁੱਤਾਂ ਵਲੋਂ ਆਈ ਉਹਦੀ ਸਹੇਲੀ ਦੀ ਆਵਾਜ਼ ਸੀ।

"ਤੂੰ ਕੋਈ ਸ਼ਾਇਰ ਏਂ...?" ਉਹਦੇ ਨਾਲ ਦਾ ਟੋਲਾ ਵੀ ਉਨ੍ਹਾਂ ਕੋਲ ਪਹੁੰਚ ਚੁੱਕਾ ਸੀ।

"ਗੁਰੂ ਚੇਲਾ ਸਭ ਨੂੰ ਜੋਗਨਾਂ ਬਣਾ ਦੇਣਗੇ ਤਾਂ ਲਹੌਰ ਇਕ ਜਗ੍ਹਾ ਕਿਵੇਂ ਵੱਸੂ...?" ਮਖੌਲ ਕਰਦਾ ਉਹ ਟੋਲਾ ਵੀ ਲੰਘ ਗਿਆ। ਏਹੋ ਜਿਹਾ ਹੋਛਾ ਸੁਆਲ ਕਰਦੀ ਉਹ ਕੁੜੀ ਬਾਬੇ ਅੱਗੇ ਕੁਝ ਇਸ ਤਰ੍ਹਾਂ ਪੁੱਛ ਰਹੀ ਸੀ ;

"ਬਾਬਾ ਤੇਰੀ ਵੀ ਭੈਣ ਹੈ ?"

"ਹਾਂ ਧੀਏ...।"

"ਉਹਦਾ ਕੀ ਨਾਂ ਏ ?"

"ਬੀਬੀ ਨਾਨਕੀ...।"

ਹੁਣੇ ਜਿਹੜਾ ਚੇਹਰਾ ਚੰਗਾ ਨਹੀਂ ਸੀ ਲੱਗਿਆ; ਉਹਦੇ ਬਹਾਨੇ ਬਾਬੇ ਦੀ ਆਵਾਜ਼ ਸੁਣ ਲਈ ਸੀ।

ਇਸ ਤੋਂ ਬਾਅਦ ਫਿਰ ਕੋਈ ਨਹੀਂ ਆਇਆ। ਦੂਰ ਤੱਕ ਰੇਤੇ ਦੇ ਢੇਰਾਂ ਉੱਪਰ ਲੰਬੇ ਪਏ ਇਹ ਸਰੀਰ ਹੁਣ ਬੇਹਰਕਤ ਸਨ। ਥੱਕਹਾਰ ਕੇ ਤੇ ਇਹ ਭੁੱਲ ਕੇ ਕਿ ਇਨ੍ਹਾਂ ਬੁੱਤਾਂ ਕਰਕੇ ਮੈਨੂੰ ਭਾਰ ਢੋਣਾ ਪੈਂਦਾ ਹੈ; ਉਹ ਗਧਾ ਬੁੱਤਾਂ ਵਿਚ ਹੀ ਬੈਠ ਗਿਆ। ਹੁਣ ਵੇਖਣ ਲਈ ਅਸਮਾਨ ਸੀ। ਜਦੋਂ ਨੀਂਦ ਆਈ ਤਾਂ 'ਅੰਗੂਲੀਮਾਰ' ਦੇ ਪੱਥਰ ਵੱਜਦੇ ਦਿਸੇ। ਹਰ ਪੱਥਰ ਦੀ ਆਵਾਜ਼ ਵੱਖਰੀ ਪਰ ਬੰਦੇ ਚੁੱਪ ਸਨ। ਕਈ ਵਾਰੀ ਭੁਲੇਖਾ ਪੈਂਦਾ ਬੁੱਤ ਹੀ ਆਪਣੇ ਨਾਲੋਂ ਕੁਝ ਹਿੱਸਾ ਤੋੜ ਸੁੱਟ ਰਹੇ ਨੇ। ਜਿਨ੍ਹਾਂ ਆਕਾਰਾਂ ਤੇ ਕਦੇ ਭਰੋਸਾ ਹੀ ਨਹੀਂ ਸੀ ਕੀਤਾ; ਉਹ ਅੰਦਰ ਕਿਧਰੋਂ ਜਾ ਵੜੇ। ਜਾਗ ਖੁੱਲ੍ਹੀ ਤਾਂ ਉਹ ਕਿੰਨੀ ਦੇਰ ਬੁੱਤਾਂ ਵੱਲ ਵੇਖਦਾ ਰਿਹਾ। ਧੁੱਪ ਨਿਕਲ ਆਈ ਸੀ। ਘੋੜੀ ਦੀ ਸਜਾਵਟ ਸ਼ੁਰੂ ਹੋ ਗਈ ਸੀ। ਨਰਤਕੀ ਦਾ ਪਹਿਰਾਵਾ ਅੱਜ ਕਿਸੇ ਗੁੱਜਰੀ ਵਰਗਾ ਸੀ। ਢੋਲ ਡੱਫਾਂ ਤਾਲ ਤੋਂ ਪਹਿਲਾਂ ਸੁਰ ਵਿਚ ਆਉਣ ਦੀ ਕੋਸ਼ਿਸ਼ ਕਰਨ ਲੱਗੀਆਂ। ਬਾਬੇ ਅੱਗੇ ਬੈਠਾ ਇਕੱਠ ਵੱਧ ਰਿਹਾ ਸੀ।

ਅੱਜ ਦੀ ਰਾਤ ਸ਼ਾਇਦ ਆਖ਼ੀਰਲੀ ਸੀ। ਬਾਬੇ ਨੇ ਅੱਜ ਉਹ ਸੰਦੇਸ਼ ਗਾਏ ਜਿਨ੍ਹਾਂ ਤੋਂ ਬਾਅਦ ਅਕਸਰ ਉਹ ਜਗ੍ਹਾ ਛੱਡ ਦੇਂਦਾ ਸੀ। ਅੱਜ ਸ਼ਬਦਾਂ ਦੀ ਝੂਮ ਵਿਚ ਉਹ ਇਸ਼ਾਰੇ ਸਨ; ਜਿੰਨ੍ਹਾਂ ਨੇ ਸਮਝੇ ਉਨ੍ਹਾਂ ਚੇਹਰਿਆਂ ਉੱਤੇ ਵਿਰਾਗ ਉਤਰ ਆਇਆ ਸੀ। ਦੁਪਹਿਰ ਤੱਕ ਬਾਬਾ ਮੰਦਰ ਅੱਗੇ ਬੈਠਾ ਰਿਹਾ; ਫਿਰ ਚੁੱਪਚਾਪ ਉਹਨੇ ਤੁਰਨਾ ਸ਼ੁਰੂ ਕੀਤਾ। ਇਕ ਵੱਡੀ ਭੀੜ ਉਹਦੇ ਪਿੱਛੇ ਤੁਰਨ ਲੱਗੀ। ਉਹੀ ਰਤਕਾਂ ਦੀ ਮਾਲਾ ਵਾਲਾ ਚੇਹਰਾ (ਨੇਹਰਾਂ) ਫਿਰ ਅੱਗੇ ਆਇਆ :

"ਬਾਬਲ ਧੀਆਂ ਨੂੰ ਛੱਡਣ ਜਾਂਦਾ; ਇਥੇ ਧੀਆਂ ਬਾਬਲ ਨੂੰ ਛੱਡਣ ਚੱਲੀਆਂ ਨੇ; ਵੈਰਾਗ ਥੋੜ੍ਹਾ ਵੱਧ ਨਹੀਂ ਜਾਵੇਗਾ...?"

ਬਾਬਾ ਮੁਸਕਰਾਇਆ। ਓਹੀ ਮਿਲਣ ਤੇ ਵਿਛੜਣ ਵਾਲੀ ਜਗ੍ਹਾ ਹੁਣ ਆ ਗਈ ਸੀ। ਮਰਦਾਨੇ ਨੇ ਰਬਾਬ ਛੇੜੀ; ਨਾਲ ਹੀ ਸਾਜ਼ਾਂ ਦਾ ਇਕ ਸੰਗਮ ਗੂੰਜ ਉੱਠਿਆ। ਫਿਰ ਸਾਜ਼ਾਂ ਦੇ ਸੰਗਮ ਵਿਚ ਬਾਬੇ ਦੀ ਕੋਮਲ ਆਵਾਜ਼ ਸੁਣੀ। ਤੇ ਫਿਰ ਸਾਜ਼ਾਂ ਤੇ ਆਵਾਜ਼ ਵਿਚ ਵਿੱਥ ਪੈਣ ਲੱਗੀ। ਵਿਛੜਣ ਦੀ ਸਾਰੀ ਕਲਾ ਸਾਜ਼ਾਂ ਨੇ ਸੰਭਾਲ ਲਈ ਸੀ। ਬਾਬੇ ਨੇ ਗਾ ਗਾ ਕੇ ਦੂਰੀਆਂ ਧੁਨੀਆਂ ਵਿਚ ਪਾ ਦਿੱਤੀਆਂ ਸਨ। ਹੌਲੀ ਹੌਲੀ ਦੋ ਆਕਾਰ ਦਿਸਣੋਂ ਹੱਟ ਗਏ। ਦੇਰ ਤੱਕ ਸਾਜ਼ ਇਕੱਲੇ ਹੀ ਵੱਜਦੇ ਰਹੇ।

ਕਾਂਡ : ਛੇ

ਇੱਥੋਂ ਪਹਾੜ ਦੀ ਵਿਦਾਈ ਉਤਰਦੀ ਸੀ। ਅੱਗੇ ਖੁੱਲ੍ਹੇ ਮੈਦਾਨਾਂ ਦੇ ਵਿਛਾਉਣੇ ਸ਼ੁਰੂ ਹੋ ਰਹੇ ਸਨ। ਹੁਣ ਤੋਂ ਬਾਅਦ ਮੰਦਰ ਅੱਗੇ ਖੜ੍ਹਾ ਉਹ ਸਮੂਹ ਵੀ ਨਹੀਂ ਸੀ ਦਿਸਣਾ; ਜਿਥੋਂ ਉਹ ਕੁਝ ਅਜਿਹੇ ਸੁਆਲ ਲੈ ਕੇ ਚੱਲਿਆ ਸੀ; ਜੋ ਪੁੱਛੇ ਗਏ ਲੱਗਦੇ ਹੀ ਨਹੀਂ ਸਨ। ਉਹ ਹੁਣ ਵੀ ਇਸੇ ਛਿਣ ਪੁੱਛੇ ਜਾ ਰਹੇ ਸਨ। ਇਸ ਵਿਛੜਣ ਨੂੰ ਵੈਰਾਗ ਜਿਨੀ ਵਿਦਾਈ ਦੇਣ ਦਾ ਸਮਾਂ ਮੁੱਕਿਆ ਨਹੀਂ ਸੀ; ਸਗੋਂ ਨਾਲ ਨਾਲ ਚੱਲਦਾ ਰਿਹਾ। ਉਨ੍ਹਾਂ ਬਾਬੇ ਨੂੰ ਬਹੁਤ ਸਜਾ ਕੇ ਤੋਰਿਆ ਸੀ। ਨੀਲੇ ਤੇ ਭਗਵੇ ਚੋਗੇ ਉੱਪਰ ਲੋਕ ਸਾਜ਼ਾਂ ਵਰਗੇ ਤਬੀਤਾਂ ਦੀਆਂ ਕਤਾਰਾਂ ਸਨ। ਤੁਰਨ ਵੇਲੇ ਉਹ ਹਰ ਅੰਗ ਦੀ ਝਨਕਾਰ ਨਾਲ ਛਣਕਦੀਆਂ। ਮਰਦਾਨੇ ਲਈ ਇਹ ਸੁਣਨ ਦੇ ਦਿਲਾਸੇ ਸਨ। ਫਿਰ ਉਹਦੀ ਨਜ਼ਰ ਬਾਬੇ ਦੀ ਭਗਵੀ ਪੱਗ ਉੱਪਰ ਬੁਣੀਆਂ ਹਰੀਆਂ ਤਿਤਲੀਆਂ ਤੇ ਗਈ; ਜਿਨ੍ਹਾਂ ਅੱਗੇ ਉਸੇ ਮੰਦਰ ਦੀਆਂ ਕੰਧਾਂ ਦੀ ਕਢਾਈ ਕੀਤੀ ਹੋਈ ਸੀ। ਹੁਣ ਬਾਬੇ ਦੀ ਆਵਾਜ਼ ਤੇ ਰਬਾਬ ਚੁੱਪ ਸਨ। ਮੰਦਰ ਵਿਚ ਗਾਏ ਸ਼ਬਦਾਂ ਦੀਆਂ ਧੁਨਾਂ ਹਾਲੇ ਵੀ ਉਨ੍ਹਾਂ ਨਾਲ ਸਫ਼ਰ ਵਿਚ ਸਨ। ਫਿਰ ਵੀ ਮਰਦਾਨੇ ਦਾ ਜੀਅ ਕਰਦਾ; ਇਕ ਵਾਰ ਫਿਰ ਉਸ ਸਮੂਹ ਨੂੰ ਵੇਖਾਂ ਜਿਥੋਂ ਬਾਬੇ ਦੀ ਇਹ ਸੱਜ ਧੱਜ ਤੁਰੀ ਸੀ। ਉਥੇ ਇਕ ਤਾਰਾਨਾ ਜਾਗਿਆ ਸੀ। ਉਨ੍ਹਾਂ ਬਾਬੇ ਨੂੰ ਇਕ ਵਾਰ ਵੀ ਕਹਿਣ ਨਹੀਂ ਸੀ ਦਿੱਤਾ :

"ਮਰਦਾਨਿਆ... ਵਜਾ... ਰਬਾਬ...।" ਉਸ ਤੋਂ ਪਹਿਲਾਂ ਹੀ ਕੋਈ ਸਾਜ਼ ਵੱਜ ਉੱਠਦਾ ਸੀ।

ਨੀਵੀਆਂ ਤਬੀਤਾਂ ਵਰਗੀਆਂ ਬੱਦਲੀਆਂ ਇਕ ਦੂਜੇ ਨੂੰ ਲੱਭਦੀਆਂ ਅੱਖੋਂ ਓਹਲੇ ਹੋ ਗਈਆਂ। ਕੁਝ ਧਰਤੀ ਨੇੜੇ ਉੱਡਦੇ ਪੰਛੀ ਹਵਾ ਦੇ ਝੋਲੇ ਨਾਲ ਹਿਲਦੇ-ਉਹਦਾ ਅਨੰਦ ਮਾਣਦੇ ਫਿਰ ਪੰਖ ਸਿੱਧੇ ਕਰ ਲੈਂਦੇ। ਰਸਤੇ ਦੀ ਨੋਕ ਬਣਦੀ ਜਾ ਰਹੀ ਸੀ। ਛੇਤੀ ਹੀ ਇਹਨੇ ਪਗਡੰਡੀ ਬਣ ਜਾਣਾ ਸੀ। ਅਜਿਹੇ ਵੇਲੇ ਜਦੋਂ ਰਸਤੇ ਭੀੜੇ ਹੋਣੇ ਸ਼ੁਰੂ ਹੁੰਦੇ ਨੇ; ਮਰਦਾਨਾ ਰਬਾਬ ਛਾਤੀ ਅੱਗੇ ਕਰ ਲੈਂਦਾ। ਇਹ ਛੋਹਾਂ ਬਹੁਤ ਦਿਲਾਸੇ ਵਾਲੀਆਂ ਹੁੰਦੀਆਂ। ਇਸ ਤਰ੍ਹਾਂ ਪਿਛਲੇ ਦਿਨੀਂ ਗਾਏ ਬੋਲਾਂ ਵਾਲੀ ਜਗ੍ਹਾ ਨੂੰ ਛੂੰਹਦੀ ਰਬਾਬ ਛਾਤੀ ਉੱਪਰ ਬੱਚੇ ਵਾਂਗ ਉੱਪਰ ਥੱਲੇ ਸਰਕਦੀ ਰਹਿੰਦੀ। ਹੁਣ ਉਹ ਉਸ ਕੋਹਲੂ ਕੋਲੋਂ ਲੰਘੇ ਜਿਥੋਂ ਮੰਦਰ ਦੇ ਚਿਰਾਗਾਂ ਲਈ ਤੇਲ ਜਾਂਦਾ ਸੀ। ਪੈੜ੍ਹ ਵਿਚ ਘੁੰਮਦੇ ਬੱਲਦ ਦੀ ਟੱਲੀ ਲਗਾਤਾਰ ਵੱਜ ਰਹੀ ਸੀ। ਪੂਰਾ ਦਿਨ ਹਿਲਦੀ ਗਰਦਨ ਉੱਪਰ ਟੱਲੀਆਂ ਨੇ ਜ਼ਖਮ ਕਰ ਦਿੱਤੇ ਸਨ। ਮੱਖੀਆਂ ਟੱਲੀਆਂ ਦੇ ਆਉਣ ਤੋਂ ਪਹਿਲਾਂ ਜ਼ਖਮ ਉੱਪਰ ਬੈਠ ਉੱਡ ਜਾਂਦੀਆਂ ਤੇ ਦੁਬਾਰਾ ਟੱਲੀ ਵੱਜਕੇ ਜ਼ਖਮ ਨੂੰ ਡੂੰਘਾ ਹੋਣ ਤੱਕ ਇੰਤਜ਼ਾਰ ਕਰਦੀਆਂ। ਇਹ ਵੱਜਣ ਦੀ ਗੁਲਾਮੀ ਕੋਹਲੂ ਦੀ ਕਿਰਤ ਦੁਆਲੇ ਘੁੰਮਦੀ ਹੌਲੀ ਹੌਲੀ ਸੁਣਨੋਂ ਹੱਟ ਗਈ।

ਫਿਰ ਉਹ ਖੂਹ ਵੀ ਲੰਘ ਗਏ ਜਿਥੇ ਕੁਝ ਦਿਨ ਪਹਿਲਾਂ ਪਿਆਸ ਨਾਲ ਜਾਤ ਤੁਰੀ ਸੀ। ਇਹ ਕਦੇ ਹੀ ਹੋਇਆ ਸੀ ਕਿ ਏਨੀ ਛੇਤੀ ਉਹ ਵਾਪਸ ਉਨ੍ਹਾਂ ਹੀ ਰਸਤਿਆਂ ਨੂੰ ਮੁੜੇ ਹੋਣ। ਅੱਗੇ ਰਸਤਾ ਬੰਦ ਸੀ। ਖੁਸ਼ਕ ਪੱਤਿਆਂ ਉੱਪਰ ਕੜਕਵੀਂ ਪੈੜਚਾਲ ਦੀ ਆਵਾਜ਼ ਆ ਰਹੀ ਸੀ। ਜਿਸ ਵੀ ਪਿੰਡ ਕੋਲੋਂ ਲੰਘਦੇ ਪਹਿਲਾਂ ਕੋਹਲੂ ਦਿਸ ਪੈਂਦਾ। ਖੂਹਾਂ ਤੋਂ ਬਾਅਦ ਹੁਣ ਇਨ੍ਹਾਂ ਨੇ ਜਿੱਦ ਫੜ ਲਈ ਸੀ। ਇਹ ਵਿਛੋੜੇ ਉਥੇ ਹੀ ਕਿਉਂ ਰੁਕਣ ਲੱਗ ਪਏ ਸਨ ਜਿਥੋਂ ਉਹ ਨਜ਼ਰ ਹਟਾਉਣੀ ਚਾਹੁੰਦਾ ਸੀ। ਪਿਛਲੇ ਕੁਝ ਦਿਨਾਂ ਤੋਂ ਆਕਾਰਾਂ ਨੇ ਆਪਣੀ ਪਕੜ ਦੀ ਜ਼ਿੱਦ ਵਿਖਾਉਣੀ ਸ਼ੁਰੂ ਕਰ ਦਿੱਤੀ ਸੀ। ਹਵਾ ਦੇ ਤੇਜ਼ ਬੁੱਲ੍ਹਿਆਂ ਨਾਲ ਪੈਰਾਂ ਹੇਠਲੇ ਪੱਤੇ ਸਿਰ ਉੱਪਰ ਉੱਡਣ ਲੱਗੇ। ਇਹ ਉਹ ਪੱਤੇ ਸਨ ਜਿਨ੍ਹਾਂ ਹਰੇਪਣ ਨੂੰ ਜੀਅ ਭਰ ਕੇ ਜੀਵਿਆ ਸੀ ਤੇ ਅਗਲੀ ਇੱਛਾ ਲਈ ਜਗ੍ਹਾ ਛਡ ਦਿੱਤੀ ਸੀ। ਹੁਣ ਉਹ ਫਿਰ ਅਸਮਾਨ ਉੱਪਰੋਂ ਇਕ ਇਕ ਕਰਕੇ ਡਿੱਗਣ ਲੱਗੇ; ਹਵਾ ਦੇ ਬੁੱਲੇ ਨੇ ਉਨ੍ਹਾਂ ਦਾ ਸਾਥ ਛੱਡ ਦਿੱਤਾ ਸੀ। ਇਹ ਮੂੰਹ ਹਨੇਰਾ ਹੋਣ ਤੋਂ ਪਹਿਲਾਂ ਦਾ ਸਮਾਂ ਸੀ ਜਦੋਂ ਪਿਲੱਤਣ ਤੇ ਕਾਲਖ ਮੂੰਹ ਜੋੜ ਕੇ ਬੈਠਦੀਆਂ ਨੇ; ਪਰ ਹਨੇਰਾ ਦੋਵਾਂ ਦੀ ਨਹੀਂ ਸੁਣਦਾ। ਫਿਰ ਉਹ ਇਕ ਛੋਟੇ ਜਹੇ ਪਿੰਡ ਕੋਲੋਂ ਲੰਘੇ। ਮੂੰਹ ਹਨੇਰੇ ਵਿਚ ਇਥੇ ਵੀ ਕੋਹਲੂ ਦੇ ਬੌਲਦ ਦੀ ਟੱਲੀ ਚੁੱਪ ਨਹੀਂ ਸੀ :

"ਬਾਬਾ ਹਰ ਪਿੰਡ ਆਪਣਾ ਕੋਹਲੂ ਬਣਾ ਲੈਂਦਾ ਏ ?"

"ਇੱਕ ਕੋਹਲੂ ਬੰਦੇ ਦੇ ਅੰਦਰ ਵੀ ਚੱਲਦਾ ਏ ਮਰਦਾਨਿਆ... ਉਹਦਾ ਮਾਲਿਕ ਵੀ ਬੰਦਾ ਆਪ ਏ ਤੇ ਉਹਦਾ ਬੌਲਦ ਵੀ ਆਪ ਏ...।" ਜਿਵੇਂ ਕਿਸੇ ਸਾਜ਼ ਦੀ ਤੰਦ ਧੁਨ ਦੇ ਕੇ ਵਾਪਸ ਆਪਣੀ ਜਗ੍ਹਾ ਮੁੜਦੀ ਹੈ; ਬਾਬੇ ਦੇ ਹੋਠ ਫਿਰ ਆਪਸ ਵਿਚ ਮਿਲ ਗਏ। ਕੁਝ ਦੇਰ ਹਨੇਰੇ ਵਿਚ ਟੱਲੀ ਦੀ ਟੁਣਕਾਰ ਪਿੱਛਾ ਕਰਦੀ ਰਹੀ। ਅੱਗੇ ਦੂਰ ਤੱਕ ਕੋਈ ਪਿੰਡ ਨਜ਼ਰ ਨਹੀਂ ਸੀ ਆ ਰਿਹਾ। ਦੂਰ ਅਸਮਾਨ ਦੇ ਝੁਕਾਵਾਂ ਨਾਲ ਜੁੜਦੇ ਤਾਰਿਆਂ ਦੇ ਝੁੰਡ ਪਿੰਡਾਂ ਦੇ ਦੀਵਿਆਂ ਦੀ ਯਾਦ ਦਵਾਉਂਦੇ। ਚੰਨ ਚਾਨਣੀ ਵਿਚ ਕਿਸੇ ਦਰੱਖਤ ਦਾ ਗੋਲ ਘੇਰਾ ਦਿਸਿਆ। ਪਿੱਪਲ ਥੱਲੇ ਉਹਦੇ ਆਪਣੇ ਹੀ ਪੱਤਿਆਂ ਦੇ ਢੇਰ ਸਨ। ਅੱਜ ਰਾਤ ਦਾ ਪੜਾਅ ਮਿਲ ਗਿਆ ਸੀ। ਕੀਰਤਨ ਤੋਂ ਬਾਅਦ ਵੀ ਮਰਦਾਨਾ ਕਿੰਨੀ ਦੇਰ ਰਬਾਬ ਵਜਾਉਂਦਾ ਰਿਹਾ। ਪੂਰੇ ਦਿਨ ਦੀਆਂ ਲੰਘੀਆਂ ਵਾਟਾਂ, ਆਵਾਜ਼ਾਂ ਦਿੱਖਾਂ ਨੂੰ ਉਹ ਅਕਸਰ ਰਬਾਬ ਦੀਆਂ ਧੁਨਾਂ ਵਿਚ ਲਿਆਉਣ ਦੀ ਕੋਸ਼ਿਸ਼ ਕਰਦਾ। ਅਜਿਹੇ ਵੇਲੇ ਬਾਬਾ ਕੁਝ ਨਾ ਬੋਲਦਾ। ਤੜਕੇ ਨੂੰ ਬਾਬੇ ਦੇ ਪਹਿਰਾਵੇ ਦੀ ਝਨਕਾਰ ਨਾਲ ਜਾਗ ਖੁੱਲੀ। ਉਹ ਮੰਦਰ ਵਾਲੇ ਚੇਹਰੇ ਫਿਰ ਯਾਦ ਆਏ। ਰਾਤੀਂ ਅਜੀਬ ਸੁਪਨਾ ਆਇਆ ਸੀ। ਮੀਂਹ ਪਿਆ ਹੋਇਆ ਸੀ : 'ਚੁਫੇਰੇ ਪਾਣੀ ਸੀ। ਡੰਗਰਾਂ ਤੋਂ ਧੂੜ ਉੱਡ ਰਹੀ ਸੀ। ਜਗ੍ਹਾ ਉਸ ਮੰਦਰ ਦੇ ਨੇੜੇ ਤੇੜੇ ਹੀ ਕੋਈ ਸੀ।' ਹੁਣ ਦਿਨ ਚੜ੍ਹ ਆਇਆ ਸੀ। ਚੁਫੇਰੇ ਵੇਖਿਆ; ਪੱਧਰੀਆਂ ਪਹਾੜੀਆਂ ਵਿਚਕਾਰ ਇਹ ਪੇਤਲੀ ਜਹੀ ਢਲਾਨ ਸੀ; ਜਿਸ ਉੱਤੇ ਸਿੱਧਾ ਖੜ੍ਹਾ ਪਿੱਪਲ ਕਰੂੰਬਲਾਂ ਨਾਲ ਭਰਿਆ ਪਿਆ ਸੀ। ਰਾਤੀਂ ਹਵਾ ਦੇ ਤੇਜ਼ ਬੁੱਲ੍ਹੇ ਆਏ ਸਨ; ਓਹੀ ਪੱਤੇ ਬਚੇ ਸਨ ਜੋ ਪਿੱਠਾਂ ਹੇਠ ਰਹਿ ਗਏ ਸਨ। ਬਾਬੇ ਨੇ ਹੁਣ ਆਪਣੀ ਚੌਂਕੜੀ ਢਿੱਲੀ ਕਰ ਲਈ ਸੀ। ਇਸ ਤਰ੍ਹਾਂ ਕਿਸੇ ਜਗ੍ਹਾ ਨੂੰ ਛੱਡਣ ਤੋਂ

ਪਹਿਲਾਂ ਬਾਬੇ ਵੱਲ ਵੇਖਣਾ ਬੜਾ ਸੋਹਣਾ ਲੱਗਦਾ। ਦੂਰੀਆਂ ਨੂੰ ਸੰਭਾਲਦੇ ਉਹਦੇ ਕਦਮ ਜਦੋਂ ਇਕ ਜਗ੍ਹਾ ਤੋਂ ਵਿਦਾ ਹੁੰਦੇ ਤਾਂ ਅਗਲੀਆਂ ਯਾਤਰਾਵਾਂ ਦੇ ਮੁਹਾਂਦਰੇ ਦਿਸਣ ਲੱਗ ਪੈਂਦੇ।

ਅੱਜ ਦਾ ਰਾਹ ਬੜਾ ਭੀੜ ਭੜੱਕੇ ਵਾਲਾ ਸੀ। ਜਦੋਂ ਸੂਰਜ ਸਿਰ ਉੱਤੇ ਆਇਆ ਉਨ੍ਹਾਂ ਇਕ ਪਿੰਡ 'ਚੋਂ ਗਜਾ ਕੀਤੀ। ਜਿਸ ਘਰ ਅੱਗੇ ਉਹ ਅੰਨ ਲਈ ਖੜ੍ਹੇ ਸਨ; ਉਸ ਵੇਹੜੇ ਵਿਚ ਇਕ ਬੁੱਢੀ ਛੋਟੀ ਜਹੀ ਕੁੜੀ ਨੂੰ ਕੱਤਣਾ ਸਿਖਾ ਰਹੀ ਸੀ। ਉਹ ਕੁੜੀ ਐਨੀ ਛੋਟੀ ਸੀ ਕਿ ਦੋਵਾਂ ਲਈ ਅੰਨ ਲੈ ਕੇ ਉਹ ਮਸਾਂ ਦਰਵਾਜੇ ਤੱਕ ਪਹੁੰਚੀ। ਬਾਬਾ ਝੁੱਕ ਕੇ ਉਹਦੇ ਜਿੰਨਾ ਹੋ ਗਿਆ ਸੀ।

"ਕੰਨਿਆ ਨੂੰ ਅਸ਼ੀਰਵਾਦ ਦੇ ਦੇਵੋ ਦਰਵੇਸ਼...।" ਬਾਬੇ ਨੇ ਅੰਨ ਧਰਤੀ ਤੇ ਰੱਖ ਦੋਵੇਂ ਹੱਥ ਉਹਦੇ ਸਿਰ ਉੱਤੇ ਰੱਖ ਦਿੱਤੇ। ਪਿੰਡ ਤੋਂ ਤਾਂ ਉਹ ਬਾਹਰ ਨਿਕਲ ਆਏ ਸਨ ਪਰ ਮਰਦਾਨੇ ਨੂੰ ਉਹ ਮਾਸੂਮ ਚੇਹਰਾ ਯਾਦ ਆਉਂਦਾ ਰਿਹਾ। ਅਕਸਰ ਇਹ ਉਹ ਘਰ ਹੁੰਦੇ ਨੇ ਜਿਨ੍ਹਾਂ ਦੇ ਬਾਕੀ ਜੀਅ ਕਿਸੇ ਲੜਾਈ ਦੀ ਭੇਟਾ ਚੜ੍ਹ ਚੁੱਕੇ ਹੋਣ; ਤਾਂ ਹੀ ਉਸ ਬਿਰਧ ਚੇਹਰੇ ਨੇ ਸਾਰੀਆਂ ਦੁਆਵਾਂ ਉਸ ਮਾਸੂਮ ਲਈ ਮੰਗੀਆਂ ਸਨ।

ਸੁਲਤਾਨਪੁਰ ਤੋਂ ਤੁਰਦਿਆਂ ਸੋਚਿਆ ਸੀ; ਖੁੱਲ੍ਹੀਆਂ ਜਗਾਵਾਂ ਹੋਣਗੀਆਂ, ਬਾਬੇ ਦੀ ਰੂਹਾਨੀ ਆਵਾਜ਼ ਹੋਵੇਗੀ, ਰਬਾਬ ਵੱਜੇਗੀ; ਸੰਗੀਤ ਦੀ ਮਰਜ਼ੀ ਨਾਲ ਆਵਾਜ਼ਾਂ ਸੁਣਨਗੀਆਂ। ਸਫ਼ਰਾਂ ਦਾ ਕੀ ਏ ? ਇਹ ਤਾਂ ਕਦਮਾਂ ਨੇ ਤਹਿ ਕਰਨੇ ਨੇ; ਤੁਰਦੇ ਰਵਾਂਗੇ, ਤੇ ਤਹਿ ਹੋ ਜਾਵੇਗਾ। ਇਹ ਸ਼ੁਰੂ ਵਿਚ ਨਾ ਸਮਝ ਆਉਣ ਵਾਲੀਆਂ ਗੱਲਾਂ ਜਦੋਂ ਸਮਝ ਆਉਣ ਲੱਗੀਆਂ ਤਾਂ ਅਰਥ ਹੀ ਬਦਲ ਗਏ ਸਨ। ਇਹ ਰਸਤੇ ਤਾਂ ਦੁੱਖਾਂ ਦੀਆਂ ਪੈੜਾਂ ਨਾਲ ਪਗਡੰਡੀਆਂ ਬਣੇ ਸਨ। ਇਹ ਪਗਡੰਡੀਆਂ ਦੀ ਸੁੱਕੀ ਲੀਕ ਖਹਿਸ਼ਾਂ ਉਮੀਦਾਂ ਦੀਆਂ ਹੀ ਪਰਤਾਂ ਦਰ ਪਰਤਾਂ ਸਨ। ਕਦੇ ਕਦੇ ਇਨ੍ਹਾਂ ਰਸਤਿਆਂ ਤੇ ਤੁਰਨਾ ਕਿਸੇ ਜ਼ਖਮੀ ਉੱਪਰੋਂ ਗੁਜਰਨ ਵਾਂਗ ਜਾਪਦਾ। ਇਹ ਦੁੱਖ ਪੈਰਾਂ ਵਾਲੇ ਦੁੱਖ ਸਨ; ਜਿੰਨਾਂ ਮਰਜੀ ਤੁਰੋ ਇਹ ਨਾਲ ਨਾਲ ਤੁਰਦੇ ਜਾਪਦੇ। ਕਦੇ ਕਦੇ ਮਰਦਾਨੇ ਨੂੰ ਜਾਪਦਾ ਉਹ ਵੀ ਇਨ੍ਹਾਂ ਨਾਲ ਹੀ ਵਹਿ ਤੁਰਿਆ ਏ। ਇਨ੍ਹਾਂ ਕਥਾਵਾਂ ਵਿਚ ਉਭਰਦੇ ਚੇਹਰੇ ਦੇਰ ਤੱਕ ਮਨ ਵਿਚ ਸੋਗੀ ਯਾਦਾਂ ਵਾਂਗ ਜੀਵਤ ਰਹਿੰਦੇ। ਜੇ ਉਹ ਇਸ ਤਰ੍ਹਾਂ ਇਨ੍ਹਾਂ ਰਾਹਾਂ ਉੱਤੇ ਨਾ ਤੁਰਦਾ ਤਾਂ ਉਹਨੂੰ ਭੁਲੇਖਾ ਰਹਿਣਾ ਸੀ ਕਿ ਰਸਤਿਆਂ ਉੱਤੇ ਤੁਰਨ ਨਾਲ ਕੁਝ ਵੀ ਨਹੀਂ ਹੁੰਦਾ। ਇਸ ਤੋਂ ਪਹਿਲਾਂ ਸਫਰਾਂ ਦੀ ਇਸ ਤਰ੍ਹਾਂ ਦੀ ਝਲਕ ਕਦੇ ਦਿਸੀ ਹੀ ਨਹੀਂ ਸੀ। ਦੁੱਖਾਂ ਨੂੰ ਇਸ ਤਰ੍ਹਾਂ ਤੋਰ ਤੋਰ ਕੇ ਸਫਰਾਂ ਵਿਚ ਤੁਰਦੇ ਵੇਖਣ ਦਾ ਇਹ ਪਹਿਲਾ ਅਨੁਭਵ ਸੀ। ਬਚਪਨ ਵਿਚ ਤਲਵੰਡੀ ਇਸ ਤਰ੍ਹਾਂ ਤਾਂ ਕਦੇ ਨਹੀਂ ਸੀ ਦਿਸਿਆ। ਦੂਰੋਂ ਭਾਵੇਂ ਪਿੰਡ ਦੁੱਖਾਂ ਦਾ ਝੁੰਮਲਮਾਟਾ ਮਾਰੀਂ ਬੈਠਾ ਦਿਸਦਾ; ਪਰ ਉਹ ਦੁੱਖਾਂ ਨੂੰ ਕੋਲ ਬਿਠਾਲਕੇ ਬਹੁਤ ਸੋਹਲ ਕਰ ਲੈਂਦਾ ਸੀ। ਅੰਮੀ ਵੀ ਮਰਗਤ ਵੇਲੇ ਗੋਲ ਘੇਰਾ ਬਣਾ ਕੀਰਨੇ ਪਾਉਂਦੀ ਸੀ...। ਦੁੱਖ ਵੇਲੇ ਸਭ ਦੀ ਚਾਲ ਰੁਕ ਜਾਂਦੀ ਸੀ।

ਫਿਰ ਵੀ ਜੇ ਲੋਕਾਂ ਵਾਂਗ ਲੰਘਣਾ ਹੁੰਦਾ; ਉਹ ਔਖਾ ਸੌਖਾ ਹੋ ਕੇ ਲੰਘ ਜਾਂਦਾ। ਪਰ ਬਾਬੇ ਦੇ ਤਾਂ ਅੰਦਾਜ਼ ਹੀ ਵੱਖਰੇ ਸਨ। ਉਹ ਤਾਂ ਉਨ੍ਹਾਂ ਨਾਲ ਛੇੜਖਾਨੀ ਕਰਦਾ,

ਜਗਾਉਂਦਾ; ਗਾ ਗਾਕੇ ਉਨ੍ਹਾਂ ਦੇ ਨਾਵਾਂ ਨਾਲ ਪੁਕਾਰਦਾ : "ਕਾਮ ਏ... ਕਰੋਧ ਏ...।" ਵਿਚੋਂ ਬਨਾਵਟੀ ਜਹੀ ਆਵਾਜ਼ ਆਉਂਦੀ : "ਜੀ ਉਹ ਘਰ ਨਹੀਂ...।"

"ਕੋਈ ਨਾ ਭਾਈ ਆ ਲੈਣ ਦੇ ਬਾਹਰ ਬੈਠ ਕੇ ਉਡੀਕ ਕਰਦੇ ਆਂ...।" ਪਿਛੋਂ ਖਿਝੀ ਹੋਈ ਆਵਾਜ਼ ਆਉਂਦੀ "ਭਾਈ ਅੱਜ ਨਹੀਂ ਆਉਣਾ... ਦੂਰ ਰਿਸ਼ਤੇਦਾਰੀ ਵਿਚ ਗਏ ਨੇ...।" "ਕੋਈ ਨਾ ਭਾਈ ਰਿਸ਼ਤੇਦਾਰੀਆਂ ਦਾ ਤਾਂ ਉਹਦੀਆਂ ਦਾ ਸਾਨੂੰ ਪਤੈ...।" ਅਚਾਨਕ ਆਵਾਜ਼ਾਂ ਬੰਦ ਹੋ ਜਾਂਦੀਆਂ। ਰਸਤੇ ਦੇ ਦੋਵੀਂ ਪਾਸੀਂ ਚੁੱਪ ਚਾਂ ਫੈਲ ਜਾਂਦੀ। ਮਰਦਾਨੇ ਨੂੰ ਫਿਰ ਕਿਸੇ ਦੇ ਲੰਬੇ ਲੰਬੇ ਸਾਹ ਸੁਣਦੇ : "ਆਹ ਜਿਹੜਾ ਪਿਛੇ ਜਾਂਦਾ... ਇਹਨੂੰ ਵੀ ਨਾ ਛੇੜੇਓ... ਸਭ ਕੁਝ ਦੱਸ ਦੇਂਦਾ ਇਹ ਵੀ...।"

ਅਜਿਹੀਆਂ ਸ਼ਕਲਾਂ ਦੇ ਸੰਵਾਦ ਨਾਲ ਸਰੀਰ ਕੁਝ ਦੇਰ ਲਈ ਰੁਕਣਾ ਚਾਹੁੰਦਾ ਸੀ। ਤਾਲੂਏ ਉੱਤੇ ਸੁੱਕੀ ਜੀਭ ਫੇਰੀ। ਇਹ ਵੀ ਅਹਿਸਾਸ ਹੋਇਆ ਕਿ ਉਹਦੇ ਅੱਗੇ ਕੋਈ ਹੋਰ ਵੀ ਚੱਲ ਰਿਹੈ। ਪਿੱਛੇ ਨਜ਼ਰ ਮਾਰੀ ਉਹ ਨਹੀਂ ਦਿਸਿਆ।

"ਭਾਈ ਕੀ ਖੋ ਗਿਆ ?" ਇਕ ਓਪਰੀ ਆਵਾਜ਼ ਆਈ।

"ਬਾਬਾ... ਬਾਬਾ...।"

"ਕੀ ਨਿਆਣਿਆਂ ਵਾਂਗ ਬਾਬਾ ਬਾਬਾ ਲਾਈ ਏ ?" ਓਹੀ ਓਪਰੀ ਆਵਾਜ਼ ਫਿਰ ਸੁਣੀ। ਖੜ੍ਹ ਕੇ ਸਾਹਮਣੇ ਵੇਖਿਆ; ਦੂਰ ਬਾਬਾ ਉਹਦੇ ਵੱਲ ਮੁੜਿਆ ਆ ਰਿਹਾ ਸੀ।

"ਬਾਬਾ ਤੂੰ ਕਿੱਥੇ ਚਲਾ ਗਿਆ ਸੀ ?" ਨਜ਼ਰਾਂ ਨੂੰ ਸੁਰਤ ਆਈ।

"ਤੈਨੂੰ ਲੈਣ ਆ ਰਿਹਾਂ ਮਰਦਾਨਿਆ...।"

"ਅੱਛਿਆ ਮੈਂ ਪਿਛੇ ਰਹਿ ਗਿਆ ਸੀ ?" ਲੰਬੇ ਸਾਹਾਂ ਨਾਲ ਹਿਲਦੀ ਰਬਾਬ ਪਿੰਡੇ ਨਾਲ ਟਕਰਾਈ। ਹੁਣ ਕਿਸੇ ਤੀਜੇ ਦੀ ਵੀ ਯਾਦ ਆ ਗਈ ਸੀ।

ਕਾਂਡ : ਸੱਤ

ਇਸ ਤੋਂ ਪਹਿਲਾਂ ਕਦੇ ਨਹੀਂ ਸੀ ਹੋਇਆ; ਸਵੇਰੇ ਜਾਗ ਖੁੱਲ੍ਹੇ ਤੇ ਸਾਹਮਣੇ ਦਰਿਆ ਵਗਦਾ ਦਿਸੇ। ਦੂਰ ਤੱਕ ਕਲ-ਕਲ ਕਰਦਾ ਪਾਣੀ ਤੇ ਕੰਢੇ ਹਰੇ ਭਰੇ...। ਸਲਾਬ ਕਰਕੇ ਇਥੇ ਹਾਲੇ ਪੱਤਝੜ ਨਹੀਂ ਸੀ ਆਈ। ਏਨੇ ਸਾਜਰੇ ਬਾਬੇ ਨੇ ਕੱਪੜੇ ਧੋ ਕੇ ਵੀ ਸੁੱਕਣੇ ਪਾ ਦਿੱਤੇ ਸਨ। ਉੱਠਣਾ ਉਹਨੂੰ ਉਦੋਂ ਪਿਆ ਜਦੋਂ ਉਹਨੇ ਵੇਖਿਆ; ਉਹਦਾ ਮਸੱਲਾ ਵੀ ਉਨ੍ਹਾਂ ਵਿਚ ਸੁੱਕ ਰਿਹਾ ਸੀ। ਨਾਤਿਆਂ ਧੋਤਿਆਂ ਮੁਸਕਰਾਉਂਦਾ ਬਾਬਾ ਉਹਦੇ ਵੱਲ ਆ ਰਿਹਾ ਸੀ। ਪਿਛਲੇ ਕਈ ਦਿਨਾਂ ਦੀ ਲਗਾਤਾਰ ਥਕਾਵਟ ਨਾਲ ਰਾਤੀਂ ਮੁੜਕੇ ਜਾਗ ਨਹੀਂ ਸੀ ਖੁੱਲ੍ਹੀ। ਜਿਸ ਟਿੱਬੀ ਉੱਤੇ ਉਨ੍ਹਾਂ ਰਾਤ ਕੱਟੀ ਸੀ; ਉਹਦੇ ਪੈਰਾਂ ਹੇਠ ਰਾਵੀ ਵੱਗ ਰਿਹਾ ਸੀ। ਹਲਕਾ ਹਲਕਾ ਚਾਨਣ ਹੋ ਰਿਹਾ ਸੀ। ਸੂਰਜ ਹਾਲੇ ਚੜ੍ਹਿਆ ਨਹੀਂ ਸੀ। ਮਰਦਾਨਾ ਕੁਝ ਬੋਲਦਾ ਉਸ ਤੋਂ ਪਹਿਲਾਂ ਹੀ ਬਾਬੇ ਦੀ ਆਵਾਜ਼ ਸੁਣੀ। (ਅਜਿਹਾ ਕਦੇ ਹੀ ਵਾਪਰਦਾ)

"ਵਗਦੇ ਪਾਣੀ ਵਿਚ ਤੂੰ ਵੀ ਇਸ਼ਨਾਨ ਕਰ ਲੈ ਮਰਦਾਨਿਆਂ... ਫਿਰ ਇਹਨੂੰ ਵੀ ਆਪਾਂ ਪਾਰ ਕਰਨਾ।" ਹੋਰ ਤਾਂ ਉਹ ਤੋਂ ਕੁਝ ਬੋਲਿਆ ਨਹੀਂ ਗਿਆ; ਪਰ ਸਾਹਮਣੇ ਉਸ ਛੋਟੇ ਜਹੇ ਪੰਛੀ ਨੂੰ ਵੇਖਣ ਲੱਗਾ ਜੋ ਖਲੇਪੜ ਥੱਲਿਉਂ ਨਾਜ਼ੁਕ ਜਹੇ ਤੂਣ ਨੂੰ ਕੱਢਣ ਦੀ ਕੋਸ਼ਿਸ਼ ਕਰ ਰਿਹਾ ਸੀ। ਚੁੰਜ ਨਾਲ ਹਿਲਦਾ ਖਲੇਪੜ ਤੂਣ ਉੱਤੇ ਜਾ ਡਿੱਗਿਆ। ਇਸ ਤੋਂ ਅੱਗੇ ਪੰਛੀ ਨੂੰ ਜਾਂਚ ਨਹੀਂ ਸੀ। ਸਭ ਕੁਝ ਭੁੱਲ ਉਹ ਉਡਾਰੀ ਮਾਰ ਗਿਆ।

ਬੇੜੀ ਵਿਚ ਮਲਾਹ ਤੋਂ ਬਿਨਾਂ ਹੋਰ ਕੋਈ ਨਹੀਂ ਸੀ। ਜਦੋਂ ਹੋਰ ਕੋਈ ਨਹੀਂ ਆਇਆ; ਮਲਾਹ ਨੇ ਦੋਵਾਂ ਨੂੰ ਲੈ ਕੇ ਜਾਣਾ ਹੀ ਠੀਕ ਸਮਝਿਆ। ਸੂਰਜ ਆਪਣੀ ਟੇਢ ਨਾਲ ਉੱਪਰ ਆਉਣ ਲੱਗਾ। ਚੱਪੂਆਂ ਨਾਲ ਮਲਾਹ ਵੀ ਬੋਲਦਾ ਗਿਆ :

"ਰਾਹੀਓ ਮਲਾਹ ਬੇੜੀ ਵਿਚ ਨੀ ਥੱਕਦਾ... ਤੁਰਕੇ ਜਾਣਾ ਥਕਾ ਦੇਂਦਾ...।"

ਮਲਾਹ ਮੁੜ ਮੁੜ ਬਾਬੇ ਵੱਲ ਝਾਤ ਮਾਰਦਾ। ਮਰਦਾਨੇ ਨੇ ਕਈ ਵਾਰ ਰਬਾਬ ਛੇੜੀ; ਪਰ ਬਾਬੇ ਦੀ ਨਜ਼ਰ ਸਮਤਲ ਚਲਦੇ ਪਾਣੀ ਵੱਲ ਵੇਖਦੀ ਰਹੀ। ਫਿਰ ਮਰਦਾਨੇ ਨੇ ਵੀ ਆਪਣਾ ਆਪ ਤੈਰਦਾ ਮਹਿਸੂਸਿਆ। ਚਲਦੇ ਪਾਣੀ ਉੱਪਰ ਉੱਡਦੇ ਪੰਛੀਆਂ ਦੇ ਪ੍ਰਛਾਵੇਂ ਦਿਸੇ। ਇਥੇ ਹੀ ਪੂਰੀ ਰਾਤ ਅਸਮਾਨ ਨੇ ਆਪਣੀਆਂ ਝਲਕਾਂ ਵਿਖਾਈਆਂ ਹੋਣਗੀਆਂ। ਇਹ ਆਪਣੇ ਆਪ ਨੂੰ ਪਾਣੀ ਵਿਚ ਵੇਖਣ ਦੀ ਕੋਸ਼ਿਸ਼ ਸੀ। ਠੋਸ ਜਗਾਵਾਂ ਨਾਲ ਰੁਕੇ ਸੰਵਾਦ ਤਰਲਤਾ ਵਿਚ ਵਹਿੰਦੇ ਦਿਸੇ; ਸਫਰਾਂ ਨੂੰ ਮੁਹਾਂਦਰੇ ਦਿਸਣ ਲੱਗੇ। ਅੱਜ ਕਦਮਾਂ ਥੱਲੇ ਠੋਸ ਕੁਝ ਵੀ ਨਹੀਂ ਸੀ; ਕੋਈ ਹੋਰ ਹੀ ਤੈਰਦਾ ਪਾਰ ਲੰਘਾ ਰਿਹਾ ਸੀ। ਤਲ ਉੱਪਰ ਉਤਰੇ ਡੂੰਘੇ ਅਸਮਾਨੀ ਰੰਗ ਵੱਲ ਝਾਤ ਮਾਰੀ। ਪਾਣੀ ਦੀ ਗੁਦਗੁਦੀ 'ਚੋਂ ਜਦੋਂ ਉਨ੍ਹਾਂ ਬੇੜੀ ਛੱਡੀ ਤਾਂ ਬਾਬੇ ਦੀ ਸੁਰੀਲੀ ਆਵਾਜ਼ ਦਾ ਸੰਵਾਦ ਪਾਣੀ ਨਾਲ ਕੁਝ ਇਸ ਤਰ੍ਹਾਂ ਸ਼ੁਰੂ ਹੋਇਆ :

ਫਕੜ ਜਾਤੀ ਫਕੜੁ ਨਾਉ ॥ ਸਭਨਾ ਜੀਆ ਇਕਾ ਛਾਉ ॥

ਆਪਹੁ ਜੇ ਕੋ ਭਲਾ ਕਹਾਏ ॥ ਨਾਨਕ ਤਾ ਪਰੁ ਜਾਪੈ ਜਾ ਪਤਿ ਲੇਖੈ ਪਾਇ ॥

ਦਰਿਆ ਤੋਂ ਥੋੜ੍ਹੀ ਦੂਰੀ ਤੱਕ ਪਗਡੰਡੀ ਸਿੱਲੀ ਰਹੀ। ਫਿਰ ਕਠੋਰ ਹੁੰਦੀ ਚਲੀ ਗਈ। ਤੇ ਫਿਰ ਉਹ ਭੁੱਲ ਗਈ ਕਿ ਉਹ ਏਨੇ ਵਗਦੇ ਪਾਣੀ ਕੋਲੋਂ ਆਈ ਹੈ। ਮਰਦਾਨੇ ਨੂੰ ਕਦਮਾਂ ਨਾਲ ਖਹਿੰਦੀ ਸਖ਼ਤ ਸਤਹਿ ਤੋਂ ਯਾਦ ਆਇਆ। ਹੁਣੇ ਕੁਝ ਦੇਰ ਪਹਿਲਾਂ ਏਨੇ ਉਲਝੇ ਹੋਏ ਸੁਆਲਾਂ ਨੂੰ ਉਹਨੇ ਤੈਰਦੇ ਵਕਤ ਬਾਬੇ ਕੋਲੋਂ ਕਿਉਂ ਨਹੀਂ ਪੁੱਛਿਆ ? ਉਹਨੇ ਇਕ ਮੌਕਾ ਗੁਆ ਦਿੱਤਾ ਸੀ। ਹੁਣ ਫਿਰ ਇਨ੍ਹਾਂ ਵਿਰਾਨ ਭੁਰਭਰੀਆਂ ਪਗਡੰਡੀਆਂ ਉੱਤੇ ਓਹੀ ਸੁਆਲ ਪਰੇਸ਼ਾਨ ਕਰਨ ਲੱਗ ਪਏ ਸਨ। ਉਹ ਵਹਿਣ ਕਿੰਨਾਂ ਕੋਮਲ ਸੀ ਜਿਸਦੀ ਤਰਲਤਾ ਉੱਤੇ ਉਹ ਤੇ ਬਾਬਾ ਤੈਰ ਰਹੇ ਸਨ। ਉੱਥੇ ਸਾਜ਼ ਤੇ ਸਬਦ ਦੀ ਵੀ ਲੋੜ ਨਹੀਂ ਸੀ ਪੈਣੀ। "ਖਾਲੜੇ ਕੋਈ ਰਿਸ਼ਤੇਦਾਰੀ ਏ...?" ਬਹੁਤ ਦੇਰ ਬਾਅਦ ਕੋਈ ਆਮ ਜਿਹਾ ਸੁਆਲ ਸੁਣਿਆ। ਇਕ ਖੁਸ਼ੀ ਵੀ ਹੋਈ, ਦੂਜਾ ਉਸ ਆਦਮੀ ਵੱਲ ਵੀ ਵੇਖਿਆ; ਜਿਸਨੂੰ ਉਹਦੇ ਵਿਚ ਕੁਝ ਵੀ ਵੱਖਰਾ ਨਹੀਂ ਸੀ ਦਿਸਿਆ। ਉਹ ਬੰਦਾ ਤਾਂ ਬਿਨਾਂ ਉੱਤਰ ਸੁਣੇ ਅੱਗੇ ਲੰਘ ਗਿਆ ਪਰ ਪਿਛੋਂ ਇਕ ਹੋਰ ਟੋਲਾ ਆ ਰਲਿਆ। ਉਹ ਇਕ ਛੋਟੇ ਜਹੇ ਮਾਜਰੇ ਕੋਲੋਂ ਲੰਘੇ। ਬਹੁਤ ਹੀ ਛੋਟੇ-ਛੋਟੇ ਘਰ ਇਕ ਗੁੱਛੇ ਵਾਂਗ ਜੁੜੇ ਦਿਸ ਰਹੇ ਸਨ। ਪਗਡੰਡੀ ਪਿੰਡ ਦੇ ਖੂਹ ਕੋਲੋਂ ਖਹਿੰਦੀ ਲੰਘੀ। ਪਿਆਸ ਨਹੀਂ ਸੀ ਲੱਗੀ; ਪਰ ਤੁਰਦੇ ਤੁਰਦੇ ਇਕ ਛੋਟੀ ਜਹੀ ਜਗ੍ਹਾ ਕੈਦ ਹੋਏ ਪਾਣੀ ਵੱਲ ਝੁਕ ਕੇ ਵੇਖਿਆ। ਲੰਘ ਗਿਆ ਦਰਿਆ ਯਾਦ ਆਇਆ। ਜਾਤਾਂ ਤੋਂ ਬਿਨਾਂ ਕਿੰਨਾਂ ਪਾਣੀ ਹਾਲੇ ਵੀ ਸੁਤੰਤਰ ਵੱਗਦਾ ਏ। ਇਸ ਹੌਂਸਲੇ ਵਿਚ ਲੰਬੇ ਕਦਮੀਂ ਉਹ ਫਿਰ ਬਾਬੇ ਨਾਲ ਜਾ ਰਲਿਆ।

ਫਿਰ ਇਕ ਪਹਿਰ ਤੋਂ ਬਾਅਦ ਜਦੋਂ ਇਹ ਪਗਡੰਡੀ ਰੱਥਾਂ ਤੇ ਗੱਡਿਆਂ ਦਾ ਰਾਹ ਬਣੀ; ਇਹ ਆਪਣੇ ਆਪ ਅਲੱਗ ਇਸ ਤੋਂ ਵੱਖ ਚੱਲਣ ਲੱਗੀ। ਲੋਕ ਦੂਰੋਂ ਹੀ ਚਲਦੇ ਰਥਾਂ ਨੂੰ ਜਗ੍ਹਾ ਦੇਣ ਲਈ ਪਗਡੰਡੀ ਵਿਚ ਜਾ ਵੜਦੇ। ਰਸਤੇ ਦੇ ਦੋਵੇਂ ਪਾਸੇ ਨੀਵੇਂ ਝੁਕੇ ਹੋਏ ਦਰੱਖਤਾਂ ਦੇ ਵੱਡੇ ਟਾਹਲੇ ਸਨ; ਉਨ੍ਹਾਂ ਨੂੰ ਮੋੜ ਕੇ ਨਹੀਂ ਸੀ ਲੰਘਿਆ ਜਾ ਸਕਦਾ। ਇਸ ਤਰ੍ਹਾਂ ਕਦੇ ਕਦੇ ਪਗਡੰਡੀ ਆਪਣੇ ਰਾਹ ਲੱਭਦੀ ਇਸ ਰਸਤੇ ਤੋਂ ਦਿਸਣੀ ਹੀ ਹੱਟ ਜਾਂਦੀ।

ਪਿਛਲੀ ਰਾਤ ਕੋਈ ਸੁਪਨਾ ਵੀ ਨਹੀਂ ਸੀ ਆਇਆ। ਸ਼ਾਇਦ ਦਰਿਆ ਕੰਢੇ ਰਾਤ ਕੱਟੀ ਸੀ। ਵਗਦੇ ਰਾਵੀ ਨੇ ਸੁਪਨਿਆਂ ਨੂੰ ਜਗ੍ਹਾ ਹੀ ਨਾ ਦਿੱਤੀ ਹੋਵੇ। ਜਿਸ ਜਗ੍ਹਾ ਰਾਤ ਉਨ੍ਹਾਂ ਨੇ ਪੜਾਅ ਕੀਤਾ ਸੀ; ਉਥੇ ਬੇਰੀਆਂ ਦੇ ਝੁੰਡ ਸਨ। ਰਾਤ ਦੇ ਹਨੇਰੇ ਵਿਚ ਉਹ ਸਿਰਫ਼ ਗੋਲ ਗੁੰਬਦ ਹੀ ਦਿਸੇ ਸਨ। ਕੀਰਤਨ ਤੋਂ ਬਾਅਦ 'ਖਿੱਤੀਆਂ' ਵੇਖਣ ਲਈ ਉਹਨੂੰ ਕੁਝ ਦੂਰ ਜਾ ਕੇ ਵੇਖਣਾ ਪਿਆ ਸੀ। ਫਿਰ ਤੜਕੇ ਨੂੰ ਅਨੇਕਾਂ ਪੰਛੀਆਂ ਦੀਆਂ ਆਵਾਜ਼ਾਂ ਸੁਣੀਆਂ। ਉਹ ਹੈਰਾਨ ਸੀ ਕਿ ਰਾਤ ਉਨ੍ਹਾਂ ਕੋਲ ਏਨੇ ਪੰਛੀ ਸਨ। ਜਦੋਂ ਤੱਕ ਪੰਛੀ ਬੋਲਦੇ ਰਹੇ; ਬਾਬੇ ਨੇ ਅੱਖਾਂ ਨਾ ਖੋਲ੍ਹੀਆਂ : ਸਵੇਰ ਦੇ ਪਹਿਲੇ ਅਲਾਪ ਤੋਂ ਕੁਝ ਦੇਰ ਪਹਿਲਾਂ ਉਹਦੇ ਮੂੰਹੋਂ ਨਿਕਲ ਗਿਆ।

"ਸਾਰੇ ਮਰਾਸੀ ਅੱਜ ਦਰੱਖਤਾਂ ਉੱਤੇ ਹੀ ਆ ਉਤਰੇ ਨੇ...?"

"ਦੋ ਮਰਾਸੀ ਥੱਲੇ ਵੀ ਬੈਠੇ ਨੇ...।" ਬਹੁਤ ਛੇਤੀ ਬਾਬੇ ਦੀ ਆਵਾਜ਼ ਸੁਣੀ ਸੀ। ਉਹਨੇ ਧਿਆਨ ਨਾਲ ਬਾਬੇ ਵੱਲ ਵੇਖਿਆ; ਕਿਤੇ ਮੈਂ ਗ਼ਲਤ ਸੁਆਲ ਤਾਂ ਨਹੀਂ ਪੁੱਛ ਲਿਆ...। ਸਿਰ ਉੱਪਰਲੇ ਬੱਦਲਾਂ ਦਾ ਰੰਗ ਕੋਮਲ ਹੋ ਰਿਹਾ ਸੀ। ਛੋਟੇ ਛੋਟੇ ਕਿਨਾਰੇ ਆਪਸ ਵਿਚ ਮਿਲਕੇ ਨਵਾਂ ਰੰਗ ਬਣਾ ਰਹੇ ਸਨ। ਬੇਰੀਆਂ ਤੇ ਬੈਠੇ ਪੰਛੀਆਂ ਨੇ ਦਿਨ ਦੀ ਪਹਿਲੀ ਉਡਾਣ ਭਰ ਲਈ ਸੀ। ਉਹਨੇ ਕੁਝ ਦੇਰ ਪਹਿਲਾਂ ਬਾਬੇ ਦੇ ਕਹੇ ਲਫ਼ਜ਼ਾਂ ਨੂੰ ਰਬਾਬ ਦੀਆਂ ਧੁਨਾਂ ਵਿਚ ਉਤਾਰਿਆ... "ਦੋ ਮਰਾਸੀ ਥੱਲੇ ਵੀ ਬੈਠੇ ਨੇ...।"

ਲਾਹੌਰ ਦੀ ਬੋਲੀ ਸੁਣਨੀ ਸ਼ੁਰੂ ਹੋ ਗਈ ਸੀ। ਜਿਹੜੇ ਰਸਤੇ ਲਾਹੌਰ ਵੱਲ ਜਾ ਰਹੇ ਸਨ; ਉਨ੍ਹਾਂ ਵਿਚ ਛੋਟੀਆਂ ਛੋਟੀਆਂ ਪਗਡੰਡੀਆਂ ਨਦੀਆਂ ਚੋਇਆਂ ਵਾਂਗ ਮਿਲਦੀਆਂ ਜਾਂਦੀਆਂ। ਵਪਾਰੀਆਂ ਦੇ ਤਰੇ ਗੱਡਿਆਂ ਅੱਗੇ ਰਖਵਾਲੇ ਚੱਲ ਰਹੇ ਸਨ। ਕਦੇ ਕਦੇ ਵੱਡੇ ਵਪਾਰੀਆਂ ਦੇ ਰੱਥ ਲੰਘਦੇ। ਲਾਹੌਰ ਦੇ ਪਹਿਰਾਵੇ ਵਾਲੇ ਹਥਿਆਰਬੰਦ ਸਿਪਾਹੀ ਆਪਣੇ ਘੋੜਿਆਂ ਦੀ ਸ਼ਾਨ ਵਿਚ ਰਖਵਾਲਿਆਂ ਨੂੰ ਟਿੱਚ ਸਮਝਦੇ। ਪਰ ਆਮ ਲੋਕਾਂ ਵਿਚ ਤੁਰੇ ਜਾਂਦੇ ਮਰਦਾਨੇ ਨੂੰ ਕਈ ਵਾਰੀ ਅਚਵੀ ਜਹੀ ਲੱਗ ਜਾਂਦੀ। ਖ਼ਾਸ ਕਰਕੇ ਉਦੋਂ ਜਦੋਂ ਲਹੌਰੀ ਬੋਲੀ ਵਿਚ ਅਪਣੱਤ ਭਰੇ ਸ਼ਬਦਾਂ ਦੀ ਘਾਟ ਸੁਣਦੀ। ਇਸ ਵੇਲੇ ਉਸ ਮੰਦਰ ਵਾਲੇ ਚੇਹਰਿਆਂ ਦੀਆਂ ਝਲਕਾਂ ਦਿਸਦੀਆਂ। ਉਹ ਮੜੰਗੇ ਭੁਲਣੇ ਏਨੇ ਸੌਖੇ ਨਹੀਂ ਸਨ। ਵਾਪਸੀ ਵਾਲੇ ਦਿਨ ਨੇਹਰਾਂ ਨੇ ਕਿਹਾ ਸੀ :

"ਜਿੰਨੀ ਦੇਰ ਤੇਰਾ ਪੀਰ ਸਾਡਾ ਪਹਿਰਾਵਾ ਰੱਖੇਗਾ; ਉਦੋਂ ਤੱਕ ਤਾਂ ਸਾਡੀ ਯਾਦ ਆਉਂਦੀ ਹੀ ਰਵੇਗੀ।" ਫਿਰ ਆਪ ਹੀ ਉਹਦਾ ਉੱਤਰ ਦਿੱਤਾ ਸੀ।

"ਯਾਦ ਦਰਵਾਜ਼ੇ ਨਹੀਂ ਵੇਖਦੀ... ਸੋਚ ਸਮਝ ਕੇ ਆਵੀਂ ਸਾਡੀਆਂ ਛਾਵਾਂ ਨਾਲ ਕੰਢੇ ਵੀ ਉਤਰ ਆਉਂਦੇ ਨੇ।"

ਸਾਹਮਣੇ ਵੇਖਿਆ ਇਕ ਔਰਤ ਆਪਣੇ ਨਾਲ ਤੁਰਦੇ ਬੱਚੇ ਨੂੰ ਕੁਝ ਇਸ ਤਰ੍ਹਾਂ ਕਹਿ ਰਹੀ ਸੀ :

"ਉਹ ਵੇਖ ਲਹੌਰ ਦੇ ਬੁਰਜ ਵੀ ਦਿਸਣ ਲੱਗ ਪਏ ਨੇ... ਥੋੜ੍ਹਾ ਹੋਰ ਤੁਰਕੇ ਅਸੀਂ ਲਹੌਰ ਹੋਵਾਂਗੇ।"

ਉਸ ਮੰਦਰ ਵਿਚ ਵੀ ਕਿਸੇ ਕਿਸੇ ਔਰਤ ਦੀ ਗੋਦੀ ਵਿਚ ਬੱਚਾ ਸੀ। ਸਿਰ ਉੱਤੇ ਇਕ ਝਣਖਣੀ ਜਹੀ ਬੱਦਲੀ ਹਵਾ ਦੇ ਬੁੱਲੇ ਨਾਲ ਅੱਬਾ ਦੀ ਦਾਹੜੀ ਵਾਂਗ ਖਿੱਲਰ ਗਈ। ਫਿਰ ਹੌਲੀ ਹੌਲੀ ਉਹਦਾ ਵਜੂਦ ਹੀ ਖ਼ਤਮ ਹੋ ਗਿਆ। ਪਤਾ ਨਹੀਂ ਲੱਗਦਾ ਕਦੋਂ ਤਲਵੰਡੀ ਜਾ ਵੜੀਦਾ ? ਫਿਰ ਉਸ ਬੱਦਲੀ ਦੀ ਜਗ੍ਹਾ ਘਰ ਜਿੰਨਾ ਵੇਹੜਾ ਦਿਸਿਆ। ਸਜਾਦਾ ਤੇ ਰਜਾਦਾ ਘੁੰਮਦੇ ਦਿਸੇ। ਫਿਰ ਹਵਾ ਨਾਲ ਬੱਦਲੀ ਦੀ ਸਹਿਮਤੀ ਵਿੱਚ ਅੰਮੀ ਵੀ ਨਜ਼ਰੀਂ ਪਈ। ਆਪ ਮੁਹਾਰੇ ਹੀ ਮੂੰਹੋਂ ਪੁੱਛ ਨਿਕਲ ਗਈ।

"ਬਾਬਾ ਅਸੀਂ ਕਿਧਰ ਜਾ ਰਹੇ ਹਾਂ...?"

"ਕਿਰਤ ਦੇ ਘਰ...।"

ਲਹੌਰ ਦੇ ਬੁਰਜ਼ਾਂ ਕੋਲੋਂ ਲੰਘਦਾ ਇਹ ਰਸਤਾ ਕੁਝ ਇਹੋ ਜਹੇ ਸੰਵਾਦ ਸੁਣ ਰਿਹਾ ਸੀ। ਉੱਚੀਆਂ ਉੱਚੀਆਂ ਦੀਵਾਰਾਂ ਵਿਚ ਘਿਰੇ ਮਹਿਲ ਮੀਨਾਰਿਆਂ ਕੋਲੋਂ ਲੰਘਦੇ ਲੋਕ ਬਹੁਤ ਹੀ ਸੰਜਮ ਨਾਲ ਬੋਲ ਰਹੇ ਸਨ। ਬਾਬੇ ਨੇ ਆਪਣੀ ਰੂਹਾਨੀ ਆਵਾਜ਼ ਨਾਲ ਸੁਰ ਛੇੜੇ...। ਨਾਲ ਵੱਜਦੀ ਰਬਾਬ ਸੁਣ ਲੋਕ ਸਮਝਣ ਲੱਗੇ ਕੋਈ ਦਰਬਾਰੀ ਗਾਇਕ ਹੋਣਗੇ; ਜੋ ਕਿਲ੍ਹੇ ਤੋਂ ਪਹਿਲਾਂ ਹੀ ਕਸੀਦੇ ਪੜ੍ਹਣ ਲੱਗ ਪਏ ਨੇ। ਪਰ ਜਦੋਂ ਬਾਬੇ ਦੇ ਇਹ ਬੋਲ ਲੋਕਾਂ ਦੇ ਕੰਨੀ ਪਏ ਤਾਂ ਉਹ ਅੱਗੇ ਪਿੱਛੇ ਹੋਣ ਲੱਗੇ। ਇਨ੍ਹਾਂ ਦੀਵਾਰਾਂ ਕੋਲੋਂ ਪਹਿਲਾਂ ਤਾਂ ਕੋਈ ਇਹੋ ਜਿਹਾ ਫਕੀਰ ਲੰਘਿਆ ਨਹੀਂ ਜੋ ਗਾ ਗਾ ਕੇ ਚਣੌਤੀ ਦੇ ਰਿਹਾ ਹੋਵੇ :

ਰੰਗ ਹਸਹਿ ਰੰਗਿ ਰੋਵਹਿ ਚੁੱਪ ਭੀ ਕਰਿ ਜਾਹਿ॥
ਪਰਵਾਹ ਨਾਹੀ ਕਿਸੈ ਕੇਰੀ ਬਾਝੁ ਸਚੇ ਨਾਹ॥

ਇਸ ਸਾਦ ਮੁਰਾਦੇ ਜੋੜੇ ਨੇ ਜਿਸ ਤਰ੍ਹਾਂ ਲੋਕਾਂ ਦਾ ਧਿਆਨ ਖਿੱਚਿਆ ਸੀ; ਉਹ ਦੇਰ ਤੱਕ ਚਰਚਾ ਦਾ ਵਿਸ਼ਾ ਬਣਿਆ ਰਿਹਾ। ਫਿਰ ਹੌਲੀ ਹੌਲੀ ਇਹ ਖ਼ਬਰ ਫੈਲਣ ਲੱਗੀ ਕਿ ਉਹ 'ਨਾਨਕ ਤਪਾ' ਸੀ। ਲੋਕ ਕਹਿ ਰਹੇ ਸਨ "ਚਲੋ ਉਹ ਤਾਂ ਪੀਰੋ ਮੁਰਸ਼ਦ ਹੈ; ਉਸ ਮਰਾਸੀ ਦਾ ਜਿਗਰਾ ਵੇਖੋ; ਸਾਜ਼ ਨਾਲ ਹੀ ਲੋਧੀਆਂ ਨੂੰ ਟਿੱਚ ਜਾਣਿਆ...।"

ਲੋਕ ਤਾਂ ਚਾਹੁੰਦੇ ਸਨ ਜਿੰਨੀ ਛੇਤੀ ਹੋ ਸਕੇ ਇਹ ਆਵਾਜ਼ਾਂ ਕਿਲ੍ਹੇ ਤੋਂ ਦੂਰ ਚਲੀਆਂ ਜਾਣ। ਪਰ ਉਹ ਦੋਵੇਂ ਉਥੇ ਹੀ ਰੁੱਕ ਗਏ ਸਨ। ਕਈ ਜਣਿਆਂ ਨੇ ਸਿੱਧੇ ਅਸਿੱਧੇ ਢੰਗ ਨਾਲ ਦੱਸਣਾ ਵੀ ਚਾਹਿਆ ਕਿ ਇਥੇ ਬੈਠਣਾ ਕਿੰਨਾਂ ਭਿਆਨਕ ਹੋ ਸਕਦਾ ਏ। ਪਰ ਉਹ ਦੋਵੇਂ ਤਾਂ ਇਸ ਤਰ੍ਹਾਂ ਬੈਠੇ ਸਨ ਜਿਵੇਂ ਕਿਸੇ ਦੇ ਸੱਦੇ ਉੱਤੇ ਆਏ ਹੋਣ। ਲੋਕ ਇਸ ਅਨੋਖੀ ਬੈਠਕ ਨੂੰ ਵੇਖ ਰੁੱਕਣੇ ਸ਼ੁਰੂ ਹੋ ਗਏ ਸਨ। ਛੇਤੀ ਹੀ ਵੱਡਾ ਸਮੂਹ ਬਣਦਾ ਜਾ ਰਿਹਾ ਸੀ। ਦੋ ਘੋੜ ਸਵਾਰ ਵੀ ਆ ਕੇ ਵੇਖ ਗਏ ਸਨ। ਬਾਬਾ ਜਦੋਂ ਭੀੜ ਨੂੰ ਬੈਠਣ ਲਈ ਕਹਿੰਦਾ ਤਾਂ ਸਮੂਹ ਉਹਦੀ ਆਵਾਜ਼ ਨਾਲ ਕੀਲਿਆ ਜਾਂਦਾ। ਚਲਦੇ ਫਿਰਦੇ ਲੋਕ ਸਿਰਫ਼ ਇਹ ਵੇਖਣ ਲਈ ਰੁੱਕ ਜਾਂਦੇ ਕਿ ਏਨੇ ਅਨੋਖੇ ਢੰਗ ਨਾਲ ਬੈਠੇ ਲੋਕ ਕੀ ਸੁਣ ਰਹੇ ਨੇ। ਇਸ ਰਾਤ ਬਹੁਤ ਲੰਬਾ ਕੀਰਤਨ ਹੋਇਆ। ਲੋਕਾਂ ਨੇ ਆਖ਼ਰ ਵਿਚ ਸਿਰਫ਼ ਰਬਾਬ ਹੀ ਵੱਜਦੀ ਸੁਣੀ। ਕਦੇ ਕਦੇ ਮਰਦਾਨਾ ਬਾਬੇ ਵੱਲ ਵੇਖਦਾ; ਬਾਬੇ ਦਾ ਆਦੇਸ਼ ਰਬਾਬ ਜਾਰੀ ਰੱਖਣ ਲਈ ਹੁੰਦਾ।

ਕਾਂਡ : ਅੱਠ

ਬਹੁਤ ਹੀ ਗਰੀਬ ਪਿੰਡ ਤੇ ਘੋੜੇ ਨਰੋਏ ਸਨ। ਪਿਪਲਾਂ ਬਰੋਟਿਆਂ ਥੱਲੇ ਘੋੜੇ ਬੰਨ੍ਹੇ ਹੋਏ ਸਨ। ਤੇ ਲੋਕ ਇਨ੍ਹਾਂ ਬਿਰਖਾਂ ਦੀਆਂ ਛਾਂਵਾਂ ਤੋਂ ਦੂਰ ਤੁਰ ਰਹੇ ਸਨ। ਥੋੜ੍ਹਾ ਪਿੱਛੇ ਹੱਟ ਕੇ ਇਕ ਵੱਡਾ ਕਿਲ੍ਹਾ ਦਿਸਦਾ ਸੀ ਜਿਸਦੇ ਆਸਪਾਸ ਪਠਾਣੀ ਚੇਹਰੇ ਘੁੰਮ ਰਹੇ ਸਨ। ਪਿੰਡ ਤਾਂ ਇਹ ਲਾਲੋ ਦਾ ਹੀ ਸੀ; ਪਰ ਇਸ ਬਹਾਨੇ ਭਗੀਰਥ ਯਾਦ ਆ ਗਿਆ। ਉਹ ਅਕਸਰ ਉਹਦੇ ਸੁਲਤਾਨਪੁਰ ਆਉਣ ਦੀਆਂ ਗੱਲਾਂ ਕਰਦਾ ਰਹਿੰਦਾ ਸੀ। ਜਦ ਵੀ ਮੋਦੀਖਾਨੇ ਦੀ ਗੱਲ ਚੱਲਦੀ ਉਹਤੋਂ ਲਾਲੋ ਦਾ ਜ਼ਿਕਰ ਹੋ ਜਾਂਦਾ। ਪਿਛਲੀ ਰਾਤ ਦੇ ਪੜਾਅ ਤੋਂ ਕੁਝ ਦੇਰ ਪਹਿਲਾਂ ਮਰਦਾਨੇ ਨੇ ਪੁੱਛਿਆ ਸੀ :

"ਬਾਬਾ ਲਾਲੋ ਦਾ ਪਿੰਡ ਹਾਲੇ ਕਿੰਨੀ ਦੂਰ ਏ ?" ਬਾਬਾ ਮੁਸਕਰਾਇਆ।

"ਅੱਛਾ ਲਾਲੋ... ਜਿਥੇ ਵੀ ਕੋਹਲੂ ਚਲਦਾ ਦਿਸੇ... ਓਹੀ ਲਾਲੋ ਦਾ ਪਿੰਡ ਏ...।"

ਮਰਦਾਨਾ ਸੋਚੀਂ ਪੈ ਗਿਆ ਸੀ। ਇਹ ਕਿਤੇ ਕਈ ਦਿਨ ਪਹਿਲਾਂ ਕੋਹਲੂ ਵਾਰੇ ਪੁੱਛੇ ਪ੍ਰਸ਼ਨ ਦਾ ਉੱਤਰ ਤਾਂ ਨਹੀਂ...। ਉਹਨੇ ਰਬਾਬ ਨੂੰ ਤੁਰੰਤ ਗੋਦੀ ਵਿਚ ਲੈ ਲਿਆ; ਜਿਥੋਂ ਤੁਰੰਤ ਉਹਨੂੰ ਸੁਰ ਵਿਚ ਕਰ ਸਕਦਾ ਸੀ। ਪਿਛਲੀ ਰਾਤ ਦਾ ਡੇਰਾ ਇਕ ਅਣਜਾਣ ਪਿੰਡ ਦੇ ਨੇੜੇ ਸੀ। ਬਹੁਤ ਸਾਰੇ ਲੋਕ ਗਾਉਣ ਦੀਆਂ ਆਵਾਜ਼ਾਂ ਸੁਣਕੇ ਉਨ੍ਹਾਂ ਨੂੰ ਵੇਖਣ ਆਏ; ਉਥੇ ਹੀ ਬੈਠ ਗਏ।

ਰਾਤ ਦੇ ਅਜਿਹੇ ਸੁਖਾਵੇਂ ਪੜਾਅ ਤੋਂ ਬਾਅਦ ਪੂਰਾ ਪੂਰਾ ਦਿਨ ਸੁਖਾਵਾਂ ਜਿਹਾ ਭਰਮ ਬਣਿਆ ਰਹਿੰਦਾ; ਕੋਈ ਪਿੰਡ ਆਉਣ ਵਾਲਾ ਏ ਜੋ ਬਿਲਕੁਲ ਤਲਵੰਡੀ ਵਰਗਾ ਹੋਵੇਗਾ... ਰਾਏ ਬੁਲਾਰ ਦੀ ਹਵੇਲੀ ਵਰਗੇ ਡਾਟ ਹੋਣਗੇ... ਮਹਿਤਾ ਕਾਲੂ ਦੀ ਗਲੀ ਵਿਚ ਇਕ ਝੂਮ ਤੁਰਦੀ ਨਜ਼ਰ ਆਵੇਗੀ ਜਿਸਨੂੰ ਹਵੇਲੀ ਤੇ ਮਰਾਸੀਆਂ ਦੀਆਂ ਝੌਂਪੜੀਆਂ ਇਕੋ ਜਿੰਨਾ ਸਲਾਮ ਕਰਦੀਆਂ ਦਿਸਣਦੀਆਂ। ਪਰ ਅਜਿਹਾ ਹੋਣ ਤੋਂ ਪਹਿਲਾਂ ਹੀ ਕੁਝ ਹੋਰ ਵਾਪਰ ਜਾਂਦਾ। ਅੱਜ ਸਵੇਰ ਦੀ ਪਹਿਲੀ ਤੋਰ ਤੋਂ ਥੋੜ੍ਹੀ ਦੇਰ ਬਾਅਦ ਸੈਦਪੁਰ ਦਿਸਣ ਲੱਗ ਪਿਆ ਸੀ। ਵੇਹਲੇ ਖੇਤਾਂ ਵਿਚ ਰਾਹੀਆਂ ਵੱਲ ਝਾਕਦੇ ਡਰਨੇ ਦਿਸਣ ਲੱਗੇ। ਜਿਨ੍ਹਾਂ ਵਾਸਤੇ ਉਹ ਡਰਨੇ ਬਣੇ ਖੜ੍ਹੇ ਸਨ; ਅਨਾਜ ਜਾਣ ਵੇਲੇ ਉਹ ਦਿਸੇ ਹੀ ਨਹੀਂ ਸਨ। ਖੜ੍ਹੇ ਖੜ੍ਹੇ ਡਰਨਿਆਂ ਨੂੰ ਆਪਣੀ ਯਾਦ ਭੁੱਲ ਗਈ ਸੀ। ਸ਼ਾਇਦ ਇਸੇ ਲਈ ਰਾਹੀਆਂ ਵੱਲ ਏਨੀ ਗ਼ੌਰ ਨਾਲ ਵੇਖ ਰਹੇ ਸਨ। ਹਰ ਪਿੰਡ ਸ਼ੁਰੂ ਹੋਣ ਤੋਂ ਪਹਿਲਾਂ ਇਹਦੇ ਨਾਲ ਮਿਲਦੀ ਜੁਲਦੀ ਉਲਝਣ ਮਰਦਾਨੇ ਨੂੰ ਦਿਸ ਹੀ ਪੈਂਦੀ ਸੀ।

ਉਹ ਬਿਲਕੁਲ ਕਿਲ੍ਹੇ ਦੇ ਥੜ੍ਹੇ ਕੋਲੋਂ ਲੰਘੇ। ਕਿਲ੍ਹੇ ਦੇ ਪਠਾਣੀ ਚੇਹਰਿਆਂ ਨੇ ਬਾਬੇ ਵੱਲ ਗ਼ੌਰ ਨਾਲ ਵੇਖਿਆ। ਪਹਿਰਾਵੇ ਦਾ ਹਰਾ ਰੰਗ ਤਾਂ ਸਮਝ ਆਉਂਦਾ ਸੀ; ਇਹ ਵਿਚੋਂ ਹੀ ਭਗਵਾਂ ਕਿਧਰੋਂ ਸ਼ੁਰੂ ਹੋ ਗਿਆ ? ਇਕ ਹੋਰ ਰੰਗ ਨਾਲ ਇਥੇ ਲਲਾਰੀ ਚਕਮਾ ਦੇ ਗਿਆ ਸੀ। ਇਹ ਰੰਗਾਂ ਦਾ ਮਿਸ਼ਰਨ ਸੀ ਤੇ ਉਤੋਂ ਸਵੇਰ ਦੀ ਤੇਜ਼ ਧੁੱਪ ਪੈ

ਰਹੀ ਸੀ। ਉਹ ਕੁਝ ਪੁੱਛਦੇ; ਉਹ ਦੋਵੇਂ ਕੋਲੋਂ ਲੰਘ ਗਏ। ਮਰਦਾਨੇ ਨੂੰ ਫਿਰ ਭੌਣੀਆਂ ਦਾ ਚੀਕਣਾ ਨਜ਼ਦੀਕ ਹੁੰਦਾ ਸੁਣਿਆ। ਖੂਹ ਦੇ ਤਲ ਤੇ ਪਾਣੀ ਉੱਤੇ ਬਾਲਟੀ ਦੀ ਗੁਦਗੁਦੀ ਸੁਣੀ। ਕਦੇ ਕਦੇ ਅੱਗੇ ਚੱਲਦੇ ਬਾਬੇ ਦੀ ਪੱਗ ਉੱਤੇ, ਤਿਤਲੀਆਂ ਦੀ ਕਢਾਈ ਉੱਤੇ ਨਜ਼ਰ ਚਲੇ ਜਾਂਦੀ। ਫਿਰ ਉਹ ਚੋਗੇ ਤੇ ਲਟਕਦੇ ਫੂੰਦਿਆਂ ਉੱਪਰ ਤਬੀਤਾਂ ਦੀਆਂ ਕਤਾਰਾਂ ਉੱਪਰ ਪੈਂਦੀ ਧੁੱਪ ਦੀ ਚਮਕ ਵੇਖਣ ਲੱਗ ਪੈਂਦਾ।

ਗਲੀਆਂ ਭੀੜੀਆਂ ਸਨ; ਕੰਧਾਂ ਆਪਣੇ ਪ੍ਰਛਾਵੇਂ ਤੱਕ ਨਹੀਂ ਸੀ ਵੇਖਦੀਆਂ। ਫਿਰ ਵੀ ਜੁਲਾਹੇ ਦਾ ਤਣਿਆਂ ਤਾਣਾ ਦਿਸਿਆ। ਘੁਮਾਰ ਦੇ ਕੱਚੇ ਭਾਂਡੇ ਧੁੱਪ ਸੇਕਣ ਦੀ ਉਡੀਕ ਕਰਦੇ ਦਿਸੇ। ਅੱਗੇ ਲਲਾਰੀਆਂ ਦੀ ਲੰਬੀ ਗਲੀ ਸੀ। ਡੁੱਲ੍ਹੇ ਰੰਗਾਂ ਦੇ ਚਟਾਕ ਹਰ ਘਰ ਅੱਗੇ ਦਿਸਦੇ ਰਹੇ। ਅਜਿਹੇ ਵੇਲੇ ਬਾਬੇ ਦੀ ਝਨਕਾਰ ਸੁਣਨ ਲਈ ਕੁਝ ਚੇਹਰੇ ਸਮਾਂ ਕੱਢ ਹੀ ਲੈਂਦੇ।

“ਪਹਿਲਾਂ ਹੀ ਬੜੇ ਰੰਗ ਚੜ੍ਹੇ ਨੇ... ਲਲਾਰੀਆਂ ਦੀ ਗਲੀ ਵਿਚ ਦੀ ਜ਼ਰੂਰ ਲੰਘਣਾ ਸੀ ?” ਬਾਬੇ ਦੇ ਚੋਗੇ ਵੱਲ ਵੇਖਦਾ ਇਕ ਬਜੁਰਗ ਹੱਸਦਾ ਹੱਸਦਾ ਗਲੀ ਵਿਚ ਆਇਆ। ਮਰਦਾਨੇ ਨੂੰ ਉਹਦੀ ਦਲੀਲ ਦੀ ਲਾਲਸਾ ਬੜੀ ਸੋਹਣੀ ਲੱਗੀ ਸੀ; ਖ਼ਾਸ ਤੌਰ ਤੇ ਉਦੋਂ ਜਦੋਂ ਉਹਨੇ ਆਪਣੇ ਹੱਥਾਂ ਉੱਤੇ ਪੱਕੇ ਤੌਰ ਤੇ ਚੜ੍ਹੇ ਰੰਗਾਂ ਨੂੰ ਵਿਖਾਇਆ ਸੀ। ਇਹ ਉੱਤਰ ਉਹਦਾ ਆਪਣਾ ਸੀ; ਜਿਹੜਾ ਬਾਬੇ ਨੇ ਉਹਦੇ ਕੋਲੋਂ ਪੁੱਛਿਆ ਸੀ; ਉਹ ਇਹ ਸੀ;

“ਲਾਲੋ ਦੇ ਘਰ ਨੂੰ ਇਹੋ ਰਸਤਾ ਜਾਂਦਾ ਏ... ?”

ਮਰਦਾਨੇ ਦਾ ਜੀਅ ਕੀਤਾ ਇਥੇ ਖੜ ਕੇ ਰਬਾਬ ਵਜਾਵਾਂ। ਬੇਸ਼ਕ ਬਾਬਾ ਅੱਗੇ ਲੰਘ ਜਾਵੇ; ਉਹਨੂੰ ਢੂੰਡ ਹੀ ਲਵਾਂਗਾ। ਪਰ ਇਨ੍ਹਾਂ ਭੀੜੀਆਂ ਗਲੀਆਂ ਵਿਚ ਸਾਜ਼ ਰਾਹੀਂ ਮੈਥੋਂ ਬਿਨਾਂ ਹੋਰ ਕੌਣ ਪੁੱਛੇਗਾ ?“ਕੀ ਤੈਨੂੰ ਪਤਾ ਏ; ਤੈਥੋਂ ਕਿਸਨੇ ਪੁੱਛਿਆ ਏ ?” ਅੱਗੇ ਇਕ ਹੋਰ ਭੀੜੀ ਗਲੀ ਸ਼ੁਰੂ ਹੋ ਗਈ ਸੀ।

ਲਾਲੋ ਦੇ ਘਰ ਪਹਿਲਾਂ ਬਾਬਾ ਅੰਦਰ ਗਿਆ। ਛੋਟੇ ਜਹੇ ਵੇਹੜੇ ਵਿਚ ਉਹ ਅੱਡੇ ਉੱਤੇ ਬੈਠਾ ਕੁਝ ਤਰਾਸ਼ ਰਿਹਾ ਸੀ। ਉਹ ਤਰਾਸ਼ਦਾ ਤਰਾਸ਼ਦਾ ਬਾਬੇ ਵੱਲ ਵੇਖ ਕੇ ਮੁਸਕਰਾਇਆ। ਇਹ ਪਹਿਲੀ ਮਿਲਣੀ ਨਹੀਂ ਸੀ ਜਾਪਦੀ। ਚੁਫੇਰੇ ਖਿਲਰੇ ਹੋਏ ਸੰਦਾਂ ਵਿਚ ਮਰਦਾਨੇ ਨੇ ਆਪਣੀ ਪੰਡੋਕਲੀ ਤੇ ਦੋਵੇਂ ਕਾਸੇ ਰੱਖੇ। ਬਾਬਾ ਬਿਲਕੁਲ ਲਾਲੋ ਦੇ ਸਾਹਮਣੇ ਚੌਂਕੜੀ ਮਾਰ ਕੇ ਬੈਠ ਗਿਆ। ਲਾਲੋ ਨੇ ਤਰਾਸ਼ਣਾ ਨਹੀਂ ਛੱਡਿਆ, ਪਰ ਅੱਖਾਂ ’ਚੋਂ ਤ੍ਰਿਪ ਤ੍ਰਿਪ ਹੰਝੂ ਵਹਾਉਂਦਾ ਰਿਹਾ। ਖੜ੍ਹੇ ਖੜ੍ਹੇ ਮਰਦਾਨੇ ਨੇ ਫਿਰ ਚੁਫ਼ੇਰੇ ਨਜ਼ਰ ਘੁਮਾਈ। ਉਦੋਂ ਹੀ ਲਾਲੋ ਦੀ ਪਹਿਲੀ ਵਾਰ ਆਵਾਜ਼ ਸੁਣੀ। ਅਜਿਹੀਆਂ ਆਵਾਜ਼ਾਂ ਸੰਗੀਤ ਵਿਚ ਕਿਤੇ ਨਾ ਕਿਤੇ ਦਖ਼ਲ ਦੇਂਦੀਆਂ ਹੀ ਨੇ।

“ਮੇਰੇ ਸਾਹਮਣੇ ਇਸ ਤਰ੍ਹਾਂ ਮਿੱਟੀ ਉੱਤੇ ਨਾ ਬੈਠ ਬਾਬਾ...।”

“ਤੇਰਾ ਸਾਰਾ ਵੇਹੜਾ ਹੀ ਪਲੰਘ ਏ ਲਾਲੋ।”

ਮਰਦਾਨਾ ਸਭ ਕੁਝ ਖੜ੍ਹਾ ਵੇਖਦਾ ਤੇ ਸੁਣਦਾ ਰਿਹਾ। ਉਹਨੇ ਮੋਢੇ ਉੱਪਰੋਂ ਹਾਲੇ ਰਬਾਬ ਵੀ ਨਹੀਂ ਸੀ ਉਤਾਰੀ। ਏਨੀਆਂ ਸਾਦੀਆਂ ਗੱਲਾਂ ਸੁਣਕੇ ਉਹਨੂੰ ਆਪਣਾ

ਬਚਪਨ ਯਾਦ ਆ ਗਿਆ। ਲੰਘੀ ਰਾਤ ਤੋਂ ਬਾਅਦ ਦੂਜੇ ਦਿਨ ਸਵੇਰੇ ਉਹ ਆਪਣੇ ਮਿੱਤਰਾਂ ਨੂੰ ਇਸ ਤਰ੍ਹਾਂ ਹੀ ਮਿਲਦੇ ਹੁੰਦੇ ਸਨ। ਕੁਝ ਵੀ ਪੁੱਛਣਾ ਬੱਸ ਸਨੇਹ ਬਣ ਜਾਂਦਾ ਸੀ। ਫਿਰ ਇਸ਼ਾ ਦੀ ਨਿਮਾਜ਼ ਤੱਕ ਸਮੇਂ ਦਾ ਪਤਾ ਹੀ ਨਹੀਂ ਸੀ ਲੱਗਿਆ। ਇਕ ਪਾਸੇ ਕਿਰਤ ਆਪਣੇ ਕਰਮ ਵਿਚ ਰੁੱਝੀ ਰਹੀ; ਦੂਜੇ ਪਾਸੇ ਸੰਗੀਤ ਸੁਰਾਂ ਦੀ ਬੰਦਗੀ ਵਿਚ ਮਗਨ ਰਿਹਾ। ਕੀਰਤਨ ਵੇਲੇ ਲਾਲੋ ਸੰਗਤ ਵਿਚ ਪੀੜ੍ਹੀ ਜਿੰਨੀ ਜਗ੍ਹਾ ਵਿਚ ਬੈਠਾ ਦਿਸਿਆ। ਪਹਿਲੀ ਰਾਤ ਦੇ ਕੀਰਤਨ ਦਾ ਆਰੰਭ ਕੁਝ ਇਸ ਤਰ੍ਹਾਂ ਹੀ ਹੋਇਆ ਸੀ।

ਮਰਦਾਨੇ ਦਾ ਇਥੇ ਜੀਅ ਲੱਗ ਰਿਹਾ ਸੀ। ਇਥੇ ਜੋਗੀਆਂ ਫਕੀਰਾਂ ਵਰਗੇ ਬੋਝਲ ਸੁਆਲ ਨਹੀਂ ਸੀ ਪੁੱਛੇ ਜਾ ਰਹੇ। ਅੱਖਰ ਬਿਨਾਂ ਕਿਸੇ ਕੋਸ਼ਿਸ਼ ਤੋਂ ਸ਼ਬਦਾਂ ਦੀ ਮਰਿਆਦਾ ਸਹਿਣ ਕਰ ਸਕਦੇ ਸਨ। ਲਾਲੋ ਦੇ ਘਰ ਸਾਹਮਣੇ ਕੋਈ ਮੰਦਰ ਤੇ ਮਸਜਿਦ ਵੀ ਨਹੀਂ ਸੀ। ਹਲਕੀ ਹਲਕੀ ਹਵਾ ਕਿੱਕਰ ਤੇ ਬਣੇ ਮਮੋਲਿਆਂ ਦੇ ਆਲ੍ਹਣੇ ਕਦੇ ਕਦੇ ਮੰਦਰ ਦੇ ਟੱਲ ਦੀ ਯਾਦ ਕਰਵਾ ਦੇਂਦੇ। ਸੰਪੀ ਤੇ ਆਪਣੇ ਸੰਦਾਂ ਦੀ ਮੁਰੰਮਤ ਕਰਾਉਣ ਆਉਂਦੇ ਕਿਸਾਨ ਅੱਡੇ ਵਿਚ ਬੈਠੇ ਦੋ ਫਕੀਰਾਂ ਨੂੰ ਹੈਰਾਨੀ ਨਾਲ ਵੇਖਦੇ। ਕਦੇ ਕਦੇ ਲਾਲੋ ਕੋਲ ਬਹੁਤ ਜ਼ਿਆਦਾ ਕੰਮ ਆ ਜਾਂਦਾ। (ਹੁਣ ਦੋ ਜੀਅ ਹੋਰ ਆ ਬੈਠੇ ਸਨ) ਕੰਮ ਕਰਦੇ ਵਕਤ ਲਾਲੋ ਮਰਦਾਨੇ ਤੋਂ ਸਫਰਾਂ ਦੀਆਂ ਯਾਦਾਂ ਸੁਣਦਾ ਰਹਿੰਦਾ। ਇਹ ਆਦਤ ਤਲਵੰਡੀ ਦੇ ਬਾਲਾ ਸੰਧੂ ਵਰਗੀ ਸੀ। ਸਫਰਾਂ ਦੀਆਂ ਗੱਲਾਂ ਉਹ ਉਦੋਂ ਕਰਦੇ ਜਦੋਂ ਬਾਬਾ ਘਰੋਂ ਬਾਹਰ ਗਿਆ ਹੁੰਦਾ। ਅੱਜ ਚੱਲਦੀਆਂ ਗੱਲਾਂ ਵਿਚ ਜਦੋਂ ਸੁਲਤਾਨਪੁਰ ਤੋਂ ਭਗੀਰਥ ਨੂੰ ਬਾਬੇ ਵਲੋਂ ਵਾਪਸ ਭੇਜਣ ਦੀ ਗੱਲ ਤੁਰੀ ਤਾਂ ਸੰਦਾਂ ਦਾ ਢੇਰ ਵੇਖ ਕੇ ਮਰਦਾਨੇ ਤੋਂ ਰਿਹਾ ਨਾ ਗਿਆ :

"ਲਾਲੋ ਤੇਰੇ ਕੋਲ ਬਹੁਤ ਕੰਮ ਪਿਆ ਏ...!"

"ਮੌਜਾਂ ਨੂੰ ਕੋਈ ਕੰਮ ਨਹੀਂ ਹੁੰਦਾ...।" ਕਿਰਤ ਨਾਲ ਹੱਸਦੀ ਦੇਹ ਵੇਖ ਮਰਦਾਨੇ ਦਾ ਗੌਣ ਨੂੰ ਜੀਅ ਕੀਤਾ। ਪਰ ਰਬਾਬ ਸੰਦਾਂ ਤੋਂ ਥੋੜ੍ਹੀ ਪਰ੍ਹੇ ਪਈ ਸੀ। ਕਈ ਵਾਰੀ ਤਾਂ ਕਾਸੇ ਵੀ ਸੰਦਾਂ ਵਿਚ ਪਏ ਉਨ੍ਹਾਂ ਵਰਗੀ ਹੀ ਜਾਣ ਪਛਾਣ ਵਿਖਾਉਣ ਲੱਗ ਪੈਂਦੇ ਸਨ।

ਟਿਕੀ ਹੋਈ ਦੁਪਹਿਰ ਨੂੰ ਜਦੋਂ ਉਹ ਦੋਵੇਂ ਹੀ ਘਰ ਸਨ; ਮਰਦਾਨਾ ਲੱਕੜੀ ਤਰਾਸ਼ਦੇ ਲਾਲੋ ਨੂੰ ਵੇਖਦਾ ਕਿਤੇ ਗੁੰਮ ਹੋ ਗਿਆ। ਲਾਲੋ ਦੇ ਹੱਥਾਂ ਵਿਚ ਬਣਦਾ ਆਕਾਰ ਨਿਖਰਦਾ ਗਿਆ ਤੇ ਤਰਾਸ਼ਣ ਦੀ ਆਵਾਜ਼ ਸੁਣਨੋਂ ਹੱਟ ਗਈ। ਉਸ ਵੇਲੇ ਲਾਲੋ ਦੀ ਮਿੱਠੀ ਆਵਾਜ਼ ਸੁਣਾਈ ਦਿੱਤੀ :

"ਤੇਰੇ ਮੁਸੱਲੇ ਲਈ ਮੈਂ ਧਰਤੀ ਸੁੰਭਰ ਦਿੱਤੀ ਏ... ਗੁਰਭਾਈ...।" ਮਰਦਾਨੇ ਨੇ ਪ੍ਰਛਾਵੇਂ ਵੱਲ ਵੇਖਿਆ; ਨਮਾਜ਼ ਦਾ ਵਕਤ ਹੋ ਗਿਆ ਸੀ। ਨਮਾਜ਼ ਤੋਂ ਬਾਅਦ ਮਰਦਾਨੇ ਨੇ ਮੁਸੱਲਾ ਇਕੱਠਾ ਨਹੀਂ ਕੀਤਾ। ਉਹਨੇ ਲਾਲੋ ਦੇ ਸਾਹਮਣੇ ਬੈਠ ਕੇ ਗਾਉਣਾ ਸ਼ੁਰੂ ਕਰ ਦਿੱਤਾ। ਲੰਬੀ ਦੇਰ ਤੱਕ ਗਾਉਣ ਨੂੰ ਜੀਅ ਕਰ ਰਿਹਾ ਸੀ। ਉਹਨੇ ਅੱਖਾਂ ਵੀ ਨਹੀਂ ਖੋਲ੍ਹੀਆਂ; ਰਬਾਬ ਵੱਜਦੀ ਰਹੀ ਤੇ ਸੁਰ ਸੁਰੀਲੇ ਹੁੰਦੇ ਗਏ। ਫਿਰ ਉਹਨੇ ਰਬਾਬ ਦੀ ਲੱਕੜ ਉੱਤੇ ਕਿਸੇ ਦਾ ਹੱਥ ਘੁੰਮਦਾ ਮਹਿਸੂਸਿਆ। ਲਾਲੋ ਦੀ ਆਵਾਜ਼ ਸੁਣਨ ਲਈ ਉਹਨੇ ਗਾਉਣਾ ਬੰਦ ਕੀਤਾ :

"ਵਾਹ ਓਏ ਫਿਰੰਦਿਆ... ਸਾਜ਼ ਰਾਹੀਂ ਹੀ ਗੁਰੂ ਨਾਲ ਹੋ ਲਿਆ...।"

"ਲਾਲੋ... ਇਕ ਰਬਾਬ ਤੂੰ ਵੀ ਬਣਾਦੇ...।"

"ਹਰ ਤਖਾਣ ਤੋਂ ਸਾਜ਼ ਨਹੀਂ ਬਣਦਾ...।" ਉਹ ਉੱਚੀ ਉੱਚੀ ਹੱਸਿਆ। ਇਸ ਦੌਰਾਨ ਉਹਨੇ ਕਈ ਵਾਰ ਕਿਹਾ : "ਮੇਰੇ ਗੁਰ ਭਾਈ... ਮੇਰੇ ਗੁਰ ਭਾਈ...।" ਇਹ ਲਫ਼ਜ਼ (ਰੁਤਬਾ) ਸੁਣ ਕੇ ਏਨੀ ਛੇਤੀ ਗਾਇਆ ਤਾਂ ਨਹੀਂ ਸੀ ਜਾ ਸਕਦਾ ਪਰ ਰਬਾਬ ਉੱਪਰ ਹੰਝੂ ਤਾਂ ਵਹਾਏ ਜਾ ਸਕਦੇ ਸਨ। ਜਵਾਬ ਲਾਲੋ ਦਾ ਵੀ ਹੰਝੂਆਂ ਨਾਲ ਹੀ ਆਇਆ। ਬਾਹਰੋਂ ਗਲੀ ਵਿਚੋਂ ਕਈ ਵਾਰ ਆਵਾਜ਼ਾਂ ਆਈਆਂ "ਅੱਜ ਕੋਈ ਬੋਲਦਾ ਹੀ ਨਹੀਂ... ਲਾਲੋ ਕਿੱਧਰੇ ਲੰਬਾ ਲੰਘ ਗਿਆ...?"

ਇਹ ਇਕ ਸੁਖਾਵਾਂ ਜਿਹਾ ਦਿਨ ਲੰਘਿਆ ਸੀ। ਛੋਟੀਆਂ ਛੋਟੀਆਂ ਗੱਲਾਂ ਫਿਰ ਦੁਹਰਾਉਣ ਨੂੰ ਜੀਅ ਕੀਤਾ ਸੀ। ਬਿਨਾਂ ਕੋਸ਼ਿਸ਼ ਤੋਂ ਬੋਲੇ ਗਏ ਸ਼ਬਦ ਕਦੋਂ ਗਹਿਰਾਈਆਂ ਵਿਚ ਉਤਰ ਜਾਂਦੇ; ਪਤਾ ਹੀ ਨਹੀਂ ਸੀ ਲੱਗਦਾ।

ਅੱਜ ਕਾਠ ਦੀ ਘੁਲਾੜੀ ਦੇ ਦੰਦੇ ਬਣਾਉਂਦਾ ਲਾਲੋ ਰਿਆਜ਼ ਕਰਦੇ ਮਰਦਾਨੇ ਵੱਲ ਬਿਨਾਂ ਵੇਖਿਆ ਸੁਣਦਾ ਰਿਹਾ। ਕਦੇ-ਕਦੇ ਘੁਮਾਰਾਂ ਦੀ ਗਲੀ 'ਚੋਂ ਕਮਾਈ ਮਿੱਟੀ ਦੀ ਖੁਸ਼ਬੂ ਲਾਲੋ ਦੇ ਵੇਹੜੇ 'ਚੋਂ ਲੰਘਦੀ ਅੱਗੇ ਮਮੋਲਿਆਂ ਦੇ ਆਲ੍ਹਣਿਆਂ ਨੂੰ ਝੂਟੇ ਦੇਣ ਲੱਗ ਪੈਂਦੀ। ਵੇਹਲਾ ਹੋ ਕੇ ਲਾਲੋ ਨੇ ਅਸਮਾਨ ਵੱਲ ਵੇਖਿਆ।

"ਸਾਰਾ ਦਿਨ ਅੱਜ ਧੁੱਪ ਵਾਂਗ ਲੰਘ ਗਿਆ...।"

"ਲਾਲੋ... ਮੇਰਾ ਸੰਗੀਤ ਤਾਂ ਰਿਆਜ਼ ਨਾਲ ਨਹੀਂ ਥੱਕਦਾ; ਤੇਰੀ ਕਿਰਤ ਵੀ ਕਰਮ ਨਾਲ ਨਹੀਂ ਥੱਕਦੀ ?"

"ਤੂੰ ਮੈਨੂੰ ਗੁਰਭਾਈ ਕਹਿ ਕੇ ਕਿਉਂ ਨਹੀਂ ਬੁਲਾਉਂਦਾ ਮਰਦਾਨਿਆਂ...?" ਲਾਲੋ ਦੇ ਮੂੰਹੋਂ ਕਈ ਦਿਨਾਂ ਬਾਅਦ ਸੁਣਿਆ ਆਪਣਾ ਨਾਂ ਕਿਸੇ ਸੁਣੀ ਸੁਣਾਈ 'ਜਨਮਭੂਮੀ' ਵਾਂਗ ਜਾਪਿਆ। ਉਹਨੇ ਲਾਲੋ ਵੱਲ ਦੁਬਾਰਾ ਵੇਖਿਆ।

"ਲਾਲੋ ਦਾ ਰੁਤਬਾ ਵੱਡਾ ਏ... ਭਾਈ ਲਾਲੋ...।"

"ਇਸ ਤਰ੍ਹਾਂ ਬੰਧਨ ਨਾ ਪਾ ਮੇਰੇ ਯਾਰ... ਤੂੰ ਤਾਂ ਰਬਾਬ ਦੇ ਸਾਥ ਨਾਲ ਤਰ ਜਾਣਾਂ... ਕੋਈ ਬਹਾਨਾ ਮੇਰੇ ਵਾਸਤੇ ਵੀ ਰਹਿਣ ਦੇ...।" ਠੀਕ ਅਜਿਹੇ ਵੇਲੇ ਉਨ੍ਹਾਂ ਬਾਹਰੋਂ ਆਇਆ ਬਾਬਾ ਕੋਲੋਂ ਮੁਸਕਰਾਉਂਦਾ ਲੰਘਦਾ ਵੇਖਿਆ। ਇਹ ਛੋਟਾ ਜਿਹਾ ਵੇਹੜਾ ਕਿੰਨਾਂ ਲੰਬਾ ਹੋ ਗਿਆ ਸੀ; ਦੇਰ ਤੱਕ ਬਾਬਾ ਕੋਲੋਂ ਲੰਘਦਾ ਦਿਸਦਾ ਰਿਹਾ...।

ਅੱਜ ਮਰਦਾਨੇ ਤੇ ਲਾਲੋ ਨੇ ਸੈਦਪੁਰ ਦੀਆਂ ਗਲੀਆਂ ਦੇ ਚੱਕਰ ਲਾਏ। ਗੱਲਾਂ ਕਰਦੇ ਕਰਦੇ ਕਦੋਂ ਇਹ ਸਬੱਬ ਬਣਿਆ ਪਤਾ ਹੀ ਨਹੀਂ ਲੱਗਿਆ। ਅਸਲ ਵਿਚ ਨਿਕਲੇ ਤਾਂ ਉਹ ਬਾਬੇ ਨੂੰ ਵੇਖਣ ਸਨ। ਅੱਜ ਕਲ ਬਾਬਾ ਸਵੇਰੇ ਹੀ ਘਰੋਂ ਨਿਕਲ ਜਾਂਦਾ; ਤੇ ਰਾਤ ਵੇਲੇ ਵਾਪਸ ਆਉਂਦਾ। ਕੱਲ ਨਾਲ ਦੇ ਪਿੰਡ ਦੇ ਕਿਸਾਨ ਦੱਸਦੇ ਸਨ; ਉਹ ਉਨ੍ਹਾਂ ਦੇ ਪਿੰਡ ਵੀ ਗਿਆ ਸੀ। ਮਰਦਾਨੇ ਦਾ ਕਈ ਵਾਰ ਦਿਲ ਕਾਹਲਾ ਪੈਣ ਲੱਗ ਪੈਂਦਾ। ਇਸ ਤਰ੍ਹਾਂ ਦੀਆਂ ਦੇਰੀਆਂ ਤੋਂ ਬਾਅਦ ਕਈ ਵਾਰੀ ਬਹੁਤ ਭਿਆਨਕ ਵਾਪਰਦਾ, ਹੋਣੋਂ ਬਚਿਆ ਸੀ। ਉਂਝ ਵੀ ਪੂਰੇ ਦਿਨ ਦੇ ਅਵਸਰ ਉਹ ਵੇਖ ਤੇ ਸੁਣ ਨਾ ਸਕਦਾ; ਇਹ

ਜਗਿਆਸਾ ਹੀ ਬਾਬੇ ਦੀ ਭਾਲ ਬਣ ਜਾਂਦੀ। ਫਿਰ ਜਿਸ ਪਿੰਡ ਵਿਚ ਵੱਡਾ ਕਿਲ੍ਹਾ ਹੋਵੇ, ਹਵੇਲੀਆਂ ਹੋਣ, ਡਾਟਦਾਰ ਦਰਵਾਜੇ ਹੋਣ ਉੱਥੇ ਦੇ ਖਤਰੇ ਤਾਂ ਪਹਿਲਾਂ ਹੀ ਬਾਬੇ ਲਈ ਤੈਅ ਸਨ। ਪਰ ਲਾਲੋ ਦੇ ਪਿੰਡ ਤਾਂ ਬਾਬਾ ਏਦਾਂ ਘੁੰਮਦਾ ਸੀ ਜਿਵੇਂ ਅੱਗੇ ਸਫ਼ਰ ਤੇ ਜਾਣਾ ਹੀ ਨਾ ਹੋਵੇ। ਉਹਨੇ ਕਈ ਵਾਰੀ ਲਾਲੋ ਕੋਲੋਂ ਪੁੱਛਿਆ ਵੀ ਸੀ :

"ਕੋਈ ਕਿਲ੍ਹੇ ਵੱਲੋਂ ਸੁਨੇਹਾ ਤਾਂ ਨਹੀਂ ਆਇਆ ?" ਲਾਲੋ ਉਹਦੇ ਵੱਲ ਵੇਖਦਾ ਤੇ ਕੰਮ ਵਾਲੀ ਬਾਂਹ ਵੇਹਲੀ ਕਰ ਉਹਦੇ ਵੱਲ ਵਧਾਉਂਦਾ :

"ਇਹ ਸੁਨੇਹੇ ਕਿਤੇ ਲੁਕੇ ਰਹਿੰਦੇ ਨੇ।"

ਉਹ ਪਿੰਡ ਤੋਂ ਬਾਹਰ ਨਿਕਲ ਆਏ ਸਨ। ਮਰਦਾਨੇ ਨੇ ਖੁੱਲ੍ਹਾ ਅਸਮਾਨ ਵੇਖਿਆ। ਅਸਮਾਨ ਦੀ ਨੀਲੱਤਣ ਵਿਚ ਵੀ ਇਕ ਵੇਹਲ ਸੀ; ਨੀਲਾ ਹੀ ਦਿਸੀ ਜਾਣਾ... ਦਿਸੀ ਜਾਣਾ... ਦਿਸਣੋਂ ਨਾ ਹੱਟਣਾ ਤੇ ਨਜ਼ਰਾਂ ਨੂੰ ਲੰਬੀ ਵੇਹਲ ਦੇ ਦੇਣਾ। ਇਹ ਬਾਬੇ ਵਰਗੇ ਚੇਹਰੇ ਵੀ ਅਜਿਹੇ ਹੀ ਹੁੰਦੇ ਨੇ। ਕਦੇ ਨੀਲਤਣ ਵਿਚ ਚੰਦ ਕਦੇ ਤਾਰੇ ਤੇ ਕਦੇ ਸੂਰਜ ਜੜ੍ਹ ਦੇਣਗੇ। ਜਦੋਂ ਸਭ ਥੱਕ ਜਾਣ ਤਾਂ ਆਪਣੀ ਨੀਲਾਤਣ ਨਾਲ ਆਪ ਦਿਸਣ ਲੱਗ ਪੈਂਦੇ ਨੇ।

ਪਹਾੜੀਆਂ ਦੀਆਂ ਢਲਾਣਾਂ ਉੱਪਰੋਂ ਉਤਰਦਾ ਬਾਬਾ ਦਿਸਿਆ। ਅਜਿਹੇ ਵੇਲੇ ਇਹ ਪੁੱਛਣਾ : "ਬਾਬਾ ਕਿਥੋਂ ਆਇਆ ?" ਦਿਸਣ ਦਾ ਅਪਮਾਨ ਸੀ। ਇਹ ਪੁੱਛਣਾ ਤਾਂ ਉਹਨੂੰ ਬਚਪਨ ਵਿਚ ਵੀ ਬੜਾ ਔਖਾ ਜਾਪਿਆ ਸੀ। ਇਸ ਲਈ ਉਹਨੇ ਇਸ ਮਿਲਣੀ ਨੂੰ ਵੇਖਣ ਦੀ ਦ੍ਰਿਸ਼ਟੀ ਵਿਚ ਉਤਰਨ ਦਿੱਤਾ।

ਇਹ ਇਕ ਹੋਰ ਆਮ ਜਿਹਾ ਦਿਨ ਸੀ। ਪਰ ਲਾਲੋ ਦੇ ਵੇਹੜੇ ਵਿਚ ਸੇਪੀ ਦੇ ਦਾਣਿਆਂ ਦੀਆਂ ਢੇਰੀਆਂ ਰੌਣਕੀ ਜਾਪਦੀਆਂ ਸਨ। ਕੁਝ ਹਲ ਪੱਥੇ ਵਾਲੇ ਕਿਸਾਨ ਤੇ ਕੁਝ ਬਾਬੇ ਨੂੰ ਮਿਲਣ ਵਾਲੇ ਲੋਕਾਂ ਨਾਲ ਇਹ ਪਤਾ ਹੀ ਨਹੀਂ ਸੀ ਲੱਗਦਾ, ਕੌਣ ਲਾਲੋ ਕੋਲ ਆਇਆ ਤੇ ਕੌਣ ਬਾਬੇ ਲਈ ਆਇਆ। ਪਿਛਲੇ ਕੁਝ ਦਿਨ ਤੋਂ ਕੀਰਤਨ ਬਾਹਰ ਪਿੱਪਲ ਥੱਲੇ ਸ਼ੁਰੂ ਕਰ ਦਿੱਤਾ ਸੀ। ਇਸ ਖੁੱਲ੍ਹੀ ਜਗ੍ਹਾ ਦੀ ਆਵਾਜ਼ ਹੁਣ ਕਿਲ੍ਹੇ ਤੱਕ ਸੁਣਦੀ ਸੀ। ਕੀਰਤਨ ਵੇਲੇ ਕਈ ਵਾਰ ਘੋੜ ਸਵਾਰ ਪੁੱਛਣ ਆਉਂਦੇ : "ਕੀ ਗਾ ਰਹੇ ਹੋ ?" ਕੱਲ ਕਿਲ੍ਹੇ ਨੇੜੇ ਮਰਦਾਨੇ ਨੂੰ ਵੀ ਘੇਰ ਕੇ ਪੁੱਛਿਆ ਸੀ :

"ਸਾਂਈ ਜੀ ਕਿਥੋਂ ਆਏ ਹੋ ?"

"ਜੀ ਤਲਵੰਡੀ ਤੋਂ...।"

"ਓਸੇ ਤਲਵੰਡੀ ਤੋਂ ਜਿਥੋਂ ਦਾ ਨਾਨਕ ਤਪਾ ਏ।" ਉਨ੍ਹਾਂ ਨੂੰ ਪਹਿਲਾਂ ਹੀ ਕਈ ਕੁਝ ਪਤਾ ਜਾਪਦਾ ਸੀ। ਸੈਦਪੁਰ ਦੀਆਂ ਗਲੀਆਂ ਵਿਚ ਅੱਜ ਕਲ ਇਕ ਝਨਕਾਰ ਫਿਰ ਰਹੀ ਸੀ। ਇਸ ਝਨਕਾਰ ਦਾ ਪਿੱਛਾ ਕਰਦੇ ਕਰਦੇ ਲੋਕ ਉਹਨੂੰ ਲਾਲੋ ਦੇ ਘਰ ਵੜਦਾ ਵੇਖਦੇ। ਅੰਦਰ ਬੈਠੇ ਮਰਦਾਨੇ ਤੇ ਲਾਲੋ ਨੂੰ ਕੱਲ ਤੋਂ ਕੁਝ ਟਿੱਪਣੀਆਂ ਵੀ ਸੁਣਨ ਲੱਗੀਆਂ ਸਨ।

"ਇਹ ਖੱਤਰੀ ਸੰਤ ਨੀਵੀਂ ਜਾਤ ਦੇ ਮੁਸਲਮਾਨ ਨੂੰ ਲੈ ਕੇ ਕਮੀਣ ਦੇ ਘਰ ਆ ਬੈਠਾ ਏ...।"

"ਇਸ ਤੋਂ ਬਾਅਦ ਦੱਸੋ ਕਿਧਰ ਜਾਂਵੇਗਾ... ਆਪਣੇ ਰਸਤੇ ਆਪ ਹੀ ਬੰਦ ਕਰ ਬੈਠਾ ਏ।"

ਅੱਜ ਦੁਪਹਿਰੇ ਜਦੋਂ ਉਹ ਤਿੰਨੋਂ ਇਕੱਠੇ ਰੋਟੀ ਖਾ ਰਹੇ ਸਨ; ਬਾਹਰੋਂ ਆਵਾਜ਼ਾਂ ਵਿਚ ਬਹੁਤ ਤਲਖੀ ਆ ਗਈ ਸੀ।

ਮਲਿਕ ਭਾਗੋ ਦੇ ਘਰੋਂ ਬ੍ਰਹਮ-ਭੋਜ ਲਈ ਤੀਜਾ ਸੁਨੇਹਾ ਵੀ ਆ ਗਿਆ ਸੀ। ਮਰਦਾਨੇ ਦਾ ਕੁਝ ਕਹਿਣ ਨੂੰ ਜੀਅ ਕੀਤਾ। ਇਨ੍ਹਾਂ ਦਿਨਾਂ ਵਿਚ ਉਹ ਬਾਬੇ ਨੂੰ ਕੀ ਕਹਿ ਕੇ ਬੁਲਾਵੇ ? ਜਿੰਨਾਂ ਸੋਹਣਾ 'ਬਾਬਾ' ਲਾਲੋ ਦੇ ਮੂੰਹੋਂ ਫੱਬਦਾ ਸੀ; ਉਹਨੂੰ ਦੁਹਰਾਉਣ ਨੂੰ ਜੀਅ ਹੀ ਨਹੀਂ ਕੀਤਾ। ਉਹਨੇ ਲਾਲੋ ਨੂੰ ਬਾਬੇ ਦੇ ਮੁਸਕਰਾਉਂਦੇ ਚੇਹਰੇ ਵੱਲ ਵੇਖਦਿਆਂ ਤੱਕਿਆ। ਪਰ ਉਹਨੂੰ ਤਾਂ ਬਿਨਾਂ ਦੰਦਾਂ ਤੋਂ ਮੁਸਕਰਾਉਂਦੇ ਬਾਬੇ ਦਾ ਚੇਹਰਾ ਤੱਕ ਯਾਦ ਸੀ। ਉਹਨੇ ਤਾਂ ਕੋਮਲ ਕੋਮਲ ਬਾਹਾਂ ਦੇ ਸਿਰਿਆਂ ਤੇ ਗੋਲ ਗੋਲ ਹੱਥਾਂ ਦੀ ਬਰਕਤਾਂ ਵੇਖੀਆਂ ਸਨ। ਫਿਰ ਵੀ ਕਦੇ ਕਦੇ ਕਾਲਜਾ ਧੱਕ ਧੱਕ ਕਰਨ ਲੱਗ ਪੈਂਦਾ ਏ; ਜਦੋਂ ਕੋਈ ਬੁਰੀ ਨਜ਼ਰ ਇਧਰ ਵੱਲ ਝਾਕਣੋਂ ਨਹੀਂ ਹੱਟਦੀ। ਅੱਜ ਸਵੇਰ ਤੋਂ ਗਲੀ ਵਿੱਚਲੀ ਧੜਕਣ ਵਿਚ ਸੰਗਤ ਦੀ ਪੈੜਚਾਲ ਨਹੀਂ ਸੀ ਸੁਣੀ। ਮਰਦਾਨੇ ਨੂੰ ਜਾਪਿਆ ਸਭ ਤੋਂ ਪਹਿਲਾਂ ਬਾਬੇ ਦੇ ਨਜ਼ਦੀਕ ਉਹਨੂੰ ਰਹਿਣਾ ਚਾਹੀਦਾ ਏ। ਇਹ ਸਭ ਤੋਂ ਤਾਕਤਵਰ ਲੋਕਾਂ ਨੂੰ ਸੁਣਦੇ ਸੁਣਦੇ ਹੀ ਅਚਾਨਕ ਇਹੋ ਜਹੇ ਫੁਰਨੇ ਫੁਰ ਰਹੇ ਸਨ। ਇਸ ਵਾਰੀ ਬਹੁਤ ਹੀ ਅਜੀਬ ਸਥਿਤੀ ਤੋਂ ਸੁਆਲਾਂ ਦੀ ਸ਼ੁਰੂਆਤ ਹੋਈ ਸੀ। "ਇਹ ਕਮੀਣਾਂ ਹੱਥੋਂ ਖਾ ਰਿਹਾ...।" ਅਚਾਨਕ ਸੁਆਲ ਫੈਲਦਾ ਫੈਲਦਾ ਇਥੇ ਆ ਕੇ ਅਟਕ ਗਿਆ। "ਫਿਰ ਸਾਡੇ ਵੀ ਆਕੇ ਖਾ...।" ਬਹੁਤੀ ਵਾਰੀ ਤਾਂ ਮਰਦਾਨੇ ਨੂੰ ਪਤਾ ਹੀ ਸੀ ਕਿ ਬਾਬੇ ਦੀ ਨਿਰਭੈਤਾ ਖ਼ਤਰਿਆਂ ਵੱਲ ਹੀ ਵੱਧਦੀ ਸੀ। ਪਰ ਅੱਜ ਤਾਂ 'ਦਯਾ' ਨੂੰ ਹੀ ਕੁਝ ਅਜਿਹੇ ਅੰਦਾਜ਼ ਵਿਚ ਛੇੜਿਆ ਸੀ ਕਿ ਕਿਸੇ ਤਰ੍ਹਾਂ ਉਹ ਡਰ ਵਿਚ ਤਬਦੀਲ ਹੋ ਜਾਵੇ। ਹੁਣੇ ਚਾਰ ਪੁਜਾਰੀਆਂ ਦਾ ਇਕ ਜਥਾ ਧਮਕਾਉਣ ਲਈ ਆ ਪਹੁੰਚਿਆ ਸੀ :

"ਬ੍ਰਹਮ ਭੋਜ ਦਾ ਨਿਉਂਤਾ ਹੱਥੋਂ ਕਿਉਂ ਗੰਵਾਉਂਦੇ ਹੋ ?"

"ਸ਼ੂਦਰ ਦੇ ਘਰ ਖਾਂਦੇ ਹੋ... ਖੱਤਰੀ ਬ੍ਰਾਹਮਣਾਂ ਦਾ ਭੋਜ ਠੁਕਰਾਉਂਦੇ ਹੋ ?"

"ਅਸੀਂ ਫ਼ਕੀਰ ਲੋਕ ਹਾਂ... ਸਾਡਾ ਪਾਤਸ਼ਾਹਾਂ ਨਾਲ ਕੀ ਮੇਲ ਏ ?" ਲਾਲੋ ਦੇ ਕੋਠੇ ਦੁਆਲੇ ਲੋਕ ਸੋਚੀਂ ਪੈ ਗਏ ਸਨ : "ਹਾਕਮਾਂ ਨਾਲ ਛਿੜ ਗਈ ਏ...।" ਇਕ ਡੂੰਘੀ ਝਰਨਾਟ ਨਾਲ ਮਰਦਾਨਾ ਬਾਬੇ ਵੱਲ ਵੇਖਦਾ ਰਿਹਾ। ਇਹ ਨੂਰੋ ਨੂਰ ਸੋਝੀਆਂ ਨਾਲ ਭਰਿਆ ਚੇਹਰਾ ਆਪਣੇ ਨਿਰਭੈ ਰੰਗ ਵਿਚ ਸ਼ਾਂਤ ਦਿਸਦਾ ਰਿਹਾ। ਫਿਰ ਇਕ ਪੰਡਿਆਂ ਦਾ ਟੋਲਾ ਆਇਆ ਤੇ ਉਹ ਵੀ ਚਲਾ ਗਿਆ। ਫਿਰ ਕੁਝ ਘੋੜ ਸਵਾਰ ਆਏ; ਦਰਵਾਜ਼ੇ ਸਾਹਮਣੇ ਖੜਕੇ ਝਾਕਦੇ ਰਹੇ। "ਕਾਰਦਾਰ ਸਾਹਿਬ ਦਾ ਹੁਕਮ ਏ ਕਚਹਿਰੀ ਵਿਚ ਹਾਜਰ ਹੋ...।" ਜਦੋਂ ਲਾਲੋ ਹੁਕਮ ਲੈਣ ਲਈ ਦੇਹਲੀ ਕੋਲ ਪੁੱਜਾ ਤਾਂ ਦੂਜਾ ਹੁਕਮ ਸੁਣਾਇਆ : "ਸੂਦਰਾਂ ਦੀ ਪੰਗਤ ਵਿਚ ਬੈਠ ਕੇ ਤੁਸੀਂ ਰੀਤੀ ਰਿਵਾਜਾਂ ਨੂੰ ਤੋੜਿਆ ਏ...।" ਏਨਾਂ ਭਾਰੀ ਹੁਕਮ ਲੈ ਕੇ ਲਾਲੋ ਬਾਬੇ ਵੱਲ ਕਿਵੇਂ ਮੁੜੇਗਾ.... ? ਮਰਦਾਨਾ ਉੱਠ ਕੇ ਰਬਾਬ ਵੱਲ ਤੁਰਿਆ। ਇਸੇ ਵੇਲੇ ਮਰਦਾਨੇ ਨੂੰ ਬਾਬੇ ਦੀ ਆਵਾਜ਼ ਸੁਣੀ :

"ਭਈ ਮਰਦਾਨਿਆ ਜਾਹ ਤੂੰ ਤਲਵੰਡੀ ਦੀ ਖ਼ਬਰਸਾਰ ਲੈ ਕੇ ਆ...।"

ਅਚਾਨਕ ਵੇਹੜੇ ਵਿਚ ਚੁੱਪ ਫੈਲ ਗਈ।

"ਮਰਦਾਨਿਆ... ਸੂਰਬੀਰ ਬਣ...।" ਜਦ ਵੀ ਚੁਫੇਰੇ ਇਸ ਤਰ੍ਹਾਂ ਦਾ ਗੁਬਾਰ ਫੈਲਦਾ ਏ; ਵਿਛੋੜਾ ਕਿਉਂ ਪੈ ਜਾਂਦਾ ਏ ? ਉਹਦਾ ਇਕ ਪਲ ਲਈ ਵੀ ਬਾਬੇ ਤੋਂ ਜੁਦਾ ਹੋਣ ਲਈ ਜੀਅ ਨਹੀਂ ਸੀ ਕਰ ਰਿਹਾ। ਅੱਜ ਤੜਕੇ ਦੇ ਕੀਰਤਨ ਵਿਚ ਵੀ ਜਾਪਿਆ ਸੀ; ਦਿਨ ਵਿਚ ਕੁਝ ਜ਼ਰੂਰ ਵਾਪਰੇਗਾ। ਸਾਰਾ ਦਿਨ ਜੋ ਕਰੋਧ ਦੀ ਆਵਾਜਾਈ ਲੱਗੀ ਰਹੀ ਸੀ, ਉਹਦੇ ਜਵਾਬ ਵਿਚ ਬਾਬੇ ਨੇ ਵੀ ਇਕ ਤਾਰਾਨਾ ਛੇੜਿਆ ਸੀ।

ਕਾਂਡ : ਨੌਂ

ਇਹ ਤਖਾਣ ਘਰੋਂ ਨਿਕਲ ਕੇ ਬਨਸਪਤੀ ਕਿੰਨੀ ਚੰਗੀ ਲੱਗ ਰਹੀ ਸੀ। ਇਹ ਰੁੱਖ ਕਿਸ ਦੇ ਹੁਕਮ ਵਿਚ ਹਰੇ ਚੋਗੇ ਪਾਈਂ ਖੜ੍ਹੇ ਸਨ? ਇਹ ਜੜ੍ਹਾਂ ਦੀਆਂ ਲੁਕੀਆਂ ਇੱਛਾਵਾਂ ਪੱਤਿਆਂ ਦੇ ਹਰੇਪਣ ਨੂੰ ਕਿਸਦੀ ਅੱਖ ਲਈ ਬਿਖੇਰ ਰਹੀਆਂ ਸਨ? ਕਈ ਦਿਨਾਂ ਤੋਂ ਪੱਤਝੜ ਦੇ ਪੱਤੇ ਬਹੁਤ ਘੱਟ ਦਿਸਣ ਲੱਗ ਪਏ ਸਨ। ਉਨ੍ਹਾਂ ਦੀ ਜਗ੍ਹਾ ਟਾਹਣੀਆਂ ਤੇ ਫੁੱਟਦੀਆਂ ਕਰੂੰਬਲਾਂ ਦਿਸਣ ਲੱਗ ਪਈਆਂ ਸਨ। ਮਰਦਾਨੇ ਨੇ ਅੱਜ ਸਾਰੀਆਂ ਛਾਵਾਂ ਉਨ੍ਹਾਂ ਕਰੂੰਬਲਾਂ ਦੀਆਂ ਹੀ ਮਾਣੀਆਂ। ਫਿਰ ਵੀ ਛੱਡਣ ਤੇ ਵਿਛੜਣ ਦੇ ਸੋਗੀ ਪ੍ਰਛਾਵੇਂ ਸਾਰਾ ਦਿਨ ਨਾਲ ਨਾਲ ਚੱਲਦੇ ਰਹੇ। ਤਿੱਖੀ ਧੁੱਪ ਵਿਚ ਤੇਜ਼ੀ ਨਾਲ ਕਰੂੰਬਲਾਂ ਦੇ ਰੰਗ ਹਰੇ ਪੱਤਿਆਂ ਵਿਚ ਤਬਦੀਲ ਹੁੰਦੇ ਦਿਸਦੇ ਰਹੇ। ਬੀਆਬਾਨਾਂ ਵਿਚ ਕੱਚੇ ਪੱਕੇ ਫਲ ਖਾ ਕੇ ਜੋ ਪਿੰਡਾ ਆਕੜ ਗਿਆ ਸੀ; ਹੁਣ ਨਰਮ ਪੈਣਾ ਸ਼ੁਰੂ ਹੋਇਆ। ਤਿੰਨ ਪਹਿਰਾਂ ਦਾ ਰਸਤਾ ਪਿੱਛੇ ਪੈ ਗਿਆ ਸੀ। ਇਸ ਤਰ੍ਹਾਂ ਇਕੱਲਾ ਉਹ ਕਦੇ ਸੁਲਤਾਨਪੁਰ ਵੱਲ ਵੀ ਨਿਕਲਿਆ ਸੀ। ਪਰ ਉਦੋਂ ਉਹ ਸਾਂਈ ਵੱਲ ਜਾ ਰਿਹਾ ਸੀ। ਅੱਜ ਸਾਂਈ ਦੇ ਪਿੰਡ ਵੱਲ ਜਾਣਾ ਪੈ ਰਿਹਾ ਸੀ। ਤੁਰਨ ਵੇਲੇ ਤੱਕ ਮਲਿਕ ਭਾਗੋ ਦੇ ਇਹ ਸੁਨੇਹੇ ਆਉਣ ਲੱਗ ਪਏ ਸਨ। "ਆਉਣਾ ਹੈ ਜਾਂ ਨਹੀਂ...?" ਵੇਹੜੇ ਵਿਚ ਵੀ ਬਾਬੇ ਦੇ ਆਲੇ ਦੁਆਲੇ ਬੈਠੇ ਲੋਕ ਸੰਗਤ ਨਹੀਂ ਸਨ। ਦਿਨ ਦੇ ਪਹਿਲੇ ਪਹਿਰ ਉਹ ਇਸੇ ਕਰਕੇ ਕੁਝ ਵੀ ਨਾ ਹੋਣ ਦੀ ਕੋਮਲ ਕਲਪਣਾ ਵਿਚ ਸੋਚਦਾ ਰਿਹਾ।

ਰਸਤੇ ਵਿਚ ਉਹਨੇ ਕਈ ਵਾਰ ਰਬਾਬ ਵਜਾਈ। ਰਾਹੀ ਉਡੀਕਦੇ ਰਹੇ ਏਨੇ ਸੁਰੀਲੇ ਸੁਰਾਂ ਵਿਚ ਰੰਗ ਭਰਨ ਲਈ ਕੋਈ ਆਵਾਜ਼ ਸੁਣੇਗੀ। ਪਰ ਹਮੇਸ਼ਾ ਸਾਜ਼ ਵੱਜ ਕੇ ਹੀ ਚੁੱਪ ਹੋ ਜਾਂਦਾ। ਅਜਿਹੇ ਵੇਲੇ ਹੀ ਇਕ ਉਦਾਸ ਮਦਾਰੀ ਮਿਲਿਆ। ਉਹਦਾ ਬਾਂਦਰ ਭੱਜ ਗਿਆ ਸੀ। ਉਹ ਆਪ ਹੀ ਬੋਲੀ ਜਾ ਰਿਹਾ ਸੀ : "ਉਹਨੇ ਕਿਸੇ ਕੋਲ ਨਹੀਂ ਨੱਚਣਾ... ਪਰ ਅੱਗੇ ਮਦਾਰੀਆਂ ਦਾ ਪਿੰਡ ਏ, ਉਨ੍ਹਾਂ ਨੱਚਣ ਲਾ ਲੈਣਾ...।" ਉਹ ਭੱਜ ਗਏ ਬਾਂਦਰ ਦਾ ਸਮਾਨ ਪੋਟਲੀਆਂ 'ਚੋਂ ਕੱਢ ਵਿਖਾਉਂਦਾ ਰਿਹਾ; ਇਹ ਸਾਰੇ ਬਾਂਦਰ ਦੇ ਪਹਿਰਾਵੇ ਸਨ। ਇਨ੍ਹਾਂ ਵਿਚ ਬਾਂਦਰ ਦੇ ਖਾਣ ਲਈ ਕੁਝ ਵੀ ਨਹੀਂ ਸੀ। ਫਿਰ ਮਦਾਰੀ ਵੀ ਕਿਸੇ ਟੋਲੇ ਵਿਚ ਗੁੰਮ ਗਿਆ। ਪਹਿਲੀ ਰਾਤ ਉਹਨੇ ਪਿੰਡ ਦੇ ਜਿਸ ਘਰ ਵਿਚ ਕੱਟੀ; ਉਥੇ ਕਈ ਮਹੀਨਿਆਂ ਪਹਿਲਾਂ ਉਹ ਕੀਰਤਨ ਕਰਕੇ ਗਏ ਸਨ।

"ਪੀਰਾਂ ਦੇ ਵਜੰਤਰੀ ਆਏ ਨੇ...।" ਗਲੀਆਂ ਵਿਚ ਇਹ ਸੁਣਦੀਆਂ ਆਵਾਜ਼ਾਂ ਪੂਰੇ ਦਿਨ ਦੀ ਥਕਾਵਟ ਉਤਾਰ ਰਹੀਆਂ ਸਨ।

ਇਕ ਪਿੰਡ ਲੰਘਦਿਆਂ ਬਾਬੇ ਦੇ ਵਿਆਹ ਵਾਲਾ ਦਿਨ ਯਾਦ ਆ ਗਿਆ। ਜੈਰਾਮ ਆ ਨਹੀਂ ਸੀ ਸਕਿਆ। ਬੀਬੀ ਨਾਨਕੀ ਦੇ ਚੇਹਰੇ ਉੱਤੇ ਉਡੀਕ ਸੀ। ਬੀਬੀ ਨਾਨਕੀ ਦੇ ਸੁਰੀਲੇ ਸ਼ਗਨਾਂ ਦੇ ਗੀਤ ਸੁਣ ਰਹੇ ਸਨ। ਲਾੜਾ ਬਣਿਆ ਬਾਬਾ ਕਦੇ ਰਾਂਈ ਘੁਮਾਰ

ਕੋਲ ਜਾਂਦਾ ਕਦੇ ਭੰਗੀ ਕੋਲ, ਪਿੱਛੇ ਲਾਲੂ ਚਾਚੇ ਦੀਆਂ ਟੋਕਾਂ ਸੁਣਦੀਆਂ। ਜੰਞ ਸਾਹਮਣੇ ਮਰਦਾਨੇ ਦੇ ਗਾਏ ਲੋਕ ਗੀਤਾਂ ਨਾਲ ਪੱਖੋਕੀ ਦੀਆਂ ਕੁੜੀਆਂ ਝੂੰਮ ਉੱਠੀਆਂ ਸਨ। ਇਹ ਪਿੰਡ ਵੀ ਲੰਘ ਗਿਆ ਸੀ। ਅੱਗੇ ਦੂਰ ਤੱਕ ਕੱਟੀਆਂ ਫਸਲਾਂ ਨਾਲ ਸੁੰਨੇ ਹੋਏ ਖੇਤ ਸਨ। ਜਿਥੇ ਵੀ ਭੁਲੇਖਾ ਪਾਉਣ ਲਈ ਡਰਨਾ ਗੱਡਿਆ ਸੀ; ਉਹ ਉੱਥੇ ਹੀ ਝੁਕ ਗਿਆ ਸੀ। ਝੁਕਦੇ ਝੁਕਦੇ ਡਰਨਿਆਂ ਦੇ ਮੂੰਹ ਮਿੱਟੀ ਨਾਲ ਜਾ ਲੱਗੇ ਸਨ। ਲਾਲੋ ਦੇ ਵੇਹੜੇ ਵਿਚ ਵੀ ਉਹ ਲੋਕ ਡਰਨਿਆਂ ਵਰਗੇ ਹੀ ਸਨ। ਸੰਵਾਦ ਵੇਲੇ ਬੜੇ ਡਰਾਉਣੇ ਜਾਪਦੇ ਸਨ। ਜਦੋਂ ਤੱਕ ਇਨ੍ਹਾਂ ਦੇ ਸਿਰ ਵੀ ਡਰਨਿਆਂ ਵਾਂਗ ਧਰਤੀ ਨੂੰ ਨਹੀਂ ਛੂੰਹਦੇ; ਇਹ ਡਰਾਉਣੇ ਹੀ ਦਿਸਣਗੇ। ਸੋਚਦਿਆਂ ਡੇਢ ਪਹਿਰ ਲੰਘ ਗਿਆ ਸੀ। ਸੁੰਨਸਾਨ ਜਗ੍ਹਾ ਸੀ; ਕੋਈ ਰਸਤਾ ਨਹੀਂ ਸੀ ਦਿਸਦਾ। ਇਕੱਲਾ ਖੂਹ ਕਿਸੇ ਜਾਤ ਦੀ ਉਡੀਕ ਵਿਚ ਦਿਸਿਆ। ਉਹਦੇ ਕੋਲ ਡੋਲ ਤੇ ਲੱਜ ਵੀ ਨਹੀਂ ਸੀ। ਉਹਨੇ ਥੋੜ੍ਹੀ ਦੇਰ ਬੈਠ ਕੇ ਰਬਾਬ ਵਜਾਈ। ਕਈ ਲੋਕ ਆਵਾਜ਼ ਸੁਣ ਕੇ ਉਹਦੇ ਕੋਲੋਂ ਦੀ ਲੰਘੇ। ਆਪਣੇ ਘਰ ਵਾਲੇ ਖੂਹ ਦੀ ਯਾਦ ਆਈ। ਪੂਰੇ ਪਰਿਵਾਰ ਦੇ ਚੇਹਰੇ ਇਕ ਇਕ ਕਰਕੇ ਚੇਤੇ ਵਿੱਚ ਦੀ ਲੰਘੇ। ਸਜਾਦੇ, ਰਜਾਦੇ ਲਈ ਕਿੰਨੀ ਉੱਚੀ ਮਣ ਚਾਹੀਦੀ; ਉਹਦੀ ਕਲਪਣਾ ਦੀ ਉੱਚਾਈ ਉੱਪਰ ਉੱਠੀ। ਪਰ ਖੂਹ ਕੋਲ ਤਾਂ ਆਪਣਾ ਕੋਈ ਬਸਤਰ ਹੀ ਨਹੀਂ ਸੀ (ਨਾ ਮਣ ਸੀ ਤੇ ਨਾ ਪਾਣੀ ਕੱਢਣ ਲਈ ਬਾਲਟੀ ਸੀ) ਇੱਕ ਭਗਵਿਆਂ ਵਾਲਾ ਫਕੀਰ ਬਿਨਾਂ ਪੁੱਛਿਆਂ ਉਹਦੇ ਕੋਲ ਆਣ ਬੈਠਾ।

"ਕਿਧਰੋਂ ਆਏ ਹੋ ?"

"ਆਪਣੇ ਸਾਂਈ ਕੋਲੋਂ।"

"ਕਿਧਰ ਜਾਣਾ ?"

"ਸਾਂਈ ਘਰ ?"

ਉਹ ਬੁੱਢਾ ਹੌਲੀ ਜਹੇ ਉੱਠਿਆ। ਮੁਦਤਾਂ ਬਾਅਦ ਕੋਈ ਮਿਲਿਆ ਸੀ; ਜਿਸਦੇ ਦੋਵੇਂ ਪਾਸੇ ਸਾਂਈ ਸੀ। ਉਹ ਚੇਹਰਾ ਬਿਨਾਂ ਕਿਸੇ ਰਸਤੇ ਤੋਂ ਦਰੱਖਤਾਂ ਵਿਚ ਗੁੰਮ ਹੋ ਗਿਆ। ਮਰਦਾਨਾ ਕਾਫ਼ੀ ਦੇਰ ਉਸ ਖੂਹ ਕੋਲ ਬੈਠਾ ਰਿਹਾ। ਮੁੜਕੇ ਨਾ ਕੋਈ ਲੰਘਿਆ ਤੇ ਨਾ ਹੀ ਨੇੜਿਉਂ ਕੋਈ ਆਵਾਜ਼ ਸੁਣੀ। ਸ਼ਾਇਦ ਉਹ ਅਸਲੀ ਰਸਤੇ ਤੋਂ ਥੋੜ੍ਹਾ ਪਾਸੇ ਹੱਟ ਗਿਆ ਸੀ। ਪਰ ਫਿਰ ਵੀ ਉਹ ਬਹੁਤ ਦੇਰ ਤੱਕ ਸੋਚਦਾ ਰਿਹਾ; ਇਹ ਖੂਹ ਮੈਨੂੰ ਵਾਰ ਵਾਰ ਕੀ ਦੱਸਣਾ ਚਾਹੁੰਦੇ ਨੇ ?

ਰਸਤਿਆਂ ਦੇ ਰਿਵਾਜ਼ੀ ਸੁਭਾਅ ਤੇ ਜਾਣੇ ਪਛਾਣੇ ਮੋੜ ਦਿਸਣ ਲੱਗ ਪਏ ਸਨ। ਉੱਚੀ ਪਗਡੰਡੀ ਉੱਪਰੋਂ ਤਲਵੰਡੀ ਦਿਸਣ ਲੱਗ ਪਿਆ ਸੀ। ਹਾਲੇ ਦੋ ਕੋਹ ਵਾਟ ਬਾਕੀ ਸੀ। ਪੌਣਾ ਪਹਿਰ ਹੋਰ ਤੁਰਨਾ ਪੈਣਾ ਸੀ। ਤੇ ਇਸ ਪਗਡੰਡੀ ਨੇ ਹਾਲੇ ਇਕ ਵਾਰ ਡੂੰਘੀ ਨਿਵਾਣ ਵਿਚ ਉਤਰਨਾ ਸੀ; ਜਿਥੋਂ ਇਕ ਵਾਰ ਫਿਰ ਤਲਵੰਡੀ ਨੇ ਦਿਸਣੋਂ ਹੱਟ ਜਾਣਾ ਸੀ। ਅੱਜ ਸਾਰਾ ਦਿਨ ਉਹਨੇ ਚੱਲਦਾ ਪਾਣੀ ਹੀ ਪੀਤਾ ਸੀ। ਵਗਦੇ ਪਾਣੀਆਂ ਨੂੰ ਨਿੱਘ ਦੇਂਦੀ ਧੁੱਪ ਤੇ ਉੱਠਦੇ ਕੋਸੇ ਕੋਸੇ ਬੁਲਬੁਲੇ ਕਈ ਵਾਰ ਉਹਦੀਆਂ ਹਥੇਲੀਆਂ ਉੱਪਰ ਤੁਰਦੇ ਦਿਸੇ। ਚਲਦੇ ਪਾਣੀ ਨਾਲ 'ਜਾਤ' ਦੀ ਆਵਾਜ਼ ਖੁਸ਼ਕ ਹੋ ਜਾਂਦੀ ਹੈ, ਤਾਂ

ਹੀ ਕੁਰਬਲ ਕੁਰਬਲ ਚਲਦੇ ਪਾਣੀ ਨੇ ਬੁੱਕਾਂ ਵਿਚ ਆ ਕੇ ਕੋਈ ਆਵਾਜ਼ ਨਹੀਂ ਸੀ ਕੀਤੀ। ਕਿੰਨੀ ਦੇਰ ਉਹ ਚਲਦੇ ਪਾਣੀ ਦੀਆਂ ਕੂਲਾਂ ਕੋਲ ਬੈਠਾ ਰਿਹਾ। ਉਥੇ ਹੀ ਉਹਨੂੰ ਲਾਲੋ ਨਾਲ ਕੀਤੀਆਂ ਗੱਲਾਂ ਦੀ ਅਗਲੀ ਕੜੀ ਯਾਦ ਆਈ :

"ਮੈਂ ਤਾਂ ਸ਼ਬਦਾਂ ਦਾ ਭਾਰ ਗਾ ਕੇ ਉਤਾਰ ਲੈਂਦਾ ਹਾਂ... ਤੂੰ ਕਿਵੇਂ ਉਤਾਰਦਾ ਏ ਲਾਲੋ ?"

"ਇਹ ਕੰਮ ਮੈਂ ਕਿਰਤ ਨੂੰ ਸੌਂਪ ਦੇਂਦਾ ਹਾਂ... ਉਹ ਕਰਮ ਨੂੰ ਸੁਰਬੱਧ ਕਰਦੀ ਕਰਦੀ ਮੇਰੇ ਲਫ਼ਜ਼ਾਂ ਦਾ ਭਾਰ ਵੀ ਉਤਾਰ ਲੈਂਦੀ ਏ...।" ਕਿਤੇ ਗਿਆਨ ਬਿਲਕੁਲ ਸਾਦਾ ਜੀਵਨ ਤਾਂ ਨਹੀਂ; ਜਾਣ ਲੈਣਾ ਤੇ ਜਾਣ ਦੇਣਾ। ਕਿੰਨੀ ਦੇਰ ਉਹਦੇ ਸਾਹਮਣੇ ਲਾਲੋ ਦਾ ਕਿਰਤੀ ਚੇਹਰਾ ਆਉਂਦਾ ਰਿਹਾ। ਫਿਰ ਭਗੀਰਥ, ਮਨਮੁੱਖ ਤੇ ਫਿਰੰਦਾ ਯਾਦ ਆਉਣ ਲੱਗੇ। ਉਹ ਵੀ ਤਾਂ ਵਿਛੋੜੇ ਨੂੰ ਕੋਈ ਰੰਗ ਦੇ ਹੀ ਰਹੇ ਹੋਣਗੇ। ਉਹ ਤਾਂ ਉਨ੍ਹਾਂ ਨਾਲੋਂ ਕਿਤੇ ਕਿਸਮਤ ਵਾਲਾ ਸੀ; ਆਖ਼ਰ ਮੁੜ ਤਾਂ ਸਾਂਈ ਦੇ ਪਿੰਡ ਵੱਲ ਹੀ ਰਿਹਾ ਸੀ। ਬੱਸ ਕਦੇ ਕਦੇ ਲਾਲੋ ਦਾ ਗਹਿਰਾਈਆਂ ਵਿਚ ਉਤਰਿਆ ਚੇਹਰਾ ਉਹਨੂੰ ਕੰਬਣੀ ਛੇੜ ਦੇਂਦਾ : "ਮੈਨੂੰ ਪਛਾਣ ਨਹੀਂ ਝਲਕ ਚਾਹੀਦੀ ਏ... ਗੁਰਭਾਈ।"

ਦੂਰ ਤੱਕ ਮਹਿਤਾ ਕਾਲੂ ਦੇ ਖੇਤ ਦਿਸਣ ਲੱਗ ਪਏ ਸਨ। ਰਾਏ ਬੁਲਾਰ ਦੀ ਅੱਧੀ ਦਾਨ ਕੀਤੀ ਧਰਤੀ ਹਾਲੇ ਨਜ਼ਰਾਂ ਹੀ ਨਜ਼ਰਾਂ ਵਿਚ ਦਿਸੀ; ਕਿਤੇ ਕੋਈ ਵੰਡ ਦੀ ਨਿਸ਼ਾਨੀ ਨਹੀਂ ਸੀ ਦਿਸਦੀ। ਇਹ ਮਿੱਟੀ ਦਾ ਅਨੋਖਾ ਲੈਣ ਦੇਣ ਹੋਇਆ ਸੀ; ਜਿਸਨੇ ਦਿੱਤਾ ਉਸ ਤੋਂ ਛੁੱਟਿਆ ਨਹੀਂ ਸੀ; ਜਿਸਨੇ ਨਹੀਂ ਲਿਆ ਉਹਨੇ ਗਵਾਇਆ ਨਹੀਂ ਸੀ। ਇਕ ਦਹਿਲ ਭਰੀ ਚਿਤਾਵਨੀ ਜਿਹੜੀ ਸੈਦਪੁਰ ਤੋਂ ਚੱਲੀ ਸੀ; ਤਲਵੰਡੀ ਦੀਆਂ ਆਵਾਜ਼ਾਂ ਵਿਚ ਮੱਧਮ ਪੈਂਦੀ ਸੁਣੀ। ਜਗਾਵਾਂ ਨੇ ਨੁਹਾਰਾਂ ਪਕੜ ਲਈਆਂ ਸਨ। ਆਪਣੀ ਗਲੀ ਵਿਚ ਪੁੱਜਦਿਆਂ ਪੁੱਜਦਿਆਂ ਉਹਨੂੰ ਜਿਹੜੀਆਂ ਵੀ ਆਵਾਜ਼ਾਂ ਸੁਣੀਆਂ, ਉਨ੍ਹਾਂ ਵਿਚ ਕੋਈ ਅਣਜਾਣੀ ਨਹੀਂ ਸੀ। ਘਰ ਦਾ ਜਿੰਨਾ ਕੁ ਦਰਵਾਜ਼ਾ ਖੁੱਲ੍ਹਾ ਸੀ ਉਹਦੇ ਵਿਚ ਮਾਂ ਦਾ ਹੀ ਚੇਹਰਾ ਦਿਸ ਸਕਦਾ ਸੀ। ਜਦੋਂ ਦਰਵਾਜ਼ਾ ਪੂਰਾ ਖੁੱਲ੍ਹਿਆ ਤਾਂ ਪੂਰੀ ਅੰਮੀ ਦਿਸੀ। ਪੈਰਾਂ ਵੱਲ ਝੁੱਕਦਿਆਂ ਤਬੀਤਾਂ ਦੀਆਂ ਆਵਾਜ਼ਾਂ ਆਈਆਂ। ਅੰਮੀ ਨੇ ਝੁੱਕਿਆ ਚੇਹਰਾ ਦੋਵੇਂ ਹੱਥਾਂ ਵਿਚ ਘੁੱਟ ਲਿਆ।

"ਪੁੱਤ ਮੈਂ ਤੈਨੂੰ ਤਲਵੰਡੀ ਦਾ ਮਰਾਸੀ ਬਣਾ ਕੇ ਤੋਰਿਆ ਸੀ... ਤੂੰ ਤੇ ਫਕੀਰ ਬਣ ਕੇ ਆ ਗਿਆਂ।"

"ਨਹੀਂ... ਅੰਮੀ ਤੂੰ ਗੌਰ ਨਾਲ ਵੇਖ ਤਾਂ ਸਹੀ... ?"

"ਵੱਡੀਆਂ ਖੇਲਾਂ ਵਿਚ ਪੈ ਗਿਆ ਮੇਰਾ ਪੁੱਤ... ਮਾਵਾਂ ਨੂੰ ਫਕੀਰ ਨਹੀਂ ਪੁੱਤਾਂ ਦਾ ਸਹਾਰਾ ਚਾਹੀਦਾ।"

ਅੰਮੀ ਉਸਦਾ ਚੇਹਰਾ ਨਹੀਂ ਸੀ ਛੱਡ ਰਹੀ। ਉਹ ਕੁਝ ਮਨਾ ਕੇ ਉਹਨੂੰ ਵੇਹਲ ਦੇਣਾ ਚਾਹੁੰਦੀ ਸੀ। ਉਹ ਗਲ ਵਿਚ ਪਏ ਤਬੀਤਾਂ, ਕੌਡੀਆਂ ਨੂੰ ਇਕ ਇਕ ਕਰਕੇ ਟੋਂਹਦੀ ਗਈ।

"ਮਰਾਸੀ ਦੇ ਗਲ ਵਿਚ ਮੰਗਣ ਲਈ ਕੱਪੜਾ ਹੁੰਦਾ ਏ... ਤੂੰ ਇਹ ਗਲ ਮਾਲਾ ਨਾਲ ਕਿਉਂ ਭਰੀਂ ਫਿਰਦਾਂ ਪੁੱਤ... ਇਨ੍ਹਾਂ ਵਿਚ ਢਿੱਡ ਲਈ ਕੁਝ ਨਹੀਂ ਹੈ...।" ਉਹ ਬੋਲੀ ਜਾ ਰਹੀ ਸੀ : "ਮਰਦਾਨਿਆਂ ਤੇਰੀ ਨਾਨੀ ਕਹਿੰਦੀ ਹੁੰਦੀ ਸੀ, ਭਟਕਿਆ ਮਰਾਸੀ ਹੀ ਫਕੀਰੀ ਵੱਲ ਤੁਰਦਾ।" ਮਰਦਾਨਾ ਚਾਹੁੰਦਾ ਸੀ ਅੰਮੀ ਅਜਿਹੇ ਸੁਆਲਾਂ ਨੂੰ ਥੋੜ੍ਹੀ ਵਿੱਥ ਪਾ ਦੇਵੇ। ਉਹ ਤਾਂ ਅੰਮੀ ਦੇ ਸਾਹਮਣੇ ਸੀ ਪਰ ਉਹਨੇ ਆਪਣੀ ਗੋਦੀ ਵੱਲ ਸਜਾਦੇ ਤੇ ਰਜਾਦੇ ਨੂੰ ਖਿੱਚ ਲਿਆ। ਦੋਵੇਂ ਥੋੜ੍ਹੇ ਵੱਡੇ ਹੋ ਗਏ ਸਨ; ਇਸ ਲਈ ਇਕ ਜਣਾ ਬੈਠ ਗਿਆ ਤੇ ਦੂਜਾ ਖੜ੍ਹਾ ਰਿਹਾ। ਜਿਸ ਨਾਲ ਅੰਮੀ ਦੀਆਂ ਤਿੱਖੀਆਂ ਨਜ਼ਰਾਂ ਤੋਂ ਥੋੜ੍ਹੀ ਦੇਰ ਲਈ ਰਾਹਤ ਮਿਲ ਗਈ। ਅੱਬਾ ਨੇ ਵੀ ਇਹਦੇ ਨਾਲ ਦੇ ਮਿਲਦੇ ਜੁਲਦੇ ਨਹੋਰੇ ਮਾਰੇ ਸਨ। ਪਰ ਉਹਨੇ ਮਰਦਾਨੇ ਦੇ ਮੋਢੇ ਉੱਪਰੋਂ ਰਬਾਬ ਉਤਾਰ ਆਪਣੇ ਇੱਕਤਾਰੇ ਵਾਲੇ ਕੀਲੇ ਉੱਪਰ ਟੰਗ ਦਿੱਤੀ। ਜਦੋਂ ਉਹ ਸਾਜ਼ ਟੰਗ ਕੇ ਮੁੜਿਆ ਉਦੋਂ ਤੱਕ ਉਹਦੀ ਜਗਾ ਅੱਲਾ ਰੱਖੀ (ਬੇਗਮ) ਆ ਖੜ੍ਹੀ ਸੀ।

"ਉਹਨੂੰ ਤਾਂ ਆਪਣੇ ਧੀਆਂ ਪੁੱਤਾਂ ਦਾ ਮੋਹ ਨੀ... ਤੂੰ ਤਾਂ ਸਾਰ ਲੈ ਲੈਂਦਾ।"

"ਉਹ ਤਾਂ ਹੁਣ ਵੀ ਨਹੀਂ ਆਇਆ...।"

"ਉਹ ਬੇਦੀਆਂ ਦਾ ਪੁੱਤ ਏ... ਉਹਨੇ ਕਮਾਉਣ ਥੋੜ੍ਹੀ ਜਾਣਾ...।" ਉਹ ਥੋੜ੍ਹਾ ਹੋਰ ਨੇੜੇ ਹੋਈ।

"ਅੰਮੀ ਅੱਬਾ ਹੁਣ ਬੁੱਢੇ ਹੋ ਚੱਲੇ ਨੇ...। ਅੰਮੀ ਤੋਂ ਕੀਰਨੇ ਨਹੀਂ ਪੈਂਦੇ... ਅੱਬਾ ਜਜ਼ਮਾਨਾਂ ਦੀ ਬੰਸਾਵਲੀਆਂ ਭੁੱਲਣ ਲੱਗ ਪਿਆ।" ਉਹਨੇ ਮੁੱਦਤਾਂ ਬਾਅਦ ਉਹਦੇ ਹੱਥ ਉੱਤੇ ਹੱਥ ਰੱਖਿਆ।

"ਜਜ਼ਮਾਨਾਂ ਦੇ ਉਲਾਂਭੇ ਆਉਣ ਲੱਗ ਪਏ ਨੇ... ਜੇ ਆਪਣੀ ਓਲਾਦ ਪੀਰਾਂ ਫਕੀਰਾਂ ਨਾਲ ਵੇਹਲੀ ਫੇਰਨੀ ਏ ਤਾਂ ਸਾਡੀ ਜਜਮਾਨੀ ਛੱਡ ਦਿਉ...।" ਕੁਝ ਪਲਾਂ ਲਈ ਮਰਦਾਨੇ ਨੂੰ ਸਾਰਾ ਕੁਝ ਲੋੜੋਂ ਵੱਧ ਬੋਝਲ ਹੁੰਦਾ ਜਾਪਿਆ। ਉਹਨੇ ਨਜ਼ਰਾਂ ਨੂੰ ਆਪਣੀ ਮਰਜ਼ੀ ਦੀ ਯਾਦ ਚੇਤੇ ਕਰਾਈ; ਸੋਚਾਂ ਨੂੰ ਸੂਖਮਤਾ ਨਾ ਛੱਡਣ ਦਾ ਦਿਲਾਸਾ ਦਿੱਤਾ। ਜੋ ਸੁਣਿਆ ਤੇ ਸੁਣਾਇਆ ਜਾ ਰਿਹਾ ਸੀ ਉਹਦੇ ਵਿਚ ਆਪਣੇ ਆਪ ਨੂੰ ਦਰਸ਼ਕਾਂ ਦੀ ਕਤਾਰ ਵਿਚ ਬੈਠਣ ਲਈ ਪ੍ਰੇਰਿਆ। ਫਿਰ ਜਦੋਂ ਅਗਲੀ ਗੱਲ ਸੁਣੀ ਤਾਂ ਪਤਾ ਲੱਗਿਆ ਕਿ ਉਹ ਆਪਣੀ ਜਗ੍ਹਾ ਪਹੁੰਚ ਗਿਆ ਏ।

"ਘਰ ਦੇ ਐਨੇ ਦੁੱਖ ਦਲਿਦਰ ਸੁਣ ਕੇ ਤੈਨੂੰ ਹਾਲੇ ਵੀ ਸੋਗ ਨੀ ਚੜ੍ਹਿਆ... ਵੇਖ ਲੈ ਅੰਮੀ ਪੁੱਤ ਆਪਣੇ ਨੂੰ...।"

"ਬਹੂ ਬਹੁਤ ਹੋ ਗਿਆ... ਮੇਰੇ ਪੁੱਤ ਨੂੰ ਪਹਿਲਾਂ ਪਾਣੀ ਤਾਂ ਪਿਲਾ ਦਿਉ...।" ਸਜਾਦੇ ਹੱਥੋਂ ਪਾਣੀ ਫੜ ਅੰਮੀ ਫਿਰ ਸਾਹਮਣੇ ਆਈ।

"ਮੈਂ ਵੀ ਵੇਖਾਂ ਤੇਰੀ ਨਾਨੀ ਕਿਉਂ ਕਹਿੰਦੀ ਸੀ ਕਿ ਮਰਾਸੀ ਦੀ ਫਕੀਰੀ ਕਈ ਜਨਮਾਂ ਦੇ ਸਰਾਪ ਤੋਂ ਬਾਅਦ ਆਉਂਦੀ ਏ...।"

ਏਨੇ ਲੰਬੇ ਸਰਾਪ ਤੋਂ ਅੱਲਾ ਰੱਖੀ ਰੋਣ ਲੱਗ ਪਈ। ਦੋਵੇਂ ਬੱਚੇ ਮਰਦਾਨੇ ਨੂੰ ਛੱਡ ਮਾਂ ਕੋਲ ਜਾ ਖੜ੍ਹੇ ਸਨ। ਇਸ ਛੋਟੇ ਜਹੇ ਘਰ ਦੇ ਨਿੱਕੇ ਜਹੇ ਵੇਹੜੇ ਵਿਚ ਇਹ

ਚੱਲਦੀਆਂ ਗੱਲਾਂ ਏਨੀਆਂ ਲੰਬੀਆਂ ਹੋ ਗਈਆਂ ਕਿ ਧੁੱਪ ਦੇ ਜਾਣ ਦਾ ਵੀ ਪਤਾ ਨਹੀਂ ਲੱਗਾ। ਕਈ ਵਾਰੀ ਮਰਦਾਨੇ ਦੇ ਕੋਲ ਪਈ ਪੰਡੋਕਲੀ ਅੰਦਰ ਸਜਾਦਾ ਰਜਾਦਾ ਝੁੱਕ ਕੇ ਅੰਦਰ ਵੇਖਣ ਦੀ ਕੋਸ਼ਿਸ਼ ਕਰਦੇ। ਅੰਮੀ ਨੇ ਪਤਾ ਨਹੀਂ ਕੀ ਸੋਚ ਕੇ ਪੰਡੋਕਲੀ ਉੱਪਰ ਪਿਆ ਕਾਸਾ ਥੱਲੇ ਰੱਖ ਦਿੱਤਾ ਸੀ। ਜਦੋਂ ਹੋਰ ਹਨੇਰਾ ਹੋਇਆ ਤਾਂ ਤਾਰਿਆਂ ਦੀ ਝਲਕ ਚਮਕੀ। ਉਹ ਸਭ ਵੇਹੜੇ ਵਿਚ ਬੈਠੇ ਦੇਰ ਰਾਤ ਤੱਕ ਗੱਲਾਂ ਕਰਦੇ ਰਹੇ। ਲਾਗਦੇ ਗੁਆਢੀਆਂ ਦੇ ਮਰਾਸੀਆਂ ਘਰੋਂ ਮਰਦਾਨੇ ਲਈ ਕਈ ਵਾਰ ਟਿੱਚਰ ਸੁਣੀ :

"ਵੇਖੋ ਜੀ ਸਿੱਧਾ ਮਰਾਸੀ ਤੋਂ ਤਾਂ ਕੋਈ ਭੈਅ ਨਹੀਂ ਖਾਂਦਾ... ਥੋੜ੍ਹੀ ਫਕੀਰੀ ਦਾ ਦੱਬਕਾ ਵੀ ਚਾਹੀਦਾ।" ਕਈ ਵਾਰੀ ਅੰਮੀ ਨੇ ਇਧਰੋਂ ਜਵਾਬ ਦਿੱਤਾ।

"ਆ ਜਾ ਮੇਰੇ ਪੁੱਤ ਕੋਲੋਂ ਭਰ ਲੈ ਫਕੀਰੀ ਦੀਆਂ ਝੋਲ੍ਹੀਆਂ... ਨਾਲੇ ਤੈਨੂੰ ਪੁੱਤਾਂ ਦੇ ਫਕੀਰ ਹੋਣ ਦਾ ਥੋੜ੍ਹਾ ਸਦਮਾ ਲੱਗੇ... ਢਹਿ ਜਾਣੀਆਂ ਮਰਾਸਣਾਂ ਚਾਮਲੀਆਂ ਨੇ...।" ਇਹ ਡੂੰਮਣਾਂ ਦਾ ਛਿੜਣਾ ਸੀ, ਮਾਹੌਲ ਮੇਲ ਵਰਗਾ ਬਣ ਚੁੱਕਾ ਸੀ। ਹੁਣ ਬੇਗਮ ਦੀਆਂ ਹਮਉਮਰ ਬੋਲ ਰਹੀਆਂ ਸਨ :

"ਜਦ ਸਾਡੇ ਵੀਰ ਨੂੰ ਪਿਉਕੇ ਲੈ ਕੇ ਜਾਵੇਗੀ ਨਾ... ਤਾਂ ਉਥੇ ਸਹੇਲੀਆਂ ਨੂੰ ਦੱਸ ਪਾ ਦੇਵੀਂ... ਜੇ ਫਕੀਰ ਵਰ ਦੀ ਲੋੜ ਏ ਤਾਂ ਤਲਵੰਡੀ ਵਿਚ ਹੋਰ ਵੀ ਹੈ ਨੇ...।" ਇਹ ਹਾਸਾ ਦੇਰ ਤੱਕ ਚੱਲਦਾ ਰਿਹਾ। ਬਹੁਤੀਆਂ ਨੇ ਇਹ ਸੋਚਿਆ ਵੀ ਨਹੀਂ ਕਿ ਲੰਬੇ ਸਫਰਾਂ ਤੋਂ ਆਇਆ ਰਾਹੀ ਕਦੇ ਵੀ ਸੌਂ ਸਕਦਾ ਏ।

ਜਿੱਥੇ ਗੋਡੇ ਗੋਡੇ ਕਲੇਸ਼ ਰਹਿੰਦਾ ਸੀ; ਅੱਜ ਉਹਦੇ ਨਾ ਹੋਣ ਨਾਲ ਉਸ ਜਗ੍ਹਾ ਚੁੱਪ ਛਾਈ ਹੋਈ ਸੀ। ਘਰ ਅੰਦਰੋਂ ਕੋਈ ਆਵਾਜ਼ ਨਹੀਂ ਸੀ ਆ ਰਹੀ। ਰਸਤੇ ਵਿਚ ਕਈ ਵਾਰ ਇੱਕੋ ਤਰ੍ਹਾਂ ਦੀਆਂ ਗੱਲਾਂ ਸੁਣੀਆਂ, "ਕਾਲੂ ਦਾ ਪੁੱਤ ਤਿਆਗੀ ਹੋ ਗਿਆ... ਮਰਦਾਨਾ ਇਕੱਲਾ ਹੀ ਆਇਆ...।" ਉਹ ਬਿਨਾਂ ਕੋਈ ਆਵਾਜ਼ ਮਾਰੇ ਘਰ ਅੰਦਰ ਜਾ ਵੜਿਆ। ਮੋਹਾਂ ਵਿਚ ਫਸੇ ਸਭ ਤੋਂ ਕਮਜ਼ੋਰ ਲਫਜ਼ਾਂ ਨੂੰ ਇਕ ਵਾਰ ਫਿਰ ਕਾਂਬਾ ਛਿੜਿਆ। ਵੇਹੜੇ ਵਿਚ ਜਿਸ ਜਗ੍ਹਾ ਜਾ ਕੇ ਉਹ ਬੈਠਿਆ; ਉਥੇ ਬੱਚੇ ਖੇਡ ਰਹੇ ਸਨ। ਤ੍ਰਿਪਤਾ ਦੇ ਆਉਣ ਨਾਲ ਉਹਨੇ ਉੱਠ ਕੇ ਪੈਰੀਂ ਹੱਥ ਲਾਇਆ। ਕੁਝ ਦੇਰ ਘਰ ਵਿਚ ਇੰਤਜ਼ਾਰ ਰਿਹਾ ਕਿ ਸ਼ਾਇਦ ਨਾਨਕ ਵੀ ਆਉਣ ਹੀ ਵਾਲਾ ਹੋਵੇਗਾ। ਅਜਿਹੇ ਵੇਲੇ ਉਹ ਅਕਸਰ ਪਿਛੋਂ ਹੀ ਆਉਂਦਾ ਸੀ। ਲੰਬੇ ਇੰਤਜ਼ਾਰ ਤੋਂ ਬਾਅਦ ਤ੍ਰਿਪਤਾ ਮਰਦਾਨੇ ਵੱਲ ਵੇਖਦੀ ਧੀਮੀ ਆਵਾਜ਼ ਵਿਚ ਬੋਲੀ :

"ਕਿਹੋ ਜਹੇ ਪਹਿਰਾਵੇ ਵਿਚ ਛੱਡ ਕੇ ਆਇਆਂ ਉਹਨੂੰ...?"

"ਕਈ ਰੰਗ ਸਨ ਮਾਤਾ...।"

"ਖਾਣ ਵੇਲੇ ਹੁਣ ਵੀ ਕਾਸਾ ਨੇੜੇ ਹੀ ਰੱਖਦਾ...।" ਉਹਦਾ ਉੱਤਰ ਚੁੱਪ ਵਿਚੋਂ ਨਿਕਲਿਆ। ਸਿਰੀ ਚੰਦ ਤੇ ਲਖਮੀ ਦਾਸ ਉਹਦੀ ਗੋਦੀ ਵਿਚ ਆ ਬੈਠੇ ਸਨ। ਸੁਲਤਾਨਪੁਰ ਇਕੱਠੇ ਰਹਿੰਦਿਆਂ ਉਹ ਤਾਇਆ ਬਣ ਗਿਆ ਸੀ। ਕਦੇ ਕਦੇ ਤ੍ਰਿਪਤਾ ਵੱਲ ਵੇਖ ਉਹ ਉਨ੍ਹਾਂ ਦੇ ਸਿਰ ਪਲੋਸਦਾ।

"ਜਦੋਂ ਸਾਜ਼ ਵੱਜਦਾ ਉਦੋਂ ਤਾਂ ਕਦੇ ਬੱਚਿਆਂ ਨੂੰ ਪੁੱਛਦਾ ਹੀ ਹੋਵੇਗਾ... ?" ਖਾਲੀ ਖਾਲੀ ਅੱਖਾਂ ਨਾਲ ਸੁਲੱਖਣੀ ਅੱਗੇ ਆਈ।

"ਤੁਸੀਂ ਆਪਣੇ ਜਿੰਨੀ ਅਕਲ ਤਾਂ ਉਹਨੂੰ ਦੇ ਦੇਂਦੇ... ਤੁਹਾਡੇ ਵਾਂਗ ਉਹ ਵੀ ਬੱਚਿਆਂ ਨੂੰ ਮਿਲ ਜਾਂਦੇ...।" ਥੋੜ੍ਹੀ ਦੇਰ ਬਾਅਦ ਫਿਰ ਮਾਤਾ ਦੀ ਆਵਾਜ਼ ਆਈ :

"ਨਾਨਕੀ ਨੂੰ ਵੀ ਕਦੇ ਸੁੱਖ ਸੁਨੇਹਾ ਦੇ ਦਿੱਤਾ ਸੀ। ਭੈਣ ਤਾਂ ਆਪਣੇ ਕੋਲ ਲੈ ਗਈ ਸੀ... ਦੋਵੇਂ ਮਤਾ ਪਕਾ ਕੇ ਛੱਡ ਆਏ... ਕਦੇ ਸੋਚਿਆ ਉਹਦੇ ਬਾਰੇ... ? ਆਈ ਸੀ ਰੋ ਰੋ ਕੇ ਯਾਦ ਕਰਦੀ ਰਹੀ 'ਮੇਰਾ ਵੀਰ ਅਰਸਾਂ ਦਾ ਏ।" ਤ੍ਰਿਪ ਤ੍ਰਿਪ ਚੋਂਦੇ ਅੱਥਰੂਆਂ ਨਾਲ ਮਾਤਾ ਅੱਜ ਬੋਲਦੀ ਗਈ : "ਕਦੇ ਕਦੇ ਸੰਤਰੇਣ ਆਉਂਦਾ... ਮਹਿਤਾ ਕਾਲੂ ਦੀ ਦੇਹਲੀ ਉੱਤੇ 'ਅਲੱਖ ਨਿਰੰਜਣ' ਕਹਿ ਕੇ ਹੱਸਦਾ ਲੰਘ ਜਾਂਦਾ...। ਸਿਰਫ਼ ਰਾਏ ਬੁਲਾਰ ਦੇ ਘਰੋਂ 'ਗਜਾ' ਕਰਦਾ। ਸ਼ਿਵਰਾਤਰੀ ਵਾਲੇ ਦਿਨ ਵੀ ਇਧਰ ਨਹੀਂ ਆਇਆ। ਈਦ ਵਾਲੇ ਦਿਨ ਮਸਜਿਦ ਤੇ ਖੜ੍ਹਾ ਇਧਰ ਤੇਰੇ ਦੋਸਤ ਦੇ ਘਰ ਵੱਲ ਇਸ਼ਾਰੇ ਕਰਦਾ ਹੱਸਦਾ ਰਿਹਾ। ਅੱਜ ਕਲ ਇਕ ਤਾਰੇ ਨਾਲ ਗਾਉਣ ਵੀ ਲੱਗ ਪਿਆ। ਵੇ ਮਰਦਾਨਿਆ... ਤੁਸੀਂ ਸਾਨੂੰ ਵੀ ਕੋਈ ਦਿਲ ਦੀ ਗੱਲ ਦੱਸ ਦਿਆ ਕਰੋ।"

ਇਸ ਵਾਰੀ ਪਿੰਡ, ਪਿੰਡ ਵਾਂਗ ਸ਼ੁਰੂ ਨਹੀਂ ਸੀ ਹੋਇਆ। ਰਾਏ ਬੁਲਾਰ ਬੁੱਢਾ ਹੋ ਗਿਆ ਸੀ। ਖੋਖਰਾਂ ਆਪਣੀਆਂ ਗੋਲੀਆਂ ਨਾਲ ਸੱਜ ਧੱਜ ਕੇ ਘੁੰਮਦੀ ਨਹੀਂ ਦਿਸੀ। ਰੁਕਮਦੀਨ ਤੇ ਹਰਦਿਆਲ ਪ੍ਰੋਹਤ ਦੇ ਬੋਲ ਧੀਮੇ ਪੈ ਚੁੱਕੇ ਸਨ। ਦੌਲਤਾਂ ਦਾ ਚੇਹਰਾ ਝੁਰੜੀਆਂ ਨਾਲ ਬੁਣਿਆ ਗਿਆ ਸੀ। ਮਹਿਤਾ ਕਾਲੂ ਪਹਿਲਾਂ ਵਾਂਗ ਲੋੜੋਂ ਜ਼ਿਆਦਾ ਹੁਕਮ ਦੇਂਦਾ ਨਹੀਂ ਸੁਣਿਆ। ਭੱਟੀਆਂ ਦੇ ਘਰੋਂ ਨਵੇਂ ਚੇਹਰਿਆਂ ਦੀ ਨੁਹਾਰ ਦਿਸਣ ਲੱਗ ਪਈ ਸੀ। ਇਸ ਵਾਰੀ ਭੰਗੀ ਵੀ ਨਹੀਂ ਸੀ ਦਿਸਿਆ। ਫਿਰ ਵੀ ਇਹ ਤਲਵੰਡੀ ਅੰਦਰੋਂ ਕੁਝ ਖਿੱਚ ਰਿਹਾ ਸੀ ਜੋ ਹਾਲੇ ਵੀ ਉਹਨੇ ਅੰਦਰ ਸਾਂਭ ਰੱਖਿਆ ਸੀ। ਉਹ ਬਾਬੇ ਦੇ ਘਰੋਂ ਉਦੋਂ ਤੁਰਿਆ ਸੀ ਜਦੋਂ ਉਹਨੂੰ ਯਕੀਨ ਹੋ ਗਿਆ ਸੀ ਕਿ ਹੁਣ ਉਹ ਉਵੇਂ ਹੀ ਜਾ ਸਕਦਾ ਹੈ ਜਿਵੇਂ ਉਹ ਆਇਆ ਸੀ। ਫਿਰ ਵੀ ਯਾਦ ਯਾਤਰਾ ਉੱਤੇ ਨਿਕਲ ਪਈ ਸੀ। ਅੱਜ ਸਵੇਰੇ ਉਹਨੇ ਆਪਣੇ ਘਰ ਵਾਲੀ ਮਸਜਿਦ ਤੇ ਮੰਦਰ ਵਿਚਕਾਰ ਬੈਠ ਕੇ ਗਾਇਆ ਸੀ। ਸੰਗੀਤ ਨਾਲ ਵੈਰਾਗ ਨੂੰ ਸ਼ਿੰਗਾਰਦੀਆਂ ਧੁਨਾਂ ਕਈ ਵਾਰ ਘਰ ਦੀਆਂ ਕੱਚੀਆਂ ਕੰਧਾਂ ਨਾਲ ਟਕਰਾ ਵਾਪਸ ਉਹਦੇ ਕੋਲ ਪਰਤੀਆਂ। ਕਦੇ ਕਦੇ ਅੱਲਾ ਰੱਖੀ ਉਸੇ ਕੰਧ ਉੱਪਰੋਂ ਝਾਤੀ ਮਾਰ ਲੈਂਦੀ; ਉਹਦੇ ਢਿੱਲੇ ਢਿੱਲੇ ਬੁੱਲ੍ਹਾਂ ਤੇ ਗਾਂਗਲੀ ਦਾਤਣ ਦਾ ਰੰਗ ਪਛਾਣ ਵਿਚ ਆ ਰਿਹਾ ਸੀ। ਉਸੇ ਵੇਲੇ ਰਾਏ ਬੁਲਾਰ ਦਾ ਨੌਕਰ (ਨੱਥੂ) ਸੁਨੇਹਾ ਲੈ ਕੇ ਆ ਗਿਆ। ਦੇਰ ਤੱਕ ਉਹ ਸਫਰਾਂ ਦੀਆਂ ਯਾਦਾਂ ਸੁਣਦਾ ਰਿਹਾ। ਰਾਏ ਬੁਲਾਰ ਥੋੜ੍ਹੀ ਦੇਰ ਬਾਅਦ ਫਿਰ ਕਹਿੰਦਾ : "ਹੋਰ ਸੁਣਾ ਕੋਈ ਸਾਂਈ ਦੀ ਗੱਲ...।" ਵਾਪਸੀ ਤੇ ਮਰਦਾਨੇ ਨੇ ਕਈ ਵਾਰ ਸੋਚਿਆ; ਜੇ ਗੱਲ ਐਨੀ ਹੀ ਹੈ ਤਾਂ 'ਮੈਂ ਕਿਉਂ ਹਜ਼ਾਰਾਂ ਧੁਨਾਂ ਰਾਹੀਂ ਸਾਂਈ ਨੂੰ ਪੁੱਛਦਾ ਥੱਕ ਜਾਂਦਾ ਹਾਂ।' ਉਹਨੇ ਕਈ ਵਾਰ ਰਾਏ ਬੁਲਾਰ ਦੇ ਬਿਰਧ ਚੇਹਰੇ ਵੱਲ ਵੇਖਿਆ ਵੀ ਸੀ। ਉਹ ਹੈਰਾਨ ਸੀ ਕਿ ਰਾਏ ਬੁਲਾਰ ਨੇ ਇਕ ਵਾਰ ਵੀ ਉਹਨੂੰ 'ਗਾ ਕੇ ਸੁਣਾ' ਨਹੀਂ ਸੀ ਕਿਹਾ।

ਫਿਰ ਵੀ ਰਾਏ ਬੁਲਾਰ ਦੇ ਘਰੋਂ ਨਿਕਲਦਿਆਂ ਮਰਦਾਨੇ ਨੂੰ ਬੰਧਨਾਂ ਦੀ ਓਹੋ ਜਹੀ ਨੇਸਤੀ ਨੇ ਨਹੀਂ ਘੇਰਿਆ ਜਿਹੋ ਜਹੀ ਮਹਿਤਾ ਕਾਲੂ ਤੇ ਆਪਣੇ ਘਰੋਂ ਨਿਕਲਦਿਆਂ ਘੇਰਿਆ ਸੀ। ਉਹਨੇ ਲੰਬੇ ਕਦਮੀਂ ਪਿੰਡ ਦਾ ਚੱਕਰ ਲਾਇਆ। ਕਾਰੀਗਰਾਂ ਦੀ ਗਲੀ ਵਿਚ ਲੋਕੀਂ ਕੰਮ ਤੇ ਲੱਗੇ ਹੋਏ ਸਨ। ਕੱਲ ਜੋ ਭਾਂਡੇ ਧੁੱਪ ਸੇਕ ਰਹੇ ਸਨ; ਅੱਜ ਅੱਗ ਵਿਚ ਜਾਣ ਦੀ ਤਿਆਰੀ ਵਿਚ ਸਨ। ਕੀ ਇਸ ਵਾਰੀ ਤਲਵੰਡੀ ਤੋਂ ਵਾਪਸੀ ਵੇਲੇ ਇਹੋ ਜਹੀ ਕੋਈ ਪਰਖ ਉਹਨੂੰ ਉਡੀਕ ਰਹੀ ਸੀ ? ਉਹਨੇ ਸਿਜਦੇ ਵਰਗੀ ਹਲੀਮੀ ਵਿਚ ਝੁਕ ਝੁਕ ਕੇ ਬੱਚਿਆਂ ਵਾਂਗ ਗੁਲਾਬੀ ਰੰਗ ਦੇ ਭਾਂਡਿਆਂ ਵੱਲ ਵੇਖਿਆ। ਰੋਜ਼ ਸ਼ਾਮ ਵੇਲੇ ਰਾਏ ਬੁਲਾਰ ਦੇ ਘਰੋਂ ਵਾਪਸੀ ਉਹ ਇਧਰ ਵੱਲ ਹੀ ਕਰਦਾ ਸੀ। ਇਕ ਵਾਰੀ ਗੱਲ ਸ਼ੁਰੂ ਹੁੰਦੀ ਤਾਂ ਵਿਚਕਾਰ ਬਾਲਾ ਸੰਧੂ ਪੁੱਛਦਾ ਰਹਿੰਦਾ। ਕਈ ਵਾਰੀ ਰਾਏ ਬੁਲਾਰ ਅੱਖਾਂ ਭਰ ਲੈਂਦਾ।

"ਸਾਂਈ ਨੇ ਤਲਵੰਡੀ ਨੂੰ ਤਾਂ ਜਿਵੇਂ ਵਿਸਾਰ ਹੀ ਦਿੱਤਾ ਏ।" ਅੱਜ ਮਰਦਾਨਾ ਰਾਏ ਬੁਲਾਰ ਦਾ ਸੁਨੇਹਾ ਲੈ ਕੇ ਵੀ ਆਇਆ ਸੀ। (ਮਿਲਣ ਦੀ ਇੱਛਾ ਸੀ) ਅਸਮਾਨ ਵੱਲ ਵੇਖਿਆ ਤਾਂ ਪੰਛੀ ਆਪਣੇ ਬੱਚਿਆਂ ਦੇ ਘਰ ਵੱਲ ਜਾ ਰਹੇ ਸਨ। ਕੁਝ ਦਿਨ ਪਹਿਲਾਂ ਅੱਲਾ ਰੱਖੀ ਨੇ ਵੀ ਸਫ਼ਰਾਂ ਦੀਆਂ ਯਾਦਾਂ ਬਾਰੇ ਡਰ ਡਰ ਸੁਆਲ ਕੀਤੇ ਸਨ। ਰੋਜ਼ ਰਾਤ ਨੂੰ ਜਦੋਂ ਗਾਉਂਦੀਆਂ ਡੂਮਣੀਆਂ ਬਹਿਸ ਪੈਂਦੀਆਂ ਤਾਂ ਬੇਗਮ ਅਕਸਰ ਵਿਚ ਹੀ ਬੋਲ ਪੈਂਦੀ ਸੀ।

"ਵਿਛੋੜੇ ਨਾਲੋਂ ਬੁਰਾ ਤਾਂ ਨਹੀਂ... ਇਹ।" ਕਦੇ ਕਦੇ ਉਹ ਮਰਦਾਨੇ ਵੱਲ ਵੇਖ ਕੇ ਵੀ ਟਿੱਚਰ ਕਰ ਦੇਂਦੀ, "ਡੂਮਣਾਂ ਦਾ ਸਤਸੰਗ ਏ... ਤੁਸੀਂ ਕਿਹੜੇ ਭੁੱਲੇ ਹੋਏ ਹੋ...।"

ਤਲਵੰਡੀ ਬਹੁਤ ਪਿੱਛੇ ਰਹਿ ਗਿਆ ਸੀ। ਇਕ ਵਾਰ ਪਿੱਠ ਪਿਛੋਂ ਛਾਤੀ ਉੱਪਰ ਆਈ ਰਬਾਬ ਉਹਨੇ ਮੁੜ ਕੇ ਛਾਤੀ ਨਾਲ ਹੀ ਲਾ ਰੱਖੀ। ਅੱਬਾ ਤੋਂ ਬਿਨਾਂ ਸਾਰਾ ਟੱਬਰ ਉਹਨੂੰ ਪਿੰਡ ਤੋਂ ਬਾਹਰ ਤੱਕ ਛੱਡਣ ਆਇਆ। ਬਦਰਾ ਡਬਲੀ ਵਜਾ ਕਿਸੇ ਘਰ ਅੱਗੇ ਕਸੀਦੇ ਤੇ ਵੇਲਾਂ ਪੜ੍ਹਦਾ ਉਦੋਂ ਤੱਕ ਸੁਣਦਾ ਰਿਹਾ ਜਦੋਂ ਤੱਕ ਉਹ ਸਭ ਵਾਪਸ ਨਾ ਮੁੜ ਗਏ। ਇਸ ਵਾਰੀ ਨਾਲ ਤੁਰਦਿਆਂ ਅੰਮੀ ਨੇ ਜਾਣ ਲਿਆ ਸੀ ਕਿ ਵਿਛੋੜਾ ਬਹੁਤ ਲੰਬਾ ਪੈਣ ਵਾਲਾ ਏ। ਇਸ ਤੋਂ ਪਹਿਲਾਂ ਕਿ ਅੰਮੀ ਕੁਝ ਕਵੇ : ਉਹਨੇ ਪੂਰੇ ਟੱਬਰ ਵੱਲ ਵੇਖ ਕੇ ਕਿਹਾ :

"ਚਲੋ ਤੁਸੀਂ ਪਿੰਡ ਵੱਲ ਮੁੜ ਜਾਓ...।"

ਉਹ ਇਕੱਲਾ ਰਹਿ ਗਿਆ ਸੀ। ਥੋੜ੍ਹੀ ਦੇਰ ਬਾਅਦ ਅੱਬਾ ਦੀ ਆਵਾਜ਼ ਵੀ ਸੁਣਨੋਂ ਹਟ ਗਈ; ਪਰ ਡੱਬਲੀ ਕਾਫੀ ਦੂਰ ਤੱਕ ਸੁਣਦੀ ਰਹੀ। ਪੂਰੇ ਦਿਨ ਉਹਨੇ ਭਿੱਜ ਕੇ ਧਰਤੀ ਦੇ ਤਲ ਦੇ ਬਦਲਦੇ ਰੰਗ ਵੇਖੇ। ਉਹਨੇ ਮਿੱਟੀ ਦੇ ਆਪਣੇ ਹੀ ਰੰਗਾਂ ਨੂੰ ਧੁੱਪ ਸੇਕਦੀ ਆਪਣੀ ਨੁਹਾਰ ਵੱਲ ਮੁੜਦਿਆਂ ਤੱਕਿਆ। ਇਨ੍ਹਾਂ ਰੰਗਾਂ ਦੇ ਭੇਤਾਂ ਵਿਚ ਕਈ ਵਾਰੀ ਆਪਣੇ ਕਦਮਾਂ ਉੱਤੇ ਨਜ਼ਰ ਪਈ।

ਹੁਣੇ ਜਿਸ ਪਿੰਡ ਕੋਲੋਂ ਉਹ ਲੰਘਿਆ ਸੀ ਉਸ ਦੇ ਬਾਹਰ ਇਕ ਬਿਰਧ ਇਕੱਲਾ ਖੜ੍ਹਾ ਸੀ। ਜਾਪਦਾ ਸੀ ਉਹ ਕੋਈ ਸੁਨੇਹਾ ਦੇਣਾ ਚਾਹੁੰਦਾ; ਪਰ ਆਸੇ ਪਾਸੇ ਕੋਈ ਨਜ਼ਰ

ਨਹੀਂ ਸੀ ਆ ਰਿਹਾ। ਅੱਜ ਤਲਵੰਡੀ ਤੋਂ ਬਾਹਰ ਨਿਕਲਦਿਆਂ ਦੌਲਤਾਂ ਵੀ ਉਹਨੂੰ ਏਦਾਂ ਹੀ ਉਡੀਕਦੀ ਖੜ੍ਹੀ ਮਿਲੀ ਸੀ। ਉਹਦੀਆਂ ਅੱਖਾਂ ਗਿੱਲੀਆਂ ਸਨ। ਉਹਨੇ ਆਪਣੀਆਂ ਬਾਹਾਂ ਉਹਦੇ ਮੋਢਿਆਂ ਉੱਤੇ ਰੱਖ ਕਿਹਾ ਸੀ :

"ਤੁਹਾਡੀਆਂ ਦੋਵਾਂ ਦੀਆਂ ਮਾਵਾਂ ਤੁਹਾਤੋਂ ਦੁਖੀ ਨੇ...।" ਉਹਨੇ ਅੰਮੀ ਦੇ ਆਉਣ ਤੋਂ ਪਹਿਲਾਂ ਆਪਣੀ ਗੱਲ ਮੁਕਾ ਦਿੱਤੀ ਸੀ। ਪੂਰਾ ਦਿਨ ਮਾਸੀ ਦੀ ਯਾਦ ਨਾਲ ਇਸ ਆਵਾਜ਼ ਦੀ ਚੀਸ ਸੁਣਦੀ ਰਹੀ। ਇਸੇ ਲਈ ਜਿੰਨੀ ਦੇਰ ਪ੍ਛਾਵੇਂ ਰਹੇ ਉਹ ਆਪਣੇ ਮੂੰਹ ਦੀ ਛਾਵਾਂ ਤੋਂ ਰਬਾਬ ਦੂਰ ਨਹੀਂ ਰੱਖ ਸਕਿਆ।

ਕਾਂਡ : ਦੱਸ

ਜਿਸ ਤਰ੍ਹਾਂ ਉਹ ਲਾਲੋ ਦੇ ਪਿੰਡ ਨੂੰ ਛੱਡ ਕੇ ਨਿਕਲਿਆ ਸੀ; ਉਸ ਤਰ੍ਹਾਂ ਤਾਂ ਹੁਣ ਬਿਲਕੁਲ ਨਹੀਂ ਸੀ। ਸਭ ਕੁਝ ਆਪਣੀ ਲੈਅ ਵਿਚ ਜਾਪਦਾ ਸੀ। ਉਹਨੂੰ ਵੇਖ ਕੇ ਕਿਸੇ ਨੇ ਹੈਰਾਨੀ ਨਾਲ ਨਹੀਂ ਸੀ ਪੁੱਛਿਆ : "ਹੁਣ ਕਿਉਂ ਆਇਆ ਏਂ ?" ਪਿੰਡ ਵਿਚ ਉਸੇ ਤਰ੍ਹਾਂ ਹੀ ਜੁਲਾਹਿਆਂ ਦੀ ਗਲੀ ਵਿਚ ਤਾਣੇ ਸੁੱਕ ਰਹੇ ਸਨ; ਚੱਕਾਂ ਤੇ ਭਾਂਡੇ ਬਣ ਰਹੇ ਸਨ; ਕਿਸਾਨਾਂ ਦੇ ਹਲ ਵਗ ਰਹੇ ਸਨ। ਝਿਊਰਾਂ ਹੱਥੋਂ ਟੋਕਰੀਆਂ ਬਣ ਰਹੀਆਂ ਸਨ। ਲਲਾਰੀਆਂ ਦਾ ਹੁਨਰ ਰੱਸਿਆਂ ਉੱਤੇ ਸੁੱਕ ਰਿਹਾ ਸੀ। ਤਲਵੰਡੀ ਦੇ ਵਿਛੋੜੇ ਨਾਲ ਜੋ ਕੰਬਣੀ ਤੁਰੀ ਸੀ, ਹੁਣ ਜਗਿਆਸਾ ਨੇ ਸਾਂਭ ਲਈ ਸੀ। ਲਾਲੋ ਦੀ ਦੇਹਲੀ ਉੱਤੇ ਉਸ ਦਿਨ ਦੀਆਂ ਘੂਰਦੀਆਂ ਅੱਖਾਂ ਦੀ ਝਾਕ ਕਿਧਰੇ ਨਾ ਦਿਸੀ। ਮਰਦਾਨੇ ਨੂੰ ਜਾਪਿਆ ਉਹਦੇ ਅੰਦਰਲਾ ਸਰੋਤਾ ਪਹਿਲਾਂ ਹੀ ਲਾਲੋ ਦੀ ਦੇਹਲੀ ਟੱਪ ਚੁੱਕਿਆ ਸੀ। ਇਹ ਮਾਨਵ ਕਲਿਆਣ ਦੇ ਤਰਾਨੇ ਸੁਣਨ ਵੇਲੇ ਇਹ ਸਰੋਤਾ ਕਿਸੇ ਦੀ ਨਹੀਂ ਸੁਣਦਾ। ਬਾਬੇ ਦੀ ਮਿੱਠੀ ਆਵਾਜ਼ ਉਹਤੋਂ ਪਹਿਲਾਂ ਬੋਲੀ; ਤੇ ਉਹਦੇ ਪਿੱਛੇ ਉਹਨੂੰ ਆਪਣੀ ਆਵਾਜ਼ ਤੁਰਦੀ ਸੁਣੀ :

"ਸਜਾਦਾ ਰਜਾਦਾ ਖੇਡ ਰਹੇ ਸਨ... ਮਰਦਾਨਿਆ ?"

"ਹਾਂ... ਬਾਬਾ...।"

"ਅੰਮੀ ਅੱਬਾ ਦੀ ਰੂਹ ਰਾਜ਼ੀ ਏ... ?"

"ਹਾਂ... ਬਾਬਾ...।"

ਇਹ ਰਾਜ਼ੀ ਖੁਸ਼ੀ ਦੌਲਤਾਂ ਕੋਲ ਪੁੱਜਦੀ ਰਾਂਈ ਘੁਮਾਰ ਕੋਲੋਂ ਲੰਘੀ। ਇੱਧਰ ਮਰਾਸੀਆਂ ਦੀ ਗਲੀ ਵਿਚ ਘੁੰਮੀ ਪੀਰਨ ਪਿੰਜੇ ਕੋਲੋਂ ਲੰਘੀ। ਰਾਏ ਬੁਲਾਰ ਦਾ 'ਸਵਾਸਥ' ਪੁੱਛਦਿਆਂ; ਸ਼ਾਮੇ ਪੰਡਿਤ ਤੇ ਰੁਕਮਦੀਨ ਕੋਲ ਜਾ ਪਹੁੰਚੀ। ਮਰਦਾਨੇ ਦਾ ਬੜਾ ਜੀਅ ਕੀਤਾ ਕਿਵੇਂ ਮਹਿਤੇ ਦੇ ਘਰ ਵੜਿਆ ਜਾਵੇ ?

"ਬਾਬਾ ਸਿਰੀ ਚੰਦ ਤੇ ਲਖਮੀ ਦਾਸ ਹੁਣ ਸੰਥਿਆ ਲੈਣ ਲੱਗ ਪਏ ਨੇ।"

ਇਸ ਵਾਰੀ ਵੀ ਮਰਦਾਨੇ ਨੂੰ ਆਪ ਹੀ ਅੱਗੇ ਤੁਰਨਾ ਪਿਆ।

"ਮਾਤਾ ਬਹੁਤ ਯਾਦ ਕਰਦੀ ਸੀ... ਛੋਟੀ ਮਾਤਾ ਨੇ ਅੱਖਾਂ ਭਰ ਲਈਆਂ ਸਨ... ਬਾਬਾ ਇਕ ਵਾਰ ਤਲਵੰਡੀ ਨਾ ਚਲੀਏ...।"

ਅੱਜ ਲਾਲੋ ਦਾ ਪਿੰਡ ਵੀ ਪਿੱਛੇ ਰਹਿ ਗਿਆ ਸੀ। ਜਿਥੋਂ ਵਿਛੋੜਾ ਮੁੱਕਦਾ ਸੀ ਉਥੋਂ ਹੀ ਕਿਉਂ ਸ਼ੁਰੂ ਹੋ ਜਾਂਦਾ ਏ ? ਇਕ ਪਹਿਰ ਪਿੱਛੇ ਰਹਿ ਗਿਆ ਸੈਦਪੁਰ ਵੀ ਲਾਲੋ ਦੇ ਵਿਛੋੜੇ ਨਾਲ ਹੀ ਯਾਦ ਆਇਆ। ਪਰ ਅੱਜ ਉਹਨੇ ਲਾਲੋ ਦਾ ਵਿਛੋੜਾ ਵੀ ਵੇਖਿਆ ਸੀ :

"ਬਾਬਾ ਤੈਨੂੰ ਯਾਦ ਕਰਨਾ ਕਦੇ ਨਾ ਭੁੱਲਾਂ...।" ਇਹ ਲਫ਼ਜ ਸਨ ਜਿਨ੍ਹਾਂ ਨੇ ਵਿਛੋੜੇ ਦਾ ਨਵਾਂ ਚੇਹਰਾ ਬਣਾਇਆ ਸੀ। ਹੁਣ ਤਾਂ ਇਹ ਕਦੀ ਵੀ ਨਹੀਂ ਸੀ ਭੁੱਲਣਾਂ। ਕਦੇ ਕਦੇ ਮਰਦਾਨੇ ਨੂੰ ਜਾਪਦਾ ਉਹ ਆਪਣੇ ਹੀ ਵਿਛੋੜੇ ਨੂੰ ਲਾਲੋ ਵਿਚ ਜੀਅ ਰਿਹਾ ਏ। ਇਹ ਸਫ਼ਰਾਂ ਦੀ ਹੋਣੀ ਵਿਚਲੇ ਅਚੰਭੇ ਤਾਂ ਹਰ ਕਿਸੇ ਨਾਲ ਵਾਪਰ ਹੀ ਰਹੇ ਹੋਣਗੇ। ਥੋੜ੍ਹੀ ਦੇਰ ਪਹਿਲਾਂ ਰਸਤੇ ਵਿਚ ਜੋ ਆਮ ਲੋਕਾਂ ਦੀ ਭਰਮਾਰ ਸੀ; ਉਹਦੇ ਵਿਚ ਲੰਬੇ ਹਰੇ ਚੋਗਿਆਂ ਵਾਲੇ ਫਕੀਰ ਦਿਸਣ ਲੱਗ ਪਏ ਸਨ। ਮਾਤ ਭਾਸ਼ਾ ਵਿਚ ਅਰਬੀ ਫਾਰਸੀ ਦੇ ਮਿਲੇ ਜੁਲੇ ਸ਼ਬਦ ਸੁਣਨੇ ਸ਼ੁਰੂ ਹੋ ਗਏ ਸਨ। ਅੱਗੇ ਚੱਲਦੇ ਬਾਬੇ ਦੇ ਭਗਵਿਆਂ ਨੂੰ ਅੱਜ ਲਾਲੋ ਨੇ ਨਿਖਾਰ ਕੇ ਪਹਿਨਾਇਆ ਸੀ। ਭਗਵੇ ਰੰਗ ਦਾ ਇਕ ਵੱਖਰਾ ਹੀ ਜੋਬਨ ਤੁਰ ਰਿਹਾ ਸੀ :

"ਹਿੰਦੂ ਉੱਤੇ ਹੀ ਈਮਾਨ ਆ ਗਿਆ।" ਇਹ ਕਹਿਣ ਵਾਲਾ ਕਹਿ ਕੇ ਅੱਗੇ ਲੰਘ ਗਿਆ। ਉਹ ਸ਼ਾਇਦ ਇਹ ਭੁਲੇਖਾ ਲੈ ਕੇ ਹੋਰ ਤੇਜ਼ ਤੁਰਨ ਲੱਗਾ ਕਿ ਕਹਿਣ ਵਾਲੀ ਗੱਲ ਦਾ ਅਸਰ ਹੋ ਗਿਆ ਏ। ਪਰ ਮਰਦਾਨਾ ਆਪਣੀਆਂ ਯਾਦਾਂ ਨਾਲ ਪਿਛੇ ਮੁੜਿਆ। ਇਸ ਮੇਲ ਵਿਚ ਕਿਥੇ ਅਸੁਮੇਲ ਹੈ, ਜਿਸ ਕਰਕੇ ਇਹ ਸੁਆਲ ਉਪਜਿਆ ਸੀ ? ਇਹ ਮੈਥੋਂ ਹੀ ਕਿਤੇ ਤਰਤੀਬ ਵਿਚ ਕੋਈ ਚੁੱਕ ਤਾਂ ਨਹੀਂ ਹੋਈ।" (ਆਪਣੇ ਹਰੇ ਪਹਿਰਾਵੇ ਵੱਲ ਵੇਖਿਆ) ਇਹ ਦੋ ਰੰਗਾਂ ਵਿਚ ਸਮਾਉਣ ਲਈ ਕਿਤੇ ਮੈਂ ਵੱਖਰਾ ਤਾਂ ਨਹੀਂ ਦਿਸ ਰਿਹਾ ? ਉਹ ਕਦੇ ਸਾਹਮਣੇ ਬਾਬੇ ਦਾ ਭਗਵਾਂ ਵੇਖਦਾ ਕਦੇ ਆਪਣੇ ਚੋਗੇ ਦਾ ਹਰਾਪਣ ਵੇਖਦਾ। ਕਦੇ ਚੁਫੇਰੇ ਬਿਰਖਾਂ ਦੀ ਫੈਲੀ ਹਰਿਆਲੀ ਵੇਖਦਾ; ਕਦੇ ਭੋਇੰ ਤੇ ਵਿਛੀ ਘਾਹ ਦੀ ਹਰਿਆਲੀ ਵੇਖਦਾ...। ਹਰੇ ਦੀ ਧਿਰ ਬਹੁਤ ਵੱਡੀ ਸੀ। ਫਿਰ ਉਹਦੀ ਨਜ਼ਰ ਚੁਫੇਰੇ ਫੈਲੀ ਹਰਿਆਲੀ ਦੇ ਤਣਿਆਂ ਉੱਪਰ ਗਈ। ਤਣਿਆਂ ਦੀ ਆਪਣੀ ਰੰਗਤ ਸੀ। ਕੋਈ ਵੀ ਰੰਗ ਸੀ; ਸ਼ਾਇਦ ਮਿੱਟੀ ਰੰਗੇ ਦੇ ਨੇੜੇ ਤੇੜੇ ਸੀ। ਬਾਬੇ ਦੇ ਵੀ ਸਭ ਪਹਿਰਾਵੇ ਅਖ਼ੀਰਲੇ ਦਿਨਾਂ ਵਿਚ ਮਿੱਟੀ ਰੰਗੇ ਹੀ ਤਾਂ ਹੋ ਜਾਂਦੇ ਨੇ...। (ਬਾਬੇ ਨੂੰ ਵੀ ਤਾਂ ਕੋਈ ਵੀ ਰੰਗ ਪਹਿਨਾਓ ਅਖ਼ੀਰਲੇ ਦਿਨਾਂ ਵਿਚ ਉਹਦੇ ਸਭ ਪਹਿਰਾਵੇ ਮਿੱਟੀ ਰੰਗੇ ਹੋ ਕੇ ਹੀ ਉਤਰੇ ਸਨ) ਕਦੇ ਕਦੇ ਮਰਦਾਨੇ ਨੂੰ ਜਾਪਦਾ ਉਹਨੇ ਕੁਦਰਤ ਨੂੰ ਬਹੁਤ ਕਾਹਲੀ ਨਾਲ ਵੇਖਿਆ ਸੀ। ਜਿਸਦੇ ਪਿੱਛੇ ਉਹ ਤੁਰ ਰਿਹਾ ਉਹਨੇ ਤਾਂ ਰੰਗਾਂ ਦੇ ਵੱਖਰੇਵੇਂ ਦੀ ਕਦੇ ਗੱਲ ਨਹੀਂ ਕੀਤੀ। ਹਵਾ ਦੇ ਇਕ ਤੇਜ਼ ਬੁੱਲੇ ਨਾਲ ਚੁਫੇਰੇ ਫੈਲਿਆ ਹਰਾ ਰੰਗ ਗੂੰਜਿਆ। ਤੇ ਫਿਰ ਬੇਰੰਗ ਹਵਾ ਦੇ ਬੁੱਲੇ ਉਹਨੂੰ ਛੂਹ ਕੇ ਅੱਗੇ ਲੰਘ ਗਏ। ਪਿਛੇ ਰਹਿ ਗਈ ਹਲਕੀ ਹਲਕੀ ਹਵਾ ਦੀ ਗੂੰਜ ਵਿਚ ਬਾਬੇ ਦੇ ਇਹ ਬੋਲ ਸੁਣੇ :

ਨਾਨਕ ਭਗਤਾ ਸਦਾ ਵਿਗਾਸ॥
ਸੁਣਿਆ ਦੂਖ ਪਾਪ ਕਾ ਨਾਸ॥

ਅੱਗੇ ਕੋਈ ਪਿੰਡ ਸੀ ਜਿਸਨੂੰ ਦੋ ਪਹਾੜੀਆਂ ਵਿਚੋਂ ਦੀ ਵੇਖਿਆ ਜਾ ਸਕਦਾ ਸੀ। ਪਰ ਉਸ ਤੋਂ ਪਹਿਲਾਂ ਇਕ ਸੁੰਨਸਾਨ ਢਲਾਨ ਉੱਤੇ 'ਢੇਹੇ', ਗੰਧੀਲੇ, ਨੱਟ ਕੀਕਣ ਸਲੋਤਰਾਂ, ਮਾਗਲੂ ਤੇ ਧਾਨਕ ਕਬੀਲਿਆਂ ਦੇ ਛੋਟੇ-ਛੋਟੇ ਮਾਜਰੇ ਸਨ। ਉਨ੍ਹਾਂ ਦੀ ਬੋਲੀ ਦੇ ਬਹੁਤੇ ਲਫ਼ਜ ਭਾਵੇਂ ਸਮਝ ਨਹੀਂ ਸੀ ਆ ਰਹੇ; ਪਰ ਧੁਨਾਂ ਤੋਂ ਪਤਾ ਲੱਗਦਾ ਸੀ ਕਿ ਜਿਆਦਾ ਸ਼ਬਦ ਭੁੱਖ ਦੇ ਇਰਦ ਗਿਰਦ ਘੁੰਮ ਰਹੇ ਸਨ।

ਆਪਣੇ ਵੱਲ ਆਉਂਦੇ ਦੋ ਫਕੀਰਾਂ ਨੂੰ ਸਭ ਕਬੀਲੇ ਹੈਰਾਨੀ ਨਾਲ ਵੇਖਣ ਲੱਗੇ। ਅੱਗੇ ਤਾਂ ਕਦੇ ਅਜਿਹੇ ਸਜੇ ਹੋਏ ਫਕੀਰ ਉਨ੍ਹਾਂ ਇੱਧਰ ਝੌਂਪੜੀਆਂ ਵੱਲ ਆਉਂਦੇ ਵੇਖੇ ਨਹੀਂ ਸਨ। ਪਰ ਉਸ ਤੋਂ ਪਹਿਲਾਂ ਮਰਦਾਨੇ ਨੇ ਇਕ ਅਨੋਖਾ ਨਜ਼ਾਰਾ ਵੇਖਿਆ। ਰਸਤੇ ਦੇ ਐਨ ਵਿਚਕਾਰ ਇਕ ਅੱਧਾ ਨੰਗਾ ਬੰਦਾ ਬੈਠਾ ਸੀ। ਉਹਦੇ ਪੂਰੇ ਸਰੀਰ ਉੱਪਰ ਅਲੱਗ ਅਲੱਗ ਕਿਸਮ ਦੇ ਪੰਛੀ ਬੈਠੇ ਸਨ। ਕੁੱਝ ਪੰਛੀ ਆਪਣੀ ਵਾਰੀ ਦੀ ਉਡੀਕ ਵਿਚ ਉਹਦੇ ਸਿਰ ਉੱਪਰ ਉੱਡ ਰਹੇ ਸਨ। ਬਿਲਕੁਲ ਉਹਦੇ ਸਾਹਮਣੇ ਇੱਕ ਬਿੱਲੀ ਬੈਠੀ ਸੀ। ਉਹ 'ਮਿਊਂ ਮਿਊਂ' ਕਰਦੀ ਵੀ ਹੱਸਦੀ ਜਾਪਦੀ। ਕੁਝ ਦੂਰੀ ਉੱਤੇ ਬਾਬਾ ਚੁੱਪਚਾਪ ਉਹਦੇ ਸਾਹਮਣੇ ਜਾ ਬੈਠਾ। ਕਦੇ ਕਦੇ ਜਦੋਂ ਉਸ ਬੰਦੇ ਦੀਆਂ ਅੱਖਾਂ ਨੰਗੀਆਂ ਹੁੰਦੀਆਂ ਤਾਂ ਉਨ੍ਹਾਂ 'ਚੋਂ ਵਗਦੇ ਅੱਥਰੂ ਦਿਸਦੇ। ਮੋਹ ਵਿਚ ਆਇਆ ਕੋਈ ਛੋਟਾ ਪੰਛੀ ਹੌਲੀ ਜਹੇ ਚੁੰਜ ਨਾਲ ਅੱਥਰੂ ਪੀ ਜਾਂਦਾ। ਫਿਰ ਬਾਬਾ ਹੌਲੀ ਜਹੇ ਉੱਠਿਆ ਤੇ ਗੰਧੀਲੇ ਧਾਣਕਾਂ ਨੱਟਾਂ ਦੀਆਂ ਝੁੰਗੀਆਂ ਵੱਲ ਚੱਲ ਪਿਆ। ਸ਼ਾਮ ਵੇਲੇ ਜਦੋਂ ਉਹ ਵਾਪਸ ਮੁੜੇ; ਉਹ ਬੰਦਾ ਉਥੇ ਹੀ ਖੜ੍ਹਾ ਮਿਲਿਆ। ਇਸ ਵੇਲੇ ਪੰਛੀ ਦਰੱਖਤਾਂ ਉੱਤੇ ਬੈਠੇ ਸਨ। ਉਹਨੇ ਹੱਥ ਜੋੜੇ ਤੇ ਝੁਕਿਆ :

"ਜੇ ਮੈਂ ਸਿਜਦਾ ਕਰਦਾ ਤਾਂ ਪੰਛੀ ਉੱਡ ਜਾਣੇ ਸਨ... ਸਾਂਈ...।"

"ਜੋ ਤੇਰੇ ਉੱਤੇ ਬੈਠੇ ਸਨ ਉਹ ਸਭ ਸਿਜਦੇ ਹੀ ਸਨ।"

ਗੱਲ ਮੁੱਕ ਗਈ ਸੀ। ਦੋਵੇਂ ਆਹਮਣੇ ਸਾਹਮਣੇ ਖੜ੍ਹੇ ਰਹੇ; ਮੁੜ ਕੇ ਕੋਈ ਵੀ ਕੁਝ ਨਹੀਂ ਬੋਲਿਆ।

ਲੰਬੇ ਘਾਹ ਦੇ ਚਿੱਟੇ ਬੂੰਬਲਾਂ ਥੱਲਿਉਂ ਹਲਕੀ ਹਲਕੀ ਹਵਾ ਸਰਕ ਰਹੀ ਸੀ। ਨੇੜੇ ਕੋਈ ਉੱਪਲ ਖੱਤਰੀਆਂ ਦਾ ਪਿੰਡ ਆ ਰਿਹਾ ਸੀ; ਤਾਂਹੀ ਉੱਧਰੋਂ ਆਉਂਦੇ ਜਜ਼ਮਾਨਾਂ ਦੇ ਚਿੱਟੇ ਨਿਖਰੇ ਪਹਿਰਾਵੇ ਦੂਰੋਂ ਚਮਕ ਰਹੇ ਸਨ। ਢੇਹ ਕਬੀਲੇ ਦੀਆਂ ਤੀਵੀਆਂ ਬਾਕੀ ਬਚੇ ਛੱਜਾਂ ਨੂੰ ਸੰਭਾਲਦੀਆਂ ਪਿਛੇ ਰਹਿ ਗਏ ਮਾਜਰਿਆਂ ਵੱਲ ਮੁੜ ਆਈਆਂ ਸਨ। ਸਦਮੇ ਵਰਗੀ ਹਾਲਤ ਵਿਚ ਲੰਘਦੇ ਚੇਹਰਿਆਂ ਵਿਚੋਂ ਕਿਸੇ ਕਿਸੇ ਦੀ ਨਜ਼ਰ ਬਾਬੇ ਵੱਲ ਝੁੱਕਦੀ। ਪਿੰਡ ਦੇ ਟੋਬੇ ਤੋਂ ਜਾਣੀ ਪਛਾਣੀ ਗੰਧ ਆਈ। ਪਰ ਬਾਬਾ ਪਿੰਡ ਤੋਂ ਬਾਹਰ ਨਿਕਲਦੀ ਪਗਡੰਡੀ ਵੱਲ ਘੁੰਮ ਗਿਆ ਸੀ; ਜਿਸਨੇ ਇਕੱਲੀ ਖੜ੍ਹੀ ਪਹਾੜੀ ਦੇ ਉੱਪਰੋਂ ਟੱਪ ਕੇ ਲੰਘਣਾ ਸੀ। ਹਲਕੀ ਹਲਕੀ ਬੱਦਲਬਾਈ ਹੋਈ ਸੀ। ਮਰਦਾਨੇ ਨੇ ਪਹਾੜੀ ਉੱਤੇ 'ਖੰਮਣੀ' ਵਾਂਗ ਲਿਪਟੀ ਸਤਰੰਗੀ ਪੀਂਘ ਬਣਦੀ ਵੇਖੀ। ਜਿਸ ਉੱਤੇ ਉਡਦੇ ਪੰਛੀ ਉਨ੍ਹਾ ਰੰਗਾਂ ਵਿਚਦੀ ਲੰਘਦੇ ਦਿਸਦੇ। ਜੇ ਹੁਣੇ ਕੁਝ ਦੇਰ ਪਹਿਲਾਂ ਉਹਨੇ ਦੋ ਨਜ਼ਰਾਂ ਦਾ ਮਿਲਣ ਨਾ ਵੇਖਿਆ ਹੁੰਦਾ ਤਾਂ ਉਹ ਜਰੂਰ ਉਸ ਪਹਾੜੀ ਵੱਲ ਮੂੰਹ ਕਰਕੇ ਰਬਾਬ ਵਜਾਉਂਦਾ। (ਬਾਬੇ ਤੇ ਪੰਛੀਆਂ ਵਾਲੇ ਬੰਦੇ ਦੀ ਮਿਲਣੀ ਬਾਰੇ) ਪਰ ਉਹ ਤੱਕਣੀਆਂ ਤਾਂ ਧੁਨਾਂ ਨਾਲੋਂ ਵੀ ਸੁਰੀਲੀਆਂ ਸਨ। ਕਦੇ ਕਦੇ ਬਾਬੇ ਦੇ ਗੁੱਟ ਤੇ ਬੰਨ੍ਹਿਆ ਇਕ ਛੋਟਾ ਜਿਹਾ 'ਘੁੰਗਰੂ' ਛਣਕਦਾ ਸੁਣਦਾ; ਜੋ ਨੱਟਾਂ ਦੇ ਬੱਚਿਆਂ ਨੇ ਬਾਬੇ ਨਾਲ ਖੇਡਦਿਆਂ ਬੰਨ ਦਿੱਤਾ ਸੀ। ਬਹੁਤ ਹੀ ਛੋਟਾ ਜਿਹਾ ਘੁੰਗਰੂ ਕਿਸੇ ਬਾਰੀਕ ਤੰਦ ਨਾਲ ਬੰਨਿਆ ਸੀ। ਹੁਣ ਉਹ ਖੜ੍ਹੀ ਪਹਾੜੀ ਦੀ ਚੋਟੀ ਤੇ ਪਹੁੰਚ ਕੇ ਥੱਲੇ ਵੱਲ ਉਤਰਨ

ਲੱਗੇ। ਕਦੋਂ ਸਤਰੰਗੀ ਪੀਂਘ ਵਿਚੋਂ ਲੰਘੇ ਪਤਾ ਹੀ ਨਹੀਂ ਲੱਗਿਆ। ਪਿੱਛੇ ਮੁੜਕੇ ਵੇਖਿਆ ਰੰਗਾਂ ਦੀ ਚਮਕ ਉਸੇ ਤਰ੍ਹਾਂ ਹੀ ਸੀ। ਪਰ ਮਰਦਾਨੇ ਦੀਆਂ ਨਜ਼ਰਾਂ ਰੰਗਾਂ ਤੋਂ ਪਾਰ ਦੂਰ ਛੋਟੇ-ਛੋਟੇ ਕਬੀਲਿਆਂ ਦੇ ਉਸ ਰਾਹ ਨੂੰ ਭਾਲਣ ਲੱਗੀਆਂ ਜਿਥੇ ਪੰਛੀਆਂ ਨੇ ਬੰਦੇ ਤੇ ਬਨਸਪਤੀ ਨੂੰ ਇੱਕੋ ਕਰਕੇ ਜਾਣਿਆ ਸੀ।

ਬੜੇ ਸੰਘਣੇ ਬ੍ਰਿਛ ਸਨ ਪਰ ਜੰਗਲ ਨਹੀਂ ਸੀ ਲੱਗ ਰਿਹਾ। ਪਗਡੰਡੀ ਤਣਿਆਂ ਕੋਲੋਂ ਖਹਿੰਦੀ ਬੂਹਿਆਂ ਕੌਲਿਆਂ ਦਾ ਭੁਲੇਖਾ ਪਾਉਂਦੀ। ਜਦ ਵੀ ਕਿਸੇ ਦਰੱਖਤ ਉੱਤੇ ਪੰਛੀ ਬੈਠਦਾ ਤਾਂ ਉਸ ਅੱਧ ਨੰਗੇ ਬੰਦੇ ਦਾ ਚੇਹਰਾ ਸਾਹਮਣੇ ਆ ਜਾਂਦਾ। ਨਜ਼ਰਾਂ ਤਾਂ ਪਹਿਲਾਂ ਵੀ ਪੀਰਾਂ ਫਕੀਰਾਂ ਨਾਲ ਮਿਲਦੀਆਂ ਵੇਖੀਆਂ ਸਨ। ਕਿਸੇ ਦੀ ਨਜ਼ਰ ਤਾਬ ਨਹੀਂ ਸੀ ਝੱਲਦੀ ਹੁੰਦੀ; ਕਿਸੇ ਦੀ ਨਜ਼ਰ ਖਿੱਚਦੀ ਜਾਪਦੀ; ਕਿਸੇ ਦੀ ਨਜ਼ਰ ਪੁੱਛਦੀ 'ਕਿਉਂ ਵੇਖਿਆ ਮੇਰੇ ਵੱਲ ?' ਕਿਸੇ ਦੀ ਨਜ਼ਰ ਅਨੰਤ ਸੁਆਲਾਂ ਵਿਚ ਝਾਕਦੀ...। ਕਿਸੇ ਦੀ ਨਜ਼ਰ ਕਹਿੰਦੀ, "ਆ ਤੈਰ ਜਾ ਮੇਰੇ ਵਿਚੋਂ ਦੀ...।" ਅੱਜ ਦੋ ਨਜ਼ਰਾਂ ਦਾ ਸੰਗਮ ਵੇਖਿਆ ਸੀ। ਅਜਿਹੇ ਵੇਲੇ ਨਵੀਆਂ ਤਾਨਾਂ ਬੰਦਿਸ਼ਾਂ ਖ਼ਿਆਲਾਂ ਦੇ ਸੁਭਾਅ ਨਜ਼ਰਾਂ ਵਿਚ ਉਤਰਦੇ ਦਿਸੇ। ਅਜਿਹੀਆਂ ਮਿਲਣੀਆਂ ਤੋਂ ਬਾਅਦ ਉਨ੍ਹਾਂ ਦੀ ਗੂੰਜ ਬੜੀ ਦੇਰ ਤੱਕ ਸੁਣਦੀ ਰਹਿੰਦੀ ਹੈ। ਨਾ ਉਹ ਨੇੜੇ ਆਉਂਦੀ ਦਿਸਦੀ ਤੇ ਨਾ ਹੀ ਦੂਰ ਜਾਂਦੀ ਦਿਸਦੀ ਹੈ। ਕੀ ਨਹੀਂ ਸਮਝ ਆਇਆ ? ਦੁਬਾਰਾ ਉਨ੍ਹਾਂ ਨਜ਼ਰਾਂ ਨੂੰ ਮਿਲਦੇ ਵੇਖਣ ਲਈ ਅੱਚਵੀ ਜਹੀ ਲੱਗ ਜਾਂਦੀ ਹੈ। ਕਦੇ ਕਦੇ ਉਹ ਦ੍ਰਿਸ਼ ਧੁਨਾਂ ਵਿਚ ਉਤਰਦਾ ਜਾਪਦਾ; ਕਦੀ ਧੁਨਾਂ ਕਹਿੰਦੀਆਂ ਨੇ; ਉਹ ਧੁਨਾਂ ਹੀ ਤਾਂ ਸਨ। ਜ਼ਰਾ ਨਜ਼ਰਾਂ ਦੇ ਆਖਰੀ ਸਾਜ਼ ਨੂੰ ਵਜਾ ਕੇ ਤਾਂ ਵੇਖ।

ਅੱਜ ਰਾਤ ਦਾ ਪੜਾਅ ਕੁਝ ਇਸ ਤਰ੍ਹਾਂ ਸ਼ੁਰੂ ਹੋਇਆ।

"ਮਰਦਾਨਿਆ ਰਬਾਬ ਕੋਲ ਹੀ ਹੈ ?"

"ਹਾਂ ਬਾਬਾ ਸਾਜ਼ ਤਾਂ ਕੋਲ ਹੀ ਹੈ... ਤੱਕਣੀਆਂ ਕਿਤੇ ਦੂਰ ਲੰਘ ਗਈਆਂ ਸਨ।"

"ਜਦ ਲੰਘ ਆਈਏ ਤਾਂ ਅੱਗੇ ਜਾਈਏ...।"

"ਸਭ ਕੁਝ ਮੋਹ ਵਿਚ ਆਉਣ ਲੱਗ ਪਿਆ ਬਾਬਾ... ਕਿਸ ਨੂੰ ਛੱਡਾਂ ? ਕਿਸ ਤੋਂ ਵਿਛੜਾਂ ?" ਕਦੇ ਕਦੇ ਜਦੋਂ ਬਾਬੇ ਦਾ ਹੱਥ ਹਲਕੇ ਜਹੇ ਉੱਪਰ ਉੱਠਦਾ ਤਾਂ ਗੁੱਟ ਵਾਲਾ ਘੁੰਗਰੂ ਛਣਕਦਾ। ਥੱਲੇ ਉਤਰਦੀ ਬਾਂਹ ਨਾਲ ਉਹਦੀ ਆਵਾਜ਼ ਬਹੁਤ ਧੀਮੀ ਮੁਲਾਇਮ ਹੋ ਜਾਂਦੀ। ਫਿਰ ਮਰਦਾਨੇ ਨੇ ਮੋਢੇ ਉੱਪਰੋਂ ਰਬਾਬ ਉਤਾਰੀ। ਧੁਨਾਂ ਤੋਂ ਪਹਿਲਾਂ ਉਹਦੇ ਅੰਦਰ ਇਕ ਆਵਾਜ਼ ਜੋ ਮੁਲਾਇਮ ਹੋਣ ਲਈ ਗਲੇ ਦੇ ਆਲੇ ਦੁਆਲੇ ਘੁੰਮਦੀ ਸੀ; ਕੱਤਕ ਦੀ ਇਸ ਨਿੱਖਰੀ ਰਾਤ ਥੱਲੇ ਬਾਬੇ ਦੀ ਆਵਾਜ਼ ਨਾਲ ਮਿਲਕੇ ਕੁਝ ਇਸ ਤਰ੍ਹਾਂ ਗੂੰਜੀ :

ਭਿੰਨੀ ਰੈਨੜੀਐ ਚਾਮਕਨਿ ਤਾਰੇ ॥
ਜਾਗਹਿ ਸੰਤ ਜਨਾ ਮੇਰੇ ਰਾਮ ਪਿਆਰੇ ॥

ਕਾਂਡ : ਗਿਆਰ੍ਹਵਾਂ

ਜਦੋਂ ਉਹ ਸੁਲਤਾਨਪੁਰ ਪੁੱਜੇ ਤਾਂ ਘੁੱਪ ਹਨੇਰਾ ਸੀ। ਤੇਜ਼ ਹਵਾ ਚੱਲ ਰਹੀ ਸੀ। ਬਾਹਰ ਕੋਈ ਦੀਵਾ, ਮਸ਼ਾਲ ਨਹੀਂ ਸੀ ਬਲ ਰਿਹਾ। ਉਹ ਸੁਲਤਾਨਪੁਰ ਦੇ ਪਿਛਲੇ ਪਾਸਿਉਂ ਅੰਦਰ ਆਏ। ਮਰਦਾਨੇ ਨੂੰ ਹਾਲੇ ਤੱਕ ਕੋਈ ਪਛਾਣ ਨਹੀਂ ਸੀ ਦਿਸੀ। ਇਕ ਦਰਵਾਜੇ ਅੱਗੇ ਆਕੇ ਬਾਬੇ ਨੇ ਬੂਹਾ ਖੜਕਾਉਣ ਲਈ ਇਸ਼ਾਰਾ ਕੀਤਾ। ਮਰਦਾਨਾ ਜਾਣਦਾ ਸੀ ਕਿਸੇ ਅਣਜਾਣ ਦਰਵਾਜੇ ਨੂੰ ਹਨੇਰੇ ਵਿਚ ਕਿੰਨੀ ਡੂੰਘੀ 'ਠੱਕ ਠੱਕ' ਨਾਲ ਸਰ ਜਾਵੇਗਾ। ਅੰਦਰੋਂ ਤਾਂ ਕੋਈ ਆਵਾਜ਼ ਨਾ ਆਈ ਪਰ ਗੁਆਂਢੀ ਘਰੋਂ ਕਿਸੇ ਤੀਵੀਂ ਦੀ ਮੋਟੀ ਆਵਾਜ਼ ਸੁਣੀ :

"ਭਾਈ ਤੁਹਾਡੇ ਦਰ ਉੱਤੇ ਦੋ ਫਕੀਰ ਖੜ੍ਹੇ ਨੇ...।" ਦਰਵਾਜ਼ਾ ਖੁੱਲ੍ਹਦੀ ਸਾਰ ਮਰਦਾਨੇ ਨੇ ਜਾਣੀ ਪਛਾਣ ਆਵਾਜ਼ ਸੁਣੀ।

"ਹਾਏ ਰੱਬਾ! ਮੇਰੇ ਵੀਰ ਮੇਰੇ ਦਰ ਉੱਤੇ ਵੀ ਫਕੀਰਾਂ ਵਾਂਗ ਖੜ੍ਹੇ ਨੇ।" ਬੀਬੀ ਨਾਨਕੀ ਨੇ ਦੋਵਾਂ ਦੇ ਮੋਢਿਆਂ ਉੱਤੇ ਇੱਕ ਇੱਕ ਹੱਥ ਰੱਖਿਆ। ਪਿਛੇ ਖਲੋਤੇ ਬਾਬੇ ਉੱਤੇ ਪੂਰਾ ਹੱਥ ਟਿਕ ਜਾਵੇ, ਮਰਦਾਨਾ ਨੇ ਅੱਧਾ ਕਦਮ ਪਿੱਛੇ ਵੱਲ ਪੁੱਟਿਆ। ਖੁੱਲੀ ਦਲਾਨ ਵਿਚ ਬਲਦੇ ਵੱਡੇ ਦੀਵੇ ਦੇ ਚਾਨਣ ਵਿਚ ਭੈਣ ਨੇ ਛੋਟੇ ਵੀਰ ਵੱਲ ਗ਼ੌਰ ਨਾਲ ਵੇਖਿਆ। ਉੱਚਾ ਲੰਬਾ ਕੱਦ, ਕਾਲੀ ਸਿਆਹ ਦਾਹੜੀ... ਗਿੱਟਿਆਂ ਤੱਕ ਭਗਵੇਂ ਚੋਗੇ ਉੱਪਰ ਤਾਜ਼ੀ ਮਿੱਟੀ ਦੀ ਧੂੜ ਤੇ ਸੱਜੇ ਖੱਬੇ ਜਿੱਥੇ ਵੀ ਕੋਈ ਆਕਾਰ ਛੂਹਿਆ, ਉਹਦੀਆਂ ਨਿਸ਼ਾਨੀਆਂ। ਉਹਨੇ ਆਪਣਾ ਕਾਸਾ, ਚਾਦਰ ਵਿਚ ਲਪੇਟੇ ਕਾਗਜ, ਗਲ ਤੇ ਹੱਥਾਂ ਵਿਚ ਪਾਈਆਂ ਮਾਲਾਂ ਇਕ ਇਕ ਕਰਕੇ ਥੱਲੇ ਰੱਖ ਦਿੱਤੀਆਂ। ਵੇਹਲੇ ਹੱਥਾਂ ਨਾਲ ਭੈਣ ਦੇ ਗੋਡਿਆਂ ਵੱਲ ਝੁਕਿਆ।

"ਨਹੀਂ ਵੀਰ ਹੁਣ ਤੂੰ ਵੱਡਾ ਹੋ ਗਿਆਂ ਏਂ...।" ਉਹਦੇ ਦੋਵੇਂ ਹੱਥਾਂ ਨੂੰ ਘੁੱਟਦੀ ਨਾਨਕੀ ਅੱਖਾਂ ਭਰ ਆਈ। ਘਰ ਵਿਚ ਚਹਿਲ ਪਹਿਲ ਹੋ ਗਈ ਸੀ। ਕਿਲ੍ਹੇ ਵਿਚ ਜੈਰਾਮ ਨੂੰ ਸੁਨੇਹਾ ਭੇਜ ਦਿੱਤਾ ਸੀ। ਦੇਰ ਤੱਕ ਭੈਣ ਤੇ ਵੀਰ ਪੁਰਾਣੀਆਂ ਲਾਡ ਲਡਾਉਂਦੀਆਂ ਗੱਲਾਂ ਕਰਦੇ ਰਹੇ। ਨੀਂਦ ਦੇ ਅਖ਼ੀਰਲੇ ਝੂਟੇ ਤੋਂ ਪਹਿਲਾਂ ਉਹਨੂੰ ਆਖ਼ਰੀ ਵਾਰ ਨਾਨਕੀ ਦੀ ਆਵਾਜ਼ ਸੁਣੀ ਸੀ :

"ਵੱਡੇ ਵੀਰ ਮਰਦਾਨੇ ਨੇ ਤੇਰਾ ਕਦੇ ਸਾਥ ਨਹੀਂ ਛੱਡਿਆ।"

ਖੂਹ ਹਾਲੇ ਜਾਗੇ ਨਹੀਂ ਸਨ ਜਦੋਂ ਉਨ੍ਹਾਂ ਸੁਲਤਾਨਪੁਰ ਛੱਡਿਆ। ਸਿਰਫ਼ ਦੋ ਦਿਨ ਵਿਚ ਹੀ ਸੁਲਤਾਨਪੁਰ ਦੇ ਆਲੇ ਦੁਆਲੇ ਖ਼ਬਰ ਫੈਲ ਗਈ ਸੀ : "ਉਹ ਮੋਦੀਖਾਨੇ ਵਾਲਾ ਫਕੀਰ ਫਿਰ ਆ ਗਿਆ...।" ਬੀਬੀ ਦੱਸਦੀ ਸੀ ਇਕ ਦਿਨ ਭੈਰੋਆਣੇ ਵਾਲਾ 'ਫਿਰੰਦਾ' ਵੀ ਆਇਆ ਸੀ। "ਪੁੱਛਦਾ ਸੀ ਮੇਰਾ ਸਾਜ਼ ਵੱਜਦਾ ਏ

?"

"ਬੀਬੀ ਤੂੰ ਕੀ ਕਿਹਾ ?"

"ਜਦੋਂ ਤੱਕ ਮੇਰੇ ਵੀਰਾਂ ਨਾਲ ਘੁੰਮਦਾ ਏ... ਉਹਨੂੰ ਵੱਜਣਾ ਹੀ ਪੈਣਾ ਏ।" ਅੱਜ ਤੁਰਨ ਤੋਂ ਪਹਿਲਾਂ ਬੀਬੀ ਨੇ ਦੋਵਾਂ ਲਈ ਦੋ ਦੋ ਨਵੇਂ ਚੋਗੇ ਦਿੱਤੇ।

"ਵੱਡੇ ਵੀਰ ਵੇਖ ਤਾਂ ਰੰਗ ਪਸੰਦ ਏ... ?" ਉਹਨੇ ਦੀਵੇ ਦੀ ਲੋਅ ਅੱਗੇ ਗੂੜ੍ਹਾ ਹਰਾ ਰੰਗ ਅੱਗੇ ਕੀਤਾ। ਮਰਦਾਨੇ ਨੂੰ ਪਤਾ ਸੀ; ਹੁਣ ਕੁਝ ਨਹੀਂ ਬੋਲ ਹੋਣਾ। ਆਪਣਾ ਸਮਾਨ ਸਮੇਟਨ ਲਈ ਉਹਨੇ ਕਰਮੰਡਲ ਦੇ ਸਹਾਰੇ ਖੜ੍ਹੀ ਰਬਾਬ ਵੱਲ ਵੇਖਿਆ। ਅੱਜ ਦੇ ਦਿਨ ਦੀਆਂ ਰੋਟੀਆਂ ਨੂੰ ਤਹਿ ਮਾਰਦੀ ਉਹ ਬਾਹਰੋਂ ਆਈ ਟਹਿਲਣ ਕੋਲੋਂ ਤਾਜ਼ੇ ਪਾਣੀ ਦੀ ਬਾਲਟੀ ਵੱਲ ਗਈ। ਬਾਬੇ ਦੇ ਕਾਸੇ ਕੋਲ ਪਈ ਸਿਆਹੀ ਦੀ ਦੁਆਤ ਵਿਚ ਉਹਨੇ ਕੁਝ ਬੂੰਦਾਂ ਤਾਜ਼ੇ ਪਾਣੀ ਦੀਆਂ ਪਾਈਆਂ।

"ਜੇ ਬਾਬਾ ਵੇਖਦਾ ਉਹਨੇ ਬਹੁਤ ਖੁਸ਼ ਹੋਣਾ ਸੀ...।" ਉਹ ਏਨਾਂ ਹੀ ਕਹਿ ਸਕਿਆ। ਪਰ ਬਾਬਾ ਤਾਂ ਅੱਜ ਵੱਡੇ ਤੜਕੇ ਤੋਂ ਆਏ ਦੋ ਫਕੀਰਾਂ ਕੋਲ ਬੈਠਾ ਸੀ। ਉਹ ਬੜੀ ਹੌਲੀ ਹੌਲੀ ਕੁਝ ਪੁੱਛਦੇ। ਬਾਬਾ ਇਕ ਵਾਰ ਉਨ੍ਹਾਂ ਵੱਲ ਵੇਖਦਾ ਤੇ ਉਹ ਅਗਲੀ ਗੱਲ ਪੁੱਛਦੇ। ਇਸ ਮਿਲਣੀ ਦਾ ਮਨੋਰਥ ਕੁਝ ਅਲੱਗ ਹੀ ਦਿਸ ਰਿਹਾ ਸੀ। ਗੱਲਬਾਤ ਤੋਂ ਜਾਪਦਾ ਸੀ ਉਹ ਸਿਰਫ਼ ਬਾਬੇ ਲਈ ਹੀ ਕੁਝ ਬੋਲ ਰਹੇ ਸਨ। ਜਦੋਂ ਉਹ ਘਰੋਂ ਵਾਪਸ ਗਏ ਤਾਂ ਦਰਵਾਜ਼ੇ ਵੱਲ ਪਿੱਠ ਕਰਦੇ ਬਾਬੇ ਨੂੰ ਵੇਖਦੇ ਚੁੱਪਚਾਪ ਚਲੇ ਗਏ।

ਕੱਤਕ ਦੇ ਦਿਨ ਸਨ। ਚੌਮਾਸਾ ਚੱਲ ਰਿਹਾ ਸੀ। ਖੇਤਾਂ ਨੂੰ ਜਾਂਦੇ ਰਸਤਿਆਂ ਵਿਚ ਰੌਣਕ ਸੀ। ਦੂਰ ਤੱਕ ਵੱਤਰ ਖੇਤਾਂ ਵਿਚ ਸੁਹਾਗੀ ਹੋਈ ਮਿੱਟੀ ਬੀਜਾਂ ਦੀ ਉਡੀਕ ਕਰ ਰਹੀ ਸੀ। ਖੇਤਾਂ ਵਿਚ ਬੱਲਦਾਂ ਦੀਆਂ ਜੋੜੀਆਂ ਪਿੱਛੇ ਤੁਰਦੇ ਕਿਸਾਨ ਇਕ ਇਕ ਦਾਣਾ ਟੋਹ ਟੋਹ ਕੇ ਕੇਰਦੇ ਦਿਸਦੇ। ਚੜ੍ਹਦੀ ਧੁੱਪ ਨਾਲ ਕਿਸੇ ਕਿਸੇ ਖੇਤ ਦੀਆਂ ਤੂਣਾਂ ਚਮਕਦੀਆਂ। ਧਰਤੀ 'ਚੋਂ ਨਿਕਲੀਆਂ ਤਾਜ਼ੀਆਂ ਸੋਝੀਆਂ ਨੂੰ ਕਿਸੇ ਤਰ੍ਹਾਂ ਰਬਾਬ ਉੱਪਰ ਉਤਾਰਨ ਨੂੰ ਜੀਅ ਕੀਤਾ। ਜਿੰਨੀਆਂ ਤੂਣਾਂ ਓਨੀਆਂ ਸੋਝੀਆਂ...। ਕਿਸ ਰਾਗ ਨੂੰ ਲੋਕ ਰੰਗ ਵਿਚ ਉਤਾਰਾਂ ? ਇਹ ਮਰਦਾਨੇ ਦੀ ਅੱਜ ਦੇ ਦਿਨ ਦੀ ਮੋਹ ਲੈਣ ਵਾਲੀ ਸ਼ੁਰੂਆਤ ਸੀ। ਅੱਗੇ ਚੱਲਦਾ ਬਾਬਾ ਮਿਲੇ ਹਾਲੀਆਂ ਨਾਲ ਗੱਲਾਂ ਕਰਦਾ ਜਾ ਰਿਹਾ ਸੀ। ਉਹਦੀ ਪੰਜਾਲੀ ਉੱਤੇ ਬੰਨੀ ਤਾਜ਼ੀ ਖੰਮਣੀ ਨਾਲ ਬੰਨਿਆ ਗੁੜ ਦੱਸਦਾ ਸੀ ਕਿ ਅੱਜ ਹੀ ਬੀਜਾਈ ਸ਼ੁਰੂ ਕਰਨ ਜਾ ਰਿਹੈ।

"ਫਕੀਰੋ ਪਿਛੋਂ ਜਿਮੀਂਦਾਰ ਲੱਗਦੇ ਹੋ ?" ਕਿਸਾਨ ਬਾਬੇ ਨੂੰ ਪੁੱਛ ਰਿਹਾ ਸੀ।

ਦੋਵੇਂ ਖੇਤੀ ਦੀਆਂ ਬਹੁਤ ਹੀ ਸਾਦੀਆਂ ਗੱਲਾਂ ਕਰਦੇ ਤੁਰੇ ਜਾ ਰਹੇ ਸਨ। ਅਜਿਹੇ ਵੇਲੇ ਮਰਦਾਨੇ ਨੂੰ ਕਈ ਵਾਰ ਭੁਲੇਖੇ ਪੈਂਦੇ; ਕਿਤੇ ਉਹ ਤਲਵੰਡੀ ਆਪਣੇ ਪਿੰਡ ਵਿਚ ਤਾਂ ਨਹੀਂ ਤੁਰਿਆ ਜਾ ਰਿਹੈ...। ਅਕਸਰ ਪਿੰਡਾਂ ਨੂੰ ਵੇਖਦੇ ਲੱਗਦਾ ਜਿਵੇਂ ਹਰ ਪਿੰਡ ਦਾ ਕੁਝ ਹਿੱਸਾ ਤਾਂ ਤਲਵੰਡੀ ਵਰਗਾ ਹੁੰਦਾ ਹੀ ਹੈ। ਹਾਲੀ ਆਪਣੇ ਖੇਤ ਦੇ ਰਾਹ ਪੈ ਚੁੱਕਾ ਸੀ। ਰਾਹਾਂ ਵਿਚ ਬੌਲਦਾਂ ਤੇ ਹਾਲੀਆਂ ਦੀਆਂ ਤਾਜ਼ੀਆਂ ਪੈੜਾਂ ਉੱਪਰ ਤੁਰਦਾ ਬਾਬਾ ਖੇਤਾਂ ਵਿਚ ਪੁੱਜੀਆਂ ਰੌਣਕਾਂ ਨੂੰ ਵੇਖਦਾ ਲੰਘ ਰਿਹਾ ਸੀ। ਕਦੇ ਕਦੇ ਕਾਸੇ

ਵਿਚ ਕੁਝ ਖੜਕਦਾ। ਅੱਜ ਸਵੇਰੇ ਬੀਬੀ ਨਾਨਕੀ ਨੇ ਦੋਵਾਂ ਦੇ ਕਾਸਿਆਂ ਵਿਚ ਇਕ ਛੋਟਾ ਬਰਤਨ ਪਾ ਦਿੱਤਾ ਸੀ। "ਕਦੇ ਕਦੇ ਕਾਸਿਆਂ 'ਚੋਂ ਕੱਢ ਇਹਦੇ ਵਿਚ ਵੀ ਖਾ ਲਿਆ ਕਰੋ...।" ਅੱਜ ਸਵੇਰੇ ਸੂਰਜ ਚੜ੍ਹਣ ਤੋਂ ਪਹਿਲਾਂ ਉਹ ਸੁਲਤਾਨਪੁਰ ਤੋਂ ਦੋ ਕੋਹ ਵਾਟ ਤੇ ਮੈਲਸੀਂਹੇ ਪਹੁੰਚੇ। ਭਗੀਰਥ ਕੋਲ ਸਿਰਫ਼ ਪਾਣੀ ਪੀਤਾ। ਭਗੀਰਥ ਨੇ ਕਿਹਾ ਤਾਂ ਕੁਝ ਵੀ ਨਹੀਂ ਸੀ; ਪਰ ਵਿਦਾ ਹੋਣ ਤੱਕ ਉਹਦੇ ਦੋਵੇਂ ਹੱਥ ਜੁੜੇ ਰਹੇ। ਉਹ ਸ਼ਾਇਦ ਕੁਝ ਦੇਰ ਹੋਰ ਰੁਕਣ ਲਈ ਕਹਿ ਰਿਹਾ ਸੀ। ਪਰ ਬਾਬਾ ਤਾਂ ਅੱਜ ਚੜ੍ਹਦੇ ਸੂਰਜ ਨਾਲ ਬੀਜ ਹੁੰਦੇ ਖੇਤਾਂ ਨੂੰ ਵੇਖਣਾ ਚਾਹੁੰਦਾ ਸੀ।

ਅੱਗੇ ਹੋਰ ਵੀ ਖੁੱਲ੍ਹੇ ਮੈਦਾਨ ਆ ਗਏ ਸਨ। ਘੋੜਿਆਂ ਉੱਪਰ ਚੜ੍ਹੇ ਬੰਦੇ ਬੀਜਾਈ ਦੀ ਨਿਗਰਾਨੀ ਕਰਦੇ ਦਿਸੇ। ਤਖਾਣਾਂ ਲੁਹਾਰਾਂ ਨੇ ਆਪਣੇ ਅੱਡੇ ਖੇਤਾਂ ਦੇ ਨੇੜੇ ਲਾ ਲਏ ਸਨ। ਜਦ ਵੀ ਕੋਈ ਕਾਰੀਗਰ ਦਿਸਦਾ ਮਰਦਾਨੇ ਨੂੰ ਲਾਲੋ ਚੇਤੇ ਆ ਜਾਂਦਾ। ਹੁਣੇ ਕੁਝ ਦੇਰ ਪਹਿਲਾਂ ਸਾਧਾਂ ਦੀ ਇਕ ਟੋਲੀ ਅੱਗੇ ਦੂਰ ਤੱਕ ਖੇਤ ਵੇਖ ਕੇ ਇਕ 'ਵਣੀ' ਵੱਲ ਜਾਂਦੀ ਪਗਡੰਡੀ ਨੂੰ ਪੈ ਗਏ। ਟੋਲੀ ਵਿਚੋਂ ਜਾਂਦੀ ਵਾਰ ਕਿਸੇ ਨੇ ਕਿਹਾ ਸੀ :

"ਮਾਂ ਪਿਉ ਪੁੱਤ ਤੋਂ ਏਨਾਂ ਡਾਕੂ ਬਣਨ ਤੋਂ ਨਹੀਂ ਜਿਨਾਂ ਫਕੀਰ ਬਣਨ ਤੋਂ ਡਰਦੇ ਨੇ...।"

ਮਰਦਾਨੇ ਨੇ ਮੁੜਕੇ ਵੇਖਿਆ ਤਾਂ ਜਰੂਰ ਸੀ ਪਰ ਟੋਲੀ ਇਸ ਗੱਲ ਉੱਤੇ ਹੱਸਦੀ ਕੋਈ ਸੁਆਲ ਸੁਣਨ ਦੀ ਅਵੱਸਥਾ ਵਿਚ ਨਹੀਂ ਸੀ। ਅੱਗੇ ਖੇਤ ਛੋਟੇ ਹੋ ਗਏ ਸਨ। ਬੌਲਦਾਂ ਦੀਆਂ ਜੋੜੀਆਂ ਵੀ ਕੁਝ ਲਿੱਸੀਆਂ ਸਨ। ਖੇਤਾਂ ਵਿਚ ਤੁਰਦੇ ਕਿਸਾਨ ਕਿਸੇ ਦੁਬਿਧਾ ਵਿਚ ਸਨ। ਗਲਾਂ ਵਿਚ ਪਾਈਆਂ ਬੀਜਾਂ ਦੀਆਂ ਝੋਲੀਆਂ ਤੋਂ ਜਾਪਦਾ ਸੀ, ਉਨ੍ਹਾਂ ਕੋਲ ਬੀਜਣ ਲਈ ਇਕ ਵੀ ਦਾਣਾ ਫਾਲਤੂ ਨਹੀਂ ਸੀ। ਅੱਗੇ ਇੱਕ ਛੋਟੇ ਬੀਜੇ ਖੇਤ ਵਿਚ ਮਰਦਾਨੇ ਨੇ ਵੇਖਿਆ ਹੱਲ ਪੰਜਾਲੀ ਸਮੇਤ ਇਕ ਜੋੜੀ ਹਾਲ੍ਹੀ ਨੂੰ ਖੜ੍ਹੀ ਉਡੀਕ ਰਹੀ ਸੀ।

"ਮਰਦਾਨਿਆ... ਜਾਹ ਪੰਜਾਲੀ ਉਤਾਰ ਦੇਹ...।" ਇਸ ਤਰ੍ਹਾਂ ਕੰਮ ਵਾਲਾ ਹੁਕਮ ਉਹਨੇ ਪਹਿਲੀ ਵਾਰ ਬਾਬੇ ਦੇ ਮੂੰਹੋਂ ਸੁਣਿਆ। ਜੀਅ ਤਾਂ ਕੀਤਾ ਬਰਾਬਰ ਹੋਕੇ ਉਹਦੇ ਚੇਹਰੇ ਨੂੰ ਵੇਖਾਂ। ਪਰ ਉਸ ਤੋਂ ਪਹਿਲਾਂ ਉਹਨੂੰ ਇਕ ਹੋਰ ਫੁਰਨਾ ਫੁਰਿਆ :

"ਬਾਬਾ ਜੇ ਮਰਾਸੀ ਸਮਝਕੇ ਟੱਕਰ ਮਾਰੀ... ?"

"ਖਾਲੀ ਹੱਥ ਜਾ...।" ਪਿੱਛੇ ਘੁੰਮਦਾ ਬਾਬੇ ਦਾ ਚੇਹਰਾ ਸੱਚਮੁਚ ਮੁਸਕਰਾ ਰਿਹਾ ਸੀ। ਇਸ ਤਰ੍ਹਾਂ ਪਲਟਕੇ ਮੁਸਕਰਾਉਂਦਾ ਚੇਹਰਾ ਵੇਖਣ ਲਈ ਤਾਂ ਕਈ ਵਾਰੀ ਮਹੀਨੇ ਲੰਘ ਜਾਂਦੇ ਸਨ। ਵਾਪਸ ਮੁੜਕੇ ਉਹਨੇ ਬਾਬੇ ਕੋਲੋਂ ਰਬਾਬ ਨਹੀਂ ਫੜੀ। ਉਹ ਬਿਲਕੁਲ ਖਾਲੀ ਹੱਥ ਚੁਫੇਰੇ ਬੀਜਾਂ ਨੂੰ ਤਰਸਦੀ ਧਰਤੀ ਉੱਤੇ ਜਿੱਧਰ ਵੱਲ ਬਾਬਾ ਵੇਖਦਾ ਉੱਧਰ ਹੀ ਆਪ ਵੇਖਣ ਲੱਗ ਪੈਂਦਾ। ਜੀਅ ਤਾਂ ਕਰਦਾ ਸੀ, ਸਾਜ਼ ਵੀ ਬਾਬਾ ਵਜਾਵੇ ਤੇ ਅਲਾਪ ਵੀ ਆਪ ਹੀ ਛੇੜੇ। ਦੋਵਾਂ ਦਾ ਸੰਗਮ ਇਕੱਠਾ ਸੁਣੇ; ਜਿਵੇਂ ਧਰਤੀ ਤੇ ਬੀਜ ਦਾ ਸੰਗਮ ਚੁਪ ਚੁਪੀਤੇ ਮਿੱਟੀ ਦੀਆਂ ਤੈਹਾਂ ਨੂੰ ਸੁਣਦਾ ਹੈ।

ਉਹ ਸਭ ਰੌਣਕਾਂ ਵਾਲੇ ਖੇਤਾਂ ਵਿੱਚਦੀ ਲੰਘਦੇ ਗਏ। ਪਰਛਾਵੇਂ ਲੰਬੇ ਹੋਕੇ ਵਾਪਸ

ਆਪਣੀ ਜਗ੍ਹਾ ਪਰਤਣ ਲੱਗੇ। ਇਕ ਇਕੱਲਾ ਹਾਲੀ ਪਹਿਲਾਂ ਇਕ ਹਲਾਈ ਵਗਲਦਾ, ਫਿਰ ਆਪ ਹੀ ਕੇਰਦਾ ਆਲੇ ਦੁਆਲੇ ਤੋਂ ਬੇਖ਼ਬਰ ਖੇਤ ਵਿਚ ਮਗਨ ਦਿਸਿਆ। ਬਾਬੇ ਨੇ ਵਾਪਸ ਰਬਾਬ ਮਰਦਾਨੇ ਵੱਲ ਸਰਕਾਈ। ਜਿਸ ਵੱਟ ਤੇ ਉਹ ਖੜ੍ਹੇ ਸਨ ਉਹਦੇ ਕੋਲੋਂ ਦੀ ਇਕ ਪਗਡੰਡੀ ਵੀ ਲੰਘ ਰਹੀ ਸੀ। ਇਕ ਪਹਿਰ ਦੀ ਲੰਬੀ ਤੋਰ ਦਾ ਥੱਕਿਆ ਮਰਦਾਨਾ ਵੱਟ ਉੱਤੇ ਬੈਠ ਗਿਆ। ਬੀਜ ਵਾਲੀ ਝੋਲੀ ਚੁੱਕ ਬਾਬਾ ਪਿੱਛੇ ਪਿੱਛੇ ਕਣਕ ਕੇਰਨ ਲੱਗਾ। ਇਕ ਰਵਾਇਤੀ ਹਾਲੀ ਪਿੱਛੇ ਲੰਬੇ ਭਗਵਿਆਂ ਵਾਲਾ ਸਿਆੜਾਂ ਵਿਚ ਮਗਨ ਤੁਰਦਾ ਦਿਸਿਆ। ਹਾਲੀ ਤੇ ਬਾਬਾ ਤਾਂ ਗੱਲੀਂ ਪੈ ਗਏ ਸਨ। ਕਿਸੇ ਪੁਰਾਣੀ ਜਾਣ ਪਛਾਣ ਵਾਂਗ ਬੌਲਦਾਂ ਦੀ ਤੋਰ ਤੇ ਦਾਣਿਆਂ ਦੇ ਡਿੱਗਣ ਦਾ ਸੰਪਰਕ ਵੀ ਬਣ ਗਿਆ ਸੀ।

"ਪਿੰਡ ਵਿਚ ਪੂਰੇ ਜੀਅ ਤਾਂ ਕਿਸੇ ਵੀ ਘਰ ਵਿੱਚ ਨਹੀਂ ਹੋਣੇ...।" ਫਿਰ ਉਹਨੇ ਸਿੱਧਾ ਸਿਆੜ ਰੱਖਣ ਲਈ ਉੱਪਰਲੇ ਬੌਲਦ ਨੂੰ ਛੇੜਿਆ।

"ਪਰ ਮੈਂ ਇਕੱਲਾ ਹੀ ਰਹਿ ਗਿਆ ਹਾਂ... ਇਕੱਲੇ ਨੂੰ ਹੀ ਵਾਹੁਣ ਬੀਜਣ ਦੀ ਆਦਤ ਵੀ ਪੈ ਗਈ ਏ।" ਹਲਾਈ ਵਗਲ ਕੇ ਉਹਨੇ ਅਗਲੀ ਗੱਲ ਕੀਤੀ।

"ਦੋ ਹੱਥ ਤੋਂ ਉੱਚਾ ਅੰਨ ਘਰ ਵਿਚ ਛੱਡਦੇ ਹੀ ਨਹੀਂ... ਜਿਆਦਾ ਉਗਾ ਕੇ ਵੀ ਕੀ ਕਰਨਾ ?" ਮਰਦਾਨੇ ਨੇ ਵੇਖਿਆ ਸਿਆੜਾਂ ਦੇ ਘੇਰੇ ਨੇੜੇ ਆਉਂਦੇ ਜਾ ਰਹੇ ਨੇ। ਹਲਾਈਆਂ ਦੇ ਵਗਲ ਆਪਣੇ ਅੰਦਰਲੇ ਪਾੜਿਆਂ ਨੂੰ ਸਮੇਟਦੇ ਜਾ ਰਹੇ ਸਨ। ਕੋਲ ਲੰਘਦੇ ਰਾਹੀ ਖੇਤ ਵਿਚ ਇਸ ਅਨੋਖੇ ਤਾਲਮੇਲ ਵੱਲ ਹੈਰਾਨੀ ਨਾਲ ਵੇਖਦੇ; ਕੁਝ ਕਹਿਣ ਲੱਗਦੇ ਤਾਂ ਉਨ੍ਹਾਂ ਦੀ ਹਾਸੀ ਨਿਕਲ ਜਾਂਦੀ : "ਆਹ ਤਾਂ ਹੱਦ ਹੋ ਗਈ...।" ਹਲਾਈ ਪਿਛੇ ਕੇਰਦਾ ਬਾਬਾ ਜਦ ਮਰਦਾਨੇ ਕੋਲੋਂ ਲੰਘਦਾ ਤਾਂ ਉਹ ਰਬਾਬ ਦੀ ਟੁਣਕਾਰ ਸੁਣਾ ਦੇਂਦਾ। ਕੋਲੋਂ ਲੰਘਦਾ ਇਕ ਹੋਰ ਸਾਧਾਂ ਦਾ ਟੋਲਾ ਕੁਝ ਦੇਰ ਤਾਂ ਵੱਟ ਉੱਤੇ ਖੜ੍ਹਾ ਵੇਖਦਾ ਰਿਹਾ; ਫਿਰ ਮਿੱਟੀ ਤੇ ਦਾਣਿਆਂ ਦੀ ਧੁਨ ਵਿਚ ਮਗਨ ਭਗਵਾਂ ਜਿਆਦਾ ਦੇਰ ਨਾ ਵੇਖ ਹੋਇਆ :

"ਘਰਾਂ ਤੋਂ ਬੇਘਰਾਂ ਵੱਲ ਤੁਰਦੀ ਇਹ ਫਕੀਰੀ ਕਿਥੇ ਅਟਕ ਗਈ ਏ ?" ਖੇਤਾਂ ਨੂੰ ਨਿੰਦਦੇ ਇਹ ਸਾਧ ਪਿੰਡ ਵੱਲ ਗਜਾ ਕਰਨ ਲਈ ਚਲੇ ਗਏ।

ਖੇਤਾਂ ਉੱਤੇ ਕੱਤਕ ਦੀ ਚਾਨਣੀ ਰਾਤ ਉਤਰ ਆਈ ਸੀ। ਉਦਾਸ ਹਾਲੀ ਆਪਣੇ ਘਰ ਜਾਣ ਲਈ ਮਨਾਉਂਦਾ ਵਾਪਸ ਚਲਾ ਗਿਆ ਸੀ। ਅੱਜ ਦੀ ਗਜਾ ਦੀ ਵੀ ਲੋੜ ਨਹੀਂ ਸੀ। ਨਾਨਕੀ ਨੇ ਇਕ ਦਿਨ ਦੀ ਰੋਟੀ ਬੰਨ ਦਿੱਤੀ ਸੀ। ਮਰਦਾਨੇ ਨੇ ਅੱਜ ਰਬਾਬ ਉੱਤੇ ਭੁੱਲੀਆਂ ਵਿਸਰੀਆਂ ਲੋਕ ਧੁੰਨਾਂ ਛੇੜੀਆਂ; ਜਦੋਂ ਤੱਕ ਚੰਨ ਸਿੱਧਾ ਸਿਰ ਉੱਪਰ ਨਾ ਆਇਆ। ਉਹ ਆਹਮਣੇ ਸਾਹਮਣੇ ਬੈਠੇ ਗਾਉਂਦੇ ਰਹੇ ਜਦੋਂ ਤੱਕ ਨੇੜੇ ਹੀ ਪਿੰਡ 'ਚੋਂ ਆਵਾਜ਼ਾਂ ਆਉਣੀਆਂ ਬੰਦ ਨਾ ਹੋਈਆਂ। ਉਨ੍ਹਾਂ ਦੇ ਚੁਫੇਰੇ ਅੱਜ ਦੀ ਰਾਤ ਬੀਜੀ ਹੋਈ ਜਾਗਦੀ ਮਿੱਟੀ ਵਿਛੀ ਹੋਈ ਸੀ। ਛਾਤੀ ਭਾਰ ਹੋਏ ਅਸਮਾਨ ਦੀ ਚਾਨਣੀ ਤਾਜ਼ੇ ਬੀਜੇ ਖੇਤਾਂ ਨੂੰ ਮਾਵਾਂ ਵਾਂਗ ਨਿੱਘ ਦੇ ਰਹੀ ਸੀ। ਕਦੇ ਕਦੇ ਹਵਾ ਬੁੱਲੇ ਨਾਲ ਠਾਰੀ ਲੈ ਕੇ ਆਉਂਦੀ। ਅਜਿਹੇ ਵੇਲੇ ਇਹ ਤਾਂ ਜਾਪਦਾ ਹੀ ਨਹੀਂ ਸੀ ਕਿ ਨੀਂਦ ਨਹੀਂ ਆ ਰਹੀ।

ਕੋਲ ਹੀ ਰੋਟੀ ਖਾਣ ਤੋਂ ਬਾਅਦ ਦੋਵੇਂ ਕਾਸੇ ਪਏ ਸਨ। ਨਾਨਕੀ ਵਲੋਂ ਦਿੱਤੀਆਂ ਦੋਵੇਂ ਕਟੋਰੀਆਂ ਪਈਆਂ ਸਨ। ਰਬਾਬ ਨਾਲ ਕਾਗਜਾਂ ਦਾ ਲਿਪਟਿਆ ਥੱਬਾ ਪਿਆ ਸੀ। ਲੱਗਦਾ ਸੀ ਘਰ ਦੇ ਜੀਆਂ ਨੇ ਹਾਲੇ ਸਮਾਨ ਸਮੇਟਣਾ ਏ। ਕੋਲ ਹੀ ਬਾਬਾ ਸਿੱਧਾ ਪਿਆ ਸੀ। ਉਹ ਅਸਮਾਨ ਵੱਲ ਵੇਖ ਰਿਹਾ ਸੀ। ਉੱਪਰ ਵੇਖਦਿਆਂ ਵੇਖਦਿਆਂ ਮਰਦਾਨੇ ਨੂੰ ਵੀ ਨੀਂਦ ਆ ਗਈ। ਅੱਜ ਦੀ ਰਾਤ ਦੀ ਨੀਂਦ ਬੜੀ ਕੋਮਲ ਸੀ।

ਮਰਦਾਨੇ ਦੀ ਜਾਗ ਬੜੀ ਨਿਮਰਤਾ ਨਾਲ ਖੁੱਲੀ। ਇਕ ਪੰਛੀ ਸਵੇਰ ਵੇਖ ਰਿਹਾ ਸੀ। ਫਿਰ ਕੱਤਕ ਦੇ ਧੋਤੇ ਹੋਏ ਅਸਮਾਨ ਵਿਚ ਉੱਡ ਗਿਆ। ਇਹ ਅਸਮਾਨੀ ਵੇਹਲ ਉੱਡਦੇ ਪੰਛੀਆਂ ਨੂੰ ਕਿੰਨਾਂ ਸੋਹਣਾ ਵਿਖਾ ਰਹੀ ਸੀ। ਫਿਰ ਉਹਨੇ ਰਾਤ ਦੀ ਠਾਰੀ ਉੱਪਰ ਸਵੇਰ ਦੀ ਕੋਸੀ ਧੁੱਪ ਦਾ ਅਨੰਦ ਲੈਂਦਿਆਂ ਖੇਤਾਂ ਵੱਲ ਨਜ਼ਰ ਮਾਰੀ। ਦੂਰ ਬਾਬਾ ਖੇਤਾਂ ਵਿਚ ਤੁਰਦਾ ਦਿਸ ਰਿਹਾ ਸੀ। "ਲੱਗਦਾ ਅੱਜ ਸਾਰੇ ਖੇਤਾਂ ਦੇ ਦੁੱਖ ਸੁੱਖ ਪੁੱਛ ਕੇ ਹੀ ਮੁੜੇਗਾ।" ਉਹਨੇ ਆਪਣੇ ਆਪ ਨੂੰ ਕਿਹਾ। ਉੱਠ ਕੇ ਉਹਦਾ ਵੀ ਜੀਅ ਕੀਤਾ; ਕੁਝ ਖੇਤਾਂ ਵਿੱਚ ਦੀ ਲੰਘਾਂ। ਧੁੱਪ ਵਿਚ ਕਣਕ ਦੀਆਂ ਤੂਣਾਂ ਦੀਆਂ ਨੁਹਾਰਾਂ ਦੇ ਕੱਲ ਵਾਲੇ ਰੰਗ ਗੂੜ੍ਹੇ ਹਰੇ ਹੋ ਗਏ ਸਨ। ਉਹਨੇ ਨਾਨਕੀ ਵਲੋਂ ਦਿੱਤੇ ਆਪਣੇ ਚੋਗੇ ਵੱਲ ਨਜ਼ਰ ਮਾਰੀ। ਧੁੱਪ ਵਿਚ ਉਹਦਾ ਰੰਗ ਵੀ ਗੂੜ੍ਹਾ ਹਰਾ ਦਿਸ ਰਿਹਾ ਸੀ। ਹੁਣ ਬਾਬਾ ਉਹਨੂੰ ਆਪਣੇ ਵੱਲ ਆਉਂਦਾ ਦਿਸਿਆ।

ਕਾਂਡ : ਬਾਰ੍ਹਵਾਂ

ਇਹ ਪਹਾੜੀਆਂ ਵਿੱਚੋਂ ਲੰਘਦਾ ਭੀੜਾ ਰਸਤਾ ਸੀ...। ਜਦੋਂ ਇਨ੍ਹਾਂ ਵਿਚੋਂ ਦੀ ਲੰਘੋ ਜਿਵੇਂ ਤੁਸੀਂ ਕਿਸੇ ਬਾਘ ਦੇ ਜਬਾੜੇ ਵਿਚ ਆ ਗਏ ਹੋਵੋ। ਇਸ ਰਸਤੇ ਦੇ ਇੱਕ ਪਾਸਿਉਂ ਡੂੰਘੇ ਬਰਸਾਤੀ ਚੋਏ ਲੰਘਦੇ। ਇਨ੍ਹਾਂ ਨੂੰ ਪਾਰ ਕਰਦੀ ਸਾਰ ਹੀ ਉੱਪਰ ਇਕ ਹਥੇਲੀ ਵਾਂਗ ਉੱਭਰੀ ਜਗਾ ਦਿਸੀ। ਪਹਾੜੀਆਂ ਦੀ ਓਟ ਨਾਲ ਜਿਹੜੀਆਂ ਆਵਾਜ਼ਾਂ ਸੁਣ ਨਹੀਂ ਸੀ ਰਹੀਆਂ ਉਹ ਅਚਾਨਕ ਹੀ ਇਥੇ ਆ ਕੇ ਸੁਣਨ ਲੱਗੀਆਂ। ਇਸ ਜਗ੍ਹਾ ਦੀ ਬਣਤਰ ਅਜਿਹੀ ਸੀ ਕਿ ਉੱਪਰੋਂ ਆਉਂਦੀਆਂ ਆਵਾਜ਼ਾਂ ਥੱਲੇ ਵਗਦੇ ਚੋਇਆਂ ਵੱਲ ਨਿਕਲ ਜਾਂਦੀਆ ਤੇ ਇਸ ਪਗਡੰਡੀ ਨੂੰ ਉਦੋਂ ਹੀ ਸੁਣਦੀਆਂ ਜਦੋਂ ਇਹ ਬਿਲਕੁਲ ਉੱਪਰ ਜਾ ਪਹੁੰਚਦੀ। ਆਵਾਜ਼ਾਂ ਬਹੁਤ ਉੱਚੀ ਸਨ। ਚੀਖਾਂ... ਕੁਰਲਾਹਟਾਂ... ਜ਼ੋਰ ਜ਼ੋਰ ਦੀ ਗਲਾ ਫਾੜ ਕੇ ਆਪਣੇ ਅੰਦਰੋਂ ਕੁਝ ਕੱਢਣ ਦੀ ਕੋਸ਼ਿਸ਼ ਜਾਪਦੀ ਸੀ। ਅੱਗੇ ਚੱਲਦੇ ਬਾਬੇ ਤੋਂ ਬਿਨਾਂ ਜਿਹੜੀ ਜਗ੍ਹਾ ਬਚੀ ਸੀ; ਉਸ ਰਾਹੀਂ ਮਰਦਾਨੇ ਨੇ ਵੇਖਿਆ ਦੂਰ ਤੱਕ ਧੂਣੀਆਂ ਧੁੱਖ ਰਹੀਆਂ ਸਨ। ਸਿਰੇ ਤੱਕ ਲੰਬੀ ਚਿਮਟਿਆਂ ਦੀ ਕਤਾਰ ਸਾਹਮਣੇ ਇਕ ਦਿਓ ਆਕਾਰ ਸਿਰ ਤੇ ਦਾਹੜੀ ਨਾਲ ਇਕੋ ਜਿਹਾ ਦਿਸਦਾ ਚੇਹਰਾ ਬੈਠਾ ਸੀ। ਉਹ ਦੇ ਦੋਵੇਂ ਪਾਸੀਂ ਅੰਗਿਆਰਿਆਂ ਦੇ ਢੇਰ ਸਨ। ਜਿਸ ਵੱਲ ਉਹਦਾ ਜੀਅ ਕਰਦਾ ਉਸ ਵੱਲ ਉਹ ਚਿਮਟੇ ਨਾਲ ਅੰਗਿਆਰ ਸੁੱਟਦਾ। ਸਮੂਹ ਵਿਚ ਖੜ੍ਹਾ ਉਹ ਬੰਦਾ ਅੰਗਿਆਰ ਚੁੱਕਦਾ ਤੇ ਅੱਗੇ ਵਿਛੇ ਹੋਏ ਅੰਗਿਆਰਾਂ ਦੇ ਰਾਹ ਉੱਪਰ ਤੁਰਨ ਲੱਗਦਾ। ਇਹ ਅੰਗਿਆਰਾਂ ਦਾ ਰਾਹ ਘੁੰਮਕੇ ਜਦੋਂ ਉਸ ਗੁਰੂ ਕੋਲੋਂ ਲੰਘਦਾ ਤਾਂ ਉਹ ਇਕ ਤਾਜ਼ੇ ਗਰਮ ਕੋਲਿਆਂ ਦਾ ਪਰਾਗਾ ਉਸ ਉੱਪਰ ਸੁੱਟਦਾ। ਇਹ ਉਹ ਚੀਖਾਂ ਕੁਰਲਾਟਾਂ ਸਨ ਜੋ ਜਿਆਦਾ ਉੱਚੀ ਸੁਣਦੀਆਂ ਸਨ। ਸਿਰੇ ਉੱਤੇ ਸਰਕੜੇ ਦਾ ਵਿਛਿਆ ਬਿਸਤਰਾ ਸੀ ਜਿਸ ਉੱਤੇ ਜਾ ਕੇ ਉਹ ਲਿਟਦਾ। ਛਾਲਿਆਂ ਨੂੰ ਚੀਰਦਾ ਸਰਕੜਾ ਪੂਰੇ ਪਿੰਡੇ ਨੂੰ ਲਹੂ ਲੁਹਾਨ ਕਰ ਦੇਂਦਾ। ਉਸ ਤੋਂ ਅੱਗੇ ਇਕ ਠੰਢੇ ਪਾਣੀ ਦੀ ਬਾਲਟੀ ਉਹਦੇ ਸਿਰ ਉੱਪਰ ਦੀ ਪਾਈ ਜਾਂਦੀ। ਉਹ ਦੁਬਾਰਾ ਉਸ ਦਿਓ ਆਕਾਰ ਬੰਦੇ ਸਾਹਮਣੇ ਜਾਂਦਾ ਤਾਂ ਉਹਦੀ ਚੀਖਦੀ ਆਵਾਜ਼ ਸੁਣਦੀ :

"ਕਰ ਆਇਆ ਪਾਰ ਦੁਨਿਆਵੀ ਨਰਕ... ਬੋਲ... ਓਮ...।" ਫਿਰ ਆਲੇ ਦੁਆਲੇ ਖੜ੍ਹੇ ਬੰਦੇ ਫੂਕੇ ਸਰੀਰ ਵੱਲ ਵੇਖ ਕੇ ਉੱਚੀ ਉੱਚੀ ਚੀਖਦੇ : "ਓਮ... ਓਮ... ਓਮ...।"

ਚੁਫੇਰੇ ਮਾਸ ਦੀ ਗੰਧ ਆ ਰਹੀ ਸੀ। ਰੱਬ ਨੂੰ ਪਾਉਣ ਦੇ ਔਖੇ ਰਾਹ ਤਾਂ ਮਰਦਾਨੇ ਨੇ ਵੇਖੇ ਸੁਣੇ ਸਨ; ਪਰ ਇਸ ਤਰ੍ਹਾਂ ਸਰੀਰਾਂ ਨਾਲ ਲਾਪ੍ਰਵਾਹੀ ਪਹਿਲੀ ਵਾਰ ਵੇਖੀ ਸੀ। ਅੱਗੇ ਚੱਲਦੇ ਬਾਬੇ ਤੋਂ ਪਹਿਲਾਂ ਇਕ ਪੁਰਾਣੇ ਕਾਲੇ ਹੋਏ ਚਟਾਕਾਂ ਵਾਲਾ ਚੇਹਰਾ ਸਾਹਮਣੇ ਬਾਹਾਂ ਖਿਲਾਰ ਖੜ੍ਹਾ ਸੀ :

"ਇਥੇ ਸਾਜ਼ ਨਹੀਂ ਵੈਰਾਗ ਚੱਲਦਾ ਏ।" ਜਦੋਂ ਮਰਦਾਨਾ ਰੁਕੇ ਹੋਏ ਬਾਬਾ ਕੋਲ ਪਹੁੰਚਿਆ ਉਦੋਂ ਤੱਕ ਉਹ ਪੱਥਰ ਉਤੇ ਬੈਠ ਗਿਆ ਸੀ। ਚੁਫੇਰੇ ਪੱਥਰ ਹੀ ਪੱਥਰ ਸਨ; ਨੋਕੀਲੇ ਤਿੱਖੇ ਚੌਰਸ ਜਿਵੇਂ ਬਣਨ ਵੇਲੇ ਹੀ ਘੜ ਦਿੱਤੇ ਗਏ ਹੋਣ। ਜਿਸ ਪੱਥਰ ਉੱਤੇ ਬਾਬਾ ਬੈਠਾ ਸੀ; ਮਰਦਾਨਾ ਸੋਚਦਾ ਸੋਚਦਾ ਉਹਦੇ ਪਿੱਛੇ ਖੜ੍ਹ ਗਿਆ।

ਚੁਫੇਰੇ ਅੱਗ ਦਾ ਸੇਕ ਸੀ; ਉਸ ਤੋਂ ਜ਼ਿਆਦਾ ਧੂੰਆਂ ਸੀ...। ਲਾਲ ਅੱਖਾਂ ਵਾਲੇ ਚੇਹਰੇ ਇਧਰ ਵੱਲ ਘੂਰਦੇ; ਪਰ ਕੁਝ ਦੀ ਕੋਲਿਆਂ ਉੱਪਰ ਚੱਲਣ ਦੀ ਵਾਰੀ ਹਾਲੇ ਆਉਣੀ ਸੀ। ਚਟਾਕਾਂ ਵਾਲਾ ਚੇਹਰਾ ਹਾਲੇ ਉਨ੍ਹਾਂ ਸਾਹਮਣੇ ਖੜ੍ਹਾ ਸੀ; ਸ਼ਾਇਦ ਅਜਿਹਾ ਗੁਰੂ ਦਾ ਹੁਕਮ ਸੀ।

"ਕੌਣ ਆਇਆ ਪਰਾਇਆ ?" ਸੇਕ ਨਾਲ ਅੰਨਾ ਹੋਇਆ ਇਕ ਬਿਰਧ ਬਿੜਕ ਦੀ ਪਛਾਣ ਨਾਲ ਬੋਲਿਆ।

"ਕੋਈ ਨਾਨਕ ਤਪਾ ਏ ਆਪਣੇ ਸਾਜ਼ੀ ਨਾਲ...।" ਸਿਆਲ ਦੀ ਠੰਢੀ ਸ਼ਾਮ ਚੁਫੇਰੇ ਖੜ੍ਹੇ ਦਰੱਖਤਾਂ ਦੇ ਲੰਬੇ ਪ੍ਰਛਾਵਿਆਂ ਨਾਲ ਹੋਰ ਠੰਢੀ ਹੋ ਗਈ। ਰਾਤ ਦੀਆਂ ਥੱਕੀਆਂ ਚਮਗਿਦੜਾਂ ਨੂੰ ਇਕ ਬਾਂਦਰ ਜੋਰ ਜੋਰ ਦੀ ਹਿਲਾਉਂਦਾ; ਕਦੇ ਆਏ ਮਹਿਮਾਨਾਂ ਵੱਲ ਝਾਕਦਾ। ਪੁੱਠੀਆਂ ਲਟਕਦੀਆਂ ਚਮਗਿਦੜਾਂ ਸ਼ਾਇਦ ਅਜਿਹੇ ਝਟਕਿਆਂ ਦੀਆਂ ਆਦੀ ਸਨ। ਬਾਂਦਰ ਨੂੰ ਇਹ ਨਹੀਂ ਸੀ ਪਤਾ ਕਿ ਕਿਸੇ ਲਈ ਹੁਣ ਰਾਤ ਹੈ। ਹੁਣ ਵੱਡੇ ਪੱਥਰ ਉੱਤੇ ਬੈਠਾ ਉਹ ਲਾਲ ਚੇਹਰਾ ਅੱਗੇ ਆਇਆ। ਉਹ ਸ਼ਾਇਦ ਇਸ ਉਡੀਕ ਵਿਚ ਸੀ ਕਿ ਮਹਿਮਾਨ ਉਹਦੇ ਸਾਹਮਣੇ ਆਕੇ ਖੜ੍ਹਾ ਹੋਵੇਗਾ। ਉਹ ਕੁਝ ਦੇਰ ਇੱਕ ਟਿਕ ਬਾਬੇ ਵੱਲ ਵੇਖਦਾ ਰਿਹਾ। ਕਬੂਤਰ ਦੇ ਕੰਠ ਵਰਗਾ ਉਹਦਾ ਰੰਗ, ਲਾਲ ਹੋਣ ਦੀ ਕੋਸ਼ਿਸ਼ ਵਿਚ ਸੀ।

"ਕਿਸਨੇ ਦੱਸਿਆ ਬ੍ਰਹਮਚਾਰੀਆਂ ਦਾ ਰਸਤਾ ਦੁਨੀਆ ਵਾਲਿਓ ?"

"ਅਸੀਂ ਤਾਂ ਉਹਦੇ ਹੁਕਮੀ ਹਾਂ... ਰਸਤਾ ਵੀ ਉਹਨੇ ਹੀ ਦੱਸਿਆ।"

"ਸਰੀਰ ਉੱਤੇ ਕੋਈ ਦਾਗ਼ ਨਹੀਂ ਚਟਾਕ ਨਹੀਂ ਨਿਸ਼ਾਨ ਨਹੀਂ... ਸਾਧਨਾ ਕਿੱਥੇ ਕੀਤੀ ਏ ? ਬੜੇ ਨਿੱਖਰੇ ਫਿਰਦੇ ਹੋ ?"

"ਉਹਦੇ ਮਿਲਾਪ ਨਾਲ ਦਾਗ ਮਿਟ ਗਏ ਨੇ।" ਪਿੱਠ ਪਿੱਛੇ ਬੈਠਾ ਮਰਦਾਨਾ ਬਰਾਬਰ ਵਾਲੇ ਪੱਥਰ ਉੱਤੇ ਆ ਬੈਠਿਆ ਤਾਂ ਜੋ ਬਾਬੇ ਦਾ ਬੋਲਦਾ ਚੇਹਰਾ ਦਿਸ ਸਕੇ।

"ਰੱਬ ਨੂੰ ਦੁੱਖ ਕਾਰਨ ਖੋਜ ਰਹੇ ਹੋ ?" ਦਯਾ ਦੀ ਮਰਿਆਦਾ ਵਿਚ ਇਹ ਬਾਬੇ ਦੀ ਪਹਿਲੀ ਆਵਾਜ਼ ਸੀ।

"ਤੇਰਾ ਮੱਤ ਕੀ ਏ ?" ਹੰਕਾਰ ਨੇ ਨਿਮਰਤਾ ਤੋਂ ਉਲਟ ਸੁਆਲ ਕੀਤਾ।

"ਮੇਰਾ ਮੱਤ ਪ੍ਰੇਮ ਏ।"

"ਮੈਨੂੰ ਸਾਹਮਣੇ ਮੇਰਾ ਸਰੀਰ ਪਿਆ ਦਿਸਦਾ... ਮੈਂ ਆਪਣੀਆਂ ਦੋਵੇਂ ਅੱਖਾਂ ਆਪ ਵੇਖ ਸਕਦਾਂ... ਮੈਨੂੰ ਪ੍ਰੇਮ ਸਿਖਾ ਰਹੇ ਹੋ ?" ਉਹ ਗੋਡਣੀਆਂ ਭਾਰ ਹੋ ਗਿਆ ਸੀ।

"ਮੈਂ ਸਰੀਰ ਹਾਂ ਇਹੋ ਤਾਂ ਵਾਸ਼ਨਾ ਦਾ ਪ੍ਰਾਣ ਹੈ। ਦੁੱਖ ਨੂੰ ਧਾਰਮਿਕ ਬਣਾਉਣ ਦੀ ਜਿੱਦ ਵਿਚ ਹੋ। ਫਿਰ ਆਪ ਹੀ ਆਪਣੇ ਸਿਰਜੇ ਦੁੱਖਾਂ ਦੇ ਕਾਰਣ ਲੱਭਦੇ ਹੋ...।"

"ਸਰੀਰ ਦੁੱਖ ਵਰਗਾ ਹੀ ਹੈ। ਜਿਸ ਤਰ੍ਹਾਂ ਰਾਤ ਕੋਲ ਇਕ ਹੀ ਪਹਿਰਾਵਾ ਹੈ... ਹਨੇਰਾ। ਸਰੀਰ ਵੀ ਦੁੱਖਾਂ ਦਾ ਹੀ ਓੜਨਾ ਏ... ਵਾਸ਼ਨਾ ਦੀ ਵਡਿਆਈ ਕਰਦੇ ਹੋ ?"

"ਰਾਤ ਕੋਲ ਗਹਿਣੇ ਬੜੇ ਨੇ... ਜ਼ਰਾ ਨਜ਼ਰ ਉਠਾ ਕੇ ਤਾਂ ਵੇਖੋ...।"

ਅਜਿਹੇ ਵੇਲੇ ਬਾਬੇ ਦੀਆਂ ਅੱਖਾਂ ਵਿਚ ਇਕ ਨਿੱਤਰਿਆ ਵਰਤਮਾਨ ਦਿਸਦਾ ਏ; ਜਿਸ ਵਿਚ ਆਪਣਾ ਹੀ ਚੇਹਰਾ ਆਪਣੇ ਆਪ ਨੂੰ ਪਹਿਲਾਂ ਨਾਲੋਂ ਸੋਹਣਾ ਦਿਸਣ ਲੱਗ ਪੈਂਦਾ ਏ। ਮਰਦਾਨਾ ਖਿਸਕ ਕੇ ਬਾਬੇ ਦੇ ਸਾਹਮਣੇ ਵਾਲੇ ਪੱਥਰ ਉੱਤੇ ਚਲਾ ਗਿਆ।

"ਕੀ ਅਸੀਂ ਭੋਗ ਨੂੰ ਸਵੀਕਾਰ ਕਰ ਲਈਏ ?" ਕਿਸੇ ਕਲਪਣਾ ਨੇ ਉਹਦੇ ਪਿੰਡੇ ਨੂੰ ਝਟਕਿਆ।

"ਭੋਗ ਬੰਧਨ ਹੈ ਉਪਯੋਗ ਬੰਧਨ ਨਹੀਂ ਹੈ।"

"ਕੀ ਸਾਧਨਾ ਵੀ ਭੋਗ ਹੈ ?"

"ਤੁਸੀਂ ਸਾਧਨਾ ਰਾਹੀਂ ਵਾਸ਼ਨਾ ਖੋਜ ਰਹੇ ਹੋ।"

"ਆਪਣੇ ਤੋਂ ਬਚਣ ਦਾ ਵੀ ਕੀ ਨਸ਼ਾ ਹੁੰਦਾ ਏ ?"

"ਇਕ ਅਨੰਦ ਅਜਿਹਾ ਵੀ ਹੈ ਜੋ ਕਿਸੇ ਉੱਪਰ ਨਿਰਭਰ ਨਹੀਂ ਕਰਦਾ।"

"ਕੋਈ ਉਪਾਅ ਦੱਸੋ...?" ਉਹਦੀ ਉੱਠੀ ਹੋਈ ਗੋਡਣੀ ਧਰਤੀ ਨਾਲ ਜਾ ਲੱਗੀ; ਉਹਦਾ ਖੂੰਖਾਰ ਚੇਹਰਾ ਢਿੱਲਾ ਪੈ ਰਿਹਾ ਸੀ।

"ਕੁਝ ਪਕੜਿਆ... ਕੁਝ ਛੱਡਿਆ... ਦੋਵੇਂ ਬੰਧਨ...।" ਬਾਬਾ ਉਹਦੇ ਵੱਲ ਵੇਖ ਮੁਸਕਰਾ ਰਿਹਾ ਸੀ।

"ਆਪਣਾ ਹੀ ਮਨ ਏ ਕਿਉਂ ਨਹੀਂ ਮੰਨੂ...।" ਉਹ ਉੱਚੀ ਉੱਚੀ ਹੱਸਿਆ। ਅੱਧਜਲੇ ਚੇਹਰੇ ਜੋ ਸੜਣ ਨਾਲ ਚੰਗੀ ਤਰ੍ਹਾਂ ਬੈਠ ਵੀ ਨਹੀਂ ਸੀ ਸਕਦੇ; ਉਹ ਵੀ ਖੁੱਲ੍ਹ ਕੇ ਹੱਸੇ। ਮਰਦਾਨੇ ਨੂੰ ਪਤਾ ਸੀ; ਇਨ੍ਹਾਂ ਚੱਲਦੀਆਂ ਗੱਲਾਂ ਨੇ ਗਾਉਣ ਲੱਗ ਪੈਣਾ ਏ। ਉਹ ਪਿਛਲੇ ਪੱਥਰ ਉੱਤੇ ਪਈ ਰਬਾਬ ਚੁੱਕਣ ਤੁਰ ਪਿਆ। ਉੱਚੀਆਂ ਸਖ਼ਤ ਪਹਾੜੀਆਂ ਵਿਚ ਇਕ ਛੋਟੇ ਜਹੇ ਸਾਜ਼ ਨਾਲ ਹਲੀਮੀ ਆ ਗਈ ਸੀ। ਜਲੇ ਹੋਏ ਸਰੀਰ ਥੱਲੇ ਵਗਦੀ ਨਦੀ ਵੱਲ ਚਲੇ ਗਏ ਸਨ। ਲੰਬੇ ਸੰਗੀਤ ਦੀ ਚੁੱਪ ਤੋਂ ਬਾਅਦ ਕਿਸੇ ਨੇ ਉਹਨੂੰ ਬੁਲਾਇਆ : "ਗੁਰਭਾਈ!" ਅੱਜ ਕਈ ਮਹੀਨਿਆਂ ਬਾਅਦ ਆਪਣਾ ਭੁੱਲਿਆ ਨਾਂ ਫਿਰ ਸੁਣਿਆ। ਜੀਅ ਕੀਤਾ ਸ਼ੁੱਧ ਭੈਰਵੀ ਪੰਚਮ ਵਿਚ ਗਾਵਾਂ। ਫਿਰ ਬਾਬੇ ਦਾ ਅਗਲਾ ਅਲਾਪ ਸੁਣਿਆ।

ਉਹ ਸਭ ਛੱਡਣ ਤਾਂ ਆਏ ਪਰ ਇਕ ਜਗ੍ਹਾ ਆ ਕੇ ਰੁੱਕ ਗਏ। ਉਨ੍ਹਾਂ ਦੇ ਜਲੇ ਸਰੀਰਾਂ ਉੱਤੇ ਹਾਲੇ ਬਹੁਤ ਟੀਸ ਸੀ। "ਇਥੋਂ ਹੋਰ ਸੰਪਰਦਾਵਾਂ ਦੀਆਂ ਜਗਾਵਾਂ ਨੇ।" ਬਾਬਾ ਕੁਝ ਨਹੀਂ ਬੋਲਿਆ; ਉਹ ਚੱਲਦੇ ਰੁੱਕ ਗਏ ਤੇ ਬਾਬਾ ਚੱਲਦਾ ਅੱਗੇ ਲੰਘ

ਗਿਆ। ਪਰ ਮਰਦਾਨੇ ਨੂੰ ਜਾਪਿਆ ਕਿ ਕੁਝ ਜਰੂਰ ਕਿਹਾ ਜਾਣਾ ਚਾਹੀਦਾ ਸੀ। ਅੱਗੇ ਇਕ ਵਗਦੀ ਪਾਣੀ ਦੀ ਬਾਰੀਕ ਧਾਰਾ ਚੱਲ ਰਹੀ ਸੀ; ਉਸਦੇ ਦੋਵੇਂ ਪਾਸੇ ਪਗਡੰਡੀਆਂ ਸਨ। ਪਗਡੰਡੀਆਂ ਦੇ ਪੈਰਾਂ ਉੱਪਰ ਸਿੱਧੇ ਉੱਚੇ ਪਹਾੜ ਖੜ੍ਹੇ ਸਨ। ਜਿਨ੍ਹਾਂ ਦੀਆਂ ਹੇਠਲੀਆਂ ਢਲਾਣਾਂ ਉੱਪਰ ਜੋਗੀਆਂ ਦੇ ਵਾੜੇ ਸਨ। ਫਿਰ ਵੀ ਵੱਗਦਾ ਪਾਣੀ ਬਾਹਰ ਨਿਕਲਣ ਦਾ ਰਾਹ ਦੱਸ ਰਿਹਾ ਸੀ। ਹਾਲੇ ਸੱਜਰੀ ਸਵੇਰ ਸੀ। ਪਹਾੜਾਂ ਦੇ ਠੰਢੇ ਚੇਹਰੇ ਕਾਂਬਾ ਛੇੜ ਰਹੇ ਸਨ। ਚੁਫੇਰੇ ਰਾਤ ਦੀਆਂ ਧੂਣੀਆਂ ਦੇ ਢੇਰ ਦਿਸ ਰਹੇ ਸਨ। ਜੋਗੀਆਂ ਦੀਆਂ ਬੁਝੀਆਂ ਰਾਖ ਦੀਆਂ ਢੇਰੀਆਂ ਨੂੰ ਫਰੋਲਦੀਆਂ ਚਿੜੀਆਂ ਕਿਤੇ ਕਿਤੇ ਨਿੱਘੀ ਰਾਖ ਉੱਪਰੋਂ ਜਲਦੀ ਨਾਲ ਪੰਜਾ ਚੁੱਕਦੀਆਂ। ਤੇ ਕੋਸੇ ਭੁੱਜੇ ਹੋਏ ਦਾਣੇ ਦੇ ਸੁਆਦ ਨੂੰ ਵੰਡਦੀਆਂ ਚਹਿਕਣ ਲੱਗ ਪੈਂਦੀਆਂ। ਸਾਰੀ ਰਾਤ ਮਰਦਾਨੇ ਨੇ ਵੀ ਅਜਿਹੀ ਹੀ ਇਕ ਧੂਣੀ ਅੱਗੇ ਅੱਗ ਸੇਕੀ ਸੀ। ਜਦੋਂ ਗੱਲਾਂ ਮੁੱਕਦੀਆਂ ਤਾਂ ਉਹ ਫਿਰ ਕਹਿੰਦੇ 'ਥੋੜ੍ਹਾ ਸਾਜ਼ ਹੀ ਸੁਣਾ ਦੇ' ਰੁੱਕਦੀ ਗੱਲ ਨੂੰ ਤੋਰ ਲੈਂਦੇ। ਉਨ੍ਹਾਂ ਨੂੰ ਇਹਦੀ ਆਦਤ ਕਿੰਨੀ ਛੇਤੀ ਪੈ ਗਈ ਸੀ। ਵੱਖ ਵੱਖ ਟੋਲਿਆਂ ਵਿਚ ਵੰਡੇ ਉਹ ਚੇਹਰੇ ਸਾਜ਼ ਸੁਣਨ ਲਈ ਚੁੱਪ ਕਰ ਜਾਂਦੇ। ਬਾਬਾ ਤੇ ਗੁਰੂ ਦੇਰ ਰਾਤ ਤੱਕ ਗੱਲਾਂ ਕਰਦੇ ਰਹੇ। ਜੋਗੀ ਦੱਸ ਰਹੇ ਸਨ ਕਿ ਅੱਜ ਅਸੀਂ ਕਿੰਨੇ ਕਿੰਨੇ ਸਾਲਾਂ ਬਾਅਦ ਆਪਣੇ ਪਿਛਲੇ ਜੀਵਨ ਦੀਆਂ ਗੱਲਾਂ ਕੀਤੀਆਂ ਨੇ :

"ਜੇ ਸੰਸਾਰ ਛੁੱਟਿਆ ਹੀ ਨਹੀਂ ਤਾਂ ਪਹਾੜਾਂ ਉੱਪਰੋਂ ਚੱਲੋ ਸਾਡੇ ਨਾਲ।" ਪੈਣ ਲੱਗੇ ਮਰਦਾਨੇ ਨੇ ਆਪਣੇ ਨਾਲ ਦੇ ਜੋਗੀ ਨੂੰ ਸੁਆਲ ਕੀਤਾ ਸੀ।

"ਜੇ ਰੱਬ ਤੇਰੇ ਵਰਗੀ ਸਭ ਨੂੰ ਕਿਸਮਤ ਦੇ ਦੇਵੇ... ਤਾਂ ਤੇਰੇ ਗੁਰੂ ਨੂੰ ਇਥੇ ਆਉਣ ਦੀ ਕੀ ਜ਼ਰੂਰਤ ਸੀ ?" ਮਰਦਾਨਾ ਦੇਰ ਤੱਕ ਸੋਚਦਾ ਰਿਹਾ...। ਕਿਸੇ ਦੇ ਆਉਣ ਨਾਲ ਕਿੰਨਾਂ ਫਰਕ ਪੈ ਜਾਂਦਾ ਏ। ਜਦ ਵੀ ਉਹਦੀ ਜਾਗ ਖੁੱਲ੍ਹਦੀ; ਬਹੁਤ ਸਾਰੇ ਸਰੀਰਾਂ ਤੋਂ ਹਾਲੇ ਵੀ ਪਾਸਾ ਨਹੀਂ ਸੀ ਵੱਟਿਆ ਜਾਂਦਾ। ਸਵੇਰੇ ਕੋਈ ਕਹਿ ਰਿਹਾ ਸੀ। "ਜਲਿਆ ਹੋਇਆ ਪਾਸਾ ਦੁੱਖਦਾ ਤਾਂ ਅੱਗੇ ਵੀ ਸੀ; ਪਰ ਰਾਤ ਮਨ ਕਹਿੰਦਾ ਸੀ ਕਿ ਜੇ ਦੁੱਖਦਾ ਹੈ ਤਾਂ ਬੋਲਕੇ ਦੱਸ...।" ਤੁਰਨ ਤੋਂ ਪਹਿਲਾਂ ਉਨ੍ਹਾਂ ਆਸਾ ਰਾਗ ਵਿਚ ਗਾਇਆ ਸੀ। ਪਗਡੰਡੀ ਹੁਣ ਥੋੜ੍ਹੀ ਉੱਪਰ ਉੱਠਦੀ ਜੋਗੀਆਂ ਦੇ ਟਿਕਾਣਿਆਂ ਕੋਲੋਂ ਲੰਘ ਰਹੀ ਸੀ। ਇਥੋਂ ਗੱਲ ਕਰੀ ਤੇ ਸੁਣੀ ਜਾ ਸਕਦੀ ਸੀ :

"ਬੜੇ ਬੱਦਲਾਂ ਵਾਂਗ ਉੱਡੇ ਜਾ ਰਹੇ ਹੋ ਕਿਤੇ ਵਰਸੋਗੇ ਵੀ...?"

"ਕੋਈ ਰਿਸ਼ਤਾ ਛੱਡ ਜਾਓ ਸੰਤੋ...।" ਇਕ ਜਟਾਧਾਰੀ ਢਲਾਨ ਉੱਪਰੋਂ ਉਲਰਿਆ।

"ਜਾਣ ਨੂੰ ਛੱਡਣਾ ਕਿਉਂ ਸਮਝਦਾ ਏਂ ?" ਸਭ ਕੁਝ ਤੁਰਦੇ ਤੁਰਦੇ ਚੱਲ ਰਿਹਾ ਸੀ।

"ਜੋਗੀਆਂ ਨੂੰ ਵੀ ਤਾਂ ਯਾਦਾਂ ਚਾਹੀਦੀਆਂ ਨੇ...।" ਗੱਲ ਅਗਲੀ ਢਲਾਨ ਤੇ ਬੈਠੇ ਜਟਾਧਾਰੀ ਨੇ ਤੋਰੀ; ਲੜੀ ਇਕ ਹੀ ਚੱਲ ਰਹੀ ਸੀ।

"ਇਹ ਗੁਰੀਏ ਦੀਆਂ ਇਕ ਸੌ ਅੱਠ ਯਾਦਾਂ ਘੱਟ ਨੇ...।"

"ਦੇਹ ਅੰਦਰ ਕਿੰਨ੍ਹੇ ਗੁਰੀਏ ਨੇ ?"

"ਦੇਹ ਤਾਂ ਅਸੀਂ ਹਾਂ ਹੀ ਨਹੀਂ।"

"ਪਰ ਸਾਡਾ ਤਾਂ ਅਭਿਆਸ ਹੀ ਦੇਹ ਤੋਂ ਸ਼ੁਰੂ ਹੁੰਦਾ ਏ ?"

"ਜਿਥੋਂ ਦੇਹ ਛੁੱਟੇ ਅਸਲੀ ਅਰੰਭ ਉਥੋਂ ਹੋਣਾ ਏ।"

"ਕੁਝ ਕਹਿਣ ਨਾਲ ਕੁਝ ਰਹਿ ਨਹੀਂ ਜਾਵੇਗਾ ?"

"ਜੇ ਇਹ ਲੱਛਣ ਫੜ ਲਿਆ ਤਾਂ ਇੱਥੇ ਹੀ ਰੁੱਕ ਜਾ...।" ਇਸ ਵਾਰੀ ਬਾਬੇ ਦੀ ਬਾਂਹ ਵੀ ਉੱਠੀ ਸੀ। ਮਰਦਾਨੇ ਨੇ ਬੜੀ ਕੋਸ਼ਿਸ਼ ਕੀਤੀ; ਕਿਸੇ ਤਰ੍ਹਾਂ ਸਭ ਕੁਝ ਸੁਣ ਲਿਆ ਜਾਵੇ ਤੇ ਜੋ ਸੁਣ ਸਕਿਆ ਉਹ ਯਾਦ ਰੱਖ ਸਕੇ। ਪਰ ਤਲਵੰਡੀ ਦੀਆਂ ਯਾਦਾਂ ਨੇ ਕੁਝ ਪਲਾਂ ਲਈ ਉਹਨੂੰ ਦੂਰ ਕਰ ਦਿੱਤਾ ਸੀ। ਇਸ ਤਰ੍ਹਾਂ ਚੱਲਦੇ ਚੱਲਦੇ ਸੱਚ ਬਾਰੇ ਸਿੱਧੀ ਘੋਸ਼ਣਾ ਸੁਣਨ ਦਾ ਥੋੜਾ ਮੌਕਾ ਉਹਨੇ ਗੁਆ ਦਿੱਤਾ ਸੀ। ਪਾਣੀ ਦੀ ਧਾਰਾ ਹਾਲੇ ਵੀ ਚੱਲ ਰਹੀ ਸੀ। ਜੀਅ ਕੀਤਾ ਥੋੜ੍ਹਾ ਪਾਣੀ ਪੀ ਲਵਾਂ। ਪਿਆਸ ਬੁਝਾਉਂਦੇ ਕਿਤੇ ਅਗਲੀ ਗੱਲ ਸੁਣਨੋਂ ਹੀ ਨਾ ਰਹਿ ਜਾਵੇ। ਉਹ ਵੱਗਦੇ ਪਾਣੀ ਦੀ ਧਾਰਾ ਨੂੰ ਵੇਖਦਾ ਰਿਹਾ ਤੇ ਅੱਗੇ ਚੱਲਦੇ ਬਾਬੇ ਦੀ ਦੂਰੀ ਦਾ ਅੰਦਾਜ਼ਾ ਲਾਉਂਦਾ ਰਿਹਾ। ਚੁਫੇਰਿਉਂ ਹਾਲੇ ਵੀ ਸੁਆਲ ਜਵਾਬ ਚੱਲ ਰਹੇ ਸਨ। ਉਹਨੇ ਇਕ ਛਿਣ ਲਈ ਆਪਣੀ ਸਤਾ ਉਪਰੋਂ ਆਪਣਾ ਆਪ ਗੁਜਰਦਾ ਵੇਖਿਆ। ਇਹ ਛਿਣ ਬਹੁਤ ਛੋਟਾ ਸੀ। ਅਜਿਹੇ ਹੀ ਕਿਸੇ ਪਲ ਨੂੰ ਬਾਬਾ 'ਪਕੜਣਾ' ਕਹਿੰਦਾ ਏ ਕੀ ?

ਵੱਗਦੇ ਪਾਣੀ ਦੀ ਧਾਰਾ ਦੇ ਪਹਾੜ ਹੋਰ ਨੇੜੇ ਆ ਗਏ ਸਨ। ਸਿੱਧੇ ਖੜ੍ਹੇ ਪਹਾੜਾਂ ਦੇ ਗਲ੍ਹਾਂ ਵਿਚ ਤਬੀਤਾਂ ਵਾਂਗ ਲਟਕਦੀਆਂ ਸਿਲਾਂ ਅੱਗੇ ਪਾਣੀ ਵੱਲ ਝੁਕੀਆਂ ਦਿਸਦੀਆਂ ਸਨ। ਜ਼ਿਆਦਾਤਰ ਜੋਗੀਆਂ, ਸਾਧਾਂ ਦੇ ਡੇਰੇ ਇਨ੍ਹਾਂ ਸਿਲਾਂ ਉੱਪਰ ਹੀ ਸਨ। ਕੋਈ ਕੋਈ ਸਿੱਲ ਬਿਲਕੁਲ ਸਿਰ ਤੱਕ ਆ ਜਾਂਦੀ। ਕਿਸੇ ਜੋਗੀ ਦਾ ਪੁੱਛਿਆ ਸੁਆਲ ਬਨੇਰੇ ਤੇ ਬੈਠੇ ਬੰਦੇ ਵਾਂਗ ਜਾਪਦਾ। ਪਰ ਘੁੰਮਦੀ ਪਗਡੰਡੀ ਇਕ ਵਾਰ ਵੇਖੇ ਚੇਹਰੇ ਨੂੰ ਦੁਬਾਰਾ ਨਾ ਦਿਸਣ ਦੇਂਦੀ। ਬਹੁਤ ਕੁਝ ਪੁੱਛਿਆ ਜਾ ਰਿਹਾ ਸੀ ਤੇ ਬਹੁਤ ਕੁਝ ਪੁੱਛਦੇ ਪੁੱਛਦੇ ਰਹਿ ਗਿਆ ਸੀ। ਪਰ ਬਾਬਾ ਅੱਜ ਰੁੱਕ ਨਹੀਂ ਸੀ ਰਿਹਾ। ਇਹ ਸੰਸਾਰ ਨੂੰ ਆਪਣੀ ਇੱਛਾ ਨਾਲ ਛੱਡਕੇ ਆਏ ਲੋਕ; ਆਪਣੇ ਹੀ ਛੱਡਣ ਦੀ ਘਿਰਣਾ ਨਾਲ ਸਹਿਮਤ ਨਹੀਂ ਸੀ ਦਿਸਦੇ। ਪਰ ਉਸ ਘਿਰਣਾ ਨੂੰ ਆਪਣੀ ਤਾਕਤ ਵਜੋਂ ਵਰਤ ਰਹੇ ਸਨ। ਇਹ ਸੰਨਿਆਸ ਨੂੰ ਉਦਾਸ ਕਰਨ ਵਾਲਾ ਜਗਤ ਕਦੇ ਠੀਕ ਜਾਪਦਾ ਕਦੇ ਠੀਕ ਵੀ ਨਹੀਂ ਜਾਪਦਾ। ਪਰ ਜਿਸ ਤਰ੍ਹਾਂ ਬਾਬੇ ਦਾ ਤੁਰੰਤ ਸੰਵਾਦ ਚੱਲ ਰਿਹਾ ਸੀ; ਮਰਦਾਨੇ ਲਈ ਬੜਾ ਰੌਚਕ ਸੀ। ਚੁਫੇਰੇ ਫਿਰ ਵੱਡੀਆਂ ਧੂਣੀਆਂ ਦੇ ਢੇਰ ਦਿਸਣ ਲੱਗੇ। ਅੱਗੇ ਅੱਠ ਪਹਿਰੀ 'ਮਕਾਰਬਾ' ਸਾਧਾਂ ਦੇ ਡੇਰੇ ਸਨ। ਇਥੇ ਕੁਝ ਦੇਰ ਲਈ ਸੰਵਾਦ ਰੁੱਕ ਗਿਆ। ਸਿਰ ਉੱਪਰ ਜਿੰਦੀ ਲਾਡ ਵਿਚ ਗੁੱਥਮ ਗੁੱਥਾ ਹੁੰਦੀਆਂ ਬੱਦਲੀਆਂ ਦਿਸੀਆਂ। ਇਹ ਸਭ ਵੱਗਦੇ ਪਾਣੀ ਦੇ ਹੀ ਸ਼ੌਕ ਸਨ; ਜੋ ਹੁਣ ਅਸਮਾਨ ਵਿਚ ਉੱਡ ਰਹੇ ਸਨ। ਫਿਰ ਬੱਦਲਾਂ ਦੀਆਂ ਛਾਵਾਂ ਪਹਾੜੀਆਂ ਉੱਪਰ ਚੜ੍ਹਦੀਆਂ ਦਿਸੀਆਂ। ਉਨ੍ਹਾਂ ਦੇ ਲੰਘ ਗਏ ਰਸਤੇ ਉੱਪਰ ਕੋਈ ਨਿਸ਼ਾਨੀ ਨਾ

ਦਿਸਦੀ। ਅਜਿਹੇ ਹੀ ਮਰਦਾਨੇ ਨੂੰ ਆਪਣੇ ਬਚਪਨ ਦੇ ਦਿਨ ਯਾਦ ਆਏ; ਜਦੋਂ ਉਹ ਕੱਚੀਆਂ ਅੰਬੀਆਂ ਨੂੰ ਮਿੱਠੀਆਂ ਦੀ ਯਾਦ ਵਿਚ ਖਾਂਦੇ ਸਨ। ਅਗਲੇ ਕਈ ਦਿਨ ਕੱਚੀਆਂ ਅੰਬੀਆਂ ਦੀ ਖਟਾਸ ਸਾਹਾਂ ਨਾਲ ਮਿਲਕੇ ਦੰਦਾਂ ਉੱਤੇ ਵੱਜਦੀ ਰਹਿੰਦੀ। ਇਹ ਪੀੜ ਬੜੀ ਅਨੋਖੀ ਹੁੰਦੀ; ਕੁਝ ਦੇਰ ਕੁਝ ਵੀ ਖਾਣ ਨੂੰ ਜੀਅ ਨਹੀਂ ਸੀ ਕਰਦਾ। ਤੇ ਫਿਰ ਆਪਣੇ ਆਪ ਪਤਾ ਨਹੀਂ ਖਟਾਸ ਕਿਧਰ ਚਲੇ ਜਾਂਦੀ ਸੀ ? ਇਸ ਤਰ੍ਹਾਂ ਹੀ ਖਟਾਸ ਨਾਲ ਭਰੇ ਕੁਝ ਪ੍ਰਸ਼ਨ ਹੁਣ ਪਤਾ ਨਹੀਂ ਕਿਸ ਕੋਲ ਚਲੇ ਗਏ ਸਨ ? ਸੰਵਾਦ ਫਿਰ ਸ਼ੁਰੂ ਹੋ ਗਿਆ ਸੀ :

"ਜਿਊਂਦੀਆਂ ਗੱਦੀਆਂ ਦੇ ਪੀਰ ਹੋ... ਕੁਝ ਪਲ ਠਹਿਰ ਹੀ ਜਾਉ।" ਵਧੀ ਹੋਈ ਸਿਲ ਤੇ ਬੈਠੇ ਭਗਵੇ ਦੀ ਆਵਾਜ਼ ਕੰਨ ਦੇ ਬਹੁਤ ਨੇੜਿਉਂ ਆਈ।

"ਸਰੀਰਾਂ ਦੇ ਮੇਲ ਹਮੇਸ਼ਾ ਨਹੀਂ ਰਹਿੰਦੇ...।"

"ਕਦੇ ਕਦੇ ਬੀਆਬਾਨਾਂ ਵਿਚ...।" ਅਗਲੇ ਮੋੜ ਨੇ ਉਹੀ ਆਵਾਜ਼ ਪਿਛੇ ਹੀ ਰੋਕ ਲਈ। ਅੱਗੇ ਪਹਾੜੀਆਂ ਦੇ ਮੂੰਹ ਖੁੱਲ੍ਹਣੇ ਸ਼ੁਰੂ ਹੋ ਗਏ ਸਨ। ਨੇੜੇ ਹੀ ਇੱਕ ਵੱਡੀ ਧਾਰਾ ਦੀ ਕੁਰਬਲ ਸੁਣਨੀ ਸ਼ੁਰੂ ਹੋ ਗਈ ਸੀ। ਜਿਵੇਂ ਪਿੱਛੇ ਰਹਿ ਗਏ ਪਿੰਡਾਂ ਦੀਆਂ ਆਵਾਜ਼ਾਂ ਕੁਝ ਦੂਰੀ ਤੱਕ ਸੁਣਦੀਆਂ ਰਹਿੰਦੀਆਂ ਸਨ; ਅਜਿਹਾ ਪਿਛੇ ਰਹਿ ਗਏ ਜੋਗੀਆਂ ਦੇ ਡੇਰਿਆਂ ਤੋਂ ਕੁਝ ਵੀ ਨਹੀਂ ਸੁਣਿਆ।

ਇਕ ਬਿਰਧ ਸਾਧ ਪਿਛੇ ਉਹਦਾ ਜਵਾਨ ਚੇਲਾ ਕਿਸੇ ਲੰਬੀ ਯਾਤਰਾ ਤੋਂ ਥੱਕੇ ਦੁਬਾਰਾ ਅੰਦਰ ਵੜਦੀ ਧਾਰਾ ਵੱਲ ਵੇਖ ਖੁਸ਼ ਹੋ ਰਹੇ ਸਨ। ਮਰਦਾਨੇ ਦਾ ਜੀਅ ਕੀਤਾ ਕੁਝ ਯਾਤਰਾ ਬਾਰੇ ਪੁੱਛਾਂ। ਪਰ ਉਸ ਤੋਂ ਪਹਿਲਾਂ ਦੋਵੇਂ ਪਹਾੜੀਆਂ ਦੇ ਕਪਾਟ ਖੁੱਲ ਗਏ। ਅੱਗੇ ਪਾਣੀ ਦੀ ਤੇਜ਼ ਚਲਦੀ ਧਾਰਾ ਤੇ ਉਸਦੇ ਪਾਰ ਦੂਰ ਤੱਕ ਖੁੱਲ੍ਹੇ ਪੱਧਰੇ ਮੈਦਾਨ ਦਿਸਣ ਲੱਗ ਪਏ ਸਨ। ਪਰ ਉਸ ਤੋਂ ਪਹਿਲਾਂ ਤੇਜ਼ ਧਾਰ ਨੂੰ ਪਾਰ ਕਰਕੇ ਹੱਫ਼ਿਆ ਸਾਹੋਸਾਹ ਹੋਇਆ ਇਕ ਬਿਰਧ ਚੇਹਰਾ ਦਿਸਿਆ। ਇਕ ਵਾਰ ਤਾਂ ਜਾਪਿਆ ਉਹਨੂੰ ਢੂੰਡਦੀ ਅੰਮੀ ਇਥੇ ਤੱਕ ਆ ਪਹੁੰਚੀ ਏ। ਉਹ ਇਕ ਸੁੱਟੇ ਹੋਏ ਪੱਥਰ ਨੂੰ ਦੁਬਾਰਾ ਰਸਤੇ ਤੋਂ ਬਾਹਰ ਸੁੱਟਦੀ ਦੋਵਾਂ ਦੇ ਸਾਹਮਣੇ ਆ ਖੜ੍ਹੀ।

"ਤੁਹਾਡਾ ਵੈਰਾਗ ਕਿਥੋਂ ਨਿਕਲਦਾ ਏ ਪੁੱਤ...?" ਉਹਨੂੰ ਦੁਬਾਰਾ ਬੋਲਣ ਦੇ ਮੌਕੇ ਵਜੋਂ ਬਾਬਾ ਕੁਝ ਨਾ ਬੋਲਿਆ। ਉਹ ਸ਼ਾਇਦ ਹਰ ਵਾਰੀ ਇਹੋ ਸੁਆਲ ਪੁੱਛਦੀ ਸੀ।

"ਮੈਂ ਵੀ ਆਪਣੇ ਪੁੱਤ 'ਚੋਂ ਵੈਰਾਗ ਕੱਢਣਾ ਏ... ਹਰ ਵਾਰੀ ਪਹਾੜੀਆਂ ਤੋਂ ਉਤਰਨ ਨੂੰ ਇਨਕਾਰ ਕਰ ਦੇਂਦਾ ਏ... ਵਾਰ ਵਾਰ ਮੈਥੋਂ ਵੀ ਇਹ ਚੜ੍ਹਾਈਆਂ ਨਹੀਂ ਚੜ੍ਹੀਆਂ ਜਾਣੀਆਂ।" ਬਾਬੇ ਹਾਲੇ ਵੀ ਉਹਦੇ ਲਈ ਚੁੱਪ ਸੀ।

"ਪਹਿਲਾਂ ਗਰਮ ਕੋਇਲੇ ਆਪਣੇ ਉੱਤੇ ਪਾਉਂਦਾ ਰਿਹਾ; ਹੁਣ ਆਪਣੇ ਚੇਲਿਆਂ ਉੱਤੇ ਪਾ ਰਿਹਾ... ਨਾ ਦੱਸੋ ਫਕੀਰੋ ਮਾਵਾਂ ਤੁਹਾਨੂੰ ਇਹੋ ਸਿਖਾ ਕੇ ਤੋਰਿਆ...?"

ਪਹਿਲੀ ਹੀ ਕਿਣੀ ਬਿਰਧ ਚੇਹਰੇ ਉੱਤੇ ਡਿੱਗੀ। ਅਸਮਾਨ ਵੱਲ ਵੇਖਿਆ; ਫਿਰ ਬੱਦਲਵਾਈ ਹੋ ਗਈ ਸੀ। ਉਹ ਬਿਰਧ ਚੇਹਰਾ ਕਿਸੇ ਉਮੀਦ ਵਿਚ ਚੜ੍ਹਾਈ ਚੜ੍ਹਣ

ਲੱਗਾ। ਅੱਗੇ ਵਗਦੀ ਧਾਰਾ ਦੇ ਕੰਢੇ ਇਕ ਘਰਾਠ ਚੱਲ ਰਿਹਾ ਸੀ। ਚਲਾਉਣ ਵਾਲਾ ਪਾਣੀ ਕਿਤੇ ਦੂਰੋਂ ਪਹਾੜਾਂ ਉੱਪਰੋਂ ਸਫ਼ਰ ਕਰਦਾ ਆਇਆ ਸੀ। ਉਹਨੂੰ ਪਤਾ ਵੀ ਨਹੀਂ ਸੀ, ਕਿਸੇ ਨੇ ਉਹਨੂੰ ਪਾਣ ਚੱਕੀ ਲਈ ਵਰਤ ਲਿਆ ਏ। ਉਹ ਜਿਹੋ ਜਹੇ ਆਕਾਰ ਨਾਲ ਆਇਆ ਸੀ; ਓਹੋ ਜਿਹੇ ਆਕਾਰ ਨਾਲ ਹੁਣ ਵੀ ਵਹਿ ਰਿਹਾ ਸੀ। ਪਰ ਘਰਾਠ ਆਪਣੀ ਕਠੋਰ ਆਵਾਜ਼ ਨਾਲ ਕੁਝ ਪੀਸਦਾ ਤੇ ਕੁਝ ਪੀਸਣ ਲਈ ਆਪਣੇ ਵੱਲ ਖਿੱਚਦਾ। ਕਿਸੇ ਤਰਲ ਧਾਰਾ ਦੇ ਵੇਗ ਨਾਲ ਦੋ ਠੋਸ ਪੁੜ ਆਪਸ ਵਿਚ ਰਗੜ ਖਾਂਦੇ ਗਰਮ ਹੋ ਰਹੇ ਸਨ। ਪਰ ਪਾਣੀ ਆਪਣੀ ਸਾਦਗੀ ਨਾਲ ਵਹਿੰਦਾ ਥੋੜ੍ਹੀ ਦੂਰੀ ਤੇ ਵੱਡੀ ਧਾਰਾ ਵਿਚ ਜਾ ਮਿਲਦਾ...।

ਕਾਂਡ : ਤੇਰ੍ਹਵਾਂ

ਦੂਰ ਢਲਾਣ ਉੱਤੇ ਚਿਪਕਿਆ ਇਕ ਪਿੰਡ ਦਿਸਿਆ। ਢਲਾਣ ਉੱਤੇ ਫੈਲੀਆਂ ਨਦੀ ਦੀਆਂ ਧਾਰਾਵਾਂ ਜਿਵੇਂ ਚੜ੍ਹਾਈ ਚੜ੍ਹ ਰਹੀਆਂ ਹੋਣ। ਅਕਸਰ ਅਜਿਹਾ ਪਿੰਡ ਬੜਾ ਗੁਸੈਲਾ ਹੁੰਦਾ। ਤਿੰਨ ਵਾਰ ਆਵਾਜ਼ ਮਾਰਨ ਤੋਂ ਪਹਿਲਾਂ ਕੋਈ ਬੂਹਾ ਨਹੀਂ ਖੋਲ੍ਹਦਾ। ਅਜਿਹਾ ਸ਼ਾਇਦ ਪਹਾੜਾਂ ਤੋਂ ਉਤਰਦੇ ਜੋਗੀਆਂ ਦੀ ਬੇਵਕਤ 'ਗਜਾ' ਕਰਕੇ ਹੋਵੇ। ਮਰਦਾਨੇ ਨੇ ਆਪਣੀ ਕਲਪਣਾ ਵਿੱਚ ਉੱਥੇ ਨਾ ਰੁਕਣ ਦਾ ਮਨ ਬਣਾ ਲਿਆ ਸੀ। ਉਹ ਸਭ ਪਾਣੀ ਦੀਆਂ ਧਾਰਾ ਲੰਘ ਚੁੱਕੇ ਸਨ। ਪਰ ਹਾਲੇ ਧਰਤੀ ਉੱਤੇ ਉਨ੍ਹਾਂ ਦੀ ਸਲਾਬ ਖ਼ਤਮ ਨਹੀਂ ਸੀ ਹੋਈ। ਰਿਜ਼ਕ ਲਈ ਨਿਕਲੀਆਂ ਕੀੜੀਆਂ ਤਰੇਲ ਦੇ ਤੁਬਕਿਆਂ ਨੂੰ ਸੁੰਘ ਕੇ ਅੱਗੇ ਲੰਘ ਰਹੀਆਂ ਸਨ। ਤੇਜ਼ ਪਾਣੀ ਦੀਆਂ ਧਾਰਾਵਾਂ ਕੋਲ ਰਹਿਣ ਕਾਰਨ ਉਨ੍ਹਾਂ ਨੂੰ ਤਰੇਲ ਦੀ ਤਾਸੀਰ ਵੀ ਵਹਿੰਦੀ ਜਾਪਦੀ ਸੀ। ਕੋਈ ਵੀ ਕੀੜੀ ਕਿਸੇ ਦੇ ਅਨੁਭਵ ਉੱਤੇ ਭਰੋਸਾ ਨਹੀਂ ਸੀ ਕਰ ਰਹੀ; ਸਭ ਆਪਣੇ ਅਨੁਭਵ ਲਈ ਓਸ ਦੇ ਕੋਲ ਦੀ ਹੋ ਕੇ ਲੰਘਦੀਆਂ। ਥੋੜ੍ਹੀ ਦੇਰ ਲਈ ਜੰਗਲਾਂ ਬੀਆਬਾਨਾਂ ਦੇ ਕੱਚੇ ਫਲਾਂ ਤੋਂ ਜਿਹੜੀ ਖਟਾਸ ਵਾਰ ਵਾਰ ਗਲੇ ਵਿਚ ਉਤਰਦੀ; ਮਰਦਾਨੇ ਨੂੰ ਭੁੱਲ ਗਈ। ਜਦੋਂ ਤੱਕ ਕੀੜੀਆਂ ਦੀਆਂ ਕਤਾਰਾਂ ਦਿਸਦੀਆਂ ਰਹੀਆਂ; ਉਹ ਥੱਲੇ ਵੱਲ ਵੇਖਦਾ ਰਿਹਾ। ਚੁਫੇਰੇ ਝਾੜਾਂ ਨੂੰ ਬੂਰ ਪੈ ਗਿਆ ਸੀ। ਸਿੱਲੀ ਧਰਤੀ ਉੱਤੇ ਚਲਦੇ ਬਾਬੇ ਦੇ ਕਦਮਾਂ ਦੀ ਆਵਾਜ਼ ਵੀ ਨਹੀਂ ਸੀ ਆ ਰਹੀ। ਝਾੜਾਂ ਦੇ ਬੂਰ ਤੋਂ ਆਉਂਦੀ ਖੱਟੀ ਖੁਸ਼ਬੂ ਨੇ ਮਨ ਨੂੰ ਪੱਕੇ ਅੰਨ ਦੀ ਇੱਛਾ ਵੱਲ ਧਕੇਲ ਦਿੱਤਾ। ਹਾਲੇ ਸੂਰਜ ਨਹੀਂ ਸੀ ਚੜ੍ਹਿਆ। ਸਲਾਬ ਨਾਲ ਠੰਢੀ ਹਵਾ ਪਿੰਡਾ ਠਾਰ ਰਹੀ ਸੀ। ਪਹਾੜ ਪਿੱਛੇ ਰਹਿ ਗਏ ਸਨ। ਦੂਰ ਪਹਾੜੀਆਂ ਉੱਪਰ ਚੜ੍ਹਦੀ ਪਗਡੰਡੀ ਦਾ ਅਗਲਾ ਸਿਰਾ ਚਮਕਦਾ ਪਰ ਵਿਚਕਾਰੋਂ ਪਗਡੰਡੀ ਨੂੰ ਹਰੀਆਲੀ ਨੇ ਵਿੱਚ ਹੀ ਘੁੱਟ ਲਿਆ ਸੀ।

ਖੁਸ਼ਕ ਧਰਤੀ ਆ ਗਈ ਸੀ। ਚੁਫੇਰੇ ਫੈਲੇ ਲਾਲ ਮਿੱਟੀ ਦੇ ਟਿੱਲਿਆਂ ਨੂੰ ਖੋਰਦੀ ਇਕ ਬਰਸਾਤੀ ਨਦੀ ਲੰਘ ਰਹੀ ਸੀ। ਮੋੜਾਂ ਉੱਤੇ ਖੋਰੀ ਮਿੱਟੀ ਏਦਾਂ ਜਾਪਦੀ ਜਿਵੇਂ ਉਹਨੇ ਆਪਣਾ ਟਿਕਾਣਾ ਬਣਾਉਣ ਦੀ ਸੋਚੀ ਹੋਵੇ। ਅਜਿਹੇ ਹੀ ਇਕ ਮੋੜ ਅੰਦਰ ਖੁਬੀ ਇਕ ਕੱਚੀ ਗੜ੍ਹੀ ਦਿਸੀ; ਜਿਸ ਉੱਪਰ ਇਕ ਪਿੰਜਰ ਲਟਕ ਰਿਹਾ ਸੀ; ਪਰ ਉਹਦਾ ਸਿਰ ਨਹੀਂ ਸੀ। ਇਸ ਢਹੀ ਹੋਈ ਗੜ੍ਹੀ ਦੀਆਂ ਹਵਾ ਵਿਚ ਖੜ੍ਹੀਆਂ ਪੌੜੀਆਂ ਨੂੰ ਉੱਪਰ ਜਾਣ ਲਈ ਕੁਝ ਵੀ ਨਹੀਂ ਸੀ। ਮਰਦਾਨੇ ਨੇ ਸੋਚਿਆ ਸ਼ਾਇਦ ਇਸੇ ਕਰਕੇ ਨੇੜੇ ਕੋਈ ਪਿੰਡ ਨਹੀਂ ਸੀ ਦਿਸਦਾ। ਕੋਈ ਭਿਆਨਕ ਉਜਾੜਾ ਵਾਪਰਿਆ ਜਾਪਦਾ ਸੀ। ਇਕ ਖੁਸ਼ਕ ਡਾਕਰ ਟੋਏ ਵਿਚ ਖੜ੍ਹੇ ਪਾਣੀ ਤੋਂ ਮੁਸ਼ਕ ਆਇਆ। ਘੁੰਮਦੀ ਪਗਡੰਡੀ ਉੱਚੀ ਜਗ੍ਹਾ ਵਸੇ ਪਿੰਡ ਦੇ ਨੇੜੇ ਜਾ ਰਹੀ ਸੀ। ਅਜਿਹੇ ਵੇਲੇ ਮਰਦਾਨੇ ਨੂੰ ਪਤਾ ਸੀ ਜਾਂ ਤਾਂ ਪਿੰਡ ਅਚਾਨਕ ਹੀ ਸਾਹਮਣੇ ਆ ਜਾਵੇਗਾ ਜਾਂ ਫਿਰ ਪਹਿਰ ਲੈ

ਲਵੇਗਾ। ਅਜਿਹੇ ਵੇਲੇ 'ਪਿਆਸ' ਦੂਰੀਆਂ ਨੂੰ ਬੜਾ ਬੁਰਾ ਭਲਾ ਕਹਿੰਦੀ ਏ। ਪਰ ਆਵਾਜ਼ਾਂ ਛੇਤੀ ਹੀ ਸੁਣਨ ਲੱਗ ਪਈਆਂ ਸਨ। ਘਰਾਂ ਅੰਦਰੋਂ ਅਜਿਹੀਆਂ ਬੇਪਛਾਣ ਆਵਾਜ਼ਾਂ ਸੁਣਨ ਦੀ ਮਰਦਾਨੇ ਨੂੰ ਆਦਤ ਪੈ ਚੁੱਕੀ ਸੀ। ਕਈ ਵਾਰੀ ਤਾਂ ਇਹ ਪਤਾ ਹੀ ਨਹੀਂ ਲੱਗਦਾ ਕਿ ਆਵਾਜ਼ਾਂ ਜਾਣੀਆਂ ਪਛਾਣੀਆਂ ਨੇ ਜਾਂ ਅਣਜਾਣੀਆਂ। ਜਿਵੇਂ ਪਿੰਡ ਦੂਰੋਂ ਦਿਸਿਆ ਸੀ ਉਵੇਂ ਹੀ ਨੇੜਿਉਂ ਦਿਸਿਆ। ਪਹਾੜੀ ਥੱਲੇ ਪਿੰਡ ਦਾ ਖੂਹ ਸੀ; ਜਿਸਦਾ ਇਕ ਹਿੱਸਾ ਤੀਵੀਆਂ ਦੇ ਨਹਾਉਣ ਲਈ ਬੰਦ ਕੀਤਾ ਹੋਇਆ ਸੀ। ਛੋਟੇ ਛੋਟੇ ਖੇਤ ਸਨ; ਅੱਗੇ ਚੱਲਦੀਆਂ ਡੂੰਘੀਆਂ ਕੂਲਾਂ ਦਾ ਉਨ੍ਹਾਂ ਨੂੰ ਕੋਈ ਫਾਇਦਾ ਨਹੀਂ ਸੀ।

ਖੂਹ ਉੱਤੇ ਰੌਣਕ ਸੀ। ਤੀਵੀਆਂ ਦਾ ਅੱਜ ਕੋਈ ਤਿਓਹਾਰ ਸੀ। ਹਰ ਕੋਈ ਚੜ੍ਹਦੇ ਸੂਰਜ ਵੱਲ ਪਾਣੀ ਦੀ ਗੜਵੀ ਝੁਕਾਕੇ ਖੰਮਣੀ ਵਿੱਚ ਲਪੇਟੀ ਦੁੱਬ ਵਿਚੋਂ ਅੱਧੀ ਮਣ ਉੱਤੇ ਤੇ ਬਾਕੀ ਸਿਰ ਦੇ ਪਿਛੇ ਟੁੰਗ ਲੈਂਦੀ।

"ਨਜ਼ਰ ਝਾੜ ਦਿਓ ਫਕੀਰੋ।" ਢਿੱਲੇ ਬੁੱਲਾਂ ਨੂੰ ਚੱਬਦੀ ਇਕ ਤੀਵੀਂ ਬਾਂਹ ਕੱਢ ਕੇ ਬੋਲੀ, "ਭਰ ਜਵਾਨੀ ਵਿਚ ਹੀ ਫਕੀਰ ਹੋ ਗਏ ਹੋ; ਗਜਾ ਤਾਂ ਪਿੰਡ ਵਿਚੋਂ ਹੀ ਮੰਗਣੀ ਪੈਣੀ ਏ।"

"ਪਹਾੜੋਂ ਉਤਰੇ ਹੋ... ਕੋਈ ਵਰ ਹੀ ਦੇ ਜਾਓ...।" ਨੌਜਵਾਨ ਕੁੜੀਆਂ ਮਖ਼ੌਲ ਕਰਦੀਆਂ ਰਹੀਆਂ। ਪਗਡੰਡੀ ਪਿੰਡ ਉੱਪਰੋਂ ਘੁੰਮਕੇ ਇਕ ਵਾਰ ਫਿਰ ਖੂਹ ਕੋਲੋਂ ਹੀ ਲੰਘਣੀ ਸੀ। ਜਦੋਂ ਉਹ ਘੁੰਮ ਕੇ ਵਾਪਸ ਖੂਹ ਉੱਪਰੋਂ ਲੰਘੇ ਉਦੋਂ ਖੂਹ ਖ਼ਾਲੀ ਹੋ ਗਿਆ ਸੀ। ਸੁੰਨੇ ਖੂਹ ਵੀ ਤਾਰਾਂ ਤੋਂ ਬਿਨਾਂ ਸਾਜ਼ ਵਾਂਗ ਲੱਗਦੇ ਨੇ। ਪਿੰਡ ਦੇ ਥੱਲਿਉਂ ਤੁਰਦੀ ਪਗਡੰਡੀ ਨੇ ਅੱਗੇ ਵੱਡੀ ਪੈੜਚਾਲ ਵਿਚ ਮਿਲ ਜਾਣਾ ਸੀ। ਉਸ ਤੋਂ ਅੱਗੇ ਦੂਰ ਤੱਕ ਫੈਲੇ ਪਿੰਡਾਂ ਦੇ ਝਾਉਲੇ ਪੈਣੇ ਸ਼ੁਰੂ ਹੋ ਗਏ ਸਨ। ਨਿਵਾਣ ਤੇ ਫਿਰ ਸਲਾਬ ਆ ਗਈ ਸੀ। ਪਿਛੋਂ ਆਉਂਦੀ ਹਵਾ ਦੇ ਬੁੱਲ੍ਹੇ ਪਿੱਠ ਉੱਪਰ ਕਾਂਬੇ ਛੇੜਦੇ ਰਹੇ; ਉੱਚੀਆਂ ਢਲਾਣਾਂ ਦੀਆਂ ਛਾਵਾਂ ਕਾਰਣ ਧੁੱਪ ਨਹੀਂ ਸੀ ਲੱਗ ਰਹੀ।

ਘੁੰਮ ਕੇ ਉਹ ਪਾਣੀ ਦੀਆਂ ਧਾਰਾ ਫਿਰ ਅੱਗੇ ਆ ਰਹੀਆਂ ਸਨ। ਹਾਲੇ ਪਹਿਲਾ ਪੈਰਾਂ ਦਾ ਠਾਰਾ ਉਤਰਿਆ ਨਹੀਂ ਸੀ। ਇਹ ਜਿਹੜੀਆਂ ਚੀਜ਼ਾਂ ਨੂੰ ਬੰਦਾ ਨਹੀਂ ਚਾਹੁੰਦਾ ਉਹੀ ਕਿਉਂ ਵਾਰ ਵਾਰ ਸਾਹਮਣੇ ਆਉਂਦੀਆਂ ਨੇ। ਗਿੱਟਿਆਂ ਤੱਕ ਚੋਗੇ ਨੂੰ ਉੱਪਰ ਚੁੱਕਣ ਲਈ ਹੱਥ ਵੇਹਲੇ ਨਹੀਂ ਸਨ। ਰਬਾਬ ਤੇ ਕਾਸਾ ਇਕ ਹੱਥ ਵਿਚ ਫੜ ਕੇ ਉਹਨੇ ਜਿਉਂ ਹੀ ਚੋਗੇ ਨੂੰ ਹੱਥ ਪਾਇਆ; ਬਾਬੇ ਦੀ ਆਵਾਜ਼ ਆਈ।

"ਪਾਣੀ ਦਾ ਤਾਂ ਸੁਭਾਅ ਏ ਮਰਦਾਨਿਆ... ਵਹਿੰਦੇ ਰਹਿਣਾਂ...।"

"ਪਰ ਬਾਬਾ ਇਹਦੇ ਵਿਚ ਠੰਢ ਕਿਧਰੋਂ ਆ ਗਈ ?"

"ਇਹਨੇ ਵੱਗਦੇ ਵੱਗਦੇ ਹੀ ਕੋਸਾ ਹੋ ਜਾਣਾ ਏ। ਇਹ ਦੀ ਮਰਜ਼ੀ ਵੱਗਣਾ ਏ। ਮੌਸਮਾਂ ਦੀ ਮਰਜ਼ੀ ਆਪਣੀ ਹੈ; ਫਿਰ ਵੀ ਮੌਸਮ ਇਹਨੂੰ ਵੱਗਣ ਤੋਂ ਨਹੀਂ ਰੋਕਦੇ। ਇਹ ਉਨ੍ਹਾਂ ਦੀ ਰੁੱਤ ਨਹੀਂ ਰੋਕਦਾ...।"

"ਜਣੀ ਕਿ ਪਾਣੀ ਦੇ ਨਾਨਕੇ ਨਿਵਾਣ ਨੇ...।" ਬਾਬੇ ਵੱਲ ਵੇਖ ਉਹ ਉੱਚੀ

ਉੱਚੀ ਹੱਸਿਆ। ਅੱਗੇ ਪਥਰੀਲੀ ਧਰਤੀ ਸੀ। ਧੁੱਪ ਨਾਲ ਕੋਸੇ ਹੋਏ ਪੱਥਰਾਂ ਵਿਚ ਬਾਸੂ ਘਰਾਂ ਵਰਗਾ ਨਿੱਘ ਸੀ। ਅੱਗੇ ਸੱਚਮੁਚ ਹੀ ਇਕ ਉੱਜੜੇ ਪਿੰਡ ਦਾ ਥੇਹ ਆ ਗਿਆ ਸੀ। ਧਿਆਨ ਨਾਲ ਵੇਖਣ ਤੋਂ ਪਤਾ ਲੱਗਦਾ ਸੀ; ਨੀਹਾਂ ਧਰਤੀ ਨਾਲ ਜਾ ਲੱਗੀਆਂ ਸਨ ਤੇ ਪਿੱਪਲ ਬਰੋਟੇ ਸਿੱਧੇ ਖੜ੍ਹੇ ਸਨ।

"ਸੱਯਦਾਂ ਦੇ ਪ੍ਰਾਹੁਣੇ ਹੋ ?" ਇਕ ਘੋੜ ਸਵਾਰ ਮਰਦਾਨੇ ਅੱਗੇ ਰੁਕਿਆ, ਫਿਰ ਅੱਡੀ ਮਾਰ ਅੱਗੇ ਲੰਘ ਗਿਆ। ਅੱਗੇ ਇਕ ਛੋਟੀ ਪਹਾੜੀ ਥੱਲੇ ਸਰਾਂ ਸੀ; ਘੋੜ ਸਵਾਰ ਸਿੱਧਾ ਉਹਦੇ ਅੰਦਰ ਲੰਘ ਗਿਆ। ਉਹਨੇ ਕਈ ਵਾਰ ਬਾਬੇ ਵੱਲ ਘੁੰਮ ਕੇ ਵੇਖਿਆ ਸੀ। ਪਰ ਮਰਦਾਨੇ ਦੀ ਪੀਰਾਂ ਵਰਗੀ ਤੋਰ, ਹਿੰਦੂਆਂ ਵਰਗੇ ਨੈਣ, ਖੁੱਲ੍ਹੇ ਪੌਂਚਿਆਂ ਵਾਲੀ ਸਲਵਾਰ, ਮੋਕਲੇ ਘੇਰੇ ਵਾਲਾ ਕੁਰਤਾ, ਸਿਰ ਉੱਤੇ ਕੁੱਲਾ ਤੇ ਨਾਲ ਇਕ ਹੋਰ ਗੂੜ੍ਹੇ ਭਗਵਿਆਂ ਵਾਲਾ ਰੂਹਾਨੀ ਚੇਹਰਾ ਸੀ। ਸ਼ਾਇਦ ਉਹ ਅੰਦਰੋਂ ਪੁੱਛ ਕੇ ਹੀ ਆਵੇ ਕਿ ਆਉਣ ਵਾਲੇ ਫਕੀਰਾਂ ਦੀ ਨਿਸ਼ਾਨੀ ਕੀ ਹੈ ?

ਛੋਟੇ ਛੋਟੇ ਮਾਜਰੇ ਸ਼ੁਰੂ ਹੋ ਗਏ ਸਨ। ਕਿਸੇ ਵੱਡੇ ਕਸਬੇ ਤੋਂ ਪਹਿਲਾਂ ਅਕਸਰ ਅਜਿਹਾ ਹੀ ਹੁੰਦਾ ਸੀ। ਰੱਥ ਦੇ ਰਸਤੇ ਨੇ ਪਗਡੰਡੀ ਇਕ ਪਾਸੇ ਕੱਢ ਦਿੱਤੀ ਸੀ। ਹੌਲੀ ਹੌਲੀ ਰੌਣਕੀ ਆਵਾਜ਼ਾਂ ਵੱਧ ਰਹੀਆਂ ਸਨ। ਇਕ ਬੰਦਾ ਜਿਸਦੇ ਹੱਥ ਵਿਚ ਦੈਂਗੜਾ (ਮਰਾਸੀਆਂ ਦੀ ਲਾਠੀ) ਸੀ; ਤੇ ਉਹਦੇ ਨਾਲ ਦੋ ਨਵੀਆਂ ਵਿਆਹੀਆਂ, ਕੁੜੀਆਂ ਚੂੜਾ ਪਾ ਤੁਰ ਰਹੀਆਂ ਸਨ। ਉਹਦੀ ਆਵਾਜ਼ ਪਿਛੋਂ ਹੀ ਨੇੜੇ ਆਉਂਦੀ ਸੁਣਦੀ ਆ ਰਹੀ ਸੀ।

"ਰਿਸ਼ੀਓ ਸਲਾਮ ਏਕਮ...।" ਬਰਾਬਰ ਆ ਕੇ ਉਹ ਥੋੜ੍ਹਾ ਝੁੱਕਿਆ।

"ਬਾਲਏਕਮ ਸਲਾਮ ਦੀਆਂ ਸੋਝੀਆਂ ਭਾਈ...।" ਬਾਬੇ ਨੇ ਬਹੁਤ ਹੀ ਸੁਰੀਲੀ ਆਵਾਜ਼ ਵਿਚ ਉੱਤਰ ਦਿੱਤਾ। ਇਕ ਵਾਰ ਤਾਂ ਜਾਪਿਆ ਸ਼ਾਇਦ ਕੀਰਤਨ ਹੀ ਸ਼ੁਰੂ ਹੋ ਗਿਆ ਏ। ਫਿਰ ਦੋ ਮੀਰਾਂ ਦੀ ਆਪਸ ਵਿਚ ਨਜ਼ਰ ਮਿਲੀ। ਚੂੜੇ ਵਾਲੀਆਂ ਕੁੜੀਆਂ ਦੇ ਥੋੜ੍ਹਾ ਪਿੱਛੇ ਰਹਿ ਗਈ ਮੀਰਜਾਦੀ ਵੀ ਹੁਣ ਨਾਲ ਮਿਲ ਗਈ ਸੀ।

"ਸਾਧ ਬਾੜੇ ਤੋਂ ਆਏ ਹੋ ?"

"ਹਾਂ... ਮੀਰ ਜੀ...।"

"ਇੱਕੋ ਜਗ੍ਹਾ ਦੇ ਬਸ਼ਿੰਦੇ ਲੱਗਦੇ ਹੋ ?"

"ਤੈਨੂੰ ਕਿਵੇਂ ਪਤਾ ਲੱਗਾ ?" ਪਿਛੋਂ ਕਿਸੇ ਰਾਹੀ ਦੀ ਆਵਾਜ਼ ਆਈ।

"ਫਿਰ ਉਹ ਮੀਰ ਕਾਹਦਾ... ਇਹਨੂੰ ਹੀ ਮਰਾਸੀ ਕਹਿੰਦੇ; ਹੋਰ ਅਸੀਂ ਹਲ ਜੋੜਨੇ ਨੇ।" ਫਿਰ ਦੋਵੇਂ ਮਰਾਸੀ ਗੱਲੀਂ ਪੈ ਗਏ।

"ਕੀ ਦੱਸੀਏ ਜਜ਼ਮਾਨਾਂ ਦੇ ਘੋੜੀ ਤਾਂ ਖੜ੍ਹੀ ਏ; ਪਰ ਕਾਠੀ ਲਗਾਮ ਨੀ ਪਾਉਣ ਦੇਂਦੇ; ਧੀਆਂ ਦੱਸ ਕੋਹ ਵਾਟ ਤੁਰਕੇ ਜਾ ਰਹੀਆਂ; ਫਿਰ ਕਹਿਣਗੇ ਮੀਰ ਬੋਲਦੇ ਨੇ...।"

"ਚੱਲ ਤੂੰ ਕੋਈ ਉੱਪਰ ਜੋਗੀਆਂ ਦੀ ਹੱਡ ਬੀਤੀ ਸੁਣਾ...।" ਉਹ ਲੋਕਾਂ ਦੇ ਚੁੱਪ ਰਹਿਣ ਤੇ ਥੋੜ੍ਹਾ ਦੁਖੀ ਲੱਗਦਾ ਸੀ। ਇਸ ਵੇਲੇ ਪਿੱਛੇ ਇਕ ਜੁਲਾਹਾ ਅੱਡਾ ਚੁੱਕੀ

ਆਉਂਦਾ; ਰਸਤਾ ਮੰਗ ਰਿਹਾ ਸੀ। ਉਹ ਨਾਲ ਵੱਗਦੇ ਰੱਥ ਦੇ ਰਸਤੇ ਵੱਲ ਨਹੀਂ ਸੀ ਜਾ ਰਿਹਾ।

"ਮਰਾਸੀਆਂ ਦੀ ਗਲੀ ਵਿਚ ਤਾਂ ਬਿਨ੍ਹਾਂ ਪੁੱਛੇ ਭੈਰੋਂ ਨੀ ਵੜਦਾ...।" ਇਸ ਮਖੌਲ ਨਾਲ ਉਹ ਤਿੰਨੋਂ ਗੱਲੀਂ ਪੈ ਗਏ। ਫਿਰ ਵੀ ਦੈਂਗੜੇ ਵਾਲਾ ਬੰਦਾ ਕਦੇ ਪਿੱਛੇ ਤੁਰਦੀਆਂ ਕੁੜੀਆਂ ਵੱਲ ਵੇਖ ਲੈਂਦਾ; ਕਦੇ ਜੁਲਾਹੇ ਨੂੰ ਟਿੱਚਰਾਂ ਦਾ ਜਵਾਬ ਦੇਂਦਾ...।

"ਗੱਲ ਐਵੇਂ ਨੀ ਫੁਰਦੀ; ਮੰਨ ਭਾਵੇਂ ਨਾ ਮੰਨ; ਪਿੱਠ ਤਾਂ ਮਰਾਸੀਆਂ ਦੇ ਘਰ ਨਾਲ ਤੇਰੀ ਲੱਗਦੀ ਹੀ ਹੋਵੇਗੀ...।"

"ਵਿਆਹ ਵਿਚ ਵਜਾਵੇਂਗਾ...?" ਤਖਾਣ ਨੇ ਮਰਦਾਨੇ ਵੱਲ ਟਿੱਚਰ ਕੀਤੀ।

"ਮੈਂ ਤਾਂ ਰੱਬੀ ਲਾੜੇ ਨਾਲ ਏਂ...।"

"ਤੇਰਾ ਪੀਰ ਵੀ ਭਾਗਸ਼ਾਲੀ ਏ; ਜਿਹਨੂੰ ਅਜਿਹਾ ਚੇਲਾ ਮਿਲਿਆ।" ਉਹ ਦੈਂਗੜੇ ਨੂੰ ਸੰਭਾਲਦਾ ਮਰਦਾਨੇ ਵੱਲ ਝੁੱਕ ਗਿਆ। ਅੱਗੇ ਲੋਕਾਂ ਦਾ ਝੁੰਡ ਬਣ ਗਿਆ ਸੀ। ਬਰਾਬਰ ਤੁਰਦੇ ਨੂੰ ਹੀ ਪਤਾ ਲੱਗਦਾ ਸੀ; ਕੌਣ ਉੱਤਰ ਦੇ ਰਿਹਾ; ਕੌਣ ਪੁੱਛ ਰਿਹਾ? ਇਕ ਘਰੋਂ ਜ਼ੋਰ ਜ਼ੋਰ ਦੀ ਕੁੱਤੇ ਦੇ ਭੌਂਕਣ ਦੀ ਆਵਾਜ਼ ਆ ਰਹੀ ਸੀ :

"ਦੇਹਲੀ ਉੱਤੇ ਹੀ ਖੜ੍ਹ ਕੇ ਭੌਂਕ; ਤੂੰ ਤਾਂ ਲੋਧੀਆਂ ਵਾਂਗ ਟੁੱਟਕੇ ਪੈਣ ਲੱਗ ਪਿਆਂ...।" ਇਸ ਮਜ਼ਾਕ ਦੇ ਵਿਚੋਂ ਹੀ ਇਕ ਦਸ ਬਾਰਾਂ ਸਾਲ ਦੀ ਬੱਚੀ ਦੀ ਆਵਾਜ਼ ਆਈ :

"ਮਾਂ ਮੈਂ ਥੱਕ ਗਈ ਆਂ...।" ਬਹੁਤ ਹੀ ਨਿੱਤਰੇ ਹੋਏ ਸ਼ਬਦ ਸਨ; ਜਿਵੇਂ ਰਿਆਜ ਵਿਚ ਸੋਧਕੇ ਸ਼ਬਦਾਂ ਦੀ ਨੁਹਾਰ ਬਣਦੀ ਏ। ਮਰਦਾਨੇ ਨੇ ਸਾਹਮਣੇ ਵੇਖਿਆ। ਉਹਦੇ ਬਿਲਕੁਲ ਅੱਗੇ ਇਕ ਬਾਲ ਵਿਧਵਾ ਚੱਲ ਰਹੀ ਸੀ। ਉਹਦਾ ਸਿਰ ਮੁੰਨ ਕੇ ਬਾਪ ਨੇ ਪੱਕੀ ਨਿਸ਼ਾਨੀ ਲਾ ਦਿੱਤੀ ਸੀ। ਉਹ ਗੋਦੀ ਵਿਚ ਲਿਪਟੇ ਨਵ ਜਨਮੇ ਬੱਚੇ ਨੂੰ ਮਸਾਂ ਹੀ ਸੰਭਾਲਦੀ। ਉਹਦੇ ਪਿੱਛੇ ਉਹਦੀ ਮਾਂ ਤੁਰ ਰਹੀ ਸੀ। ਨਵ ਜਨਮੇ ਬੱਚੇ ਦੀਆਂ ਪੀੜਾਂ ਹਾਲੇ ਉਹਦੇ ਸਰੀਰ 'ਚੋਂ ਪੂਰੀ ਤਰ੍ਹਾਂ ਨਹੀਂ ਸੀ ਗਈਆਂ। ਮਰਦਾਨੇ ਤੋਂ ਮਮਤਾ ਦਾ ਇਹ ਸਿੰਗਾਰ ਝੱਲਿਆ ਨਹੀਂ ਗਿਆ। ਬੱਚੀ ਕੰਬਦੀਆਂ ਬਾਹਾਂ ਨਾਲ ਪੋਤੜੇ ਵਿਚ ਲਿਪਟੇ ਨੰਨੇ ਨੂੰ ਉੱਪਰ ਖਿੱਚਦੀ। ਆਪਣੀ ਮਾਂ ਦਾ ਮਾਸ ਜਦੋਂ ਥੱਲੇ ਵੱਲ ਖਿਸਕਣ ਲੱਗਦਾ; ਉਹ ਪਹਿਲਾਂ ਵਾਲਾ ਵਾਕ ਫਿਰ ਦੁਹਰਾਉਂਦੀ। ਹਰ ਵਾਰੀ ਉਹਦੀ ਆਵਾਜ਼ ਰੋਣਹਾਕੀ ਹੋਕੇ ਨਿਕਲਦੀ : "ਮੈਂ ਥੱਕ ਗਈ ਹਾਂ ਮਾਂ...।"

ਥੋੜ੍ਹੀ ਦੇਰ ਪਹਿਲਾਂ ਜਿਹੜਾ ਟੋਲਾ ਗੱਲੀਂ ਪਿਆ ਸੀ ਉਹ ਇਸ ਬਾਲ ਵਿਧਵਾ ਲਈ ਰਸਤਾ ਛੱਡ ਅੱਗੇ ਪਿੱਛੇ ਹੋ ਗਿਆ ਸੀ। ਚੂੜੇ ਵਾਲੀਆਂ ਕੁੜੀਆਂ ਨਾਲ ਤੁਰੇ ਜਾਂਦੇ ਮਰਾਸੀ, ਮਰਾਸਣ ਵੀ ਇਸ ਬਦਸਗਨੀ ਨਾਲ ਨਾ ਤੁਰ ਸਕੇ। (ਮਰਾਸੀ ਵੀ ਸਹੁਰੇ ਜਾਂਦੀਆਂ ਕੁੜੀਆਂ ਲਈ ਇਸ ਬਦਸ਼ਗਨੀ ਨਾਲ ਨਹੀਂ ਸੀ ਤੁਰ ਸਕਦਾ) ਇਸ ਭਰੇ ਰਾਹ ਵਿਚ ਸਭ ਉਹਦਾ ਪਿੱਛਾ ਛੱਡ ਗਏ ਸਨ। ਉਹਦੀਆਂ ਢਿੱਲੀਆਂ ਪੈਂਦੀਆਂ ਬਾਹਾਂ ਨੂੰ ਘੂਰਨ ਲਈ ਸਿਰਫ਼ ਉਹਦੀ ਮਾਂ ਉਹਦੇ ਨੇੜੇ ਹੋ ਚੱਲ ਰਹੀ ਸੀ। ਬੱਚੀ ਨੂੰ ਇਹ ਵੀ ਸਮਝ ਨਹੀਂ ਸੀ ਆ ਰਿਹਾ ਕਿ ਮਾਂ ਨੇ ਆਪਣਾ ਭਾਰ ਉਹਤੇ ਕਿਉਂ ਪਾਇਆ ? ਕਦੇ

ਕਦੇ ਉਹ ਆਪਣੀ ਮਾਂ ਦੇ ਬੱਚੇ ਨੂੰ ਚੁੱਕਦੀ ਗਲ੍ਹੇ ਤੱਕ ਲੈ ਆਉਂਦੀ। ਚੁਫੇਰੇ ਕੱਚੀ ਫਸਲ ਦੇ ਖੇਤ ਸਨ। ਕਿਤੇ ਕਿਤੇ ਕਣਕਾਂ ਦੀ ਗੋਭ ਤਰੇਲ ਦੇ ਭਾਰ ਨਾਲ ਪਾਟ ਰਹੀ ਸੀ। ਕਿਤੇ ਗੋਭ ਨੂੰ ਤਰੇਲ ਨੇ ਡੂੰਘਾ ਕਰ ਦਿੱਤਾ ਸੀ। ਉਸ ਤਰੇੜ 'ਚੋਂ ਪਤਲੀਆਂ ਵਾਲਾਂ ਵਰਗੀਆਂ ਸਾਰੰਗੀ ਦੇ ਗਜ਼ ਵਰਗੀਆਂ ਤੂਣਾਂ ਦਿਸਦੀਆਂ। ਬੱਚੀ ਦਾ ਖੜ੍ਹੀ ਫਸਲ ਵਿਚ ਦਿਸਦੇ ਡਰਨਿਆਂ ਵੱਲ ਜਾਣ ਨੂੰ ਜੀਅ ਕਰਦਾ। ਉਹਨੂੰ ਹਾਲੇ ਡਰਨੇ ਏਨੇ ਭੈੜੇ ਨਹੀਂ ਸੀ ਜਾਪਣ ਲੱਗੇ। ਪਰ ਬਾਹਾਂ ਤੇ ਪਏ ਭਾਰ ਕਾਰਨ ਮਨ ਨੂੰ ਹਾਲੇ ਸੰਭਾਲਣਾ ਹੀ ਪੈਣਾ ਸੀ।

ਸਿਰ ਉੱਤੇ ਬਹੁਤ ਪਤਲਾ ਸਿਆਲੂ ਬੱਦਲ ਆ ਗਿਆ ਸੀ। ਡਿਗਦੀਆਂ ਕਿਣੀਆਂ ਝਣਖਣੇ ਬੱਦਲ ਦੀ ਧੁੱਪ ਵਿਚੋਂ ਲੰਘਦੀਆਂ ਬਹੁਤ ਮੱਧਮ ਪ੍ਰਛਾਵਿਆਂ ਨਾਲ ਧਰਤੀ ਵੱਲ ਆਉਂਦੀਆਂ ਦਿਸਦੀਆਂ। ਰਸਤੇ ਵਿਚ ਚਿਕੜੀ ਹੋਰ ਵੱਧ ਰਹੀ ਸੀ। ਬੱਚੀ ਨੂੰ ਤੁਰਨ ਲਈ ਹੋਰ ਮੁਸ਼ਕਲ ਆਉਣ ਵਾਲੀ ਸੀ। ਨੇੜੇ ਹੀ ਕੋਈ ਵੱਡੀ ਬਸਤੀ ਆ ਰਹੀ ਸੀ। ਭੀੜ ਲਈ ਹੁਣ ਇਹ ਫਿਕਰ ਘੱਟ ਰਿਹਾ ਸੀ ਕਿ ਉਨ੍ਹਾਂ ਦੇ ਨੇੜੇ ਕੌਣ ਚੱਲ ਰਿਹੈ ? ਸਗੋਂ ਇਸ ਤੋਂ ਜ਼ਿਆਦਾ ਉਹ ਸਾਹਮਣੇ ਆ ਰਹੇ ਕਸਬੇ ਵਿੱਚ ਛੇਤੀ ਪਹੁੰਚਣ ਲਈ ਕਾਹਲੀ ਸੀ। ਫਿਰ ਉਸ ਕੁੜੀ ਦੇ ਆਲੇ ਦੁਆਲੇ ਕਦੇ ਕਦੇ ਅਜਿਹੀਆਂ ਆਵਾਜ਼ਾਂ ਸੁਣਦੀਆਂ :

"ਕਰਮਾਂ ਦਾ ਫਲ ਏ।"

"ਅੱਕ ਦਾ ਜੀਅ ਕਰਦਾ ਕਿ ਮੇਰੇ ਫੁੱਲਾਂ ਨੂੰ ਧਤੂਰੇ ਲੱਗਣ...।"

"ਮਿੱਟੀ ਦਾ ਰੁਦਣ ਏ ਭਾਈ ਇਹ ਤਾਂ...।"

"ਹਾਂ... ਦੁੱਧ ਇਕਦਮ ਤਾਂ ਖੱਟਾ ਨੀ ਹੁੰਦਾ...।"

"ਭਗਵਾਨ ਦਾ ਲਿਖਿਆ ਅੱਲਾ ਥੋੜ੍ਹੀ ਮਿਟਾਦੂ... ਸਭ ਸਹਿਮਤੀ ਨਾਲ ਹੁੰਦਾ... ਕਰਮਾਂ ਦਾ ਫਲ ਏ... ਇਹ...।"

ਸਿਰ ਉੱਤੇ ਬਰਸਦੀਆਂ ਦੋ ਕਾਲੀਆਂ ਬੱਦਲੀਆਂ ਕੋਲ ਖੜ੍ਹੇ ਸੂਰਜ ਦੇ ਦੋਵੇਂ ਪਾਸੇ ਖੋਪਿਆਂ ਵਾਂਗ ਚਿਪਕ ਗਈਆਂ। ਠਾਰੀ ਹੋਰ ਵੱਧ ਗਈ ਸੀ। ਕਿਸੇ ਪੀਰ ਦੀ ਪਾਲਕੀ ਅੱਗੇ ਝੁਕਣ ਲਈ ਚੱਲਦੇ ਲੋਕ ਖੜ੍ਹ ਗਏ ਸਨ। ਰਸਤਾ ਦੇਣ ਲਈ ਥੱਲੇ ਉਤਰੀ ਬੱਚੀ ਤੋਂ ਦੁਬਾਰਾ ਨਹੀਂ ਸੀ ਚੜ੍ਹ ਹੋ ਰਿਹਾ। ਉਹ ਕੰਬਦੇ ਪੈਰਾਂ ਨੂੰ ਸੰਭਾਲਦੀ; ਪਰ ਇਸ ਵਾਰੀ ਸੰਭਲ ਨਾ ਸਕੀ।

"ਕਰਮਾਂ ਮਾਰੀਏ ਆਪ ਤਾਂ ਡੁੱਬੀ ਏਂ; ਹੁਣ ਇਹਨੂੰ ਡੋਬੂੰਗੀ।" ਮਰਦਾਨੇ ਨੇ ਉਹਦੇ ਮੂੰਹ ਤੇ ਪੈਂਦੀਆਂ ਚਪੇੜਾਂ ਤੇ ਫਿਰ ਰੋਣ ਦੀ ਆਵਾਜ਼ ਸੁਣੀ। ਕਸਬਾ ਲੰਘ ਗਿਆ ਸੀ। ਅੱਗੇ ਫਿਰ ਛੋਟੇ ਛੋਟੇ ਮਾਜਰੇ ਸ਼ੁਰੂ ਹੋ ਗਏ ਸਨ। ਬੱਚੀ ਆਪਣੇ ਨੰਨੇ ਜਹੇ ਭਰਾ ਨੂੰ ਗੋਦੀ ਵਿਚ ਸੰਭਾਲਦੀ ਅੱਗੇ ਚੱਲ ਰਹੀ ਸੀ। ਹਾਲੇ ਉਹਦਾ ਪਿੰਡ ਪਤਾ ਨਹੀਂ ਕਿੰਨੀ ਦੂਰ ਸੀ ?

ਇਕ ਡੂੰਘੀ ਪਹੀ ਵਿਚ ਚੌਣੇ ਦੀ ਧੂੜ ਉੱਡ ਰਹੀ ਸੀ। ਡੰਗਰ ਹੀ ਡੰਗਰ ਸਨ। ਹਰ ਡੰਗਰ ਦੇ ਗਲ ਵਿਚ ਡਾਹਾ ਤੇ ਪਾਲੀ ਖਾਲ਼ੀ ਹੱਥ ਸੀ। ਥੋੜ੍ਹੀ ਦੇਰ ਲਈ ਤੁਰੀ ਜਾਂਦੀ ਉਹ ਬੱਚੀ ਵੀ ਦਿਸਣੋਂ ਹੱਟ ਗਈ। ਫਿਰ ਡੰਗਰਾਂ ਦੇ ਸਿੰਗਾਂ ਦੇ ਰੰਗਾਂ ਵਰਗੀ ਸ਼ਾਮ

ਉਤਰ ਆਈ। ਅੱਜ ਕਈ ਦਿਨਾਂ ਬਾਅਦ ਫਿਰ ਕੋਹਲੂ ਦਿਸਿਆ : "ਤੁਰ ਪੈ ਕੇ ਮਾਰਾਂ ਵੱਖੀ ਵਿਚ ਖੋਦ...।" ਬੱਲਦ ਆਪਣੇ ਜ਼ਖਮਾਂ ਨੂੰ ਕੰਨਾਂ ਨਾਲ ਢੱਕਣ ਦੀ ਕੋਸ਼ਿਸ਼ ਕਰਦਾ। ਸ਼ਾਇਦ ਕੰਨ ਸਮਝਦੇ ਸਨ; ਸੁਣਨ ਨਾਲ ਹੀ ਜ਼ਖਮ ਦੁੱਖਦੇ ਨੇ। ਫਿਰ ਉਹ ਬੌਲਦ ਇਕ ਉੱਡਦੇ ਪੰਛੀ ਦੇ ਪ੍ਰਛਾਵੇਂ ਨਾਲ ਤ੍ਰਬਕਿਆ। ਉਹ ਸਮਝਿਆ ਸ਼ਾਇਦ ਪਰਾਣੀ ਦਾ ਪਰਛਾਵਾਂ ਵੱਖੀ ਵੱਲ ਸਰਕ ਰਿਹਾ ਏ। ਬੌਲਦ ਦੀ ਆਪਣੇ ਆਪ ਹੋਈ ਤੇਜ਼ ਚਾਲ ਨੂੰ ਮਾਲਕ ਨੇ ਸਰਾਇਆ। "ਓਹ ਸ਼ਾਬਾਸ਼ ਏ... ਆਹ ਹੋਈ ਨਾ ਗੱਲ...।" ਥੋੜ੍ਹੀ ਦੇਰ ਪਹਿਲਾਂ ਜਿਹੜੀਆਂ ਕਿਣੀਆਂ ਕਾਸੇ ਵਿਚ ਡਿੱਗੀਆਂ ਸਨ; ਮਰਦਾਨੇ ਨੇ ਉਨ੍ਹਾਂ ਦਾ ਘੁੱਟ ਭਰਿਆ। ਉਹ ਕੋਹਲੂ ਦੇ ਬਹੁਤ ਨੇੜਿਉਂ ਲੰਘੇ। ਬੱਚੇ ਦੀ ਨਜ਼ਰ ਕੋਹਲੂ ਦੇ ਬੈਲ ਦੀ 'ਘੁੰਮਵੀ' ਚਾਲ ਉੱਪਰ ਜਾ ਟਿਕੀ ਸੀ। ਇਸ ਚਿੱਟੇ ਘੁੰਮਦੇ ਖਿਡੌਣੇ ਦਾ ਰੰਗ ਉਹਨੂੰ ਪਸੰਦ ਆਇਆ ਸੀ। ਉਹ ਬਾਹਾਂ ਤਾਂ ਹਾਲੇ ਨਹੀਂ ਸੀ ਉਲਾਰ ਸਕਦਾ ਪਰ ਉੱਧਰ ਵੱਲ ਝੁਕਦਾ ਬੱਚੀ ਨੂੰ ਸੰਭਾਲਣਾ ਔਖਾ ਹੋ ਰਿਹਾ ਸੀ। ਫਿਰ ਮੰਘਦੀ ਮਾਂ ਦੀ ਆਵਾਜ਼ ਆਈ : "ਕੁੜੇ ਤੇਰਾ ਨਾਨਕਾ ਪਿੰਡ ਆ ਗਿਆ...।" ਪਿੰਡ ਅੰਦਰ ਜਾਣ ਲਈ ਉਹ ਹੋਰ ਵੀ ਕੋਹਲੂ ਦੇ ਨੇੜੇ ਦੀ ਲੰਘੀਆਂ। ਬੱਚਾ ਸ਼ਾਇਦ ਇਸੇ ਲਈ ਖਿਲਖਿਲਾ ਰਿਹਾ ਸੀ।

ਇਕ ਪਹਿਰ ਬਾਅਦ ਫਿਰ ਬਾਬੇ ਵੱਲ ਧਿਆਨ ਗਿਆ। ਉਹ ਉਸੇ ਤਰ੍ਹਾਂ ਤੁਰ ਰਿਹਾ ਸੀ। ਇਹ ਜਿੰਨਾਂ ਕੁਝ ਵਾਪਰਦਾ ਹੈ; ਪੜਾਅ ਵਾਰ ਸਭ ਕੁੱਝ ਭੁੱਲ ਵੀ ਜਾਵੇਗਾ। ਜਿਵੇਂ ਰੋਜ਼ ਇਕ ਤਰ੍ਹਾਂ ਦੇ ਹੀ ਤਾਰੇ ਦਿਸਦੇ ਨੇ; ਬੀਤੇ ਕੱਲ ਵਾਲੇ ਯਾਦ ਹੀ ਨਹੀਂ ਆਉਂਦੇ; ਹਾਲਾਂਕਿ ਇਹ ਓਹੀ ਹੁੰਦੇ ਨੇ। ਪਰ ਉਹਨੂੰ ਇਕ ਪਛਤਾਵਾ ਹੋ ਰਿਹਾ ਸੀ। ਉਹਨੇ ਉਸ ਬੱਚੀ ਲਈ ਰਬਾਬ ਕਿਉਂ ਨਹੀਂ ਵਜਾਈ ? ਜਿਸ ਪਿੰਡ ਵਿਚ ਉਨ੍ਹਾਂ ਪੜਾਅ ਕੀਤਾ; ਕੀਰਤਨ ਥੋੜ੍ਹੀ ਦੇਰ ਨਾਲ ਸ਼ੁਰੂ ਹੋਇਆ। ਠੰਢੀ ਰਾਤ ਦੀ ਠਾਰੀ ਕਾਰਣ ਬਹੁਤ ਘੱਟ ਲੋਕ ਨਿਕਲੇ। ਬਾਬੇ ਨੇ ਬਹੁਤ ਹੇਠਲੇ ਸੁਰ ਲਾਏ। ਆਪਣੀ ਗਹਿਰਾਈ ਨੂੰ ਗਾਉਂਦਾ ਗਾਉਂਦਾ ਸੁਰ ਬਹੁਤ ਡੂੰਘਾ ਉਤਰ ਰਿਹਾ ਸੀ। ਕੁਝ ਲੋਕ ਕਹਿ ਰਹੇ ਸਨ : "ਸਫਰਾਂ ਤੋਂ ਆਏ ਨੇ ਫਕੀਰ... ਥੱਕ ਗਏ ਹੋਣਗੇ...।" ਪਰ ਮਰਦਾਨੇ ਨੂੰ ਅਜਿਹਾ ਨਹੀਂ ਸੀ ਲੱਗਿਆ...। ਇਹ ਅੱਜ ਦੇ ਲੰਘੇ ਦਿਨ ਦੀ ਗਹਿਰਾਈ ਵਿਚ ਉਤਰਨ ਦੀ ਵਿਧੀ ਸੀ। ਕੀਰਤਨ ਤੋਂ ਬਾਅਦ ਉਨ੍ਹਾਂ ਪਿੰਡ ਦੇ ਬਾਹਰ ਪੜ੍ਹਾ ਕੀਤਾ। ਅੱਜ ਅਜੀਬ ਗੱਲ ਹੋਈ ਸੀ।

"ਭਾਈ ਸਾਜ਼ ਭੁੱਲ ਗਏ ਹੋ।" ਮਰਦਾਨਾ ਖਾਲੀ ਹੱਥ ਬਾਬੇ ਨਾਲ ਤੁਰ ਪਿਆ ਸੀ। ਜਿਸ ਹੱਥੋਂ ਉਹਨੇ ਫੜਿਆ ਸੀ; ਉਹ ਹੱਸਦਾ ਹੱਸਦਾ ਕਹਿ ਰਿਹਾ ਸੀ :

"ਬੰਦਾ ਰੱਬ ਨੂੰ ਭੁਲ ਜਾਂਦਾ ਏ... ਇਹ ਤਾਂ ਭਲਾ ਟੁਣਕਣਾ ਸੀ...।"

ਰਾਤ ਦੇ ਠੰਢੇ ਹਨੇਰੇ ਵਿਚ ਚਮਗਿਦੜਾਂ ਦੇ ਪ੍ਰਛਾਵੇਂ ਉੱਡ ਰਹੇ ਸਨ। ਬਹੁਤ ਠੰਢ ਸੀ; ਸਿਰਫ਼ ਠੰਢ ਹੀ ਜਾਗ ਰਹੀ ਸੀ। ਅੱਜ ਦਾ ਦਿਨ ਜਿਸ ਤਰ੍ਹਾਂ ਪੜਾਵਾਂ ਵਿਚ ਗੁਜਰਿਆ ਸੀ ਉਹਨੂੰ ਪਤਾ ਸੀ ਕਿ ਛੇਤੀ ਨੀਂਦ ਨਹੀਂ ਆਉਣ ਵਾਲੀ...। ਅੱਜ ਦੇ ਦਿਨ ਨਾਲ ਕਈ ਸ਼ਿਕਵੇ ਸਨ। ਉਹ ਬੱਚੀ ਹੱਥੋਂ ਡਿੱਗਿਆ ਮਾਸੂਮ; ਉਨ੍ਹਾਂ ਪਿਛੇ

ਚੱਲਦੀ ਮਾਂ, ਜੋ ਆਪਣੀ ਦੇਹ ਦੀ ਰਾਸਲੀਲਾ ਨਹੀਂ ਸੀ ਭੁੱਲੀ; ਕੋਹਲੂ ਦੇ ਗਲ ਦੀ ਟੱਲੀ ਜਿਸਨੇ ਕਦੇ ਵੀ ਸਾਜ਼ ਨਹੀਂ ਸੀ ਬਣਨਾ। ਮਰਦਾਨੇ ਨੂੰ ਪਤਾ ਸੀ ਇਹ ਨੀਂਦ ਤੋਂ ਪਹਿਲਾਂ ਸਿਕਵਿਆਂ ਦਾ ਅਜਿਹਾ ਸੁਨੇਹਾ ਜਰੂਰ ਸੁਣੇਗਾ। ਅਜਿਹੇ ਵੇਲੇ ਗੁਰੂ ਨੂੰ ਕਿਉਂ ਨਹੀਂ ਜਗਾਉਂਦਾ ? ਅਜਿਹੇ ਵੇਲੇ ਗੁਰੂ ਕਿਉਂ ਨਹੀਂ ਜਾਗਦਾ ? ਬੇਅੰਤ ਗੁਰੂਆਂ ਬਾਰੇ ਸੁਣਿਆ; ਇਹਦੇ ਨਾਲ ਮਿਲਦੀਆਂ ਜੁਲਦੀਆਂ ਉਲਝਣਾਂ ਵਿਚ ਗੁਰੂ ਚੇਲਿਆਂ ਨੂੰ ਇਕੱਲਾ ਕਿਉਂ ਛੱਡ ਦੇਂਦੇ ਨੇ ? ਅੱਜ ਕੀਰਤਨ ਵੇਲੇ ਵੀ ਬਾਬੇ ਨੇ ਏਦਾਂ ਹੀ ਕੀਤਾ ਸੀ।

"ਬਾਬਾ ਕਿਥੋਂ ਸ਼ੁਰੂ ਕਰਾਂ ?"

"ਜਿਥੇ ਤੂੰ ਏ ਉਥੋਂ ਸ਼ੁਰੂ ਕਰ...।"

ਪਹਿਲਾ ਹੀ ਸੁਰ ਬਾਹਰ ਜਾਂਦਾ ਸੁਣ ਬਾਬਾ ਫਿਰ ਬੋਲਿਆ ਸੀ :

"ਆਪਣੇ ਤੋਂ ਗਾ ਆਪਣੇ ਆਪ ਨੂੰ ਗਾ...।" ਇਹ ਅੱਜ ਕੀ ਸਮਝ ਨਹੀਂ ਸੀ ਆ ਰਿਹਾ ? ਜਿਸ ਦਿਨ ਸਮਝ ਆਉਂਦਾ ਸੀ ਉਹ ਤਾਂ ਪੂਰੇ ਦਿਨ ਦੀਆਂ 'ਬੇਸੁਰਾਂ' ਨੂੰ ਇਕ ਤਾਨ ਵਿਚ ਹੀ ਸੁਰ ਵਿਚ ਕਰ ਲੈਂਦਾ ਸੀ।

ਉਹਦੀ ਘੁੱਟੀ ਮੁੱਠੀ ਨੇ 'ਮਿਜ਼ਰਾਬ' ਉਹਦੀਆਂ ਉਂਗਲਾਂ ਵੱਲ ਸਰਕਾਈ। ਰਬਾਬ ਰੱਖਣ ਵੇਲੇ ਉਹ ਹੱਥ ਵਿਚ ਹੀ ਰਹਿ ਗਈ ਸੀ। ਇਸ ਤਰ੍ਹਾਂ ਤਾਂ ਅੱਗੇ ਵੀ ਕਈ ਵਾਰ ਹੋ ਜਾਂਦਾ ਸੀ; ਪਰ ਅੱਜ ਪਹਿਲਾਂ ਵਾਂਗ ਨਹੀਂ ਸੀ। ਉਹਨੇ ਹੌਲੀ ਜਹੇ ਮਿਜ਼ਰਾਬ ਰਬਾਬ ਉੱਤੇ ਰੱਖਿਆ। ਇਸ ਤਰ੍ਹਾਂ ਦਾ ਤਾਲਮੇਲ ਉਹਨੂੰ ਚੰਗਾ ਨਹੀਂ ਲੱਗਿਆ। (ਉਹ ਥੋੜ੍ਹਾ ਤਾਰਾਂ ਤੋਂ ਦੂਰ ਲੱਕੜੀ ਵਾਲੇ ਹਿੱਸੇ ਉੱਪਰ ਰੱਖਿਆ ਗਿਆ ਸੀ) ਪਰ ਫਿਰ ਵੀ ਉਹਨੇ ਸੋਚਿਆ ਜੇ ਸੁਣਨ ਦੀ ਸ਼੍ਰੇਸਟ ਅਵੱਸਥਾ ਸੰਗੀਤ ਹੈ ਤਾਂ ਵੇਖਣ ਦੀ ਸਰੇਸ਼ਟ ਨਜ਼ਰ ਕਿਹੜੀ ਹੈ ? ਉਹਨੇ ਕਰਮੰਡਲ ਚੁੱਕਿਆ ਸ਼ਾਇਦ ਕਣੀਆਂ ਦੀ ਕੋਈ ਬੂੰਦ ਬਾਕੀ ਬਚੀ ਹੋਵੇ। ਇਹ ਠੰਢ ਦੀ ਪਿਆਸ ਵੀ ਅਜੀਬ ਹੁੰਦੀ ਏ; ਅੰਦਰ ਜਾ ਕੇ ਵੀ ਕੋਸੀ ਹੋਣ ਨੂੰ ਕੁਝ ਸਮਾਂ ਲੱਗ ਜਾਂਦਾ ਏ। ਹਲਕਾ ਜਿਹਾ ਨੀਂਦ ਦਾ ਝੂਟਾ ਆਇਆ। ਉਹਨੂੰ ਪਤਾ ਸੀ ਸੁਪਨੇ ਵਿਚ ਅੱਜ ਵੇਸਵਾਵਾਂ ਦੇ ਮੰਦਰ ਦੇ ਬੁੱਤਾਂ ਵਿਚ ਪਿਆ ਉਹ ਅਧੂਰਾ ਬੁੱਤ ਜਰੂਰ ਦਿਸੇਗਾ। ਜਿਸ ਵਿਚ ਇਕ ਕੁੱਤੇ ਉੱਤੇ ਬੈਠੀ ਘੁੱਗੀ ਉਡਾਰੀ ਮਾਰਨ ਦੀ ਕੋਸ਼ਿਸ਼ ਕਰਦੀ ਦਿਸੇਗੀ। ਕੁਝ ਬੁੱਤ ਤਰਾਸਣ ਦੀਆਂ ਆਵਾਜਾਂ ਵੀ ਆਉਣਗੀਆਂ। ਸਿਰਫ਼ ਇਕ ਹੀ ਠੋਕਰ ਨਾਲ ਘੁੱਗੀ ਦੇ ਪੈਰ ਬੁੱਤ ਤੋਂ ਆਜ਼ਾਦ ਵੀ ਹੋ ਸਕਦੇ ਨੇ।

"ਜੇ ਮੈਨੂੰ ਅਜ਼ਾਦ ਹੀ ਨਹੀਂ ਕਰਨਾ ਫਿਰ ਸੁਪਨੇ ਵਿਚ ਕਿਉਂ ਆਉਂਦਾ ਏਂ ?"

ਘੁੱਗੀ ਦੀ ਇਸ ਆਵਾਜ਼ ਨਾਲ ਸੁਪਨਾ ਜਾਗ ਜਾਵੇਗਾ। ਫਿਰ ਤਾਂ ਨੀਂਦ ਆਵੇਗੀ ਹੀ ਨਹੀਂ...। ਅੱਜ ਦੀ ਸਾਰੀ ਰਾਤ ਇਸ ਤਰ੍ਹਾਂ ਹੀ ਲੰਘ ਜਾਵੇਗੀ। ਸਵੇਰੇ ਪਤਾ ਨਹੀਂ ਬਾਬਾ ਕਿਹੜੇ ਲੰਬੇ ਸਫ਼ਰਾਂ ਲਈ ਤੋਰ ਲਵੇ। ਅੱਜ ਦੇ ਸਫ਼ਰ ਵਿਚ ਬਾਬੇ ਦੇ ਪੈਰਾਂ ਦੀ ਸੋਜਸ਼ ਉੱਪਰ ਲਾਲੀ ਆ ਗਈ ਸੀ। ਜਿਵੇਂ ਛੋਟੇ ਜਹੇ ਬੱਚੇ ਦੇ ਚੇਹਰੇ ਉੱਤੇ ਹੱਸਦੇ ਹੋਏ ਲਾਲੀ ਆ ਜਾਂਦੀ ਹੈ। ਯਾਦ ਕਰਕੇ ਮਰਦਾਨੇ ਦੀਆਂ ਅੱਖਾਂ ਗਿੱਲੀਆਂ ਹੋ ਗਈਆਂ।

ਕਾਂਡ : ਚੌਦਵਾਂ

ਨੇੜੇ ਕੋਈ ਪਿੰਡ ਆ ਰਿਹਾ ਸੀ; ਤਾਂ ਹੀ ਏਨੇ ਸਾਰੇ ਡੰਗਰ ਉੱਧਰ ਵੱਲ ਹੱਕੇ ਜਾ ਰਹੇ ਸਨ। ਬਹੁਤ ਠੰਢ ਸੀ। ਉਂਗਲਾਂ ਤੋਂ ਕਰਮੰਡਲ ਨਹੀਂ ਸੀ ਸੰਭਲਦਾ। ਰਬਾਬ ਤਾਂ ਉਂਝ ਵੀ ਮੋਢੇ ਉੱਪਰ ਹੀ ਟਿਕੀ ਰਹਿੰਦੀ ਸੀ। ਅਜੇ ਸਵੇਰ ਦੇ ਇਸ਼ਨਾਨ ਦਾ ਕਾਂਬਾ ਤਾਰਨਾ ਧੁੱਪ ਦੇ ਵੱਸ ਵਿਚ ਨਹੀਂ ਸੀ। ਇਕ ਪਹਿਰ ਪਹਿਲਾਂ ਗਿੱਲੀ ਹੋਈ ਲੰਗੋਟੀ ਸਗੋਂ ਹੋਰ ਠੰਢੀ ਹੋ ਰਹੀ ਸੀ। ਅਜਿਹੇ ਵੇਲੇ ਲਾਹੌਰ ਤੋਂ ਦੱਖਣ ਵੱਲ ਉੱਪਲਾਂ ਦੇ ਪਿੰਡ ਦਾ ਨਿੱਘ ਯਾਦ ਆਇਆ। ਉਨ੍ਹਾਂ ਦਾ ਸੁਆਦਲਾ ਭੋਜਨ ਤੇ ਕਈ ਵਾਰੀ ਪੁੱਛਣਾ : "ਫਕੀਰੋ ਠੰਢ ਤਾਂ ਨੀ ਲੱਗਦੀ...।" ਠਰੇ ਅੰਗਾਂ ਨੂੰ ਕਈ ਦਿਨਾਂ ਤੱਕ ਯਾਦ ਆਉਂਦਾ ਰਿਹਾ। ਫਿਰ ਉਹ ਹੜੱਪਾ ਅੱਗੇ ਬੁਰਜੀ ਤੇ ਤੁਲੰਬਾ ਰਾਹੀਂ ਮਖਦੂਮਪੁਰੇ ਕੋਲੋਂ ਲੰਘੇ। ਅਜਿਹੇ ਨਿੱਘੇ ਲੋਕ ਮੁੜਕੇ ਨਹੀਂ ਦਿਸੇ। ਉਹ ਯਾਦ ਹੀ ਇਸ ਲਈ ਆਉਂਦੇ ਸਨ ਕਿ ਅਜਿਹੇ ਲੋਕਾਂ ਕੋਲ ਬਾਬਾ ਨਾ ਬਹੁਤੀ ਦੇਰ ਰੁੱਕਦਾ ਤੇ ਨਾ ਹੀ ਲੰਬੇ ਉਪਦੇਸ਼ ਦੇਂਦਾ। ਉਹਦਾ ਹਮੇਸ਼ਾ ਜੀਅ ਕਰਦਾ ਜੇ ਰਹਿਣਾ ਹੋਵੇ ਤਾਂ ਅਜਿਹੇ ਲੋਕਾਂ ਨਾਲ ਰਵਾਂ। ਅੱਗੇ ਕਰੀਰ ਵਾਲਾ, ਰਾਵਾਂ ਲੰਘ ਕੇ ਮੁਲਤਾਨ ਆਉਣਾ ਸੀ। ਪਰ ਉਸ ਤੋਂ ਪਹਿਲਾਂ ਉਹ ਇਕ ਅਜੀਬ ਜਹੇ ਡੇਰੇ ਅੱਗੇ ਰੁਕੇ। ਇਹ ਵਸੋਂ ਦੇ ਬਾਹਰ ਇਕ ਟਿਕਾਣਾ ਸੀ। ਚੁਫੇਰੇ ਵਲਗਣ ਤੇ ਅੱਗੇ ਡਿਓਡੀ ਸੀ। ਦੋਵੇਂ ਨੁੱਕਰੀ ਇਕ ਪਾਸੇ ਠਾਕੁਰ ਦੁਆਰਾ ਤੇ ਦੂਜੇ ਪਾਸੇ ਮਸੀਤ ਸੀ। ਖੁੱਲ੍ਹੀ ਡਿਉਡੀ ਅੱਗੇ ਕੋਠੜੀਆਂ ਤੇ ਤਹਿਖਾਨੇ ਸਨ। ਸੇਵਕਾਂ ਦਾ ਹੱਥ ਜੋੜ ਕੇ ਸਵਾਗਤ ਕਰਨਾ ਮਰਦਾਨੇ ਨੂੰ ਸ਼ੱਕੀ ਜਾਪਿਆ। ਅਜਿਹੀਆਂ ਥਾਵਾਂ ਜਿਥੋਂ ਕੁਝ ਭੈਅ ਜਿਹਾ ਆਉਣਾ ਸ਼ੁਰੂ ਹੁੰਦਾ ਉਦੋਂ ਬਾਬਾ ਸਗੋਂ ਹੋਰ ਤੇਜ਼ੀ ਨਾਲ ਉਨ੍ਹਾਂ ਵੱਲ ਜਾਂਦਾ ਦਿਸਦਾ। ਅਜਿਹੇ ਵੇਲੇ ਉਪਾਵਾਂ ਲਈ ਸੋਚਣ ਦਾ ਸਮਾਂ ਵੀ ਨਹੀਂ ਮਿਲਦਾ। ਇਸੇ ਦੌਰਾਨ ਇਕ ਸੇਵਕ ਉਨ੍ਹਾਂ ਨੂੰ ਇਕ ਸਜੇ ਹੋਏ ਕਮਰੇ ਵਿਚ ਲੈ ਗਿਆ। ਅੱਗੇ ਇਕ ਸੂਰਤ ਵਾਲਾ ਬੰਦਾ ਸਿੱਧੀ ਪੌੜੀਦਾਰ ਪੱਗ, ਹੱਥ ਮਾਲਾ, ਗਲ ਜਾਮਾ, ਤ੍ਰੇੜ ਧ੍ਰਬਲੀ ਅੰਬੂਏ ਦੀ ਨਾਲ ਤਿਆਰ ਬੈਠਾ ਸੀ।

"ਆਉਣੇ ਨੂੰ ਜੀ ਆਇਆਂ...।"

ਬਾਬੇ ਨੇ ਅੰਬੂਏ ਰੰਗ ਦੀ ਬੁੱਕਲ 'ਚੋਂ ਦੋਵੇਂ ਬਾਹਾਂ ਬਾਹਰ ਕੱਢੀਆਂ। ਇਕ ਨਜ਼ਰ ਉਹਦੇ ਵੱਲ ਵੇਖਿਆ ਤੇ ਦੱਸਿਆ ਬੱਸ ਏਨਾਂ ਹੀ ਕਹਿਣਾ ਸੀ।

"ਰਾਤ ਜਗੇ ਫਕੀਰ ਹੋ ?"

"ਹਮੇਸ਼ਾ ਜਾਗੀਦਾ ਏ...।"

"ਫਿਰ ਅੱਖਾਂ ਵਿਚ ਕੀ ਦਿੱਸਦਾ ਏ ?"

"ਜਿਸ ਨੂੰ ਨੀਂਦ ਨੇ ਘੇਰਿਆ ਏ; ਉਹਨੂੰ ਸਭ ਨੀਂਦ ਵਿਚ ਹੀ ਦਿਸਣੇ ਨੇ... ਤੇ ਇਹ ਵੀ ਕਿ ਮੈਨੂੰ ਕੋਈ ਨਹੀਂ ਵੇਖ ਰਿਹਾ।"

ਫਿਰ ਉਹਨੇ ਬਹੁਤ ਸਾਰੇ ਪ੍ਰਸ਼ਨ ਕੀਤੇ। ਬਾਬਾ ਸੁਣਦਾ ਰਿਹਾ। ਉਹਨੇ ਇਹ ਵੀ ਪੁੱਛਿਆ ਜੇ ਸਭ ਕੁਝ ਤੁਸੀਂ ਹੀ ਬੋਲਣਾ ਹੈ ਤਾਂ ਇਹ ਸਾਜ਼ੀ ਨਾਲ ਕਿਉਂ ਰੱਖਿਆ ਏ ? ਇਸ ਤੋਂ ਬਾਅਦ ਕੀਰਤਨ ਸ਼ੁਰੂ ਹੋਇਆ। ਬਾਬੇ ਦੀ ਸ਼ਰਨ ਵਿਚ ਆਉਂਦੇ ਬੰਦੇ ਤਾਂ ਅਣਗਿਣਤ ਵੇਖ ਲਏ ਸਨ; ਪਰ ਇਸ ਵਾਰੀ ਟੁੱਟਦੇ ਭਰਮ ਅਲੱਗ ਤਰ੍ਹਾਂ ਦੇ ਸਨ। ਜਿਵੇਂ ਹਰ ਵਾਰੀ ਮੀਂਹ ਨਾਲ ਪਾਣੀ ਹੀ ਆਉਂਦਾ ਹੈ; ਪਰ ਕਿਣੀਆਂ ਇਕੋ ਤਰ੍ਹਾਂ ਨਹੀਂ ਡਿੱਗਦੀਆਂ। ਇਸ ਵਾਰੀ ਸੱਜਿਆ ਹੋਇਆ ਭਰਮ ਉਹਨੇ ਬਾਬੇ ਅੱਗੇ ਸੀਸ ਝੁਕਾਉਂਦਾ ਵੇਖਿਆ। ਕਈ ਵਾਰੀ ਮਰਦਾਨੇ ਨੂੰ ਜਾਪਿਆ ਕਿ ਉਹਨੇ ਹਾਲੇ ਇਸ ਤਰ੍ਹਾਂ ਝੁਕਣਾ ਪੂਰਾ ਨਹੀਂ ਕੀਤਾ। ਅਜਿਹੇ ਲੋਕਾਂ ਤੇ ਰਸ਼ਕ ਵੀ ਆਉਂਦਾ; ਜੋ ਪਲਾਂ ਵਿਚ ਸਭ ਕੁਝ ਝਾੜ ਕੇ ਬਾਬੇ ਮੂੰਹੋਂ ਇਹ ਵੀ ਸੁਣ ਲੈਂਦੇ ਨੇ : "ਜਾ ਤੂੰ ਮੁਕਤ ਹੋਇਆ...।" ਹੁਣ ਤਾਂ ਅਜਿਹੇ ਲੋਕਾਂ ਦੀ ਕਤਾਰ ਲੰਬੀ ਹੋ ਗਈ ਸੀ। ਉਨ੍ਹਾਂ ਵਿਚੋਂ ਕੋਈ ਆਪਣੇ ਲਈ ਛਾਂਟਣਾ ਔਖਾ ਜਾਪਦਾ ਸੀ। ਅਜਿਹੇ ਵੇਲੇ ਸਭ ਤੋਂ ਪਹਿਲਾਂ ਲਾਲੋ ਦਾ ਚੇਹਰਾ ਸਾਹਮਣੇ ਆਉਂਦਾ। "ਕਿਤੇ ਮੈਂ ਲਾਲੋ ਦੇ ਪਿਛੇ ਖੜਕੇ ਆਪ ਨੂੰ ਤਾਂ ਨੀ ਵੇਖ ਰਿਹਾ...।" ਇਹ ਬਾਬਾ ਏਨੀ ਕੁ ਜੁਗਤ ਤਾਂ ਦੱਸ ਹੀ ਸਕਦਾ ਏ ਕਿ ਕੋਈ ਕਿਸੇ ਦੇ ਪਿੱਛੇ ਖੜ ਕੇ ਕਿਉਂ ਵੇਖਦਾ ਹੈ ?

ਚੰਨ ਚਾਨਣੀ ਦੇ ਪਰਛਾਵੇਂ ਜਿੰਨਾ ਹਨੇਰਾ ਹੋ ਗਿਆ ਸੀ। ਇਕ ਠੱਗ ਤੋਂ ਸੱਜਣ ਬਣਿਆ, ਵਿਦਾ ਲੈ ਕੇ ਵਾਪਸ ਵੀ ਮੁੜ ਗਿਆ ਸੀ। ਇਹ ਜਿੰਨੇ ਵੀ ਲੋਕ 'ਮੁਕਤ' ਹੋ ਕੇ ਛੱਡਣ ਆਉਂਦੇ ਨੇ; ਵਾਪਸੀ ਵੇਲੇ ਸਭ 'ਲਾਲੋ' ਹੀ ਮੁੜਦੇ ਨੇ। ਇਸ ਲਈ ਸੱਜਣ ਨੂੰ ਵਾਪਸ ਜਾਂਦਿਆਂ ਮਰਦਾਨੇ ਨੇ ਪਰਤ ਕੇ ਨਹੀਂ ਵੇਖਿਆ। ਪਰ ਉਹ ਆਪਣੇ ਆਪ ਨਾਲ ਉਲਝਦਾ ਦੇਰ ਤੱਕ ਕੁਝ ਨਾ ਬੋਲਿਆ :

"ਬਾਬਾ ਮੈਂ ਤਾਂ ਸਮਝਦਾ ਸੀ ਮੁਲਤਾਨ ਜਾਸੋ... ਆਹ ਰਾਹ ਛੋੜਕੇ ਪੂਰੇ ਵੱਲ ਕਿਉਂ ਟੁਰ ਪਏ ਹੋ ?"

"ਨੀਲੀ ਵੱਲ ਚੱਲਣਾ ਏ... ਉਥੇ ਇਕ ਪੀਰ ਪਰਜਾ ਦਾ ਦਿਲ ਦੁਖਾ ਰਿਹੈ।"

"ਪੀਰ ਵੀ ਦਿਲ ਦੁਖਾਉਂਦੇ ਨੇ ?"

ਇਹਦਾ ਉੱਤਰ ਉਹਨੂੰ ਉੱਥੇ ਜਾ ਕੇ ਮਿਲਿਆ। ਬਹੁਤ ਮੂੰਹ ਫੱਟ ਫਕੀਰ ਸੀ। ਉਨ੍ਹਾਂ ਦੇ ਨੇੜੇ ਪੁੱਜਣ ਤੋਂ ਪਹਿਲਾਂ ਹੀ ਬੋਲਣ ਲੱਗ ਪਿਆ :

"ਕਿਧਰੋਂ ਆਏ ਕਿਧਰੋਂ ਜਾਣਾ ?"

"ਪੌਣਾਂ ਵੱਲ ਆਏ; ਪੌਣਾਂ ਵੱਲ ਜਾਣਾ।"

"ਟਿਕੋਗੇ ਤਾਂ ਕੋਠਾ ਪੁਆ ਦੇਵਾਂ।"

"ਸਾਨੂੰ ਟੁਰਨ ਦਾ ਹੁਕਮ ਹੈ।" ਬਾਬੇ ਨੇ ਆਮ ਨਾਲੋਂ ਤੇਜ਼ ਉੱਤਰ ਦਿੱਤੇ। ਫਿਰ ਸੰਸਕ੍ਰਿਤ ਦੇ ਸ਼ਲੋਕਾਂ ਨਾਲ ਪ੍ਰਸ਼ਨ ਉੱਤਰਾਂ ਦੀ ਵਾਰੀ ਆਈ। ਚਲਦੀ ਗੱਲ ਵਿਚ ਮਰਦਾਨੇ ਨੂੰ ਨੀਂਦ ਆ ਗਈ। ਸਵੇਰੇ ਜਾਗ ਖੁੱਲ੍ਹੀ ਤਾਂ ਕੁਝ ਉਦਾਸੀ ਜਹੀ ਹੋਈ। ਰਾਤ ਅਗਿਆਨ ਦੇ ਟੁੱਟਦੇ ਅੰਧਕਾਰ ਵੇਖਣੋਂ ਸੁਣਨੋਂ ਰਹਿ ਗਏ ਸਨ। ਰਬਾਬ ਆਪਣੀ ਜਗ੍ਹਾ

ਤੋਂ ਹਿਲੀ ਹੋਈ ਸੀ। ਸ਼ਾਇਦ ਬਾਬੇ ਨੇ ਕੁਝ ਗਾ ਕੇ ਵੀ ਸੁਣਾਇਆ ਹੋਵੇ। ਰਾਤੀਂ ਰਬਾਬ ਨੇ ਵੀ ਨੀਂਦ 'ਚੋਂ ਨਹੀਂ ਉਠਾਇਆ। ਉਹਨੇ ਇਕ ਨਜ਼ਰ ਰਬਾਬ ਵੱਲ ਤੱਕਿਆ।

ਖੁਸ਼ਕ ਰਸਤੇ ਦਾ ਮੋੜ ਅਚਾਨਕ ਇੱਕ ਡੱਕੋ ਡੱਕ ਵਗਦੀ ਨਦੀ ਦੇ ਕੰਢੇ ਤੇ ਆ ਪਹੁੰਚਿਆ। ਰਸਤੇ ਦਾ ਮੋੜ ਬਿਲਕੁਲ ਨਦੀ ਕੋਲ ਆ ਕੇ ਮੁੜਦਾ ਤਾਂ ਪਿੱਛੋਂ ਕਿਸੇ ਦੀ ਆਵਾਜ਼ ਆਉਂਦੀ :

"ਸੰਭਲ ਕੇ ਬਾਈ... ਖੁਆਜ਼ਾ ਆਪਣੀਆਂ ਛਾਂਗਾਂ ਤੇ ਆਇਆ ਹੋਇਆ ਏ।" ਕੋਲੋਂ ਹੀ ਮਿੱਟੀ ਦੀ ਛੱਪ ਧੜੱਮ ਕਰਦੇ ਡਿੱਗਦੀ। ਸੰਭਲਦਾ ਬੰਦਾ ਥੋੜ੍ਹਾ ਹੋਰ ਤ੍ਰਬਕਦਾ। ਸਾਹਮਣੇ ਪਹਾੜ ਉੱਤੇ ਬਹੁਤ ਭਾਰੀ ਮੀਂਹ ਪਿਆ ਸੀ। ਅਜਨਬੀਆਂ ਲਈ ਇਹ ਅਨੋਖੀ ਗੱਲ ਸੀ। ਮਿੱਟੀ ਘੱਟੇ ਨਾਲ ਭਰੇ ਰਸਤੇ ਨੂੰ ਅਚਾਨਕ ਇਕ ਨਦੀ ਰੋਕ ਲਵੇ! ਨਦੀ ਦੇ ਦੋਵੇਂ ਕੰਢੇ ਇਕੱਠ ਹੋਣਾ ਸ਼ੁਰੂ ਹੋ ਗਿਆ ਸੀ। ਦੋਵੇਂ ਪਾਸੇ ਵੱਡੇ ਆਬਾਦੀ ਵਾਲੇ ਕਸਬੇ ਤੇ ਪਿੰਡ ਸਨ। ਕੰਢੇ ਉੱਤੇ ਇਕ ਮੇਲੇ ਵਰਗਾ ਮਹੌਲ ਬਣਦਾ ਜਾ ਰਿਹਾ ਸੀ। ਪਹਾੜਾਂ ਉੱਪਰ ਮੀਂਹ ਪੈਣ ਤੋਂ ਬਾਅਦ ਜਿਹੜੀ ਵਾਧੂ ਹਵਾ ਢਲਾਣਾਂ ਨੇ ਇੱਧਰ ਵੱਲ ਤੋਰੀ ਸੀ; ਪੋਹ ਦੇ ਇਸ ਕੰਬਦੇ ਦੁਪਹਿਰੇ ਵਿਚ ਲੋਕ ਓਟ ਭਾਲਦੇ ਫਿਰ ਰਹੇ ਸਨ। ਵਰਸੀਆਂ ਬਦਲੀਆਂ 'ਚੋਂ ਇਕ ਬੱਦਲੀ ਸਾਹਮਣੇ ਵਾਲੀ ਪਹਾੜੀ ਦੀਆਂ ਢਾਕਾਂ ਉੱਤੇ ਜਿਵੇਂ ਹੱਥ ਰੱਖ ਕੇ ਖੜ੍ਹੀ ਹੋਵੇ।

"ਹਾਲੇ ਬੱਦਲ ਦੀ ਮੜ੍ਹਕ ਗਈ ਨਹੀਂ... ਰਾਹੀਓ ਬੈਠ ਜਾਓ ਭਾਈ...।" ਇਕ ਸਥਾਨਕ ਬੰਦਾ ਬੱਚੀ ਨੂੰ ਸੰਭਾਲਦੀ ਤੀਵੀਂ ਵੱਲ ਵੇਖ ਕੇ ਬੋਲਿਆ।

ਬਾਬਾ ਕੰਢੇ ਉੱਤੇ ਬੈਠ ਗਿਆ ਸੀ। ਜਿਉਂ ਜਿਉਂ ਨਦੀ ਉਛਲਦੀ ਤਿਉਂ ਤਿਉਂ ਗੰਧਲੀ ਹੁੰਦੀ ਜਾਂਦੀ। ਪਾਣੀ ਦਾ ਰੰਗ ਮਿੱਟੀ ਰੰਗਾ ਹੋ ਗਿਆ ਸੀ। ਹੁਣ ਪਾਣੀ ਆਪਣੇ 'ਚੋਂ ਕੁਝ ਵੀ ਨਹੀਂ ਸੀ ਦਿਸਣ ਦੇਂਦਾ। ਆਪਣੀਆਂ ਪਿਛਲੀਆਂ ਸੋਚਾਂ ਨਦੀ ਨਾਲ ਮਿਲਦੀਆਂ ਵੇਖ ਮਰਦਾਨੇ ਨੇ ਕੁਝ ਕਹਿਣਾ ਹੀ ਉਚਿਤ ਸਮਝਿਆ। ਪਿੱਠ ਉੱਪਰੋਂ ਪੰਡੋਕਲੀ ਉਤਾਰ ਮੋਢੇ ਉੱਤੇ ਰੱਖੀ ਰਬਾਬ ਉਹਦੇ ਉੱਪਰ ਰੱਖੀ।

"ਬਾਬਾ ਮਿੱਟੀ ਨੇ ਪਾਣੀ ਗੰਧਲਾ ਕਰ ਦਿੱਤਾ ਏ ?"

"ਇਹ ਪਾਣੀ ਨੇ ਕਿਤੇ ਕਾਹਲ ਕੀਤੀ ਏ...।"

"ਪਰ ਮਿੱਟੀ ਨੇ ਵੀ ਤਾਂ ਕਿਤੇ ਘੁਲਣ ਦੀ ਰਜ਼ਾਵੰਦੀ ਦਿੱਤੀ ਹੋਵੇਗੀ ?"

"ਜਿਉਂ ਹੀ ਪਾਣੀ ਨੇ ਸਾਂਤ ਹੋਣਾ... ਮਿੱਟੀ ਨੇ ਉਹਦਾ ਰੰਗ ਵਾਪਸ ਕਰ ਦੇਣਾ ਏ।"

ਮਰਦਾਨੇ ਨੇ ਬਾਬੇ ਵੱਲ ਵੇਖਿਆ ਤੇ ਬੈਠ ਗਿਆ।

"ਮਰਦਾਨਿਆ ਮਿੱਟੀ ਨੇ ਉਹਨੂੰ ਆਪਣੇ ਉੱਪਰੋਂ ਲੰਘਣ ਲਈ ਰਾਹ ਦਿੱਤਾ ਸੀ। ਉਹ ਕਾਹਲੀ ਵਿਚ ਮਿੱਟੀ ਨੂੰ ਤੋਰਨ ਦੀ ਭੁੱਲ ਕਰ ਗਿਆ।"

"ਬੱਸ ਫਕੀਰਾਂ ਦਾ ਵੀ ਰੱਬ ਹੀ ਰਾਖਾ... ਆਉਂਦੇ ਹੀ ਲੱਗ ਗਏ ਵਿਚਾਰਾਂ ਨਾਲ ਭਿੜਨ...।"

"ਹਾਂ... ਤੁਸੀਂ ਚੜ੍ਹੀ ਹੋਈ ਨਦੀ ਵੇਖੋ... ਜਿਹੜੀ ਰਸਤਾ ਰੋਕੀਂ ਖੜ੍ਹੀ ਏ।" ਰਾਹੀ ਆਪਣੀ ਗੱਲ ਕਹਿ ਬਾਬੇ ਤੇ ਮਰਦਾਨੇ ਵੱਲ ਵੇਖਣ ਲੱਗੇ।

"ਜੇ ਇਹ ਸੁਆਲ ਨਦੀ ਦਾ ਹੀ ਹੈ ਤਾਂ ਤੁਸੀਂ ਨਦੀ ਕੋਲੋਂ ਹੀ ਪੁੱਛ ਲੈਣਾ ਸੀ।" ਬਾਬਾ ਹੌਲੀ ਬੋਲਿਆ।

"ਇਹੀ ਗੱਲ ਤਾਂ ਔਖੀ ਏ... ਸਿੱਧੇ ਵੇਦਾਂ ਵਿਚ ਜਾ ਵੜਦੇ ਹੋ... ਉੱਥੇ ਜਾ ਕੇ ਸਾਨੂੰ ਕੁਝ ਪਤਾ ਨੀ ਲੱਗਦਾ...।" ਦੋਵੇਂ ਅਜਨਬੀ ਨਦੀ ਕਿਨਾਰੇ ਖੜ੍ਹ ਅੰਦਾਜ਼ਾ ਲਾਉਣ ਲੱਗੇ; ਛੱਲਾਂ ਘਟੀਆਂ ਨੇ ਜਾਂ ਵਧੀਆਂ ਨੇ।

ਮਰਦਾਨੇ ਨੇ ਝੋਲੀ 'ਚੋਂ ਕਾਗਜ਼ਾਂ ਦਾ ਪੁਲੰਦਾ ਪਾਸੇ ਕਰ ਸਿਆਹੀ ਦੀ ਦੁਆਤ ਚੁੱਕੀ। ਬੀਬੀ ਨਾਨਕੀ ਦੀ ਘੋਲੀ ਸਿਆਹੀ ਕੱਲ ਮੁੱਕ ਗਈ ਸੀ। ਬਾਬੇ ਦੀਆਂ ਨਜ਼ਰਾਂ ਬੰਦ ਹੋ ਗਈਆਂ ਸਨ। ਉਹ ਚੁੱਪਚਾਪ ਦੁਆਤ ਚੁੱਕ ਨਦੀ ਦੇ ਕੰਢੇ ਵੱਲ ਚੱਲ ਪਿਆ। ਥੋੜ੍ਹੀ ਆਪਣੇ ਆਪ ਤੇ ਹਾਸੀ ਆਈ; ਫਕੀਰ ਪਾਣੀ ਲਈ ਕਾਸਾ ਚੁੱਕੀ ਜਾਂਦੇ ਨੇ ਤੇ ਮੈਂ...। ਹੁਣ ਨਦੀ ਦੇ ਦੋਵੇਂ ਕੰਢੇ ਲੋਕਾਂ ਨਾਲ ਭਰ ਚੁੱਕੇ ਸਨ। ਜਿਧਰੋਂ ਪਾਣੀ ਆ ਰਿਹਾ; ਉਧਰ ਵੱਲ ਨਜ਼ਰ ਭਰ ਵੇਖਿਆ। ਨਦੀ ਪਹਾੜ ਛੱਡ ਆਈ ਸੀ। ਘੁੰਮਦੇ ਪਾਣੀ ਦੀ ਚੂਲੀ ਨੂੰ ਹਥੇਲੀ ਉੱਪਰ ਟਿਕਣ ਦਿੱਤਾ। ਉਹਨੇ ਦੋ ਵਾਰ ਦੁਆਤ ਵਿਚ ਪਾਣੀ ਪਾਇਆ; ਦੋਵੇਂ ਵਾਰ ਇਸ ਤਰ੍ਹਾਂ ਹੀ ਹੋਇਆ :

"ਭਾਈ ਫਕੀਰੋ ਹਕੀਮੀ ਕਰਦੇ ਹੋ ?"

"ਇਹ ਤਾਂ ਲਿਖਣ ਵਾਲੀ ਸਿਆਹੀ ਏ।"

"ਅੱਛਾ! ਮੇਰੇ ਤਾਂ ਪੇਟ ਦਰਦ ਸੀ।" ਜਿਵੇਂ ਹੀ ਪਿੱਠ ਪਿਛੋਂ ਆਵਾਜ਼ ਆਈ ਉਵੇਂ ਹੀ ਮੁੜ ਗਈ। ਉਹ ਨਦੀ ਦੀ ਧਾਰ ਨਾਲ ਲਿਫ਼ਦੇ ਘਾਹ ਵੱਲ ਵੇਖਣ ਲੱਗਾ। ਇਕ ਹੋਰ ਬੰਦਾ ਕਦੇ ਉਹਦੇ ਸੱਜੇ ਕਦੇ ਖੱਬੇ ਪਾਣੀ ਭਰਨ ਲਈ ਸੋਚਦਾ ਥੋੜ੍ਹੀ ਦੇਰ ਲਈ ਰੁੱਕ ਗਿਆ। ਫਿਰ ਉਸਨੇ ਜਿਧਰੋਂ ਪਾਣੀ ਮਰਦਾਨੇ ਵੱਲ ਆਉਂਦਾ ਸੀ; ਤਲ ਤੇ ਜਾ ਕੇ ਕਈ ਵਾਰ ਬਰਤਨ ਖੜਕਾਇਆ। ਚੱਲਦਾ ਪਾਣੀ ਜਾਤ ਨੂੰ ਥਕਾ ਦੇਂਦਾ ਏ ? ਅਜਿਹਾ ਹੀ ਕੁੱਝ ਭਾਵ ਲੈ ਕੇ ਉਹ ਬੁੜਬੁੜਾਇਆ :

"ਚੱਲਦਾ ਪਾਣੀ ਏ ਲੰਘ ਜਾਣਾ ਏ।"

ਮਰਦਾਨੇ ਨੇ ਬੜੀ ਕੋਸ਼ਿਸ਼ ਕੀਤੀ ਕਿ ਅੱਜਕਲ ਜਿਹੜੀਆਂ ਗੱਲਾਂ ਉਹਦੇ ਕੋਲ ਆ ਰਹੀਆਂ ਨੇ; ਉਹ ਇਸ ਤਰ੍ਹਾਂ ਨਾ ਆਉਣ। ਉਹਦੀਆਂ ਨਜ਼ਰਾਂ ਨੇ ਅੰਦਰ ਤੱਕ ਵੇਖਣ ਦੀ ਜਿਹੜੀ ਆਦਤ ਪਾ ਲਈ ਸੀ ਉਹ ਬੇਚੈਨੀ ਨੂੰ ਖ਼ਾਲੀ ਹੱਥ ਨਹੀਂ ਸੀ ਮੁੜਣ ਦੇਂਦੀਆਂ। ਇਕ ਵਾਰ ਫਿਰ ਵਗਦੇ ਪਾਣੀ ਦੀ ਗੰਧਲ ਨੂੰ ਵੇਖਣ ਲੱਗਾ; ਜਿਸ ਬਾਰੇ ਬਾਬੇ ਨੇ ਹੁਣੇ ਕਿਹਾ ਸੀ : "ਇਹ ਪਾਣੀ ਦੀ ਕਿਤੇ ਕਾਹਲ ਹੈ।"

"ਸੁਪਨਿਆਂ ਵਿਚ ਹਾਲੇ ਵੀ ਕੋਈ ਆਉਂਦਾ ਏ ?" ਪਿੱਠ ਪਿੱਛੇ ਬਹੁਤ ਹੀ ਜਾਣੀ ਪਛਾਣੀ ਜਨਾਨੀ ਦੀ ਆਵਾਜ਼ ਸੁਣੀ। ਘੁੰਮਕੇ ਵੇਖਿਆ ਤਾਂ ਨੇਹਰਾਂ ਖੜ੍ਹੀ ਸੀ। ਇਕ ਵਾਰੀ ਜੀਅ ਕੀਤਾ ਕਿ ਉਹਨੂੰ ਪੁੱਛਾਂ "ਤੇਰੇ ਬੁੱਲ੍ਹਾਂ ਉੱਤੇ ਜਾਮਣੀ ਫਿਨਸੀ ਹਾਲੇ ਫੁੱਟੀ ਹੀ ਨਹੀਂ...।" ਸ਼ਾਇਦ ਨੇਹਰਾਂ ਨੂੰ ਪੁੱਛਣ ਦੀ ਜਿਆਦਾ ਕਾਹਲ ਸੀ :

"ਤੇਰੀਆਂ ਗਲ੍ਹ ਵਾਲੀਆਂ ਕੌਡੀਆਂ ਦੇ ਤਾਗਿਆਂ ਦਾ ਰੰਗ ਹਾਲੇ ਫਿੱਕਾ ਨਹੀਂ ਪਿਆ।" ਉਹ ਬਿਨਾਂ ਪੁੱਛੇ ਵਗਦੇ ਪਾਣੀ ਦੇ ਕੰਢੇ ਉਹਦੇ ਕੋਲ ਆ ਬੈਠੀ। ਮਰਦਾਨੇ

ਦੇ ਹੱਥ ਵਿਚ ਫੜ੍ਹੀ ਸਿਆਹੀ ਨਾਲ ਭਰੀ ਦੁਆਤ ਵੱਲ ਵੇਖਿਆ। ਕੋਲ ਹੀ ਚੱਲਦੇ ਪਾਣੀ ਨੂੰ ਨਿੱਘ ਦੇਂਦੀ ਧੁੱਪ ਤਲ ਉੱਤੇ ਬਣਦੇ ਬੁਲਬੁਲਿਆਂ ਨੂੰ ਕੋਸਾ ਕਰਦੀ ਫਿਰ ਪਾਣੀ ਵਿਚ ਮਿਲਾ ਦੇਂਦੀ। ਉਹ ਦੋਵੇਂ ਇਕ ਦੂਜੇ ਦੇ ਸੁਆਲ ਦਾ ਉੱਤਰ ਨਹੀਂ ਸੀ ਦੇ ਸਕੇ। ਇਸੇ ਕਰਕੇ ਪਿੱਛੇ ਬੋਲਦੇ ਬੰਦਿਆਂ ਦੇ ਬੋਲ ਜਿਆਦਾ ਸਪੱਸ਼ਟ ਸੁਣੇ :

"ਥੋੜ੍ਹਾ ਕੰਢੇ ਤੋਂ ਦੂਰ ਹੋ ਕੇ ਬੈਠੋ... ਹਾਲੇ ਪਾਣੀ ਹੋਰ ਆਉਣਾ ਏ...।"

"ਬੜਾ ਸਿੱਧਾ ਪਹਾੜ ਏ... ਇਕ ਪਲ ਵੀ ਪਾਣੀ ਕੋਲ ਨੀ ਰੱਖਦਾ।"

ਹੁਣ ਪੱਛੋਂ ਨੇ ਪਹਾੜਾਂ ਉੱਪਰੋਂ ਬੱਦਲ ਆਪਣੇ ਨਾਲ ਖਿੱਚ ਲਏ ਸਨ। ਚੱਲਦੇ ਪਾਣੀ ਉੱਤੇ ਬੱਦਲਾਂ ਨੇ ਛਾਵਾਂ ਕਰ ਦਿੱਤੀ ਸੀ। ਫਿਰ ਛਾਂ ਪਾਣੀ ਉੱਪਰੋਂ ਉਤਰਦੀ ਖੁਸ਼ਕੀ ਵੱਲ ਦੌੜਦੀ ਦਿਸੀ। ਪਾਣੀ ਛਾਂ ਨਾਲ ਵੀ ਤੇ ਛਾਂ ਤੋਂ ਬਿਨਾਂ ਵੀ ਵੱਗਦਾ ਰਿਹਾ।

ਨੇਹਰਾਂ ਕਿੰਨੀ ਦੇਰ ਸਾਹਮਣੇ ਇਕ ਡਾਕਰ ਢਾਂਗ ਉੱਪਰ ਉਜੜੀਆਂ ਖੱਡਾਂ ਉੱਪਰ ਲਟਕਦੀਆਂ ਸੁੱਕੀਆਂ ਤਿੜਾਂ ਵੇਖਦੀ ਰਹੀ। ਸ਼ਾਇਦ ਕਈ ਫਜ਼ੂਲ ਸੁਆਲਾਂ ਦੇ ਜਵਾਬ ਉੱਥੋਂ ਹੀ ਮਿਲ ਸਕਦੇ ਸਨ। ਮਰਦਾਨਾ ਰਬਾਬ ਵੱਲ ਵੇਖਦਾ ਰਿਹਾ। ਇਨ੍ਹਾਂ ਸਿੱਧੀਆਂ ਤਾਰਾਂ ਉੱਤੇ ਕਿੰਨੇ ਉਤਰਾਅ ਚੜ੍ਹਾਅ, ਬੰਦਿਸ਼ਾਂ, ਤਾਨਾਂ ਦੇ ਬੈਠਣ ਲਈ ਜਗ੍ਹਾ ਹੈ। ਸਭ ਇਕ ਸੇਧ ਵਿਚ ਸਮਾਇਆ ਹੋਇਆ ਹੈ। ਸਿਰਫ਼ ਉਂਗਲ ਦੀ ਇਕ ਛੇੜ ਸਭ ਨੂੰ ਜਗ੍ਹਾ ਦੇਂਦੀ ਏ।

"ਤੇਰੇ ਹੱਥੋਂ ਮਿਜ਼ਰਾਬ ਗਿਰ ਗਈ ਏ।" ਨੇਹਰਾਂ ਦੀ ਆਵਾਜ਼ ਸੁਣੀ। ਮਰਦਾਨੇ ਨੇ 'ਮਿਜ਼ਰਾਬ' ਧਰਤੀ ਉੱਪਰੋਂ ਚੁੱਕ ਰਬਾਬ ਉੱਪਰ ਰੱਖ ਦਿੱਤੀ। ਅਸਲ ਵਿਚ ਇਹ ਵੀ ਇਹਦੀ ਥਾਂ ਨਹੀਂ ਸੀ। ਇਕ ਵਾਰ ਫਿਰ ਨੇਹਰਾ ਹੀ ਬੋਲੀ :

"ਰਸਤੇ ਵਿਚ ਕੋਈ ਲਲਾਰੀ ਮਿਲਿਆ ਸੀ ?"

"ਕਿਉਂ ?"

"ਬੜੇ ਕੇਸਰੀ ਰੰਗ ਚੜ੍ਹੇ ਨੇ...।"

"ਉਹ ਹਾਂ... ਇਹ ਲਾਲੋ ਦੇ ਪਿੰਡ ਦੇ ਲਲਾਰੀਆਂ ਦਾ ਰੰਗ ਏ।"

"ਅੱਛਾ ਸੱਯਦਪੁਰ... ਉਸ ਪਿੰਡ ਤਾਂ ਅਸੀਂ ਗਾਉਣਾ ਵੀ ਕੀਤਾ ਸੀ।"

"ਤੂੰ ਉੱਥੇ ਵੀ ਗਈ ਏਂ ਨੇਹਰਾਂ ?"

"ਤੇਰੇ ਗੁਰੂ ਦੇ ਪੈਰਾਂ ਵਿਚ ਲਿੱਪੀ ਏ... ਪੜ੍ਹ ਪੜ੍ਹਕੇ ਜਾਈ ਜਾਈਦਾ।"

ਮਰਦਾਨੇ ਨੇ ਬਾਰੀਕ ਰੁਦਰਾਖਸ਼ ਦੀ ਮਾਲਾ ਹਲਕੇ ਜਹੇ ਹੱਥਾਂ ਨਾਲ ਟੋਹੀ (ਸੱਜਣ ਠੱਗ ਨੇ ਦਿੱਤੀ ਸੀ) ਚੱਲਦੇ ਪਾਣੀ ਨੇ ਹੁਣ ਹੋਰ ਭਾਫ਼ਾਂ ਛੱਡਣੀਆਂ ਸ਼ੁਰੂ ਕਰ ਦਿੱਤੀਆਂ ਸਨ। ਥੋੜ੍ਹੀ ਦੂਰ ਜਾ ਕੇ ਨਦੀ ਦਿਸਣੋਂ ਹੱਟ ਜਾਂਦੀ; ਸਿਰਫ ਧੁੰਦ ਨਜ਼ਰ ਆਉਂਦੀ।

"ਪਰਛਾਵਾਂ ਭਾਫ਼ ਦਾ ਵੀ ਬਣਦਾ ਏ...।" ਇਸ ਵਾਰੀ ਨੇਹਰਾਂ ਦੀ ਬਰੀਕ ਆਵਾਜ਼ ਪਿੱਠ ਪਿੱਛੇ ਸਾਧਾਂ ਦੇ ਬੋਲਾਂ ਵਿਚ ਗੁਆਚ ਗਈ। ਸੁਲਫ਼ੇ ਨਾਲ ਖੁਰਦਰੇ ਹੋਏ ਗਲੇ ਵਿਚ ਕਈ ਜਗ੍ਹਾ ਟਕਰਾ ਕੇ ਸ਼ਬਦ ਨਿਕਲਦੇ। ਸਾਧਾਂ ਦੀਆਂ ਦੋ ਸੰਪ੍ਰਦਾਵਾਂ ਸ਼ਾਇਦ ਆਪਸ 'ਚ ਟਕਰਾ ਗਈਆਂ ਸਨ।

"ਸਾਧ ਕੋਲੋਂ ਜਾਤ ਨਹੀਂ ਪੁਛੀਦੀ।"

"ਪਰ ਸਾਧ ਨੂੰ ਜਾਤ ਪੁੱਛਣ ਤੋਂ ਕਰੋਧੀ ਵੀ ਨਹੀਂ ਹੋਣਾ ਚਾਹੀਦਾ।"

"ਵੇਖ ਹੁਣ ਤੂੰ ਮੇਰੇ ਗੁਰੂ ਵੱਲ ਉਂਗਲ ਨਾ ਕਰ... ਮੈਥੋਂ ਇਹ ਨਹੀਂ ਸਹਾਰ ਹੋਣਾ।"

"ਸਾਰੀ ਹਾਉਮੈ ਗੁਰੂ ਦੇ ਨਾਂ ਉੱਤੇ ਹੀ ਟਿੱਕ ਗਈ ਏ... ਇਥੋਂ ਮੁੜਨਾ ਔਖਾ ਹੋਵੇਗਾ ਵੇਖ ਲਵੀਂ...।" ਫਿਰ ਲੜਦੇ ਸਾਧ ਦੀ ਨਜ਼ਰ ਕਾਸੇ ਉੱਤੇ ਗਈ। ਗਜਾ ਕੀਤੇ ਭੋਜਨ ਨੂੰ ਚੱਟਦੇ ਕੁੱਤੇ ਨੂੰ ਪਤਾ ਨਹੀਂ ਸੀ ਕਿ ਅਜਿਹੇ ਸਾਧਾਂ ਕੋਲ ਡੰਡਾ ਕੰਡੇਦਾਰ ਹੁੰਦਾ ਏ। ਪਰ ਡੰਡੇ ਦਾ ਅਗਲਾ ਸਿਰਾ ਕਾਸੇ ਉੱਤੇ ਅਜਿਹਾ ਵੱਜਿਆ; ਕਾਸਾ ਸਿੱਧਾ ਨਦੀ ਵਿਚ ਜਾ ਡਿੱਗਾ। ਥੋੜ੍ਹੀ ਦੂਰ ਉਹ ਤੈਰਦਾ ਦਿਸਿਆ; ਫਿਰ ਡੁੱਬ ਗਿਆ। ਅਚਾਨਕ ਸ਼ਾਂਤੀ ਵਰਤ ਗਈ। ਹੁਣ ਪਾਣੀ ਦਾ ਸ਼ੋਰ ਹੋਰ ਉੱਚਾ ਸੁਣਨ ਲੱਗ ਪਿਆ ਸੀ। ਫਿਰ ਨੇਹਰਾਂ ਦੀ ਆਵਾਜ਼ ਸੁਣੀ :

"ਇਹ ਗਿਆਨ ਦੀ ਉਦਾਸੀ ਵੀ ਵੇਸਵਾ ਵਰਗੀ ਹੁੰਦੀ ਏ... ਆਪਣੇ ਗਾਹਕ ਲਈ ਬਹੁਤ ਰੰਗ ਬਦਲਦੀ ਏ।"

"ਕਿਹੜੀ ਸੰਪਰਦਾ ਵਿੱਚੋਂ ਹੋ ?" ਸੁਆਲ ਨੇਹਰਾਂ ਕੋਲ ਬੈਠੇ ਮਰਦਾਨੇ ਵੱਲ ਸੀ।

"ਗੁਰੂ ਕੋਲੋਂ ਕਦੇ ਪੁੱਛਿਆ ਹੀ ਨਹੀਂ...।" ਨੇਹਰਾਂ ਹੈਰਾਨ ਸੀ; ਮਰਦਾਨੇ ਨੇ ਕਿਸ ਬੇਬਾਕੀ ਨਾਲ ਉੱਤਰ ਦਿੱਤਾ ਸੀ। ਪਰ ਸਾਧ ਮੰਡਲੀ ਨੂੰ ਇਕ ਫਕੀਰੀ ਲਿਬਾਸ ਕੋਲ ਬੈਠੀ ਔਰਤ ਚੰਗੀ ਨਹੀਂ ਸੀ ਲੱਗ ਰਹੀ।

"ਤੂੰ ਸਾਨੂੰ ਕਾਜ਼ੀ ਦੀ ਬਿੱਲੀ ਸਮਝਿਆ... ਛੱਡ ਕੇ ਆ ਗਈ ਏਂ...?" ਸਾਰਿਤਾ ਤੇ ਉਹਦੀਆਂ ਹੋਰ ਸਹੇਲੀਆਂ ਆਣ ਪਹੁੰਚੀਆਂ ਸਨ। ਜਦੋਂ ਉਹ ਸਾਰੀਆਂ ਬੈਠ ਗਈਆਂ ਤਾਂ ਸਾਧਾਂ ਦੀਆਂ ਸਭ ਸੰਪਰਦਾਵਾਂ ਬੁੜ ਬੁੜ ਕਰਦੀਆਂ ਜਗ੍ਹਾ ਬਦਲ ਗਈਆਂ।

ਚਾਨਣ ਤੇ ਹਨੇਰੇ ਨੇ ਆਪਸ ਵਿਚ ਰਚ ਮਿਚ ਇਕ ਨਵੀਂ ਨੁਹਾਰ 'ਮੂੰਹ ਹਨੇਰਾ' ਬਣਾ ਲਿਆ ਸੀ। ਚੁਫੇਰੇ ਮੇਲੇ ਵਰਗਾ ਮਾਹੌਲ ਸੀ। ਅੱਜ ਦੀ ਰਾਤ ਨਦੀ ਨੇ ਪਾਰ ਨਹੀਂ ਸੀ ਲੰਘਣ ਦੇਣਾ। ਕਈ ਦਿਨਾਂ ਬਾਅਦ ਤੁਰਦੇ ਢੋਲ ਦੀ ਆਵਾਜ਼ ਸੁਣੀ। ਇਕ ਪਾਸਿਉਂ ਸਾਰੰਗੀ ਨਾਲ ਘੁੰਗਰੂਆਂ ਦੀ ਆਵਾਜ਼ ਆਉਣ ਲੱਗੀ। ਬਹੁਤੇ ਲੋਕ ਉਧਰ ਵੱਲ ਜਾ ਰਹੇ ਸਨ।

"ਇਹ ਲਹੌਰੋਂ ਆਈਆਂ ਨੇ... ਪੜਾਅ ਵਾਰ ਰੁੱਕਦੀਆਂ ਅੱਗੇ ਜਾਂਦੀਆਂ ਨੇ...।"

"ਆਹੋ ਲਹੌਰ ਵਿਚ ਹੁਣ ਧੰਦਾ ਨੀ ਰਿਹਾ।"

"ਚਲੋ ਘੜੀ ਰਸੀਲੇ ਨੈਣਾਂ ਦਾ ਝਾਕਾ ਏ...।" ਬਹੁਤ ਸਾਰੇ ਲੋਕ ਗੱਲਾਂ ਕਰਦੇ ਉੱਧਰ ਵੱਲ ਜਾ ਰਹੇ ਸਨ। ਜਾਂਦੇ ਲੋਕਾਂ ਨੂੰ ਇਕ ਸਾਧੂ ਇਕ ਟੰਗ ਭਾਰ ਹੋ ਕੇ ਵੇਖ ਰਿਹਾ ਸੀ। ਉਹ ਬਿਲਕੁਲ ਨਦੀ ਕਿਨਾਰੇ ਸੀ; ਜੋ ਕਦੀ ਵੀ ਕੰਢਾ ਖੋਰ ਸਕਦੀ ਸੀ।

ਇਸ਼ਾ ਦੀ ਨਵਾਜ਼ ਦੇ ਸੱਦੇ ਤੋਂ ਬਾਅਦ ਬਾਬਾ ਹਾਲੇ ਤੱਕ ਸੂਫੀਆਂ ਕੋਲੋਂ ਮੁੜਿਆ ਨਹੀਂ ਸੀ। ਅਗਲੀ ਨਵਾਜ਼ ਦਾ ਵਕਤ ਵੀ ਨੇੜੇ ਆ ਰਿਹਾ ਸੀ; ਸ਼ਾਇਦ ਇਸੇ ਲਈ ਬਾਬੇ ਨੂੰ ਆਉਣ ਨਾ ਦਿੱਤਾ ਹੋਵੇ। ਉਹ ਇਕ ਝਿੜੀ ਦੀ ਓਟ ਵਿਚ ਬੈਠੇ ਸਨ। ਉਸ ਤੋਂ ਅਗਲੀ ਓਟ ਵਿਚ ਨਾਂਗੇ ਸੰਪਰਦਾ ਦੇ ਸਾਧੂਆਂ ਦਾ ਟੋਲਾ ਬੈਠਾ ਸੀ।

ਅੱਗਾਂ ਬਲ ਗਈਆਂ ਸਨ; ਦੂਰ ਤੱਕ ਖਾਣੇ ਦੀਆਂ ਗੱਲਾਂ ਚੱਲ ਰਹੀਆਂ ਸਨ। ਅਚਾਨਕ ਲੱਗੇ ਅਜਿਹੇ ਪੜਾਵਾਂ ਵਿੱਚ ਫ਼ਕੀਰਾਂ ਕੋਲ ਹੀ ਅੰਨ ਹੁੰਦਾ ਏ ਤੇ ਦੁਨਿਆਵੀ ਲੋਕ ਖ਼ਾਲੀ ਹੁੰਦੇ ਨੇ। ਕਿਤੇ ਕਿਤੇ ਗੱਡੇ ਪਾਲਕੀਆਂ ਕੋਲ ਸੇਵਕ ਖਾਣੇ ਦੀ ਤਿਆਰੀ ਵਿੱਚ ਲੱਗੇ ਦਿਸਦੇ। ਸਾਰੰਗੀ ਦੀ ਆਵਾਜ਼ ਹੋਰ ਉੱਚੀ ਹੋ ਗਈ ਸੀ। ਲੋਕ 'ਵਾਹ... ਵਾਹ... ਵਾਹ' ਕਰਦੇ ਲਹੌਰਨਾਂ ਦੀਆਂ ਸਿਫਤਾਂ ਕਰਦੇ। ਵਿਚਕਾਰ ਕਦੇ ਕਦੇ ਖੜਤਾਲਾਂ ਤੇ ਇਕ ਤਾਰੇ ਦੀ ਆਵਾਜ਼ ਵੀ ਸੁਣਦੀ।

"ਹਰ ਕੋਈ ਸੰਗੀਤ ਨਾਲ ਦੁੱਖਾਂ ਨੂੰ ਸਿੰਗਾਰਨ ਦੀ ਕੋਸ਼ਿਸ਼ ਕਰ ਰਿਹੈ... ਤਾਂ ਹੀ ਦੁੱਖਾਂ ਨੂੰ ਸਾਡੇ ਵੱਲ ਆਉਣ ਦੀ ਚਾਹਤ ਬਣੀ ਰਹਿੰਦੀ ਏ ?" ਨੇਹਰਾਂ ਦੀ ਆਵਾਜ਼ ਸੁਣ ਇਕ ਟੰਗ ਤੇ ਖੜ੍ਹਾ ਸਾਧ, ਇਕ ਟੰਗ ਤੇ ਹੀ ਦੂਰ ਹੋਣ ਦੀ ਕੋਸ਼ਿਸ਼ ਕਰਨ ਲੱਗਾ। ਕਦੇ ਕਦੇ ਦੂਜਾ ਪੈਰ ਧਰਤੀ ਨਾਲ ਛੂੰਹਦਾ ਤਾਂ ਉਹ ਬੁੜਬੜਾਉਂਦਾ : "ਸਭ ਨੂੰ ਨਦੀ ਨੇ ਰੋਕ ਲਿਆ।"

"ਤੇਰੇ ਕਾਸੇ ਵਿਚ ਪਾਣੀ ਹੈ...?" ਮਰਦਾਨੇ ਨੇ ਸੁਣਦੀ ਸਾਰ ਕਾਸਾ ਨੇਹਰਾਂ ਵੱਲ ਕੀਤਾ।

"ਨਹੀਂ... ਨਹੀਂ... ਤੇਰੇ ਲਈ ਹੀ ਪੁੱਛਿਆ।" ਉਹ ਮਰਦਾਨੇ ਕੋਲੋਂ ਉੱਠਕੇ ਵੱਜਦੀ ਸਾਰੰਗੀ ਵੱਲ ਚੱਲ ਪਈ... "ਮੇਰੀ ਵਾਰੀ ਆਉਣ ਵਾਲੀ ਏ।"

ਪਿੱਠ ਪਿੱਛੇ ਖੜ੍ਹੀ ਪਾਲਕੀ ਅੰਦਰ ਬੈਠੇ ਬੰਦੇ ਨੇ ਸਿਰ ਬਾਹਰ ਕੱਢਿਆ। ਉਸਦੇ ਫਕੀਰੀ ਲਿਬਾਸ ਵਿਚੋਂ ਕਾਲੀਆਂ ਅੱਖਾਂ ਚਮਕ ਰਹੀਆਂ ਸਨ।

"ਵੇਸਵਾਵਾਂ ਦੇ ਵੀ ਫਕੀਰ ਹੁੰਦੇ ਨੇ ?" ਨੇਹਰਾਂ ਤਾਂ ਸੁਣਕੇ ਹੱਸੀ ਸੀ। ਪਰ ਮਰਦਾਨੇ ਦਾ ਜੀਅ ਕੀਤਾ ਉਸ ਰੇਸ਼ਮੀ ਲਿਬਾਸ ਨੂੰ ਉੱਤਰ ਦੇਵਾਂ। ਪਰ ਸਾਹਮਣਿਉਂ ਬਾਬਾ ਆਉਂਦਾ ਦਿਸਿਆ :

"ਵੇਖ ਬਾਬਾ ਉਦੋਂ ਦਾ ਹੀ ਮੈਂ ਨਦੀ ਕਿਨਾਰੇ ਬੈਠਾ ਆਂ...।" ਬਾਬਾ ਮਾਮੂਲੀ ਜਿਹਾ ਮੁਸਕਰਾਇਆ। ਕੋਲ ਹੀ ਇਕ ਪਰਿਵਾਰ ਵਿਚ ਬੈਠੀ ਔਰਤ ਦੇ ਗੋਦੀ ਵਾਲਾ ਬੱਚਾ ਉੱਚੀ ਉੱਚੀ ਰੋਣ ਲੱਗਾ। ਉਹ ਆਪਣੇ ਹੱਥੋਂ ਡਿੱਗੀ ਚੀਜ਼ ਨੂੰ ਆਪਣਾ ਸਮਝੇ ਬਿਨਾਂ ਰੋਈ ਜਾ ਰਿਹਾ ਸੀ। ਉਹਦੇ ਹੱਥੋਂ ਕੀ ਗਿਰਿਆ? ਇਹ ਕਿਸੇ ਨੇ ਵੇਖਿਆ ਹੀ ਨਹੀਂ ਸੀ। ਮਾਂ ਸਮਝਦੀ ਭੁੱਖਾ ਹੋਵੇਗਾ; ਪਰ ਉਹ ਘੜੀ ਮੁੜੀ ਧਰਤੀ ਵੱਲ ਲਪਕਦਾ। ਅਜਿਹੇ ਵੇਲੇ ਮਰਦਾਨੇ ਨੇ 'ਮਿਜ਼ਰਾਬ' ਨੂੰ ਤਾਰਾਂ ਉੱਤੇ ਛੋਹਿਆ। ਬੱਚਾ ਰੋਂਦਾ ਰੋਂਦਾ ਚੁੱਪ ਹੋਣ ਲੱਗਾ। ਨਦੀ ਕਿਨਾਰੇ ਲੋਕ ਇਕੱਠੇ ਹੋਣੇ ਸ਼ੁਰੂ ਹੋ ਗਏ ਸਨ। ਫਿਰ ਰਬਾਬ ਤੇ ਆਵਾਜ਼ ਦੇਰ ਤੱਕ ਸੁਣਦੀ ਰਹੀ। ਲੋਕੀ ਕਹਿ ਰਹੇ ਸਨ : "ਪੀਰ ਵੇਖੇ ਸੰਨਿਆਸੀ... ਤਿਆਗੀ ਵੇਖੇ... ਐਸ ਤਰ੍ਹਾਂ ਰੱਬ ਨਾਲ ਗੱਲਾਂ ਕਰਦਾ ਕੋਈ ਨਹੀਂ ਸੁਣਿਆ।"

ਸਵੇਰ ਦੇ ਪਰਛਾਵਿਆਂ ਨੇ ਆਕਾਰਾਂ ਨੂੰ ਉਨ੍ਹਾਂ ਤੋਂ ਬਾਹਰ ਕੱਢ ਲਿਆ ਸੀ। ਆਪਣੇ ਹੀ ਤਲ ਨੂੰ ਤਲਾਸ਼ਦਾ ਪਾਣੀ ਨਿਵਾਣਾਂ ਵੱਲ ਵਹਿ ਗਿਆ ਸੀ। ਲਹਿਰਾਂ ਦੇ ਸ਼ੋਰ ਵੀ ਪਾਣੀ ਆਪਣੇ ਨਾਲ ਹੀ ਲੈ ਗਿਆ। ਕੱਲ ਬੱਦਲਾਂ ਦੀ ਨਿਮਰਤਾ ਨੂੰ ਧਰਤੀ ਉੱਤੇ ਉਤਾਰ ਨਦੀ ਨੇ ਜਿਸ ਤਰ੍ਹਾਂ ਕਾਹਲ ਵਿਚ ਪਾਇਆ ਸੀ; ਅੱਜ ਉਹਦਾ ਬੱਚਦਾ ਹਿੱਸਾ ਸ਼ਾਂਤ ਹੋਣ ਦੀ ਕੋਸ਼ਿਸ਼ ਵਿਚ ਦਿਸਦਾ। ਅੱਜ ਤਲ ਨਿੱਤਰ ਰਿਹਾ ਸੀ। ਜਿਸ ਉੱਪਰ ਉਹ ਵਹਿਆ ਉਹਨੂੰ ਨੰਗਾ ਕਰ ਰਿਹਾ ਸੀ। ਕੰਢਿਆਂ ਦੇ ਗਿੱਲੇ ਰੇਤ ਦਾ

ਵੀ ਉਹਨੂੰ ਚੂਸਣ ਨੂੰ ਜੀਅ ਨਹੀਂ ਕੀਤਾ। ਪਾਣੀ ਹੋਰ ਧੀਮਾ ਹੁੰਦਾ ਗਿਆ ਤੇ ਨਦੀ ਆਪਣੀ ਨਿੱਤਰੀ ਸਤਾ ਵਿਖਾਉਂਦੀ ਰਹੀ। ਜਿਹੜੀ ਕਾਹਲ ਕੱਲ ਪਾਣੀ ਨੇ ਵਿਖਾਈ ਸੀ; ਅੱਜ ਉਹਨੂੰ ਪਾਰ ਕਰਨ ਵਾਲੇ ਯਾਤਰੀ ਵਿਖਾ ਰਹੇ ਸਨ। ਉਹ ਤਲ ਦੇ ਨੰਗੇ ਹੋ ਰਹੇ ਪੱਥਰਾਂ ਤੇ ਪੈਰ ਧਰਦੇ ਛੱਲਾਂ ਵਾਂਗ ਉਛਲਦੇ ਲੰਘੇ। ਸਿਰਫ਼ ਬਾਬੇ ਤੇ ਮਰਦਾਨੇ ਨੇ ਨਦੀ ਦੇ ਸੁੱਕੇ ਪੱਟ ਦਾ ਸਾਥ ਦਿੱਤਾ। ਸ਼ਾਮ ਵੇਲੇ ਉਹ ਗਾਉਂਦੇ ਹੋਏ ਉਨ੍ਹਾਂ ਜਗਾਵਾਂ ਵਿਚੋਂ ਦੀ ਲੰਘੇ ਜਿਥੇ ਕੱਲ ਲਹਿਰਾਂ ਉੱਠ ਡਰਾ ਰਹੀਆਂ ਸਨ। ਦੂਜੇ ਕਿਨਾਰੇ ਤੇ ਬੈਠੀ ਨੇਹਰਾਂ ਉਡੀਕਦੀ ਰਹੀ। ਉਹਨੇ ਦੋ ਦੀਵਾਨਿਆਂ ਨੂੰ ਵੱਗ ਕੇ ਹਟੀ ਨਦੀ ਨੂੰ ਗਾਉਂਦੇ ਹੋਏ ਪਾਰ ਕਰਦਿਆਂ ਵੇਖਿਆ। ਨਦੀਆਂ ਉਹਨੇ ਵੀ ਜ਼ਿੰਦਗੀ ਵਿਚ ਹਜ਼ਾਰਾਂ ਪਾਰ ਕੀਤੀਆਂ ਸਨ; ਪਰ ਇਸ ਤਰ੍ਹਾਂ ਲੰਘ ਗਏ ਪਾਣੀਆਂ ਤੇ ਆਉਣ ਵਾਲੇ ਪਾਣੀਆਂ ਨੂੰ ਗਾ ਕੇ ਸਲਾਮ ਹੁੰਦੇ ਕਦੇ ਨਹੀਂ ਸੀ ਵੇਖੇ। ਉਹਨੇ ਗਾਉਣ ਵਿਚ ਸੁੱਕੇ ਪੱਤਣ ਦਾ ਧੰਨਵਾਦ ਵੀ ਸੁਣਿਆ; ਜਿਸਨੇ ਲਹਿਰਾਂ ਨੂੰ ਆਪਣੇ ਉੱਪਰੋਂ ਗੁਜਰਨ ਦਿੱਤਾ ਸੀ। ਜਦੋਂ ਬਾਬਾ ਨੇਹਰਾਂ ਕੋਲੋਂ ਲੰਘਿਆ; ਉਹ ਹੱਥ ਜੋੜੀਂ ਖੜ੍ਹੀ ਸੀ; ਅੱਖਾਂ ਬੰਦ ਸਨ। ਡਿਗਦੇ ਅੱਥਰੂ ਜੁੜੇ ਹੱਥਾਂ ਉੱਪਰ ਡਿੱਗਦੇ ਰਹੇ। ਮਰਦਾਨੇ ਨੇ ਕਈ ਵਾਰ ਪਿੱਛੇ ਮੁੜ ਕੇ ਵੇਖਿਆ; ਬਾਬਾ ਤੁਰਦਾ ਗਿਆ। ਆਖਰੀ ਵਾਰ ਮਰਦਾਨੇ ਖੜ੍ਹ ਕੇ ਪਿੱਛੇ ਵੱਲ ਵੇਖਿਆ। ਦੂਰ ਨਦੀ ਦੇ ਕਿਨਾਰੇ ਕੋਈ ਗਾ ਰਿਹਾ ਸੀ। ਓਹੀ ਰਾਤ ਵਾਲਾ ਨਦੀਆਂ ਦਾ ਗੀਤ ਜੋ ਕੀਰਤਨ ਵੇਲੇ ਗਾਇਆ ਸੀ। ਗਾਉਣ ਵਿਚ ਉਹ ਇਕੱਲੀ ਨਹੀਂ; ਉਹਦੀਆਂ ਸਹੇਲੀਆਂ ਦੀ ਆਵਾਜ਼ ਵੀ ਸੁਣ ਰਹੀ ਸੀ।

ਨਦੀਆਂ ਵਾਹ ਵਿਛੁੰਨਿਆਂ ਮੇਲਾ ਸੰਜੋਗੀ ਰਾਮ॥
ਜੁਗੁ ਜੁਗੁ ਮੀਠਾ ਵਿਸੁ ਭਰੇ ਕੋ ਜਾਣੈ ਜੋਗੀ ਰਾਮ॥

ਅਜੀਬ ਗੱਲ ਸੀ; ਅੱਜ ਹੋਰ ਨਹੀਂ ਤਾਂ ਨਦੀਆਂ ਹੀ ਧੀਆਂ ਜਾਪਣ ਲੱਗ ਪਈਆਂ ਸਨ।

ਕਈ ਦਿਨ ਲੰਘ ਗਏ ਉਸ ਨਦੀ ਨੂੰ ਪਾਰ ਕਰਿਆਂ ਤੇ ਉਸਦੇ ਕਿਨਾਰੇ ਉੱਤੇ ਖੜ੍ਹੀ ਕੁੜੀ ਨੂੰ ਗਾਉਂਦੇ ਵੇਖਿਆਂ। ਕਈ ਨਦੀਆਂ ਹੋਰ ਵੀ ਪਾਰ ਕੀਤੀਆਂ; ਹਰ ਕੰਢੇ ਉੱਤੇ ਨਦੀ ਦਾ ਗੀਤ ਸੁਣਿਆ। ਪਰ ਉਸੇ ਨਦੀ ਦੇ ਕਿਨਾਰੇ ਉੱਤੇ ਰੁਕਣ ਨੂੰ ਜੋ ਜੀਅ ਮੱਚਲਿਆ ਸੀ; ਉਹ ਭੁੱਲ ਨਹੀਂ ਸੀ ਰਿਹਾ। ਬਾਬਾ ਤਾਂ ਨਿਰੰਤਰ ਤੁਰੀ ਜਾ ਰਿਹਾ ਸੀ। ਹਰ ਨਦੀ ਨੂੰ ਨਵਾਂ ਕਰਕੇ ਵੇਖਦਾ; ਹਰ ਕਿਨਾਰੇ ਨੂੰ ਨਦੀ ਦਾ ਪੱਟ ਸੰਭਾਲਣ ਦਾ ਅਸ਼ੀਰਵਾਦ ਦੇਂਦਾ। ਦੁਬਾਰਾ ਉਸੇ ਤਰ੍ਹਾਂ ਵਾਪਰੇ ਉਹਦੀ ਕੋਈ ਅਜਿਹੀ ਇੱਛਾ ਵੀ ਨਹੀਂ ਦਿਸਦੀ। ਉਹ ਲੰਘ ਗਿਆਂ ਦੀ ਗੱਲ ਵੀ ਨਹੀਂ ਸੀ ਕਰਦਾ। ਜਿੱਥੇ ਹੁੰਦਾ ਉਥੇ ਜੀਵਤ ਦਿਸਦਾ। ਅਜਿਹੇ ਵੇਲੇ ਆਪਣੇ ਭਾਵਾਂ ਦੇ ਅਨੰਤ ਨਿਰਣੇ ਸੁਣਨ ਲਈ ਅਚਵੀ ਜਹੀ ਲੱਗ ਜਾਂਦੀ। ਲੱਗਦਾ ਕਿਤੇ ਤਾਂ ਰੁੱਕਣਾ ਹੀ ਸੀ ਉੱਥੇ ਹੀ ਰੁੱਕ ਜਾਂਦੇ। ਫਿਰ ਅੱਗੇ ਚੱਲਦੇ ਬਾਬੇ ਕੋਲ ਨਜ਼ਰ ਜਾ ਪਹੁੰਚਦੀ। ਅਜਿਹੇ ਵੇਲੇ ਬਾਬਾ ਅਕਸਰ ਕਹਿੰਦਾ :

"ਮਰਦਾਨਿਆ ਰਬਾਬ ਵਜਾ।" ਜਾਂ ਫਿਰ ਆਪਣੀ ਹੀ ਆਵਾਜ਼ ਸੁਣਦੀ।

"ਬਾਬਾ ਰਬਾਬ ਵਜਾਵਾਂ।" ਇਹ ਤੀਜੀ ਗੱਲ ਕਿਹੜੀ ਵਿਚ ਰਹਿ ਜਾਂਦੀ ਏ?

ਕਾਂਡ : ਪੰਦਰਵਾਂ

ਮਰਦਾਨੇ ਨੇ ਰਬਾਬ ਉੱਪਰ ਮੋਕਲੀ ਜਹੀ ਬੁੱਕਲ ਮਾਰੀ। ਧੁੰਦਾਂ ਦੇ ਦਿਨ ਸਨ; ਨਾ ਆਕਾਸ਼ ਦਿਸਦਾ ਸੀ ਨਾ ਪਹਾੜਾਂ ਦੀ ਕਤਾਰਾਂ। ਪੈਰ ਦਿਸਦੇ ਸਨ ਤੇ ਪੈਰ੍ਹਾਂ ਥੱਲੇ ਦੀ ਜ਼ਮੀਨ ਦਿਸਦੀ ਸੀ। ਅੱਗੇ ਚੱਲਦੇ ਬਾਬੇ ਦੇ ਸਿਰ ਉੱਤੇ ਗੌਣ ਦੀ ਸਮੱਗਰੀ ਸੀ। ਅੱਜ ਸਵੇਰੇ ਉਹਨੇ ਪਹਿਲੋਂ ਪੜਾ ਤੇ ਕੱਲ ਵਾਲੀ ਸਮੱਗਰੀ ਲਿਖ ਕੇ ਸਾਂਭ ਲਈ ਸੀ। ਬਹੁਤ ਨੇੜੇ ਹੋਕੇ ਚਾਦਰ ਉੱਤੇ ਅੱਜ ਦੀ ਸਿਆਹੀ ਦਾ ਤਾਜਾ ਚਟਾਕ ਦਿਸਦਾ। ਬਾਬਾ ਕਲਮ ਡਬੋ ਕੇ ਦੁਬਾਰਾ ਸਿਆਹੀ ਝਾੜਦਾ ਕਦੇ ਨਹੀਂ ਸੀ ਵੇਖਿਆ। ਉਹਦੀ ਕਲਮ ਸਿੱਧੀ ਦੁਆਤ ਤੋਂ ਕਾਗਜ਼ ਵੱਲ ਜਾਂਦੀ। ਅੱਜ ਦਾ ਚਟਾਕ ਸ਼ਾਇਦ ਸਿੱਧਾ ਦੁਆਤ ਤੋਂ ਹੀ ਆਇਆ ਹੋਵੇਗਾ। ਅਜਿਹੇ ਕਿੰਨੇ ਹੀ ਬਣਦੇ ਧੁੰਧਲੇ ਹੁੰਦੇ ਤੇ ਮਿੱਟਦੇ ਦਾਗ ਅਕਸਰ ਪਿੱਛੇ ਚੱਲਦੇ ਮਰਦਾਨੇ ਦਾ ਧਿਆਨ ਖਿੱਚ ਲੈਂਦੇ। ਤੇ ਕੁਝ ਦੇਰ ਲਈ ਰਸਤਿਆਂ ਦੇ ਬੇਲੋੜੇ ਅਕੇਵਿਆਂ ਤੋਂ ਦੂਰ ਲੈ ਜਾਂਦੇ। ਕੱਲ ਬਾਬੇ ਦੇ ਕਾਸੇ (ਕਰਮੰਡਲ) ਦੀ ਡੰਡੀ ਟੁੱਟ ਗਈ ਸੀ। ਕੱਛ ਵਿਚ ਦਿੱਤਾ ਉਹ ਤਿਕੋਨਾ ਆਕਾਰ ਕਈ ਵਾਰ ਕਿਸੇ ਪੰਛੀ ਦਾ ਭੁਲੇਖਾ ਪਾ ਦੇਂਦਾ। ਜਿਸ ਦਿਨ ਬਾਬੇ ਨੇ ਦਿਨ ਵਿਚ ਕਈ ਵਾਰ ਲਿਖਣਾ ਹੁੰਦਾ; ਉਸ ਦਿਨ ਅਕਸਰ ਕਲਮ ਤੇ ਦੁਆਤ ਕਾਸੇ ਵਿਚ ਹੀ ਸਫ਼ਰ ਕਰਦੇ। ਕੱਲ ਦੁਪਹਿਰ ਵੇਲੇ ਗਜਾ ਤੇ ਇਕ ਬੰਦੇ ਨੇ ਪੁੱਛ ਹੀ ਲਿਆ ਸੀ : "ਫਕੀਰੋ... ਕਾਸੇ ਵਿਚ ਕਲਮ ਦਵਾਤ... ਇਕ ਭਾਂਡਾ ਹੋਰ ਰੱਖ ਲਓ ਤਾਂ...।"

ਸੂਰਜ ਥੋੜ੍ਹਾ ਦਿਸਣ ਲੱਗਾ ਸੀ। ਸਿਆਲੂ ਦੁਪਹਿਰ ਦੇ ਠਰ ਫੁੱਟੇ ਬੁੱਲੇ ਆਏ। ਰਜਾਈਆਂ ਵਾਂਗ ਪਲਸੇਟੇ ਮਾਰਦੀ ਧੁੰਦ ਥੋੜ੍ਹੀ ਉੱਚੀ ਦਿਸਣ ਲੱਗੀ। ਅੱਗੇ ਰੇਤੀਲੇ ਟਿੱਬੇ ਦੀਆਂ ਧੈੜਾਂ ਸਨ। ਠੰਢੇ ਰੇਤੇ ਉੱਤੇ ਹਾਲੇ ਤਰੇਲ ਕੋਸੀ ਨਹੀਂ ਸੀ ਹੋਈ। ਭਿੱਜਦੇ ਪੈਰਾਂ ਉੱਪਰ ਬਹੁਤ ਠੰਢੇ ਛਿੱਟੇ ਪੈ ਰਹੇ ਸਨ। ਟਿੱਲੇ ਤੋਂ ਬਾਅਦ ਪਿੰਡ ਦਿਸਣ ਲੱਗ ਪਏ ਸਨ। ਪਿੰਡਾਂ ਦੇ ਬਾਹਰ ਬੱਕਰੀਆਂ ਦੇ ਬਾੜੇ ਸਨ। ਠੰਢੀ ਹਵਾ ਦੇ ਬੁੱਲਿਆਂ ਨਾਲ ਵਾੜਿਆਂ ਵਿਚ ਝੁੰਡ ਬਣ ਕੇ ਕੰਨ ਸੁੱਟੀ ਬੈਠੀਆਂ ਬੱਕਰੀਆਂ ਚੁੱਪ ਸਨ। ਅੱਗੇ ਬੇਰੀਆਂ ਦੇ ਝੁੰਡ ਸਨ। ਉੱਚੇ ਬਰੋਟੇ ਉੱਪਰ ਝੰਡੀਆਂ ਵਾਂਗ ਲਹਿਰਾਉਂਦੇ 'ਬੇਦ' ਦਿੱਸੇ। ਪੱਕੇ ਮੰਦਰ ਦੇ ਕਲਸ਼ ਉੱਤੇ ਚੌੜੀ ਤਰੇੜ ਦਿਸੀ। ਮੋੜ ਦੇ ਅੱਧ ਵਿਚਕਾਰ ਮਸੀਤ ਦੇ ਬੁਰਜ਼ ਦਿਸੇ। ਇਹ ਸਭ ਜਾਣੇ ਪਛਾਣੇ ਪਿੰਡ ਕਿਉਂ ਜਾਪ ਰਹੇ ਸਨ ? ਇੱਧਰ ਉਹ ਪਹਿਲੀ ਫੇਰੀ ਤੇ ਹੀ ਤਾਂ ਆ ਰਹੇ ਸਨ ? ਬਹੁਤ ਦੇਰ ਪਹਿਲਾਂ ਧੁੰਦਲੇ ਧੁੰਦਲੇ ਪਰਛਾਵਿਆਂ ਵਰਗੀਆਂ ਯਾਦਾਂ ਨੇ ਉਦੋਂ ਸੁਰਤ ਲਈ ਜਦੋਂ ਸਾਹਮਣੇ ਚੌਰਾਹੇ ਵਾਲੇ ਖੂਹ ਦੇ ਸਿਰ ਉੱਤੇ ਲੋਹੇ ਦੀਆਂ ਮੋਰਨੀਆਂ ਦੀ ਤਿੱਕੜੀ ਦਿਸੀ। ਜਦੋਂ ਰੇੜ੍ਹਾ ਚੱਲਦਾ ਤਾਂ ਉਹ ਮੋਰਨੀਆਂ ਉੱਪਰ ਗੋਲਾਈ ਵਿਚ ਘੁੰਮਦੀਆਂ। ਫਿਰ ਵੀ ਯਾਦਾਂ ਨੂੰ ਵਿਸ਼ਵਾਸ ਨਹੀਂ ਸੀ ਹੋ ਰਿਹਾ; ਜਦੋਂ ਬੀਹੀ ਵਿਚ ਖੜ੍ਹੇ ਇਕ ਬਜ਼ੁਰਗ ਦੀ ਆਵਾਜ਼ ਸੁਣੀ :

"ਅੱਜ ਕਲ ਮੂਲੇ ਦੇ ਜੁਆਈ ਦੀਆਂ ਬੜੀਆਂ ਧੂੰਮਾਂ ਨੇ।" ਇਕ ਵਾਰ ਤਾਂ ਸੁਲਤਾਨਪੁਰ ਦੇ 'ਬ੍ਰਹਮ ਭੋਜ' ਦੇ ਵਿਵਾਦ ਵਰਗੀ ਧਮਕ ਪਈ; ਪਰ ਦੂਜੇ ਹੀ ਪਲ ਉਹ ਤੋਂ ਚੁੱਪ ਨਹੀਂ ਰਿਹਾ ਗਿਆ :

"ਬਾਬਾ ਤੇਰਾ ਸਹੁਰਾ ਪਿੰਡ ਏ... ਪੱਖੋਕੀ..।" ਬਾਬੇ ਨੇ ਪੰਡੋਕਲੀ ਦੇ ਸਹਾਰੇ ਲਈ ਦੂਜਾ ਹੱਥ ਬਦਲਿਆ। ਸਿਰ ਉੱਤੇ ਝਨਖਣੀ ਜਹੀ ਪੰਡੋਕਲੀ... ਪੈਰਾਂ ਤੋਂ ਨੰਗਾ... ਲੰਬਾ ਕੇਸਰੀ ਚੋਗਾ... ਗਲ ਤੇ ਬਾਹਾਂ ਵਿਚ ਮਾਲਾ... ਹੱਥ ਵਿਚ ਕਾਸਾ। ਮਰਦਾਨੇ ਦਾ ਜੀਅ ਕੀਤਾ ਜੇ ਅਸੀਂ ਬਾਹਰਲੀ ਫਿਰਨੀ ਨੂੰ ਹੀ ਲੰਘ ਜਾਂਦੇ। ਸਿਰ ਦੀ ਪੰਡੋਕਲੀ ਮੈਂ ਫੜ ਲੈਂਦਾ; ਬਾਕੀ ਦਾ ਸਮਾਨ ਛੁਪਾਇਆ ਜਾ ਸਕਦਾ ਸੀ। ਇਕ ਮਰਾਸੀ ਨੂੰ ਇਹ ਚੱਜ ਵੀ ਨਹੀਂ ਆਇਆ; ਸਹੁਰੇ ਪਿੰਡੋਂ ਜਜਮਾਨ ਨੂੰ ਕਿਵੇਂ ਲੰਘਾਈਦਾ ਏ ? ਅੱਗੇ ਖੂਹ ਨੇੜੇ ਆ ਗਿਆ ਸੀ। ਉਹਨੂੰ ਪਤਾ ਸੀ ਕਿ ਇਸ ਗਲੀ ਦੇ ਅਗਲੇ ਮੋੜ ਉੱਤੇ ਸਲੱਖਣੀ (ਘੁੰਮੀ) ਦਾ ਘਰ ਆਵੇਗਾ।

"ਜੀਜਾ ਇਸ ਤਰ੍ਹਾਂ ਹੀ ਲੰਘ ਜਾਵੇਂਗਾ ?" ਖੂਹ ਉੱਤੇ ਪਾਣੀ ਭਰਦੀਆਂ ਤੀਵੀਆਂ ਬੋਲੀਆਂ।

"ਕੋਸਾ ਪਾਣੀ ਏ... ਠੰਢ ਵੀ ਦਵਾਬੇਗਾ... ਪਿਆਸ ਵੀ ਬੁਝਾਵੇਗਾ।" ਉਹ ਉੱਚੀ ਉੱਚੀ ਹੱਸਣ ਲੱਗੀਆਂ।

"ਇਹ ਕੁੜੀਓ ਫਕੀਰਾਂ ਨੂੰ ਨਹੀਂ ਮਖ਼ੌਲ ਕਰੀਦਾ।" ਇਕ ਬਜੁਰਗ ਤੀਵੀਂ ਘੜੇ ਨੂੰ ਹੱਥ ਪਾਉਂਦੀ ਬੋਲੀ।

"ਬੇਬੇ... ਇਹ ਘੁੰਮੀ ਦੇ ਘਰ ਵਾਲਾ ਏ।" (ਸੁਲੱਖਣੀ ਦੇ ਪੇਕਿਆਂ ਦਾ ਨਾਂ)

"ਚਲੋ ਕੁੜੀਓ ਮੱਤ ਮਾਰੀਗੀ ਤੁਹਾਡੀ... ਉਹ ਤਾਂ ਚੰਗੇ ਘਰ ਵਿਆਹੀ ਏ...।"

ਖੂਹ ਪਿੱਛੇ ਰਹਿ ਗਿਆ ਸੀ ਤੇ ਗਲੀ ਵਿਚ ਸਲੱਖਣੀ ਦਾ ਘਰ ਵੀ ਦਿਸਣੋਂ ਹੱਟ ਗਿਆ। ਪੱਖੋਕੀ ਹੌਲੀ ਹੌਲੀ ਪਿੱਛੇ ਛੁੱਟਦਾ ਗਿਆ। ਪੂਰੀ ਧੁੱਪ ਨਿਕਲ ਆਈ ਸੀ। ਮਰਦਾਨੇ ਦਾ ਜੀਅ ਕੀਤਾ ਕੋਈ ਤੀਜਾ ਸਰੋਤਾ ਆਵੇ। ਉਹਦੇ ਰਾਹੀਂ ਉਹ ਮਰਾਸੀਆਂ ਵਾਂਗ ਟਿੱਚਰਾਂ ਕਰੇ।

"ਵੇਖ ਬਈ ਰਾਹੀਆ... ਮੇਰੇ ਗੁਰੂ ਦੇ ਤਾਂ ਸਹੁਰੇ ਲੰਘ ਗਏ... ਪਾਣੀ ਨਹੀਂ ਧਾਣੀ ਨਹੀਂ... ਹੁਣ ਤੂੰ ਦੱਸ ਕਿਤੇ ਅਗਲਾ ਪਿੰਡ ਸਹੁਰਿਆਂ ਦਾ ਤੇਰਾ ਤਾਂ ਨਹੀਂ।"

ਪੱਖੋਕੀ ਨੂੰ ਆਉਂਦੀ ਜੰਞ ਵਾਲਾ ਦਿਨ ਯਾਦ ਆਇਆ। ਰੱਥ ਗੱਡੇ ਘੋੜੇ ਤਾਂ ਬਹੁਤ ਸਨ ਪਰ ਬਾਬੇ ਦੇ ਅਸਲੀ ਯਾਰਾਂ ਨੂੰ ਤਾਂ ਤੁਰਕੇ ਹੀ ਜਾਣਾ ਪਿਆ ਸੀ। ਉਨ੍ਹਾਂ ਵਿਚ ਘੁਮਾਰ, ਭੰਗੀ, ਪਿੰਜਾ ਤੇ ਉਹ ਖ਼ੁਦ ਆਪ ਤੇ ਕੁਝ ਨਾਲ ਦੇ ਪਿੰਡਾਂ ਦੇ ਕੰਮੀ ਕਮੀਣ ਵੀ ਸਨ। ਬਾਬਾ ਕਈ ਵਾਰੀ ਰਥ ਉੱਪਰੋਂ ਉਤਰ ਉਨ੍ਹਾਂ ਨਾਲ ਤੁਰਿਆ ਸੀ; ਪਰ ਚਾਚੇ ਦੀਆਂ ਝਿੜਕਾਂ ਨਾਲ ਉਹ ਫਿਰ ਰਥ ਵਿਚ ਜਾ ਬੈਠਦਾ। ਵਿਆਹ ਤੋਂ ਦੱਸ ਦਿਨ ਪਹਿਲਾਂ ਬੀਬੀ ਨਾਨਕੀ ਦੇ ਸੁਰੀਲੇ ਗੀਤ ਸ਼ੁਰੂ ਹੋ ਗਏ ਸਨ। ਉਨ੍ਹਾਂ 'ਚੋਂ ਹੁਣ ਵੀ ਕੁਝ ਧੁਨਾਂ ਮੋਹ ਲੈਂਦੀਆਂ ਨੇ। ਜੰਞ ਚੜ੍ਹਦੀ ਵੇਲੇ ਉਹਨੇ ਗਾ ਗਾਕੇ ਗਲਾ ਬਿਠਾ ਲਿਆ ਸੀ। ਪੱਖੋਕੀ ਵਾਲਿਆਂ ਨੇ ਬੜੀ ਸੇਵਾ ਕੀਤੀ ਸੀ। ਪਰ ਉਸ ਦਿਨ ਭਣਵਇਆ ਜੈਰਾਮ

ਨਹੀਂ ਸੀ ਆਇਆ। ਦੌਲਤ ਖਾਂ ਦੇ ਕੋਈ ਜ਼ਰੂਰੀ ਕੰਮ ਆ ਪਿਆ ਸੀ। ਰਸਤੇ ਵਿਚ ਚੱਲਦੇ ਰੱਥ ਕੋਲ ਉਨ੍ਹਾਂ ਬਾਬੇ ਨੂੰ ਕਈ ਵਾਰੀ ਮਖ਼ੌਲ ਕੀਤਾ ਸੀ। "ਭੰਗੀਆਂ ਡੂਮਾਂ ਨੇ ਲਾਜ ਰੱਖ ਲਈ... ਜੀਜਾ ਤਾਂ ਆਇਆ ਹੀ ਨਹੀਂ...।" ਉਹਦੇ ਆਪਣੇ ਵਿਆਹ ਵਿਚ ਵੀ ਬਾਬਾ ਬਰਾਤ ਗਿਆ ਸੀ। ਡੂਮਣੀਆਂ ਨੇ ਉਹਦਾ ਰੰਗ ਢੰਗ ਚਾਲ ਵੇਖ ਕਈ ਵਾਰ ਆਪਣੇ ਸ਼ੱਕ ਗਾਕੇ ਸੁਣਾਏ ਸਨ। ਨਿਕਾਹ ਵੇਲੇ ਉਹ ਬਿਲਕੁਲ ਉਹਦੇ ਸਾਹਮਣੇ ਬੈਠਾ ਸੀ। ਮਰਦਾਨੇ ਨੂੰ ਤਾਂ ਉਹ ਦਿਨ ਵੀ ਯਾਦ ਸੀ ਜਿਸ ਦਿਨ ਬਾਬਾ ਪਹਿਲੀ ਵਾਰ ਕੁਝ ਬੋਲਿਆ ਸੀ। ਉਹਦੇ ਕਹੇ ਲਫ਼ਜ਼ ਹੁਣ ਤੱਕ ਜ਼ਬਾਨੀ ਯਾਦ ਸਨ। ਪੱਖੋਕੀ ਤੋਂ ਅਗਲਾ ਪਿੰਡ ਨੇੜੇ ਆ ਰਿਹਾ ਸੀ। ਬਾਬੇ ਦੀ ਪੰਡ ਉੱਪਰ ਉੱਡਦਾ ਪਤੰਗਾ ਵਾਰ ਵਾਰ ਤਾਜ਼ੀ ਸਿਆਹੀ ਦੇ ਚਟਾਕ ਉੱਪਰ ਬੈਠਣ ਦੀ ਕੋਸ਼ਿਸ਼ ਕਰ ਰਿਹਾ ਸੀ, ਕੋਈ ਤਾਜ਼ੀ ਸੁਗੰਧ ਆ ਰਹੀ ਸੀ। ਬਾਬਾ ਫਿਰਨੀ ਦੀ ਵਜਾਏ ਪਿੰਡ ਦੀ ਵਿਚਕਾਰਲੀ ਗਲੀ ਪੈ ਗਿਆ। ਦੋ ਜੜਵੇਂ ਖੂਹਾਂ ਦੀਆਂ ਮਣਾਂ ਉੱਪਰ ਆਹਮਣੇ ਸਾਹਮਣੇ ਬੈਠੇ ਦੋ ਜਣੇ ਗੱਲਾਂ ਕਰ ਰਹੇ ਸਨ। ਉਸ ਅੱਗੇ ਇਕ ਬਰੋਟੇ ਦੀਆਂ ਜੜ੍ਹਾਂ ਉੱਤੇ ਬਾਬੇ ਨੇ ਪੰਡੋਕਲੀ ਉਤਾਰੀ; ਤੇ ਆਪ ਇਕ ਪਾਸੇ ਕੱਚੀ ਮਿੱਟੀ ਉੱਪਰ ਬੈਠ ਗਿਆ। ਉਹਨੇ ਆਪਣੀ ਬੁੱਕਲ ਵਾਲੀ ਚਾਦਰ ਲੱਤਾਂ ਉੱਤੇ ਰੱਖ ਲਈ। ਇਥੋਂ ਪੱਖੋਕੀ ਦਿਸਦਾ ਸੀ। ਮਰਦਾਨੇ ਲਈ ਕੁਝ ਦੁੜਕੂੰ ਵਾਲੀ ਗੱਲ ਸੀ। ਪਰ ਉਸੇ ਵੇਲੇ 'ਭੈਰੋਆਣੇ ਵਾਲਾ ਫਿਰੰਦਾ', ਮੈਲਸੀਹੇ ਦਾ ਭਗੀਰਥ ਤੇ ਅਜਿਤਾ ਰੰਧਾਵਾ... ਬਰੋਟੇ ਵੱਲ ਆਉਂਦੇ ਦਿਸੇ। ਮਰਦਾਨੇ ਨੂੰ ਵੇਖਦੀ ਸਾਰ ਪੰਖ ਲੱਗ ਗਏ ਸਨ। ਕੁਝ ਦੇਰ ਉਹ ਬਾਬੇ ਕੋਲ ਬੈਠੇ ...। ਹੌਲੀ ਹੌਲੀ ਲੋਕ ਵੀ ਬਰੋਟੇ ਥੱਲੇ ਬੈਠੇ ਫਕੀਰ ਨੂੰ ਵੇਖਣ ਲਈ ਆਉਣੇ ਸ਼ੁਰੂ ਹੋ ਗਏ ਸਨ। ਬਹੁਤ ਦਿਨਾਂ ਬਾਅਦ ਇਸ ਤਰ੍ਹਾਂ ਆਪਣੇ ਪਸੰਦ ਦੀਆਂ ਗੱਲਾਂ ਕਰਨ ਦਾ ਮੌਕਾ ਮਿਲ ਰਿਹਾ ਸੀ। 'ਫਿਰੰਦਾ' ਆਪਣਾ ਨਾਂ 'ਇੰਦਰਸੈਨ' ਨਹੀਂ ਸੀ ਲੈਣ ਦੇ ਰਿਹਾ।

"ਜੇ ਸਾਜ਼ਾਂ ਦੀ ਗੱਲ ਕਰਨੀ ਏ ਤਾਂ ਮੈਂ ਫਿਰੰਦਾ... ਜੇ ਭਰੋਆਣੇ ਦੀ ਗੱਲ ਕਰਨੀ ਤਾਂ ਮੈਂ 'ਇੰਦਰਸੈਨ'।" ਉਹ ਦੱਸ ਰਿਹਾ ਸੀ ਕਿ ਸਾਲ ਵਿਚ ਇਕ ਵਾਰੀ ਉਹ ਘੁੰਮ ਘੁੰਮ ਕੇ ਆਪਣੇ ਬਣਾਏ ਸਾਜ਼ਾਂ ਨੂੰ ਵੇਖਦਾ ਹੈ। ਬਾਕੀ ਤਖਾਣ 'ਸੇਪੀ' ਲੈਣ ਘੁੰਮਦੇ ਨੇ... ਮੈਂ ਪਿੰਡ ਪਿੰਡ ਸਾਜ਼ਾਂ ਦੇ ਹਾਲ ਪੁੱਛਦਾ ਹਾਂ...।" ਉਨ੍ਹਾਂ ਪਿੰਡ ਦੇ ਆਲੇ ਦੁਆਲੇ ਘੁੰਮ ਘੁੰਮ ਕੇ ਗੱਲਾਂ ਕੀਤੀਆਂ। ਜਦੋਂ ਉਹ ਵਾਪਸ ਆਏ ਤਾਂ ਬਾਬੇ ਕੋਲ ਕਾਫ਼ੀ ਸੰਗਤ ਇਕੱਠੀ ਹੋ ਗਈ ਸੀ। ਮਰਦਾਨੇ ਨੇ ਹੌਲੀ ਜਹੇ ਬਾਬੇ ਦੀ ਗੋਦੀ ਵਿੱਚੋਂ ਰਬਾਬ ਚੁੱਕੀ; ਇਕ ਵਾਰ ਫਿਰੰਦੇ ਵੱਲ ਵੇਖ ਕੇ ਮੁਸਕਰਾਇਆ। ਫਿਰ ਰਬਾਬ ਨੂੰ ਸੁਰ ਵਿਚ ਕਰਨ ਲੱਗਾ।

ਕੁਝ ਦਿਨ ਪਹਿਲਾਂ ਜਿਸ ਥੜ੍ਹੇ ਉੱਤੇ ਰਾਸ ਲੀਲਾ ਚੱਲਦੀ ਰਹੀ; ਅੱਜ ਉਸ ਤੇ ਕੀਰਤਨ ਚੱਲ ਰਿਹਾ ਸੀ। ਭਗੀਰਥ ਤੇ ਮਨਸੁੱਖ ਨੇ ਦੋ ਦਿਨ ਪਹਿਲਾਂ ਪੂਰੇ ਇਲਾਕੇ ਵਿਚ 'ਘੋਹਾ' ਦੇ ਦਿੱਤਾ ਸੀ। ਵੱਡੇ ਇਕੱਠ ਵਿਚ ਤੀਵੀਆਂ ਦੇ ਬੈਠਣ ਲਈ ਅਲੱਗ ਜਗ੍ਹਾ ਸੀ। ਅੱਜ ਪਹਿਲੀ ਵਾਰ ਭਗੀਰਥ ਨੇ ਲੰਗਰ ਦਾ ਪ੍ਰਬੰਧ ਕੀਤਾ ਸੀ। ਗਰੀਬ ਲੋਕ ਪੇਟ ਭਰ ਖਾ ਕੇ ਧੰਨਵਾਦ ਕਰਦੇ ਕਮੀਣਾਂ ਲਈ ਵੱਖਰੀ ਜਗ੍ਹਾ ਭਾਲਦੇ; ਪਰ ਅੱਜ ਸਭ

ਲਈ ਇੱਕੋ ਜਗ੍ਹਾ ਸੀ। ਕੀਰਤਨ ਤੋਂ ਪਹਿਲਾਂ ਬਾਬੇ ਨੇ ਫਿਰੰਦੇ ਨੂੰ ਆਪਣੇ ਕੋਲ ਬੁਲਾਇਆ। ਰਬਾਬ ਵੱਲ ਇਸ਼ਾਰੇ ਕਰਕੇ ਦੱਸਿਆ; "ਇਹ ਫਿਰੰਦੇ ਨੇ ਬਣਾਈ ਏ।" ਬਲਦੀਆਂ ਮਿਸਾਲਾਂ ਦੇ ਚਾਨਣ ਵਿਚ ਲੋਕਾਂ ਨੇ ਫਿਰੰਦੇ ਨੂੰ ਜ਼ਾਰੋਜ਼ਾਰ ਰੋਂਦੇ ਸੁਣਿਆ; ਉਹ ਬੋਲਿਆ ਕੁਝ ਨਹੀਂ। ਠੰਢੀ ਗੀਵੀ ਚੱਲ ਰਹੀ ਸੀ; ਚੰਨ ਚਾਨਣੀ ਵੀ ਠੰਢੀ ਠਾਰ ਸੀ। ਫਿਰੰਦਾ ਅਲੱਗ ਅਲੱਗ ਰਾਗਾਂ ਦੀ ਵਾਰੀ ਆਉਂਦੀ ਸੁਣਦਾ ਰਿਹਾ। ਤੰਦਾਂ ਨੂੰ ਏਨਾਂ ਸੁਗੜ ਤਾਂ ਉਹਨੇ ਨਹੀਂ ਸੀ ਬਣਾਇਆ। ਫਿਰ ਮਲਾਰ ਦੀ ਸੱਦ ਉੱਠੀ। ਰਬਾਬ ਦੀਆਂ ਤੰਦਾਂ ਨਾਲ ਬਾਬੇ ਦੇ ਗਲੇ ਦਾ ਮਿਲਾਪ ਕਿਸੇ ਵਿਰਾਗ ਵੱਲ ਵੱਧਦਾ ਸੁਣਦਾ ਰਿਹਾ। ਕਈ ਵਾਰੀ ਫਿਰੰਦਾ ਬੈਠਾ ਬੈਠਾ ਸੁੰਨ ਹੋ ਜਾਂਦਾ। ਜਦੋਂ ਸੁਰਾਂ ਆਪਣੀ ਅੰਤਿਮ ਸੂਖਮ ਬੇਆਵਾਜ਼ ਵੱਲ ਵੱਧਦੀਆਂ ਸੁਣਦੀਆਂ; ਇਸ ਤੋਂ ਅੱਗੇ ਆਵਾਜ਼ਾਂ ਧੜਕਣਾਂ ਦੇ ਦਖ਼ਲ ਖ਼ਤਮ ਹੁੰਦੇ ਦਿਸਦੇ। ਫਿਰੰਦੇ ਨੇ ਚੁਫੇਰੇ ਵੇਖਿਆ; ਅਜਿਹੇ ਵੀ ਲੋਕ ਸਨ ਜਿਨ੍ਹਾਂ ਅੱਜ ਪਹਿਲੀ ਵਾਰ ਇਹ ਸਾਜ਼ ਸੁਣਿਆ ਸੀ। ਉਨ੍ਹਾਂ ਨੂੰ ਵੀ ਕੁਝ ਸਮਝ ਆ ਰਿਹਾ ਸੀ। ਉਹ ਵੀ ਕਿਸੇ ਤਲ ਉੱਤੇ ਧੁਨੀ ਦਾ ਅਨੰਦ ਮਾਣ ਰਹੇ ਸਨ। ਫਿਰ ਫਿਰੰਦੇ ਨੇ ਸਿਰਫ਼ ਆਪਣੇ ਲਈ ਅੱਖਾਂ ਮੀਚੀਆਂ। ਇਸ ਵਾਰੀ ਰਬਾਬ ਦੀ ਆਵਾਜ਼ ਉਹਦੇ ਹਾਣ ਦੀ ਸੁਣਨ ਲੱਗੀ।

ਏਨੇ ਵੱਡੇ ਇਕੱਠ ਵਿਚ ਜਿਸ ਤਰ੍ਹਾਂ ਲੋਕੀਂ ਚੁੱਪਚਾਪ ਸੁਣ ਰਹੇ ਸਨ; ਅਜਿਹਾ ਕਦੇ ਹੀ ਹੁੰਦਾ ਸੀ। ਅੱਜ ਮਰਦਾਨੇ ਦੇ ਨਬੀ ਨਾਲ ਉਹਦੇ ਸਾਹਮਣੇ ਤਿੰਨ ਗੁਰਭਾਈ ਵੀ ਬੈਠੇ ਸਨ। ਅੱਜ ਰਬਾਬ ਦਾ ਸਿਰਜਕ ਵੀ ਸਰੋਤਾ ਸੀ। ਅਜਿਹੇ ਹੀ ਜਸ਼ਨ ਵਿਚ ਮਗਨ ਮਰਦਾਨੇ ਨੂੰ ਪੰਡਤ ਸ਼ਾਮੇ ਦੀ ਝਲਕ ਪਈ। ਉਹਨੂੰ ਸੋਚਣ ਦਾ ਸਮਾਂ ਵੀ ਨਹੀਂ ਮਿਲਿਆ ਜਦੋਂ ਬਾਬੇ ਦਾ ਸਹੁਰਾ ਮੂਲਾ ਤੇ ਸੱਸ ਚੰਦੋ ਵੀ ਉਹਦੇ ਪਿਛੇ ਖੜ੍ਹੇ ਅੱਗੇ ਆਉਣ ਦੀ ਕੋਸ਼ਿਸ਼ ਕਰ ਰਹੇ ਸਨ। ਉਨ੍ਹਾਂ ਦੇ ਅੱਗੇ ਆਉਣ ਨਾਲ ਸੁਲੱਖਣੀ ਦੀ ਗੋਦੀ ਲਖਮੀ ਦਾਸ ਤੇ ਉਂਗਲੀ ਫੜੀ ਸਿਰੀ ਚੰਦ ਵੀ ਦਿਸ ਪਿਆ। ਮਾਲ ਕੌਂਸ ਦੀ ਧੁੰਨ ਚੱਲ ਰਹੀ ਸੀ। ਸ਼ਾਇਦ ਇਸੇ ਲਈ ਕੁਝ ਦੇਰ ਬੋਲਣਾ ਕਿਸੇ ਨੇ ਉਚਿਤ ਨਹੀਂ ਸਮਝਿਆ। ਫਿਰ ਮੂਲ ਚੰਦ ਤੇ ਚੰਦੋ ਅਗਲੀ ਕਤਾਰ ਵਿਚ ਬੈਠੇ ਲੋਕਾਂ ਤੋਂ ਅੱਗੇ ਲੰਘ ਕੇ ਥੜ੍ਹੇ ਤੱਕ ਜਾ ਪਹੁੰਚੇ।

"ਸਭ ਕਬੀਲਦਾਰ ਬੈਠੇ ਨੇ... ਇਹ ਕਿਉਂ ਨਹੀਂ ਤੇਰੇ ਵਾਂਗ ਪਿੰਡ ਪਿੰਡ ਘੁੰਮਦੇ ? ਕਿਉਂਕਿ ਸਭ ਨੇ ਆਪਣੇ ਨਿਆਣੇ ਸਾਂਭਣੇ ਨੇ।" ਅਚਾਨਕ ਸਾਰੇ ਚੰਦੋ ਵੱਲ ਵੇਖਣ ਲੱਗੇ।

"ਤੇਰੀ ਮਾਂ ਤਾਂ ਕਹਿੰਦੀ ਸੀ ਉਹਦੇ ਮੂੰਹ ਵਿਚ ਜਬਾਨ ਹੀ ਨਹੀਂ... ਇੱਥੇ ਵੇਖ ਲੋਕਾਂ ਨੂੰ ਕਿਵੇਂ ਲੇਰਾਂ ਮਾਰ ਕੇ ਵਿਖਾਉਂਦਾ... ਆਪ ਤਾਂ ਕੁੜਮਣੀ ਘਰ ਬੈਠੀ ਏ... ਪੁੱਤ ਫਕੀਰ ਹੋ ਗਿਆ।" ਪੰਡਿਤ ਸ਼ਾਮੇ ਨੇ ਥੋੜ੍ਹਾ ਅੱਗੇ ਆਉਣ ਦੀ ਕੋਸ਼ਿਸ਼ ਕੀਤੀ। ਪਰ ਚੰਦੋ ਚੁੱਪ ਨਹੀਂ ਸੀ ਹੋ ਰਹੀ।

"ਤੈਨੂੰ ਨੰਗੇ ਪੈਰੀਂ ਲੰਘਦਿਆਂ ਕੋਈ ਲਾਜ ਨਹੀਂ ਆਈ। ਪੱਖੋਕੀ ਦਾ ਤੂੰ ਜੁਆਈ ਸੀ... ਲੰਘਿਆ ਭਿਖਾਰੀਆਂ ਵਾਂਗ... ਸਾਡੀ ਕੋਈ ਇੱਜ਼ਤ ਹੀ ਨਹੀਂ।"

ਲੋਕੀਂ ਬਾਬੇ ਵੱਲ ਵੇਖ ਰਹੇ ਸਨ; ਉਹ ਜਰੂਰ ਕੁਝ ਬੋਲੇਗਾ। ਪਰ ਉਹ ਚੁੱਪਚਾਪ ਸੁਣਦਾ ਰਿਹਾ। ਮਰਦਾਨੇ ਦਾ ਕਈ ਵਾਰੀ ਉੱਠ ਕੇ ਖੜ੍ਹਾ ਹੋਣ ਨੂੰ ਜੀਅ ਕੀਤਾ। ਇਸ ਤਰ੍ਹਾਂ ਬੈਠ ਕੇ ਸੁਣਨਾ ਬੜਾ ਮੁਸ਼ਕਲ ਸੀ। ਹਾਲੇ ਵੀ ਚੰਦੋ ਚੁੱਪ ਨਹੀਂ ਸੀ ਕਰ ਰਹੀ :

"ਨਾ ਸੁਣੀਓ ਇਹਦੀ ਕੋਈ ਗੱਲ... ਇਹਨੇ ਤੁਹਾਡੇ ਧੀਆਂ ਪੁੱਤਰਾਂ ਦੇ ਘਰ ਬਾਰ ਛੁਡਾ ਦੇਣੇ ਨੇ... ਮੇਰੀ ਧੀ ਦਾ ਹਾਲੇ ਚੂੜੇ ਦਾ ਚਾਅ ਵੀ ਨਹੀਂ ਸੀ ਉਤਰਿਆ... ਘਰ ਵਾਰ ਛੱਡ ਕੇ ਤੁਰ ਪਿਆ... ਨੰਗੇ ਪੈਰੀਂ।"

"ਮਾਤਾ ਜੁੱਤੀ ਪਿਛਲੇ ਪਿੰਡ ਕਿਸੇ ਹੋਰ ਦੇ ਪੈਰੀਂ ਪਾ ਆਏ ਨੇ ਸਾਂਈ...।"

"ਤੂੰ ਚੁੱਪ ਕਰ ਓਏ 'ਚੁੰਬੜਾ'... ਤੇਰਾ ਬਾਪ ਸਿਆਣਾ ਬਿਆਣਾ ਗਲੀ ਗਲੀ ਡੱਫਲੀ ਵਜਾਉਂਦਾ ਤੇਰੇ ਨਿਆਣੇ ਪਾਲਦਾ ਫਿਰ ਰਿਹਾ... ਤੂੰ ਆਪ ਨੂੰ ਗਵੱਈਆ ਅਖਵਾਉਂਦਾ ਏਂ...।" ਚੰਦੋ ਨੇ ਲੋਕਾਂ ਵੱਲ ਵੇਖਿਆ; ਹਾਲੇ ਕਿਸੇ ਨੇ ਵੀ ਉਹਦੀ ਗੱਲ ਦਾ ਹੁੰਗਾਰਾ ਨਹੀਂ ਸੀ ਦਿੱਤਾ। ਫਿਰ ਉਹ ਮੂਲੇ ਵੱਲ ਉਲਰੀ :

"ਤੂੰ ਖਰੀ ਖਰੀ ਕਿਉਂ ਨਹੀਂ ਸੁਣਾਉਂਦਾ... ਤੈਨੂੰ ਹਾਲੇ ਵੀ ਲਾਜ ਨਹੀਂ ਆਈ ?"

"ਹਾਂ... ਸਾਥੋਂ ਨੀ ਤੇਰੇ ਬੱਚਿਆਂ ਤੇ ਘਰਵਾਲੀ ਦਾ ਭਾਰ ਲਿਆ ਜਾਂਦਾ... ਆਹ ਸਾਂਭ ਆਪਣਾ ਟੱਬਰ... ਅਸੀਂ ਚੱਲੇ...।" ਮੂਲੇ ਨੇ ਬਾਹੋਂ ਫੜ ਸਲੱਖਣੀ ਨੂੰ ਬੱਚਿਆਂ ਸਮੇਤ ਅੱਗੇ ਥੜ੍ਹੇ ਵੱਲ ਖਿੱਚਿਆ। ਗੋਦੀ ਚੁੱਕਿਆ ਲਖਮੀ ਦਾਸ ਉੱਚੀ ਉੱਚੀ ਰੋਣ ਲੱਗਾ। ਉਂਗਲੀ ਫੜੀਂ ਖੜ੍ਹਾ ਸਿਰੀ ਚੰਦ ਵੀ ਲਗਪਗ ਰੋਣ ਲਈ ਤਿਆਰ ਸੀ। ਪਿਆਰ ਕਰਨ ਵਾਲੇ ਨਾਨਾ ਨਾਨੀ ਨੂੰ ਪਤਾ ਨਹੀਂ ਕਿਧਰੋਂ ਕਰੋਧ ਚੜ੍ਹ ਆਇਆ ਸੀ। ਮਰਦਾਨੇ ਨੇ ਰਬਾਬ ਥੱਲੇ ਰੱਖ ਸੁਲੱਖਣੀ ਦੀ ਗੋਦੀ 'ਚੋਂ ਲਖਮੀ ਦਾਸ ਫੜ ਉਹਦੇ ਹੱਥ ਵਿਚ ਮਿਜ਼ਰਾਬ ਫੜਾ ਦਿੱਤਾ ਤੇ ਆਪ ਫਿਰ ਝੁਕ ਕੇ ਤਾਰਾਂ ਦੀ ਦੋ ਤਿੰਨ ਵਾਰ ਟੁਣਕਾਰ ਕੀਤੀ। ਰੋਂਦਾਂ ਲਖਮੀ ਦਾਸ ਹੱਸਣ ਲੱਗਾ। ਪਰ ਫਿਰ ਵੀ ਸਭ ਦੇ ਉਤਰੇ ਚਿਹਰੇ ਵੇਖ ਬੱਚਿਆਂ ਦੀ ਹਾਲੇ ਤਸੱਲੀ ਨਹੀਂ ਸੀ ਹੋਈ। ਇਸ ਵਾਰੀ ਬਾਬਾ ਪਹਿਲੀ ਵਾਰ ਸੁਲੱਖਣੀ ਨੂੰ ਸੰਬੋਧਨ ਹੋਇਆ :

"ਪਰਮੇਸ਼ਰਕੀਏ... ਤੂੰ ਪਹਿਲਾਂ ਲੰਗਰ ਛੱਕ ਲੈ...।" ਭਗੀਰਥ ਨੇ ਸਿਰੀ ਚੰਦ ਦੀ ਉਂਗਲ ਫੜੀਂ ਤੇ ਮਰਦਾਨੇ ਦੇ ਗੋਦੀ ਚੁੱਕਿਆ ਲਖਮੀ ਦਾਸ ਤੇ ਉਨ੍ਹਾਂ ਪਿੱਛੇ ਉਦਾਸ ਸੁਲੱਖਣੀ ਚੁਪਚਾਪ ਧਰਮਸ਼ਾਲਾ ਵਿਚ ਪੱਕਦੇ ਲੰਗਰ ਵੱਲ ਚੱਲ ਪਏ। ਪੱਖੋਕੀ ਵੱਲ ਤੁਰੇ ਜਾਂਦੇ ਮੂਲ ਚੰਦ ਦੇ ਅੱਗੇ ਚੰਦੋ ਨੇ ਲੋਕਾਂ ਵੱਲ ਗਰਦਨ ਘੁੰਮਾ ਕਿਹਾ :

"ਇਹਨੂੰ ਛੋਟਾ ਨਾ ਜਾਣੇਓ... ਇਹਦੇ ਬਾਪ ਘਰ ਸਭ ਕੁਝ ਏ।" ਸੱਸ ਨੂੰ ਸ਼ਾਇਦ ਜਵਾਈ ਦੀ ਇੱਜਤ ਯਾਦ ਆ ਗਈ। ਪਰ ਜੋ ਕੁਝ ਵੀ ਉਨ੍ਹਾਂ ਪਹਿਲਾਂ ਕਿਹਾ ਸੀ; ਉਹ ਉਨ੍ਹਾਂ ਨੂੰ ਲੋਕਾਂ ਵਿਚ ਖੜਣ ਨਹੀਂ ਸੀ ਦੇ ਰਿਹਾ। ਛੇਤੀ ਹੀ ਉਹ ਪੱਖੋਕੀ ਦੀ ਪਗਡੰਡੀ ਪੈ ਗਏ। ਜਦੋਂ ਤੱਕ ਮਰਦਾਨਾ ਵਾਪਸ ਨਹੀਂ ਆਇਆ; ਬਾਬਾ ਇਕੱਲਾ ਹੀ ਕੀਰਤਨ ਕਰਦਾ ਰਿਹਾ। ਲਖਮੀ ਦਾਸ ਨੂੰ ਖਿਡਾਉਂਦਾ ਮਰਦਾਨਾ ਰਬਾਬ ਨਾਲ ਹੀ ਲੈ ਗਿਆ ਸੀ।

ਪੱਖੋਕੇ ਹਾਲੇ ਵੀ ਉਨ੍ਹਾਂ ਹੀ ਦੂਰ ਸੀ। ਅਕਸਰ ਕੀਰਤਨ ਵਾਲੇ ਪਿੰਡ ਦੀ ਯਾਦ

ਉਦੋਂ ਹੀ ਆਉਂਦੀ ਜਦੋਂ ਦੋ ਢਾਈ ਪਹਿਰ ਤੁਰਨ ਤੋਂ ਬਾਅਦ ਉਨ੍ਹਾਂ ਮੁਹਾਂਦਰਿਆਂ ਦੀ ਝਲਕ ਬਿਲਕੁਲ ਨਹੀਂ ਦਿਸਦੀ। ਸਗੋਂ ਨਵੇਂ ਮੜ੍ਹੰਗੇ ਦਿਸਣ ਲੱਗਦੇ ਨੇ। ਪਰ ਅੱਜ ਉਸ ਝਲਕ ਦਾ ਅਨੁਭਵ ਵੀ ਬਿਲਕੁਲ ਵੱਖਰਾ ਸੀ। ਮਰਦਾਨੇ ਨੂੰ ਉਮੀਦ ਸੀ, ਬਾਬਾ ਸਵੇਰੇ ਜਲਦੀ ਹੀ ਪਿੰਡ ਛੱਡ ਦੇਵੇਗਾ।... ਅਜਿੱਤਾ ਚੜ੍ਹਦੇ ਸੂਰਜ ਨਾਲ ਸੁਲੱਖਣੀ ਤੇ ਨਿਆਣਿਆਂ ਨੂੰ ਲੈ ਤਲਵੰਡੀ ਵੱਲ ਚਲਾ ਗਿਆ ਸੀ। ਲੋਕਾਂ ਦੇ ਸਾਹਮਣੇ ਹੀ ਬਾਬੇ ਨੇ ਕਿਹਾ ਸੀ :

"ਪਰਮੇਸ਼ਰਕੀਏ ਅਸੀਂ ਜਲਦੀ ਹੀ ਫੇਰਾ ਪਾਵਾਂਗੇ...।" ਉਹ ਚੁੱਪ ਰਹੀ। ਉਹਨੇ ਗੋਦੀ ਚੁੱਕੇ ਲਖਮੀ ਦਾਸ ਨੂੰ ਘੁੱਟ ਕੇ ਵੱਖੀ ਨਾਲ ਲਾ ਲਿਆ। ਕਿਸੇ ਫਕੀਰ ਦੀ ਇਹੋ ਜਹੀ ਮਿਲਣੀ ਪਿੰਡ ਵਾਲੇ ਪਹਿਲੀ ਵਾਰ ਵੇਖ ਰਹੇ ਸਨ। ਫਿਰ ਉਹਨੇ ਚੁੱਪ ਤੋੜੀ :

"ਮੇਰੇ ਮਾਪਿਆਂ ਨੇ ਜੋ ਕਿਹਾ... ਮੇਰੇ ਭਲੇ ਲਈ ਕਿਹਾ... ਮੈਂ ਨਿਮਾਣੀ ਹੁਣ ਚੇਲਿਆਂ ਨਾਲ ਸਾਂਈ ਦੇ ਪਿੰਡ ਵੱਲ ਮੁੜਾਂ...?"

"ਤੇਰਾ ਕਹਿਣਾ... ਸਿਰ ਮੱਥੇ...।"

ਫਿਰ ਪਿੰਡ ਦਾ ਇਕ ਬਜੁਰਗ ਨਿਕਲ ਕੇ ਅੱਗੇ ਆਇਆ ਸੀ। ਉਹਨੇ ਸੁਲੱਖਣੀ ਦੇ ਸਿਰ ਉੱਤੇ ਹੱਥ ਫੇਰਿਆ :

"ਤੁਸੀਂ ਮਾਲਿਕ ਤੀਵੀਂ ਨੇ ਇਹ ਗੱਲ ਰਾਤ ਨੂੰ ਨਬੇੜ ਲੈਣੀ ਸੀ।"

"ਚੜ੍ਹਦੀ ਜਵਾਨੀ ਵਿਚ ਫਕੀਰੀ ਦਾ ਦੁੱਖ ਇਕ ਰਾਤ ਵਿਚ ਮੁਕਜੂ ਬਾਬਾ...।"

ਸੁਲੱਖਣੀ ਦਾ ਚੇਹਰਾ ਲਾਲ ਹੋ ਗਿਆ ਸੀ। ਇਕ ਵਾਰ ਤਾਂ ਮਰਦਾਨੇ ਨੂੰ ਜਾਪਿਆ ਕਿ ਚੰਦੋ ਵਾਲਾ ਤਾਅ ਸੁਲੱਖਣੀ ਨੂੰ ਵੀ ਚੜ੍ਹਦਾ ਜਾ ਰਿਹਾ ਸੀ।

ਸੁਲੱਖਣੀ ਦੇ ਜਾਣ ਤੋਂ ਬਾਅਦ ਬਾਬੇ ਨੇ ਭਗਵੇ ਦਾ ਸਭ ਤੋਂ ਗੂੜ੍ਹਾ ਰੰਗ ਪਾਇਆ। ਉਹਨੇ ਗਜਾ ਕਰਨ ਵਾਂਗ ਪੂਰੇ ਪਿੰਡ ਦੀ ਫੇਰੀ ਪਾਈ। ਰਾਤ ਦੇ ਕੀਰਤਨ ਤੋਂ ਬਾਅਦ ਅਜਿਹਾ ਬਾਬਾ ਕਦੇ ਨਹੀਂ ਸੀ ਕਰਦਾ। ਉਨ੍ਹਾਂ ਗਲੀ ਗਲੀ ਘੁੰਮ ਕੇ ਹਰ ਇਕ ਦਰਵਾਜ਼ੇ ਅੱਗੇ ਖੜ੍ਹ ਕੇ ਗਾਇਆ।

ਸਉ ਉਲਾਮੇ ਦਿਨੈ ਕੇ ਰਾਤੀ ਮਿਲਨਿ ਸਹੰਸ ॥
ਸਿਫ਼ਤਿ ਸਲਾਹਣੁ ਛਡਿ ਕੈ ਕੁਰੰਗੀ ਲਗਾ ਹੰਸੁ ॥

ਕਈ ਜਨਾਨੀਆਂ ਅੰਦਰੋਂ ਬੋਲ ਸੁਣ ਆਟਾ, ਰੋਟੀ, ਕੁਝ ਰਸਦ ਲੈ ਕੇ ਬਾਹਰ ਨਿਕਲੀਆਂ। ਪਰ ਦੋਵੇਂ ਗਵੰਤਰਿਆਂ ਕੋਲ ਨਾ ਕੋਈ ਝੋਲੀ ਦਿਸਦੀ ਨਾ ਹੀ ਕਾਸਾ ਅੱਗੇ ਵਧਿਆ ਦਿਸਦਾ। ਸਗੋਂ ਉਹ ਦੇਹਲੀ ਤੋਂ ਗਜਾ ਵਾਲੀ ਦੂਰੀ ਰੱਖਦੇ...। ਬਾਬਾ ਫਿਰ ਪਿਪਲ ਥੱਲੇ ਆ ਬੈਠਾ ਸੀ। ਸਵੇਰ ਦਾ ਖਾਣਾ ਉਨ੍ਹਾਂ ਉੱਥੇ ਹੀ ਖਾਧਾ। ਜਦੋਂ ਉਹ ਤੁਰੇ ਤਾਂ ਇਕ ਪਹਿਰ ਦਿਨ ਬੀਤ ਚੁੱਕਾ ਸੀ। ਰਾਤੀਂ ਜਿਹੜੀ ਚੌਮਾਸੇ ਵਾਲੀ ਠੰਢੀ ਗੀਵੀ ਘੁੰਮਕੇ ਚੇਹਰੇ ਉੱਤੇ ਵੱਜਦੀ ਸੀ; ਉਹ ਥੋੜ੍ਹੀ ਕੋਸੀ ਹੋ ਚੁੱਕੀ ਸੀ। ਪਰ ਚਲ ਹਾਲੇ ਵੀ ਚੌਮਾਸਾ ਹੀ ਰਿਹਾ ਸੀ। ਕਾਫ਼ੀ ਦੇਰ ਤੋਂ ਆਪਣੇ ਹੀ ਕਦਮਾਂ ਦੀ ਆਵਾਜ਼ ਤੋਂ ਬਿਨਾਂ ਕੁਝ ਨਹੀਂ ਸੀ ਸੁਣ ਰਿਹਾ। ਮਰਦਾਨੇ ਦਾ ਮਨ ਵਾਰ ਵਾਰ ਪੱਖੋਕੀ ਵੱਲ ਮੁੜ ਜਾਂਦਾ। ਜਿਵੇਂ ਹੀ ਰਸਤੇ ਨੇ ਰੱਥ ਗੱਡਿਆਂ ਦੀ ਲੀਹ ਛੱਡਣੀ ਸ਼ੁਰੂ ਕੀਤੀ; ਉਸ ਤੋਂ

ਪਤਾ ਲੱਗਦਾ ਸੀ ਕਿ ਇਹ ਰਾਹ ਅੱਗੇ ਕਿਤੇ ਸੁੰਨਸਾਨ ਪੜਾਵਾਂ ਵੱਲ ਵੱਧ ਰਿਹਾ ਸੀ। ਇਕ ਟੋਏ ਵਿਚ ਪੈਰ ਪੈਣ ਤੇ ਬਾਬੇ ਦੇ ਖੀਸੇ ਵਿਚ ਕੁਝ ਖੜਕਿਆ।

"ਬਾਬਾ ਮੈਂ ਤਾਂ ਸਮਝਿਆ ਘੁੰਗਰੂ ਕਿਤੇ ਡਿੱਗ ਪਿਆ।" (ਨਿਆਣਿਆਂ ਦੁਆਰਾ ਬੰਨਿਆ) ਬਾਬਾ ਚੁੱਪ ਰਿਹਾ।

"ਬਾਬਾ ਤੂੰ ਤੇ ਕਹਿੰਦਾ ਸੀ ਕਿ ਕੁਝ ਨਾਲ ਲੈ ਕੇ ਨਹੀਂ ਚੱਲਣਾ...।"

"ਕੁਝ ਆਕਾਰ ਸਾਜ਼ ਦਾ ਰੁਤਬਾ ਲੈ ਲੈਂਦੇ ਨੇ... ਉਨ੍ਹਾਂ ਨੂੰ ਲੈ ਕੇ ਚੱਲਣਾ ਫਿਰ ਪਹਿਲਾਂ ਵਾਂਗ ਨਹੀਂ ਰਹਿੰਦਾ।" ਮਰਦਾਨੇ ਨੇ ਅੱਗੇ ਕੁਝ ਪੁੱਛਣ ਤੋਂ ਪਹਿਲਾਂ ਹੀ ਰਬਾਬ ਅੱਗੇ ਕੀਤੀ। ਛਾਤੀ ਉੱਤੇ ਇਕ ਅਜਿਹੀ ਥਾਂ ਬਣ ਗਈ ਸੀ; ਜਿੱਥੋਂ ਉਹ ਬੱਚੇ ਵਾਂਗ ਗਲ੍ਵਕੜੀ ਪਾ ਲੈਂਦੀ ਸੀ। ਇੱਥੋਂ ਉਹ ਚੱਲਦੇ ਕਦਮਾਂ ਦੀ ਧਮਕ ਤੱਕ ਨੇੜੇ ਨਹੀਂ ਸੀ ਫਰਕਣ ਦੇਂਦੀ। ਰਸਤੇ ਵਿਚ ਟਾਂਵੇ ਟਾਂਵੇ ਰਾਹੀ ਮਿਲੇ। "ਬੀਆਬਾਨਾਂ ਵਿਚ ਚਲੇ ਹੋ।" ਕਈਆਂ ਨੇ ਇਹਦੇ ਨਾਲ ਦੇ ਮਿਲਦੇ ਜੁਲਦੇ ਸੁਆਲ ਕੀਤੇ। ਜਦੋਂ ਗੌਣ ਖ਼ਤਮ ਹੋਇਆ; ਉਹ ਅਜਿਹੀ ਜਗ੍ਹਾ ਪਹੁੰਚ ਚੁੱਕੇ ਸਨ; ਜਿਥੇ ਰਾਤ ਜੋਰਦਾਰ ਗੜ੍ਹੇ ਪਏ ਸਨ। ਦਰੱਖਤਾਂ ਦੇ ਸਿਰ ਔਲਿਆਂ ਨੇ ਭੰਨੇ ਪਏ ਸਨ। ਇੱਕ ਦਿਨ ਪਹਿਲਾਂ ਗੜ੍ਹਿਆਂ ਨਾਲ ਮਰੇ ਪੰਛੀ ਉਸੇ ਪਾਣੀ ਵਿਚ ਤੈਰ ਰਹੇ ਸਨ। ਦਿਨ ਦਾ ਅਗਲਾ ਪੜਾਅ ਉਨ੍ਹਾਂ ਉੱਥੇ ਹੀ ਕੀਤਾ।

ਅੱਗੇ ਛੋਟੇ ਛੋਟੇ ਘਰਾਂ ਦੇ ਗੁੱਛੇ ਦਿਸਣੇ ਸ਼ੁਰੂ ਹੋ ਗਏ ਸਨ। ਗੋਲਾਈਆਂ ਵਿਚ ਘੁੰਮਦੀਆਂ ਪਹਾੜੀਆਂ ਵਿਚ ਇਕ ਛੋਟਾ ਜਿਹਾ ਮੈਦਾਨ ਦਿਸਦਾ; ਜਿਸ ਵਿਚਕਾਰ ਘਰਾਂ ਦਾ ਇਕ ਗੁੱਛਾ ਦਿਸਦਾ। ਦੂਰੋਂ ਚਗਾਠਾਂ ਵਾਂਗ ਜੜ੍ਹੇ ਹੋਏ ਛੋਟੇ ਛੋਟੇ ਖੇਤ ਦਿਸਦੇ ਜੋ ਨੇੜੇ ਆ ਕੇ ਉੱਚੇ ਨੀਵੇਂ ਦਿਸਣ ਲੱਗ ਪੈਂਦੇ। ਅਸਮਾਨ ਉੱਤੇ ਚਿੱਟੀਆਂ ਬੱਦਲੀਆਂ ਪਹਾੜਾਂ ਨਾਲ ਲੱਗ ਸੁਰਮਈ ਹੋ ਜਾਂਦੀਆਂ ਤੇ ਕੁਝ ਦੇਰ ਲਈ ਪਹਾੜਾਂ ਉੱਪਰੋਂ ਧੁੱਪ ਗਾਇਬ ਹੋ ਜਾਂਦੀ। ਖੂਹ ਬਹੁਤ ਸਨ; ਪਰ ਮਣਾਂ ਬਹੁਤ ਨੀਵੀਆਂ ਸਨ। ਬਹੁਤੇ ਖੂਹਾਂ ਦੀਆਂ ਭੌਣੀਆਂ ਟੁੱਟੀਆਂ ਸਨ। ਦਿਨ ਦਾ ਚੌਥਾ ਪਹਿਰ ਸ਼ੁਰੂ ਹੋ ਗਿਆ ਸੀ। ਇਸ ਪਿੰਡ ਨੂੰ ਪਾਰ ਕਰਨ ਲਈ ਸਾਹਮਣੇ ਪਹਾੜੀ ਉੱਤੇ ਚੜ੍ਹਦੀ ਪਗਡੰਡੀ ਦਿਸਣ ਲੱਗ ਪਈ ਸੀ। ਮਰਦਾਨੇ ਦਾ ਜੀਅ ਕੀਤਾ ਜੇ ਦਿਨ ਦਾ ਆਖਰੀ ਪੜਾਅ ਇਥੇ ਹੀ ਹੋ ਜਾਵੇ। ਪਿੰਡ 'ਚੋਂ ਨਿਕਲਿਆ ਇਕ ਸਾਧਾਂ ਦਾ ਟੋਲਾ ਬਿਲਕੁਲ ਘਰੇਲੂ ਗੱਲਾਂ ਕਰਦਾ ਸੁਣਿਆ। ਪਰ ਸਾਧ ਉਨ੍ਹਾਂ ਤੋਂ ਅੱਗੇ ਲੰਘਣ ਦੀ ਕਾਹਲ ਵਿਚ ਸਨ। ਉਹ ਜਲਦੀ ਹੀ ਇਸ ਪਿੰਡ ਤੋਂ ਦੂਰੀ ਬਣਾਉਣ ਦੀ ਕੋਸ਼ਿਸ਼ ਵਿਚ ਸਨ। ਪਿੰਡ ਵਲੋਂ ਆਉਂਦੀ ਇਕ ਤਿਰਛੀ ਢਲਾਨ ਤੋਂ ਉਤਰਦੀ ਪਗਡੰਡੀ ਉੱਤੇ ਇਕ ਤੀਵੀਂ ਤੇ ਮਰਦ ਉੱਚੀ ਉੱਚੀ ਬਹਿਸਦੇ ਨਜ਼ਰ ਆਏ।

"ਲਓ ਫਿਰ ਆ ਗਏ।" ਸਾਧਾਂ ਦੇ ਟੋਲੇ 'ਚੋਂ ਕਿਸੇ ਦੀ ਆਵਾਜ਼ ਆਈ। ਹੁਣ ਉਨ੍ਹਾਂ ਦੀ ਆਵਾਜ਼ ਸਾਫ਼ ਸੁਣਾਈ ਦੇ ਰਹੀ ਸੀ :

"ਮੈਨੂੰ ਛੱਡ ਕੇ ਨਾ ਜਾ... ਮੈਂ ਤੇਰੇ ਬਿਨਾਂ ਰਹਿ ਨਹੀਂ ਸਕਦੀ...।"

"ਮੈਂ ਤੈਨੂੰ ਫਿਰ ਮਿਲਣ ਆਵਾਂਗਾ...।" ਨੌਜਵਾਨ ਦਾ ਪਹਿਰਾਵਾ ਗੇਰੂ ਰੰਗਾ ਸੀ।

"ਮੈਨੂੰ ਦੁਖੀ ਕਰਕੇ ਤੂੰ ਰੱਬ ਨੂੰ ਨਹੀਂ ਪਾ ਸਕਦਾ।"

"ਮੁੜ ਜਾ 'ਜੈਨਦੀਪ'।" (ਸੁਕਰਾਤ ਦੇ ਘਰ ਵਾਲੀ ਦਾ ਨਾਂ)

"ਪਰ ਮੈਂ ਤੈਨੂੰ ਸੁਕਰਾਤ ਨਹੀਂ ਕਹਿਣ ਲੱਗੀ।" ਉਹ ਲਗਪਗ ਬਰਾਬਰ ਤੁਰ ਰਹੀ ਸੀ। ਪਗਡੰਡੀ ਨੇ ਘੁੰਮ ਕੇ ਇਸੇ ਰਾਹ ਵਿਚ ਮਿਲਣਾ ਸੀ; ਜਿਥੇ ਬਾਬਾ ਤੇ ਮਰਦਾਨਾ ਚੱਲ ਰਹੇ ਸਨ। ਉਹ ਬਹਿਸਦੇ ਬਹਿਸਦੇ ਬਿਲਕੁਲ ਮਰਦਾਨੇ ਦੇ ਸਾਹਮਣੇ ਆ ਗਏ।

"ਲੈ ਹੁਣ ਸੁਕਰਾਤ ਬਣਕੇ ਹੀ ਮੁੜਾਂਗਾ...।"

"ਪਰ ਜਹਿਰ ਤਾਂ ਘਰ ਛੱਡ ਚੱਲਿਆਂ...।" ਉਹ ਲੰਬੇ ਕਦਮੀਂ ਸਾਧਾਂ ਦੇ ਟੋਲੇ ਵਿਚ ਜਾ ਮਿਲਿਆ (ਜੋ ਇਹਨੂੰ ਪਿੰਡ ਛੱਡਣ ਆਏ ਸਨ) ਉਹ ਥੋੜ੍ਹਾ ਜਿਹਾ ਹਸੀ; ਫਿਰ ਚੁੱਪਚਾਪ ਪਿੰਡ ਵੱਲ ਵਾਪਸ ਮੁੜ ਗਈ ਜਿਵੇਂ ਕੁਝ ਹੋਇਆ ਹੀ ਨਾ ਹੋਵੇ। ਉਹਦੇ ਲੰਬੇ ਲੰਬੇ ਸਾਹ ਜਦੋਂ ਮਰਦਾਨੇ ਕੋਲੋਂ ਲੰਘੇ ਤਾਂ ਲੱਗਿਆ ਸੀ ਕਿ ਕੁਝ ਬੋਲੇਗੀ ਜ਼ਰੂਰ। ਪਰ ਉਹ ਉਸੇ ਰਾਹ ਮੁੜ ਗਈ ਜਿਧਰੋਂ ਉਹ ਬਹਿਸਦੀ ਆਈ ਸੀ। ਇੱਕ ਵਾਰ ਤਾਂ ਮਰਦਾਨੇ ਦਾ ਵੀ ਜੀਅ ਕੀਤਾ ਕਿ ਉਸ ਕੁੜੀ ਦਾ ਪੱਖ ਲਿਆ ਜਾਵੇ। ਪਰ ਉਹ ਤੇ ਉਹਦਾ ਗੁਰੂ ਆਪ ਕੀ ਕਰ ਰਹੇ ਸਨ ? ਰੱਖੀ ਤੇ ਸੁਲੱਖਣੀ ਦੇ ਚੇਹਰੇ ਸਾਹਮਣੇ ਆ ਖੜ੍ਹੇ ਹੋਏ।

ਅਗਲਾ ਪਿੰਡ ਛੇਤੀ ਹੀ ਆ ਗਿਆ ਸੀ। ਖੜ੍ਹੇ ਕੋਹਲੂ ਦਾ ਬੌਲਦ ਪੈੜ ਵਿਚ ਹੀ ਬੈਠਾ ਦਿਸਿਆ। ਹਾਲੇ ਉਹਦੇ ਗਲ ਦਾ ਰੱਸਾ ਨਹੀਂ ਸੀ ਖੁੱਲ੍ਹਿਆ। ਪੈੜ ਨੇੜੇ ਘਾਣੀਆਂ ਸੁੱਕ ਰਹੀਆਂ ਸਨ। ਅਗਲੇ ਕਈ ਦਿਨਾਂ ਤੱਕ ਕੋਈ ਵੇਹਲ ਨਹੀਂ ਸੀ। ਬੈਠੇ ਬੈਠੇ ਬੌਲਦ ਨੇ ਇਕ ਵਾਰ ਅੱਖਾਂ ਚੁੱਕ ਸਾਧਾਂ ਦੇ ਟੋਲੇ ਵੱਲ ਵੇਖਿਆ; ਫਿਰ ਗਰਦਨ ਥੱਲੇ ਵੱਲ ਸੁੱਟ ਲਈ।

"ਸਾਂਈ ਜੀ ਕਿਧਰੋਂ ਆਏ ਹੋ ?" ਓਹੀ ਨੌਜਵਾਨ ਪੁੱਛਣ ਲਈ ਪਿੱਛੇ ਚੱਲਦੇ ਬਾਬੇ ਲਈ ਰੁਕਿਆ। ਕੋਈ ਜਵਾਬ ਨਾ ਸੁਣਕੇ ਉਹ ਫਿਰ ਬੋਲਿਆ।

"ਕਿਥੋਂ ਦੇ ਵਸਿੰਦੇ ਹੋ ?" ਜਦੋਂ ਦੋ ਪ੍ਰਸ਼ਨਾਂ ਦਾ ਉੱਤਰ ਨਹੀਂ ਦਿੱਤਾ ਤਾਂ ਮਰਦਾਨੇ ਨੂੰ ਪਤਾ ਸੀ ਕਿ ਇਹ ਚੁੱਪ ਬਾਬੇ ਦੇ ਜਵਾਬ ਲਈ ਹੀ ਹੈ। ਇਹ 'ਹੋਣ ਦੇਣਾ' ਵੇਲੇ ਬਾਬੇ ਦੀ ਅਦਾ ਵੇਖਣ ਲਈ ਮਰਦਾਨੇ ਨੇ ਬਰਾਬਰ ਹੋਣ ਦੀ ਕੋਸ਼ਿਸ਼ ਕੀਤੀ।

"ਇਹ ਮਰਾਸੀ ਤੋਂ ਗੁਰੂ ਬਣਿਆ ਏ ਜਾਂ ਗੁਰੂ ਮਰਾਸੀ ਹੋ ਗਿਆ ਏ ?"

"ਦੋਵੇਂ ਹੀ...।" ਬਾਬਾ ਮੁਸਕਰਾ ਰਿਹਾ ਸੀ। ਉਸ ਜੁਆਨ ਚੇਹਰੇ ਨੇ ਕਈ ਵਾਰ ਝੁੱਕ ਕੇ ਬਾਬੇ ਦੇ ਹੱਸਦੇ ਚੇਹਰੇ ਵੱਲ ਵੇਖਿਆ। ਮੁੜ ਕੇ ਉਹਨੇ ਕੋਈ ਪ੍ਰਸ਼ਨ ਨਹੀਂ ਕੀਤਾ। ਉਹ ਲੱਗਪੱਗ ਬਾਬੇ ਦੇ ਬਰਾਬਰ ਤੁਰਦਾ ਰਿਹਾ। ਅੱਗੇ ਚੱਲਦਾ ਸਾਧਾਂ ਦਾ ਟੋਲਾ ਤੇਜ਼ ਕਦਮੀਂ ਦੂਰ ਲੰਘ ਗਿਆ। ਉਹ ਸਮਝਦੇ ਸਨ ਕਿ ਸ਼ਾਇਦ ਉਹਨੇ ਵਾਪਸ ਪਿੰਡ ਮੁੜਣ ਦਾ ਮਨ ਬਣਾ ਲਿਆ ਹੈ।

ਫਿਰ ਦਰੱਖਤਾਂ ਦੀਆਂ ਛਾਵਾਂ ਫਿੱਕੀਆਂ ਪੈਣ ਲੱਗੀਆਂ। ਫਿਰ ਛਾਵਾਂ ਨੇ ਵੀ ਆਪਣਾ ਆਪਾ ਕਿਸੇ ਨੂੰ ਸੌਂਪ ਦਿੱਤਾ। ਦਰੱਖਤ ਜਿਨ੍ਹਾਂ ਤੋਂ ਉਹ ਉਤਰੀਆਂ ਸਨ; ਉਹ ਵੀ ਆਪਣਾ ਦਿਸਣਾ ਨਹੀਂ ਬਚਾ ਸਕੇ। ਅੱਜ ਦੀ ਰਾਤ ਦੇ ਪੜਾਅ ਵੇਲੇ ਉਹ ਤਿੰਨ ਜਣੇ ਸਨ। ਦੋ ਜਣਿਆਂ ਨੂੰ ਕੀਰਤਨ ਕਰਦਾ ਵੇਖ ਪਿੰਡ ਵਾਲੇ ਚੁੱਪ ਬੈਠੇ ਚੇਹਰੇ ਵੱਲ ਹੈਰਾਨੀ ਨਾਲ ਵੇਖਦੇ ਰਹੇ। ਉਹ ਖ਼ੂਬਸੂਰਤ ਨੌਜਵਾਨ ਸੀ। ਉਹਦਾ ਪਹਿਰਾਵਾ ਵੀ ਇਨ੍ਹਾਂ ਦੋਵਾਂ ਤੋਂ ਵੱਖਰਾ ਸੀ। ਕੀਰਤਨ ਤੋਂ ਬਾਅਦ ਕਈ ਜਣੇ ਉਹਨੂੰ ਲੈਣ ਆਏ। ਉਹ ਇਸ ਪਿੰਡ ਦਾ ਜੁਆਈ ਜੋ ਸੀ। ਦੂਜੀ ਸਵੇਰ ਤੁਰਨ ਵੇਲੇ ਲੋਕਾਂ ਨੇ ਏਨੀ ਕੀਰਤਨ ਦੀ ਗੱਲ ਨਹੀਂ ਕੀਤੀ; ਜਿੰਨੀ ਉਨ੍ਹਾਂ ਪਿੰਡ ਦੇ ਜੁਆਈ ਨੂੰ ਵਾਪਸ ਲਿਆਉਣ ਦੀ ਕੀਤੀ ਸੀ। ਉਹ ਕਈ ਸਾਲਾਂ ਤੋਂ ਆਪਣੇ ਸਹੁਰੀਂ ਪਿੰਡ ਨਹੀਂ ਸੀ ਆਇਆ...।

ਕਾਂਡ : ਸੋਲਵਾਂ

ਫਿਰ ਬੱਲਦਾਂ ਦੇ ਗਲ ਦੀਆਂ ਟੱਲੀਆਂ ਤੇ ਡੰਗਰਾਂ ਦੇ ਗਲਾਂ ਦੀਆਂ ਟੱਲੀਆਂ ਦੀ ਟੁਣਕਾਰ ਵਿਚਲਾ ਫਰਕ ਸੁਣਨ ਲੱਗਾ। ਸ਼ਾਇਦ ਤਲਵੰਡੀ ਨੇੜੇ ਆ ਰਿਹਾ ਸੀ। ਸੂਰਜ ਚੜ੍ਹਿਆ; ਚਾਨਣ ਨੇ ਰੰਗ ਬਦਲੇ। ਦੂਰ ਤੱਕ ਤਲਵੰਡੀ ਦੇ ਖੇਤਾਂ ਦੇ ਵਿਛਾਉਣੇ ਦਿਸਣ ਲੱਗੇ। ਹਾੜ੍ਹੀ ਵੱਡੀ ਹੋ ਰਹੀ ਸੀ। ਸਰ੍ਹੋਂ ਦੇ ਖੇਤਾਂ ਦੀਆਂ ਪੀਲੀਆਂ ਪੰਖੜੀਆਂ ਨਾਲ ਲਿਬੜੀਆਂ ਤਿਤਲੀਆਂ ਜਾਗ ਪਈਆਂ ਸਨ। ਗੰਦਲਾਂ ਉੱਤੇ ਟਿਕੀਆਂ ਓਸ ਦੀਆਂ ਬੂੰਦਾਂ ਥਿੰਦੀਆਂ ਹੋ ਥੱਲੇ ਵੱਲ ਖਿਸਕ ਰਹੀਆਂ ਸਨ। ਮਰਦਾਨੇ ਨੇ ਤਲਵੰਡੀ ਲਈ ਕੁਝ ਕਹਿਣਾ ਚਾਹਿਆ। ਪਹਿਲਾਂ ਅਸਮਾਨ ਦਾ ਤਾਜ਼ਾ ਅਸਮਾਨੀ ਰੰਗ ਵੇਖਿਆ। ਇਲਾਕਾਈ ਪੰਛੀਆਂ ਦੇ ਕੁਦਰਤੀ ਗੀਤ ਸੁਣੇ। ਓਸ ਨਾਲ ਗਿੱਲੀਆਂ ਹੋਈਆਂ ਪੁਰਾਣੀਆਂ ਪੈੜਾਂ ਵੇਖੀਆਂ। ਜੀਅ ਕੀਤਾ ਇਸ ਤਰ੍ਹਾਂ ਹੀ ਭਰੇ ਭਰਾਏ ਦੋਵੇਂ ਪਿੰਡ ਅੰਦਰ ਚਲੇ ਜਾਣ। ਕੁਝ ਕਹਿਣਾ ਕਿਤੇ ਕੁਝ ਰੋਕ ਹੀ ਨਾ ਦੇਵੇ। ਹੁਣ ਉਹ ਬਾਬੇ ਦੇ ਖੇਤਾਂ ਵਿੱਚਲੀ ਪਹੀ ਵਿਚੋਂ ਲੰਘ ਰਹੇ ਸਨ। ਦੋਵੇਂ ਪਾਸੇ ਮਹਿਤਾ ਕਾਲੂ ਦੇ ਖੇਤ ਸਨ। ਇਕ ਫਕੀਰੀ ਤਲਵੰਡੀ ਦੀ ਮਿੱਟੀ ਦੇ ਸੁਆਸਾਂ ਵਿਚ ਸਾਹ ਲੈਂਦੀ ਜਾਪੀ। ਅੱਗੇ ਦੂਰ ਤੱਕ ਰਾਏ ਬੁਲਾਰ ਦੇ ਖੇਤਾਂ ਦੀ ਝਲਕ ਸੀ। "ਪਹਿਲਾਂ ਅੰਮੀ ਕੋਲ ਜਾਵੀਂ।" ਬਾਬੇ ਦੀ ਆਵਾਜ਼ ਨਾਲ ਚੰਦਰਭਾਨ ਸੰਧੂ ਦਾ ਖੂਹ ਦਿਸਿਆ; ਨਹੀਂ ਤਾਂ ਮਸਤੀ ਵਿਚ ਉਹਨੇ ਕੋਲੋਂ ਲੰਘ ਜਾਣਾ ਸੀ। ਉਹ ਹਾਲੇ ਸੋਚ ਹੀ ਰਿਹਾ ਸੀ; ਬਾਬੇ ਨੇ ਖੂਹ ਕੋਲ ਪੰਡੋਕਲੀ ਤੇ ਕਾਸਾ ਰੱਖ ਵੀ ਦਿੱਤੇ ਸਨ। ਬੈਠਣ ਤੋਂ ਪਹਿਲਾਂ ਮਰਦਾਨੇ ਨੇ ਪੁੱਛਿਆ :

"ਬਾਬਾ ਇਕੱਲਿਆਂ ਹੀ...।" ਹਲਕੀ ਜਹੀ ਮੁਸਕਾਨ ਨਾਲ ਉਹਨੇ ਬਾਬੇ ਦਾ ਦੋ ਵਾਰ ਸਿਰ ਹਿਲਦਾ ਵੇਖਿਆ। ਠੰਡੀ ਠਾਰ ਸਵੇਰ ਦੀ ਲੰਬੀ ਤੋਰ ਨੇ ਬਾਬੇ ਦੇ ਮੱਥੇ ਉੱਤੇ ਹਲਕੀ ਹਲਕੀ ਪਸੀਨੇ ਦੀ ਪਰਤ ਚੜ੍ਹਾ ਦਿੱਤੀ ਸੀ। ਘਰ ਲਿਜਾਣ ਲਈ ਤਾਂ ਕੁਝ ਵੀ ਨਹੀਂ ਸੀ; ਮਰਦਾਨੇ ਨੇ ਗਲ ਵਾਲੇ ਹਰੇ ਸਾਫ਼ੇ ਨੂੰ ਥੋੜ੍ਹਾ ਅੱਗੇ ਪਿੱਛੇ ਕੀਤਾ। ਚਾਰ ਕਦਮ ਅੱਗੇ ਪੁੱਟ ਇਕ ਵਾਰ ਫਿਰ ਪਿੱਛੇ ਵੱਲ ਵੇਖਿਆ। ਪਲ ਪਲ ਵਿਚ ਸੁਤੰਤਰਤਾ ਲਈ ਤੁਰਦੇ ਕਦਮ ਕੁਝ ਦੇਰ ਲਈ ਰੁੱਕ ਗਏ ਸਨ। ਅਗਲੇ ਕਦਮਾਂ ਨਾਲ ਉਹਨੂੰ ਤਲਵੰਡੀ ਆਪਣੀ ਅਸਲ ਦੂਰੀ ਤੇ ਦਿਸੀ। ਉਹਨੂੰ ਪਤਾ ਸੀ ਤਲਵੰਡੀ ਵਿਚ ਸੁਆਲ ਜਿਉਂ ਦੇ ਤਿਉਂ ਉਹਦੇ ਸਾਹਮਣੇ ਦੁਹਰਾਏ ਜਾਣਗੇ। ਇਕ ਅਤੀਤ ਤੋਂ ਦੂਜੇ ਅਤੀਤ ਵੱਲ ਜਾਂਦੀ ਨਜ਼ਰ ਵਿਚ ਜੇ ਉਹ ਕੁਝ ਦੇਰ ਲਈ ਰੁਕ ਜਾਵੇ ਤਾਂ ਸਾਹਸ ਭਰਿਆ ਜਾ ਸਕਦਾ ਸੀ। ਉਹਨੇ ਇਕ ਵਾਰ ਫਿਰ ਪਿੱਛੇ ਮੁੜ ਕੇ ਵੇਖਿਆ। ਬਾਬਾ ਤਾਂ ਕਾਰਣਾਂ ਵਿਚ ਵੀ ਆਰਾਮ ਕਰ ਰਿਹਾ ਸੀ। ਇਸ ਤੋਂ ਬਾਅਦ ਪਿੱਛੇ ਮੁੜ ਕੇ ਵੇਖਣ ਦਾ ਕੋਈ ਫਾਇਦਾ ਵੀ ਨਹੀਂ ਸੀ। ਅੱਗੇ ਪਿੰਡ ਸ਼ੁਰੂ ਹੋ ਰਿਹਾ ਸੀ।

ਕਾਸੇ 'ਚੋਂ ਰਾਤ ਦੇ ਗਜਾ ਕੀਤੇ ਭੋਜਨਾਂ ਦੀ ਖੁਸ਼ਬੂ ਆਈ। ਪਰ ਸੱਜਰੇ ਗੁੰਨੇ ਆਟੇ ਦੀ ਖਮੀਰੀ ਮਹਿਕ ਨੇ ਉਹਨੂੰ ਰੋਕ ਦਿੱਤਾ। ਚਗਾਠਾਂ ਉੱਤੇ ਬਣੇ ਮੂਰਤੀਆਂ ਦੇ ਜਾਣੇ ਪਛਾਣੇ ਮੜੰਗੇ ਦਿਸਣ ਲੱਗੇ। ਸਵੇਰੇ ਸਵੇਰੇ ਲੋਕ ਹਾਲੇ ਘਰਾਂ ਤੋਂ ਨਹੀਂ ਸੀ ਨਿਕਲੇ। ਫਿਰ ਵੀ ਕਦੇ ਵੀ ਕਿਸੇ ਵੀ ਪ੍ਰਸ਼ਨ ਦਾ ਆਰੰਭ ਹੋ ਸਕਦਾ ਸੀ। ਸਫ਼ਰਾਂ ਦੀਆਂ ਯਾਦਾਂ ਬਾਰੇ ਅੰਮੀ ਦੇ ਡਰ ਡਰ ਕੇ ਕੀਤੇ ਸੁਆਲ ਲਲਾਰੀਆਂ ਦੀ ਗਲੀ ਵਾਂਗ ਡੱਬ ਖੜੱਬੇ ਹੋ ਰਹੇ ਸਨ। ਸਾਹਮਣੇ ਪਿੰਡ ਦੇ ਟੋਬੇ ਵਿਚ ਦੁੱਧ ਵਧਾਉਂਦੀ ਤੀਵੀਂ ਵੱਲ ਵੇਖਿਆ। ਕੰਢੇ ਉੱਤੇ ਖੜ੍ਹੇ ਬਰੋਟੇ ਦੇ ਸਿਰ ਉੱਤੋਂ ਟਾਹਲਿਆਂ ਉੱਪਰੋਂ ਧਰਤੀ ਵੱਲ ਉਤਰੀਆਂ ਜੜ੍ਹਾਂ ਹੋਰ ਸੰਘਣੀਆਂ ਦਿਸੀਆਂ। ਦੁੱਧ ਵਧਾ ਕੇ ਉਸ ਤੀਵੀਂ ਨੇ ਮਰਦਾਨੇ ਵੱਲ ਧਿਆਨ ਨਾਲ ਵੇਖਿਆ। ਇਹ ਉਹੀ ਥਾਵਾਂ ਸਨ ਜਿੱਥੇ ਦੌਲਤਾਂ ਮਾਸੀ ਨੇ ਅਨੇਕਾਂ ਵਾਰ ਪੁੱਛਿਆ ਸੀ : "ਭਾਈ ਕਿਸੇ ਨੇ ਨਾਨਕ ਤਾਂ ਨਹੀਂ ਵੇਖਿਆ ?" ਫਿਰ ਮੰਦਰ ਤੇ ਮਸੀਤ ਸਾਹਮਣੇ ਆਪਣਾ ਖੂਹ ਦਿਸਿਆ। ਆਪਣੇ ਘਰ ਦੀ ਦੇਹਲੀ ਉੱਪਰ ਅੱਧ ਖੁੱਲੇ ਬੂਹੇ ਦਾ ਪ੍ਰਛਾਵਾਂ ਵੇਖਿਆ। ਜਦੋਂ ਮਰਦਾਨੇ ਨੇ ਘਰ ਅੰਦਰ ਵੇਖਿਆ ਤਾਂ ਅੰਮੀ ਦੀ ਪਿੱਠ ਗਲੀ ਵੱਲ ਸੀ। ਉਹਦੀ ਪਿੱਠ ਪਿੱਛੇ ਅੱਬਾ ਦਾ ਦੈਂਗੜਾ ਪਿਆ ਸੀ। ਜਿਸ ਤੋਂ ਸਾਫ਼ ਜਾਹਿਰ ਸੀ ਕਿ ਉਹ ਕਿਤੇ ਨੇੜੇ ਤੇੜੇ ਹੀ ਹੈ। ਜਦੋਂ ਤੱਕ ਉਹ ਅੰਮੀ ਦੇ ਬਿਲਕੁਲ ਅੱਗੇ ਨਹੀਂ ਗਿਆ; ਉਹ ਅੰਮੀ ਦੇ ਨਜ਼ਰੀਂ ਨਹੀਂ ਪਿਆ। ਉਹਨੇ ਝੁੱਕ ਕੇ ਅੰਮੀ ਦੇ ਦੋਵੇਂ ਹੱਥ ਸਿਰ ਉੱਤੇ ਕੀਤੇ। ਅਚਾਨਕ ਮਿਲੀ ਖੁਸ਼ੀ ਤੋਂ ਉਹ ਉੱਠ ਨਾ ਸਕੀ। ਰਬਾਬ ਦੇ ਪਿਛਿਉਂ ਹੱਥ ਘੁੰਮਾ ਕੇ ਉਹਨੇ ਆਪਣੀ ਮਰਜ਼ੀ ਨਾਲ ਸਿਰ ਪਲੋਸਿਆ।

"ਸਾਜ਼ ਨੂੰ ਸਾਜ਼ ਕੋਲ ਟੰਗਦੇ...।" ਅੰਮੀ ਖੜ੍ਹੀ ਹੋ ਗਈ ਸੀ। ਸਭ ਪੁਰਾਣੇ ਸਾਜ਼ ਪੁਰਾਣੀ ਜਗ੍ਹਾ ਟੰਗੇ ਸਨ। ਪਹਿਲੀ ਵਾਰ ਬੇਗਮ ਨਾਲ ਨਜ਼ਰ ਮਿਲੀ। ਉਹਦੀਆਂ ਭੂਰੀਆਂ ਅੱਖਾਂ ਵਿਚਲੀ ਮਿੱਟੀ ਰੰਗੀ ਪੁਤਲੀ ਸਿਲ ਨਾਲ ਹਲਕੀ ਹਲਕੀ ਗੁਲਾਬੀ ਹੋ ਗਈ ਸੀ। ਉਹਨੇ ਦੋ ਵਾਰ ਅੱਖਾਂ ਘੁੱਟ ਕੇ ਪਾਣੀ ਬਾਹਰ ਕੱਢਿਆ। ਸ਼ਾਇਦ ਕੁਝ ਸਪੱਸ਼ਟ ਨਜ਼ਰ ਨਹੀਂ ਸੀ ਆ ਰਿਹਾ। ਉਹ ਕੰਬਦੇ ਪੈਰਾਂ ਨੂੰ ਸੰਭਾਲਦੀ ਹੋਰ ਨੇੜੇ ਆਈ :

"ਸ਼ੁਕਰ ਏ ਮਰਾਸਣ ਦਾ ਘਰ ਵੀ ਯਾਦ ਆਇਆ।... ਪੀਰਾਂ ਫਕੀਰਾਂ ਨਾਲ ਰਹਿ ਕੇ ਆਪਣਿਆਂ ਦੇ ਦੁੱਖ ਕਾਹਨੂੰ ਯਾਦ ਰਹਿੰਦੇ ਨੇ...।" ਉਹਨੇ ਮਰਦਾਨੇ ਨੂੰ ਸਾਜਿਦ ਤੇ ਵਾਜਿਦ ਨੂੰ ਗਲਵਕੜੀ ਵਿੱਚ ਲੈਂਦਿਆਂ ਵੇਖ ਕੇ ਗੱਲ ਜਾਰੀ ਰੱਖੀ :

"ਤਲਵੰਡੀ ਤਾਂ ਤੇਰੇ ਲਈ ਚਸਕਾ ਏ... ਜਦ ਕਦੇ ਜੀਅ ਕਰਿਆ ਘੁੰਮ ਗਿਆ...।" ਇਕ ਵਾਰ ਉਹਦਾ ਜੀਅ ਕੀਤਾ ਹੁਣੇ ਮੁੜ ਜਾਵਾਂ। ਦੂਰੋਂ ਜਿੰਨਾਂ ਆਸਾਨ ਤਲਵੰਡੀ ਵੱਲ ਆਉਣਾ ਲੱਗਦਾ ਏ; ਉਨ੍ਹਾਂ ਇਹਦੇ ਅੰਦਰ ਆ ਕੇ ਨਹੀਂ ਜਾਪਦਾ। ਫਿਰ ਅੰਮੀ ਦਾ ਹੱਥ ਮੋਢੇ ਉੱਤੇ ਟਿਕਿਆ :

"ਤੇਰੇ ਪਿੱਛੋਂ ਭੈਰੋਆਣੇ ਵਾਲਾ 'ਇੰਦਰਸੈਨ' ਆਇਆ ਸੀ... ਮੱਲੋ ਮੱਲੀ ਸਾਰੇ ਪੁਰਾਣੇ ਸਾਜ਼ਾਂ ਨੂੰ ਸੁਰ ਵਿਚ ਕਰ ਗਿਆ।" ਮਰਦਾਨੇ ਨੇ ਮਾਂ ਵੱਲ ਵੇਖਿਆ; ਅਜਿਹੇ

ਵੇਲੇ ਅਜਿਹੇ ਹੀ ਸਾਥ ਦੀ ਜਰੂਰਤ ਸੀ। ਛੋਟਾ ਵੇਹੜਾ ਬੱਚਿਆਂ ਨਾਲ ਭਰ ਗਿਆ ਸੀ। ਸਭ ਕਹਿ ਰਹੇ ਸਨ : "ਅਸੀਂ 'ਸਾਜਿਦ' 'ਵਾਜਿਦ' ਦੇ ਅੱਬਾ ਨੂੰ ਵੇਖਣਾ।" ਹੁਣ ਅੰਮੀ ਨਾਲ ਥੋੜ੍ਹੀ ਬੇਗਮ ਵੀ ਖੁਸ਼ ਨਜ਼ਰ ਆਈ। ਪਾਣੀ ਪੀਕੇ ਜਦੋਂ ਉਹ ਫਿਰ ਅੰਮੀ ਕੋਲ ਬੈਠਿਆ ਤਾਂ ਅੰਮੀ ਨੇ ਫਿਰ ਗੱਲ ਤੋਰ ਲਈ :

"ਮੈਨੂੰ ਆਪਣੇ ਆਖੀਰ ਨਾਲ ਬਹੁਤ ਮੋਹ ਹੋ ਗਿਆ ਪੁੱਤ... ਜਦੋਂ ਦਾ ਤੂੰ ਘਰ ਛੱਡਿਆ।"

"ਅੰਮੀ ਮੈਂ ਤੈਨੂੰ ਕਿੱਥੇ ਛੱਡਿਆ ?"

"ਥੋੜ੍ਹਾ ਗਰਜੀ ਬਣਜਾ ਪੁੱਤ... ਸਭ ਕੁਝ ਤੋੜ ਕੇ ਨੀ ਸਰਦਾ।"

ਕੀਲੇ ਤੇ ਟੰਗੇ ਚੋਗੇ ਦੀ ਵੱਖੀ ਵਾਲੀ ਜੇਬ ਵਿਚ ਹੱਥ ਪਾਉਂਦੀ ਬੇਗਮ ਦੇ ਜਦੋਂ 'ਮਿਜ਼ਰਾਬ' ਹੱਥ ਵਿਚ ਆਇਆ; ਉਹਨੇ ਟੋਹ ਕੇ ਉਥੇ ਹੀ ਛੱਡ ਦਿੱਤਾ। ਉਹ ਥੋੜ੍ਹਾ ਮੁਸਕਰਾਈ। ਅੰਮੀ ਨੇ ਵੀ ਵੇਖ ਲਿਆ ਸੀ।

"ਪੁੱਤ ਤੇਰੇ ਕੋਲ ਓੜਣ ਲਈ ਇਹੋ ਕੱਪੜੇ ਨੇ ?"

"ਨਹੀਂ ਅੰਮੀ ਲਾਲੋ ਦੇ ਘਰ ਪਏ ਨੇ।" ਲਾਗਦੇ ਘਰੋਂ 'ਠੱਕ ਠੱਕ-ਚੀਂ ਚੀਂ' ਕਰਦੇ ਦਰਵਾਜ਼ਿਆਂ ਦੀਆਂ ਆਵਾਜ਼ਾਂ ਪਹਿਲਾਂ ਨਾਲੋਂ ਜਿਆਦਾ ਆ ਰਹੀਆਂ ਸਨ। ਕਈ ਵਾਰ ਤਾਂ ਕਿਸੇ ਲੰਬੀ ਚੀਖ ਵਰਗੀ ਆਵਾਜ਼ ਸੁਣਦੀ।

"ਝੜੀ ਲੱਗੀ ਸੀ ਕਈ ਦਿਨਾਂ ਤੋਂ... ਜਿਆਦਾ ਘਰਾਂ ਦੇ ਦਰਵਾਜ਼ੇ ਪੂਰੇ ਨਹੀਂ ਭਿੜਦੇ।" ਕੁਝ ਦੇਰ ਉਹ ਮਰਦਾਨੇ ਵੱਲ ਇਕ ਟੱਕ ਵੇਖਦੀ ਰਹੀ :

"ਨਾਨਕ ਵੀ ਆਇਆ ਏ... ਤੇਰੇ ਨਾਲ...?" ਪਰ ਇਸ ਨਾਂ ਨਾਲ ਤਾਂ ਮਰਦਾਨੇ ਦਾ ਜਾਣਾ ਜੁੜਿਆ ਸੀ; ਉਹ ਪੁੱਛਣੋਂ ਰੁਕ ਗਈ। ਬਾਹਰ ਦੇਹਲੀ ਉੱਤੇ ਭਗਵਿਆਂ ਵਿਚ ਕੋਈ ਸਾਧੂ ਵਾਰ ਵਾਰ ਪੱਕੇ ਅੰਨ ਦੀ ਮੰਗ ਕਰ ਰਿਹਾ ਸੀ। ਉਹਦੇ ਖੜ੍ਹੇ ਰਹਿਣ ਦੀ ਜਿੱਦ ਤੇ ਰੱਖੀ ਨੇ ਬਾਂਹ ਕੱਢ ਕੇ ਕਿਹਾ :

"ਜਾਹ... ਸਾਡੇ ਪਹਿਲਾਂ ਹੀ ਹੈਗਾ...।" ਇਸ ਵਾਰੀ ਉਹਨੇ ਕਿਸੇ ਵੱਲ ਨਹੀਂ ਵੇਖਿਆ। ਵੇਹੜੇ ਵਿਚ ਖੇਡਦੇ ਬੱਚੇ ਸਾਜਿਦ ਵਾਜਿਦ ਦੇ ਅੱਬਾ ਨੂੰ ਪਛਾਣ ਮੌਜ ਮਸਤੀ ਕਰਨ ਲੱਗੇ। ਦਰ ਤੇ ਖੜ੍ਹੇ ਸਾਧੂ ਦੀ ਜਿੱਦ ਤੇ ਰੱਖੀ ਹੋਰ ਤਲਖ ਹੋਈ।

"ਤੁਹਾਨੂੰ ਸਾਧੋ ਹਰ ਚੀਜ਼ ਆਸਾਨ ਦਿਸਦੀ ਏ... ਤਾਂ ਹੀ ਮੰਗਣਾ ਔਖਾ ਨੀ ਲੱਗਦਾ।" ਮਰਦਾਨੇ ਨੇ ਹਰੇ ਰੰਗ ਦੇ ਚੋਗੇ ਉੱਪਰ ਮਹਿੰਦੀ ਰੰਗੀ ਚਾਦਰ ਦੀ ਬੁੱਕਲ ਮਾਰੀ। ਅੰਮੀ ਨੇ ਗਲ ਵਿਚ ਮਾਲਾ ਦੇ ਮਣਕਿਆਂ ਦੇ ਖੜਕਣ ਦੀ ਆਵਾਜ਼ ਵਿਚੋਂ ਕੁਝ ਤਲਾਸ਼ਣ ਦੀ ਕੋਸ਼ਿਸ਼ ਕੀਤੀ :

"ਪੁੱਤ ਨਾਨਕ ਦੇ ਘਰ ਦੱਸਣ ਚੱਲਿਆਂ...।"

"ਹਾਂ... ਅੰਮੀ...।"

"ਜਾਹ... ਦੇ ਆ ਮਾਂ ਨੂੰ ਦਿਲਾਸਾ... ਨਾਲੇ ਉਹ ਬਿਗਾਨੀ ਦਾ ਧੀਰ ਧਰਿਆ ਜਾਊ। ਕਿੰਨੇ ਸੋਹਣੇ ਬੱਚੇ ਨੇ ਬਲੂੰਗੜੇ ਜੇ... ਚਲੋ ਹੁਣ ਤਾਂ ਪਲ਼ ਗੇ... ਐਵੇਂ ਤਾਂ ਨੀ ਫਕੀਰ ਬਣਨ ਤੇ ਮਾਂਵਾਂ ਦੇ ਕਾਲਜੇ ਬੈਠਦੇ...।" ਉਹਨੇ ਅੰਮੀ ਦੀਆਂ ਅੱਖਾਂ 'ਚੋਂ ਤ੍ਰਿਪ

ਤ੍ਰਿਪ ਚੋਂਦੇ ਅੱਥਰੂ ਵੇਖੇ। ਭਰੇ ਵੇਹੜੇ ਵਿਚ ਬੱਚੇ ਉੱਚੀ ਉੱਚੀ ਰੌਲਾ ਪਾ ਰਹੇ ਸਨ। ਇਹ 'ਸਾਜਿਦ ਵਾਜਿਦ' ਦੇ ਅੱਬਾ ਦੀ ਪਛਾਣ ਤੋਂ ਬਾਅਦ ਦਾ ਜਸ਼ਨ ਸੀ।

ਜੀਅ ਤਾਂ ਕੀਤਾ ਪਹਿਲਾਂ ਸਿਆਮੇ ਪੰਡਿਤ ਦੇ ਘਰ ਜਾ ਕੇ ਪੁੱਛਾਂ "ਤੂੰ ਮੂਲੇ ਪਟਵਾਰੀ ਨਾਲ ਕਿਉਂ ਤੁਰਿਆ ?" ਪਰ ਘਰੋਂ ਨਿਕਲਦੇ ਵਕਤ ਬੇਗਮ ਦੇ ਕਹੇ ਲਫ਼ਜ਼, "ਜਿਹੜੇ ਕਿਸੇ ਮਗਰ ਨਹੀਂ ਤੁਰੇ; ਤੂੰ ਉਨ੍ਹਾਂ ਪਿਛੇ ਕਿਉਂ ਤੁਰਿਆ ?" ਅਜਿਹੇ ਲਫ਼ਜ਼ਾਂ ਤੋਂ ਸੰਭਲਣ ਲਈ ਘੱਟੋ ਘੱਟ ਤਲਵੰਡੀ ਵਿਚ ਤਾਂ ਜਿਆਦਾ ਸਮਾਂ ਨਹੀਂ ਲੱਗਣਾ ਚਾਹੀਦਾ। ਪਰ ਉਸ ਤੋਂ ਪਹਿਲਾਂ ਮਸੀਤ ਅੱਗੇ ਭੰਗ ਪੀਂਦੇ ਭੰਗੀ ਦੀ ਆਵਾਜ਼ ਸੁਣੀ :

"ਤੂੰ ਤਾਂ ਭੁੱਲ ਹੀ ਗਿਆਂ ਮਰਦਾਨਿਆਂ... ਅੱਗੇ ਕਦੇ ਕਬੀਰ ਤੁਲਸੀ ਦੇ ਪਦ ਸੁਣ ਲੈਂਦੇ ਸੀ ਹੁਣ ਉਹ ਗੌਣ ਵੀ ਸੁਣਨੋਂ ਗਿਆ...।"

"ਤੈਨੂੰ ਕਿਵੇਂ ਭੁਲ ਸਕਦਾ ਮੈਂ... ?"

"ਓਹੀ ਗੱਲ ਹੋਈ ਜਿੰਨੀ ਦੂਰ ਚੰਦ ਉਨ੍ਹਾਂ ਲੰਬਾ ਪਰਛਾਵਾਂ...।" ਲੰਬਾ ਸੂਟਾ ਭਰਕੇ ਉਹ ਮੁੜ ਕੇ ਕੁਝ ਨਹੀਂ ਬੋਲਿਆ। ਸਿਆਮੇ ਪੰਡਿਤ ਦਾ ਘਰ, ਰੁਕਮਦੀਨ ਦੀ ਡਿਓਡੀ ਤੇ ਰਾਏ ਬੁਲਾਰ ਦੀ ਹਵੇਲੀ, ਸਭ ਲੰਘ ਗਏ ਸਨ।

ਵੇਹੜੇ ਵਿਚ ਸੁਲੱਖਣੀ ਸਿਰੀ ਚੰਦ ਦੇ ਮੀਢੀਆਂ ਕਰਦੀ ਦਿੱਸੀ। ਅਜਿਹਾ ਹੀ ਵੇਲਾ ਔਖਾ ਲੱਗਦਾ ਜਦੋਂ ਘਰ ਅੰਦਰ ਉਡੀਕਦੇ ਚੇਹਰਿਆਂ ਦੀ ਇਕਾਗਰਤਾ ਉੱਤੇ ਥੱਕੀਆਂ ਥੱਕੀਆਂ ਨਜ਼ਰਾਂ ਪਾਸਾ ਵੱਟਦੀਆਂ ਦਿਸਦੀਆਂ ਨੇ। ਅੱਜ ਉਹਨੇ ਸੁਲੱਖਣੀ ਦੇ ਚੇਹਰੇ ਉੱਤੇ ਇਕ ਸਹਿਮ ਵੀ ਵੇਖਿਆ। ਸ਼ਾਇਦ ਉਸ ਦਿਨ ਦੇ ਅਪਮਾਨ ਲਈ ਗੁਰੂ ਚੇਲਾ ਇਕੱਠੇ ਹੀ ਆਏ ਹੋਣ। (ਮੂਲਾ ਤੇ ਚੰਦੋ ਨੇ ਪੱਖੋਕੀ ਨੇੜੇ ਕੀਰਤਨ ਵੇਲੇ ਜੋ ਬੇਇਜਤੀ ਕੀਤੀ ਸੀ; ਆਉਂਦੀ ਹੋਈ ਸੁਲੱਖਣੀ ਵੀ ਆਪਣੇ ਮਾਂ ਬਾਪ ਦੀ ਹਿਮਾਇਤ ਕਰ ਆਈ ਸੀ) ਪਰ ਮਰਦਾਨੇ ਨੇ ਝੁੱਕ ਕੇ ਪ੍ਰਣਾਮ ਕੀਤਾ। ਅੱਜ ਪਹਿਲੀ ਵਾਰ ਹੋਇਆ ਕਿ ਮਾਤਾ ਤ੍ਰਿਪਤਾ ਦੇ ਪੈਰੀਂ ਹੱਥ ਲਾਉਣ ਤੋਂ ਪਹਿਲਾਂ ਉਹਨੇ ਇਕ ਵੀ ਲਫ਼ਜ਼ ਨਹੀਂ ਸੁਣਿਆ। ਉਹਨੇ ਸਿੱਧਾ ਹੋ ਕੇ ਇਕ ਵਾਰ ਫਿਰ ਝੁਕ ਕੇ ਪ੍ਰਣਾਮ ਕੀਤਾ।

"ਇਕੱਲਾ ਤਾਂ ਨੀ ਆਇਆ ?"

"ਨਹੀਂ ਮਾਤਾ।" ਕੀ ਨਹੀਂ ਦੱਸਣਾ; ਉਹ ਭੁੱਲ ਗਿਆ ਸੀ।

"ਮਾਵਾਂ ਨੂੰ ਕਿਤੇ ਇਸ ਤਰ੍ਹਾਂ ਸੁਨੇਹੇ ਦੇਈਦੇ ਨੇ... ਮਰਦਾਨਿਆ... ?"

"ਠੀਕ ਕਿਹਾ ਮਾਤਾ...।"

"ਗਲੀ ਵਿੱਚੋਂ ਜਦ ਵੀ ਕੋਈ ਸਾਧੂ ਲੰਘਦਾ... ਜਾਪਦਾ ਨਾਨਕ ਆ ਗਿਆ... ਸਭ ਫਕੀਰਾਂ ਵਿਚ ਚੰਦਰੇ ਨੇ ਆਪਣੇ ਭੁਲੇਖੇ ਪਾ ਦਿੱਤੇ ਨੇ...।"

ਮਰਦਾਨੇ ਨੂੰ ਜਾਪਿਆ ਉਹਨੂੰ ਕੁਝ ਪਲਾਂ ਲਈ ਕੀ ਹੋ ਗਿਆ ਸੀ ? ਜੋ ਸੋਚਿਆ ਸੀ ਉਸ ਤਰ੍ਹਾਂ ਤਾਂ ਇਕ ਵੀ ਉੱਤਰ ਨਹੀਂ ਸੀ ਦਿੱਤਾ। ਇਹ ਗੁਰੂ ਤੇ ਮਾਂ ਵਿਚ ਕੀ ਵਖਰੇਵਾਂ ਏ ? ਕਦੇ ਕਦੇ ਬਹੁਤ ਨੇੜੇ ਜਾਪਦੇ ਨੇ; ਕਦੇ ਇਕ ਦੂਜੇ ਕੋਲੋਂ ਦਿਸਦੇ ਵੀ ਨਹੀਂ।

ਜਦੋਂ ਮਰਦਾਨਾ ਵਾਪਸ ਬਾਲੇ ਦੇ ਖੂਹ ਉੱਤੇ ਪੁੱਜਿਆ; ਉਦੋਂ ਤੱਕ ਗੁੱਸੇ ਵਿਚ ਗੁਫ਼ਾਫਾਂ ਬਣਦੇ ਮੂੰਹ ਸਧਾਰਨ ਹਾਲਤ ਵਿਚ ਆ ਗਏ ਸਨ। ਮਾਤਾ ਤ੍ਰਿਪਤਾ ਤੇ ਸੁਲੱਖਣੀ ਖੂਹ ਦੀ ਮਣ ਨਾਲ ਢੋਹ ਲਾ ਕੇ ਬੈਠੀਆਂ ਸਨ। ਪਿਤਾ ਕਾਲੂ ਤੇ ਚਾਚਾ ਲਾਲੂ ਥੋੜ੍ਹਾ ਪਿੱਛੇ ਹੱਟਦੇ ਤੇ ਕੁਝ ਯਾਦ ਕਰਦੇ ਫਿਰ ਉਹਦੇ ਕੋਲ ਜਾ ਕੇ ਗੱਲ ਸ਼ੁਰੂ ਕਰਦੇ :

"ਜੇ ਮੋਦੀਖਾਨੇ ਵਿਚ ਰਹਿ ਕੇ ਵੀ ਫਕੀਰ ਹੀ ਬਣਕੇ ਨਿਕਲਣਾ ਸੀ, ਫਿਰ ਗਿਆ ਹੀ ਕਿਉਂ ਸੀ ਸੁਲਤਾਨਪੁਰ...।" ਚਾਚੇ ਦੀ ਤਲਖ ਆਵਾਜ਼ ਸੁਣੀ। ਕਦੇ ਕਦੇ ਨਾਨਕ ਆਪਣੇ ਆਪ ਨੂੰ ਛੂੰਹਦਾ ਜਿਵੇਂ ਫਲਾਂ ਲੱਦਿਆ ਕੋਈ ਦਰੱਖਤ ਪੱਕੇ ਫਲ ਟੋਹ ਟੋਹ ਵਿਦਾ ਕਰ ਰਿਹਾ ਹੋਵੇ। ਉਹਦੇ ਸਾਦੇ ਬੋਲਾਂ ਦੀ ਮਿਠਾਸ ਸੁਣ ਕੇ; ਉਹ ਦੁਬਾਰਾ ਗੁੱਸੇ ਹੋਣ ਦੀ ਕੋਸ਼ਿਸ਼ ਕਰਦੇ। ਪਰ ਅਜਿਹਾ ਕਰਦੇ ਕਰਦੇ ਉਹ ਥੱਕ ਚੁੱਕੇ ਸਨ। ਜਦੋਂ ਉਹ ਸਭ ਨਾਨਕ ਨੂੰ ਇਕੱਲਾ ਛੱਡ ਕੇ ਤੁਰੇ; ਮਰਦਾਨੇ ਦਾ ਮਨ ਭਰ ਆਇਆ। ਇਸ ਤਰ੍ਹਾਂ ਵੱਡੇ ਵਡੇਰਿਆਂ ਦਾ ਹਾਰ ਕੇ ਜਾਣਾ ਅੰਦਰ ਇਕ ਖੋਹ ਜਹੀ ਲਾ ਰਿਹਾ ਸੀ।

"ਚਲੋ ਰਾਏ ਬੁਲਾਰ ਕੋਲ ਚੱਲਦੇ ਹਾਂ... ਉਹਦੀ ਤਾਂ ਮੰਨੇਗਾ ਹੀ...।" ਚਾਚੇ ਨੇ ਘੋੜੀ ਦੀ ਲਗਾਮ ਵੱਡੇ ਭਾਈ ਨੂੰ ਫੜਾ ਦਿੱਤੀ। ਪਿਤਾ ਕੁਝ ਜਿਆਦਾ ਹੀ ਸੋਗ ਵਿਚ ਆ ਗਿਆ ਸੀ।

"ਰਾਏ ਜੀ ਇਕ ਪਹਿਰ ਗੱਲਾਂ ਕਰਦੇ ਗਏ ਨੇ... ਤੁਹਾਤੋਂ ਪਹਿਲਾਂ ਓਹੀ ਤਾਂ ਬੈਠੇ ਸਨ... ਗੱਲ੍ਹਾਂ ਗੱਲ੍ਹਾਂ ਵਿਚ ਤਾਂ ਇਉਂ ਲੱਗਦਾ ਸੀ ਕਿ ਪਿੰਡ ਵੱਲ ਹੁਣ ਤੁਰਿਆ ਕਿ ਹੁਣ ਤੁਰਿਆ...।" ਪਿੱਠ ਪਿੱਛੇ ਖੜ੍ਹੀ ਦੌਲਤਾਂ ਸ਼ਾਇਦ ਤ੍ਰਿਪਤਾ ਤੇ ਸੁਲੱਖਣੀ ਨੂੰ ਦਿਲਾਸਾ ਦੇਣਾ ਚਾਹੁੰਦੀ ਸੀ। ਹੌਲੀ ਹੌਲੀ ਉਹ ਲੋਕ ਵੀ ਚਲੇ ਗਏ ਜੋ ਮਹਿਤਾ ਕਾਲੂ ਨੂੰ ਖੜ੍ਹੇ ਕੁਝ ਦੂਰੀ ਤੋਂ ਵੇਖ ਰਹੇ ਸਨ। ਕੁਝ ਦੇਰ ਬਾਬੇ ਕੋਲ ਬੈਠ ਬਾਲਾ ਆਪਣੇ ਖੇਤਾਂ ਵਿਚ ਕੰਮ ਕਰਨ ਚਲਾ ਗਿਆ। ਮਾਤਾ ਤ੍ਰਿਪਤਾ ਨੇ ਕਈ ਵਾਰੀ ਪਿੱਛੇ ਵੱਲ ਵੇਖਿਆ। ਫਿਰ ਜਦੋਂ ਸਭ ਦਿਸਣੋਂ ਹਟ ਗਏ ਤਾਂ ਮਰਦਾਨੇ ਦਾ ਗੱਲ ਤੋਰਨ ਨੂੰ ਜੀਅ ਕੀਤਾ :

"ਅੱਜਕਲ੍ਹ ਤਲਵੰਡੀ ਵਿਚ ਬੜਾ ਰੌਲਾ ਪਿਆ ਬਾਬਾ ਕਿ ਕਾਲੂ ਦਾ ਪੁੱਤ ਤਿਆਗੀ ਹੋ ਗਿਆ ਏ।"

"ਤਿਆਗ ਤਾਂ ਮਰਦਾਨਿਆਂ ਕੋਈ ਕੀਤਾ ਹੀ ਨਹੀਂ... ਜੋ ਆਪਣਾ ਨਹੀਂ ਸੀ ਓਹੀ ਛੱਡਿਆ।"

"ਪਰ ਬਾਬਾ ਕੋਈ ਹੋਰ ਕਿਉਂ ਸਾਡੇ ਉੱਤੇ ਦਾਅਵਾ ਕਰਦਾ... ਫਿਰ ਉਸ ਦਾਅਵੇ ਤੋਂ ਅੰਦਰ ਪੀੜ ਕਿਉਂ ਹੁੰਦੀ ਏ; ਜਦੋਂ ਉਹ ਆਪਣਾ ਹੈ ਨਹੀਂ ?"

"ਜੋ ਆਪਣਾ ਨਹੀਂ ਹੈ ਉਸੇ ਤੋਂ ਤਾਂ ਪੀੜ ਹੁੰਦੀ ਏ... ਜੋ ਆਪਣਾ ਹੈ ਉਹ ਤੋਂ ਤਾਂ ਰਸ ਆਉਂਦਾ ਏ।"

"ਬਾਬਾ ਇਨ੍ਹਾਂ ਡੂੰਘਾਈਆਂ ਵਿਚ ਮੇਰਾ ਹਾਲੇ ਵੀ ਦਮ ਘੁੱਟਦਾ... ਮੈਂ ਤਲਵੰਡੀ ਤੋਂ ਮਸਾਂ ਨਿਕਲ ਕੇ ਆਇਆ ਹਾਂ... ਮੈਨੂੰ ਆਪਣੇ ਵਾਂਗ ਮੋਹ ਸਾਹਮਣੇ ਅੜ ਕੇ

ਬੈਠਣ ਦੀ ਤਾਕਤ ਦੇ... ਮੈਨੂੰ ਮੋਹ ਦੇ ਢਾਸਣਿਆਂ ਤੋਂ ਬਿਨਾਂ ਤਲਵੰਡੀ ਵਿਚ ਘੁੰਮਣ ਦੇ ਸ਼ੌਕ ਸਿਖਾ ਦੇ ਬਾਬਾ...।"

ਜਦੋਂ ਮਰਦਾਨੇ ਦੀ ਨਜ਼ਰ ਦੁਬਾਰਾ ਰਸਤੇ ਵੱਲ ਗਈ ਤਾਂ ਉਹਨੂੰ ਮਾਤਾ ਤ੍ਰਿਪਤਾ, ਸੁਲੱਖਣੀ ਤੇ ਦੌਲਤਾਂ ਵਾਪਸ ਪਿੰਡ ਵੱਲ ਜਾਂਦੀਆਂ ਦਿਸੀਆਂ। ਜੀਅ ਤਾਂ ਕਰਦਾ ਸੀ ਉਹ ਸਾਨੂੰ ਸੁਣਦੀਆਂ, ਅਜਿਹੀ ਕਿਹੜੀ ਐਨੀ ਉਦਾਸ ਕਰਨ ਵਾਲੀ ਗੱਲ ਸੁਣ ਲਈ ਕਿ ਜਾਣ ਲੱਗੀਆਂ ਦੱਸ ਕੇ ਵੀ ਨਹੀਂ ਗਈਆਂ ਸਨ।

ਥੋੜ੍ਹੀ ਦੇਰ ਲਈ ਮਰਦਾਨੇ ਨੂੰ ਸਾਹਮਣੇ ਸਿਰਫ਼ ਤਲਵੰਡੀ ਹੀ ਦਿਸਦਾ ਰਿਹਾ। ਇਹ ਮਾਵਾਂ ਦਾ ਪਿੰਡ ਸੀ। ਇਹ ਉਹਨੂੰ ਵੀ ਪਤਾ ਸੀ ਕਿ ਇਸ ਤਰ੍ਹਾਂ ਵਾਪਸ ਨਹੀਂ ਮੁੜ ਹੋਣਾ; ਹਾਲੇ ਰਬਾਬ ਘਰ ਪਈ ਸੀ। ਫਿਰ ਬਾਬੇ ਦੀ ਬਹੁਤ ਸਾਦੀ ਆਵਾਜ਼ ਸੁਣੀ :

"ਮਰਦਾਨਿਆਂ ਘਰ ਦੀ ਦੇ ਖ਼ਬਰਸਾਰ...।"

"ਅੱਬਾ ਦੇ ਅਗਲੇ ਦੰਦ ਟੁੱਟ ਗਏ... ਅੰਮੀ ਦੀ ਕਮਰ ਝੁਕ ਗਈ... ਬੇਗਮ ਦੀ ਦਾੜ੍ਹ ਦੁੱਖਦੀ ਸੀ... ਬੱਚੇ ਬੇਪ੍ਰਵਾਹ ਸਨ...।"

ਇਕ ਵਾਰ ਫਿਰ ਤਲਵੰਡੀ ਵਲੋਂ ਘੋੜ ਸਵਾਰ ਆਉਂਦੇ ਦਿੱਸੇ। ਰਾਏ ਬੁਲਾਰ ਨਾਲ ਸਿਆਮਾ ਪੰਡਿਤ ਤੇ ਸੇਵਕ ਹਮੀਦਾ ਵੀ ਸੀ। ਇਕ ਵਾਰ ਫਿਰ ਰਾਏ ਬੁਲਾਰ ਨੇ ਝੁੱਕ ਕੇ ਸਲਾਮ ਕੀਤਾ।

"ਪੈਗੰਬਰਾਂ ਦੇ ਸਫਰ ਤਾਂ ਪਤਾ ਨਹੀਂ ਕਦੋਂ ਮੁੱਕਣਗੇ... ਇਕ ਅਰਜ਼ ਏ ਜੇ ਇਕ ਵਾਰ ਮੇਰੇ ਘਰ ਚੱਲੋ ਤਾਂ...।" ਬਾਬੇ ਨੂੰ ਉੱਠਦਾ ਵੇਖ ਉਹ ਖਿੜਖੜਾ ਕੇ ਹੱਸ ਪਿਆ :

"ਜਾਹ ਓਏ ਸਾਮਿਆ ਪਕਵਾਨ ਤਿਆਰ ਕਰਾ... ਚਲ ਹਮੀਦਿਆ ਤੂੰ ਵੀ ਨਾਲ; ਘੋੜੇ ਵੀ ਲੈ ਜਾਓ... ਮੈਂ ਪੀਰਾਂ ਦੇ ਪਿਛੇ ਪਿਛੇ ਆਉਣਾ ਏ...।" ਦੇਰ ਰਾਤ ਤੱਕ ਪਕਵਾਨ ਪੱਕਦੇ ਰਹੇ। ਬਾਬੇ ਦੇ ਕਹਿਣ ਤੇ ਪਿੰਡ ਦੇ ਕੰਮੀ ਕਮੀਣਾਂ ਨੂੰ ਸੱਦਾ ਦਿੱਤਾ ਗਿਆ। ਹਵੇਲੀ ਤੇ ਕਿਲ੍ਹੇ ਵਿਚ ਰੌਣਕਾਂ ਲੱਗ ਗਈਆਂ ਸਨ। ਮਹਿਤਾ ਕਾਲੂ, ਮਾਤਾ ਤ੍ਰਿਪਤਾ ਤੇ ਸਲੱਖਣੀ ਵੀ ਬੱਚਿਆਂ ਨਾਲ ਆਈ ਸੀ। ਇਸ ਜਸ਼ਨ ਵਿਚ ਵਾਰ ਵਾਰ ਮਾਤਾ ਬਾਬੇ ਵੱਲ ਹੈਰਾਨਗੀ ਨਾਲ ਵੇਖਦੀ ਰਹੀ। ਉਹਦੇ ਭਗਵੇਂ ਕੱਪੜੇ ਤੇ ਨੂਰੋ ਨੂਰ ਚੇਹਰਾ; ਪੁੱਤ ਕਿਤੋਂ ਉਦਾਸ ਤਾਂ ਜਾਪਦਾ ਹੀ ਨਹੀਂ ਸੀ। ਮਰਦਾਨੇ ਨੇ ਵੀ ਅੰਮੀ ਨੂੰ ਆਪਣੇ ਪੂਰੇ ਪਰਿਵਾਰ ਨਾਲ ਕਤਾਰ ਵਿਚ ਬੈਠੇ ਖਾਂਦਿਆਂ ਵੇਖਿਆ। ਹਵੇਲੀ ਉੱਤੇ ਬਲਦੀਆਂ ਮਸ਼ਾਲਾਂ ਅੱਜ ਦੁੱਗਣੀਆਂ ਕਰ ਦਿੱਤੀਆਂ ਸਨ। ਉਹ ਚੇਹਰੇ ਵੀ ਜਿਹੜੇ ਯਾਦਾਂ ਵਿਚ ਕਿਤੇ ਭੁੱਲੇ ਵਿਸਰੇ ਸਨ; ਅੱਜ ਦੇ ਜਸ਼ਨ ਵਿਚ ਦੁਬਾਰਾ ਵੇਖ ਲਏ ਸਨ।

ਜਦੋਂ ਮਰਦਾਨਾ ਵਾਪਸ ਆਇਆ ਤਾਂ ਅੰਮੀ ਨੇ ਆਪਣੀ ਮੰਜੀ ਅੰਦਰ ਖਿੱਚ ਲਈ ਸੀ। ਹਨੇਰੀ ਰਾਤ ਸੀ। ਉਂਝ ਵੀ ਇਨ੍ਹਾਂ ਘਰਾਂ ਵਿਚ ਦੀਵਾ ਬਹੁਤ ਥੋੜ੍ਹੀ ਦੇਰ ਲਈ ਬਲਦਾ ਸੀ। ਪਰ ਬੇਗਮ ਦੀਵਾ ਬਾਲ ਕੇ ਬੈਠੀ ਸੀ। ਦੀਵੇ ਦੀ ਉੱਠਦੀ ਲੋਅ ਬੇਗਮ ਦੇ ਸਾਹਾਂ ਨਾਲ ਪੱਤੇ ਵਾਂਗ ਹਿਲਦੀ। ਅੱਜ ਰਾਏ ਬੁਲਾਰ ਦਾ ਸੁਆਦੀ ਭੋਜਨ ਕਰਕੇ ਸਭ ਖੁਸ਼ ਸਨ। ਸ਼ਾਇਦ ਇਸੇ ਲਈ ਸੱਸ ਬਹੂ ਆਰਾਮ ਨਾਲ ਗੱਲਾਂ ਕਰ ਰਹੀਆਂ ਸਨ :

"ਦੌਲਤਾਂ ਦੱਸਦੀ ਸੀ ਚੰਦੋ ਨਾਨਕੀ ਨੂੰ ਤੋਹਮਤਾਂ ਲਾਕੇ ਆਈ ਏ ?"

"ਹੋਰ ਕੀ ਕਵੇ ਉਹ... ਇੱਕੋ ਇਕ ਤਾਂ ਧੀ ਏ।" ਬੇਗਮ ਦੀ ਆਵਾਜ਼ ਆਈ।

"ਅਖੇ ਜੇ ਤੈਨੂੰ ਪਤਾ ਸੀ; ਤੇਰਾ ਭਾਈ ਸਾਧ ਏ; ਤੂੰ ਮੇਰੀ ਧੀ ਦਾ ਰਿਸ਼ਤਾ ਕਿਉਂ ਲੈ ਕੇ ਗਈ ?"

"ਠੀਕ ਕਿਹਾ।" ਨਿੱਗਰ ਸਾਹਾਂ ਨਾਲ ਦੀਵੇ ਦੀ ਲਾਟ ਹੋਰ ਕੰਬੀ।

"ਪਰ ਉਹ ਵੀ ਮੇਰੇ ਪੁੱਤ ਵਾਂਗ ਨਾਨਕ ਦੀ ਹਿਮੈਤਣ ਏ... ਅਖੇ ਮੇਰਾ ਵੀਰ ਅਰਸ਼ਾਂ ਦਾ ਏ।"

"ਹੁਣ ਘਰ ਵਾਲੇ ਨੂੰ ਤੀਵੀਆਂ ਨੇ ਤਾਰਿਆਂ ਵਾਂਗ ਤਾਂ ਦੂਰੋਂ ਵੇਖਣਾ ਨਹੀਂ... ਇਹ ਤਾਂ ਨਾਨਕੀ ਨੂੰ ਵੀ ਪਤਾ ਏ।"

ਅੰਮੀ ਥੋੜ੍ਹੀ ਦੇਰ ਲਈ ਚੁੱਪ ਕਰ ਗਈ ਸੀ। ਬਾਹਰ ਜਿਵੇਂ ਅੱਗੇ ਰੋਜ਼ ਹੁੰਦਾ; ਮਰਾਸੀਆਂ ਦੇ ਕਿਤੇ ਅਚਾਨਕ ਸ਼ੋਰ ਪਿਆ ਤੇ ਆਪ ਹੀ ਖ਼ਤਮ ਹੋ ਗਿਆ। ਥੋੜ੍ਹੀ ਦੇਰ ਬਾਅਦ ਓਹੀ ਗੁਸੈਲੀਆਂ ਆਵਾਜ਼ਾਂ ਠਹਾਕੇ ਲਾਉਂਦੀਆਂ ਸੁਣੀਆਂ।

"ਅੱਜ ਤਾਂ ਭਾਂਤ ਭਾਂਤ ਦੇ ਪਕਵਾਨ ਖਾਧੇ ਹੋਏ ਨੇ... ਅੱਜ ਨੀ ਮਰਾਸੀ ਬਹਿਸਦੇ ਚੰਗੇ ਲੱਗਦੇ...।" ਇਸ ਤੋਂ ਬਾਅਦ ਫਿਰ ਉੱਚੀ ਉੱਚੀ ਸਹਿਮਤੀਆਂ ਦੇ ਹਾਸੇ ਸੁਣੇ। ਬੇਗਮ ਨੇ ਨਿੱਕੇ ਨਿੱਕੇ ਸਾਹਾਂ ਨਾਲ ਬਿਸਤਰਾ ਵਿਛਾਇਆ; ਜੋ ਆਏ ਗਏ ਲਈ ਰੱਖਿਆ ਸੀ।

"ਤੇਰਾ ਤਾਂ ਧੀ ਨੇ ਵੀ ਸਿਦਕ ਨਹੀਂ ਤੋੜਿਆ... ਕਦੇ ਕਾਕੋ ਨੂੰ ਯਾਦ ਕਰਿਆ ?"

"ਆਹ ਪਿਛਲੇ ਮਹੀਨੇ ਹੀ ਮਿਲ ਕੇ ਆਇਆਂ।"

"ਤੇਰਾ ਕਿਵੇਂ ਜੀਅ ਕਰ ਗਿਆ ?"

"ਬਾਬੇ ਨੇ ਕਿਹਾ ਸੀ।"

"ਯਕੀਨ ਨੀ ਆਉਂਦਾ... ਆਪ ਤਾਂ ਨਾਨਕ ਸਕਿਆਂ ਵੱਲ ਝਾਕਦਾ ਵੀ ਨਹੀਂ।"

"ਅਸੀਂ ਬੀਬੀ ਨਾਨਕੀ ਦੇ ਪਿੰਡੋਂ ਸਿੱਧੇ ਕਾਕੋ ਵੱਲ ਹੀ ਗਏ ਸੀ; ਕੁਝ ਵਸਤਾਂ ਨਾਨਕੀ ਨੇ ਦੇ ਦਿੱਤੀਆਂ ਸਨ ਤੇ ਕੁਝ ਭਗੀਰਥ ਲਹੌਰੋਂ ਖਰੀਦ ਦਿੱਤੀਆਂ ਸਨ... ਕਾਕੋ ਖੁਸ਼ ਸੀ।"

"ਤੂੰ ਚੰਗਾ ਕੀਤਾ ਪੁੱਤ...।" ਅੰਮੀ ਨੇ ਕਰਥਲ ਲੈ ਲਈ ਸੀ। ਟਿਕੀ ਰਾਤ ਵਿਚ ਦੂਰ ਕਿਤੇ ਤੀਵੀਆਂ ਦੇ ਗੌਣ ਦੀ ਆਵਾਜ਼ ਆ ਰਹੀ ਸੀ।

ਕਿੰਨੀ ਦੂਰ ਏ ਕਾਂਸੀ ਤੇਰੀ ਪੰਡਿਤਾ
ਨੀ ਤੂੰ ਹੋਣੀਏ ਕਿਉਂ ਚਿਰ ਲਾਇਆ

ਫਿਰ ਮਰਦਾਨੇ ਦੇ ਗਲ੍ਹ ਵਿਚ ਪਾਏ ਤਬੀਤਾਂ ਦੀ ਆਵਾਜ਼ ਆਈ।

"ਪੈਣ ਲੱਗੇ ਤਾਂ ਇਹ ਲਾਹ ਦਿਓ... ਹੁਣ ਕਿਹੜੇ ਸਫਰਾਂ ਵਿਚ ਹੋ... ਸਵੇਰੇ ਇੱਥੇ ਹੀ ਪਏ ਮਿਲ ਜਾਣਗੇ।" ਪਿੰਡ ਸੌਂ ਚੁੱਕਾ ਸੀ। ਬਾਹਰੋਂ ਕਦੇ ਕਦੇ ਠੰਢੀ ਠਾਰ ਹਵਾ ਅੰਦਰ ਆਉਂਦੀ। ਅੱਜ ਸਿਰ ਉਤੇ ਵੇਖਣ ਲਈ ਅਸਮਾਨ ਵੀ ਨਹੀਂ ਸੀ। ਕਿਤੇ ਨੇੜੇ ਹੀ ਇਕ ਨੰਨ੍ਹੇ ਜਹੇ ਬੱਚੇ ਦੇ ਰੋਣ ਦੀ ਆਵਾਜ਼ ਆ ਰਹੀ ਸੀ। ਇਹ ਓਹੀ ਰੋਣਾ ਸੀ ਜਿਸ ਬਾਰੇ ਬਾਬਾ ਅਕਸਰ ਮੁਸਕਰਾ ਕੇ ਕਹਿੰਦਾ ਸੀ :

"ਬੱਚਾ ਵਾਪਸ ਪ੍ਰੇਮ ਵਿਚ ਆਉਣ ਲਈ ਰੋਂਦਾ ਏ।"

ਤੀਜੇ ਪਹਿਰ ਦੀ ਧੁੱਪ ਦਾ ਪ੍ਰਛਾਵਾਂ ਜਦੋਂ ਥੋੜ੍ਹਾ ਠੰਢਾ ਹੋਣ ਲੱਗਿਆ ਤਾਂ ਮਰਦਾਨੇ ਨੇ ਵੇਖਿਆ ਬਾਬਾ ਹੱਸਦਾ ਹੋਇਆ ਅੰਦਰ ਆ ਰਿਹਾ ਸੀ। ਉਹਨੇ ਪੂਰਾ ਝੁੱਕ ਕੇ ਅੰਮੀ ਦੇ ਪੈਰੀਂ ਹੱਥ ਲਾਇਆ।

"ਵੇ ਤੁਸੀਂ ਤਾਂ ਦੋਵੇਂ ਲਿੱਸੇ ਹੋ ਗਏ ਹੋ...।" ਅੰਮੀ ਨੇ ਦੋਵੇਂ ਹੱਥ ਇਕੱਠੇ ਕਰਕੇ ਉਹਦੇ ਸਿਰ ਉੱਪਰ ਘੁੰਮਾਏ। ਬਾਬੇ ਨੇ ਘਰ ਦੀ ਇਕ ਇਕ ਚੀਜ਼ ਵੱਲ ਨਜ਼ਰ ਘੁਮਾਈ। ਉਹ ਬਿਲਕੁਲ ਅੰਮੀ ਕੋਲ ਸਾਹਮਣੇ ਜਮੀਨ ਉੱਪਰ ਬੈਠ ਗਿਆ। ਅੰਮੀ ਦੀ ਛੋਟੀ ਜਹੀ ਮੰਜੀ ਸੀ; ਦੂਜੇ ਬੰਦੇ ਲਈ ਜਗ੍ਹਾ ਹੀ ਨਹੀਂ ਸੀ।

"ਵੇ ਨਾਨਕਾ ਤੂੰ ਤਾਂ ਮੇਰੇ ਮਰਦਾਨੇ ਨਾਲੋਂ ਵੀ ਝੱਲਾ ਏ।" ਬਾਬੇ ਨੇ ਝੁੱਕ ਕੇ ਹੁੰਗਾਰਾ ਭਰਿਆ। ਅੰਮੀ ਨੇ ਲੰਬਾ ਸਾਹ ਭਰਿਆ :

"ਵੇ ਝੱਲੇਓ ਸਾਰੀ ਦੁਨੀਆਂ ਦਾ ਫਿਕਰ ਚੁੱਕੀਂ ਫਿਰਦੇ ਹੋ... ਕਦੀ ਮਾਵਾਂ ਦਾ ਵੀ ਧਿਆਨ ਦਿੱਤਾ...।"

"ਅੰਮੀ ਅਸੀਂ ਤਾਂ ਤੁਹਾਡੇ ਚਰਨਾਂ ਵਿਚ ਹਾਂ।"

"ਤੁਸੀਂ ਤਾਂ ਨਜ਼ਰਾਂ ਵਿਚ ਵੀ ਨਹੀਂ ਰਹਿੰਦੇ ਪੁੱਤ...।"

ਮਮਤਾ ਤੇ ਭਗਤਾਂ ਵਿਚ ਛਿੜੀ ਗੱਲਬਾਤ ਬਹੁਤ ਕੋਮਲ ਹੋ ਗਈ ਸੀ। ਮਰਦਾਨੇ ਦਾ ਜੀਅ ਕਰਦਾ ਸੀ; ਦੋਵਾਂ ਦਾ ਸੰਵਾਦ ਜਾਰੀ ਰਵੇ। ਫਿਰ ਹੌਲੀ ਹੌਲੀ ਨਾਨਕ ਘਰ ਤੋਂ ਬਾਹਰ ਜਾਂਦਾ ਦਿੱਸਿਆ। ਅੰਮੀ ਦੀ ਭਾਵੁਕ ਆਵਾਜ਼ ਸੁਣੀ :

"ਇਸ ਤਰ੍ਹਾਂ ਜਾਂਦੇ ਪੁੱਤ ਮਾਵਾਂ ਨੂੰ ਕਦੀ ਨਹੀਂ ਭਾਉਂਦੇ।"

ਨੀਵੀਂ ਚਗਾਠ ਥੱਲੇ ਝੁਕਿਆ ਬਾਬਾ ਲੰਘਣ ਤੇ ਕਬੂਲਣ ਦੇ ਦੋਵੇਂ ਹੁੰਗਾਰੇ ਇੱਕੋ ਸਮੇਂ ਭਰ ਗਿਆ। ਸ਼ਾਮ ਵੇਲੇ ਅੱਜ ਕਈ ਸਾਲਾਂ ਬਾਅਦ ਅੰਮੀ ਨੂੰ ਮਸੀਤ ਤੇ ਮੰਦਰ ਅੱਗੇ ਗਾਉਣ ਦੀ ਆਵਾਜ਼ ਸੁਣੀ। ਤੁਰ ਤੁਰ ਕੇ ਸੁਣਦੇ ਪੀਰਨ ਪਿੰਜਾ ਤੇ ਭੰਗੀ ਆਪ ਮੁਹਾਰੇ ਬੋਲਦੇ ਸੁਣਦੇ : "ਬਈ ਮੁੱਦਤਾਂ ਬਾਅਦ ਅੱਜ ਕਬੀਰ ਦੇ ਦੋਏ ਸੁਣੇ...।" ਛੋਟੀ ਜਹੀ ਕੰਧ ਉੱਪਰੋਂ ਅੰਮੀ ਨਜ਼ਰ ਮਾਰਦੀ। ਕੁਝ ਲੋਕ ਸੁਣ ਰਹੇ ਦਿੱਸਦੇ, ਤੇ ਕੁਝ ਸੁਣ ਸੁਣ ਕੇ ਲੰਘਦੇ ਦਿਸਦੇ।

"ਤੁਸੀਂ ਨਹੀਂ ਪੁੱਤ ਬਿਲਕੁਲ ਵੀ ਬਦਲੇ।" ਅੰਮੀ ਇਹ ਕਹਿ ਫਿਰ ਵਾਪਸ ਮੰਜੀ ਉੱਤੇ ਬੈਠ ਜਾਂਦੀ; ਤੇ ਕੁਝ ਦੇਰ ਬਾਅਦ ਉੱਠ ਫਿਰ ਕੰਧ ਕੋਲ ਚਲੀ ਆਉਂਦੀ।

"ਜੇ ਭੰਗੀਆਂ ਕਮੀਣਾਂ ਲਈ ਹੀ ਗਾਉਣਾ ਸੀ ਤਾਂ ਇਥੇ ਤਲਵੰਡੀ ਵਿਚ ਬਥੇਰੇ ਨੇ... ਬਾਹਰ ਸਫਰਾਂ ਤੇ ਕਿਉਂ ਜਾਂਦੇ ਨੇ...?" ਬਹੂ ਦੀ ਆਵਾਜ਼ ਸੁਣ ਅੰਮੀ ਫਿਰ ਉੱਠ ਕੇ ਕੰਧ ਉੱਪਰੋਂ ਵੇਖਣ ਲੱਗੀ :

"ਲੈ ਕਹਿਣ ਦੀ ਦੇਰ ਸੀ... ਔਹ ਜਾਂਦੇ ਨੇ ਦੋਵੇਂ ਚੰਦਰੀਏ...।"

"ਕਿਤੇ ਨਹੀਂ ਜਾਂਦੇ ਹਾਲੇ ਕਾਸਾ ਘਰ ਹੀ ਪਿਆ...।"

ਸਵੇਰ ਹਰੇਕ ਸਵੇਰ ਵਰਗੀ ਸੀ; ਪਰ ਅੱਜ ਅੰਦਰ ਵਿਛੋੜਾ ਸੀ। ਬੇਗਮ ਵੱਡੇ ਤੜਕੇ ਚੱਕੀਆਂ ਦੀ ਆਵਾਜ਼ ਨਾਲ ਜਾਗ ਪਈ ਸੀ। ਘਰ ਵਿਚ ਪਾਂਡੂ ਦੀ ਕੱਚੀ

ਤੋਈ ਦੀ ਖ਼ੁਸ਼ਬੂ ਆ ਰਹੀ ਸੀ। ਜਦੋਂ ਉਹਨੇ ਰਬਾਬ ਕੀਲੇ ਤੋਂ ਉਤਾਰ ਪੰਡੋਕਲੀ ਤੇ ਰੱਖੀ ਤਾਂ ਬੇਗਮ ਨੇ ਅੱਖਾਂ ਅੱਗੇ ਹੱਥ ਰੱਖ ਲਏ। ਉਹਦੀ ਆਖਰੀ ਇੱਛਾ ਹੰਝੂਆਂ ਵਿਚ ਹੀ ਸੀ। ਇਹ ਅੱਖਾਂ ਇਕ ਹੀ ਤਰ੍ਹਾਂ ਦੇ ਅੱਥਰੂਆਂ ਤੋਂ ਜਾਣੂ ਸਨ। ਮਰਦਾਨਾ ਕੁਝ ਕਹਿਣ ਤੋਂ ਬੱਚ ਰਿਹਾ ਸੀ ਤੇ ਉਹ ਕੁਝ ਸੁਣਨ ਤੋਂ ਬੱਚ ਰਹੀ ਸੀ। ਫਿਰ ਮਰਦਾਨੇ ਨੇ ਇਕੋ ਮੰਜੀ ਤੇ ਪਏ ਸਾਜਿਦ ਵਾਜਿਦ ਦੇ ਸਿਰਾਂ ਉੱਤੇ ਹੱਥ ਫੇਰਿਆ। ਜਾਣ ਬਾਰੇ ਸੁਣ ਕੇ ਅੱਬਾ ਤਾਂ ਕਦੋਂ ਦਾ ਘਰੋਂ ਨਿਕਲ ਗਿਆ ਸੀ। ਅੰਮੀ ਨੇ ਕੁਝ ਬਾਜਰੇ ਦੀਆਂ ਰੋਟੀਆਂ ਪੰਡੋਕਲੀ ਵਿਚ ਰੱਖ ਦਿੱਤੀਆਂ ਸਨ। ਫਿਰ ਉਹ ਕੰਬਦੇ ਸਰੀਰ ਨੂੰ ਸੰਭਾਲਦੀ ਉਹਦੀ ਬਾਂਹ ਫੜ ਕੇ ਲਿੱਪੀ ਹੋਈ ਜਗ੍ਹਾ ਕੋਲ ਲੈ ਗਈ। ਉਹਨੇ ਖਾਲੀ ਅਸਮਾਨ ਵੱਲ ਵੇਖਿਆ। ਬੀਤੀ ਰਾਤ ਜਿਸ ਜੁਗਤ ਨਾਲ ਅਸਮਾਨ ਨੇ ਤਾਰਿਆਂ ਨੂੰ ਸਾਂਭਿਆ ਸੀ; ਕੀ ਤਲਵੰਡੀ ਇਹਨੂੰ ਨਹੀਂ ਸੀ ਸਾਂਭ ਸਕਦੀ? ਮਰਦਾਨਾ ਇਕ ਟਿੱਕ ਕੋਲ ਖੜ੍ਹੀ ਅੰਮੀ ਵੱਲ ਵੇਖਦਾ ਰਿਹਾ। "ਪੁੱਤ ਮਾਵਾਂ ਵੱਲ ਪੀਰਾਂ ਫਕੀਰਾਂ ਵਾਂਗ ਨਹੀਂ ਵੇਖੀਦਾ... ਜਾਣ ਲੱਗਿਆਂ ਤਾਂ ਪੁੱਤ ਦੀ ਝਲਕ ਵਿਖਾ ਜਾਹ...।"

"ਅੰਮੀ...।" ਇਸ ਲੰਬੀ ਲੈਅ ਵਿਚ ਉਹਨੇ ਪੁੱਤ ਹੋਣ ਦੀ ਧੁਨ ਪੂਰੀ ਕੀਤੀ। ਦੇਹਲੀ ਉੱਤੇ ਦੌਲਤਾਂ ਸੁਨੇਹਾ ਲੈ ਕੇ ਖੜ੍ਹੀ ਸੀ :

"ਉਹ ਤਾਂ ਖੂਹ ਤੇ ਪਹੁੰਚ ਵੀ ਗਏ ਨੇ...।"

ਕਿੰਨੀ ਵਾਰ ਕਹਿਣ ਤੇ ਅੰਮੀ ਨੇ ਪੰਡੋਕਲੀ ਨਹੀਂ ਛੱਡੀ। ਕਈ ਵਾਰ ਮਰਦਾਨੇ ਕਿਹਾ ਵੀ :

"ਅੰਮੀ ਤੂੰ ਰਬਾਬ ਫੜ੍ਹ ਲੈ... ਇਹ ਹੌਲੀ ਏ...।" ਪਰ ਉਹ ਸਿਰ ਉੱਤੇ ਪੰਡੋਕਲੀ ਚੁੱਕ ਖੜ੍ਹੀ ਰਹੀ। ਅੰਮੀ ਦੇ ਕਹਿਣ ਤੇ ਵੀ ਅੱਲਾ ਰੱਖੀ ਨਾਲ ਨਹੀਂ ਤੁਰੀ।

"ਕੀ ਕਹਿਣਗੇ ਲੋਕ... ਮਾਂ ਤੇ ਬੇਗਮ ਪੁੱਤ ਨੂੰ ਵੈਰਾਗ ਲਈ ਛੱਡਣ ਚੱਲੀਆਂ... ਮਾਵਾਂ ਨੇ ਤਾਂ ਅੱਗੇ ਵੀ ਜੋਗੀ ਪੁੱਤ ਘਰੋਂ ਤੋਰੇ ਨੇ... ਮੈਥੋਂ ਨਹੀਂ ਇਹ ਹੋਣਾ...।"

ਰੋਂਦੀ ਰੱਖੀ ਨੂੰ ਅੰਮੀ ਨੇ ਬਾਹੋਂ ਫੜ੍ਹ ਖੜਾ ਕਰ ਲਿਆ। ਘਰੋਂ ਬਾਹਰ ਨਿਕਲ ਮਰਦਾਨੇ ਨੇ ਇਕ ਵਾਰ ਫਿਰ ਮੰਦਰ ਤੇ ਮਸਜਿਦ ਨੂੰ ਚੰਗੀ ਤਰ੍ਹਾਂ ਵੇਖਿਆ। ਅੱਗੇ ਬਾਬੇ ਦੇ ਬਾੜੇ ਵਿਚ ਉਹਦੀ ਸਾਂਭੀ ਹਲ ਪੰਜਾਲੀ ਨਜ਼ਰ ਪਈ। ਇਹ ਤਲਵੰਡੀ ਨੂੰ ਛੱਡਣ ਵੇਲੇ ਉਦਾਸੀ ਚੇਹਰਿਆਂ ਤੋਂ ਉੱਠ ਕੇ ਜਗਾਵਾਂ ਕੋਲ ਕਿਵੇਂ ਪਹੁੰਚ ਜਾਂਦੀ ਏ ? ਅੱਗੇ ਸੁਧੇ ਪੰਡਿਤ ਦੀ ਗਲੀ ਆ ਗਈ ਸੀ। ਗਲੀ ਸਿਰੇ ਤੱਕ ਖਾਲੀ ਪਈ ਸੀ। ਜੀਅ ਕਰਦਾ ਸੀ ਕੋਈ ਹੋਰ ਵੀ ਉਹਨੂੰ ਜਾਂਦੇ ਹੋਏ ਨੂੰ ਵੇਖੇ। ਅੰਮੀ ਨੇ ਮੋੜ ਕੇ ਦੋਵੇਂ ਬਾਹਾਂ ਸਿਰ ਉੱਪਰ ਦੀ ਪੰਡੋਕਲੀ ਉੱਤੇ ਰੱਖੀਆਂ ਸਨ। ਥੋੜ੍ਹੀ ਪਿੱਛੇ ਕਦੇ ਕਦੇ ਬੇਗਮ ਦੀ ਸਿਸਕਣ ਦੀ ਆਵਾਜ਼ ਸੁਣਦੀ। ਅੱਗੇ ਪਿੰਡ ਤੋਂ ਬਾਹਰ ਨਿਕਲਦਾ ਰਸਤਾ ਦਿਸਣ ਲੱਗ ਪਿਆ ਸੀ। ਬੈਠੇ ਪੰਛੀਆਂ ਦਾ ਉਡਾਰੀ ਤੋਂ ਪਹਿਲਾਂ ਚਹਿਕਣਾ ਸੁਣਨ ਲੱਗਾ। ਜਾਪਿਆ ਤੁਰਿਆਂ ਕਈ ਪਹਿਰ ਬੀਤ ਗਏ ਨੇ। ਤਲਵੰਡੀ ਵਿਚ ਆ ਕੇ ਛਿਣ ਵੱਡੇ ਹੋ ਜਾਂਦੇ ਨੇ ? ਹੋ ਗਏ ਨੇ ਕੀ ?

ਬਾਬੇ ਨਾਲ ਵੀ ਘਰੋਂ ਕੋਈ ਬੰਦਾ ਨਹੀਂ ਸੀ ਆਇਆ। ਖੂਹ ਨਾਲ ਖੜ੍ਹੀ ਨਿੰਮ ਦੀ ਛਾਂ ਤੋਂ ਇਕ ਪਾਸੇ ਚੜ੍ਹਦੀ ਧੁੱਪ ਨਾਲ ਮਾਤਾ ਤ੍ਰਿਪਤਾ ਤੇ ਸੁਲੱਖਣੀ ਬੈਠੀਆਂ ਸਨ।

ਉਨ੍ਹਾਂ ਪਿੱਛੇ ਦੌਲਤਾਂ ਖੜ੍ਹੀ ਸੀ। ਚੌਂਕੜੀ ਮਾਰ ਬੈਠਾ ਬਾਬਾ ਏਦਾਂ ਬੈਠਾ ਸੀ ਜਿਵੇਂ ਕਿਤੇ ਜਾਣਾ ਹੀ ਨਾ ਹੋਵੇ। ਜਦੋਂ ਉਹ ਪੁੱਜੇ ਉਦੋਂ ਤੱਕ ਮਾਤਾ ਤੇ ਸੁਲੱਖਣੀ ਸ਼ਾਇਦ ਆਖਰੀ ਕੋਸ਼ਿਸ਼ਾਂ ਕਰ ਬੈਠੀਆਂ ਸਨ। ਇਸੇ ਲਈ ਮਾਤਾ ਕਹਿ ਰਹੀ ਸੀ :

"ਤੂੰ ਕਿਸਦਾ ਭੁਲਾਵਾ ਏ ਪੁੱਤ...?" ਗੱਲ ਕਹਿ ਉਹ ਪੁੱਤ ਦੇ ਗਲ ਵਿੱਚਲੀ ਮਾਲਾ ਵਿਚ ਪਰੋਏ ਕਈ ਔਖੇ ਆਕਾਰਾਂ ਵੱਲ ਵੇਖਦੀ।

"ਤੂੰ ਦੱਸ ਤਾਂ ਸਹੀ ਤੂੰ ਕਿਹੜੀ ਬੇੜੀ ਤਾਰਨੀ ਏ।" ਫਿਰ ਨਾ ਚਾਹੁੰਦੇ ਹੋਏ ਵੀ ਉਹਦੇ ਪਹਿਰਾਵੇ ਵੱਲ ਨਜ਼ਰ ਮਾਰਦੀ। ਭਗਵੇ ਰੰਗ ਦਾ ਲੰਬਾ ਚੋਗਾ, ਲੱਕ ਦੁਆਲੇ ਚਿੱਟੀ ਪੇਟੀ, ਸਿਰ ਉੱਤੇ ਭਗਵੀਂ ਪੱਗ, ਮੱਥੇ ਤਿਲਕ...। ਕਈ ਰੰਗਾਂ ਵਿਚ ਲਿਬੜਿਆ ਪੁੱਤ ਪਛਾਣਿਆਂ ਨਹੀਂ ਸੀ ਜਾ ਰਿਹਾ।

"ਤੂੰ ਬੁੱਲਾਂ ਨੂੰ ਖੇਚਲ ਤਾਂ ਦੇਹ ਪੁੱਤ... ਜੇ ਤੇਰਾ ਕੋਈ ਦੁੱਖ ਸੁਣ ਸਕਾਂ।" ਮਰਦਾਨੇ ਨੂੰ ਅਸਮਾਨ ਉੱਤੇ ਹਲਕੇ ਹਲਕੇ ਉੱਡਦੇ ਬੱਦਲ ਦਿਸੇ। ਸਾਥੇ ਦੀ ਚੁੱਪ ਵੀ ਤਾਂ ਉੱਡਦੀ ਏ; ਜਿਵੇਂ ਬੱਦਲ ਪਾਣੀ ਨੂੰ ਸਾਂਭ ਸਾਂਭ ਉਡਦੇ ਰਹਿੰਦੇ ਨੇ, ਜਦੋਂ ਤੱਕ ਉਡਾਣ ਦੀ ਨਿਮਰਤਾ ਧਰਤੀ ਉੱਤੇ ਤਰਲ ਹੋ ਕੇ ਨਹੀਂ ਉਤਰਦੀ।

ਵਿਛੁੜਿਆ ਕਾ ਕਿਆ ਵੀਛੁੜੈ ਮਿਲਿਆ ਕਾ ਕਿਆ ਮੇਲੁ ॥
ਸਹਿਬੁ ਸੋ ਸਾਲਾਹੀਐ ਜਿਨ ਕਰਿ ਦੇਖਿਆ ਖੇਲੁ ॥

ਅੱਜ ਬਾਬੇ ਨੇ ਮਾਂ ਸਾਹਮਣੇ ਬੈਠ ਕੇ ਪਹਿਲੀ ਵਾਰ ਗਾਇਆ। ਮਰਦਾਨੇ ਨੇ ਦੋ ਮਮਤਾਵਾਂ ਦਾ ਸਿਖ਼ਰ ਵੇਖਿਆ। ਆਹਮਣੇ ਸਾਹਮਣੇ ਕੋਈ ਦਾਅਵਾ ਵੀ ਨਹੀਂ ਸੀ। ਬੱਸ ਆਪੋ ਆਪਣੀ ਮਮਤਾ ਦਾ ਵੈਰਾਗ ਸੀ; ਜਿਸ ਵਿਚ ਚੇਹਰਿਆਂ ਤੇ ਵਿਛੋੜੇ ਦੀ ਸੁੰਦਰਤਾ ਸੀ। ਨਿਮਰਤਾ ਕਿਸੇ ਆਖਰੀ ਪੜਾਅ ਵੱਲ ਵਹਿ ਤੁਰੀ ਸੀ। ਬੇਵੱਸ ਸੀ ਤਾਂ ਰਬਾਬ। ਮਾਂ ਨੂੰ ਗਾਵੇ ਜਾਂ ਗੁਰੂ ਲਈ ਧੁਨ ਕੱਢੇ। ਮਰਦਾਨੇ ਨੇ ਕਈ ਵਾਰ ਅੱਖਾਂ ਸਾਫ਼ ਕੀਤੀਆਂ। ਸਾਫ਼ ਅੱਖਾਂ ਵਿਚ ਬੈਠੀ ਅੰਮੀ ਤੇ ਬੇਗਮ ਵੀ ਦਿਸ ਪੈਂਦੀਆਂ। ਫਿਰ ਥੋੜ੍ਹੀ ਦੇਰ ਲਈ ਚੁੱਪ ਵਰਤ ਗਈ। ਬਾਬਾ ਚੁੱਪਚਾਪ ਉੱਠਿਆ। ਵੇਖਦਿਆਂ ਵੇਖਦਿਆਂ ਉਹਦਾ ਆਕਾਰ ਤੁਰਨਾ ਬਣ ਗਿਆ। ਫਿਰ ਉਹਦੇ ਪਿੱਛੇ ਤੁਰਿਆ ਜਾਂਦਾ ਮਰਦਾਨਾ ਦਿੱਸਿਆ। ਇਕ ਹੀ ਨਜ਼ਰ ਨਾਲ ਦੋ ਆਕਾਰਾਂ ਨੂੰ ਵੇਖਦੀਆਂ ਮਾਵਾਂ ਚੁੱਪ ਹੋ ਗਈਆਂ। ਫਿਰ ਤ੍ਰਿਪਤਾ ਨੇ ਮਰਦਾਨੇ ਨੂੰ ਆਪਣੇ ਪੁੱਤ ਦੇ ਨੇੜੇ ਹੁੰਦਾ ਵੇਖਿਆ। ਇਕ ਹੀ ਨਜ਼ਰ ਨਾਲ ਦੋਵਾਂ ਲਈ ਦੁਆ ਮੰਗੀ। ਪਿੱਠ ਪਿੱਛੇ ਵੱਸਦਾ ਤਲਵੰਡੀ ਸੀ; ਅੱਗੇ ਦੂਰ ਤੱਕ ਤਲਵੰਡੀ ਦੇ ਖੇਤਾਂ ਦੀ ਝਲਕ ਸੀ। ਫਿਰ ਦੋ ਆਕਾਰ ਹੌਲੀ ਹੌਲੀ ਖੇਤਾਂ ਵਿਚੋਂ ਲੰਘਦੇ ਦਿਸਣੋਂ ਹੱਟ ਗਏ। ਤ੍ਰਿਪਤਾ ਦਾ ਜੀਅ ਅੱਜ ਮਰਾਸੀਆਂ ਦੀ ਗਲੀ ਵਿੱਚ ਦੀ ਲੰਘਣ ਨੂੰ ਕੀਤਾ। ਤੇ ਇਹ ਵੀ ਖਾਹਿਸ਼ ਜਾਗੀ ਕਿ ਉਸ ਛੋਟੇ ਘਰ ਦੀ ਦੇਹਲੀ ਅੱਗੇ ਜਾ ਕੇ ਕਬੂਲਾਂ : "ਬੇਦੀਆਂ ਦੀ ਕੁਲ ਤੇਰੀ ਦੇਣਦਾਰ ਏ ਡੂਮਾਂ...।"

ਕਾਂਡ : ਸਤਾਰਵਾਂ

ਕਈ ਕਈ ਦਿਨ ਇਕ ਸੁਖਾਵਾਂ ਜਿਹਾ ਭਰਮ ਰਹਿੰਦਾ ਹੈ; ਕੋਈ ਪਿੰਡ ਆਉਣ ਵਾਲਾ ਹੈ ਜੋ ਬਿਲਕੁਲ ਤਲਵੰਡੀ ਵਰਗਾ ਹੋਵੇਗਾ। ਪਰ ਅਜੇ ਤਾਂ ਤਲਵੰਡੀ ਦਾ ਪੀਤਿਆ ਪਾਣੀ ਢਿੱਡ ਵਿੱਚ ਛਲਕ ਰਿਹਾ ਸੀ। ਕੁਝ ਚੇਹਰੇ ਅਜਿਹੇ ਮਿਲੇ ਜੋ ਹਾਲੇ ਪਛਾਣ ਰਹੇ ਸਨ; ਬੁਲਾਉਣ ਲਈ ਤਿਆਰ ਵੀ ਸਨ। ਅਜਨਬੀ ਬਣੇ ਰਹਿਣ ਲਈ ਰਾਜ਼ੀ ਨਹੀਂ ਸਨ। ਅਜਿਹਾ ਕਰਦੇ ਉਹ ਬੜੇ ਮਾਸੂਮ ਲੱਗਦੇ। ਉਹਨੂੰ ਪਤਾ ਸੀ ਕਿ ਪੜਾਵਾਂ ਵਾਂਗ ਹੌਲੀ ਹੌਲੀ ਚੇਹਰੇ ਵੀ ਭੁੱਲ ਜਾਣੇ ਨੇ। ਉਹ ਆਪਣੇ ਆਪ ਨੂੰ ਵਰਜਦਾ ਵੀ ਕਿਤੇ ਉਹਨੇ ਲੋੜ ਤੋਂ ਜ਼ਿਆਦਾ ਤਲਵੰਡੀ ਦੀਆਂ ਧੁਨਾਂ ਤਾਂ ਨਹੀਂ ਸੁਣ ਲਈਆਂ। ਛੋਟੀਆਂ ਛੋਟੀਆਂ ਗੱਲਾਂ ਦੁਹਰਾਉਣ ਨੂੰ ਜੀਅ ਕਰ ਰਿਹਾ ਸੀ। ਰਬਾਬ ਦਾ ਉਹ ਹਿੱਸਾ ਜੋ ਆਪ ਨਹੀਂ ਵੱਜਦਾ ਪਰ ਵੱਜਣ ਵਾਲੇ ਨੂੰ ਸਾਂਭਦਾ ਹੈ; ਕਈ ਵਾਰੀ ਟੋਹਿਆ। ਕਦੇ ਕਦੇ ਸਰੀਰ ਨੂੰ ਵੀ ਇਸ ਤਰ੍ਹਾਂ ਪਲੋਸ ਲੈਣਾ ਚਾਹੀਦਾ ਹੈ; ਕਿੰਨਾਂ ਕੁਝ ਅੰਦਰ ਵੱਜ ਰਿਹਾ; ਵੱਜਣ ਦੇ ਰਿਹਾ। ਸਰੀਰ ਨੂੰ ਵੀ ਤਾਂ ਕਈ ਕੁਝ ਸਾਂਭਣਾ ਪੈਂਦਾ ਏ। ਸ਼ਾਇਦ ਇਸੇ ਲਈ ਤੁਰਨ ਤੋਂ ਪਹਿਲਾਂ ਅੰਮੀ ਦੇ ਕਹੇ ਇਹ ਲਫਜ਼ ਸੁਣੇ ਸਨ।

"ਪੁੱਤ ਕਿਥੇ ਤੱਕ ਪਹੁੰਚ ਗਏ ਤੁਸੀਂ ?"

"ਕਿਉਂ ਅੰਮੀ ?"

"ਮੁੜਕੇ ਵੀ ਤਾਂ ਆਉਣਾ ਏ ਪੁੱਤ।"

"ਪਹੁੰਚ ਕੇ ਤਾਂ ਕੋਈ ਮੁੜਿਆ ਹੀ ਨਹੀਂ ਅੰਮੀ।"

"ਅੱਲਾ ਕਰੇ ਤੁਸੀਂ ਪਹਿਲਾਂ ਹੀ ਮੁੜ ਆਉ।" ਉਹ ਪੰਡੋਕਲੀ ਚੁੱਕ ਅੱਗੇ ਅੱਗੇ ਚੱਲ ਪਈ ਸੀ। ਸ਼ਾਇਦ ਅੰਮੀ ਨੂੰ ਜਾਪਿਆ ਹੋਵੇ ਜਿੰਨੀ ਛੇਤੀ ਛੱਡ ਆਵਾਂ ਉਨੀ ਛੇਤੀ ਮੁੜ ਆਉਣਗੇ।

ਛਾਂ ਵਾਲੇ ਪਾਸਿਉਂ ਹਾਲੇ ਓਸ ਨਹੀਂ ਸੀ ਸੁੱਕੀ। ਪੱਕੀਆਂ ਫਸਲਾਂ ਦੇ ਖੜਾਕੇ ਨੇ ਓਸ ਕਦੋਂ ਦੀ ਚੂਸ ਲਈ ਸੀ।

"ਵੇਖੋ ਹਾੜੀ ਸਿਰ ਉੱਤੇ ਖੜ੍ਹੀ ਏ... ਇਹ ਕਿਹੋ ਜਹੇ ਜੁਆਨ ਸਾਧ ਬਣੀ ਫਿਰਦੇ ਨੇ।"

"ਥੋੜ੍ਹਾ ਹੋਰ ਉਡੀਕ ਲੈਂਦੇ।"

"ਅੱਛਿਆ... ਅੱਛਿਆ... ਡੂਮ ਹੋ।"

"ਦੋਵੇਂ ਹੀ ਹੋ ?"

"ਨਹੀਂ ਤਿੰਨੋਂ...।" ਮਰਦਾਨੇ ਨੇ ਦੋਵਾਂ ਕਿਸਾਨਾਂ ਵੱਲ ਵੇਖਿਆ।

"ਪਰ ਤੀਜਾ ਕਿੱਥੇ ਏ ?"

"ਉਹ ਹਾਲੇ ਮੈਨੂੰ ਵੀ ਨਹੀਂ ਦਿਸਿਆ...।"

"ਦੇਖੋ ਓਏ ਮਰਾਸੀ ਟਿੱਚਰ ਕਰ ਗਿਆ...।" ਹੱਸਦੇ ਹੱਸਦੇ ਉਹ ਦੋਵੇਂ ਪੱਕੀ ਖੜ੍ਹੀ ਫਸਲ ਵੱਲ ਮੁੜ ਗਏ। ਇੱਕ ਵਾਰ ਮਰਦਾਨੇ ਨੇ ਵੀ ਪੱਕੀ ਖੜ੍ਹੀ ਫਸਲ ਵੱਲ ਝਾਤੀ ਮਾਰੀ। ਖੇਤਾਂ ਵਿਚ ਖੜ੍ਹੇ ਟਾਂਵੇ ਟਾਂਵੇ ਦਰੱਖਤਾਂ ਉੱਤੇ ਲਟਕਦੇ ਮਮੋਲਿਆਂ ਦੇ ਆਲ੍ਹਣੇ ਦਿੱਸੇ। ਜਦ ਵੀ ਇਸ ਤਰ੍ਹਾਂ ਮਮੋਲਿਆਂ ਦੇ ਆਲਣੇ ਦਿੱਸਦੇ ਨੇ; ਜੀਅ ਕਰਦਾ ਕੁਝ ਦੇਰ ਲਈ ਉਨ੍ਹਾਂ ਦਰੱਖਤਾਂ ਥੱਲੇ ਬੈਠਿਆ ਜਾਵੇ। ਇਨ੍ਹਾਂ ਨੰਨੇ ਪੰਛੀਆਂ ਨੂੰ ਨਿਮਰਤਾ ਦਾ ਕੋਈ ਸੱਦਾ ਤਾਂ ਆਇਆ ਹੀ ਹੋਵੇਗਾ। ਨਹੀਂ ਕੌਣ ਆਪਣੇ ਉੱਤੇ ਘਰ ਬਣਾਉਣ ਦੇਂਦਾ ਏ ? ਤੁਰਦੇ ਤੁਰਦੇ ਮਰਦਾਨੇ ਨੇ ਅਜਿਹੇ ਕਈ ਦਰੱਖਤਾਂ ਦੇ ਤਣਿਆਂ ਨੂੰ ਛੋਹਿਆ। ਅਜੀਬ ਗੱਲ ਏ। ਦੋ ਤਖਾਣ ਯਾਰ ਮਿਲੇ (ਲਾਲੋ ਤੇ ਫਿਰੰਦਾ) ਦੋਵਾਂ ਨੂੰ ਮਿਲ ਕੇ ਖੜ੍ਹੀ ਬਨਸਪਤੀ ਨੂੰ ਗਲ਼ਵਕੜੀ ਪਾਉਣ ਨੂੰ ਜੀਅ ਮਚਲ ਉੱਠਦਾ ਏ। ਅਜਿਹੇ ਵੇਲੇ ਉਹਦਾ ਰਬਾਬ ਵਜਾਉਣ ਨੂੰ ਜੀਅ ਕੀਤਾ। ਪਰ ਅੱਗੇ ਬਾਬਾ ਟੁਰ ਰਿਹਾ ਸੀ; ਸ਼ਾਇਦ ਬੋਲ ਕੇ ਪੁੱਛਣਾ ਜਿਆਦਾ ਭਾਉਂਦਾ। ਉਂਝ ਉਹਨੂੰ ਪਤਾ ਸੀ ਕਿ 'ਹੈਂ ਬਾਬਾ' ਕਹਿਣਾ ਤੇ ਰਬਾਬ ਵਜਾਉਣੀ, ਦੋਵਾਂ ਵਿਚ ਇੱਕੋ ਜਿੰਨਾ ਸਰੂਰ ਸੀ।

ਛੋਟੀ ਉਡਾਰੀ ਵਾਲੇ ਪੰਛੀ ਆਪਣੀ ਉਡਾਣ ਮੁਕਾ ਦਰੱਖਤਾਂ ਉੱਤੇ ਬੈਠਣ ਲੱਗੇ ਸਨ। ਵਿੱਥਾਂ ਵਿੱਚਲਾ ਅਕੇਵਾਂ ਹੁਣ ਬਹੁਤ ਘੱਟ ਗਿਆ ਸੀ। ਉਂਝ ਵੀ ਤਲਵੰਡੀ ਹੁਣ ਤਿੰਨ ਪਹਿਰ ਪਿੱਛੇ ਰਹਿ ਗਿਆ ਸੀ। ਪਰ ਯਾਦਾਂ ਸਾਂਭਣੀਆਂ ਸੌਖੀਆਂ ਨਹੀਂ ਸਨ। ਆਪਣੀ ਜਗ੍ਹਾ ਕਿਸੇ ਹੋਰ ਨੂੰ ਬਿਠਾਲ ਯਾਦਾਂ ਕਿਸੇ ਹੋਰ ਨੂੰ ਢੂੰਡਣ ਲੱਗ ਜਾਂਦੀਆਂ ਨੇ। ਹਾਂ... ਆਖਰੀ ਰਾਤ ਨੂੰ ਪਿੰਜੇ ਦੀ ਟੁਣਕਾਰ ਨਹੀਂ ਸੀ ਸੁਣੀ। ਇਸ ਵਾਰੀ ਰਾਏ ਬੁਲਾਰ ਦੀਆਂ ਅੱਖਾਂ ਪਹਿਲਾਂ ਨਾਲੋਂ ਜਿਆਦਾ ਉੱਚਾਈ ਤੱਕਦੀਆਂ ਦਿਸਦੀਆਂ। ਮਰਦਾਨੇ ਨੇ ਸਹਿਮਤੀ ਵਿਚ ਸਿਰ ਹਿਲਾਇਆ। ਅਜਿਹੀਆਂ ਯਾਦਾਂ ਬੇਸ਼ਕ ਆਉਂਦੀਆਂ ਰਹਿਣ। ਇਕ ਵੱਡਾ ਕਸਬਾ ਪਿੱਛੇ ਰਹਿ ਗਿਆ ਸੀ। ਚਹਿਲ ਕਦਮੀ ਨਾਲ ਭਰੇ ਰਾਹਾਂ ਵਿਚ ਵੀਰਾਨਗੀ ਜਹੀ ਨਜ਼ਰ ਆਉਣ ਲੱਗ ਪਈ। ਅੱਗੇ ਟਾਂਵੇ ਟਾਂਵੇ ਦੂਰ ਤੱਕ ਖਿਲਰੇ ਘਰ ਨਜ਼ਰ ਆਉਣ ਲੱਗੇ। ਉਨ੍ਹਾਂ ਵਿਚਕਾਰ ਗੁੱਛੇ ਵਾਂਗ ਇਕੱਠੇ ਦਰੱਖਤਾਂ ਦੇ ਝੁੰਡ ਦਿੱਸਦੇ। ਸ਼ਾਇਦ ਇਹੋ ਹੀ ਇਕ ਘਰ ਤੋਂ ਦੂਜੇ ਘਰ ਤੱਕ ਦੀ ਦੀਵਾਰ ਸੀ। ਥੋੜ੍ਹੀ ਦੇਰ ਪਹਿਲਾਂ ਘੁੰਮਾਤਰੂ ਟੋਲੇ ਦਾ ਇਕ ਝੁੰਡ ਰਾਹੀਆਂ ਨੂੰ ਕੁਝ ਕਹਿ ਅੱਗੇ ਲੰਘ ਗਿਆ। (ਇਹ ਰਾਹਾਂ ਵਿਚ ਪੜਾਅ ਕਰਦੀਆਂ, ਸਦਾ ਸਫਰਾਂ ਵਿਚ ਰਹਿਣ ਵਾਲੀਆਂ ਔਰਤਾਂ ਸਨ) ਆਮ ਰਾਹੀਆਂ ਲਈ ਇਹ ਆਮ ਗੱਲ ਸੀ; ਪਰ ਅਜਨਬੀ ਚੇਹਰੇ ਹੈਰਾਨੀ ਨਾਲ ਵੇਖਦੇ। ਸਾਧਾਂ ਦੇ ਇਕ ਵੱਡੇ ਜਥੇ ਨੂੰ ਛੇੜਦੀਆਂ ਛੇੜਦੀਆਂ ਉਹ ਬਿਲਕੁਲ ਉਨ੍ਹਾਂ ਦੇ ਬਰਾਬਰ ਜਾ ਪਹੁੰਚੀਆਂ।

"ਨਾ ਇਹ ਮੁਲਤਾਨੀ ਘੋੜੀਆਂ ਕਿਧਰ ਚੱਲੀਆਂ ?"

"ਲੋਧੀਆਂ ਦੇ ਘੋੜਿਆਂ ਕੋਲ... ਕਿਉਂ ਜਾਣਾ ?" ਉਹ ਉੱਚੀ ਹੱਸਦੀਆਂ ਮੱਥੇ ਉੱਪਰ ਹੱਥ ਘੁੰਮਾ ਪੁੱਠਾ ਹੱਥ ਚੁੰਮਣ ਲੱਗਦੀਆਂ। ਪੁੱਛਣ ਵਾਲਾ ਨੌਜਵਾਨ ਸਾਧ ਵਾਪਸ ਆਪਣੀ ਟੋਲੀ ਅੰਦਰ ਚਲਾ ਗਿਆ। ਤੁਰਦੇ ਤੁਰਦੇ ਬਾਬਾ ਤੇ ਮਰਦਾਨਾ ਵੀ

ਉਨ੍ਹਾਂ ਦੇ ਨੇੜੇ ਪਹੁੰਚ ਗਏ ਸਨ। ਘੁਮਾਂਤਰੂ ਟੋਲਾ ਅਗਲਾ ਸੁਆਲ ਪੁੱਛ ਰਿਹਾ ਸੀ :

"ਸਾਧੋ ਤੁਸੀਂ ਲੰਗੂਰ ਕਿਉਂ ਫੜਿਆ ?"

"ਅੱਗੇ ਬਾਂਦਰ ਬਹੁਤ ਨੇ...।" ਸਾਧ ਨੇ ਲੰਗੂਰ ਵਾਲਾ ਰੱਸਾ ਢਿੱਲਾ ਛੱਡਿਆ।

"ਪਰ ਜੇ ਲੰਗੂਰ ਤੇ ਬਾਘ ਪੈ ਗਿਆ।" ਉਹ ਹੋਰ ਨੇੜੇ ਹੋਈਆਂ। ਬੁੱਢੇ ਸਾਧ ਨੇ ਲੰਗੂਰ ਦੀ ਰੱਸੀ ਜ਼ੋਰ ਦੀ ਖਿੱਚੀ। ਉਹਨੇ ਲੰਗੂਰ ਨੂੰ ਛੱਡਣ ਵਾਂਗ ਉਹਦੇ ਗਲ ਨੂੰ ਹੱਥ ਵੀ ਪਾਇਆ।

"ਮੁੜ ਕੇ ਸੁਆਲ ਮੱਤ ਕਰਨਾ; ਲੰਗੂਰ ਛੱਡ ਦੇਵਾਂਗਾ... ਮੁੜ ਕੇ ਇਹ ਸਰੀਰ ਧੰਦੇ ਜੋਗਾ ਵੀ ਨਹੀਂ ਰਹਿਣਾ... ਸਮਝੀਆਂ...।" ਇਸ ਵਾਰੀ ਉਨ੍ਹਾਂ 'ਚੋਂ ਸਿਰਫ਼ ਇੱਕ ਨੌਜਵਾਨ ਕੁੜੀ ਅੱਗੇ ਆਈ।

"ਅਸੀਂ ਤਾਂ ਫਕੀਰ ਸਮਝ ਕੇ ਪੁੱਛਿਆ ਸੀ; ਤੁਸੀਂ ਤਾਂ ਤਿਆਗੀ ਨਿਕਲੇ।"

"ਉਹ ਕਿਵੇਂ ?"

"ਫਕੀਰ ਨਿਮਰ ਤਿਆਗੀ ਕਰੋਧੀ।" ਥੋੜ੍ਹੀ ਦੇਰ ਲਈ ਦੋਵਾਂ ਪਾਸਿਉਂ ਆਵਾਜ਼ਾਂ ਆਉਣੀਆਂ ਬੰਦ ਹੋ ਗਈਆਂ।

"ਫਿਰ ਚੱਲੀ ਹੰਸਾਂ ਦੀ ਜੋੜੀ...।" ਓਹੀ ਆਵਾਜ਼ ਫਿਰ ਸੁਣੀ। ਅਜਿਹੀਆਂ ਆਵਾਜ਼ਾਂ ਕਈ ਕਈ ਮਹੀਨੇ ਬਾਅਦ ਸੁਣਦੀਆਂ ਨੇ। ਪਤਾ ਨਹੀਂ ਲੱਗਦਾ ਜੋ ਕੁਝ ਬਾਬੇ ਨੇ ਕਹਿਣਾ ਹੁੰਦਾ; ਉਹ ਕਿਸੇ ਹੋਰ ਤੋਂ ਕਿਵੇਂ ਅਖਵਾ ਦੇਂਦਾ ਏ। ਅਜਿਹੇ ਵੇਲੇ ਮਹਿਕ ਵਿਚ ਘਿਰਦੇ ਪ੍ਰਸ਼ਨ ਸੁਗੰਧੀਆਂ ਦਾ ਉੱਤਰ ਦੇਂਦੇ ਸੁਣਦੇ ਨੇ...। ਪਰ ਬਾਬਾ ਥੋੜ੍ਹੀ ਦੇਰ ਲਈ ਰੁਕੇ ਤਾਂ ਸਹੀ। ਕਦਮਾਂ ਨਾਲ ਚੱਲਦੇ ਪਲ ਸੰਭਾਲਣੇ ਵੀ ਤਾਂ ਹੁੰਦੇ ਨੇ। ਕਿੰਨੀ ਦੇਰ ਉਹ ਨਾਲ ਨਾਲ ਚੱਲਦੇ ਰਹੇ। ਕਿਸੇ ਕੋਲੋਂ ਗੁਜਰਨ ਦਾ ਪੰਧ ਮੁੱਕ ਨਹੀਂ ਸੀ ਰਿਹਾ। ਕਈ ਵਾਰੀ ਮਰਦਾਨੇ ਨੇ ਧਿਆਨ ਨਾਲ ਵੇਖਿਆ ਵੀ ਕਿ ਕੌਣ ਇਸ ਬਰਾਬਰਤਾ ਨੂੰ ਜਾਰੀ ਰੱਖ ਰਿਹੈ ? ਕਿਤੇ ਅੱਗੇ ਚੱਲਦਾ ਉਹ 'ਘੁੰਮਾਂਤਰੂ ਟੋਲਾ' ਚਾਲ ਨੂੰ ਨਿਰੰਤਰ ਤਾਂ ਨਹੀਂ ਕਰ ਰਿਹਾ। ਜਾਂ ਸਾਰੇ ਕਾਫਲੇ ਨੂੰ ਬਾਬੇ ਦੇ ਕਦਮਾਂ ਦੀ ਚਾਲ ਤਾਲਮੇਲ ਕਰ ਰਹੀ ਹੈ।

ਇਕ ਛੋਟੀ ਜਹੀ ਬੱਦਲੀ ਆਰ ਪਾਰ ਹੁੰਦੀ ਸੂਰਜ ਦੀ ਲਾਲੀ ਧਰਤੀ ਤੱਕ ਉਤਾਰ ਲਿਆਈ। ਮਰਦਾਨੇ ਨੇ ਅੱਗੇ ਨਜ਼ਰ ਮਾਰੀ; ਸਿਰਫ਼ ਬਾਬਾ ਸਾਹਮਣੇ ਚੱਲ ਰਿਹਾ ਸੀ। ਉਹ ਸਭ ਪਿੱਛੇ ਰਹਿ ਗਏ ਸਨ ਜਾਂ ਅੱਗੇ ਲੰਘ ਗਏ ਸਨ; ਕੁਝ ਵੀ ਪਤਾ ਨਹੀਂ ਲੱਗਾ। ਯਾਦਾਂ ਸ਼ਾਇਦ ਭੁਲੇਖੇ ਨਾਲ ਉਨ੍ਹਾਂ ਨਾਲ ਹੀ ਚਲੀਆਂ ਗਈਆਂ ਸਨ। ਅਜਿਹੇ ਵੇਲੇ ਕਿਉਂ ਨਾ ਰਬਾਬ ਵਜਾਈ ਜਾਵੇ। ਉਂਝ ਵੀ ਸਵੇਰੇ ਪਿੰਡ ਤੋਂ ਨਿਕਲ ਕੇ ਉਹ ਖੇਤਾਂ ਵਿਚ ਜਾ ਕੇ ਗਾਉਣ ਲੱਗ ਪਏ ਸਨ। ਜਦੋਂ ਗਾਇਨ ਖ਼ਤਮ ਕਰ ਰਬਾਬ ਮੋਢੇ ਤੇ ਟੰਗਣ ਲੱਗੇ ਉਹਨੇ ਪਿੱਛੇ ਵੇਖਿਆ ਤਾਂ ਤਲਵੰਡੀ ਦਿਸਣੋਂ ਹੱਟ ਗਿਆ ਸੀ। ਪਿੱਠ ਪਿੱਛੇ ਕਿਸੇ ਦੇ ਹੋਣ ਦੀ ਜੋ ਵਿੜਕ ਸੁਣ ਰਹੀ ਸੀ; ਉਹ ਦੂਰੀਆਂ ਨੇ ਕਿਤੇ ਪਿੱਛੇ ਰੋਕ ਲਈ ਸੀ; ਤਾਂ ਹੀ ਉਸ ਤੋਂ ਬਾਅਦ ਯਾਦਾਂ ਨਾਲ ਆ ਰਲੀਆਂ ਸਨ।

ਖੱਚਰਾਂ ਦਾ ਇਕ ਕਾਫਲਾ ਲੰਘ ਰਿਹਾ ਸੀ। ਗਲ ਦੀਆਂ ਟੱਲੀਆਂ ਦੀ ਆਵਾਜ਼

ਪਿੱਠ ਤੇ ਲੱਦੇ ਭਾਰ ਦੀ ਸਹਿਮਤੀ ਨਾਲ ਖਟਕਦੀ। ਕਿਸ ਦੀ ਪਿੱਠ ਤੇ ਕਿੰਨਾਂ ਭਾਰ ਸੀ ਇਹ ਟੱਲੀਆਂ ਦੀਆਂ ਆਵਾਜ਼ਾਂ ਤੋਂ ਪਤਾ ਲੱਗਦਾ ਸੀ। ਸਰੀਰ ਉਸ ਤੋਂ ਜਿਆਦਾ ਹਿੱਲਣ ਦੀ ਇਜ਼ਾਜਤ ਹੀ ਨਹੀਂ ਸੀ ਦੇ ਰਿਹਾ। ਉਨ੍ਹਾਂ ਦੇ ਪਿੱਛੇ ਕੁਝ ਲੋਕ ਚੱਲ ਰਹੇ ਸਨ ਜਿਨ੍ਹਾਂ ਨੇ ਮਾਲਕ ਨੂੰ ਦੱਸਣਾ ਸੀ ਕਿ ਉਹ ਕਿਉਂ ਪੂਰਾ ਅਨਾਜ ਨਹੀਂ ਦੇ ਸਕੇ। ਉਹ ਡਰੇ ਹੋਏ ਕਦਮਾਂ ਨਾਲ ਚੱਲਦੇ ਆਪੋ ਆਪਣੀਆਂ ਦਲੀਲਾਂ ਸੋਚਦੇ ਤੁਰ ਰਹੇ ਸਨ। ਕਦੇ ਕਦੇ ਦਲੀਲ ਗੱਲਾਂ ਵਿਚ ਉਤਰ ਜਾਂਦੀ : "ਜਦ ਅਸੀਂ ਛੋਟੇ ਮਾਲਿਕ ਨੂੰ ਦੱਸ ਦਿੱਤਾ... ਤਾਂ ਸਾਨੂੰ ਵੱਡੇ ਮਾਲਕ ਕੋਲ ਕਿਉਂ ਲੈ ਜਾ ਰਹੇ ਹੋ ?"

"ਉਹ ਵੱਡਾ ਮਾਲਿਕ ਏ... ਖੱਚਰਾਂ ਦੀਆਂ ਪਿੱਠਾਂ ਵੇਖ ਕੇ ਅਨਾਜ ਦਾ ਅੰਦਾਜ਼ਾ ਲਗਾ ਲੈਂਦਾ ਏ... ਮੈਂ ਮਾਲਿਕ ਦਾ ਲੂਣ ਖਾਧਾ ਏ... ਝੂਠ ਕਿਉਂ ਬੋਲਾਂ ?"

"ਪਰ ਹਜ਼ੂਰ ਹੋਰ ਅੰਨ ਤਾਂ ਘਰ ਵਿਚ ਹੈ ਹੀ ਨਹੀਂ ਸੀ।

"ਛੱਡ ਦਿਉ ਜਮੀਨਾਂ... ਮਾਲਿਕ ਕੋਲ ਕਾਮਿਆਂ ਦੀ ਘਾਟ ਥੋੜ੍ਹੀ ਏ।"

"ਅਸੀਂ ਹਰ ਫਸਲ ਤੇ ਪੂਰਾ ਅੰਨ ਦੇਂਦੇ ਸੀ; ਪਰ ਇਸ ਵਾਰੀ ਧੁੱਪ ਨਹੀਂ ਨਿਕਲੀ... ਧੁੰਦ ਨੇ ਫਸਲਾਂ ਵਿਚ ਦਾਣਾ ਹੀ ਨਹੀਂ ਬੈਠਣ ਦਿੱਤਾ...।"

"ਮੈਂ ਕੋਈ ਰੱਬ ਏਂ ਜੋ ਦਾਣਾ ਪਾਉਣਾ ਸੀ... ਵੱਡੇ ਮਾਲਿਕ ਨੂੰ ਦੱਸਣਾ...।" ਪਟਵਾਰੀ ਕਿਸਾਨਾਂ ਦੀ ਇੱਕ ਨਹੀਂ ਸੀ ਸੁਣ ਰਿਹਾ। ਫਿਰ ਉਹ ਚੁੱਪਚਾਪ ਖੱਚਰਾਂ ਦੇ ਪਿੱਛੇ ਤੁਰਨ ਲੱਗੇ। ਖੱਚਰਾਂ ਆਸਾਨੀ ਨਾਲ ਤੁਰ ਰਹੀਆਂ ਸਨ। ਫਿਰ ਦੂਰ ਉੱਚੀ ਪਹਾੜੀ ਦੀ ਪਗਡੰਡੀ ਉੱਤੇ ਖੱਚਰਾਂ ਦੇ ਛੋਟੇ ਛੋਟੇ ਆਕਾਰ ਚੜ੍ਹਦੇ ਦਿਸੇ। ਬੰਦਿਆਂ ਦੇ ਤਰਲੇ ਹਾਲੇ ਵੀ ਢਲਾਣਾਂ ਉੱਪਰੋਂ ਉਤਰਦੇ ਸੁਣ ਰਹੇ ਸਨ। ਟੱਲੀਆਂ ਦੀ ਆਵਾਜ਼ ਸੁਣਨੋਂ ਹਟ ਗਈ ਸੀ। ਸ਼ਾਇਦ ਉਚਾਣ ਨੇ ਭਾਰ ਤੇ ਸਰੀਰ ਦਾ ਸੰਦੇਸ਼ ਟੱਲੀਆਂ ਨੂੰ ਪੁਜਾ ਦਿੱਤਾ ਸੀ। (ਨਾ ਹਿਲਣ ਦਾ) ਹਾਲੇ ਅੱਗੇ ਬਹੁਤ ਸਿੱਧੀ ਚੜ੍ਹਾਈ ਦਿਸਦੀ ਸੀ।

ਇਕ ਪਾਲਕੀ ਅੱਗੇ ਦੋ ਜਣੇ ਪ੍ਰਸ਼ਾਦ ਵੰਡਦੇ ਚੱਲ ਰਹੇ ਸਨ। ਪਾਲਕੀ ਦੇ ਹਰੇ ਪਰਦਿਆਂ 'ਚੋਂ ਕਦੇ ਕਦੇ ਅਸੀਰਵਾਦ ਲਈ ਇਕ ਮੋਟੀ ਬਾਂਹ ਬਾਹਰ ਨਿਕਲਦੀ। ਜਿਆਦਾ ਰਾਹੀ ਝੁੱਕ ਕੇ ਸਲਾਮ ਕਰਦੇ ਲੰਘਦੇ। ਪਾਲਕੀ ਦੇ ਨੇੜੇ ਆਉਣ ਤੇ ਪਤਾ ਲੱਗਾ ਕਿ ਕੁਝ ਲੋਕ ਕੁਝ ਕਹਿਣ ਦੀ ਕੋਸ਼ਿਸ਼ ਕਰਦੇ ਚੁੱਪ ਹੋ ਜਾਂਦੇ। ਕਦੇ ਕਦੇ ਲੋਕਾਂ ਦੀ ਬੁੜ ਬੁੜ ਵੀ ਸੁਣਦੀ :

"ਇਥੇ ਆ ਕੇ ਮੁਸਲਮਾਨਾਂ ਨੇ ਵੀ ਹਿੰਦੂਆਂ ਤੋਂ ਜਾਤ ਪਾਤ ਸਿੱਖ ਹੀ ਲਈ ਏ।" ਇਸ ਵਾਰੀ ਉਹ ਆਵਾਜ਼ ਵੀ ਸੁਣੀ ਜਿਸ ਨੂੰ ਹੁਣੇ ਕਿਸੇ ਨੇ ਟੋਕਿਆ ਸੀ :

"ਕਿਹੜਾ ਹੱਥ ਸੁੱਚਾ ?"

"ਜਿੱਧਰ ਤੇਰੀ ਨਜ਼ਰ ਸੁੱਚੀ ਏ।" ਬਾਬੇ ਦੀ ਆਵਾਜ਼ ਆਈ।

ਇਸ ਵਾਰੀ ਪਾਲਕੀ 'ਚੋਂ ਹੱਥ ਦੀ ਜਗ੍ਹਾ ਸਿਰ ਨਿਕਲਿਆ। ਬਾਬਾ ਰੁਕਿਆ ਵੀ ਨਹੀਂ ਸੀ। ਮਰਦਾਨੇ ਨੇ ਵੇਖਿਆ ਸਿਰਫ਼ ਉਹ ਦੋਵੇਂ ਪ੍ਰਸ਼ਾਦ ਲਏ ਬਿਨਾਂ ਲੰਘੇ ਸਨ। ਪਾਲਕੀ ਪਿਛੇ ਹੀ ਰੁੱਕ ਗਈ ਸੀ। ਮਰਦਾਨੇ ਨੇ ਵੇਖਿਆ ਕੋਈ ਪਾਲਕੀ ਤੋਂ ਬਾਹਰ ਨਿਕਲ ਤੁਰੇ ਜਾਂਦੇ ਬਾਬੇ ਵੱਲ ਵੇਖੀ ਜਾ ਰਿਹਾ ਸੀ। ਮਰਦਾਨੇ ਨੇ ਕਈ ਵਾਰ ਪਿੱਛੇ ਮੁੜ

ਕੇ ਵੇਖਿਆ। ਅਗਲੇ ਦਿਨਾਂ ਵਿਚ ਜਦੋਂ ਅਜਿਹੇ ਚੇਹਰੇ ਯਾਦ ਆਉਣਗੇ ਤਾਂ ਉਨ੍ਹਾਂ ਦੇ ਨਕਸ਼ ਨਹੀਂ ਉਘੜਣਗੇ; ਆਪਣੇ ਤੇ ਬੜੀ ਖਿੱਝ ਆਵੇਗੀ। ਜਿਵੇਂ ਧੁਨ ਯਾਦ ਹੋਵੇ ਪਰ ਰਬਾਬ ਤੇ ਨਾ ਵੱਜ ਰਹੀ ਹੋਵੇ।

ਥੋੜ੍ਹੀ ਦੇਰ ਪਹਿਲਾਂ ਜਿਹੜੇ ਪਾਲਤੂ ਕਬੂਤਰ ਅਸਮਾਨ ਉੱਪਰ ਉਡਦੇ ਦਿਸ ਰਹੇ ਸਨ; ਉਹ ਹੌਲੀ ਹੌਲੀ ਇਕ ਗੜ੍ਹੀ ਉੱਪਰ ਉਤਰਦੇ ਦਿਸੇ। ਅੱਜ ਪੂਰਾ ਦਿਨ ਪਿੰਡ ਛੇਤੀ ਛੇਤੀ ਆਉਂਦੇ ਰਹੇ। ਜਿਆਦਾ ਪਿੰਡਾਂ ਦੇ ਉਹ ਵਿਚਕਾਰ ਨੂੰ ਲੰਘੇ। ਇਸ ਤਰ੍ਹਾਂ ਲੰਘਣ ਨਾਲ ਭੁੱਖ ਬਹੁਤ ਜਲਦੀ ਲੱਗਦੀ ਏ। ਮਰਦਾਨੇ ਨੇ ਕਈ ਵਾਰ ਕਾਸਾ ਬਾਹਰ ਵੀ ਕੱਢਿਆ; ਪਰ ਦੂਜੇ ਪਾਸਿਉਂ ਕੋਈ ਹੁਕਮ ਨਾ ਆਇਆ। ਆਖਰ ਤੀਜੇ ਪਹਿਰ ਦੇ ਸ਼ੁਰੂ ਵਿੱਚ ਇਕ ਪਿੰਡ ਬਾਹਰੋਂ ਲੰਘਦੇ ਇਕ ਆਵਾਜ਼ ਸੁਣੀ :

"ਫਕੀਰੋ ਜੇ ਰੋਟੀ ਖਾ ਜਾਂਦੇ ਤਾਂ ਚੰਗਾ ਸੀ।" ਪਗਡੰਡੀ ਦੇ ਨਾਲ ਇਕ ਪਿੱਲਕਣ ਥੱਲੇ ਉਨ੍ਹਾਂ ਰੱਜ ਕੇ ਦੁਪਹਿਰ ਦੀ ਰੋਟੀ ਖਾਧੀ। ਜੀਅ ਤਾਂ ਕੀਤਾ ਸੀ ਥੋੜ੍ਹੀ ਪਿੱਠ ਸਿੱਧੀ ਹੋ ਜਾਵੇ; ਪਰ ਬਾਬਾ ਰੋਟੀ ਖਾ ਕੇ ਤੁਰੰਤ ਉੱਠ ਖੜਿਆ। ਜਿਸ ਪ੍ਰੇਮ ਨਾਲ ਉਸ ਕਿਸਾਨ ਨੇ ਰੋਟੀ ਖੁਆਈ ਸੀ; ਉਸਦੀ ਜਗਿਆਸਾ ਪੁੱਛਣ ਨੂੰ ਕੁਝ ਸਮਾਂ ਲੱਗਣਾ ਸੀ। ਮਰਦਾਨੇ ਨੂੰ ਇਹ ਵੀ ਪੁੱਛਣ ਦਾ ਸਮਾਂ ਨਹੀਂ ਮਿਲਿਆ। ਅਗਲਾ ਪੜਾਅ ਉਨ੍ਹਾਂ ਇਕ ਖੂਹ ਅੱਗੇ ਕੀਤਾ। ਬਹੁਤ ਸਾਰੇ ਬੰਦੇ ਤੇ ਤੀਵੀਆਂ ਖੂਹ ਉੱਤੇ ਪਾਣੀ ਭਰ ਰਹੇ ਸਨ। ਜਿਆਦਾ ਲੋਕ ਗੜ੍ਹੀ ਅੰਦਰ ਪਾਣੀ ਢੋਹ ਰਹੇ ਸਨ। ਕਾਫੀ ਦੇਰ ਖੜ੍ਹੇ ਰਹਿਣ ਤੋਂ ਬਾਅਦ ਉਨ੍ਹਾਂ ਦੀ ਵਾਰੀ ਆਈ ਸੀ।

ਗੜ੍ਹੀ ਏਨੀ ਨੇੜੇ ਆ ਗਈ ਸੀ ਕਿ ਉੱਡਦੇ ਕਬੂਤਰ ਦਿਸਣੋਂ ਹੱਟ ਗਏ। ਕੁਝ ਸਵਾਰ ਘੋੜਿਆਂ ਦੀਆਂ ਲਗਾਮਾਂ ਫੜ ਤਿਆਰ ਬਰ ਤਿਆਰ ਖੜ੍ਹੇ ਸਨ। ਅੰਦਰੋਂ ਜਗੀਰਦਾਰ ਨੇ ਆਉਣਾ ਸੀ। ਉੱਚੀ ਦੀਵਾਰ ਦੀ ਦਰਜ 'ਚੋਂ ਇਕ ਘੋੜਾ ਹਰੀ ਤਿੜ ਖਾਣ ਲਈ ਲਗਾਮ ਖਿੱਚ ਰਿਹਾ ਸੀ। ਘੋੜੇ ਨੇ ਨਾਸਾਂ ਨੇੜੇ ਕੀਤੀਆਂ ਤੇ ਝੱਟ ਮੂੰਹ ਦੂਜੇ ਪਾਸੇ ਫੇਰ ਲਿਆ। ਅੰਦਰ ਕੋਈ ਮੁਸ਼ਕ ਵਾਲੀ ਸ਼ੈਅ ਸੀ।

"ਘੋੜਿਆਂ ਤੋਂ ਥੋੜ੍ਹਾ ਦੂਰ ਹੋ ਕੇ ਲੰਘੋ...।" ਸਵਾਰਾਂ 'ਚੋਂ ਇੱਕ ਦੀ ਆਵਾਜ਼ ਸੁਣੀ।

"ਕੋਈ ਨਾ ਭਾਈ ਅਸੀਂ ਲੰਘ ਜਾਣਾ...।" ਮਰਦਾਨੇ ਨੇ ਨਿਮਰਤਾ ਨਾਲ ਕਿਹਾ।

"ਮੇਰਾ ਘੋੜਾ ਫਕੀਰਾਂ ਤੋਂ ਬੜ੍ਹਾ ਚੌਂਕਦਾ...।"

"ਇਹਨੂੰ ਕਿਸੇ ਖਾਨਗਾਹ ਵਿਚ ਛੱਡ ਆ...।" ਨਾਲ ਦਾ ਸਵਾਰ ਬੋਲਿਆ।

"ਜੇ ਖਾਨਗਾਹ ਵਿਚ ਜਿਆਦਾ ਘੋੜੇ ਹੋ ਗਏ ਤਾਂ ਔਖੀ ਹੋ ਜੂਗੀ... ਅੱਜ ਕਲ ਦੇ ਫਕੀਰ ਕਿਲ੍ਹਿਆਂ ਵੱਲ ਵੇਖਣ ਲੱਗ ਪਏ ਨੇ...।" ਉਹ ਗੱਲਾਂ ਕਰ ਹੀ ਰਹੇ ਸਨ; ਘੋੜਾ ਫਿਰ ਚੌਂਕਿਆ :

"ਆਹ ਜਿਹੜੀ ਮੋਢੇ ਉੱਤੇ ਟੰਗੀ ਏ ਇਹਨੂੰ ਘੋੜਿਆਂ ਵੱਲ ਨਾ ਕਰ...।"

ਇਸ ਵਾਰੀ ਘੋੜ ਸਵਾਰ ਦੀ ਆਵਾਜ਼ ਗੁੱਸੇ ਵਿਚ ਸੀ। ਅੱਗੇ ਛੋਟੇ ਛੋਟੇ ਘਰ ਤੇ ਦੇਹਲੀਆਂ ਅੱਗੇ ਬਜੁਰਗ ਚੇਹਰੇ ਬੈਠੇ ਸਨ। ਬਹੁਤ ਹੀ ਸ਼ਾਂਤ ਪਿੰਡ ਸੀ। ਸ਼ਾਇਦ ਗੜ੍ਹੀ ਬਹੁਤ ਨੇੜੇ ਸੀ। ਗੜ੍ਹੀ ਵਲੋਂ ਆਉਂਦਾ ਹਰ ਚੇਹਰਾ ਸਲਾਮ ਦਾ ਹੱਕਦਾਰ ਸੀ। ਉਹ

ਉੱਠਦੇ ਝੁਕਦੇ ਸਲਾਮ ਕਰਦੇ। ਜਦੋਂ ਉਹ ਕੋਲੋਂ ਲੰਘੇ; ਉਹ ਆਪਣੀ ਭੁੱਲ ਤੋਂ ਥੋੜ੍ਹਾ ਤ੍ਰਬਕੇ। ਇੱਕ ਲਈ ਸਲਾਮ ਦੂਜੇ ਲਈ ਨਮਸਕਾਰ ਮਸਾਂ ਪੂਰੀ ਹੁੰਦੀ ਸੀ। ਪਰ ਉਹ ਦੋਵੇਂ ਮੁਸਕਰਾਉਂਦੇ ਕੋਲੋਂ ਲੰਘ ਗਏ। ਗਲੀ ਦੇ ਸਿਰੇ ਤੇ ਜਾ ਕੇ ਬਾਬਾ ਰੁਕ ਗਿਆ। ਬਹੁਤ ਭੀੜੀ ਗਲੀ ਸੀ। ਥੱਲੇ ਵੀ ਕੁਝ ਬੈਠਣ ਲਈ ਨਹੀਂ ਸੀ। ਦੋਵਾਂ ਨੇ ਖੜ ਕੇ ਹੀ ਗਾਇਆ। ਉਨ੍ਹਾਂ ਦੇ ਕੋਲ ਕੋਈ ਨਹੀਂ ਆਇਆ। ਉਹ ਆਪੋ ਆਪਣਿਆਂ ਬੂਹਿਆਂ ਅੱਗੇ ਖੜਕੇ ਸੁਣਦੇ ਰਹੇ। ਇਕ ਸੁਰੀਲੀ ਆਵਾਜ਼ ਬਹੁਤ ਦਿਲ ਦੇ ਨੇੜੇ ਦੀਆਂ ਗੱਲਾਂ ਕਰਦੀ ਰਹੀ। ਕੁਝ ਦੇਰ ਬਾਅਦ ਉਨ੍ਹਾਂ ਵੇਖਿਆ; ਉਹ ਉਸੇ ਤਰ੍ਹਾਂ ਗਾਉਂਦੇ ਪਿੰਡੋਂ ਬਾਹਰ ਨਿਕਲ ਗਏ। ਪਰ ਉਨ੍ਹਾਂ ਦੇ ਬੋਲ ਫਸਲਾਂ ਦੇ ਨਾਵਾਂ ਵਾਂਗ ਹਮੇਸ਼ਾਂ ਲਈ ਚੇਤੇ ਹੋ ਗਏ।

ਹੁਣ ਤੱਕ ਜਿਹੜੀ ਸੂਰਜ ਦੀ ਤਪਸ ਦਿਸੀ ਸੀ; ਜਾਂਦੇ ਜਾਂਦੇ ਸਿਜਦੇ ਵਰਗੀ ਹਲੀਮੀ ਵਿਚ ਬਦਲ ਗਈ। ਉਹ ਬੱਚੇ ਵਾਂਗ ਝੁਕਦਾ ਗੁਲਾਬੀ ਹੁੰਦਾ ਧਰਤੀ ਨਾਲ ਲੱਗ ਗਿਆ। ਸ਼ਬਦਾਂ ਤੋਂ ਬਿਨਾਂ ਬੋਲਦੀ ਬਨਸਪਤੀ ਦਿੱਸਣੋਂ ਹੱਟ ਗਈ। ਇਹ ਸੂਰਜ ਦੇ ਵਿਦਾ ਹੋਣ ਦੀ ਵਡਿਆਈ ਸੀ ਕਿ ਧਰਤੀ ਦੇ ਸਿਰ ਉੱਪਰ ਛੁਪਿਆਂ ਨੂੰ ਦਿਸਣ ਦਾ ਮੌਕਾ ਦਿੱਤਾ। ਤਾਰਿਆਂ ਨਾਲ ਭਰਿਆ ਅੰਬਰ ਦਿਸਣ ਲੱਗਾ। ਉਹ ਦੋ ਪਿੰਡਾਂ ਵਿਚਕਾਰ ਪੱਕੀਆਂ ਫਸਲਾਂ ਤੋਂ ਉੱਚੀ ਦਿਸਦੀ ਇਕ ਬੰਜਰ ਟਿੱਬੀ ਉੱਪਰ ਬੈਠ ਗਏ। ਦੋਵੇਂ ਪਿੰਡ ਦੂਰ ਨਹੀਂ ਸਨ; ਰਬਾਬ ਦੀ ਆਵਾਜ਼ ਪਹੁੰਚ ਸਕਦੀ ਸੀ। ਬਾਬਾ ਕਿਸੇ ਪਲੰਘ ਵਾਂਗ ਧਰਤੀ ਉੱਤੇ ਚੌਂਕੜੀ ਮਾਰ ਦੇਰ ਤੱਕ ਬੈਠਾ ਰਿਹਾ। ਮਰਦਾਨੇ ਨੂੰ ਅੱਜ ਦੀ ਤੋਰ ਨੇ ਦੱਸ ਦਿੱਤਾ ਸੀ ਕਿ ਜੇ ਉਹ ਬੈਠ ਗਿਆ, ਫਿਰ ਮੁੜ ਕੇ ਨਹੀਂ ਉੱਠ ਹੋਣਾ। ਹਾਲੇ ਗਜਾ ਲਈ ਵੀ ਜਾਣਾ ਸੀ। ਕਿਸੇ ਕਿਸੇ ਦਿਨ ਦੀ ਤੋਰ ਤੋਂ ਬਾਅਦ ਥਕਾਵਟ ਏਨੀ ਸੰਪੂਰਨ ਹੁੰਦੀ ਹੈ ਕਿ ਸਰੀਰ ਹੋਰ ਕੁੱਝ ਕਰਨਾ ਮੰਨਦਾ ਹੀ ਨਹੀਂ; ਸਿਰਫ਼ ਨੀਂਦ ਆਉਂਦੀ ਹੈ।

ਫਿਰ ਜਦੋਂ ਮਰਦਾਨੇ ਦੀ ਜਾਗ ਖੁੱਲ੍ਹੀ ਅਸਮਾਨ ਤਾਰਿਆਂ ਨਾਲ ਭਰ ਚੁੱਕਾ ਸੀ। ਕਥਾ ਸੁਣਨ ਆਏ ਲੋਕ ਵਾਪਸ ਗੱਲਾਂ ਕਰਦੇ ਮੁੜ ਰਹੇ ਸਨ। ਬਾਬਾ ਰਬਾਬ ਦੀਆਂ ਤਾਰਾਂ ਨੂੰ ਵਾਪਸ ਸ਼ਾਂਤ ਕਰ ਰਿਹਾ ਸੀ। ਮਰਦਾਨਾ ਚੁੱਪਚਾਪ ਅਸਮਾਨ ਵੱਲ ਵੇਖਦਾ ਰਿਹਾ। ਅੱਜ ਇਕ ਪਿੰਡ 'ਚੋਂ ਲੰਘਣ ਲੱਗੇ ਇਕ ਅਜੀਬ ਜਹੀ ਟਿੱਪਣੀ ਸੁਣੀ ਸੀ :

"ਇਹ ਸਭ ਆਪਣੇ ਪਰਿਵਾਰਾਂ ਤੋਂ ਮੂੰਹ ਫੇਰ ਕੇ ਆਏ ਨੇ।" ਅਚਾਨਕ ਮਰਾਸਣ ਯਾਦ ਆਈ। ਹਾਲੇ ਤਾਂ ਤਲਵੰਡੀ ਸਿਰਫ਼ ਦੋ ਦਿਨ ਪਿੱਛੇ ਸੀ। ਇਹ ਦੋ ਦਿਨ ਦੀ ਦੂਰੀ ਨਾਲ ਇਹ ਵਿਛੋੜੇ ਥੋੜ੍ਹੀ ਪਿੱਛੇ ਮੁੜ ਜਾਣਗੇ। ਇੱਕ ਵਾਰ ਫਿਰ ਭਰੇ ਅਸਮਾਨ ਵੱਲ ਤੱਕਿਆ। ਸੁਕਰ ਏ ਅਸਮਾਨ ਕਿਤੋਂ ਵੀ ਸੱਖਣਾ ਨਹੀਂ ਲੱਗਦਾ। ਕੋਲ ਪਏ ਕਾਸੇ 'ਚੋਂ ਗਜਾ ਕੀਤੇ ਭੋਜਨ ਦੀ ਖੁਸ਼ਬੂ ਆਈ। ਅੱਜ ਬਾਬੇ ਨੇ ਕੀਰਤਨ ਤੇ ਗਜਾ ਆਪ ਹੀ ਕੀਤਾ ਸੀ।

ਕਾਂਡ : ਅਠਾਰਵਾਂ

ਅੱਜ ਦਾ ਸਫ਼ਰ ਥੋੜ੍ਹਾ ਰੁਕ ਕੇ ਕੀਤਾ। ਕੱਲ ਗਿੱਟੇ ਵਿਚ ਮੋਚ ਆ ਗਈ ਸੀ। ਬਾਬੇ ਦੇ ਸਿਰ ਉੱਪਰਲੀ ਪੰਡੋਕਲੀ ਦੇ ਝਣਖਣੇ ਕੱਪੜੇ ਵਿਚੋਂ ਦਿਸਦਾ 'ਫ...ਰੀ...ਦ' ਵੇਖਣ ਲਈ ਬਹੁਤ ਨੇੜੇ ਹੋ ਕੇ ਤੁਰਨਾ ਪੈਂਦਾ। ਖਾਲੀ ਹੱਥ ਤੁਰਦੇ ਮਰਦਾਨੇ ਨੂੰ ਕਈ ਵਾਰ ਖੋ ਜਹੀ ਲੱਗੀ। ਬਾਬੇ ਦੇ ਸਿਰ ਉੱਤੇ ਪੰਡ, ਇਕ ਹੱਥ ਵਿਚ ਰਬਾਬ ਦੂਜੇ ਹੱਥ ਦੋਵੇਂ ਕਾਸੇ ਸਨ। ਗਿੱਟੇ ਵਿਚ ਮੋਚ ਹੀ ਆਈ ਸੀ; ਘੱਟੋ ਘੱਟ ਰਬਾਬ ਤਾਂ ਫੜ ਲਵਾਂ। ਪਰ ਬਾਬੇ ਦੀ ਝੂਮ ਵੇਖ ਕੇ ਉਹਦੀ ਹਿੰਮਤ ਨਹੀਂ ਪਈ। ਹਾਲੇ ਪਹਿਲੇ ਪਹਿਰ ਦੇ ਕੁਝ ਹੀ ਪਲ ਸ਼ੁਰੂ ਹੋਏ ਸਨ। ਪਾਕਪਟਨ ਤੋਂ ਤੁਰਨ ਵੇਲੇ ਏਨਾਂ ਦਰਦ ਨਹੀਂ ਸੀ। ਹੁਣੇ ਇਕ ਰਾਹੀ ਕੋਲੋਂ ਲੰਘਦਾ ਕਹਿ ਕੇ ਗਿਆ ਸੀ : "ਜੇ ਫਕੀਰਾ ਜੋੜਾਂ ਵਿਚ ਦਰਦ ਏ ਤਾਂ ਦਰਿਆ ਦੀ ਸਲਾਬ ਤੋਂ ਦੂਰ ਹੋਕੇ ਤੁਰ...।" ਕਦੇ ਕਦੇ ਜਦੋਂ ਉਹ ਪਿੱਛੇ ਰਹਿੰਦਾ, ਬਾਬਾ ਆਪਣੀ ਚਾਲ ਧੀਮੀ ਕਰ ਦੇਂਦਾ। ਉਂਝ ਵੀ ਹੁਣ ਦਿਨ ਚੜ੍ਹ ਆਇਆ ਸੀ। ਅੱਗੇ ਤੁਰਦਾ ਬਾਬਾ ਸਾਫ਼ ਦਿਸਣ ਲੱਗ ਪਿਆ ਸੀ। ਕੋਲ ਵੱਗਦਾ ਸਤਲੁਜ ਦਰਿਆ ਸੀ। ਇੱਕ ਸਰੀਰ ਪਾਣੀ ਦਾ ਦਿਸਦਾ; ਦੂਜਾ ਸਰੀਰ ਵਹਿੰਦਾ ਦਿਸਦਾ; ਤੀਜਾ ਸਰੀਰ ਦਿਸਦਾ ਪਾਰਦਰਸ਼ੀ। ਏਨ੍ਹੇ ਸਿਦਕਾਂ ਨੂੰ ਲੈ ਕੇ ਖੁਆਜ਼ਾ ਫਿਰ ਵੀ ਨਿਮਰ ਹੋ ਕੇ ਵਹਿ ਰਿਹਾ ਸੀ। ਇਸ ਤਰ੍ਹਾਂ ਹੀ ਅੱਗੇ ਚਲਦਾ ਬਾਬਾ ਦਿਸਦਾ ਸੀ। ਸਿਰ ਉੱਤੇ ਚੁੱਕਿਆ 'ਫਰੀਦ' ਦੇ ਸ਼ਬਦਾਂ ਦਾ ਕੌਲ ਹੋਰ ਵੀ ਪਾਰਦਰਸ਼ੀ ਹੋ ਰਿਹਾ ਸੀ।

ਕੱਲ ਇਹੋ ਵੇਲਾ ਸੀ ਜਦੋਂ ਸ਼ੇਖ ਇਬਰਾਹੀਮ ਦਾ ਮੁਰੀਦ ਸ਼ੇਖ ਕਮਾਲ ਉਨ੍ਹਾਂ ਤੋਂ ਅੱਗੇ ਚੱਲਦਾ ਉਸ ਦੋਹੇ ਦੇ ਅਰਥ ਵਾਰ ਵਾਰ ਪੁੱਛ ਰਿਹਾ ਸੀ; ਜੋ ਕੁਝ ਦੇਰ ਪਹਿਲਾਂ ਉਨ੍ਹਾਂ ਗਾਇਆ ਸੀ।

ਆਪੇ ਪਟੀ ਕਲਮ ਆਪਿ ਉਪਰਿ ਲੇਖੁ ਭਿ ਤੂੰ ॥
ਏਕੋ ਕਹੀਐ ਨਾਨਕਾ ਦੂਜਾ ਕਾਹੇ ਕੂ ॥

"ਜਦੋਂ ਮੈਂ ਆਪਣੇ ਮੁਰਸ਼ਦ ਨੂੰ ਦੋਹਾ ਸੁਣਾਇਆ ਤਾਂ ਉਹ ਪੈਂਦੇ ਹੀ ਬੋਲੇ" : "ਉਹ ਹਿੰਦੂ ਏ ਜਾਂ ਮੁਸਲਮਾਨ...?"

"ਮੈਂ ਕਿਹਾ ਮੁਰਸ਼ਦ ਇਹ ਤਾਂ ਮੈਂ ਪੁੱਛਣਾ ਹੀ ਭੁੱਲ ਗਿਆ...।"

ਚੁੱਪ ਹੁੰਦੇ ਸ਼ੇਖ ਕਮਾਲ ਵੱਲ ਮਰਦਾਨਾ ਧਿਆਨ ਨਾਲ ਵੇਖਦਾ ਰਿਹਾ :

"ਪਤਾ ਨਹੀਂ ਮੇਰੇ ਮੁਰਸ਼ਦ ਨੂੰ ਇਹ ਸੁਆਲ ਵਾਰ ਵਾਰ ਕਿਉਂ ਪੁੱਛਦੇ ਨੇ...?" ਸੋਚਦੇ ਮਰਦਾਨੇ ਦਾ ਪੈਰ ਟੋਏ ਵਿਚ ਜਾ ਪਿਆ ਸੀ। ਡੇਰੇ ਤੱਕ ਪੁੱਜਦਿਆਂ ਗਿੱਟਾ ਸੁੱਜ ਗਿਆ ਸੀ। ਪਰ ਜਗਿਆਸਾ ਨੇ ਦਰਦ ਭੁਲਾ ਦਿੱਤਾ ਸੀ। ਤੁਲੰਬੇ ਤੋਂ ਤੁਰਨ ਵੇਲੇ ਬਾਬੇ ਨੇ ਆਪ ਕਿਹਾ ਸੀ : "ਮਰਦਾਨਿਆਂ ਆਪਾਂ ਪਾਕਪਟਨ ਜਾਣਾਂ ਏ। ਬਾਬਾ ਫਰੀਦ ਦੀ ਮਜ਼ਾਰ ਤੇ।"

ਤਸਬੀ ਫੇਰਦੇ ਸ਼ੇਖ਼ ਇਬਰਾਹੀਮ ਨੇ ਵਿਰਕ ਵੱਲ ਨਜ਼ਰ ਚੁੱਕੀ। ਬਾਬੇ ਨੇ ਝੁਕ ਕੇ ਸਿਜਦਾ ਕੀਤਾ। ਫਿਰ ਬਾਬਾ ਫਰੀਦ ਦੀ ਕਬਰ ਅੱਗੇ ਚੁੱਪਚਾਪ ਬੈਠ ਗਿਆ। ਮਰਦਾਨੇ ਨੇ ਵੇਖਿਆ; ਹੁਣ ਕੁਝ ਜਰੂਰ ਅਜਿਹਾ ਵਾਪਰੇਗਾ ਜਿਸ ਨੂੰ ਇਕ ਪਲ ਵੇਖਣੋਂ ਨਹੀਂ ਖੁੰਝਣਾ ਚਾਹੀਦਾ। ਸ਼ੇਖ ਕਮਾਲ ਵੀ ਦੋ ਵਾਰ ਇਧਰ ਘੁੰਮਿਆ। ਉਹ ਦੋ ਮੁਰਸ਼ਦਾਂ ਨੂੰ ਆਹਮਣੇ ਸਾਹਮਣੇ ਵੇਖਣਾ ਚਾਹੁੰਦਾ ਸੀ। ਫਿਰ ਸ਼ੇਖ਼ ਇਬਰਾਹੀਮ ਨੇ ਬਾਬੇ ਫਰੀਦ ਦੇ ਦੋਹੇ ਗਾਉਣੇ ਸ਼ੁਰੂ ਕੀਤੇ। ਉਹਦੇ ਨਾਲ ਸ਼ੇਖ ਕਮਾਲ ਵੀ ਗਾ ਰਿਹਾ ਸੀ।

ਬੇੜਾ ਬੰਧਿ ਨ ਸਕਿਓ ਬੰਧਨ ਕੀ ਵੇਲਾ॥
ਭਰਿ ਸਰਵਰੁ ਜਬ ਊਛਲੈ ਤਬ ਤਰਣੁ ਦੁਹੇਲਾ॥

ਮਜ਼ਾਰ ਸ਼ਾਂਤ ਹੋ ਗਈ ਸੀ। ਫਿਰ ਮਰਦਾਨੇ ਦੇ ਸਾਂਈ ਦੀ ਸੁਰੀਲੀ ਆਵਾਜ਼ ਆਈ:

ਮਿਲਿਆ ਹੋਇ ਨ ਵੀਛੁੜੈ ਜੇ ਮਿਲਿਆ ਹੋਈ॥
ਆਵਾ ਗਉਣ ਨਿਵਾਰਿਆ ਹੈ ਸਾਚਾ ਸੋਈ॥

ਇਕ ਪਹਿਰ ਬਾਅਦ ਸ਼ੇਖ਼ ਇਬਰਾਹੀਮ ਉੱਠਕੇ ਸਾਹਮਣੇ ਆਇਆ।

"ਹੇ ਪੀਰ ਮੈਨੂੰ ਪਤਾ ਜਿਸ ਅੱਗੇ ਤੂੰ ਬੈਠਾਂ ਉਹ ਤੇਰੇ ਸਮਾਨ ਹੈ... ਇਕ ਨਜ਼ਰ ਛੋਟਿਆਂ ਵੱਲ ਵੀ ਘੁੰਮਾ ਲੈ।"

"ਹੇ ਇਬਰਾਹੀਮ... ਜਿਸ ਕੋਲ ਤੂੰ ਰਹਿੰਦਾਂ... ਉਹਨੂੰ ਕਿਸੇ ਹੋਰ ਦੀ ਜਰੂਰਤ ਹੈ?"

"ਹੇ ਸਾਂਈ ਮੇਰੀ ਉਂਗਲ ਫੜ ਫਰੀਦ ਦੇ ਚਰਨਾਂ ਵਿਚ ਲਾਦੇ... ਮੈਂ ਜਾਣ ਲਿਆ ਤੇਰੇ ਕੋਲੋਂ ਮੁਰਸ਼ਦ ਬਹੁਤ ਨੇੜੇ ਪਵੇਗਾ...।"

"ਹਾਲੇ ਵੀ ਆਪਣੇ ਮੁਰਸ਼ਦ ਨੂੰ ਮਨ ਨਾਲ ਵੇਖ ਰਿਹਾਂ... ਦੂਰੀਆਂ ਤਾਂ ਮਨ ਦੀਆਂ ਹੁੰਦੀਆਂ ਨੇ... ਤੂੰ ਮਿਲਣ ਦੇ ਸਿਜਦੇ ਵਿਚ ਬੈਠ ਤਾਂ ਸਹੀ...।"

ਸ਼ੇਖ਼ ਇਬਰਾਹੀਮ ਨੇ ਫਿਰ ਬਾਬੇ ਦੇ ਸਲੋਕ ਪੜ੍ਹਣੇ ਸ਼ੁਰੂ ਕੀਤੇ। ਮਰਦਾਨਾ ਇਕ ਇਕ ਪੱਤਰਾ ਉਹਦੇ ਸਾਹਮਣੇ ਰੱਖਦਾ ਗਿਆ। ਮਰਦਾਨੇ ਨੇ ਪਹਿਲੀ ਵਾਰ ਆਪਣੇ ਦੋਵਾਂ 'ਤੋਂ ਬਿਨਾਂ ਕਿਸੇ ਹੋਰ ਸੁਰੀਲੀ ਆਵਾਜ਼ ਵਿਚ ਬਾਬੇ ਦੇ ਸਲੋਕ ਸੁਣੇ। ਵੱਡੇ ਤੜਕੇ ਮਰਦਾਨੇ ਨੇ ਫਰੀਦ ਦੇ ਨਵੇਂ ਸਲੋਕ ਸੁਰਬੱਧ ਕਰਕੇ ਰਬਾਬ ਵਜਾਈ। ਇਕ ਪਾਸੇ ਮੁਰਸ਼ਦ ਤੇ ਮੁਰੀਦ ਸਾਹਮਣੇ ਗੁਰੂ ਤੇ ਚੇਲੇ ਕੋਲੋਂ ਫਰੀਦ ਦੀਆਂ ਰੂਹਾਨੀ ਉਡਾਰੀਆਂ ਸੁਣਦੇ ਰਹੇ।

"ਹੇ ਪੀਰ ਸਾਡੀਆਂ ਪੀੜ੍ਹੀਆਂ ਦਰ ਪੀੜ੍ਹੀਆਂ ਇਨ੍ਹਾਂ ਸਲੋਕਾਂ ਨੂੰ ਪੜ੍ਹਦੀਆਂ ਆ ਰਹੀਆਂ ਨੇ... ਇਸ ਆਵਾਜ਼ ਵਿਚ ਤਾਂ 'ਪਹਿਲਾ ਫਰੀਦ' ਪ੍ਰਗਟ ਹੋ ਗਿਆ ਏ...।" ਉਹਨੇ ਰੁਮਾਲ ਵਿਚ ਲਪੇਟਿਆ ਕਾਗਜ਼ਾਂ ਦਾ ਇਕ ਪੁਲੰਦਾ ਬਾਬੇ ਅੱਗੇ ਰੱਖ ਦਿੱਤਾ। ਬਾਬੇ ਨੇ ਚੁੱਕ ਕੇ ਸਿਰ ਉੱਤੇ ਰੱਖ ਲਿਆ। ਦੋ ਪਹਿਰ ਬੀਤ ਗਏ ਸਨ; ਬਾਬਾ ਉਹਨੂੰ ਸਿਰ ਉੱਪਰੋਂ ਉਤਾਰ ਹੀ ਨਹੀਂ ਸੀ ਰਿਹਾ। ਇਕ ਵਾਰ ਤਾਂ ਮਰਦਾਨੇ ਦਾ ਕਹਿਣ ਨੂੰ ਜੀਅ ਵੀ ਕੀਤਾ: "ਬਾਬਾ ਇਸ ਪੋਟਲੀ 'ਚੋਂ ਕੁਝ ਗਾ ਕੇ ਸੁਣਾਵਾਂ।"

ਦਰਿਆ ਦੇ ਕੰਢੇ ਤੋਂ ਥੋੜ੍ਹੀ ਦੂਰ ਨਾਥਾਂ ਜੋਗੀਆਂ ਕੰਨ ਪਾਟੇ ਸਾਧੂਆਂ ਫਕੀਰਾਂ ਦੀਆਂ ਝੌਂਪੜੀਆਂ ਦਿੱਸੀਆਂ ਸਨ। ਦਰਿਆ ਦੀ ਸਲਾਬ ਨਾਲ ਰਾਤ ਦੀਆਂ ਧੂਣੀਆਂ

ਸੁਲਘ ਰਹੀਆਂ ਸਨ। ਕਈਆਂ ਨੇ ਇਸ਼ਾਰੇ ਨਾਲ ਕੋਲ ਆਉਣ ਲਈ ਸੱਦਿਆ। ਅੱਗਿਉਂ ਬਾਬੇ ਨੇ ਕੀ ਇਸ਼ਾਰੇ ਕੀਤੇ; ਇਹ ਉਹਨੂੰ ਨਹੀਂ ਦਿਸੇ। ਉਂਝ ਉਹਨੂੰ ਲੱਗਿਆ ਜਿਵੇਂ ਉਹ ਮੁਸ਼ਕਲ ਨਾਲ ਤੁਰ ਰਿਹਾ ਸੀ; ਉਹਨੂੰ ਕੁਝ ਦੇਰ ਰੁਕਣ ਲਈ ਸੱਦ ਰਹੇ ਸਨ। ਹਵਾ ਨਾਲ ਵਹਿ ਕੇ ਆਉਂਦੀਆਂ ਉਨ੍ਹਾਂ ਦੀ ਗੱਲਾਂ ਤੇ ਦੂਜੇ ਕਿਨਾਰੇ ਤੋਂ ਆਉਂਦੇ ਬੋਲ ਆਪਸ ਵਿਚ ਮਿਲ ਜਾਂਦੇ। ਦੂਜੇ ਕਿਨਾਰੇ ਵੀ ਅਜਿਹੀਆਂ ਹੀ ਝੌਂਪੜੀਆਂ ਦਿਸ ਰਹੀਆਂ ਸਨ।

"ਸਾਰੀ ਦੁਨੀਆਂ ਹੀ ਸਾਧ ਹੋ ਗਈ ਏ।" ਆਮ ਲੋਕਾਂ ਦੀਆਂ ਟਿੱਪਣੀਆਂ ਮਰਦਾਨੇ ਨੂੰ ਕਾਫ਼ੀ ਠੀਕ ਲੱਗੀਆਂ। ਰਸਤਾ ਹੁਣ ਆਮ ਲੋਕਾਂ ਨਾਲ ਰੌਣਕੀ ਹੋ ਗਿਆ ਸੀ। ਜਿਹਨਾ ਵਿਚ ਅੱਧ ਤੋਂ ਜ਼ਿਆਦਾ ਭਗਵੇ ਭੇਸ ਵਾਲੇ ਲੋਕ ਦਿਸ ਰਹੇ ਸਨ। ਦਰਿਆ ਦੇ ਹਰੇ ਕਚੂਰ ਕਿਨਾਰਿਆਂ 'ਚੋਂ ਪੈੜਾਂ ਨੇ ਆਪਣੀ ਸਖ਼ਤ ਪੈੜਚਾਲ ਬਣਾਈ ਹੋਈ ਸੀ।

"ਪਿਛਲੇ ਖੂਹ ਦਾ ਪਾਣੀ ਖਾਰਾ ਸੀ; ਪਿਆਸ ਫਿਰ ਲੱਗ ਗਈ ਏ।"

"ਦਰਿਆ ਕੰਢੇ ਖੂਹ ਖਾਰੇ ਹੀ ਮਿਲਦੇ ਨੇ...ਇਹ ਤਾਂ ਕੰਢਾ ਛੱਡਣਾ ਪੈਣਾ ਏ।"

"ਕੰਢਾ ਕਿਵੇਂ ਛੱਡੀਏ ? ਹਾਲੇ ਤਾਂ ਬੇੜੀ ਨਾਲ ਪਾਰਲੇ ਕੰਢੇ ਜਾਣਾ...।"

"ਚਲੋ ਕੋਈ ਨਹੀਂ...ਹੁਣ ਬੇੜੀ ਵਿਚ ਬੈਠ ਕੇ ਚੱਲਦੇ ਖੁਆਜੇ ਨੂੰ ਪੀਵਾਂਗੇ।"

"ਬਈ ਹੱਦ ਹੋ ਗਈ...ਚਲਦੇ ਦਰਿਆ ਕੋਲ ਵੀ ਖੂਹ ਭਾਲੀ ਜਾਂਦੇ ਆਂ...।" ਦੋਵੇਂ ਜੋਟੀਦਾਰ ਅਜ਼ਨਬੀ ਹੱਸ ਪਏ। ਫਿਰ ਤੇਜ਼ ਤੁਰਦੇ ਅੱਗੇ ਲੰਘ ਗਏ।

ਇਕ ਤਰਫ਼ਾ ਪਹਾੜ ਸੀ। ਇਕ ਬੱਦਲੀ ਜਿਹੜੀ ਕੁਝ ਦੇਰ ਪਹਿਲਾਂ ਪਹਾੜ ਉੱਤੇ ਖੜ੍ਹੀ ਸੀ; ਹੁਣ ਇੱਧਰ ਵੱਲ ਸਰਕ ਆਈ। ਧੁੱਪ ਵਿਚ ਡਿੱਗਦੀਆਂ ਕਣੀਆਂ ਚਾਂਦੀ ਵਾਂਗ ਚਮਕਣ ਲੱਗੀਆਂ। ਫਿਰ ਚੱਲਦੇ ਪਾਣੀ ਉੱਪਰੋਂ ਲੰਘਦੀ ਛਾਂ ਦੂਰ ਜਮੀਨ ਵੱਲ ਦੌੜ ਗਈ। ਪਿੰਡੇ ਉੱਤੇ ਕੁਝ ਕਿਣੀਆਂ ਡਿੱਗੀਆਂ ਸਨ। ਸਲਾਬੀ ਪਗਡੰਡੀ ਛੇਤੀ ਹੀ ਗਿੱਲੀ ਹੋਣ ਲਈ ਤਿਆਰ ਸੀ; ਪਰ ਗਿੱਲੀ ਹੋ ਨਾ ਸਕੀ। ਫਿਰ ਪਿੱਠ ਪਿੱਛੋਂ ਇਕ ਨਿੱਗਰ ਆਵਾਜ਼ ਸੁਣੀ।

"ਸਾਜ਼ੀ ਕੌਣ ਏ ?"

"ਮੈਂ ਤੇ ਰਬਾਬ ਤਾਂ ਸਾਜ਼ ਹਾਂ... ਸਾਜ਼ੀ ਤਾਂ ਆਹ ਅੱਗੇ ਜਾ ਰਿਹਾ।"

"ਹਾਲੇ ਵੀ ਸਾਜ਼ ਦਾ ਸਹਾਰਾ ਭਾਲਦਾਂ... ਸਾਜ਼ ਤੋਂ ਬਿਨਾਂ ਵੱਜ ਕੇ ਵਿਖਾ।"

ਆਵਾਜ਼ ਪਿੱਠ ਦੇ ਬਹੁਤ ਨੇੜਿਉਂ ਆਈ ਸੀ। ਪੂਰਾ ਘੁੰਮੇ ਬਿਨਾਂ ਉਹਨੂੰ ਵੇਖਿਆ ਨਹੀਂ ਸੀ ਜਾ ਸਕਦਾ। ਮੁੜ ਕੇ ਉਹ ਆਵਾਜ਼ ਵੀ ਨਹੀਂ ਸੁਣੀ। ਪਰ ਨਾਲ ਚੱਲਦੇ ਦਰਿਆ ਦੇ ਪਾਣੀ ਦੀ ਕਲ-ਕਲ ਸੁਣਨ ਲੱਗ ਪਈ ਸੀ। ਫਿਰ ਬਾਬੇ ਦੀ ਆਵਾਜ਼ ਸੁਣੀ।

"ਜਾਗਦਾ ਰਿਹਾ ਕਰ ਮਰਦਾਨਿਆਂ...." ਪਾਕਪਟਨ ਤੁਰਨ ਤੋਂ ਬਾਅਦ ਇਹ ਬਾਬੇ ਦੇ ਪਹਿਲੇ ਬੋਲ ਸਨ। ਮਰਦਾਨੇ ਨੇ ਆਪਣੇ ਪੈਰਾਂ ਕੋਲ ਤਰੇਲ ਦੇ ਤੁਬਕਿਆਂ ਕੋਲੋਂ ਲੰਘਦੇ ਕੀੜੇ ਵੇਖੇ। ਵਗਦੇ ਪਾਣੀ ਦੀ ਧਾਰ ਨਾਲ ਲਿਫਦੇ ਘਾਹ ਉੱਪਰ ਬੈਠੇ ਛੋਟੇ ਛੋਟੇ ਪੰਖੇਰੂ ਵੇਖੇ। ਬਹੁਤ ਦਿਨਾਂ ਬਾਅਦ ਰਬਾਬ ਤੋਂ ਬਿਨਾਂ ਆਪਣਾ ਪਰਛਾਵਾਂ ਵੇਖਿਆ।

ਉਦੋਂ ਤੱਕ ਸਾਹਮਣੇ ਨਿਵਾਣ ਆ ਗਈ ਸੀ। ਦਿਸ ਰਿਹਾ ਅੱਖੋਂ ਓਹਲੇ ਹੋ ਗਿਆ। ਜੇ ਉਚਾਣ ਵੀ ਹੁੰਦੀ ਤਾਂ ਵੀ ਦਿਸਣੋਂ ਹਟ ਜਾਣਾ ਸੀ। ਦੋਵੇਂ ਵਾਰੀ ਦਿੱਸਣ ਵਿਚ ਕੀ ਫ਼ਰਕ ਸੀ ਫਿਰ ? ਇਸੇ ਕਰਕੇ ਮਨ ਫਿਰ ਪਾਕਪਟਨ ਜਾ ਪਹੁੰਚਾ। ਦੁਪਹਿਰ ਦੀ ਨਮਾਜ਼ ਤੋਂ ਬਾਅਦ ਉਹ ਤੇ ਸ਼ੇਖ ਕਮਾਲ ਮਜ਼ਾਰ ਦੇ ਆਲੇ ਦੁਆਲੇ ਫੈਲੀਆਂ ਪਗਡੰਡੀਆਂ ਉੱਤੇ ਘੁੰਮਣ ਲੱਗੇ ਸਨ। ਉਹ ਪੁੱਛਣ ਲਈ ਬੜਾ ਉਤਾਵਲਾ ਸੀ :

"ਮੀਰਾ... ਤੇਰਾ ਗੁਰੂ ਕਮਾਲ ਦਾ ਏ... ਤੇਰੇ ਗੁਰੂ ਦੇ ਦੁਆਰ ਬੜੇ ਨੇ; ਜਿਥੇ ਮਰਜੀ ਸਿਜਦਾ ਕਰ ਲੈ... ਓਹੀ ਦੁਆਰ ਬਣ ਜਾਂਦਾ ਏ।"

"ਤੂੰ ਠੀਕ ਕਹਿੰਦਾਂ ਕਮਾਲ... ਜਦ ਗੁਰੂ ਮੁਰਸ਼ਦਾਂ ਨੂੰ ਮਿਲਦਾ ਏ ਫਿਰ ਹੀ ਏਦਾਂ ਦਾ ਜਾਪਦਾ... ਜਦੋਂ ਖਲਕਤ ਵਿਚੋਂ ਲੰਘਦਾ ਮੇਰਾ ਮੁਰਸ਼ਦ ਬੱਚੇ ਦੇ ਖੰਘਣ ਨਾਲ ਵੀ ਰੁੱਕ ਜਾਂਦਾ ਏ।"

"ਹਾਏ ਅੱਲਾ... ਮਰਦਾਨਿਆ ਇਹੋ ਜਹੇ ਦੁਆਰਾਂ ਨੂੰ ਤਾਂ ਮੈਂ ਤਰਸ ਗਿਆਂ।" ਉਹਨੇ ਕਾਲੇ ਚੋਗੇ ਦਾ ਪੱਲਾ ਚੁੱਕ ਅੱਖਾਂ ਸਾਫ਼ ਕੀਤੀਆਂ। ਉਸ ਤੋਂ ਬਾਅਦ ਉਹ ਕੁਝ ਨਹੀਂ ਬੋਲਿਆ; ਪਰ ਉਹਦੀਆਂ ਅੱਖਾਂ ਮਜ਼ਾਰ ਤੱਕ ਗਿੱਲੀਆਂ ਹੀ ਰਹੀਆਂ।

"ਬਾਬਾ ਅਕਲ ਮੇਰੇ ਪ੍ਰੇਮ ਨੂੰ ਨਹੀਂ ਸੰਭਾਲ ਰਹੀ... ਮੇਰਾ ਕਾਸਾ ਵੱਡਾ ਕਰਦੇ...।" ਕਾਫੀ ਦੇਰ ਬਾਅਦ ਪਿੱਛੇ ਲੰਗੜਾ ਕੇ ਤੁਰਦੇ ਮਰਦਾਨੇ ਨੇ ਚੁੱਪ ਤੋੜੀ।

"ਵੇਖ ਦਰਿਆ ਦਾ ਪਿੰਡਾ... ਮੋੜ ਹੀ ਪਾਣੀ ਹੋ ਗਏ... ਮਰਦਾਨਿਆ!"

ਕਦੋਂ ਮੂੰਹ ਤੋਂ ਨਿਕਲ ਗਿਆ ਸੀ, ਕਦੋਂ ਉੱਤਰ ਵੀ ਸੁਣ ਰਿਹਾ ਸੀ; ਇਸ ਅਹਿਸਾਸ ਲਈ ਕੁਝ ਪਲ ਚਾਹੀਦੇ ਸਨ। ਕੱਲ ਦੇ ਕੰਠ ਕੀਤੇ ਫਰੀਦ ਦੇ ਸਲੋਕਾਂ ਨਾਲ ਵੀ ਕੁਝ ਇਸ ਤਰ੍ਹਾਂ ਹੀ ਹੋਇਆ। ਉਹਨੇ ਪਿੱਛੇ ਤੁਰਦੇ ਗਾਉਣਾ ਸ਼ੁਰੂ ਕੀਤਾ; ਬਾਬੇ ਨੇ ਪੰਡੋਕਲੀ ਉੱਤੇ ਦੋਵੇਂ ਕਾਸੇ ਟਿਕਾ ਰਬਾਬ ਵਜਾਉਣੀ ਸ਼ੁਰੂ ਕਰ ਦਿੱਤੀ। ਕੋਲੋਂ ਲੰਘਦੇ ਰਾਹੀ ਭਗਵਿਆਂ ਵੱਲ ਹੈਰਾਨੀ ਨਾਲ ਵੇਖਦੇ। ਜਿਸ ਕੋਲ ਸਾਜ਼ ਹੋਣਾ ਚਾਹੀਦਾ ਸੀ ਉਹ ਗਾ ਰਿਹਾ; ਜਿਸ ਨੂੰ ਗਾਉਣਾ ਚਾਹੀਦਾ ਸੀ ਉਹ ਸਾਜ਼ ਵਜਾ ਰਿਹਾ ਸੀ। ਦਰਿਆ ਕੰਢੇ ਚੱਲਦੇ ਪਾਣੀ ਦੇ ਨਾਲ ਨਾਲ ਫਰੀਦ ਦੇ ਸਲੋਕਾਂ ਦਾ ਕੀਰਤਨ ਲੰਬਾ ਸਮਾਂ ਚੱਲਦਾ ਰਿਹਾ।

ਇੱਥੋਂ ਦਰਿਆ ਦਾ ਪੱਟ ਚੌੜਾ ਹੋ ਗਿਆ ਸੀ। ਇਕ ਤਰਫ਼ੇ ਪਹਾੜ ਦੇ ਦੂਜੇ ਕੰਢੇ ਵੀ ਸਹਿੰਦੀ ਸਹਿੰਦੀ ਉਚਾਈ ਉੱਠਣ ਲੱਗੀ ਸੀ। ਛੇਤੀ ਹੀ ਦਰਿਆ ਦੋ ਪਹਾੜਾਂ ਵਿਚਕਾਰ ਆਉਣ ਵਾਲਾ ਸੀ। ਪਹਾੜੀ ਉਚਾਈਆਂ ਨੇ ਰਸਤਿਆਂ ਨੂੰ ਕੰਢਿਆਂ ਤੋਂ ਦੂਰ ਕਰ ਦੇਣਾ ਸੀ। ਤੇ ਰਸਤੇ ਹੌਲੀ ਹੌਲੀ ਆਉਣ ਵਾਲੇ ਪਿੰਡਾਂ ਵੱਲ ਮੁੜਨੇ ਸ਼ੁਰੂ ਹੋ ਜਾਣੇ ਸਨ। ਕਿਨਾਰਿਆਂ ਉੱਤੇ ਸਾਧੂਆਂ ਦੇ ਡੇਰੇ ਹੁਣ ਦੂਰ ਦਿਸਣ ਲੱਗ ਪਏ ਸਨ। ਚੌੜੇ ਪੱਟ 'ਚੋਂ ਛਣ ਕੇ ਲੰਘਦੇ ਧੁੱਪ ਦੇ ਚਟਾਕ ਸ਼ੀਸ਼ੇ ਵਾਂਗ ਲਿਸ਼ਕ ਰਹੇ ਸਨ।

"ਜਲ ਨੂੰ ਪੱਥਰ ਨਾ ਮਾਰ...।" ਇਕ ਜਟਾਧਾਰੀਆਂ ਦਾ ਟੋਲਾ ਨਾਲ ਚੱਲਦੇ ਰਾਹੀ ਨੂੰ ਟੋਕਦਾ ਫਿਰ ਆਪਣੀ ਸਹੂਲਤ ਵਾਲੀ ਬੋਲੀ ਬੋਲਣ ਲੱਗਾ।

"ਅਸੀਂ ਕੀ ਲੈਣਾ ਦੁਨੀਆਂ ਤੋਂ...?"

ਪਿਛੋਂ ਇੱਕ ਕੰਨ ਪਾਟੇ ਜੋਗੀਆਂ ਦਾ ਟੋਲਾ ਲੰਘਿਆ। ਉਨ੍ਹਾਂ ਦੀ ਤੇਜ਼ ਚਾਲ ਤੇ

ਚੁੱਪਚਾਪ ਲੰਘਣਾ ਜਟਾਧਾਰੀਆਂ ਨੂੰ ਉੱਕਾ ਹੀ ਨਾ ਜੱਚਿਆ। ਉਨ੍ਹਾਂ ਰੁੱਕ ਕੇ ਅੱਗੇ ਲੰਘਣ ਦਿੱਤਾ। ਤੇ ਕੁਝ ਦੇਰ ਲਈ ਚੁੱਪ ਕਰ ਗਏ। ਤੇ ਅਗਲੀ ਚੜ੍ਹਾਈ ਦੇ ਬਿਲਕੁਲ ਨਾਲ ਵਗਦੇ ਪਾਣੀ ਕੋਲ ਖੜ੍ਹੇ ਦਰੱਖਤ ਉੱਤੇ ਪੁੱਠੇ ਲਟਕਦੇ ਸਾਧਾਂ ਵੱਲ ਚੱਲ ਪਏ। ਕੁਝ ਸਾਧ ਦਰਿਆ ਦੇ ਅੰਦਰ ਗਏ ਟਾਹਲਿਆਂ ਉੱਪਰ ਲਟਕ ਰਹੇ ਸਨ। ਉਨ੍ਹਾਂ ਦੀਆਂ ਅੱਖਾਂ ਥੱਲੇ ਵੱਗਦਾ ਪਾਣੀ ਸੀ। ਦਰਿਆ ਦੇ ਕੰਢੇ ਇਕ ਵੱਡੇ ਪੱਥਰ ਉੱਤੇ ਇਕ ਬਜੁਰਗ ਸਾਧੂ ਦੇਖ ਰੇਖ ਲਈ ਬੈਠਾ ਸੀ।

"ਉਤਰ ਆਓ ਫਕੀਰੋ ਚਾਰ ਪਹਿਰ ਹੋਣ ਵਾਲੇ ਨੇ...।" ਛੇਤੀ ਹੀ ਉਹ ਵੀ ਪਿੱਛੇ ਰਹਿ ਗਏ।

ਸੂਰਜ ਦੀਆਂ ਆਖਰੀ ਲਾਲ ਕਿਰਨਾਂ ਅੱਗੇ ਕੋਈ ਸੂਫ਼ੀ ਘੁੰਮਵਾਂ ਨਾਚ ਨੱਚ ਰਿਹਾ ਸੀ। ਸੱਜੀ ਹਥੇਲੀ ਨਾਲ ਅਸਮਾਨ ਤੋਂ ਊਰਜਾ ਲੈਂਦਾ ਤੇ ਖੱਬੀ ਨਾਲ ਧਰਤੀ ਨੂੰ ਵਾਪਸ ਮੋੜ ਰਿਹਾ ਸੀ। ਜਿਸਮ ਦੇ ਇਹ ਪੰਧ ਸੂਰਜ ਦੀ ਲਾਲੀ ਅੱਗੇ ਘੁੰਮ ਰਹੇ ਸਨ। ਜਿਸ ਮੱਠ ਸਾਹਮਣੇ ਉਹ ਨੱਚ ਰਿਹਾ ਸੀ; ਕਦੇ ਕਦੇ ਉਹਦੇ ਵੱਲ ਆਵਾਜ਼ ਕੱਸਦਾ : "ਐਨੀ ਦੂਰ ਕਿਉਂ ਖੜ੍ਹਾ... ਤੂੰ ਵੀ ਘੁੰਮ।" ਬਾਬਾ ਥੋੜ੍ਹੀ ਦੇਰ ਲਈ ਰਸਤੇ ਵਿਚ ਹੀ ਰੁਕ ਗਿਆ। ਪਲਾਂ ਵਿਚ ਹੀ ਸੂਰਜ ਦੀ ਲਾਲੀ ਵੀ ਗਾਇਬ ਹੋ ਗਈ। ਤੇ ਘੁੰਮਦਾ ਬੰਦਾ ਵੀ ਇਕੋ ਜਗ੍ਹਾ ਤੇ ਆ ਕੇ ਰੁਕ ਗਿਆ। ਉਹਦੀ ਪਿੱਠ ਦਰਿਆ ਵੱਲ ਸੀ। ਪਗਡੰਡੀ ਉੱਤੇ ਖੜ੍ਹੇ ਦੋ ਰਾਹੀ ਵੀ ਉਹਨੂੰ ਨਹੀਂ ਦਿਸੇ। ਤੁਰਦੇ ਵਕਤ ਮਰਦਾਨੇ ਨੇ ਵੇਖਿਆ; ਦਰਿਆ ਤੇ ਮੱਠ ਦੋਵੇਂ ਰਸਤੇ ਤੋਂ ਹੁਣ ਇੱਕੋ ਜਿੰਨੀ ਦੂਰੀ ਤੇ ਰਹਿ ਗਏ ਸਨ। ਪਗਡੰਡੀ ਦਰਿਆ ਨੂੰ ਛੱਡ ਰਹੀ ਸੀ। ਇੱਕ ਚੋਗੇ ਵਰਗੀ ਬਦਲੀ ਅਸਮਾਨ ਉੱਤੇ ਆਈ। ਇਹੋ ਜਹੀ ਬੱਦਲੀ ਸਿਰਫ਼ ਪਹਾੜਾਂ ਉੱਪਰ ਘੁੰਮਣ ਲਈ ਹੀ ਸੁਰਮਈ ਹੁੰਦੀ ਏ। ਦੂਰ ਤੱਕ ਫੈਲੇ ਪਿੰਡਾਂ ਦੇ ਧੂੰਏਂ ਦੀ ਉਡਾਣ ਪਹਾੜੀ ਨਾਲ ਸੁਰਮੇ ਦੀ ਧਾਰ ਵਾਂਗ ਦਿਸਣ ਲੱਗੀ। ਰਸਤੇ ਵਿਚ ਹੌਲੀ ਹੌਲੀ ਉਹ ਲੋਕ ਦਿਸਣ ਲੱਗੇ ਸਨ ਜੋ ਆਪਣੇ ਆਕਾਰਾਂ ਨੂੰ ਛੋਟਾ ਕਰਕੇ ਖੜਣ ਦੀ ਆਦਤ ਪਾ ਚੁੱਕੇ ਸਨ। ਬਾਬਾ ਉਸ ਪਿੰਡ ਵੱਲ ਇਵੇਂ ਜਾ ਰਿਹਾ ਸੀ ਜਿਵੇਂ ਸਕਿਆਂ ਵੱਲ ਜਾ ਰਿਹਾ ਹੋਵੇ। ਥੋੜ੍ਹੀ ਦੇਰ ਪਹਿਲਾਂ ਜਿਹੜੇ ਨੇੜੇ ਆਉਂਦੇ ਪਿੰਡ ਦਾ ਧੂੰਆਂ ਦਿਸਦਾ ਸੀ; ਉਹ ਵੀ ਹਨੇਰੇ ਦਾ ਹਿੱਸਾ ਬਣ ਗਿਆ। ਕਦੇ ਕਦੇ ਅੱਗ ਦੇ ਲਿਸ਼ਕਾਰੇ ਨਾਲ ਦਰੱਖਤਾਂ ਦੇ ਝੁੰਡਾਂ ਦੇ ਪਰਛਾਵੇਂ ਨਜ਼ਰ ਆਉਂਦੇ।

"ਕਿਉਂ ਗਜਾ ਕਰਨ ਚੱਲੇ ਹੋ ?" ਹਨੇਰੇ ਵਿਚ ਭਗਵੇਂ ਤਾਂ ਨਹੀਂ ਦਿੱਸੇ ਪਰ ਪ੍ਰਸ਼ਨ ਭਗਵਿਆਂ ਦਾ ਹੀ ਸੀ।

"ਨਹੀਂ...।"

"ਮੱਤ ਜਾਣਾ।"

"ਠੀਕ ਏ...।"

"ਪਿੰਡ ਦੇ ਬਾਹਰ ਕੁੱਤੇ ਭੌਂਕਦੇ ਸੁਣਦੇ ਨਹੀਂ...? ਪਿੰਡ ਅੰਦਰ ਅੰਨ ਦੀ ਗੰਧ ਤੱਕ ਨਹੀਂ।"

"ਮੰਨ ਲਿਆ...।"

"ਨਵੇਂ ਨਵੇਂ ਫਕੀਰ ਲੱਗਦੇ ਹੋ... ਗਜਾ ਦੀ ਕਲਾ ਹਾਲੇ ਆਈ ਨਹੀਂ।" ਸਾਰਾ ਸੰਵਾਦ ਹਨੇਰੇ ਵਿਚ ਹੀ ਹੋਇਆ ਸੀ। ਪ੍ਰਸ਼ਨਾਂ ਦੇ ਉੱਤਰ ਮਰਦਾਨਾ ਦੇ ਰਿਹਾ ਸੀ। ਪਿੰਡ ਅੰਦਰ ਉਨ੍ਹਾਂ ਨੂੰ ਲੋਕ ਬਹੁਤ ਥੱਕੀਆਂ ਨਜ਼ਰਾਂ ਨਾਲ ਵੇਖ ਰਹੇ ਸਨ। ਉਹ ਉਹੀ ਕੁਝ ਕਹਿਣਾ ਚਾਹੁੰਦੇ ਸਨ ਜੋ ਹੁਣੇ ਮੁੜੇ ਫਕੀਰਾਂ ਨੇ ਕਿਹਾ ਸੀ। ਪਰ ਅੱਗੇ ਚੱਲਦੇ ਬਾਬੇ ਦੀ ਅਜਿਹੀ ਕੋਈ ਮੰਗ ਦਿਸਦੀ ਨਹੀਂ ਸੀ। ਅੱਗਾਂ ਚੁੱਲਿਆਂ ਤੋਂ ਬਾਹਰ ਨਿਕਲ ਬਲ ਰਹੀਆਂ ਸਨ। ਘਰਾਂ ਅੰਦਰ ਕੋਈ ਦੀਵਾ ਨਹੀਂ ਸੀ ਬਲ ਰਿਹਾ।

"ਥੋੜ੍ਹਾ ਅੰਨ ਬਚਿਆ ਸੀ ਫਕੀਰੋ... ਕੱਲ ਫੌਜਾਂ ਪੜਾਅ ਵੇਲੇ ਸਾਰਾ ਖਾ ਗਈਆਂ... ਦੁਰਾਸੀਸ ਨਾ ਦੇਣਾ...।" ਜਿਥੇ ਉਹ ਬੰਦਾ ਹੱਥ ਜੋੜ ਕੇ ਖੜ੍ਹਾ ਸੀ; ਬਾਬੇ ਨੇ ਉੱਥੇ ਹੀ ਸਿਰ ਉੱਪਰੋਂ ਪੰਡੋਕਲੀ ਉਤਾਰ ਲਈ। ਸਾਰੇ ਦਿਨ ਦੇ ਖਾਲੀ ਹੱਥ ਪਤਾ ਨਹੀਂ ਕਦੋਂ ਰਬਾਬ ਕੋਲ ਪਹੁੰਚ ਗਏ। ਇਕ ਵਾਰੀ ਤਾਂ ਮਰਦਾਨੇ ਨੂੰ ਇਹ ਸਜਿੰਦਿਆਂ ਦੇ ਸੁਪਨੇ ਵਰਗਾ ਲੱਗਿਆ। ਹੌਲੀ ਹੌਲੀ ਝੁਕੇ ਹੋਏ ਲੋਕ ਨੇੜੇ ਸਰਕਣ ਲੱਗੇ। ਕਿਸੇ ਨੇ ਦੋਵੇਂ ਕਾਸੇ ਪਾਣੀ ਨਾਲ ਭਰ ਦਿੱਤੇ ਸਨ। "ਤਿਲਫੁਲ ਕਬੂਲ ਕਰੇਓ।" ਇਹ ਆਵਾਜ਼ ਕਿਸੇ ਜਨਾਨੀ ਦੀ ਸੀ। ਕਦੇ ਕਦੇ ਸਿਰ ਉੱਪਰ ਉੱਡਦੀਆਂ ਚਮਗਿਦੜਾਂ ਉੱਪਰੋਂ ਤਾਜ਼ੀ ਓਸ ਦੇ ਛਿੱਟੇ ਪੈਂਦੇ। ਮਰਦਾਨੇ ਨੇ ਹੌਲੀ ਜਹੇ ਪੰਡੋਕਲੀ ਖੋਲ੍ਹ, ਵਿਚੋਂ ਕਾਗਜ਼ਾਂ ਦਾ ਪਲੰਦਾ ਸਿੱਧਾ ਕੀਤਾ; ਤੇ ਅੱਗੇ ਵੱਲ ਸਰਕ ਕੇ ਪੁੱਛਿਆ :

"ਬਾਬਾ ਕਿਥੋਂ ਗਾਵਾਂ ?" ਬਾਬਾ ਹੱਸਿਆ।

"ਤੂੰ ਆਪ ਹੁਨਰੀਆ ਏ ਮਰਦਾਨਿਆ।"

ਸੁਰਾਂ ਅਸਮਾਨੀ ਗੂੰਜਣ ਲੱਗੀਆਂ। ਬਾਬੇ ਫਰੀਦ ਦੇ ਬੋਲ ਸੁਣ ਢਾਣੀਆਂ ਹੋਰ ਨੇੜੇ ਸਰਕਣ ਲੱਗੀਆਂ। ਜਿੰਨੀ ਦੇਰ ਲੋਕ ਅੱਗ ਉੱਤੇ ਲੱਕੜਾਂ ਪਾਉਂਦੇ ਰਹੇ; ਉਹ ਗਾਉਂਦੇ ਰਹੇ। ਕੀਰਤਨ ਤੋਂ ਬਾਅਦ ਫਿਰ ਸੁੰਨਸਾਨ ਹੋ ਗਈ। ਭੁੱਖਾ ਪਿੰਡ ਬੋਲ ਵੀ ਕੁਝ ਨਹੀਂ ਸੀ ਰਿਹਾ। ਪਾਕਪਟਨ ਤੋਂ ਪੰਜ ਪਹਿਰ ਤੁਰਦਿਆਂ ਉਨ੍ਹਾਂ ਨੇ ਵੀ ਕੁਝ ਨਹੀਂ ਸੀ ਖਾਧਾ। ਹੁਣ ਖਾਣਾ ਮਿਲਣ ਦੀ ਕੋਈ ਉਮੀਦ ਵੀ ਨਹੀਂ ਸੀ। ਭੁੱਖ ਸੀ ਪਿਆਸ ਨਹੀਂ ਸੀ। ਹਾਲੇ ਇੱਕ ਕਾਸੇ ਵਿਚ ਪਾਣੀ ਸੀ। ਅੱਜ ਫਿਰ ਇਕ ਡੂੰਘੀ ਆਵਾਜ਼ ਦੀ ਸੂਹ ਤਾਂ ਮਿਲ ਹੀ ਗਈ ਸੀ ਕਿ ਸੁਰ ਵਿਚ ਰਹਿਣ ਦਾ ਮਤਲਬ ਹੈ ਬਾਬੇ ਨੂੰ ਪੁਕਾਰਨਾ। ਜੇ ਕਿਤੇ ਹੁਣ ਸ਼ੇਖ ਕਮਾਲ ਕੋਲ ਹੁੰਦਾ ਤਾਂ ਆਪਣੇ ਮੁਰਸ਼ਦ ਦੀ ਥੋੜ੍ਹੀ ਵਿਆਖਿਆ ਤਾਂ ਉਹਨੂੰ ਸੁਣਾ ਹੀ ਦੇਂਦਾ।

"ਮਰਦਾਨਿਆ ਹਾਲੇ ਜਾਗਦਾਂ ਏਂ ?"

"ਕਿਸੇ ਨੇ ਜਗ੍ਹਾ ਦਿੱਤਾ ਸੀ ਬਾਬਾ।" ਬਾਬਾ ਜਰੂਰ ਮੁਸਕਰਾਇਆ ਹੋਵੇਗਾ; ਹਨੇਰਾ ਸੀ ਦਿਸਣ ਦੇ ਰਾਹ ਬੰਦ ਸਨ; ਮਹਿਸੂਸਣ ਦੇ ਨਹੀਂ।

ਕਾਂਡ : ਉਨ੍ਹੀਵਾਂ

ਬਹੁਤ ਹੀ ਬਿਰਧ ਸਾਧੂਆਂ ਦੀ ਮੰਡਲੀ ਅੱਗੇ ਚੱਲ ਰਹੀ ਸੀ। ਜਿਨ੍ਹਾਂ 'ਚੋਂ ਬਹੁਤਿਆਂ ਨੂੰ ਸੁਣ ਨਹੀਂ ਸੀ ਰਿਹਾ। ਘਸੇ ਹੋਏ ਕਰਮੰਡਲਾਂ ਦੇ ਕੁੰਢਿਆਂ ਵਿਚ ਆਦੀ ਹੋਈਆਂ ਉਂਗਲਾਂ ਆਪਣੀ ਪਕੜ ਗਵਾ ਰਹੀਆਂ ਸਨ। ਦੇਹਾਂ ਨੂੰ ਚੱਲਦੇ ਰੱਖਣ ਦੀ ਜਿੱਦ ਵਿਚ ਸਰੀਰਾਂ ਨੇ ਕਾਣਤ ਨੂੰ ਆਦਤ ਮੰਨ ਲਿਆ ਸੀ। ਇਕੋ ਸਮੇਂ ਸਾਰੇ ਬਿਰਧਾਂ ਨੂੰ ਵੇਖ ਕੇ ਲੱਗਦਾ ਸੀ ਕਿ ਉਹ ਭਰ ਜੁਆਨੀ ਵੇਲੇ ਦੇ ਸਾਧ ਨੇ। ਪਗਡੰਡੀ ਅੱਗੇ ਅੱਜ ਕਈ ਵਾਰ ਕੀੜੀਆਂ ਦੇ ਭੌਣ ਆਏ। ਗੇਰੂ ਰੰਗੀਆਂ ਕੀੜੀਆਂ ਉੱਪਰੋਂ ਭਗਵੇਂ ਸਾਧਾਂ ਨੇ ਛਾਲਾਂ ਮਾਰ ਟੱਪਿਆ। ਇੱਕ ਪਹਿਰ ਦੇ ਅੰਦਰ ਇਸ ਤਰ੍ਹਾਂ ਕਈ ਵਾਰ ਹੋਇਆ। ਰੇਤੀਲੇ ਟਿੱਬੇ ਦੀਆਂ ਪੈੜਾਂ ਵਿਚ ਬਹੁਤ ਸਾਰੇ ਭੌਣ ਸਨ। ਸਾਹੋ ਸਾਹ ਹੁੰਦੇ ਬਿਰਧ ਸਰੀਰ ਕਈ ਵਾਰੀ ਬੋਲੇ :

"ਹੁਣ ਕੀੜੀਆਂ ਨੂੰ ਕੋਈ ਕੀ ਕਵੇ ਭਲਾਂ ?"

ਪਿਛੇ ਚੱਲਦੇ ਮਰਦਾਨੇ ਨੇ ਕਈ ਵਾਰ ਸੋਚਿਆ। ਐਨੀ ਲੰਬੀ ਸਾਧਨਾ ਵਿੱਚ ਵੀ ਤਲਖੀ ਨੇ ਪਿੱਛਾ ਨਹੀਂ ਛੱਡਿਆ। ਇਸ ਤੋਂ ਪਹਿਲਾਂ ਵੀ ਉਨ੍ਹਾਂ ਲੰਘਦੇ ਰਾਹੀਆਂ ਨਾਲ ਇਹੋ ਜਹੀ ਹੀ ਗੱਲ ਕੀਤੀ ਸੀ। ਗੱਲ ਟੋਟਕਿਆਂ ਵਿਚ ਹੋਈ ਸੀ। ਰਾਹੀਆਂ ਨੂੰ ਕਾਹਲ ਸੀ ਜਾਂ ਸਾਧਾਂ ਤੋਂ ਟੁਰ ਨਹੀਂ ਸੀ ਹੋ ਰਿਹਾ; ਇਹ ਅੰਦਾਜ਼ੇ ਵਿਚ ਹੀ ਰਿਹਾ। ਪਰ ਬਾਬਾ ਆਪਣੀ ਚਾਲ ਚੱਲ ਰਿਹਾ ਸੀ। ਜਦੋਂ ਵੀ ਵਿਚਕਾਰ ਬਾਬਾ ਹੁੰਦਾ ਮਰਦਾਨਾ ਕਦੀ ਵੀ ਅਗਲੇ ਬੰਦੇ ਨੂੰ ਸੁਆਲ ਨਹੀਂ ਸੀ ਪੁੱਛਦਾ।

ਜਾਣ ਪਛਾਣ ਤਾਂ ਉਨ੍ਹਾਂ ਦੀ ਸਤਲੁਜ ਪਾਰ ਕਰਦਿਆਂ ਹੀ ਹੋ ਗਈ ਸੀ। ਬੇੜੀ ਵਿਚ ਜਿਆਦਾ ਲੋਕ ਕੁਰੂਕਸ਼ੇਤਰ ਦੇ ਮੇਲੇ ਨੂੰ ਜਾ ਰਹੇ ਸਨ। ਦਰਿਆ ਦੇ ਕੰਢਿਆਂ 'ਚੋਂ ਨਿਕਲੇ ਰਸਤਿਆਂ ਤੋਂ ਉਹ ਸਰਸੇ ਵਾਲੇ ਵੱਡੇ ਰਾਹ ਪੈ ਗਏ। ਕਈ ਵਾਰੀ ਉਹ ਦੋ ਰਥਾਂ ਜਿੰਨਾਂ ਚੌੜਾ ਹੋ ਜਾਂਦਾ; ਕਦੇ ਇਕ ਰੱਥ ਦੇ ਰਾਹ ਨਾਲੋਂ ਪਗਡੰਡੀ ਵੱਖ ਕਰ ਦੇਂਦਾ। ਸਰਸੇ ਤੱਕ ਉਨ੍ਹਾਂ ਬਿਰਧ ਸਾਧੂਆਂ ਨਾਲ ਹੀ ਪੜ੍ਹਾ ਕੀਤੇ। ਉਨ੍ਹਾਂ 'ਚੋਂ ਕਈ ਬੜੇ ਗਾਲੜੂ ਬੁੱਢੇ ਸਨ। ਉਨ੍ਹਾਂ ਕਈ ਵਾਰੀ ਨਾਨਕ ਵੱਲ ਇਸ਼ਾਰਾ ਕਰਕੇ ਪੁੱਛਿਆ ਵੀ; ਮਰਦਾਨਾ ਹਰ ਵਾਰੀ ਇਕੋ ਉੱਤਰ ਦੇਂਦਾ :

"ਮੇਰਾ ਮੁਰਸ਼ਦ ਏ।"

ਸਰਸੇ ਤੋਂ ਥਨੇਸਰ ਵਾਲੇ ਰਾਹ ਉੱਤੇ ਪਤਾ ਨਹੀਂ ਕਦੋਂ ਇਕ ਕੁੱਤਾ ਉਨ੍ਹਾਂ ਦੇ ਪਿੱਛੇ ਲੱਗ ਤੁਰਿਆ। ਕਰਾ ਤੋਂ ਪਹੋਏ ਪਹੁੰਚਦੇ ਪਹੁੰਚਦੇ ਉਹਨੂੰ ਕਈ ਵਾਰ ਰੋਕਿਆ : "ਮੁੜ ਜਾ ਭਾਈ ਅਗਲੇ ਪਿੰਡ ਦੇ ਕੁੱਤੇ ਤਾਂ ਸਾਨੂੰ ਵੀ ਨਹੀਂ ਜਾਣਦੇ।" ਕੁੱਤਾ ਮੂੰਹ ਚੁੱਕਦਾ ਤੇ ਬਿਰਧ ਸਾਧਾਂ ਦੇ ਪੈਰਾਂ ਹੇਠ ਜਾ ਵੜ੍ਹਦਾ। "ਤੇਰੀ ਮਰਜੀ...ਓਪਰੇ ਕੁੱਤਿਆਂ

ਨਾਲ ਤੂੰ ਹੀ ਭੁਗਤੀਂ।" ਮਰਦਾਨੇ ਨੂੰ ਇਹ ਚੰਗਾ ਲੱਗ ਰਿਹਾ ਸੀ; ਕਿਸੇ ਪਿੱਛੇ ਚੱਲਦਿਆਂ ਆਪਣੇ ਆਪ ਨੂੰ ਦਾਅ ਤੇ ਲਾ ਦੇਣਾ। ਕੁੱਤੇ ਨੇ ਕਈ ਦਿਨ ਸਾਥ ਦਿੱਤਾ। ਫਿਰ ਉਹਨੇ ਕੋਲੋਂ ਲੰਘਦੇ ਸਾਧਾਂ ਨੂੰ ਭੌਂਕਣਾ ਸ਼ੁਰੂ ਕਰ ਦਿੱਤਾ। ਤੀਜੇ ਦਿਨ ਉਹਨੇ ਮਾਲਕੀ ਸ਼ੁਰੂ ਕਰ ਦਿੱਤੀ ਸੀ। ਉਹ ਨੇੜੇ ਆਉਂਦੇ ਭਗਵਿਆਂ ਨੂੰ ਭੱਜ ਭੱਜ ਪੈਂਦਾ। ਚਿੜਚਿੜੇ ਸਾਧੂ ਉਲਾਂਭਾ ਦੇਂਦੇ ਲੰਘਦੇ :

"ਜਦ ਏਨ੍ਹਾਂ ਕੁਝ ਛੱਡ ਆਏ; ਘਰ ਕੁੱਤਾ ਨੀ ਛੱਡ ਹੋਇਆ ?"

"ਇਹ ਤਾਂ ਘਰੋਂ ਕਾਸਾ ਲੈ ਕੇ ਵੀ ਨਹੀਂ ਤੁਰਿਆ; ਮਾਲਕੀ ਕੀ ਕਰਨੀ ਵਿਚਾਰੇ ਨੇ।"

"ਕਿਸੇ ਡੇਰੇ ਦਾ ਕੁੱਤਾ ਲੱਗਦਾ ਏ।"

"ਨਹੀਂ ਡੇਰੇ ਦਾ ਕੁੱਤਾ ਭਗਵਿਆਂ ਨੂੰ ਨੀ ਭੌਂਕ ਸਕਦਾ।"

ਪਹੋਏ ਦੇ ਮੇਲੇ ਵਿਚ ਉਹ ਪਤਾ ਨਹੀਂ ਕਿੱਧਰ ਗੁੰਮ ਗਿਆ। ਇੱਕ ਦਿਨ ਵੱਡੇ ਤੜਕੇ ਜਦੋਂ ਉਨ੍ਹਾਂ ਪਹੋਏ ਨੂੰ ਛੱਡਿਆ ਤਾਂ ਦਿਨ ਚੜ੍ਹਦੇ ਸਾਰ ਵੇਖਿਆ ਓਹੀ ਬਿਰਧ ਟੋਲੀ ਫਿਰ ਅੱਗੇ ਚੱਲ ਰਹੀ ਸੀ। ਇਸ ਵਾਰੀ ਕੁੱਤਾ ਨਹੀਂ ਸੀ। ਪਰ ਬੇੜੀ ਵਿਚ ਸਵਾਰ ਲੋਕਾਂ 'ਚੋਂ ਕਈ ਸਾਰੇ ਫਿਰ ਇਕੱਠੇ ਹੋ ਗਏ ਸਨ।

ਇਹ ਬਹੁਤ ਵਾਰੀ ਹੋਇਆ ਜਦੋਂ ਬਾਬਾ ਕਹਿੰਦਾ, "ਮਰਦਾਨਿਆ ਬਾਣੀ ਉਤਰੀ ਏ।" ਸਿਰ ਤੇ ਇੱਕ ਮਿੱਟੀ ਰੰਗੀ ਬਦਲੀ ਦਿਸਦੀ ਹੈ। ਬਾਰੀਕ ਬਾਰੀਕ ਕਿਣੀਆਂ ਧਰਤੀ ਦੇ ਮੁਸਾਮ ਦੇ ਆਕਾਰਾਂ ਜਿੰਨੀਆਂ ਮਿੱਟੀ ਵਿਚ ਸਮਾਉਂਦੀਆਂ ਦਿਸਦੀਆਂ ਨੇ। ਅਜਿਹੇ ਮੀਂਹ ਦਾ ਕਦੇ ਚਿੱਕੜ ਵੀ ਨਹੀਂ ਦਿਸਿਆ। ਮੁਸਾਮ ਭਰੇ ਤੇ ਬਦਲੀ ਵੀ ਨੀਲੱਤਣ ਵਿਚ ਸਮਾ ਜਾਂਦੀ। ਅੱਜ ਵੀ ਇਸ ਤਰ੍ਹਾਂ ਹੀ ਹੋਇਆ ਸੀ...। ਕੀਰਤਨ ਸ਼ੁਰੂ ਹੋਇਆ ਤਾਂ ਬਹੁਤ ਸਾਰੇ ਰਾਹੀ ਉਨ੍ਹਾਂ ਦੇ ਪਿੱਛੇ ਪਿੱਛੇ ਚੱਲਣ ਲੱਗੇ।

"ਕੁਝ ਦਿਨ ਹੋਰ ਪਹੋਏ ਰੁੱਕ ਜਾਂਦੇ।" ਇਕ ਰਾਹੀ ਬਾਬੇ ਦੇ ਪੈਰਾਂ ਵੱਲ ਜਾਂਦਾ ਪਰ ਬਾਬਾ ਉਹਨੂੰ ਅੱਧ ਵਿਚ ਹੀ ਰੋਕ ਲੈਂਦਾ।

"ਕਦੇ ਸੁਸਵਤੀ ਲੰਘਦੀ ਸੀ ਇਥੋਂ...ਪਾਣੀ ਤਾਂ ਰਿਹਾ ਨਹੀਂ; ਗਾਇਨ ਨਾਲ ਦਰਿਆ ਦੀ ਨੀਂਦ ਜਗਾਦੇ ਸਾਂਈ।"

ਮਰਦਾਨੇ ਨੇ ਸਿੱਲੀ ਹੋਈ ਰਬਾਬ ਇਕ ਵਾਰ ਵਜਾਈ। ਚਲਦੇ ਰਾਹੀਆਂ ਨੇ ਬਾਬੇ ਦੇ ਸੁਰੀਲੇ ਬੋਲ ਸੁਣੇ।

ਹੁਣ ਬਿਰਧ ਮੰਡਲੀ ਉਨ੍ਹਾਂ ਦੇ ਬਹੁਤ ਨੇੜੇ ਤੁਰ ਰਹੀ ਸੀ। ਉਹ ਕੁਝ ਪੁੱਛਣਾ ਚਾਹੁੰਦੇ ਸੀ ਪਰ ਪੁੱਛ ਨਹੀਂ ਸੀ ਹੋ ਰਿਹਾ। ਅਗਲੇ ਪੜਾਅ ਤੇ ਉਨ੍ਹਾਂ ਭੰਗ ਵਿਚ ਅੱਕ ਦੀਆਂ ਡੋਡੀਆਂ ਮਿਲਾ ਕੇ ਖਾਧੀਆਂ। ਅੱਗੇ ਉੱਚੀਆਂ ਮਣਾਂ ਵਾਲੇ ਖੂਹ ਉੱਤੇ ਇਕੋ ਸਮੇਂ ਤਿੰਨ ਰੇੜੇ ਪਾਣੀ ਖਿੱਚ ਰਹੇ ਸਨ। ਇਹ ਸਾਰੀ ਰੌਣਕ ਕੁਰੂਕਸ਼ੇਤਰ ਨੂੰ ਜਾਂਦੇ ਲੋਕਾਂ ਦੀ ਸੀ। ਲੋਕ ਜਲਦੀ ਜਲਦੀ ਪਾਣੀ ਪੀ ਕੇ ਕੱਲ ਦੇ ਮੇਲੇ ਵਿਚ ਸੂਰਜ ਗ੍ਰਹਿਣ ਵੇਲੇ ਪਹੁੰਚਣ ਦੀ ਕਾਹਲ ਵਿਚ ਸਨ। ਕਮੀਣਾਂ ਦੇ ਵੱਡੇ ਵੱਡੇ ਟੋਲੇ ਕੱਲ ਦੇ ਗ੍ਰਹਿਣ ਲਈ ਝੋਲੀਆਂ ਨੂੰ ਗੰਢਾਂ ਮਾਰਦੇ ਅਕਸਰ ਭਗਵਿਆਂ ਤੋਂ ਦੂਰ ਹੋ ਕੇ ਲੰਘਦੇ। ਬਿਰਧ ਸਾਧਾਂ

ਦੀ ਟੋਲੀ ਜਿਹੜੀ ਖੂਹ ਉੱਤੇ ਗੱਲ ਕਰਨਾ ਚਾਹੁੰਦੀ ਸੀ; ਬਾਬੇ ਦੁਆਲੇ ਕਮੀਣਾਂ ਦੇ ਝੁੰਡ ਵੇਖ ਪਿੱਛੇ ਹੱਟ ਗਈ। ਬਾਬੇ ਨੇ ਉਨ੍ਹਾਂ ਉਦਾਸ ਚੇਹਰਿਆਂ ਸਾਹਮਣੇ ਖੜ੍ਹ ਕੇ ਗਾਇਆ। ਕਈ ਵਾਰੀ ਰੇਸ਼ਮੀ ਭਗਵਿਆਂ ਨੇ ਆਵਾਜ਼ਾਂ ਵੀ ਮਾਰੀਆਂ : "ਇਧਰ ਵੀ ਕੋਈ ਬੋਲ ਸੁਣਾ ਦਿਓ...।" ਪਰ ਉਹ ਉਨ੍ਹਾਂ ਵਿਚ ਹੀ ਘੁੰਮ ਘੁੰਮਕੇ ਗਾਉਂਦੇ ਰਹੇ।

ਇਸ ਖੂਹ ਤੋਂ ਸਿਰਫ਼ ਤਿੰਨ ਪਹਿਰ ਪੈਦਲ ਕੁਰੂਕਸ਼ੇਤਰ ਰਹਿ ਗਿਆ ਸੀ। ਲੋਕ ਕੱਲ ਦੇ ਸੂਰਜ ਚੜ੍ਹਣ ਤੋਂ ਪਹਿਲੇ ਉੱਥੇ ਪਹੁੰਚਣਾ ਚਾਹੁੰਦੇ ਸਨ। ਅੱਕਾਂ ਦੀਆਂ ਡੋਡੀਆਂ ਨਾਲ ਖਾਧੀ ਭੰਗ ਨਾਲ ਬਿਰਧ ਸਰੀਰ ਚੌਕਸ ਹੋ ਗਏ ਸਨ। ਉਨ੍ਹਾਂ ਦੀਆਂ ਬਾਹਰ ਨਿਕਲੀਆਂ ਅੱਖਾਂ ਹੁਣ ਐਨਾ ਨਸ਼ਾ ਝੱਲਣ ਜੋਗੀਆਂ ਨਹੀਂ ਸਨ। ਆਮ ਰਾਹੀ ਉਨ੍ਹਾਂ ਦੀਆਂ ਅੱਖਾਂ ਵੇਖ ਨਜ਼ਰ ਫੇਰ ਲੈਂਦੇ।

ਭਰੇ ਹੋਏ ਰਸਤਿਆਂ ਵਿਚ ਹੁਣ ਅੱਧੇ ਭਗਵਿਆਂ ਵਾਲੇ ਭੇਸ ਦਿਸ ਰਹੇ ਸਨ। ਚੇਤ ਦੇ ਮੁੱਢਲੇ ਦਿਨਾਂ ਵਿਚ ਧੁੱਪ ਵਿਚ ਕੁਝ ਤਲਖੀ ਆ ਗਈ ਸੀ। ਰੇਤੀਲੇ ਟਿੱਬੇ ਦੀਆਂ ਪੈੜਾਂ ਵਿਚ ਚੱਲਦਾ ਰਸਤਾ ਕਿਤੇ ਮੀਂਹ ਨਾਲ ਗਿੱਲਾ ਦਿਸਦਾ ਕਿਤੇ ਬਿਲਕੁਲ ਹੀ ਸੁੱਕਾ ਰੇਤਾ। ਰਸਤੇ ਵਿੱਚ ਜਿਹੜਾ ਵੀ ਖੂਹ ਆਉਂਦਾ ਲੋਕੀਂ ਪਾਨੀ ਲਈ ਆਵਾਜ਼ਾਂ ਮਾਰਦੇ। ਕੱਲ ਦੇ ਗ੍ਰਹਿਣ ਤੋਂ ਚੇਹਰਿਆਂ ਵਿਚ ਕਾਫ਼ੀ ਘਬਰਾਹਟ ਦਿਸਦੀ। ਕੱਲ ਦਾ ਦਿਨ ਬਿਨਾਂ ਕਿਸੇ ਕਰੋਪ ਤੋਂ ਲੰਘ ਜਾਵੇ; ਜਿਆਦਾ ਲੋਕ ਏਹੋ ਗੱਲਾਂ ਕਰ ਰਹੇ ਸਨ।

"ਕਾਸਾ ਡਿੱਗ ਪਿਆ ਫਕੀਰਾ।"

"ਕਿੱਥੇ ?"

"ਪਿੱਛੇ ਮੁੜ ਕੇ ਵੇਖ।"

"ਲਟਕੀ ਹੋਈ ਝੋਲੀ ਪਾਟ ਗਈ ਏ।" ਇਸੇ ਦੌਰਾਨ ਇੱਕ ਕੁੱਤਾ ਕਾਸਾ ਚੁੱਕ ਪਰੇ ਜਾ ਉਹਨੂੰ ਚੱਟਣ ਲੱਗਾ। ਬਿਰਧ ਸਰੀਰ ਦੌੜ ਤਾਂ ਨਹੀਂ ਸੀ ਸਕਦਾ ਪਰ ਮਰਦਾਨੇ ਨੇ ਫੁਰੀ ਗੱਲ ਰੋਕ ਲਈ। ਕੁੱਤਾ ਤੁਰਦਾ ਤੇ ਸਾਧੂ ਲੜਖੜਾਇਆ :

"ਠੋਕਰ ਵੱਜੀ ਏ ?" ਮਰਦਾਨੇ ਨੇ ਪੁੱਛਿਆ।

"ਠੋਕਰ ਨੂੰ ਹੀ ਤਾਂ ਤਰਸਦਾਂ ਏ।" ਖਾਲੀ ਹੱਥ ਮੁੜਿਆ ਸਾਧ ਹੱਸਦਾ ਹੋਇਆ ਵਾਪਸ ਆ ਰਿਹਾ ਸੀ। ਅੱਗੇ ਬਾਬੇ ਤੇ ਮਰਦਾਨੇ ਵਿਚਕਾਰ ਬਚਦੀ ਜਗ੍ਹਾ ਵਿਚ ਤੁਰਨ ਲੱਗਾ। ਉਹ ਅੱਗੇ ਚੱਲਦੇ ਬਿਰਧ ਸਾਧਾਂ ਵਿਚੋਂ ਹੀ ਸੀ। ਮਰਦਾਨੇ ਨੂੰ ਕਈ ਵਾਰ ਜਾਪਿਆ ਸੀ ਕਿ ਉਹ ਮੇਰੇ ਦੁਆਰਾ ਬਾਬੇ ਨੂੰ ਕੁਝ ਪੁੱਛਣਾ ਚਾਹੁੰਦਾ ਸੀ।

"ਤੇਰੇ ਸੁਰ ਵਿਚ ਦੁੱਖਾਂ ਦੀ ਆਪਣੀ ਮਰਜ਼ੀ ਨਹੀਂ ਚੱਲਦੀ... ਕਿਥੋਂ ਸਿੱਖਿਆ ਏ ਸੰਗੀਤ ?" ਸੁਆਲ ਮਰਦਾਨੇ ਲਈ ਹੀ ਸੀ।

"ਇਹ ਤਾਂ ਮੇਰਾ ਖਾਨਦਾਨੀ ਪੇਸ਼ਾ ਏ।"

"ਖਾਨਦਾਨੀ ਸੰਗੀਤ ਦੇ ਖਾਨਦਾਨੀ ਦੁੱਖ ਵੀ ਹੁੰਦੇ ਨੇ... ਪਰ ਤੇਰਾ ਸੰਗੀਤ ਤਾਂ ਜਸ਼ਨ ਦੀ ਧੁਨ ਛੱਡਦਾ ਹੀ ਨਹੀਂ।"

ਭੀੜ ਵੱਧ ਰਹੀ ਸੀ। ਗੱਲ ਕਈ ਵਾਰ ਸ਼ੁਰੂ ਹੋਈ ਕਈ ਵਾਰ ਟੁੱਟ ਗਈ। ਛੇਤੀ ਛੇਤੀ ਪਿੰਡ ਆ ਰਹੇ ਸਨ। ਹਰ ਪਿੰਡ ਦੇ ਕੁਝ ਲੋਕ ਇਨ੍ਹਾਂ ਵੱਗਦੇ ਰਾਹਾਂ ਵਿਚ ਆ

ਮਿਲਦੇ। ਪਰ ਥੋੜ੍ਹੀ ਦੇਰ ਬਾਅਦ ਉਹ ਫਕੀਰ ਫਿਰ ਆਪਣੀ ਪਹਿਲਾਂ ਵਾਲੀ ਜਗ੍ਹਾ ਆ ਪਹੁੰਚਦਾ। ਇਕ ਛੋਟੇ ਜਹੇ ਪਿੰਡ ਕੋਲੋਂ ਲੰਘਦਿਆਂ ਅਚਾਨਕ ਇਕ ਸੁਨੱਖਾ ਸਾਧ ਭਗਵਿਆਂ ਵਿਚ ਪਿੰਡ ਵੱਲੋਂ ਰੋਂਦਾ ਆ ਰਿਹਾ ਸੀ।

"ਫਕੀਰ ਹੋਕੇ ਰੋਂਦਾ ਏਂ ?"

"ਮਾਂ ਮਰ ਗਈ ਏ।"

"ਕਾਸਾ ਰੱਖਦੇ... ਪੁੱਤ ਬਣਕੇ ਰੋ ਨਾ...।"

ਸੁਆਲ ਮਰਦਾਨੇ ਦਾ ਸੀ; ਪਰ ਉੱਤਰ ਬਾਬੇ ਨੇ ਦਿੱਤਾ ਸੀ। ਮਰਦਾਨੇ ਨੇ ਉਹਨੂੰ ਕਾਸਾ ਥੱਲੇ ਰੱਖਦਿਆਂ ਵੇਖਿਆ; ਅੱਗੇ ਕੀ ਹੋਇਆ ਉਹ ਵੇਖ ਨਾ ਸਕਿਆ। ਉਹ ਚੱਲਦੇ ਰਾਹੀਆਂ ਦੀ ਤੁਰਦੀ ਦੀਵਾਰ ਪਿੱਛੇ ਰਹਿ ਗਿਆ ਸੀ।

ਸਾਹਮਣੇ ਮੇਲੇ ਦੀ ਭੀੜ ਦਿੱਸਣ ਲੱਗ ਪਈ ਸੀ। ਚੁਫੇਰਿਉਂ ਲੋਕਾਂ ਦੇ ਟੋਲੇ ਇਕ ਜਗ੍ਹਾ ਇਕੱਠੇ ਹੋ ਰਹੇ ਸਨ। ਸੂਰਜ ਚੜ੍ਹ ਗਿਆ ਸੀ; ਪਰ ਹਾਲੇ ਗ੍ਰਹਿਣ ਨਹੀਂ ਸੀ ਲੱਗਿਆ। ਇੱਕੋ ਪਹਿਰ ਪਹਿਲਾਂ ਮਿਲਿਆ ਉਹ ਰੋਂਦਾ ਨੌਜਵਾਨ ਉਨ੍ਹਾਂ ਨਾਲ ਫਿਰ ਆ ਮਿਲਿਆ ਸੀ। ਉਹਦੇ ਹੱਥ ਵਿਚ ਕਾਸਾ ਨਹੀਂ ਸੀ :

"ਕਾਸਾ ਰੱਖ ਕੇ ਕੁਝ ਦੇਰ ਰੋਣਾ ਆਇਆ... ਮੈਂ ਰੱਜ ਕੇ ਰੋ ਕੇ ਆਇਆਂ।" ਉਹ ਮਰਦਾਨੇ ਨਾਲ ਜਾਣ ਪਛਾਣ ਬੰਦੇ ਵਾਂਗ ਗੱਲਾਂ ਕਰਨ ਲੱਗਾ।

"ਪੀੜਾਂ ਦੇ ਵੀ ਤੀਰਥ ਹੁੰਦੇ ਨੇ ?" ਉਹ ਨਾਲ ਚੱਲਦੇ ਬਾਬੇ ਦੇ ਬਰਾਬਰ ਜਾ ਕੇ ਬੋਲਿਆ।

"ਹੋਣ ਤੇ ਜਾਣਨ ਦੀ ਖਾਈ ਵਿਚਕਾਰ ਬੜੇ ਪੜਾਅ ਆਉਂਦੇ ਨੇ... ਤੀਰਥ ਸਮਝ ਕੇ ਰੁੱਕ ਨਾ ਜਾਣਾ।"

"ਪਰ ਇਨ੍ਹਾਂ ਨੂੰ ਕਿਵੇਂ ਪਛਾਣਿਆ ਜਾਵੇ ?"

"ਇਹ ਗਿਆਨ ਨਿੱਜ ਦਾ ਫੁਰਨਾ ਹੈ... ਤੂੰ ਹੀ ਤੂੰ ਤੋਂ ਵੇਖਣਾ ਹੈ।"

"ਫਿਰ ਗੁਰੂ ਦੀ ਲੋੜ ਕਿੱਥੇ ਪਵੇਗੀ ?"

"ਗੁਰੂ ਦੀ ਲੋੜ ਪਈ ਸੀ, ਤੂੰ ਪਲਟਕੇ ਨਹੀਂ ਵੇਖਿਆ।"

"ਹਾਲੇ ਤਾਂ ਮੇਰੇ ਵੈਰਾਗ ਦੀ ਮਰਜ਼ੀ ਵੀ ਨਹੀਂ ਚਲਦੀ ਮੈਂ ਵੇਖਦਾ ਕਿਵੇਂ ?"

ਚਲਦੀ ਗੱਲ ਸੁਣ ਕੇ ਇਕ ਬਿਰਧ ਸਾਧੂ ਉਨ੍ਹਾਂ ਵਿਚਕਾਰ ਆਇਆ :

"ਕੋਈ ਨਵਾਂ ਮੱਤ ਲੈ ਕੇ ਆਏ ਹੋ ?"

"ਮੱਤ ਤਾਂ ਪਹਿਲਾਂ ਹੀ ਬਹੁਤ ਨੇ...।"

"ਫਿਰ ਵਿਚਾਰ ਕਿਸ ਗੱਲ ਤੇ ਹੋਈ ?"

"ਮੈਂ ਤਾਂ ਉਹਦਾ ਦਰਸ਼ਨ ਲੈ ਕੇ ਆਇਆ ਹਾਂ...।" ਭੀੜ ਦੇ ਧੱਕੇ ਨੇ ਉਹ ਬਿਰਧ ਵਿਚਕਾਰੋਂ ਖਿਸਕਾ ਦਿੱਤਾ। ਉਹ ਨੌਜਵਾਨ ਥੋੜ੍ਹਾ ਮਰਦਾਨੇ ਵੱਲ ਖਿਸਕਿਆ।

"ਤੂੰ ਕਮਾਲ ਦਾ ਚੇਲਾ ਏਂ; ਸੁਣੀ ਜਾ ਰਿਹੈਂ; ਪੁੱਛਦਾ ਕੁਝ ਵੀ ਨਹੀਂ... ?"

"ਇਹ ਮੌਕੇ ਕਿਤੇ ਮਿਲਦੇ ਨੇ... ਮੇਰੀ ਜਗ੍ਹਾ ਪੁੱਛੇ ਕੋਈ ਹੋਰ ਜਗਿਆਸੂ ਤੇ ਸੁਣੇ ਮੈਨੂੰ...।"

ਨੌਜਵਾਨ ਸਾਧੂ ਦੀਆਂ ਅੱਖਾਂ 'ਚੋਂ ਫਿਰ ਅੱਥਰੂ ਵਹਿ ਤੁਰੇ। ਉਹਨੇ ਕਈ ਵਾਰ ਹੰਝੂ ਸਾਫ਼ ਕੀਤੇ :

"ਹੁਣ ਕਿਤੇ ਫਿਰ ਨਾ ਕਹਿ ਦੇਵੀਂ 'ਫਕੀਰ ਹੋ ਕੇ ਰੋਂਦਾ ਏਂ'।" ਉਹ ਵਹਿੰਦੇ ਅੱਥਰੂਆਂ ਨਾਲ ਉਨ੍ਹਾਂ ਦੇ ਨਾਲ ਨਾਲ ਤੁਰਦਾ ਗਿਆ।

ਤਲਾਅ ਕਿਨਾਰੇ ਅਚਾਨਕ ਆਵਾਜਾਂ ਦਾ ਸਮੂਹ ਗੂੰਜਿਆ। ਮਰਦਾਨੇ ਨੇ ਵੇਖਿਆ ਕੋਹਲੂ ਦੇ ਬੌਲਦ ਦੇ ਖੋਪਿਆਂ ਵਾਂਗ ਸੂਰਜ ਦੋਵੇਂ ਪਾਸਿਉਂ ਢੱਕਿਆ ਜਾ ਰਿਹਾ ਸੀ। ਕੰਮੀਆਂ ਕਮੀਣਾਂ ਦੀਆਂ ਦਾਨ ਲਈ ਕੂਕਦੀਆਂ ਆਵਾਜ਼ਾਂ ਵੱਧਦੇ ਹਨੇਰੇ ਨਾਲ ਉੱਚੀਆਂ ਹੋ ਰਹੀਆਂ ਸਨ। "ਗਰੱਸ ਲਿਆ... ਗਰੱਸ ਲਿਆ... ਹੁਣ ਤਾਂ ਗਰੱਸ ਹੀ ਹੋ ਗਿਆ...।" ਤੇ ਨਾਲ ਹੀ : "ਦਾਨ ਦਿਉ... ਦਾਨ ਦਿਉ।" ਦੇ ਮੰਗਣ ਦੀਆਂ ਆਵਾਜਾਂ ਆਉਣ ਲੱਗੀਆਂ। ਜੋਤਸ਼ੀ ਜਨਮ ਪੱਤਰੀਆਂ ਲੈ ਪਿੱਤਰਾਂ ਦੇ ਦਾਨ ਦੀਆਂ ਵਿਧੀਆਂ ਦੱਸਣ ਲੱਗੇ ਤੇ ਮਾਰਗ ਲੱਭਣ ਲੱਗੇ। ਬਾਬਾ ਇਕ ਝੁਕ ਝੁਕ ਕੇ ਮੱਥਾ ਟੇਕਦੇ ਜੋੜੇ ਕੋਲ ਧਰਤੀ ਤੇ ਪਏ ਰੋਂਦੇ ਬੱਚੇ ਵੱਲ ਵੇਖ ਰਿਹਾ ਸੀ। ਟੇਢੇ ਪਏ ਬੱਚੇ ਦੇ ਅੱਥਰੂ ਉਹਦੀ ਨਾਭੀ ਵਿਚ ਇਕੱਠੇ ਹੋ ਰਹੇ ਸਨ। ਅਜਿਹੇ ਵੇਲੇ ਕਦੇ ਕਦੇ ਸਰੀਰ ਏਨਾਂ ਛੋਟਾ ਹੋ ਜਾਂਦਾ ਹੈ; ਮਰਦਾਨੇ ਨੂੰ ਉਹ ਆਪਣਾ ਆਪ ਹੀ ਪਿਆ ਦਿਸਦਾ। ਬਾਬਾ ਹੁਣ ਸਰੋਵਰ ਕੰਢਿਉਂ ਉੱਠ ਖੜ੍ਹਿਆ ਸੀ। ਹਲਕੇ ਹਲਕੇ ਹਨੇਰੇ ਵਿਚ ਹਾਲੇ ਨਜ਼ਰ ਦੀ ਸੇਧ ਬਣਦੀ ਸੀ। ਉੱਠਣ ਲੱਗੇ ਬਾਬੇ ਨੇ ਬਿਨਾਂ ਦੰਦਾਂ ਤੋਂ ਰੋਂਦੇ ਬੱਚੇ ਦੇ ਸਿਰ ਉੱਤੇ ਹੱਥ ਰੱਖਿਆ ਤੇ ਹੌਲੀ ਜਹੇ ਪਿੱਛੇ ਦਿਸਦੀ ਝਿੜੀ ਵੱਲ ਚੱਲ ਪਿਆ। ਹਨੇਰਾ ਪਰਛਾਵਿਆਂ ਨਾਲ ਭਰਿਆ ਪਿਆ ਸੀ। ਆਵਾਜਾਂ ਸੁਣ ਰਹੀਆਂ ਸਨ; ਅੱਖਾਂ ਨਹੀਂ ਸੀ ਦਿਸ ਰਹੀਆਂ। ਨਛੱਤਰਾਂ ਨਾਲ ਲੰਬੇ ਲੰਬੇ ਲੇਖਾਂ ਦੀ ਵਿਆਖਿਆ, ਡਰੀਆਂ ਹੋਈਆਂ ਅਰਦਾਸਾਂ ਵਿਚ ਸੁਣ ਰਹੀ ਸੀ।

ਹਨੇਰੇ ਵਿਚ ਭਗਵਿਆਂ ਤੇ ਸਾਦੇ ਕੱਪੜਿਆਂ ਦਾ ਰੰਗ ਇਕੋ ਜਿਹਾ ਹੋ ਗਿਆ ਸੀ। ਸ਼ੋਰ ਹੁਣ ਕੁਝ ਫਾਸਲੇ ਤੇ ਸੁਣ ਰਿਹਾ ਸੀ। ਇਸੇ ਹਨੇਰੇ ਵਿਚ ਕੁਝ ਲੋਕ ਬਾਬੇ ਕੋਲ ਬੈਠ ਗਏ ਸਨ। ਪਰ ਮਰਦਾਨੇ ਨੂੰ ਹਾਲੇ ਕੋਲ ਹੀ ਸੁਣਦੀਆਂ ਅਲੱਗ ਅਲੱਗ ਕਿਸਮ ਦੀਆਂ ਆਵਾਜ਼ਾਂ ਸੁਣਨ ਦੀ ਤਾਂਘ ਸੀ। ਦੁੱਖਾਂ ਨੂੰ ਇਸ ਤਰ੍ਹਾਂ ਇਕੋ ਸਮੂਹ ਵਿਚ ਖੜ ਕੇ ਕਬੂਲਣਾ; ਪਰ ਅਰਦਾਸ ਵਿਚ ਆਪੋ ਆਪਣੀ ਮਰਜੀ ਕਰਨ ਦਾ ਇਹ ਅਨੋਖਾ ਢੰਗ ਸੀ। ਸਮੂਹ ਵਿਚ ਸੁਰਾਂ ਕਿਸ ਤਰ੍ਹਾਂ ਆਪਾ ਗੁਆ ਬੈਠਦੀਆਂ ਨੇ; ਇਹ ਵੀ ਰਾਗਾਂ ਦੇ ਸੁਭਾਅ ਨੂੰ ਯਾਦ ਕਰਨ ਦੀ ਵਿਧੀ ਸੀ। ਇਸ ਤਰ੍ਹਾਂ ਡਰੇ ਹੋਏ ਸਤਾਏ ਹੋਏ ਸਮੂਹਾਂ ਨੂੰ ਸੁਣਨਾ; ਬਾਬੇ ਦੇ ਸਾਥ ਦੀ ਤਾਜ਼ਗੀ ਨੂੰ ਹੋਰ ਵੀ ਸੁਗੰਧਤ ਕਰ ਦੇਂਦਾ। ਬਾਬੇ ਦੇ ਆਲੇ ਦੁਆਲੇ ਹਾਲੇ ਵੀ ਕਾਫ਼ੀ ਸਾਰੇ ਲੋਕ ਬੈਠੇ ਸਨ। ਮੇਲੇ ਵਲੋਂ ਕਿੰਨੇ ਹੀ ਸਾਜ਼ਾਂ ਦੀ ਆਵਾਜ਼ ਆ ਰਹੀ ਸੀ। ਸਭ ਮੂੰਹੋਂ ਵਜਾਏ ਜਾ ਰਹੇ ਸਨ। ਸੰਖ ਸਿੰਙੇ ਪੂਜੇ ਜਾ ਰਹੇ ਸਨ; ਹਨੇਰੇ ਵਿਚ ਛੋਹਾਂ ਵਾਲੇ ਸਾਜ਼ ਵਜਾਉਣ ਨੂੰ ਜੀਅ ਕੀਤਾ। ਮਰਦਾਨੇ ਨੇ ਹਲਕੇ ਜਹੇ ਰਬਾਬ ਦੇ ਤਨ ਨੂੰ ਛੋਹਿਆ। ਇਕ ਸੁਰੀਲੀ ਸੁਰ ਦੀ ਸੱਦ ਉੱਠੀ। ਬਾਬਾ ਤਾਂ ਜਿਵੇਂ ਤਿਆਰ ਹੀ ਬੈਠਾ ਸੀ। ਘੁੱਪ ਹਨੇਰੇ ਵਿਚ ਫਿਰਦੇ ਲੋਕਾਂ ਦੇ ਕੰਨਾਂ ਨੇ ਇਕ ਤਰਾਨਾ ਸੁਣਿਆ। ਇਹ ਗ੍ਰਹਿਣ ਦੇ ਸੋਗ ਵਿਚ ਫਿਰਦੀਆਂ ਦੇਹਾਂ ਨੇ ਅਜਿਹਾ ਪਹਿਲਾਂ ਕਦੀ

ਨਹੀਂ ਸੀ ਸੁਣਿਆ। (ਇਹ ਉਨ੍ਹਾਂ ਦਾ ਪਹਿਲਾ ਗ੍ਰਹਿਣ ਨਹੀਂ ਸੀ) ਹਨੇਰਾ ਸੀ; ਸੁਣ ਸੁਣ ਕੇ ਹੀ ਆਵਾਜ਼ ਵੱਲ ਤੁਰਿਆ ਜਾ ਸਕਦਾ ਸੀ। ਕੁਝ ਲੋਕਾਂ ਨੇ ਇਸ ਤਰ੍ਹਾਂ ਹੀ ਕੀਤਾ।

ਹਨੇਰਾ ਚਾਨਣੀ ਦੇ ਪ੍ਰਛਾਵੇਂ ਜਿੰਨਾ ਰਹਿ ਗਿਆ ਸੀ। ਝਿੜੀ 'ਚੋਂ ਨਿਕਲਦੇ ਧੂੰਏਂ ਨੂੰ ਵੇਖ ਕੁਝ ਪਾਂਡੇ ਪੰਡਿਤ ਤੇ ਤਪੀਏ ਹੈਰਾਨੀ ਨਾਲ ਵੇਖਣ ਲੱਗੇ। ਇਸ ਸੂਰਜ ਗ੍ਰਹਿਣ ਵੇਲੇ ਚੁੱਲ੍ਹਾ ਗਰਮ ਕਰਨ ਵਾਲਾ ਜਰੂਰ ਕੋਈ ਨਾਸਤਿਕ ਹੋਵੇਗਾ। ਮਰਦਾਨੇ ਵੇਖਿਆ ਹੌਲੀ ਹੌਲੀ ਉਹਦੇ ਆਲੇ ਦੁਆਲੇ ਅਜੀਬ ਕਿਸਮ ਦੀਆਂ ਟਿੱਪਣੀਆਂ ਤੇ ਘੂਰਦੇ ਚੇਹਰੇ ਦਿੱਸੇ। ਚੁੱਲਾ ਤਾਂ ਉਦੋਂ ਹੀ ਮੱਘ ਗਿਆ ਸੀ ਜਦੋਂ ਹਨ੍ਹੇਰਾ ਹੋਇਆ ਸੀ। ਅੰਨ ਵੀ ਪੱਕਦਾ ਰਿਹਾ ਤੇ ਰੋਸ਼ਨੀ ਵੀ ਹੁੰਦੀ ਰਹੀ। ਪਾਂਡੇ, ਨਾਨੂੰ ਪੰਡਿਤ ਤੇ ਦਿਗ ਬਿਜੈ ਨੂੰ ਸੱਦ ਲਿਆਏ ਸਨ। ਇਸ ਤਰ੍ਹਾਂ ਗ੍ਰਹਿਣ ਭੰਗ ਹੋਣ ਤੇ ਅਗਲੇ ਗ੍ਰਹਿਣ ਨੇ ਹੋਰ ਕਰੋਧੀ ਹੋ ਕੇ ਚੜ੍ਹਣਾ ਸੀ। ਉਹ ਬਿਲਕੁਲ ਬਾਬੇ ਸਾਹਮਣੇ ਆ ਪੁੱਛਣ ਲੱਗੇ।

"ਤੂੰ ਗ੍ਰਹਿਣ ਵੇਲੇ ਚੁੱਲ੍ਹਾ ਗਰਮ ਕਿਉਂ ਕੀਤਾ ?"

"ਭੁੱਖ ਦੂਰ ਕਰਨ ਲਈ ਪਹਿਲਾਂ ਹੀ ਮੱਘ ਰਿਹਾ ਸੀ।"

"ਸੁਣਿਆ ਇਸ ਮਟਕੇ ਵਿਚ ਹਿਰਨ ਦਾ ਮੀਟ ਰਿੱਝ ਰਿਹਾ।" ਉਨ੍ਹਾਂ ਮਰਦਾਨੇ ਵੱਲ ਇਸ਼ਾਰਾ ਕਰਕੇ ਪੁੱਛਿਆ। ਉਹਦੀ ਸਲੀਕੇ ਨਾਲ ਤਰਾਸੀ ਦਾਹੜੀ ਤੇ ਮੁੱਛਾਂ; ਸਿਰ ਉੱਤੇ ਮੁਸੱਦੀ ਸਾਫਾ ਤੇ ਲੰਬਾ ਹਰਾ ਚੋਗਾ ਪਾਇਆ ਸੀ। ਇਸ ਵਾਰੀ ਇਸ਼ਾਰਾ ਬਾਬੇ ਵੱਲ ਸੀ।

"ਹਿੰਦੂਆਂ ਕੋ ਤੋ ਖ਼ਰਾਬ ਕੀਆ ਹੀ ਥਾ; ਮੁਸਲਮਾਨਾਂ ਦਾ ਵੀ ਈਮਾਨ ਖੋ ਲਿਆ।"

"ਜਿਥੋਂ ਤੂੰ ਵੇਖਦਾਂ ਏ; ਉਥੋਂ ਇਸ ਤਰ੍ਹਾਂ ਹੀ ਦਿਸਦਾ ਏ।" ਬਾਬੇ ਨੇ ਨਾਨੂੰ ਵੱਲ ਨਜ਼ਰ ਚੁੱਕੀ। ਖੁੱਲੀ ਸੰਭਾਵਨਾ ਵਾਂਗ ਸੁਣਦੇ ਬਾਬੇ ਦੇ ਬੋਲ ਭੀੜ ਨੂੰ ਕੀਲ ਰਹੇ ਸਨ। ਨਾਨੂੰ ਨੇ ਆਪਣੇ ਥੁੱਕ ਨੂੰ ਨੰਗੇ ਪੈਰਾਂ ਥੱਲੇ ਰਗੜਿਆ। ਦਿਗ ਵਿਜੈ ਨੇ ਛਾਤੀ ਉੱਪਰਲੀ ਸਲੇਟੀ ਗੁਮਟੀ ਨੂੰ ਖੁਰਚ ਖੁਰਚ ਲਾਲ ਕਰ ਲਿਆ ਸੀ।

"ਪੂਰਾ ਬ੍ਰਹਿਮੰਡ ਐਨ੍ਹੇ ਸੰਕਟ ਵਿਚ ਹੈ; ਤੁਸੀਂ ਮਾਨਵ ਕਲਿਆਣ ਦੇ ਤਰਾਨੇ ਗਾ ਰਹੇ ਹੋ।"

"ਬ੍ਰਹਿਮੰਡ ਕੋਲ ਬਿਨ੍ਹਾਂ ਬੋਲਿਆਂ ਦੱਸਣ ਦੀ ਜਾਂਚ ਹੈ; ਉੱਪਰ ਵੇਖ ਅਸਮਾਨ ਫਿਰ ਅਸਮਾਨੀ ਹੋ ਗਿਆ ਏ।" ਗ੍ਰਹਿਣ ਖ਼ਤਮ ਹੋ ਗਿਆ। ਚੇਹਰਿਆਂ ਦੀ ਝਲਕ ਸਾਫ਼ ਦਿਸਣ ਲੱਗ ਪਈ ਸੀ।

"ਤੁਸੀਂ ਹੋ ਕੌਣ ?"

"ਅਸੀਂ ਗਿਆਨ ਦੇ ਹਰਕਾਰੇ ਹਾਂ...।" ਨਾਨੂੰ ਦੀ ਸਫੈਦ ਬੋਦੀ ਦੀਆਂ ਤਿੰਨ ਗੰਢਾਂ 'ਚੋਂ ਦੋ ਖੁੱਲ੍ਹ ਗਈਆਂ ਸਨ। ਉਹਨੇ ਆਖਰੀ ਵਾਰ ਸਿਰ ਉੱਤੇ ਹੱਥ ਘੁੰਮਾਇਆ ਤਾਂ ਤੀਜੀ ਵੀ ਖੁੱਲ ਗਈ। ਨਾਨੂੰ ਤੇ ਦਿਗ ਬਿਜੈ ਹੁਣ ਚੁੱਪਚਾਪ ਬਾਬੇ ਵੱਲ ਵੇਖ ਰਹੇ ਸਨ।

"ਹੇ ਸਾਂਈ ਕੁਝ ਤਾਂ ਆਪਣੇ ਦੋਵਾਂ ਬਾਰੇ ਦੱਸੋ।" ਦਿਗ ਬਿਜੈ ਦਾ ਸਿਰ ਝੁੱਕ ਗਿਆ।

"ਤੂੰ ਸੱਚ ਨੂੰ ਜਾਣਨ ਆਇਆਂ ਏ ਜਾਂ ਸੰਬੰਧ ਨੂੰ ?"

"ਸਾਨੂੰ ਕੀ ਜਾਣਨਾ ਚਾਹੀਦਾ ਏ ਤੇ ਕੀ ਨਹੀਂ; ਇਸੇ ਭਟਕਣ ਵਿਚ ਤਾਂ ਫਿਰਦੇ ਆਂ।"

"ਖ਼ੁਦ ਨੂੰ ਪੁੱਛੋ ਇਹ ਪੁੱਛਣਾ... ਸੱਚ ਜਾਣਿਆ ਜਾ ਸਕਦਾ ਏ... ਇਸੇ ਲਈ ਸਾਨੂੰ ਵਾਰ ਵਾਰ ਗਾਉਣਾ ਪੈ ਰਿਹੈ...।"

"ਫਿਰ ਕੁੱਝ ਗਾ ਕੇ ਹੀ ਸੁਣਾ ਦਿਓ...।" ਨਾਨੂੰ ਤੇ ਦਿਗ ਬਿਜੈ ਇਕੱਠੇ ਹੀ ਬੋਲੇ।

ਮਰਦਾਨੇ ਨੇ ਰਬਾਬ ਸਰੀਰ ਕੋਲ ਕੀਤੀ ਜਿਥੋਂ ਦੂਰੀਆਂ ਤੇ ਧੁੰਨਾਂ ਇਕਮਿਕ ਹੁੰਦੀਆਂ ਸਨ।

ਜਿਸ ਨੂੰ ਵੀ ਇਹ ਸੁਰੀਲੀ ਆਵਾਜ਼ ਸੁਣੀ; ਉੱਧਰ ਵੱਲ ਚੱਲ ਪਿਆ। ਸਰੋਵਰ ਤੋਂ ਥੋੜ੍ਹੀ ਦੂਰ ਚੁੱਪਚਾਪ ਬੈਠੇ ਲੋਕ ਗ੍ਰਹਿਣ ਤੋਂ ਬਾਅਦ ਸੂਰਜ ਥੱਲੇ ਮਿੱਠੇ ਮਿੱਠੇ ਬੋਲ ਸੁਣ ਰਹੇ ਸਨ। ਕੀਰਤਨ ਤੋਂ ਬਾਅਦ ਵੀ ਬਹੁਤ ਸਾਰੇ ਲੋਕ ਕਿਸੇ ਉਡੀਕ ਵਿਚ ਚੁੱਪਚਾਪ ਬੈਠੇ ਸਨ। ਫਿਰ ਮਰਦਾਨੇ ਨੇ ਹੌਲੀ ਜਹੇ ਕਿਹਾ :

"ਭਗਤੋ ਸਾਂਈ ਜੀ ਹੁਣ ਰਾਤ ਨੂੰ ਗਾਉਣਗੇ...।"

ਇੱਕਤਾਰਾ ਖੜਤਾਲਾਂ, ਸਿੰਙੀਆਂ ਤੇ ਸੰਖਾਂ ਦਾ ਵੱਜਣਾ ਫਿਰ ਚੁੱਪ ਹੋ ਗਿਆ। ਹੇਕਾਂ ਲਾ ਲਾ ਭਜਨ ਗਾਉਂਦੀਆਂ ਮੰਡਲੀਆਂ ਵੀ ਸਾਂਤ ਹੋ ਗਈਆਂ। ਏਡੇ ਵੱਡੇ ਇਕੱਠ ਸਾਹਮਣੇ ਅੱਜ ਮਰਦਾਨੇ ਨੇ ਪਹਿਲੀ ਵਾਰ ਰਬਾਬ ਵਜਾਈ। ਦੂਰ ਜਿਥੋਂ ਤੱਕ ਨਜ਼ਰ ਜਾਂਦੀ; ਤਾਰਿਆਂ ਦੀਆਂ ਅਨੰਤ ਕਤਾਰਾਂ ਦੀਆਂ ਤਰਤੀਬਾਂ ਵਰਗੀ ਸਾਦਗੀ ਦਿਸਦੀ ਸੀ। ਉਨ੍ਹਾਂ ਦੀ ਹਿਲਜੁਲ ਤਾਰਿਆਂ ਵਾਂਗ ਹੀ ਟਿਮਟਿਮਾਉਂਦੀ ਜਾਪਦੀ। ਅੱਜ ਦੇ ਤਰਾਨਿਆਂ ਦੀਆਂ ਲੋਕ ਧੁੰਨਾਂ ਅਲੱਗ ਅਲੱਗ ਰਾਗਾਂ ਨਾਲ ਇਕਮਿਕ ਹੋ ਬੈਠੇ ਲੋਕਾਂ ਦੇ ਸਿਰਾਂ ਉੱਤੇ ਤਿਤਲੀਆਂ ਵਾਂਗ ਉੱਡੀਆਂ। ਅੱਜ ਉਹ ਗੀਤ ਤੇ ਦੋਹੇ ਵੀ ਗਾਏ ਜਿਹੜੇ ਕਦੇ ਤਲਵੰਡੀ ਦੇ ਮੰਦਰ ਤੇ ਮਸਜਿਦ ਸਾਹਮਣੇ ਗਾਏ ਸਨ। ਸਭ ਤੋਂ ਅਗਲੀ ਕਤਾਰ ਵਿਚ ਨਾਨੂੰ ਤੇ ਦਿਗ ਬਿਜੈ ਬੈਠੇ ਸਨ। ਚੰਨ ਚੜ੍ਹ ਆਇਆ ਸੀ...। ਜਦੋਂ ਕੀਰਤਨ ਬੰਦ ਹੋਣ ਲੱਗਾ ਤਾਂ 'ਥੋੜ੍ਹਾ ਹੋਰ... ਥੋੜ੍ਹਾ ਹੋਰ' ਦੀਆਂ ਆਵਾਜ਼ਾਂ ਆਉਣ ਲੱਗਦੀਆਂ। ਮਰਦਾਨੇ ਲਈ ਅੱਜ ਦੀ ਰਾਤ ਜ਼ਜਬੇ ਵਰਗੀ ਸੀ। ਅੱਜ ਵੱਡੇ ਇਕੱਠ ਸਾਹਮਣੇ ਉਹਦੀ ਰਬਾਬ ਨੇ ਬਾਬੇ ਦੀ ਆਵਾਜ਼ ਦਾ ਸਾਥ ਦਿੱਤਾ ਸੀ। ਇਕ ਪਾਸੇ ਬੈਠੀ ਸਜਿੰਦਿਆਂ ਦੀ ਟੋਲੀ ਨੇ ਕਈ ਵਾਰ ਕਿਹਾ, "ਬਲਿਹਾਰੇ ਜਾਈਏ ਸਜਿੰਦਿਆ...।" ਲੋਕ ਭਰ ਚਾਨਣੀ ਵਿਚ ਵਿਛੜੇ। ਲੋਕ ਗ੍ਰਹਿਣ ਦੀ ਜਗ੍ਹਾ ਸੁਣੇ ਕੀਰਤਨ ਦੀਆਂ ਗੱਲਾਂ ਕਰਦੇ ਜਾ ਰਹੇ ਸਨ। ਅੱਧੀ ਰਾਤ ਤੱਕ ਲੋਕ ਬਾਬੇ ਦੇ ਆਲੇ ਦੁਆਲੇ ਘੁੰਮਦੇ ਰਹੇ। ਨਾਨੂੰ ਤੇ ਦਿਗ ਬਿਜੈ ਹਾਲੇ ਵੀ ਉੱਥੇ ਹੀ ਬੈਠੇ ਸਨ। "ਸੁਣਨ ਦਾ ਗ੍ਰਹਿਣ ਟੁੱਟ ਗਿਆ ਬਾਬਾ।" ਨਾਨੂੰ ਤੇ ਦਿਗਬਿਜੈ ਮੱਥਾ ਟੇਕ ਚਲੇ ਗਏ।

ਅਜਿਹੇ ਜਸ਼ਨ ਤੋਂ ਬਾਅਦ ਮਰਦਾਨੇ ਨੂੰ ਪਤਾ ਸੀ ਕਿ ਛੇਤੀ ਨੀਂਦ ਤਾਂ ਨਹੀਂ ਆਉਣੀ। ਉਹ ਕੀਰਤਨ ਵਾਲੀ ਜਗ੍ਹਾ ਤੋਂ ਥੋੜ੍ਹਾ ਹੱਟ ਕੇ ਝਿੜੀ ਦੇ ਪਿੱਛੇ ਚਲੇ ਗਏ ਸਨ। ਲੋਕ ਇਥੇ ਵੀ ਵਾਰ ਵਾਰ ਵੇਖਣ ਆ ਰਹੇ ਸਨ। ਮਰਦਾਨੇ ਨੇ ਰਬਾਬ ਇਕ ਛੋਟੇ ਦਰੱਖਤ ਦੇ ਤਣੇ ਨਾਲ ਖੜ੍ਹੀ ਕਰ ਦਿੱਤੀ। ਨਜ਼ਰਾਂ ਸਿੱਧੀਆਂ ਅਸਮਾਨ ਵੱਲ ਸਨ। ਬਾਬੇ ਨੇ ਅਜਿਹੇ ਵੇਲੇ ਕੁਝ ਨਹੀਂ ਸੀ ਬੋਲਣਾ। ਅਕਸਰ ਕੀਰਤਨ ਤੋਂ ਬਾਅਦ ਬਾਬਾ ਬਹੁਤ ਘੱਟ ਬੋਲਦਾ ਸੁਣਿਆ ਸੀ। ਅਜਿਹੇ ਵੇਲੇ ਬਾਬੇ ਨੂੰ ਕੁਝ ਕਹਿਣਾ ਠੀਕ ਨਹੀਂ ਸੀ। ਉਹਨੇ ਆਪਣੇ ਆਪ ਨੂੰ ਛੇੜਿਆ। ਵੇਖਾਂ ਮਨ ਨੇ ਪਿਛਲੇ ਕਈ ਮਹੀਨਿਆਂ ਵਿਚ ਕੀ ਕੀ ਸਾਂਭ ਰੱਖਿਆ ਹੈ ? ਪਾਕਪਟਨ ਤੋਂ ਲੈ ਕੇ ਕੁਰੂਕਸ਼ੇਤਰ ਤੱਕ ਮਨ ਨੇ ਕਿਥੇ ਕਿਥੇ ਉੱਠਣ ਬੈਠਣ ਕੀਤਾ ਸੀ। ਇਨ੍ਹਾਂ ਮਹੀਨਿਆਂ ਵਿਚ ਬਾਬੇ ਨੇ ਕੁਝ ਤੁਰੰਤ ਉੱਤਰ ਦਿੱਤੇ ਸਨ। ਅਜਿਹਾ ਪਹਿਲਾਂ ਬਹੁਤ ਘੱਟ ਹੋਇਆ ਸੀ। ਇਹ ਸਭ ਅੱਖ ਝਮਕਣ ਵਾਂਗ ਵਾਪਰਦਾ; ਜੋ ਵੇਖ ਸਕਦਾ ਓਹੀ ਸੁਣ ਸਕਦਾ। ਸਤਲੁਜ ਨੂੰ ਬੇੜੀ ਨਾਲ ਪਾਰ ਕਰਦਿਆਂ ਸਾਧਾਂ ਦੀ ਟੋਲੀ ਨਾਲ ਕੁਝ ਇਸ ਤਰ੍ਹਾਂ ਗੱਲ ਸ਼ੁਰੂ ਹੋਈ। ਹਵਾ ਚੱਲ ਰਹੀ ਸੀ; ਬਾਬੇ ਦੀ ਆਵਾਜ਼ ਸੁਣੀ।

"ਸਰਕੰਡਿਆਂ ਤੋਂ ਫੁੱਲ ਝੜ੍ਹ ਰਹੇ ਨੇ।"

"ਇਹ ਫੁੱਲ ਨਹੀਂ ਏਂ।"

"ਅਟਕ ਗਏ ਹੋ।" ਮੁੜ ਕੇ ਕਿਸੇ ਨੇ ਬਾਬੇ ਦੀ ਆਵਾਜ਼ ਨੂੰ ਨਹੀਂ ਟੋਕਿਆ। ਸਤਲੁਜ ਨੂੰ ਪਾਰ ਕਰਨ ਤੋਂ ਤਿੰਨ ਦਿਨ ਬਾਅਦ ਇਕ ਫਕੀਰ ਆਪਣੇ ਸਰੀਰ ਨੂੰ ਵੇਖਦਾ : "ਸੁੰਦਰ ਹੈ... ਸੁੰਦਰ ਹੈ...।" ਫਿਰ ਉੱਚੀ ਉੱਚੀ ਹੱਸਦਾ। ਉਹਦਾ ਹੱਸਣਾ ਕਮਾਲ ਦਾ ਸੀ ਜਿਵੇਂ ਬੱਚਾ ਆਪਣੇ ਆਪ ਤੋਂ ਹੱਸਦਾ ਹੈ। ਕੋਲੋਂ ਲੰਘਦੀ ਨਾਂਗੇ ਸਾਧਾਂ ਦੀ ਟੋਲੀ 'ਚੋਂ ਕੋਈ ਬੋਲਿਆ :

"ਕੀ ਖੁਸ਼ੀ ਦਾ ਕੋਈ ਫਾਇਦਾ ਹੈ ?"

"ਤੂੰ ਆਪਣੇ ਆਪ ਨੂੰ ਹੀ ਵਿਅਰਥ ਕਰ ਦਿੱਤਾ ਏ।"

ਨੰਗੇ ਸਰੀਰਾਂ ਦੀਆਂ ਕਰੋਧੀ ਅੱਖਾਂ ਦੇਰ ਤੱਕ ਘੂਰਦੀਆਂ ਰਹੀਆਂ ਪਰ ਕੋਈ ਉੱਤਰ ਉਧਰੋਂ ਮੁੜਕੇ ਨਹੀਂ ਸੁਣਿਆ। ਪਹੋਏ ਤੋਂ ਚਾਰ ਪਹਿਰ ਪਹਿਲਾਂ ਦੋ ਬਹੁਤ ਹੀ ਮਖੌਲੀਏ ਸਾਧਾਂ ਦੇ ਟੋਲੇ ਉੱਚੀ ਉੱਚੀ ਗੱਲਾਂ ਕਰਦੇ ਜਾ ਰਹੇ ਸਨ। ਹੁਣੇ ਕੁਝ ਦੇਰ ਪਹਿਲਾਂ ਵਾਛੜਾਂ ਵਾਲਾ ਮੀਂਹ ਪੈ ਕੇ ਹੱਟਿਆ ਸੀ। ਸਾਹਮਣੇ ਅਸਮਾਨ ਦੇ ਮੱਥੇ ਉੱਪਰ ਸਤਰੰਗੀ ਪੀਂਘ ਦਾ ਡਾਟ ਬਣ ਗਿਆ ਸੀ।

"ਕਹਿੰਦੇ ਨੇ ਇਹ ਰੱਬ ਦੀ ਘਰ ਵਾਲੀ ਦਾ ਨਾਲਾ ਏ...।"

"ਪਰ ਇਸ ਤਰ੍ਹਾਂ ਤਾਂ ਅਸਮਾਨੀ ਨਹੀਂ ਟੰਗਣਾ ਚਾਹੀਦਾ।"

"ਮੈਂ ਸੰਨਿਆਸ ਤੋਂ ਬਾਅਦ ਦੱਸ ਸਾਲ ਤੱਕ ਘਰ ਵਾਲੀ ਲਈ ਜਗ੍ਹਾ ਛੱਡ ਕੇ ਸੌਂਦਾ ਰਿਹਾ ਹਾਂ।"

"ਤੂੰ ਮਨਾ ਕਰ ਦੇਣਾ ਸੀ; ਕਲਪਣਾ ਹੀ ਕਰਨੀ ਸੀ।"

"ਕੀ ਕਰਦਾ ਉਹ ਆ ਜਾਂਦੀ ਸੀ; ਕਲਪਣਾ ਉਹਦੇ ਵੱਲ ਸੀ।"

"ਹੁਣ ਹਟ ਗਈ ਏ ?"

"ਨਹੀਂ... ਹੁਣ ਮੈਂ ਦੇਵਤਿਆਂ ਨੂੰ ਸੱਦ ਲੈਂਦਾ... ਉਹ ਡਰਕੇ ਭੱਜ ਜਾਂਦੀ ਏ।"

"ਕਿਉਂ ?"

"ਦੇਵਤਿਆਂ ਨੂੰ ਤਾਂ ਸੋਲਾਂ ਸਾਲਾਂ ਦੀਆਂ ਅਪਸਰਾਂ ਚਾਹੀਦੀਆਂ ਨੇ; ਵਿਚਾਰੀ ਬੜੀ ਨਿਰਾਸ਼ ਹੋ ਕੇ ਮੁੜਦੀ ਸੀ।"

"ਤੇ ਫਿਰ ਅੱਜਕਲ ਕੀ ਕਰਦਾਂ ?"

"ਮੈਂ ਵੇਹਲਾ ਹੀ ਰਹਿੰਦਾਂ; ਬੱਸ ਇਕ ਵਾਰ ਅਪਸਰਾਂ ਨੂੰ ਦੇਵਤਿਆਂ ਕੋਲ ਛੱਡ ਆਉਂਦਾ ਤੇ ਦੂਜੀ ਵਾਰ ਲੈ ਆਉਂਦਾ...।"

"ਤੇ ਘਰ ਵਾਲੀ ?"

"ਅੱਜਕਲ ਉਹ ਬੜੀ ਨਾਰਾਜ਼ ਚੱਲ ਰਹੀ ਏ...।" ਉਹ ਉੱਚੀ ਉੱਚੀ ਗੱਲਾਂ ਕਰਦੇ ਹੱਸਦੇ ਤੁਰਦੇ ਗਏ। ਉਹ ਪ੍ਰਵਾਹ ਵੀ ਨਹੀਂ ਸੀ ਕਰ ਰਹੇ ਕਿ ਕੋਈ ਉਨ੍ਹਾਂ ਦੀਆਂ ਗੱਲਾਂ ਸੁਣ ਕੀ ਸੋਚੇਗਾ ? ਮਰਦਾਨਾ ਕਈ ਵਾਰ ਉਨ੍ਹਾਂ ਦੇ ਨੇੜੇ ਹੋਇਆ ਸੀ। ਉਨ੍ਹਾਂ ਦੇ ਹਾਸਿਆਂ ਵਿੱਚ ਆਪਣੇ ਆਪ ਨੂੰ ਕਬੂਲਣ ਦਾ ਰਸ ਸੀ। ਜਦੋਂ ਉਹ ਬਾਬੇ ਕੋਲੋਂ ਲੰਘਣ ਲੱਗੇ ਤਾਂ ਉਨ੍ਹਾਂ ਟਿੱਚਰ ਕੀਤੀ :

"ਕੀ ਛੱਡ ਆਏ ਹੋ ਪਿੱਛੇ ?"

"ਤੁਸੀਂ ਉਦੋਂ ਛੱਡਣਾ ਜਦੋਂ ਸਭ ਵਿਅਰਥ ਹੋ ਜਾਵੇ।"

ਮੁੜ ਕੇ ਕਿਸੇ ਦੀ ਕੋਈ ਆਵਾਜ਼ ਵੀ ਨਹੀਂ ਸੁਣੀ। ਉਨ੍ਹਾਂ ਚਾਲ ਧੀਮੀ ਕਰ ਦਿੱਤੀ ਸੀ ਤੇ ਉਹ ਬਾਬੇ ਦੇ ਪਿੱਛੇ ਚੱਲਣ ਲੱਗੇ। ਥੋੜ੍ਹੀ ਦੇਰ ਬਾਅਦ ਉਨ੍ਹਾਂ 'ਚੋਂ ਇਕ ਜਣਾ ਤੇਜ਼ੀ ਕਦਮੀਂ ਬਾਬੇ ਨਾਲ ਆ ਰਲਿਆ :

"ਇਹ ਵਿਅਰਥ ਹੋਣਾ ਤਾਂ ਦੱਸ ਦਿਓ... ਸਾਡੀ ਤਾਂ ਮਨ ਦੀ ਹਾਸੀ ਵੀ ਜਾਂਦੀ ਰਹੀ।"

"ਸੱਚ ਤੇ ਭਰਮ ਵਿਚਾਲੇ ਫਸੇ ਗਿਆਨ ਨੂੰ ਨਿਜੀ ਸਾਹਸ ਨਾਲ ਵੇਖ...।"

"ਅਜਿਹੇ ਤਾਂ ਲੱਖਾਂ ਅਨੁਭਵ ਕੀਤੇ ਨੇ ਸਾਂਈ।"

"ਅਨੁਭਵ ਗਿਆਨ ਨਹੀਂ ਹੈ; ਅਨੁਭਵ ਤੋਂ ਸਿੱਖਣਾ ਗਿਆਨ ਹੈ।"

"ਇਨ੍ਹਾਂ ਅਨੋਖੀਆਂ ਵਿਧੀਆਂ ਦਾ ਕੋਈ ਸਾਰ ਦੱਸ ਦਿਓ...।"

"ਸਭ ਕੁਝ ਸਹਿਜ ਹੋਣ ਦੇ... ਸਭ ਕੁਝ ਸਹਿਜ ਹੁੰਦਾ ਵੇਖ... ਸਭ ਕੁਝ ਸਹਿਜ ਵੇਖਣਾ ਹੀ ਬਣਜਾ...।" ਦੋ ਪਹਿਰ ਤੱਕ ਉਹ ਬਾਬੇ ਦੇ ਨਾਲ ਨਾਲ ਤੁਰਦਾ ਰਿਹਾ...।

ਇਹ ਪਿਹੋਏ ਤੋਂ ਤੁਰਨ ਤੋਂ ਬਾਅਦ ਪਹਿਲੀ ਪਿਆਸ ਲੱਗਣ ਵੇਲੇ ਦੀ ਗੱਲ ਸੀ। ਕੁਰੂਕਸ਼ੇਤਰ ਵੱਲ ਭਰੇ ਜਾਂਦੇ ਰਸਤਿਆਂ ਵਿਚ ਜਗ੍ਹਾ ਜਗ੍ਹਾ ਲੋਕ ਪਾਣੀ ਪਿਲਾ ਰਹੇ ਸਨ। ਆਮ ਲੋਕ ਤੇ ਭਗਵੇਂ ਹੁਣ ਸਭ ਰਲ ਮਿਲ ਗਏ ਸਨ। ਲੋਕ ਪਰਿਵਾਰਾਂ ਵਿਚ ਚੱਲ ਰਹੇ ਸਨ; ਤੇ ਸਾਧੂ ਸੰਪਰਦਾਵਾਂ ਦੇ ਝੁੰਡਾਂ ਵਿਚ ਤੁਰ ਰਹੇ ਸਨ। ਅਜਿਹੇ ਵੇਲੇ ਇੱਕ ਸੁਨੱਖਾ ਚੇਹਰਾ ਇਕੱਲਾ ਹੀ ਭੀੜ ਵਿਚ ਇੱਧਰ ਉਧਰ ਘੁੰਮਦਾ ਦਿਸਿਆ। ਉਹਦੇ ਰੇਸ਼ਮੀ ਚੋਗੇ ਦੇ ਫੂੰਦਿਆਂ ਨਾਲ ਖਿਡੌਣੇ ਲਟਕ ਰਹੇ ਸਨ। ਉਹ ਦੇ ਗਲ ਦੀ ਮਾਲਾ ਦੇ

ਮਣਕੇ ਵੀ ਬੱਚਿਆਂ ਦੀਆਂ ਸ਼ਕਲਾਂ ਵਰਗੇ ਸਨ। ਉਹਨੂੰ ਜਿਸ ਔਰਤ ਦੇ ਗੋਦੀ ਬੱਚਾ ਦਿਸਦਾ; ਉਹ ਬੱਚੇ ਦੇ ਪੈਰੀਂ ਹੱਥ ਲਾਉਂਦਾ ਤੇ ਹੱਸ ਪੈਂਦਾ। ਕਈ ਵਾਰੀ ਬੱਚਾ ਵੀ ਉਹਦੇ ਜਵਾਬ ਵਿਚ ਹੱਸਦਾ। ਜਿੰਨ੍ਹਾਂ ਮਾਵਾਂ ਦੇ ਗੋਦੀ ਬੱਚੇ ਸਨ : ਉਨ੍ਹਾਂ ਨੂੰ ਵੇਖ ਉਹ ਦੂਰੋਂ ਹੀ ਝੁੱਕਣਾ ਸ਼ੁਰੂ ਕਰ ਦੇਂਦਾ। ਅਜਿਹੇ ਹੀ ਇਕ ਹੱਸਦੇ ਬੱਚੇ ਨੂੰ ਭਗਵਿਆਂ ਦੇ ਟੋਲੇ 'ਚੋਂ ਕੋਈ ਬੋਲਿਆ।

"ਕਿਉਂ ਹੱਸਦੇ ਹੋ ਬੱਚਾ ?"

"ਬੱਚੇ ਨੂੰ ਹੱਸਣ ਦਾ ਕਾਰਨ ਨਹੀਂ ਪੁੱਛੀਦਾ।" ਪਹਿਲੀ ਵਾਰ ਉਹਦੀ ਹੱਸਦੀ ਆਵਾਜ਼ ਸੁਣੀ।

"ਤੇਰਾ ਗੁਰੂ ਕੌਣ ਏ ?"

"ਮਾਂ ਦੀ ਗੋਦ ਵਿਚ ਹੱਸਦਾ ਬੱਚਾ ਹੀ ਗੁਰੂ ਦਿੱਸਣ ਲੱਗ ਪੈਂਦਾ ਏ... ਕਦੇ ਹੋਰ ਗੁਰੂ ਯਾਦ ਹੀ ਨਹੀਂ ਆਇਆ।" ਗੱਲਬਾਤ ਸੁਣਨ ਲਈ ਮਰਦਾਨਾ ਹੋਰ ਨੇੜੇ ਹੋਇਆ। ਉਹਦੀਆਂ ਅੱਖਾਂ ਲੋੜ ਤੋਂ ਜਿਆਦਾ ਕਾਲੀਆਂ ਸਨ। ਸ਼ਾਇਦ ਨਜ਼ਰ ਨੇ ਕਾਲਖ ਨੂੰ ਪਿਛੇ ਧਕੇਲ ਦਿੱਤਾ ਸੀ। ਫਿਰ ਬਾਬੇ ਦੇ ਗੁਣਗੁਣਾਉਣ ਦੀ ਆਵਾਜ਼ ਆਈ। ਭੀੜ ਵਿਚ ਰਬਾਬ ਤਾਂ ਨਹੀਂ ਸੀ ਵਜਾਈ ਜਾ ਸਕਦੀ; ਉਹ ਆਪ ਵੀ ਬਾਬੇ ਨਾਲ ਗੁਣਗੁਣਾਉਣ ਲੱਗਾ। ਇਹ ਉਹ ਚੇਹਰੇ ਸਨ ਜਿਨ੍ਹਾਂ ਨੂੰ ਸਿਰਫ਼ ਵੇਖ ਕੇ ਬਾਬੇ ਨੇ ਉਨ੍ਹਾਂ ਲਈ ਗਾਇਆ ਸੀ। ਗੁਣਗੁਣਾਉਂਦੇ ਗੁਣਗੁਣਾਉਂਦੇ ਹੀ ਕੁਰੂਕਸ਼ੇਤਰ ਦੇ ਮੈਦਾਨ ਦਿਸਣ ਲੱਗ ਪਏ ਸਨ।

ਮੁੱਕਦੀ ਰਾਤ ਦੇ ਤਾਰਿਆਂ ਨਾਲ ਨੀਂਦ ਆਈ। ਜਦੋਂ ਜਾਗ ਖੁੱਲ੍ਹੀ ਚਾਨਣ ਹੋ ਗਿਆ ਸੀ। ਦੂਰ ਤੱਕ ਕੁਰੂਕਸ਼ੇਤਰ ਦੇ ਖਾਲੀ ਮੈਦਾਨ ਦਿਸ ਰਹੇ ਸਨ। ਮੇਲਾ ਵਿਛੜ ਚੁੱਕਾ ਸੀ। ਕੁਝ ਦੂਰ ਜਾਣ ਵਾਲੇ ਲੋਕ ਜਾਂ ਉਹ ਰਹਿ ਗਏ ਸਨ ਜਿਨ੍ਹਾਂ ਇਥੋਂ ਅੱਗੇ ਹਰੀਦੁਆਰ ਜਾਣਾ ਸੀ। ਪਾਂਡੇ ਜੋਤਸ਼ੀ ਤੇ ਕਮੀਣ ਰਾਤ ਦਾ ਇਕੱਠਾ ਹੋਇਆ ਦਾਨ ਸਿਰਾਂ 'ਤੇ ਚੁੱਕ ਮੇਲੇ ਵਾਲੀ ਜਗ੍ਹਾ ਛੱਡ ਚੁੱਕੇ ਸਨ। ਬਾਬੇ ਕੋਲ ਹਾਲੇ ਵੀ ਕਾਫ਼ੀ ਸਾਰੇ ਲੋਕ ਬੈਠੇ ਸਨ। ਸੂਰਜ ਦੀਆਂ ਪਹਿਲੀਆਂ ਕਿਰਨਾਂ ਥੱਲੇ ਬੈਠਾ ਬਾਬਾ ਤਾਜ਼ੇ ਬੋਲਾਂ ਨਾਲ ਪੁੱਛੇ ਜਾ ਰਹੇ ਸੁਆਲਾਂ ਦੇ ਜਵਾਬ ਦੇ ਰਿਹਾ ਸੀ। ਹੁਣ ਬਹੁਤ ਸਾਰੇ ਚੇਹਰੇ ਸਿਰਫ਼ ਬਾਬੇ ਦਾ ਆਦੇਸ਼ ਸੁਣ ਰਹੇ ਸਨ। ਵਿਚਕਾਰ ਬੈਠੇ ਨਾਨੂੰ ਤੇ ਦਿਗਬਿਜੈ ਨੇ ਕਈ ਵਾਰ ਲੋਕਾਂ ਨੂੰ ਬੇਨਤੀ ਕੀਤੀ :

"ਹੁਣ ਰਿਸ਼ੀਆਂ ਨੂੰ ਅੰਨ ਪਾਣੀ ਵੀ ਛੱਕ ਲੈਣ ਦਿਉ...।" ਜਗਿਆਸੂ ਪੁੱਛਾਂ ਫਿਰ ਵੀ ਜਾਰੀ ਰਹੀਆਂ।

ਕਾਂਡ : ਵੀਹਵਾਂ

ਵੇਦਾਂ ਸ਼ਾਸਤਰਾਂ ਨਾਲ ਲੱਦਿਆ ਇਕ ਗਧਾ ਅੱਗੇ ਚੱਲ ਰਿਹਾ ਸੀ। ਗ੍ਰੰਥਾਂ ਨੂੰ ਬੜਾ ਕੱਸ ਕੇ ਬੰਨਿਆ ਸੀ। ਸ਼ਾਸਤਰਾਂ ਦੇ ਆਲੇ-ਦੁਆਲੇ ਲਟਕਦੇ ਕਾਸੇ ਉਸ ਵਕਤ ਜ਼ੋਰ ਦੀ ਹਿਲਦੇ ਜਦੋਂ ਕੱਸ ਕੇ ਬੰਨੇ ਭਾਰ ਨੂੰ ਉਹ ਜੋਰ ਦੀ ਛੰਡਦਾ। ਗਧੇ ਨੂੰ ਕਈ ਵਾਰ ਇਹਦੀ ਚਿਤਾਵਨੀ ਵੀ ਦਿੱਤੀ ਗਈ। ਉਹਦੇ ਨਾਲ ਚੱਲਦਾ ਭਗਵਿਆਂ ਵਾਲਾ ਬੰਦਾ ਸਿਰਫ਼ ਇਕ ਜਗ੍ਹਾ ਪੂਛ ਦੇ ਥੱਲੇ ਬਚੀ ਜਗ੍ਹਾ ਤੇ ਜੋਰ ਦੀ ਚਿਮਟਾ ਮਾਰਦਾ; ਜਿਸਦਾ ਇਕ ਹਿੱਸਾ ਗਧੇ ਦੇ ਵੱਜਦਾ ਤੇ ਬਾਕੀ ਚਿਮਟਾ ਆਪਸ ਵਿਚ ਟਕਰਾ ਆਵਾਜ਼ ਕਰਦਾ। ਇਸ ਆਵਾਜ਼ ਤੋਂ ਗਧਾ ਬਹੁਤ ਡਰਦਾ ਸੀ। ਪਰ ਚੱਲਦੇ ਰਾਹ ਵਿਚ ਰਾਹੀਆਂ ਨਾਲ ਖਹਿ ਜਦੋਂ ਕੋਈ ਕਾਸਾ ਡਿੱਗ ਪੈਂਦਾ ਤਾਂ ਗਧੇ ਪਿੱਛੇ ਚੱਲਦਾ ਬੰਦਾ ਨਾਂ ਲੈ ਕੇ ਆਵਾਜ਼ ਮਾਰਦਾ : "ਆਹ ਆਪਣਾ ਕਾਸਾ ਚੁੱਕ ਲਵੀਂ...।" ਕੁਰੂਕਸ਼ੇਤਰ ਤੋਂ ਨਿਕਲਦਿਆਂ ਇੱਕ ਵੱਡਾ ਸਾਧਾਂ ਦਾ ਟੋਲਾ ਉਨ੍ਹਾਂ ਦੇ ਅੱਗੇ ਚੱਲ ਰਿਹਾ ਸੀ। ਅਜਿਹੇ ਬਹੁਤ ਸਾਰੇ ਸਮੂਹ ਹਰੀਦੁਆਰ ਵੱਲ ਵੱਧਦੇ ਕਾਫ਼ਲੇ ਵਿਚ ਸ਼ਾਮਲ ਸਨ। ਆਮ ਲੋਕ ਤਾਜ਼ੇ ਸੂਰਜ ਗ੍ਰਹਿਣ ਤੋਂ ਡਰੇ ਅਕਸਰ ਭਗਵਿਆਂ ਨੂੰ ਭਵਿੱਖ ਵਿਚ ਆਉਣ ਵਾਲੇ ਖਤਰਿਆਂ ਤੋਂ ਪੁੱਛ ਕੇ ਲੰਘਦੇ। ਕੁਝ ਬਹੁਤ ਹੀ ਗਰੀਬ ਸਾਦੇ ਲੋਕ ਆਪਣੀ ਹੀ ਸ਼ਰਧਾ ਵਿਚ ਮਗਨ ਵੀ ਲੰਘ ਰਹੇ ਸਨ। ਏਨੇ ਵੱਡੇ ਕਾਫ਼ਲੇ ਵਿਚ ਕਦੋਂ ਅੱਗੇ ਲੰਘ ਗਏ ਤੇ ਕਦੋਂ ਪਿੱਛੇ ਰਹਿ ਗਏ ਪਤਾ ਨਹੀਂ ਸੀ ਲੱਗਦਾ। ਪਰ ਕੁਝ ਦੇਰ ਤੋਂ ਇਸ ਗਧੇ ਦੀ ਨਿਸ਼ਾਨੀ ਨਾਲ ਅੰਦਾਜ਼ਾ ਹੋ ਜਾਂਦਾ ਸੀ। ਬਾਬੇ ਕੋਲੋਂ ਵੀ ਕੁਝ ਰਾਹੀ ਪੁੱਛਦੇ ਲੰਘ ਰਹੇ ਸਨ। ਪਰ ਏਨੇ ਵੱਡੇ ਸਮੂਹ ਵਿਚ ਬਾਬੇ ਨਾਲ ਮਿਲ ਕੇ ਚੱਲਣ ਦਾ ਮਰਦਾਨੇ ਦਾ ਇਹ ਪਹਿਲਾ ਅਨੁਭਵ ਸੀ।

"ਇਹ ਬੜੀ ਦੇਰ ਤੋਂ ਸਾਡੇ ਅਖਾੜੇ ਵਿਚ ਏ... ਇਹਦੇ ਬਾਪ ਨੇ ਬੜੇ ਗ੍ਰੰਥ ਢੋਏ ਨੇ...।" ਉਹ ਆਪਣੇ ਨਾਲ ਚੱਲਦੇ ਇਕ ਬਿਰਧ ਨੂੰ ਗਧੇ ਦੀ ਸਿਫ਼ਤ ਵੀ ਦੱਸੀ ਜਾ ਰਿਹਾ ਸੀ; ਤੇ ਆਪਣਾ ਚਿਮਟਾ ਵੀ ਉਹਦੀ ਪਿੱਠ ਉੱਤੇ ਟਿਕਾ ਰਿਹਾ ਸੀ।

"ਪਰ ਬਜ਼ੁਰਗੋ ਤੁਸੀਂ ਐਨੀ ਬਿਰਧ ਅਵਸਥਾ ਵਿਚ ਕਿਵੇਂ ਜਾ ਰਹੇ ਹੋ ? ਮੈਂ ਤੁਹਾਨੂੰ ਪਿਛਲੇ ਸਾਲ ਵੀ ਵੇਖਿਆ ਸੀ।"

"ਸਾਡੇ ਘਰ ਦਾ ਹਰ ਵੱਡਾ ਵਡੇਰਾ ਹਰੀਦੁਆਰ ਹੀ ਪ੍ਰਾਣ ਤਿਆਗਦਾ ਏ... ਇਸ ਵਾਰੀ ਮੈਂ ਤੁਰ ਪਿਆਂ।"

ਲਹੌਰ ਨੇੜੇ ਦੀ ਬੋਲੀ ਸੁਣ ਕੇ ਮਰਦਾਨਾ ਵੀ ਦੋ ਕਦਮ ਹੋਰ ਨੇੜੇ ਗਿਆ।

"ਇਹ ਤਾਂ ਫਕੀਰੀ ਨਾਲੋਂ ਵੀ ਔਖਾ ਕੰਮ ਏ... ਇਕ ਜਗ੍ਹਾ ਮਿੱਥ ਕੇ ਪ੍ਰਾਣ ਤਿਆਗਣ ਜਾਣਾ।"

"ਪੁਸ਼ਤਾਂ ਦਰ ਪੁਸ਼ਤਾਂ ਚੱਲਦਾ ਆ ਰਿਹਾ... ਜਿਸਮਾਂ ਦੇ ਕਈ ਪੰਧ ਨੇ।"

"ਪਰ ਤੁਹਾਨੂੰ ਪਤਾ ਕਿਵੇਂ ਲੱਗਦਾ ਕਿ ਹੁਣ ਮਰਨ ਦਾ ਵੇਲਾ ਆ ਗਿਆ ?"

"ਜਦ ਖੜ੍ਹੇ ਪਾਣੀ ਵਿਚ ਹਰਕਤ ਕਰਦੇ ਬੁਲਬੁਲੇ ਦਿਸਣ ਲੱਗ ਪੈਣ... ਬੱਸ ਸਾਡੇ ਘਰ ਦੇ ਬਜ਼ੁਰਗ ਇਧਰ ਵੱਲ ਚਾਲੇ ਪਾ ਦੇਂਦੇ ਨੇ।"

"ਬਜ਼ੁਰਗੋ ਬਿਨਾਂ ਸਾਧਨਾ ਤੋਂ ਐਨੀਆਂ ਗਹਿਰਾਈਆਂ...!"

ਬਜ਼ੁਰਗ ਥੋੜ੍ਹਾ ਹੱਸਿਆ; ਸਿਰ ਉੱਪਰਲੀ ਪੰਡੋਕਲੀ ਨੂੰ ਠੀਕ ਕਰਨ ਲਈ ਲਾਠੀ ਦਾ ਸਹਾਰਾ ਲਿਆ। "ਮੈਂ ਪਿਛਲੀ ਵਾਰੀ ਅਸਫਲ ਹੋ ਗਿਆ ਸੀ; ਇਸ ਵਾਰੀ ਦੂਜੀ ਵਾਰੀ ਏ।"

"ਇਹ ਹੁਣ ਦੇ ਬੀਜੇ ਬੀਜ ਨਹੀਂ ਜੰਮਣੇ...।" ਪਿਛੋਂ ਸਾਧਾਂ ਦੇ ਟੋਲੇ 'ਚੋਂ ਆਵਾਜ਼ ਆਈ।

"ਸਾਧ ਦਾ ਮਨ ਅੱਟਣ ਵਿਚ ਕੰਡੇ ਵਰਗਾ ਹੁੰਦਾ ਏ... ਫਿਰ ਜਿੱਥੇ ਦਰਦ ਹੋਣਾ ਚਾਹੀਦਾ ਏ ਉੱਥੇ ਹੁੰਦਾ ਹੀ ਨਹੀਂ...।" ਬਜ਼ੁਰਗ ਦੀ ਗੱਲ ਸੁਣ ਭਗਵਿਆਂ ਵਿਚ ਥੋੜ੍ਹੀ ਦੇਰ ਲਈ ਚੁੱਪ ਛਾ ਗਈ। ਕੋਲੋਂ ਲੰਘਦੇ ਭੈਰੋਂ ਦੇ ਚਿਮਟੇ ਤੋਂ ਥੋੜ੍ਹਾ ਗਧਾ ਵੀ ਚੌਂਦਕ ਗਿਆ। ਇੱਕ ਬਹੁਤ ਹੀ ਬਿਰਧ ਸਾਧ ਉਨ੍ਹਾਂ 'ਚੋਂ ਹਿੰਮਤ ਕਰਕੇ ਉਹਦੇ ਕੋਲ ਮਸਾਂ ਹੀ ਪਹੁੰਚਿਆ।

"ਤੇਰੇ ਕਈ ਬਜ਼ੁਰਗਾਂ ਨੂੰ ਮੈਂ ਹਰੀਦੁਆਰ ਵੱਲ ਜਾਂਦੇ ਵੇਖਿਆ ਏ।" ਦੋਵੇਂ ਬਜ਼ੁਰਗਾਂ ਦੀਆਂ ਨਜ਼ਰਾਂ ਮਿਲੀਆਂ।

"ਸਰੀਰ ਇੱਕ ਟਿਕਾਣਾ ਏ... ਇਹਨੇ ਇਹਨੂੰ ਬਦਲਣਾ ਹੀ ਹੈ... ਇਹਦੀ ਏਨੀ ਫਿਕਰ ਕਿਉਂ ?"

ਮਰਦਾਨੇ ਨੇ ਦੋ ਬਜ਼ੁਰਗ ਥੋੜ੍ਹੀ ਦੇਰ ਲਈ ਸਹਿਮਤੀ ਵਿਚ ਚੱਲਦੇ ਵੇਖੇ; ਪਰ ਥੋੜ੍ਹੀ ਦੇਰ ਬਾਅਦ ਉਨ੍ਹਾਂ ਦੇ ਸੁਆਲ ਜਵਾਬ ਫਿਰ ਸ਼ੁਰੂ ਹੋ ਗਏ ਸਨ। ਸੁਆਲ ਪੁਰਾਣੇ ਕਿੰਤੂ ਨਵੇਂ ਸਨ। ਚੱਲਦੇ ਕਾਫ਼ਲੇ ਵਿੱਚ ਅਜਿਹੇ ਬੋਲ ਬਹੁਤ ਘੱਟ ਲੋਕਾਂ ਨੂੰ ਸੁਣਦੇ ਸਨ।
"ਜਿੰਨੀਆਂ ਗੁੱਛੇ ਵਿਚ ਚਾਬੀਆਂ ਨੇ, ਉਨੇ ਘਰ ਤਾਲੇ ਵੀ ਹੈ ਨੇ।"

"ਕੁੰਜੀਆਂ ਕਈ ਵਾਰ ਤਾਲੇ ਵਿੱਚ ਹੀ ਲਟਕਦੀਆਂ ਹੁੰਦੀਆਂ ਨੇ, ਅਸੀਂ ਵੇਖਦੇ ਹੀ ਨਹੀਂ....।"

ਮਰਦਾਨੇ ਨੇ ਆਪਣੇ ਹੀ ਸਾਜ਼ ਨਾਲ ਤੁਰਦਾ ਪਰਛਾਵਾਂ ਵੇਖਿਆ। ਫਿਰ ਸੱਚਮੁਚ ਰਬਾਬ ਨੂੰ ਟੋਹ ਕੇ ਵੇਖਿਆ। ਹੁਣੇ ਬਜ਼ੁਰਗ ਦੀਆਂ ਗੱਲਾਂ ਸੁਣਕੇ ਸਾਹਾਂ ਵਿਚ ਥੋੜ੍ਹੀ ਅਸਹਿਮਤੀ ਆਈ ਸੀ। ਕਿਸ ਕਿਸ ਪੜਾ 'ਤੇ ਕਿੱਥੇ ਕਿੱਥੇ ਖੜ੍ਹਾ ਦਿਸਦਾ ਹੈ ਚੌਗਿਰਦਾ ? ਜਿਸ ਨੂੰ ਵੀ ਵੇਖੋ ਉੱਥੇ ਹੀ ਜੜ੍ਹ ਹੋਇਆ ਦਿਸਦਾ ਹੈ। ਕਈ ਵਾਰੀ ਇਹ ਸਾਰੇ ਖ਼ਤਰੇ ਆਪਣੇ ਵੱਲ ਆਉਂਦੇ ਦਿਸਦੇ ਨੇ...। ਫਿਰ ਉਹਨੇ ਬਜ਼ੁਰਗ ਦੇ ਕੋਲ ਜਾ ਕੇ ਕੁਝ ਇਸ ਤਰ੍ਹਾਂ ਪੁੱਛਿਆ :

"ਲਹੌਰ ਠੀਕ ਏ... ?"

"ਅੱਜ ਕਲ ਲਹੌਰ ਵਿਚ ਬੜੀ ਗੜਬੜ ਏ... ਤੁਰ ਫਿਰ ਕੇ ਵਪਾਰ ਕਰਨ ਦਾ ਸਮਾਂ ਨਹੀਂ ਰਿਹਾ।" ਆਪਣੇ ਪੁੱਛੇ ਸੁਆਲ ਦੀ ਉਹ ਅਗਲੀ ਲੜੀ ਪੁੱਛਦਾ ਉਸ ਤੋਂ

ਪਹਿਲਾਂ ਬਜ਼ੁਰਗ ਦੀ ਆਵਾਜ਼ ਆਈ :

"ਤੇਰੇ ਨਾਲ ਕੌਣ ਏ ?"

"ਮੇਰਾ ਗੁਰੂ... ਨਾਨਕ ਏ।"

"ਨਾਨਕ ਤਾਂ ਆਰਿਫ਼ ਲੋਕ ਨੇ... ਕਿੱਥੇ ਨੇ ?"

"ਤੇਰੀ ਪਿੱਠ ਪਿੱਛੇ...।"

ਬਿਲਕੁਲ ਬਾਬੇ ਦੇ ਨਾਲ ਤੁਰਦਾ ਇੱਕ ਫਕੀਰ ਪ੍ਰਸ਼ਨ ਕਰਕੇ ਬੱਚਿਆਂ ਵਾਂਗ ਸਿਰ ਹਿਲਾਉਂਦਾ ਚੱਲ ਰਿਹਾ ਸੀ। ਹਾਲੇ ਬਜ਼ੁਰਗ ਨੂੰ ਬਾਬੇ ਨਾਲ ਮਿਲਣ ਦਾ ਮੌਕਾ ਨਹੀਂ ਸੀ ਮਿਲ ਰਿਹਾ। ਆਵਾਜ਼ ਬਾਬੇ ਦੀ ਆ ਰਹੀ ਸੀ :

"ਜੋ ਡੁੱਬਣ ਤੋਂ ਰੋਕੇ ਓਹੀ ਕੰਢਾ...।"

"ਪਰ ਸਾਂਈ ਜਿਊਂਦੇ ਸਰੀਰ ਦੀ ਨਜ਼ਰ ਬਹੁਤ ਛੋਟੀ ਹੈ... ਕਿਵੇਂ ਫੈਲੀਏ ?... ਆਖ਼ਰ ਸਰੀਰ ਨੇ ਅੱਗੇ ਆਉਣਾ ਹੀ ਹੈ ?"

"ਨਜ਼ਰ ਦ੍ਰਿਸ਼ਟੀ ਨਾਲੋਂ ਬਹੁਤ ਛੋਟੀ ਹੈ... ਦੋਵਾਂ ਨੂੰ ਅਲੱਗ ਅਲੱਗ ਵੇਖੋ...।"

"ਕੁਝ ਸਾਲਾਂ ਤੱਕ ਮੈਂ ਵੀ ਉਮਰ ਦੇ ਆਖਰੀ ਪੜ੍ਹਾ ਤੇ ਆ ਜਾਣਾ ਏ... ਉਦੋਂ ਸਰੀਰ ਨੇ ਕਹਾ ਨਹੀਂ ਮੰਨਣਾ... ਫਿਰ ?"

"ਤਨ ਦੇ ਆਪਣੇ ਖ਼ਤਰੇ ਨੇ ਮਨ ਦੇ ਆਪਣੇ...।"

ਫਕੀਰ ਹਾਲੇ ਵੀ ਬਾਬੇ ਦੇ ਨਾਲ ਤੁਰੀ ਜਾ ਰਿਹਾ ਸੀ। ਕਈ ਵਾਰੀ ਲਹੌਰ ਵਾਲੇ ਬਜ਼ੁਰਗ ਨੇ ਮੂੰਹ ਖੋਲ੍ਹਿਆ; ਪਰ ਵਾਰੀ ਨਹੀਂ ਆਈ। ਕੋਈ ਛੋਟਾ ਜਿਹਾ ਤੇਲੀਆਂ ਦਾ ਮਾਜਰਾ ਲੰਘ ਰਿਹਾ ਸੀ। ਪਹਿਲੀ ਵਾਰ ਕੋਹਲੂਆਂ ਦਾ ਸਮੂਹ ਵੇਖਿਆ। ਪੈੜ੍ਹਾਂ ਵਿਚ ਘੁੰਮਣ ਦੇ ਆਦੀ ਬੌਲਦਾਂ ਨੂੰ ਆਸ ਪਾਸ ਦੇ ਵਗਦੇ ਰਸਤੇ ਵੀ ਘੁੰਮ ਘੁੰਮ ਕੇ ਚੱਲਦੇ ਦਿਸ ਰਹੇ ਸਨ।

"ਹੇ ਸਾਂਈ ਮੈਨੂੰ ਵੀ ਮੇਰੇ ਅੰਦਰਲੇ ਕੋਹਲੂ ਤੋਂ ਮੁਕਤ ਕਰ ਦੇ...।"

"ਤੂੰ ਕੁੱਝ ਕਿਹਾ ਭਗਤਾ...।" ਬਜ਼ੁਰਗ ਨੇ ਮਰਦਾਨੇ ਦੀ ਆਵਾਜ਼ ਸੁਣ ਲਈ ਸੀ।

ਪੜਾਅ ਲਈ ਢੁੱਕਵਾਂ ਟਿਕਾਣਾ ਲੱਭਦੇ ਚੌਥੇ ਪਹਿਰ ਦੇ ਆਖਰੀ ਪਲ ਆ ਗਏ ਸਨ। ਇਸ ਪਿੰਡ ਦੇ ਲੋਕਾਂ ਦੀਆਂ ਅੱਖਾਂ ਕੁਝ ਡੂੰਘਾਈ ਵਿਚ ਜਾ ਕੇ ਬਣੀਆਂ ਸਨ। ਇਹ ਰਾਤ ਅੰਨਿਆਂ ਦਾ ਪਿੰਡ ਸੀ। ਮੂੰਹ ਹਨੇਰੇ ਤੋਂ ਬਾਅਦ ਪਿੰਡੋਂ ਬਾਹਰ ਕੋਈ ਨਹੀਂ ਦਿਸਿਆ। ਗਜਾ ਕਰਕੇ ਮੁੜੇ ਸਾਧੂ ਕਹਿ ਰਹੇ ਸਨ : "ਕਾਸੇ ਨੂੰ ਟੋਹ ਕੇ ਅੰਨ ਪਾਇਆ... ਕੋਈ ਡੂੰਘਾ ਸਰਾਪ ਜਾਪਦਾ ਏ।" ਬਹੁਤ ਸਾਰੇ ਟੋਲਿਆਂ ਨੇ ਆਪੋ ਆਪਣੀ ਕੱਚੀ ਰਸਦ ਪਕਾਉਣ ਲਈ ਅੱਗ ਮਘਾ ਲਈ ਸੀ। ਪਿੰਡ ਦੇ ਬਾਹਰ ਇਕ ਟੱਬਰ ਵਰਗਾ ਰਾਮ ਰੌਲਾ ਸੁਣ ਰਿਹਾ ਸੀ। ਬਿਲਕੁਲ ਬੰਜਰ ਪਿੰਡ ਸੀ; ਭੂਰੇ ਰੋੜਾਂ ਉੱਤੇ ਵੱਸਿਆ ਹੋਇਆ।

"ਐਨੇ ਪੀਰ ਫਕੀਰ ਲੰਘੇ ਹੋਣਗੇ ਪਿੰਡ ਕੋਲੋਂ ਕਿਸੇ ਦੀ ਬਖਸ਼ਿਸ਼ ਭਰੀ ਨਦਰ ਉੱਠੀ ਹੀ ਨਹੀਂ।" ਗਧੇ ਉੱਪਰੋਂ ਸ਼ਾਸਤਰਾਂ ਦਾ ਭਾਰ ਉਤਾਰ ਉਹਨੂੰ ਚੁਗਣ ਲਈ ਛੱਡ ਉਹ ਸਾਧੂ ਮਰਦਾਨੇ ਕੋਲ ਆ ਬੈਠਾ। ਚਾਰ ਪਹਿਰ ਤੋਂ ਧਰਤੀ ਉੱਤੇ ਲਿਟਣ ਲਈ

ਤਰਸਦਾ ਗਧਾ ਸਭ ਤੋਂ ਪਹਿਲਾਂ ਧਰਤੀ ਵੱਲ ਹੀ ਪਲਟਿਆ। ਚਿਮਟਿਆਂ ਦੀ ਤਲਖੀ ਅਸਮਾਨ ਵੱਲ ਦੁਲੱਤੀਆਂ ਮਾਰ ਕੱਢੀ। ਲਿਟਦੇ ਗਧੇ ਦੀ ਧੂੜ ਜਦੋਂ ਬਜੁਰਗ ਤੱਕ ਪਹੁੰਚੀ ਤਾਂ ਉਹ ਬੋਲਿਆ :

"ਇਹਦਾ ਭਾਰ ਵੀ ਵੰਡਾ ਦਿਆ ਕਰੋ ਭਾਈ।"

"ਘੱਟ ਭਾਰ ਵੇਲੇ ਤਾਂ ਇਹ ਸਾਂਭਿਆ ਹੀ ਨਹੀਂ ਜਾਂਦਾ।" ਪੂਰਾ ਹਨੇਰਾ ਹੋ ਗਿਆ ਸੀ। ਹੁਣ ਪਹਿਰਾਵੇ ਦੇ ਰੰਗ ਤੋਂ ਪਛਾਣ ਕਰਨੀ ਮੁਸ਼ਕਲ ਸੀ। ਕਿਤੇ ਕਿਤੇ ਕੋਈ ਧੂਣੀ ਧੁੱਖ ਰਹੀ ਸੀ। ਬਾਬੇ ਨੇ ਰਾਗ ਭੈਰਵੀ ਸ਼ੁਰੂ ਕੀਤਾ। ਸਾਰਾ ਦਿਨ ਰਬਾਬ ਤੋਂ ਦੂਰ ਰਹੀਆਂ ਉਂਗਲਾਂ ਨੇ ਤਾਰਾਂ ਨੂੰ ਸਪੱਰਸ਼ ਕੀਤਾ। ਰਾਤ ਅੰਨੇ ਬੰਜਰ ਪਿੰਡ ਦੇ ਸਾਹਮਣੇ ਆਵਾਜ਼ ਤੇ ਰਬਾਬ ਦੇ ਸੁਰੀਲੇ ਸੰਗਮ ਨੇ ਆਪਣੇ ਨਾਜ਼ੁਕ ਹੋਣ ਦਾ ਸੁਨੇਹਾ ਦੇਣਾ ਸ਼ੁਰੂ ਕੀਤਾ।

ਅੱਗੇ ਇੱਕ ਨਾਂਗੇ ਸਾਧਾਂ ਦਾ ਸਮੂਹ ਚੱਲ ਰਿਹਾ ਸੀ। ਉਨ੍ਹਾਂ ਦੇ ਅੱਗੇ ਚੱਲਦੇ ਬਿਰਧ ਦੇ ਗਲ੍ਹ ਵਿੱਚ ਇੱਕ ਵੱਡਾ ਟੱਲ ਲਟਕਿਆ ਸੀ। ਉਹ ਹਿੱਲ ਹਿੱਲ ਕੇ ਲਿੰਗ ਨੂੰ ਢੱਕਦਾ ਤੇ ਨੰਗਾ ਕਰਦਾ। ਪਿੱਛਲਾ ਨੰਗਾ ਹਿੱਸਾ ਉਹਦੇ ਪਿੱਛੇ ਚੱਲਦੇ ਚੇਲਿਆਂ ਕਰਕੇ ਨਾ ਦਿਸਦਾ। ਉਹਦੇ ਕਦਮਾਂ ਦੀ ਇਕਸਾਰਤਾ ਨਾਲ ਟੱਲ ਦੀ ਟੁਣਕਾਰ ਪਿੱਛੇ ਚੱਲਦੇ ਨਾਂਗਿਆਂ ਨੂੰ ਬੇਫਿਕਰ ਤੁਰਨ ਲਈ ਪਰੇਰਦੀ। ਪਰ ਜਦੋਂ ਟੱਲ ਜਲਦੀ ਖੜਕਣ ਲੱਗਦਾ, ਜਿਵੇਂ ਕੰਬਦੇ ਸਰੀਰ ਉੱਪਰ ਵੱਜਦਾ ਹੋਵੇ; ਤਾਂ ਉਹ ਸਮਝ ਜਾਂਦੇ ਕਿ ਸਾਹਮਣਿਉਂ ਕੋਈ ਇਸਤਰੀ ਆ ਰਹੀ ਹੈ। ਉਸ ਵੇਲੇ ਗੁੰਗਿਆਂ ਵਰਗੀਆਂ ਗੋਲ ਗੋਲ ਅੱਖਾਂ ਤੇਜ਼ੀ ਨਾਲ ਇੱਧਰ ਉੱਧਰ ਘੁੰਮਦੀਆਂ। ਕਿਸੇ ਔਰਤ ਦੇ ਲੰਘਣ ਤੋਂ ਬਾਅਦ ਉਹ ਸਦਮੇ ਵਰਗੀ ਹਾਲਤ ਵਿਚ ਤੁਰਦੇ। ਕੁਝ ਦੇਰ ਟੱਲ ਵਾਲਾ ਬਾਬਾ ਗੀਤਾ ਦੇ ਕੰਠ ਕੀਤੇ ਸਲੋਕਾਂ ਨੂੰ ਉੱਚੀ ਉੱਚੀ ਬੋਲਦਾ; ਤੇ ਫਿਰ ਆਪ ਹੀ ਚੁੱਪ ਕਰ ਜਾਂਦਾ। ਕਰੋਧ ਹੰਢਾ ਹੰਢਾ ਕੇ ਉਹਦੇ ਥੱਕੇ ਬੋਲ ਟੱਲ ਨਾਲ ਜ਼ਖਮੀ ਹੋਏ ਲਿੰਗ ਨੂੰ ਘਿਰਣਾ ਨਾਲ ਵੇਖਦੇ। ਕਈ ਵਾਰੀ ਜਦੋਂ ਦੋ ਨੰਗੇ ਪਿੰਡੇ ਕੁਦਰਤੀ ਟਿਕਾਣਿਆਂ ਨਾਲ ਖਹਿੰਦੇ ਤਾਂ ਸਰੀਰਾਂ ਵਿਚੋਂ ਆਰੰਭੀ ਕੰਬਣੀ ਤੋਂ ਪਤਾ ਲੱਗਦਾ ਕਿ ਟੱਲ ਦੇ ਕੰਬਣ ਨਾਲ ਆਵਾਜ਼ ਕਿਉਂ ਆਉਂਦੀ ਹੈ?

ਕਦੇ ਕਦੇ ਇਨ੍ਹਾਂ ਨਾਂਗਿਆਂ ਦਾ ਸਮੂਹ ਬਿਲਕੁਲ ਇਕੱਲਾ ਰਹਿ ਜਾਂਦਾ। ਲੋਕ ਜਿਆਦਾ ਦੇਰ ਉਨ੍ਹਾਂ ਨਾਲ ਤੁਰਨਾ ਨਹੀਂ ਸੀ ਚਾਹੁੰਦੇ। ਕੁਝ ਅੱਗੇ ਲੰਘ ਜਾਂਦੇ ਤੇ ਕੁੱਝ ਝੁੱਕ ਕੇ ਪ੍ਰਣਾਮ ਕਰ ਪਿੱਛੇ ਹੱਟ ਜਾਂਦੇ। ਰਾਤ ਅੰਨਿਆਂ ਦੇ ਪਿੰਡ ਦੇ ਪੜਾਅ ਤੋਂ ਬਾਅਦ ਮਰਦਾਨੇ ਨੇ ਉਨ੍ਹਾਂ ਨੂੰ ਕਈ ਵਾਰ ਅੱਗੇ ਪਿੱਛੇ ਕੀਤਾ। ਪਰ ਨਾਂਗਿਆਂ ਦੀ ਚਾਲ ਤੇਜ਼ ਸੀ ਜਾਂ ਕਈ ਵਾਰੀ ਬਾਬਾ ਕਿਸੇ ਨਾਲ ਸੰਗਤ ਕਰਨ ਲੱਗ ਪੈਂਦਾ। ਇਸ ਤਰ੍ਹਾਂ ਕਈ ਚੇਹਰਿਆਂ ਨਾਲ ਨਜ਼ਰੀਂ ਜਾਣ ਪਛਾਣ ਹੋ ਗਈ ਸੀ। ਪਰ ਮਰਦਾਨੇ ਨੂੰ ਕੁਝ ਭਾਅ ਨਹੀਂ ਸੀ ਰਿਹਾ। ਜੇ ਹਰੀਦੁਆਰ ਦੇ ਰਸਤੇ ਵਿਚ ਅਜਿਹੇ ਲੋਕਾਂ ਨਾਲ ਦੇਰ ਤੱਕ ਤੁਰਨਾ ਪੈਣਾ ਸੀ ਤਾਂ ਉਹ ਤੁਰਨ ਦੀ ਕੋਈ ਹੋਰ ਵਿਉਂਤ ਸੋਚਦਾ। ਇਸ ਤਰ੍ਹਾਂ ਸਾਧਾਂ ਦੇ ਸਮੂਹਕ ਅਕੇਵਿਆਂ ਨਾਲ ਚੱਲਣਾ ਥੋੜ੍ਹਾ ਮੁਸ਼ਕਲ ਜਾਪ ਰਿਹਾ ਸੀ। ਤਾਂ

ਹੀ ਕਈ ਵਾਰ ਉਹਦੇ ਮਨ ਵਿਚ ਆਉਂਦਾ : "ਬਾਬਾ ਕਿਤੇ ਆਮ ਲੋਕਾਂ ਵਿਚ ਲੰਬੀ ਠੌਹਰ ਕਰੀਏ।"

"ਸਰੀਰ ਦੁੱਖ ਵਰਗਾ ਏ।" ਕਈ ਦਿਨਾਂ ਬਾਅਦ ਲਹੌਰ ਦੇ ਬਜ਼ੁਰਗ ਪੰਡਿਤ ਦੀ ਆਵਾਜ਼ ਫਿਰ ਸੁਣੀ। ਇਸ ਤਰ੍ਹਾਂ ਸਫ਼ਰ ਦੇ ਕਈ ਪੜਾਵਾਂ ਤੋਂ ਬਾਅਦ ਇਹ ਭੁੱਲ ਹੀ ਜਾਂਦਾ ਹੈ ਕਿ ਇਹ ਆਵਾਜ਼ ਸਿਰਫ਼ ਸੁਣੀ ਨਹੀਂ ਸੀ ਸਗੋਂ ਜਾਣੂ ਵੀ ਸੀ। ਮਰਦਾਨੇ ਨੇ ਵੇਖਿਆ ਉਹ ਤਾਂ ਸਾਂਈ ਨਾਲ ਗੱਲਾਂ ਕਰ ਰਿਹਾ ਸੀ।

"ਅਸੀਂ ਮੌਤ ਨੂੰ ਉਹਦੇ ਆਉਣ ਤੋਂ ਪਹਿਲਾਂ ਹੀ ਬਹੁਤ ਕਰੂਪ ਬਣਾ ਲੈਂਦੇ ਹਾਂ... ਫਿਰ ਉਹਦੇ ਅੰਦਰ ਝਾਕਣ ਦੀ ਸੰਭਾਵਨਾ ਹੀ ਖ਼ਤਮ ਹੋ ਜਾਂਦੀ ਏ।"

"ਮੈਂ ਇਸ ਲਈ ਹੀ ਡਰ ਗਿਆਂ ਕੀ ?"

ਅਜਿਹੇ ਵੇਲੇ ਬਾਬਾ ਦੂਜੇ ਦੀ ਕਹੀ ਗੱਲ ਨੂੰ ਇਕ ਵਾਰ ਫਿਰ ਕਹਿਣ ਦਾ ਮੌਕਾ ਦੇਂਦਾ; ਅਜਿਹਾ ਹੋਇਆ ਵੀ...।

"ਰਿਸ਼ੀ ਜੀ...।" ਉਹਨੇ ਢਿਲਕੀ ਹੋਈ ਠੋਢੀ ਦੀਆਂ ਝੁਰੜੀਆਂ ਨੂੰ ਹੱਥ ਵਿਚ ਇਕੱਠਾ ਕੀਤਾ : "ਗ੍ਰੰਥਾਂ ਵੇਦਾਂ ਦੀ ਇਸ ਵੇਲੇ ਲੋੜ ਸੀ... ਉਹ ਵੀ ਰਾਹ ਨਹੀਂ ਦੇ ਰਹੇ।"

"ਇਸ ਦੀਵੇ ਦੇ ਆਸ ਪਾਸ ਵੇਦਾਂ ਦਾ ਧੂੰਆਂ ਹੈ; ਛਾਇਆ ਤੋਂ ਦੂਰ ਰਹਿਣਾ ਪਵੇਗਾ।"

"ਮੇਰੀਆਂ ਸਾਰੀਆਂ ਵਾਸ਼ਨਾਵਾਂ ਨੂੰ ਮੌਤ ਦਾ ਤਾਪ ਚੜ੍ਹ ਗਿਆ ਏ... ਕੋਈ ਨਵਾਂ ਮਹਿਮਾਨ ਹੀ ਮਿਲਾ ਦਿਉ ਰਿਸ਼ੀ ਜੀ...।"

"ਪਹਿਲਾਂ ਹੀ ਇਸ ਧਰਮਸਾਲਾ ਅੰਦਰ ਤੂੰ ਲੋੜ ਤੋਂ ਜਿਆਦਾ ਯਾਤਰੂ ਰੱਖੇ ਨੇ...।"

"ਕੋਈ ਆਏ ਅਤਿਥੀਆਂ ਨੂੰ ਕਿਵੇਂ ਨਾ ਕਰੇ; ਇਹ ਮਹਿਮਾਨਾਂ ਦਾ ਅਪਮਾਨ ਨਹੀਂ ਹੋਵੇਗਾ ?"

"ਇਹ ਸੂਰਜ ਨਿਕਲਿਆ ਹੈ। ਤਾਰੇ ਚਮਕਣਗੇ; ਬੱਦਲਾਂ ਦੇ ਰੰਗਾਂ ਨਾਲ ਅਸਮਾਨ ਰੰਗ ਬਰੰਗਾ ਹੋਵੇਗਾ। ਇਹ ਸਭ ਤੇਰੀ ਅੱਖ ਲਈ ਥੋੜ੍ਹੀ ਵਾਪਰਿਆ। ਇਹ ਤਾਂ ਅਵਸਰ ਸੀ ਜੋ ਤੈਨੂੰ ਮਿਲਿਆ ਹੈ।"

"ਮੈਨੂੰ ਆਖਰੀ ਵੇਲੇ ਛੋਟਾ ਕਰਦੋ... ਕਿਸੇ ਦੇ ਲੜ ਲਾਦੋ... ਵੇਦ ਪੁਰਾਣ ਦੀ ਕੋਈ ਸੂਰਤ ਵਿਖਾ ਦੋ।"

"ਜਿਨ੍ਹਾਂ ਦੇ ਪਿੱਛੇ ਤੂੰ ਤੁਰ ਰਿਹਾਂ ਉਹ ਤਾਂ ਕਿਸੇ ਦੇ ਪਿੱਛੇ ਗਏ ਹੀ ਨਹੀਂ ਸੀ।"

ਇਸ ਤਰ੍ਹਾਂ ਗਿਆਨ ਦੀਆਂ ਉੱਚੀਆਂ ਧਾਰਾਂ ਵਿਚ ਗੁਜਰਦੇ ਗੁਜਰਦੇ ਕਈ ਵਾਰੀ ਗੱਲਾਂ ਬੜੀਆਂ ਸਰਲ ਹੋ ਜਾਂਦੀਆਂ। ਮਰਦਾਨੇ ਨੂੰ ਅਜਿਹੇ ਵੇਲੇ ਜਾਪਦਾ ਬਾਬੇ ਨੇ ਦੁੱਖਾਂ ਨੂੰ ਬਹੁਤ ਸੋਹਲ ਕਰ ਲਿਆ ਹੈ। ਜਿਵੇਂ ਕੋਈ ਗਾਇਕ ਆਪਣੇ ਸਾਜ਼ੀ ਨੂੰ ਕਹਿੰਦਾ ਹੈ :

"ਇਥੇ ਤੂੰ ਸਾਜ਼ ਨਾਲ ਹੀ ਧੁਨ ਚੁੱਕ।" ਬਾਬੇ ਦੀ ਧੁਨ ਸੁਣ ਰਹੀ ਸੀ :

"ਘਰ ਛੱਡ ਆਏ ਹੋ; ਦੁੱਖਾਂ ਦੀ ਸੰਤਾਨ ਨਾਲ ਹੀ ਲੈ ਕੇ ਤੁਰ ਪਏ।"

"ਤੁਰਨ ਲੱਗੇ ਮੈਂ ਤਾਂ ਇਹ ਨਹੀਂ ਸੀ ਚਾਹਿਆ।"

"ਘਰ ਉਦੋਂ ਛੱਡਣਾ ਸੀ ਜਦੋਂ ਸਭ ਵਿਅਰਥ ਦਿਸਦਾ।"

"ਸਮਾਂ ਥੋੜ੍ਹਾ ਸੀ ਬਾਬਾ।"

"ਸਭ ਮੰਤਰ ਇੱਕ ਸੁਆਸ ਨਾਲ ਹੀ ਪੂਰੇ ਹੋ ਜਾਂਦੇ ਨੇ।"

"ਮੈਂ ਜਿਥੋਂ ਵਿਛੜਿਆ ਸਾਂ; ਕੀ ਉਥੇ ਹੀ ਰੁਕਿਆ ਹਾਂ ?"

"ਸੁਪਨਾ ਇਥੋਂ ਹੀ ਸ਼ੁਰੂ ਹੋਇਆ ਹੋਵੇਗਾ।" ਇਕ ਪਾਸੇ ਹਟ ਕੇ ਮਰਦਾਨੇ ਨੇ ਜਗ੍ਹਾ ਬਣਾਈ। ਅਜਿਹੀ ਗੱਲਬਾਤ ਤੋਂ ਬਾਅਦ ਅਕਸਰ ਕੁਝ ਸੁਰੀਲੇ ਬੋਲ ਸੁਣਦੇ ਨੇ। ਬਾਬੇ ਨੇ ਸ਼ਬਦ ਸ਼ੁਰੂ ਕੀਤਾ :

......

......

ਅੱਜ ਦੇ ਦਿਨ ਵਿਚ ਕਈ ਪੜਾਅ ਕੀਤੇ। ਪੜਾਵਾਂ ਵਿਚ ਕੀਰਤਨ ਵੀ ਹੋਇਆ ਤੇ ਕੁਝ ਲੋਕਾਂ ਨਾਲ ਆਹਮਣੇ ਸਾਹਮਣੇ ਬੈਠਕੇ ਗੱਲਾਂ ਵੀ ਕੀਤੀਆਂ। ਅਜਿਹੇ ਵੇਲੇ ਨਵੇਂ ਨਵੇਂ ਚੇਹਰੇ ਦਿਸਦੇ; ਜੋ ਕੁਝ ਜਾਣੇ ਪਛਾਣੇ ਜਾਪਣ ਵੀ ਲੱਗਦੇ, ਉਹ ਅਗਲੇ ਪੜਾਅ ਵੇਲੇ ਵਿਛੜ ਜਾਂਦੇ। ਅੱਜ ਦਿਨ ਦੇ ਚੌਥੇ ਪੜਾਅ ਵੇਲੇ ਉਨ੍ਹਾਂ ਦੇ ਨਾਲ 'ਅੱਧੀ ਖੁੱਲ੍ਹੀ ਅੱਖ' ਰੱਖ ਕੇ ਚੱਲਣ ਵਾਲੀ ਸੰਪਰਦਾ ਦੇ ਫਕੀਰ ਚੱਲ ਰਹੇ ਸਨ। ਉਹ ਸਿਰਫ਼ ਪੈਰਾਂ ਵੱਲ ਵੇਖਦੇ; ਅਗਲੇ ਕਦਮ ਲਈ ਨਜ਼ਰ ਨੂੰ ਉੱਨਾ ਹੀ ਚੁੱਕਦੇ ਜਿਸ ਨਾਲ ਪੈਰ ਲਈ ਜਮੀਨ ਦਿਸ ਸਕੇ। ਲੱਗਦਾ ਸੀ ਉਨ੍ਹਾਂ ਲਈ ਨਜ਼ਰ ਵਰਤੀ ਜਾ ਚੁੱਕੀ ਸੀ। ਜੋ ਲੰਘ ਗਏ, ਜਿਹਨਾਂ ਲੰਘਣਾ ਹੈ; ਨਜ਼ਰ ਲਈ ਇਹ ਵੇਖਣਾ ਗੁਨਾਹ ਹੈ। ਇਕਾਗਰਤਾ ਦੀ ਹੱਠ ਵਿਚ ਚੁੱਪਚਾਪ ਤੁਰੇ ਸਾਧਾਂ ਦਾ ਸਮੂਹ ਬਿਨਾਂ ਕਿਸੇ ਨਾਲ ਨਜ਼ਰਾਂ ਸਾਂਝੀਆਂ ਕੀਤੇ ਸੁਣ ਸਭ ਕੁਝ ਰਿਹਾ ਸੀ। ਉਹ ਰਿਗਵੇਦ ਦੀਆਂ 'ਰਿਚਾਂ' ਪੜ੍ਹਦੇ ਕਈ ਵਾਰੀ ਪੈਰਾਂ ਤੋਂ ਪਿਛੇ ਨਜ਼ਰ ਖਿੱਚ ਲੈਂਦੇ; ਤੇ ਅੱਗੇ ਚੱਲਦੇ ਬੰਦੇ ਨਾਲ ਮੱਥਾ ਟਕਰਾ ਜਾਂਦਾ। ਬਾਬਾ ਮਰਦਾਨੇ ਤੋਂ ਅੱਗੇ ਉਨ੍ਹਾਂ ਦੇ ਬਰਾਬਰ ਚੱਲ ਰਿਹਾ ਸੀ।

"ਆਪਣੇ ਹੋਣ ਦੀ ਤਕਲੀਫ਼ ਵੀ ਹੈ ਤੇ ਜਸ਼ਨ ਵੀ... ਚੁਣ ਲੈ...।"

ਆਵਾਜ਼ ਤਾਂ ਇਹ ਬਾਬੇ ਦੀ ਹੀ ਆਈ ਸੀ; ਪਰ ਸੁਆਲ ਨਹੀਂ ਸੁਣਿਆ। ਮਰਦਾਨਾ ਝੁੱਕੀਆਂ ਹੋਈਆਂ ਨਜ਼ਰਾਂ ਨਾਲ ਚੱਲਦੇ ਪੈਰਾਂ ਵੱਲ ਵੇਖਦਾ ਰਿਹਾ : ਫਿਰ ਬਾਬੇ ਦੀ ਗਾਉਂਦੀ ਆਵਾਜ਼ ਸੁਣੀ :

ਜੇ ਗੁਣ ਹੋਵਨਿ ਸਾਜਨਾ ਮਿਲ ਸਾਂਝ ਕਰੀਜੈ॥
ਸਾਝ ਕਰੀਜੈ ਗੁਣਹ ਕੇਰੀ ਛੋਡ ਅਵਗਣ ਚਲੀਐ॥

ਅੱਜ ਦਾ ਆਖਰੀ ਪੜ੍ਹਾ ਬਹੁਤ ਥਕੇਵੇਂ ਨਾਲ ਮੁੱਕਿਆ। ਹਰੇਕ ਪੜਾਅ ਅਨੋਖੇ ਜਹੇ ਥਕੇਵੇਂ ਨਾਲ ਮੁੱਕਦਾ। ਅੱਜ ਦੀ ਥਕਾਵਟ ਸਫ਼ਰ ਵਿਚ ਹੋਰਾਂ ਨੂੰ ਰਾਹ ਦੇਣ ਨਾਲ ਭਰੀ ਹੋਈ ਸੀ। ਬਹੁਤ ਹੀ ਭੀੜ ਨਾਲ ਭਰੇ ਰਾਹਾਂ ਵਿਚ ਹਰੀਦੁਆਰ ਵੱਲ ਤੁਰਦੇ ਲੋਕ ਬਹੁਤ ਕਾਹਲੀ ਵਿਚ ਸਨ। ਹਰ ਵਾਰੀ ਜੀਅ ਕਰਦਾ ਇਸ ਨੂੰ ਲੰਘ ਜਾਣ ਦੇਵਾਂ। ਸਾਰਾ ਦਿਨ

ਇਸ ਇੱਛਾ ਦਾ ਅੰਤ ਨਹੀਂ ਹੋਇਆ। ਥਕਾਵਟ ਨਾਲ ਭਰੇ ਅੰਗਾਂ ਨੇ ਸਾਥ ਛੱਡ ਦਿੱਤਾ। ਪਰ ਇਸ ਤਰ੍ਹਾਂ ਲੋਕਾਂ ਨੂੰ ਲੰਘਣ ਲਈ ਰਾਹ ਦੇਂਦਿਆਂ ਮੁਲਾਕਾਤਾਂ ਬੜੀਆਂ ਹੋਈਆਂ। ਸ਼ਾਇਦ ਇਸੇ ਕਰਕੇ ਕਈ ਸਾਲ ਪਹਿਲਾਂ ਪਹਾੜਾਂ ਉੱਤੇ ਚੜ੍ਹਦੀ ਆਪਣੇ ਪੁੱਤ ਨੂੰ ਤਲਾਸ਼ਦੀ ਉਸ ਬੁੱਢੀ ਨਾਲ ਮੁਲਾਕਾਤ ਹੋ ਗਈ।

"ਮੈਂ ਕੁਰੂਕਸ਼ੇਤਰ ਤੋਂ ਪੁੱਛਦੀ ਆ ਰਹੀ ਆਂ... ਹਰ ਕੋਈ ਕਹਿੰਦਾ 'ਹੁਣੇ ਵੇਖਿਆ ਸੀ ਨਾਨਕ' ਪਰ ਹੁਣ ਦਿੱਸਿਆ।" ਉਹਨੇ ਲੰਬਾ ਸਾਹ ਭਰਿਆ।

"ਧੁੰਮਾਂ ਪਈਆਂ ਨੇ ਤੇਰੇ ਗੁਰੂ ਦੀਆਂ।"

"ਤੇਰਾ ਪੁੱਤ ਪਹਾੜਾਂ ਤੋਂ ਉਤਰ ਆਇਆ ਸੀ ਮਾਂ... ?"

"ਹਾਂ... ਸਾਂਈ ਦੇ ਉਪਦੇਸ਼ਾਂ ਨੇ ਪਹਾੜਾਂ ਤੋਂ ਉਤਾਰ ਦਿੱਤਾ ਸੀ... ਆਪ ਵੀ ਜਲਦਾ ਸੀ ਤੇ ਚੇਲਿਆਂ ਨੂੰ ਕੋਇਲੀਆਂ ਨਾਲ ਫੂਕਦਾ ਸੀ...।"

"ਪਰ ਬੇਬੇ ਤੂੰ ਹੁਣ ਕਿੱਥੇ ਜਾ ਰਹੀ ਏ ?"

"ਉਹਨੇ ਘਰ ਸੰਭਾਲ ਲਿਆ... ਮੈਂ ਹਰੀਦੁਆਰ ਸੁਆਸ ਛੱਡਣੇ ਚਲੀ ਆਂ...।"

"ਇਸ ਵਾਰੀ ਤੇਰੇ ਪੁੱਤ ਨੇ ਨਹੀਂ ਰੋਕਿਆ ?"

"ਮੈਂ ਉਹਨੂੰ ਬਿਨ੍ਹਾਂ ਦੱਸੇ ਨਿਕਲ ਆਈਆਂ... ਨਹੀਂ ਉਹਨੇ ਆਉਣ ਨਹੀਂ ਸੀ ਦੇਣਾ।"

ਪਿੱਛੋਂ ਇੱਕ ਵੱਡੇ ਟੋਲੇ ਨੇ ਉਨ੍ਹਾਂ ਨੂੰ ਵੱਖ ਕਰ ਦਿੱਤਾ; ਮੁੜ ਕੇ ਆਖ਼ਰੀ ਪੜਾਅ ਤੱਕ ਉਹ ਨਹੀਂ ਦਿਸੀ। ਬੁੱਢੀ ਦੀ ਇਕ ਗੱਲ ਤੋਂ ਬੜੀ ਹਾਸੀ ਆਈ ਸੀ। ਸ਼ਾਇਦ ਉਸੇ ਗੱਲ ਕਰਕੇ ਥਕਾਵਟ ਥੋੜ੍ਹੀ ਘੱਟ ਗਈ ਸੀ : "ਹਰ ਕੋਈ ਤੇਰੀ ਹੀ ਨਿਸ਼ਾਨੀ ਦੱਸ ਰਿਹਾ ਸੀ; 'ਮੀਰ ਜਾ ਰਿਹੈ ਉਹਦੇ ਨਾਲ'।" 'ਨਿਸ਼ਾਨੀ' ਤੋਂ ਕਈ ਵਾਰ ਹਾਸੀ ਆਈ। ਉਹ ਆਪ ਵੀ ਉੱਚੀ ਉੱਚੀ ਹੱਸੀ ਸੀ : "ਹੈ ਵੀ ਗੱਲ ਠੀਕ ਫਕੀਰ ਤਾਂ ਹਜ਼ਾਰਾਂ ਜਾ ਰਹੇ ਨੇ... ਤੇਰੀ ਨਿਸ਼ਾਨੀ ਪੱਕੀ ਏ।"

ਉਜਾੜ ਮੁੱਕ ਗਏ ਸਨ। ਹਰੀਦੁਆਰ ਦੀ ਸਿਰਫ਼ ਦੋ ਪਹਿਰ ਵਾਟ ਰਹਿ ਗਈ ਸੀ। ਲੋਕਾਂ ਦੇ ਜਥੇ ਆਪਣੇ ਆਖਰੀ ਪੜ੍ਹਾ ਤੇ ਬੈਠੇ ਸਨ। ਜੋ ਕੋਲੋਂ ਲੰਘਦੇ ਉਨ੍ਹਾਂ ਨੂੰ ਹਾਕਾਂ ਮਾਰ ਰੋਕਦੇ, "ਸਾਹ ਲੈ ਲੋ ਭਗਤੋ... ਤਾਜੇ ਦਮ ਵੜਨਾ ਹਰੀਦੁਆਰ।" ਉਹ ਆਪਣਾ ਪੜ੍ਹਾ ਸ਼ੁਰੂ ਹੀ ਕਰ ਰਹੇ ਸਨ ਕਿ ਇਕ ਜਟਾਧਾਰੀ ਚੀਖਿਆ। ਉਹਦੇ ਨਾਲ ਤਾਜ਼ੇ ਵੱਟਣੇ ਵਾਲੀ ਬਾਂਹ ਟਕਰਾਈ ਤੇ ਵੰਗਾਂ ਖੜਕੀਆਂ। ਧਰਤੀ ਉੱਤੇ ਪੈਰ ਮਾਰਦਾ ਜਟਾਧਾਰੀ ਆਪਣੀ ਘਿਰਣਾ ਨੂੰ ਨਫ਼ਰਤ ਕਰਦਾ ਭੀੜ 'ਚੋਂ ਨਿਕਲ ਇਕ ਪਾਸੇ ਖਲੋ ਗਿਆ। ਜਿਹਨਾਂ ਨੂੰ ਵੰਗਾਂ ਦੀ ਆਵਾਜ਼ ਸੁਣੀ; ਉਨ੍ਹਾਂ ਨੂੰ ਤਾਂ ਕਾਰਣ ਦਾ ਪਤਾ ਸੀ। ਬਾਕੀ ਭੀੜ ਬਿਨਾਂ ਕਾਰਣ ਤੋਂ ਸਾਧ ਦੇ ਭਖੇ ਚੇਹਰੇ ਵੱਲ ਤੱਕਦੀ ਲੰਘਦੀ ਗਈ। ਮਰਦਾਨੇ ਨੇ ਸਾਧ ਵੱਲ ਗ਼ੌਰ ਨਾਲ ਵੇਖਿਆ। ਉਹ ਭਸਮ ਹੋਏ ਅੰਗਿਆਰਾਂ ਦੀਆਂ ਤਰੇੜਾਂ ਵਰਗਾ ਚੇਹਰਾ ਸੀ। ਰੋਜ਼ ਬੁਝੇ ਹੋਏ ਅੰਗਿਆਰਾਂ ਵਿਚ ਉਹ ਅਜਿਹੇ ਕੋਇਲੇ ਛੱਡ ਤੁਰ ਪੈਂਦੇ ਸਨ। ਸ਼ਾਇਦ ਇਸੇ ਲਈ ਉਹਦੇ ਵੱਲ ਬਾਬੇ ਨੇ ਵੇਖਿਆ ਤੱਕ ਨਹੀਂ। ਪਰ ਉਹ ਵੰਗਾਂ ਦੀ ਝਨਕਾਰ ਕੀਰਤਨ ਜਿੰਨੀ ਜੀਵਤ ਸੀ। ਬਾਬਾ ਥੋੜ੍ਹਾ ਅੱਗੇ ਲੰਘ

ਗਿਆ ਸੀ। ਉਨ੍ਹਾਂ ਵਿਚਕਾਰ ਕੁਝ ਜਟਾਧਾਰੀ ਸਾਧਾਂ ਦੀਆਂ ਗੱਲਾਂ ਸੁਣ ਰਹੀਆਂ ਸਨ।

"ਗੁੱਸਾ ਤਾਂ ਮੈਨੂੰ ਆਉਂਦਾ ਹੀ ਨਹੀਂ...।"

"ਉਹਦੀ ਜਗ੍ਹਾ ਕੀ ਆਉਂਦਾ ?"

"ਕੋਈ ਮੇਰੇ ਗੁਰੂ ਵੱਲ ਉਂਗਲੀ ਕਰੇ; ਉਸ ਵੇਲੇ ਮੇਰਾ ਕੋਈ ਭਰੋਸਾ ਨਹੀਂ।"

"ਸਾਰੀ ਹਾਉਮੈ ਗੁਰੂ ਤੇ ਹੀ ਇਕੱਠੀ ਕਰ ਲਈ ਏ।" ਬਾਬੇ ਦੀ ਆਵਾਜ਼ ਵੇਲੇ ਉਹ ਬਰਾਬਰ ਪਹੁੰਚ ਚੁੱਕਾ ਸੀ। ਵਿਚਕਾਰ ਜਿਹੜੀ ਜਗ੍ਹਾ ਖਾਲੀ ਹੋ ਗਈ ਸੀ; ਮਰਦਾਨੇ ਨੇ ਉਹਦਾ ਉੱਤਰ ਜਟਾਧਾਰੀ ਮੂੰਹੋਂ ਸੁਣਿਆ।

"ਹੇ ਜੋਤ ਨਿਰੰਜਣੀ ਇਥੇ ਤਾਂ ਗੁਰੂ ਨੇ ਵੀ ਮੇਰੇ ਸੱਟ ਨਹੀਂ ਸੀ ਮਾਰੀ।"

ਜਟਾਧਾਰੀ ਹੱਥ ਜੋੜ ਕੇ ਬਾਬੇ ਦੇ ਨਾਲ ਨਾਲ ਤੁਰਦਾ ਰਿਹਾ :

"ਤੁਸੀਂ ਕੁੱਝ ਹੋਰ ਵੀ ਬੋਲੋ ਮਹਾਤਮਾ...।"

"ਜੋ ਬੋਲਿਆ ਗਿਆ ਪਹਿਲਾਂ ਉਹਨੂੰ ਅੰਦਰ ਉਤਾਰ ਲੈ...।"

ਬਾਬੇ ਦੀਆਂ ਦੋਵੇਂ ਬਾਹਾਂ ਉੱਪਰ ਉੱਠ ਰਹੀਆਂ ਸਨ। ਫਿਰ ਅਵਾਜ਼ ਸੁਣਾਈ ਦਿੱਤੀ :

ਨਾਨਕ ਬੇੜੀ ਸਚ ਕੀ ਤਰੀਐ ਗੁਰ ਵੀਚਾਰਿ॥
ਇਕਿ ਆਵਹਿ ਇਕਿ ਜਾਵਹੀ ਪੂਰਿ ਭਰੇ ਅਹੰਕਾਰਿ॥

ਰਬਾਬ ਦੀ ਆਵਾਜ਼ ਸੁਣ ਜਟਾਧਾਰੀ ਪਿੱਛੇ ਵੱਲ ਝੁਕਿਆ :

"ਅੱਛਾ ਕੋਈ ਪਿੱਛੇ ਵੀ ਸੀ...।"

ਮੁਸਕਰਾ ਕੇ ਮਰਦਾਨੇ ਨੇ ਅੱਖਾਂ ਨੀਵੀਆਂ ਕੀਤੀਆਂ। ਪਿੱਛੋਂ ਕਿਸੇ ਰਾਹੀ ਦੀ ਥੱਕੀ ਆਵਾਜ਼ ਸੁਣੀ "ਹਰੀਦੁਆਰ ਆ ਗਿਆ ਏ।"

ਕਾਂਡ : ਇੱਕੀਵਾਂ

ਬਾਬੇ ਨੇ ਚਲਦੇ ਪਾਣੀ ਦੀ ਚੂਲੀ ਭਰੀ। ਵਗਦੀ ਗੰਗਾ ਦਾ ਹਿਲਦਾ ਪਾਣੀ ਹਥੇਲੀ ਉੱਪਰੋਂ ਚੁੰਮਣ ਨਾਲ ਇਕੱਠਾ ਕੀਤਾ। ਬਾਬੇ ਵੱਲ ਵੇਖ ਮਰਦਾਨੇ ਨੇ ਵੀ ਝੁੱਕ ਕੇ ਚੂਲੀ ਭਰੀ। ਇਕ ਛੱਲ ਘੁੰਮ ਕੇ ਹਥੇਲੀ ਤੋਂ ਬਾਹਰ ਡਿੱਗੀ; ਬਾਕੀ ਬਚਿਆ ਘੁੱਟ ਸਰਬਤ ਵਾਂਗ ਗਲੇ ਨੂੰ ਲੱਗਣ ਦਿੱਤਾ। ਬਰਫ਼ਾਂ ਤੋਂ ਆਇਆ ਪਾਣੀ ਚੱਲ ਕੇ ਨਿੱਘਾ ਹੋ ਗਿਆ ਸੀ। ਝੁਕਣ ਲੱਗੇ ਰਬਾਬ ਦਾ ਜਿਹੜਾ ਹਿੱਸਾ ਗੰਗਾ ਨਾਲ ਲੱਗਿਆ ਸੀ; ਉਸ 'ਤੇ ਆਪਣੀ ਠੋਢੀ ਸਮਝ ਕੇ ਹਥੇਲੀ ਘੁਮਾਈ; ਫਿਰ ਹੱਸ ਕੇ ਬਾਬੇ ਵੱਲ ਵੇਖਿਆ। ਬਾਬੇ ਦਾ ਥੱਕਿਆ ਸਰੀਰ ਬੜਾ ਸੋਹਣਾ ਲੱਗਿਆ; ਜਿਵੇਂ ਪਹਿਲੀ ਵਾਰ ਕੁੱਝ ਕਦਮ ਪੁੱਟ ਕੇ ਬੱਚਾ ਧਰਤੀ ਵੱਲ ਵੇਖਦਾ ਹੈ। ਬਾਬੇ ਦੀ ਨਜ਼ਰ ਹਾਲੇ ਵੀ ਗੰਗਾ ਨੂੰ ਨਿਹਾਰ ਰਹੀ ਸੀ। ਗੰਗਾ ਦੇ ਰੌਣਕੀ ਕਿਨਾਰੇ ਸ਼ੁਰੂ ਹੋ ਗਏ ਸਨ। ਇਹ ਚੜ੍ਹਦੇ ਵਿਸਾਖ ਦਾ ਪਹਿਲਾ ਦੁਪਹਿਰਾ ਸੀ। ਦੂਰੋਂ ਦੂਰੋਂ ਚੱਲ ਕੇ ਆਏ ਲੋਕ ਘਾਟਾਂ ਤੇ ਟਿਕਾਣਿਆਂ ਵੱਲ ਜਾ ਰਹੇ ਸਨ। ਸਾਧਾਂ ਦੇ ਸੁੱਜੇ ਗਿੱਟਿਆਂ ਤੋਂ ਪਤਾ ਲੱਗਦਾ ਕਿ ਅੱਜ ਕਲ ਹੀ ਆਏ ਹੋਣਗੇ। ਸੁੱਜੀਆਂ ਲੱਤਾਂ ਵਾਲੇ ਰਾਹੀ ਜਿੰਨ੍ਹਾਂ ਦੀਆਂ ਲੱਤਾਂ ਦੇ ਮਾਸ 'ਚੋਂ ਖ਼ੂਨ ਸਿੰਮਦਾ ਦਿਸਦਾ; ਲੰਬੇ ਪੈਂਡਿਆਂ ਦੀ ਗਵਾਹੀ ਭਰਦੀਆਂ। ਧੂੜਾਂ ਨਾਲ ਅੱਟੇ ਚੇਹਰੇ ਜਿਨ੍ਹਾਂ ਹਾਲੇ ਗੰਗਾ ਇਸ਼ਨਾਨ ਨਹੀਂ ਸੀ ਕੀਤਾ; ਕਿਨਾਰਿਆਂ ਉੱਤੇ ਬੈਠੇ ਸ਼ੁਭ ਡੁਬਕੀ ਦਾ ਇੰਤਜ਼ਾਰ ਕਰਦੇ ਦਿੱਸ ਰਹੇ ਸਨ। ਭਗਵਿਆਂ ਦੇ ਸਮੂਹ 'ਗੋਬਿੰਦ ਬੋਲੇ ਹਰ ਗੋਪਾਲ ਬੋਲੇ... ਰਾਧਾ ਰਮਨ ਹਰੀਗੁਪਾਲ ਬੋਲੇ...।" ਗਾਉਂਦੇ ਲੰਘ ਰਹੇ ਸਨ। ਰਸਤਿਆਂ ਵਿਚ ਅੱਧ ਜਲੀਆਂ ਧੂਣੀਆਂ ਉੱਤੇ ਜਦੋਂ ਕਿਸੇ ਰਾਹੀ ਦਾ ਪੈਰ ਟਿਕਦਾ ਤਾਂ ਉਹ ਭੀੜ ਤੋਂ ਉੱਪਰ ਉਛਲਦਾ ਦਿਸਦਾ; ਫਿਰ ਕੁਝ ਦੂਰੀ ਤੱਕ ਉਹ ਧਰਤੀ 'ਤੇ ਪੈਰ ਮਲਦਾ ਲੰਘਦਾ। ਹੁਣ ਬਾਬਾ ਆਬਾਦੀ ਵੱਲ ਜਾਂਦੀ ਇਕ ਗਲੀ ਵੱਲ ਚੱਲ ਪਿਆ ਸੀ। ਪਹਿਲਾਂ ਪਿੱਪਲ ਥੱਲੇ ਇਕ ਚੂਨੇ ਦੀ ਕਬਰ ਆਈ ਜਿਥੇ ਕੁਝ ਕੋਹੜੀ ਬੈਠੇ ਸਨ। ਨੀਵੀਂ ਜਗ੍ਹਾ ਵੱਲ ਉਤਰਦੀ ਇਹ ਗਲੀ ਇੱਕ ਜਗ੍ਹਾ ਜਾ ਕੇ ਬੰਦ ਹੋ ਗਈ। ਇਸ ਤੋਂ ਅੱਗੇ ਖੂਹ ਸੀ; ਖੂਹ ਦੁਆਰਾ ਹੀ ਗਲੀ ਬੰਦ ਸੀ। ਖੂਹ ਦੇ ਅੱਗੇ ਇਕ ਛੋਟੀ ਜਹੀ ਸਰਾਂ ਸੀ; ਜਿਸ ਅੱਗੇ ਬਾਬੇ ਨੇ ਸਿਰ ਉੱਪਰਲੀ ਪੰਡੋਕਲੀ ਉਤਾਰ ਅੱਗੇ ਬਣੇ ਚੌਂਤਰੇ ਤੇ ਰੱਖ ਦਿੱਤੀ। ਬਾਬੇ ਦੇ ਕਈ ਰੰਗਾਂ ਦੇ ਕੱਪੜੇ ਸਨ। ਪਹਿਰਾਵੇ ਤੋਂ ਪਛਾਣ ਕਰਨੀ ਥੋੜ੍ਹੀ ਔਖੀ ਸੀ। ਸਰਾਂ ਦੇ ਮਾਲਿਕ ਨੇ ਅਧਿਕ ਰੰਗਾਂ ਦਾ ਤਾਲਮੇਲ ਬਣਾ ਕੇ ਵੇਖਣ ਦੀ ਕੋਸ਼ਿਸ਼ ਕੀਤੀ। ਫਿਰ ਮਰਦਾਨੇ ਵੱਲ ਨਜ਼ਰ ਮਾਰ ਥੋੜ੍ਹਾ ਮੁਸਕਰਾਇਆ :

"ਸਿਰਫ਼ ਇਕ ਰਾਤ ਲਈ...।" ਤੀਜਾ ਪਹਿਰ ਹੋ ਗਿਆ ਸੀ। ਧਰਮਸਾਲਾ ਦੇ ਥੜ੍ਹੇ ਤੇ ਕਥਾ ਸ਼ੁਰੂ ਹੋ ਗਈ ਸੀ। ਲੰਬੇ ਸਫਰਾਂ ਦੀ ਥਕਾਵਟ ਨੇ ਕੁਝ ਵੀ ਨਹੀਂ ਸੁਣਿਆ। ਰਬਾਬ ਮੋਢੇ ਉੱਪਰੋਂ ਉਤਾਰਨ ਤੋਂ ਬਾਅਦ ਥਕਾਵਟ ਨਾਲ ਮਰਦਾਨੇ ਨੂੰ ਨੀਂਦ ਆ ਗਈ।

ਸਵੇਰੇ ਸਰਾਂ ਦੇ ਰੱਖਵਾਲੇ ਦੀ ਆਵਾਜ਼ ਨਾਲ ਜਾਗ ਖੁੱਲੀ :

"ਉਠ ਬਾਈ ਭਗਤਾ ਤੇਰੇ ਗੁਰੂ ਨੇ ਤਾਂ ਪੈਡਿਆਂ ਦੀ ਮੈਲ ਵੀ ਉਤਾਰ ਦਿੱਤੀ।" ਮਰਦਾਨੇ ਨੇ ਸੁੱਕਦੇ ਕੱਪੜਿਆਂ ਤੇ ਪੈਂਦੀ ਧੁੱਪ ਵੇਖੀ। ਨੀਂਦ ਐਨੀ ਗੂੜ੍ਹੀ ਸੀ ਕਿ ਕੋਲੋਂ ਉੱਠ ਕੇ ਗਏ ਮੁਸਾਫਰਾਂ ਦਾ ਵੀ ਪਤਾ ਨਹੀਂ ਲੱਗਿਆ।

"ਸਫਰਾਂ ਵਾਲੇ ਕੱਪੜੇ ਸੁਆਏ ਨੇ!" ਸਰਾਂ ਦੇ ਰੱਖਵਾਲੇ ਨੇ ਮੁਸਕਰਾ ਕੇ ਗੱਲ ਅੱਗੇ ਤੋਰੀ।

"ਮਾਲਕ ਦੇ ਆਉਣ ਤੋਂ ਪਹਿਲਾਂ ਸਰਾਂ ਛੱਡ ਦੇਵੀਂ।" ਉਹਨੇ ਬਾਹਰ ਨਿਕਲ ਕੇ ਮਰਦਾਨੇ ਨੂੰ ਅਸਲੀ ਗੱਲ ਤੇ ਲਿਆਂਦਾ। ਪਰ ਮਰਦਾਨਾ ਤਾਂ ਬਾਬਾ ਨੂੰ ਵੇਖਣਾ ਚਾਹੁੰਦਾ ਸੀ। ਉਹ ਰਬਾਬ ਵੀ ਨਾਲ ਲੈ ਗਿਆ ਸੀ; ਜਰੂਰ ਸਵੇਰ ਦਾ ਕੀਰਤਨ ਕਿਸੇ ਸਮੂਹ ਅੱਗੇ ਕਰੇਗਾ। ਗੰਗਾ ਦੇ ਕੰਢਿਆਂ ਉੱਤੇ ਰੌਣਕ ਸੀ। ਝੁੰਡਾਂ ਵਿੱਚ ਬੈਠੇ ਸਾਧੂ ਚਿਲਮਾਂ ਪੀ ਰਹੇ ਸਨ। ਧੂਣੀਆਂ ਅੱਗੇ ਗੱਡੇ ਚਿਮਟੇ ਮੱਘਦੀਆਂ ਅੱਗਾਂ ਨੂੰ ਠੋਕਰ ਮਾਰ ਰਹੇ ਸਨ। ਸੁਲਫ਼ੇ ਦੀਆਂ ਧੂਣੀਆਂ ਦੇ ਆਦੀ ਕੁੱਤੇ ਧੂੰਏਂ 'ਚੋਂ ਅਨਾਜ ਦੀ ਸੁਗੰਧ ਸੁੰਘਦੇ ਲੰਘ ਰਹੇ ਸਨ। ਪਾਂਡੇ ਤੇ ਜੋਤਸ਼ੀਆਂ ਨੇ ਟੇਵਿਆਂ ਦੇ ਸੰਬੰਧ ਦੱਸਣੇ ਸ਼ੁਰੂ ਕਰ ਦਿੱਤੇ ਸਨ। ਕੰਨ ਪਾਟੇ ਜੋਗੀ ਗੰਗਾ ਇਸ਼ਨਾਨ ਕਰ ਦੁਬਾਰਾ ਸਰੀਰਾਂ ਨੂੰ ਰਾਖ ਮਲ੍ਹ ਰਹੇ ਸਨ। ਸਧਾਰਨ ਲੋਕ ਗਿੱਲੇ ਸਰੀਰਾਂ ਨੂੰ ਪੋਚਦੇ ਕੱਪੜੇ ਪਾਉਂਦੇ ਮੁੜ ਸਾਧਾਂ ਵੱਲ ਵੇਖਣ ਲੱਗ ਪੈਂਦੇ। ਮਰਦਾਨਾ ਕਾਫ਼ੀ ਦੂਰ ਨਿਕਲ ਆਇਆ ਸੀ। ਧੂੰਏਂ ਨਾਲ ਕਈ ਵਾਰ ਹੁੱਥੂ ਆਇਆ। ਛੋਟੀਆਂ ਛੋਟੀਆਂ ਕੁਟੀਆਂ ਅੰਦਰ ਝਾਤ ਮਾਰੀ। ਬੁੱਤਾਂ ਦੇ ਅੱਗੇ ਰਾਤਾਂ ਨੂੰ ਬਲਦੇ ਚਿਰਾਗਾਂ ਦੇ ਚਟਾਕ ਵੇਖੇ। ਗੰਗਾ ਕਿਨਾਰੇ ਸੁੱਕਦੇ ਕੱਪੜਿਆਂ 'ਚੋਂ ਆਪਣੇ ਚੋਗਿਆਂ ਦੀ ਭਾਲ ਕੀਤੀ। ਜੋਗੀ, ਸੰਨਿਆਸੀ, ਤਪੀਏ, ਤਪੀਸਰ, ਬੈਸਨੋਂ, ਉਦਾਸੀ ਸਭ ਅੱਖਾਂ ਅੱਗਿਉਂ ਲੰਘਦੇ ਗਏ। ਫਿਰ ਨੀਵੀਂ ਜਗ੍ਹਾ ਤੋਂ ਧੀਮੀ ਧੀਮੀ ਰਬਾਬ ਦੀ ਆਵਾਜ਼ ਸੁਣਾਈ ਦਿੱਤੀ। ਮਰਦਾਨਾ ਬੜੀ ਮੁਸ਼ਕਲ ਨਾਲ ਉਸ ਜਗ੍ਹਾ ਪਹੁੰਚਿਆ। ਲੋਕ ਆਲੇ ਦੁਆਲੇ ਘੇਰਾ ਬਣਾ ਕੇ ਖੜ੍ਹੇ ਸਨ; ਵਿਚਕਾਰ ਫਕੀਰ ਬੈਠੇ ਸਨ। ਬਾਬਾ ਕਦੇ ਗਾਉਂਦਾ ਕਦੇ ਗੌਣ ਦੇ ਅਰਥ ਕਰਕੇ ਸੁਣਾਉਂਦਾ। ਜਦੋਂ ਉਹ ਵਾਪਸ ਮੁੜੇ ਤਾਂ ਪਹਿਲਾ ਪਹਿਰ ਬੀਤ ਚੁੱਕਾ ਸੀ। (ਲੋਕ ਆਲੇ ਦੁਆਲੇ ਖੜ੍ਹੇ ਸਨ; ਫਕੀਰਾਂ ਦੀ ਮੰਡਲੀ ਵਿਚਕਾਰ ਬੈਠੀ ਸੀ) ਵੇਦਾਂ ਸ਼ਾਸਤਰਾਂ ਪੁਰਾਣਾਂ ਦੇ ਭਾਰੇ ਭਾਰੇ ਸ਼ਬਦਾਂ ਦੇ ਅਰਥ ਤਰਲ ਹੋ ਕੇ ਬਾਬੇ ਦੀ ਆਵਾਜ਼ ਵਿੱਚ ਤੈਰ ਰਹੇ ਸਨ। ਧੁੰਨੀਆਂ ਨੇ ਅਰਥਾਂ ਦੇ ਸੁਭਾਅ ਨੂੰ ਆਪਣੇ ਨਾਲ ਤੋਰ ਲਿਆ ਸੀ।

ਇਹ 'ਹਰਕੀ ਪੌੜੀ' ਤੋਂ ਅੱਧਾ ਕੋਹ ਦੂਰ ਇਕ ਸੁੰਨਸਾਨ ਜਗ੍ਹਾ ਸੀ। ਜਿਸਦੇ ਪਿੱਛੇ ਦਲਦਲੀ ਸਰਕੰਡੇ ਤੇ ਨੜੀ, ਅੱਕ, ਢੱਕ, ਕਾਂਹੀਂ, ਦਿੱਬ ਦੇ ਝੁੰਡ ਖੜ੍ਹੇ ਸਨ। ਪਰ ਦੁਪਹਿਰ ਹੁੰਦਿਆਂ ਉਨ੍ਹਾਂ ਦੇ ਆਸ ਪਾਸ ਖਾਸ ਰੌਣਕ ਆ ਪਹੁੰਚੀ ਸੀ। ਸਭ ਸਾਧਾਂ ਦੇ ਗਧੇ ਵੇਹਲੇ ਹੋ ਕੇ ਇਸ ਜਗ੍ਹਾ ਚੁਗ ਰਹੇ ਸਨ। ਲੋਕ ਆਪਣੀਆਂ ਘਰੇਲੂ ਗੱਲਾਂ ਵਿਚ ਮਸਤ ਸਨ। ਪਰ ਮਰਦਾਨੇ ਦੀ ਨਜ਼ਰ ਇਕ ਘੁਮਾਂਤਰੂ ਟੋਲੇ ਉੱਪਰ ਪਈ। ਇਕ ਵੇਸਵਾ ਫਟੇ ਹੋਏ ਕੰਨਾਂ ਨੂੰ ਟਾਂਕੇ ਲਵਾ ਰਹੀ ਸੀ। ਕੰਨਾਂ ਤੋਂ ਤ੍ਰਿਪ ਤ੍ਰਿਪ ਚੋਂਦੇ ਖ਼ੂਨ ਨੂੰ ਉਹ ਹਥੇਲੀਆਂ ਨਾਲ ਰੋਕਦੀ ਤਾਂ ਜੋ ਕੱਪੜੇ ਨਾ ਰੰਗੇ ਜਾਣ।

"ਅਜਿਹੇ ਗਾਹਕਾਂ ਕੋਲ ਤੁਸੀਂ ਜਾਂਦੀਆਂ ਹੀ ਕਿਉਂ ਹੋ ਪੁੱਤ... ?" ਟਾਂਕੇ ਲਾਉਂਦੀ ਬੁੱਢੀ ਦਿਲਾਸੇ ਦੇ ਰਹੀ ਸੀ।

"ਪਰ੍ਹੇ ਹੋ ਕੇ ਬੈਠੋ...।" ਵਾਲਾਂ ਦੇ ਗੁੱਛਿਆਂ ਨਾਲ ਭਰੇ ਕੰਨਾਂ ਵਾਲੇ ਇਕ ਸਾਧ ਨੇ ਕਰੋਧ ਨਾਲ ਬਾਂਹ ਚੁੱਕੀ। ਅਜਿਹੀਆਂ ਆਵਾਜ਼ਾਂ ਦੀਆਂ ਉਹ ਆਦੀ ਸਨ। ਉਨ੍ਹਾਂ ਸਾਧ ਵੱਲ ਨਜ਼ਰ ਚੁੱਕ ਕੇ ਵੀ ਨਹੀਂ ਵੇਖਿਆ।

"ਮੈਂ ਮੰਗ ਕੇ ਖਾਣ ਵਾਲਾ ਸਾਧ ਨਹੀਂ।"

"ਇਹ ਤਾਂ ਤੈਨੂੰ ਕਿਸੇ ਨੇ ਪੁੱਛਿਆ ਹੀ ਨਹੀਂ... ?" ਬੁੱਢੀ ਨੇ ਹਥੇਲੀ ਉੱਪਰੋਂ ਖ਼ੂਨ ਧਰਤੀ ਉੱਤੇ ਟੇਢਾ ਕਰ ਦਿੱਤਾ। ਇਹ ਹੁਣ ਕਿਸੇ ਕੰਮ ਦਾ ਵੀ ਨਹੀਂ ਸੀ। ਪਰ ਉਸਦੇ ਕੰਨ ਹਾਲੇ ਵੀ ਖ਼ੂਨ ਨਾਲ ਗਿੱਲੇ ਸਨ। ਮਰਦਾਨਾ ਉੱਠ ਕੇ ਖੜ੍ਹਾ ਹੋਇਆ। ਬਾਬਾ ਅੱਖਾਂ ਮੀਚ ਸਿੱਧਾ ਪਿਆ ਸੀ। ਮਰਦਾਨਾ ਚੁੱਪਚਾਪ ਗੰਗਾ ਕਿਨਾਰੇ ਤੁਰਦਾ ਗਿਆ। ਚਿਲਮਾਂ ਦੇ ਧੂੰਏਂ ਗਾਂਜੇ ਦੀ ਸੁਗੰਧ, ਗਲ੍ਹ ਵਿਚ ਬਰਗੂ ਸਿੰਙੀ, ਬਗਲ ਵਿਚ ਗਊ ਦੁੰਮ ਸਰਾਣੇ ਅਜਿਹੇ ਕਿੰਨੇ ਹੀ ਚੇਹਰੇ ਕਿਨਾਰੇ 'ਤੇ ਨਜ਼ਰ ਆ ਰਹੇ ਸਨ। ਇੱਕ ਨਾਂਗੇ ਸਾਧਾਂ ਦੀ ਢਾਣੀ ਕਿਸੇ ਨਾਲ ਬਹਿਸ ਰਹੀ ਸੀ :

"ਅਸੀਂ ਸਭ ਨੰਗੇ ਨਹੀਂ ਹਾਂ... ਅਸੀਂ ਨਾਂਗੇ ਹਾਂ...।" ਇਨ੍ਹਾਂ ਕਰੋਧੀ ਆਵਾਜ਼ਾਂ ਵਿਚੋਂ ਜਜਮਾਨਾਂ ਦੀਆਂ ਬੰਸਾਵਲੀਆਂ ਪੜ੍ਹਦੇ ਪਾਂਡਿਆਂ ਦੀ ਆਵਾਜ਼ ਸੁਣਦੀ। ਹੁਣ ਜੇ ਬਾਬਾ ਨਾਲ ਹੁੰਦਾ ਤਾਂ ਉਹ ਜਰੂਰ ਪੁੱਛਦਾ :

"ਸੰਪਰਦਾਵਾਂ ਹੀ ਸੰਪਰਦਾਵਾਂ ਨੇ... ਫਕੀਰ ਕਿਥੇ ਨੇ ਬਾਬਾ ?"

ਪਰ ਹੁਣ ਸਾਹਮਣੇ ਵੇਖ ਕੇ ਤੁਰਨਾ ਪੈਣਾ ਸੀ; ਭੀੜ ਬਹੁਤ ਜਿਆਦਾ ਸੀ। ਲੋਕ ਤਾਂ ਖਹਿ ਕੇ ਲੰਘ ਜਾਂਦੇ ਸਨ, ਪਰ ਕਿਸੇ ਭਗਵੇ ਨਾਲ ਖਹਿਣ ਤੇ ਇਕ ਕਰੋਧੀ ਆਵਾਜ਼ ਸੁਣਦੀ। ਉਹ ਅਕਸਰ ਤੁਰਦੇ ਵੇਲੇ ਭਗਵਿਆਂ ਤੋਂ ਲੋਕਾਂ ਵੱਲ ਸਰਕਦਾ।

ਸਰਾਂ ਅੱਗੇ ਰਾਸ ਲੀਲਾ ਚੱਲ ਰਹੀ ਸੀ। ਸਫ਼ਰਾਂ ਤੋਂ ਆਏ ਲੋਕ ਥਕਾਵਟ ਨੂੰ ਰੌਚਕਤਾ ਨਾਲ ਭੁਲਾ ਰਹੇ ਸਨ। ਪਰ ਮਰਦਾਨਾ ਅੱਗੇ ਲੰਘ ਗਿਆ। ਲਸਣ ਨਾਲ ਲਾਲ ਕੀਤੀਆਂ ਅੱਖਾਂ ਵਾਲਾ ਇਕ ਚੇਹਰਾ ਉਹਦੇ ਅੱਗੇ ਆਇਆ :

"ਹਿੰਦੂ ਏ ਜਾਂ ਮੁਸਲਮਾਨ।" ਇਹ ਪ੍ਰਸ਼ਨ ਮਰਦਾਨਾ ਏਨ੍ਹੀ ਵਾਰ ਸੁਣ ਚੁੱਕਾ ਸੀ; ਹੁਣ ਇਹਦਾ ਸੁਆਲ ਬਣਦਾ ਹੀ ਨਹੀਂ ਸੀ। ਉਹ ਚੁੱਪਚਾਪ ਅੱਗੇ ਲੰਘ ਗਿਆ।

"ਚੰਗਾ ਕੀਤਾ ਤੂੰ ਉੱਤਰ ਨਹੀਂ ਦਿੱਤਾ।" ਪਿਛੇ ਮੁੜਕੇ ਵੇਖਣ ਦਾ ਕੋਈ ਫਾਇਦਾ ਨਹੀਂ ਸੀ; ਭੀੜ ਬਹੁਤ ਜਿਆਦਾ ਸੀ। ਅੱਗੇ ਮੰਤਰਾਂ ਦਾ ਉਚਾਰਨ ਸੁਣਨ ਲੱਗਾ। ਦੋਵੇਂ ਪਾਸੇ ਸਿਵੇ ਮਘ ਰਹੇ ਸਨ। ਮੌਤ ਨੂੰ ਸਲਾਹਾਂ ਦੇਂਦੀਆਂ ਪ੍ਰਾਰਥਨਾਵਾਂ ਬਹੁਤ ਸੋਗੀ ਸਨ। ਉਹ ਬੁਝੇ ਹੋਏ ਅੰਗਿਠਿਆਂ ਵਿਚੋਂ ਰਾਹ ਬਣਾਉਂਦਾ ਸਾਹਮਣੇ ਪੌੜੀਆਂ ਵੱਲ ਗਿਆ; ਜਿਥੋਂ ਬਲਦੇ ਸਿਵਿਆਂ ਨੂੰ ਸੰਬੰਧੀ ਵੇਖ ਰਹੇ ਸਨ। ਇੱਥੇ ਹੀ ਇੱਕ ਜਾਣੀ ਪਛਾਣੀ ਆਵਾਜ਼ ਸੁਣੀ। ਇਹ ਰਸਤੇ ਮਿਲਿਆ ਓਹੀ ਫਕੀਰੀਆ ਪੰਡਿਤ ਸੀ ਜੋ ਪ੍ਰਾਣ ਤਿਆਗਣ ਲਈ ਇਥੇ ਆਇਆ ਸੀ। ਕਿਤੇ ਕਿਤੇ ਪੌੜੀਆਂ ਰੁਕਕੇ ਇਕ ਥੜਾ ਜਿਹਾ ਬਣਾ ਲੈਂਦੀਆਂ ਸਨ; ਜਿਥੇ ਕੋਈ ਉਦਾਸ ਪਰਿਵਾਰ ਇਕੱਠਾ ਬੈਠਿਆ ਦਿਸਦਾ। ਮਰਦਾਨੇ ਨੇ ਇਕ ਵਾਰ ਫਿਰ ਮੱਘਦੇ ਅੰਗੀਠਿਆਂ ਦੇ

ਧੂੰਏਂ ਵੱਲ ਵੇਖਿਆ; ਸਾਰੀ ਦਿਸ਼ਾ ਹਵਾ ਦੇ ਹੱਥ ਵਿਚ ਸੀ। ਪੰਡਤ ਨੇ ਆਪਣੇ ਵੱਲ ਆਉਂਦੇ ਧੂੰਏਂ ਨੂੰ ਵੇਖ ਕੇ ਬੋਲਣਾ ਸ਼ੁਰੂ ਕਰ ਦਿੱਤਾ।

"ਕੱਲ੍ਹ ਬੇਰੌਣਕੇ ਜਹੇ ਰਸਤੇ ਦਿਸਣ ਲੱਗ ਪਏ ਸੀ। ਅੱਜ ਸਵੇਰੇ ਫਿਰ ਘਰ ਦੀਆਂ ਝਲਕਾਂ ਦਿਸਣ ਲੱਗ ਪਈਆਂ। ਬੱਸ ਅੰਗਿਆਰਾਂ ਦੇ ਢੇਰ ਉੱਪਰ ਬੈਠਾਂ। ਕਦੇ ਮੈਂ ਮੌਤ ਦੀ ਪੈਂਦ ਬੈਠਦਾਂ ਕਦੇ ਮੌਤ ਮੇਰੀ ਪੈਂਦ ਬੈਠ ਜਾਂਦੀ ਏ।"

ਹਵਾ ਦੇ ਜੋਰਦਾਰ ਬੁੱਲੇ ਨਾਲ ਸਭ ਧੂੰਏਂ ਦੀ ਲਪੇਟ ਵਿਚ ਆ ਗਏ। ਕਈਆਂ ਦੇ ਸਾਹ ਬੰਦ ਹੋਏ; ਕਈਆਂ ਨੂੰ ਹੁੱਥੂ ਛਿੜੇ। ਪਿਛਲੀਆਂ ਪੌੜੀਆਂ ਉੱਤੇ ਬਾਬੇ ਦੀ ਝਲਕ ਦਿੱਸੀ। ਬਾਬੇ ਕੋਲ ਬੈਠਾ ਕੋਈ ਬੋਲ ਰਿਹਾ ਸੀ : "ਸਾਰੀ ਉਮਰ ਬੁੱਤ ਦਿਸਦੇ ਰਹੇ; ਜਦੋਂ ਬੁੱਤਾਂ ਨੂੰ ਤਰਾਸ਼ਣ ਦੀ ਆਵਾਜ਼ ਸੁਣਨ ਲੱਗੀ ਤਾਂ ਇੰਦਰੀਆਂ ਸਾਥ ਛੱਡਣ ਲੱਗ ਪਈਆਂ ਨੇ।"

ਕੁਝ ਸਿਵੇ ਹੌਲੀ ਹੌਲੀ ਠੰਢੇ ਹੋ ਰਹੇ ਸਨ। ਵਾਰਸ ਕੋਲ ਜਾ ਕੇ ਅੱਗ ਨੂੰ ਠੋਕਰ ਮਾਰਦੇ ਤਾਂ ਜੋ ਕੋਈ ਅੰਗ ਬਾਕੀ ਨਾ ਰਹਿ ਜਾਵੇ। ਮਰਦਾਨੇ ਨੇ ਥੱਲੇ ਵਗਦੀ ਗੰਗਾ ਵਿੱਚ ਛੋਟੇ ਛੋਟੇ ਆਕਾਰਾਂ ਨੂੰ ਤੈਰਦੇ ਅੱਗੇ ਲੰਘਦੇ ਵੇਖਿਆ। ਫਿਰ ਇਨ੍ਹਾਂ ਜਲਦੇ ਸਰੀਰਾਂ ਨੇ ਰਾਖ ਬਣਕੇ ਹਾਲੇ ਪਾਣੀ ਉੱਪਰ ਤੈਰਨਾ ਵੀ ਸੀ। ਮਰਦਾਨਾ ਚੁੱਪਚਾਪ ਬਾਬੇ ਕੋਲ ਬੈਠਾ ਰਿਹਾ।

"ਲਓ ਫਿਰ ਸੁਲਘ ਪਏ ਪਰਾਣ।" ਔਖੇ ਸਾਹ ਲੈਂਦਾ ਉਹ ਬਿਰਧ ਹੋਰ ਵੀ ਖਿੱਝ ਗਿਆ। ਉਹਨੇ ਸਾਹਾਂ ਨੂੰ ਰੋਕ ਕੇ ਮੂੰਹ ਜ਼ੋਰ ਦੀ ਫੁਲਾਇਆ।

"ਐਨੀ ਦੇਰ ਦੇ ਬੈਠੇ ਹੋ; ਤੁਸੀਂ ਕਿਉਂ ਨਹੀਂ ਬੋਲਦੇ ਨਾਨਕ ਸ਼ਾਹ ?"

"ਇਹ ਤਾਂ ਪ੍ਰਾਣਾਂ ਨੂੰ ਵਿਦਾ ਕਰਨ ਦੀ ਵਿਧੀ ਨਹੀਂ ਹੈ। ਸਭ ਤੋਂ ਨੇੜੇ ਰਹੇ ਸੁਆਸਾਂ ਨਾਲ ਇਸ ਤਰ੍ਹਾਂ ਦਾ ਵਿਵਹਾਰ ?"

"ਫਿਰ ਕੋਈ ਉਪਾਅ ਦੱਸੋ ਮਹਾਂਰਿਸ਼ੀ ?"

"ਜਿਸ ਤੋਂ ਤੂੰ ਵਿਦਾ ਮੰਗ ਰਿਹਾਂ; ਉਹ ਤਾਂ ਦੇਹ ਹੈ ਹੀ ਨਹੀਂ।"

"ਹੁਣ ਮੈਂ ਖਿਆਲਾਂ ਨੂੰ ਕਿਵੇਂ ਪੁੱਛਾਂ ਕਿ ਤੁਹਾਡੀ ਯੋਜਨਾ ਕੀ ਹੈ ?"

ਸ਼ਾਮ ਦੀ ਵਾਢੜ ਨਾਲ ਲੋਕ ਇੱਧਰ ਉੱਧਰ ਜਾਣ ਲੱਗੇ। ਮਘਦੇ ਸਿਵਿਆਂ ਵਿੱਚ ਲਟਾਲਟ ਬਲਦੀਆਂ ਦੇਹਾਂ ਥੋੜ੍ਹੀ ਦੇਰ ਲਈ ਧੂੰਏਂ ਵਿਚ ਘਿਰ ਗਈਆਂ। ਸ਼ਾਮ ਢਲ ਰਹੀ ਸੀ। ਕਿਤੇ ਕਿਤੇ ਆਰਤੀ ਨਾਲ ਟੱਲੀਆਂ ਦੀ ਆਵਾਜ਼ ਸੁਣਨ ਲੱਗੀ। ਗੰਗਾ ਵਿਚ ਲੋਕ ਚਿਰਾਗ ਬਾਲ ਕੇ ਛੱਡ ਰਹੇ ਸਨ। ਹੌਲੀ ਹੌਲੀ ਚੱਲਦੇ ਪਾਣੀ ਉੱਪਰ ਤੈਰਦੀ ਰੋਸ਼ਨੀ ਜ਼ਿੰਦਗੀ ਤੇ ਮੌਤ ਦੀ ਇਕਸਾਰਤਾ ਵਿਖਾਉਂਦੀ ਬਲਦੇ ਸਿਵਿਆਂ ਕੋਲੋਂ ਲੰਘਦੀ ਦਿਸ ਰਹੀ ਸੀ। ਫੁੱਲਾਂ ਨਾਲ ਢਕੀਆਂ ਨਵੀਆਂ ਅਰਥੀਆਂ ਪਹੁੰਚ ਰਹੀਆਂ ਸਨ।

"ਬਾਬਾ ਕਿਸਦਾ ਕੌਲ੍ਹ ਵੇਖਾਂ... ਕਿਸ ਨੂੰ ਕਿਵੇਂ ਵੇਖਾਂ ?"

"ਕਲੀਆਂ ਕੋਲ ਰੁੱਕ; ਫੁੱਲ ਬਣਦਾ ਦਿਸੇਗਾ।" ਉਹ ਵਾਪਸ ਆਪਣੇ ਟਿਕਾਣੇ ਵੱਲ ਆ ਰਹੇ ਸਨ।

ਕਾਂਡ ਬਾਈਵਾਂ

ਮੰਦਰਾਂ ਦੇ ਮਘੋਰਿਆਂ 'ਚੋਂ ਪੰਛੀ ਜਾਗ ਪਏ ਸਨ। ਖੜਤਾਲਾਂ ਸੰਖਾਂ ਸਿੰਙੀਆਂ ਨਾਲ ਘਾਟੀਆਂ ਗੂੰਜ ਰਹੀਆਂ ਸਨ। ਸ਼ਾਇਦ ਪੰਛੀ ਇਸੇ ਲਈ ਉੱਡੇ ਸਨ। ਇਕ ਕੁੱਟੀਆ ਅੱਗੇ ਵੱਡਾ ਬਰੋਟਾ ਖੜ੍ਹਾ ਸੀ ਜਿਸ ਥੱਲੇ ਉਨ੍ਹਾਂ ਰਾਤ ਕੱਟੀ ਸੀ। ਉਹ ਜਦ ਵੀ ਜਗ੍ਹਾ ਛੱਡ ਕੇ ਵਾਪਸ ਰਾਤ ਨੂੰ ਉਸ ਜਗ੍ਹਾ ਆਉਂਦੇ ਤਾਂ ਉਹ ਥਾਂ ਕੋਈ ਹੋਰ ਮੱਲ ਲੈਂਦਾ। ਬਰੋਟੇ ਦੀਆਂ ਲੰਬੀਆਂ ਜੜ੍ਹਾਂ ਨਾਲ ਸਾਰੀ ਰਾਤ ਇੱਕ ਸਾਧੂ ਪੁੱਠਾ ਲਟਕਦਾ ਰਿਹਾ। ਉਹਦੇ ਸਾਹਮਣੇ ਇਕ ਨਾਂਗੇ ਸਾਧੂ ਨੇ ਮਨੁੱਖੀ ਖੋਪੜੀ ਉੱਪਰ ਚਿਰਾਗ ਬਾਲ ਦਿੱਤਾ। ਰਾਤ ਨੂੰ ਕਈ ਵਾਰੀ ਦੋਵਾਂ ਦੀ ਕਹਾ ਸੁਣੀ ਹੋਈ। ਉਹ 'ਸਾਧੂਕੜੀ' ਬੋਲੀ ਵਿਚ ਬੋਲਦੇ ਕੁਝ ਸਮਝ ਨਾ ਆਉਂਦਾ। ਏਨਾਂ ਜਰੂਰ ਸਮਝ ਆਉਂਦਾ ਸੀ ਕਿ ਪੁੱਠੇ ਲਟਕੇ ਸਾਧੂ ਦੀਆਂ ਅੱਖਾਂ ਚਾਨਣ ਨਹੀਂ ਸੀ ਝੱਲ ਰਹੀਆਂ। ਰਾਤ ਕੀਰਤਨ ਵੇਲੇ ਦੋਵੇਂ ਆਪੋ ਆਪਣੀ ਜਗ੍ਹਾ 'ਤੇ ਸੁਣਦੇ ਰਹੇ। ਆਮ ਲੋਕ ਤੇ ਗਾਇਕ ਢਾਣੀਆਂ ਨਾਲ ਕਾਫ਼ੀ ਇਕੱਠ ਹੋ ਗਿਆ ਸੀ। ਵਿਚਕਾਰ ਉਹ ਸਾਧੂ ਉਸੇ ਤਰ੍ਹਾਂ ਲਟਕਦਾ ਰਿਹਾ। ਲੋਕਾਂ ਨੇ ਉਹਦੇ ਲਟਕਣ ਲਈ ਜਗ੍ਹਾ ਛੱਡ ਦਿੱਤੀ ਸੀ। ਸਵੇਰੇ ਮਰਦਾਨੇ ਨੇ ਵੇਖਿਆ ਬਰੋਟੇ ਦੀ ਜੜ੍ਹ ਸੁੰਨੀ ਸੀ। "ਗਿੱਲੀ ਥਾਂ ਤੇ ਨਹੀਂ ਸੀ ਪੈਣਾ... ਲੱਕ ਪੀੜਾਂ ਹੋਣ ਲੱਗ ਪੈਣਗੀਆਂ।" ਕੁਝ ਦੇਰ ਪਹਿਲਾਂ ਉਹ ਏਦਾਂ ਕਹਿੰਦਾ ਕੋਲੋਂ ਲੰਘ ਗਿਆ ਸੀ। ਬਾਬਾ ਅਜੇ ਵੀ ਸਮਾਧੀ ਵਿਚ ਸੀ। ਸੂਰਜ ਥੋੜ੍ਹਾ ਉੱਪਰ ਦਿਸਣ ਲੱਗ ਪਿਆ ਸੀ। ਲੋਕ ਆਪੋ ਆਪਣੀਆਂ ਜਗਾਵਾਂ ਛੱਡ ਰਹੇ ਸਨ। ਪਰ ਇਕ ਵੱਡਾ ਸਾਧਾਂ ਦਾ ਜਥਾ ਖੜਾਵਾਂ ਸਿਰ ਥੱਲੇ ਲੈ ਹਾਲੇ ਵੀ ਸੁੱਤਾ ਪਿਆ ਸੀ। ਲੋਕ ਉਨ੍ਹਾਂ ਤੋਂ ਪਾਸਾ ਵੱਟ ਲੰਘੀ ਜਾ ਰਹੇ ਸਨ। ਏਨੇ ਵੱਡੇ ਰੌਲੇ ਵਿੱਚ ਵੀ ਉਨ੍ਹਾਂ ਦੀ ਜਾਗ ਨਹੀਂ ਸੀ ਖੁੱਲ੍ਹ ਰਹੀ। ਇਹ ਕਿਸੇ ਸਮੂਹਕ ਨੀਂਦ ਦੀ ਇੱਛਾ ਸੀ। ਉਨ੍ਹਾਂ ਕੋਲ ਇਕ ਲੰਬੀ ਦਾਹੜੀ ਵਾਲਾ ਸਾਧੂ ਜਿਸਦਾ ਇਕ ਪੈਰ ਛੋਟਾ ਸੀ; ਸਾਹਮਣੇ ਆਪਣੇ ਅਣਦਾੜੀਏ ਸ਼ਿਸ਼ ਨੂੰ ਇਸ਼ਾਰਾ ਕਰ ਰਿਹਾ ਸੀ। ਸ਼ਿਸ਼ ਨੇ ਦੂਰੋਂ ਹੀ ਜਮੀਨ ਤੇ ਸਿਰ ਟੇਕ ਕੇ ਪ੍ਰਣਾਮ ਕੀਤਾ। ਤਿੰਨ ਹੱਥ ਪਿਛੇ ਹਟ ਗੁਰੂ ਦੇ ਚਰਨਾਂ ਦੀ ਧੂੜ ਚੁੱਕੀ। ਗੁਰੂ ਦਾ ਛੋਟਾ ਪੈਰ ਅੱਧਾ ਕਦਮ ਅੱਗੇ ਵਧਿਆ।

"ਚੱਲ ਤੂੰ ਪੈਰੀਂ ਹੱਥ ਹੀ ਲਾਦੇ; ਵੱਗਦਾ ਪਾਣੀ ਏ ਮੈਂ ਇਸ਼ਨਾਨ ਕਰ ਲਵਾਂਗਾ।"

ਮਰਦਾਨੇ ਨੇ ਬਾਬੇ ਨੂੰ ਸਮਾਧੀ ਤੋਂ ਬਾਹਰ ਆਉਂਦੇ ਵੇਖਿਆ; ਪਰ ਉਹਤੋਂ ਚੁੱਪ ਨਾ ਰਿਹਾ ਗਿਆ :

"ਬਾਬਾ...ਬਹੁਤ ਹੀ ਉਦਾਸ ਲੋਕਾਂ ਦੇ ਹੱਥਾਂ ਵਿਚ ਆ ਗਿਆ ਏ ਸੰਨਿਆਸ ਬਾਬਾ।"

"ਹਾਂ ਮਰਦਾਨਿਆਂ ਤੂੰ ਖਰੀ ਸੋਚੀ...।"

"ਬਾਬਾ ਜੇ ਇੱਥੇ ਧੁਨਾਂ ਨਾਲ ਮੇਰੇ ਪ੍ਰਾਣ ਸੁਆਦਲੇ ਨਾ ਹੋਣ; ਮੈਂ ਤਾਂ ਸਾਹ ਵੀ ਨਾ ਲੈ ਸਕਾਂ।" ਮਰਦਾਨਾ ਕਈ ਵਾਰੀ ਅਜਿਹੇ ਵੇਲੇ ਤੁਕਬੰਦੀ ਵਿਚ ਬੋਲਦਾ;

ਪੁੱਛਦਾ ਹੀ ਜਾਂਦਾ; ਉੱਤਰ ਦੀ ਉਡੀਕ ਕਾਫ਼ੀ ਦੇਰ ਬਾਅਦ ਯਾਦ ਆਉਂਦੀ। ਅਜਿਹਾ ਉਸ ਵੇਲੇ ਹੁੰਦਾ ਜਦੋਂ ਪੁੱਛਣ ਲਈ ਕਈ ਕਈ ਪਹਿਰ ਉਹ ਸੋਚਾਂ ਵਿੱਚ ਲੰਘਾ ਦੇਂਦਾ। ਅੱਜ ਉਹਦੀ ਲਗਾਤਾਰ ਪੁੱਛਣ ਦੀ ਵਾਰੀ ਸੀ :

"ਏਨੇ ਫਕੀਰਾਂ ਵਿਚ ਇਹ ਸ਼ਬਦਾਂ ਦੀ ਵਿਅਰਥਤਾ ਦੀ ਸੰਭਾਵਨਾ ਕਿਉਂ ਵੱਧ ਜਾਂਦੀ ਏ ਬਾਬਾ... ?" ਉਹ ਦੋਵੇਂ ਜਗ੍ਹਾ ਛੱਡ ਤੁਰ ਪਏ ਸਨ।

"ਇਹ ਬਰਕਤਾਂ ਦਾ ਮੇਲ ਕਿਉਂ ਨਹੀਂ ਹੁੰਦਾ ?" ਉਹਨੇ ਬਾਬੇ ਵੱਲ ਗ਼ੌਰ ਨਾਲ ਵੇਖਿਆ।

"ਇਹ ਤੀਰਥਾਂ ਵਿਚ ਫਿਰਦੇ ਲੋਕ ਏਨੇ ਡਰੇ ਹੋਏ ਕਿਉਂ ਜਾਪਦੇ ਨੇ ਬਾਬਾ ?"

"ਇਥੇ ਇਨ੍ਹਾਂ ਨੂੰ ਇਹੋ ਜਿਹਾ ਕੀ ਯਾਦ ਆ ਗਿਆ ?"

"ਕੀ ਮੌਤ ਤੋਂ ਬਿਨਾਂ ਹੋਰ ਕੋਈ ਡਰ ਹੈ ਹੀ ਨਹੀਂ ?" ਅੱਗੇ ਭੀੜ ਹੋਰ ਵੱਧ ਗਈ ਸੀ। ਕਈ ਵਾਰੀ ਏਦਾਂ ਜਾਪਦਾ ਜਿਵੇਂ ਮਰਦਾਨੇ ਦੀ ਜਗ੍ਹਾ ਕੋਈ ਨਵਾਂ ਸਾਧਕ ਪੁੱਛ ਰਿਹਾ ਹੋਵੇ।

"ਇਹ ਜਿਵੇਂ ਕਬੂਤਰ ਪੌੜੀਆਂ ਤੋਂ ਉਤਰਦੇ ਨੇ... ਮੌਤ ਦਾ ਹੁਨਰ ਇਵੇਂ ਉਤਰੇ ਸਰੀਰ 'ਚੋਂ।" ਇਹ ਪਹਿਲਾ ਉੱਤਰ ਸੀ। ਪਰ ਅਗਲਾ ਉੱਤਰ ਕੋਈ ਹੋਰ ਦੇ ਰਿਹਾ ਸੀ :

"ਸੰਪਰਦਾ ਅੱਧਾ ਸੱਚ ਹੈ...।" ਦੋ ਫਕੀਰ ਇਕ ਦੂਜੇ ਨੂੰ ਮਨਾਉਂਦੇ ਗੱਲ ਜਾਰੀ ਰੱਖ ਰਹੇ ਸਨ। ਪਰ ਉਸੇ ਵੇਲੇ ਖੱਬੇ ਪਾਸਿਉਂ ਕਿਸੇ ਜਨਾਨੀ ਦੀ ਆਵਾਜ਼ ਆਈ :

"ਬੈਠ ਨਹੀਂ ਹੁੰਦਾ ਜੀਅ ਕਰਦਾ ਰਾਖ ਦੀਆਂ ਢੇਰੀਆਂ ਨੂੰ ਮਘਾ ਕੇ ਤੁਰਾਂ...।"

ਆਪਣੇ ਕੰਨਾਂ ਦੇ ਟਾਂਕਿਆਂ ਨੂੰ ਬਚਾਉਂਦੀ ਉਹ ਵੇਸਵਾ ਉਸੇ ਬੁੱਢੀ ਨਾਲ ਤੁਰੀ ਜਾਂਦੀ ਬੋਲਦੀ ਜਾ ਰਹੀ ਸੀ।

"ਸਭ ਸਾਧਾਂ ਦੇ ਗਧੇ ਹਰੀਦੁਆਰ ਆ ਕੇ ਵੇਹਲੇ ਹੋ ਜਾਂਦੇ ਨੇ... ਇਹ ਲੋਕਾਂ ਵਿੱਚ ਕਿਉਂ ਛੱਡ ਦੇਂਦੇ ਨੇ... ?" ਬੁੱਢੀ ਇਕ ਗਧੇ ਨੂੰ ਹੱਕਦੀ ਆਪਣੇ ਤੋਂ ਦੂਰ ਕਰਦੀ ਗਈ।

"ਇਧਰ ਆ ਵਲਟੋਹੇ ਵਿਚ ਖਿਚੜੀ ਪੱਕ ਰਹੀ ਏ...।"

"ਹਾਂ ਭੁੱਖ ਤਾਂ ਲੱਗੀ ਏ... ਪਰ ਹਾਲੇ ਗਰਮ ਹੋਵੇਗੀ...।"

ਜਿੰਨੇ ਉੱਤਰ ਆਏ ਸਨ; ਉਨੇ ਉਹਨੇ ਸੁਆਲ ਨਹੀਂ ਸੀ ਕੀਤੇ। ਮਰਦਾਨੇ ਨੇ ਇਕ ਵਾਰ ਫਿਰ ਪਹਿਲੀ ਅਵਸਥਾ ਵਿਚ ਆਉਣ ਦੀ ਕੋਸਿਸ਼ ਕੀਤੀ। ਨਾਲ ਚੱਲਦੀ ਗੰਗਾ ਦੇ ਪਾਣੀ ਵਿਚ ਲਿਸ਼ਕਦੀ ਧੁੱਪ ਦੇ ਲਿਸ਼ਕਾਰੇ ਹੁਣ ਬਹੁਤ ਨੇੜੇ ਸਨ। ਉਨ੍ਹਾਂ ਅੱਗੇ ਹੁਣ ਸਾਜ਼ੀਆਂ ਦਾ ਇਕ ਸਮੂਹ ਚੱਲ ਰਿਹਾ ਸੀ। ਹਰ ਇਕ ਕੋਲ ਸਾਜ਼ ਸੀ। ਇੱਕ ਵਾਰੀ ਆਪਣਿਆਂ ਨਾਲ ਫਿਰ ਬੋਲਣ ਨੂੰ ਜੀਅ ਕੀਤਾ।

"ਸਾਰਾ ਸਜਿੰਦਿਆਂ ਦਾ ਹੀ ਟੋਲਾ ਏ। ਕਿੱਧਰ ਗਏ ਗਮਾਂਤਰੂ ? ਕਿਤੇ ਸ਼ਬਦ ਬਹੁਤ ਸੋਹਲ ਤਾਂ ਨੀ ਹੋ ਗਏ ?" ਉਧਰੋਂ ਕੋਈ ਉੱਤਰ ਨਹੀਂ ਆਇਆ। ਹਾਂ ਬਾਬੇ ਨੇ ਅੱਜ ਇਸ ਤਰ੍ਹਾਂ ਪੁਕਾਰਿਆ : "ਸੁਣ ਮੇਰੇ ਮੀਤਾ...।" ਪਰ ਬਾਬਾ ਅੱਗੇ ਤੁਰਦੇ ਸਜਿੰਦਿਆਂ ਵੱਲ ਵੇਖ ਮੁਸਕਰਾ ਰਿਹਾ ਸੀ।

"ਆਕਾਰ ਤੇ ਸ਼ਬਦ ਦੀ ਵਿਥ ਨੂੰ ਪਿੱਛੇ ਵੱਲ ਨਾ ਮੋੜ ਮਰਦਾਨਿਆ।... ਜਿਸਨੇ ਜਾਣਿਆ ਉਸਨੇ ਜਾਣਿਆ...।" ਗੰਗਾ ਦਾ ਕਿਨਾਰਾ ਦਿਸਣ ਲੱਗ ਪਿਆ ਸੀ। ਜਿਹੋ ਜਿਹਾ ਦਿਸਿਆ ਸੀ; ਉਸੇ ਨੂੰ ਵੇਖਣ ਦੀ ਸਰਲਤਾ ਵਿਚ ਉਤਰਨ ਨੂੰ ਜੀਅ ਕੀਤਾ। ਇਹ ਸਜਿੰਦਿਆਂ ਨੇ ਕੀ ਸੁਣ ਲਿਆ ਸੀ ? ਛੋਟੀਆਂ ਛੋਟੀਆਂ ਪਛਾਣਾਂ ਵਿਚ ਤੱਕਦੇ; ਕਿਤੇ ਸਾਜ਼ਾਂ ਨੇ ਬਾਬੇ ਦੀ ਆਵਾਜ਼ ਤਾਂ ਨਹੀਂ ਪਛਾਣ ਲਈ ਸੀ। ਏਨੇ ਸਾਜ਼ੀ ਗੰਗਾ ਦੇ ਕਿਨਾਰੇ ਵੱਲ ਆਉਂਦੇ ਵੇਖ ਲੋਕ ਹੈਰਾਨੀ ਨਾਲ ਵੇਖਣ ਲੱਗੇ। ਕੁਝ ਦੇਰ ਇੰਤਜ਼ਾਰ ਕਰਕੇ ਵਿਚੋਂ ਕਿਸੇ ਨੇ ਹੌਲੀ ਜਹੇ ਕਿਹਾ :

"ਅਸਲੀ ਮਰਾਸੀ ਕੌਣ ਏ ? ਗਾਣਾ ਸ਼ੁਰੂ ਕਰੋ।" ਸਜਿੰਦੇ ਹੱਸ ਪਏ।

ਗੰਗਾ ਕਿਨਾਰੇ ਉਤਰੇ ਬਸਤਰਾਂ ਦੇ ਅੰਬਾਰ ਸਨ। ਇਹ ਜੋ ਉਤਾਰੇ ਗਏ ਸਨ; ਉਨ੍ਹਾਂ ਨੂੰ ਪਹਿਨਣ ਲਈ ਸਰੀਰਾਂ ਨੇ ਫਿਰ ਮੁੜਨਾ ਸੀ। ਚੋਗੇ, ਮਧੂਕੜੀਆਂ, ਬਾਣਿਆਂ ਉੱਪਰ ਮਾਲਾਵਾਂ ਦੇ ਗੁੱਛੇ ਪਏ ਸਨ। ਖੜਾਵਾਂ ਦੀਆਂ ਕਤਾਰਾਂ ਸਨ ਤੇ ਅੱਗੇ ਕਾਸਿਆਂ ਦੀਆਂ ਨਿਸ਼ਾਨੀਆਂ ਸਨ। ਆਮ ਲੋਕਾਂ ਤੇ ਸਾਧਾਂ ਵਿਚਕਾਰ ਜੋ ਵਿੱਥ ਸੀ; ਬਾਬਾ ਉਹਦੇ ਵਿਚਕਾਰ ਜਾ ਕੇ ਖੜ੍ਹ ਗਿਆ। ਸਵੇਰ ਸੀ ਵਗਦੇ ਪਾਣੀ 'ਚੋਂ ਭਾਫ਼ ਉੱਡ ਰਹੀ ਸੀ। ਕੰਢਿਆਂ ਵੱਲ ਉੱਠਦੀਆਂ ਚਪਟੀਆਂ ਲਹਿਰਾਂ ਪਾਣੀ ਵਿਚ ਉਤਰਦੇ ਪੈਰਾਂ ਨੂੰ ਧੋਂਹਦੀਆਂ। ਇਹ ਫਕੀਰਾਂ ਤੇ ਲੋਕਾਂ ਵਿੱਚਲੀ ਵੰਡੀ ਜਗ੍ਹਾ ਕੌਣ ਆਇਆ ਹੈ ? ਕਈ ਸਾਧੂ ਅੱਖਾਂ ਨੇ ਗ਼ੌਰ ਨਾਲ ਵੇਖਿਆ। ਮਰਦਾਨੇ ਨੇ ਬਾਬੇ ਨੂੰ ਪਾਣੀ ਵਿਚ ਉਤਰਦੇ ਵੇਖਿਆ। ਬਾਬਾ ਜਦ ਵੀ ਇਸ ਤਰ੍ਹਾਂ ਦੇ ਵਗਦੇ ਪਾਣੀ ਵਿਚ ਉਤਰਦਾ; ਵੇਈਂ ਨਦੀ ਦਾ ਵਿਛੋੜਾ ਕਾਂਬਾ ਛੇੜ ਦੇਂਦਾ ਏ। ਹਾਲਾਂਕਿ ਅੱਜ ਉਹ ਆਪ ਬਾਬੇ ਦੇ ਨਾਲ ਪਾਣੀ ਵਿਚ ਸੀ। ਫਿਰ ਵੀ ਅਗਲੇ ਪਲ ਆਪਣੇ ਨਾਲ ਰਹਿਣਗੇ ਵੀ ਸੋਚ ਕੇ ਆਪਣੇ ਉੱਖੜੇ ਸਾਹਾਂ ਦੀ ਸੰਧੀ ਨੂੰ ਪਾਣੀ ਵੱਲ ਵੇਖਣ ਲਈ ਕਿਹਾ : "ਹੇ ਗੰਗਾ ਮਾਈ ਸਾਰੀਆਂ ਵਾਸ਼ਨਾਵਾਂ ਅੱਜ ਤੈਨੂੰ ਸੌਂਪ ਚੱਲਿਆਂ।" ਕੋਲੋਂ ਇੱਕ ਆਵਾਜ਼ ਜਾਣੀ ਪਛਾਣੀ ਆਈ।

"ਤੂੰ ਹਾਲੇ ਮਰਿਆ ਨਹੀਂ... ?"

"ਚੀਜ਼ਾਂ ਫਿਰ ਤੋਂ ਸੁਆਦ ਲੱਗਣ ਲੱਗ ਪਈਆਂ ਨੇ।" ਫਕਰੀਏ ਪੰਡਿਤ ਦੀ ਹੁਣ ਕਿਨਾਰਿਉਂ ਅੰਦਰ ਆਉਣ ਦੀ ਹਿੰਮਤ ਨਹੀਂ ਸੀ। ਪੁੱਛਣ ਵਾਲਾ ਉਹਨੂੰ ਫੜ ਕੇ ਪਾਣੀ ਅੰਦਰ ਲੈ ਕੇ ਆ ਰਿਹਾ ਸੀ। ਬਾਬਾ ਕੰਢੇ ਤੋਂ ਥੋੜ੍ਹਾ ਦੂਰ ਲੰਘ ਗਿਆ ਸੀ। ਮਰਦਾਨਾ ਵੀ ਉਸੇ ਤਰਫ਼ ਡੂੰਘੇ ਪਾਣੀ ਵੱਲ ਚੱਲ ਪਿਆ।

ਮਰਦਾਨੇ ਦਾ ਧੁੰਨੀ ਤੱਕ ਪਿੰਡਾ ਤਰਲ ਹੋ ਗਿਆ ਸੀ। ਸੂਰਜ ਚੜ੍ਹਣ ਨਾਲ ਗੰਗਾ ਉੱਤੇ ਪਰਛਾਵੇਂ ਹੀ ਪਰਛਾਵੇਂ ਨਜ਼ਰ ਆਉਣ ਲੱਗੇ। ਪਰਛਾਵੇਂ ਉਹੀ ਸਨ ਪਰ ਪਾਣੀ ਉਹ ਨਹੀਂ ਸੀ ਰਹਿ ਰਿਹਾ। ਸਭ ਪਰਛਾਵੇਂ ਸੂਰਜ ਵੱਲ ਪਾਣੀ ਸੁੱਟਦੇ ਦਿਸਦੇ। ਆਪਣੇ ਹੀ ਸੁੱਟੇ ਪਾਣੀ ਦਾ ਪ੍ਰਛਾਵਾਂ ਅਸਮਾਨ ਉੱਪਰ ਉੱਠਦਾ ਤੇ ਉੱਪਰ ਬਿਖਰੇ ਪਾਣੀ ਨਾਲ ਖ਼ਤਮ ਹੋ ਜਾਂਦਾ। ਗੱਲ ਇਥੋਂ ਹੀ ਸ਼ੁਰੂ ਹੋਈ ਸੀ :

"ਅਸੀਂ ਤਾਂ ਪਿੱਤਰਾਂ ਨੂੰ ਪਾਣੀ ਦੇ ਰਹੇ ਆਂ... ਤੁਸੀਂ ਸਾਡੀਆਂ ਪਿੱਠਾਂ ਪਿੱਛੇ ਕਿਸ ਵੱਲ ਪਾਣੀ ਸੁੱਟ ਰਹੇ ਹੋ ?" ਬਾਬੇ ਨੇ ਇਕ ਵਾਰ ਉਸ ਚੇਹਰੇ ਵੱਲ ਵੇਖਿਆ ਤੇ ਪਾਣੀ ਸੁੱਟਣਾ ਜਾਰੀ ਰੱਖਿਆ। ਅਜਿਹੇ ਵੇਲੇ ਬਾਬੇ ਕੋਲੋਂ ਇਕ 'ਗਰਜ਼' ਸੁਣਦੀ।

ਇਸ ਤੋਂ ਬਾਅਦ ਅਜਿਹਾ ਕੁਝ ਵਾਪਰਦਾ ਜਿਸ ਨੂੰ ਵੇਖਣ ਸੁਣਨ ਲਈ ਆਪਣੇ ਆਪ ਨੂੰ ਸਾਂਭਣਾ ਪੈਂਦਾ। ਮਰਦਾਨੇ ਨੇ ਪਾਣੀ ਵਿਚ ਬਾਬੇ ਵੱਲ ਦੋ ਕਦਮ ਹੋਰ ਪੁੱਟੇ।

"ਤੂੰ ਹੈਂ ਕੌਣ ? ਹਿੰਦੂ ਏਂ ਜਾਂ ਕੋਈ ਹੋਰ ?" ਵਾਰੀ ਵਾਰੀ ਕਈ ਆਵਾਜ਼ਾਂ ਦੇ ਪ੍ਰਸ਼ਨ ਸੁਣੇ।

"ਹਿੰਦੂ ਏਂ ਤਾਂ ਪਿੱਤਰਾਂ ਨੂੰ ਪਾਣੀ ਦੇਹ।"

"ਚੜ੍ਹਦੇ ਸੂਰਜ ਵੱਲ ਪਿੱਠ ਕਰੀਦੀਏ ਕਿਤੇ।" ਤਰਲਤਾ ਵਿਚ ਖੜ੍ਹੇ ਲੋਕਾਂ ਦੇ ਸੁਆਲ ਕਠੋਰ ਹੁੰਦੇ ਜਾ ਰਹੇ ਸਨ। ਪਾਣੀ ਵਿਚ ਛੋਟੇ ਜਹੇ ਪਿੰਡ ਜਿੰਨਾਂ ਇਕੱਠ ਹੋ ਗਿਆ ਸੀ। ਮਰਦਾਨੇ ਨੇ ਦੂਰ ਕੰਢੇ ਉੱਤੇ ਪਈ ਰਬਾਬ ਵੱਲ ਵੇਖਿਆ। ਉਸੇ ਪਲ ਬਾਬਾ ਉਨ੍ਹਾਂ ਵੱਲ ਘੁੰਮਿਆ। ਕੋਈ ਉੱਤਰ ਨਾ ਸੁਣ ਕੇ ਆਵਾਜ਼ਾਂ ਹੋਰ ਤਲਖ਼ ਹੋ ਗਈਆਂ ਸਨ।

"ਤੂੰ ਦੱਸਿਆ ਨਹੀਂ ਛਿਪਦੇ ਵੱਲ ਪਾਣੀ ਕਿਸ ਵੱਲ ?"

"ਇੱਧਰ ਆਪਣਾ ਗਰਾਂ ਏ... ਆਪਣੇ ਖੇਤਾਂ ਨੂੰ ਪਾਣੀ ਦੇ ਰਿਹਾਂ।"

"ਵੇਖੋ ਉਏ ਅੱਜ ਕਲ ਦੇ ਲੋਕ ਕਿੰਨੇ ਸਿੱਧੇ ਨੇ... ਲਹੌਰ ਤੋਂ ਪਾਰ ਪਾਣੀ ਸੁੱਟਣ ਨੂੰ ਫਿਰਦਾ ਏ।"

"ਤੁਹਾਡੇ ਪਿੱਤਰ ਤਾਂ ਮੈਥੋਂ ਵੀ ਕਿਤੇ ਦੂਰ ਨੇ...।" ਕਈ ਸਾਧੂ ਇਕੱਠੇ ਕੋਲ ਆਏ। ਨੰਗੇ ਪਿੰਡਿਆਂ ਵਿਚ ਉਨ੍ਹਾਂ ਦੀ ਪਛਾਣ ਇਹੋ ਸੀ ਕਿ ਉਹ ਜਵਾਬ ਸੁਣਨ ਦੇ ਸਬਰ ਵਿੱਚ ਨਹੀਂ ਸਨ।

"ਤੁਹਾਡਾ ਪੁੱਜਿਆ ਪਾਣੀ ਕਿੱਥੇ ਹੈ ? ਜੇ ਦਿਸਣ ਦੀ ਹੱਦ ਵਿਚ ਨਹੀਂ ਹੈ ਤਾਂ ਪਹੁੰਚਿਆ ਕਿਵੇਂ ?"

"ਤੇਰੇ ਤਰਕ ਨਾਸਤਿਕ ਨੇ।"

"ਸੱਚ ਸੱਚ ਦੱਸ ਕਿਉਂ ਉਤਰਿਆ ਏਂ ਗੰਗਾ ਵਿਚ ?"

"ਚਾਨਣ ਨੂੰ ਕਾਹਦਾ ਪਰਦਾ ?" ਯਾਤਰੂ ਤੇ ਸਾਧੂ ਇਕਮੁੱਠ ਹੋ ਗਏ ਸਨ। ਅਜਿਹੇ ਹੀ ਵੇਲੇ ਬਾਬੇ ਦੇ ਕੋਮਲ ਸਾਹਾਂ ਦੀ ਗਰਜ਼ ਸੁਣਦੀ ਹੈ।

"ਜੋ ਤੁਸੀਂ ਆਪਣੇ ਆਪ ਨੂੰ ਪੁੱਛਣਾ ਏਂ ਉਹ ਮੈਥੋਂ ਕਿਉਂ ਪੁੱਛਦੇ ਹੋ ?"

"ਇਹ ਪੂਰਬ ਵੱਲ ਪਾਣੀ ਨਾ ਦੇਣ ਦਾ ਕੀ ਓਹਲਾ ਏ ?" ਇਕ ਜਟਾਧਾਰੀ ਬਿਰਧ ਸਾਹਮਣੇ ਆਇਆ। ਬਿਨਾਂ ਪਹਿਰਾਵੇ ਤੋਂ ਸਾਧੂ ਨੂੰ ਆਪਣੀ ਪਛਾਣ ਕਰਾਉਣੀ ਕਿੰਨੀ ਔਖੀ ਏ ? ਉਹਨੇ ਦੋਵੇਂ ਬਾਹਾਂ ਉੱਪਰ ਚੁੱਕ ਲੋਕਾਂ ਨੂੰ ਚੁੱਪ ਕਰਾਇਆ।

"ਸੁਣੋ ਤਾਂ ਸਹੀ... ਜੋ ਆਦਮੀ ਗਿਆਨ ਛੱਡਣ ਲਈ ਤਿਆਰ ਹੈ; ਉਹ ਅਗਿਆਨ ਦਾ ਮੋਹ ਕਿਵੇਂ ਕਰ ਸਕਦਾ ਏ ?" ਮਰਦਾਨੇ ਨੇ ਵੇਖਿਆ ਉਹ ਬਾਬੇ ਦੇ

ਸ਼ਬਦਾਂ ਨਾਲ ਨਜ਼ਰਾਂ ਦੀ ਤਰਜਮਾਨੀ ਵਿੱਚ ਆ ਗਿਆ ਸੀ। ਕੋਈ ਕੋਈ ਨਜ਼ਰ ਬਾਬੇ ਤੇ ਆ ਕੇ ਰੁਕਣ ਲੱਗੀ। ਬਾਬੇ ਦੇ ਸੁਣੇ ਲਫ਼ਜ਼ਾਂ ਨੂੰ ਲੋਕ ਵਿਚਾਰਨ ਲੱਗੇ। ਜਟਾਧਾਰੀ ਹੱਥ ਜੋੜ ਕੇ ਫਿਰ ਬਾਬੇ ਸਾਹਮਣੇ ਆਇਆ :

"ਹੇ ਸਮਝਾਂ ਦੇ ਸਾਂਈ ਇਨ੍ਹਾਂ ਬੇਸਮਝਾਂ ਨਾਲ ਗਿਆਨ ਗੋਸ਼ਟੀ ਕਿਉਂ ਕਰਦੇ ਹੋ ?"

"ਬੁੱਤਾਂ ਦੇ ਅੱਗੇ ਦੀ ਲੰਘੋ... ਉਹ ਪਲਟਕੇ ਨਹੀਂ ਵੇਖ ਸਕਦੇ...।"

ਮਰਦਾਨੇ ਨੇ ਧਿਆਨ ਨਾਲ ਉਸ ਫਕੀਰ ਵੱਲ ਵੇਖਿਆ; ਜੋ ਹੁਣ ਪਾਣੀ ਵਿਚ ਡਿੱਗੇ ਲਹੌਰੀ ਪੰਡਿਤ ਨੂੰ ਉਠਾ ਰਿਹਾ ਸੀ। ਕੁਝ ਹੋਰ ਸੁਣਨ ਲਈ ਪਾਣੀ ਵਿਚ ਜਗਿਆਸੂਆਂ ਦਾ ਸਮੂਹ ਬਾਬੇ ਕੋਲ ਇਕੱਠਾ ਹੋ ਰਿਹਾ ਸੀ। ਕੰਢੇ ਉੱਤੇ ਝੂਮਦੇ ਸ਼ਾਜੀਆਂ ਦਾ ਸਮੂਹ ਉਡੀਕ ਰਿਹਾ ਸੀ। ਬਾਬੇ ਦੇ ਦੋਵੇਂ ਪਾਸੇ ਕਿਨਾਰੇ ਸਨ। ਇਥੇ ਕੁਝ ਹੋਣ ਵਾਲਾ ਏ; ਲੋਕੀਂ ਅੰਦਾਜ਼ਾ ਲਾ ਇਕੱਠੇ ਹੋਣੇ ਸ਼ੁਰੂ ਹੋ ਗਏ ਸਨ। ਏਨੇ ਵੱਜਦੇ ਸਾਜ਼ਾਂ ਵਿਚ ਰਬਾਬ ਕਿਵੇਂ ਪਈ ਹੋਵੇਗੀ ? ਉਹਦੀਆਂ ਸਿੱਧੀਆਂ ਤਾਰਾਂ ਉੱਤੇ ਸਾਜ਼ਾਂ ਦੇ ਤਰਾਨੇ ਉਹਨੂੰ ਨਾਲ ਹੀ ਨਾ ਲੈ ਜਾਣ। ਇਹ ਤਾਂ ਵੇਈਂ ਨਦੀ ਦੇ ਉਸ ਦਿਨ ਦੇ ਜਸ਼ਨ ਨਾਲੋਂ ਵੀ ਨਿਰਾਲਾ ਹੋ ਗਿਆ ਏ; ਜਿਸ ਦਿਨ ਬਾਬਾ, ਤੀਜੇ ਦਿਨ ਪਹਿਲੀ ਵਾਰ ਦਿਸਿਆ ਸੀ।

ਅੱਜ ਦਿਨ ਚੜ੍ਹੇ ਤੋਂ ਅਜਿਹੇ ਸੁਆਲ ਸੁਣਨੇ ਸ਼ੁਰੂ ਹੋ ਗਏ ਸਨ।

"ਇਹੀ ਹੈ ਉਹ ਜਿਸਨੇ ਪਿੱਤਰਾਂ ਵੱਲ ਪਾਣੀ ਨਹੀਂ ਸੁੱਟਿਆ...।"

"ਕੋਈ ਬਲੀ ਜਾਪਦਾ ਏ; ਜੋ ਐਨੇ ਫਕੀਰਾਂ ਨੂੰ ਸੰਭਾਲ ਰਿਹੈ।" ਕੁਝ ਸੁਆਲ ਬਹੁਤ ਕਾਹਲੀ ਵਿਚ ਕੀਤੇ ਸਨ। ਸ਼ਾਮ ਹੁੰਦੇ ਹੁੰਦੇ ਇਕ ਸਮੂਹ ਉਨ੍ਹਾਂ ਦੇ ਪਿੱਛੇ ਤੁਰਨ ਲੱਗਾ। ਅਗਲਾ ਪੂਰਾ ਦਿਨ ਇਸੇ ਤਰ੍ਹਾਂ ਹੀ ਲੰਘਿਆ। ਕਦੇ ਕਿਸੇ ਜਗਿਆਸੂ ਦਾ ਸੁਆਲ ਹੁੰਦਾ ਕਦੇ ਕਿਸੇ ਕਰੋਧੀ ਤਪੀਏ ਦਾ। ਪਰ ਬਾਬਾ ਕਿਤੇ ਨਹੀਂ ਰੁਕਿਆ। ਉਹ ਤੁਰਦੇ ਤੁਰਦੇ ਉੱਤਰ ਦੇਂਦਾ ਰਿਹਾ। ਗੰਗਾ ਕਿਨਾਰੇ ਇਕ ਲੰਬੇ ਸਫ਼ਰ ਵਾਂਗ ਪੂਰਾ ਦਿਨ ਗੁਜਰਿਆ। ਫਿਰ ਇਕ ਖੁੱਲੀ ਜਗ੍ਹਾ ਨੰਗੇ ਅਸਮਾਨ ਥੱਲੇ ਬਾਬਾ ਰੁਕ ਗਿਆ। ਮਰਦਾਨੇ ਨੂੰ ਮਸਾਂ ਰਬਾਬ ਵਜਾਉਣ ਦਾ ਮੌਕਾ ਮਿਲਿਆ। ਸ਼ੁਰੂ ਸ਼ੁਰੂ ਵਿਚ ਕੁਝ ਸੁਆਲ ਸੁਣਦੇ ਰਹੇ; ਫਿਰ ਸ਼ਾਂਤ ਕੀਰਤਨ ਸੁਣਨ ਲੱਗਾ। ਇਕ ਵੱਡਾ ਇਕੱਠ ਆਪਣੇ ਆਪ ਚੁਫੇਰੇ ਬੈਠਦਾ ਗਿਆ। ਫਿਰ ਸਵਾ ਪਹਿਰ ਰਾਤ ਤੱਕ ਗੋਸ਼ਟੀ ਚੱਲਦੀ ਰਹੀ।

"ਸਾਨੂੰ ਤੁਹਾਡੀ ਰਮਜ਼ ਸਮਝ ਨਹੀਂ ਆਈ।" ਸਫਰਾਂ ਵਿਚ ਸੁੱਜੀਆਂ ਲੱਤਾਂ ਨੂੰ ਨਿਸਾਲ ਕੇ ਬੈਠੇ ਸਾਧਾਂ ਦੇ ਟੋਲੇ 'ਚੋਂ ਪ੍ਰਸ਼ਨ ਆਇਆ।

"ਹਿੰਦੂਆਂ ਦੀ ਗੱਲ ਚੱਲਦੀ ਹੈ ਤੁਸੀਂ ਵੇਦਾਂ ਵੱਲ ਹੋ ਜਾਂਦੇ ਹੋ; ਮੁਸਲਮਾਨਾਂ ਦੀ ਗੱਲ ਚੱਲਦੀ ਏ ਤੁਸੀਂ ਕੁਰਾਨ ਵੱਲ ਚੱਲ ਪੈਂਦੇ ਹੋ; ਯੋਗੀਆਂ ਦੀ ਗੱਲ ਤੁਰਦੀ ਏ ਤੁਸੀਂ ਪਿਤਾਂਜਲੀ ਹੁਰਾਂ ਵੱਲ ਖਿਸਕ ਜਾਂਦੇ ਹੋ। ਤੁਸੀਂ ਆਪਣੇ ਮੁਰੀਦਾਂ ਨੂੰ ਏਨਾਂ ਕਿਉਂ ਦੁੜਾਉਂਦੇ ਹੋ ?" ਥੋੜ੍ਹੀ ਦੇਰ ਚੁੱਪ ਵਰਤੀ ਰਹੀ। ਕੁਝ ਜਟਾਧਾਰੀ ਜਿਹੜੇ ਪਹਿਲਾਂ ਦੂਰ ਬੈਠੇ ਸਨ;

ਨੇੜੇ ਸਰਕ ਆਏ। ਨੰਗੇਜ਼ ਦੀ ਇਕ ਅਲਸਾਈ ਠਹਿਰ ਇਸ ਪ੍ਰਸ਼ਨ ਨਾਲ ਕੁਝ ਢੱਕਣਾ ਚਾਹੁੰਦੀ ਸੀ। ਪਰ ਹਾਲੇ ਪਹਿਲਾ ਪ੍ਰਸ਼ਨ ਨਹੀਂ ਸੀ ਮੁੱਕਿਆ।

"ਆਪਣੀ ਹੀ ਮਰਿਆਦਾ ਨਹੀਂ ਸਾਂਭੀ ਜਾਂਦੀ; ਇਹ ਅਨੇਕਾਂ ਨਾਲ ਵਿਵਹਾਰ ਕਿਵੇਂ ਬਣੇਗਾ ?" ਫਿਰ ਬਾਬੇ ਦੇ ਬੋਲਾਂ ਦੀ ਖੁੱਲੀ ਸੰਭਾਵਨਾ ਸੁਣੀ :

"ਧਰਮ ਜੋ ਤੇਰੇ ਕੋਲ ਆਇਆ ਹੈ; ਇਹ ਤੇਰੇ ਮਨ ਦਾ ਧਰਮ ਹੈ। ਮੈਂ ਤੇਰੀ ਆਤਮਾ ਦੇ ਧਰਮ ਦੀ ਗੱਲ ਕਰਦਾਂ। ਕਈ ਵਾਰੀ ਜਿੱਥੇ ਗੁਰੂ ਬੋਲਦਾ ਹੈ ਉੱਥੇ ਸ਼ਿਸ਼ ਹੁੰਦਾ ਹੀ ਨਹੀਂ।"

"ਇਹ ਕਿਵੇਂ ਤਹਿ ਹੋਵੇਗਾ ?"

"ਇਹ ਤਹਿ ਹੁੰਦਾ ਹੀ ਨਹੀਂ... ਜਾਪੇਗਾ... ਦਿਸੇਗਾ... ਤੇ ਵਾਪਰੇਗਾ...।"

"ਗਵਾਹੀ ਦੀ ਤਾਂ ਫਿਰ ਵੀ ਲੋੜ ਪਵੇਗੀ ?"

"ਆਖਰੀ ਗਵਾਹੀ ਸਿਰਫ਼ ਆਪਣੀ ਹੀ ਹੁੰਦੀ ਹੈ... ਸਿਰਫ਼ ਤੂੰ...।"

"ਤੂੰ ਤਾਂ ਫਿਰ ਮਨ ਕੋਲ ਚਲੇ ਜਾਵੇਗਾ, ਮੈਂ ਬਣਕੇ।"

"ਜਦ ਤੱਕ ਕਾਰਣ ਖੋਜੇਂਗਾ ਕਾਰਣ ਰਵੇਗਾ... ਮਨ ਵੀ ਇਹੋ ਚਾਹੁੰਦਾ ਏ; ਮਨ ਦੀ ਖੇਡ ਹੀ ਰੁਝੇਵਾਂ ਹੈ।"

ਉਸ ਫਕੀਰ ਨੇ ਗਊ ਦੁੰਬ ਸਰਾਣੇ ਦਾ ਢਾਸਣਾ ਛੱਡ; ਬਾਬੇ ਉੱਪਰ ਨਜ਼ਰ ਟਿਕਾਈ। ਚੰਨ ਚਾਨਣੀ ਰਾਤ ਸੀ; ਅੱਖਾਂ ਤਾਂ ਸਾਫ਼ ਨਜ਼ਰ ਆ ਹੀ ਰਹੀਆਂ ਸਨ।

"ਫਿਰ ਤਾਂ ਹਰ ਸ਼ਬਦ ਵਰਤਿਆ ਜਾ ਚੁੱਕਿਆ... ਇਹ ਵੇਦਾਂ ਪੁਰਾਣਾਂ ਦਾ ਸੱਚ ਕੀ ਨਿਰਮੂਲ ਹੋ ਗਿਆ ਏ।" ਅੱਠ ਪਹਿਰੀ ਮਕਾਰਬੀ ਤੋਂ ਜਾਗੇ ਇੱਕ ਜਥੇ ਦਾ ਮੁੱਖੀ ਬੋਲਿਆ। ਆਪਣੇ ਕੋਲ ਉਸ ਥਾਂ ਨੂੰ ਥਪਥਪਾਇਆ ਜਿਥੇ ਉਹ ਬੈਠਾ ਸੀ। ਫਿਰ ਉੱਤਰ ਸੁਣਨ ਦੀ ਬੇਸਬਰੀ ਵਿਚ ਉਹਨੇ ਗਲ ਦੀ ਬਰਗੂ ਸਿੰਙੀ ਨੂੰ ਹੱਥ ਪਾ ਲਿਆ।

"ਇੱਕ ਸੱਚ ਹੈ ਵਿਚਾਰ ਦਾ; ਇੱਕ ਸੱਚ ਹੈ ਸਾਧਨਾ ਦਾ। ਵੇਦਾਂ ਦਾ ਸੱਚ ਰਿਸ਼ੀਆਂ ਦਾ ਸੱਚ ਹੈ। ਸੱਚ ਵਾਪਰਦਾ ਹੈ। ਤੁਸੀਂ ਵਾਪਰੇ ਹੋਏ ਨੂੰ ਹੀ ਪਕੜੀਂ ਬੈਠੇ ਹੋ। ਗਿਆਨ ਉਹ ਜੋ ਤੇਰੇ ਪ੍ਰਕਾਸ਼ ਨੇ ਵੇਖਿਆ।"

"ਫਿਰ ਕੀ ਅਸੀਂ ਜਿਥੋਂ ਵਿਛੜੇ ਸੀ; ਉਥੇ ਹੀ ਰੁਕੇ ਹੋਏ ਹਾਂ ?"

"ਜੋ ਸੁਆਲ ਤੂੰ ਆਪਣੇ ਆਪ ਨੂੰ ਪੁੱਛਣਾ ਏਂ ਉਹ ਮੈਥੋਂ ਕਿਉਂ ਪੁੱਛ ਰਿਹਾਂ ?"

ਮਰਦਾਨੇ ਨੇ ਵੇਖਿਆ ਉਹਦਾ ਹੱਥ ਬਰਗੂ ਸਿੰਙੀ ਤੋਂ ਛੁੱਟ ਗਿਆ। ਇਸ ਵਾਰੀ ਵੀ ਉਹਦਾ ਹੀ ਪ੍ਰਸ਼ਨ ਸੀ; ਪਰ ਪ੍ਰਸ਼ਨ ਵਾਂਗ ਨਾ ਸੁਣਿਆ :

"ਇਹ ਬਾਹਰ ਕਿੱਥੇ ਖਤਮ ਹੁੰਦਾ ਏ; ਕਿਥੋਂ ਸ਼ੁਰੂ ਹੁੰਦਾ ਏ ? ਮੈਨੂੰ ਹੱਦ ਪਾਰ ਕਰ ਜਾਣ ਦੀ ਕਾਹਲੀ ਏ ਸਾਂਈ...।" ਮਰਦਾਨੇ ਨੂੰ ਇਹ ਪੁੱਛਣਾ ਬੜਾ ਜਚਿਆ।

"ਹੱਦ ਤੇਰੇ ਮਨ ਦੀ ਹੈ। ਇਥੇ ਹੀ ਤਾਂ ਮਨ ਵਿਚਾਰਾ ਫੱਸਦਾ ਏ; ਮਨ ਨੂੰ ਦੱਸਣਾ ਪੈਂਦਾ ਏ ਕਿ ਮੈਂ ਖੜ੍ਹਾ ਨਹੀਂ ਹਾਂ...।" ਮਰਦਾਨੇ ਵੇਖਿਆ ਉਹਨੇ ਆਪਣਾ ਸਿਮਰਨਾ ਵੀ ਕਾਸੇ ਵਿੱਚ ਰੱਖ ਦਿੱਤਾ ਸੀ। ਉਹਨੇ ਆਪਣੀ ਖਾਲੀ ਬਾਂਹ ਉੱਪਰ ਚੁੱਕੀ :

"ਸੁਣੋ... ਗਵਾਹੀ ਫੈਲਣ ਦਿਓ...।" ਪ੍ਰਸ਼ਨ ਗਿਰ ਗਏ ਸਨ। ਇਹ ਸ਼ਾਇਦ

ਛਿਣ ਦੇ ਸਾਹਸ ਦੀ ਤਾਕਤ ਸੀ। ਬਾਬੇ ਨੇ ਮਰਦਾਨੇ ਵੱਲ ਵੇਖਿਆ...। ਅੱਜ ਦਾ ਕਾਵਿ ਸੂਤਰ ਆਵਾਜ਼ ਤੇ ਸਾਜ਼ ਨੇ ਇਸ ਤਰ੍ਹਾਂ ਸੁਣਾਇਆ।

ਇਆਨੜੀਏ ਮਾਨੜਾ ਕਾਇ ਕਰੇਹਿ

....

ਉਹ ਧਰਤੀ ਤੇ ਪਏ ਲੋਕਾਂ ਕੋਲੋਂ ਲੰਘਦੇ ਰਹੇ। ਰਾਤ ਦਾ ਦੂਜਾ ਪਹਿਰ ਖਤਮ ਹੋ ਗਿਆ ਸੀ। ਸਭ ਲੋਕਾਂ ਨੇ ਸੌਣ ਲਈ ਜਗ੍ਹਾ ਲੱਭ ਲਈ ਸੀ। ਬਹੁਤ ਹੀ ਪਿੱਛੇ ਹੱਟ ਕੇ 'ਹਰਕੀ ਪੌੜੀ' ਤੋਂ ਪੌਣਾ ਕੋਹ ਪਿਛੇ ਜਾ ਕੇ ਖਾਲੀ ਜਗ੍ਹਾ ਮਿਲੀ। ਦਿਨ ਦੇ ਤੀਜੇ ਪਹਿਰ ਥੋੜ੍ਹਾ ਮੀਂਹ ਪੈ ਗਿਆ ਸੀ; ਹਰ ਜਗ੍ਹਾ ਸੁੱਤਿਆ ਵੀ ਨਹੀਂ ਸੀ ਜਾ ਸਕਦਾ। ਥੋੜ੍ਹੀ ਜਹੀ ਉੱਚੀ ਜਗ੍ਹਾ ਮਰਦਾਨੇ ਨੇ ਟਿਕਾਣਾ ਲੱਭਿਆ। ਖੜਤਾਲਾਂ ਸੰਖਾਂ ਸਿੰਙੀਆਂ ਤੇ ਹੇਕਾਂ ਲਾਉਂਦੀਆਂ ਆਵਾਜ਼ਾਂ ਹੁਣ ਸ਼ਾਂਤ ਸਨ। ਮਰਦਾਨੇ ਨੇ ਦੂਰ ਤੱਕ ਧਰਤੀ ਉੱਤੇ ਪਏ ਲੋਕਾਂ ਵੱਲ ਨਜ਼ਰ ਮਾਰੀ। ਪਰੇ ਕੋਈ ਬੈਠਾ ਆਕਾਰ ਨਜ਼ਰੀਂ ਪਿਆ। ਵਗਦੇ ਪਾਣੀ ਵਿਚ ਤੈਰਦੇ ਚਿਰਾਗਾਂ ਦੀ ਰੋਸ਼ਨੀ ਕੋਲ ਕਦੇ ਕਦੇ ਫੁੱਲਾਂ ਦੀ ਲਾਲ ਪੋਟਲੀ ਤੈਰਦੀ ਦਿਸਦੀ। ਅੱਜ ਦੀ ਰਾਤ ਇਥੇ ਆਖਰੀ ਰਾਤ ਸੀ। ਕੀਰਤਨ ਤੋਂ ਬਾਅਦ ਬਾਬੇ ਨੇ ਕੱਲ ਨੂੰ ਚਾਲੇ ਪਾਉਣ ਲਈ ਕਿਹਾ ਸੀ। ਅੱਜ ਦਾ ਇਤਫ਼ਾਕ ਕੀ ਸੀ ? ਇਹ ਸੋਚਣ ਲਈ ਉਹ ਲੰਬਾ ਪੈ ਗਿਆ। ਜਦੋਂ ਧਰਤੀ ਨੂੰ ਪਿੱਠ ਲੱਗੀ ਤਾਂ ਨਿਵਾਣਾਂ ਵਿਚ ਸਮਾਏ ਹੋਏ ਅਸਮਾਨ ਦੇ ਘੇਰੇ ਦਿਸੇ। ਤਾਰਿਆਂ ਦੀਆਂ ਲੰਘਦੀਆਂ ਅਣਲੰਘੀਆਂ ਖਾਈਆਂ ਦਿਸੀਆਂ; ਜਿਹੜੀਆਂ ਆਪ ਵੀ ਨਿਵਾਣਾਂ ਵੱਲ ਝੁਕੀਆਂ ਸਨ। ਹੁਣ ਆਸਪਾਸ ਪਏ ਲੋਕਾਂ ਦੀਆਂ ਆਵਾਜ਼ਾਂ ਅੱਖ ਨੱਕ ਕੋਲੋਂ ਲੰਘ ਫਿਰ ਕੰਨਾਂ ਵੱਲ ਖਿਸਕਦੀਆਂ। ਨੇੜਿਉਂ ਹੀ ਆਵਾਜ਼ ਆ ਰਹੀ ਸੀ :

"ਬਹੁਤ ਥੱਕਕੇ ਟੁੱਟਿਆ ਤਾਰਾ।"

"ਤੈਨੂੰ ਕਿਵੇਂ ਪਤਾ ?"

"ਲੰਬੀ ਲਾਟ ਨਿਕਲੀ ਭੱਖਦੀ...।"

"ਚੱਲ ਥੁੱਕਦੇ... ਕਿਤੇ ਥੁੱਕਣਾ ਹੀ ਨਾ ਭੁੱਲ ਜਾਈਏ।"

"ਸਿੱਧੇ ਪਏ ਥੁੱਕਣਾ ਕਿਹੜੇ ਸੌਖਾ ਏ।"

"ਤੂੰ ਤਾਂ ਮੇਰੇ ਉੱਪਰ ਹੀ ਥੁੱਕ ਦਿੱਤਾ।"

"ਤੈਨੂੰ ਪਤਾ ਅੱਜ ਉਹ ਮੌਤ ਨੂੰ ਤਰਸਦਾ ਲਹੌਰੀ ਪੰਡਿਤ ਵੀ ਚੜ੍ਹਾਈ ਕਰ ਗਿਆ।"

"ਚੱਲ ਛੱਡ ਯਾਰ ਇੱਕ ਵਾਰ ਫਿਰ ਥੁੱਕਣਾ ਪੈਣਾ।"

"ਹੁਣ ਤੂੰ ਮੇਰੇ ਉੱਤੇ ਨਾ ਥੁੱਕ ਦੇਵੀਂ...।" ਫਿਰ ਦੋਵਾਂ ਦੇ ਹਾਸੇ ਦੀ ਆਵਾਜ਼ ਆਈ। ਜਿਸ ਤਰਫ਼ ਮਰਦਾਨੇ ਨੇ ਕਰਥਲ ਲੈਣੀ ਚਾਹੀ ਉਧਰੋਂ ਦੀ ਆਵਾਜ਼ਾਂ ਹੀ ਆ ਰਹੀਆਂ ਸਨ।

"ਇਹ ਤਾਰੇ ਟੁੱਟਣ ਨਾਲ ਹਾਸੀ ਕਿਉਂ ਆਈ ?" ਇਹ ਕੁਝ ਦੂਰੀ ਤੋਂ ਪੁੱਛਿਆ ਸੁਆਲ ਸੀ।

"ਯੁੱਗ ਬੀਤ ਗਏ ਫਕੀਰ ਹਾਲੇ ਤੱਕ ਮਾਵਾਂ ਨੂੰ ਇਹ ਵੀ ਨਹੀਂ ਮਨਾ ਸਕੇ ਕਿ ਉਨ੍ਹਾਂ ਦੇ ਪੁੱਤ ਘਰਾਂ ਨੂੰ ਫਕੀਰ ਬਣਕੇ ਮੁੜਣ...।"

"ਇਹ ਤਾਰੇ ਵੀ ਫਕੀਰੀ ਲੈ ਕੇ ਹੀ ਤੁਰਦੇ ਹੋਣੇ ਨੇ ਤਾਂ ਹੀ ਧਰਤੀ ਮਾਂ ਆਪਣੇ ਕੋਲ ਨਹੀਂ ਆਉਣ ਦੇਂਦੀ।" ਉਹ ਦੋਵੇਂ ਗੱਲਾਂ ਦਾ ਆਨੰਦ ਮਾਣ ਰਹੇ ਸਨ। ਤੇ ਕਿਸੇ ਟੋਕ ਦੀ ਉਡੀਕ ਵੀ ਕਰ ਰਹੇ ਸਨ; ਤਾਂ ਜੋ ਗੱਲ ਦੀ ਕੋਈ ਅਗਲੀ ਲੜੀ ਸ਼ੁਰੂ ਹੋ ਸਕੇ।

ਮਰਦਾਨਾ ਉੱਠ ਕੇ ਬੈਠ ਗਿਆ ਸੀ। ਇਸ ਤਰ੍ਹਾਂ ਸੁੱਤੇ ਹੋਏ ਲੋਕਾਂ 'ਚੋਂ ਜਾਗਦੇ ਲੋਕਾਂ ਦੀਆਂ ਬਿਨਾਂ ਵੇਖੇ ਆਵਾਜ਼ਾਂ ਸੁਣਨੀਆਂ ਰੌਚਕ ਜਾਪਦੀਆਂ ਸਨ।

"ਲੱਗਦਾ ਏ ਤੁਸੀਂ ਨਾਨਕ ਤਪੇ ਦੀਆਂ ਗੱਲਾਂ ਸੁਣ ਕੇ ਆਏ ਹੋ; ਤਾਂ ਹੀ ਵਾਰੀ ਨਹੀਂ ਆਉਣ ਦੇਂਦੇ।" ਕੁਝ ਦੇਰ ਪਹਿਲਾਂ ਇਹ ਆਵਾਜ਼ ਸੁਣੀ ਵੀ ਸੀ। ਕਾਫੀ ਦੇਰ ਮਰਦਾਨਾ ਚੁੱਪਚਾਪ ਬੈਠਾ ਰਿਹਾ। ਕਦੇ ਬਾਬੇ ਵੱਲ ਵੇਖਦਾ ਕਦੇ ਨੇੜੇ ਪਈ ਰਬਾਬ ਵੱਲ ਬਾਂਹ ਸਰਕਾਉਂਦਾ। ਫਿਰ ਉਹ ਆਵਾਜ਼ਾਂ ਵੀ ਸ਼ਾਂਤ ਹੋ ਗਈਆਂ।

ਦੂਰ ਗੰਗਾ ਦੇ ਦੂਜੇ ਕਿਨਾਰੇ ਤੋਂ ਇੱਕਤਾਰੇ ਦੀ ਆਵਾਜ਼ ਸੁਣਨ ਲੱਗੀ। ਇਕ ਇਕੱਲਾ ਕੰਠ ਇਕ ਲੋਕ ਧੁਨ ਗਾ ਰਿਹਾ ਸੀ : "ਓ ਰੀ ਮਾਨਸਿ ਕੀ ਗਹਿਰਾਈ।" ਕੁਝ ਪਲ ਅਜਿਹੇ ਵੀ ਆਉਂਦੇ ਜਦੋਂ ਚੁੱਪ ਉਸ ਤੋਂ ਅਗਾਂਹ ਲੰਘ ਜਾਂਦੀ। ਗੰਗਾ ਉੱਤੇ ਤੈਰਦੇ ਚਿਰਾਗ ਸਭ ਲੰਘ ਚੁੱਕੇ ਸਨ। ਪਰ ਕੋਈ ਤੈਰਦਾ ਦੀਵਾ ਛੱਲ ਨਾਲ ਦੂਜੇ ਕਿਨਾਰੇ ਜਾ ਲੱਗਾ ਸੀ। ਉਹਦੇ ਹੀ ਨੇੜਿਉਂ ਤੇੜਿਉਂ ਕਿਤੋਂ ਇਹ ਆਵਾਜ਼ ਸੁਣ ਰਹੀ ਸੀ : "ਓ ਰੀ ਮਾਨਸਿ ਕੀ ਗਹਿਰਾਈ...।"

ਕਾਂਡ : ਤੇਈਵਾਂ

ਹਰੀਦੁਆਰ ਤੋਂ ਇੱਧਰ ਵੱਲ ਘੱਟ ਹੀ ਲੋਕ ਨਿਕਲੇ ਸਨ। ਫਿਰ ਵੀ ਕੋਈ ਜਾਣਿਆਂ ਪਛਾਣਿਆਂ ਚੇਹਰਾ ਦਿਸ ਜਾਂਦਾ। ਸ਼ੁਰੂ ਵਿਚ ਰਸਤਾ ਘੁੰਮ ਕੇ ਵਾਰ ਵਾਰ ਵਗਦੀ ਗੰਗਾ ਦੇ ਨੇੜੇ ਆ ਪਹੁੰਚਦਾ। ਕਦੇ ਸਿਰਫ਼ ਚਲਦੇ ਪਾਣੀ ਦੀ ਭਾਫ਼ ਹੀ ਦਿਸਦੀ। ਘੁੰਮਦੇ ਰਸਤੇ ਵਿਚ ਕਈ ਵਾਰ ਭੁਲੇਖਾ ਪਿਆ ਜਿਵੇਂ ਗੰਗਾ ਉਨ੍ਹਾਂ ਦਾ ਪਿੱਛਾ ਕਰ ਰਹੀ ਹੋਵੇ। ਕਨਖਲ ਵੱਲ ਜਾਂਦੇ ਇਸ ਰਾਹ ਨੂੰ ਕਈ ਵਾਰ ਡੰਗਰਾਂ ਨੇ ਰੋਕਿਆ। ਜੰਗਲਾਂ ਦੇ ਇਹ ਆਦੀ ਪਸ਼ੂ ਆਪਣੇ ਆਪ ਸ਼ਾਮ ਨੂੰ ਰੱਜ ਘਰਾਂ ਨੂੰ ਪਰਤ ਆਉਂਦੇ। ਇਨ੍ਹਾਂ ਪਿੱਛੇ ਮਾਲਕ ਬਹੁਤ ਹੀ ਘੱਟ ਦਿਸਦੇ। ਪਸ਼ੂ ਵੀ ਰਾਹੀਆਂ ਦੇ ਆਦੀ ਜਾਪਦੇ ਸਨ; ਆਪਣੀ ਮਰਜ਼ੀ ਨਾਲ ਹੀ ਰਸਤਾ ਦੇਂਦੇ। ਛੋਟੇ ਮਾਜਰੇ ਤੇ ਫਿਰ ਟਾਂਵੇਂ ਟਾਂਵੇਂ ਘਰਾਂ ਤੋਂ ਬਾਅਦ ਰਸਤਾ ਇੱਕ ਉੱਚੀ ਪਹਾੜੀ ਉੱਤੇ ਚੜ੍ਹਣ ਲੱਗਾ। ਹੁਣ ਸਿਰਫ਼ ਉਹ ਲੋਕ ਰਹਿ ਗਏ ਜਿਨ੍ਹਾਂ ਅੱਗੇ ਕੋਟਦੁਆਰ ਤੇ ਕਨਖਲ ਜਾਣਾ ਸੀ। ਮਰਦਾਨੇ ਨੇ ਟਿੱਬੀ ਤੇ ਜਾ ਕੇ ਪਿੱਛੇ ਮੁੜ ਕੇ ਵੇਖਿਆ; ਦੂਰ ਪਾਣੀ ਦੀ ਇਕ ਧਾਰ ਚੱਲਦੀ ਦਿਸੀ। ਇਥੋਂ ਲੋਕ ਚੱਲਦੇ ਤਾਂ ਨਹੀਂ ਸੀ ਦਿਸਦੇ ਪਰ ਮੰਦਰਾਂ ਦੇ ਉੱਚੇ ਕਲਸ ਜਰੂਰ ਚਮਕ ਰਹੇ ਸਨ।

ਉੱਚੀ ਟਿੱਬੀ ਉੱਤੇ ਇਕ ਛੋਟਾ ਜਿਹਾ ਪੜਾਅ ਸੀ। ਗਰਮੀ ਬਹੁਤ ਜਿਆਦਾ ਸੀ। ਪਹਿਲਾਂ ਬੈਠੇ ਲੋਕ ਪਾਣੀ ਪੀਂਦੇ ਤੇ ਅਗਲਿਆਂ ਲਈ ਜਗ੍ਹਾ ਦੇਣ ਲਈ ਚੱਲ ਪੈਂਦੇ। ਸ਼ਾਇਦ ਇਸੇ ਲਈ ਇਸ ਟਿੱਬੀ ਦਾ ਨਾਂ 'ਉੱਠਣ ਬੈਠਣ' ਸੀ। ਮਰਦਾਨੇ ਨੇ ਕੋਲ ਬੈਠੇ ਬਾਬੇ ਨੂੰ ਮੋਰ ਪੰਖਾਂ ਦੀਆਂ ਝੱਲਾਂ ਮਾਰੀਆਂ।

ਬਾਬਾ ਥੋੜ੍ਹਾ ਅੱਗੇ ਲੰਘ ਗਿਆ ਸੀ। ਪਿੱਛੇ ਰਹਿੰਦਾ ਮਰਦਾਨਾ ਗੰਗਾ ਦੇ ਤੱਟ ਉੱਤੇ ਫਿਰਦੇ ਸਾਧੂ ਫਕੀਰਾਂ ਜੋਗੀਆਂ ਤੇ ਸੰਪਰਦਾਵਾਂ ਵਿੱਚੋਂ ਨਿਕਲਣ ਬਾਰੇ ਸੋਚਦਾ ਰਿਹਾ। ਅਜਿਹੀਆਂ ਰੌਣਕਾਂ ਨਾਲੋਂ ਉਜਾੜਾਂ, ਬੀਆਬਾਨਾਂ, ਹੁੰਬਸਾਂ, ਤਪਸਾਂ ਕਿਤੇ ਚੰਗੀਆਂ ਲੱਗੀਆਂ ਸਨ। ...ਹੁਣ ਜਦੋਂ ਉਥੋਂ ਵਿਛੜਿਆ ਤਾਂ ਉਥੇ ਹੀ ਰੁੱਕ ਜਾਣ ਨੂੰ ਜੀਅ ਮਚਲ ਰਿਹਾ ਸੀ। ਇਹ ਆਪਣੀ ਜਗ੍ਹਾ ਕਿਸੇ ਨੂੰ ਹੋਰ ਨੂੰ ਬਿਠਾਲ ਕੇ ਗੰਗਾ ਦੇ ਤੱਟ ਤੇ ਕੀ ਢੂੰਡਣ ਗਿਆ ਸੀ ? ਇਹ ਗੰਗਾ ਕਿਨਾਰੇ ਡੁਬਕੀ ਲਾ ਕੇ ਫਿਰ ਰਾਖ ਮਲਦੇ ਸਾਧੂ; ਇਹ ਉਤਾਰੀਆਂ ਮਾਲਾਂ ਨੂੰ ਫਿਰ ਤੋਂ ਸਿੰਗਾਰ ਬਣਾਉਂਦੇ ਜੋਗੀ। ਉਹ ਲਹੌਰ ਵਾਲਾ ਪੰਡਤ ਜੋ ਜ਼ਿੰਦਗੀ ਦੇ ਸਦਾਬਹਾਰ ਸੁਆਲਾਂ ਨੂੰ ਕੋਮਲ ਕਰਦਾ ਕਰਦਾ ਆਖਰੀ ਵੇਲੇ ਦੇਹ ਨਾਲ ਕਿੰਨਾ ਸਖ਼ਤ ਹੋ ਗਿਆ ਸੀ। ਇਹ ਦੁੱਖਾਂ ਨੂੰ ਗਹਿਣਿਆਂ ਵਾਂਗ ਪਹਿਨੀ ਫਿਰਦੇ ਤਿਆਗੀ ਲੋਕ, ਵਗਦੀ ਗੰਗਾ ਕੋਲ ਵੀ ਜੜ੍ਹ ਬਣਦੇ ਖੜ੍ਹ ਜਾਂਦੇ ਨੇ। ਇਨ੍ਹਾਂ ਨਾਲੋਂ ਤਾਂ ਖੂਹ ਚੰਗੇ ਨੇ; ਜੋ ਆਪ ਜੜ੍ਹ ਹੋ ਕੇ ਅੰਦਰ ਤਰਲ ਸਾਂਭ

ਰੱਖਦੇ ਨੇ। ਫਿਰ ਉਥੇ ਰੁਕਣ ਦੀ ਜਿੱਦ ਕੌਣ ਕਰ ਰਿਹਾ ? ਇਹ ਸਾਜ਼ੀ ਕੌਣ ਸਨ ? ਹਰ ਵਾਰੀ ਕੋਈ ਆਪਣੇ ਵਰਗਾ ਕਿਉਂ ਵਿਛੜ ਜਾਂਦਾ ਏ ? ਤੇਜ਼ ਚਲਦੇ ਕਦਮਾਂ ਦੀ ਧਮਕ ਨਾਲ ਇਹ ਸਭ ਕੁਝ ਹੋਰ ਧੜਕਦਾ ਜਾਪਦਾ ਏ। ਬਾਬਾ ਕਾਫ਼ੀ ਅੱਗੇ ਲੰਘ ਗਿਆ ਸੀ :

"ਸ਼ਿਸ਼ ਪਿੱਛੇ ਹੀ ਫਿਰਦਾ ਹਾਲੇ ?" ਰਾਹੀਆਂ 'ਚੋਂ ਇਹ ਆਵਾਜ਼ ਚੰਗੀ ਲੱਗੀ। ਕਿਸੇ ਨੇ ਕੁਝ ਯਾਦ ਕਰਾਇਆ ਸੀ। ਬਾਬੇ ਦੇ ਨਜ਼ਦੀਕ ਜਾ ਕੇ ਆਪ ਮੁਹਾਰੇ ਹੀ ਮਰਦਾਨੇ ਦੇ ਮੂੰਹੋਂ ਨਿਕਲ ਗਿਆ।

"ਪਹਾੜਾਂ ਵਾਂਗ ਚੇਹਰੇ ਵੀ ਨਹੀਂ ਭੁੱਲਦੇ ਬਾਬਾ।"

"ਬੰਧਨਾਂ ਤੋਂ ਉਪਾਅ ਪੁੱਛ ਰਿਹਾਂ ਮਰਦਾਨਿਆ...।"

"ਬਾਬਾ ਓਹੀ ਚੇਹਰੇ ਕੋਲ ਬਿਠਾਲਣ ਨੂੰ ਜੀਅ ਕਰਦਾ... ਜੋ ਉਦਾਸੀਆਂ ਨਾਲ ਭਰੇ ਪਏ ਨੇ... ਮੈਂ ਦੁੱਖਾਂ ਨਾਲ ਕਿਹੋ ਜਿਹਾ ਵਿਵਹਾਰ ਕਰਾਂ ?"

"ਆਪਣੀ ਮਰਿਆਦਾ ਨੂੰ ਸਰਲ ਕਰ; ਹਾਲੇ ਕੋਇਲੇ ਨੇ ਹੀਰਾ ਬਣਨਾ ਏ।"

"ਬਾਬਾ ਮੈਨੂੰ ਵਿਛੜਨਾ ਸਿਖਾ ਦੇ... ਇਹ ਮੈਨੂੰ ਕੀ ਹੋ ਜਾਂਦਾ ਏ ?... ਮੈਂ ਸਭ ਜਗ੍ਹਾ ਤੋਂ ਖੁੱਲ ਗਿਆ ਹਾਂ... ਮੇਰੇ ਨਾਲੋਂ ਤਾਂ ਬੱਚਾ ਚੰਗਾ ਏ; ਜੋ ਰੋਣ ਨੂੰ ਸੋਗ ਨਹੀਂ ਬਣਨ ਦੇਂਦਾ।" ਬੋਲਦੇ ਬੋਲਦੇ ਮਰਦਾਨੇ ਦੀ ਆਵਾਜ਼ ਭਾਰੀ ਹੋ ਗਈ। ਫਿਰ ਇਕ ਵਾਕ ਨਾਲ ਮਰਦਾਨੇ ਨੂੰ ਕੁਝ ਹੋਇਆ :

"ਵੇਖ ਮਰਦਾਨਿਆ... ਜੇ ਸਾਜ਼ ਉੱਤੇ ਤਾਰ ਆਪਣੀ ਜਗ੍ਹਾ ਨਾ ਮੁੜੇ ਤਾਂ ਅਗਲੀ ਧੁਨ ਦੀ ਉਡੀਕ ਕਦੇ ਖ਼ਤਮ ਨਹੀਂ ਹੋਵੇਗੀ।" ਰਾਹੀਆਂ ਨੇ ਫਿਰ ਰਬਾਬ ਵੱਜਦੀ ਸੁਣੀ। ਅੱਜ ਨਜ਼ਰ ਰਬਾਬ ਦੀਆਂ ਤਾਰਾਂ ਉੱਤੇ ਰਹੀ। ਆਪਣੀ ਧੁਨ ਵਜਾ ਹਰ ਤਾਰ ਆਪਣੀ ਜਗ੍ਹਾ ਕਦੇ ਨਹੀਂ ਭੁੱਲਦੀ। ਅੱਗੇ ਪਿੱਛੇ ਦੇ ਰਾਹੀ ਨੇੜੇ ਸਰਕਣ ਲੱਗੇ।

"ਅੱਛਾ ਗੌਣ ਅਧੂਰਾ ਰਹਿ ਗਿਆ ਸੀ; ਤਾਂ ਹੀ ਸ਼ਿਸ਼ ਦੇ ਪ੍ਰਾਣ ਬੇਚੈਨ ਸਨ।" ਉਸੇ ਰਾਹੀ ਦੀ ਆਵਾਜ਼ ਫਿਰ ਸੁਣਾਈ ਦਿੱਤੀ।

ਹਰੀਦੁਆਰ ਹੁਣ ਪਿਛਲੀਆਂ ਯਾਦਾਂ ਦੀ ਕਤਾਰ ਵਿਚ ਚਲਾ ਗਿਆ ਸੀ। ਅਜਿਹੇ ਵੇਲੇ ਬੇਚੈਨੀ ਢਾਰਸ ਦੀ ਸ਼ਰਨ ਵਿਚ ਆਉਂਦੀ ਹੈ। ਅਜਿਹਾ ਤਲਵੰਡੀ ਤੋਂ ਵਾਪਸੀ ਵੇਲੇ ਬਹੁਤ ਦੇਰ ਬਾਅਦ ਵਾਪਰਦਾ। ਪਰ ਇਸ ਵਾਰੀ ਹਰੀਦੁਆਰ ਨੇ ਵੀ ਉਸੇ ਤਰ੍ਹਾਂ ਹੀ ਪਕੜ ਲਿਆ ਸੀ। ਉਂਝ ਵੀ ਕਨਖਲ ਦਾ ਪੜ੍ਹਾ, ਵੇਦਾਂ ਸ਼ਾਸਤਰਾਂ ਪੁਰਾਣਾਂ ਨਾਲ ਭਾਰਾ ਨਹੀਂ ਸੀ ਹੋਇਆ। ਬਹੁਤ ਹੀ ਸਾਦੇ ਸਾਦੇ ਲੋਕ ਆਏ; ਸਾਦੇ ਸਾਦੇ ਪ੍ਰਸ਼ਨਾਂ ਦੇ ਉੱਤਰ ਸੁਣ ਮੁੜ ਗਏ ਸਨ। ਬਾਬਾ ਵੀ ਉਨ੍ਹਾਂ ਵਾਂਗ ਹੀ ਹੋ ਗਿਆ ਸੀ। ਅੱਗੇ ਕੋਟਦੁਆਰ ਪੁੱਜ ਕੇ ਸਿੱਧੀਆਂ ਪਹਾੜੀਆਂ ਦਿਸਣ ਲੱਗੀਆਂ। ਉਸ ਤੋਂ ਵੀ ਅੱਗੇ ਬੱਦਰੀ ਨਾਥ, ਕੇਦਾਰ ਨਾਥ ਦੀਆਂ ਉੱਚੀਆਂ ਟੀਸੀਆਂ ਉੱਤੇ ਖੜ੍ਹ ਕੇ ਕਈ ਵਾਰੀ ਰਬਾਬ ਵਜਾਈ। ਉਹਨੇ ਕਈ ਵਾਰੀ ਬਾਬੇ ਦਾ ਧਿਆਨ ਆਪਣੇ ਵੱਲ ਖਿੱਚਣ ਲਈ ਕਿਹਾ :

"ਵੇਖ ਬਾਬਾ... ਤਲਵੰਡੀ ਦੇ ਮਰਾਸੀ ਦੀ ਰਬਾਬ ਕਿੰਨੀ ਉੱਚੀ ਪਹੁੰਚ ਗਈ ਏ ?" ਇਨ੍ਹਾਂ ਪਹਾੜੀਆਂ ਨਾਲ ਟਕਰਾਉਂਦੀ ਰਬਾਬ ਦੀ ਆਵਾਜ਼ ਦੁਬਾਰਾ ਕਈ ਕਈ ਵਾਰ ਸੁਣਾਈ ਦੇਂਦੀ। ਕੇਦਾਰਨਾਥ ਤੋਂ ਜੋਸ਼ੀ ਮੱਠ ਦੇ ਭੀੜੇ ਰਸਤਿਆਂ ਤੋਂ ਹੁੰਦੇ ਹੋਏ ਉਹ ਅੰਤਧੁਰਾ ਦਰੇ ਤੋਂ ਹੋਕੇ ਲੇਖੂ ਲੇਖ ਦੇ ਕੋਲ ਪਹੁੰਚ ਗਏ। ਫਿਰ ਇੱਕ ਪੜਾਅ ਸਾਰਦਾ ਦਰਿਆ ਦੇ ਕੰਢੇ ਉੱਤੇ ਕੀਤਾ। ਕਈ ਲੋਕਾਂ ਨੇ ਇਹਨੂੰ 'ਕਾਲੀ ਨਦੀ' ਵੀ ਕਿਹਾ।

ਲੇਖੂ ਲੇਖ ਤੋਂ ਉਹ ਸਾਰਦਾ ਦਰਿਆ ਦੇ ਕੰਢੇ ਕੰਢੇ ਅਲਮੋੜਾ ਵੱਲ ਚੱਲ ਪਏ ਤੇ ਦਰਿਆ ਕਿਨਾਰੇ ਆਉਂਦੇ ਜਾਂਦੇ ਜੋਗੀਆਂ ਦੇ ਝੁੰਡ ਦਿਸਣ ਲੱਗ ਪਏ ਸਨ। ਕਈ ਜਗ੍ਹਾ ਇੱਕੋ ਸਮੇਂ ਦੋ ਤਿੰਨ ਪਗਡੰਡੀਆਂ ਦੀਆਂ ਪੈੜ ਚਾਲਾਂ ਦਿਸਦੀਆਂ। ਥੋੜ੍ਹੀ ਦੇਰ ਬਾਅਦ ਮੱਠ ਵੀ ਦਿਸਣ ਲੱਗੇ। ਵਧੀਆਂ ਹੋਈਆਂ ਪੱਥਰਾਂ ਦੀਆਂ ਸਿਲਾਂ ਉੱਪਰ ਪੰਛੀਆਂ ਵਾਂਗ ਬੈਠੇ ਜੋਗੀ ਦਿਸਣ ਲੱਗੇ। ਦਰੱਖਤਾਂ ਉੱਤੇ ਉੱਚੀਆਂ ਥਾਵਾਂ ਤੇ ਗੰਗਾ ਕਿਨਾਰੇ ਦੇ ਭਗਵਿਆਂ ਵਾਂਗ ਪੁੱਠੇ ਲਟਕਦੇ ਸਰੀਰ ਦਿਸਣ ਲੱਗੇ। ਹੈਰਾਨੀ ਨਾਲ ਵੇਖਦੇ ਜੋਗੀਆਂ ਦੇ ਜਦੋਂ ਇਹ ਦੋ ਜਣੇ ਪਛਾਣ ਵਿਚ ਨਾ ਆਉਂਦੇ ਤਾਂ ਆਪਣਾ ਗੁੱਸਾ ਆਪਣੇ ਉੱਤੇ ਹੀ ਤਾਰਦੇ :

"ਰਾਹ ਭਟਕ ਗਏ ਹੋ ?"

"ਕਿੰਨ੍ਹਾਂ ਵਿੱਚੋਂ ਹੋ ?" ਇਕ ਜੋਗੀ ਮਰਦਾਨੇ ਵੱਲ ਸਰਕਿਆ।

"ਇਨ੍ਹਾਂ ਵਿੱਚੋਂ ਹਾਂ...।" ਉਹਨੇ ਬਾਬੇ ਵੱਲ ਇਸ਼ਾਰਾ ਕੀਤਾ।

"ਇੱਥੇ ਬਾਰਾਂ ਪੰਥ ਨੇ। ਸਤਯਾਨਾਥੀ, ਧਰਮ ਨਾਥੀ, ਰਾਮ ਪੰਥ, ਨਟੇਸ਼ਵਰੀ, ਕਨਹੜ, ਕਪਿਲਾਨੀ, ਬੈਰਾਗ, ਮਾਦਨਾਥੀ, ਆਈ ਪੰਥੀ, ਪਾਗਲਪੰਥ, ਗੰਗਾਨਾਥੀ।" ਉਹ ਇੱਕੋ ਸਾਹ ਸਾਰੇ ਨਾਂ ਗਿਣਾ ਗਿਆ। ਉਹਦੇ ਲੰਬੇ ਲੰਬੇ ਸਾਹਾਂ ਵਿਚ ਹਾਲੇ ਵੀ ਹਵਾ ਸੀ। ਉਹਨੇ ਬਿਨਾਂ ਸਾਹ ਲਏ ਅਗਲੇ ਸ਼ਬਦ ਕਰੋਧ ਵਿਚ ਕਹੇ :

"ਪਹਿਲਾਂ ਹੀ ਬਾਰਾਂ ਨਹੀਂ ਸੰਭਾਲੇ ਜਾਂਦੇ... ਕੋਈ ਹੋਰ ਪੰਥ ਲੈ ਕੇ ਆਏ ਹੋ ?" ਉਹ ਬੋਲਦਾ ਨਾਲ ਨਾਲ ਚੱਲਦਾ ਵੀ ਰਿਹਾ। ਦੁਨਿਆਵੀ ਲੋਕ ਵੀ ਜਦੋਂ ਕੁਝ ਖੋਂਹਦੇ ਨੇ, ਇਸ ਤਰ੍ਹਾਂ ਹੀ ਕਰੋਧ ਵਿਚ ਪਿੱਛਾ ਕਰਦੇ ਨੇ। ਇਹਦਾ ਕੀ ਖੋ ਗਿਆ ? ਪਰ ਅੱਗੇ ਕੋਈ ਹੋਰ ਬਾਬਾ ਨੂੰ ਪੁੱਛ ਰਿਹਾ ਸੀ। ਇੱਕ ਪਾਸੇ ਦਿਉਹਾ ਨਦੀ ਚਲ ਰਹੀ ਸੀ।

"ਦਰਵੇਸ਼ੋ ਕਿੱਧਰੋਂ ਆਏ, ਕਿੱਧਰੋਂ ਜਾਣਾ ਜੇ...।" ਫਿਰ ਲਹੌਰ ਦੀ ਬੋਲੀ ਦੀ ਧੁਨ ਸੁਣੀ।

"ਨਾ ਕਿਧਰੋਂ ਆਏ ਹਾਂ; ਨਾ ਕਿਧਰੇ ਜਾਣਾ ਹੈ।"

"ਫਿਰ ?"

"ਬੱਸ ਸਮਾਉਣਾ ਹੈ।"

ਪਗਡੰਡੀ ਦੇ ਇਕ ਮੋੜ ਉੱਤੇ ਉਹ ਚੇਹਰਾ ਪਿੱਛੇ ਰਹਿ ਗਿਆ ਸੀ। ਫਿਰ ਵੀ ਆਪਣੀ ਬੋਲੀ ਦੀਆਂ ਧੁਨਾਂ ਦਾ ਸਰੂਰ ਅਗਲੇ ਕਈ ਮੋੜਾਂ ਤੱਕ ਰਿਹਾ। ਮਰਦਾਨਾ

ਦੁਬਾਰਾ ਅਜਿਹੀ ਆਵਾਜ਼ ਦੀ ਉਡੀਕ ਕਰਨ ਲੱਗਾ। ਕਦੇ ਕਦੇ ਕੋਲੋਂ ਇਥੋਂ ਦੇ ਸਥਾਨਕ ਵਾਸੀ 'ਧਾਰੂ' ਲੰਘਦੇ। ਕਈ ਵਾਰੀ ਉਨ੍ਹਾਂ ਕੁਝ ਕਿਹਾ ਪਰ ਸਮਝ ਨਹੀਂ ਆਇਆ।

ਲਾਣ ਦੀ ਮੁਸ਼ਕ ਆ ਰਹੀ ਸੀ। ਬਿਰਮੀਆਂ ਵਾਂਗ ਦਿਸਦੇ ਮੱਠਾਂ 'ਚੋਂ ਲਾਲ ਸੁਰਖ ਅੱਖਾਂ, ਝੁਲਸੇ ਹੋਏ ਬੁੱਲਾਂ ਤੇ ਗਲਾਂ ਵਿਚ ਬਾਰ੍ਹਾਂ ਸਿੰਙੀਆਂ ਦੇ ਗੁੱਛੇ ਤੇ ਮਾਲਾ ਨਾਲ ਭਰੇ ਗਲਾਂ 'ਚੋਂ ਬੈਠੀਆਂ ਹੋਈਆਂ ਆਵਾਜ਼ਾਂ ਇਕ ਦੂਜੇ ਨੂੰ ਛੇੜਦੀਆਂ ਸੁਣ ਰਹੀਆਂ ਸਨ :

"ਵੇਹਲਾ ਹੀ ਫਿਰਦਾਂ ?"

"ਹੋਰ ਮੈਂ ਚਰਖਾ ਕੱਤਣਾ।"

ਉੱਚੀ ਉੱਚੀ ਹੱਸਦੀ ਆਵਾਜ਼ ਪਗਡੰਡੀ ਦੀ ਢਲਾਣ ਉੱਤਰ ਗਈ।

"ਆਪਣੀ ਟਿੱਚਰ ਛੱਡੀ ਨੀ ਮਰਾਸੀਆ... ਜੋਗੀ ਬਣਕੇ ਵੀ।"

ਮਰਦਾਨੇ ਨੂੰ ਬਹੁਤ ਦਿਨਾਂ ਬਾਅਦ ਹਿੱਲਦੇ ਢਿੱਡ ਵਾਲੀ ਹਾਸੀ ਆਈ। ਹਿੱਲਦੇ ਮੋਢਿਆਂ ਉੱਪਰੋਂ ਖਿਸਕਦੀ ਰਬਾਬ ਉੱਪਰ ਕੀਤੀ। ਅਗਲੇ ਮੋੜ ਦੀ ਢਲਾਣ ਉੱਤੇ ਉਹ ਚੇਹਰਾ ਫਿਰ ਦਿਸਿਆ :

"ਸੋਮਰਸ ਪੀਤਾ ਕਦੇ ?" ਮਰਦਾਨੇ ਨੇ ਮੁਸਕਰਾ ਕੇ ਸਿਰ ਹਿਲਾਇਆ।

"ਐਬ ਕਰਨ ਲਈ ਵੀ ਗੁਰ ਸਿੱਖਣੇ ਪੈਂਦੇ ਨੇ...।" ਕੋਈ ਉੱਤਰ ਨਾ ਸੁਣ ਕੇ ਉਹ ਫਿਰ ਬੋਲਿਆ :

"ਪੀਕੇ ਕਹਿ ਰਿਹਾਂ... ਪੀਕੇ ਗਲ੍ਹਾ ਸਾਫ ਹੋ ਜਾਵੇਗਾ...।"

ਪਗਡੰਡੀ ਲਗਾਤਾਰ ਦੋ ਵਾਰ ਘੁੰਮ ਗਈ ਸੀ। ਉਹ ਪਹਿਲੇ ਮੋੜ ਉੱਤੇ ਉੱਪਰੋਂ ਦਿਸਣੋਂ ਹਟਿਆ; ਫਿਰ ਦੂਜੇ ਮੋੜ ਤੇ ਪੂਰਾ ਓਹਲੇ ਹੋ ਗਿਆ। ਫਿਰ ਵੀ ਇਹ ਮਿਲਣੀਆਂ ਅਣਸੁਖਾਵੀਆਂ ਨਹੀਂ ਜਾਪਦੀਆਂ। ਇਨ੍ਹਾਂ ਵਿਚ ਨਾ ਸਮਝ ਆਉਣ ਵਾਲੀਆਂ ਪੀੜਾਂ ਵੀ ਨਹੀਂ ਹੁੰਦੀਆਂ ਨੇ। ਇਨ੍ਹਾਂ ਪਲਾਂ ਦੀ ਵਿੱਥ ਵੀ ਨਹੀਂ ਸਤਾਉਂਦੀ। "ਲਓ ਤਲਵੰਡੀ ਹੀ ਯਾਦ ਆ ਗਿਆ।" ਇਹ ਪਿੰਡ ਵੀ ਜੋਗੀ ਵਰਗਾ ਹੀ ਹੁੰਦਾ ਏ; ਕਦੇ ਫਕੀਰੀ ਦੀ ਘੁਮੇਰ ਵਿਖਾਉਣ ਲੱਗ ਪੈਂਦਾ ਏ... ਕਦੇ ਕਾਸਾ ਫੜ ਕੇ ਨਾਲ ਮੰਗਣ ਤੁਰ ਪੈਂਦਾ ਏ। ਉਹਦਾ ਆਪ ਮੁਹਾਰੇ ਠਹਾਕਾ ਨਿਕਲ ਗਿਆ।

ਮਰਦਾਨੇ ਨੇ ਇਕ ਪਿੱਪਲ ਥੱਲੇ ਬਾਬੇ ਨੂੰ ਰੁਕਦੇ ਵੇਖਿਆ। ਫੈਲੇ ਹੋਏ ਪਿੱਪਲ ਥੱਲੇ ਇੱਕ ਕੱਚਾ ਚੌਂਤਰਾ ਸੀ। ਇਹ ਜਰੂਰ ਕਿਸੇ ਪੰਥ ਦਾ ਟਿਕਾਣਾ ਲੱਗਦਾ ਸੀ। ਆਲੇ ਦੁਆਲੇ ਕੰਨ ਪਾਟੇ ਜੋਗੀਆਂ ਦੇ ਛੋਟੇ-ਛੋਟੇ ਮੱਠ ਸਨ। ਉਸ ਤੋਂ ਵੀ ਜਿਆਦਾ ਵੱਡੀਆਂ ਪੱਥਰਾਂ ਦੀਆਂ ਪੱਧਰੀਆਂ ਸਿੱਲਾਂ ਚੇਹਰਿਆਂ ਨਾਲੋਂ ਰੌਣਕੀ ਦਿਸ ਰਹੀਆਂ ਸਨ। ਆਸ ਪਾਸ ਬੈਠੇ ਜੋਗੀ ਇਸ ਤਰ੍ਹਾਂ ਦੇ ਟਿਕਾਣੇ ਤੇ ਆ ਕੇ ਬੈਠਣ ਦੇ ਕਾਰਨ ਪੁੱਛਣ ਲਈ ਇੱਕ ਦੂਜੇ ਨੂੰ ਸੈਨਤਾਂ ਕਰਨ ਲੱਗੇ। ਮੱਘਦੀਆਂ ਧੂਣੀਆਂ ਅੱਗੇ ਗੱਡੇ ਚਿਮਟਿਆਂ ਦੀ ਗਿਣਤੀ ਦੱਸਦੀ ਸੀ; ਉਹ ਵੀ ਅੱਗੇ ਆਪੋ ਆਪਣੇ ਪਸੰਦਾਂ ਦੇ ਝੁੰਡਾਂ ਵਿੱਚ ਵੰਡੇ ਹੋਏ ਨੇ। ਠੰਢੀ

ਹਵਾ ਚੱਲ ਰਹੀ ਸੀ। ਦੋਵਾਂ ਨੇ ਆਪੋ ਆਪਣਿਆਂ ਚਾਦਰਿਆਂ ਦੀ ਬੁੱਕਲ ਮਾਰ ਲਈ ਸੀ। ਛਿਪਦੇ ਸੂਰਜ ਨਾਲ ਹੋਰ ਵੀ ਠੰਢ ਵੱਧ ਰਹੀ ਸੀ। ਚੁਫੇਰੇ ਧੂਣੇ ਧੁਖ ਰਹੇ ਸਨ; ਅੰਨ ਦੀ ਖੁਸ਼ਬੂ ਆ ਰਹੀ ਸੀ। ਮਰਦਾਨਾ ਦੋ ਵਾਰ ਅੱਗ ਲੈਣ ਗਿਆ; ਪਰ ਕੋਰਾ ਜਵਾਬ ਮਿਲਿਆ। ਥੱਲੇ ਡੂੰਘਾਈ 'ਚੋਂ ਵੀ ਧੂੰਆਂ ਉਠਦਾ ਦਿਸ ਰਿਹਾ ਸੀ। ਦੂਰ ਤੱਕ ਭੱਖਦੀਆਂ ਧੂਣੀਆਂ ਤੋਂ ਪਤਾ ਲੱਗਦਾ ਸੀ; ਇਹ ਲੋਕ ਕਿੰਨੀ ਜਿਆਦਾ ਗਿਣਤੀ ਵਿਚ ਬੈਠੇ ਨੇ। ਚੰਨ ਚਾਨਣੀ ਨੇ ਢਲਾਣਾਂ ਉੱਤੇ ਪ੍ਰਛਾਵੇਂ ਉਤਾਰ ਲਏ ਸਨ। ਮਰਦਾਨੇ ਨੂੰ ਬਹੁਤ ਭੁੱਖ ਲੱਗੀ ਸੀ। ਇਸ ਤੋਂ ਪਹਿਲਾਂ ਕਦੇ ਨਹੀਂ ਸੀ ਹੋਇਆ ਕਿ ਅੰਨ ਫਕੀਰਾਂ ਦੇ ਹੱਥ ਵਿਚ ਹੋਵੇ ਤੇ ਭੁੱਖ ਉਹਨੂੰ ਲੱਗੀ ਹੋਵੇ। ਅੱਜ ਪਹਿਲੀ ਵਾਰ ਉਹਦੀ ਭੁੱਖ ਸਾਧਾਂ ਦੇ ਹੱਥ ਲੱਗੀ ਸੀ; ਤੇ ਪਹਿਲੀ ਵਾਰ ਹੀ ਕੋਰਾ ਜਵਾਬ ਮਿਲਿਆ ਸੀ। ਗ੍ਰਹਿਸਥੀ ਕਿੰਨੀ ਮਜਬੂਤ ਹੈ! ਲਾਲਚ ਕੋਲੋਂ ਵੀ ਅੰਨ ਖੁਆ ਦੇਂਦੀ ਹੈ।

"ਬਾਬਾ ਅੰਨ ਤਾਂ ਕੀ ਦੇਣਾ ਸੀ; ਅੱਗ ਤੋਂ ਵੀ ਮੁੱਕਰ ਗਏ। ਆਖਦੇ ਨੇ ਅਸੀਂ ਤਾਂ ਅਤੀਤ ਹਾਂ।"

"ਜੋ ਸਰੀਰ ਦੁਆਰਾ ਪੂਰਾ ਨਹੀਂ ਹੋਇਆ; ਉਹ ਮਨ ਦੁਆਰਾ ਪੂਰਾ ਕਰ ਰਹੇ ਨੇ... ਮਰਦਾਨਿਆ।"

"ਬਾਬਾ ਝਿੜਕ ਝਿੜਕ ਕੇ ਪੈਂਦੇ ਨੇ... ਭੁੱਖੇ ਨਹੀਂ ਕੋਲ ਪਦਾਰਥ ਹੈ ਨੇ... ਇਹਦੇ ਨਾਲੋਂ ਤਾਂ ਗ੍ਰਹਿਸਥੀ ਚੰਗਾ... ਅਤਿੱਥੀ ਸਮਝ ਕੇ ਅੰਨ ਦੇ ਦੇਂਦਾ ਏ...।"

"ਇਹੋ ਤਾਂ ਵੇਖਣ ਤੇ ਸੋਧਣ ਚੜ੍ਹੇ ਹਾਂ... ਤੂੰ ਦੁੱਖ ਕਿਉਂ ਮੰਨਿਆ... ?"

"ਬਾਬਾ ਅਜਿਹੀ ਸਾਧਨਾ ਤੋਂ ਬੜੀ ਭੈਅ ਆਉਂਦੀ ਏ...।"

"ਇਹ ਬਾਹਰ ਤਾਂ ਆ ਗਏ ਨੇ... ਪਰ ਅੰਦਰ ਦਾ ਰਸਤਾ ਭੁੱਲ ਗਏ ਨੇ... ਭਟਕੇ ਹੋਏ ਰਾਹੀ ਇਸ ਤਰ੍ਹਾਂ ਹੀ ਕਰਨਗੇ।"

"ਪਰ ਜੋ ਦਿਸਦਾ ਹੈ; ਉਹਨੂੰ ਦਿਸਣੋਂ ਕਿਵੇਂ ਹਟਾਵਾਂ ?"

"ਜਿੱਥੋਂ ਤੱਕ ਦਿਸ ਸਕੇ ਆਪਣੇ ਆਪ ਨੂੰ ਦਿਸਣ ਦੇ।"

ਧੂਣੀਆਂ ਹੋਰ ਉੱਚੀਆਂ ਹੋ ਗਈਆਂ ਸਨ। ਜੋ ਬਹੁਤ ਨਜ਼ਦੀਕ ਸਨ; ਸੁਣ ਰਹੇ ਸਨ। ਉਹ ਆਪਣੇ ਹੱਥ ਇਕ ਦੂਜੇ ਤੋਂ ਛੁਡਾਉਣ ਦੀ ਕੋਸ਼ਿਸ਼ ਕਰਦੇ। ਅਜਿਹੇ ਵੇਲੇ ਕਈ ਵਾਰੀ ਬੜੇ ਅਜੀਬੋ ਗਰੀਬ ਪ੍ਰਛਾਵੇਂ ਬਣਦੇ। ਠੰਢੀ ਹਵਾ ਨਾਲ ਗਾਂਜੇ ਦੀ ਸੁਗੰਧ ਬਹੁਤ ਭਾਰੀ ਹੋ ਕੇ ਨੱਕ ਕੋਲੋਂ ਲੰਘਦੀ। ਉਨ੍ਹਾਂ ਧੂਣੀਆਂ ਹੋਰ ਮਘਾ ਲਈਆਂ ਸਨ। ਇਸ ਵਾਰੀ ਅੱਗ ਲੈਣ ਗਏ ਮਰਦਾਨੇ ਨਾਲ ਇਕ ਨੌਜਵਾਨ ਜੋਗੀ ਵੀ ਆਇਆ। ਧੂਣੀ ਮਘਣ ਤੱਕ ਉਹ ਕੁਝ ਨਹੀਂ ਬੋਲਿਆ। ਲੰਬਾ ਗੋਰਾ ਸੁਨੱਖਾ ਜਵਾਨ ਜਿਸਦੇ ਸਰੀਰ ਨੇ ਹਾਲੇ ਜੋਗੀਆਂ ਵਾਲੀ ਕਾਲਸ ਗ੍ਰਹਿਣ ਨਹੀਂ ਸੀ ਕੀਤੀ।

"ਮੈਂ ਦੋ ਸੱਚਾਂ ਵਿਚਕਾਰ ਖੜ੍ਹਾਂ ਹਾਂ... ਇਕ ਸੱਚ ਦੀ ਅੱਗ ਲੈ ਕੇ ਆਇਆ ਹਾਂ।" ਉਹ ਬਾਬੇ ਸਾਹਮਣੇ ਬੈਠ ਗਿਆ। ਉੱਤਰ ਸੁਣਨ ਲਈ ਕਈ ਸਾਰੇ ਟੋਲੇ ਨੇੜੇ ਸਰਕ ਆਏ।

"ਜੋ ਜਾਣਿਆ ਹੀ ਨਹੀਂ ਉਹਨੂੰ ਸੱਚ ਕਿਵੇਂ ਮੰਨ ਲਿਆ ?"

"ਕਲਪਣਾ ਦਾ ਵੀ ਤਾਂ ਤਨ ਹੁੰਦਾ ਏ; ਇਸ ਤਰ੍ਹਾਂ ਸੁੰਨੇ ਮਨ ਦਾ ਤਾਂ ਇਹ ਕਹਿਣਾ ਵੀ ਨਹੀਂ ਮੰਨਦੀ। ਕੁਝ ਜਾਣਨ ਲਈ ਕੁਝ ਤਾਂ ਹੋਣਾ ਹੀ ਪਵੇਗਾ।"

ਬਾਬੇ ਨੇ ਪਹਿਲੀ ਵਾਰ ਉਹਦੇ ਵੱਲ ਨਜ਼ਰ ਚੁੱਕੀ।

"ਅਭਿਆਸ ਤੋਂ ਬਾਹਰ ਨਿਕਲ...।"

ਉਹਦੇ ਜੁੜਦੇ ਹੱਥਾਂ ਦਾ ਪਰਛਾਵਾਂ ਲੰਬਾ ਹੋ ਕੰਨ ਪਾਟਿਆਂ ਦੇ ਅੱਧ ਤੱਕ ਚਲਾ ਗਿਆ।

"ਤੈਨੂੰ ਅਸੀਂ ਅੱਗ ਦੇਣ ਭੇਜਿਆ ਸੀ... ਗਿਆਨ ਗੋਸ਼ਟੀ ਲਈ ਨਹੀਂ...।" ਇੱਕ ਬਿਰਧ ਸਰੀਰ ਖੜ੍ਹਾ ਹੋ ਗਿਆ।

"ਅਸੀਂ ਹਾਂ ਹਾਲੇ... ਗਿਆਨ ਨੂੰ ਟੱਕਰ ਦੇਣ ਲਈ...।" ਹੌਲੀ ਹੌਲੀ ਪਿੱਪਲ ਥੱਲੇ ਮਘਦੀ ਧੂਣੀ ਸਾਹਮਣੇ ਜੋਗੀਆਂ ਦਾ ਇਕੱਠ ਹੋਣ ਲੱਗਾ। ਛੇਤੀ ਹੀ ਕਿਸੇ ਵੱਡੀ ਬਹਿਸ ਦੀ ਤਿਆਰੀ ਜਾਪ ਰਹੀ ਸੀ।

"ਦੀਖਸ਼ਾ ਕਿਸ ਤੋਂ ਲਈ ਹੈ ? ਕਿਸੇ ਕਸਵੱਟੀ ਤੇ ਪੂਰਾ ਉਤਰਿਆਂ ਏਂ ? ਕਦੋਂ ਮੰਨਿਆ ਕਿ ਸੰਸਾਰ ਝੂਠਾ ਹੈ ? ਤੂੰ ਇਕ ਵੀ ਪ੍ਰਸ਼ਨ ਦਾ ਉੱਤਰ ਨਹੀਂ ਦਿੱਤਾ। ਗ੍ਰਿਹਸਥੀ ਹੋ ਕੇ ਤੂੰ ਭੁੱਲ ਗਿਆਂ ਕਿ ਕਿਸ ਨਾਲ ਮੱਥਾ ਜੋੜਿਆ ਏ ?" ਲੰਬੇ ਸਮੇਂ ਤੋਂ ਸੁਆਲ ਕਰਦਾ ਭੰਗਰ ਨਾਥ ਜਿੱਤ ਦੇ ਅਹਿਸਾਸ ਨਾਲ ਗੋਦੜੀ ਉੱਤੇ ਬੈਠ ਗਿਆ। ਉਹਨੇ ਜਿਆਦਾ ਪ੍ਰਸ਼ਨ ਗੋਡਿਆਂ ਭਾਰ ਹੋ ਕੇ ਕੀਤੇ ਸਨ।

"ਨਾ ਕੋਈ ਵਿਧੀ ਨਾ ਉਪਾਅ... ਜਾਓ ਗ੍ਰਿਹਸਥੀਆਂ ਵਿੱਚ ਉੱਥੇ ਤੁਹਾਡੀ ਉਪਮਾ ਹੋ ਸਕਦੀ ਏ; ਇਥੇ ਨਹੀਂ। ਇਥੇ ਪਹਿਲਾਂ ਅੱਗ ਵਰਗੀ ਸਾਧਨਾ ਵਿਚੋਂ ਲੰਘਣਾ ਪੈਂਦਾ ਏ...।"

ਫਿਰ ਪਹਿਲੀ ਵਾਰ ਬਾਬੇ ਦੀ ਕੋਮਲ ਆਵਾਜ਼ ਸੁਣੀ :

"ਤੁਸੀਂ ਪਰਮਾਤਮਾ ਨਾਲ ਜੂਝਣ ਦਾ ਅਭਿਆਸ ਕਰ ਰਹੇ ਹੋ। ਯੋਗ ਦੀਆਂ ਉੱਚਾਈਆਂ ਤਾਂ ਦੱਸ ਦਿੱਤੀਆਂ ਨੇ; ਪਰ ਉਡਾਰੀ ਕੌਣ ਭਰੇਗਾ... ?" ਰਬਾਬ ਨਾਲ ਇਕ ਆਵਾਜ਼ ਤਰਕਾਂ ਨੂੰ ਧੁਨਾਂ ਵਿਚ ਉਤਾਰਦੀ ਕੁਝ ਇਸ ਤਰ੍ਹਾਂ ਗੂੰਜੀ :

ਜੋਗ ਨ ਖਿੰਥਾ ਜੋਗ ਨ ਡੰਡੈ ਜੋਗ ਨ ਭਸਮ ਚੜਾਈਐ ॥
ਜੋਗ ਨ ਮੁੰਦੀ ਮੂੰਡਿ ਮੁਡਾਇਐ ਜੋਗ ਨ ਸਿੰਙੀ ਵਾਈਐ ॥
ਅੰਜਨ ਮਾਹਿ ਨਿਰੰਜਨਿ ਰਹੀਐ ਜੋਗ ਜੁਗਤਿ ਇਵ ਪਾਈਐ ॥
ਗਲੀ ਜੋਗੁ ਨ ਹੋਈ ॥

"ਤੁਸੀਂ ਸਾਡੇ ਸੰਸਾਰ ਦੇ ਤਿਆਗ ਨੂੰ ਨੀਵਾਂ ਵਿਖਾਉਣ ਦੀ ਕੋਸ਼ਿਸ਼ ਕਰ ਰਹੇ ਹੋ ?"

"ਸੰਸਾਰ ਜੇ ਮਿੱਟੀ ਹੈ ਤਾਂ ਉਹ ਤੋਂ ਏਨੀ ਘਬਰਾਹਟ ਕਿਉਂ... ?"

"ਅਸੀਂ ਸਮਾਧੀ ਨਾਲ ਇਹਨੂੰ ਨਿਗੂਣਾ ਕਰ ਦਿੱਤਾ ਏ।"

"ਹੱਠ ਦੀ ਸਮਾਧੀ ਨਹੀਂ; ਸਹਿਜ ਦੀ ਸਮਾਧੀ...।"

"ਕਾਰਣਾਂ ਦਾ ਉੱਤਰ ਦਿਓ... ?"

"ਪ੍ਰਮਾਤਮਾ ਤਾਂ ਅਕਾਰਨ ਹੈ।"

"ਮੂਲ ਤੋਂ ਬੀਜ ਵੱਲ ਤੁਰਕੇ ਤਾਂ ਵਿਖਾਓ...?"

"ਬੀਜ ਆਪਣੇ ਅੰਦਰ ਨਹੀਂ ਝਾਕ ਸਕਦਾ... ਪਰ ਮਨੁੱਖ ਕੋਲ ਇਹ ਅਵਸਰ ਹੈ... ਉਹ ਆਪਣੇ ਹੀ ਅੰਦਰ ਆਪ ਝਾਕ ਸਕਦਾ ਏ।"

"ਮੇਰੇ ਪ੍ਰਸ਼ਨ ਦਾ ਉੱਤਰ ਦਿਓ ?"

"ਜੋ ਪ੍ਰਸ਼ਨ ਨਹੀਂ ਬਣਦਾ; ਉਹਦਾ ਉੱਤਰ ਵੀ ਸ਼ਬਦਾਂ ਵਿਚ ਨਹੀਂ ਹੋ ਸਕਦਾ।"

"ਤੁਸੀਂ ਫਿਰ ਕੁਝ ਜਾਣਿਆ ਹੀ ਨਹੀਂ?"

"ਸੁਗੰਧੀ ਨੂੰ ਪ੍ਰਸ਼ਨ ਬਣਨ ਲਈ ਕਹਿ ਰਿਹਾਂ ?"

"ਫਿਰ ਸੱਚ ਕੀ ਹੈ ?"

"ਸੱਚ ਵਾਪਰਦਾ ਹੈ... ਤੁਸੀਂ ਕਿਸੇ ਨਾਲ ਵਾਪਰੇ ਨੂੰ ਪਕੜੀਂ ਬੈਠੇ ਹੋ।"

"ਫਿਰ ਕੀ ਇਹ ਸੁੰਨੀ ਜਗ੍ਹਾ ਆਉਣਾ ਬੇਅਰਥ ਹੋਇਆ ?"

"ਸੁੰਨੀ ਜਗ੍ਹਾ ਹਰ ਜਗ੍ਹਾ ਹੁੰਦੀ ਏ।"

ਉਹ ਸਦਮੇ ਵਰਗੀ ਹਾਲਤ ਵਿਚ ਬੋਲਦਾ ਹੀ ਜਾ ਰਿਹਾ ਸੀ। ਬਹੁਤ ਹੀ ਤੇਜ਼ ਸੁਆਲ ਜਵਾਬ ਚੱਲ ਰਹੇ ਸਨ। ਥੋੜ੍ਹੀ ਜਿਹੀ ਬੇਪ੍ਰਵਾਹੀ ਨਾਲ ਕੁਝ ਸੁਣਨੋਂ ਰਹਿ ਜਾਂਦਾ ਸੀ।

"ਅਸੀਂ ਹੋਣ ਤੇ ਜਾਣਨ ਦੀ ਖਾਈ ਵਿਚ ਕੀ ਸਿਰਫ਼ ਦੁੱਖਾਂ ਨੂੰ ਹੀ ਸਿੰਗਾਰਦੇ ਰਹੇ?"

"ਕਲਪਣਾ ਦੇਹ ਹੀਣ ਸਰੀਰ ਦੀ ਕਰਦੇ ਹੋ... ਰਹਿਣਾ ਸਰੀਰ ਵਿਚ ਹੀ ਚਾਹੁੰਦੇ ਹੋ? ਇਹੋ ਤਾਂ ਮਨ ਦੀ ਚਾਲ ਹੈ।"

"ਕੀ ਛੱਡੀਏ ? ਤੇ ਕਿਵੇਂ ਜਾਣੀਏ ?"

"ਸੰਸਾਰ ਨਹੀਂ ਅਗਿਆਨ ਛੱਡਣਾ ਹੈ। ਹੋਰ ਨੂੰ ਨਹੀਂ ਆਪ ਨੂੰ ਜਾਣਨਾ ਹੈ। ਸਵੈ ਹੀ ਸ਼ਾਸਤਰ ਹੈ। ਅਨੰਤ ਦੀ ਹੱਦ ਉਹਦੀ ਮਰਜ਼ੀ ਹੈ। ਜਿੱਥੇ ਪ੍ਰਸ਼ਨ ਗਿਰਦਾ ਹੈ; ਉੱਥੇ ਹੁਕਮ ਦਾ ਪਸਾਰਾ ਹੈ।"

"ਕੀ ਹੁਣ ਤੱਕ ਕੀਤੇ ਸਾਰੇ ਪ੍ਰਸ਼ਨ ਹੀ ਨਿਰਮੂਲ ਹੋ ਗਏ ਨੇ? ਇਨ੍ਹਾਂ ਲੱਖਾਂ ਪ੍ਰਸ਼ਨਾਂ ਦਾ ਬੋਝ ਇਕ ਸਾਧਕ ਕਿਵੇਂ ਚੁੱਕੇ...?"

"ਇਹ ਜੋ ਗਿਆਨ ਦੀ ਧਾਰਾ ਦੇ ਲੋਕ ਨੇ; ਇਨ੍ਹਾਂ ਨੂੰ ਇਕ ਵਾਰ ਗਿਆਨ ਵਿੱਚ ਦੀ ਗੁਜਰਨਾ ਹੀ ਪਵੇਗਾ। ਫਿਰ ਗਿਆਨ ਵੀ ਇਕ ਜਗ੍ਹਾ ਛੁੱਟਣਾ ਹੈ। ਜਿੱਥੇ ਵੀ ਪਕੜਿਆ ਉੱਥੇ ਹੀ ਬੰਧਨ ਉਸਰ ਜਾਵੇਗਾ।"

ਫਿਰ ਦੋਵਾਂ ਵਿੱਚ ਕੋਈ ਇਸ਼ਾਰਾ ਹੋਇਆ। ਸੁੰਨਸਾਨ ਪਹਾੜਾਂ ਵਿਚ ਬਹੁਤ ਹੀ ਖੁਰਦਰੇ ਸਰੀਰਾਂ ਨੂੰ ਇਕ ਸਾਜ਼ ਤੇ ਆਵਾਜ਼ ਨੇ ਸਪਰਸ਼ ਕੀਤਾ। ਸਵੇਰੇ ਸਵੇਰੇ ਜੋਗੀ ਪੰਛੀਆਂ ਦੀਆਂ ਅਜਿਹੀਆਂ ਸੁਰੀਲੀਆਂ ਆਵਾਜ਼ਾਂ ਜਰੂਰ ਸੁਣਦੇ ਸਨ। ਪਰ ਉਹ ਸਿਰਫ਼ ਆਪਣੇ ਲਈ ਹੀ ਗਾ ਕੇ ਦੂਰ ਲੰਘ ਜਾਂਦੇ ਸਨ। ਪਰ ਅੱਜ ਉਹ ਆਪਣੇ ਲਈ ਇਕ ਗੀਤ ਸੁਣ ਰਹੇ ਸਨ।

ਪਾਉਣੈ ਪਾਨੀ ਅਗਨੀ ਕਾ ਮੇਲ॥ ਚੰਚਲ ਚਪਲ ਬੁਧਿ ਕਾ ਖੇਲੁ॥
ਨਾਉ ਦਰਵਾਜੇ ਦਸਵਾ ਦੁਵਾਰੁ॥ ਬੁਝੁ ਰੇ ਗਿਆਨੀ ਏਹੁ ਵੀਚਾਰੁ॥

ਇਸ ਵਾਰੀ ਮਰਦਾਨਾ ਪਹਿਲਾਂ ਵਾਲੀ ਭੁੱਲ ਨਹੀਂ ਸੀ ਕਰਨੀ ਚਾਹੁੰਦਾ। ਉਹ ਜੀਅ ਭਰ ਕੇ ਜਗਿਆਸੂ ਚੇਹਰਿਆਂ ਵੱਲ ਵੇਖਦਾ, ਖ਼ਾਸ ਕਰਕੇ ਉਹ ਚੇਹਰੇ ਜੋ ਬਾਬੇ ਦੇ ਚਲੇ ਜਾਣ ਤੋਂ ਬਾਅਦ ਉਦਾਸ ਹੋਣੇ ਸਨ। ਉਹਨੇ ਥਾਵਾਂ ਨੂੰ ਛੱਡਣ ਤੋਂ ਪਹਿਲਾਂ ਕਈ ਕਈ ਵਾਰੀ ਛੱਡਣ ਵਾਂਗ ਵੇਖਿਆ। ਇਸ ਵਾਰੀ ਉਹਨੇ ਰਾਤਾਂ ਦੇ ਠੰਢੇ ਹਨੇਰਿਆਂ ਵਿਚ ਬਾਬੇ ਤੋਂ ਬਿਨਾਂ ਜੋਗੀਆਂ ਨਾਲ ਇਕੱਲਿਆਂ ਅੱਗਾਂ ਸੇਕੀਆਂ। "ਸਭ ਕੁਝ ਇਕ ਛਿਣ ਦੂਰ ਹੈ।" ਬਾਬੇ ਦੇ ਕਹੇ ਲਫ਼ਜ਼ਾਂ ਨੂੰ ਛਿਣ ਤੇ ਦੂਰੀ ਵਿਚ ਨਿਖੇੜ ਕੇ ਵੇਖਣ ਦੀ ਕੋਸਿਸ਼ ਕੀਤੀ। ਇਹ ਦੁੱਖਾਂ ਨੂੰ ਧਾਰਮਿਕ ਬਣਾਉਣ ਦੀ ਜਿੱਦ ਵਾਲੇ ਚੇਹਰਿਆਂ ਦਾ ਸਦਮਾ ਉਹ ਇਕੱਲਿਆਂ ਹੀ ਵੇਖਣਾ ਚਾਹੁੰਦਾ ਸੀ। ਕਿੰਨੀ ਵਾਰ ਇਹ ਹੋਇਆ ਅਜਿਹੇ ਹੀ ਚੇਹਰਿਆਂ ਵਿਚੋਂ ਅੱਖਾਂ ਦਾ ਇਕ ਜੋੜਾ ਯਾਦ ਰਹਿ ਜਾਂਦਾ ਏ; ਜੋ ਹਜ਼ਾਰਾਂ ਪੜਾਵਾਂ ਨੂੰ ਪਾਰ ਕਰਕੇ ਬਾਬੇ ਦੇ ਨਜ਼ਦੀਕ ਦਿਸਣ ਲੱਗ ਪੈਂਦਾ ਏ। ਇਸ ਦੂਰੀ ਦਾ 'ਹੌਲ' ਜਗ੍ਹਾ ਛੱਡਣ ਤੋਂ ਬਾਅਦ ਪੈਣਾ ਸ਼ੁਰੂ ਹੁੰਦਾ ਏ; ਵਾਰ ਵਾਰ ਉਸ ਚੇਹਰੇ ਨੂੰ ਮਿਲਣ ਲਈ ਜੀਅ ਤਾਂਘਦਾ ਰਹਿੰਦਾ ਏ। ਹਰ ਵਾਰੀ ਇਹ ਪਛਤਾਵਾ ਰਹਿੰਦਾ ਏ "ਤੂੰ ਉਸ ਵੇਲੇ ਉਹਨੂੰ ਗਲਵਕੜੀ ਪਾ ਕੇ ਕਿਉਂ ਨਹੀਂ ਮਿਲਿਆ ?" ਇਕ ਵਾਰੀ ਬਾਬੇ ਨੇ ਕਿਹਾ ਵੀ ਸੀ "ਚੇਤਨਾ ਦੀ ਕੋਈ ਉਮਰ ਨਹੀਂ ਹੁੰਦੀ।" ਇਸ ਵਾਰੀ ਬੈਠਕਾਂ ਵੀ ਉੱਚੀਆਂ ਪਹਾੜੀਆਂ ਤੇ ਹੋਈਆਂ ਸਨ। ਹਰ ਵਾਰੀ ਗੋਸ਼ਟੀ ਕਿਸੇ ਉੱਚੀ ਟੀਸੀ ਤੇ ਹੁੰਦੀ। ਜੋਗੀ ਉਨ੍ਹਾਂ ਟੀਸੀਆਂ ਦਾ ਨਾਂ ਲੈ ਕੇ ਅਗਲੀ ਗੋਸ਼ਟੀ ਦੀ ਥਾਂ ਦੱਸਦੇ। ਸਮੂਹ ਹੁਣ ਸੱਤ ਸੰਗੀ ਜਾਪਣ ਲੱਗ ਪਿਆ ਸੀ। ਕਈ ਵਾਰੀ ਮਰਦਾਨੇ ਨੂੰ ਜਾਪਦਾ ਕਿ ਉਹ ਇਕੱਲਾ ਨਹੀਂ ਬਾਬੇ ਨਾਲ ਇਕ ਸਮੂਹ ਅੱਗੇ ਵੱਧ ਰਿਹੈ; ਜਿਸ ਵਿਚ ਮਰਦਾਨੇ ਨਾਂ ਦਾ ਇਕ ਆਕਾਰ ਵੀ ਹੈ। ਕਈ ਵਾਰ ਗੌਣ ਵੇਲੇ ਇਸ ਤਰ੍ਹਾਂ ਹੀ ਲੱਗਿਆ ਜਿਵੇਂ ਕੋਈ ਤਾਰਾਨਾ ਚੱਲ ਰਿਹਾ ਜਿਸ ਵਿਚ ਧੁਨਾਂ ਨੂੰ ਇਕ ਸਾਜ਼ ਦੀ ਲੋੜ ਹੈ; ਜਿਨ੍ਹਾਂ ਵਿਚੋਂ ਇਕ ਸਾਜ਼ ਮਰਦਾਨੇ ਕੋਲ ਵੀ ਹੈ।

ਇਹ ਇਕ ਉੱਚੀ ਪਹਾੜੀ ਦਾ ਸਿਖ਼ਰ ਸੀ। ਵੇਦਾਂ ਸ਼ਾਸਤਰਾਂ ਪੁਰਾਣਾਂ ਦੇ ਭਾਰੇ ਸ਼ਬਦਾਂ ਦੇ ਅਰਥ ਤਰਲ ਹੋ ਕੇ ਬਾਬੇ ਦੀ ਆਵਾਜ਼ ਵਿੱਚ ਨਿੱਤਰ ਰਹੇ ਸਨ। ਹੁਣ ਤੱਕ ਸੁਣੇ ਬੇਰਸ ਭਾਰੇ ਸ਼ਬਦਾਂ ਦੇ ਸੁਭਾਅ ਧੁਨੀਆਂ ਵਿੱਚ ਸੁਣ ਰਹੇ ਸਨ। ਵੇਦਾਂ ਦੀਆਂ 'ਰਿਚਾਂ' ਦਾ ਪਹਿਲੀ ਵਾਰ ਰਿਦਮ ਸੁਣ ਰਿਹਾ ਸੀ। ਰੱਬ ਵਰਗੀ ਔਖੀ ਕਲਪਣਾ ਨੂੰ ਏਨ੍ਹਾਂ ਸਰਲ ਹੋ ਕੇ ਵੀ ਗਾਇਆ ਜਾ ਸਕਦਾ ਏ। ਪਹਾੜਾਂ ਉੱਪਰ ਵਿਆਖਿਆ ਵਿਚ ਥੱਕ ਥੱਕ ਨਿਸਲ ਹੋਏ ਸ਼ਬਦ ਅੱਜ ਧੁਨੀਆਂ ਵਿਚ ਉਡਾਰੀਆਂ ਮਾਰਦੇ ਸੁਣੇ। "ਅਸੀਂ ਤੁਹਾਨੂੰ ਹਰੀਦੁਆਰ ਵੀ ਸੁਣਿਆ ਸੀ...।" ਕੁਝ ਅਵਾਜ਼ਾਂ ਹੁਣ ਅਜਿਹੀਆਂ ਵੀ ਸੁਣਨ ਲੱਗ ਪਈਆਂ ਸਨ।

....

....

ਇਹ ਇਕ ਪਹਾੜੀਆਂ ਦਾ ਸੰਗਮ ਸੀ। ਸੂਰਜ ਨਿਕਲਦੇ ਸਾਰ ਸਤਸੰਗ ਸ਼ੁਰੂ ਹੋ ਗਿਆ ਸੀ। ਅੱਜ ਦੇ ਸੁਆਲ ਬਹੁਤ ਸਰਲ ਸਨ। ਮਰਦਾਨੇ ਨੂੰ ਜਾਪਿਆ ਇਹ ਸੁਣਨ ਵਿਚ ਹੀ ਸਰਲ ਜਾਪਦੇ ਨੇ; ਅਮਲਾਂ ਵਿਚ ਬੜੇ ਕਠਿਨ ਸਨ। ਇਹ ਸਮੱਰਪਤ ਹੋਣ ਤੋਂ ਬਾਅਦ ਗੁਰੂ ਅੱਗੇ ਬਾਕੀ ਬਚੇ ਪ੍ਰਸ਼ਨਾਂ ਦਾ ਆਖਰੀ ਪਰਾਗਾ ਸੀ। ਮਰਦਾਨੇ ਨੂੰ ਜਾਪ ਰਿਹਾ ਸੀ ਕਿ ਅੱਜ ਦੀ ਗੋਸ਼ਟੀ ਆਖਰੀ ਮਿਲਣ ਵੱਲ ਵੱਧ ਰਹੀ ਸੀ। ਉਹ ਪੁੱਛ ਦੇ ਜੋਗੀਆਂ ਦੇ ਚੇਹਰਿਆਂ ਵੱਲੋਂ ਸਰਕਦੇ ਪ੍ਰਸ਼ਨਾਂ ਨੂੰ ਬਹੁਤ ਧਿਆਨ ਨਾਲ ਸੁਣਦਾ। ਬਾਬਾ ਮਾਂ ਦੀ ਗੋਦੀ ਵਿਚ ਪਏ ਸ਼ਰਾਰਤਾਂ ਕਰਦੇ ਬੱਚੇ ਨੂੰ ਮੁਸਕਰਾ ਕੇ ਨਿਹਾਰਦੀ ਮਾਂ ਵਾਂਗ ਵੇਖ ਰਿਹਾ ਸੀ। ਫਿਰ ਜਿੰਨੀ ਕੋਮਲਤਾ ਨਾਲ ਮਾਂ ਬੱਚੇ ਨੂੰ ਸੁਣ ਸਕਦੀ; ਉਹ ਸੁਣਦਾ।

"ਤੁਹਾਡੇ ਜੀਵਨ ਵਿੱਚ ਘਰ ਦਾ ਵਾਰ ਵਾਰ ਸੰਕੇਤ ਹੈ...। ਕੀ ਅਸੀਂ ਸਾਰੇ ਘਰ ਵਾਪਸੀ ਦੀ ਹੀ ਤਿਆਰੀ ਕਰ ਰਹੇ ਹਾਂ ?"

"ਅਸੀਂ ਤਾਂ ਸਾਰੀ ਤਿਆਰੀ ਹੀ ਘਰ ਛੱਡਣ ਦੀ ਕੀਤੀ ਸੀ; ਫਿਰ ਤਾਂ ਛੱਡਣਾ ਹੀ ਨਹੀਂ ਸੀ... ਜੇ ਘਰ ਵਾਪਸੀ ਕਰਨੀ ਸੀ ?"

"ਜਿਨ੍ਹਾਂ ਕਾਰਨਾਂ ਤੋਂ ਤੁਸੀਂ ਘਰ ਛੱਡਿਆ ਸੀ... ਉਹ ਤਾਂ ਤੁਸੀਂ ਨਾਲ ਹੀ ਲੈ ਆਏ... ਘਰ ਤਾਂ ਪ੍ਰਛਾਵੇਂ ਸਨ... ਤੁਸੀਂ ਸਾਏ ਤੋਂ ਹੀ ਡਰੀ ਜਾ ਰਹੇ ਹੋ... ਕਾਰਣ ਤਾਂ ਕਿਤੇ ਪਿੱਛੇ ਪਏ ਸਨ।"

"ਪਰ ਹੁਣ ਤਾਂ ਛੱਡ ਆਏ ਹਾਂ...।"

"ਛੱਡਿਆ ਨਹੀਂ ਨਵਾਂ ਬਣਾ ਲਿਆ ਏ।"

"ਕੀ ਤੁਸੀਂ ਘਰ ਵਾਪਸੀ ਕਰੋਗੇ ?"

"ਅਸੀਂ ਤਾਂ ਘਰੋਂ ਹੋ ਕੇ ਆਏ ਹਾਂ ਤੇ ਬਾਹਰੋਂ ਹੋ ਕੇ ਘਰ ਚਲੇ ਜਾਣਾ ਹੈ।"

"ਫਿਰ ਜੋਗ ਤੇ ਘਰ ਦਾ ਕੀ ਮੇਲ...? ਤੁਸੀਂ ਗ੍ਰਹਿਸਥੀ ਨੂੰ ਉਪਦੇਸ਼ ਦੇਵੋ...?"

"ਉਪਦੇਸ਼ ਨਾਵਾਂ ਨੂੰ ਥੋੜ੍ਹੀ ਕਾਰਣਾਂ ਨੂੰ ਦਿੱਤਾ ਜਾਂਦਾ ਏ... ਕਾਰਣ ਤੁਹਾਡੇ ਨਾਲ ਵੀ ਨੇ।"

"ਫਿਰ ਕੀ ਜੋਗੀ ਤੇ ਗ੍ਰਹਿਸਥੀ ਦੀ ਇਕੋ ਸਥਿਤੀ ਹੈ ?"

"ਗ੍ਰਹਿਸਥੀ ਤਾਂ ਦਿਸਦਾ ਹੈ; ਸਾਫ਼ ਘਰ ਨੂੰ ਪਕੜ ਕੇ ਬੈਠਾ; ਉਹ ਮੰਨਦਾ ਵੀ ਹੈ। ਸਾਧੂ ਨਹੀਂ ਮੰਨਦਾ। ਇੱਥੇ ਗ੍ਰਹਿਸਥੀ ਸੱਚ ਦੇ ਜ਼ਿਆਦਾ ਨੇੜੇ ਹੈ।"

"ਸਾਨੂੰ ਇਸ ਸਥਿਤੀ ਵਿਚ ਛੱਡ ਕੇ ਨਾ ਜਾਣਾ... ਉਂਝ ਵੀ ਹੁਣ ਵਾਪਸ ਜਾਣਾ ਬਹੁਤ ਮੁਸ਼ਕਲ ਏ... ਘਰ ਬਹੁਤ ਦੂਰ ਛੁੱਟ ਗਏ ਨੇ... ਕਿਸੇ ਨੇ ਪਛਾਣਨਾ ਵੀ ਨਹੀਂ... ਆਪਣੇ ਘਰ ਤਾਂ ਕਾਸਾ ਚੁੱਕਕੇ ਵੀ 'ਗਜਾ' ਨਹੀਂ ਕਰ ਹੋਣੀ।"

"ਥੱਲੇ ਉਤਰ ਕੇ ਵੇਖੋ ਖਲਕਤ ਕਿੰਨੇ ਦੁੱਖਾਂ ਵਿਚ ਫਸੀ ਹੈ... ਤੁਸੀਂ ਆਪਣੇ

ਉੱਤਰਨੇ ਨੂੰ ਹੀ ਦੁੱਖ ਮੰਨੀ ਬੈਠੇ ਹੋ।"

"ਜਿੱਥੇ ਕਾਰਣ ਨਹੀਂ ਸਤਾਉਂਦੇ ਸਾਨੂੰ ਉਸ ਘਰ ਵੱਲ ਮੋੜ ਦੇ ਬਾਬਾ...।"

"ਇੱਕ ਵਾਰ 'ਹੁਕਮ' ਦੇ ਪਸਾਰੇ ਵਿੱਚ ਆਉ ਤਾਂ ਸਹੀ; ਜਿਥੇ ਪਛਾਣਾਂ ਦੀ ਪਛਾਣ ਦਾ ਜਸ਼ਨ ਹੈ। ਜਿੱਥੇ ਕਾਰਣ ਤੁਹਾਡੇ ਲਈ ਕਾਰਣ ਨਹੀਂ; ਜਿਥੇ ਸਾਰੇ ਪ੍ਰਸ਼ਨ ਹੁਕਮ ਵਿਚ ਸਮਾਉਂਦੇ ਨੇ...। ਥੋੜ੍ਹੀ ਹਿੰਮਤ ਕਰੋ; ਤੁਸੀਂ ਉੱਚਾਈ ਉੱਪਰ ਤਾਂ ਖੜ੍ਹੇ ਹੀ ਹੋ; ਥੱਲੇ ਉਤਰਨਾ ਮੁਸ਼ਕਲ ਨਹੀਂ ਹੈ।"

ਮਰਦਾਨੇ ਨੇ ਥੱਲੇ ਵੱਲ ਵੇਖਿਆ। ਬਹੁਤ ਡੂੰਘੀਆਂ ਉਤਰਾਈਆਂ ਸਨ...। ਜੇ ਡਿੱਗਣ ਦੀ ਅੱਖ ਨਾਲ ਵੇਖੀਏ ਤਾਂ ਭੈਅ ਆ ਰਿਹੈ; ਜੇ ਉਤਰਨ ਦੀ ਅੱਖ ਨਾਲ ਵੇਖੀਏ ਤਾਂ ਨਿਵਾਣਾਂ ਦਾ ਸਹਿਯੋਗ ਦਿਸਦਾ ਹੈ। ਇਸ ਸਹਿਯੋਗ ਵਰਗੀ ਫਿਰ ਬਾਬੇ ਦੀ ਆਵਾਜ਼ ਸੁਣਾਈ ਦਿੱਤੀ। ਜਿਨ੍ਹਾਂ ਰਾਹਾਂ ਨੂੰ ਕੱਲ ਵਾਪਸੀ ਕਰਨੀ ਸੀ; ਉਨ੍ਹਾਂ ਰਾਹਾਂ ਨੂੰ ਨਿਹਾਰਦੀ ਬਾਬੇ ਦੀ ਆਵਾਜ਼ ਦੂਰ ਤੱਕ ਫੈਲ ਰਹੀ ਸੀ। ਰਬਾਬ ਮਰਦਾਨੇ ਨੇ ਥੋੜ੍ਹੀ ਦੇਰ ਬਾਅਦ ਸ਼ੁਰੂ ਕੀਤੀ। ਉਹਦੀ ਪਰਤਵੀਂ ਆਵਾਜ਼ ਹਾਲੇ ਸੁਣਦੀ ਸੀ। ਇਨ੍ਹਾਂ ਪਹਾੜੀਆਂ ਤੇ ਅੱਜ ਆਖਰੀ ਦਿਨ ਹੋਵੇਗਾ। ਅੱਜ ਰਾਤ ਦੀਆਂ ਨੀਂਦਾਂ ਵਿਚ ਪਤਾ ਨਹੀਂ ਕੌਣ ਆਵੇਗਾ ? ਤਿੰਨ ਪਹਿਰ ਚੱਲਿਆ ਇਹ ਸਤਸੰਗ ਹੁਣ ਤੱਕ ਦਾ ਸਭ ਤੋਂ ਲੰਬਾ ਸਤਸੰਗ ਸੀ।

ਚੁਫੇਰੇ ਚੋਟੀਆਂ ਹੀ ਚੋਟੀਆਂ ਸਨ। ਜਦੋਂ ਤੱਕ ਉਹ ਦਿਸਦੀਆਂ ਰਹੀਆਂ ਮਰਦਾਨਾ ਵੇਖਦਾ ਰਿਹਾ। ਅੱਜ ਆਖਰੀ ਰਾਤ ਸੀ। ਫਿਰ ਉਹ ਤਾਰਿਆਂ ਨੂੰ ਤੱਕਦਾ ਰਿਹਾ। ਉਚਾਈਆਂ ਦੇ ਕਿੰਨੇ ਨੇੜੇ ਦਿਸਦੇ ਸਨ ਤਾਰੇ। ਹਨੇਰੇ ਵਿਚ ਗੁੰਮ ਹੋਈਆਂ ਚੋਟੀਆਂ ਉੱਤੇ ਤਾਰਿਆਂ ਦੀਆਂ ਨਿਸ਼ਾਨੀਆਂ ਦਿਸਣ ਲੱਗੀਆਂ। ਤੜਕੇ ਦੀ ਵਿਦਾਈ ਲਈ ਬਾਬੇ ਨੇ ਪੰਡੋਕਲੀ ਵੀ ਬੰਨ ਲਈ ਸੀ। ਉਹਦੇ ਉੱਪਰ ਪਈ ਰਬਾਬ ਕਈ ਵਾਰ ਹਵਾ ਨਾਲ ਹਿੱਲੀ। ਬਾਬਾ ਇਕ ਵਾਰ ਸਿੱਧਾ ਪਿਆ; ਮੁੜ ਕੇ ਸ਼ਾਂਤ ਹੀ ਦਿਸਿਆ। ਬਾਹਰ ਬਹੁਤ ਠੰਢ ਸੀ। ਕਦੇ ਕਦੇ ਮੱਠ ਦੀਆਂ ਵਿਰਲਾਂ 'ਚੋਂ ਬਰਫ਼ ਵਰਗਾ ਠੰਢਾ ਹਵਾ ਦਾ ਬੁੱਲਾ ਆਉਂਦਾ। ਮਰਦਾਨੇ ਕੋਲ ਅੱਜ ਕਈ ਗੋਦੜੀਆਂ ਸਨ। ਨਵੇਂ ਨਵੇਂ ਮਿੱਤਰ ਬਣੇ ਜੋਗੀ ਅਕਸਰ ਗੋਦੜੀ ਭੇਂਟ ਕਰ ਦੇਂਦੇ। ਫਿਰ ਗੋਦੜੀਆਂ ਦੇ ਨਿੱਘ ਵਿਚ ਨੀਂਦ ਆ ਗਈ। ਰਾਤੀਂ ਸੁਪਨੇ ਵਿਚ ਹਵਾਵਾਂ ਬਹੁਤ ਚੱਲੀਆਂ। ਅੱਖਾਂ ਅੱਗੇ ਪਾਰਦਰਸ਼ੀ ਆਕਾਰ ਟਕਰਾਉਂਦੇ ਰਹੇ। ਜਮੀਨ ਉੱਤੇ ਬਹੁਤ ਭਾਰੀ ਮੀਂਹ ਪਿਆ ਸੀ; ਪੈੜਾਂ ਨਹੀਂ ਸੀ ਬਣ ਰਹੀਆਂ। ਵੱਗਦੀ ਹਵਾ ਨੂੰ ਬਹੁਤ ਪੁੱਛਿਆ "ਇਹ ਕਿਹੜੀ ਧੁਨ ਹੈ ?" ਕਾਫ਼ੀ ਦੇਰ ਬਾਅਦ ਆਵਾਜ਼ ਆਈ; "ਇਹ ਤਾਂ ਸੰਗੀਤ ਦੇ ਪਹਿਲੇ ਪੜ੍ਹਾ ਦੇ ਸੁਆਲ ਨੇ; ਤੂੰ ਧੁਨ ਨਾਲ ਉਡਾਰੀ ਲਾ; ਨਹੀਂ ਤਾਂ ਆਵਾਜ਼ ਕੋਲ ਹੀ ਰਹਿ ਜਾਵੇਗਾਂ।" ਜਾਗ ਖੁਲ੍ਹੀ ਤਾਂ ਬਾਬਾ ਪੰਡੋਕਲੀ ਕੋਲ ਖੜ੍ਹਾ ਦਿਸਿਆ।

"ਚੱਲ ਉਠ ਮਰਦਾਨਿਆ... ਜਾਣ ਦਾ ਵੇਲਾ ਹੋ ਗਿਆ ਏ।"

ਕਾਂਡ : ਚੌਵੀਵਾਂ

ਬਹੁਤ ਸਾਰੇ ਖੱਚਰ ਘੋੜੇ ਊਠ ਅਨਾਜ ਨਾਲ ਲੱਦੇ ਆ ਰਹੇ ਸਨ। ਇਹ ਵਣਜਾਰਿਆਂ ਦਾ 'ਟਾਂਡਾ' ਸੀ। ਉਨ੍ਹਾਂ ਚੌਂਕ ਵਿਚ ਰੱਖੇ ਮਟਕਿਆਂ 'ਚੋਂ ਪਾਣੀ ਪੀਤਾ। ਜੋਗੀਆਂ ਦਾ ਅਸਥਾਨ ਸੱਠ ਮੀਲ ਪਿੱਛੇ ਰਹਿ ਗਿਆ ਸੀ। ਰਸਤੇ ਵਿੱਚ ਆਏ ਪਿੰਡਾਂ ਵਿਚ ਅਜਿਹੀ ਰੌਣਕ ਨਹੀਂ ਸੀ; ਇੱਥੇ ਤਾਜ਼ੇ ਪੱਕਦੇ ਪਕਵਾਨਾਂ ਦੀ ਖ਼ੁਸ਼ਬੂ ਆ ਰਹੀ ਸੀ। ਹੁਣ ਆਮ ਲੋਕਾਂ ਦੀਆਂ ਆਮ ਗੱਲਾਂ ਸੁਣ ਰਹੀਆਂ ਸਨ। ਪਾਪ ਤੇ ਪੁੰਨ ਨੂੰ ਉੱਤੇਜਿਤ ਕਰਦੀਆਂ ਆਵਾਜ਼ਾਂ ਹੁਣ ਬਹੁਤ ਘੱਟ ਸੁਣ ਰਹੀਆਂ ਸਨ। ਗਿਆਨ ਮੰਡਲਾਂ ਦੀਆਂ ਬੈਠਕਾਂ ਵਿਚ ਜੋਗੀਆਂ ਦੀਆਂ ਹਠ ਕਰਦੀਆਂ ਆਵਾਜ਼ਾਂ ਕਈ ਵਾਰੀ ਕਿੰਨੀਆਂ ਬੋਝਲ ਜਾਪਦੀਆਂ ਨੇ। ਉਨ੍ਹਾਂ ਨੇ ਰੂਹਾਨੀਅਤ ਨੂੰ ਚਿਤਾਵਨੀਆਂ ਨਾਲ ਭਰ ਲਿਆ ਸੀ। ਅਜਿਹੇ ਵੇਲੇ ਮਰਦਾਨੇ ਨੂੰ ਜਾਪਦਾ ਕਿ ਗੱਲ ਜੇ ਏਨੀ ਗੁੰਝਲਦਾਰ ਹੈ ਤਾਂ ਮੇਰੇ ਵਰਗੇ ਮਰਾਸੀ ਦਾ ਕੀ ਬਣੇਗਾ ? ਪਰ ਹਮੇਸ਼ਾਂ ਵਾਂਗ ਸਾਦੇ ਲੋਕਾਂ ਕੋਲ ਆ ਕੇ ਆਪਣੇ ਆਪ ਫਿਰ ਨਰਮ ਪੈਣਾ ਸ਼ੁਰੂ ਹੋ ਜਾਂਦਾ ਹੈ। ਉਹਦੀ ਨਜ਼ਰ ਬੇਰੀਆਂ ਉੱਤੇ ਬੂਰ ਖਾਂਦੀਆਂ ਤੋਤੀਆਂ ਉੱਤੇ ਪਈ। "ਮੀਰਜਾਦੀ ਯਾਦ ਆ ਗਈ...।" ਉਹਦੇ ਵਰਗੇ ਮੁਹਾਂਦਰੇ ਨੂੰ ਵੇਖਣ ਲਈ ਜੀਅ ਕੀਤਾ। ਸਾਹਮਣੇ ਵਾਲੇ ਘਰ ਦੀ ਚਗਾਠ ਉੱਤੇ ਚੰਮੇਲੀ ਦੀ ਵੇਲ ਚੜ੍ਹੀ ਚੰਗੀ ਲੱਗੀ।

"ਇਹ ਵਪਾਰੀਆਂ ਦਾ ਪਿੰਡ ਏ ਫਕੀਰੋ ਅੰਦਰੋਂ ਕੀ ਲੈਣਾ ਜਾ ਕੇ... ?" ਬਾਬੇ ਨੂੰ ਇਕ ਬਿਰਧ ਪੁੱਛ ਰਿਹਾ ਸੀ। "ਅੰਨ ਖਾਣਾ ਏਂ ਤਾਂ ਮੈਂ ਇੱਥੇ ਹੀ ਲੈ ਆਉਂਦਾ ਹਾਂ।"

ਬਾਬੇ ਨੇ ਪੰਡੋਕਲੀ ਜਿਸ ਤਰ੍ਹਾਂ ਥੋੜ੍ਹੀ ਦੂਰ ਰੱਖ ਕੇ ਅੰਦਰੋਂ ਕਲਮ ਤੇ ਦਵਾਤ ਕੱਢੀ ਸੀ; ਮਰਦਾਨੇ ਨੇ ਜਾਣ ਲਿਆ ਸੀ ਕਿ ਪੜਾਅ ਥੋੜ੍ਹਾ ਲੰਬਾ ਹੋਵੇਗਾ। ਕਈ ਵਾਰੀ ਬਾਬਾ ਮਨ ਵਿਚ ਆਈ ਗੱਲ ਕਿੰਨੀ ਛੇਤੀ ਪੂਰੀ ਕਰ ਦੇਂਦਾ ਏ। ਪਿੰਡ ਅੰਦਰੋਂ ਪਕਵਾਨਾਂ ਦੀ ਖ਼ੁਸ਼ਬੂ ਨਾਲ ਖੁਸ਼ੀ ਮਨਾਉਂਦੀਆਂ ਆਵਾਜ਼ਾਂ ਵੀ ਸੁਣ ਰਹੀਆਂ ਸਨ। ਇਹ ਘਰਾਂ 'ਚੋਂ ਆਉਂਦੀ ਖ਼ੁਸ਼ਬੂ ਕਈ ਵਾਰੀ ਕਿੰਨੇ ਮੁਹਾਂਦਰੇ ਨਾਲ ਲੈ ਆਉਂਦੀ ਏ। ਕਿਸੇ ਇੰਤਜ਼ਾਰ ਨਾਲੋਂ ਉਹਦਾ ਆਪ ਹੀ ਗਜਾ ਕਰਨ ਨੂੰ ਜੀਅ ਕੀਤਾ :

"ਬਾਬਾ ਵਣਜਾਰਿਆਂ ਦੇ ਘਰ ਜੰਮੇ ਮੁੰਡੇ ਦੀਆਂ ਮੁਬਾਰਕਾਂ ਦੇਣ ਨੂੰ ਜੀਅ ਕਰਦਾ।"

"ਜੇ ਰੀਝ ਜਾਗੀ ਏ ਤਾਂ ਪੂਰੀ ਕਰ ਆ...।"

ਥੋੜ੍ਹੀ ਦੇਰ ਬਾਅਦ ਉਹ ਚੁੱਪਚਾਪ ਵਾਪਸ ਆ ਬੈਠਾ। ਭੀੜ ਭੜੱਕੇ ਵਿਚ ਉਹਨੂੰ ਕਿਸੇ ਨੇ ਨਹੀਂ ਸੀ ਪੁੱਛਿਆ। ਖਾਲੀ ਕਾਸਾ ਰਬਾਬ ਕੋਲ ਰੱਖ ਉਹਨੇ ਕਈ ਵਾਰੀ ਬਾਬੇ ਵੱਲ ਵੇਖਿਆ; ਪਰ ਉਧਰੋਂ ਕੋਈ ਉੱਤਰ ਨਾ ਆਇਆ। ਤੜਕੇ ਨੂੰ ਜਦੋਂ ਜਾਗ ਖੁੱਲ੍ਹੀ

ਤਾਂ ਉਸੇ ਘਰੋਂ ਰੋਣ ਪਿੱਟਣ ਦੀਆਂ ਆਵਾਜ਼ਾਂ ਸੁਣੀਆਂ। ਬਾਬਾ ਚੁੱਪਚਾਪ ਉਹਦੇ ਕੋਲ ਪਿਆ ਰਿਹਾ। ਦਿਨ ਚੜ੍ਹੇ ਜਦੋਂ ਮਰਦਾਨਾ ਮਰਗਤ ਵਾਲੇ ਘਰੋਂ ਵਾਪਸ ਆਇਆ ਤਾਂ ਬਾਬਾ ਕੁਝ ਲਿਖ ਰਿਹਾ ਸੀ। ਕੋਲ ਬੈਠਾ ਮਰਦਾਨਾ ਜਿੰਨਾਂ ਲਿਖ ਹੁੰਦਾ ਓਨਾਂ ਪੜ੍ਹਦਾ ਗਿਆ :

ਪਹਿਲੈ ਪਹਰੈ ਰੈਣਿ ਕੈ ਵਣਜਾਰਿਆ ਮਿਤ੍ਰਾ ਹੁਕਮਿ ਪਇਆ ਗਰਭਾਸਿ॥
ਉਰਧ ਤਪੁ ਅੰਤਰਿ ਕਰੈ ਵਣਜਾਰਿਆ ਮਿਤ੍ਰਾ ਖਸਮ ਸੇਤੀ ਅਰਦਾਸਿ॥
ਖਸਮ ਸੇਤੀ ਅਰਦਾਸਿ ਵਖਾਵੈ ਉਰਧ ਧਿਆਨਿ ਲਿਵ ਲਾਗਾ॥

ਵਣਜਾਰਿਆਂ ਦੇ ਟਾਂਡੇ ਤੋਂ ਉਹ ਦੱਖਣ ਪੂਰਬ ਵੱਲ ਚੱਲ ਪਏ। ਅੱਗੇ ਰਾਮਪੁਰ ਰਿਆਸਤ ਪੀਲੀ ਭੀਤ ਤੇ ਬਰੇਲੀ ਦੇ ਘਣੇ ਜੰਗਲ ਸਨ। ਬਹੁਤ ਘੱਟ ਆਬਾਦੀ ਸੀ। ਇਨ੍ਹਾਂ ਜੰਗਲਾਂ ਵਿਚ ਕਦੇ ਰਾਜਪੂਤ ਰਾਜੇ ਦਿੱਲੀ ਦੇ ਸੁਲਤਾਨਾਂ ਨਾਲ ਲੜਦੇ ਰਹੇ ਸਨ। ਫੌਜਾਂ ਦੀ ਆਵਾਜਾਈ ਲਈ ਜੰਗਲ ਕੱਟ ਕੇ ਰਸਤੇ ਬਣਾਏ ਹੋਏ ਸਨ। ਸਿਕੰਦਰ ਲੋਧੀ ਨੂੰ ਇਹ ਪਹਾੜ ਬਹੁਤ ਚੰਗੇ ਲੱਗੇ ਸਨ। ਉਹ ਕਈ ਵਾਰੀ ਇਥੇ ਸ਼ਿਕਾਰ ਖੇਡਣ ਆਇਆ ਸੀ। ਜਦੋਂ ਉਹ ਗੋਲਾ ਨਗਰ ਦੇ ਨੇੜੇ ਪਹੁੰਚੇ ਤਾਂ ਮਰਦਾਨੇ ਨੇ ਪੁੱਛਿਆ :

"ਬਾਬਾ ਅਸੀਂ ਕਿਸ ਪਾਸੇ ਜਾ ਰਹੇ ਹਾਂ... ਇਹ ਤਾਂ ਨਿਰੇ ਜੰਗਲੀ ਰਾਹ ਨੇ ?"

ਉਹ ਹਾਲੇ ਪੁੱਛ ਹੀ ਰਿਹਾ ਸੀ; ਸਾਹਮਣੇ ਤੀਰਥ ਅਸਥਾਨ ਦਿਸਣ ਲੱਗ ਪਏ। ਅਨੇਕਾਂ ਸ਼ਿਵ ਮੰਦਿਰਾਂ ਦੇ ਚੌਤਰੇ ਸ਼ਿਵ ਭਗਤਾਂ ਨਾਲ ਭਰੇ ਪਏ ਸਨ। ਇਹ ਗੋਲਾ ਨਗਰ ਬਹੁਤ ਪ੍ਰਚੀਨ ਸੀ; ਇਸ ਦੇ ਥੋੜ੍ਹੀ ਹੀ ਦੂਰ ਸਾਰਦਾ ਦਰਿਆ ਵਗਦਾ ਸੀ। ਲੰਘ ਗਏ ਇਲਾਕੇ ਵਿੱਚ ਲੋਕ ਇਸ ਦਾ ਨਾਂ ਦਰਿਆ 'ਚੌਂਕਾ' ਬੋਲ ਰਹੇ ਸਨ। ਗੋਲਾ ਨਗਰ ਪਹਿਲਾਂ ਬੋਧੀਆਂ ਦਾ ਅਸਥਾਨ ਸੀ। "ਕਟਹੀਰ ਦਾ ਇਲਾਕਾ ਲੰਘ ਆਏ ਹੋ; ਮਹਾਂਦੇਵ ਦੇ ਮੰਦਿਰ ਦੀ ਕਥਾ ਤਾਂ ਸੁਣਦੇ ਜਾਓ...।" ਥੋੜ੍ਹੀ ਦੇਰ ਉਨ੍ਹਾਂ ਕੋਲ ਇਕ ਪਾਂਡਾ ਬੈਠਾ ਰਿਹਾ; ਜਦੋਂ ਕੋਈ ਉੱਤਰ ਨਾ ਮਿਲਿਆ ਤਾਂ ਬੁੜਬੁੜ ਕਰਦਾ ਲੰਘ ਗਿਆ।

ਦੂਜੇ ਸਵੇਰੇ ਹੀ ਉਹ ਦਰਿਆ ਸਾਰਦਾ ਦੇ ਕਿਨਾਰੇ ਸਨ। ਇੱਥੋਂ ਬੇੜੀ ਦੀ ਆਵਾਜਾਈ ਸੀ।

"ਲੈ ਬਈ ਮਰਦਾਨਿਆਂ ਤੈਨੂੰ ਰਾਮ ਭੂਮੀ ਤੈਰ ਕੇ ਲੈ ਕੇ ਜਾਵਾਂਗੇ।" ਬੇੜੀ ਉੱਤੇ ਪੈਰ ਧਰਦਿਆਂ ਬਾਬੇ ਦੀ ਆਵਾਜ਼ ਸੁਣੀ।

"ਬਾਬਾ ਤੈਰਨ ਦੇ ਨਾਲ ਹੁਣ ਤਾਰ ਵੀ ਦੇ...।"

"ਬੇੜੀ ਵੱਲ ਵੇਖੀਂ... ਤੈਰਨ ਦੀ ਅਦਾ ਲਈ ਪਿੰਡਾ ਕਿਵੇਂ ਚਾਹੀਦਾ...।" ਸਾਰਦਾ ਦਰਿਆ (ਚੌਂਕੀ) ਵਿੱਚ ਬੇੜੀ ਤੈਰਦੀ ਗਈ। ਸਾਰਦਾ ਦਰਿਆ ਬ੍ਰਾਹਮਘਾਟ ਦੇ ਨੇੜੇ ਘਾਗਰਾ ਦਰਿਆ ਵਿੱਚ ਮਿਲ ਗਿਆ। ਘਾਗਰਾ ਦਰਿਆ ਤੋਂ ਬੇੜੀ ਅਯੁੱਧਿਆ ਪਹੁੰਚ ਗਈ ਸੀ। ਇੱਕ ਹੀ ਬੇੜੀ ਕਈ ਦਰਿਆਵਾਂ ਵਿੱਚੋਂ ਲੰਘਦੀ ਮੰਜ਼ਿਲ ਤੇ ਪਹੁੰਚੀ ਸੀ। ਜਮੀਨ ਉੱਤੇ ਪੈਰ ਧਰਦਿਆਂ ਮਰਦਾਨੇ ਨੇ ਦੋਵੇਂ ਬਾਹਾਂ ਫੈਲਾਈਆ :

"ਹੇ ਰਾਮ ਤੂੰ ਤਾਂ ਰਸਤਿਆਂ ਰਾਹੀਂ ਵੀ ਸੈਨਤਾਂ ਮਾਰੀ ਜਾਂਦਾ ਏਂ... ਇਹ ਮਿੱਟੀ ਤੇ

ਆਕੇ ਸਾਨੂੰ ਕੀ ਹੋ ਜਾਂਦਾ ਏ ?" ਉਹ ਰਾਮ ਭੂਮੀ ਵੱਲ ਬਾਬੇ ਦੇ ਅੱਗੇ ਹੋ ਕੇ ਚੱਲਿਆ। ਉਹਨੂੰ ਕਈ ਵਾਰ ਜਾਪਿਆ ਜਿਵੇਂ ਕੋਈ ਛੋਟਾ ਜਿਹਾ ਬੱਚਾ ਪਿਤਾ ਦੇ ਹੱਥ ਫੜ ਪਹਿਲੀ ਵਾਰੀ 'ਪਛਾਣ' ਨੂੰ ਅਚੰਬਾ ਸਮਝ ਦੱਸ ਰਿਹਾ ਹੋਵੇ; "ਵੇਖੋ ਉਹ ਆ ਗਿਆ ਆਪਣਾ ਘਰ...।"

ਜਿਸ ਤਰ੍ਹਾਂ ਇੱਕ ਰਾਤ ਦਸ਼ਰਥ ਦੀ ਸਮਾਧ ਅੱਗੇ ਡੇਰਾ ਲੱਗਿਆ ਸੀ; ਉਸੇ ਤਰ੍ਹਾਂ ਇਕ ਸਵੇਰ ਉਥੋਂ ਵਾਪਸ ਚਾਲੇ ਵੀ ਪਾ ਦਿੱਤੇ। ਜਪੀਆਂ, ਤਪੀਆਂ, ਘੋਰੀਆਂ ਨੇ ਅਨੇਕਾਂ ਸਵਾਲ ਕੀਤੇ ਸਨ। ਪਰ ਇਕ ਤਪੱਸਵੀ ਬਾਬੇ ਨੇ ਬਾਬੇ ਦੇ ਗਲ ਦੀ ਮਾਲਾ ਦੇ ਮਣਕੇ ਪਤਾ ਨਹੀਂ ਕਦੋਂ ਗਿਣ ਲਏ ਸਨ :

"ਇਹ ਤਾਂ ਇਕ ਸੌ ਅੱਠ ਚਾਹੀਦੇ ਨੇ... ਘੱਟ ਨੇ...?"

ਬਾਬੇ ਨੇ ਆਪਣੀ ਮਾਲਾ ਹੀ ਉਤਾਰ ਕੇ ਗਲੇ ਉਹਦੇ ਵਿਚ ਪਾ ਦਿੱਤੀ ਸੀ :

"ਲਓ ਹੁਣ ਮੇਰੇ ਕੋਲ ਕੋਈ ਵਿਧੀ ਨਹੀਂ ਹੈ...।" ਬਾਬਾ ਮੁਸਕਰਾਉਂਦਾ ਰਿਹਾ। ਉਹ ਫਕੀਰ ਬਿਨਾਂ ਕੋਈ ਉੱਤਰ ਦਿੱਤੇ ਸਾਹਮਣੇ ਜਾ ਕੇ ਫਿਰ ਮਾਲਾ ਦੇ ਮਣਕੇ ਗਿਣਨ ਲੱਗਾ। ਉਸ ਤੋਂ ਬਾਅਦ ਪਤਾ ਨਹੀਂ ਕਿਉਂ ਗਲਾਂ ਵਿਚ ਲਟਕਦੀਆਂ ਮਾਲਾਂ ਬਹੁਤ ਦਿਸਣ ਲੱਗ ਪਈਆਂ ਸਨ। ਮਣਕਿਆਂ ਨੂੰ ਵੇਖ ਕੇ ਗਿਣਤੀਆਂ ਦਾ ਅਹਿਸਾਸ ਹੋਣ ਲੱਗ ਪਿਆ ਸੀ। ਹੁਣ ਤਾਂ ਬਾਬੇ ਦੇ ਗਲ ਵਿਚ ਕੋਈ ਮਾਲਾ ਵੀ ਨਹੀਂ ਸੀ। ਕੀ ਉਹ ਚੇਹਰਾ ਹਮੇਸ਼ਾ ਬਾਬੇ ਦੀ ਮਾਲਾ ਪਹਿਣ ਕੇ ਰੱਖੇਗਾ ? ਇਸ ਤਰ੍ਹਾਂ ਗਏ ਚੇਹਰੇ ਦੁਬਾਰਾ ਕਦੀ ਦਿਸਦੇ ਹੀ ਨਹੀਂ। ਸੋਚਾਂ ਵਿੱਚ ਹੀ ਘਾਗਰਾ ਦਰਿਆ ਦਾ ਕੰਢਾ ਆ ਗਿਆ ਸੀ।

"ਬਾਬਾ ਜਦ ਇਕ ਵਾਰ ਪੱਤਣ ਤੇ ਲੱਗ ਗਏ ਸਾਂ... ਫਿਰ ਦੁਬਾਰਾ ਬੇੜੀ ਵਿਚ ਬੈਠਣ ਨਾਲ ਕੰਢੇ ਫਿਰ ਦੂਰ ਨਹੀਂ ਹੋ ਜਾਣਗੇ...?" ਪੱਤਣ ਤੇ ਕਾਫੀ ਭੀੜ ਸੀ। ਜਾਣ ਵਾਲੀਆਂ ਬੇੜੀਆਂ ਧਰਤੀ ਤੋਂ ਆਉਂਦੇ ਬੰਦਿਆਂ ਨਾਲ ਜ਼ੋਰ ਜ਼ੋਰ ਦੀ ਹਿਲ ਰਹੀਆਂ ਸਨ। ਕਿਨਾਰੇ ਉੱਤੇ ਜਿਆਦਾ ਵਣਜਾਰੇ ਖੜ੍ਹੇ ਸਨ। ਮਜਦੂਰ ਅੰਨ ਦੀਆਂ ਬੋਰੀਆਂ ਲੱਦ ਰਹੇ ਸਨ। ਇਹ ਵਣਜਾਰਿਆਂ ਦਾ ਸਭ ਤੋਂ ਵੱਡਾ ਪੜਾਅ ਸੀ। ਇਸ ਪੱਤਣ ਕੋਲੋਂ ਉਹ ਪੈਦਲ ਹੀ ਲੰਘ ਗਏ। ਪੂਰੇ ਬਾਰਾਂ ਕੋਹ ਵਾਟ ਪੈਦਲ ਚੱਲ ਸਿਙਹੋਲੀ ਇਲਾਕੇ ਵਿੱਚ ਪਹੁੰਚ ਗਏ। ਇਸ ਇਲਾਕੇ ਦੇ ਪੱਛਮ ਵੱਲ ਮਰਹਾ ਤੇ ਸਬੋਈ ਦੋ ਨਦੀਆਂ ਮਿਲਦੀਆਂ ਸਨ। ਇਨ੍ਹਾਂ ਦੇ ਮਿਲਣ ਨਾਲ ਦੋਵਾਂ ਦੀ ਇਕ ਨਦੀ 'ਟਾਨਸ' ਬਣਦੀ ਸੀ। 'ਟਾਨਸ' ਦਰਿਆ ਦੇ ਘਾਟ ਉੱਤੇ ਸਾਰਾ ਸਾਲ ਬੇੜੀ ਚੱਲਦੀ ਸੀ।

"ਬਾਬਾ ਹੁਣ ਨਹੀਂ ਤੁਰ ਹੁੰਦਾ... ਕਿਸੇ ਬੇੜੀ ਉੱਤੇ ਚੜ੍ਹੀਏ...।"

"ਹਾਂ ਮਰਦਾਨਿਆ ਵਿਧੀ ਨੂੰ ਬੰਧਨ ਨਾ ਬਣਨ ਦਈਏ... ਬੇੜੀਆਂ ਕੋਲ ਬੰਧਨ ਹੈ; ਪਾਣੀ ਤੋਂ ਬਾਹਰ ਨਹੀਂ ਜਾ ਸਕਦੀਆਂ... ਤੇਰੇ ਕੋਲ ਦੋਵੇਂ ਰਾਹ ਖੁੱਲ੍ਹੇ ਨੇ...।"

"ਹਾਂ ਬਾਬਾ... ਉੱਤਰ ਮਿਲ ਗਿਆ ਏ...।" (ਥੋੜ੍ਹੀ ਦੇਰ ਪਹਿਲਾਂ ਪੁੱਛੇ ਪ੍ਰਸ਼ਨ ਬਾਰੇ)

ਬੇੜੀ ਨਿਜ਼ਾਮਾਬਾਦ ਵੱਲ ਚੱਲ ਪਈ ਸੀ। ਚੱਲਦੀ ਬੇੜੀ ਨੂੰ ਮਰਦਾਨੇ ਨੇ ਕਈ ਵਾਰ ਵੇਖਿਆ। ਦੋਵੇਂ ਕੰਢਿਆਂ ਦੇ ਨੇੜੇ ਤੇ ਦੂਰ ਜਾਂਦੀ ਵਿੱਥ ਨੂੰ ਨਿਹਾਰਿਆ। ਉਨ੍ਹਾਂ ਨਾਲ ਵਣਜਾਰਿਆਂ ਦੀਆਂ ਅੰਨ ਨਾਲ ਭਰੀਆਂ ਬੇੜੀਆਂ ਵੀ ਚੱਲ ਰਹੀਆਂ ਸਨ।

ਇਹ ਰੋਜ਼ ਅਣਦੇਖੀਆਂ ਦੂਰੀਆਂ ਕਈ ਵਾਰੀ ਵੇਖੀਆਂ ਬਣ ਜਾਂਦੀਆਂ ਨੇ। ਇਹ ਕਦੀ ਨਾ ਮੁੱਕਣ ਵਾਲੀ ਵੇਖਣ ਦੀ ਖੁੱਲ ਹੈ ਕੀ ? ਇਸ ਵੇਖਣ ਦੀ 'ਸ਼ੱਕੀ ਨਜ਼ਰ' ਕਿਹੜੀ ਹੈ ? ਇਨ੍ਹਾਂ ਅੰਦਰਲੀਆਂ ਚੁੱਪਾਂ ਵਿਚ ਏਨਾਂ ਵੱਡਾ ਵਿਸਥਾਰ ਕਿੱਥੇ ਗੁੰਮ ਹੋ ਜਾਂਦਾ ਹੈ ? ਉਹਦੀ ਮੁੱਠੀ ਵਿਚ ਹਾਲੇ ਵੀ ਅਯੁੱਧਿਆ ਤੋਂ ਚੁੱਕਿਆ ਇਕ ਕੰਕਰ ਸੀ। ਮੁੱਠੀ ਵਿਚ ਘੁੱਟਿਆ ਪੱਥਰ ਪਸੀਨੇ ਨਾਲ ਤਰ ਹੋ ਗਿਆ ਸੀ। ਖੁੱਲ੍ਹੀ ਮੁੱਠੀ ਵਿਚ ਉਹ ਦਰਿਆ ਦੀ ਹਵਾ ਨਾਲ ਫਿਰ ਸੁੱਕਣ ਲੱਗਾ। ਬੇੜੀ ਤਾਂ ਰੁੱਕ ਗਈ ਸੀ; ਪਰ ਨਿਜ਼ਾਮਾਬਾਦ, ਪਰਯਾਗ ਤਰੀਬੈਣੀ ਨੱਬੇ ਮੀਲ ਦੂਰ ਸੀ। ਤੈਰਨ ਤੋਂ ਬਾਅਦ ਫਿਰ ਤੁਰਨਾ ਸੀ। ਬਹੁਤ ਸਾਰੇ ਯਾਤਰੂ ਤਰੀਬੈਣੀ ਦੇ ਇਸ਼ਨਾਨ ਲਈ ਇਸੇ ਰਾਹ ਜਾ ਰਹੇ ਸਨ। ਸਾਰੇ ਰਾਹ ਗੱਲਾਂ ਚੱਲਦੀਆਂ ਰਹੀਆਂ; ਪੜ੍ਹਾ ਆਉਂਦੇ ਰਹੇ। ਕਈ ਜਗ੍ਹਾ ਰਾਤ ਦੇ ਕੀਰਤਨ ਵੀ ਕੀਤੇ। ਤਰੀਵੈਣੀ ਦਾ ਇਸ਼ਨਾਨ ਕਰਕੇ ਬਹੁਤੇ ਲੋਕ ਝੂਸੀ ਆ ਰਹੇ ਸਨ। ਉਹ ਗੰਗਾ ਕਿਨਾਰੇ ਧਿਆਨ ਵਿਚ ਬੈਠਦੇ। ਇੱਕ ਸ਼ਾਮ ਬਾਬੇ ਨੇ ਰਾਮਕਲੀ ਵਿੱਚ ਇਸ ਤਰ੍ਹਾਂ ਗਾਇਆ :

ਨਾ ਸਤਿ ਦੁਖੀਆ ਨਾ ਸਤਿ ਸੁਖੀਆ ਨਾ ਸਤ ਪਾਣੀ ਜੰਤ ਫਿਰਹਿ॥
ਨਾ ਸਤਿ ਮੂੰਡ ਮੁਡਾਈ ਕੇਸੀ ਨਾ ਸਹਿ ਪੜਿਆ ਦੇਸ ਫਿਰਹਿ॥
ਨਾ ਸਤਿ ਰੁਖੀ ਬਿਰਖੀ ਪਥਰ ਆਪ ਤਛਾਵਹਿ ਦੁਖ ਸਹਹਿ॥

ਤਰੀਵੈਣੀ ਸੰਗਮ ਦੇ ਉੱਤਰ ਵੱਲ ਗੰਗਾ ਤੋਂ ਪਾਰ ਪੁਰਾਣੀ ਝੂਸੀ ਤੋਂ ਗੰਗਾ ਦੇ ਨਾਲ ਨਾਲ ਇੱਕ ਚੌੜਾ ਕੱਚਾ ਰਸਤਾ ਸੀ। ਬਨਾਰਸ ਇੱਥੋਂ ਫਿਰ ਨੱਬੇ ਮੀਲ ਦੂਰ ਸੀ। ਥੋੜ੍ਹੀ ਦੇਰ ਗੰਗਾ ਵਲੋਂ ਆਉਂਦੇ ਠੰਢੇ ਬੁੱਲੇ ਪਿੰਡਾ ਠਾਰਦੇ ਰਹੇ; ਫਿਰ ਜੰਗਲੀ ਦਰੱਖਤਾਂ ਨਾਲ ਉਨ੍ਹਾਂ ਦੀ ਠਾਰੀ ਘਟਦੀ ਗਈ। ਲੰਬੇ ਪੈਂਡਿਆਂ ਵਾਲਾ ਰਾਹੀਆਂ ਦਾ ਕਾਫ਼ਲਾ ਦੂਰੋਂ ਹੀ ਪਛਾਣਿਆ ਜਾਂਦਾ। ਸ਼ਕਲ ਸੂਰਤੋਂ ਵੇਖ ਕੇ ਦਿਸਦੇ ਦੋ ਚੇਹਰਿਆਂ ਵੱਲ ਕਈਆਂ ਨੇ ਹੈਰਾਨੀ ਨਾਲ ਪੁੱਛਿਆ :

"ਦੂਰੋਂ ਆਏ ਹੋ... ਕੁਝ ਕੋਲ ਵੀ ਨਹੀਂ ਹੈ...?"

"ਅਗਲੇ ਦਿਨਾਂ ਵਿਚ ਬੜੀ ਠੰਢ ਪਵੇਗੀ।"

"ਚਲੋ ਤੁਹਾਡੇ ਕੋਲ ਤਾਂ ਕੁਝ ਵੀ ਨਹੀਂ ਹੈ... ਲੁਟੇਰਿਆਂ ਤੋਂ ਕੋਈ ਖਤਰਾ ਨਹੀਂ ਹੈ।"

ਦਿਨ ਦਾ ਪਹਿਲਾ ਪੜ੍ਹਾ ਆਇਆ। ਇਕ ਅਣਲਿਪੀਆਂ ਕੰਧਾਂ ਵਾਲਾ ਸੁੰਨਸਾਨ ਪਿੰਡ ਦਿਸਿਆ। ਜਜ਼ੀਆ ਨਾ ਭਰਨ ਕਰਕੇ ਲੋਕ ਘਰ ਛੱਡ ਗਏ ਸਨ। ਘਰਾਂ ਵਿਚ ਬਾਕੀ ਬਚਦਾ ਸਮਾਨ ਖੱਚਰਾਂ ਦੀਆਂ ਖੁਰਜੀਆਂ ਵਿਚ ਭਰ ਰਹੇ ਸਨ। ਖੇਤਾਂ ਵਿਚਲੀ ਬਾਕੀ ਬਚੀ ਫਸਲ ਵਿਚ ਘੋੜੇ ਚਰ ਰਹੇ ਸਨ। ਰਾਹੀ ਪਿੰਡ ਕੋਲੋਂ ਲੰਘਦੀ ਡੰਡੀ ਤੋਂ ਪਰੇ ਹੋਕੇ ਝਿੜੀਆਂ ਵਿੱਚ ਦੀ ਲੰਘ ਰਹੇ ਸਨ। ਖਾਣ ਲਈ ਕੁਝ ਵੀ ਨਹੀਂ ਸੀ; ਪਰ ਪੀਣ ਲਈ ਪਾਣੀ ਸੀ। ਸਰਦ ਮੌਸਮ ਵਿੱਚ ਉਸ ਤਰ੍ਹਾਂ ਪਾਣੀ ਦੀ ਲੋੜ ਵੀ ਨਹੀਂ ਸੀ। ਮਰਦਾਨੇ ਨੇ ਚੁਫੇਰੇ ਫੈਲੀ ਨਮੋਸ਼ੀ ਵੱਲ ਨਜ਼ਰ ਮਾਰੀ। ਬਾਬਾ ਹਰ ਪਿੰਡ ਵਿਚ ਇਕ 'ਰਾਏ ਬੁਲਾਰ' ਨੂੰ ਅਸ਼ੀਰਵਾਦ ਕਿਉਂ ਨਹੀਂ ਦੇਂਦਾ ? ਆਲੇ ਦੁਆਲੇ ਫਿਰਦੇ ਘੋੜ ਸਵਾਰ ਸ਼ੱਕੀ ਨਜ਼ਰ ਨਾਲ ਵੇਖਦੇ ਲੰਘਦੇ ਰਹੇ। ਛੋਟੇ ਜਹੇ ਪੜਾਅ ਤੋਂ ਬਾਅਦ ਜਦੋਂ ਉਹ ਵਾਪਸ ਚੱਲੇ

ਤਾਂ ਇੱਕ ਵਾਰ ਫਿਰ ਮਰਦਾਨੇ ਨੇ ਦੂਰ ਤੱਕ ਨਜ਼ਰ ਮਾਰੀ; ਕਿਤੇ ਵੀ ਕੋਈ ਖੇੜਾ ਬਸਤੀ ਨਜ਼ਰ ਨਹੀਂ ਸੀ ਆ ਰਿਹਾ। ਬਹੁਤ ਭੁੱਖ ਲੱਗੀ ਸੀ; ਸਫ਼ਰ ਵੀ ਉੱਚਾ ਨੀਵਾਂ ਸੀ। ਇਹ ਅਲੱਗ ਪਗਡੰਡੀ ਥੋੜ੍ਹੀ ਦੂਰ ਜਾ ਕੇ ਫਿਰ ਵਗਦੇ ਰਾਹ ਵਿਚ ਜਾ ਮਿਲੀ ਸੀ।

"ਉਹ ਚਲੇ ਗਏ ਨੇ ਜਾਂ ਉੱਥੇ ਹੀ ਨੇ...?" ਉਜੜੇ ਪਿੰਡ ਦਾ ਇਕ ਕਿਸਾਨ ਝਾੜਾਂ ਵਿੱਚੋਂ ਨਿਕਲਿਆ।

"ਹੇ ਰਾਮ! ਇਸ ਜਗ੍ਹਾ ਵੱਸਣ ਨਾਲੋਂ ਤਾਂ ਹੁਣ ਸਾਧਾਂ ਵਾਂਗ ਤੁਰ ਫਿਰ ਕੇ ਜੀਣਾ ਕਿਤੇ ਚੰਗਾ ਏ।" ਉਹ ਕਿਸਾਨ ਉੱਚੀ ਜਗ੍ਹਾ ਖੜ੍ਹ ਕੇ ਫਿਰ ਪਿੰਡ ਵੱਲ ਵੇਖਣ ਲੱਗਾ। ਮਰਦਾਨੇ ਨੇ ਹਿੰਮਤ ਨਾਲ ਕੁਝ ਕਦਮ ਤੇਜ਼ੀ ਨਾਲ ਪੁੱਟ ਬਾਬੇ ਦੇ ਨੇੜੇ ਹੋ ਕੇ ਚੱਲਣ ਦੀ ਕੋਸ਼ਿਸ਼ ਕੀਤੀ। ਇਸ ਤਰ੍ਹਾਂ ਅਕਸਰ ਇਕ ਜੋਰਦਾਰ ਅਪਕੜ ਵਾਲਾ ਵਲਵਲਾ ਪਿੰਡੇ ਤੇ ਨੇੜੇ ਆਉਂਦਾ ਜਾਪਦਾ ਹੈ। ਅਜਿਹੀ ਖਿੱਚ ਜਦੋਂ ਸਭ ਕੁਝ ਭੁਲਾ ਦੇਂਦੀ ਹੈ; ਉਦੋਂ ਕਈ ਵਾਰੀ ਬਾਬੇ ਨੂੰ ਮਖ਼ੌਲ ਕਰਨ ਨੂੰ ਜੀਅ ਕਰਦਾ ਹੈ :

"ਬਾਬਾ ਉਸ ਕਿਸਾਨ ਨੂੰ ਕੀ ਪਤਾ ਸੀ ਕਿ ਮਰਾਸੀ ਤਾਂ ਆਪ ਭੁੱਖਾ ਫਿਰਦਾ ਏ...।"

ਨਾਲ ਚੱਲਦਾ ਬਾਬਾ ਕਿਸੇ ਹੋਰ ਰਾਹੀ ਦੀ ਪੁੱਛ ਦਾ ਉੱਤਰ ਦੇ ਰਿਹਾ ਸੀ :

"ਕਿਧਰੋਂ ਆਏ ਹੋ ? ਕੌਣ ਹੋ ??"

"ਦੇਸ ਨਿਰੰਕਾਰ ਨਾਮ ਨਿਰੰਕਾਰੀ।"

ਇੱਕ ਵਾਰ ਫਿਰ ਗੰਗਾ ਦਾ ਕਿਨਾਰਾ ਸੀ। ਪਰ ਇਸ ਵਾਰੀ ਕੰਢੇ ਉੱਤੇ ਬਨਾਰਸ ਸੀ। ਸ਼ਿਸ਼ਾਂ ਦੇ ਸਿਰਾਂ ਉੱਤੇ ਕਿਤਾਬਾਂ ਦੀਆਂ ਪੰਡਾਂ ਸਨ ਤੇ ਜੋ ਬੈਠੇ ਉਹ ਗਰੰਥਾਂ ਨੂੰ ਖੋਹਲ ਗੁਰੂਆਂ ਕੋਲੋਂ ਅਰਥ ਪੁੱਛਦੇ ਸੁਣ ਰਹੇ ਸਨ। ਵਿਦਿਆ ਦੀ ਤਪੱਸਿਆ ਨਾਲ ਵੀ ਸਾਧਾਂ ਦੇ ਚੇਹਰੇ ਪਹਿਲਾਂ ਵਰਗੇ ਹੀ ਦਿਸਦੇ ਸਨ। ਹਰ ਜਗ੍ਹਾ ਤਿਆਗ ਦਾ ਰਿਵਾਜ਼ੀ ਸੁਭਾ ਮਰਦਾਨੇ ਨੂੰ ਇਕੋ ਜਿਹਾ ਲੱਗਿਆ। ਪੋਹ ਦਾ ਮਹੀਨਾ ਸੀ। ਲੋਕ ਕੰਢਿਆਂ ਉੱਤੇ ਵਗਦੇ ਪਾਣੀ ਤੋਂ ਥੋੜ੍ਹੀ ਦੂਰ ਬੈਠੇ ਸਨ। ਕੁਝ ਪੰਡਿਤ ਲੋਕ ਗੰਗਾ ਰਾਮ, ਚਤੁਰ ਦਾਸ ਨਾਲ ਆ ਕੇ ਬਾਬੇ ਨੂੰ ਸੁਆਲ ਜਵਾਬ ਕਰਨ ਲੱਗੇ :

"ਜਲ ਕਿਨਾਰੇ ਬੈਠੇ ਹੋ... ਤੇਰੇ ਸਾਲਗਰਾਮ ਨਹੀਂ... ਤੁਲਸੀ ਦੀ ਮਾਲਾ ਨਹੀਂ... ਚੰਦਨ ਟਿੱਕਾ ਨਹੀਂ; ਤੂੰ ਕਾਹਦਾ ਭਗਤ ਏ...?"

"ਜਿੰਨੇ ਕੁ ਗ੍ਰੰਥ ਤੇਰੇ ਕੋਲ ਨੇ; ਐਨੇ ਕੁ ਤਾਂ ਸਾਡੇ ਕਿਸਾਨ ਚੁੱਕੀ ਫਿਰਦੇ ਨੇ...?"

"ਲੱਗਦਾ ਤੈਨੂੰ ਪੋਥੀਆਂ ਦਾ ਗਿਆਨ ਹੈ ਹੀ ਨਹੀਂ।" ਚਤੁਰਦਾਸ ਤੇ ਗੰਗਾ ਰਾਮ ਸੁਆਲ ਕਰਦੇ ਕਰਦੇ ਥੱਕ ਗਏ। ਉਹ ਉੱਠਣ ਲੱਗੇ ਤਾਂ ਬਾਬੇ ਨੇ ਰਬਾਬ ਨਾਲ ਇਕ ਸ਼ਬਦ ਉਚਾਰਿਆ।

....

ਏਨੀ ਛੇਤੀ ਵੇਦਾਂ ਸ਼ਾਸਤਰਾਂ ਦਾ ਮਾਣ ਪਤਾ ਨਹੀਂ ਕਿਵੇਂ ਪਰਤ ਆਇਆ ਸੀ। ਚਤੁਰਦਾਸ ਤੇ ਗੰਗਾ ਰਾਮ ਬਾਬੇ ਨੂੰ ਇਕ ਵੱਖਰੇ ਕਿਨਾਰੇ ਕੋਲ ਲੈ ਬੈਠੇ ਸਨ। ਦੇਰ ਤੱਕ ਕੋਈ ਆਵਾਜ਼ ਨਹੀਂ ਆਈ। ਫਿਰ ਸਭ ਸ਼ਿਸ਼ ਚਲੇ ਗਏ; ਸਿਰਫ਼ ਗੁਰੂ ਹੀ ਗੁਰੂ ਸਾਹਮਣੇ

ਬੈਠੇ ਰਹਿ ਗਏ। ਸਿਰਫ਼ ਇੱਕ ਨੌਜਵਾਨ ਹਾਲੇ ਵੀ ਉੱਥੇ ਬੈਠਾ ਸੀ। ਉਹਦੀ ਕੇਸਰੀ ਪੱਗ ਤੇ ਕਾਲਾ ਚੋਗਾ ਸੀ। ਉਹਨੇ ਆਪਣੀ ਬਾਂਹ ਵਿਚੋਂ ਕਾਸਾ ਵੀ ਬਾਹਰ ਨਹੀਂ ਸੀ ਕੱਢਿਆ। ਫਿਰ ਉੱਥੇ ਬੈਠੇ ਲੋਕ ਦੋ ਜਥਿਆਂ ਵਿਚ ਵੰਡੇ ਗਏ; ਉਹ ਜਵਾਨ ਕਿਤੇ ਉਨ੍ਹਾਂ ਵਿੱਚ ਹੀ ਲੁੱਕ ਗਿਆ ਸੀ। ਕੁਝ ਦੂਰੀ ਤੇ ਬੈਠੇ ਮਰਦਾਨੇ ਕੋਲ ਕੁਝ ਹੋਰ ਸਾਧੂ ਆ ਬੈਠੇ ਸਨ।

"ਇਸਤਰੀਆਂ ਬਾਰੇ ਤੇਰੀਆਂ ਗੱਲਾਂ ਅਟਪਟੀਆਂ ਨੇ।" ਇੱਕ ਬਿਰਧ ਨੇ ਗੱਲ ਛੇੜੀ ਸੀ।

"ਪੰਜਾਹ ਬਰਸ ਪਹਿਲਾਂ ਮੈਂ ਵੀ ਆਪਣੇ ਗੁਰੂ ਕੋਲੋਂ ਪੁੱਛਿਆ ਸੀ।"

"ਕੀ ?"

"ਗੁਰੂ ਜੀ ਰੋਜ਼ ਰਾਤ ਨੂੰ ਸੁਪਨੇ ਵਿੱਚ ਮੈਨੂੰ ਇੱਕ ਸੁੰਦਰ ਇਸਤਰੀ ਝਾੜੂ ਲਾਉਂਦੀ ਦਿਸਦੀ ਹੈ। ਉਹ ਮੈਨੂੰ ਸਾਫ਼ ਜਗ੍ਹਾ ਵੱਲ ਇਸ਼ਾਰੇ ਕਰ ਸੱਦਦੀ ਰਹਿੰਦੀ ਏ...। ਤੁਸੀਂ ਦੱਸੋ ਮੈਂ ਸਾਫ਼ ਜਗ੍ਹਾ ਵੱਲ ਜਾਵਾਂ ?"

"ਗੁਰੂ ਨੇ ਪੁੱਛਿਆ... ਜਦ ਤੂੰ ਵੇਖਦਾਂ ਏ ਤਾਂ ਕਿੰਨੀ ਜਗ੍ਹਾ ਝਾੜੂ ਲੱਗਿਆ ਹੁੰਦਾ ਏ ?"

"ਜੀ ਇਹ ਤਾਂ ਮੈਂ ਕਦੇ ਧਿਆਨ ਨਹੀਂ ਦਿੱਤਾ।"

"ਚੱਲ ਅਗਲੇ ਸੁਪਨੇ ਵਿੱਚ ਵੇਖ ਕੇ ਦੱਸੀਂ।"

"ਦੂਜੇ ਦਿਨ ਗੁਰੂ ਨੇ ਪੁੱਛਿਆ ਤਾਂ ਮੈਂ ਦੱਸਿਆ...ਸਾਰੀ ਜਗ੍ਹਾ ਸੁੰਬਰੀ ਹੋਈ ਸੀ... ਅੱਜ ਉਹ ਵੀ ਸ਼ਾਇਦ ਇਸੇ ਲਈ ਨਹੀਂ ਆਈ।"

"ਇਹ ਤਾਂ ਸੀ ਸੁਪਨਾ ਪਰ ਜਾਗਦੇ ਮਨ ਦਾ ਰੁਝੇਵਾਂ ਕਿਵੇਂ ਰੁਕੇ ? ਅਗਲਾ ਪੜਾ ਹੋਰ ਔਖਾ ਨਹੀਂ ?"

ਮਰਦਾਨਾ ਉਹਨਾਂ ਵਿਚ ਜਾ ਬੈਠਾ ਸੀ। ਬਾਬੇ ਦੀ ਗੋਸ਼ਟੀ ਹਾਲੇ ਵੀ ਚੱਲ ਰਹੀ ਸੀ। ਫਿਰ ਇੱਕ ਹੋਰ ਬਿਰਧ ਸਰੀਰ ਬੋਲਿਆ :

"ਘਰ ਛੱਡਣ ਵੇਲੇ ਜਿਹੜੀ ਘਰ ਵਾਲੀ ਹੱਸਦੀ ਵੀ ਚੰਗੀ ਨਹੀਂ ਸੀ ਲੱਗਦੀ; ਫਕੀਰ ਹੋ ਕੇ ਉਹਦੀ ਖੰਘ ਵੀ ਯਾਦ ਵਾਂਗ ਸੁਣਦੀ ਏ।"

"ਤੁਸੀਂ ਸੱਚ ਬੋਲਦੇ ਹੋ... ਹਜ਼ਾਰਾਂ ਸਾਲ ਲੰਘ ਗਏ ਨੇ... ਰਿਸ਼ੀ ਵੀ ਉਮਰਾਂ ਭੋਗਕੇ ਲੰਘ ਗਏ... ਪਰ ਇਹ ਤੁਹਾਡੀਆਂ 'ਅਪਸਰਾਂ' ਸੋਲਾਂ ਤੋਂ ਕਿਉਂ ਨਹੀਂ ਟੱਪੀਆਂ।" ਬਾਬੇ ਦੀ ਗੋਸ਼ਟੀ ਪੂਰੀ ਹੋਣ ਤੋਂ ਬਾਅਦ ਉਹ ਕੇਸਰੀ ਪੱਗ ਵਾਲਾ ਨੌਜਵਾਨ ਇਧਰ ਆ ਗਿਆ ਸੀ। ਉਹਦੀ ਬੜੀ ਸੰਜੀਦਾ ਸ਼ਕਲ ਸੀ।

"ਤੂੰ ਜਗਿਆਸੂ ਏ ਨੌਜਵਾਨਾਂ... ਇਧਰ ਆ ਤੇਰੇ ਸਿਰ ਉੱਤੇ ਹੱਥ ਫੇਰਾਂ... ਹੁਣ ਨਾਨਕ ਤਪਾ ਸਮਾਧੀ ਵਿਚ ਬੈਠ ਗਿਆ... ਮੈਂ ਉਹਦੇ ਅੱਗੇ ਜਾ ਕੇ ਬੈਠਣਾ ਏ।" ਬਜ਼ੁਰਗ ਹੌਲੀ ਜਹੇ ਉਸ ਕੰਢੇ ਵੱਲ ਚੱਲ ਪਿਆ; ਜਿੱਧਰ ਬਾਬਾ ਸਮਾਧੀ ਵਿਚ ਬੈਠਾ ਸੀ। ਉਹ ਜਾਂਦਾ ਜਾਂਦਾ ਉਸ ਨੌਜਵਾਨ ਦੇ ਸਿਰ 'ਤੇ ਇਕ ਵਾਰ ਫਿਰ ਹੱਥ ਫੇਰਦਾ ਕਹਿ

ਗਿਆ ਸੀ : "ਤੁਸੀਂ ਨਾਨਕ ਨੂੰ ਸਿਰਫ਼ ਬੋਲਦਾ ਹੀ ਸੁਣਨਾ ਚਾਹੁੰਦੇ ਹੋ... ਕਦੇ ਉਹ ਦੀ ਸਮਾਧੀ ਦਾ ਵੀ ਆਨੰਦ ਲੈ ਕੇ ਵੇਖੋ।"

ਥੋੜ੍ਹੀ ਦੇਰ ਬਾਅਦ ਇਹ ਦੋਵੇਂ ਹਮਉਮਰ ਗੱਲਾਂ ਕਰਨ ਲੱਗੇ। ਉਸ ਨੌਜਵਾਨ ਦੀ ਆਵਾਜ਼ ਬਹੁਤ ਭਾਵੁਕ ਸੀ।

"ਤੂੰ ਆਪਣੇ ਗੁਰੂ ਨਾਲ ਚੌਂਹ ਖੰਡਾਂ ਦਾ ਭਰਮਣ ਕਰਨ ਨਿਕਲਿਆ ਏਂ ?"

"ਜਾਪਦਾ ਏ ਪਤਾ ਤਾਂ ਗੁਰੂ ਨੂੰ ਹੀ ਹੋਵੇਗਾ।"

"ਬਿਨਾਂ ਪਾਣੀ ਤੋਂ ਪੱਤਣ ਕਿਵੇਂ ਬਣ ਗਿਆ... ?" ਉਹ ਮਰਦਾਨੇ ਵੱਲ ਵੇਖ ਉੱਚੀ ਉੱਚੀ ਹੱਸਿਆ।

"ਮੈਂ ਨਾਨਕ ਸਾਂਈ ਨੂੰ ਕੁਰੂਕਸ਼ੇਤਰ ਮਿਲ ਚੁੱਕਿਆਂ... ਹੁਣ ਫਿਰ ਮਿਲਾਂਗਾ...।"

"ਫਿਰ ਤਾਂ ਨਿਰਮਲ ਜਲ ਦੀ ਖੋਜ ਬਹੁਤ ਨੇੜੇ ਹੈ ?"

ਉਹ ਚੁੱਪ ਕਰ ਗਿਆ। ਥੋੜ੍ਹੀ ਦੇਰ ਉਹਦੀਆਂ ਅੱਖਾਂ ਗਿੱਲੀਆਂ ਰਹੀਆਂ।

"ਮੈਂ ਆਪਣੇ ਗੁਰੂ ਤੋਂ ਇਕ ਸਨਮਾਨਜਨਕ ਦੂਰੀ ਵਿਚ ਅੱਧੀ ਉਮਰ ਲੰਘਾ ਦਿੱਤੀ ਏ... ਤੂੰ ਤਾਂ ਕਿਸਮਤ ਵਾਲਾ ਏਂ... ਗੁਰੂ ਦੇ ਨਾਲ ਨਾਲ ਚੱਲ ਰਿਹਾਂ...।" ਉਹਨੇ ਦੂਜੀ ਵਾਰ ਗਿੱਲੀਆਂ ਅੱਖਾਂ ਸਾਫ਼ ਕੀਤੀਆਂ :

"ਤੂੰ ਤਾਂ ਰੋਜ਼ ਆਪਣੇ ਗੁਰੂ ਦੇ ਆਲੇ ਦੁਆਲੇ ਬਹੁਤ ਕੁਝ ਘਟਦਾ ਵੇਖਦਾ ਹੋਣਾ... ਮੈਨੂੰ ਵੇਖ ਗੁਰੂ ਦੇ ਬਚਨਾਂ ਦੀ ਪਾਲਨਾ ਕਰਦਾ ਕਰਦਾ ਖੁਦ ਤੋਂ ਕਿੰਨੀ ਦੂਰ ਚਲਾ ਗਿਆ ਹਾਂ।"

"ਤੂੰ ਆਪਣੇ ਤੋਂ ਐਨੀ ਦੂਰ ਕਿਵੇਂ ਚਲਿਆ ਗਿਆ ?"

"ਸਭ ਦੀ ਤੇਰੇ ਵਰਗੀ ਕਿਸਮਤ ਥੋੜ੍ਹੀ ਏ... ਸਾਡੀ ਬਦਕਿਸਮਤੀ ਵੇਖ ਜੜ੍ਹ ਗੁਰੂਆਂ ਨੇ ਸਾਨੂੰ ਹੀ ਸਾਡੀਆਂ ਸ਼ਕਤੀਆਂ ਤੋਂ ਪੀੜਤ ਕਰ ਦਿੱਤਾ ਹੈ।"

"ਤੇਰੀ ਆਵਾਜ਼ ਮੈਂ ਕਿਤੇ ਸੁਣੀ ਹੈ... ਤੂੰ ਪਿੱਠ ਕਰ ਮੈਂ ਤੇਰੀ ਪਿੱਠ ਤੋਂ ਤੈਨੂੰ ਪਛਾਣ ਲਵਾਂਗਾ।"

ਮਰਦਾਨਾ ਸਫ਼ਰਾਂ ਵਿੱਚ ਲੰਘੀਆਂ ਪਿੱਠਾਂ ਯਾਦ ਕਰਨ ਲੱਗਿਆ।

ਉਹ ਥੋੜ੍ਹੀ ਦੇਰ ਸਿਰ ਝੁਕਾ ਅੱਥਰੂ ਵਹਾਉਂਦਾ ਰਿਹਾ। ਫਿਰ ਉਹ ਦੋਵੇਂ ਦੇਰ ਤੱਕ ਬਾਬੇ ਦੇ ਆਉਣ ਦੀ ਉਡੀਕ ਵਿੱਚ ਗੰਗਾ ਕਿਨਾਰੇ ਬੈਠ ਕੇ ਗੱਲਾਂ ਕਰਦੇ ਰਹੇ।

ਕੋਈ ਸੰਵਾਦ ਨਹੀਂ ਸੀ ਹੋ ਰਿਹਾ; ਬਾਬੇ ਦਾ ਮੌਨ ਚੱਲ ਰਿਹਾ ਸੀ। ਬਨਾਰਸ ਤੋਂ ਚੱਲਦਿਆਂ ਹੀ ਮਰਦਾਨੇ ਨੇ ਬਾਬੇ ਦਾ ਚੇਹਰਾ ਵੇਖ ਲਿਆ ਸੀ। ਅਜਿਹਾ ਪਹਿਲੀ ਵਾਰ ਨਹੀਂ ਸੀ ਹੋਇਆ। ਬਹੁਤ ਠੰਢ ਸੀ; ਸਿਰਫ਼ ਚੱਲਦੇ ਵਕਤ ਹੀ ਅੰਗ ਭੱਖ ਰਹੇ ਸਨ। ਕਈ ਵਾਰੀ ਭੁਲੇਖੇ ਨਾਲ ਉਹਨੇ ਰਬਾਬ ਵਜਾਉਣ ਲਈ ਛਾਤੀ ਉੱਤੇ ਕੀਤੀ। ਉਨ੍ਹਾਂ ਨਾਲ ਸੁਦਾ ਨੰਦ ਵੀ ਚੱਲ ਰਿਹਾ ਸੀ। ਚੰਦਰੌਲੀ ਵੱਲ ਜਾਂਦਾ ਇਹ ਰਸਤਾ ਮਰਦਾਨੇ ਨੂੰ ਵਾਰ ਵਾਰ ਇਹ ਅਹਿਸਾਸ ਕਰਵਾ ਰਿਹਾ ਸੀ ਕਿ ਚੁੱਪ ਨੂੰ ਇੱਕ ਫਾਸਲੇ ਤੇ ਖੜ੍ਹੇ ਹੋ ਕੇ ਵੇਖਣਾ ਕਿੰਨਾ ਔਖਾ ਸੀ। ਇਹ ਸੁਣ ਸੁਣ ਅਣਸੁਣ ਕਰੀਂ ਜਾਂਦੇ ਕੰਨ

ਤੇ ਵੇਖ ਵੇਖ ਅਣਵੇਖਿਆ ਕਰੀ ਜਾਂਦੀਆਂ ਅੱਖਾਂ ਲਈ ਸ਼ਬਦਾਂ ਦੀ ਕਿੰਨੀ ਜਰੂਰਤ ਰਹਿੰਦੀ ਹੈ। ਸ਼ਾਇਦ ਇਸੇ ਚੰਦਰੋਲੀ ਦੇ ਨੇੜੇ ਜਾਂਦੇ ਸੁਦਾਨੰਦ ਬੋਲਿਆ ਸੀ :

"ਜਦ ਪੁੱਛਣ ਦਾ ਸਾਹਸ ਕੀਤਾ ਸੀ ਤਾਂ ਗੁਰੂ ਮੌਨ ਵਿਚ ਚਲਾ ਗਿਆ...।"

ਬਾਬਾ ਅੱਗੇ ਲੰਘ ਗਿਆ ਸੀ।

"ਤੂੰ ਉਡੀਕ ਵਿੱਚ ਸਾਹਸ ਭਰ... ਬਾਬਾ ਬੋਲੇਗਾ।"

"ਤੂੰ ਐਨ੍ਹੀਆਂ ਯਾਤਰਾਵਾਂ ਵਿੱਚੋਂ ਗੁਜਰਕੇ ਕਿਵੇਂ ਸਾਹਸ ਬਚਾਈਂ ਰੱਖਦਾਂ ?"

"ਇਹਦੇ ਲਈ ਗੌਣਾਂ ਬੜਾ ਆਸਾਨ ਕਰ ਦੇਂਦਾ ਏ।"

"ਤੂੰ ਦੁੱਖਾਂ ਨਾਲ ਸੰਵਾਦ ਰਚਾਉਣ ਲਈ ਹੀ ਤਾਂ ਨਹੀਂ ਕਿਤੇ ਗਾਉਂਦਾ ?"

"ਅੱਛਾ ਦੁੱਖਾਂ ਦੇ ਵੀ ਮਰਾਸੀ ਹੁੰਦੇ ਨੇ।" ਮਰਦਾਨਾ ਉੱਚੀ ਉੱਚੀ ਹੱਸਿਆ। ਉਹਨੇ ਥੋੜ੍ਹੀ ਦੇਰ ਬਾਅਦ ਜਦੋਂ ਨਜ਼ਰ ਮਾਰੀ ਤਾਂ ਸੁਦਾਨੰਦ ਉਹਦੇ ਨਾਲ ਨਹੀਂ ਸੀ। ਅੱਗੇ ਚੰਦਰੌਲੀ ਆ ਗਿਆ ਸੀ।

ਕਾਂਡ : ਪੰਝੀਵਾਂ

ਚੰਦਰੌਲੀ ਤੋਂ ਸਸਰਾਮ ਦੇ ਸਫ਼ਰ ਦਾ ਪਤਾ ਹੀ ਨਹੀਂ ਸੀ ਲੱਗਿਆ। ਰਾਜੇ ਹਰੀ ਨਾਥ ਦੇ ਵੰਨ ਸਵੰਨੇ ਭੋਜਨ ਤੇ ਉਹਦੀ ਖਾਤਰਦਾਰੀ ਨਾਲ ਪਿੰਡਾ ਅਗਲੇ ਕਈ ਦਿਨ ਥਕਾਵਟ ਮੰਨਣ ਵਾਲਾ ਨਹੀਂ ਸੀ। ਜੰਗਲੀ ਫਲਾਂ ਤੇ ਅੱਧ ਕੱਚੇ ਭੋਜਨਾਂ ਤੋਂ ਬਾਅਦ ਸੁਗੰਧੀਆਂ ਨਾਲ ਭਰੇ ਭੋਜਨ ਨੇ ਮਨ ਮੋਹ ਲਿਆ ਸੀ। ਉਨ੍ਹਾਂ ਦੇ ਆਲੇ ਦੁਆਲੇ ਰਾਜੇ ਦੇ ਟਹਿਲੂ ਫਿਰਦੇ ਰਹੇ। ਕਈ ਵਾਰੀ ਉਹਦਾ ਜੀਅ ਕੀਤਾ ਕਿ ਇਹ ਇਸ ਤਰ੍ਹਾਂ ਹੀ ਜਾਰੀ ਰਵੇ। ਪਰ ਇਕ ਸਵੇਰ ਉਹ ਸਸਰਾਮ ਤੋਂ ਗਯਾ ਵੱਲ ਚੱਲ ਪਏ। ਬੁੱਧ ਬਾਰੇ ਉਹਨੇ ਬਾਬੇ ਦੇ ਮੂੰਹੋਂ ਕਈ ਵਾਰ ਸੁਣਿਆ ਸੀ। ਬਾਬਾ ਵਾਰ ਵਾਰ ਬੁੱਧ ਦੇ ਮੋਕਸ਼ ਦਾ ਜਿਕਰ ਕਰਦਾ ਸੀ। ਬੁੱਧ ਦੇ ਚੇਹਰੇ ਦੀ ਤਸਵੀਰ ਖਿੱਚਦਿਆਂ ਕਈ ਵਾਰ ਬਾਬਾ ਚੁੱਪ ਹੋ ਜਾਂਦਾ। ਇੱਕ ਵਾਰ ਮਰਦਾਨੇ ਨੇ ਕਿਹਾ ਵੀ ਸੀ : "ਬਾਬਾ ਅੱਗੇ ਦੱਸ ਨਾ... ਮੌਨ ਦੱਸਣ ਲਈ ਕਿਸੇ ਨੂੰ ਤਾਂ ਬੋਲਦੇ ਰਹਿਣਾ ਹੀ ਪਵੇਗਾ।"

ਉਨ੍ਹਾਂ ਪਹਿਲਾ ਪੜਾਅ ਫਲਗੂ ਨਦੀ ਦੇ ਕੰਢੇ ਉੱਤੇ ਕੀਤਾ। ਮਰਦਾਨੇ ਨੇ ਦੂਰ ਤੱਕ ਵੇਖਿਆ। (ਹੁਣ ਕਿਤੇ ਬੁੱਧ ਦੀ ਕੋਈ ਨਿਸ਼ਾਨੀ ਨਹੀਂ ਸੀ ਦਿਸ ਰਹੀ) ਹੁਣ ਇਹ ਹਿੰਦੂਆਂ ਦਾ ਤੀਰਥ ਸੀ। ਥੋੜ੍ਹੀ ਦੇਰ ਬਾਅਦ ਲੰਬੇ ਗੇਰੂ ਰੰਗੇ ਚੋਗੇ ਵਾਲਾ ਸਾਧੂ ਲੰਘਿਆ। ਸਾਹਮਣੇ ਵਿਸ਼ਨੂੰ ਦਾ ਵੱਡਾ ਮੰਦਿਰ ਸੀ। ਲੋਕ ਪਿੱਤਰਾਂ ਦੇ ਪਿੰਡ ਕਰਵਾ ਰਹੇ ਸਨ। ਉਹ ਚਾਵਲਾਂ ਦਾ ਪਿੰਨਾ ਬਣਾਉਂਦੇ ਦੀਵਾ ਬਾਲਦੇ ਤੇ ਪਿੱਤਰਾਂ ਦੀ ਗਤੀ ਕਰਾਉਂਦੇ। ਫਿਰ ਉਹ ਪਿੱਪਲ ਦੀ ਪ੍ਰਕਰਮਾ ਕਰਦੇ। ਮਰਦਾਨੇ ਨੇ ਪਿੱਪਲ ਥੱਲੇ ਇਕ ਬੁੱਢੇ ਨੂੰ ਜਿਊਂਦੇ ਜੀਅ ਪਿੰਡ ਕਰਾਉਂਦੇ ਵੇਖਿਆ। ਉਹ ਕਿੰਨੀ ਦੇਰ ਸਿੱਧਾ ਪਿਆ ਰਿਹਾ। ਉਹਦੇ ਸਿਰ ਪਿੱਛੇ ਪਏ ਚਾਵਲ ਦੇ ਪਿੰਨੇ ਵੀ ਪੰਛੀ ਖਾ ਗਏ ਸਨ। ਫਿਰ ਉਹਨੇ ਕਿਸੇ ਹੋਰ ਦਾ ਪਿੰਡ ਕਰਦੇ ਪਾਂਡੇ ਨੂੰ ਆਵਾਜ਼ ਮਾਰੀ। "ਪਹਿਲਾਂ ਮੇਰੀ ਕਿਰਿਆ ਤਾਂ ਕਰਦੋ ਪੂਰੀ...।"

"ਤੁਹਾਡਾ ਪਿੰਡ ਪੂਰਾ ਹੋ ਗਿਆ ਏ... ਹੁਣ ਤੁਹਾਡੀ ਮਰਜੀ ਏ... ਜਿੰਨੀ ਦੇਰ ਲੇਟੇ ਰਵੋਗੇ ਉਨਾਂ ਹੀ ਜੱਸ ਮਿਲੇਗਾ...।" ਮਰਦਾਨਾ ਦੇਰ ਤੱਕ ਸ਼ਾਂਤ ਪਏ ਉਸ ਬੁੱਢੇ ਵੱਲ ਵੇਖਦਾ ਰਿਹਾ।

ਉਹ ਜਿੱਥੇ ਵੀ ਬੈਠਦੇ ਪਾਂਡੇ ਉਨ੍ਹਾਂ ਨੂੰ 'ਪਿੰਡ' ਕਰਾਉਣ ਲਈ ਕਹਿਣਾ ਸ਼ੁਰੂ ਕਰ ਦੇਂਦੇ।

"ਪਿੱਤਰਾਂ ਦਾ ਦੀਵਾ ਕਰਵਾ ਛੱਡੋ... ਅਗਿਆਨਤਾ ਦਾ ਅੰਧੇਰਾ ਮਿਟ ਜਾਵੇਗਾ...।"

ਮਰਦਾਨਾ ਵਾਰ ਵਾਰ ਸੁਣਦਾ ਉੱਠ ਕੇ ਦੂਰ ਤੱਕ ਘੁੰਮਦਾ ਲੰਘ ਗਿਆ ਸੀ। ਉਹ ਬਾਬੇ ਦੁਆਰਾ ਸੁਣੀਆਂ ਬੁੱਧ ਦੀਆਂ ਨਿਸ਼ਾਨੀਆਂ ਭਾਲਦਾ ਰਿਹਾ। (ਉਹਨੂੰ

ਹਿੰਦੂਆਂ ਦੁਆਰਾ ਬੋਧੀਆਂ ਉੱਤੇ ਕੀਤੀਆਂ ਵਧੀਕੀਆਂ ਬੈਠਣ ਨਹੀਂ ਸੀ ਦੇ ਰਹੀਆਂ) ਕਿਤੇ ਕਿਤੇ ਮੱਠ ਸਨ; ਗੋਲ ਗੋਲ ਗੁੰਬਦ ਸਨ; ਉਨ੍ਹਾਂ 'ਚੋਂ ਗੇਰੂ ਰੰਗੇ ਕੱਪੜਿਆਂ ਵਾਲੇ ਭਿਕਸ਼ੂ ਦਿਸਣ ਲੱਗੇ। ਇਹ ਵੈਰਾਗ ਪਲਟਦਾ ਪਲਟਦਾ ਕਿੱਥੇ ਪਹੁੰਚ ਗਿਆ ਸੀ ? ਮੌਨ ਤੋਂ ਵੀ ਕਿਸੇ ਨੂੰ ਖ਼ਤਰਾ ਹੋ ਸਕਦਾ ਸੀ ? ਇਹ ਸੁਆਲ ਤਾਂ ਬਾਬੇ ਲਈ ਸੀ। ਪਰ ਨਿਹੱਥੇ ਭਿਖਸ਼ੂਆਂ ਦਾ ਕਤਲੇਆਮ ਵਾਰ ਵਾਰ ਉਹਦੀਆਂ ਅੱਖਾਂ ਅੱਗੇ ਘੁੰਮਦਾ ਰਿਹਾ। ਰਾਜਸੱਤਾ ਲਈ ਜੰਗਾਂ ਤਾਂ ਸੁਣੀਆਂ ਸਨ; ਪਰ ਇਕ ਜਗਿਆਸੂ ਸਿਰਫ਼ ਜਗਿਆਸੂ ਨੂੰ ਹੀ ਮਾਰੇ; ਇਹ ਜੰਗ ਬਹੁਤ ਥੱਲੇ ਡਿਗ ਗਈ ਸੀ। ਇਹ ਗਿਆਨ ਦੇ ਅਪਮਾਨ ਦੀਆਂ ਘੜੀਆਂ ਸਨ; ਜਦੋਂ ਇਨ੍ਹਾਂ ਮੰਦਿਰਾਂ ਦੇ ਮੀਨਾਰ ਉਸਾਰੇ ਗਏ ਹੋਣਗੇ। ਅਜਿਹੇ ਵੇਲੇ ਬਾਬਾ ਜ਼ਰੂਰ ਕੋਲ ਚਾਹੀਦਾ ਏ। ਉਹ ਵਾਪਸ ਉਸੀ ਜਗ੍ਹਾ ਆਇਆ ਤਾਂ ਬਾਬੇ ਕੋਲ ਦੇਵਗਿਰ ਬੈਠਾ ਸੀ। ਇਹ ਬੁੱਧ ਮੰਦਰ ਦਾ ਮਹੰਤ ਸੀ; ਪਰ ਦਿਸਦਾ ਲਗਪਗ ਸੰਨਿਆਸੀ ਸੀ। ਉਹ ਬੁੱਧ ਦੇ ਤਪ ਸਥਾਨ ਤੇ ਵੀ ਦੁਬਿਧਾ ਵਿਚ ਦਿਸਦਾ ਸੀ। ਮਰਦਾਨਾ ਹਾਲੇ ਕੋਲ ਜਾ ਕੇ ਬੈਠਿਆ ਹੀ ਸੀ; ਇੱਕ ਹੋਰ ਟੋਲਾ ਬਾਬੇ ਕੋਲ ਆ ਪਹੁੰਚਿਆ। ਮਰਦਾਨਾ ਹੈਰਾਨ ਸੀ; ਉਨ੍ਹਾਂ ਵਿਚ ਸੁਦਾ ਨੰਦ ਵੀ ਸੀ।

"ਸੁਦਾ ਨੰਦ ਤੂੰ ਫਿਰ ਆ ਗਿਆਂ ?" ਬਾਬੇ ਦੀ ਆਵਾਜ਼ ਆਈ।

"ਫਿਰ ਕੋਈ ਲੈ ਆਇਆ ਸਾਂਈ; ਪਤਾ ਹੀ ਨਹੀਂ ਲੱਗਿਆ।"

ਬਾਬੇ ਨੇ ਮਰਦਾਨੇ ਵੱਲ ਵੇਖਿਆ। ਫਲਗੂ ਦੇ ਕੰਢੇ ਵਿਸ਼ਨੂੰ ਮੰਦਿਰ ਦੇ ਸਾਹਮਣੇ ਤੇ ਬੋਧੀਆਂ ਦੇ ਛੋਟੇ ਰਹਿ ਗਏ ਮੱਠਾਂ ਸਾਹਮਣੇ ਸਦੀਆਂ ਤੋਂ ਰੁਕੇ ਹੋਏ ਪ੍ਰਸ਼ਨਾਂ ਨੂੰ ਕੁਝ ਇਸ ਤਰ੍ਹਾਂ ਸੰਬੋਧਨ ਕੀਤਾ :

ਦੀਵਾ ਮੇਰਾ ਏਕੁ ਨਾਮੁ ਦੁਖੁ ਵਿਚਿ ਪਾਇਆ ਤੇਲੁ॥
ਉਨਿ ਚਾਨਣ ਓਹੁ ਸੋਖਿਆ ਚੂਕਾ ਜਮ ਸਿਉ ਮੇਲੁ॥
ਲੋਕਾ ਮਤ ਕੋ ਫਕੜਿ ਪਾਇ॥

ਬਹੁਤ ਹੀ ਛੋਟੇ ਛੋਟੇ ਮੱਠ ਸਨ; ਜਿਨ੍ਹਾਂ ਦੀ ਉਚਾਈ ਵੀ ਸ਼ਾਇਦ ਇਕ ਜਗ੍ਹਾ ਤੇ ਰੋਕ ਦਿੱਤੀ ਗਈ ਸੀ। ਇਨ੍ਹਾਂ ਮੱਠਾਂ ਦੇ ਆਲੇ ਦੁਆਲੇ ਵੀ ਹਿੰਦੂ ਦੇਵੀ ਦੇਵਤਿਆਂ ਦੀਆਂ ਮੂਰਤੀਆਂ ਸਨ। ਜਿਵੇਂ ਛੋਟੇ ਛੋਟੇ ਬੱਚਿਆਂ ਨੂੰ ਵੱਡਿਆਂ ਦੀ ਨਿਗਰਾਨੀ ਲਈ ਬਿਠਾ ਦਿੱਤਾ ਹੋਵੇ। ਮੱਠਾਂ ਦੀਆਂ ਕਤਾਰਾਂ ਫਲਗੂ ਨਦੀ ਦੇ ਕਿਨਾਰਿਆਂ ਤੱਕ ਸਨ। ਉਨ੍ਹਾਂ ਵਿਚਕਾਰ ਇੱਕ ਚੌਂਤਰੇ ਉੱਤੇ ਸਤਸੰਗ ਚੱਲ ਰਿਹਾ ਸੀ। ਇੱਥੋਂ ਸਿਰਫ਼ ਵਿਸ਼ਨੂੰ ਮੰਦਿਰ ਦੀ ਚੌੜੀ ਪਿੱਠ ਦਿਸਦੀ ਸੀ; ਜਿਸ ਉੱਪਰ ਮੂਰਤੀਆਂ ਦੇ ਮੂੰਹ ਇਧਰ ਵੱਲ ਸਨ। ਸਾਹਮਣੇ ਥੜੇ ਉੱਪਰ ਸੁਦਾ ਨੰਦ ਬੈਠਾ ਸੀ। ਮਰਦਾਨੇ ਦੀ ਕਲਪਣਾ ਵਿਚ ਉਹ 'ਅਨੰਦ' ਵਰਗਾ ਸੀ (ਬੁੱਧ ਦਾ ਸ਼ਿਸ਼)। ਬਾਬੇ ਦੀ ਕਥਾ ਵਿੱਚੋਂ ਵੀ ਉਹਦਾ ਚੇਹਰਾ ਮੋਹਰਾ ਲਗਪਗ ਇਹੋ ਜਿਹਾ ਹੀ ਦਿਸਦਾ ਸੀ। ਹੌਲੀ ਹੌਲੀ ਲੋਕ ਇਕੱਠੇ ਹੋ ਰਹੇ ਸਨ। ਥੜੇ ਥੱਲੇ ਜੋ ਪੱਥਰ ਪਏ ਸਨ; ਬਾਕੀ ਦੇ ਲੋਕ ਉਨ੍ਹਾਂ ਉੱਤੇ ਬੈਠਣ ਲੱਗੇ।

ਜਮੀਨ ਬਹੁਤ ਠੰਢੀ ਸੀ। ਲੋਕ ਦੇਵਤਿਆਂ ਨੂੰ ਨਮਸਕਾਰ ਕਰ ਬਾਬੇ ਵੱਲ ਵੀ ਸਿਰ ਝੁਕਾਉਂਦੇ। ਇਸ ਤਰ੍ਹਾਂ ਦੋ ਵਾਰ ਝੁਕਦਾ ਬੰਦਾ ਚੰਗੀ ਤਰ੍ਹਾਂ ਪਛਾਣਿਆ ਜਾਂਦਾ ਸੀ। ਥੜੇ ਉੱਤੇ ਗੋਸ਼ਟੀ ਸ਼ੁਰੂ ਹੋ ਗਈ ਸੀ। ਦੇਵਗਿਰ ਸੁਆਲ ਕਰ ਰਿਹਾ ਸੀ; ਉਹਦੇ ਨਾਲ ਕੁਝ ਭਿਖਸ਼ੂ ਤੇ ਇਕ ਅਲੱਗ ਜੱਥੇ ਵਿਚ ਪਾਂਡੇ ਵੀ ਬੈਠੇ ਸਨ।

"ਤੁਸੀਂ ਤਾਂ ਹਰ ਉੱਤਰ ਗਾ ਕੇ ਦੇ ਰਹੇ ਹੋ; ਇਹ ਵੀ ਵਾਸ਼ਨਾ ਦਾ ਇਕ ਹਿੱਸਾ ਨਹੀਂ...?"

"ਜੋ ਮੇਰੇ ਲਈ ਸਹਿਜ ਹੈ; ਤੇਰੇ ਲਈ ਪ੍ਰਯਾਸ ਹੋ ਸਕਦਾ। ਭੋਗ ਬੰਧਨ ਹੈ, ਉਪਯੋਗ ਨਹੀਂ।"

"ਪਰ ਬੁੱਧ ਤਾਂ ਆਪਣੀ ਧੁੰਨ ਵਿਚ ਇਕਾਗਰ ਸਨ। ਉੱਥੇ ਕਿਸੇ ਸੰਗੀਤ, ਨਾਚ ਦੀ ਝਲਕ ਵੀ ਨੇੜੇ ਤੇੜੇ ਨਹੀਂ ਦਿਸਦੀ।"

"ਇਹ ਬੁੱਧ ਦਾ ਸੱਚ ਸੀ। ਗੁਰੂ ਦੇ ਪਿੱਛੇ ਜਾਣਾ ਮਨ ਹੈ। ਗੁਰੂ ਦੇ ਪ੍ਰਕਾਸ਼ ਵਿਚ ਤੁਰਨਾ ਭਾਉ ਹੈ।"

"ਫਿਰ ਗਯਾ ਵਿਚ ਗੌਣ ਦਾ ਕੀ ਤਰਕ ਹੈ ?"

"ਮੈਂ ਬੁੱਧ ਲਈ ਥੋੜ੍ਹੀ ਗਾ ਰਿਹਾਂ; ਉਹ ਗਾ ਚੁੱਕੇ ਨੇ। ਮੈਂ ਤਾਂ ਆਪਣੇ ਲਈ ਗਾ ਰਿਹਾਂ; ਜੋ ਤੁਹਾਨੂੰ ਵੀ ਸੁਣ ਸਕਦਾ ਏ।" ਥੋੜ੍ਹਾ ਮੁਸਕਰਾ ਕੇ ਦੇਵਗਿਰ ਵੱਲ ਵੇਖਿਆ।

"ਮੈਂ ਜਾਣੇ ਹੋਏ ਦਾ ਅਨੰਦ ਲੈਣ ਲਈ ਗਾਉਂਦਾ ਹਾਂ।"

"ਪਰ ਜੇ ਮੌਨ ਆਖਰੀ ਗੀਤ ਹੈ ਤਾਂ ਤੁਸੀਂ ਸੰਗੀਤ ਨਾਲ ਕਾਰਣ ਕਿਉਂ ਪੈਦਾ ਕਰ ਰਹੇ ਹੋ ? ਸਾਨੂੰ ਕੋਈ ਮੌਨ ਦੀ ਵਿਧੀ ਦੱਸੋ ?"

"ਬੁੱਧ ਨੇ ਮੌਨ ਦੀਆਂ ਵਿਧੀਆਂ ਤੁਹਾਨੂੰ ਹਾਲੇ ਘੱਟ ਦੱਸੀਆਂ ਨੇ... ਤੁਸੀਂ ਮੰਨੀਆਂ ? ਸੰਸਾਰ ਛੁੱਟ ਗਿਆ; ਜਰੂਰੀ ਨਹੀਂ ਅਗਿਆਨ ਵੀ ਛੁੱਟ ਜਾਵੇ।" ਥੋੜ੍ਹੀ ਦੂਰ ਇੱਕ ਪੁਰਾਣੇ ਦਲਦਲੀ ਖੂਹ ਵਿਚੋਂ ਡੱਡੂਆਂ ਦੀ ਆਵਾਜ਼ ਆਈ। ਨਾਲ ਹੀ ਕੁਝ ਪਾਂਡਿਆਂ ਦੇ ਰਵਾਇਤੀ ਸ਼ਬਦ ਸੁਣੇ।

"ਸੱਚ ਤਾਂ ਵਿਚਾਰ ਤੋਂ ਪਹਿਲਾਂ ਸਹਿਜ ਰੂਪ ਵਿਚ ਪਿਆ ਹੈ ਦੇਵਗਿਰ। 'ਇਹ ਥੋੜ੍ਹੀ ਦੂਰੀ ਤੱਕ ਨੇੜੇ ਰਹਿਣਾ' ਕਈ ਕਈ ਜਨਮਾਂ ਦੀ ਤ੍ਰਿਸ਼ਨਾ ਹੈ।"

"ਮੈਨੂੰ ਕੁਝ ਗਾ ਕੇ ਸੁਣਾ ਦਿਓ... ਮੈਂ ਵੀ ਵੇਖਾਂ ਧੁਨਾਂ ਇੱਕ ਉੱਚਾਈ ਤੇ ਜਾ ਕੇ ਕਿਵੇਂ ਦੇਹ ਛੱਡ ਜਾਂਦੀਆਂ ਨੇ!"

"ਤੂੰ ਫਿਰ ਕਾਰਣ ਫੜ ਲਿਆ ਏ... ਮੋਕਸ਼ ਅਕਾਰਨ ਹੈ... ਵੇਖਣ ਵਾਲੇ ਬਣੋ... ਜੋ ਹੋ ਰਿਹਾ ਉਹਨੂੰ ਹੋਣ ਦਿਓ...।" ਇਸ ਤੋਂ ਪਹਿਲਾਂ ਕਿ ਮਰਦਾਨਾ ਰਬਾਬ ਉੱਪਰ ਮਿਜ਼ਰਾਬ ਰੱਖਦਾ। ਇੱਕ ਬਿਰਧ ਨੂੰ ਸੁਦਾ ਨੰਦ ਫੜਕੇ ਖੜ੍ਹਾ ਕਰ ਰਿਹਾ ਸੀ :

"ਮੈਂ ਸਾਰੀ ਉਮਰ ਆਪਣੇ ਗੁਰੂ ਨਾਲ ਇਕ ਆਦਰਯੋਗ ਫ਼ਾਸਲੇ ਉੱਤੇ ਗੁਆ ਦਿੱਤੀ ਏ... ਹੁਣ ਮੇਰਾ ਸ਼ਿਸ਼ ਗੁਆ ਰਿਹੈ...।" ਸੁਦਾ ਨੰਦ ਮੁਸ਼ਕਲ ਨਾਲ ਉਹਨੂੰ ਸਾਂਭ ਰਿਹਾ ਸੀ। ਫਿਰ ਬਿਰਧ ਨੇ ਮਰਦਾਨੇ ਵੱਲ ਵੇਖਿਆ : "ਚੰਗਾ ਏ ਤੂੰ ਗੁਰੂ ਦੇ ਬਰਾਬਰ ਸਾਜ਼ ਵਜਾ ਰਿਹੈ... ਤੇਰੀ ਕਿਸਮਤ ਨੂੰ ਆਸ਼ੀਰਵਾਦ।" ਸੂਰਜ ਸਿਰ ਉੱਤੇ ਆ ਗਿਆ ਸੀ। ਵਿਦਾਈ ਦਾ ਸੰਗੀਤ ਸ਼ੁਰੂ ਹੋ ਗਿਆ ਸੀ।

ਮਨ ਪਰਦੇਸੀ ਜੇ ਥੀਐ ਸਭੁ ਦੇਸੁ ਪਰਾਇਆ॥
ਕਿਸੁ ਪਹਿ ਖੋਲਉ ਗੰਠੜੀ ਦੂਖੀ ਭਰਿ ਆਇਆ॥

ਸ਼ਾਮ ਵੇਲੇ ਮਰਦਾਨਾ ਇਕੱਲਾ ਹੀ ਫਲਗੂ ਨਦੀ ਦੇ ਕੰਢੇ ਬੈਠਾ ਸੀ। ਉਹ ਯਾਦ ਕਰ ਰਿਹਾ ਸੀ ਕਿ ਕਿੰਨੇ ਅਜਿਹੇ ਦਰਿਆ ਮਿਲੇ ਜਿਨ੍ਹਾਂ ਦੇ ਕੰਢੇ ਇਸ ਤਰ੍ਹਾਂ ਬੈਠਣ ਦਾ ਮੌਕਾ ਮਿਲਿਆ; ਫਿਰ ਵਗਦਿਆਂ ਨੂੰ ਛੱਡ ਕੇ ਜਾਣਾ ਵੀ ਪਿਆ। ਓਹੀ ਦੋ ਕਿਨਾਰੇ... ਓਹੀ ਪਾਣੀ ਦਾ ਰੰਗ। ਭਾਵੇਂ ਕੰਢੇ ਉੱਤੇ ਤੀਰਥ ਸਨ ਭਾਵੇਂ ਸੁੰਨਸਾਨ ਜੰਗਲ, ਬਸਤੀਆਂ ਸਨ; ਪਰ ਪਾਣੀ ਦਾ ਵਗਣਾ ਉਵੇਂ ਜਿਵੇਂ ਹੀ ਸੀ। ਬਾਬੇ ਨੂੰ ਅੱਜ ਕਲ ਲੋਕੀਂ ਵੇਖਦੀ ਸਾਰ ਘੇਰ ਲੈਂਦੇ ਸਨ। ਹਾਲੇ ਗੱਲ ਮੁੱਕਦੀ ਹੀ ਸੀ; ਕੋਈ ਹੋਰ ਟੋਲਾ ਲੈ ਬੈਠਦਾ। ਪਿਛਲੇ ਕਈ ਦਿਨਾਂ ਤੋਂ ਮਰਦਾਨੇ ਨੂੰ ਅਜਿਹੀ ਵੇਹਲ ਅਕਸਰ ਮਿਲ ਜਾਂਦੀ ਸੀ।

"ਸੁਣਿਆ ਬੁੱਧ ਕਦੇ ਹੱਸਦਾ ਨਹੀਂ ਵੇਖਿਆ ?" ਉਹਦੇ ਸਾਹਮਣੇ ਇੱਕ ਭਿਖਸ਼ੂ ਖੜ੍ਹਾ ਸੀ।

"ਹਾਂ... ਸੁਣਿਆ ਏ...।"

"ਤੂੰ ਆਪਣੇ ਗੁਰੂ ਤੋਂ ਨਹੀਂ ਪੁੱਛਿਆ ?"

"ਪੁੱਛਿਆ ਸੀ ?"

"ਫਿਰ ?"

"ਉਹਨੇ ਹੱਸ ਕੇ ਵਿਖਾ ਦਿੱਤਾ।" ਉਹ ਬਾਬੇ ਵੱਲੋਂ ਹੀ ਆਇਆ ਸੀ ਤੇ ਬਾਬੇ ਵੱਲ ਹੀ ਮੁੜ ਗਿਆ। ਮਰਦਾਨਾ ਉਹਨੂੰ ਉਦੋਂ ਤੱਕ ਵੇਖਦਾ ਰਿਹਾ ਜਦੋਂ ਤੱਕ ਉਹ ਬਾਬੇ ਸਾਹਮਣੇ ਜਾ ਕੇ ਦੁਬਾਰਾ ਨਹੀਂ ਬੈਠਿਆ। ਸਾਹਮਣੇ ਵਾਲੇ ਕੰਢੇ ਤੋਂ ਆਉਂਦੀ ਬੇੜੀ ਤੋਂ ਉਤਰਦਾ ਫਿਰ ਸੁਦਾ ਨੰਦ ਦਿਸਿਆ।

"ਥੋੜ੍ਹੀ ਦੇਰ ਪਹਿਲਾਂ ਤੂੰ ਇਸੇ ਕੰਢੇ ਉੱਤੇ ਤੁਰਿਆ ਫਿਰਦਾ ਸੀ ?" ਉਹ ਮਰਦਾਨੇ ਵੱਲ ਇਕ ਟਿਕ ਵੇਖਦਾ ਰਿਹਾ।

"ਕੀ ਗੱਲ ਸੁਦਾ ਨੰਦ ਕੀ ਹੋਇਆ ਨਜ਼ਰਾਂ ਨੂੰ ?"

"ਮੇਰੀਆਂ ਗਹਿਰਾਈਆਂ ਇੰਤਜ਼ਾਰ ਕਰਦੀਆਂ ਕਰਦੀਆਂ ਪੱਥਰਾ ਗਈਆਂ ਨੇ ਮਰਦਾਨਿਆ...।"

"ਵੇਖ ਸੁਦਾਨੰਦ ਬਾਬਾ ਅਕਸਰ ਕਹਿੰਦਾ ਏ... ਅਸਮਾਨ ਆਪਣੇ ਹਰ ਸਿਖਰ ਨੂੰ ਨੀਲੇਪਣ ਦੇ ਹਵਾਲੇ ਕਰ ਆਪ ਤਾਜ਼ਗੀ ਵਿਚ ਜਾ ਬੈਠਦਾ ਏ।" ਮਰਦਾਨੇ ਇੱਕ ਵਾਰ ਉਹਦੀਆਂ ਖੜ੍ਹੀਆਂ ਨਜ਼ਰਾਂ ਵੱਲ ਝਾਕਿਆ :

"ਤੂੰ ਸੱਚ ਬਾਰੇ ਏਨ੍ਹਾਂ ਗੰਭੀਰ ਕਿਉਂ ਹੋ ਗਿਆ ਏਂ ? ਬਾਬਾ ਕਹਿੰਦਾ 'ਸੱਚ ਬੇਚੈਨ ਨਹੀਂ ਹੈ; ਜਾਣਨ ਦੀ ਇੱਛਾ ਬੇਚੈਨੀ ਹੈ'।"

"ਤੂੰ ਸੱਚ ਕੋਲ ਰਹਿੰਦਾ ਏ ਨਾ... ਮੈਂ ਸੰਪਰਦਾ ਕੋਲ। ਖੁੱਲੀਆਂ ਗੰਢਾਂ ਵਾਲੇ ਗੁਰੂ ਦਾ ਚੇਲਾ ਏਂ ਤੂੰ...।"

"ਸੁਣ ਤਾਂ ਸਹੀ ਉਸ ਪਾਰੋਂ ਹੁਣ ਤੇ ਆਇਆ ਸੀ; ਫਿਰ ਚੱਲ ਪਿਆਂ।"

ਉਹਨੇ ਸੁਦਾ ਨੰਦ ਨੂੰ ਦੁਬਾਰਾ ਫਿਰ ਬੇੜੀ ਵਿਚ ਜਾਂਦਿਆਂ ਵੇਖਿਆ। ਕਿੰਨੀ ਦੇਰ ਬੇੜੀ ਹੀ ਦਿਸਦੀ ਰਹੀ... ਨਾ ਪਾਣੀ ਦਾ ਵਗਣਾ ਦਿਸਿਆ ਨਾ ਕੋਈ ਕਿਨਾਰਾ।

ਪੈਰਾਂ ਥੱਲੇ ਰੇਤ 'ਚੋਂ ਸਿੰਮਿਆ ਪਾਣੀ ਸੀ। ਮਰਦਾਨਾ ਉੱਠ ਕੇ ਕਿਨਾਰੇ ਦੇ ਕੰਢੇ ਉੱਤੇ ਜਾ ਖੜ੍ਹਿਆ ਸੀ। ਸਿਰ ਉੱਪਰੋਂ ਲੰਘੇ ਪੰਛੀ ਦੂਜੇ ਕਿਨਾਰੇ ਦੇ ਕਿਸੇ ਅੰਤ ਉੱਤੇ ਉਤਰ ਗਏ ਸਨ। ਸੁਦਾ ਨੰਦ ਦੀ ਵਾਪਸੀ ਦੀ ਹਾਲੇ ਵੀ ਉਡੀਕ ਸੀ। ਜਦ ਦੁੱਖ ਦਾ ਕਾਰਨ ਨਹੀਂ ਦਿਸਦਾ; ਸਾਧਕ ਲਈ ਕਾਰਨ ਖੋਜਣ ਵੱਲ ਮੁੜਨਾ ਕਿੰਨਾਂ ਕਸ਼ਟਮਈ ਹੁੰਦਾ ਏ ? ਉਧਰੋਂ ਕੋਈ ਬੇੜੀ ਵੀ ਆਉਂਦੀ ਨਜ਼ਰ ਨਹੀਂ ਸੀ ਆ ਰਹੀ। ਥੋੜ੍ਹੀ ਦੇਰ ਪਹਿਲਾਂ ਜਿਹੜੀ ਉੱਚਾਈ ਹਨੇਰੇ ਵਿਚ ਧੱਸਦੀ ਜਾ ਰਹੀ ਸੀ; ਉਹ ਤਾਰਿਆਂ ਨਾਲ ਮੁੜ ਨੇੜੇ ਆਉਂਦੀ ਦਿਸੀ। ਫਿਰ ਨਦੀ ਵਿਚ ਇਕ ਬੰਦਾ ਤੈਰਦਾ ਦਿਸਿਆ। ਪਿੱਠ ਭਾਰ ਤੈਰਦਿਆਂ ਉਹਦੀ ਨਜ਼ਰ ਤਾਰਿਆਂ ਵੱਲ ਸੀ। ਸ਼ਾਂਤ ਡੂੰਘੇ ਪਾਣੀ ਵਿਚ ਉਹਦੇ ਦੋਵੇਂ ਪਾਸੇ ਤਾਰਿਆਂ ਦੇ ਡੂੰਘੇ ਪਰਛਾਵੇਂ ਸਨ। ਲੋਕ ਉਹਨੂੰ ਪੁੱਠਾ ਤੈਰਦਾ ਕਹਿ ਰਹੇ ਸਨ। ਪਰ ਮਰਦਾਨੇ ਨੇ ਉਹਨੂੰ ਪੁੱਠਾ ਤੈਰਨਾਂ ਕਹਿਣ ਤੋਂ ਆਪਣੇ ਆਪ ਨੂੰ ਵਰਜਿਆ। ਕਿਨਾਰੇ ਤੇ ਖੜ੍ਹੇ ਲੋਕ ਕਹਿ ਰਹੇ ਸਨ : "ਇਹ ਕਿਸ਼ਤੀਆਂ ਤੋਂ ਬਾਅਦ ਰੋਜ਼ ਇਸ ਤਰ੍ਹਾਂ ਹੀ ਤੈਰਦਾ ਹੈ।" ਮਰਦਾਨੇ ਦਾ ਜੀਅ ਕੀਤਾ ਉਹਨੂੰ ਆਵਾਜ਼ ਮਾਰ ਲਵਾਂ...।

"ਤੈਰਨਾ ਛੱਡ ਦੇ... ਕਿਨਾਰਾ ਕੋਲ ਹੀ ਹੈ... ਤੁਰਕੇ ਵੀ ਆਇਆ ਜਾ ਸਕਦਾ ਏ ਸੁਦਾ ਨੰਦ...।" ਉਹ ਘੁੰਮ ਘੁੰਮ ਕੇ ਕਿਨਾਰੇ ਤੋਂ ਦੂਰ ਤੈਰੀ ਜਾ ਰਿਹਾ ਸੀ ਜਿਵੇਂ ਕੋਈ ਪਾਣੀ ਦਾ ਸਾਧਕ ਹੋਵੇ।

ਵਾਪਸ ਮੱਠ ਵਿਚ ਆਇਆ ਤਾਂ ਬਾਬਾ ਹਾਲੇ ਪਰਤਿਆ ਨਹੀਂ ਸੀ। ਦੀਵਾ ਬਲ ਰਿਹਾ ਸੀ; ਕੋਲ ਪੰਡੋਕਲੀ ਪਈ ਸੀ...। ਨਿੱਘ ਵਿਚ ਅਚਾਨਕ ਅੱਖਾਂ ਬੰਦ ਹੋ ਗਈਆਂ। ਸੁਪਨਾ ਇੱਥੋਂ ਸ਼ੁਰੂ ਹੋਇਆ ਸੀ : "ਉਹਨੂੰ ਕਵੀਂ ਤੈਨੂੰ ਕਵੇ...।" ਭਿਖਸ਼ੂ ਹੀ ਭਿਖਸ਼ੂ ਫਿਰ ਰਹੇ ਸਨ। ਚੇਹਰੇ ਨਹੀਂ ਸੀ ਦਿਸ ਰਹੇ; ਰੰਗ ਹੀ ਰੰਗ ਸਨ...। ਪਹਿਲੀ ਆਵਾਜ਼ ਵੀ ਉਧਰੋਂ ਆਈ ਸੀ; ਫਿਰ ਦੂਜੀ ਵਾਰੀ ਸੁਣੀ :

"ਨਹੀਂ ਉਠੇਗਾ ਇਹ... ਸਜਿੰਦਿਆਂ ਦੇ ਸੁਪਨੇ ਨੇ... ਇਹ ਸਾਜ਼ ਵਜਾਕੇ ਹੀ ਉਠਾਉਣੇ ਪੈਂਦੇ ਨੇ।" ਇਹ ਵਾਰ ਫੇਰ ਚੁਫੇਰੇ ਗੇਰੂ ਰੰਗ ਫੈਲਿਆ। ਇਸ ਵਾਰੀ ਰਥਵਾਨ ਚੰਨਾ ਨੇ ਉਹਨੂੰ ਆਵਾਜ਼ ਦਿੱਤੀ : (ਬੁੱਧ ਦਾ ਰਥਵਾਨ)

"ਉਠ ਬਈ ਸਜਿੰਦਿਆ... ਚੁੱਕ ਰਬਾਬ ਤੇ ਚਲੀਏ।"

"ਮੇਰਾ ਤੇਰਾ ਕੀ ਮੇਲ... ਮੈਂ ਤੇ ਖਾਕ ਉੱਪਰ ਖੜਕੇ ਸਾਜ਼ ਵਜਾਉਣ ਵਾਲਾ ਮਰਾਸੀ ਹਾਂ...।"

ਕੋਈ ਖਰੀ ਗੱਲ ਸੁਣੀ ਸੀ; ਉਹ ਚਲਾ ਗਿਆ। ਉਹਨੇ ਇਹ ਪੁੱਛਣ ਦਾ ਵੀ ਸਮਾਂ ਨਹੀਂ ਦਿੱਤਾ ਕਿ ਤੈਨੂੰ ਕੌਣ ਭੇਜ ਰਿਹੈ ? ਫਿਰ ਅਗਲੀ ਸਵੇਰ ਸ਼ੁਰੂ ਹੋਈ। ਨਦੀ ਦਾ ਕਿਨਾਰਾ ਸੀ; ਨਾਲ ਚੱਲਦੀ ਪਗਡੰਡੀ ਵੀ ਉਵੇਂ ਹੀ ਮੁੜਦੀ ਜਿਵੇਂ ਪਾਣੀ ਕੰਢਿਆਂ ਅੰਦਰ ਚੱਲਦਾ ਸੀ। "ਪਾਣੀ ਲੈ ਕੇ ਚੱਲੇ ਹਾਂ.. ਭਿਖਸ਼ੂ ਪਿਆਸੇ ਨੇ...।" ਦੋ

ਜਣੇ ਗੱਲਾਂ ਕਰਦੇ ਕੋਲੋਂ ਲੰਘ ਗਏ। ਇੱਕ ਮੋੜ ਤੇ ਅਨੰਦ ਆਉਂਦਾ ਦਿਸਿਆ। ਵੇਖਦੀ ਸਾਰ ਜਾਪਿਆ ਜਿਵੇਂ ਮੁੱਦਤਾਂ ਤੋਂ ਜਾਣੂ ਹੋਣ। ਇਹਦੀ ਸੁਦਾਨੰਦ ਨਾਲ ਵੀ ਕੋਈ ਸਕੀਰੀ ਜਾਪੀ।

"ਮੈਂ ਤੈਨੂੰ ਕਿੰਨੇ ਸੁਨੇਹੇ ਘੱਲੇ ਮਰਦਾਨਿਆ ?"

"ਅਨੰਦ ਹਮੇਸ਼ਾ ਕਰਮੰਡਲ ਹੀ ਹੱਥ ਵਿੱਚ ਰੱਖਦੇ ਹੋ; ਐਨੀ ਦੇਰ ਹੋ ਗਈ ਹਾਲੇ ਪਿਆਸ ਬੁਝੀ ਨਹੀਂ ?"

"ਮੈਂ ਬੁੱਧ ਦੇ ਬੋਲਾਂ ਨੂੰ ਸੁਣਿਆ ਏ; ਤੂੰ ਨਾਨਕ ਦੇ ਬੋਲਾਂ ਨੂੰ ਗਾਇਆ ਏ; ਤਾਂ ਹੀ ਤੇਰੇ ਹੱਥਾਂ ਵਿਚ ਕਰਮੰਡਲ ਦੀ ਜਗ੍ਹਾ ਰਬਾਬ ਆ ਗਈ ਏ।"

"ਅਨੰਦ ਤੂੰ ਮੈਨੂੰ ਰਸਤਿਆਂ ਵਿੱਚ ਬਹੁਤ ਦਿਸਿਆਂ ਏ।"

"ਤੂੰ ਇੱਕ ਵਾਰ ਮੇਰਾ ਨਾਂ ਤੇ ਲੈਂਦਾ; ਮੈਂ ਉਥੇ ਹੀ ਰੁੱਕ ਜਾਣਾ ਸੀ।"

"ਮੈਨੂੰ ਹਾਲੇ ਰੋਕਣਾ ਨਹੀਂ ਆਇਆ... ਅਨੰਦ...।" ਥੋੜ੍ਹੀ ਦੇਰ ਚੁੱਪ ਰਹੀ। ਉਹ ਵਗਦੇ ਪਾਣੀ ਨਾਲ ਇੱਕ ਹੋਰ ਮੋੜ ਮੁੜ ਗਏ।

"ਤੂੰ ਮੈਨੂੰ ਆਪਣੇ ਗੁਰੂ ਬਾਰੇ ਕਿਵੇਂ ਦੱਸੇਗਾ... ਮਰਦਾਨਿਆ ?"

"ਤੇਰਾ ਗੁਰੂ ਖੋਜਣ ਨਿਕਲਿਆ ਸੀ। ਮੇਰਾ ਗੁਰੂ ਖੋਜ ਕੇ ਨਿਕਲਿਆ। ਤੈਨੂੰ ਆਪਣਾ ਗੁਰੂ ਮੌਨ ਵਿਚ ਲੱਭਣਾ ਪਿਆ। ਮੈਨੂੰ ਮੇਰਾ ਘਰੋਂ ਲੈ ਕੇ ਨਿਕਲਿਆ।"

"ਤੇਰੇ ਤੇ ਰਸ਼ਕ ਆਉਂਦਾ ਏ ਮਰਦਾਨਿਆ।" ਉਹਨੇ ਲੰਬਾ ਸਾਹ ਭਰ ਗੱਲ ਪੂਰੀ ਕੀਤੀ;

"ਪਰ ਤੈਨੂੰ ਦੋ ਹਜ਼ਾਰ ਸਾਲ ਉਡੀਕਣਾ ਵੀ ਤਾਂ ਪਿਆ ਏ।"

"ਪਰ ਅਨੰਦ ਇਕ ਗੱਲ ਦੱਸ... ਤੂੰ ਆਇਆ ਵੀ ਵਗਦੇ ਪਾਣੀ ਵਲੋਂ ਸੀ ਤੇ ਜਾ ਵੀ ਵਗਦੇ ਪਾਣੀ ਵੱਲ ਰਿਹੈਂ... ਇਹ ਵਗਣਾ ਹਾਲੇ ਰੁਕਿਆ ਨਹੀਂ।"

"ਜੇ ਰੁੱਕ ਗਿਆ ਹੁੰਦਾ ਤਾਂ ਤੈਨੂੰ ਸੁਨੇਹੇ ਕਿਉਂ ਜਾਂਦੇ ?" ਅਨੰਦ ਮਰਦਾਨੇ ਵੱਲ ਝੁੱਕ ਗਿਆ।

"ਤੇਰੀਆਂ ਅੱਖਾਂ ਵਿਚ ਅੱਥਰੂ... ਤੂੰ ਤੇ ਨਾਨਕ ਦੇ ਜਸ਼ਨ ਨਾਲ ਚੱਲ ਰਿਹੈਂ... ਤੂੰ ਤੇ ਕਰੁਣਾ ਨੂੰ ਗਾਉਂਦਾ ਏ।"

"ਜਦੋਂ ਕਰੁਣਾ ਨਾ ਗਾ ਹੋਵੇ ਤਾਂ ਅੱਥਰੂ ਹੀ ਆਉਂਦੇ ਨੇ...।" ਪਿੱਛੋਂ ਇੱਕ ਜ਼ੋਰ ਦੀ ਪਾਣੀ ਦੀ ਛੱਲ ਉਨ੍ਹਾਂ ਦੋਵਾਂ ਦੇ ਪੈਰ੍ਹਾਂ ਥੱਲੇ ਤਿਲਕਣ ਕਰ ਗਈ। "ਜਰਾ ਸੰਭਲ ਕੇ।" ਇਹ ਆਵਾਜ਼ ਕਿਸੇ ਗੁਰੂ ਦੀ ਸੀ।

ਜਾਗਕੇ ਵੀ ਸੁਪਨੇ ਤੋਂ ਬਾਹਰ ਨਹੀਂ ਸੀ ਨਿਕਲ ਹੋ ਰਿਹਾ। ਅੱਜ ਸੁਪਨੇ ਤੋਂ ਬਾਅਦ ਵੀ ਸੁਪਨਾ ਵੇਖਣ ਵਾਲੀਆਂ ਅੱਖਾਂ ਨੂੰ ਵੇਖਣ ਲਈ ਜੀਅ ਕਰਦਾ ਸੀ। ਸੁਪਨਾ ਏਨਾਂ ਨੇੜੇ ਕਿਵੇਂ ਆ ਗਿਆ ਸੀ ? ਫਿਰ ਵੀ ਯਾਦ ਕਿਉਂ ਨਹੀਂ ਰੱਖ ਸਕਿਆ ਕਿ ਇਹ ਸੁਪਨਾ ਹੈ...? ਪੂਰੀ ਤਰ੍ਹਾਂ ਅੱਖਾਂ ਖੋਹਲੀਆਂ; ਕੋਲ ਬਾਬਾ ਬੈਠਾ ਸੀ...।

"ਬਾਬਾ ਤੂੰ ਕਦੋਂ ਆਇਆ...?"

"ਬੱਸ ਤੂੰ ਜਾਗ ਪਿਆ ਤੇ ਮੈਂ ਆ ਗਿਆਂ।"

ਕਾਂਡ : ਛੱਬੀਵਾਂ

ਇਹ ਤੀਰਥਾਂ ਨੂੰ ਜਾਣਾ ਏਨਾਂ ਔਖਾ ਨਹੀਂ ਜਾਪਦਾ ਜਿੰਨਾਂ ਛੱਡਣਾ। ਛੱਡਣ ਵੇਲੇ ਇਨ੍ਹਾਂ ਦੇ ਬੀਤਿਆਂ ਦੀਆਂ ਧਮਕਾਂ ਪੈਂਦੀਆਂ ਨੇ। ਇਨ੍ਹਾਂ ਵਿੱਚੋਂ ਹੀ ਕੋਈ ਜੀਵਤ ਚੇਹਰਾ ਵਿਛੜਣ ਵੇਲੇ ਨਾਲ ਨਾਲ ਤੁਰਨ ਲੱਗਦਾ ਹੈ। ਇਸ ਵਾਰੀ ਗਯਾ ਤੋਂ 'ਅਨੰਦ' ਛੱਡਣ ਆਇਆ ਸੀ ? ਮਰਦਾਨੇ ਨੇ ਕਈ ਵਾਰ ਪਿੱਛੇ ਮੁੜ ਕੇ ਵੇਖਿਆ। ਵਿਛੜ ਤਾਂ ਹੋਰ ਵੀ ਬਹੁਤ ਲੋਕ ਰਹੇ ਸਨ; ਪਰ ਉਨ੍ਹਾਂ ਨਾਲ ਨਾਨਕ ਨਹੀਂ ਸੀ। 'ਅਨੰਦ' ਸ਼ਾਇਦ ਇਸੇ ਲਈ ਪਿੱਛਾ ਕਰ ਰਿਹਾ ਸੀ। ਗਯਾ ਨੇ ਬੜੀ ਮੁਸ਼ਕਲ ਨਾਲ ਦੂਰ ਹੋਣ ਦੀ ਇਜਾਜ਼ਤ ਦਿੱਤੀ। ਫਿਰ ਵੀ ਵਿਛੜਣ ਦੀਆਂ ਦੂਰੀਆਂ ਹਾਲੇ ਪੂਰੀ ਤਰ੍ਹਾਂ ਪਿੱਛੇ ਨਹੀਂ ਸੀ ਮੁੜੀਆਂ।

"ਬਾਬਾ ਜੋ ਹੌਲ੍ਹ ਤਲਵੰਡੀ ਨੂੰ ਛੱਡਣ ਵੇਲੇ ਪੈਂਦਾ ਸੀ; ਹੁਣ ਤੀਰਥਾਂ ਤੇ ਆ ਪਹੁੰਚਿਆ ਏ।"

"ਤੇਰੇ ਸਾਹਾਂ ਕੋਲੋਂ ਕਿੰਨੀ ਹਵਾ ਲੰਘਦੀ ਏ ਮਰਦਾਨਿਆ।... ਕਦੇ ਸਵਾਸ ਨੇ ਤੈਨੂੰ ਕਿਹਾ 'ਇਹਨੂੰ ਘੱਟ ਕਰਦੇ'... ਗੁਜ਼ਰਨ ਦੇ ਇਸ ਦੇਹ ਕੋਲੋਂ ਜੋ ਗੁਜ਼ਰ ਸਕਦਾ...।"

"ਐਨੀਆਂ ਬਰਕਤਾਂ ਮੈਥੋਂ ਸਾਂਭ ਨਹੀਂ ਹੁੰਦੀਆਂ ਬਾਬਾ...।"

"ਸਵਾਸ ਦਾ ਤਾਂ ਸੁਭਾਅ ਹੀ ਇਹ ਹੈ... ਖੁੱਲ੍ਹੀ ਹਵਾ ਵਿਚ ਖੁੱਲ੍ਹ ਲੈਣਾ...।"

ਮਰਦਾਨਾ ਥੋੜ੍ਹੀ ਦੇਰ ਲਈ ਚੁੱਪ ਹੋ ਗਿਆ। ਉਹ ਕੀੜਾ ਕਈ ਵਾਰ ਯਾਦ ਆਇਆ ਜੋ ਆਖਰੀ ਦਿਨ ਗੰਗਾ (ਹਰਿਦੁਆਰ) ਦੀ ਝੱਗ ਉੱਤੇ ਬੈਠਾ ਤੈਰਦਾ ਲੰਘਿਆ ਸੀ। ਪਾਣੀ ਦੇ ਹਜ਼ਾਰਾਂ ਟਕਰਾਵਾਂ 'ਚੋਂ ਨਿਕਲੀ ਝੱਗ, ਕਿਸ਼ਤੀ ਬਣ ਗਈ ਸੀ। ਪਰ ਕੀੜੇ ਨੂੰ ਇਹ ਨਹੀਂ ਸੀ ਪਤਾ ਕਿ ਇਹਨੇ ਪਾਣੀ ਵਿਚ ਸਮਾਉਣ ਵੇਲੇ ਸਮਾਂ ਨਹੀਂ ਲਾਉਣਾ।

ਇਹ ਪਹਾੜੀ ਸੰਝ ਸੀ। ਚੁਫੇਰੇ ਪਰਛਾਵੇਂ ਹੀ ਪਰਛਾਵੇਂ ਸਨ। ਆਲੇ ਦੁਆਲੇ ਵੱਡੇ ਵੱਡੇ ਪੱਥਰ ਸਨ। ਜਗ੍ਹਾ ਬੇਰੌਣਕੀ ਨਹੀਂ ਸੀ। ਪੱਥਰਾਂ ਨੂੰ ਵੇਖ ਕੇ ਲੱਗਦਾ ਸੀ; ਜੋ ਬੁੱਤ ਬਣ ਕੇ ਬੰਧਨਾਂ ਵਿੱਚ ਪੈ ਗਏ; ਉਨ੍ਹਾਂ ਨਾਲੋਂ ਇਹ ਸੁਤੰਤਰਤਾ ਕਿੰਨੀ ਪਿਆਰੀ ਲੱਗਦੀ ਸੀ। ਬਾਸੂ ਘਰਾਂ ਦੀਆਂ ਬੇਪਛਾਣ ਆਵਾਜ਼ਾਂ ਸੁਣਨ ਲੱਗੀਆਂ। ਇਨ੍ਹਾਂ ਪਿੰਡਾਂ ਦੇ ਆਲੇ ਦੁਆਲੇ ਪੰਜਾਬ ਵਾਂਗ ਰੌਣਕਾਂ ਨਹੀਂ ਸਨ। ਇਨ੍ਹਾਂ ਦੀਆਂ ਗੋਲ ਅੱਖਾਂ 'ਚ ਉਹ ਲਿਸ਼ਕ ਵੀ ਨਹੀਂ ਸੀ। ਸਰੀਰ ਵੀ ਉਸ ਤਰ੍ਹਾਂ ਦੀਆਂ ਬਰਕਤਾਂ ਵਾਲੇ ਨਹੀਂ ਸਨ। ਫਿਰ ਵੀ ਬਾਬਾ ਇਸ ਤਰ੍ਹਾਂ ਮਿਲਦਾ ਜਿਵੇਂ ਪਹਿਲਾਂ ਜਾਣਦਾ ਹੋਵੇ। ਬਾਬਾ ਝੱਟ ਹੀ ਉਨ੍ਹਾਂ ਦੀ ਬੋਲੀ ਵਿਚ ਉਤਰ ਜਾਂਦਾ।

ਉਹ ਪਾਟਲੀਪੁੱਤਰ ਦੇ ਖੰਡਰਾਂ ਵਿੱਚੋਂ ਲੰਘ ਰਹੇ ਸਨ। ਇਨ੍ਹਾਂ ਖੰਡਰਾਂ ਵਿਚੋਂ ਰਾਹੀਆਂ ਨੇ ਗੰਗਾ ਕਿਨਾਰੇ ਜਾਣ ਲਈ ਰਸਤਾ ਬਣਾ ਲਿਆ ਸੀ। ਹੁਣ ਮਰਦਾਨਾ ਵੀ ਇਹ ਅੰਦਾਜ਼ਾ ਲਗਾ ਲੈਂਦਾ ਕਿ ਲੋਕ ਕਿਸੇ ਘਾਟ ਵੱਲ ਜਾ ਰਹੇ ਨੇ। ਉਨ੍ਹਾਂ ਦੀਆਂ ਪੰਡਾਂ ਕੱਸ

ਕੇ ਬੰਨ੍ਹੀਆਂ ਹੁੰਦੀਆਂ ਤੇ ਅਕਸਰ ਵਜਣ ਘਟਾਉਣ ਲਈ ਨੇੜੇ ਆਉਂਦੇ ਘਾਟ ਦਾ ਜਿਕਰ ਕਰਦੇ ਸੁਣਦੇ। ਗੰਗਾ ਪਾਰ ਹਾਜ਼ੀਪੁਰ ਸ਼ਹਿਰ ਸੀ। ਬਹੁਤੇ ਲੋਕਾਂ ਨੇ ਉੱਧਰ ਹੀ ਜਾਣਾ ਸੀ। ਜਦੋਂ ਉਹ ਘਾਟ ਉੱਤੇ ਪਹੁੰਚੇ ਸ਼ਾਮ ਹੋ ਚੁੱਕੀ ਸੀ। ਫੱਗਣ ਦੇ ਮੋਕਲੇ ਦਿਨ ਸਨ। ਪਿਛਲਾ ਸਾਰਾ ਸਿਆਲ ਕਿਸ਼ਤੀਆਂ ਵਿਚ ਸਫ਼ਰ ਕਰਦੇ ਲੰਘ ਗਿਆ ਸੀ। ਦਰਿਆ ਦੇ ਵਿਚਕਾਰ ਚੁਫੇਰਿਉਂ ਠੰਢੀ ਹੋ ਕੇ ਆਉਂਦੀ ਹਵਾ ਮਰਦਾਨੇ ਨੂੰ ਕਾਂਬੇ ਛੇੜ ਦੇਂਦੀ ਸੀ। ਉਹ ਅਕਸਰ ਕਿਸ਼ਤੀ ਦੇ ਵਿਚਕਾਰ ਜਗ੍ਹਾ ਭਾਲਦਾ। ਅੱਜ ਘਾਟ ਤੇ ਬਹੁਤ ਇਕੱਠ ਸੀ। ਉੱਪਰ ਭਾਰੀ ਮੀਂਹ ਪੈਣ ਕਰਕੇ ਅੱਜ ਦੀ ਰਾਤ ਇਸ ਕਿਨਾਰੇ ਹੀ ਕੱਟਣੀ ਪੈਣੀ ਸੀ।

"ਕਿਤੋਂ ਦੂਰੋਂ ਆਏ ਹੋ ?" ਰਾਏ ਬੁਲਾਰ ਦੇ ਮੁੰਡੇ ਦੀ ਸ਼ਕਲ ਵਰਗਾ ਚੇਹਰਾ ਉਹਦੇ ਸਾਹਮਣੇ ਆ ਬੈਠਾ।

"ਹਾਂ... ਬਹੁਤ ਦੂਰੋਂ ਆਏ ਹਾਂ...।"

"ਕਿੰਨੇ ਕੁ ਤੀਰਥ ਕਰ ਲਏ; ਕਿੰਨ੍ਹੇ ਰਹਿ ਗਏ ?"

"ਜੋ ਕਰ ਲਏ ਉਨ੍ਹਾਂ ਦਾ ਪਤਾ ਏ... ਕਿੰਨ੍ਹੇ ਰਹਿ ਗਏ ਪਤਾ ਨਹੀਂ...।"

"ਜੋ ਤੀਰਥ ਕਰ ਲਏ, ਉਨ੍ਹਾਂ 'ਚੋਂ ਤੁਸੀਂ ਗੁਜਰੇ ਹੋ... ਜਾਂ ਉਹ ਗੁਜਰੇ ਨੇ...।"

ਮਰਦਾਨੇ ਨੇ ਇੱਕ ਵਾਰ ਫਿਰ ਉਹਦੇ ਵੱਲ ਵੇਖਿਆ; ਇਹ ਚੇਹਰੇ ਜੋ ਸਾਧਨਾ ਦੇ ਨੇੜੇ ਵਿਚਰਦੇ ਨੇ; ਅੱਖ ਦੇ ਝਮੱਕੇ ਵਿੱਚ ਕਿਵੇਂ ਸੂਰਤ ਬਦਲ ਲੈਂਦੇ ਨੇ। ਇਸ ਵਾਰੀ ਮੜੰਗਾ ਕੋਈ ਹੋਰ ਸੀ। ਉਹ ਮੁਸਕਰਾ ਰਿਹਾ ਸੀ ਤੇ ਨਾਲ ਨਾਲ ਅੱਖਾਂ ਵੀ ਨੀਵੀਆਂ ਕਰ ਰਿਹਾ ਸੀ। ਪੁੱਛੇ ਸੁਆਲਾਂ ਵਿੱਚ ਜਿੱਥੇ ਕਿਤੇ 'ਮੈਂ' ਨੇ ਕੁਝ ਜਿਆਦਾ ਸਾਹਸ ਕੀਤਾ ਸੀ; ਉਹ ਉਨ੍ਹਾਂ ਦੀ ਮੁਆਫ਼ੀ ਵੀ ਮੰਗ ਰਿਹਾ ਸੀ।

"ਤੂੰ ਕਿਥੋਂ ਆਇਆਂ ਏ ?"

"ਮੈਂ ਤਾਂ ਗਯਾ ਤੋਂ ਤੁਹਾਡਾ ਪਿੱਛਾ ਕਰ ਰਿਹਾਂ; ਮੇਰਾ ਨਾਂ 'ਬੰਧਨ' ਹੈ।"

"ਮੈਨੂੰ ਤੇ ਦਿਸਿਆ ਨਹੀਂ।"

"ਤੇਰੇ ਅੱਗੇ ਨਾਨਕ ਚੱਲ ਰਿਹਾ ਸੀ; ਤੂੰ ਕਿਉਂ ਪਿੱਛੇ ਮੁੜ ਕੇ ਵੇਖਦਾ।"

ਮਰਦਾਨਾ ਚੁੱਪਚਾਪ ਉਹਦੇ ਵੱਲ ਵੇਖਦਾ ਰਿਹਾ।

"ਵੇਖ ਮਹਾਂ ਚੇਲਿਆ... ਇਸ ਤਰ੍ਹਾਂ ਅੱਖਾਂ ਨਾ ਭਰ... ਮੇਰੇ ਵੱਲ ਵੇਖ ਸੁੰਨਾ ਹੀ ਤੁਰਿਆ ਚਲਿਆ ਆ ਰਿਹੈਂ।"

"ਤੁਸੀਂ ਸਭ ਜਗਿਆਸੂ ਮੈਨੂੰ ਰੋਂਦਾ ਤੁਰੰਤ ਵੇਖ ਲੈਂਦੇ ਹੋ... ਇਹ ਤਾਂ ਮੇਰੇ ਦੀਵੇ ਨੇ... ਜਦੋਂ ਗੁਰੂ ਤੇਲ ਪਾਉਂਦਾ... ਮੈਂ ਮੱਚ ਉੱਠਦਾ ਹਾਂ... ਤੂੰ ਆਪਣੀਆਂ ਸਾਦੀਆਂ ਗੱਲਾਂ ਜਾਰੀ ਰੱਖ...।" ਘਾਟ ਉੱਤੇ ਕੀਰਤਨ ਵੇਲੇ ਉਹਨੇ ਵੀ ਨਾਲ ਗਾਇਆ। ਬੜੀ ਸੁਰੀਲੀ ਆਵਾਜ਼ ਸੀ। ਫਿਰ ਉਹਨੇ ਬਾਬੇ ਦੇ ਕਹਿਣ ਉੱਤੇ 'ਸੁੰਦਰ ਬਣ' ਦੀ ਇਕ ਲੋਕ ਧੁਨ ਸੁਣਾਈ। ਘਾਟ ਦੇ ਗੰਧੀਲੇ ਪਾਣੀ ਕੋਲ ਲੋਕਾਂ ਨੇ ਕੀਰਤਨ ਤੋਂ ਬਾਅਦ ਆਪੋ ਆਪਣਾ ਅੰਨ ਸਭ ਨੂੰ ਵੰਡ ਕੇ ਖੁਆਇਆ। ਸਵੇਰੇ ਗੰਗਾ ਤੇ ਪਾਣੀ 'ਚੋਂ ਗੰਧਲ ਘੱਟ ਗਈ ਸੀ।

'ਸੁੰਦਰ ਬਣ' ਪਿੱਛੇ ਰਹਿ ਗਿਆ ਸੀ। ਹੁਣ ਹਾਜੀਪੁਰ ਵੀ ਥੋੜ੍ਹੀ ਦੇਰ ਬਾਅਦ ਪਿੱਛੇ ਰਹਿ ਜਾਣਾ ਸੀ। ਪਰ ਸਾਲਸ ਰਾਏ ਤੇ ਉਸਦੇ ਮੁਨੀਮ 'ਅਦਰਕਾ' ਦਾ ਮੇਲ ਜੋਲ ਬੜਾ ਲੁਭਾਉਣਾ ਸੀ। ਬਾਬੇ ਨੇ ਭਾਵੇਂ ਧੰਨ ਲੈਣ ਤੋਂ ਇਨਕਾਰ ਕਰ ਦਿੱਤਾ ਸੀ; ਪਰ ਉਨ੍ਹਾਂ ਦੇ ਸੁਆਦਲੇ ਭੋਜਨ ਖਾ ਲਏ ਸਨ। ਫਿਰ ਵੀ ਹਾਜੀਪੁਰ ਤੋਂ ਵਿਛੜਣ ਲੱਗੇ ਉਸ ਤਰ੍ਹਾਂ ਦੇ ਹੌਲ ਨਹੀਂ ਪਏ ਜਿਵੇਂ ਜਗਿਆਸੂਆਂ ਨੂੰ ਛੱਡਣ ਵੇਲੇ ਪੈਂਦੇ ਸਨ। ਸਾਲਸ ਰਾਏ ਤੇ ਅਦਰਕੇ ਨੇ ਵਿਛੜਣ ਵੇਲੇ ਹੰਝੂਆਂ ਦੇ ਬਹੁਤ ਸਾਦੇ ਵਿਛੋੜਿਆਂ ਨਾਲ ਵਿਦਾ ਕੀਤਾ। ਉਨ੍ਹਾਂ ਤੋਂ ਗਿਆਨ ਮੰਡਲਾਂ ਵਾਲੇ ਵਿਛੋੜੇ ਨਹੀਂ ਸਨ ਉਤਰੇ। ਇਸ ਵਾਰੀ ਕੁਝ ਮਰਦਾਨੇ ਨੇ ਪਹਿਲਾਂ ਥੋੜ੍ਹੀ ਤਿਆਗੀ ਵੀ ਕਰ ਲਈ ਸੀ।

ਹਾਜੀਪੁਰ ਤੋਂ ਥੋੜ੍ਹੀ ਦੂਰ ਉਹ ਗਜਗ੍ਰਹਿ ਦੇ ਇਕ ਪੁਰਾਤਨ ਮੰਦਰ ਕੋਲ ਰੁਕੇ। ਸੋਨਪੁਰ ਦਾ ਕੱਤਕ ਦੀ ਪੂਰਨਮਾਸ਼ੀ ਵਾਲਾ ਮੇਲਾ ਲੱਗ ਚੁੱਕਾ ਸੀ। ਵਿਸ਼ਨੂੰ ਦੇ ਪੁਜਾਰੀ ਲੋਕ ਹਾਲੇ ਵੀ ਮੰਦਰ ਵਿਚ ਆ ਜਾ ਰਹੇ ਸਨ। ਮੰਦਰ ਦੇ ਪੁਜਾਰੀ ਨੇ ਵੇਖਦੀ ਸਾਰ ਪ੍ਰਸ਼ਨ ਸ਼ੁਰੂ ਕਰ ਦਿੱਤੇ। ਜਦੋਂ ਉਹ ਪ੍ਰਸ਼ਨਾਂ ਤੋਂ ਹਟਿਆ ਤਾਂ ਉੱਤਰ ਵਜੋਂ ਬਾਬੇ ਨੇ ਇਹ ਸ਼ਬਦ ਗਾਇਆ।

ਸਬਦੁ ਗੁਰ ਪੀਰਾ ਗਹਿਰ ਗੰਭੀਰਾ ਬਿਨੁ ਸਬਦੈ ਜਗੁ ਬਉਰਾਨੰ ॥
ਪੂਰਾ ਬੈਰਾਗੀ ਸਹਜਿ ਸੁਭਾਗੀ ਸਚੁ ਨਾਨਕ ਮਨੁ ਮਾਨੰ ॥

ਇੱਕ ਸਵੇਰ ਵੈਸ਼ਨਵ ਸਵੇਰੇ ਸਵੇਰੇ ਦੂਰ ਤੱਕ ਉਨ੍ਹਾਂ ਨਾਲ ਤੁਰਦਾ ਗਿਆ। ਇੱਕ ਉੱਚੀ ਜਗ੍ਹਾ ਖੜ੍ਹ ਕੇ ਦੋਵਾਂ ਨੂੰ ਵੇਖਦਾ ਦਿਸਣੋਂ ਹੱਟ ਗਿਆ। ਗੰਗਾ ਦੇ ਨਾਲ ਨਾਲ ਮੁੰਗੇਰ ਤੇ ਭਾਗਲਪੁਰ ਸ਼ਹਿਰਾਂ ਤੋਂ ਹੁੰਦੇ ਹੋਏ ਉਹ ਪੂਰਨੀਆਂ ਤੇ ਕਤਿਆਰ ਦੇ ਕੰਤ ਨਗਰ ਤੇ ਗੰਗਾ ਦੇ ਅਗਲੇ ਕੰਢੇ ਪ੍ਰਸਿੱਧ ਨਗਰ ਕਾਰਗੋਲਾ ਪਹੁੰਚ ਗਏ।

ਕੰਤ ਨਗਰ ਦੇ ਪੂਰਬ ਵਾਲੇ ਪਾਸੇ ਜਿਥੇ ਗੰਗਾ ਦੱਖਣ ਵੱਲ ਮੁੜਦੀ ਸੀ; ਉਹਦੇ ਉੱਤਰ ਵਲੋਂ ਆ ਕੇ ਮਹਾਂਨੰਦਾ ਦਰਿਆ ਗੰਗਾ ਵਿਚ ਮਿਲਦਾ ਸੀ। ਇਸ ਇਲਾਕੇ ਵਿਚ ਗੰਗਾ ਦਾ ਨਾਂ 'ਕਲਿੰਦਰੀ' ਸੀ। ਕਲਿੰਦਰੀ ਤੇ ਮਹਾਂਨੰਦਾ ਦਰਿਆਵਾਂ ਦੇ ਸੰਗਮ ਤੇ ਇਕ ਨਗਰ ਮਾਲਦਾ ਆਇਆ। ਇਹ ਨਗਰ ਮਹਾਨੰਦਾ ਤੇ ਕਲਿੰਦਰੀ ਦਰਿਆਵਾਂ ਵਿਚ ਚੱਲਣ ਵਾਲੀਆਂ ਬੇੜੀਆਂ ਦਾ ਵੱਡਾ ਅੱਡਾ ਸੀ। ਉਹ ਦੋਵੇਂ ਇੱਥੇ ਉੱਤਰ ਗਏ। ਕਈ ਦਿਨਾਂ ਬਾਅਦ ਜਦੋਂ ਮਰਦਾਨੇ ਦਾ ਧਰਤੀ ਨੂੰ ਪੈਰ ਲੱਗਿਆ ਤਾਂ ਉਹਨੂੰ ਦਰਿਆਵਾਂ ਦੇ ਸੰਗਮਾਂ ਦਾ ਅਹਿਸਾਸ ਹੋਇਆ। ਉਹਨੇ ਦਰਿਆ ਦਾ ਦਰਿਆ ਵਿਚ ਸਮਾਉਣ ਦਾ ਜਸ਼ਨ ਵੀ ਵੇਖਿਆ ਸੀ। ਫਿਰ ਤੁਰਦਿਆਂ ਬਾਸੂ ਝੌਂਪੜੀਆਂ ਵਿੱਚੋਂ ਧੂੰਆਂ ਨਿਕਲਦਾ ਵੇਖਿਆ। ਬਾਬਾ ਉਸ ਪਾਸੇ ਵੱਲ ਹੀ ਜਾ ਰਿਹਾ ਸੀ।

ਇਸ ਵਾਰੀ ਦੇ ਪੜਾਅ ਸਮੇਂ ਸ਼ਾਹੂਕਾਰ ਰਾਮ ਦੇਵ ਨੇ ਬੜੀ ਟਹਿਲ ਕੀਤੀ। ਉਹ ਦਿਨ ਵਿਚ ਕਈ ਕਈ ਵਾਰ ਬਾਬੇ ਦੇ ਪੈਰੀਂ ਹੱਥ ਲਾਉਂਦਾ। ਇਹ ਦੁਨਿਆਵੀ ਲੋਕਾਂ ਦੇ ਝੁਕਣ ਦੀ ਇੱਕ ਬੜੀ ਮੌਜ ਹੈ; ਫਿਰ ਉਹ ਸੇਵਾ ਬੜੀ ਕਰਦੇ ਨੇ। ਇਨ੍ਹਾਂ ਦਿਨਾਂ ਵਿੱਚ ਹੋਈ ਸੇਵਾ ਨੇ ਮਰਦਾਨੇ ਨੂੰ ਤਲਵੰਡੀ ਵਾਂਗ ਨਵਾਂ ਨਰੋਆ ਕਰ ਦਿੱਤਾ ਸੀ। ਕੱਚੇ ਪੱਕੇ ਭੋਜਨਾਂ ਨਾਲ ਜੀਭ ਦਾ ਬਦਲਿਆ ਸੁਭਾ ਪਕਵਾਨਾਂ ਦੀਆਂ ਖੁਸ਼ਬੂਆਂ ਨਾਲ ਫਿਰ

ਘੁਲ ਮਿਲ ਗਿਆ ਸੀ। ਫਿਰ ਇਕ ਦਿਨ ਉਹ ਅੱਗੇ ਪੂਰਬ ਦੱਖਣ ਵੱਲ ਚੱਲ ਪਏ। ਗੰਗਾ ਦੇ ਨਾਲ ਨਾਲ ਮਕਸੂਦਾਵਾਦ ਤੋਂ ਦੋ ਪਗਡੰਡੀਆਂ ਦਾ ਰਾਹ ਪੂਰਬ ਵੱਲ ਮੁੜ ਕੇ ਸੁਨਾਰ ਪਿੰਡ ਪਹੁੰਚਿਆ। ਇਹ ਪਗਡੰਡੀਆਂ ਅਜਿਹੀਆਂ ਸਨ ਜਿਨ੍ਹਾਂ ਨੂੰ ਕਦੇ ਵੀ ਰੱਥਾਂ ਲਈ ਵਰਤਿਆ ਜਾ ਸਕਦਾ ਸੀ। ਸੁਨਾਰ ਪਿੰਡ ਢਾਕੇ ਤੋਂ ਪੰਦਰਾਂ ਮੀਲ ਉੱਤਰ ਵੱਲ ਸੀ। ਇੱਥੇ ਇੱਕ ਤੀਰਥ ਯਾਤਰਾ ਦਾ ਬੜਾ ਪ੍ਰਾਚੀਨ ਅਸਥਾਨ ਢਕੇਸ਼ਵਰੀ ਦੇਵੀ ਦਾ ਮੰਦਿਰ ਸੀ। ਪਰ ਉਹ ਸੁਨਾਰ ਪਿੰਡ ਪਹੁੰਚਣ ਦੀ ਥਾਂ ਦੱਖਣ ਵੱਲ ਹੋ ਕੇ ਢਾਕਾ ਪੁੱਜੇ। ਇਸ ਢਕੇਸ਼ਵਰੀ ਦੇਵੀ ਦੇ ਨਾਂ ਤੇ ਹੀ ਇਹਦਾ ਨਾਂ ਢਾਕਾ ਪਿਆ ਸੀ। ਢਾਕਾ ਬੋਹੀ ਗੰਗਾ ਦੇ ਕੰਢੇ ਤੇ ਸੀ ਤੇ ਬੋਹੀ ਗੰਗਾ ਪੁਰਾਣੇ ਸਮੇਂ ਪਦਮਾ ਨਦੀ ਦੀ ਵਿਸ਼ੇਸ਼ ਸਹਾਇਕ ਨਦੀ ਸੀ...। ਉਨ੍ਹਾਂ ਢਾਕੇ ਦੇ ਉੱਤਰੀ ਪਾਸੇ ਘੁਮਿਆਰਾਂ ਦੇ ਘਰਾਂ ਅੱਗੇ ਆਪਣਾ ਪੜ੍ਹਾ ਕੀਤਾ। ਕੋਲ ਹੀ ਖੂਹ ਤੋਂ ਮਰਦਾਨੇ ਨੇ ਪਾਣੀ ਪੀਤਾ ਤੇ ਦੇਰ ਤੱਕ ਘੁਮਿਆਰਾਂ ਹੱਥੋਂ ਬਣਦੇ ਆਕਾਰ ਵੇਖਦਾ ਰਿਹਾ। ਬਾਬਾ ਇੱਕ ਪਹਿਰ ਪਦਮ ਆਸਨ ਵਿਚ ਸ਼ਾਂਤ ਰਿਹਾ। ਫਿਰ ਉਹਨੂੰ ਕਲਿੰਦਰੀ ਦਰਿਆ ਵਿੱਚ ਚੱਲਣ ਵਾਲੀ ਬੇੜੀ ਦੇ ਤੱਟ ਤੇ ਹੋਈ ਮੁਲਾਕਾਤ ਯਾਦ ਆਈ। ਲੋਕ ਹੈਰਾਨੀ ਨਾਲ ਵੇਖਣ ਲੱਗ ਪਏ ਸਨ; ਜਦੋਂ ਕਿੰਨੀਆਂ ਹੀ ਕੁੜੀਆਂ ਬਾਬੇ ਦੇ ਪੈਰਾਂ ਵੱਲ ਭੱਜੀਆਂ। ਕੁਝ ਫਕੀਰਾਂ ਨੇ ਇਤਰਾਜ਼ ਵੀ ਕੀਤਾ। ਨੇਹਰਾਂ ਦੱਸ ਰਹੀ ਸੀ : "ਅਸੀਂ ਤੇਰੇ ਪਿੰਡ ਗਈਆਂ ਸਾਂ... ਲਾਗਦੇ ਪਿੰਡ ਨਾਚ ਸੀ... ਕਿਸੇ ਨੇ ਦੱਸਿਆ 'ਆਹ ਨਾਲ ਹੀ ਤਾਂ ਨਾਨਕ ਸ਼ਾਹ ਦਾ ਪਿੰਡ ਹੈ। ਫਿਰ ਤੇਰਾ ਪਿੰਡ ਵੀ ਵੇਖ ਲਿਆ'।"

"ਮੇਰੇ ਘਰ ਵੀ ਗਈਆਂ ਸੀ...?"

"ਪਿੰਡ ਵਿਚ ਮਰਾਸੀਆਂ ਤੋਂ ਬਿਨਾਂ ਹੋਰ ਸਾਨੂੰ ਕੌਣ ਦੇਹਲੀ ਵਾੜਦਾ ?"

"ਅੰਮੀ ਨੇ ਕੁਝ ਕਿਹਾ ?"

"ਮਾਂ ਤਾਂ ਭਾਵੇਂ ਮਰਾਸੀ ਦੀ ਹੋਵੇ ਭਾਵੇਂ ਨਾਨਕ ਦੀ ਉਹਨੇ ਓਹੀ ਕੁਝ ਕਹਿਣਾ ਜੋ ਮਾਂਵਾਂ ਕਹਿੰਦੀਆਂ ਨੇ।" ਇੱਕ ਲੰਬਾ ਸਾਹ ਭਰ ਉਹ ਫਿਰ ਬੋਲੀ :

"ਉਂਝ ਉਹਨੂੰ ਅਸੀਂ ਦੱਸ ਦਿੱਤਾ ਸੀ ਕਿ ਤੇਰਾ ਪੁੱਤ ਖ਼ਤਰਿਆਂ ਤੋਂ ਬਾਹਰ ਏ।"

"ਇਸ ਤਰ੍ਹਾਂ ਨਾ ਕਹੋ... ਇਕੱਲਾ ਹੋ ਕੇ ਮੈਨੂੰ ਕਸ਼ਟ ਹੁੰਦਾ ਏ...।"

"ਮਰਦਾਨਿਆ ਸਾਨੂੰ ਪਤੈ... ਬਾਬਾ ਤੈਨੂੰ ਕਾਮਰੂਪ ਜਰੂਰ ਲੈ ਕੇ ਜਾਵੇਗਾ... ਤੰਤਰ ਵਿਦਿਆ ਦੇ ਸਾਏ ਵਿਚ ਨਾ ਆਵੀਂ।"

"ਤੁਸੀਂ ਉਧਰ ਕਿਉਂ ਜਾ ਰਹੀਆਂ ਹੋ ?"

"ਹਾਂ... ਜਿਵੇਂ ਤੁਸੀਂ ਇਕ ਵਾਰ ਹੱਜ ਕਰਦੇ ਹੋ... ਅਸੀਂ ਵੀ ਇੱਥੇ ਦੇਹ ਉੱਪਰ ਚੜ੍ਹੇ ਕਾਮ ਨੂੰ ਉਤਾਰਨ ਆਉਂਦੀਆਂ ਹਾਂ... ਇਹਦੇ ਨਾਲ ਗਾਹਕਾਂ ਨੂੰ ਦੇਹ ਤਾਜ਼ਾ ਦਮ ਮਿਲਦੀ ਏ... ਤੇ ਗਾਹਕਾਂ ਦੀ ਗਿਣਤੀ ਵੱਧਦੀ ਏ।" ਉਹਨੇ ਮਰਦਾਨਾ ਥੋੜ੍ਹਾ ਉਦਾਸ ਵੇਖਿਆ।

"ਤੂੰ ਸਾਡਾ ਸੋਗ ਕਿਉਂ ਮਨਾਉਣ ਲੱਗ ਪੈਂਦਾ ਏਂ ? ਅਸੀਂ ਤਾਂ ਚਿਲਮਾਂ ਹਾਂ

ਜਦੋਂ ਤੱਕ ਭਰੀਆਂ, ਉਦੋਂ ਤੱਕ ਧੂੰਆਂ ਨਿਕਲਦਾ ਹੀ ਰਹਿਣਾਂ... ਜਦ ਬਿਖਰ ਗਈਆਂ ਤਾਂ ਠੀਕਰੇ ਬਣ ਜਾਣਾ...।" ਕਾਫ਼ੀ ਦੇਰ ਬਾਅਦ ਸੋਗ ਵੈਰਾਗ ਵੱਲ ਮੁੜਿਆ ਸੀ। ਫਿਰ ਕੀਰਤਨ ਦਾ ਸਮਾਂ ਹੋ ਗਿਆ ਸੀ।

ਇਕਾਦਸ਼ੀ ਦਾ ਦਿਨ ਸੀ ਜਦੋਂ ਉਹ ਢਾਕੇ ਤੋਂ ਕਾਮਰੂਪ ਵੱਲ ਚੱਲੇ। ਢਾਕੇ ਤੋਂ ਕਾਮਰੂਪ ਜਾਣ ਲਈ ਵਿਸ਼ੇਸ਼ ਸਾਧਨ ਬ੍ਰਹਮਪੁੱਤਰ ਦਰਿਆ ਹੀ ਸੀ। ਗੋਪਾਲਪਾਰਾ, ਕਾਮਰੂਪ-ਰੰਗਪੁਰ ਤੇ ਕੁੱਛ ਬਿਹਾਰ ਕਾਮਰੂਪ ਦਾ ਹੀ ਹਿੱਸਾ ਸਨ। ਉਹ ਇਕ ਵਾਰ ਫਿਰ ਬ੍ਰਹਮਪੁੱਤਰ ਵਿਚ ਬੇੜੀ ਰਾਹੀਂ ਧੁਬਰੀ ਸਥਾਨ ਤੇ ਪਹੁੰਚੇ। ਧੁਬਰੀ ਤੋਂ ਉਹ ਬ੍ਰਹਮਪੁੱਤਰ ਰਾਹੀਂ ਪ੍ਰਯਾਗ ਜਯੋਤਿਸਪੁਰ (ਗੁਹਾਟੀ) ਪਹੁੰਚ ਗਏ। ਮਰਦਾਨੇ ਨੂੰ ਤੰਤਰ ਵਿਦਿਆ ਵਾਲਾ ਚੇਹਰਾ ਆਮ ਨਾਲੋਂ ਅਲੱਗ ਦਿਸਦਾ। ਉਨ੍ਹਾਂ ਦੀਆਂ ਲਾਲ ਅੱਖਾਂ ਵਿਚ ਤਣੀਆਂ ਹੋਈਆਂ ਸੋਜਸ਼ਾਂ ਕੁਝ ਡਰਾਉਣੇ ਜਹੇ ਤਾਣੇ ਬੁਣਦੀਆਂ। ਅੱਖਾਂ ਮਰਦਾਨੇ ਨੇ ਵੀ ਅਨੇਕਾਂ ਪਰਖੀਆਂ ਸਨ। ਪਰ ਇਹ ਔਖੇ ਰਾਹ ਉੱਤੇ ਖਰੀਆਂ ਉਤਰਨ ਵਾਲੀਆਂ ਨਜ਼ਰਾਂ ਨਹੀਂ ਸਨ।

"ਬਾਬਾ ਇਨ੍ਹਾਂ ਨਜ਼ਰਾਂ ਵਿੱਚ ਭੈਅ ਵੀ ਦਿਸਦਾ ਏ... ਤੇ ਇਨ੍ਹਾਂ ਨੂੰ ਵੇਖ ਕੇ ਭੈਅ ਆਉਂਦਾ ਵੀ ਹੈ।"

"ਮਰਦਾਨਿਆਂ ਆਪਣੇ ਜਲਾਲ ਵਿੱਚ ਰਹਿ... ਇਹ ਸਭ ਭੈਅ ਦੇ ਆਲੇ ਦੁਆਲੇ ਦਾ ਮਨ ਹੈ।"

"ਬਾਬਾ ਮੈਂ ਵੀ ਤਾਂ ਭੈਅ ਵਿੱਚ ਹੀ ਜਾਪਦਾਂ...।"

"ਆਪਣਾ ਭੈਅ ਆਪ ਹੀ ਬਾਹਰ ਸੁੱਟਣਾ ਪੈਣਾ; ਇੱਥੇ ਕੋਈ ਨਹੀਂ ਆਉਂਦਾ। ਤੂੰ ਵੇਖਣ ਵਿਚ ਜਾਗ; ਭੈਅ ਤਾਂ ਬਹੁਤ ਉਨੀਂਦਰਾ ਏ; ਪਲਾਂ ਵਿਚ ਹੀ ਸੌਂ ਜਾਵੇਗਾ।" ਹੁਣ ਹੋਰ ਵੀ ਭਿਆਨਕ ਚੇਹਰੇ ਦਿਸਣ ਲੱਗ ਪਏ ਸਨ। ਇਹ 'ਕੋਚੀ' ਕਬੀਲੇ ਦੇ ਲੋਕ ਸਨ, ਜੋ ਕਾਮਖਿਆ ਦੇਵੀ ਦੀ ਪੂਜਾ ਕਰਦੇ ਸਨ। ਉਹ ਦੇਵੀ ਲਈ ਮਨੁੱਖੀ ਬਲੀ ਭੇਟ ਵੀ ਕਰਦੇ ਸਨ। ਮਰਦਾਨੇ ਨੂੰ ਬੜੀ ਭੁੱਖ ਲੱਗੀ ਸੀ। ਇਕੱਲੇ ਜਾਣ ਨੂੰ ਜੀਅ ਨਹੀਂ ਸੀ ਕਰਦਾ। ਇਸਤਰੀਆਂ ਦੇ ਲੁਭਾਉਣੇ ਚੇਹਰੇ ਸ਼ੱਕੀ ਨਜ਼ਰ ਆਉਂਦੇ ਸਨ। ਉਨ੍ਹਾਂ ਦੇ ਕੱਪੜਿਆਂ ਨੂੰ ਲਟਕਦੀਆਂ ਰੰਗ ਬਰੰਗੀਆਂ ਡੋਰਾਂ ਜਿਵੇਂ ਟੂਣਾ ਕਰਕੇ ਛੱਡੀਆਂ ਹੋਣ।

ਸ਼ਾਮਾਂ ਪੈ ਗਈਆਂ ਸਨ। 'ਤ੍ਰੁਹਟ ਮੁਦਰਾ' ਦਾ ਅਸਰ ਘੱਟ ਗਿਆ ਸੀ। ਕਾਸੇ ਵਿਚ ਹਾਲੇ ਦੁਪਹਿਰ ਦਾ ਖਾਣਾ ਪਿਆ ਸੀ। ਸਾਹਮਣੇ ਬੈਠਾ ਬਾਬਾ ਦਿਸਣ ਲੱਗਾ। ਫਿਰ ਉਹ ਚੇਹਰੇ ਵੀ ਪਛਾਣ ਵਿੱਚ ਆਉਣ ਲੱਗੇ ਜਿਨ੍ਹਾਂ ਨੇ ਕੁਝ ਦੇਰ ਪਹਿਲਾਂ ਸੋਚਣ ਦਾ ਕੁਝ ਹਿੱਸਾ ਉਹਤੋਂ ਲੈ ਲਿਆ ਸੀ। ਮੰਗਿਆ ਤਾਂ ਉਹਨੇ ਖਾਣਾ ਹੀ ਸੀ। ਕਾਸਾ ਵੀ ਅੱਗੇ ਕੀਤਾ ਸੀ। ਫਿਰ ਨੋਕੀਲੀਆਂ ਅੱਖਾਂ ਦੇ ਇਸ਼ਾਰੇ ਨੇ ਪਤਾ ਨਹੀਂ ਅੰਦਰੋਂ ਕੀ ਖਿੱਚਿਆ ਸੀ; ਕੁਝ ਪਲ ਚੁਫੇਰੇ ਕੰਧਾਂ ਹੀ ਕੰਧਾਂ ਨਜ਼ਰ ਆਈਆਂ। ਦਰਵਾਜਾ ਕਿਤੇ ਲੱਭ ਨਹੀਂ ਸੀ ਰਿਹਾ। ਧਾਗੇ ਤਬੀਤਾਂ ਦੀ ਛੋਹ ਤਾਂ ਮਹਿਸੂਸ ਹੁੰਦੀ

ਰਹੀ; ਪਰ ਦਿਸ ਨਹੀਂ ਸੀ ਰਿਹਾ। ਥੋੜ੍ਹੀ ਦੇਰ ਲਈ ਸਮੇਂ ਦਾ ਅਹਿਸਾਸ ਖ਼ਤਮ ਹੁੰਦਾ ਜਾਪਿਆ...। ਕਈ ਵਾਰ 'ਜਲਾਲ ਵਿਚ ਰਵੀਂ ਮਰਦਾਨਿਆ' ਦੀ ਹਲਕੀ ਜਹੀ ਧੁਨ ਸੁਣੀ ਸੀ ਪਰ ਪੂਰੀ ਨਾ ਕਰ ਸਕਿਆ। "ਰਬਾਬ ਚੁੱਕ ਮਰਦਾਨਿਆ... ਧੁਨਾਂ ਦੇ ਸਾਹਸ ਵਿੱਚ ਅੱਖਾਂ ਖੋਹਲ... ਵੇਖ ਤੇਰੇ ਸਾਹਮਣੇ ਕੌਣ ਬੈਠੇ ਨੇ ?" ਪਤਾ ਨਹੀਂ ਸਰੀਰ ਨੂੰ ਕਿਵੇਂ ਪਤਾ ਲੱਗ ਗਿਆ ਕਿ ਰਬਾਬ ਖੱਬੇ ਪਾਸੇ ਪਈ ਹੈ। ਸਾਹਮਣੇ ਬਾਬਾ ਬੈਠਾ ਸੀ। ਤੁੰਮਨ ਸ਼ਾਹ, ਸੈਨਾਨੰਦ, ਗੋਰਨ ਤੇ ਉਹ ਨੋਕੀਲੀਆਂ ਅੱਖਾਂ ਵਾਲੀਆਂ ਇਸਤਰੀਆਂ ਸਾਹਮਣੇ ਬੈਠੀਆਂ ਸਨ। ਉਹ ਉੱਠ ਕੇ ਬਾਬੇ ਨਾਲ ਇਵੇਂ ਚੱਲ ਪਿਆ ਜਿਵੇਂ ਨੀਂਦ ਪੂਰੀ ਕਰਕੇ ਕੋਈ ਸਵੇਰੇ ਉੱਠਿਆ ਹੋਵੇ।

ਅੱਗੇ ਬਾਰਨਾ ਨਦੀ ਦਿਸਣ ਲੱਗੀ। ਕਾਮਰੂਪ ਦੀ ਹੱਦ ਖ਼ਤਮ ਹੋ ਰਹੀ ਸੀ। ਅੱਗੇ ਆਸਾ ਦੇਸ (ਆਸਾਮ) ਸ਼ੁਰੂ ਹੋ ਰਿਹਾ ਸੀ। ਪਰ ਹਾਲੇ ਕਾਮਰੂਪ ਵਿੱਚ ਵਾਪਰੀਆਂ ਘਟਨਾਵਾਂ ਪਿੱਛਾ ਨਹੀਂ ਸੀ ਛੱਡ ਰਹੀਆਂ...। ਹੁਣ ਤੱਕ ਆਮ ਲੋਕਾਂ ਤੇ ਜਗਿਆਸੂਆਂ ਕੋਲੋਂ ਵਿਛੋੜਾ ਹੋਇਆ ਸੀ; ਪਰ ਇਸ ਵਾਰੀ ਇੱਕ ਬੇਹੋਸ਼ੀ ਹੋਈ ਸੀ ਤੇ ਫਿਰ ਜਾਗ ਆਈ ਸੀ। ਉਹ ਨੋਕੀਲੀਆਂ ਕਾਮੁਕ ਅੱਖਾਂ ਦੀ ਨਜ਼ਰ ਵਿੱਚ ਸੀ; ਉਨ੍ਹਾਂ ਵਾਂਗ ਹੀ ਸੋਚਣ ਲੱਗ ਪਿਆ ਸੀ। ਸ਼ੁਰੂ ਵਿਚ ਘੁਮੇਰ ਜਹੀ ਆਉਣੀ ਸ਼ੁਰੂ ਹੋਈ ਸੀ; ਉਨੀਂਦਰੇ ਜਹੇ ਪਲ ਜਾਗਣ ਦੀ ਚੇਸ਼ਟਾ ਵਿਚ ਛਟਪਟਾ ਰਹੇ ਸਨ। ਖਿਆਲਾਂ ਵਿਚ ਹੀ ਬੇੜੀ ਨੇ ਬਾਰਨਾ ਨਦੀ ਪਾਰ ਕਰ ਦਿੱਤੀ। ਕੋਲੋਂ ਕਿਸੇ ਡੇਰੇ ਦਾ ਸਾਧ ਲੰਘਿਆ। ਉਹਦੀਆਂ ਵੱਖੀ ਨਾਲ ਲਟਕਦੀਆਂ ਚਾਬੀਆਂ ਦਾ ਗੁੱਛਾ; ਪਿਛੇ ਚੱਲਦੇ ਕੁੱਤੇ ਦਾ ਧਿਆਨ ਖਿੱਚਦਾ। ਇਸ ਤਰ੍ਹਾਂ ਦੇ ਖੜਾਕ ਪਿੱਛੋਂ ਹੀ ਡੇਰੇ ਦਾ ਭੋਜਨ ਵਾਲਾ ਦਰਵਾਜਾ ਵੀ ਖੁੱਲ੍ਹਦਾ ਸੀ।

"ਇਹ ਤਾਂ ਅਹੋਮ ਲੋਕ ਨੇ... ਇਹ ਨਹੀਂ ਨਵੇਂ ਖਿਆਲਾਂ ਨੂੰ ਕਬੂਲਦੇ। ਕਿਧਰ ਜਾ ਰਹੇ ਹੋ ?" ਥੋੜ੍ਹਾ ਅੱਗੇ ਜਾ ਕੇ ਉਹ ਸਾਧ ਬੋਲਿਆ...।

"ਇਨ੍ਹਾਂ ਨੇ ਤਾਂ ਸ਼ੰਕਰ ਦੇਵ ਮਹਾਰਾਜ ਨੂੰ ਦੇਸ ਨਿਕਾਲਾ ਦੇ ਦਿੱਤਾ ਏ... ਸਾਕਤਾਂ ਨੇ ਕਿਸੇ ਦੀ ਨਹੀਂ ਸੁਣੀ... ਇਹ ਚੂਹਮੁੰਗ ਰਾਜੇ ਦਾ ਰਾਜ ਹੈ... ਜਿੰਨੀ ਛੇਤੀ ਹੋ ਸਕੇ ਨਿਕਲ ਜਾਓ।" ਉਹ ਬੋਲਦਾ ਹੋਇਆ ਅੱਗੇ ਲੰਘ ਗਿਆ। ਮਰਦਾਨੇ ਨੇ ਫਿਕਰਬੰਦ ਹੋ ਕੇ ਬਾਬੇ ਵੱਲ ਵੇਖਿਆ।

"ਅਸੀਂ ਤਾਂ ਨਿਕਲੇ ਹੋਏ ਹੀ ਹਾਂ... ਸਾਨੂੰ ਕੋਈ ਕਿਵੇਂ ਕੱਢੇਗਾ... ?" ਜਦ ਕਦੇ ਬਾਬੇ ਦੇ ਮੂੰਹੋਂ 'ਸਾਨੂੰ' ਸੁਣਦਾ ਏ ਤਾਂ ਸਰੀਰ ਦਾ ਕੌਲ ਕੌਲ ਹਰਾ ਹੋ ਜਾਂਦਾ ਹੈ। ਥੋੜ੍ਹੀ ਦੇਰ ਚੱਲਦਿਆਂ ਰਬਾਬ ਵਜਾਈ। ਇਹ 'ਅਹੋਮ' ਕਬੀਲਿਆਂ ਦੀ ਧਰਤੀ ਸੀ। ਇਨ੍ਹਾਂ ਦੇ ਬਾਰਾਂ ਰਾਜੇ ਜਿਨ੍ਹਾਂ ਨੂੰ ਬਾਰਾਂ 'ਭੂਈਆਂ' ਕਹਿੰਦੇ ਸਨ।

ਅੱਜ ਦਾ ਦਿਨ ਵੀ ਅਨੋਖਾ ਸੀ...। ਜਦੋਂ ਉਹ ਬ੍ਰਹਮਪੁੱਤਰ ਦਰਿਆ ਤੋਂ ਪੱਤਣ ਤੇ ਰੁਕੇ ਤਾਂ ਪੂਰਬ ਵੱਲ ਪੈਦਲ ਚੱਲ ਪਏ। ਉਨ੍ਹਾਂ ਦੇ ਨਾਲ ਇੱਕ ਵੈਦ ਵੀ ਉਤਰਿਆ ਜੋ ਲੋਕਾਂ ਨੂੰ ਸੂਦ ਉੱਤੇ ਦਵਾਈ ਦੇਂਦਾ ਸੀ...। ਉਹ ਆਪਣੇ ਪੁੰਨ ਤੇ ਦਯਾ ਦੀ ਕਹਾਣੀ ਸੁਣਾਉਂਦਾ ਸੁਣਾਉਂਦਾ ਇਕ ਪਿੰਡ ਵਿਚ ਜਾ ਵੜਿਆ ਤੇ ਫੇਰੀ ਵਾਲਿਆਂ ਵਾਂਗ ਹੇਕਾਂ ਲਾ ਨੁਸਖੇ ਵੇਚਣ ਲੱਗਾ।

"ਬਾਬਾ ਦਵਾਈ ਵੀ ਤੇ ਸੂਦ ਵੀ...?"

"ਮਰਦਾਨਿਆ... ਵਾਸ਼ਨਾ ਅਗਿਆਨ ਨੂੰ ਪਛਾਣਦੀ ਤਾਂ ਹੈ ਪਰ ਆਪਣੇ ਤੋਂ ਅਲੱਗ ਨਹੀਂ ਕਰ ਸਕਦੀ...। ਕਈ ਕਈ ਜਨਮ ਇਸ ਤਰ੍ਹਾਂ ਹੀ ਲੰਘ ਸਕਦੇ ਨੇ...।" ਸ਼ਾਮ ਦੇ ਪੜਾਅ ਵੇਲੇ ਅੱਜ ਕਾਮਰੂਪ ਸਾਧ ਵੈਦ ਸਭ ਭੁੱਲ ਗਏ ਸਨ। ਇਨ੍ਹਾਂ ਤੋਂ ਬਿਨਾਂ ਕੁਝ ਹੋਰ ਵਾਪਰ ਗਿਆ ਸੀ। ਦੁਪਹਿਰ ਵੇਲੇ ਜਿਸ ਪਿੰਡ ਦੇ ਲੋਕਾਂ ਨੇ ਬਹੁਤ ਸੇਵਾ ਕੀਤੀ ਉਨ੍ਹਾਂ ਨੂੰ ਕਿਹਾ : "ਉਜੜ ਜਾਵੋ...।" ਸ਼ਾਮ ਵੇਲੇ ਜਿਸ ਪਿੰਡ ਦੇ ਲੋਕਾਂ ਨੇ ਪਾਣੀ ਤੱਕ ਨਹੀਂ ਪਿਲਾਇਆ ਉਨ੍ਹਾਂ ਨੂੰ ਕਿਹਾ : "ਵੱਸਦੇ ਰਵੋ" ਜਦੋਂ ਮਰਦਾਨੇ ਨੇ ਪੁੱਛਿਆ ਤਾਂ ਬਾਬੇ ਨੇ ਮੁਸਕਰਾ ਕੇ ਕਿਹਾ : "ਦੋਵੇਂ ਹੀ ਵਰ ਨੇ...।"

"ਬਾਬਾ ਤੂੰ ਸੋਝੀਆਂ ਦੀ ਮਾਂ ਏ...।" ਇਹ ਸੁਣਕੇ ਵੀ ਬਾਬਾ ਮੁਸਕਰਾ ਪਿਆ।

ਨੌਮੀ ਦਾ ਚੰਦ ਵੀ ਡੁੱਬ ਗਿਆ ਸੀ। ਅੱਜ ਦਾ ਦਿਨ ਬੜਾ ਹੁੰਬਸ ਵਾਲਾ ਰਿਹਾ। ਨਿੰਮੀ ਨਿੰਮੀ ਬਾਰਿਸ਼ ਪੈ ਰਹੀ ਸੀ। ਅੱਜ ਕਲ ਇਹ ਬੜਾ ਘੱਟ ਸਮਝ ਆਉਂਦਾ ਕਿ ਸਾਹਮਣੇ ਵਾਲਾ ਕੀ ਕਹਿ ਰਿਹੈ। ਦੋ ਹੀ ਗੱਲਾਂ ਦੇ ਭਾਵ ਜਿਆਦਾ ਸਮਝ ਆਉਂਦੇ ਸਨ, ਗੁੱਸਾ ਜਾਂ ਖੁਸ਼ੀ। ਬੜੇ ਅਜੀਬ ਲਫ਼ਜ਼ ਸੁਣਨ ਨੂੰ ਮਿਲ ਰਹੇ ਸਨ। ਕਿਸੇ ਇੱਕ ਲਫ਼ਜ਼ ਨੂੰ ਫੜ ਉਹ ਦੇਰ ਤੱਕ ਉਹਨੂੰ ਧੁਨ ਵਿੱਚ ਲਿਆਉਣ ਦੀ ਕੋਸ਼ਿਸ਼ ਕਰਦਾ। ਉਹ ਬ੍ਰਹਮਪੁੱਤਰ ਦਰਿਆ ਦੇ ਨਾਲ ਨਾਲ ਪੂਰਬ ਵੱਲ ਸਫ਼ਰ ਕਰ ਰਹੇ ਸਨ। ਸ਼ਾਮ ਵੇਲੇ ਉਹ ਗੋਲਾਘਾਟ ਨਗਰ ਪਹੁੰਚੇ। ਇਹ ਨਗਰ ਧਨਾਸਰੀ ਦਰਿਆ ਦੇ ਪੂਰਬੀ ਕੰਢੇ ਤੇ ਆਸਾਮ ਦੇ ਧੁਰ ਪੂਰਬੀ ਸਿਬਸਾਗਰ ਦੇ ਨੇੜੇ ਸੀ। ਗੋਲਾਘਾਟ ਦੇ ਨਾਲ ਲੱਗਦੇ ਦਰਿਆ ਦੀ ਵਾਦੀ ਨੂੰ ਧਨਾਸਰੀ ਵਾਦੀ ਕਹਿੰਦੇ ਸਨ। ਧਨਾਸਰੀ ਦਰਿਆ ਦੇ ਨਾਲ ਮੈਦਾਨੀ ਇਲਾਕਾ ਸੀ। ਧਨਾਸਰੀ ਦਰਿਆ ਨਾਗਾ ਪਹਾੜਾਂ 'ਚੋਂ ਨਿਕਲਦਾ ਸੀ ਜੋ ਸਿਬਸਾਗਰ ਤੇ ਨਾਉਗੰਗ ਨੂੰ ਨਿਖੇੜਦਾ ਹੋਇਆ ਉੱਤਰ ਪੱਛਮ ਨਾਲੋਂ ਵੱਖ ਹੋ ਕੇ ਬ੍ਰਹਮਪੁੱਤਰ ਦਰਿਆ ਨਾਲ ਜਾ ਮਿਲਦਾ ਸੀ। ਧਨਾਸਰੀ ਵਾਦੀ ਦੇ ਉੱਤਰੀ ਪਾਸੇ ਚੌੜੇ ਮੈਦਾਨ ਸਨ ਜੋ ਨਾਗਾ ਤੇ ਮੁਕੀਰ ਪਹਾੜਾਂ ਨਾਲ ਘਿਰੇ ਹੋਏ ਸਨ। ਇਨ੍ਹਾਂ ਪਹਾੜਾਂ ਉੱਤੇ ਨਾਗਾ ਲੋਕ ਵੱਸਦੇ ਸਨ ਜੋ ਮਨੁੱਖਾਂ ਦੀ ਬਲੀ ਦੇਂਦੇ ਸਨ ਤੇ ਮਨੁੱਖੀ ਮਾਸ ਵੀ ਖਾਂਦੇ ਸਨ। ਸਰਾਂ ਵਿੱਚ ਜਾਗਦੇ ਮਰਦਾਨੇ ਨੇ ਪਿਛਲੇ ਮਹੀਨਿਆਂ ਵਿੱਚ ਵੇਖੀਆਂ ਥਾਵਾਂ ਉੱਤੇ ਝਾਤੀ ਮਾਰੀ। ਇਕੱਲੀਆਂ ਥਾਵਾਂ ਕਿੰਨੀਆਂ ਸੋਹਲ ਹੁੰਦੀਆਂ ਨੇ; ਜਦੋਂ ਵੀ ਕੋਈ ਚੇਹਰਾ ਆਉਂਦਾ ਉਨ੍ਹਾਂ ਦੀ ਜਗ੍ਹਾ ਉਹ ਲੈ ਲੈਂਦਾ ਹੈ। ਕੱਲ ਵੀ ਇਸ ਤਰ੍ਹਾਂ ਹੀ ਹੋਇਆ ਸੀ; ਜਦੋਂ ਕਾਲੇ ਲੋਕਾਂ ਨੇ ਉਹਨੂੰ ਪਕੜ ਲਿਆ ਸੀ। ਉਹ ਉਹਦੀ ਗਰਦਨ ਵੱਲ ਇਸ਼ਾਰਾ ਕਰ ਕੱਟਣ ਲਈ ਕਹਿ ਰਹੇ ਸਨ। ਇੱਕ ਵਾਰ ਤਾਂ ਤੇਜ਼ ਧਾਰਾ ਅੱਗੇ ਆਖਰੀ ਪਲ ਜਾਪੇ ਸਨ। ਫਿਰ ਉਨ੍ਹਾਂ ਦਾ ਧਿਆਨ ਬਾਬੇ ਵੱਲ ਚਲਾ ਗਿਆ ਸੀ। ਹੌਲੀ ਹੌਲੀ ਜਾਪਣ ਲੱਗਿਆ ਸੀ ਕਿ ਘੱਟੋ ਘੱਟ ਹੁਣ ਜਾਨ ਤਾਂ ਬੱਚ ਹੀ ਜਾਵੇਗੀ। ਫਿਰ ਬਾਬੇ ਤੇ ਉਨ੍ਹਾਂ ਦੇ ਅਹਿਸਾਸਾਂ ਦਾ ਮਿਲਣ ਸ਼ੁਰੂ ਹੋ ਗਿਆ। ਉਹ ਇਸ ਤਰ੍ਹਾਂ ਇੱਕ ਪਾਸੇ ਖਲੋਤਾ ਰਹਿ ਗਿਆ ਜਿਵੇਂ ਉਹਦੇ ਨਾਲ ਕੁਝ ਵਾਪਰਿਆ ਹੀ ਨਾ ਹੋਵੇ।

ਗੋਲਾਘਾਟ ਤੋਂ ਵਾਪਸ ਉਹ ਗੁਹਾਟੀ ਬ੍ਰਹਮਪੁੱਤਰ ਰਾਹੀਂ ਆਏ। ਗੁਹਾਟੀ ਤੋਂ ਇੱਕ ਭੀੜਾ ਪਹਾੜੀ ਰਾਹ ਸ਼ੀਲਾਂਗ ਵੱਲ ਜਾਂਦਾ ਸੀ; ਇਸ ਤੋਂ ਅੱਗੇ ਜੋਵਾਈ ਤੋਂ ਹੋ ਕੇ ਜੈਨਤੀਪੁਰੇ ਦੇ ਪਹਾੜੀ ਰਾਹ ਸਨ। ਇੱਥੇ ਸਿਰਫ਼ ਘੋੜੇ ਤੇ ਆਦਮੀ ਹੀ ਚੱਲ ਸਕਦੇ ਸਨ। ਜਦੋਂ ਉਹ ਸਿਲਵਟ ਪਹੁੰਚੇ ਤਾਂ ਰਾਤ ਪੈ ਚੁੱਕੀ ਸੀ। ਮਰਦਾਨੇ ਨੇ ਕਈ ਵਾਰ ਅੰਦਰ ਜਾਣ ਲਈ ਰਾਹ ਪੁੱਛਿਆ ਪਰ ਕਿਸੇ ਦੀ ਬੋਲੀ ਸਮਝ ਨਾ ਆਈ। ਸਿਲਵੱਟ ਬ੍ਰਹਮਪੁੱਤਰ ਵਾਦੀ ਦੇ ਦੱਖਣ ਵਾਲੇ ਪਾਸੇ ਸੁਰਮਾ (ਬਾਰਕ) ਦਰਿਆਵਾਂ ਦੀ ਵਾਦੀ ਵਿੱਚ ਹੋਣ ਕਰਕੇ ਪੂਰਬੀ ਬੰਗਾਲ ਦੇ ਨੇੜੇ ਸੀ। ਸਿਲਹੱਟ ਵਿੱਚ 'ਸਾਹ ਜਲਾਲ' ਨਾਲ ਕਈ ਮੁਲਾਕਾਤਾਂ ਹੋਈਆਂ। ਉਹਨੇ ਕਈ ਵਾਰੀ ਕਿਹਾ :

"ਸ਼ਾਹਾ ਹੁਣ ਵਿਛੜੀਏ...।"

ਪਰ ਅਗਲੇ ਦਿਨ ਉਹ ਹੱਸਦਾ ਫਿਰ ਆ ਪਹੁੰਚਦਾ :

"ਸ਼ਾਹਾ ਹੁਣ ਮਿਲੀਏ...।"

ਦੋ ਗੁਰੂਆਂ ਦੇ ਅਜਿਹੇ ਅਣਸਮਝੇ ਸੰਵਾਦ ਬੜਾ ਅਨੰਦ ਦੇਂਦੇ ਸਨ। ਜਦੋਂ ਕਦੇ ਇਕੱਲ ਹੁੰਦੀ ਤਾਂ ਮਰਦਾਨਾ ਅਜਿਹੇ ਅਣਸਮਝੇ ਸੰਵਾਦ ਨੂੰ ਫਿਰ ਤੋਂ ਸੁਲਝਾਉਣ ਵਿਚ ਬੜਾ ਰਸ ਲੈਂਦਾ।

ਸਿਲਹੱਟ ਤੋਂ ਕਲਕੱਤਾ ਵਾਲੇ ਪਾਸੇ ਜਾਣ ਲਈ ਕਈ ਰਸਤੇ ਸਨ। ਸਿਲਹੱਟ ਦੇ ਲੋਕ ਆਮ ਤੌਰ ਤੇ ਬੇੜੀਆਂ ਵਿਚ ਸਫ਼ਰ ਕਰਦੇ ਸਨ। ਉਹ ਸਿਲਹੱਟ ਤੋਂ ਸੁਰਮਾ ਦਰਿਆ ਵਿੱਚ ਪੂਰਬ ਤੇ ਫੇਰ ਬਾਰਕ ਦਰਿਆ ਵਿਚ ਦੱਖਣ ਪੱਛਣ ਢਾਕੇ ਕੋਲੋਂ ਲੰਘਦੇ ਹੋਏ ਕਈ ਥਾਵਾਂ ਤੇ ਪੈਦਲ ਤੇ ਕਈਆਂ ਤੇ ਬੇੜੀਆਂ ਉੱਤੇ ਸਵਾਰ ਹੋਏ ਉਸ ਰਸਤੇ ਤੇ ਪਹੁੰਚ ਗਏ ਜੋ ਗੰਜਾਮ ਵੱਲ ਜਾਂਦਾ ਸੀ। ਉਹ ਸਵੇਰੇ ਹੀ ਨਿਕਲ ਜਾਂਦੇ ਤੇ ਕਟਕ ਦੇ ਰਸਤਿਆਂ ਚੌਰਾਹਿਆਂ ਵਿੱਚ ਛੋਟਾ ਜਿਹਾ ਇਕੱਠ ਵੇਖ ਕੀਰਤਨ ਸ਼ੁਰੂ ਕਰ ਦੇਂਦੇ।

"ਬਾਬਾ ਪਤਾ ਨਹੀਂ ਇਹ ਲੋਕ ਕੀ ਕਹਿੰਦੇ ਨੇ ?" ਫਿਰ ਇਕ ਦਿਨ ਇਕ ਚੌਰਸਤੇ ਵਿੱਚ ਮਰਦਾਨੇ ਨੇ ਆਪੇ ਹੀ ਕਿਹਾ :

"ਕਹਿੰਦੇ ਨੇ ਉੱਤਰੀ ਪੱਛਮੀ ਭਾਰਤ ਤੋਂ ਕੋਈ ਮਹਾਂਪੁਰਸ਼ ਆਏ ਨੇ... ਉਨ੍ਹਾਂ ਦੇ ਨਾਲ ਇੱਕ ਸਾਜ਼ੀ ਵੀ ਗਾਉਂਦਾ ਹੈ।" ਇੱਕ ਦਿਨ ਘੋੜੇ ਤੇ ਚੜ੍ਹਕੇ ਕਟਕ ਦਾ ਰਾਜਾ ਪਰਤਾਪ ਰੁਦਰਦੇਵ ਮਿਲਣ ਆਇਆ। ਉਹਨੇ ਫਕੀਰਾਂ ਵਰਗੇ ਕਈ ਸੁਆਲ ਕੀਤੇ :

"ਇਹ ਸੰਸਾਰ ਕੀ ਹੈ ? ਕੁਝ ਵੀ ਪਤਾ ਨਹੀਂ ਲੱਗਦਾ ?" ਇਹ ਸੁਆਲ ਉਹਨੇ ਵਾਰ ਵਾਰ ਕੀਤਾ। ਉਸ ਦਿਨ ਸਰਾਂ ਵਿਚ ਇਹ ਸ਼ਬਦ ਗੂੰਜਿਆ :

ਮੂਰਖੁ ਸਿਆਣਾ ਏਕੁ ਹੈ ਏਕ ਜੋਤਿ ਦੁਇ ਨਾਉ ॥
ਮੂਰਖਾ ਸਿਰਿ ਮੂਰਖੁ ਹੈ ਜਿ ਮੰਨੇ ਨਾਹੀ ਨਾਉ ॥

ਕਈ ਮਹੀਨਿਆਂ ਬਾਅਦ ਫਿਰ ਓਹੀ ਖੁਸ਼ਬੂਦਾਰ ਖਾਣੇ ਆਉਣੇ ਸ਼ੁਰੂ ਹੋ ਗਏ। ਦਿਨ ਵਿੱਚ ਕਈ ਕਈ ਵਾਰ ਰਾਜੇ ਦੇ ਟਹਿਲੂ ਆ ਕੇ ਪੁੱਛਦੇ। ਮਰਦਾਨੇ ਦਾ ਇੱਕ ਵਾਰ ਫਿਰ ਇੱਥੇ ਲੰਬਾ ਸਮਾਂ ਠਹਿਰਣ ਨੂੰ ਜੀਅ ਕੀਤਾ।

ਕਾਂਡ : ਸਤਾਈਵਾਂ

ਦੂਰ ਤੱਕ ਨੀਲਾ ਸਮੁੰਦਰ ਨੀਲੇ ਅਸਮਾਨ ਥੱਲੇ ਝਲਕਾਂ ਮਾਰਦਾ ਦਿਸਿਆ। ਏਨੀ ਵੱਡੀ ਤਰਲਤਾ ਕੋਲੋਂ ਲੰਘਣ ਦਾ ਇਹ ਪਹਿਲਾ ਅਨੁਭਵ ਸੀ। ਕੁਝ ਪਲਾਂ ਲਈ ਜਗਨ ਨਾਥ ਮੰਦਿਰ ਦੇ ਕਲਸ ਵੇਖਣੇ ਭੁੱਲ ਹੀ ਗਏ ਸਨ। ਉਚਾਣਾਂ ਨੀਵਾਣਾਂ ਸਿਖਰਾਂ ਨੂੰ ਪਾਰ ਕਰ ਜਿਸ ਜਗ੍ਹਾ ਲਈ ਸਫ਼ਰ ਕੀਤਾ ਸੀ; ਉਸ ਜਗਨਨਾਥ ਦੀ ਜਗ੍ਹਾ ਵਿਛੀ ਹੋਈ ਤਰਲਤਾ ਨੇ ਰੋਕ ਲਿਆ ਸੀ। ਏਨੇ ਲੰਬੇ ਸਫ਼ਰ ਤੋਂ ਬਾਅਦ ਵੀ ਉਹ ਸਮੁੰਦਰ ਦੇ ਕੰਢੇ ਤੁਰਦੇ ਗਏ। ਹਾਲੇ ਦੁਪਹਿਰ ਨਹੀਂ ਸੀ ਹੋਈ। ਛੋਟੀਆਂ ਛੋਟੀਆਂ ਲਹਿਰਾਂ ਦਾ ਪਾਣੀ ਕਦੇ ਕਦੇ ਪੈਰ੍ਹਾਂ ਕੋਲ ਪੁੱਜਣ ਦੀ ਕੋਸ਼ਿਸ਼ ਕਰਦਾ। ਮਰਦਾਨਾ ਵਾਰ ਵਾਰ ਦੂਰ ਤੱਕ ਫੈਲੇ ਪਾਣੀ ਦੀ ਨੀਲੀ ਸਤਹ ਵੱਲ ਵੇਖਦਾ ਰਿਹਾ। ਇਸ ਤੋਂ ਪਹਿਲਾਂ ਪਾਣੀ ਨਿਵਾਣਾਂ ਢਲਾਣਾਂ ਵੱਲ ਬਹੁਤ ਤੁਰਿਆ ਹੋਵੇਗਾ। ਉਹਨੇ ਜਗਨਨਾਥ ਦੇ ਮੰਦਿਰ ਸਾਹਮਣੇ ਬਾਬੇ ਨੂੰ ਪਹਿਲਾ ਸੁਆਲ ਕੀਤਾ :

"ਇਹ ਕਿਹਾ ਪਾਣੀ ਏ ਬਾਬਾ... ਵਗਦਾ ਵੀ ਨਹੀਂ ਦਿਸਦਾ; ਖੜ੍ਹਾ ਵੀ ਨਹੀਂ ਜਾਪਦਾ।"

"ਸੋਝੀ ਤਾਂ ਮਰਦਾਨਿਆ ਚੱਲਕੇ ਹੀ ਆਉਂਦੀ ਏ... ਪਰ ਚੱਲਣੇ ਨੂੰ ਹੀ ਜੇ ਸੋਝੀ ਮੰਨ ਲਈਏ ਫਿਰ ਸਮੁੰਦਰ ਨਹੀਂ ਬਣਦਾ। ਵੇਖ ਮਰਦਾਨਿਆ ਨਜ਼ਰ ਮਾਰ; ਜਦ ਦਰਿਆਵਾਂ ਨੂੰ ਸੋਝੀਆਂ ਆਈਆਂ ਤਾਂ ਸਮਤਲ ਹੋ ਗਏ...।" ਹਾੜ ਦਾ ਹੁੰਮਸ ਸੀ। ਸਮੁੰਦਰ ਉੱਪਰੋਂ ਤੈਰ ਕੇ ਆਉਂਦੀ ਹਵਾ ਨਾਲ ਦੀ ਨਾਲ ਪਸੀਨਾ ਸੁਕਾਉਂਦੀ ਜਾਂਦੀ। ਉਹ ਕਿਨਾਰੇ ਕਿਨਾਰੇ ਤੁਰਦੇ ਮੰਦਰ ਤੋਂ ਦੂਰ ਨਿਕਲ ਆਏ ਸਨ। ਕਟਕ ਤੋਂ ਪੁਰੀ ਵੱਲ ਆਉਂਦਾ ਰਸਤਾ ਵੀ ਕੋਈ ਸੌਖਾ ਨਹੀਂ ਸੀ। ਫਿਰ ਵੀ ਰਸਤੇ ਵਿੱਚ ਬਹੁਤ ਸਾਰੇ ਤੀਰਥ ਯਾਤਰੀ ਮਿਲੇ ਸਨ। ਰਸਤਾ ਰੌਣਕੀ ਰਿਹਾ ਸੀ। ਪਰ ਏਨੇ ਪੜਾਵਾਂ ਤੋਂ ਬਾਅਦ ਮੰਜ਼ਿਲ ਤੇ ਕੋਲ ਪੁੱਜਕੇ ਉਹਦੇ ਸਾਹਮਣੇ ਏਦਾਂ ਉਹ ਕਦੇ ਵੀ ਨਹੀਂ ਸੀ ਤੁਰੇ। ਕਈ ਵਾਰ ਤਾਂ ਦੋ ਦੋ ਦਿਨ ਥਕਾਵਟ ਨਹੀਂ ਸੀ ਉਤਰਦੀ।

ਮਰਦਾਨੇ ਨੇ ਬਾਬੇ ਦੇ ਨੰਗੇ ਪੈਰਾਂ ਵੱਲ ਵੇਖਿਆ। ਪੈਰਾਂ ਦੀ ਜੁੱਤੀ ਦਾ ਤਾਂ ਪਤਾ ਹੀ ਨਹੀਂ ਲੱਗਦਾ ਕਦੋਂ ਕਿਸੇ ਹੋਰ ਪੈਰਾਂ ਵਿਚ ਜਾ ਪਹੁੰਚਦੀ ਹੈ। ਕਟਕ ਦੇ ਰਾਜੇ ਵਲੋਂ ਭੇਂਟ ਕੀਤੀ ਜੁੱਤੀ ਸ਼ਾਇਦ ਕਿਸੇ ਕਮੀਣ ਦੇ ਪੈਰਾਂ ਦਾ ਸ਼ਿੰਗਾਰ ਬਣ ਗਈ ਸੀ। ਜਦੋਂ ਉਹ ਵਾਪਸ ਮੁੜੇ ਤਾਂ ਸ਼ਾਮ ਪੈ ਗਈ ਸੀ। ਸਮੁੰਦਰ ਕੰਢੇ ਜਗਨਨਾਥ ਦੇ ਮੰਦਰ ਵਿੱਚ ਦੀਵੇ ਬਾਲਣ ਦੀ ਤਿਆਰੀ ਪੂਰੀ ਹੋ ਚੁੱਕੀ ਸੀ। ਉਨ੍ਹਾਂ ਰਾਤ ਦੇ ਪੜਾਅ ਲਈ ਮੰਦਰ ਸਾਹਮਣੇ ਇੱਕ ਵੇਹਲੀ ਜਗ੍ਹਾ ਲੱਭ ਲਈ। ਇੱਥੋਂ ਸਮੁੰਦਰ ਵੀ ਕੰਢੇ ਤੋਂ ਸ਼ੁਰੂ ਹੋ ਕੇ ਆਖੀਰ ਤੱਕ ਦਿਸਦਾ ਸੀ।

ਮਰਦਾਨੇ ਦੀ ਜਦੋਂ ਜਾਗ ਖੁੱਲ੍ਹੀ ਤਾਂ ਚਾਨਣ ਵਿੱਚ ਅਜੇ ਥੋੜ੍ਹੀ ਠੰਢ ਸੀ। ਤਿੰਨ ਪਾਸੇ ਫੈਲੇ ਸਮੁੰਦਰ ਉੱਪਰ ਤਾਜ਼ੇ ਚਿੱਟੇ ਬੱਦਲ ਉੱਡ ਰਹੇ ਸਨ। ਫਿਰ ਉਹਨੇ ਮੰਦਰ

ਸਾਹਮਣੇ ਵੱਡੇ ਬੁੱਤਾਂ ਅੱਗੇ ਉਹ ਛੋਟੇ ਛੋਟੇ ਚਿਰਾਗ ਵੇਖੇ; ਜਿਨ੍ਹਾਂ ਰਾਤ ਉਨ੍ਹਾਂ ਦੇ ਆਕਾਰਾਂ ਨੂੰ ਬੁੱਤਾਂ ਤੋਂ ਬਾਹਰ ਖਿੱਚ ਲਿਆ ਸੀ (ਪ੍ਰਛਾਵੇਂ)। ਥੋੜ੍ਹੀ ਵਿਥ ਉੱਤੇ ਖੜ੍ਹੇ ਬਹੁਤ ਸਾਰੇ ਲੋਕ ਉਨ੍ਹਾਂ ਵੱਲ ਹੈਰਾਨੀ ਨਾਲ ਵੇਖ ਰਹੇ ਸਨ। ਉਨ੍ਹਾਂ 'ਚੋਂ ਕੁਝ ਝੁੱਕ ਕੇ ਨਮਸ਼ਕਾਰ ਕਰਦੇ, ਕੁਝ ਨਜ਼ਰਾਂ ਨਾਲ ਸੁਆਲ ਪੁੱਛਣ ਲਈ ਸੰਦੇਸ਼ ਭੇਜਦੇ। ਜਗਨਨਾਥ ਪਹੁੰਚਣ ਤੋਂ ਪਹਿਲਾਂ ਹੀ ਇਹ ਗੱਲ ਪੁਰੀ ਵਿੱਚ ਫੈਲ ਗਈ ਸੀ ਕਿ ਉੱਤਰੀ ਭਾਰਤ ਤੋਂ ਆਏ ਇੱਕ ਫਕੀਰ ਨੇ ਕਟਕ ਦੇ ਰਾਜੇ ਨੂੰ ਮੋਹ ਲਿਆ ਹੈ। ਉਹਦੇ ਨਾਲ ਉਹਦਾ ਇੱਕ ਸਾਜ਼ੀ ਵੀ ਹੈ। ਉਹ ਪਹਿਲਾਂ ਸਭ ਸੁਣਦਾ ਰਹਿੰਦਾ ਹੈ; ਪਰ ਉੱਤਰ ਆਪਣੇ ਰਬਾਬੀ ਨਾਲ ਗਾ ਕੇ ਦੇਂਦਾ ਹੈ। ਉਹ ਗਾਉਣ ਵੇਲੇ ਉਨ੍ਹਾਂ ਪ੍ਰਸ਼ਨਾਂ ਦਾ ਉੱਤਰ ਵੀ ਦੇਂਦਾ ਹੈ ਜਿਹੜੇ ਹਾਲੇ ਉਹਨੂੰ ਪੁੱਛਣੇ ਹੁੰਦੇ ਨੇ।

ਬਾਬੇ ਦੀ ਸੰਖ ਵਰਗੀ ਟੋਪੀ ਅੱਜ ਦੂਰੋਂ ਹੀ ਚਮਕਦੀ ਸੀ। ਉਹਨੇ ਭਗਵੇਂ ਰੰਗ ਦੀ ਚਾਦਰ ਦੀ ਬੁੱਕਲ ਮਾਰੀ ਹੋਈ ਸੀ। ਕਦੇ ਕਦੇ ਬਾਬਾ ਨਜ਼ਰ ਚੁੱਕ ਲੋਕਾਂ ਵੱਲ ਵੇਖ ਮੁਸਕਰਾਉਂਦਾ। ਪਰ ਹਾਲੇ ਬਿਨਾਂ ਆਗਿਆ ਤੋਂ ਲੋਕ ਨਜ਼ਦੀਕ ਨਹੀਂ ਸੀ ਆ ਰਹੇ। ਉਹ ਸ਼ਾਇਦ ਰਾਜੇ ਦੇ ਅਤਿਥੀ ਨੂੰ ਰਾਜਸੀ ਨਜ਼ਰ ਨਾਲ ਵੀ ਵੇਖ ਰਹੇ ਸਨ। ਫਿਰ ਜਦੋਂ ਬਾਬੇ ਦਾ ਇਸ਼ਾਰਾ ਹੋਇਆ; ਇੱਕ ਵੱਡਾ ਸਮੂਹ ਉਨ੍ਹਾਂ ਦੇ ਆਲੇ ਦੁਆਲੇ ਬੈਠ ਗਿਆ। ਜਿਆਦਾ ਪ੍ਰਸ਼ਨ ਸੰਸਕ੍ਰਿਤ ਵਿੱਚ ਪੁੱਛੇ ਜਾ ਰਹੇ ਸਨ। ਆਮ ਲੋਕਾਂ ਦੇ ਪ੍ਰਸ਼ਨਾਂ ਵੇਲੇ ਪਾਂਡੇ ਉਨ੍ਹਾਂ ਨੂੰ ਘੂਰਦੇ ਪਰ ਜਦੋਂ ਬਾਬਾ ਕਹਿੰਦਾ "ਪਹਿਲਾਂ ਭਾਈ ਤੂੰ ਬੋਲ...।" ਤਾਂ ਸਧਾਰਨ ਲੋਕਾਂ ਨੂੰ ਪੁੱਛਣ ਦਾ ਮੌਕਾ ਮਿਲ ਜਾਂਦਾ। ਮੰਦਰ ਅੱਗੇ ਖੁੱਲ੍ਹੇ ਚੌਂਤਰੇ ਅੱਗੇ ਦੋ ਪਹਿਰ ਤੱਕ ਸੰਵਾਦ ਚੱਲਦਾ ਰਿਹਾ। ਮੰਦਰ ਦੇ ਪਾਂਡਿਆਂ ਵਿੱਚ ਅੱਜ ਅਜੀਬ ਜਹੀ ਹਲਚਲ ਸੀ। ਲੋਕ ਕਟਕ ਦੇ ਰਾਜੇ ਦੇ ਅਤਿਥੀ ਨੂੰ ਰਿਸ਼ੀ ਵਾਂਗ ਕਿਉਂ ਸੁਣ ਰਹੇ ਸਨ ?

ਜਦੋਂ ਮਰਦਾਨਾ ਸਮੁੰਦਰ ਵੱਲ ਚੱਲਿਆ ਤਾਂ ਦੁਪਹਿਰ ਹੋ ਚੁੱਕੀ ਸੀ। ਅੱਧੇ ਦਿਨ ਦੀਆਂ ਗੋਸ਼ਟੀਆਂ ਕੀਰਤਨ ਖ਼ਤਮ ਹੋ ਚੁੱਕਾ ਸੀ। ਬਾਬਾ ਮੰਦਰ ਤੋਂ ਥੋੜ੍ਹੀ ਦੂਰ ਇਕ ਪਿੱਪਲ ਥੱਲੇ ਧਿਆਨ ਵਿੱਚ ਬੈਠ ਗਿਆ ਸੀ। ਸਮੁੰਦਰੀ ਤੱਟ ਕੋਲੋਂ ਸ਼ੁਰੂ ਹੁੰਦੇ ਪਹਾੜ ਬੜੇ ਸੋਹਣੇ ਲੱਗ ਰਹੇ ਸਨ। ਇੱਥੇ ਪਹਾੜ ਤੇ ਹਵਾ ਸਮੁੰਦਰ ਦੀਆਂ ਆਵਾਜ਼ਾਂ ਦਾ ਸਾਥ ਦੇਂਦੇ। ਚਟਾਨਾਂ ਨਾਲ ਟਕਰਾਉਂਦਾ ਪਾਣੀ ਕੋਮਲ ਝੱਗ ਬਣਾਉਂਦਾ। ਦੂਰ ਮਲਾਹਾਂ ਦੇ ਗੀਤਾਂ ਦੇ ਟੱਪੇ, ਸਮੁੰਦਰੀ ਹਵਾ ਕਿਨਾਰਿਆਂ ਵੱਲ ਲੈ ਕੇ ਆਉਂਦੀ। ਹੁਣੇ ਹੁਣੇ ਸੁਣੇ ਸੰਸਕ੍ਰਿਤ ਦੇ ਸਲੋਕਾਂ ਦਾ ਵਜ਼ਨ ਹਲਕਾ ਹੋ ਰਿਹਾ ਸੀ। ਇਸ ਸਰੂਰ ਵਿਚ ਉਹ ਕਿਨਾਰੇ ਕਿਨਾਰੇ ਪਾਣੀ ਵਿੱਚ ਤੁਰਨ ਲੱਗਾ। ਸਮੁੰਦਰ ਏਨਾਂ ਕੁ ਜਰੂਰ ਹਿਲਦਾ ਸੀ; ਨਾ ਪੈਰਾਂ ਥੱਲੇ ਦਲਦਲ ਬਣਨ ਦੇਂਦਾ ਹੈ ਤੇ ਨਾ ਖੜ੍ਹੇ ਪਾਣੀ ਵਰਗੀ ਬਦਬੂ...। ਉਹ ਪਾਣੀ ਦੇ ਉੱਡਣ ਦੇ ਸੌਕ ਨੂੰ ਵੀ ਆਪਣੇ ਹੀ ਤਲ ਤੋਂ ਉਡਾਰੀਆਂ ਦੇ ਬੱਦਲ ਬਣਨ ਦੇਂਦਾ ਹੈ। ਮਰਦਾਨੇ ਨੂੰ ਜਾਪਿਆ ਜਿਵੇਂ ਉਹ ਵਿਸ਼ਾਲ ਪਾਰਦਰਸ਼ੀ ਆਕਾਰ ਉੱਪਰ ਚਲਦਾ ਆਪ ਵੀ ਉੱਡਣ ਦੀ ਕੋਸ਼ਿਸ਼ ਕਰ ਰਿਹਾ ਹੋਵੇ। ਉਹਨੇ ਨੀਲੇ ਸਮੁੰਦਰ ਉੱਪਰ ਨੀਲੇ ਅਸਮਾਨ ਦੇ ਚੌਗਾਹੇ ਵੇਖੇ...। ਦੂਰ ਅਸਮਾਨ ਦੀ ਗੁੱਠ ਥੱਲੇ ਬਣਦੇ ਚਿੱਟੇ ਬੱਦਲਾਂ ਦੇ ਆਕਾਰ ਵੇਖੇ। ਉਹਦਾ ਜੀਅ ਕੀਤਾ ਕਿਨਾਰੇ ਉੱਤੇ ਬੈਠਕੇ ਦੇਰ ਤੱਕ ਸਮੁੰਦਰ ਵੱਲ ਵੇਖੀ ਜਾਵਾਂ।

ਕੰਢੇ ਤੋਂ ਸਮੁੰਦਰ ਵੇਖਣ ਨਾਲ ਅਗਲਾ ਕਿਨਾਰਾ ਸਮੁੰਦਰ ਵਿਚ ਹੀ ਸਮਾ ਰਿਹਾ ਸੀ। ਦੂਰ ਤੱਕ ਦਿਸਦਾ ਜਲ ਕਿਨਾਰਿਆਂ ਦੀ ਕਲਪਣਾ ਨੂੰ ਆਪਣੇ ਵਿੱਚ ਹੀ ਸਮੋ ਲੈਂਦਾ ਹੈ। ਮਰਦਾਨਾ ਕੀਰਤਨ ਵਾਂਗ ਇਸ ਵਿਸ਼ਾਲਤਾ ਵਿਚ ਦੇਰ ਤੱਕ ਘੁੰਮਦਾ ਰਿਹਾ। ਤੀਜਾ ਪਹਿਰ ਖ਼ਤਮ ਹੋ ਰਿਹਾ ਸੀ। ਉਹਨੂੰ ਉਹ ਸਾਰੇ ਦਰਿਆ ਯਾਦ ਆਏ; ਜਿਨ੍ਹਾਂ ਨੂੰ ਹੁਣ ਤੱਕ ਉਹਨੇ ਪਾਰ ਕੀਤਾ ਸੀ। ਸਤਲੁਜ, ਰਾਵੀ, ਚਨਾਬ, ਬਿਆਸ, ਗੰਗਾ, ਬ੍ਰਹਮਪੁੱਤਰ ਵਿੱਚ ਤੈਰਦੀਆਂ ਕਿਸ਼ਤੀਆਂ ਕੰਢਿਆਂ ਕੋਲ ਆ ਕੇ ਕਿਵੇਂ ਰੁਕ ਕੇ ਵੀ ਪਾਣੀ ਵਿੱਚ ਹਿਲਦੀਆਂ ਰਹੀਆਂ ਸਨ। ਇਹ ਸਾਰੇ ਦਰਿਆ ਇਸ ਖੜ੍ਹੇ ਪਾਣੀ ਵੱਲ ਚੱਲ ਕੇ ਕਿਉਂ ਆਏ ਨੇ ? ਆਖ਼ਰ ਦਰਿਆਵਾਂ ਨੇ ਇਸ ਤਰ੍ਹਾਂ ਹੀ ਹੋ ਜਾਣਾ ਹੁੰਦਾ ਏ ? ਲੰਬੀ ਵਾਟ ਤੋਂ ਬਾਅਦ ਹਰ ਤੀਰਥ ਸਾਹਮਣੇ ਕੀ ਬਾਬਾ ਇਸੇ ਲਈ ਦੇਰ ਤੱਕ ਸ਼ਾਂਤ ਧਿਆਨ ਵਿੱਚ ਬੈਠਦਾ ਹੈ। ਜਿਵੇਂ ਹੁਣ ਬਾਬਾ ਜਗਨਨਾਥ ਦੇ ਮੰਦਿਰ ਸਾਹਮਣੇ ਬੈਠਾ ਹੈ। ਕੀ ਬਾਬੇ ਨੇ ਉਹ ਵਿਉਂਤ ਵੀ ਕੱਢ ਲਈ ਹੈ; ਜੋ ਹੁਣ ਤੱਕ ਦਰਿਆਵਾਂ ਨੂੰ ਨਹੀਂ ਆਈ। ਕਿਤੇ ਬਾਬਾ ਉਹ ਦਰਿਆ ਤਾਂ ਨਹੀਂ ਜਿਸ ਦਾ ਜਦ ਜੀਅ ਕਰੇ ਸਮੁੰਦਰ ਵਿਚ ਸਮਾ ਜਾਵੇ; ਜਦ ਜੀਅ ਚਾਹੇ ਸਮੁੰਦਰ ਛੱਡ ਦੂਰ ਦਰਿਆ ਬਣ ਨਿਕਲ ਜਾਵੇ। ਅੱਜ ਦੇ ਧਿਆਨ ਵਿੱਚ ਉੱਤਰ ਪ੍ਰਸ਼ਨਾਂ ਵਿਚ ਕਿਉਂ ਸੁਣ ਰਹੇ ਨੇ ? ਉਹਨੇ ਅੱਖਾਂ ਖੋਹਲੀਆਂ; ਸਾਹਮਣੇ ਓਹੀ ਵਿਸ਼ਾਲ ਸਮੁੰਦਰ ਸੀ। ਇਸ ਨਜ਼ਰ ਕੋਲ ਕਿੰਨੇ ਵੱਡੇ ਆਕਾਰ ਨੂੰ ਹਟਾਉਣ ਦੀ ਤਾਕਤ ਵੀ ਸੀ!

ਜਦੋਂ ਮਰਦਾਨਾ ਵਾਪਸ ਮੰਦਰ ਵੱਲ ਮੁੜਿਆ ਤਾਂ ਚੜ੍ਹਦੇ ਰਸਤੇ ਉੱਤੇ ਇੱਕ ਵੱਡਾ ਇਕੱਠ ਵੇਖਿਆ। ਇਹ ਓਹੀ ਰਸਤਾ ਸੀ ਜੋ ਪਿੱਪਲ ਵਲੋਂ ਆਉਂਦਾ ਸੀ; ਜਿੱਥੇ ਉਹ ਬਾਬੇ ਨੂੰ ਸਮਾਧੀ ਵਿੱਚ ਛੱਡ ਕੇ ਆਇਆ ਸੀ। ਅਜਿਹੇ ਉਪੱਦਰ ਅਚਾਨਕ ਵੇਖ ਕੇ ਉਹਦਾ ਮਨ ਕਿਸੇ ਲਈ ਡੋਲ ਜਾਂਦਾ ਹੈ। ਇਹ ਵਿਚਾਰਾਂ ਦੇ ਅਖਾੜੇ ਅਕਸਰ ਫੈਲਦੇ ਫੈਲਦੇ ਜੰਗਜੂ ਮੈਦਾਨਾਂ ਵਾਂਗ ਹੋ ਜਾਂਦੇ ਨੇ। ਬਾਬੇ ਦੀ ਅਡੋਲਤਾ ਹੀ ਮਰਦਾਨੇ ਲਈ ਕਈ ਵਾਰ ਬਹੁਤ ਭਿਆਨਕ ਖ਼ਤਰਿਆਂ ਵਿੱਚੋਂ ਗੁਜਰਦੀ ਦਿਸਦੀ। ਉਹ ਤੇਜ਼ੀ ਨਾਲ ਭੀੜ ਨੂੰ ਚੀਰਦਾ ਉਸ ਜਗ੍ਹਾ ਪਹੁੰਚ ਗਿਆ ਜਿੱਥੇ 'ਕਲਜੁਗ' ਨਾਂ ਦਾ ਪਾਂਡਾ ਆਪਣੇ ਲੱਠਮਾਰਾਂ ਨਾਲ ਬਾਬੇ ਨੂੰ ਅੱਗੇ ਮੰਦਰ ਵੱਲ ਜਾਣ ਤੋਂ ਰੋਕ ਰਿਹਾ ਸੀ।

"ਲਓ ਇਕ ਹੋਰ ਆ ਗਿਆ...।"

"ਇਹ ਹਰ ਵਿਵਾਦ ਤੇ ਸਾਜ਼ ਹੀ ਵਜਾਉਣ ਲੱਗ ਪੈਂਦਾ ਏ।"

"ਹੁਣ ਵਿਖਾ ਸਾਜ਼ ਵਜਾ ਕੇ...।" ਇੱਕ ਲੱਠ ਮਾਰ ਅੱਗੇ ਆਇਆ। ਪਰ ਕਲਜੁਗ ਨੇ ਆਪਣੀ ਗੱਲ ਜਾਰੀ ਰੱਖੀ :

"ਤੂੰ ਕੋਈ ਕ੍ਰਿਸ਼ਨ, ਰਾਮ ਤੇ ਵਿਸ਼ਨੂੰ... ਇਨ੍ਹਾਂ ਦਿਨਾਂ ਵਿਚ ਕਿਸੇ ਲਈ ਗਾਇਆ ? ਨਾ ਵੇਦ ਨਾ ਉਪਨਿਸ਼ਦ ਨਾ ਪੁਰਾਣ... ਇਹ ਤੇਰੀ ਗਾਇਕੀ ਦੇ ਟੱਪੇ ਕਿਸ ਲਈ ਨੇ ?"

"ਬੀਜ ਨੂੰ ਬੀਜ ਨਹੀਂ ਜੜ੍ਹਾਂ ਲੱਗਦੀਆਂ ਨੇ... ਕਲਜੁੱਗ...। ਮੈਂ ਸੱਚ ਨੂੰ ਗਾਵਣ ਆਇਆ ਹਾਂ ਸਬੰਧ ਨੂੰ ਨਹੀਂ।"

"ਕੋਈ ਸ਼ਕਲ ਵਿਖਾ ਜੋ ਦੇਵਤਿਆਂ ਦਾ ਭੁਲੇਖਾ ਪਾਵੇ...।"

"ਪ੍ਰਕਿਰਤੀ ਦਾ ਮੌਤ ਨਾਲ ਇਹ ਵਾਅਦਾ ਹੈ; ਉਹ ਦੁਬਾਰਾ ਇਸ ਧਰਤੀ ਤੇ ਉਹ ਸ਼ਕਲ ਨਹੀਂ ਉਤਾਰਦੀ।"

ਜਿਵੇਂ ਕੋਈ ਮਾਂ ਕੁਛੜ ਚੁੱਕੇ ਬੱਚੇ ਨੂੰ ਕਲੇਜੇ ਲਾ ਮਮਤਾ ਦਾ ਨਿੱਘ ਦੇਂਦੀ ਹੈ; ਕੁਝ ਇਸ ਤਰ੍ਹਾਂ ਹੀ ਬਾਬੇ ਦੇ ਬੋਲ ਉਨ੍ਹਾਂ ਵੱਲ ਸਰਕ ਰਹੇ ਸਨ। ਕਲਜੁਗ ਥੋੜ੍ਹਾ ਡਾਵਾਂਡੋਲ ਹੋਇਆ ਪਿੱਛੇ ਹੱਟਿਆ :

"ਫਿਰ ਇਹ ਤਾਂ ਦੱਸੋ ਤੁਸੀਂ ਏਨ੍ਹਾਂ ਕਿਉਂ ਗਾਉਂਦੇ ਹੋ...?"

"ਸਰੀਰ ਧੁਨੀਆਂ ਦਾ ਹੀ ਤਾਂ ਜੋੜ ਹੈ... ਪ੍ਰਾਣਾਂ ਦੇ ਅਣਸੁਣੇ ਨਾਦ ਗਾ ਲਈਦੇ ਨੇ...।"

"ਮੇਰੀ ਸਿੰਙੀ ਵਿੱਚ ਵੀ ਫੂਕ ਮਾਰ ਦਿਓ... ਮੈਂ ਵੀ ਉਹ ਸਬਦ ਸੁਣ ਸਕਾਂ ਜੋ ਮੇਰੇ ਲਈ ਧੁਨਾਂ ਨੇ...।" ਮਰਦਾਨੇ ਨੇ ਵੇਖਿਆ ਕਲਜੁਗ ਦੀਆਂ ਦੋ ਸੁਲਝੀਆਂ ਹੋਈਆਂ ਅੱਖਾਂ ਦਾ ਜੋੜਾ ਸਰੀਰ ਸਮੇਤ ਬਾਬੇ ਸਾਹਮਣੇ ਆ ਬੈਠਾ ਸੀ। ਲੱਠ ਮਾਰਾਂ ਦੀਆਂ ਲਾਠੀਆਂ ਸਾਜ਼ਾਂ ਵਾਂਗ ਉਨ੍ਹਾਂ ਦੀ ਬਗਲ ਵਿਚ ਪਹੁੰਚ ਗਈਆਂ ਸਨ। ਕੋਈ ਸੁਨੇਹਾ ਲੈ ਕੇ ਆਇਆ ਸੀ : "ਕਟਕ ਦਾ ਰਾਜਾ ਬਾਬੇ ਨੂੰ ਫਿਰ ਮਿਲਣ ਆ ਰਿਹਾ।" ਦਿਨ ਛਿਪ ਚੁੱਕਾ ਸੀ। ਜਗਦੇ ਦੀਵਿਆਂ ਤੋਂ ਚਾਨਣ ਆ ਰਿਹਾ ਸੀ। ਵੱਡੇ ਵੱਡੇ ਬੁੱਤਾਂ ਥੱਲੇ ਬਲਦੇ ਛੋਟੇ ਛੋਟੇ ਚਿਰਾਗਾਂ ਨੇ ਉਨ੍ਹਾਂ ਦੇ ਆਕਾਰਾਂ ਨੂੰ ਬਾਹਰ ਖਿੱਚ ਲਿਆ ਸੀ। ਮੰਗਲ ਆਰਤੀ ਦੀਆਂ ਪਹਿਲੀਆਂ ਪੰਗਤੀਆਂ ਸ਼ੁਰੂ ਹੋ ਗਈਆਂ ਸਨ।

ਸਮੁੰਦਰ ਵੱਲੋਂ ਆਉਂਦੀ ਨਮਕੀਨ ਹਵਾ ਧੁੱਪ ਨਾਲ ਥੋੜ੍ਹੀ ਕੋਸੀ ਹੋ ਗਈ ਸੀ। ਮਰਦਾਨਾ ਉਸ ਜਗ੍ਹਾ ਬੈਠਾ ਸੀ; ਜਿੱਥੋਂ ਰਾਤ ਦੀਆਂ ਲਹਿਰਾਂ ਚੜ੍ਹ ਕੇ ਮੁੜ ਗਈਆਂ ਸਨ। ਹਾੜ੍ਹ ਦੀ ਭੜਾਸ ਲਈ ਸ਼ਾਇਦ ਇਹੋ ਠੰਢੀ ਜਗ੍ਹਾ ਠੀਕ ਸੀ। ਬਹੁਤ ਦਿਨ ਲੰਘ ਗਏ ਸਨ; ਮਰਦਾਨੇ ਨੂੰ ਜਦ ਵੀ ਮੌਕਾ ਮਿਲਦਾ ਉਹ ਕਿਨਾਰੇ ਤੇ ਸਮੁੰਦਰ ਵੱਲ ਮੂੰਹ ਕਰਕੇ ਬੈਠ ਜਾਂਦਾ। ਬਾਬੇ ਦੇ ਪਿੱਛੇ ਪਿੱਛੇ ਹੁਣ ਇਕ ਸਮੂਹ ਚੱਲਦਾ ਰਹਿੰਦਾ ਸੀ। ਫਿਰ ਜਿਉਂ ਹੀ ਬਾਬਾ ਸਮਾਧੀ ਵਿੱਚ ਬੈਠਦਾ ਉਹ ਸਮੁੰਦਰ ਵੱਲ ਨਿਕਲ ਆਉਂਦਾ। ਪਰ ਫਿਰ ਵੀ ਉਹਨੂੰ ਕੋਈ ਨਾ ਕੋਈ ਦਿਨ ਵਿੱਚ ਗੱਲਾਂ ਵਾਲਾ ਲੱਭ ਹੀ ਜਾਂਦਾ। ਹੁਣੇ ਸਮੁੰਦਰ ਵੱਲ ਆਉਂਦਿਆਂ ਇੱਕ ਪਾਂਡੇ ਨੇ ਤੀਰਥਾਂ ਦੇ ਇਤਿਹਾਸ ਦੀ ਲੰਬੀ ਕਥਾ ਛੇੜ ਲਈ ਸੀ।

ਉਹ ਦੱਸਦਾ ਸੀ ਕਿ ਜਗਨਨਾਥ ਮੰਦਿਰ ਕਦੇ ਬੋਧੀਆਂ ਕਦੇ ਵਾਮੀਆਂ ਕਦੇ ਵੈਸ਼ਨਵਾਂ ਦੇ ਹੱਥ ਆਇਆ।

"ਇਹ ਤੀਰਥ ਵੀ ਅਜੀਬ ਨੇ... ਕਈ ਵਾਰ ਖੋਹੇ ਜਾ ਚੁੱਕੇ ਨੇ... ਜੋ ਖੋਂਹਦਾ ਹੈ ਉਹਦੇ ਹੀ ਹੋ ਲੈਂਦੇ ਨੇ...। ਮੈਂ ਵੀ ਇਕ ਦਿਨ ਤੀਰਥ ਯਾਤਰੀ ਬਣ ਆਇਆ ਸੀ; ਇੱਥੇ ਹੀ ਖੋ ਗਿਆ ਸਾਂ...।" ਉਹਦੀ ਆਵਾਜ਼ ਗੰਭੀਰ ਹੋ ਗਈ ਸੀ। ਉਹ ਮਰਦਾਨੇ ਕੋਲੋਂ ਇਹਦਾ ਜਵਾਬ ਮੰਗਦਾ ਸੀ।

"ਤੁਸੀਂ ਐਨੇ ਜਿਆਦਾ ਤੀਰਥਾਂ ਵਿੱਚ ਘੁੰਮਦੇ ਹੋ... ਵੇਖੀਂ ਕਿਤੇ ਤੂੰ ਵੀ ਕਿਸੇ ਤੀਰਥ ਵਿਚ ਨਾ ਅਟਕ ਜਾਵੀਂ...।" ਉਹ ਉੱਤਰ ਦੀ ਉਡੀਕ ਕੀਤੇ ਬਿਨਾਂ ਚਲਾ ਗਿਆ। ਪਰ ਮਰਦਾਨੇ ਨੂੰ ਥੋੜ੍ਹੀ ਬੇਚੈਨੀ ਹੋ ਗਈ ਸੀ ਤੇ ਉਹ ਸਮੁੰਦਰ ਵੱਲ ਚੱਲ ਪਿਆ ਸੀ।

ਸ਼ਾਮ ਦੇ ਪਰਛਾਵਿਆਂ ਨਾਲ ਹੀ ਮੀਂਹ ਉਤਰ ਆਇਆ ਸੀ। ਥੋੜ੍ਹੀ ਦੇਰ ਉਹਨੇ ਜਿੱਥੋਂ ਪਾਣੀ ਗਿਆ ਸੀ, ਉੱਥੇ ਹੀ ਵਰਸਦਾ ਵੇਖਿਆ। ਜਦੋਂ ਉਹ ਮੰਦਰ ਪਹੁੰਚਿਆ ਤਾਂ ਨਾਲ ਦੀ ਧਰਮਸ਼ਾਲਾ ਵਿੱਚ ਕਟਕ ਦੇ ਰਾਜੇ ਦੀਆਂ ਕੀਰਤਨ ਸੁਣਨ ਦੀਆਂ ਤਿਆਰੀਆਂ ਹੋ ਰਹੀਆਂ ਸਨ। ਧਰਮਸਾਲਾ ਪੂਰੀ ਤਰ੍ਹਾਂ ਸਜਾਈ ਗਈ ਸੀ। ਅੱਜ ਜਿਸ ਜਗ੍ਹਾ ਤੇ ਕੀਰਤਨ ਕਰਨਾ ਸੀ ਉੱਥੇ ਰੇਸ਼ਮੀ ਚਾਦਰਾਂ ਵਿਛੀਆਂ ਸਨ। ਆਲੇ ਦੁਆਲੇ ਹਥਿਆਰਬੰਦ ਬੰਦਿਆਂ ਦਾ ਪਹਿਰਾ ਸੀ। ਲੋਕ ਰਾਜੇ ਵੱਲੋਂ ਚਲਾਏ ਲੰਗਰ ਦੇ ਖ਼ੁਸ਼ਬੂਦਾਰ ਖਾਣੇ ਖਾ ਰਹੇ ਸਨ। ਮੰਦਰ ਅੰਦਰ ਆਰਤੀ ਚੱਲ ਰਹੀ ਸੀ। ਚਿਰਾਗ ਹੀ ਚਿਰਾਗ ਸਨ। ਰਾਜਾ ਵੀ ਆਰਤੀ ਵਿਚ ਸ਼ਾਮਲ ਸੀ। ਉਹਦੇ ਆਲੇ ਦੁਆਲੇ ਪਾਂਡੇ ਭੱਜੇ ਫਿਰ ਰਹੇ ਸਨ। ਕੀਰਤਨ ਸ਼ੁਰੂ ਹੋਣ ਤੋਂ ਪਹਿਲਾਂ ਕਟਕ ਦੇ ਰਾਜੇ ਕੋਲ ਆਈ ਬਾਬੇ ਦੀ ਸ਼ਿਕਾਇਤ ਸੁਣੀ ਗਈ।

"ਤੁਸੀਂ ਜਗਤ ਦੇ ਨਾਥ ਦੀ ਆਰਤੀ ਵਿਚ ਕਿਉਂ ਨਹੀਂ ਜਾਂਦੇ ?" ਇਕ ਪਾਂਡੇ ਨੇ ਰਾਜੇ ਦੇ ਸਾਹਮਣੇ ਪੁੱਛਿਆ। ਬਾਬੇ ਨੇ ਸਿਰਫ਼ ਅਸਮਾਨ ਵੱਲ ਉਂਗਲ ਕੀਤੀ। ਪਰ ਕੋਲ ਰਾਜਾ ਖੜ੍ਹਾ ਸੀ; ਪਾਂਡੇ ਨੇ ਅਗਲਾ ਸੁਆਲ ਨਹੀਂ ਕੀਤਾ। ਅੱਜ ਦੀ ਸਜੀ ਹੋਈ ਮਹਿਫਲ ਵਿਚ ਮਰਦਾਨੇ ਦੀ ਰਬਾਬ ਗੂੰਜੀ। ਥੋੜ੍ਹੀ ਦੇਰ ਲਈ ਆਰਤੀ ਵਿਚ ਨਾ ਪੁੱਜਣ ਦਾ ਕਾਰਣ ਇਕ ਰਸਭਿੰਨੀ ਆਵਾਜ਼ ਨੇ ਭੁਲਾ ਦਿੱਤਾ।

ਕੱਲ ਨੂੰ ਹਾੜ ਸੁਦੀ ਪੰਚਮੀ ਦੀ ਰੱਥ ਯਾਤਰਾ ਦੀ ਤਿਆਰੀ ਚੱਲ ਰਹੀ ਸੀ। ਖਿਚੜੀ ਦਾ ਲੰਗਰ ਤਿਆਰ ਹੋ ਰਿਹਾ ਸੀ। ਜਿਸ ਪਾਂਡੇ ਨੇ ਰੱਥ ਅੱਗੇ ਆ ਕੇ ਦੇਹ ਤਿਆਗਣੀ ਸੀ; ਉਹਦੇ ਲਈ ਹਵਨ ਕੀਤਾ ਜਾ ਰਿਹਾ ਸੀ। ਮੰਦਿਰ ਵਿਚ ਕਾਫ਼ੀ ਭੀੜ ਵੱਧ ਗਈ ਸੀ। ਸਮਾਧੀ ਤੋਂ ਜਾਗੇ ਬਾਬੇ ਨੇ ਮਰਦਾਨੇ ਵੱਲ ਮੁਸਕਰਾ ਕੇ ਵੇਖਿਆ। ਮਰਦਾਨਾ ਸਮਝ ਗਿਆ ਸੀ। ਉਹਨੇ ਮੋਢੇ ਉੱਪਰੋਂ ਰਬਾਬ ਉਤਾਰ ਵਜਾਉਣੀ ਸ਼ੁਰੂ ਕਰ ਦਿੱਤੀ। ਕਈ ਵਾਰ ਬਾਬਾ ਸਮਾਧੀ ਤੋਂ ਬਾਅਦ ਮਰਦਾਨੇ ਤੋਂ ਸਿਰਫ਼ ਰਬਾਬ ਹੀ ਸੁਣਦਾ। ਅਜਿਹੇ ਵੇਲੇ ਮਰਦਾਨਾ ਕਿਸੇ ਲੋਕ ਧੁਨ ਨੂੰ ਉਹਦੇ ਮੂਲ ਸਰੂਪ ਵਿਚ ਹੀ ਵਜਾਉਂਦਾ। ਉਦੋਂ ਤੱਕ ਵਜਾਉਂਦਾ ਰਹਿੰਦਾ ਜਦੋਂ ਤੱਕ ਬਾਬਾ ਇਹ ਨਾ ਕਹਿੰਦਾ : "ਨਿਹਾਲ ਕੀਤਾ ਈ ਮਰਦਾਨਿਆਂ।" ਪਰ ਅੱਜ ਰਾਗ ਧਨਾਸਰੀ ਦੀ ਧੁੰਨ ਬਾਬੇ ਨੇ ਆਪ ਸੁਣਨ ਦੀ ਇੱਛਾ ਕੀਤੀ ਸੀ।

"ਕੋਈ ਤਾਰਾਨਾ ਉਤਰਨ ਵਾਲਾ ਏ ਬਾਬਾ ?" ਮਰਦਾਨੇ ਨੇ ਰਬਾਬ ਛਾਤੀ ਅੱਗੇ ਕੀਤੀ।"

"ਕਦੇ ਕੋਈ ਤਰਾਨਾ ਤੈਥੋਂ ਲੁਕਾਇਆ ਏ ਮਰਦਾਨਿਆ... ?" ਮਰਦਾਨਾ ਅੱਖਾਂ ਭਰ ਆਇਆ।

"ਨਾਨਕ ਸਮਾਧੀ ਤੋਂ ਬਾਹਰ ਆ ਗਿਆ ਏ...।" ਆਲੇ ਦੁਆਲਿਉਂ ਆਉਂਦੀਆਂ ਆਵਾਜ਼ਾਂ ਨੇੜੇ ਆਉਣ ਲੱਗੀਆਂ। ਛੇਤੀ ਹੀ ਵੱਡਾ ਇਕੱਠ ਹੋਣ ਵਾਲਾ ਸੀ। ਸਮੁੰਦਰ ਕੰਢੇ ਉਸੇ ਜਗ੍ਹਾ ਪਹੁੰਚ ਮਰਦਾਨੇ ਫਿਰ 'ਰਾਗ ਧਨਾਸਰੀ' ਦੀ ਧੁਨ ਵਜਾਈ। ਉਹ ਵਾਰ ਵਾਰ ਵੱਜਦੀ ਧੁਨ 'ਚੋਂ ਕੁਝ ਖੋਜਦਾ ਖੋਜਦਾ ਰਹਿ ਜਾਂਦਾ...। ਕੁਝ ਅਣਕਹੇ ਕੁਝ ਅਣਸੁਣੇ ਸ਼ਬਦਾਂ ਨੇ ਇਸ ਧੁਨ ਦੇ ਆਸਰੇ ਪੂਰਾ ਹੋਣਾ ਸੀ। ਇਹ ਅੱਜ

ਕਿਹੀ ਖਿੱਚ ਸੀ; ਧੁਨ ਮੁੜ ਸ਼ਬਦਾਂ ਵੱਲ ਖਿੱਚੀ ਜਾ ਰਹੀ ਸੀ। (ਉਹਨੇ ਧੁਨਾਂ ਦੀਆਂ ਗਹਿਰਾਈਆਂ ਵਿੱਚ ਸਮਾ ਕੇ ਇੱਕ ਵਾਰ ਫਿਰ ਰਬਾਬ ਵਜਾਈ) ਸਾਹਮਣੇ ਪਵਨ ਨਾਲ ਹਿਲੋਰੇ ਖਾਂਦੇ ਪਾਣੀ ਦਾ ਭਾਫ਼ ਬਣ ਕੇ ਉੱਡਣ ਦਾ ਸ਼ੌਕ ਵੇਖਿਆ। ਉੱਪਰ ਨਜ਼ਰ ਚੁੱਕੀ ਤਾਂ ਬੱਦਲਾਂ ਨੇ ਅਸਮਾਨ ਤੋਰ ਲਿਆ ਸੀ।

"ਕੀ ਕਰਨੋਂ ਰਹਿ ਗਿਆ ? ਇਹ ਉਪੱਦਰ ਸਮੁੰਦਰ ਉੱਪਰੋਂ ਤਾਂ ਉੱਡਦੇ ਹੀ ਰਹਿਣਗੇ।" ਮਰਦਾਨੇ ਨੇ ਵੇਖਿਆ ਉਹਦੇ ਸਾਹਮਣੇ ਨੌਜਵਾਨ ਭਗਵਿਆਂ ਵਿਚ ਖੜ੍ਹਾ ਸੀ।

"ਮੈਂ ਤੇਰੇ ਕੋਲ ਬੈਠ ਸਕਦਾਂ ? ਮੈਂ ਰੋਜ਼ ਦੂਰੋਂ ਤੇਰੇ ਸਾਜ਼ ਨੂੰ ਸੁਣਦਾਂ ਹਾਂ...।" ਮਰਦਾਨੇ ਨੇ ਬੈਠਣ ਲਈ ਇਸ਼ਾਰਾ ਕੀਤਾ।

"ਮੇਰਾ ਨਾਂ ਚੇਤੰਨਿਆ ਪ੍ਰਭੂ ਹੈ...।" ਪਰ ਮਰਦਾਨੇ ਦੀ ਨਜ਼ਰ ਹਾਲੇ ਵੀ ਉਡਦੀ ਭਾਫ਼ ਵੱਲ ਹੀ ਸੀ।

"ਕਿਤੇ ਲੋੜ ਤੋਂ ਜ਼ਿਆਦਾ ਧਰਤੀ ਦੀਆਂ ਧੜਕਣਾਂ ਤਾਂ ਨਹੀਂ ਸੁਣ ਲਈਆਂ... ?"

"ਧੜਕਣਾਂ ਨੂੰ ਤਾਂ ਮੈਂ ਗਾ ਲੈਂਦਾ ਹਾਂ।"

"ਪਰ ਵੇਖ ਬਹੁਤ ਰਹੇ ਹੋ... ਕਦੇ ਵੇਖਿਆ ਨਹੀਂ ਹੈ... ?"

"ਏਨੀ ਵੱਡੀ ਤਰਲਤਾ ਨੂੰ ਵੇਖ ਕੇ ਜੀਅ ਨਹੀਂ ਭਰ ਰਿਹਾ।"

"ਵੇਖਣਾ ਤਾਂ ਇਕ ਛਿਣ ਲਈ ਹੁੰਦਾ ਏ; ਬਾਕੀ ਸਭ ਤਾਂ ਹੰਢਾਉਣਾ ਹੁੰਦਾ ਏ।" ਉਸਨੇ ਲੰਬਾ ਸਾਹ ਭਰ ਕੇ ਗੱਲ ਜਾਰੀ ਰੱਖੀ :

"ਉਹ ਸਾਹਮਣੇ ਟਿੱਬੀ ਉੱਪਰ ਮੇਰੀ ਝੌਂਪੜੀ ਦਿਸਦੀ ਏ... ਦਸ ਸਾਲ ਤੋਂ ਇਸ ਸਮੁੰਦਰ ਨੂੰ ਵੇਖ ਰਿਹਾਂ... ਇਹ ਮੇਰੀਆਂ ਨਜ਼ਰਾਂ ਦੇ ਸਾਹਮਣੇ ਹੀ ਰਹਿੰਦਾ ਏ।"

"ਫਿਰ ਮੇਰੇ ਕੋਲ ਕਿਉਂ ਆਏ ਹੋ ?"

"ਸੋਚਿਆ ਨਵੀਆਂ ਨਵੀਆਂ ਅੱਖਾਂ ਨੇ ਸਮੁੰਦਰ ਵੇਖਿਆ ਏ... ਕੋਈ ਤਾਜ਼ੀ ਝਲਕ ਹੀ ਵੇਖ ਆਵਾਂ।"

ਦੀਵੇ ਬਲ ਗਏ ਸਨ। ਦੂਰੋਂ ਦੂਰੋਂ ਆਏ ਯਾਤਰੀ ਆਰਤੀ ਵਿਚ ਸ਼ਾਮਲ ਹੋਣ ਲਈ ਮੰਦਰ ਅੰਦਰ ਇਕੱਠੇ ਹੋ ਰਹੇ ਸਨ। ਬਹੁਤੇ ਪੰਡਿਆਂ ਦੇ ਹੱਥ ਵਿਚ ਜਗਦੇ ਦੀਵਿਆਂ ਦੇ ਥਾਲ ਸਨ। ਸਰੋਮਣੀ ਪੰਡੇ ਹੱਥ ਸੋਨੇ ਦਾ ਥਾਲ ਸੀ ਜਿਸ ਉੱਤੇ ਹੀਰੇ ਮੋਤੀ ਜੜ੍ਹੇ ਸਨ। ਵਿਚਕਾਰ ਦੋ ਮੁੱਖੀਆ ਵੱਡਾ ਦੀਵਾ ਜਲ ਰਿਹਾ ਸੀ। ਚੁਫੇਰੇ ਧੂਫ਼ ਦੀ ਖੁਸ਼ਬੂ ਆ ਰਹੀ ਸੀ। ਮੂਰਤੀਆਂ ਉੱਤੇ ਤੇਜ਼ੀ ਨਾਲ ਚੌਰ ਝੁਲਣੇ ਸ਼ੁਰੂ ਹੋ ਗਏ ਸਨ। ਢੋਲਕੀਆਂ, ਛੈਣੇ, ਸੰਖ, ਬੀਨਾਂ, ਸਿੰਙੀਆਂ ਦੀਆਂ ਆਵਾਜ਼ਾਂ ਗੂੰਜੀਆਂ। ਥਾਲੀਆਂ ਵਿੱਚਲੇ ਚਿਰਾਗ ਹਵਾ ਵਿੱਚ ਗੋਲ ਗੋਲ ਘੁੰਮਣ ਲੱਗੇ। ਜਗਨ ਨਾਥ ਦੀ ਆਰਤੀ ਸ਼ੁਰੂ ਹੋ ਗਈ ਸੀ। ਮਰਦਾਨੇ ਨੇ ਪਿੱਛੇ ਮੁੜ ਕੇ ਵੇਖਿਆ; ਬਾਬਾ ਮੰਦਰ ਤੋਂ ਬਾਹਰ ਖੁੱਲ੍ਹੇ ਅਸਮਾਨ ਥੱਲੇ ਜਾ ਖੜ੍ਹਿਆ ਸੀ। ਉਹ ਆਰਤੀ ਦੇ ਸ਼ੋਰ ਵਿੱਚੋਂ ਨਿਕਲ ਬਾਬੇ ਕੋਲ ਪਹੁੰਚਿਆ। ਦੀਵਿਆਂ ਦੀ ਲੋਅ ਨਾਲ ਬਾਬੇ ਦਾ ਚੇਹਰਾ ਸਾਫ਼ ਦਿਸਦਾ ਸੀ। ਕੋਈ ਤਰਾਨਾ ਜਾਗ ਪਿਆ ਸੀ ? ਉਹਨੇ ਹੱਥਾਂ ਦੀਆਂ ਲਕੀਰਾਂ ਜਿੰਨੀ ਪਛਾਣ ਵਾਂਗ ਤਾਰਾਂ ਉੱਤੇ ਹੱਥ ਫੇਰਿਆ। ਆਰਤੀ ਜੋਬਨਾਂ ਉੱਤੇ ਸੀ। ਮੀਂਹ ਤੋਂ ਬਾਅਦ ਕਾਲੇ

ਸਿਆਹ ਹਨੇਰੇ ਦੇ ਨਿਖਾਰ ਉੱਪਰ ਤਾਰੇ ਚਮਕ ਰਹੇ ਸਨ। ਹਲਕੀ ਹਲਕੀ ਹਵਾ ਚੇਹਰੇ ਉੱਤੇ ਟਕਰਾ ਰਹੀ ਸੀ। ਮੰਗਲ ਆਰਤੀ ਖ਼ਤਮ ਹੁੰਦੇ ਸਾਰ ਸਜੀ ਹੋਈ ਰਾਤ ਥੱਲੇ ਖੁੱਲੇ ਅਸਮਾਨ ਵਿੱਚ ਮਰਦਾਨੇ ਨੇ ਤਰਾਨੇ ਦੀ ਪਹਿਲੀ ਮਿਠਾਸ ਸੁਣੀ। ਮਰਦਾਨੇ ਦਾ ਸੱਜੇ ਹੱਥ ਦੇ ਅੰਗੂਠੇ ਤੇ ਪਹਿਲੀ ਤੇ ਦੂਜੀ ਉਂਗਲ ਨਾਲ ਫੜੀ, ਮਿਜ਼ਰਾਬ ਵਾਲਾ ਹੱਥ ਤਾਰਾਂ ਵੱਲ ਝੁਕਿਆ। ਰਬਾਬ ਨੇ ਰਾਗ ਧਨਾਸਰੀ ਦੀਆਂ ਧੁੰਨਾਂ ਛੇੜੀਆਂ। ਆਰਤੀ ਤੋਂ ਨਿਕਲੇ ਲੋਕਾਂ ਨੇ ਪਹਿਲੀ ਵਾਰ ਬਿਨਾਂ ਦੀਵਿਆਂ ਤੋਂ ਆਰਤੀ ਦੀ ਵਿਆਖਿਆ ਸੁਣੀ। ਦੋ ਦੀਵਾਨਿਆਂ ਦੇ ਸੁਰੀਲੇ ਬੋਲ ਕੁਝ ਇਸ ਤਰ੍ਹਾਂ ਸੁਣ ਰਹੇ ਸਨ :

ਗਗਨ ਮੈ ਥਲੁ ਰਵਿ ਚੰਦ ਦੀਪਕ ਬਨੇ ਤਾਰਿਕਾ ਮੰਡਲ ਜਨਕ ਮੋਤੀ॥
ਧੂਪੁ ਮਲ ਆਨਲੋ ਪਵਣੁ ਚਵਰੋ ਕਰੇ ਸਗਲ ਬਨਰਾਇ ਫੂਲੰਤ ਜੋਤੀ॥
ਕੈਸੀ ਆਰਤੀ ਹੋਇ ਭਵ ਖੰਡਨਾ ਤੇਰੀ ਆਰਤੀ॥ ਅਨਹਤਾ ਸ਼ਬਦ ਵਾਜੰਤ ਭੇਰੀ॥

ਇਸ ਤੋਂ ਪਹਿਲਾਂ ਕਿ ਕੋਈ ਕੁਝ ਪੁੱਛਦਾ ਬਾਬਾ ਗਾਉਣ ਖ਼ਤਮ ਕਰਦੇ ਸਾਰ ਆਪਣੇ ਟਿਕਾਣੇ ਵੱਲ ਚੱਲ ਪਿਆ। ਕੁਝ ਜਗਿਆਸੂ ਲੋਕ ਇਸ ਆਰਤੀ ਬਾਰੇ ਗੱਲਾਂ ਕਰਨ ਲੱਗੇ; ਜਿਸਨੇ ਹੁਣੇ ਕੁਦਰਤ ਦੇ ਦੀਵੇ ਬਲਦੇ ਵੇਖੇ ਸਨ।

ਕਾਫੀ ਰਾਤ ਬੀਤ ਗਈ ਸੀ। ਸਿੱਧਾ ਪਿਆ ਮਰਦਾਨਾ ਦੇਰ ਤੱਕ ਅਸਮਾਨ ਵੱਲ ਵੇਖਦਾ ਰਿਹਾ। ਅਸਮਾਨ ਤਾਂ ਰੋਜ਼ ਇਸ ਤਰ੍ਹਾਂ ਹੀ ਸਿਰ ਉੱਤੇ ਰਹਿੰਦਾ ਸੀ; ਪਰ ਅੱਜ ਵਾਂਗ ਤਾਰਿਆਂ ਨਾਲ ਸਜਿਆ ਕਿਸੇ ਤਰਾਨੇ ਵਿਚ ਮਸਤ ਪਹਿਲਾਂ ਕਦੇ ਨਹੀਂ ਸੀ ਦਿਸਿਆ। ਨਵੀਆਂ ਤਾਨਾਂ, ਬੰਦਿਸ਼ਾਂ, ਖਿਆਲਾਂ ਦੇ ਸੁਭਾਅ ਤਾਂ ਉਹ ਗਾਉਂਦਾ ਹੀ ਆ ਰਿਹਾ ਸੀ...। ਆਹ! ਅੱਜ ਧਨਾਸਰੀ ਦੀ ਗੂੰਜ ਸਭ ਸੰਭਾਵਨਾਵਾਂ ਪਾਰ ਕਰ ਗਈ ਸੀ। ਰਾਤ ਕਾਫ਼ੀ ਲੰਘ ਗਈ ਸੀ। ਮੰਦਰ ਅੰਦਰਲੇ ਤੇ ਬਾਹਰਲੇ ਦੀਵੇ ਬੁੱਝ ਚੁੱਕੇ ਸਨ। ਚੰਨ ਚਾਨਣੀ ਮੰਦਰ ਦੇ ਅੰਦਰ ਵੱਲ ਸਰਕ ਰਹੀ ਸੀ। ਇੱਕ ਗੱਲ ਜਿਹੜੀ ਬਾਬੇ ਤੋਂ ਪੁੱਛਣੀ ਸੀ; ਉਹ ਬਾਬੇ ਨੂੰ ਕਰਥਲ ਲੈਂਦਿਆਂ ਵੇਖ ਪੁੱਛ ਹੀ ਲਈ।

"ਬਾਬਾ ਅੱਜ ਦੇ ਗੀਤ ਵਿਚ 'ਮਲਆਨਲੋ' ਸ਼ਬਦ ਪਹਿਲੀ ਵਾਰ ਸੁਣਿਆ।"

"ਇਹ ਹਵਾ ਜੋ ਸਮੁੰਦਰ ਦੇ ਕੰਢਿਉਂ ਤੇਰੇ ਵੱਲ ਆ ਰਹੀ ਏ।" (ਇਹ ਤਾਮਿਲ ਭਾਸ਼ਾ ਦਾ ਲਫ਼ਜ਼ ਸੀ)

ਥੋੜ੍ਹੀ ਦੇਰ ਮਰਦਾਨਾ ਚੇਹਰੇ ਨੂੰ ਛੂਹ ਕੇ ਲੰਘਦੀ ਹਵਾ ਦੀ ਪਲੋਸ ਮਹਿਸੂਸ ਕਰਦਾ ਰਿਹਾ। ਇੱਕੋ ਸਮੇਂ ਅਸਮਾਨ ਤੇ ਧਰਤੀ ਦੇ ਸੰਗਮ ਨੂੰ ਮਾਣਨ ਲਈ ਕੀ ਸੱਚਮੁਚ ਏਨੀ ਊਰਜਾ ਚਾਹੀਦੀ ਏ ? ਬਾਬੇ ਨੂੰ ਇਸੇ ਲਈ ਇਹ ਗਾ ਕੇ ਦੱਸਣਾ ਪਿਆ ਸੀ। ਉਹ ਉੱਠ ਕੇ ਬੈਠ ਗਿਆ। ਆਰਤੀ ਤਾਂ ਹਾਲੇ ਵੀ ਚੱਲ ਰਹੀ ਸੀ। ਬੱਸ ਅੰਦਰਲੇ ਹੁੰਗਾਰੇ ਦੀ ਜ਼ਰੂਰਤ ਸੀ...।

ਕਾਂਡ : ਅਠਾਈਵਾਂ

ਜਗਨਨਾਥ ਤੋਂ ਤੁਰਦਿਆਂ ਇੱਕ ਪਹਿਰ ਦਿਨ ਬੀਤ ਗਿਆ ਸੀ। ਰਾਤ ਦੀ ਆਰਤੀ ਨੂੰ ਵਿਚਾਰਦੇ ਲੋਕ ਕਾਫ਼ੀ ਦੂਰ ਤੱਕ ਉਨ੍ਹਾਂ ਦੇ ਪਿੱਛੇ ਆਏ। ਬਹੁਤ ਤੇਜ਼ ਧੁੱਪ ਸੀ। ਅੱਜ ਫੇਰ ਬਾਬਾ ਗੇਰੂਏ ਰੰਗ ਨਾਲ ਚਮਕ ਰਿਹਾ ਸੀ। ਕੱਟਕ ਦੇ ਰਾਜੇ ਪਰਤਾਪਪੁਰ ਦੇਵ ਵਲੋਂ ਭੇਂਟ ਕੀਤੇ ਬਸਤਰ ਇੱਕ ਇੱਕ ਕਰਕੇ ਕਦੋਂ ਦੇ ਵੰਡੇ ਜਾ ਚੁੱਕੇ ਸਨ। ਮੰਦਰ ਦੇ ਸਾਹਮਣੇ ਖੜ੍ਹ ਕੇ ਮਰਦਾਨੇ ਨੇ ਇੱਕ ਵਾਰ ਫਿਰ ਸਮੁੰਦਰ ਵੱਲ ਨਜ਼ਰ ਮਾਰੀ ਸੀ। ਇਹ ਤਰਲ ਸੰਸਾਰ ਜਿਵੇਂ ਬੁਲਾਉਂਦਾ ਸੀ ਉਵੇਂ ਹੀ ਵਿਦਾਈ ਵੀ ਬਹੁਤ ਕੋਮਲ ਬਣਾ ਦੇਂਦਾ ਏ। (ਪਿੱਛੇ ਪਿੱਛੇ ਸਮੁੰਦਰ ਹੌਲੀ ਹੌਲੀ ਦੂਰ ਹੁੰਦਾ ਗਿਆ) ਸਮੁੰਦਰ ਕੰਢੇ ਬੈਠ ਕੇ ਪਿਛਲੇ ਸਫ਼ਰ ਬੜੇ ਸੌਖੇ ਯਾਦ ਆਉਂਦੇ ਸਨ। ਬੜੇ ਹੀ ਪਾਰਦਰਸ਼ੀ ਸੁਪਨੇ ਆਏ ਸਨ।

ਕਲਪਨਾ ਦੇ ਵੀ ਤਨ ਹੁੰਦੇ ਨੇ। ਵਿਚਾਰਾਂ ਨੂੰ ਸਾਂਭ ਕੇ ਰੱਖਣ ਲਈ ਜਗ੍ਹਾ ਬਣਾ ਹੀ ਲੈਂਦੇ ਨੇ। ਉਹ ਪੁਰੀ ਤੋਂ ਦੱਖਣ ਵੱਲ ਮੁੜ ਗਏ। ਫਿਰ ਆਪ ਕਟਕ ਤੇ ਗੰਟੂਰ ਤੋਂ ਗੰਜਾਮ ਪਹੁੰਚ ਗਏ। ਇੱਥੋਂ ਤੱਕ ਇੱਕ ਚੌੜਾ ਰਾਹ ਆਉਂਦਾ ਸੀ। ਗੰਜਾਮ ਤੋਂ ਆਪ ਦੱਖਣ ਵਾਲੇ ਪਾਸੇ ਕਾਂਚੀਪੁਰਮ ਵੱਲ ਚੱਲਦਿਆਂ ਗੰਟੂਰ ਪਹੁੰਚ ਗਏ। ਗੰਟੂਰ ਨਗਰ ਦਾ ਨਾਂ ਗੁੰਟਾ ਤੋਂ ਪਿਆ ਸੀ; ਜਿਸਦਾ ਭਾਵ ਤਲਾਅ ਸੀ। ਉਨ੍ਹਾਂ ਰਾਤ ਦਾ ਡੇਰਾ ਇੱਕ ਤਲਾਅ ਦੇ ਕੰਢੇ ਉੱਤੇ ਹੀ ਲਾਇਆ। ਬੜੀ ਰਮਨੀਕ ਥਾਂ ਸੀ; ਪਰ ਮਰਦਾਨੇ ਨੂੰ ਸਮੁੰਦਰ ਕੋਲੋਂ ਆ ਕੇ ਇਕ ਤਲਾਅ ਉੱਤੇ ਠਹਿਰਣਾ ਓਨਾ ਅਨੰਦਮਈ ਨਹੀਂ ਜਾਪਿਆ। ਉਹਨੂੰ ਕੱਟਕ ਦੇ ਰਾਜੇ ਦੇ ਪਕਵਾਨਾਂ ਤੋਂ ਬਾਅਦ ਇੱਥੇ ਸੁੱਕੇ ਚਾਵਲ ਵੀ ਸੁਆਦ ਨਾ ਲੱਗੇ। ਫਿਰ ਵੀ ਅੱਗੇ ਕੁਝ ਸਮੁੰਦਰ ਵਰਗਾ ਦਿਸੇਗਾ; ਉਹਨੇ ਰਾਤ ਚੁੱਪਚਾਪ ਕੱਟ ਲਈ।

ਗੰਟੂਰ ਤੋਂ ਉਹ ਮਦਰਾਸ ਵਾਲਾ ਇਲਾਕਾ ਪਾਰ ਕਰ ਚੁੱਕੇ ਸਨ। ਦੱਖਣ ਵੱਲ ਕਾਂਚੀਪੁਰਮ ਨੇੜੇ ਆ ਰਿਹਾ ਸੀ...। ਕੁਰੂਕਸ਼ੇਤਰ ਵਾਲਾ ਹੱਸਦੇ ਸਾਧਾਂ ਦਾ ਟੋਲਾ ਇੱਥੇ ਫਿਰ ਦਿਸਿਆ। ਉਹ ਜੀਅ ਭਰ ਕੇ ਹੱਸ ਚੁੱਕੇ ਸਨ। ਕੀ ਜੈਨੀਆਂ ਦੇ ਮੰਦਰਾਂ ਵੱਲੋਂ ਆਉਂਦੇ ਹੋਏ ਅਜਿਹਾ ਹੋਇਆ ਸੀ ? ਮਰਦਾਨੇ ਨੇ ਸਿਰਫ 'ਬਾਬਾ' ਕਹਿ ਕੇ ਹੀ ਪ੍ਰਸ਼ਨ ਪੁੱਛ ਲਿਆ ਸੀ। ਹੁਣ ਬਾਬੇ ਦਾ ਉੱਤਰ ਸੁਣ ਰਿਹਾ ਸੀ :

"ਗਿਆਨ ਦੀ ਧਾਰਾ 'ਚੋਂ ਜੇ ਹੱਸਣਾ ਆ ਜਾਵੇ ਤਾਂ ਇਹਨੂੰ ਜਾਰੀ ਰੱਖਣਾ ਬੜਾ ਔਖਾ ਹੁੰਦਾ ਏ ਮਰਦਾਨਿਆ...।"

"ਪਰ ਬਾਬਾ ਇਨ੍ਹਾਂ ਦੀ ਪੂਜਾ ਕੀ ਅੰਦਰ ਰੁੱਕ ਗਈ ਹੈ ?... ਜਾਪਦਾ ਹੀ ਨਹੀਂ ਇਹ ਕਦੇ ਏਨੇ ਹੱਸੇ ਵੀ ਹੋਣਗੇ। ਕੀ ਇਨ੍ਹਾਂ ਵਿਚ ਮਹਾਂਵੀਰ ਦੀ ਕਾਇਆ ਦਾ ਕੋਈ ਪੜਾਅ ਆ ਗਿਆ ਏ ?" ਥੋੜ੍ਹੀ ਦੇਰ ਲਈ ਚੁੱਪ ਵਰਤ ਗਈ। ਅੱਗੇ ਛੋਟੀਆਂ

ਪਹਾੜੀਆਂ ਵਿੱਚ ਚਲਦੇ ਰਸਤਿਆਂ ਅੱਗੇ ਵੱਡੇ ਵੱਡੇ ਪੱਥਰ ਆ ਗਏ ਸਨ। ਉਨ੍ਹਾਂ ਨੂੰ ਹਟਾਇਆ ਤਾਂ ਨਹੀਂ ਸੀ ਜਾ ਸਕਦਾ; ਪਰ ਥੋੜ੍ਹੀ ਕੋਸ਼ਿਸ਼ ਨਾਲ ਉਨ੍ਹਾਂ ਦੇ ਉੱਪਰੋਂ ਟੱਪਿਆ ਜਾ ਸਕਦਾ ਸੀ। ਅੱਗੇ ਵੀ ਪਥਰੀਲਾ ਰਾਹ ਸੀ ਪਰ ਪੱਥਰ ਛੋਟੇ ਸਨ।

"ਬਾਬਾ ਦੱਸ ਨਾ ਤੂੰ ਤਾਂ ਸੋਝੀਆਂ ਦੀ ਮਾਂ ਏ ?"

"ਡੁੱਬਣ ਦੇ ਦੋ ਹੀ ਢੰਗ ਨੇ। ਆਪਣੇ ਵਿੱਚ ਲੀਨ ਹੋ ਜਾਣਾ ਜਾਂ ਦੂਜੇ ਵਿੱਚ ਸਮਾਅ ਜਾਣਾ। ਮਹਾਂਵੀਰ ਆਪਣੇ ਵਿੱਚ ਲੀਨ ਸਨ; ਇਸੇ ਕਰਕੇ ਉਨ੍ਹਾਂ ਦਾ ਪ੍ਰਮਾਤਮਾ ਬਹੁਤ ਘੱਟ ਦਿਸਦਾ ਏ...।"

"ਪਰ ਬਾਬਾ ਇਹ ਦੋ ਬਰਕਤਾਂ ਦਾ ਮੇਲ ਹੋਵੇ ਕਿਵੇਂ ?"

"ਵੇਖੋ ਬੀਜ ਤੇ ਖਾਕ ਦੇ ਮਿਲਣ ਦੀ ਇਕਾਂਤ...।"

ਉਸੇ ਸਮੇਂ ਆਦੀ ਨਗਨਤਾ ਵਿੱਚ ਮਸਤ ਇੱਕ ਫਕੀਰ ਉਨ੍ਹਾਂ ਕੋਲੋਂ ਲੰਘਿਆ। ਉਹ ਹੱਸਦਾ ਆਪਣੇ ਹੀ ਪਿੰਡੇ ਵੱਲ ਵੇਖਦਾ : "ਸੁੰਦਰ ਹੈ... ਸੁੰਦਰ ਹੈ...।" ਕਹਿ ਕੇ ਚੁੱਪ ਹੋ ਜਾਂਦਾ। ਨਗਨਤਾ ਦੀ ਇੱਕ ਮੌਜ ਝੂੰਮਦੀ ਕੋਲੋਂ ਲੰਘ ਗਈ ਸੀ। ਥੋੜ੍ਹੀ ਦੇਰ ਲਈ ਮਰਦਾਨੇ ਦੇ ਪ੍ਰਸ਼ਨ ਕਿੱਧਰੇ ਗੁਆਚ ਗਏ ਸਨ।

ਕਾਂਚੀਪੁਰਮ ਦੇ ਮੰਦਰਾਂ ਦੇ ਉੱਚੇ ਕਲਸ ਦਿਸਣ ਲੱਗੇ ਸਨ। ਇਹ ਬਹੁਤ ਵੱਡਾ ਤੀਰਥ ਸੀ। ਇਸ ਸਮੇਂ ਇੱਥੇ ਕ੍ਰਿਸ਼ਨ ਦੇਵਾ ਨਾਂ ਦੇ ਰਾਜੇ ਦਾ ਰਾਜ ਸੀ। ਉਨ੍ਹਾਂ ਵਿਸ਼ਨੂੰ ਤੇ ਸ਼ਿਵਾ ਮੰਦਰਾਂ ਦੇ ਵਿਚਾਲੇ ਕੁਝ ਦੇਰ ਲਈ ਆਰਾਮ ਕੀਤਾ। ਦੁਪਹਿਰ ਤੱਕ ਉੱਥੇ ਵੀ ਭੀੜ ਵੱਧ ਗਈ ਸੀ। ਸ਼ਾਮ ਵੇਲੇ ਕਾਂਚੀਪੁਰਮ ਤੋਂ ਦੋ ਮੀਲ ਦੱਖਣ ਤ੍ਰਿਪਾਰੁਤੀਕੁਮਰਮ ਵੱਲ ਚੱਲ ਪਏ। ਉਨ੍ਹਾਂ ਚੋਲਾ ਰਾਜਿਆਂ ਦੇ ਸਮੇਂ ਦੇ ਇੱਕ ਪ੍ਰਾਚੀਨ ਜੈਨੀਆਂ ਦੇ ਮੰਦਰ ਅੱਗੇ ਆਪਣਾ ਰਾਤ ਦਾ ਪੜਾਅ ਕੀਤਾ। ਰਸਤੇ ਵਿੱਚ ਬਹੁਤ ਸਾਰੇ ਫਕੀਰ ਨਗਨ ਅਵਸਥਾ ਵਿੱਚ ਆਉਂਦੇ ਦਿਸੇ। ਹੁਣ ਹਨੇਰਾ ਹੋ ਗਿਆ ਸੀ; ਸਿਰਫ਼ ਸਾਏ ਹੀ ਦਿਸਦੇ ਸਨ। ਸਵੇਰੇ ਜਦੋਂ ਪਤਾ ਲੱਗਾ ਕਿ ਉੱਤਰੀ ਹਿੰਦ ਤੋਂ ਕੋਈ ਸਾਧੂ ਆਇਆ ਹੈ ਤਾਂ ਇਕ ਪੁਜਾਰੀ ਆ ਕੇ ਪੁੱਛਣ ਲੱਗਾ :

"ਤੁਸੀਂ ਅੰਨ ਨਵਾਂ ਖਾਂਦੇ ਹੋ... ਪਾਣੀ ਛਾਣਨ ਤੋਂ ਬਿਨਾਂ ਪੀਂਦੇ ਹੋ... ਨਿੱਤ ਜੀਅ ਮਾਰਦੇ ਹੋ।"

ਕਈ ਦਿਨਾਂ ਪਿੱਛੋਂ ਬਾਬੇ ਨੇ ਪੁੱਛੇ ਪ੍ਰਸ਼ਨਾਂ ਦਾ ਉੱਤਰ ਗਾਕੇ ਕਿਹਾ :

ਸਿਰ ਖੋਹਾਇ ਪੀਅਹਿ ਮਲਵਾਣੀ ਜੂਠਾ ਮੰਗਿ ਮੰਗਿ ਖਾਹੀ ॥
ਫੋਲਿ ਫਦੀਹਤਿ ਮੁਹਿ ਲੈਨਿ ਭੜਾਸਾ ਪਾਣੀ ਦੇਖਿ ਸਗਾਹੀ ॥

ਕਾਂਚੀਪੁਰਮ ਤੋਂ ਦੱਖਣ ਵੱਲ ਚੱਲਦੇ ਉਹ ਤ੍ਰਿਵਨਮਲਾਏ ਨਾਮੀ ਨਗਰ ਪਹੁੰਚ ਗਏ। ਇਹ ਦੱਖਣ ਵੱਲ ਜਾਂਦੇ ਵੱਡੇ ਰਾਹ ਉੱਤੇ ਸੀ। ਇੱਥੋਂ ਪੱਛਮ ਵਾਲੇ ਪਾਸੇ ਪਹਾੜੀ ਰਸਤੇ ਜਾਂਦੇ ਸਨ।

"ਤ੍ਰਿਵਨਮਲਾਏ ਵੱਲ ਜਾ ਰਹੇ ਹੋ ?" ਇਕ ਰਾਹੀ ਮਰਦਾਨੇ ਨਾਲ ਗੱਲੀਂ ਪੈ ਗਿਆ।

"ਤ੍ਰਿਵਨਮਲਾਏ ਦਾ ਅਰਥ ਹੈ 'ਪਹਾੜੀ ਤੇ ਪ੍ਰਜਲਤ ਪਵਿੱਤਰ ਅਗਨੀ'। ਇੱਕ

ਵਾਰੀ ਪਾਰਬਤੀ ਨੇ ਸ਼ਿਵਾ ਦੇ ਅੱਖਾਂ ਤੇ ਹੱਥ ਰੱਖ ਦਿੱਤੇ। ਸਾਰੇ ਸੰਸਾਰ ਵਿੱਚ ਹਨੇਰਾ ਹੋ ਗਿਆ। ਸ਼ਿਵ ਜੀ ਪਾਰਬਤੀ ਨੂੰ ਬਹੁਤ ਨਾਰਾਜ਼ ਹੋਏ। ਉਸਨੂੰ ਸੰਸਾਰ ਭੇਜਿਆ; ਜਿਨ੍ਹਾਂ ਥਾਵਾਂ ਉੱਤੇ ਤਪੱਸਿਆ ਕੀਤੀ ਉਨ੍ਹਾਂ 'ਚੋਂ ਤ੍ਰਿਵਨਮਲਾਏ ਇੱਕ ਸੀ। ਤੁਸੀਂ ਵੇਖੀਓ ਤਾਂ ਸਹੀ ਅੱਗੇ ਬਹੁਤ ਸੁੰਦਰ ਮੰਦਰ ਹੈ।" ਉਹਨੇ ਗੱਲ ਜਾਰੀ ਰੱਖੀ।

"ਕੋਈ ਦੇਵੀ ਦੇਵਤਾ ਆਪਣੇ ਕਰਮਾਂ ਦੇ ਫਲ ਤੋਂ ਬੱਚ ਨਹੀਂ ਸਕਿਆ। ਪਾਰਬਤੀ ਨੂੰ ਵੀ ਤਪੱਸਿਆ ਕਰਨੀ ਪਈ...।"

"ਚਲੋ ਇਸ ਬਹਾਨੇ ਮੈਨੂੰ ਵੀ ਮਰਾਸਣ ਯਾਦ ਆ ਗਈ ਏ।"

"ਤੂੰ ਕੀ ਕਿਹਾ ?"

ਪਰ ਉਸ ਤੋਂ ਪਹਿਲਾਂ ਹੀ ਬਾਬੇ ਦਾ ਉੱਤਰ ਸ਼ੁਰੂ ਹੋ ਗਿਆ ਸੀ। ਸਿਰਫ਼ ਤਿੰਨ ਹੀ ਜਣੇ ਤੁਰ ਰਹੇ; ਦੋ ਗਾ ਰਹੇ ਸਨ ਤੇ ਇੱਕ ਸੁਣ ਰਿਹਾ ਸੀ :

....

....

....

ਤ੍ਰਿਵਨਮਲਾਏ ਤੋਂ ਦੱਖਣ ਦਾ ਸਫ਼ਰ ਕਰਕੇ ਉਹ ਇੱਕ ਦਿਨ ਤ੍ਰਿਚਨਾਪਲੀ ਪੁੱਜ ਗਏ। ਇੱਥੇ ਤਾਮਲ ਦੇ ਅਲਵਾਰ ਵੈਸ਼ਨਵ ਸੰਤਾਂ ਦਾ ਸਭ ਤੋਂ ਪ੍ਰਸਿੱਧ ਮੰਦਰ ਸ੍ਰੀ ਰੰਗਮ ਸੀ। ਇਹ ਮੰਦਰ ਕਾਵੇਰੀ ਤੇ ਕੋਲੇਰੂਨ ਦਰਿਆਵਾਂ ਦੇ ਵਿਚਕਾਰ ਸੀ। ਤਾਮਿਲ ਵਿਚ ਰੰਗਮ ਦਾ ਭਾਵ ਦੋ ਦਰਿਆਵਾਂ ਵਿੱਚ ਸਥਿੱਤ ਹੋਣਾ ਸੀ। ਇੱਥੇ ਹੀ ਵੈਸ਼ਨਵ ਮੱਤ ਦੇ ਆਗੂ 'ਰਾਮਾਨੁਜ' ਨੇ ਆਪਣੇ ਆਖਰੀ ਸਾਲ ਗੁਜਾਰੇ ਸਨ। ਭਗਤ ਲੋਕ ਇੱਥੇ ਮੰਦਰ ਦੀਆਂ ਸੱਤ ਪ੍ਰਕਰਮਾਂ ਕਰਦੇ ਸਨ। ਫਿਰ ਉਹ ਤ੍ਰਿਚਨਾਪਲੀ ਤੋਂ ਕਾਵੇਰੀ ਦਰਿਆ ਵਿੱਚ ਬੇੜੀ ਦੇ ਰਾਹ ਨਾਗਾਪਟਨਮ ਪੁੱਜ ਗਏ। ਲੰਕਾ ਜਾਣ ਲਈ ਦੱਖਣੀ ਭਾਰਤ ਦੀ ਇਹ ਇੱਕ ਪੁਰਾਣੀ ਬੰਦਰਗਾਹ ਸੀ। ਲੰਕਾ ਦੇ ਪੂਰਬੀ ਕੰਢੇ ਤੇ ਤ੍ਰਿਨਕੋਮਲੀ ਦੇ ਦੱਖਣ ਵਿੱਚ ਇੱਕ ਹੋਰ ਬੰਦਰਗਾਹ ਮਟੀਆਕਲਮ ਸੀ। ਇੱਥੇ ਮਡਾਕੁਲਾਪਾ ਤਾਮਿਲ ਲੋਕਾਂ ਦੀ ਬਹੁਤ ਪੁਰਾਣੀ ਬਸਤੀ ਸੀ। ਹਨੂੰਮਾਨ ਦੀ ਲੰਕਾ ਸਾੜਣ ਦੀ ਵਾਰਤਾ ਇਸੇ ਸਥਾਨ ਵਾਪਰੀ ਦੱਸੀ ਗਈ ਸੀ। ਨਾਗਾਪਟਨਮ ਤੋਂ ਤ੍ਰਿਨਕੋਮਲੀ ਤੇ ਫੇਰ ਮਟੀਆਕੁਲਮ ਪਹੁੰਚੇ। ਇੱਥੇ ਦਾ ਰਾਜਾ ਸ਼ਿਵ ਦਾ ਉਪਾਸਕ ਰਾਜਾ ਸ਼ਿਵਨਾਥ ਸੀ। ਉਹ ਨਾਨਕ ਦੀ ਮਹਿਮਾ ਪਹਿਲਾਂ ਹੀ ਸੁਣ ਚੁੱਕਿਆ ਸੀ। ਮਰਦਾਨੇ ਦੀ ਖੁਸ਼ੀ ਦਾ ਅੰਤ ਨਾ ਰਿਹਾ ਜਦੋਂ ਉਨ੍ਹਾਂ ਦਾ ਮੇਲ ਲਹੌਰ ਨਿਵਾਸੀ 'ਮਨਸੁੱਖ' ਨਾਲ ਹੋਇਆ। ਇਹ ਮੈਂਲਸੀਹੇ ਦੇ ਭਗੀਰਥ ਨਾਲ ਗੁਰੂ ਜੀ ਨੂੰ ਸੁਲਤਾਨਪੁਰ ਮਿਲਿਆ ਸੀ। ਕਈ ਸਾਲਾਂ ਬਾਅਦ ਮਰਦਾਨੇ ਨੇ ਆਪਣੀ ਮਰਜ਼ੀ ਦੀ ਪੰਜਾਬੀ ਰੱਜ ਕੇ ਬੋਲੀ।

"ਤੂੰ ਵਪਾਰ ਕਰਦਾ ਕਰਦਾ ਇੱਥੇ ਪਹੁੰਚ ਗਿਆ ਤੇ ਮੈਂ ਚੇਲਾ ਬਣਕੇ ਇੱਥੇ ਪਹੁੰਚਿਆ; ਫਿਰ ਮਨਮੁੱਖ ਜਿੱਤਿਆ ਕੌਣ ?" ਮਰਦਾਨੇ ਨੇ ਮਖ਼ੌਲ ਕੀਤਾ।

"ਮੈਂ ਵਸਤਾਂ ਨਾਲ ਰਿਹਾ ਤੂੰ ਗੁਰੂ ਨਾਲ ਰਿਹਾ... ਤੂੰ ਜਿੱਤਿਆ ਮਰਦਾਨਿਆ...।"

"ਪਰ ਵਪਾਰੀਆਂ ਦੀਆਂ ਅੱਖਾਂ ਵਿਚ ਤਾਂ ਛੇਤੀ ਕਿਤੇ ਪਾਣੀ ਨਹੀਂ ਆਉਂਦਾ?"

"ਜੇ ਮੈਂ ਤੈਨੂੰ ਗੁਰ ਭਾਈ ਕਿਹਾ ਤਾਂ ਮੈਂ ਤੇਰੇ ਬਰਾਬਰ ਹੋ ਜਾਣਾਂ।... ਹੇ ਤਲਵੰਡੀ ਦੀ ਰੂਹ... ਤੇਰੇ ਵਰਗਾ ਵਪਾਰੀ ਲੱਭਣਾ... ਮੈਂ ਤਾਂ ਤੇਰੇ ਵਪਾਰ ਦਾ ਹਾਲੇ ਕਰਿੰਦਾ ਵੀ ਨਹੀਂ...।" ਹੰਝੂਆਂ ਨਾਲ ਭਿੱਜੀਆਂ ਅੱਖਾਂ ਮਰਦਾਨੇ ਨੇ ਗਲ ਵਿੱਚ ਪਏ ਸਾਫ਼ੇ ਨਾਲ ਢੱਕ ਲਈਆਂ।

"ਇਧਰ ਵੇਖ ਮਰਦਾਨਿਆਂ... ਮੈਨੂੰ ਆਪਣੀਆਂ ਅੱਖਾਂ 'ਚੋਂ ਨਾਨਕ ਤਾਂ ਵੇਖ ਲੈਣ ਦੇ..।" ਉਹ ਥੋੜ੍ਹੀ ਦੂਰ ਬੈਠੇ ਬਾਬੇ ਕੋਲ ਇੱਕ ਪਹਿਰ ਤੱਕ ਗੱਲਾਂ ਕਰਦੇ ਰਹੇ। ਫਿਰ ਉਹ ਮਨਮੁੱਖ ਨਾਲ ਰਾਜੇ ਦੇ ਮਹਿਲ ਵੀ ਗਏ। ਰਾਜਾ ਸ਼ਿਵਨਾਥ ਬਾਬੇ ਨੂੰ ਕੁਝ ਦੇਰ ਹੋਰ ਰੱਖਣਾ ਚਾਹੁੰਦਾ ਸੀ। ਪਰ ਉਹ ਰਾਜੇ ਤੋਂ ਆਗਿਆ ਲੈ ਅੱਗੇ ਬੈਟੀਕੁਲਾ 'ਤੋਂ ਬਾਰ੍ਹਾਂ ਕੋਹ ਦੂਰ ਇੱਕ ਰਮਣੀਕ ਜਗ੍ਹਾ ਵੱਲ ਚੱਲ ਪਏ।

ਇਨ੍ਹਾਂ ਦਿਨਾਂ ਵਿਚ ਬਹੁਤ ਜਿਆਦਾ ਚਲੋ ਚਾਲ ਸੀ। ਮਰਦਾਨੇ ਦਾ ਇਹ ਰਵਾਇਤੀ ਵਾਕ "ਬਾਬਾ ਹੁਣ ਅਸੀਂ ਕਿੱਥੇ ਜਾ ਰਹੇ ਹਾਂ...?" ਬਹੁਤ ਘੱਟ ਸੁਣਿਆ। ਵੱਡੇ ਵੱਡੇ ਤੀਰਥ ਆ ਰਹੇ ਸਨ। ਯਾਤਰੂ ਆਪ ਹੀ ਉਸਦੀ ਪੁਰਾਣੀ ਕਥਾ ਲੈ ਸੁਣਾਉਣ ਲੱਗ ਪੈਂਦੇ। ਅਜਿਹਾ ਸ਼ਾਇਦ ਉਨ੍ਹਾਂ ਦਾ ਉੱਤਰੀ ਭਾਰਤ ਦਾ ਚੇਹਰਾ ਵੇਖ ਕੇ ਹੁੰਦਾ। ਕੁਰੂਕੁਲ ਮੰਡਪ ਤੋਂ ਉਹ ਦੱਖਣ ਪੂਰਬ ਲੰਕਾ ਦੇ ਪ੍ਰਸਿੱਧ ਤੀਰਥ ਕਰਤਰਗਾਮਾ ਵੱਲ ਚੱਲ ਪਏ। ਬੈਟੀਕੁਲਾ ਤੋਂ ਪੂਰਬੀ ਸਮੁੰਦਰੀ ਕੰਢੇ ਦੇ ਨਾਲ ਯਾਤਰੂ ਅਕਸਰ ਕਤਰਗਾਮਾ ਜਾਂਦੇ ਸਨ। ਉਹ ਕਲਮੁਨਾਏ, ਟਿਊਕੋਇਲ, ਪਾਤੂਵਿਲ ਤੇ ਪਾਨਮ ਤੋਂ ਉਸ ਸਥਾਨ ਪਹੁੰਚੇ ਜੋ ਮਾਨਕ ਗੰਗਾ ਦੇ ਕਿਨਾਰੇ ਸੀ। ਇੱਥੇ ਸਾਰੀਆਂ ਰਵਾਇਤਾਂ ਸਿਵਾ ਪੁੱਤਰ ਸਕੰਦਾ ਸੁਭਰਮਾਨੀਆ ਜਿਸਨੂੰ ਸਿਨਹਾਲੀ ਵਿੱਚ ਕੰਡਾਕੁਮਾਰਾ ਜਾਂ ਕਤਰਗਾਮਾ ਕਹਿੰਦੇ ਸਨ, ਨਾਲ ਸੰਬੰਧਤ ਸਨ। ਕਾਰਤਕ ਸੁਆਮੀ ਮੰਦਰ ਤੋਂ ਬਡੁਲਾ ਨਾਮੀ ਸ਼ਹਿਰ ਪਹੁੰਚੇ। ਉੱਥੇ ਸੀਤਾ ਅਹਿਲੀਆ ਦੇ ਪਹਾੜੀ ਇਲਾਕਿਆਂ ਤੋਂ ਹੁੰਦੇ ਹੋਏ ਸੀਤਾਵਾਕਾ ਤੋਂ ਹੋ ਕੇ ਕੋਟੀਰਾਜ ਪੁੱਜ ਗਏ। (ਸੀਤਾ ਨੂੰ ਰਾਵਣ ਨੇ ਇਥੇ ਹੀ ਕੈਦ ਵਿੱਚ ਰੱਖਿਆ ਸੀ) ਉਥੇ ਰਾਜਾ ਧਰਮਾਪ੍ਰਕਰਮਾਬਾਹੂ ਨੌਵਾਂ ਰਾਜ ਕਰਦਾ ਸੀ। ਇਸ ਰਾਜ ਦੇ ਉੱਤਰ ਵੱਲ ਕਾਲਾ ਓਈਆਂ ਤੋਂ ਲੈ ਕੇ ਦੱਖਣ ਵੱਲ ਵਲਾਲਵੀ ਗੰਗਾ ਤੱਕ ਰਾਜ ਸੀ। ਕੋਟੀ ਰਾਜ ਵਿੱਚ ਬੁੱਧ ਧਰਮ ਦਾ ਜ਼ੋਰ ਸੀ। ਜਦੋਂ ਬੋਧੀਆਂ ਦੇ ਸੰਘਾ ਰਾਜਾ ਨੂੰ ਪਤਾ ਲੱਗਾ ਕਿ ਉੱਤਰੀ ਭਾਰਤ ਤੋਂ ਕੋਈ ਨਾਥ ਆਏ ਨੇ ਤਾਂ ਉਹ ਮਿਲਣ ਆਇਆ। ਉਹ ਮੁਲਾਕਾਤ ਲਈ ਬੜਾ ਉਤਾਵਲਾ ਸੀ। ਕਈ ਦਿਨ ਚਰਚਾ ਚੱਲਦੀ ਰਹੀ। ਤੁਰਨ ਲੱਗੇ ਬਾਬੇ ਨੇ ਸੰਘਾ ਨੂੰ ਕਿਹਾ : "ਬੁੱਧ ਨੇ ਤਾਂ ਸ਼ੁਰੂ ਤੋਂ ਹੀ ਜਾਗਣ ਲਈ ਕਿਹਾ ਸੀ... ਤੂੰ ਸੁੱਤਾ ਸੁੱਤਾ ਕਿੱਥੇ ਪਹੁੰਚ ਗਿਆਂ ਏ...?"

ਕੋਟੀ ਤੋਂ ਸੀਤਾਵਾਕਾ ਵੱਲ ਚੱਲਦਿਆਂ ਮਰਦਾਨੇ ਨੇ ਕਈ ਵਾਰ ਸੋਚਿਆ। ਕੁਝ ਮੌਕੇ ਅਜਿਹੇ ਵੀ ਆਉਂਦੇ ਨੇ ਜਦੋਂ ਕਿਸੇ ਨੂੰ ਛੱਡਣ ਵੇਲੇ ਪਤਾ ਨਹੀਂ ਲੱਗਦਾ। ਉਹ ਨੂੰ ਕੀ ਹੋਇਆ ਸੀ ? ਇਹ ਸੰਘਾ ਤੋਂ ਵਿਛੜਣ ਵੇਲੇ ਵੀ ਏਦਾਂ ਹੀ ਲੱਗਦਾ ਸੀ।

ਅਜਿਹੇ ਵੇਲੇ ਉਹਨੂੰ ਤਲਵੰਡੀ ਦੇ ਡਾਕਰ ਖੇਤ ਯਾਦ ਆਉਂਦੇ ਜੋ ਮੀਂਹਾਂ ਨਾਲ ਭਿੱਜ ਕੇ ਕਈ ਦਿਨਾਂ ਪਿਛੋਂ ਵੱਤਰ ਆਉਂਦੇ ਸਨ। ਅਜਿਹੇ ਵੱਤਰ ਖੇਤਾਂ ਵਿਚ ਕਦੇ ਵੀ ਕੁਝ ਵੀ ਬੀਜ ਦਿਉ। ਇਹ ਸੋਚਦਿਆਂ ਉਹ ਸੀਤਾਵਾਕਾ ਤੋਂ ਉੱਤਰ ਵੱਲ ਚੱਲਦੇ ਅਨਰਾਧਪੁਰਾ ਪਹੁੰਚ ਗਏ। ਇਹ ਪ੍ਰਾਚੀਨ ਸਮਿਆਂ ਵਿਚ ਲੰਕਾ ਦੀ ਰਾਜਧਾਨੀ ਸੀ। ਇਥੋਂ ਉਹ ਉੱਤਰ ਵੱਲ ਚੱਲਦੇ ਮੈਨਰ ਦੀ ਬੰਦਰਗਾਹ ਪਹੁੰਚੇ। ਅਨਰਾਧਪੁਰਾ ਤੋਂ ਮੈਨਰ ਤੱਕ ਦਾ ਸਾਰਾ ਇਲਾਕਾ ਬਹੁਤ ਖੁਸ਼ਕ ਸੀ। ਮੀਂਹ ਘੱਟ ਪੈਣ ਕਰਕੇ ਰਸਤੇ ਵਿਚ ਬਹੁਤ ਘੱਟ ਵਸੋਂ ਸੀ। ਸਿਰਫ਼ ਸਮੁੰਦਰ ਕੰਢੇ ਪਿੰਡ ਸਨ ਜੋ ਮੱਛੀ ਪਕੜਣ ਦਾ ਕੰਮ ਕਰਦੇ ਸਨ। ਰਸਤੇ ਵਿੱਚ ਕਿੰਨੇ ਹੀ ਪਿੰਡ ਆਏ। ਉਨ੍ਹਾਂ ਵੱਡੇ ਤਲਾਅ ਬਣਾਏ ਸਨ ਜੋ ਕਦੇ ਮੀਹਾਂ ਨਾਲ ਭਰਦੇ ਸਨ। ਬਾਕੀ ਸਾਰਾ ਇਲਾਕਾ ਜੰਗਲੀ ਤੇ ਭਿਆਨਕ ਸ਼ੇਰ ਚਿਤਿਆਂ ਨਾਲ ਭਰਿਆ ਸੀ। ਇਹ ਦਿਨ ਬਹੁਤ ਹੁੰਮਸ ਭਰੇ ਸਨ। ਖਾਰਾ ਹੀ ਸਹੀ ਪਰ ਸਮੁੰਦਰ ਬਹੁਤ ਯਾਦ ਆਇਆ। ਇੱਕ ਦਿਨ ਤਿੰਨ ਪਹਿਰ ਪਿਆਸ ਨਾਲ ਲੰਘਾਏ ਸਨ। ਆਖਰ ਗਿੱਦੜਾਂ ਦਾ ਪਿੱਛਾ ਕਰ ਇੱਕ ਭਰਿਆ ਤਲਾਅ ਲੱਭਿਆ। ਗਿੱਦੜ ਤਾਂ ਪਿੰਡ ਵਾਲਿਆਂ ਨੇ ਭਜਾ ਦਿੱਤੇ ਸਨ; ਪਰ ਉਹਨੂੰ ਪਾਣੀ ਮਿਲ ਗਿਆ ਸੀ। ਉਸ ਰਾਤ ਉਨ੍ਹਾਂ ਉਸੇ ਤਲਾਅ ਦੇ ਕੰਢੇ ਰਾਤ ਕੱਟੀ। ਪਿੰਡ ਵਾਲਿਆਂ ਨੇ ਕਿਹਾ ਸੀ :

"ਸਿਰਫ਼ ਪੀਣਾ ਏ ਫਕੀਰੋ... ਨਾਉਣ ਲਈ ਨਹੀਂ ਹੈ।"

ਮੈਨਰ ਤੋਂ ਉਹ ਬਾਦਬਾਨੀ ਜਹਾਜ਼ ਰਾਹੀਂ ਸੇਤਬੰਧ ਪਹੁੰਚੇ। ਲੰਬੇ ਸਮੇਂ ਬਾਅਦ ਅੱਜ ਫਿਰ ਪਾਣੀ ਉੱਤੇ ਤੈਰਨ ਦਾ ਨਜ਼ਾਰਾ ਆਇਆ। ਹਵਾਵਾਂ ਨਾਲ ਸਾਹ ਲੈਂਦੀ ਬੇੜੀ ਦੇ ਬਾਦਬਾਨਾਂ ਨੂੰ ਵਾਰ ਵਾਰ ਵੇਖਣ ਨੂੰ ਜੀਅ ਕੀਤਾ। ਬੀਤੇ ਦਿਨਾਂ ਦੀ ਖੁਸ਼ਕ ਤੇ ਬੰਜਰ ਪਿਆਸ ਪਲਾਂ ਵਿੱਚ ਹੀ ਭੁੱਲ ਗਈ। ਰਾਮਚੰਦਰ ਨੇ ਲੰਕਾ ਜਿੱਤਣ ਲਈ ਇਥੋਂ ਪੁੱਲ ਬਣਾਇਆ ਸੀ। ਸੇਤਬੰਧ ਦੇ ਤੀਰਥ ਅਸਥਾਨ ਤੋਂ ਉਹ ਰਮੇਸ਼ਵਰਮ ਪਹੁੰਚੇ। ਰਮੇਸ਼ਵਰਮ ਮੰਦਰ ਪਾਮਬਨ ਦੀਪ ਦੇ ਉੱਤਰ ਪੂਰਬ ਵੱਲ ਸੀ। ਇਸਦਾ ਅੰਦਰਲਾ ਹਿੱਸਾ ਕਾਲੇ ਪੱਥਰ ਨਾਲ ਬਣਿਆ ਸੀ। ਇਹ ਦਰਾਵੜਾਂ ਦੀ ਹੁਨਰਕਾਰੀ ਦਾ ਇਕ ਵਧੀਆ ਨਮੂਨਾ ਸੀ। ਇੱਥੇ ਸ਼ਾਮ ਵੇਲੇ ਕੁਝ ਗੋਰਖ ਪੰਥੀਆਂ ਨਾਲ ਚਰਚਾ ਹੋਈ। "ਤੁਸੀਂ ਤਾਂ ਨਿਰੰਕਾਰ ਦੇ ਉਪਾਸਕ ਹੋ; ਫਿਰ ਇਸ ਮੰਦਿਰ ਵਿਚ ਕਿਉਂ ਆਏ ਹੋ ?" ਬਾਬੇ ਨੇ ਗਾਉੜੀ ਵਿਚ ਕੁਝ ਇਸ ਤਰ੍ਹਾਂ ਉੱਤਰ ਦਿੱਤਾ :

ਰਾਹ ਦੋਵੈ ਖਸਮੁ ਏਕੋ ਜਾਣੁ॥ ਗੁਰ ਕਾ ਸਬਦ ਹੁਕਮ ਪਛਾਣੁ॥
ਸਗਲ ਰੂਪ ਵਰਨ ਮਨ ਮਾਹੀ॥ ਕਹੁ ਨਾਨਕ ਏਕੋ ਸਾਲਾਹੀ॥

ਰਮੇਸ਼ਵਰਮ ਤੋਂ ਰਾਮਨਾਦਪੁਰਮ ਤੇ ਤ੍ਰਿਵਨਮਲਾਏ ਤੋਂ ਹੁੰਦੇ ਹੋਏ ਉਹ ਸਮੁੰਦਰ ਤੋਂ ਥੋੜ੍ਹੀ ਦੂਰ ਟ੍ਰਿਉ ਅਨੰਤਪੁਰਮ ਪੁੱਜੇ। (ਜਿਸਦਾ ਭਾਵ ਸੀ ਅਨੰਤਾ ਜੀ ਪਵਿੱਤਰ ਨਗਰ) ਇੱਥੇ ਹੀ ਅਨੰਤਾ ਪਦਮਾਨਾਭਾ ਸੁਆਮੀ ਦਾ ਇੱਕ ਪੁਰਾਣਾ ਮੰਦਿਰ ਸੀ। ਇਸੇ ਨਗਰ ਦੇ ਨੇੜੇ ਉੱਤਰ ਪੱਛਮ ਵੱਲ ਦੋ ਛੋਟੇ ਨਗਰ ਪਾਲਮ ਤੇ ਕੋਟਾਇਮ ਸਨ। ਇੱਥੇ ਇੱਕ ਪੁਰਾਣਾ ਜੋਗੀਆਂ ਦਾ ਡੇਰਾ ਸੀ; ਜਿੱਥੇ ਉਨ੍ਹਾਂ ਰਾਤ ਕੱਟੀ। ਉਨ੍ਹਾਂ ਦੇ

ਖਾਣ ਲਈ ਇੱਕ ਤਿਲ ਭੇਂਟ ਕੀਤਾ ਗਿਆ। ਤਿਲ ਕੁੱਟ ਕੇ ਮਰਦਾਨੇ ਨੂੰ ਸਭ ਨੂੰ ਵਰਤਾਉਣ ਲਈ ਕਿਹਾ ਗਿਆ। ਦੂਜੇ ਦਿਨ ਜਦੋਂ ਉਹ ਪਾਲਕ ਕੋਟਾਇਮ ਤੋਂ ਉੱਤਰ ਵੱਲ ਟੁਰੇ ਤਾਂ ਮਰਦਾਨੇ ਨੂੰ ਅਨਾਮਲਾਏ ਕੋਲੋਂ ਲੰਘਦਿਆਂ ਆਪਣੇ ਹਿੱਸੇ ਆਇਆ ਤਿਲ ਦਾ ਤਿਣਕਾ ਦਿਸਦਾ ਰਿਹਾ। ਉਨ੍ਹਾਂ ਸਾਹਮਣੇ ਪੱਛਮੀ ਘਾਟ ਦੇ ਪਹਾੜਾਂ ਦਾ ਇਕ ਹਿੱਸਾ ਖੜ੍ਹਾ ਸੀ। ਇਸਨੂੰ ਹਾਥੀ ਪਹਾੜ ਵੀ ਕਹਿੰਦੇ ਸਨ। ਇਨ੍ਹਾਂ ਪਹਾੜਾਂ ਦੀਆਂ ਉਤਰਾਈਆਂ ਵਿੱਚ ਸਦੀਆਂ ਤੋਂ ਜਾਂਗਲੀ ਲੋਕ ਰਹਿੰਦੇ ਸਨ। ਇਨ੍ਹਾਂ ਨੂੰ ਕਾਡਾਨ (ਕਾਉਡਾਰਾਕਸ਼) ਕਹਿੰਦੇ ਸਨ। ਇਹ ਪਹਾੜਾਂ ਦੀਆਂ ਕੰਦਰਾਂ ਵਿਚ ਰਹਿੰਦੇ ਤੇ ਜੰਗਲੀ ਉਪਜ ਤੇ ਗੁਜਾਰਾ ਕਰਦੇ ਸਨ। ਇਹ ਅਕਸਰ ਬਾਹਰੋਂ ਆਏ ਮਨੁੱਖ ਨੂੰ ਮਾਰ ਦੇਂਦੇ ਸਨ। ਇਸ ਰਾਹ ਵਿੱਚ ਉਨ੍ਹਾਂ ਨੂੰ ਕਈ ਵਾਰ ਰੋਕਿਆ ਗਿਆ। ਉਹ ਪਹਿਲਾਂ ਮਰਦਾਨੇ ਵੱਲ ਉਲਰਦੇ; ਸ਼ਾਇਦ ਰਬਾਬ ਨੂੰ ਉਹ ਕੋਈ ਹਥਿਆਰ ਸਮਝ ਰਹੇ ਸਨ। ਇਕ ਦਿਨ ਤਾਂ ਬਹੁਤ ਭਿਆਨਕ ਲੰਘਿਆ ਸੀ। ਉਹ ਮਰਦਾਨੇ ਨੂੰ ਫੜ ਕੇ ਦੂਰ ਲੈ ਗਏ ਸਨ। ਉਹ ਰਬਾਬ ਦੀ ਤਾਰ ਨੂੰ ਛੇੜਦੇ ਦੂਰ ਭੱਜ ਲੈਂਦੇ। ਇਸ ਦਿਨ ਦੇ ਚਾਰੇ ਪਹਿਰ ਕਦੀ ਨਹੀਂ ਭੁੱਲ ਸਕਦੇ।

ਨੀਲਗਰੀ ਪਰਬਤ ਮਾਲਾਬਾਰ ਇਲਾਕੇ 'ਚੋਂ ਲੰਘਦੇ ਹੋਏ ਉਹ ਬਿਦਰ ਪਹੁੰਚੇ। ਚੁਫੇਰੇ ਬਾਂਸਾਂ ਦਾ ਜੰਗਲ ਸੀ। ਇਸ ਇਲਾਕੇ ਤੇ ਅਮੀਰ ਬਰੀਦ ਦਾ ਰਾਜ ਸੀ। ਸ਼ਹਿਰ ਦੇ ਉੱਤਰ ਪੂਰਬ ਵੱਲ ਤੇ ਪੱਛਮ ਵੱਲ ਮਕਬਰੇ ਸਨ। ਉਹ ਸ਼ਹਿਰ ਦੇ ਉੱਤਰ ਵਾਲੇ ਜੰਗਲ ਵੱਲ ਗਏ। ਇਸ ਇਲਾਕੇ ਵਿਚ ਦੋ ਫਕੀਰ ਜਲਾਲਦੀਨ ਤੇ ਸੱਯਦ ਯਾਕੂਬ ਅਲੀ ਰਹਿੰਦੇ ਸਨ। ਦੋਵਾਂ ਨਾਲ ਇੱਕ ਪਹਿਰ ਤੱਕ ਗੋਸ਼ਟੀ ਚੱਲੀ। ਫਿਰ ਉਹ ਬਿਦਰ ਤੋਂ ਉੱਤਰ ਵੱਲ ਨਾਂਦੇੜ ਵੱਲ ਚੱਲ ਪਏ। ਇੱਥੇ ਕਾਕਟੀਆ ਰਾਜਿਆਂ ਦਾ ਇੱਕ ਪੁਰਾਣਾ ਕਿਲ੍ਹਾ ਨਾਂਨਗਿਰੀ ਸੀ। ਜਿਸ ਤੋਂ ਇਸ ਨਗਰ ਦਾ ਨਾਂ ਨਾਂਦੇੜ ਪਿਆ ਸੀ। ਉਹ ਨਾਂਦੇੜ ਤੋਂ ਉੱਤਰ ਪੂਰਬ ਵੱਲ ਤਿੰਨ ਮੀਲ ਦੂਰ ਬੈਠੇ ਸਨ। ਇਥੇ ਕੁਝ ਰਾਤਾਂ ਫਕੀਰ ਸੱਯਦ ਸ਼ਾਹ ਹੁਸੈਨ ਲਕੜ ਨਾਲ ਕੱਟੀਆਂ। ਇੱਥੋਂ ਉਹ ਉੱਤਰ ਪੱਛਮ ਵੱਲ ਪ੍ਰਸਿੱਧ ਨਗਰ ਦੇਵਗਿਰੀ ਪਹੁੰਚੇ। ਇੱਥੋਂ ਨਰਬਦਾ ਦੇ ਕੰਢੇ ਜਿਥੇ ਨਰਬਦਾ ਅਰਬ ਸਾਗਰ ਵਿਚ ਮਿਲਦਾ ਸੀ; ਬਲੋਚ ਬਹੁਤ ਪੁਰਾਣਾ ਨਗਰ ਸੀ। ਪੁਰਾਣ ਮੱਤ ਅਨੁਸਾਰ ਵਾਮਨ ਨੇ ਰਾਜਾ ਬਲ ਤੋਂ ਇਥੇ ਹੀ ਢਾਈ ਕਰਮ ਜਮੀਨ ਮੰਗੀ ਸੀ। ਇੱਥੇ ਇਕ ਗਿਰੀ ਸਨਿਆਸੀ ਬੜੀ ਜਗਿਆਸਾ ਨਾਲ ਬਾਬੇ ਨਾਲ ਗੱਲਾਂ ਕਰਦਾ ਰਿਹਾ। ਉਹਨੇ ਸ਼ਾਮ ਦਾ ਕੀਰਤਨ ਵੀ ਚੁੱਪਚਾਪ ਬੈਠ ਕੇ ਸੁਣਿਆ। ਇਹ ਪਹਿਲਾ ਸੰਨਿਆਸੀ ਸੀ ਜਿਸਨੇ ਆਪਣੇ ਆਪ ਨੂੰ ਪੁੱਛਣ ਤੋਂ ਰੋਕ ਲਿਆ ਸੀ। ਗਿਰੀ ਨੇ ਮਰਦਾਨੇ ਨੂੰ ਦੱਸਿਆ ਸੀ; ਇੱਥੋਂ ਸਭ ਪਾਸੇ ਨੂੰ ਬੇੜੀਆਂ ਤੇ ਬਾਦਬਾਨੀ ਜਹਾਜ਼ ਚੱਲਦੇ ਸਨ। ਗਿਰੀ ਉੱਨੀ ਦੇਰ ਬੇੜੀ ਵਿਚ ਬੈਠਾ ਰਿਹਾ ਜਦੋਂ ਤੱਕ ਉਹ ਤੁਰੀ ਨਹੀਂ। ਤੁਰਨ ਵੇਲੇ ਛਾਲ ਮਾਰ ਉਹ ਕੰਢੇ ਉੱਤੇ ਖੜ੍ਹਾ ਬਾਬੇ ਵੱਲ ਵੇਖਣ ਲੱਗਾ। ਬੜੋਚ ਤੋਂ ਬੇੜੀ ਚੜ੍ਹ ਉਹ ਪਰਭਾਸ ਦੇ ਪੱਤਨ ਪੁੱਜ ਗਏ। ਇਸ ਪੱਤਣ ਦੇ ਕੋਲ ਹੀ ਸੋਮਨਾਥ ਦਾ ਮੰਦਿਰ ਸੀ। ਮਹਿਮੂਦ ਦਾ

ਢਾਹਿਆ ਤੇ ਕਮਾਰ ਪਾਲਾ ਦਾ ਬਣਾਇਆ ਮੰਦਿਰ ਮਰਦਾਨੇ ਨੇ ਸਾਹਮਣੇ ਬੈਠ ਕੇ ਵੇਖਿਆ। ਇਹ ਤੀਰਥਾਂ ਨੂੰ ਢਾਉਣ ਵਾਲੀ ਨਜ਼ਰ ਸਾਹਮਣੇ ਕਦੇ ਬਾਬੇ ਵਰਗੀ ਨਜ਼ਰ ਕਿਉਂ ਨਹੀਂ ਆਈ ? ਉਹਨੇ ਆਲੇ ਦੁਆਲੇ ਖੰਡਰਾਂ ਵਿੱਚ ਘੁੰਮ ਕੇ ਕਈ ਵਾਰ ਸੋਚਿਆ। ਖੰਡਰਾਂ ਦੇ ਵਿਚਕਾਰ ਖੜ੍ਹ ਕੇ ਇਕੱਲਿਆਂ ਰਬਾਬ ਵਜਾਈ। ਉਸੇ ਸ਼ਾਮ ਉਹ ਗਿਰਨਾਰ ਪਰਬਤ ਵੱਲ ਚੱਲ ਪਏ। "ਇਹ ਸੋਰਠ ਦੇਸ ਏ ਮਰਦਾਨਿਆ... ਇਥੇ ਸੋਰਠ ਬੀਜਾ ਨਾਮ ਦੇ ਪ੍ਰੇਮੀ ਹੋਏ ਨੇ... ਰਬਾਬ ਤੇ ਇੱਕ ਵਾਰ ਸੋਰਠ ਰਾਗ ਵਜਾ...।" ਕੁਝ ਦੇਰ ਰਬਾਬ ਤੇ ਸੋਰਠ ਰਾਗ ਵੱਜਦਾ ਰਿਹਾ; ਫਿਰ ਬਾਬੇ ਦੀ ਆਵਾਜ਼ ਵੀ ਆ ਰਲੀ :

ਸੋਰਠਿ ਸਦਾ ਸੁਹਾਵਣੀ ਜੇ ਸੱਚਾ ਮਨ ਹੋਇ॥
ਦੰਦੀ ਮੈਲੁ ਨ ਕਤੁ ਮਨਿ ਜੀਭੈ ਸਚਾ ਸੋਇ॥

ਇਥੋਂ ਹਾਲੇ ਗਿਰਨਾਰ ਦੇ ਪਰਬੱਤ ਦੱਸ ਮੀਲ ਦੂਰ ਸਨ। ਕੁਝ ਦੂਰੀ ਸੋਰਠ ਰਾਗ ਦੇ ਰਸ ਨਾਲ ਤਹਿ ਕਰ ਲੈਣੀ ਸੀ; ਬਾਕੀ ਸਰੀਰ ਨੇ ਆਪੇ ਝੱਲ ਲੈਣੀ ਸੀ। ਮਰਦਾਨਾ ਹੌਂਸਲੇ ਨਾਲ ਬਾਬੇ ਤੋਂ ਅੱਗੇ ਟੁਰਨ ਲੱਗਾ।

ਗਿਰਨਾਰ ਦੇ ਪਰਬਤ ਸ਼ੁਰੂ ਹੋ ਗਏ ਸਨ। ਮਰਦਾਨੇ ਦੇ ਪਿੱਛੇ ਚੱਲਦਾ ਜੋਗੀ ਨਵੇਂ ਬਣੇ ਪੰਥੀਆਂ ਨੂੰ ਜੋਗੀਆਂ ਦੀਆਂ ਪੀੜ੍ਹੀਆਂ ਬਾਰੇ ਦੱਸ ਰਿਹਾ ਸੀ।

"ਗੁਰੂ ਦਤਾਤ੍ਰੇ, ਮਛਿੰਦਰ ਨਾਥ ਦਾ ਗੁਰੂ ਹੋਇਆ। ਉਹਨੇ ਮਛਿੰਦਰ ਨਾਥ ਨੂੰ ਦਿਖਿਆ ਦਿੱਤੀ। ਮਛਿੰਦਰ ਨੇ ਗੋਰਖ ਨਾਥ ਜੀ ਨੂੰ; ਦਤਾਤਰੇ ਦਾ ਅਸਥਾਨ ਉੱਤਲੀ ਚੋਟੀ ਉੱਤੇ ਹੈ। ਗਿਰਨਾਰ ਪਰਬਤ ਉੱਤੇ ਪੰਜ ਚੋਟੀਆਂ ਨੇ...। ਅੰਬਾ ਮਾਤਾ, ਗੋਰਖ ਨਾਥ, ਓਹਗਦ ਸਿਖਰ, ਗੁਰੂ ਦਤਾਤਰੇ ਤੇ ਕਾਲਕਾ ਜੀ...।

"ਇਹ ਰਸਤੇ ਵਿੱਚ ਜੋ ਮੰਦਿਰ ਆ ਰਹੇ ਨੇ ?" ਨਵੇਂ ਜੋਗੀ ਨੇ ਪੁੱਛਿਆ।

"ਇਹ ਕਦੇ ਜੈਨੀਆਂ ਦੇ ਮੰਦਿਰ ਸਨ... ਹੁਣ ਅੰਬਾ ਜੀ ਬਿਰਾਜਮਾਨ ਨੇ...।"

ਇਕ ਮੋੜ ਤੇ ਉਹ ਅੰਬਾ ਦੇ ਮੰਦਿਰ ਵਿਚ ਜਾ ਵੜੇ। ਅੱਗੇ ਕਾਲਕਾ ਜੀ ਦੀ ਚੋਟੀ ਆ ਰਹੀ ਸੀ। ਇਹ ਅਘੋਰੀ ਸਾਧਾਂ ਦਾ ਸਥਾਨ ਸੀ। ਇਹ ਖਾਣ ਪੀਣ ਦੀ ਪਵਿੱਤਰਾ ਵਿਚ ਵਿਸ਼ਵਾਸ ਨਹੀਂ ਸੀ ਰੱਖਦੇ। ਲੋੜ ਪੈਣ ਤੇ ਮਨੁੱਖੀ ਮਾਸ ਵੀ ਖਾ ਲੈਂਦੇ ਸਨ। ਚੁਫੇਰਿਉਂ ਅਜਿਹੀ ਗੰਧ ਆ ਰਹੀ ਸੀ; ਜਿਸ ਨੂੰ ਵੇਖ ਕੇ ਲਿਬੜੇ ਸਾਧਾਂ ਦੀ ਨੀਰਸਤਾ ਵੇਖ ਕੇ ਕਚਿਆਣ ਆਉਂਦੀ ਸੀ। ਬਹੁਤ ਹੀ ਮੈਲੇ ਕੁਚੈਲੇ ਚੇਹਰਿਆਂ ਨੂੰ ਵੇਖ ਕੇ ਕਚਿਆਣ ਹੋਰ ਵੱਧ ਜਾਂਦੀ ਸੀ। ਇਨ੍ਹਾਂ ਘੋਰੀ ਚੇਹਰਿਆਂ ਵਿਚੋਂ ਝਾਕਦੀਆਂ ਚਮਕਦੀਆਂ ਅੱਖਾਂ ਸਰੀਰ ਦੇ ਮੈਲੇਪਣ ਤੋਂ ਅਣਜਾਣ ਦਿਸਦੀਆਂ ਸਨ।

"ਕਿਹੜੇ ਕੁੰਡ ਜਾਣਾ ਏ ?"

"ਕਿੰਨੇ ਕੁੰਡ ਨੇ ?" ਚੱਲਦੇ ਚੱਲਦੇ ਮਰਦਾਨੇ ਨੇ ਪੁੱਛਿਆ।

"ਤਿੰਨ... ਗੋਰਖ ਮੁੱਖੀ ਕੁੰਡ... ਹਨੂਮਾਨ ਧਾਰਾ... ਕਰਮੰਡਲ ਕੁੰਡ...।" ਨਾ ਦੱਸਣ ਵਾਲਾ ਅੱਗੇ ਚਲਿਆ ਤੇ ਨਾ ਸੁਣਨ ਵਾਲਾ ਰੁੱਕਿਆ। ਅਗਲਾ ਮੋੜ ਪਹਾੜੀ ਨੇ ਢੱਕ ਲਿਆ। ਉਨ੍ਹਾਂ ਰਾਤ ਕੁੰਡ ਦੀ ਸਕਲ ਵਰਗੇ ਕਰਮੰਡਲ ਉੱਤੇ ਕੱਟੀ। ਬਹੁਤ ਸਾਰੇ

ਨਾਥ ਇਕੱਠੇ ਹੋ ਗਏ ਸਨ। ਕੀਰਤਨ ਤੋਂ ਬਾਅਦ ਬਹੁਤ ਸਾਰੇ ਨਾਥ ਉੱਥੇ ਹੀ ਰਾਤ ਨੂੰ ਪੈ ਗਏ ਸਨ।

ਗਿਰਨਾਰ ਪਰਬਤ ਤੋਂ ਜੂਨਾਗੜ੍ਹ ਤੋਂ ਪਹਿਲਾਂ ਉੱਤਰ ਤੇ ਫੇਰ ਪੂਰਬ ਵੱਲ ਸਫ਼ਰ ਕਰਦੇ ਉਹ ਅਸ਼ਾਵਲ (ਅਹਿਮਦਾਬਾਦ) ਤੋਂ ਹੁੰਦੇ ਹੋਏ ਉਜੈਨ ਪਹੁੰਚੇ। ਪੱਛਮੀ ਸਮੁੰਦਰੀ ਕੰਢੇ ਤੋਂ ਵਪਾਰੀ ਅਸ਼ਾਵਲ ਤੋਂ ਉਜੈਨ ਵਿਚਕਾਰ ਸਫ਼ਰ ਕਰਦੇ ਸਨ। ਦੋਵੇਂ ਨਗਰ ਵਪਾਰ ਦੇ ਵੱਡੇ ਕੇਂਦਰ ਸਨ। ਅਵੰਤੀ ਨਦੀ ਦੇ ਕੰਢੇ ਵਸੇ ਅਵੰਤੀਪੁਰੇ (ਉਜੈਨ) ਪੁੱਜ ਕੇ ਮਰਦਾਨੇ ਨੂੰ ਕੋਈ ਬਹੁਤ ਯਾਦ ਆ ਰਿਹਾ ਸੀ। ਉਹਨੇ ਸ਼ਹਿਰ ਦੇ ਚੁਫੇਰੇ ਸਪੀਲ ਨੂੰ ਹੱਥ ਲਾਕੇ ਛੂਹਿਆ। ਪਰ ਉਹਨੇ ਤਾਂ ਜਦ ਇੱਕ ਵਾਰ ਸ਼ਹਿਰ ਦੀਆਂ ਸਪੀਲਾਂ ਟੱਪੀਆਂ ਸਨ; ਕਦੇ ਪਰਤ ਕੇ ਨਹੀਂ ਸੀ ਵੇਖਿਆ। ਉਹਦੇ ਜਾਣ ਦੇ ਰਾਹ ਦਿਸ ਤਾਂ ਨਹੀਂ ਸੀ ਸਕਦੇ ਪਰ ਕਲਪਣਾ ਵਿੱਚ ਉਨ੍ਹਾਂ ਰਾਹਾਂ ਤੋਂ 'ਭਰਥਰੀ ਹਰੀ' ਸ਼ਹਿਰ ਵਿੱਚੋਂ ਨਿਕਲਦਾ ਤਾਂ ਵੇਖਿਆ ਹੀ ਜਾ ਸਕਦਾ ਸੀ। 'ਭਰਥਰੀ ਹਰੀ' ਲਈ ਖੜ੍ਹ ਕੇ ਗਾਉਣ ਨੂੰ ਜੀਅ ਕੀਤਾ। ਅਵੰਤੀ ਨਦੀ ਦੇ ਕੰਢੇ ਕੰਢੇ ਚੱਲਦਾ ਬਾਬਾ ਸ਼ਹਿਰ ਤੋਂ ਬਾਹਰ 'ਭਰਥਰੀ ਹਰੀ' ਦੀ ਗੁਫ਼ਾ ਸਾਹਮਣੇ ਆ ਕੇ ਰੁਕ ਗਿਆ। ਗਰਦ ਨਾਲ ਭਰਿਆ ਲੰਬੇ ਸਫ਼ਰਾਂ ਨਾਲ ਝੰਬਿਆ ਬਾਬੇ ਦਾ ਸਰੀਰ ਕੁਝ ਦੇਰ ਉਵੇਂ ਹੀ ਖੜ੍ਹਾ ਰਿਹਾ...। ਮਰਦਾਨੇ ਨੇ ਬਾਬੇ ਪਿੱਛੇ ਖੜ੍ਹ ਕੇ ਦੋਵਾਂ ਲਈ ਇਕੱਠੇ ਹੀ ਸਿਜਦਾ ਕੀਤਾ :

"ਵੇਖ ਭਰਥਰੀ ਹਰੀ ਤੂੰ ਦੁਨੀਆਂ ਤੋਂ ਨਿਰਾਸ਼ ਹੋ ਕੇ ਘਰੋਂ ਨਿਕਲ ਪਿਆ ਸੀ; ਆਹ ਵੇਖ ਕੋਈ ਨਿਰਾਸ਼ ਦੁਨੀਆਂ ਨੂੰ ਇਕੱਲਾ ਹੀ ਸੋਧਨ ਨਿਕਲ ਪਿਆ ਏ।"

ਬੈਠਦੀ ਸਾਰ ਮਰਦਾਨੇ ਨੇ ਰਬਾਬ ਨਾਲ ਭਰਥਰੀ ਹਰੀ ਦੇ ਛੰਦ ਗਾਉਣੇ ਸ਼ੁਰੂ ਕਰ ਦਿੱਤੇ। ਉੱਠ ਕੇ ਬਾਬੇ ਨੇ ਉਹਦੀ ਪਿੱਠ ਪਲੋਸੀ :

"ਵਾਹ ਮਰਦਾਨਿਆ ਤੂੰ ਤੇ ਸਾਰੀ ਥਕਾਵਟ ਹੀ ਲਾਹ ਛੱਡੀ ਏ।"

"ਬਾਬਾ ਹੁਣ ਮੇਰੀ ਥਕਾਵਟ ਕੌਣ ਲਾਹੇਗਾ।" ਫਿਰ ਬਾਬੇ ਦੀ ਆਵਾਜ਼ ਆਈ :

ਅਧਿਆਤਮ ਕਰਮ ਕਰੇ ਤਾ ਸਾਚਾ॥ ਮੁਕਤਿ ਭੇਦੁ ਕਿਆ ਜਾਣੈ ਕਾਚਾ॥
ਐਸਾ ਜੋਗੀ ਜੁਗਤ ਬੀਚਾਰੈ॥ ਪੰਚ ਮਾਰਿ ਸਾਚੁ ਉਰਿਧਾਰੈ॥

ਰਾਤ ਸੌਣ ਵੇਲੇ ਬਾਬੇ ਨੇ ਕਿਹਾ ਸੀ : "ਕੱਲ੍ਹ ਆਪਾਂ ਘਨੱਈਆ ਦੀ ਨਗਰੀ ਵੱਲ ਤੁਰਾਂਗੇ।" ਮਰਦਾਨੇ ਨੇ ਭਰਥਰੀ ਦੀ ਗੁਫ਼ਾ ਅੱਗੇ ਦੀਵਾ ਬਲਦਾ ਵੇਖਿਆ। ਗੁਫ਼ਾ ਦੇ ਅੰਦਰਵਾਰ ਜਿੱਥੇ ਤੱਕ ਚਾਨਣ ਜਾ ਸਕਦਾ ਸੀ ਗਿਆ, ਉਸ ਤੋਂ ਅੱਗੇ ਫਿਰ ਹਨੇਰਾ ਸੀ...। ਇਹ ਅੱਖਾਂ ਵੀ ਕਿੰਨਾਂ ਕੁਝ ਵੇਖ ਵੇਖ ਹੰਢਾ ਚੁੱਕੀਆਂ ਸਨ; ਫਿਰ ਵੀ ਜਿੱਥੇ ਤੱਕ ਚਾਨਣ ਸੀ; ਉਸ ਤੋਂ ਅੱਗੇ ਨਹੀਂ ਸੀ ਸਰਕ ਸਕਦੀਆਂ। ਇਨ੍ਹਾਂ ਤੀਰਥਾਂ ਦੇ ਸਫ਼ਰਾਂ ਨਾਲ ਅੰਦਰ (ਗਿਆਨਾਂ) ਵਾਟਾਂ ਦੀਆਂ ਬਾਉਲੀਆਂ ਵਰਗੀਆਂ ਢਲਾਨਾਂ ਬਣ ਗਈਆਂ ਸਨ। ਹਰ ਬਾਉਲੀ ਦੀ ਢਲਾਣ ਥੱਲੇ ਪਾਣੀ ਤਾਂ ਦਿਸਦਾ ਸੀ; ਪਰ ਉਤਰੇ ਕਿਸ ਵੱਲ ? ਥੱਲੇ ਉਤਰਨ ਤੋਂ ਪਹਿਲਾਂ ਵਾਪਸ ਮੁੜਣ ਵਾਲੀ ਖੜ੍ਹੀ ਚੜ੍ਹਾਈ ਦਿਸਣ ਲੱਗ ਪੈਂਦੀ ਏ। ਇਹ ਤੀਰਥ ਵੀ ਛੱਡਣ ਵੇਲੇ ਇਸ ਤਰ੍ਹਾਂ ਹੀ ਜਾਪਦੇ ਨੇ।

ਕਈ ਵਾਰੀ ਇਹ ਦੂਰ ਤੱਕ ਆਪਣਾ ਚੇਹਰਾ ਪਿੱਛੇ ਛੱਡ ਦੇਂਦੇ ਨੇ। ਕਿੰਨੀ ਵਾਰ ਭੁਲੇਖਾ ਪੈਂਦਾ ਜਿਵੇਂ ਕੋਈ ਤੀਰਥ ਪਿੱਛਾ ਕਰ ਰਿਹਾ ਹੋਵੇ।

ਉਜੈਨ ਤਿੰਨ ਪਹਿਰ ਪਿੱਛੇ ਰਹਿ ਗਿਆ ਸੀ। ਬਹੁਤ ਸਾਰੇ ਛੋਟੇ ਪਿੰਡ ਆਏ। ਇਸ ਵਾਰੀ ਗਰਮੀਆਂ ਬਹੁਤ ਤਪੀਆਂ ਸਨ। ਸੂਰਜ ਸਿੱਧਾ ਤਾਲੂਏ ਉੱਪਰ ਵੱਜਦਾ ਸੀ। ਹੁਣ ਇਹ ਸ਼ੁਰੂ ਦੀ ਠੰਢ ਬਹੁਤ ਸੁਆਦਲੀ ਲੱਗ ਰਹੀ ਸੀ। ਦੁਪਹਿਰ ਦੀ ਗਜਾ ਲਈ ਉਹ ਰੁਕੇ ਨਹੀਂ ਸਨ। ਉਂਝ ਵੀ ਕਿਸੇ ਤੀਰਥ ਨੂੰ ਛੱਡਣ ਤੋਂ ਸਰੀਰ ਜਿਆਦਾ ਨਹੀਂ ਸੀ ਥੱਕਦਾ; ਸਿਰਫ਼ ਯਾਦਾਂ ਥਕਾਵਟ ਮਹਿਸੂਸ ਕਰਦੀਆਂ ਸਨ। ਉਹ ਉਜੈਨ ਤੋਂ ਚਤੌੜ ਤੇ ਅਜਮੇਰ ਵਿੱਚੋਂ ਦੀ ਹੁੰਦੇ ਹੋਏ ਮੱਥਰਾ ਪੁੱਜੇ ਸਨ। ਇਥੇ ਵੀ ਕਦੇ ਬੋਧੀ ਵਿਹਾਰਾਂ ਦੇ ਭਿਖਸ਼ੂਆਂ ਦੀਆਂ ਰੌਣਕਾਂ ਲੱਗਦੀਆਂ ਸਨ। ਹੁਣ ਇਹ ਵਿਸ਼ਨੂੰ ਮੱਤ ਦਾ ਕੇਂਦਰ ਸੀ। ਇਹ ਪੱਛਮੀ ਇਲਾਕਾ ਸੀ ਜਿਸ ਨੂੰ ਬ੍ਰਿਜ ਭੂਮੀ ਕਿਹਾ ਜਾਂਦਾ ਸੀ। ਜਿੱਥੇ ਕ੍ਰਿਸ਼ਨ ਦੇ ਜਨਮ ਸਥਾਨਾਂ ਦੀਆਂ ਬਹੁਤ ਸਾਰੀਆਂ ਯਾਦਗਾਰਾਂ ਸਨ। ਕਿਤੇ ਕਿਤੇ ਮਹਿਮੂਦ ਗਜ਼ਨਵੀ ਦਾ ਢਾਹਿਆ ਖੰਡਰ ਹਾਲੇ ਖੜ੍ਹਾ ਸੀ। ਉਹ ਦੁਪਹਿਰ ਵੇਲੇ ਮੱਥਰਾ ਦੇ ਕੇਸ਼ਵ ਦੇਵਾ ਮੰਦਿਰ ਪਹੁੰਚੇ। ਮੰਦਿਰ ਦੀ ਇਮਾਰਤ ਕਾਫ਼ੀ ਛੋਟੀ ਸੀ। ਛੇਤੀ ਹੀ ਕੁਝ ਵੈਸ਼ਨੋ ਲੋਕ ਬਾਬੇ ਦੇ ਆਲੇ ਦੁਆਲੇ ਬੈਠ ਸੁਆਲ ਕਰਨ ਲੱਗ ਪਏ ਸਨ। ਉਨ੍ਹਾਂ ਦੇ ਉੱਤਰ ਬਾਬੇ ਨੇ ਰਾਗ ਸਾਰੰਗ ਵਿੱਚ ਦਿੱਤੇ।

ਮਰਦਾਨੇ ਨੇ ਸਿਰ ਉੱਪਰ ਨਜ਼ਰ ਮਾਰੀ। ਚਿੱਟੇ ਤਲ ਉੱਤੇ ਉੱਪਰ ਤੈਰਦੇ ਬੱਦਲਾਂ ਦੇ ਗੋਹੜੇ ਜਿਵੇਂ ਲੱਸੀ ਉੱਪਰੋਂ ਬੀਬੀ ਨਾਨਕੀ ਮੱਖਣ ਉਤਾਰਦੀ ਸੀ। ਉਹਨੇ ਅੱਗੇ ਚੱਲਦੇ ਬਾਬੇ ਨੂੰ ਛੇੜਿਆ :

"ਹੁਣ ਤਾਂ ਬਹੁਤ ਦੇਰ ਹੋ ਗਈ ਏ ਬੀਬੀ ਨਾਨਕੀ ਨੂੰ ਮਿਲਿਆਂ...।"

"ਅਸੀਂ ਉਸ ਤਰਫ਼ ਹੀ ਜਾ ਰਹੇ ਹਾਂ...।"

"ਬਾਬਾ ਅੱਜ ਜਦੋਂ ਆਪਾਂ ਮਥਰਾ ਦੀਆਂ ਗਲੀਆਂ ਵਿਚ ਫਿਰ ਰਹੇ ਸਾਂ... ਤਾਂ ਮਾਖਣਿ ਚੋਰ ਦੀ ਅੰਮੀ ਬੜੀ ਯਾਦ ਆਈ।"

"ਮਾਂ ਦੀ ਯਾਦ ਵਿੱਚ ਕੋਈ ਪਰੇਸ਼ਾਨੀ ਨਹੀਂ ਹੋਣੀ ਚਾਹੀਦੀ ਮਰਦਾਨਿਆ...।"

"ਪਰ ਬਾਬਾ ਯਾਦਾਂ ਸਤਾਉਂਦੀਆਂ ਨੇ...।"

"ਯਾਦਾਂ ਨੂੰ ਗਿਆਨ ਵਿੱਚੋਂ ਦੀ ਗੁਜਰਨ ਦਿਆ ਕਰ... ਵੇਖੀਂ ਭਿੱਜ ਕੇ ਕਿਹੋ ਜਹੀਆਂ ਨਿਕਲਣਗੀਆਂ।"

"ਬਾਬਾ ਇਸ ਵਾਰੀ ਤਾਂ ਸਫ਼ਰਾਂ ਨੇ ਕਿਸੇ ਨੂੰ ਵਾਰੀ ਹੀ ਨਹੀਂ ਆਉਣ ਦਿੱਤੀ...।" ਸਾਹਮਣੇ ਨਜ਼ਰ ਮਾਰੀ। ਪਹਾੜੀਆਂ ਝੁੱਕ ਕੇ ਅਸਮਾਨ ਅੱਗੇ ਓਟੀਓ ਵਾਂਗ ਖੜੀਆਂ ਸਨ। ਉਸ ਪਾਰ ਸ਼ਾਇਦ ਅੰਮੀ ਦੀ ਰਸੋਈ ਸੀ। ਮੋਢੇ ਤੇ ਲਟਕਦੀ ਰਬਾਬ ਦੀ ਜਗ੍ਹਾ ਬਦਲੀ।

ਮਜਨੂੰ ਦੇ ਟਿੱਲੇ ਤੇ ਸਿਜਦਾ ਕਰਦੇ ਲੋਕਾਂ ਨੇ ਦੋ ਦੀਵਾਨਿਆਂ ਨੂੰ ਮਜ਼ਾਰ ਵੱਲ ਗਾਉਂਦਿਆਂ ਵੇਖਿਆ।

ਅੰਧੀ ਕੰਮੀ ਅੰਧੁ ਮਨੁ ਮਨਿ ਅੰਧੈ ਤਨੁ ਅੰਧੁ ॥
ਚਿਕੜਿ ਲਾਇਐ ਕਿਆ ਥੀਐ ਜਾਂ ਤੁਟੈ ਪਥਰ ਬੰਧ ॥

ਦਿੱਲੀ ਤੋਂ ਚੱਲਦਿਆਂ ਅਗਲੇ ਦੋ ਦਿਨਾਂ ਵਿਚ ਉਹ ਅੱਠ ਪੜਾਵਾਂ ਰਾਹੀਂ ਪਾਣੀਪਤ ਪਹੁੰਚੇ। ਇਸ ਵਾਰੀ ਫਕੀਰ ਬੂਅਲੀ ਕਲੰਦਰ ਸ਼ੇਖ ਸਰਫ਼ਉ-ਦੀਨ ਦੀ ਮਜ਼ਾਰ ਤੇ ਟਿਕਾਣਾ ਕੀਤਾ। ਸ਼ਾਹ ਸਰਫ਼ ਦਾ ਮਜ਼ਾਰ ਸੂਫੀ ਫਕੀਰਾਂ ਨਾਲ ਭਰਿਆ ਪਿਆ ਸੀ। ਚੱਲਣ ਤੋਂ ਇਕ ਦਿਨ ਪਹਿਲਾਂ ਮਜ਼ਾਰ ਦੇ ਸੂਫ਼ੀ ਸ਼ੇਖ ਈਦੂਲ ਕਬੀਰ ਨਾਲ ਬੈਠਕ ਹੋਈ। ਉਹਦੇ ਚੇਲੇ ਉਹਨੂੰ 'ਸ਼ੇਖ ਟਟੀਹਰ' ਵੀ ਕਹਿ ਰਹੇ ਸਨ। ਉਹਦੇ ਕੀਤੇ ਸੁਆਲ ਪਹਿਲਾਂ ਵੀ ਅਨੇਕਾਂ ਵਾਰ ਸੁਣੇ ਸਨ। ਪਰ ਮਰਦਾਨੇ ਨੇ ਵੇਖਿਆ ਉਹ ਏਨੇ ਸਰਲ ਹੋ ਕੇ ਨਹੀਂ ਸੀ ਕੀਤੇ ਗਏ। ਪੁੱਛਣ ਲਈ ਕਿੰਨਾ ਸਰਲ ਹੋਣਾ ਚਾਹੀਦਾ; ਇਹ ਉਸ ਚੇਹਰੇ ਦੀ ਝਲਕ ਤੋਂ ਦਿਸਦਾ ਸੀ।

"ਤੁਸੀਂ ਫਕੀਰੀ ਬਾਣੇ ਵਿੱਚ ਹੋ... ਫਿਰ ਵੀ ਸਿਰ ਉੱਤੇ ਕੇਸ ਰੱਖ ਕੇ... ਘਰ ਬਾਰ ਵੀ ਛੱਡਿਆ... ਆਖ ਰਹੇ ਹੋ ਛੱਡਿਆ ਵੀ ਨਹੀਂ... ਤੁਸੀਂ ਕੌਣ ਫਕੀਰ ਹੋ ?"

"ਫਕੀਰੀ ਮਨ ਦਾ ਮੁੰਨਣਾ ਹੈ... ਸਰੀਰ ਦਾ ਨਹੀਂ...।"

"ਤੁਹਾਡੀ ਕਫ਼ਨੀ ਕਿਸ ਮਜਹਬ ਦੀ ਹੈ ?"

"ਕਫ਼ਨੀ ਤਾਂ ਜੁਗਤ ਹੈ... ਜੁਗਤ ਦਾ ਇੱਕ ਹੀ ਮਜਹਬ ਹੁੰਦਾ ਏ... ਸੱਚ...।"

"ਹੇ ਦਰਵੇਸ਼ ਤੇਰੇ ਨੰਗੇ ਪੈਰਾਂ ਦਾ ਕੀ ਪਹਿਰਾਵਾ ਹੈ ?"

"ਜਿਵੇਂ ਧਰਤੀ ਉੱਤੇ ਨੰਗੇ ਪੈਰੀਂ ਉੱਗੇ ਬਿਰਛ ਖੜ੍ਹੇ ਰਹਿੰਦੇ ਨੇ ਤੇ ਸਹਿਜ ਸਧਾਰਣ ਰੀਤੀ ਧਾਰਨ ਕਰਦੇ ਨੇ... ਇਹੋ ਮੇਰੇ ਪੈਰਾਂ ਦਾ ਪਹਿਰਾਵਾ ਹੈ।"

"ਸਾਂਈ ਤੁਸੀਂ ਇੱਕ ਵਾਰ ਪੀਰ ਦੀ ਮਜ਼ਾਰ ਤੇ ਸਿਜਦਾ ਤਾਂ ਕਰਦੇ ਜਾਓ...।"

"ਹੁਣ ਤੱਕ ਸਿਜਦੇ ਵਿੱਚ ਹੀ ਹਾਂ...।"

"ਕੋਈ ਸਿਜਦੇ ਦੀ ਝਲਕ ਤਾਂ ਵਿਖਾਓ...।"

"ਚਲ ਮਰਦਾਨਿਆਂ ਸਿਜਦਿਆਂ ਨੂੰ ਗਾਈਏ।"

ਜੀਵਤ ਮਰੈ ਜਾਗਤ ਫੁਨਿ ਸੋਵੈ। ਜਾਨਤ ਆਪੁ ਮੁਸਾਵੈ।
ਸਫਨ ਸਫਾ ਹੋਇ ਮਿਲੇ ਖਾਲਕ ਕਉ ਤਉ ਦਰਵੇਸ਼ ਕਹਾਵੈ।
ਤੇਰਾ ਜਨ ਹੈ ਕੋ ਐਸ ਦਿਲ ਦਰਵੇਸ਼।
ਸਾਦੀ ਗਾਮੀ ਤਮਕ ਨਾਹੀ ਗੁਸਾ ਖੁਦੀ ਹਿਰਸ ਨਹੀਂ ਏਸ।

ਕਾਂਡ : ਉਨੱਤੀਵਾਂ

ਦੇਸ ਪੰਜਾਬ ਦੇ ਪਹਿਲੇ ਪੜਾਅ ਉੱਤੇ ਮਰਦਾਨੇ ਨੇ ਕੰਠ ਕੀਤੇ ਫਰੀਦ ਦੇ ਸਲੋਕ ਰਬਾਬ ਦੀ ਸੰਗਤ ਨਾਲ ਗਾਏ। ਇਹ ਪੰਜਾਬ ਦੀ ਸਰਹੱਦ ਅੰਦਰ ਪਹਿਲਾ ਕੀਰਤਨ ਸੀ। ਕੋਲ ਬੈਠੇ ਬਾਬੇ ਨੇ ਅੱਖਾਂ ਖੋਹਲ ਉਹਦੀ ਪਿੱਠ ਪਲੋਸੀ। ਉਜਾੜ ਮੁੱਕ ਗਈ ਸੀ। ਅੱਗੇ ਹਰੀਆਂ ਭਰੀਆਂ ਜੂਹਾਂ ਦਿਸਣ ਲੱਗ ਪਈਆਂ ਸਨ। ਅੱਸੂ ਦੇ ਅੰਤਲੇ ਦਿਨ ਸਨ। ਪੰਜਾਬ ਦੇ ਦਰਿਆ ਲਹਿ ਗਏ ਸਨ। ਜਿੱਥੇ ਨੇਜੇ-ਨੇਜੇ ਪਾਣੀ ਚੜ੍ਹਿਆ ਸੀ, ਉੱਸੇ ਸਿਰਫ਼ ਸਲਾਬ ਹੀ ਰਹਿ ਗਈ ਸੀ। ਵਗਦੇ ਪਾਣੀ ਨੀਵੇਂ ਹੋ ਗਏ ਸਨ। ਪਰ ਨਾਲ ਹੀ ਠੰਢੇ ਵੀ ਹੋ ਗਏ ਸਨ। ਲੰਘੀ ਬਰਸਾਤ ਨਾਲ ਧੋਤੇ ਨਦੀਆਂ ਚੋਏ ਚੋਈਆਂ ਦੇ ਤਲ ਹੁਣ ਧੁੱਪ ਸੇਕ ਰਹੇ ਸਨ। ਪੱਥਰਾਂ ਦੀ ਪਿੱਠ ਥੱਲੇ ਦੀ ਸਲਾਬ ਹੁਣ ਸੁੱਕ ਰਹੀ ਸੀ। ਆਪਣੇ ਨਾਲ ਲੈ ਕੇ ਆਈਆਂ ਨਦੀਆਂ ਓਪਰੀ ਮਿੱਟੀ ਦੀਆਂ ਪਰਤਾਂ ਨੂੰ ਤਲਾਂ ਦੀ ਮਿੱਟੀ ਨਾਲ ਸੁਕਾ ਰਹੀਆਂ ਸਨ। ਸਿਰ ਉੱਤੇ ਉੱਠਦੇ ਰੰਗ ਬਰੰਗੇ ਸਿਆਲੂ ਬੱਦਲ ਦੁਪਹਿਰ ਤੱਕ ਅਸਮਾਨ ਵਿੱਚੋਂ ਗਾਇਬ ਹੋ ਜਾਂਦੇ। ਪਰ ਰਾਹੀਆਂ ਦੀਆਂ ਗੱਲਾਂ ਹੁਣ ਪੂਰੀਆਂ ਸਮਝ ਆ ਰਹੀਆਂ ਸਨ। ਹੁਣੇ ਉਹ ਇੱਕ ਛੋਟੇ ਜਹੇ ਪੇਂਡੂ ਮੇਲੇ ਵਿੱਚ ਦੀ ਲੰਘੇ ਸਨ। ਹਿਰਦੇ ਤੋਂ ਬਿਨਾਂ ਨੱਚਦੀਆਂ ਕਾਠ ਦੀਆਂ ਪੁਤਲੀਆਂ ਦੇ ਇਸ਼ਾਰੇ ਮਰਦਾਨੇ ਨੂੰ ਬੜੇ ਭਾਵਹੀਨ ਜਾਪੇ...। ਉਹ ਕਿੰਨੀ ਦੇਰ ਅਸਮਾਨ ਉੱਪਰ ਇਕ ਪੰਛੀ ਨੂੰ ਖੁੱਲ੍ਹੇ ਪੰਖ ਛੱਡ ਜਮੀਨ ਵੱਲ ਖੁੱਲ੍ਹ ਲੈਂਦਿਆਂ ਵੇਖਦਾ ਰਿਹਾ। ਅਜਿਹੇ ਪੰਛੀ ਦਿਸੇ ਤਾਂ ਪਹਿਲਾਂ ਵੀ ਬਹੁਤ ਸਨ; ਪਰ ਅੱਜ ਜਮੀਨ ਵੱਲ ਉਤਰਦੇ ਬੜੇ ਚੰਗੇ ਲੱਗ ਰਹੇ ਸਨ। ਅਜਿਹੀਆਂ ਲੰਬੀਆਂ ਉਡਾਣਾਂ ਭਰਨ ਤੋਂ ਬਾਅਦ ਉਹਨੇ ਵੀ ਹੁਣ ਤਲਵੰਡੀ ਉੱਤੇ ਉਤਰਨਾ ਸੀ।

ਪਾਣੀਪੱਤ ਤੋਂ ਉਹ ਥਾਨੇਸਰ ਪਹੁੰਚੇ। ਥਾਨੇਸਰ ਤੋਂ ਅਗਲੀ ਰਾਤ ਇਕ ਮੂਰਤੀ ਤਰਾਸ਼ ਕੋਲ ਕੱਟੀ। ਉਹ ਦੇਰ ਰਾਤ ਤੱਕ ਬਾਬੇ ਨਾਲ ਗੱਲਾਂ ਕਰਦਾ ਰਿਹਾ। ਜਦੋਂ ਮਰਦਾਨੇ ਦੀ ਸਵੇਰੇ ਜਾਗ ਖੁੱਲੀ ਤਾਂ ਬੁੱਤ ਤਰਾਸ਼ ਨੇ ਇੱਕ ਵੱਡੇ ਪੱਥਰ ਵੱਲ ਇਸ਼ਾਰਾ ਕਰਕੇ ਕਿਹਾ :

"ਤੂੰ ਤਾਂ ਰਾਤ ਸੌਂ ਗਿਆ ਸੀ... ਆ ਪੱਥਰ ਵੇਖ ਇਹਦੇ 'ਚੋਂ ਤੈਨੂੰ ਤਰਾਸ਼ਣਾ ਏ।"

ਮਰਦਾਨੇ ਨੇ ਧਿਆਨ ਨਾਲ ਉਸ ਬਿਰਧ ਵੱਲ ਵੇਖਿਆ।

"ਲਹੌਰ ਦੇ ਵੇਸਵਾ ਮੰਦਰ ਵਿੱਚ ਉਹ ਅਧੂਰਾ ਬੁੱਤ ਤੂੰ ਹੀ ਛੱਡ ਕੇ ਆਇਆਂ...?"

"ਹਾਂ... ਮੇਰੇ ਬੁੱਤ ਉੱਤੋਂ ਜੇ ਕੁੱਤੇ ਉੱਤੇ ਬੈਠੀ ਘੁੱਗੀ ਉੱਡ ਜਾਂਦੀ ਤਾਂ ਮੇਰੇ ਕੋਲ ਕੀ ਬੱਚਣਾ ਸੀ।"

"ਕਦੇ ਕਦੇ ਬੁੱਤਾਂ ਨੂੰ ਤਰਾਸ਼ਦੇ ਸੰਗੀਤ ਨੂੰ ਵੀ ਵਰਤ ਕੇ ਵੇਖ ਲੈਣਾਂ...।"

"ਰਾਤ ਇਹੋ ਪੁੱਛਦਾ ਰਿਹਾ ਪੁਰਖਿਆਂ ਕੋਲੋਂ...।"

ਥਾਨੇਸਰ ਤੋਂ ਸੰਗਰੂਰ ਵੱਲ ਜਾਂਦੇ ਰਸਤੇ ਵਿੱਚ ਉਹ ਕਾਫ਼ੀ ਦੂਰ ਤੱਕ ਉਨ੍ਹਾਂ ਨਾਲ ਤੁਰਦਾ ਗਿਆ।

"ਬਜੁਰਗੋ ਹੁਣ ਤੁਸੀਂ ਮੁੜ ਜਾਓ...।" ਮਰਦਾਨੇ ਨੇ ਕਿਹਾ।

"ਮੈਂ ਤਾਂ ਪਿੱਛੇ ਬੁੱਤ ਹੀ ਛੱਡ ਕੇ ਆਇਆਂ; ਉਹ ਆਪਣੀ ਜਗ੍ਹਾ ਤੋਂ ਉੱਠ ਨਹੀਂ ਸਕਦੇ।"

ਜਦੋਂ ਉਹ ਰੁਕਿਆ ਤਾਂ ਕਾਫ਼ੀ ਦੇਰ ਰੁਕਿਆ ਹੀ ਰਿਹਾ। ਮਰਦਾਨੇ ਨੇ ਕਈ ਵਾਰ ਪਿੱਛੇ ਮੁੜ ਕੇ ਵੇਖਿਆ। ਦੂਜੇ ਦਿਨ ਜਦੋਂ ਉਹ ਤਖਤੂਪੁਰਾ ਪਹੁੰਚੇ ਤਾਂ ਦੁਪਹਿਰ ਹੋ ਚੁੱਕੀ ਸੀ। ਪੱਤਣ ਉੱਤੇ ਬੇੜੀ ਵੇਖਣ ਗਿਆ ਮਰਦਾਨਾ ਕਿੰਨੀ ਦੇਰ ਸਤਲੁਜ ਦੇ ਕੰਢੇ ਧੋਤੇ ਹੋਏ ਰੇਤੇ ਉੱਤੇ ਤੁਰਦਾ ਰਿਹਾ। ਬਰਸਾਤਾਂ ਦੇ ਪਾਣੀਆਂ ਨਾਲ ਧੋਤੇ ਹੋਏ ਕਿਨਾਰੇ ਉਹਨੂੰ ਹਮੇਸ਼ਾ ਚੰਗੇ ਲੱਗਦੇ ਸਨ। ਕੰਢੇ ਉੱਤੇ ਬੇੜੀ ਖੜ੍ਹੀ ਸੀ ਪਰ ਅੱਜ ਮਲਾਹ ਨਹੀਂ ਸੀ ਆਇਆ। ਅੱਜ ਦੀ ਰਾਤ ਇਥੇ ਹੀ ਕੱਟਣੀ ਪੈਣੀ ਸੀ। ਬਾਰਾਂ ਸਾਲ ਬਾਅਦ ਅੱਜ ਥੋੜ੍ਹੀ ਅੱਗੇ ਜਾਣ ਦੀ ਕਾਹਲੀ ਸੀ। ਇਸ ਇੱਛਾ ਨੇ ਸੁਲਤਾਨਪੁਰ ਤੋਂ ਹੋ ਕੇ ਤਲਵੰਡੀ ਪਹੁੰਚਣਾ ਸੀ। ਬਰੇਤੀ ਤੇ ਖੜ੍ਹ ਕੇ ਉਹ ਉਤਰੇ ਪਾਣੀ ਵਾਲੇ ਕਿਨਾਰਿਆਂ ਦੇ ਵਗਦੇ ਪਾਣੀ ਵੱਲ ਝੁਕਾਅ ਵੇਖਦਾ ਰਿਹਾ। ਉਹਨੇ ਉਹ ਕਾਲੇ ਪੈ ਗਏ ਪੱਥਰ ਵੀ ਵੇਖੇ ਜਿਨ੍ਹਾਂ ਉੱਪਰੋਂ ਲੰਘੇ ਪਾਣੀਆਂ ਦੇ ਸਫ਼ਰਾਂ ਨੇ ਰਸਤਾ ਮੰਗਿਆ ਸੀ। ਰਬਾਬ ਵਜਾਉਣ ਨੂੰ ਜੀਅ ਕੀਤਾ। ਪਰ ਰਬਾਬ ਉਹ ਬਾਬੇ ਕੋਲ ਛੱਡ ਆਇਆ ਸੀ। ਜਦੋਂ ਉਹ ਵਾਪਸ ਪਹੁੰਚਿਆ ਤਾਂ ਕੁਝ ਲੋਕਾਂ ਵਿਚਕਾਰ ਬੈਠਾ ਬਾਬਾ ਰਬਾਬ ਵਜਾ ਰਿਹਾ ਸੀ। ਬੇੜੀ ਉੱਤੇ ਮਲਾਹ ਨਹੀਂ ਸੀ; ਇਹ ਦੱਸਣਾ ਹੀ ਭੁੱਲ ਗਿਆ।

ਦਰਵਾਜ਼ਾ ਖੁੱਲਾ ਸੀ। ਟਹਿਲਣ ਨੇ ਹੈਰਾਨੀ ਨਾਲ ਵੇਖਿਆ। ਵੇਹੜੇ ਵਿੱਚ ਬੈਠੀ ਮਾਲਕਣ ਦੇ ਕਦਮਾਂ ਵੱਲ ਕੌਣ ਫ਼ਕੀਰ ਝੁੱਕ ਰਿਹਾ ਹੈ ? ਅੱਧ ਵਿਚਕਾਰ ਰੋਕ ਉਹਨੂੰ ਗਲ ਲਾਉਣ ਲਈ ਮਾਲਕਣ ਖੜ੍ਹੀ ਹੋ ਗਈ।

"ਮੈਨੂੰ ਆਉਂਦਾ ਤਾਂ ਵੇਖ ਲੈਣ ਦੇਂਦਾ।" ਮਰਦਾਨੇ ਨੇ ਮੌਕਾ ਵੇਖ ਪੂਰੇ ਕਦਮਾਂ ਨੂੰ ਛੋਹਿਆ। ਬਾਬੇ ਦੇ ਗਲ ਲੱਗੀ; ਉਹਦੀ ਇਕ ਅੱਖ ਮਰਦਾਨੇ ਵੱਲ ਝੁਕੀ ਤੇ ਗਲਵਕੜੀ ਦਾ ਇਕ ਹੱਥ ਛੱਡ ਉਹਦਾ ਸਿਰ ਪਲੋਸਿਆ। ਫਿਰ ਨਾਨਕੀ ਨੇ ਬਾਹੋਂ ਫੜ ਸਿਰੀ ਚੰਦ ਨੂੰ ਬਾਬੇ ਅੱਗੇ ਕੀਤਾ :

"ਸਾਂਈ ਵੱਲ ਰਹੋ...।" ਬਾਬੇ ਨੇ ਇੱਕ ਵਾਰ ਉਹਦੇ ਸਿਰ ਉੱਤੇ ਹੱਥ ਰੱਖਿਆ।

ਪਤਾ ਨਹੀਂ ਕਿਉਂ ਨਾਨਕੀ ਸਾਹਮਣੇ ਬਾਬਾ ਗਲ ਦੀਆਂ ਮਾਲਾਂ ਨੂੰ ਉਤਾਰਨ ਲੱਗ ਪੈਂਦਾ ਏ ? ਮਰਦਾਨੇ ਵੇਖਿਆ ਮਾਲਾ ਦਾ ਇਕ ਵੱਡਾ ਗੁੱਛਾ ਉਤਾਰ ਬਾਬੇ ਨੇ ਰਬਾਬ ਉੱਪਰ ਰੱਖ ਦਿੱਤਾ। ਨਾਨਕੀ ਅੰਦਰੋਂ ਇਕ ਥਾਲ ਚੁੱਕ ਲਿਆਈ।

"ਇਸ ਥਾਲ ਵਿਚ ਰੱਖ ਦਿਉ ਦੋਵੇਂ ਆਪੋ ਆਪਣੀਆਂ...।"

ਜਿਸ ਤਰ੍ਹਾਂ ਨਾਨਕੀ ਉੱਚੀ ਉੱਚੀ ਹੱਸਦੀ ਖੁਸ਼ੀ ਜਾਹਰ ਕਰ ਰਹੀ ਸੀ; ਉਹਨੂੰ

ਸੁਣ ਕੁਝ ਗੁਆਂਢਣਾਂ ਵੀ ਆ ਪਹੁੰਚੀਆਂ ਸਨ। ਨੌਕਰ ਕਿਲ੍ਹੇ ਵਿੱਚ ਜੈਰਾਮ ਨੂੰ ਸੁਨੇਹਾ ਦੇ ਆਇਆ ਸੀ। ਰਸੋਈ ਵਿੱਚ ਟਹਿਲਣਾਂ ਜਲਦੀ ਜਲਦੀ ਪਕਵਾਨਾਂ ਦੀਆਂ ਤਿਆਰੀਆਂ ਕਰ ਰਹੀਆਂ ਸਨ। ਪੂਰੇ ਵੇਹੜੇ ਵਿਚ ਚਹਿਲ ਪਹਿਲ ਹੋ ਗਈ ਸੀ। ਥੋੜ੍ਹੀ ਦੇਰ ਬਾਅਦ ਜੈਰਾਮ ਦਾ ਘੋੜਾ ਵੀ ਆ ਪਹੁੰਚਿਆ ਸੀ। ਆਲੇ ਦੁਆਲੇ ਦੇ ਲੋਕ ਵੀ ਇਕੱਠੇ ਹੋਣੇ ਸ਼ੁਰੂ ਹੋ ਗਏ ਸਨ। ਸਿਆਲ ਦੀ ਦੁਪਹਿਰ ਸੀ; ਧੁੱਪ ਵਿੱਚ ਖੜਣਾ ਚੰਗਾ ਲੱਗ ਰਿਹਾ ਸੀ। ਲੋਕੀਂ ਗੱਲਾਂ ਕਰ ਰਹੇ ਸਨ :

"ਉਹ ਫਕੀਰ ਫਿਰ ਮੁੜ ਆਇਆ... ਜਿਸਨੇ ਬਾਰਾਂ ਸਾਲ ਪਹਿਲਾਂ ਮੋਦੀਖਾਨੇ ਵਿਚ ਲਹਿਰਾਂ ਲਾਈਆਂ ਸਨ।"

ਸਭ ਤੋਂ ਪਹਿਲਾਂ ਮਰਦਾਨੇ ਦਾ ਮੋਦੀਖਾਨੇ ਨੂੰ ਵੇਖਣ ਲਈ ਜੀਅ ਕੀਤਾ। ਬਹੁਤ ਹੀ ਗਰੀਬ ਲੋਕ ਅੰਨ ਦੀ ਵਿੱਥ ਤੇ ਖੜ੍ਹੇ ਸਨ। ਉਹ ਬਾਹਰੋਂ ਆਏ ਸਾਉਣੀ ਦੇ ਅਨਾਜ ਨੂੰ ਊਠਾਂ ਉੱਪਰੋਂ ਉਤਰਦਾ ਵੇਖ ਰਹੇ ਸਨ। ਗੱਲਾਂ ਇੱਥੇ ਵੀ ਬਾਬੇ ਦੇ ਆਉਣ ਦੀਆਂ ਹੀ ਹੋ ਰਹੀਆਂ ਸਨ, "ਉਹ ਫਕੀਰ ਫਿਰ ਮੁੜ ਆਇਆ...?"

ਮਰਦਾਨਾ ਚੁੱਪਚਾਪ ਖੜ੍ਹਾ ਰਿਹਾ। ਕਿੰਨੇ ਸਾਲਾਂ ਬਾਅਦ ਉਹਨੇ ਮੋਦੀਖਾਨੇ ਲਈ ਫਿਰ ਪਹਿਲਾਂ ਵਾਂਗ ਹੋਣ ਲਈ ਦੁਆ ਕੀਤੀ। ਇਕ ਬਹੁਤ ਹੀ ਗਰੀਬ ਬੰਦਾ ਉਹਦੇ ਕੋਲ ਆਇਆ :

"ਵੇਖ ਮੋਦੀਖਾਨੇ ਵਿੱਚ ਅਨਾਜਾਂ ਦੇ ਭੰਡਾਰ ਪਹਿਲਾਂ ਨਾਲੋਂ ਕਿਤੇ ਜਿਆਦਾ ਨੇ ਪਰ ਨਾਨਕ ਵਾਂਗ ਵੰਡਦਾ ਕੋਈ ਨਹੀਂ...।" ਉਹਨੂੰ ਵੇਖ ਇੱਕ ਜਣਾ ਹੋਰ ਆਇਆ :

"ਆਪਣੇ ਸਾਂਈ ਨੂੰ ਕਵੀਂ ਇੱਕ ਵਾਰ ਮੋਦੀਖਾਨੇ ਫੇਰਾ ਪਾ ਜਾਵੇ...।"

ਅਜਿਹੀਆਂ ਗੱਲਾਂ ਸੁਣਦਾ ਉਹ ਵਾਪਸ ਨਾਨਕੀ ਦੇ ਘਰ ਵੱਲ ਮੁੜ ਪਿਆ।

ਵੇਹੜੇ ਵਿਚ ਸਿਰੀ ਚੰਦ ਦਾ ਹੱਥ ਫੜੀਂ ਨਾਨਕੀ ਗੁਣਗੁਣਾ ਰਹੀ ਸੀ। ਉਹਦੀ ਦਰਵਾਜੇ ਵੱਲ ਪਿੱਠ ਸੀ।

"ਹੁਣ ਤਾਂ ਪਿਤਾ ਜੀ ਆ ਗਏ ਨੇ... ਭੂਆ ਜੀ ਅੱਜ ਕੋਈ ਹੋਰ ਗੀਤ ਸੁਣਾਉ।" ਸ੍ਰੀ ਚੰਦ ਨੇ ਕਿਹਾ।

"ਅਸੀਂ ਦੁਨਿਆਵੀ ਲੋਕ ਹਾਂ... ਹੱਥ ਔਲਾਦ ਦਾ ਹੀ ਫੜਦੇ ਹਾਂ... ਉਨ੍ਹਾਂ ਦੋਵਾਂ ਵਾਂਗ ਥੋੜ੍ਹੀ ਖਲਕਤ ਦੀ ਬਾਂਹ ਫੜ ਸਕਦੇਂ ਹਾਂ।" ਪਿੱਠ ਪਿੱਛੇ ਖੜੇ ਮਰਦਾਨੇ ਨੂੰ ਆਪਣਾ ਰੁਤਬਾ ਸੁਣ ਘੁਮੇਰ ਆ ਗਈ। ਉਹ ਭੈਣ ਦੀ ਦੇਹਲੀ ਅੰਦਰ ਡਿੱਗਣਾ ਵੀ ਨਹੀਂ ਸੀ ਚਾਹੁੰਦਾ। ਦਿਸਣ ਲਈ ਉਹਨੇ ਕੁਝ ਕਦਮ ਨਾਨਕੀ ਵੱਲ ਪੁੱਟੇ।

"ਵੱਡੇ ਵੀਰ ਹੁਣ ਵੀਰ ਘਰ ਨਹੀਂ ਹੈ; ਤੂੰ ਮੈਨੂੰ ਇਕੱਲੀ ਰਬਾਬ ਵਜਾ ਕੇ ਵਿਖਾ... ਵੇਖਾਂ ਵੀਰ ਕੀ ਸੁਣਦਾ ਰਹਿੰਦਾ ਏ ਮਰਦਾਨੇ ਕੋਲੋਂ...।"

"ਮੈਨੂੰ ਪਤਾ ਬੀਬੀ... ਮੇਰੇ ਸਾਂਈ ਦੀ ਭੈਣ ਬਣ ਕੇ ਜੀਣਾਂ ਸੌਖਾ ਨਹੀਂ ਹੈ।"

"ਤੂੰ ਮੈਨੂੰ ਬਹੁਤਾ ਨਾ ਵਡਿਆ... ਮੈਂ ਭੈਣ ਦੀ ਤ੍ਰਿਸ਼ਨਾ ਤੋਂ ਦੂਰ ਨਹੀਂ ਜਾਣਾ।" ਉਹਨੇ ਮੁਸਕਰਾ ਕੇ ਮਰਦਾਨੇ ਵੱਲ ਵੇਖਿਆ :

"ਮੈਂ ਦੋ ਭਾਈਆਂ ਦੀ ਭੈਣ ਹਾਂ... ਬਾਕੀ ਮੋਹ ਉੱਪਰ ਛੱਡ ਦੇ...।" ਫਿਰ ਉਹ ਇੱਕੋ ਮੰਜੇ ਤੇ ਬੈਠੇ ਗੱਲਾਂ ਕਰਦੇ ਰਹੇ। ਬਾਬੇ ਨੂੰ ਕੁਝ ਲੋਕ ਬਾਹਰ ਸਤਸੰਗ ਲਈ ਲੈ ਗਏ ਸਨ। ਸ੍ਰੀ ਚੰਦ ਸਭ ਕੁਝ ਚੁੱਪਚਾਪ ਕੋਲ ਖੜ੍ਹਾ ਸੁਣਦਾ ਰਿਹਾ।

"ਬਚਪਨ ਵਿਚ ਇਕ ਵਾਰ ਤੈਨੂੰ ਤਾਂ ਸੋਝੀ ਹੋਣੀ ਏ... ਜਦ ਵੀਰ ਹਰ ਚੀਜ਼ ਨੂੰ ਏਦਾਂ ਚੁੱਕਦਾ ਸੀ ਜਿਵੇਂ ਵੱਜਦੀ ਹੋਵੇ... ਇਹ ਉਹ ਦਿਨ ਸਨ ਜਦੋਂ ਉਹ ਪਹਿਲੇ ਲਫ਼ਜ਼ ਹਾਲੇ ਬੋਲਣ ਹੀ ਲੱਗਿਆ ਸੀ।"

"ਬੀਬੀ ਉਦੋਂ ਮੈਨੂੰ ਅੰਮੀ ਜਿਆਦਾ ਨੇੜੇ ਨਹੀਂ ਸੀ ਜਾਣ ਦੇਂਦੀ... ਬੇਦੀਆਂ ਦੀ ਸੁੱਚ ਚੇਤੇ ਕਰਾਉਂਦੀ ਰਹਿੰਦੀ ਸੀ।"

"ਅੰਮੀ ਨੂੰ ਕੀ ਪਤਾ ਸੀ ਕਿ ਬੇਦੀਆਂ ਦੀ ਸੁੱਚ ਦਾ ਪਹਿਰੇਦਾਰ ਇਹਨੇ ਹੀ ਬਣਨਾ...।"

"ਬੀਬੀ ਇਸ ਤਰ੍ਹਾਂ ਨਾ ਬੋਲ... ਮੇਰਾ ਰੁੱਤਬਾ ਹਾਲੇ ਵੀ ਮਰਾਸੀ ਦਾ ਹੀ ਹੈ।"

"ਵੱਡੇ ਵੀਰ ਤੇ ਛੋਟੇ ਵੀਰ ਵਿਚ ਕੀ ਰਿਸ਼ਤਾ ਹੈ; ਇਹ ਤਾਂ ਨਾਨਕੀ ਵੀ ਨਹੀਂ ਬਦਲ ਸਕਦੀ।" ਮਰਦਾਨਾ ਚੁੱਪ ਹੋ ਗਿਆ।

"ਚੱਲ ਮੂੰਹ ਚੁੱਕ ਉਤਾਂਹ... ਭੈਣਾਂ ਅੱਗੇ ਨਹੀਂ ਰੋਈਦਾ... ਮੈਨੂੰ ਵੇਖ ਮੈਂ ਤੁਹਾਨੂੰ ਫਿਰ ਜਾਂਦਿਆਂ ਵੇਖਣਾ...।"

ਸੁਲਤਾਨਪੁਰ ਵਿੱਚ ਫੈਲਦੀ ਖ਼ਬਰ ਦੂਰ ਤੱਕ ਫੈਲ ਗਈ ਸੀ। ਬਹੁਤ ਸਾਰੇ ਲੋਕ, ਫਕੀਰ, ਸਾਧ ਅਕਸਰ ਨਾਨਕੀ ਦੇ ਦਰ ਤੇ ਆ ਕੇ ਦਿਨ ਭਰ ਪੁੱਛਦੇ ਰਹਿੰਦੇ। ਕੱਲ ਸ਼ਾਮ ਤੋਂ ਬਾਬੇ ਨੇ ਘਰ ਦੇ ਸਾਹਮਣੇ ਬਰੋਟੇ ਥੱਲੇ ਆਪਣਾ ਡੇਰਾ ਜਮ੍ਹਾ ਲਿਆ ਸੀ। ਅੱਜ ਦੁਪਹਿਰ ਦੀ ਰੋਟੀ ਵੀ ਮਰਦਾਨਾ ਉੱਥੇ ਹੀ ਲੈ ਕੇ ਗਿਆ ਸੀ। ਅੱਜ ਸਵੇਰੇ ਮੈਲਸੀਂਏ ਤੋਂ ਭਗੀਰਥ ਵੀ ਆ ਪਹੁੰਚਿਆ ਸੀ। ਦਿਨੇ ਜੈ ਰਾਮ ਵੀ ਹੁਣ ਕਈ ਵਾਰ ਘਰ ਚੱਕਰ ਲਾਉਣ ਆ ਜਾਂਦਾ। ਸਤਸੰਗ ਲਈ ਅੰਨ ਦੁੱਧ ਦੇ ਲੰਗਰ ਤੋਂ ਉਹਨੇ ਕੁਝ ਨਹੀਂ ਕਿਹਾ। ਰੋਜ਼ਾਨਾ ਰਾਤ ਨੂੰ ਕੀਰਤਨ ਸਮੇਂ ਨਾਨਕੀ ਦੇ ਘਰ ਤੱਕ ਸਾਰੀ ਜਗ੍ਹਾ ਭਰ ਜਾਂਦੀ। ਇੱਕ ਦਿਨ ਸਵੇਰੇ ਕੀਰਤਨ ਤੋਂ ਬਾਅਦ ਜਦੋਂ ਮਰਦਾਨਾ ਘਰ ਆਇਆ ਤਾਂ ਦੇਹਲੀ ਦੇ ਦੋਵੇਂ ਪਾਸੇ ਚੋਇਆ ਤੇਲ ਵੇਖਿਆ। ਡਿਉਢੀ ਵਿੱਚ ਨਾਨਕੀ ਖੜ੍ਹੀ ਸੀ।

"ਵੀਰ ਨੂੰ ਤਲਵੰਡੀ ਦੇ ਬਾਹਰ ਨਾ ਬੈਠਣ ਦੇਵੀਂ... ਭਾਬੀ ਕੋਲ ਛੱਡ ਕੇ ਆਵੀਂ।"

"ਬੀਬੀ... ਸਾਂਈ ਨੂੰ ਤੋਰਨਾਂ ਮੇਰੇ ਵੱਸ ਹੈ ? ਤੂੰ ਇਕ ਮਰਾਸੀ ਨੂੰ ਹੀ ਕਿਉਂ ਕਹਿ ਰਹੀ ਏਂ ?"

"ਜੇ ਤੂੰ ਮੈਨੂੰ ਮਰਾਸੀ ਲੱਗੇ ਤਾਂ ਏ ਨਾ। ਤੇਰੇ ਬਿਨਾਂ ਉਹਨੂੰ ਕੋਈ ਹੋਰ ਰੋਕ ਸਕਦਾ ?... ਲੈ ਸੱਚ ਦੱਸੀਂ...??"

"ਭੈਣ ਉਦੋਂ ਮੈਂ ਪਹਿਲਾਂ ਕੁਝ ਸੋਚ ਕੇ ਥੋੜ੍ਹੀ ਰੱਖਿਆ ਹੁੰਦੈ... ਬੇਫਿਕਰੀ ਵਿਚ ਬੋਲ ਪੈਂਦਾ ਹਾਂ... ਜੋ ਵੀ ਯਾਦ ਆਉਂਦਾ।"

"ਚਲ ਫਿਰ ਉਸ ਤਰ੍ਹਾਂ ਆ ਜਿਵੇਂ ਰਬਾਬ ਖਰੀਦਣ ਵੇਲੇ ਆਇਆ ਸੀ।"

"ਉਦੋਂ ਤਾਂ ਮੈਂ ਸਵਾਲੀ ਬਣਕੇ ਆਇਆ ਸੀ।" ਮਰਦਾਨਾ ਉੱਚੀ ਉੱਚੀ ਹੱਸਿਆ।

"ਅੱਜ ਮੈਂ ਸਵਾਲੀ ਹਾਂ...।"

"ਨਾ ਹੁਣ ਤੂੰ ਕਿਉਂ ਅੱਖਾਂ ਭਰ ਆਇਆ ?... ਵੇ ਕਾਹਦਾ ਮਰਾਸੀ ਏਂ; ਲੋਕਾਂ ਨੂੰ ਹਸਾਉਣ ਦੀ ਜਗ੍ਹਾ ਅੱਥਰੂ ਵਿਖਾਉਣ ਲੱਗ ਪੈਂਦਾ...।"

"ਇਕ ਤਾਂ ਤੁਸੀਂ ਦੋਵੇਂ ਭੈਣ ਭਾਈ...।" ਉਹ ਕੁਝ ਹੋਰ ਕਹਿੰਦਾ; ਦਰਵਾਜ਼ੇ ਅੰਦਰ ਬਾਬਾ ਆਉਂਦਾ ਦਿਸਿਆ।

"ਅਸੀਂ ਦੋਵੇਂ ਤੈਨੂੰ ਇਕ ਗੱਲ ਕਹੀਏ...।" ਨਾਨਕੀ ਕੁਝ ਹੋਰ ਕਹਿੰਦੀ ਬਾਬੇ ਨੇ 'ਹਾਂ' ਦੀ ਜ਼ੁੰਮੇਵਾਰੀ ਨਾਲ ਸਿਰ ਝੁਕਾ ਲਿਆ।

ਦੂਰ ਕਿਸੇ ਮੰਦਰ ਦੇ ਸੰਖ ਦੀ ਆਵਾਜ਼ ਸੁਣੀ। ਖ਼ਤਮ ਹੁੰਦੀ ਰਾਤ ਨਾਲ ਚੰਨ ਚਾਨਣੀ ਵੱਧ ਰਹੀ ਸੀ। ਘਰ ਦੇ ਸਾਹਮਣੇ ਵਾਲੇ ਖੂਹ ਉੱਤੇ ਬਾਬਾ ਇਸ਼ਨਾਨ ਕਰਦਾ ਦਿਸ ਰਿਹਾ ਸੀ। ਆਪ ਮਰਦਾਨਾ ਪਹਿਲਾਂ ਨਹਾ ਚੁੱਕਾ ਸੀ। ਦਲ੍ਹਾਨ ਵਿੱਚ ਬਲਦੇ ਦੋ ਛੱਤੇ ਦੀਵਿਆਂ ਸਾਹਮਣੇ ਨਾਨਕੀ ਸਫਰਾਂ ਲਈ ਸਮਾਨ ਇਕੱਠਾ ਕਰਦੀ ਨਾਲ ਨਾਲ ਮਰਦਾਨੇ ਨੂੰ ਦੱਸਦੀ ਵੀ ਜਾਂਦੀ ਸੀ :

"ਆਹ ਮੈਂ ਪਿੱਤਲ ਦੀ ਨਵੀਂ ਦੁਆਤ ਵਿੱਚ ਸੁਆਹੀ ਘੋਲ ਕੇ ਰੱਖ ਦਿੱਤੀ ਏ... ਕਲਮ ਉਹ ਆਪੇ ਘੜ ਲਵੇਗਾ।" ਤਾਜ਼ੀ ਪੱਕਦੀ ਰੋਟੀ ਦੀ ਖੁਸ਼ਬੂ ਵੀ ਆ ਰਹੀ ਸੀ।

"ਇਹ ਸਰਦੀਆਂ ਦੇ ਚੋਗੇ ਨੇ... ਮੈਂ ਕਈ ਵਾਰ ਸੋਚਿਆ ਪੁਰਾਣਾ ਮੇਚ ਏ, ਪਤਾ ਨਹੀਂ ਵੀਰ ਲਿੱਸੇ ਹੋ ਗਏ ਹੋਣਗੇ ?" ਮਰਦਾਨੇ ਨੇ ਦੋਵਾਂ ਚਿਰਾਗਾਂ ਵਿਚਕਾਰ ਖੜ੍ਹੀ ਭੈਣ ਨੂੰ ਵੇਖਿਆ। ਭੈਣਾਂ ਦੀਆਂ ਨੁਹਾਰਾਂ ਪਤਾ ਨਹੀਂ ਕਦੋਂ 'ਨਾਨਕੀ' ਹੋ ਜਾਂਦੀਆਂ ਨੇ। ਹੁਣ ਚੁੱਪ ਨਾ ਰਿਹਾ ਗਿਆ।

"ਬੜੀ ਬੀਬੀ ਨੇ ਵੇਖਕੇ ਪਛਾਣ ਲੈਣਾ ਕਿ ਛੋਟੀ ਬੀਬੀ ਕੋਲੋਂ ਹੋ ਕੇ ਆਏ ਨੇ...।" ਉਹ ਮੁਸਕਰਾ ਕੇ ਅੰਦਰ ਚਲੀ ਗਈ। ਵੇਹੜੇ ਵਿੱਚ ਇਸ਼ਨਾਨ ਕਰਕੇ ਆਉਂਦਾ ਮੁਸਕਰਾਉਂਦਾ ਬਾਬਾ ਦਿੱਸਿਆ। ਬਿਨਾਂ ਚੋਗੇ ਤੋਂ ਵੀ ਬਾਬਾ ਕਿੰਨਾ ਸੋਹਣਾ ਲੱਗ ਰਿਹਾ ਸੀ। ਨਾਨਕੀ ਦੇਹਲੀ ਤੋਂ ਬਾਹਰ ਪਿੱਪਲ ਤੱਕ ਛੱਡਣ ਆਈ। ਹਾਲੇ ਲੋਕ ਘਰੋਂ ਬਾਹਰ ਨਹੀਂ ਸੀ ਨਿਕਲੇ। ਚੰਨ ਚਾਨਣੀ ਸੀ; ਜਾਂਦੀਆਂ ਪਿੱਠਾਂ ਕਾਫ਼ੀ ਦੂਰ ਤੱਕ ਦਿਸਦੀਆਂ ਰਹੀਆਂ। ਤੁਰਨ ਵੇਲੇ ਵੀ ਉਹ ਕਹਿਣਾ ਨਹੀਂ ਸੀ ਭੁੱਲੀ :

"ਵੀਰ ਤਲਵੰਡੀ ਵਿੱਚਦੀ ਲੰਘੀ... ?" ਇਸ ਆਵਾਜ਼ ਨਾਲ ਸੁਲਤਾਨਪੁਰ ਪਿੱਛੇ ਰਹਿ ਗਿਆ...। ਹੌਲੀ ਹੌਲੀ ਉਹ ਅੱਗੇ ਲੰਘ ਗਏ।

ਚਾਨਣ ਹੋ ਗਿਆ ਸੀ। ਆਕਾਰਾਂ ਨੇ ਨੁਹਾਰਾਂ ਵਿੱਚ ਬਦਲ ਕੇ ਦਿਸਣ ਲੱਗ ਪੈਣਾ ਸੀ। ਸਭ ਤੋਂ ਪਹਿਲਾਂ ਬਾਬੇ ਦੀ ਦਾਹੜੀ ਵਿੱਚ ਕਿਤੇ ਕਿਤੇ ਰੰਗ ਬਦਲਦਾ ਵਾਲ ਦਿਸਿਆ। ਇਹ ਕਾਲੇ ਵਾਲਾਂ ਦੀ ਸੁਹੱਪਣ ਵਿੱਚ ਵਾਧਾ ਸੀ। ਚਾਨਣ ਵੀ ਤਾਂ ਹਾਲੇ ਟਾਵਾਂ-ਟਾਵਾਂ ਹੋ ਰਿਹਾ ਸੀ। ਅੱਜ ਨਾਨਕੀ ਨੇ ਦੋਵਾਂ ਨੂੰ ਇਵੇਂ ਸਜਾ ਕੇ

ਭੇਜਿਆ ਜਿਵੇਂ ਦੋ ਸ਼ਾਹੀ ਫਕੀਰ ਦਰਬਾਰਾਂ ਵੱਲ ਮੁੜ ਰਹੇ ਹੋਣ। ਅੱਜ ਦੋਵਾਂ ਦੇ ਇੱਕੋ ਜਹੇ ਭਗਵੇਂ ਚੋਗੇ ਪਾਏ ਸਨ; ਇਕੋ ਜਹੀਆਂ ਪਗੜੀਆਂ ਸਨ।

"ਇਹ ਰਾਹ ਲਾਲੋ ਦੇ ਪਿੰਡ ਨੂੰ ਜਾਂਦਾ ਏ ਮਰਦਾਨਿਆ...।" ਸੁਲਤਾਨਪੁਰ ਤੋਂ ਬਾਹਰ ਨਿਕਲ ਕੇ ਪਹਿਲੀ ਵਾਰ ਬਾਬਾ ਬੋਲਿਆ। ਮਰਦਾਨੇ ਨੇ ਇਸ ਰਾਹ ਉੱਤੇ ਉੱਗੀ ਬਨਸਪਤੀ ਨੂੰ ਦੂਰ ਤੱਕ ਨਿਹਾਰਿਆ। ਇਹ ਲਾਲੋ ਦੇ ਘਰ ਨੂੰ ਜਾਂਦੇ ਰੁੱਖਾਂ ਨੇ ਵਿਛੋੜੇ ਦੀਆਂ ਜੜ੍ਹਾਂ ਮਿੱਟੀ ਹਵਾਲੇ ਕਰ ਆਪਣੇ ਸਿਰਾਂ ਉੱਪਰ ਕਿਵੇਂ ਹਰਿਆਲੀ ਉਗਾ ਲਈ ਸੀ ? ਇਹ ਬਾਬੇ ਨੇ ਕਿਹੜੀ ਤਾਨ ਛੇੜ ਦਿੱਤੀ ਸੀ ? ਸਾਹਮਣੇ ਸੁੰਨੇ ਖਲਵਾੜੇ ਦਿਸਣ ਲੱਗ ਪਏ ਸਨ। ਵਾਹੇ ਹੋਏ ਖੇਤਾਂ ਦੀਆਂ ਠੀਮਾਂ ਥੱਲਿਉਂ ਅਨਾਜ ਲੱਭਦੇ ਕੀੜੇ ਮਿੱਟੀ 'ਚੋਂ ਅੰਨ ਦੀ ਖੁਸ਼ਬੂ ਤਲਾਸ਼ ਰਹੇ ਸਨ। ਮਰਦਾਨੇ ਨੂੰ ਖ਼ਿਆਲ ਆਇਆ; ਕੋਈ ਅਜਿਹਾ ਹਲ ਦਿਸੇ ਜੋ ਲਾਲੋ ਦੇ ਹੱਥਾਂ ਦਾ ਬਣਿਆ ਹੋਵੇ। ਕਿਰਤ ਨੂੰ ਛੂਹਣ ਲਈ ਕੀ ਲਾਲੋ ਦੀ ਗਲੀ ਵਿੱਚੋਂ ਦੀ ਲੰਘਣਾ ਪਵੇਗਾ ? ਅਗਲੇ ਮੋੜ ਉੱਤੇ ਭਗੀਰਥ ਦੇ ਪਿੰਡ ਮੈਲਸੀਹੇ ਨੂੰ ਜਾਂਦੀ ਡੰਡੀ ਦਿਸੀ। ਇਨ੍ਹਾਂ ਰਿਸ਼ਤਿਆਂ ਨਾਲ ਅੰਦਰ ਥੱਕਦੀ ਤਾਕਤ ਮੁੜ ਜਾਗ ਪੈਂਦੀ ਏ। ਕਈ ਵਾਰ ਇਹ ਜਾਪਦਾ ਹੈ; ਉਹਦੇ ਅੰਦਰ ਇੱਕ ਤਾਕਤ ਹੈ ਜਿਸ ਨੂੰ ਉਹ ਇਸਤੇਮਾਲ ਨਹੀਂ ਕਰ ਸਕਿਆ। ਇਨ੍ਹਾਂ ਰਿਸ਼ਤਿਆਂ ਨਾਲ ਉਹ ਊਰਜਾ ਦੁਬਾਰਾ ਆਪਣੀ ਯਾਦ ਚੇਤੇ ਕਰਾ ਦੇਂਦੀ ਹੈ।

ਸਾਹਮਣੇ ਵਗਦੇ ਬਿਆਸ ਦਾ ਤਲ ਚਮਕਿਆ। ਹੁਣ ਦਰਿਆਵਾਂ ਨੂੰ ਵੇਖ ਕੇ ਮਨ ਉਂਨਾ ਉਤਾਵਲਾ ਨਹੀਂ ਹੁੰਦਾ, ਉਹਨੇ ਸਮੁੰਦਰ ਵੇਖ ਲਿਆ ਸੀ। ਪੱਤਣ ਉੱਤੇ ਫਿਰਦੀ ਨੰਗੀ ਪਿੱਠ ਉੱਪਰ ਚਮਕਦਾ ਜਨੇਊ ਚੰਗਾ ਲੱਗਿਆ। ਬਾਬਾ ਇੱਕ ਬੇੜੀ ਕੋਲ ਬੈਠੇ ਮਲਾਹ ਕੋਲ ਬਿਨਾਂ ਕੁਝ ਕਹੇ ਚੁੱਪਚਾਪ ਬੈਠ ਗਿਆ। ਬਾਬੇ ਦੇ ਤਿਲਕ ਉੱਪਰ ਨਾਨਕੀ ਦੇ ਲਾਏ ਇੱਕ ਹੋਰ ਟਿੱਕੇ ਨਾਲ ਉਹ ਕਈ ਰੰਗਾ ਹੋ ਗਿਆ ਸੀ। ਚੱਲਦੇ ਪਾਣੀ ਵਿਚ ਮਰਦਾਨੇ ਨੇ ਵੇਖਿਆ; ਅਜਿਹਾ ਟਿੱਕਾ ਤਾਂ ਬੀਬੀ ਨਾਨਕੀ ਨੇ ਉਹਦੇ ਵੀ ਲਾਇਆ ਸੀ। ਦਰਿਆ ਪਾਰੋਂ ਪੱਕਦੇ ਗੁੜ ਦੀ ਖੁਸ਼ਬੂ ਆ ਰਹੀ ਸੀ। ਮਲਾਹ ਨਾ ਤੁਰਨ ਲੱਗੇ ਨਾ ਦਰਿਆ ਵਿੱਚ ਕੁਝ ਬੋਲਿਆ। ਪੱਤਣ ਦੇ ਉਸ ਪਾਰ ਜਾ ਕੇ ਵੀ ਉਹਨੇ ਬੇੜੀ ਬੰਨ੍ਹੀ ਤੇ ਚੁੱਪਚਾਪ ਸਾਹਮਣੇ ਟਿੱਬੀ ਉੱਤੇ ਦਿੱਸਦੀ ਝੌਂਪੜੀ ਵੱਲ ਚੱਲ ਪਿਆ। ਬਾਬਾ ਵੀ ਚੁੱਪਚਾਪ ਚੀਨਾ ਪੱਟੀ ਨੂੰ ਜਾਂਦੇ ਰਾਹ ਵੱਲ ਚੱਲ ਪਿਆ। ਪਿਛਲੇ ਕੁਝ ਦਿਨਾਂ ਤੋਂ ਹਰ ਰੋਜ਼ ਠੰਢ ਵੱਧ ਰਹੀ ਸੀ। ਢਲਦੀ ਸ਼ਾਮ ਦੇ ਪਰਛਾਵਿਆਂ ਨਾਲ ਠਾਰੀ ਵੱਧ ਰਹੀ ਸੀ। ਦੂਰ ਕਿਸੇ ਹਵੇਲੀ ਵਿਚ ਕਾਂਸੀ ਦਾ ਭਾਂਡਾ ਗਿਰਿਆ। ਅਗਲਾ ਪੜਾਅ ਸ਼ਾਇਦ ਇਸੇ ਪਿੰਡ ਹੋਵੇਗਾ।

ਸੁਲਤਾਨਪੁਰ ਤੋਂ ਉੱਤਰ ਪੱਛਮ ਵੱਲ ਉਹ ਬਿਆਸ ਦਰਿਆ ਪਾਰ ਕਰਕੇ ਚੀਨਾ ਪੱਟੀ ਨਗਰ ਪਹੁੰਚੇ। ਪੱਟੀ ਦੇ ਘੜਿਆਲੀ ਨੇ ਦੁਪਹਿਰ ਦੀ ਘੜਿਆਲ ਵਜਾਈ। ਕਿਲ੍ਹੇ ਅੱਗੇ ਪਿੱਪਲ ਥੱਲੇ ਇਕ ਥੱਕਿਆ ਮਦਾਰੀ ਆਪਣੇ ਰਿੱਛ ਨਾਲ ਬੈਠਾ ਦਿਸਿਆ। ਉਹਦਾ ਬਾਂਦਰ ਛੁੱਟ ਕੇ ਪਠਾਣਾਂ ਦੀ ਗੜ੍ਹੀ ਵਿੱਚ ਜਾ ਵੜਿਆ ਸੀ। ਅੰਦਰੋਂ ਇਕ ਗੁਸੈਲ ਸਿਪਾਹੀ ਆਇਆ :

"ਬਾਂਦਰ ਤੇਰਾ ਏ... ?"

"ਨਹੀਂ...।" ਮਰਦਾਨਾ ਚੁੱਪਚਾਪ ਮਦਾਰੀ ਵੱਲ ਵੇਖਦਾ ਰਿਹਾ...। ਥੋੜ੍ਹਾ ਆਰਾਮ ਕਰਕੇ ਜਦੋਂ ਉਹ ਤੁਰੇ ਤਾਂ ਮਦਾਰੀ ਹਾਲੇ ਵੀ ਬਾਂਦਰ ਦੇ ਆਉਣ ਦਾ ਇੰਤਜ਼ਾਰ ਕਰ ਰਿਹਾ ਸੀ। ਉਹਨੂੰ ਪਤਾ ਸੀ ਪਠਾਨਾਂ ਦੇ ਕਿਲ੍ਹੇ ਵਿੱਚ ਬਾਂਦਰ ਜਿਆਦਾ ਦੇਰ ਨਹੀਂ ਟਿਕ ਸਕਦਾ। ਪੱਟੀ ਤੋਂ ਬਾਹਰ ਖੁੱਲ੍ਹੇ ਖੇਤ ਦਿਸਣ ਲੱਗ ਪਏ ਸਨ। ਕਈ ਪਠਾਣੀ ਚੇਹਰੇ ਉਨ੍ਹਾਂ ਕੋਲੋਂ ਕੁਝ ਪੁੱਛਦੇ ਪੁੱਛਦੇ ਲੰਘ ਗਏ। ਮਰਦਾਨੇ ਨੂੰ ਪਤਾ ਸੀ ਜਿੰਨੇ ਹਲ ਚੱਲ ਰਹੇ ਨੇ; ਬਾਬੇ ਦੇ ਸੁਆਸ ਮਿੱਟੀ ਨਾਲ ਜ਼ਰੂਰ ਠਹਿਕਣਗੇ। ਕੁਝ ਜੋੜੀਆਂ ਜਿਨ੍ਹਾਂ ਦੇ ਜੋਤਾਂ ਨੂੰ ਪਿੱਤਲ ਦੇ ਕੁੰਡੇ ਸਨ। (ਮਾਲਕਾਂ ਦੇ ਹਲ਼) ਉਨ੍ਹਾਂ ਤੋਂ ਅੱਗੇ ਬਾਬਾ ਇਕ ਸਧਾਰਨ ਹਾਲੀ ਕੋਲ ਰੁੱਕਿਆ।

"ਕੀ ਵੇਖਦੇ ਹੋ ? ਤੁਹਾਡੇ ਵਰਗੇ ਸਾਧਾਂ ਸੰਤਾਂ ਨੂੰ ਰੋਟੀ ਖੁਆਉਂਦੇ ਹਾਂ... ਟੱਬਰ ਪਾਲਦੇ ਹਾਂ... ਸਾਕਾਂ ਸੰਬੰਧੀਆਂ ਨਾਲ ਵਰਤਦੇ ਹਾਂ...।" ਕਿਸਾਨ ਨੇ ਹਲ ਰੋਕ ਲਿਆ ਸੀ।

"ਇਹਦੇ ਨੇੜੇ ਤੇੜੇ ਇਕ ਹੋਰ ਕਿਰਸਾਨੀ ਵੀ ਹੈ... ਆਤਮਾ ਦੀ ਕਿਰਸਾਨੀ... ਦੋਵਾਂ ਦੀ ਮਿਲ ਕੇ ਖੇਤੀ ਕਰਿਆ ਕਰੋ।" ਥੋੜ੍ਹੀ ਦੇਰ ਲਈ ਬਾਬਾ ਖੇਤ ਦੀ ਵੱਟ ਉੱਤੇ ਬੈਠ ਗਿਆ। ਇਸ ਤੋਂ ਬਾਅਦ ਉਹ ਖਾਲੜੇ ਤੇ ਘਵਿੰਡੀ ਦੇ ਨਗਰਾਂ ਵਿੱਚੋਂ ਦੀ ਲੰਘੇ। ਅੱਗੇ ਰੇਤੀਲੇ ਟਿੱਬੇ ਦੀ ਚੜ੍ਹਾਈ ਸੀ।

"ਬਾਬਾ ਤਲਵੰਡੀ ਨੂੰ ਜਾਂਦੇ ਵਕਤ ਖੜਾਵਾਂ ਨਹੀਂ ਚਾਹੀਦੀਆਂ... ਆਉਂਦੇ ਵਕਤ ਭਾਵੇਂ ਪਈਆਂ ਹੋਣ...।" ਮਰਦਾਨੇ ਦੀ ਟਿੱਚਰ ਨਾਲ ਬਾਬੇ ਦਾ ਸਿਰ ਹਿਲਦਾ ਦਿਸਿਆ। ਇਹ ਪਤਾ ਨਹੀਂ ਸੀ ਇਹ ਆਉਣ ਲਈ ਸੀ ਜਾਂ ਜਾਣ ਲਈ ਸੀ।

ਅੱਗੇ ਚੌੜੇ ਪੱਟ ਦੀ ਓਹੀ ਨਦੀ ਆ ਗਈ ਜੋ ਵਿਚਕਾਰੋਂ ਇਕੱਠੀ ਹੁੰਦੀ ਚਲੀ ਜਾਂਦੀ ਸੀ। ਇਹ ਹਰ ਬਰਸਾਤ ਵਿਚ ਆਪਣੇ ਹੀ ਰੇਤੇ ਦੇ ਢੇਰ ਬਣਾ ਆਪਣਾ ਰਸਤਾ ਰੋਕ ਲੈਂਦੀ ਸੀ। ਲੰਬੀ ਬਰਸਾਤ ਤੋਂ ਬਾਅਦ ਹੁਣ ਇਸ ਤਰ੍ਹਾਂ ਹੀ ਸੀ। ਇਸ ਤੋਂ ਅੱਗੇ ਉਹ ਜਾਣੇ ਪਛਾਣੇ ਪਿੰਡ ਸ਼ੁਰੂ ਹੋ ਜਾਣੇ ਸਨ ਜਿਨ੍ਹਾਂ ਤੱਕ ਉਹ ਅੱਬਾ ਨਾਲ ਕਈ ਵਾਰ ਪਿੰਡ ਕਮਾਉਣ ਆਇਆ ਸੀ। ਪਰ ਇਸ ਵਾਰੀ ਬਾਰਾਂ ਸਿਆਲ ਤੇ ਬਾਰਾਂ ਗਰਮੀਆਂ ਬਾਅਦ ਉਹ ਪਿੰਡ ਵੇਖਣੇ ਸਨ। ਪਿੰਡ ਤਾਂ ਉਵੇਂ ਜਿਵੇਂ ਹੀ ਸਨ; ਪਰ ਗੜ੍ਹੀਆਂ ਕਿਲ੍ਹੇ ਉੱਚੇ ਹੋ ਗਏ ਸਨ। ਬਹੁਤ ਹੀ ਸੁਭਾਵਕ ਆਵਾਜ਼ਾਂ ਆ ਤਾਂ ਰਹੀਆਂ ਸਨ; ਪਰ ਪਹਿਲਾਂ ਨਾਲੋਂ ਘੱਟ ਸਨ। ਪਹਾੜਾਂ ਨੇ ਆਪਣੇ ਆਪ ਨੂੰ ਉਵੇਂ ਜਿਵੇਂ ਹੀ ਰੱਖਿਆ ਸੀ। ਪਿਛਲੇ ਪਿੰਡ ਦੇ ਖੂਹ ਉੱਤੇ ਕੀਤੇ ਇਸ਼ਨਾਨ ਦਾ ਕਾਂਬਾ ਹਾਲੇ ਹਟਿਆ ਨਹੀਂ ਸੀ। ਮਰਦਾਨੇ ਦਾ ਜੀਅ ਕਰਦਾ ਸੀ; ਹਾੜ੍ਹੀ ਲਈ ਸੋਧੀ ਧਰਤੀ ਨੂੰ ਵੇਖੀ ਜਾਵਾਂ; ਨਿੱਘ ਮਾਣਾਂ। ਪਰ ਬੋਹਲ਼ਾਂ ਦੀਆਂ ਸੁੰਨੀਆਂ ਖ਼ਾਲੀ ਥਾਵਾਂ ਦੱਸਦੀਆਂ ਸਨ ਕਿ ਇਨਸਾਫ਼ ਨਹੀਂ ਹੋਇਆ। ਹੁਣੇ ਉਹਨੇ ਕਮੀਣਾਂ ਕੋਲੋਂ ਧਾਣਕ ਜਾਤ ਦੇ ਲੋਕ ਹੱਥ ਅੱਡ ਕੇ ਮੰਗਦੇ ਵੇਖੇ ਸਨ। ਇੱਕ ਵਾਰ ਤਾਂ ਉਹਦਾ ਜੀਅ ਵੀ ਕੀਤਾ ਕਿ ਬਾਬੇ ਨੂੰ ਪੁੱਛਾਂ : "ਬਾਬਾ ਤਲਵੰਡੀ ਜਾਣ ਲਈ ਕੋਈ ਹੋਰ ਵੀ ਰਸਤਾ ਹੈਗਾ ?" ਫਿਰ ਸਾਹਮਣੇ

ਨਜ਼ਰ ਮਾਰੀ; ਬਾਬਾ ਰਾਏ ਬੁਲਾਰ ਦੀ ਅੱਧੀ ਦਾਨ ਕੀਤੀ ਭੂਮੀ ਉੱਪਰ ਫਕੀਰਾਂ ਵਾਂਗ ਲੰਘ ਰਿਹਾ ਸੀ...। ਉਹਨੇ ਵੱਟ ਤੇ ਖੜ੍ਹੀ ਕਿੱਕਰ ਦੇ ਗੂੰਦ ਵਿੱਚ ਫਸੀ ਕੀੜੀ ਦੀ ਟੰਗ ਬਾਹਰ ਕੱਢੀ...।

"ਤਲਵੰਡੀ ਦੇ ਨੇੜੇ ਆ ਕੇ ਕਿੰਨਾਂ ਦਿਸਣ ਲੱਗ ਪੈਂਦਾ ਏ... ਬਾਬਾ... ?" ਬਾਬੇ ਨੇ ਪਹਿਲਾਂ ਵਾਂਗ ਹੀ ਸਿਰ ਹਿਲਾਇਆ। ਜਦੋਂ ਉਹ ਤਲਵੰਡੀ ਦੀਆਂ ਗਲੀਆਂ ਵਿੱਚ ਵੜੇ ਤਾਂ ਵੇਹੜਿਆਂ ਵਿੱਚ ਹਾੜ੍ਹੀ ਦੇ ਬੀਜ ਸੁੱਕ ਰਹੇ ਸਨ। ਬਾਸੂ ਘਰਾਂ ਦੀਆਂ ਆਵਾਜ਼ਾਂ ਸੁਣ ਰਹੀਆਂ ਸਨ।

ਕਾਂਡ : ਤੀਹਵਾਂ

ਤਲਵੰਡੀ ਨੂੰ ਵੇਖ ਕੇ ਮਰਦਾਨੇ ਨੂੰ ਮਿੱਠੇ ਮਿੱਠੇ ਕਾਂਬੇ ਆਏ; ਪਿੱਛੇ ਰਹਿ ਗਏ ਅਣਜਾਣੇ ਸਫ਼ਰਾਂ ਨੇ ਇਹਦੀ ਸਾਦਗੀ ਨੂੰ ਸਮਝਣ ਲਈ ਉਕਸਾਇਆ। ਸ਼ਾਇਦ ਤਾਂ ਹੀ ਬਾੜਿਆਂ ਵਿਚ ਹਲਾਂ ਉੱਤੇ ਬੰਨ੍ਹੀਆਂ ਖੰਬਣੀਆਂ ਨਾਲ ਲਟਕਦਾ ਗੁੜ ਦਿਸਿਆ। ਹਾੜ੍ਹੀ ਦੀ ਤਿਆਰੀ ਮੁਕੰਮਲ ਹੋ ਚੁੱਕੀ ਸੀ। ਕੋਈ ਕੋਈ ਬਿਰਧ ਬੌਲਦਾਂ ਦੀ ਜੋੜੀ ਪਛਾਣੀ ਜਾ ਸਕਦੀ ਸੀ। ਪਹਿਲੇ ਹੀ ਚੌਰਾਹੇ ਤੋਂ ਬਾਅਦ ਬਾਬਾ ਰੁੱਕ ਗਿਆ :

"ਸਿੱਧਾ ਆਪਣੇ ਘਰ ਵੱਲ ਜਾ ਮਰਦਾਨਿਆ...।" ਇਸ ਆਦੇਸ਼ ਵਿੱਚ ਸ਼ਾਇਦ ਪਿੱਛੇ ਮੁੜਕੇ ਵੀ ਨਾ ਵੇਖਣ ਦਾ ਹੁਕਮ ਸੀ। ਉਹ ਆਪਣੀ ਭੀੜੀ ਗਲੀ ਦਾ ਪਹਿਲਾ ਮੋੜ ਮੁੜ ਗਿਆ। ਸਭ ਤੋਂ ਪਹਿਲਾਂ ਕੁੱਬੀ ਹੋਈ ਮਾਸੀ ਦੌਲਤਾਂ ਆਉਂਦੀ ਦਿਸੀ। ਉਹ ਵੇਖਦੇ ਸਾਰ ਬੋਲਣ ਲੱਗ ਪਈ :

"ਬੱਲੇ... ਬੱਲੇ... ਆ ਗਈਆਂ ਮਾਂਵਾਂ ਦੀਆਂ ਭੁੱਲਾਂ...।"

ਮਰਦਾਨੇ ਨੇ ਝੁੱਕ ਕੇ ਪੈਰੀਂ ਹੱਥ ਲਾਉਣਾ ਚਾਹਿਆ; ਪਰ ਉਹਦੇ ਝੁਕੇ ਸਿਰ ਨੇ ਪੈਰਾਂ ਤੱਕ ਹੱਥ ਨਹੀਂ ਜਾਣ ਦਿੱਤੇ। ਫਿਰ ਉਹ ਬਦਲਵੀਂ ਆਵਾਜ਼ ਵਿੱਚ ਬੋਲੀ :

"ਦੱਸੋ ਵੇ ਤਲਵੰਡੀ ਆਕੇ ਕਿਉਂ ਵਿਛੋੜੇ ਪਾ ਲੈਂਦੇ ਹੋ... ਵੇ ਦੱਸੋ ?"

"ਮਾਸੀ ਮੈਂ ਤਾਂ ਤੇਰੇ ਸਾਹਮਣੇ ਇਕੱਲਾ ਖੜ੍ਹਾਂ...।"

"ਹੱਟ ਵੇ ਡੂਮਾਂ... ਜੀਹਨੂੰ ਤੂੰ ਗੁਰੂ ਮੰਨਦਾਂ ਏਂ ਮੈਂ ਉਹਦੀ ਦਾਈ ਆਂ।" ਹੁਣੇ 'ਢੇਹ' ਕਬੀਲੇ ਦੀਆਂ ਤੀਵੀਆਂ ਕੋਲੋਂ ਜਿਹੜਾ ਛੱਜ ਲਿਆ ਸੀ; ਉਹ ਵਾਪਸ ਉਨ੍ਹਾਂ ਨੂੰ ਫੜਾ ਦਿੱਤਾ।

"ਹੁਣ ਮੈਂ ਮਹਿਤਾ ਜੀ ਦੇ ਘਰ ਛੱਜ ਲੈ ਕੇ ਨਹੀਂ ਜਾਣਾ... ਦੱਸਾਂ ਤਾਂ ਸਹੀ ਤ੍ਰਿਪਤਾ ਨੂੰ ਮੁੜ ਆਇਆ ਤੇਰਾ ਨਾਨਕ...।"

ਮਰਦਾਨਾ ਉਹਨੂੰ ਲੰਬੇ ਕਦਮੀਂ ਬਾਬੇ ਦੀ ਗਲੀ ਵੱਲ ਜਾਂਦਿਆਂ ਵੇਖਦਾ ਰਿਹਾ।

"ਬਾਬਾ ਤੂੰ ਕਿਤੇ ਛਿਪ ਸਕਦਾਂ...।" ਉਹ ਆਪਣੀ ਗਲੀ ਵੱਲ ਚੱਲ ਪਿਆ।

ਘਰ ਦਾ ਦਰਵਾਜ਼ਾ ਤਾਂ ਹਮੇਸ਼ਾ ਵਾਂਗ ਖੁੱਲ੍ਹਾ ਸੀ। ਅਸੀਸ਼ ਦੀ ਤਾਂਘ ਵਿਚ ਉਹਦਾ ਸਿਰ ਅੰਮੀ ਕੋਲ ਜਾ ਕੇ ਝੁੱਕਿਆ। ਵੇਹੜੇ ਵਿੱਚ ਹੋਰ ਵੀ ਸਨ; ਪਰ ਕੁਝ ਦੇਰ ਲਈ ਅੱਖਾਂ ਆਪਣੇ ਆਪ ਬੰਦ ਹੋ ਗਈਆਂ।

"ਮੈਂ ਹੁਣੇ ਬੈਠੀ ਸੋਚ ਰਹੀ ਸਾਂ ਕਿ 'ਆਇਤਲ ਕੁਰਸੀ' ਪੜ੍ਹ ਲਵਾਂ।" (ਸ਼ੈਤਾਨ ਨੂੰ ਭਜਾਉਣ ਲਈ ਦੁਆ) ਅੰਮੀ ਨੇ ਸਿਰ ਪਲੋਸਣਾ ਛੱਡ ਦਿੱਤਾ। ਸਾਹਮਣੇ ਮਰਾਸਣ ਨਾਲ ਨਜ਼ਰ ਮਿਲੀ। ਉਹਦੀਆਂ ਅੱਖਾਂ ਦੀ ਝਲਕ ਵਿੱਚ ਇਕ ਟਿਕਟਿਕੀ ਰੁੱਕੀ ਹੋਈ ਸੀ; ਜੋ ਲਗਾਤਾਰ ਨਜ਼ਰ ਵਿਚ ਕਾਇਮ ਸੀ। ਉਹਦੇ ਪਿੰਡੇ ਦਾ ਰੰਗ ਰੇਤਲੀ ਭੋਏਂ ਵਰਗਾ ਹੋ ਗਿਆ ਸੀ। ਉਹਦੀ ਠੋਡੀ ਦੀ ਗੱਭਲੀ ਧਾਰੀ ਕਿਤੇ ਗੁੰਮ ਹੋ ਗਈ ਸੀ।

ਜਿਨ੍ਹਾਂ ਮੁਹਾਂਦਿਆਂ ਨੂੰ ਛੋਟਾ ਸਮਝ ਕੇ ਵਿਸਾਰ ਦਿੱਤਾ ਸੀ; ਉਹ ਹੁਣ ਕੱਦ ਕਾਠ ਕਰ ਰਹੇ ਸਨ। ਮਰਦਾਨੇ ਦਾ ਜੀਅ ਕੀਤਾ ਕਿ ਕੁਝ ਅਜਿਹਾ ਬੋਲਾਂ ਜਿਸ ਨਾਲ ਉਹਦੀ ਰੂਹ ਤੇ ਪਸਰੀ ਥਕਾਵਟ ਉਤਰ ਜਾਵੇ।

"ਤੂੰ ਚੰਗੀ ਏਂ ਮੀਰ ਜਾਦੀਏ... ਮੇਰੇ ਵਰਗੇ ਫੱਕਰ ਨਾਲ ਕੱਟ ਗਈ...।" ਗੱਲ ਪੂਰੀ ਹੋਣ ਤੋਂ ਪਹਿਲਾਂ ਹੀ ਉਹ ਬੋਲ ਪਈ :

"ਸਭ ਰਿਸ਼ੀਆਂ ਪੀਰਾਂ ਦੀਆਂ ਘਰਵਾਲੀਆਂ ਦੀ ਬਾਰਾਂ ਸਾਲ ਬਾਅਦ ਸੁਣੀ ਜਾਂਦੀ ਏ... ਤੈਨੂੰ ਤਾਂ ਇਹ ਵੀ ਨਹੀਂ ਪਤਾ ਹੋਣਾ; ਅੱਜ ਸੱਤ ਦਿਨ ਟੱਪ ਗਏ ਨੇ ਬਾਰਾਂ ਤੋਂ...।"

"ਪਹਿਲਾਂ ਪਾਣੀ ਪੀਲੈ ਅੱਬੂ...।" ਇਕ ਛੋਟੀ ਜਹੀ ਕੁੜੀ ਉਹਦੇ ਸਾਹਮਣੇ ਖੜ੍ਹੀ ਸੀ।

"ਆਹ ਨਿਆਣਾ ਕਿਸਦਾ ਏ ਅੰਮੀ ?"

"ਤੂੰ ਨਾਨਾ ਬਣ ਗਿਆਂ ਪੁੱਤ...।"

"ਫਿਰ ਕਾਕੋ ਕਿੱਥੇ ਏ ?"

"ਉਹ ਤੇਰੇ ਅੱਬਾ ਨਾਲ ਵਿਆਹ ਕਮਾਉਣ ਗਈ ਏ।" ਆਪਣੇ ਆਪ ਗੋਦੀ ਵਿੱਚ ਬੈਠੀ ਬੱਚੀ ਨੂੰ ਉਹਨੇ ਧਿਆਨ ਨਾਲ ਵੇਖਿਆ। ਥੋੜ੍ਹੀ ਦੇਰ ਲਈ ਹੀ ਸਹੀ ਉਹਨੇ ਸਾਹਸ ਭਰ ਦਿੱਤਾ ਸੀ।

"ਤੈਨੂੰ ਪਤਾ ਏ ਮੈਂ ਕੌਣ ਹਾਂ ?"

"ਮੇਰੀ ਅੰਮੀ ਦੇ ਅੱਬੂ...।" ਉਹਨੇ ਉਹਦਾ ਸਿਰ ਪਲੋਸਿਆ। ਹੁਣ ਦੁਬਾਰਾ ਮੀਰਜਾਦੀ ਵੱਲ ਵੇਖਿਆ ਜਾ ਸਕਦਾ ਸੀ। ਉਸ ਤੋਂ ਪਹਿਲਾਂ ਅੰਮੀ ਉਹਦੇ ਚੋਗੇ ਦਾ ਪੱਲਾ ਫੜਦੀ ਬੋਲੀ :

"ਨਾਨਕੀ ਕੋਲੋਂ ਹੋ ਕੇ ਆਏ ਹੋ ?"

"ਹਾਂ ਅੰਮੀ...।"

"ਹੋਰ ਧੀਆਂ ਨੂੰ ਮੋਹ ਹੁੰਦਾ... ਅੱਲਾ ਜੇ ਉਹਨੂੰ ਵੀ ਇਕ ਚੂਆਂ ਬਖਸ਼ ਦੇਂਦਾ... ਬਹੁਤ ਰੂਹ ਵਾਲੀ ਕੁੜੀ ਏ...।"

"ਉਹਨੇ ਤਾਂ ਸ੍ਰੀ ਚੰਦ ਗੋਦ ਲੈ ਕੇ ਭਾਰ ਹੌਲਾ ਕਰ ਦਿੱਤਾ... ਸਾਡੇ ਤਾਂ ਉਹ ਵੀ ਨਹੀਂ ਕੋਈ।" ਬਾਹਰੋਂ ਆਏ ਸਾਜਿਦ ਵਾਜਿਦ ਨਾਲ ਅੱਲਾ ਰੱਖੀ ਦੀ ਗੱਲ ਉੱਥੇ ਹੀ ਰੁੱਕ ਗਈ। ਦੋਵਾਂ ਨੂੰ ਗਲਵਕੜੀ ਲੈ ਕੇ ਉਹ ਬੋਲਿਆ :

"ਦੋ ਜਣਿਆਂ ਕੋਲ ਇਕ ਹੀ ਸਾਰੰਗੀ ਏ... ?"

"ਹਾਂ... ਅੱਬਾ ਤੁਹਾਡੇ ਦੋਵਾਂ ਕੋਲ ਵੀ ਇੱਕ ਹੀ ਹੈ।"

"ਸਾਜਿਦ ਹੁਣ ਈਦਾਂ ਉਰਸਾਂ ਤੇ ਗਾ ਲੈਂਦਾ ਏ...।"

"ਨਾ ਦੱਸ ਅੰਮੀ...।" ਇਸ ਵਾਰੀ ਮੀਰਜਾਦੀ ਦੀ ਤਲਖ ਟੋਕ ਸੁਣੀ।

ਮਰਦਾਨੇ ਨੇ ਆਪਣੇ ਖੂਹ ਕੋਲ ਆ ਕੇ ਬਾਰਾਂ ਸਾਲ ਬਾਅਦ ਨਜ਼ਰ ਘੁੰਮਾਈ। ਭੰਗੀ ਵਾਲੀ ਜਗ੍ਹਾ ਖਾਲੀ ਸੀ; ਪਰ ਬੇਰੌਣਕੀ ਨਹੀਂ ਸੀ। ਪਰੇ ਘੁਮਾਰਾਂ ਦੇ ਕੱਚੇ ਭਾਂਡੇ ਧੁੱਪ

ਸੇਕਦੇ ਦਿਸੇ। ਤਖਾਣ ਦੇ ਅੱਡੇ ਉੱਤੇ 'ਠੱਕ ਠੱਕ' ਦੀ ਆਵਾਜ਼ ਸੁਣੀ। ਨਿੰਮ ਨੇ ਝੁੱਕ ਕੇ ਛੌਰਾ ਕਰ ਦਿੱਤਾ ਸੀ। ਪਿੰਜਿਆਂ ਦੀ ਗਲੀ ਵਿੱਚ ਫਿਰਦੇ ਬੱਚਿਆਂ ਨੂੰ ਇਕ ਬਿਰਧ ਸਰੀਰ ਵੇਖ ਰਿਹਾ ਸੀ। ਕਦੇ ਕਦੇ ਕੋਈ ਟੁਣਕਾਰ ਵੀ ਸੁਣਦੀ। ਕੋਲ ਹੀ ਲੱਕ ਜਿੰਨੀ ਉੱਚੀ ਮਸੀਤ ਨੇ ਅੰਦਰ ਲਾਲੋ ਦੇ ਘਰ ਵਰਗਾ ਨਿੱਘ ਹਾਲੇ ਵੀ ਸਾਂਭ ਰੱਖਿਆ ਸੀ। ਇੱਥੇ ਸਿਜਦੇ ਦੀ ਜਰੂਰਤ ਨਹੀਂ ਸੀ; ਅੰਦਰ ਜਾਣਾ ਹੀ ਝੁਕ ਕੇ ਪੈਣਾ ਸੀ। ਮਸੀਤ ਅੰਦਰੋਂ ਨਿਕਲ ਉਹਨੇ ਫਿਰ ਆਲੇ ਦੁਆਲੇ ਵੇਖਿਆ। ਦੋ ਪਹਿਰ ਲੰਘ ਚੁੱਕੇ ਸਨ। ਉਹਨੂੰ ਜ਼ਰੂਰ ਇੱਕ ਵਾਰ ਬਾਬੇ ਘਰ ਜਾ ਕੇ ਪਤਾ ਕਰਨਾ ਚਾਹੀਦਾ। ਇਕ ਗੁੱਛਾ ਮੁੱਛਾ ਪਰਛਾਵਾਂ ਉਹਦੇ ਕੋਲੋਂ ਲੰਘਿਆ।

"ਨੱਥੂ...ਆ।"

"ਕੌਣ ?" ਫਕੀਰਾਂ ਵਾਲਾ ਲਿਬਾਸ ਵੇਖ ਉਹ ਝੁੱਕਿਆ :

"ਸਾਂਈ ਪੈਰ੍ਹੀ ਪੌਂਦਾ...।"

"ਮੈਂ ਮਰਦਾਨਾ ਹਾਂ...।"

"ਓ..ਓ..ਓ.. ਹੋ..ਹੋ..ਹੋ.... ?"

"ਨਾ ਹੁਣ ਵੀ ਸੁਨੇਹਾ ਦੇਣ ਨੂੰ ਜੀਅ ਕਰਦਾ; ਬਰਬਾਦ ਫਸਲਾਂ ਦਾ...।"

"ਬਿਰਧ ਹੋ ਗਿਆ ਸਰੀਰ... ਤੂੰ ਦੇ ਖ਼ਬਰ... ਮੈਂ ਰਾਣੀ ਖੋਖਰਾਂ ਦਾ ਸੁਨੇਹਾ ਲੈ ਕੇ ਜਾਣਾ... ਅੱਛਿਆ ਫਿਰ...।"

ਅੱਗੇ ਖੁੱਲ੍ਹਾ ਚੌਰਾਹਾ ਆ ਗਿਆ ਸੀ। ਗੜ੍ਹੀ ਵੱਡੀ ਹੋ ਗਈ ਸੀ; ਮਸੀਤ ਉੱਚੀ ਹੋ ਗਈ ਸੀ। ਮੰਦਰ ਪਹਿਲਾਂ ਵਰਗਾ ਹੀ ਸੀ। ਮੂਰਤੀਆਂ ਵਿੱਚ ਹਾਲੇ ਵੀ ਬਿਨਾਂ ਬੰਸਰੀ ਤੋਂ ਕ੍ਰਿਸ਼ਨ ਦੀ ਮੂਰਤੀ ਖੜ੍ਹੀ ਸੀ। ਸਾਹਮਣੇ ਬਾਬੇ ਦਾ ਘਰ ਦਿਸਣ ਲੱਗਾ। ਬਾਬੇ ਦੇ ਘਰ ਦੀ ਦੇਹਲੀ ਉੱਤੇ ਚੋਇਆ ਤੇਲ ਵੇਖ ਪਤਾ ਹੀ ਨਹੀਂ ਲੱਗਾ ਕਦੋਂ ਉਹ ਅੰਦਰ ਜਾ ਪਹੁੰਚਿਆ। ਤ੍ਰਿਪਤਾ ਸਾਹਮਣੇ ਬੈਠੇ ਬਾਬੇ ਨੂੰ ਵੇਖ ਕੇ ਯਾਦ ਆਇਆ; "ਫਕੀਰ ਕਿੰਨੇ ਸਰਲ ਹੁੰਦੇ ਨੇ।"

"ਲੈ ਆ ਗਿਆ ਦੂਜਾ ਵੀ... ਇਕ ਦਿਸਦਾ ਦੂਜਾ ਲੁਕਦਾ...।" ਦੌਲਤਾਂ ਹੱਸਦੀ ਹੱਸਦੀ ਖੜ੍ਹੀ ਹੋ ਗਈ।

"ਨਾ ਹੁਣ ਤੱਕ ਨਹੀਂ ਆਇਆ... ?" ਦੌਲਤਾਂ ਮਾਸੀ ਨੇ ਦੂਜਾ ਸੁਆਲ ਕੀਤਾ। ਮਰਦਾਨੇ ਨੇ ਉੱਤਰ ਦਿੱਤੇ ਬਿਨਾਂ ਤ੍ਰਿਪਤਾ ਦੇ ਪੈਰੀਂ ਹੱਥ ਲਾਇਆ। ਮਾਤਾ ਨੇ ਰੋ ਰੋ ਕੇ ਗਿੱਲੀਆਂ ਹੋਈਆਂ ਅੱਖਾਂ ਵਾਲੇ ਚੇਹਰੇ ਉੱਤੇ ਹਲਕਾ ਜਿਹਾ ਮੁਸਕਾਉਣ ਦੀ ਕੋਸ਼ਿਸ਼ ਕੀਤੀ।

"ਦਰਵਾਜਾ ਭੇੜ ਆ ਦੌਲਤਾਂ...।" ਮਾਂ ਹਾਲੇ ਪੁੱਤ ਨੂੰ ਇਕੱਲਿਆਂ ਹੀ ਵੇਖਣਾ ਚਾਹੁੰਦੀ ਸੀ...। ਚੱਲਦੀ ਗੱਲ ਦਾ ਪਹਿਲਾ ਹਿੱਸਾ ਲੰਘ ਚੁੱਕਿਆ ਸੀ। ਦੌਲਤਾਂ ਉਸ ਤੋਂ ਅੱਗੇ ਦੀ ਗੱਲ ਸੁਣਾ ਰਹੀ ਸੀ। ਬਾਬੇ ਨੂੰ ਚੰਦਰਭਾਨ ਦੇ ਖੂਹ ਤੋਂ ਰਾਏ ਬੁਲਾਰ ਹਵੇਲੀ ਲੈ ਗਿਆ ਸੀ। ਇੱਕ ਪਹਿਰ ਖੂਬ ਉਹਨੇ ਸਫ਼ਰਾਂ ਦੀਆਂ ਗੱਲਾਂ ਸੁਣੀਆਂ। ਫਿਰ ਆਪ ਹੀ ਬਾਬੇ ਨੂੰ ਇੱਕ ਵਾਰ ਆਪਣੇ ਘਰ ਜਾਣ ਦੀ ਬੇਨਤੀ ਕੀਤੀ। ਵਾਅਦਾ ਕਰਕੇ ਬਾਬਾ

ਇਕੱਲਾ ਹੀ ਘਰ ਆ ਪਹੁੰਚਿਆ। ਪਿਤਾ ਕਾਲੂ ਤੇ ਚਾਚਾ ਲਾਲੂ ਪਹਿਲਾਂ ਹੀ ਘਰ ਪਹੁੰਚ ਚੁੱਕੇ ਸਨ। ਦੌਲਤਾਂ ਬੋਲਦੀ ਜਾ ਰਹੀ ਸੀ। ਉਹ ਰੋ ਕੇ ਥੱਕੀ ਤ੍ਰਿਪਤਾ ਨੂੰ ਢਾਰਸ ਦੁਆ ਰਹੀ ਸੀ। ਫਿਰ ਜਦੋਂ ਤ੍ਰਿਪਤਾ ਨੇ ਮਰਦਾਨੇ ਵੱਲ ਟਿਕਟਿਕੀ ਲਗਾਈ ਤਾਂ ਦੌਲਤਾਂ ਚੁੱਪ ਹੋ ਗਈ।

"ਇਸ ਵਾਰੀ ਤਾਂ ਮਰਦਾਨਿਆਂ ਤੁਸੀਂ ਹੱਦ ਹੀ ਕਰ ਦਿੱਤੀ। ਵੇ ਚੰਦਰਿਆ ਤੂੰ ਵੀ ਇਹਦੇ ਪਿੱਛੇ ਪਿੱਛੇ ਤੁਰਦਾ ਰਿਹਾਂ... ਰੋਕ ਲੈਂਦਾ ਰੁਕ ਜਾਂਦਾ... ਤਲਵੰਡੀ ਵੱਲ ਆਪ ਮੁੜ ਆਉਂਦਾ।" ਫਿਰ ਉਹਨੇ ਲੰਬਾ ਸਾਹ ਭਰਕੇ ਭਾਰੀ ਆਵਾਜ਼ ਵਿਚ ਕਿਹਾ :

"ਨਾ ਤੁਹਾਡਾ ਦੋਵਾਂ ਦਾ ਇਕੱਲਿਆਂ ਦਾ ਹੀ ਰੱਬ ਏ... ਜਿਹੜਾ ਅੱਗੇ ਅੱਗੇ ਟੁਰੀ ਗਿਆ...।" ਉਹਨੇ ਇਕ ਵਾਰ ਫਿਰ ਚੁੰਨੀ ਨਾਲ ਅੱਖਾਂ ਸਾਫ਼ ਕੀਤੀਆਂ :

"ਨਾ ਤੁਹਾਨੂੰ ਮਾਵਾਂ ਦਾ; ਨਾ ਤੁਹਾਨੂੰ ਬਿਗਾਨੀਆਂ ਧੀਆਂ ਦਾ... ਸ਼ਕਲਾਂ ਵੇਖੀਆਂ ਜਿਨ੍ਹਾਂ ਨੂੰ ਸੇਹਰੇ ਬੰਨ੍ਹ ਕੇ ਵਿਆਹੁਣ ਗਏ ਸੀ...।" ਤ੍ਰਿਪਤਾ ਨੇ ਅੰਦਰ ਵੱਲ ਝਾਕਿਆ।

"ਤੂੰ ਕਿਉਂ ਅੰਦਰ ਵੜੀ ਬੈਠੀ ਏਂ ? ਇੱਧਰ ਬਾਹਰ ਆ... ਇਕ ਹੋਰ ਆ ਗਿਆ... ਇਕ ਵਾਰ ਦੋਵਾਂ ਨੂੰ ਇਕੱਠਿਆਂ ਤਾਂ ਵੇਖ ਲੈ...। ਹੁਣ ਨਹੀਂ ਇਹ ਬੋਲਦੇ... ਇਨ੍ਹਾਂ ਦੀ ਗੁਰਬਤ ਵੇਖ ਸੁਲੱਖਣੀਏ...।" ਅੰਦਰੋਂ ਹਾਉਂਕਿਆਂ ਦੀ ਆਵਾਜ਼ ਤਾਂ ਸੁਣੀ ਪਰ ਉਹ ਬਾਹਰ ਨਹੀਂ ਨਿਕਲੀ।

"ਨਾ ਹੁਣ ਦੂਜੀ ਵਾਰੀਂ ਪੈਰੀਂ ਹੱਥ ਕਿਸ ਗੱਲੋਂ ਲਾਇਆ ?" ਤ੍ਰਿਪਤਾ ਨੇ ਪੈਰਾਂ ਵੱਲ ਝੁਕਦੇ ਮਰਦਾਨੇ ਕੋਲੋਂ ਪੁੱਛਿਆ।

"ਅੰਮੀ ਮੇਰੇ ਕੋਲ ਬਚਿਆ ਹੀ ਇਹ ਹੈ...।" ਤ੍ਰਿਪ ਤ੍ਰਿਪ ਚੋਂਦੇ ਅੱਥਰੂਆਂ ਨੂੰ ਪੋਚਣ ਲਈ ਉਹਨੇ ਚੋਗੇ ਦਾ ਪੱਲਾ ਉੱਪਰ ਚੁੱਕਿਆ; ਪਰ ਨਾਨਕੀ ਨੂੰ ਯਾਦ ਕਰਕੇ ਉਹਨੇ ਅੱਖਾਂ ਅੱਗੇ ਆਇਆ ਪੱਲਾ ਛੱਡ ਦਿੱਤਾ। ਕੁਝ ਅੱਥਰੂ ਜਿਹੜੇ ਸਾਬਤ ਧਰਤੀ ਉੱਤੇ ਡਿੱਗੇ ਸਨ; ਮਰਦਾਨੇ ਨੇ ਵੇਖਿਆ ਬਾਬੇ ਨੇ ਉਨ੍ਹਾਂ ਵੱਲ ਕੁਝ ਦੇਰ ਤੱਕ ਵੇਖਿਆ। ਫਿਰ ਉਹੀ ਨਿਮਰ ਆਵਾਜ਼ ਸੁਣੀ :

"ਮਰਦਾਨਿਆ ਤੂੰ ਚੱਲ ਘਰਾਂ ਨੂੰ...।"

"ਵੇਖੋ ਤਾਂ ਸਹੀ ਦੋਵਾਂ ਨੂੰ ਇੱਕ ਦੂਜੇ ਦਾ ਕਿੰਨਾਂ ਫਿਕਰ ਏ...?" ਇਸ ਵਾਰੀ ਅੰਦਰੋਂ ਸੁਲੱਖਣੀ ਦੀ ਆਵਾਜ਼ ਆਈ। ਬਿਲਕੁਲ ਬੱਚਿਆਂ ਵਾਂਗ ਬੈਠੇ ਬਾਬੇ ਨੂੰ ਛੱਡ ਉਹ ਚੁੱਪਚਾਪ ਵਾਪਸ ਆਪਣੀ ਗਲੀ ਵੱਲ ਚੱਲ ਪਿਆ।

ਜੀਅ ਤਾਂ ਕੀਤਾ ਸੀ ਪਹਿਲਾਂ ਰਾਏ ਬੁਲਾਰ ਵੱਲ ਘੁੰਮ ਕੇ ਆਵਾਂ। ਪਰ ਬਾਬੇ ਨੇ ਕਿਹਾ ਸੀ 'ਆਪਣੇ ਘਰ ਜਾ'। ਫਿਰ ਵੀ ਗੜ੍ਹੀ ਦੀਆਂ ਬਦਲੀਆਂ ਨੁਹਾਰਾਂ ਨੂੰ ਗੌਰ ਨਾਲ ਵੇਖਿਆ। ਰਾਏ ਬੁਲਾਰ ਦੀ ਹਵੇਲੀ ਨੂੰ ਵੀ ਫੈਲਣਾ ਪੈਂਦਾ ਏ ? ਨਾਲ ਹੀ ਕਿਸੇ ਘਰੋਂ ਚੱਕੀ ਪੀਂਹਦੀ ਸੁਆਣੀ ਦੇ ਗਾਉਣ ਦੀ ਆਵਾਜ਼ ਸੁਣੀ। ਆਪਣੇ ਗਲ ਵਿਚਲੇ ਤਬੀਤਾਂ ਨੂੰ ਹਲਕੇ ਜਹੇ ਝਟਕੇ ਨਾਲ ਛਣਕਾਇਆ। ਬਹੁਤ ਸਾਲਾਂ ਬਾਅਦ ਇਨ੍ਹਾਂ ਗਲੀਆਂ ਵਿਚੋਂ ਗੁਜਰਦਿਆਂ ਪਤਾ ਹੀ ਨਹੀਂ ਲੱਗਾ; ਉਹ ਕਦੋਂ ਆਪਣੀ ਗਲੀ ਵਿੱਚ ਪਹੁੰਚ ਗਿਆ। ਖੂਹ ਉੱਤੇ ਖਾਲੀ ਘੜੇ ਪਏ ਸਨ। ਭੰਗੀ ਆਪਣੀ ਜਗ੍ਹਾ ਉੱਤੇ ਆ ਬੈਠਾ

ਸੀ। ਘੁਮਾਰ ਦਾ ਚੱਕ ਗਿੜ ਰਿਹਾ ਸੀ। ਮਾਵਾਂ ਅੱਗੇ ਬੈਠਣ ਦੀ ਅੰਤਿਮ ਵਿਧੀ ਤਾਂ ਉਹ ਨਾਨਕ ਕੋਲੋਂ ਸਿੱਖ ਆਇਆ ਸੀ; ਪਰ ਇਨ੍ਹਾਂ ਅੱਗੇ ਕਿਵੇਂ ਬੈਠੇ ? ਉਹਨੇ ਹੱਡੀਆਂ ਦੀ ਮੁੱਠ ਬਣੇ ਭੰਗੀ ਦੇ ਸਾਹਮਣੇ ਵਾਲੀ ਧਰਤੀ ਨੂੰ ਮੱਥਾ ਲਾਇਆ :

"ਨਾ ਨਾ ਨਾ... ਸਾਰੇ ਤੀਰਥਾਂ ਦਾ ਭਾਰ ਮੇਰੇ ਉੱਤੇ ਨਾ ਸੁੱਟ...।" ਉਹਦੀਆਂ ਸੁੱਕੀਆਂ ਬਾਹਾਂ ਸਿੱਧੀਆਂ ਅਸਮਾਨ ਵੱਲ ਖੜ੍ਹੀਆਂ ਹੋ ਗਈਆਂ। ਫਿਰ ਮਰਦਾਨਾ ਘੁਮਾਰ ਦੇ ਗਿੜਦੇ ਚੱਕ ਵੱਲ ਘੁੰਮਿਆ। ਬਿਰਧ ਘੁਮਾਰ ਉੱਚੀ ਉੱਚੀ ਹੱਸਿਆ :

"ਲੈ ਵੀ ਮਰਦਾਨਿਆਂ ਅੱਜ ਤੂੰ ਮੇਰੀ ਜਗ੍ਹਾ ਚੱਕ ਨੂੰ ਮੱਥਾ ਟੇਕ ਦਿੱਤਾ ਏ...।"

"ਸੁਣਾਂ ਕੋਈ ਭਰਮਣਾਂ ਦੀ ਗੱਲ।" ਇਸ ਵਾਰ ਭੰਗੀ ਦੀ ਆਵਾਜ਼ ਸੁਣੀ। ਸਫਰਾਂ ਵਿੱਚੋਂ ਕੋਈ ਗੱਲ ਨਹੀਂ ਸੀ ਫੁਰ ਰਹੀ। ਮਰਦਾਨਾ ਦੋਵਾਂ ਦੇ ਵਿਚਕਾਰ ਜਾ ਬੈਠਾ।

"ਦੱਸਦਾ ਨਹੀਂ ਕੁਝ; ਮਰਾਸੀ ਦਾ ਗੁੱਡਾ ਬਣ ਕੇ ਹੀ ਫਿਰਦਾ ਰਿਹੈਂ।" ਭੰਗੀ ਨੇ ਦੂਜੀ ਵਾਰੀ ਕਿਹਾ। ਗਿੜਦੇ ਚੱਕ ਦੀ ਛਿਣਾਂ ਦੀ ਵੇਹਲ ਨਾਲ ਘੁਮਾਰ ਦੀਆਂ ਅੱਖਾਂ ਦੀ ਕਦੇ ਕਦੇ ਕੰਬਣੀ ਦਿਸਦੀ।

"ਕੀ ਵੇਖਦਾਂ ਚੱਕ ਹੀ ਗਿੜ ਰਿਹੈ ? ਜਿਵੇਂ ਛੱਡ ਕੇ ਗਿਆ ਸੀ।" ਤਲਵੰਡੀ ਏਦਾਂ ਦੇ ਸੰਜੀਦਾਂ ਸੁਆਲ ਵੀ ਕਰੇਗੀ ? ਜਾਂ ਮੇਰੀ ਹੀ ਸੁਣਨ ਦੀ ਇੱਛਾ ਬਦਲ ਗਈ ਹੈ। ਪ੍ਰਸ਼ਨ ਕਿਤੇ ਹੋਰ ਵੱਡੇ ਹੋਕੇ ਤਾਂ ਨਹੀਂ ਸੁਣਨ ਲੱਗ ਪਏ ? ਮਰਦਾਨੇ ਨੇ ਮੂੰਹ ਵਿੱਚ ਕਿਹਾ : "ਚੱਕ ਗਿੜ ਰਿਹਾ ਹੈ।" ਗੁੰਨੀ ਮਿੱਟੀ ਦਾ ਥੋਬਾ ਚੁੱਕ ਕੇ ਚੱਕ ਉੱਪਰ ਰੱਖਦਾ ਰਾਂਈ ਫਿਰ ਬੋਲਿਆ :

"ਵੇਖ ਮਰਦਾਨਿਆਂ ਭਾਂਡਾ ਸਾਜ ਕੇ ਘੁਮਾਰ ਦੁਬਾਰਾ ਉਹਨੂੰ ਮਿੱਟੀ ਨਹੀਂ ਕਹਿੰਦਾ।"

"ਤਾਇਆ ਤੂੰ ਤਾਂ ਲੱਖਾਂ ਭਾਂਡੇ ਸਾਜ ਲਏ ਹੋਣੇ ਨੇ।" ਮਰਦਾਨਾ ਮਿੱਟੀ ਨੂੰ ਭਾਂਡਿਆਂ ਵਿੱਚ ਰੂਪਾਂਤਰ ਹੁੰਦੇ ਵੇਖਦਾ ਰਿਹਾ। ਫਿਰ ਚੁੱਪਚਾਪ ਘਰ ਵੱਲ ਚੱਲ ਪਿਆ। ਪਿੱਠ ਪਿੱਛੋਂ ਭੰਗੀ ਦੀ ਆਵਾਜ਼ ਸੁਣੀ।

"ਵੇਖ ਲੈ ਆਪਣੇ ਸਾਂਈ ਦੀ ਜ਼ਰਾ ਵੀ ਕੋਈ ਗੱਲ ਦੱਸ ਕੇ ਨਹੀਂ ਗਿਆ।"

"ਮੁੜ ਕੇ ਆਵਾਂਗਾ।"

"ਵੇਖ ਲੈ ਜਿੰਨਾ ਚੰਨ ਦੂਰ ਹੁੰਦਾ ਉੰਨਾ ਹੀ ਪਰਛਾਵਾਂ ਲੰਬਾ ਹੁੰਦਾ ਏ...।"

ਭੰਗੀ ਦੀ ਆਵਾਜ਼ ਮੋੜ ਤੱਕ ਪਿੱਛਾ ਕਰਦੀ ਰਹੀ।

ਗਲੇ ਮਿਲਣ ਨਾਲ ਇਕ ਦੂਜੇ ਦੇ ਹੰਝੂ ਆਪਸ ਵਿਚ ਮਿਲੇ।

"ਹੁਣ ਤਾਂ ਪੁੱਤ ਖ਼ਬਰੈ ਤੇਰੇ ਵੱਸ ਈ ਨਾ ਰਿਹਾ ਹੋਵੇ... ਰੁਕਣਾ...।" ਮਰਦਾਨੇ ਨੇ ਅੱਬਾ ਦਾ ਪੱਥਰ ਰੰਗਾ ਚੇਹਰਾ ਗ਼ੌਰ ਨਾਲ ਵੇਖਿਆ। ਅਜਿਹੀਆਂ ਸ਼ਕਲਾਂ ਨਾਲ ਦੂਹਰੀਆਂ ਦਿੱਕਤਾਂ ਆਉਂਦੀਆਂ ਨੇ; ਜਿਨ੍ਹਾਂ ਦੇ ਪਿੰਡਿਆਂ ਉੱਪਰ ਵਿਛੋੜੇ ਦੇ ਅੱਟਨ ਪਏ ਹੋਣ। ਅੰਮੀ ਨੂੰ ਅੱਬਾ ਦੀ ਕਿਸੇ ਪੁਰਾਣੀ ਗੱਲ ਦੀ ਖਿੱਝ ਆਈ ਸੀ। ਉਹਨੇ ਕੁਝ ਰੁੱਖੀ ਆਵਾਜ਼ ਨਾਲ ਪੁੱਛਿਆ :

"ਬਹੁਤ ਛੇਤੀ ਮੁੜ ਆਇਆ ?"

"ਜਜਮਾਨ ਕਹਿੰਦੇ ਤੇਰੇ ਘਰ ਸਾਂਈ ਆਇਆ...।"

"ਹੈਂਅ ?" ਫਿਰ ਮਰਦਾਨੇ ਨੇ ਮੁੱਦਤਾਂ ਬਾਅਦ ਮਿਲੀ ਪਿੱਛੇ ਖੜ੍ਹੀ ਕਾਕੋ ਦਾ ਸਿਰ ਪਲੋਸਿਆ। ਬਿਲਕੁਲ ਬੇਪਛਾਣ ਚੇਹਰਾ ਸੀ; ਸਿਰਫ਼ ਆਵਾਜ਼ ਤੋਂ ਪਛਾਣੀ ਜਾ ਰਹੀ ਸੀ।

"ਅੱਬਾ ਤੂੰ ਵੀ...।" ਉਹ ਪਿੱਠ ਕਰਕੇ ਰੋਣ ਲੱਗ ਪਈ।

"ਮੁੜ ਕੇ ਧੀ ਵੱਲ ਮੂੰਹ ਵੀ ਨਹੀਂ ਕੀਤਾ ਅੱਬਾ।"

"ਕਾਹਦਾ ਨਹੋਰਾ ਕਾਕੋ... ਦੱਸ ਤਾਂ ਸਹੀ... ਇਹਨੇ ਤਾਂ ਕਿਸੇ ਦੀ ਵੀ ਪ੍ਰਵਾਹ ਨਹੀਂ ਕੀਤੀ...।" ਅੰਦਰੋਂ ਮੀਰਜਾਦੀ ਦੀ ਆਵਾਜ਼ ਆਈ। ਸਫ਼ਰਾਂ ਵਿੱਚ ਵੇਦਾਂ ਪੁਰਾਣਾਂ ਕੁਰਾਨਾਂ ਦੀਆਂ ਵਿਆਖਿਆਵਾਂ ਸੁਣਦੇ ਵੀ ਇਸ ਤਰ੍ਹਾਂ ਦਾ ਘਿਰਾਉ ਨਹੀਂ ਸੀ ਪੈਂਦਾ। ਜੇ ਪਿਆ ਸੀ ਤਾਂ ਬਾਬੇ ਦੀ ਵਿਆਖਿਆ ਸਰਲ ਕਰ ਦੇਂਦੀ ਸੀ...। ਫਿਰ ਦੋਹਤੀ ਪਤਾ ਨਹੀਂ ਕਿਧਰੋਂ ਉਹਦੀ ਗੋਦੀ ਵਿਚ ਆ ਬੈਠੀ ਸੀ।

ਅੱਜ ਸਵੇਰੇ ਬਾਬਾ ਆਪ ਘਰ ਆਇਆ। ਅੰਮੀ ਦੇ ਪੈਰਾਂ ਨੂੰ ਮੱਥਾ ਲੱਗਣ ਤੱਕ ਛੂੰਹਦਾ ਰਿਹਾ। ਬੜੀ ਬੇਫਿਕਰੀ ਨਾਲ ਚੌਂਕੜੀ ਮਾਰ ਬੈਠ ਗਿਆ ਜਿਵੇਂ ਆਪਣਾ ਹੀ ਘਰ ਹੋਵੇ। ਮਰਾਸੀਆਂ ਦੇ ਘਰਾਂ ਦੇ ਆਲੇ ਦੁਆਲੇ ਦੀਆਂ ਬੁੱਢੀਆਂ, ਬਜੁਰਗਾਂ ਦੀ ਖ਼ਬਰਸਾਰ ਪੁੱਛਦਾ ਰਿਹੈ। ਉਹ ਨੇ ਕਿੰਨੀ ਦੇਰ ਅੰਮੀ ਨੂੰ ਕੁਝ ਕਹਿਣ ਦਾ ਮੌਕਾ ਹੀ ਨਹੀਂ ਦਿੱਤਾ। ਫਿਰ ਮਰਦਾਨੇ ਨੇ ਇਕ ਅਜੀਬ ਜਹੀ ਗੱਲ ਸੁਣੀ :

"ਅੰਮੀ ਭੁੱਖ ਲੱਗੀ ਏ।" ਉਹ ਰਾਤ ਦੀ ਬਾਸੀ ਰੋਟੀ ਉੱਤੇ ਲੂਣ ਰੱਖ ਕੇ ਲੈ ਆਈ।

"ਨਾ ਤੂੰ ਹੁਣ ਚਲਾਕੀਆਂ ਵੀ ਲੱਗ ਪਿਆ ਕਰਨ... ਤੈਨੂੰ ਤ੍ਰਿਪਤਾ ਨੇ ਭੁੱਖਾ ਹੀ ਤੋਰ ਦਿੱਤਾ ਕੀ ?" ਉਹ ਬੱਚਿਆਂ ਵਾਂਗ ਸ਼ਰਮਾਉਂਦਾ ਬਿਨਾਂ ਵੇਖਿਆਂ ਸੁੱਕੀ ਰੋਟੀ ਖਾਂਦਾ ਰਿਹਾ। ਜਦੋਂ ਉਹ ਦੋਵੇਂ ਘਰੋਂ ਨਿਕਲਣ ਲੱਗੇ ਤਾਂ ਪਿਛੋਂ ਅੰਮੀ ਦੀ ਆਵਾਜ਼ ਫਿਰ ਆਈ :

"ਜਿਸ ਦਿਨ ਮਾਤਾ ਨੇ ਰੋਟੀ ਨਾ ਦਿੱਤੀ; ਉਸ ਦਿਨ ਫਿਰ ਆ ਜਾਵੀਂ।"

ਮਰਾਸੀਆਂ ਦੇ ਛੋਟੇ ਜਹੇ ਦਰਵਾਜੇ ਵਿੱਚੋਂ ਨਿਕਲਦਾ ਉਹ ਉੱਚੀ ਉੱਚੀ ਹੱਸਿਆ। ਸ਼ਾਇਦ ਮਰਾਸੀ ਵੀ ਇਸ ਤਰ੍ਹਾਂ ਹੀ ਹੱਸਦੇ ਸਨ। ਦੋਵਾਂ ਨੇ ਪਿੰਡ ਦੀ ਹਰ ਗਲੀ ਦਾ ਚੱਕਰ ਲਾਇਆ। ਜੋ ਵੀ ਖੜ੍ਹਿਆ ਉਹਦੇ ਨਾਲ ਰੱਜ ਕੇ ਗੱਲਾਂ ਕੀਤੀਆਂ। ਬੱਚਿਆਂ ਦੇ ਮੁਹਾਂਦਰੇ ਵੇਖ ਪਛਾਣ ਕਰਦੇ ਰਹੇ। ਉਨ੍ਹਾਂ ਸੁਧੇ ਪੰਡਿਤ ਤੋਂ ਲੈ ਕੇ ਭੰਗੀ ਤੱਕ ਖੁੱਲ੍ਹ ਕੇ ਗੱਲਾਂ ਕੀਤੀਆਂ। ਉਹ ਉਸ ਜਗ੍ਹਾ ਵੀ ਗਏ ਜਿਸ ਟਿੱਬੀ ਪਿੱਛੇ ਬਾਬਾ ਬੈਠਦਾ ਸੀ। ਝੌਂਪੜੀ ਤਾਂ ਹੁਣ ਉਥੇ ਨਹੀਂ ਸੀ ਪਰ ਉਹਦੀਆਂ ਨਿਸ਼ਾਨੀਆਂ ਪਈਆਂ ਸਨ। ਝੌਂਪੜੀ ਦੇ ਖਿਲਰੇ ਪੱਥਰਾਂ ਨੂੰ ਵੇਖ ਕੇ ਮਰਦਾਨਾ ਬੋਲਿਆ :

"ਬਾਬਾ ਸਿਰਫ਼ ਸਖ਼ਤ ਆਕਾਰ ਹੀ ਨਿਸ਼ਾਨੀਆਂ ਵੱਜੋਂ ਬਚ ਜਾਂਦੇ ਨੇ ?"

"ਇਹ ਦਿਸਦੇ ਨੇ... ਪਰ ਮਰਦਾਨਿਆਂ ਆਪਾਂ ਇਨ੍ਹਾਂ ਦੇ ਦਿਸਣ ਕਰਕੇ ਥੋੜ੍ਹੀ ਇੱਥੇ ਆਏ ਹਾਂ।" ਫਿਰ ਸੰਤਰੇਣ ਯਾਦ ਆਇਆ। ਉਹ ਪਹਾੜੀਆਂ ਦਿਸੀਆਂ ਜਿਨ੍ਹਾਂ ਵਿਚੋਂ ਉਹ ਹੱਸਦਾ ਲੰਘ ਗਿਆ ਸੀ।

"ਮਰਦਾਨਿਆ ਤੈਨੂੰ ਰਾਏ ਬੁਲਾਰ ਯਾਦ ਕਰਦੇ ਸੀ।"

"ਮੈਂ ਮਿਲ ਆਇਆ ਸਾਂ...।"

"ਫਿਰ ਯਾਦ ਕਰਿਆ ਏ ਤੈਨੂੰ।"

"ਬਾਬਾ ਤੂੰ ਵੀ ਚੱਲ ਨਾਲ... ਦੋਵੇਂ ਚੱਲਦੇ ਹਾਂ...।" ਟਿੱਬੀ ਉੱਪਰੋਂ ਉਤਰ ਉਹ ਰਾਏ ਬੁਲਾਰ ਦੀ ਹਵੇਲੀ ਵੱਲ ਚੱਲ ਪਏ। ਤਲਵੰਡੀ ਵਿਚ ਅਜਿਹੇ ਸੱਦੇ ਅਨੋਖੀ ਊਰਜਾ ਭਰ ਦੇਂਦੇ ਨੇ।

ਹਵਾ ਦਾ ਬੁੱਲਾ ਆਇਆ। ਮੀਰਜਾਦੀ ਦੀ ਪਿੱਠ ਨਾਲ ਵੱਜ ਕੇ ਦਰਵਾਜਾ ਬੰਦ ਹੋ ਗਿਆ। "ਮੇਰੇ ਮੌਲਾ ਬਖਸ਼ੀਂ...।" ਹੱਥ ਵਿਚ ਦਾਲ ਦੀ ਕੌਲੀ ਮਸਾਂ ਡਿੱਗਣ ਤੋਂ ਬਚੀ। ਬਾਕੀ ਸਭ ਜੀਅ ਨਾਲ ਦੇ ਪਿੰਡ ਵਿਆਹ ਕਮਾਉਣ ਗਏ ਸਨ। ਅੱਜ ਅੰਮੀ ਵੀ ਸਵੇਰੇ ਹੀ ਲੰਘ ਗਈ ਸੀ। ਉਹ ਪੁਰਖਿਆਂ ਵੇਲੇ ਦੇ ਜਜਮਾਨ ਸਨ।

"ਪ੍ਰਾਹੁਣਿਆਂ ਵਾਲੀਆਂ ਖਾਤਰਾਂ ਕਿਉਂ ਕਰਦੀ ਏ ?"

ਇੱਕ ਕੌਲੀ ਵਿਚ ਕੁਝ ਹੋਰ ਚੁੱਕੀਂ ਆਉਂਦੀ ਨੂੰ ਵੇਖ ਕੇ ਮਰਦਾਨੇ ਨੇ ਹੱਸ ਕੇ ਕਿਹਾ।

"ਫਕੀਰ ਤਾਂ ਤੈਨੂੰ ਮੈਂ ਹੁਣ ਵੀ ਨਹੀਂ ਮੰਨਦੀ...।"

"ਤਲਵੰਡੀ ਵਿਚ ਮੇਰਾ ਰੁੱਤਬਾ ਤੇਰੇ ਹੱਥ ਏ ਮੀਰਜਾਦੀਏ...।"

"ਜਿੰਨੀਆਂ ਵੱਡੀਆਂ ਵੱਡੀਆਂ ਗੱਲਾਂ ਕਰੇਂਗਾ ਉੱਨਾ ਹੀ ਮੇਰਾ ਕਾਲਜਾ ਬੈਠੇਗਾ।"

"ਜੋ ਤੂੰ ਮੰਨਦੀ ਏ ਮੈਨੂੰ ਮਨਜ਼ੂਰ ਏ। ਬਦਰੇ ਦਾ ਮਰਾਸੀ ਮੰਨਣ ਤੋ ਤਾਂ ਨਹੀਂ ਮੁੱਕਰਨ ਲੱਗੀ ?"

"ਤੁਸੀਂ ਦੋਵੇਂ ਕੀ ਜਾਣੋਂ ਦਿਲ ਦੀਆਂ ਪੀੜਾਂ... ਤੁਸੀਂ ਬੇਦਰਦ ਹੋ... ਤੁਹਾਡੀਆਂ ਸਲਾਹਾਂ ਦਿਲ ਚੀਰ ਦੇਂਦੀਆਂ ਨੇ।" ਉਹਨੇ ਗਾ ਗਾ ਕੇ ਤੁਰਨ ਦਾ ਹੁਨਰ ਤਾਂ ਸਿੱਖ ਲਿਆ ਸੀ; ਪਰ ਇਹ ਬੈਠ ਬੈਠ ਕੇ ਸਫਰਾਂ ਦੇ ਤਾਅਨਿਆਂ ਨੂੰ ਸੁਣਨਾ ਤਲਵੰਡੀ ਸਿੱਖਣ ਨਹੀਂ ਸੀ ਦੇ ਰਿਹਾ। ਯਾਦਾਂ ਦਾ ਇਹ 'ਸਕਾ' ਸ਼ਬਦ ਹਾਲੇ ਬਹੁਤ ਮਜਬੂਤ ਸੀ।

"ਤੇਰੀ ਅਟਕੀ ਗੰਢ ਬਾਰਾਂ ਸਾਲਾਂ ਵਿੱਚ ਵੀ ਨਹੀਂ ਖੁੱਲ੍ਹੀ...।" ਦਰਵਾਜੇ ਕੋਲ ਖੜ੍ਹੀ ਅੰਮੀ ਸ਼ਾਇਦ ਸਭ ਕੁਝ ਸੁਣ ਰਹੀ ਸੀ।

"ਦੋਵੇਂ ਘਰਾਂ ਦਾ ਇੱਕੋ ਰੋਣਾ... ਮੂਲ ਚੰਦ ਤੇ ਚੰਦੋ ਮਿਲਣ ਆਏ ਸੀ।"

"ਕੀ ਕਹਿੰਦੇ ਸੀ ਫਿਰ ?" ਮੀਰਜਾਦੀ ਨੇ ਪੁੱਛਿਆ।

"ਜੁਆਈ ਨੂੰ ਭਗਵਿਆਂ ਵਿੱਚ ਵੇਖਣ ਲਈ ਜਿਗਰਾ ਚਾਹੀਦਾ ਏ।" ਇੱਕ ਇੱਕ ਕਰਕੇ ਪਤਾ ਨਹੀਂ ਫਿਰ ਕਿੰਨੇ ਕਿੱਸੇ ਸ਼ੁਰੂ ਹੋ ਗਏ। ਹੱਥਾਂ ਵਿਚ ਸੀਨਾ ਦਬਾ ਕੇ ਮੀਰਜਾਦੀ ਦੇਰ ਤੱਕ ਬੈਠੀ ਰਹੀ। ਫਿਰ ਬੇਗਮ ਦੀ ਥੱਕੀ ਹੋਈ ਆਵਾਜ਼ ਆਈ :

"ਉਹਨੇ ਫਿਰ ਕੁਝ ਦੱਸਿਆ ਨਹੀਂ ?"

"ਨਾਨਕ ਫਿਰ ਜਾਣ ਨੂੰ ਕਹਿ ਰਿਹਾ...।" ਸੱਸ ਬਹੂ ਦੀ ਵਾਰਤਾ ਇੱਥੇ ਹੀ ਖ਼ਤਮ ਹੋ ਗਈ। ਹਵਾ ਨਾਲ ਕਈ ਵਾਰ ਦਰਵਾਜ਼ਾ ਖੁੱਲ੍ਹਿਆ ਤੇ ਕਈ ਵਾਰ ਬੰਦ ਹੋਇਆ। ਬਾਹਰ ਖੂੰਜੇ ਵਿਚ ਲੱਗੇ ਮੱਕੜੀ ਦੇ ਜਾਲੇ ਨੂੰ ਚੀਰਦਾ ਤਰੇਲ ਦਾ ਤੁਬਕਾ ਆਖਰੀ ਲਟਕਣ ਤੇ ਪਹੁੰਚ ਗਿਆ ਸੀ। ਬੱਸ ਹਲਕੇ ਜਹੇ ਹਵਾ ਦੇ ਇੱਕ ਹੋਰ ਬੁੱਲੇ ਦੀ ਜ਼ਰੂਰਤ ਸੀ; ਉਹਨੇ ਧਰਤੀ ਉੱਤੇ ਆ ਜਾਣਾ ਸੀ।

ਕਾਂਡ : ਇਕੱਤੀਵਾਂ

ਇਸ ਵਾਰੀ ਤਲਵੰਡੀ ਬਹੁਤ ਕਾਹਲੀ ਕਾਹਲੀ ਪੁੱਛ ਰਿਹਾ ਸੀ; ਪਰ ਉਹ ਸਹਿਜੇ ਸਹਿਜੇ ਉੱਤਰ ਦੇਣੇ ਚਾਹੁੰਦਾ ਸੀ। ਤਲਵੰਡੀ ਨੇ ਕੁਝ ਸੋਚ ਕੇ ਇਹ ਫੈਸਲਾ ਕੀਤਾ ਹੋਵੇਗਾ। ਉਹ ਵੀ ਤਾਂ ਅਤੀਤ ਬਣਨ ਵੇਲੇ ਕਿਸੇ ਦੀ ਨਹੀਂ ਸੁਣਦੇ। ਉਨ੍ਹਾਂ ਦੇ ਹੁਣ ਤੱਕ ਅਚਾਨਕ ਇਸ ਤਰ੍ਹਾਂ ਚਲੇ ਜਾਣ ਲਈ ਤਲਵੰਡੀ ਨੇ ਕਦੇ ਸਹਿਮਤੀ ਨਹੀਂ ਸੀ ਦਿੱਤੀ। ਅਜਿਹੇ ਵੇਲੇ ਸਫ਼ਰਾਂ ਦੇ ਉਹ ਚੇਹਰੇ ਬੜੇ ਯਾਦ ਆਉਂਦੇ ਨੇ; ਜੋ ਬਾਬੇ ਸਾਹਮਣੇ 'ਛਿਣ' ਵਿਚ ਪਾਰ ਹੋ ਗਏ ਸਨ। ਸੂਰਜ ਥੋੜ੍ਹਾ ਉੱਪਰ ਆ ਗਿਆ ਸੀ। ਇਕ ਪਹਿਰ ਦੀ ਤਾਂ ਗੱਲ ਸੀ; ਤਲਵੰਡੀ ਦੇ ਨੇੜੇ ਤੇੜੇ ਦੇ ਮੁਹਾਂਦਰੇ ਵੀ ਨਜ਼ਰ ਨਹੀਂ ਸਨ ਆਉਣੇ। ਮਰਦਾਨੇ ਨੇ ਪਿੱਛੇ ਦੂਰ ਤਲਵੰਡੀ ਉੱਪਰ ਡੱਬ ਖੜੱਬੇ ਬੱਦਲਾਂ ਦਾ ਚਿੱਬ ਵੇਖਿਆ। ਇਹ ਜਿਊਂਦੇ ਸਰੀਰ ਵਿਚ ਨਜ਼ਰ ਕਿੰਨੀ ਛੋਟੀ ਸੀ; ਇੱਥੋਂ ਵੀ ਤਲਵੰਡੀ ਤੱਕ ਅਸਮਾਨ ਨੂੰ ਸਮਤਲ ਨਹੀਂ ਵੇਖ ਸਕਦੀ। ਕੱਲ ਤਾਰਿਆਂ ਭਰੇ ਅਸਮਾਨ ਵੱਲ ਆਖਰੀ ਰਾਤ ਵਜੋਂ ਵੀ ਇਵੇਂ ਹੀ ਦਿਸਿਆ ਸੀ। ਜਿੱਥੋਂ ਕਿਧਰੇ ਜਾਣਾ ਹੁੰਦਾ ਉਧਰ ਵੱਲ ਹੀ ਅਸਮਾਨ ਝੁਕਿਆ ਦਿਸਦਾ। ਇਹ ਜਨਮ ਭੂਮੀ ਛੱਡਣ ਵੇਲੇ ਉਦਾਸੀ ਚੇਹਰਿਆਂ ਤੋਂ ਜਗਾਵਾਂ ਵਿੱਚ ਕਿਵੇਂ ਉਤਰ ਜਾਂਦੀ ਹੈ...?

ਅਗਲਾ ਪਿੰਡ ਛੇਤੀ ਆ ਰਿਹਾ ਸੀ। ਇਹ ਸਾਹਮਣੇ ਦਿਸਦੇ ਖੇਤਾਂ ਤੋਂ ਪਤਾ ਲੱਗਦਾ ਸੀ। ਕਮਾਏ ਹੋਏ ਖੇਤਾਂ ਵਿਚੋਂ ਲੰਘਦੇ ਉਹ ਉਸ ਖੇਤ ਦੀ ਵੱਟ ਉੱਤੇ ਚੜ੍ਹ ਜਾਂਦੇ ਜਿਸ ਵਿਚ ਹਾੜ੍ਹੀ ਜੰਮੀ ਦਿਸਦੀ। ਕਦੇ ਕਦੇ ਉੱਠ ਗਏ ਬੋਹਲਾਂ ਦੀਆਂ ਖਾਲੀ ਥਾਵਾਂ ਦਿਸਦੀਆਂ। ਆਖਰੀ ਦਾਣਿਆਂ ਦੀ ਘਾਸ ਦੁਆਲੇ ਕੀੜੇ ਫਿਰਦੇ ਦਿਸਦੇ। ਅਜਿਹੀਆਂ ਥਾਵਾਂ ਕਿੰਨੀਆਂ ਸੱਖਣੀਆਂ ਜਾਪਦੀਆਂ ਸਨ। ਮਰਦਾਨਾ ਕਈ ਵਾਰੀ ਅਜਿਹੇ ਪਿੜ੍ਹਾਂ 'ਚੋਂ ਰੁੱਕ ਰੁੱਕ ਕੇ ਲੰਘਿਆ। ਫਿਰ ਵੀ ਕੀੜੀਆਂ ਨੇ ਇਸ ਜਗ੍ਹਾ ਨੂੰ ਹਾਲੇ ਜੀਵਤ ਰੱਖਿਆ ਹੋਇਆ ਸੀ। ਚੁਫੇਰੇ ਫੈਲੇ ਖੇਤ ਸ਼ਾਇਦ ਇਸੇ ਆਸ ਵਿਚ ਸਨ। ਜੰਮ ਕੇ ਤਿਆਰ ਹੋ ਕੇ ਅਨਾਜ ਨੂੰ ਇਕ ਵਾਰ ਫਿਰ ਇੰਨ੍ਹਾਂ ਪਿੜਾਂ ਵਿਚ ਹੀ ਆਉਣਾ ਪੈਣਾ ਸੀ।

ਤਲਵੰਡੀ 'ਚੋਂ ਨਿਕਲਦੇ ਸਾਰ ਅੱਜ ਬੱਚੇ ਬਹੁਤ ਦਿਸੇ ਸਨ। ਜਿਸ ਪਿੰਡ ਕੋਲੋਂ ਵੀ ਉਹ ਲੰਘੇ; ਪਹਿਲਾਂ ਬੱਚੇ ਹੀ ਮਿਲੇ। ਉਹ ਪਿੰਡ ਦੇ ਰਿਵਾਜ਼ੀ ਸੁਭਾਅ ਵਿੱਚ ਬੋਲੇ ਹੱਸੇ ਤੇ ਚੁੱਪ ਹੋ ਗਏ। ਪਿਛਲੇ ਪਿੰਡ ਉਹਨੂੰ ਮਖੌਲ ਵਿੱਚ ਬੱਚਿਆਂ ਨੇ ਪੁੱਛਿਆ ਸੀ :

"ਬਾਬਾ ਆ ਮੋਢੇ ਉੱਤੇ ਮੇਮਣਾ ਜਿਹਾ ਕੀ ਲਟਕਦਾ ਏ ?"

"ਇਹ ਰਬਾਬ ਏ ਬੱਚਿਆ...।"

"ਇਹਦੇ ਨਾਲ ਆਹ ਛੋਟਾ ਜਿਹਾ ਕੀ ਹੈ...?"

"ਇਹਦਾ ਇਹ ਕਿਹਾ ਮੰਨਦੀ ਏ।" (ਮਿਜ਼ਰਾਬ)

ਮਰਦਾਨੇ ਨੇ ਥੋੜ੍ਹਾ ਜਿਹਾ ਰਬਾਬ ਨੂੰ ਛੇੜਿਆ ਤੇ ਉਹ ਖਿੜਖਿੜਾ ਕੇ ਹੱਸ ਪਏ।

"ਤੈਨੂੰ ਸਾਹ ਨਹੀਂ ਵਜਾਉਣਾ ਆਉਂਦਾ...?" ਉਹ ਪਿੱਪਲ ਦੀਆਂ ਪੀਪਣੀਆਂ ਵਜਾਉਂਦੇ ਉਨ੍ਹਾਂ ਦੇ ਨਾਲ ਤੁਰਨ ਲੱਗੇ। (ਉਨ੍ਹਾਂ ਸ਼ਾਇਦ ਪਹਿਲਾਂ ਪੀਪਣੀ ਤੋਂ ਵੱਡਾ ਸਾਜ਼ ਹਾਲੇ ਨਹੀਂ ਸੀ ਵੇਖਿਆ।) ਪਿੱਪਲ ਦਾ ਇਕ ਪੱਤਾ ਚੁੱਕ ਮਰਦਾਨੇ ਨੇ ਇੱਕ ਛੋਟੇ ਜਹੇ ਬੱਚੇ ਨੂੰ ਬਣਾਉਣ ਲਈ ਕਿਹਾ।

"ਇਹ ਤਾਂ ਬਾਸੀ ਹਰਾ ਏ, ਮੈਂ ਨਵੇਂ ਦਾ ਬਣਾਉਂਦਾ...।" ਇਕ ਹਰਾ ਪੱਤਾ ਤੋੜ ਕੇ ਉਹਨੇ ਪੀਪਣੀ ਬਣਾ ਮਰਦਾਨੇ ਹੱਥ ਫੜਾ ਦਿੱਤੀ। ਫਿਰ ਉਹ ਹੱਸਦੇ ਹੱਸਦੇ ਪਿੱਛੇ ਮੁੜ ਗਏ। "ਸਾਧਾਂ ਨੂੰ ਪੀਪਨੀ ਵੀ ਨਹੀਂ ਬਣਾਉਣੀ ਆਉਂਦੀ।"

ਅਗਲੇ ਪਿੰਡ ਤੱਕ ਮਰਦਾਨਾ ਉਹਨੂੰ ਵਜਾਉਂਦਾ ਗਿਆ। ਇਹ ਜੁਗਤਾਂ ਤਲਵੰਡੀ ਵਿੱਚ ਕਿਉਂ ਨਹੀਂ ਦਿਸੀਆਂ ? ਫਿਰ ਤਲਵੰਡੀ ਦਾ ਉਹ ਬੱਚਾ ਯਾਦ ਆਇਆ; ਜਿਸ ਨੇ ਹੱਥੋਂ ਡਿਗੀ ਸ਼ੈਅ ਨੂੰ ਵੇਖਿਆ ਤੱਕ ਨਹੀਂ ਸੀ; ਪਰ ਖਾਲੀ ਹੱਥਾਂ ਵੱਲ ਵੇਖ ਰੋਈ ਜਾ ਰਿਹਾ ਸੀ। ਇਹ ਪਿੰਜਿਆਂ ਦੀ ਗਲੀ ਦੀ ਘਟਨਾ ਸੀ...। ਅੱਗੇ ਖੇਤ ਖ਼ਤਮ ਹੋ ਗਏ ਸਨ; ਪਗਡੰਡੀ ਇੱਕ 'ਵਣੀ' ਵਿਚ ਜਾ ਵੜੀ ਸੀ। ਝਾੜਾਂ ਦੇ ਬੂਰਾਂ ਨੂੰ ਬੇਰ ਪੈ ਗਏ ਸਨ। 'ਵਣੀ' ਲੰਘ ਇੱਕ ਹੋਰ ਪਿੰਡ ਦਿਸਣ ਲੱਗ ਪਿਆ ਸੀ। ਮਰਦਾਨੇ ਦੇ ਹੱਥ ਵਿੱਚ ਹਾਲੇ ਵੀ ਉਹ ਪੀਪਣੀ ਸੀ...। ਸਿਰ ਉੱਤੇ ਇੱਕ ਛੋਟੀ ਜਹੀ ਪੰਡੋਕਲੀ ਸੀ; ਜਿਸ ਵਿੱਚ ਕੁਝ ਸਿਆਲੂ ਕੱਪੜੇ ਤੇ ਪੋਥੀਆਂ ਸਨ।

ਜਦੋਂ ਮਰਦਾਨਾ ਦੁਪਹਿਰ ਦੀ ਗਜ਼ਾ ਕਰਕੇ ਮੁੜਿਆ ਤਾਂ ਬਾਬਾ ਉੱਥੇ ਨਹੀਂ ਸੀ। ਫਿਰ ਉਹ ਤ੍ਰਿਵੈਣੀ ਥੱਲੇ ਨਿਆਣਿਆਂ ਦੇ ਝੁੰਡ ਵਿਚ ਖੇਲੀਂ ਪਿਆ ਦਿਸਿਆ। ਛੋਟੇ ਬੱਚੇ ਗੋਦੀ ਵਿੱਚ ਬੈਠੇ ਸਨ ਤੇ ਕੁਝ ਉਹਦੇ ਮੋਢੇ ਦਾ ਸਹਾਰਾ ਲੈ ਕੇ ਖੜ੍ਹੇ ਸਨ। ਸਾਹਮਣੇ ਖੜ੍ਹੇ ਕੁਝ ਬੱਚੇ ਉਹਨੂੰ ਕੋਈ ਲੋਕ ਖੇਡ ਸਿਖਾ ਰਹੇ ਸਨ। ਹਰ ਵਾਰੀ ਬਾਬਾ ਉੱਕ ਜਾਂਦਾ ਤੇ ਵਿੱਚੋਂ ਕੋਈ ਬੋਲ ਪੈਂਦਾ :

"ਇੱਕ ਵਾਰੀ ਹੋਰ... ਕੋਈ ਗੱਲ ਨਹੀਂ...।" ਬਾਬਾ ਝੁਕ ਝੁਕ ਗਲਤੀ ਮੰਨਦਾ। ਉਹ ਬੱਚਿਆਂ ਵਿੱਚ ਕਿੰਨਾਂ ਗਾਲੜੂ ਹੋ ਗਿਆ ਸੀ। ਜਿਸ ਆਵਾਜ਼ ਨੂੰ ਸੁਣਨ ਲਈ ਅੱਠ ਅੱਠ ਪਹਿਰ ਗੁਜਰ ਜਾਂਦੇ ਸਨ; ਉਹ ਆਵਾਜ਼ ਬੱਚਿਆਂ ਨਾਲੋਂ ਵੀ ਵੱਧ ਸੁਣ ਰਹੀ ਸੀ।

"ਤੂੰ ਤੇ ਬੁੱਧੂ ਏ...।" ਬਾਬੇ ਦੀ ਗੋਦੀ ਵਿਚ ਬੈਠੀ ਇੱਕ ਤੋਤਲੀ ਆਵਾਜ਼ ਬੋਲੀ। ਬਾਬੇ ਨੇ ਰੋਣਹਾਕੇ ਹੋਏ ਉਸ ਬੱਚੇ ਤੋਂ ਮੁਸਕਰਾ ਕੇ ਮਾਫ਼ੀ ਮੰਗੀ।

"ਅੱਛਿਆ ਚੱਲ ਆਖ਼ਰੀ ਵਾਰ ਦੱਸਦੇ...।" ਬੱਚਾ ਬਾਬੇ ਦਾ ਚੋਗਾ ਫੜ ਖੜ੍ਹਾ ਹੋ ਗਿਆ। ਉਹਨੂੰ ਪਿੱਛੇ ਖੜ੍ਹਾ ਮਰਦਾਨਾ ਦਿਸਿਆ; ਉਹਨੇ ਬੜੀ ਉਤਸੁਕਤਾ ਨਾਲ ਪੁੱਛਿਆ ਜਿਵੇਂ ਬਾਬੇ ਨੂੰ ਉਹ ਪਹਿਲਾਂ ਹੀ ਜਾਣਦਾ ਹੋਵੇ।

"ਆ... ਆਹ... ਭਾਈ ਦੂਜਾ ਭਾਈ ਕੌਣ ਏ ?"

ਮਰਦਾਨੇ ਦਾ ਅੰਦਰੋਂ ਦਿਲ ਧੜਕਿਆ। ਬੱਚੇ ਵੱਲ ਵੇਖ ਕੇ ਮੁਸਕਰਾਉਣ ਦੀ ਕੋਸ਼ਿਸ਼ ਵੀ ਕੀਤੀ। ਬਾਕੀ ਸਾਰੇ ਬੱਚੇ ਵੀ ਮਰਦਾਨੇ ਵੱਲ ਜਗਿਆਸਾ ਨਾਲ ਵੇਖ ਰਹੇ ਸਨ। ਉਹ ਆਪ ਕਿਵੇਂ ਉੱਤਰ ਦੇਵੇ ?

"ਬੁੱਝੋ ਖਾਂ ਕੌਣ ਏ ?" ਬਾਬੇ ਦੀ ਆਵਾਜ਼ ਸੁਣੀ।

"ਅਸੀਂ ਕਿਵੇਂ ਬੁਝੀਏ ਇਹ ਤਾਂ ਤੁਹਾਡੇ ਵਰਗਾ ਹੀ ਹੈ।" ਬਹੁਤੇ ਬੱਚਿਆਂ ਦੇ ਕੋਮਲ ਹੱਥ ਬਾਬੇ ਦੇ ਚੋਗੇ ਨੂੰ ਜਾ ਛੂਹੇ।

"ਤੁਸੀਂ ਬੁੱਝ ਲਿਆ...।" ਉੱਚੀ ਉੱਚੀ ਹੱਸਦੇ ਬਾਬੇ ਨਾਲ ਬੱਚੇ ਵੀ ਉੱਚੀ ਉੱਚੀ ਹੱਸਣ ਲੱਗੇ। ਬੱਚੇ ਬਹੁਤ ਛੋਟੇ ਸਨ; ਪਿੰਡੋਂ ਬਾਹਰ ਛੱਡਣ ਨਹੀਂ ਸੀ ਜਾ ਸਕਦੇ। ਤੁਰਦੇ ਮਰਦਾਨੇ ਨੇ ਜਦੋਂ ਪਿੱਛੇ ਮੁੜ ਕੇ ਵੇਖਿਆ ਤਾਂ ਇਕ ਨਿੱਕੇ ਜਹੇ ਹੱਥ ਨੇ ਯੁੱਗਾਂ ਜਿੱਡੀ ਚਾਲ ਨੂੰ ਰੋਕ ਲਿਆ ਸੀ। ਮਰਦਾਨਾ ਖੜ੍ਹ ਕੇ ਬਾਬੇ ਦੀ ਉਡੀਕ ਕਰਨ ਲੱਗਾ।

ਜਿੰਨੀ ਦੇਰ ਬਾਬਾ ਨਾ ਆਇਆ; ਅਸਮਾਨ ਵੱਲ ਵੇਖਦਾ ਰਿਹਾ। ਅਸਮਾਨ ਦੀ ਨੀਲੱਤਣ ਵਿਚ ਮੌਜ ਦੀ ਵੇਹਲ ਸੀ। ਹੁਣੇ ਕੁਝ ਵੀ ਨਾ ਕਰਨ ਦੀ ਕੋਸ਼ਿਸ਼ ਵਿਚ ਕਿਹੋ ਜਿਹਾ ਮਿਲਣੀਆਂ ਦਾ ਤਰਾਨਾ ਸੁਣਿਆ ਸੀ। ਪਿੰਡੇ ਉੱਪਰੋਂ ਯਾਦਾਂ ਦਾ ਕੁਫ਼ਰ ਝੜ ਰਿਹਾ ਸੀ। ਹੁਣ ਤੱਕ ਤਹਿ ਕੀਤਾ ਪੈਂਡਾ ਤੇ ਅਗਲਾ ਤਹਿ ਹੋਣ ਵਾਲਾ ਪੈਂਡਾ ਕਿੰਨਾਂ ਸੌਖਾ ਲੱਗ ਰਿਹਾ ਸੀ। ਇਸ ਪਿੰਡ ਦੇ ਬੰਨ੍ਹੇ ਤੇ ਜਾ ਕੇ ਮਰਦਾਨੇ ਨੇ ਪਹਿਲਾ ਸੁਆਲ ਕੀਤਾ :

"ਬਾਬਾ ਇਸ ਤਰ੍ਹਾਂ ਬਿਨ੍ਹਾਂ ਕਾਰਣ ਤੋਂ ਕਿਵੇਂ ਹੁੰਦਾ ਏ ?"

"ਅੱਖ ਮਨ ਦੀ ਭੈਣ ਹੈ; ਜੇ ਸਿਰਫ਼ ਅੱਖ ਨਾਲ ਹੀ ਖੋਜੇਂਗਾ ਤਾਂ ਕਾਰਣ ਤਾਂ ਦਿਸਦਾ ਹੀ ਰਵੇਗਾ।"

"ਖੋਜ ਤੋਂ ਬਿਨਾਂ ਕੀ ਸੱਚ ਸੰਭਵ ਹੈ ?"

"ਸੱਚ ਤਾਂ ਅਸੀਂ ਲੈ ਕੇ ਹੀ ਜੰਮਦੇ ਹਾਂ। ਫਿਰ ਜਦ ਤੱਕ ਮਨ ਹੈ; ਖੋਜ ਤੋਂ ਬਿਨਾਂ ਸੱਚ ਨਹੀਂ ਪਾਇਆ ਜਾ ਸਕਦਾ।"

"ਫਿਰ ਇਹ ਗਿਆਨ ਦੀ ਉਦਾਸੀ ਕੀ ਹੈ ? ਹੇ ਸਮਝਾਂ ਦੇ ਸਾਂਈ!"

"ਜਿਵੇਂ ਅੰਦਰ ਜਾਣ ਵਾਲਾ ਸਾਹ ਹੀ ਸੁਆਸ ਬਣਦਾ ਹੈ; ਬਾਕੀ ਸਭ ਹਵਾ ਹੈ। ਇਸੇ ਤਰ੍ਹਾਂ ਹੀ ਮਰਦਾਨਿਆ ਮਨ ਤੱਕ ਪਹੁੰਚਿਆ ਗਿਆਨ ਉਦਾਸੀ ਵੱਲ ਹੀ ਜਾਂਦਾ ਹੈ। ਉਦਾਸੀ ਮਨ ਦਾ ਸੁਆਸ ਹੈ।"

"ਬਾਬਾ ਵੇਖਿਆ ਸੱਚ ਜਿਆਦਾ ਦੇਰ ਕਿਉਂ ਨਹੀਂ ਟਿੱਕਦਾ ?"

"ਸੁਰਤ ਨੂੰ ਅੱਗੇ ਰੱਖਿਆ ਕਰ ਮਰਦਾਨਿਆ...।" ਇਸ ਵਾਰੀ ਫਿਰ ਅਗਲੇ ਪਿੰਡ ਦੇ ਚੌਰਾਹੇ ਕੋਲ ਇੱਕ ਬੱਚੇ ਦੀ ਆਵਾਜ਼ ਆਈ :

"ਲਾਹੌਰ ਤੋਂ ਆਏ ਹੋ ?"

"ਨਹੀਂ... ਲਹੌਰ ਜਾ ਰਹੇ ਹਾਂ।" ਮਰਦਾਨੇ ਨੇ ਮੁਸਕਰਾ ਕੇ ਉੱਤਰ ਦਿੱਤਾ। ਪਿਆਸ ਲੱਗੀ ਸੀ; ਉਹ ਘੁੰਮਕੇ ਪਿੰਡ ਦੇ ਖੂਹ ਵੱਲ ਮੁੜ ਗਏ।

ਇਸ ਪਿੰਡ ਦੇ ਲੋਕਾਂ ਦੀਆਂ ਅੱਖਾਂ ਕੁਝ ਡੂੰਘਾਈ ਵਿੱਚ ਜਾਕੇ ਟਿਕੀਆਂ ਸਨ। ਉਹ ਅੰਨ ਦਾ ਨਾਂ ਲੈਣ ਤੋਂ ਪਹਿਲਾਂ ਹੀ ਮੂੰਹ ਖੋਲ੍ਹ ਲੈਂਦੇ...। ਵਰਨਾਂ ਦੇ ਤਰਕਾਂ ਨਾਲ ਘੁੱਟੀਆਂ ਆਵਾਜ਼ਾਂ ਸੁਆਲ ਪੁੱਛਣ ਤੋਂ ਪਹਿਲਾਂ ਆਪ ਹੀ ਉੱਤਰ ਦੇ ਰਹੀਆਂ ਸਨ : "ਅਸੀਂ ਕਮੀਣ ਹਾਂ...।"

ਉਹ ਖੂਹ ਉੱਤੇ ਪਾਣੀ ਨਾਲ ਭਰੇ ਚਮੜੇ ਦੇ ਡੋਲ ਵੱਲ ਇਸ਼ਾਰਾ ਕਰਦੇ। ਰਾਤ ਦੇ ਪੜਾਅ ਲਈ ਬਾਬੇ ਨੇ ਖੂਹ ਕੋਲ ਹੀ ਪੜਾਅ ਲਾ ਲਿਆ ਸੀ। ਕੁਝ ਦੂਰੀ ਉੱਤੇ ਖੜ੍ਹੇ ਲੋਕ ਵੇਖਦੇ ਰਹੇ; ਜਦੋਂ ਬਾਬੇ ਨੇ ਆਪ ਕੱਢ ਕੇ ਪਹਿਲਾਂ ਮਰਦਾਨੇ ਨੂੰ ਪਾਣੀ ਪਿਲਾਇਆ ਤੇ ਫਿਰ ਆਪ ਪੀਤਾ। ਮਰਦਾਨੇ ਦਾ ਪੂਰੇ ਦਿਨ ਦੀ ਥਕਾਵਟ ਨਾਲ ਉੱਠਣ ਨੂੰ ਜੀਅ ਨਹੀਂ ਸੀ ਕਰਦਾ; ਪਰ ਬਾਬੇ ਦਾ ਹੁਕਮ ਸੀ। ਉਨ੍ਹਾਂ ਹਰ ਘਰ ਸਾਹਮਣੇ ਜਾਕੇ ਆਪ ਗਾਇਆ। ਉੱਚੀਆਂ ਨੀਵੀਆਂ ਗਲੀਆਂ ਵਿੱਚ ਹਨ੍ਹੇਰਾ ਸੀ। ਕਿਸੇ ਕਿਸੇ ਘਰ ਦੇ ਚੁੱਲ੍ਹੇ ਵਿਚ ਅੱਗ ਸੀ। ਘਰਾਂ ਅੰਦਰੋਂ ਡਰੇ ਡਰੇ ਚੇਹਰੇ ਗਲੀ ਵਿੱਚੋਂ ਆਉਂਦੀਆਂ ਮਿੱਠੀਆਂ ਆਵਾਜ਼ਾਂ ਸੁਣਨ ਲਈ ਦਰਵਾਜਿਆਂ ਤੱਕ ਆਉਂਦੇ, ਝੁੱਕਦੇ ਪਰ ਉਨ੍ਹਾਂ ਦੇ ਨੇੜੇ ਨਹੀਂ ਸੀ ਆ ਰਹੇ। ਇਸ ਰਾਤ ਦਾ ਕੀਰਤਨ ਚੰਨ ਚੜ੍ਹਣ ਤੱਕ ਜਾਰੀ ਰਿਹਾ। ਜਦੋਂ ਉਹ ਵਾਪਸ ਪੜਾਅ ਤੇ ਆਏ ਤਾਂ ਮਰਦਾਨੇ ਨੂੰ ਬਾਬੇ ਵਾਲੇ ਕਾਸੇ 'ਚੋਂ ਅੰਨ ਦੀ ਖੁਸ਼ਬੂ ਆਈ। ਕੀਰਤਨ ਕਰਦੇ ਬਾਬੇ ਨੇ ਕਦੋਂ ਕਾਸਾ ਅੱਗੇ ਕਰ ਦਿੱਤਾ ਸੀ; ਪਤਾ ਨਹੀਂ ਸੀ ਲੱਗਿਆ। ਇਸ ਵੇਲੇ ਕੌਣ 'ਯਾਦ' ਵਿੱਚ ਆਉਣ ਦੀ ਕੋਸ਼ਿਸ਼ ਕਰ ਰਿਹਾ ? ਉਹ ਹਾਂ... ਲਾਲੋ ਯਾਦ ਆ ਗਿਆ।

ਦੂਰ ਲਹੌਰ ਦੀਆਂ ਮਸਜਿਦਾਂ ਦੀਆਂ ਮਮਟੀਆਂ ਤੇ ਮੀਨਾਰ ਦਿਸਣ ਲੱਗੇ। ਆਲੇ ਦੁਆਲੇ ਕੁਝ ਗੜਬੜ ਚੱਲ ਰਹੀ ਸੀ। ਨਵੇਂ ਜਜ਼ੀਏ ਕਾਰਣ ਰਾਹਾਂ ਉੱਤੇ ਗੱਡੇ, ਖੱਚਰ ਊਠ ਬਹੁਤ ਘੱਟ ਦਿਸ ਰਹੇ ਸਨ। ਲੋਕਾਂ ਦੀਆਂ ਗੱਲਾਂ ਵਿੱਚ ਕੁਝ ਬਦਲਾਅ ਸੀ। ਭੈਅ ਵਿੱਚੋਂ ਲੰਘਦੇ ਸ਼ਬਦ ਕੁਝ ਇਸ ਤਰ੍ਹਾਂ ਦੀ ਵਾਕ ਬਣਤਰ ਵਿਚ ਸੁਣ ਰਹੇ ਸਨ :

"ਭਲ੍ਹਾਂ ਪੇਟ ਨਾਲ ਝਗੜਾ ਕਰਨ ਨੂੰ ਕਿਸੇ ਦਾ ਜੀਅ ਕਰਦਾ... ?"

ਪਰ ਮਰਦਾਨੇ ਨੇ ਇਕ ਗੱਲ ਹੋਰ ਵੇਖੀ। ਲੋਕ ਇਨ੍ਹਾਂ ਨੂੰ ਜਾਣੀ ਪਛਾਣੀ ਨਜ਼ਰ ਨਾਲ ਵੇਖ ਰਹੇ ਸਨ। ਬਾਬੇ ਨੂੰ ਕੀਤੇ ਬਹੁਤੇ 'ਨਮਸਕਾਰ' ਜਾਣੂਆਂ ਵਾਂਗ ਸਨ।

"ਹਜੂਰ ਦਾ ਨਾਂ ਕਿਤੇ ਨਾਨਕ ਸ਼ਾਹ ਤਾਂ ਨਹੀਂ ?"

"ਨਾਨਕ ਵਜੀਰ ਦੇ ਪੈਰੀਂ ਪੈਂਦੇ ਹਾਂ ਜੀ...।" ਫਿਰ ਮਰਦਾਨੇ ਨੂੰ ਯਾਦ ਆਇਆ ਕਿ ਮਨਸੁੱਖ ਨੇ ਉਨ੍ਹਾਂ ਦੇ ਆਉਣ ਦਾ ਪਹਿਲਾਂ ਹੀ ਲਹੌਰ ਵਿੱਚ ਰੌਲਾ ਪਾ ਦਿੱਤਾ ਸੀ। ਪਹਿਲਾ ਪੜਾਅ ਉਨ੍ਹਾਂ ਸ਼ਹਿਰ ਤੋਂ ਬਾਹਰ ਇਕ ਬਾਗ ਵਿਚ ਕੀਤਾ। ਹਨ੍ਹੇਰਾ ਹੋਣ ਤੋਂ ਪਹਿਲਾਂ ਬਹੁਤ ਸਾਰੇ ਲੋਕ ਉਨ੍ਹਾਂ ਨੂੰ ਵੇਖਣ ਆਏ। ਫਿਰ ਅਗਲੇ ਦਿਨ ਦੁਨੀ ਚੰਦ ਕਰੋੜੀ ਦੇ ਪਿਤਾ ਜੀ ਦੇ ਸਰਾਧ ਦਾ ਸੱਦਾ ਆਇਆ। ਉਹਦੀ ਵੱਡੀ ਹਵੇਲੀ ਅੱਗੇ

ਉਨ੍ਹਾਂ ਨੂੰ ਵੇਖਣ ਲਈ ਪਹਿਲਾਂ ਹੀ ਭੀੜ ਖੜ੍ਹੀ ਸੀ। ਬਾਕੀ ਦੇ ਦਿਨ ਖ਼ੂਬ ਕਰੋੜੀ ਸ਼ਾਹ ਦੇ ਘਰੋਂ ਸੁਆਦੀ ਭੋਜਨ ਆਉਂਦਾ ਰਿਹਾ। ਦੁਨੀ ਚੰਦ ਕਈ ਵਾਰ ਦੇਰ ਰਾਤ ਤੱਕ ਬੈਠਾ ਕੀਰਤਨ ਸੁਣਦਾ ਰਹਿੰਦਾ। ਇਸ ਵਾਰੀ ਲਹੌਰ ਵਿੱਚ ਧੂੰਮਾਂ ਪੈ ਗਈਆਂ ਸਨ। ਇਕ ਦਿਨ ਅਚਾਨਕ ਲਹੌਰ ਤੋਂ ਗੁੰਮ ਹੋ ਜਾਣ ਦੀ ਭਾਲ ਵਿੱਚ ਲੋਕਾਂ ਨੇ ਇਕ ਦੂਜੇ ਤੋਂ ਪੁੱਛਣਾ ਸ਼ੁਰੂ ਕੀਤਾ। "ਕਿਸੇ ਨੇ ਨਾਨਕ ਫਕੀਰ ਵੇਖਿਆ ਹੈ ?" ਇਸ ਗੁਆਚੀ ਝਲਕ ਨੇ ਲੋਕਾਂ ਵਿਚ ਹਲਚਲ ਮਚਾ ਦਿੱਤੀ ਸੀ। ਫਿਰ ਇੱਕ ਦਿਨ ਕਿਸੇ ਨੇ ਦੱਸਿਆ ਉਹ 'ਵੈਰੋਵਾਲ' ਵੇਖੇ ਗਏ ਸਨ। ਜਦੋਂ 'ਵੈਰੋਵਾਲ' ਸੁਨੇਹੇ ਪਹੁੰਚਣ ਲੱਗੇ ਉਦੋਂ ਤੱਕ ਉਹ ਪੱਤਣ ਪਾਰ ਕਰਕੇ ਜਲੰਧਰ, ਹੁਸ਼ਿਆਰਪੁਰ ਵਿਚੋਂ ਲੰਘਦੇ ਉੱਤਰ ਪੱਛਮ ਵੱਲ ਚਲੇ ਗਏ ਸਨ।

ਕਾਂਡ : ਬੱਤੀਵਾਂ

ਸਾਹਮਣੇ ਰੋਪੜ ਦੀਆਂ ਪਹਾੜੀਆਂ ਦਿਸਣ ਲੱਗੀਆਂ। ਉਚਾਈ ਉੱਤੇ ਜਾ ਕੇ ਦੂਰ ਸਤਲੁਜ ਦੇ ਪਾਣੀ ਦੀਆਂ ਚਿਲਕੋਰ੍ਹਾਂ ਚਮਕੀਆਂ। ਇੱਥੇ ਅਚਾਨਕ ਪਹਾੜੀ ਉਹਲਿਉਂ ਪਿੰਡ ਨਿਕਲ ਆਉਂਦਾ। ਥੋੜ੍ਹੀ ਬੋਲੀ ਬਦਲ ਗਈ ਸੀ। ਆਪਣੇ ਰਾਉਂ ਵਿੱਚ ਬੋਲਦੇ ਲੋਕ ਥੋੜ੍ਹੇ ਧਿਆਨ ਨਾਲ ਸੁਣਨ ਤੇ ਹੀ ਸਮਝ ਆਉਂਦੇ। ਪਿੰਡਾਂ ਦੇ ਰਿਵਾਜ਼ੀ ਸੁਭਾਅ ਧੀਮੇ ਸਨ। ਕਿਸੇ ਗੱਲ ਉੱਤੇ ਜ਼ੋਰ ਦੇਣ ਲਈ ਤਲਵੰਡੀ ਵਰਗੀ ਜੋਸ਼ੀਲੀ ਆਵਾਜ਼ ਨਹੀਂ ਸੀ ਕੱਢਦੇ; ਸਗੋਂ ਆਖਰੀ ਲਫ਼ਜ਼ ਦੀ ਹਵਾ ਢਿੱਲੀ ਕਰ ਦੇਂਦੇ। ਪੱਧਰੇ ਖੇਤ ਸਿਰਫ਼ ਪਿੰਡਾਂ ਦੇ ਨਜ਼ਦੀਕ ਹੀ ਦਿਸਦੇ। ਦੂਰ ਹੁੰਦੇ ਖੇਤ ਨਿਵਾਣਾਂ ਢਲਾਣਾਂ ਨਾਲ ਹੀ ਆਪਣੀਆਂ ਦੂਰੀਆਂ ਵਿਖਾਉਂਦੇ। ਕਣਕਾਂ ਗੋਭ ਤੇ ਆ ਗਈਆਂ ਸਨ। ਕਿਤੇ ਕਿਤੇ ਬੱਲਾਂ ਜਿੱਥੇ ਨਿਕਲ ਵੀ ਆਈਆਂ ਸਨ; ਆਪਣੇ ਆਪ ਨੂੰ ਸੰਭਾਲ ਨਹੀਂ ਸੀ ਰਹੀਆਂ। ਮੀਂਹ ਦੀ ਉਡੀਕ ਵਿੱਚ ਕਿਸਾਨਾਂ ਦੀ ਨਜ਼ਰ ਅਸਮਾਨ ਵੱਲ ਸੀ। ਵੈਰੋਵਾਲ ਤੋਂ ਇੱਥੇ ਤੱਕ ਕਿਸੇ ਪੜਾਅ ਵਿੱਚ ਕਿਤੇ ਵੀ ਮੀਂਹ ਪਿਆ ਨਜ਼ਰ ਨਹੀਂ ਸੀ ਆਇਆ। ਕੀਰਤਨ ਵੇਲੇ ਲੋਕਾਂ ਇਸ ਉਡੀਕ ਲਈ ਕਿਹਾ ਵੀ ਸੀ : "ਸਾਈਂ ਮੀਂਹ ਵੀ ਗਾ ਦੇਣਾ।" ਅੱਜ ਸਵੇਰੇ ਜਿਸ ਪਿੰਡ ਉਹ ਰੁੱਕੇ ਸਨ; ਤੁਰਨ ਵੇਲੇ ਇੱਕ ਬਿਰਧ ਚੇਹਰੇ ਨੇ ਉਹਨੂੰ ਆਵਾਜ਼ ਮਾਰੀ :

"ਮੇਰਾ ਇੱਕੋ ਪੁੱਤ ਤਾ ਓਹੀ ਫਕੀਰ ਹੋ ਗਿਆ...।" ਆਵਾਜ਼ ਅੰਮੀ ਵਰਗੀ ਸੀ। ਪਰ ਮਰਦਾਨੇ ਨੇ ਹੈਰਾਨੀ ਨਾਲ ਵੇਖਿਆ; ਬਾਬਾ ਅੱਗੇ ਲੰਘ ਗਿਆ ਸੀ।

"ਮੈਂ ਬਥੇਰਾ ਪੁੱਛਿਆ ਤੂੰ ਕਿਹੜੀ ਬੇੜ੍ਹੀ ਤਾਰਨੀ ਏ ਮੈਨੂੰ ਦੱਸ ਤਾਂ ਸਹੀ ?" ਉਹਨੇ ਮਾਂ ਅੱਗੇ ਬੈਠੇ ਬਾਬੇ ਨੂੰ ਯਾਦ ਕਰਕੇ ਆਪਣੇ ਅੰਦਰ ਕੁਝ ਸਾਹਸ ਭਰਿਆ। ਪਰ ਅਜਿਹਾ ਉੱਤਰ ਤਾਂ ਉਹ ਵੀ ਸੁਣਨਾ ਨਹੀਂ ਸੀ ਚਾਹੁੰਦੀ।

"ਤੂੰ ਵੀ ਕਦੇ ਮਾਂ ਨੂੰ ਛੱਡਿਆ ਹੋਣਾ... ਕੀ ਕਹਿ ਕੇ ਆਇਆਂ ?... ਦੱਸ ਵੇ ਬੇਦਰਦਾ...?" ਏਨਾਂ ਕਹਿ ਉਹ ਵਾਪਸ ਮੁੜ ਗਈ ਸੀ। ਪਰ ਹੁਣ ਅੱਗੇ ਵਾਲੇ ਸਫ਼ਰ ਲਈ ਕਿਸੇ ਨਵੇਂ ਸਾਹਸ ਦੀ ਜਰੂਰਤ ਸੀ। ਉਹਨੇ ਇਸੇ ਬਹਾਨੇ ਕਈ ਵਾਰ ਲਾਲੋ ਨੂੰ ਯਾਦ ਕੀਤਾ। "ਕਿਤੇ ਦੂਰ ਜਾ ਰਹੇ ਹਾਂ; ਪਤਾ ਨਹੀਂ ਲਾਲੋ ਸਫ਼ਰਾਂ ਦੀਆਂ ਗੱਲਾਂ ਸੁਣਾਉਣ ਦਾ ਮੁੜ ਕਦੋਂ ਮੌਕਾ ਮਿਲੇ...।" ਸ਼ੁਰੂ ਵਿੱਚ ਇੱਕ ਸਾਏ ਵਰਗਾ ਹਨੇਰਾ ਘੁੰਮਣ ਲੱਗ ਜਾਂਦਾ ਸੀ; ਉਹ ਤਾਂ ਨਹੀਂ ਘੁੰਮਿਆ, ਪਰ ਮਮਤਾ ਦਾ ਸਾਹਸ ਲੈ ਕੇ ਅੱਜ ਕਈ ਵਾਰੀ ਆਪਣੇ ਅੰਦਰ ਜਾਣ ਲਈ ਪੁੱਛਿਆ। ਫਿਰ ਤਲਵੰਡੀ ਵੱਲ ਘੁੰਮਿਆ। ਉਹ ਵੀ ਬਾਰਾਂ ਸਾਲ ਬਾਅਦ ਸਭ ਅਧੂਰੀਆਂ ਗੱਲਾਂ ਦੇ ਸਿਰੇ ਉਵੇਂ ਜਿਵੇਂ ਰੱਖੀ ਬੈਠਾ ਦਿਸਿਆ। ਕੱਚੀਆਂ ਫਸਲਾਂ ਦੀ ਸਰਸਰਾਹਟ ਨਾਲ ਧਿਆਨ ਅੱਗੇ ਗਿਆ। ਕੋਈ ਪਿੰਡ ਨੇੜੇ ਹੀ ਦਿਸ ਰਿਹਾ ਸੀ। ਗੱਡਿਆਂ ਦਾ ਰਾਹ ਸੀ। ਲੋਕ ਰੋਪੜ

ਵਲੋਂ ਖਰੀਦਦਾਰੀ ਕਰ ਵਾਪਸ ਮੁੜ ਰਹੇ ਸਨ। ਪੰਡਿਤ ਹਰੀਦਿਆਲ ਦੇ ਮੁੰਡੇ ਦੀ ਸ਼ਕਲ ਵਰਗਾ ਇੱਕ ਨੌਜਵਾਨ ਸਾਧ ਪਿੰਡ ਵੱਲੋਂ ਆਉਂਦਾ ਦਿਸਿਆ;

"ਦੋਵਾਂ ਦੀਆਂ ਮਾਂਵਾਂ ਨੂੰ ਨਮਸਕਾਰ...।"

"ਸਾਡੇ ਬਹਾਨੇ ਤੇਰੀ ਮਾਂ ਨੂੰ ਵੀ ਨਮਸਕਾਰ...।" ਪਹਿਲੇ ਪਲ ਤਾਂ ਮਰਦਾਨਾ ਬਹੁਤ ਉੱਚੀ ਹੱਸਿਆ; ਪਰ ਦੂਜੇ ਪਲ ਉਹ ਚੁੱਪ ਕਰ ਗਿਆ। ਪਰ ਉਸ ਨੌਜਵਾਨ ਸਾਧੂ ਦੀ ਹਾਸੀ ਉਦੋਂ ਤੱਕ ਸੁਣਦੀ ਰਹੀ ਜਦੋਂ ਤੱਕ ਦੂਰੀ ਨੇ ਉਹਨੂੰ ਸੁਣਨੋਂ ਨਾ ਹਟਾਇਆ।

ਬਾਬੇ ਨੇ ਪਿੱਛੇ ਮੁੜ ਕੇ ਨਹੀਂ ਸੀ ਵੇਖਿਆ। ਅੱਗੇ ਵਾਂਗ ਸਰੀਰ ਦਾ ਕੋਈ ਹਿੱਸਾ ਹਿਲਦਾ ਵੀ ਨਹੀਂ ਸੀ ਦਿਸਿਆ; ਜਿਸ ਤੋਂ ਮਰਦਾਨਾ ਕੋਈ ਅੰਦਾਜ਼ਾ ਲਾ ਸਕਦਾ। ਪਿੰਡ ਪਿਛੇ ਰਹਿ ਗਿਆ ਸੀ। ਮਰਦਾਨੇ ਨੂੰ ਆਪਣੇ ਕਹੇ ਲਫ਼ਜ਼ਾਂ ਨਾਲ ਕੁਝ ਅਸਹਿਮਤੀ ਸੀ। ਜੀਅ ਕਰਦਾ ਸੀ ਬਾਬਾ ਇਹਦੇ ਬਾਰੇ ਕੁੱਝ ਕਵੇ। ਆਪਣੇ ਅੰਦਰ ਜਮ੍ਹਾਂ ਹੋਈ ਸ਼ਕਤੀ ਇਸ ਵਾਰੀ ਰੋਕੀ ਕਿਉਂ ਨਹੀਂ ਗਈ ? ਅਜਿਹੀਆਂ ਲੜੀਆਂ ਤਾਂ ਪਹਿਲਾਂ ਵੀ ਬਹੁਤ ਚੱਲੀਆਂ ਸਨ। ਇਹ ਮਾਂ ਦਾ ਵਿਛੋੜਾ ਤਾਂ ਤਲਵੰਡੀ ਤੋਂ ਪਿੱਛਾ ਕਰਦਾ ਆ ਹੀ ਰਿਹਾ ਸੀ। ਬਾਬਾ ਵੀ ਤਾਂ ਚੁੱਪ ਸੀ; ਮੈਨੂੰ ਇਸ ਵਾਰੀ ਕਾਹਲ ਕਿਉਂ ਪਈ ਸੀ ? ਟਿੱਚਰਾਂ ਤਾਂ ਅਨੇਕਾਂ ਕੀਤੀਆਂ ਸਨ; ਪਰ ਇਸ ਵਾਰੀ ਇਹ ਕਿਸੇ ਮਰਾਸੀ ਦੀ ਟਿੱਚਰ ਨਹੀਂ ਸੀ। ਬਾਬਾ ਹਾਲੇ ਵੀ ਅੱਗੇ ਚੱਲ ਰਿਹਾ ਸੀ। ਇਕ ਤਾਂ ਬਾਬੇ ਨਾਲ ਇਹ ਬੜੀ ਮੁਸ਼ਕਲ ਹੈ; ਉਹ ਕੋਈ ਰੁਕਾਵਟ ਹੀ ਨਹੀਂ ਖੜ੍ਹੀ ਕਰਦਾ; ਕਿਤੋਂ ਵਰਜਦਾ ਹੀ ਨਹੀਂ। ਐਨੀ ਖੁੱਲ... ਆਪਣੇ ਆਪ ਥੱਕ ਜਾਈਦਾ। ਕੋਈ ਸੀਮਾ ਕੋਈ ਘੇਰਾ ਤਾਂ ਹੋਵੇ। ਇਹ ਮਰਾਸੀ ਬ੍ਰਹਿਮੰਡ ਥੋੜ੍ਹੀ ਏ...। ਫਿਰ ਉਹਨੂੰ ਯਾਦ ਆਇਆ ਕਿ ਉਹਨੂੰ ਕੁਝ ਦੱਸਣ ਲਈ ਬਾਬੇ ਨੇ ਕੁਝ ਹੋਰ ਵੀ ਦਿੱਤਾ ਹੈ। ਉਹਨੇ ਛੋਟੇ ਬੱਚੇ ਵਾਂਗ ਰਬਾਬ ਛਾਤੀ ਉੱਪਰ ਕੀਤੀ...। ਰਬਾਬ ਵੱਜੀ; ਅੱਗਿਉਂ ਉੱਤਰ ਸ਼ੁਰੂ ਹੋ ਗਿਆ। ਰਾਹੀਆਂ ਨੇ ਫਿਰ ਦੋ ਜਣੇ ਸਤਲੁਜ ਵੱਲ ਗਾਉਂਦੇ ਜਾਂਦੇ ਵੇਖੇ।

"ਇਸ ਵੇਲੇ ਪੱਤਣ ਤੇ ਮਲਾਹ ਨਹੀਂ ਹੁੰਦੇ...।" ਅਜਨਬੀ ਸਮਝ ਸਾਧਾਰਨ ਲੋਕਾਂ ਪਿੱਛੋਂ ਆਵਾਜ਼ਾਂ ਮਾਰੀਆਂ। ਫਿਰ ਵੀ ਸਤਲੁਜ ਦੇ ਪੱਤਣ ਤੇ ਰਬਾਬ ਵੱਜਦੀ ਸੁਣਦੀ ਰਹੀ।

ਪਹਿਲੀ ਬੇੜੀ ਉੱਤੇ ਚੜ੍ਹਣ ਵਾਲਿਆਂ ਲਈ ਉਨ੍ਹਾਂ ਸਵੇਰ ਦਾ ਕੀਰਤਨ ਕੀਤਾ। ਹਲਕਾ ਹਲਕਾ ਚਾਨਣ ਹੋ ਰਿਹਾ ਸੀ। ਜੋ ਵੀ ਪੱਤਣ ਤੇ ਆਉਂਦਾ, ਸੁਰੀਲੀ ਆਵਾਜ਼ ਸੁਣ ਉੱਥੇ ਹੀ ਖੜ੍ਹ ਜਾਂਦਾ। ਫਿਰ ਉਨ੍ਹਾਂ ਦਰਿਆ ਪਾਰ ਕੀਤਾ। ਅੱਗੇ ਪੱਤਣ ਦੇ ਰਸਤੇ ਨੂੰ ਕਈ ਪਗਡੰਡੀਆਂ ਮਿਲਦੀਆਂ ਸਨ। ਉਤਰਦੇ ਸਾਰ ਹੀ ਇੱਕ ਵਗਦਾ ਰਸਤਾ ਪਹਾੜਾਂ ਵੱਲ ਜਾਂਦਾ ਦਿਸਿਆ। ਥੋੜ੍ਹੀ ਦੂਰ ਤੱਕ ਦਰਿਆਵੀ ਪੰਖੇਰੂਆਂ ਦੀਆਂ ਆਵਾਜ਼ਾਂ ਸੁਣੀਆਂ; ਫਿਰ ਰਾਹੀਆਂ ਦੀਆਂ ਘਰੇਲੂ ਗੱਲਾਂ ਸੁਣਨ ਲੱਗੀਆਂ। ਇੱਕਤਾਰੇ ਨਾਲ ਗਾਉਂਦੀ ਇੱਕ ਮੰਡਲੀ ਉਨ੍ਹਾਂ ਕੋਲੋਂ ਲੰਘੀ। ਪਰ ਮਰਦਾਨੇ ਦਾ ਧਿਆਨ ਅੱਗੇ ਸੀ। ਉਹਦੇ ਅੱਗੇ ਚੱਲਦੇ ਇੱਕ ਫਕੀਰ ਅੱਗੇ ਇੱਕ ਕੁੱਤਾ ਤੁਰ

ਰਿਹਾ ਸੀ। ਕੁੱਤੇ ਦੇ ਮੂੰਹ ਵਿੱਚ ਫਕੀਰ ਦਾ ਕਾਸਾ ਸੀ। ਫਕੀਰ ਥੋੜ੍ਹੀ ਦੇਰ ਬਾਅਦ ਹੱਸਦਾ ਤੇ ਅੱਗੇ ਚੱਲਦੇ ਕੁੱਤੇ ਨੂੰ ਕਹਿ ਦੇਂਦਾ :

"ਜਦ ਭੁੱਖ ਲੱਗੀ ਖਾ ਲਵੀਂ; ਮੰਗਤੇ ਇੱਕ ਦੂਜੇ ਨੂੰ ਭੋਜਨ ਲਈ ਘੱਟ ਹੀ ਪੁੱਛਦੇ ਹੁੰਦੇ ਨੇ...।"

"ਵਾਹ ਫਕੀਰੋ ਏਨ੍ਹੀ ਦਯਾ... ਸੱਤਯੁੱਗੀ ਹੋ...।" ਇੱਕ ਰਾਹੀ ਦੀ ਜ਼ਜਬਾਤੀ ਆਵਾਜ਼ ਸੁਣੀ।

"ਬਦੋ ਬਦੀ ਸਵਰਗ ਵਿੱਚ ਨਾ ਸੁੱਟ... ਸਾਰੀ ਉਮਰ ਸਰੀਰ ਜਿੰਨ੍ਹੀ ਵਿੱਥ ਤੇ ਰਹਿ ਕੇ ਗੁਆ ਦਿੱਤੀ ਏ...।" ਬਾਕੀ ਦੀ ਆਵਾਜ਼ ਸਾਹਮਣਿਉਂ ਆਉਂਦੀ ਇੱਕ ਹੋਰ ਸਾਧਾਂ ਦੀ ਟੋਲੀ ਦੀਆਂ ਟੱਲੀਆਂ ਤੇ ਖੜਤਾਲਾਂ ਵਿੱਚ ਰੁਲ ਗਈ। ਕੁੱਤੇ ਦੀ ਪੂਛ ਸਿੱਧੀ ਹੋ ਰਹੀ ਸੀ ਤੇ ਵਾਲ ਖੜ੍ਹੇ ਹੋ ਰਹੇ ਸਨ। ਉਹ ਸਹਿਮਤੀ ਲਈ ਕਦੇ ਕਦੇ ਪਿੱਛੇ ਵੱਲ ਵੀ ਵੇਖਦਾ।

"ਚਲ ਲਿਆ ਫੜਾ ਕਾਸਾ... ਤੇਰਾ ਭੌਂਕਣ ਨੂੰ ਜੀਅ ਕਰਦਾ ਭੌਂਕ ਲੈ...।" ਉਹਨੇ ਹੌਲੀ ਜਹੇ ਉਹਦੇ ਮੂੰਹ 'ਚੋਂ ਕਾਸਾ ਫੜ ਲਿਆ। ਕਾਸਾ ਸੱਚਮੁਚ ਹੀ ਭੋਜਨ ਨਾਲ ਭਰਿਆ ਸੀ। ਕੁੱਤੇ ਦੀ ਭੌਂਕ ਦੇਰ ਤੱਕ ਪਿੱਠ ਪਿੱਛੇ ਸੁਣਦੀ ਰਹੀ। ਪਰ ਮਨ ਤਾਂ ਉਸ ਸਾਧ ਦੀ ਅਗਲੀ ਗੱਲ ਸੁਣਨ ਲਈ ਮਚਲ ਰਿਹਾ ਸੀ।

ਸਾਹਮਣੇ ਪਹਾੜੀ ਦੀ ਵੱਖੀ 'ਚੋਂ ਬੱਕਰੀਆਂ ਦਾ ਇੱਜੜ ਉਤਰਦਾ ਦਿਸਿਆ। ਸਤਲੁਜ ਦੇ ਪਾਣੀ ਦੀ ਭਾਫ਼ ਹੁਣ ਉੱਚਾਈ ਤੇ ਜਾ ਕੇ ਨੀਵੀਂ ਦਿਸਣ ਲੱਗੀ। ਮੋੜ ਕੱਟਦੀ ਸਾਰ ਨੇੜੇ ਹੀ ਟਿੱਬੀ ਉੱਤੇ ਇੱਕ ਸੁੰਨਸਾਨ ਝੌਂਪੜੀ ਦਿਸਣ ਲੱਗੀ :

"ਫਕੀਰੋ ਲੰਘ ਨਾ ਜਾਣਾ... ਦੁੱਧ ਪੀਕੇ ਜਾਣਾ...।" ਸਾਹਮਣੇ ਵਾਲੀ ਪਹਾੜੀ ਤੋਂ ਇੱਕ ਆਜੜੀ ਨੇ ਆਵਾਜ਼ ਮਾਰੀ। ਜਦੋਂ ਉਹ ਝੌਂਪੜੀ ਵਿੱਚ ਪਹੁੰਚੇ ਉਦੋਂ ਤੱਕ ਆਜੜੀ ਦੁੱਧ ਵੀ ਲੈ ਆਇਆ। ਮੁੱਦਤਾਂ ਬਾਅਦ ਉਜਾੜ ਵਿੱਚ ਇਸ ਤਰ੍ਹਾਂ ਦਾ ਤਾਜ਼ਾ ਦੁੱਧ ਪੀਤਾ ਸੀ। ਮਰਦਾਨੇ ਨੇ ਵੇਖਿਆ, ਆਜੜੀ ਬਾਬੇ ਵੱਲ ਬਹੁਤ ਧਿਆਨ ਨਾਲ ਵੇਖ ਰਿਹਾ ਸੀ।

"ਇਕੱਲੇ ਹੀ ਰਹਿੰਦੇ ਹੋ ?" ਬਾਬੇ ਦੀ ਆਵਾਜ਼ ਸੁਣੀ।

"ਹਾਂ ਸਾਂਈ... ਗ੍ਰਹਿਸਥੀਆਂ ਨਾਲੋਂ ਤਾਂ ਇਕਾਂਤ ਹੀ ਭਲੀ ਹੈ।"

"ਫਿਰ ਖਰਿਆਂ ਨਾਲ ਕਦੋਂ ਮਿਲੋਗੇ ?" ਆਜੜੀ ਚੁੱਪ ਹੋ ਗਿਆ। ਫਿਰ ਜਦੋਂ ਉਹ ਬੱਕਰੀਆਂ ਦਾ ਮੋੜਾ ਲਾ ਕੇ ਮੁੜਿਆ; ਉਦੋਂ ਤੱਕ ਬਾਬਾ ਕੋਲ ਪਏ ਉੱਚੇ ਪੱਥਰ ਉੱਤੇ ਜਾ ਬੈਠਿਆ ਸੀ।

"ਸਾਂਈ ਬਹੁਤ ਲੋਕ ਸੁਮੇਰ ਪਰਬਤ ਵੱਲ ਜਾਂਦੇ ਮੇਰੇ ਕੋਲ ਰੁਕਦੇ ਜਾਂਦੇ ਨੇ... ਪਤਾ ਨਹੀਂ ਮੁੜਦੇ ਹੋਏ ਸੰਸਾਰ ਲਈ ਕੀ ਲੈ ਕੇ ਆਉਂਦੇ ਨੇ... ਫਿਰ ਉਹ ਕੁਝ ਦੱਸ ਕੇ ਵੀ ਨਹੀਂ ਜਾਂਦੇ।"

"ਹੁਣ ਤੂੰ ਮੋੜਾ ਲਾ ਕੇ ਆਇਆਂ... ਕਦੇ ਮਨ ਦੇ ਮੋੜੇ ਵੀ ਲਾਏ ਨੇ...।"

"ਲਾਉਂਦਾ ਹਾਂ ਸਾਂਈ ਕਦੇ ਕਦੇ... ਇਸ ਇੱਜੜ ਵਾਂਗ ਫਿਰ ਖਿੰਡ ਜਾਂਦਾ ਹਾਂ...।"

"ਇੱਕ ਮੋੜਾ ਐਸਾ ਲਾਂਵੀਂ; ਮੁੜ ਕੇ ਮੋੜਾ ਹੀ ਨਾ ਲਾਉਣਾ ਪਵੇ...।"

"ਸਾਂਈ ਉਹ ਵਿਧੀ ਦੱਸ ਦਿਉ... ਮੇਰੇ ਕੋਲ ਤਾਂ ਇੱਜੜ ਹੀ ਬਹੁਤ ਵੱਡਾ ਹੈ।"

ਅੱਜ ਸੁੰਨਸਾਨ ਜਗ੍ਹਾ ਵਿੱਚ ਦੂਰ ਤੱਕ ਵੱਜਦੀ ਰਬਾਬ ਨਾਲ ਪਰਬਤਾਂ ਨੇ ਮੋੜਵੀਆਂ ਸਹਿਮਤੀਆਂ ਦਿੱਤੀਆਂ। ਦੂਜੇ ਦਿਨ ਰਾਹੀਆਂ ਨੇ ਇਵੇਂ ਵੇਖਿਆ ਜਿਵੇਂ ਤਿੰਨੋਂ ਬਹੁਤ ਦੇਰ ਤੋਂ ਜਾਣੇ ਪਛਾਣੇ ਹੋਣ। ਤੁਰਨ ਵੇਲੇ ਤੱਕ ਬਾਬਾ ਉਹਨੂੰ ਨਾਂ ਲੈ ਕੇ ਬੁਲਾਉਣ ਲੱਗ ਪਿਆ ਸੀ : "ਬੁੱਢਣਸ਼ਾਹ...।" ਵਿਦਾਈ ਵੇਲੇ ਜਦੋਂ 'ਬੁੱਢਣਸ਼ਾਹ' ਦੂਰ ਤੱਕ ਜਾਣ ਲਈ ਤੁਰਿਆ ਤਾਂ ਬਾਬੇ ਦੀ ਬਹੁਤ ਹੀ ਨਿਮਰ ਆਵਾਜ਼ ਸੁਣੀ : "ਬੁੱਢਣਸ਼ਾਹ ਇੱਜੜ ਗੁੰਮ ਹੋ ਜਾਵੇਗਾ।" ਮਰਦਾਨੇ ਨੇ ਵੇਖਿਆ ਉਹਨੇ ਅਜਿਹਾ ਕੀ ਸੁਣ ਲਿਆ ਸੀ ਕਿ ਥੋੜ੍ਹੀ ਦੇਰ ਪਹਿਲਾਂ ਵਿਦਾਈ ਦੇ ਵੈਰਾਗ ਵਿੱਚ ਉਦਾਸ ਦਿਸਦਾ ਬੁੱਢਣਸ਼ਾਹ ਦਾ ਚੇਹਰਾ ਮੁੜ ਬੱਕਰੀਆਂ ਦੇ ਨਾਂ ਲੈ ਕੇ ਮੋੜੇ ਲਾਉਣ ਲੱਗ ਪਿਆ ਸੀ। ਅਜਿਹੀਆਂ ਆਵਾਜ਼ਾਂ ਅਗਲੀਆਂ ਕਈ ਟਿੱਬੀਆਂ ਤੱਕ ਸੁਣਦੀਆਂ ਰਹੀਆਂ। ਉਹਦੇ ਰੱਖੇ ਨਾਂ ਕਿੰਨੇ ਜੱਚਦੇ ਸਨ : "ਸੁੰਦਰੀ, ਡੱਬੀ, ਭੋਡੀ, ਲਾਖੀ"...।"

ਬਹੁਤ ਦਿਨਾਂ ਤੋਂ ਸੁਪਨੇ ਵਿਚ ਭਿਖਸ਼ੂ (ਭਗਵੇਂ) ਨਹੀਂ ਸੀ ਦਿਸੇ। ਅੱਜ ਫਿਰ ਅਨੰਦ ਦਿਸਿਆ। ਕੰਢਾ ਤਾਂ ਦਰਿਆ ਦਾ ਹੀ ਸੀ; ਪਰ ਜਿਸ ਜਗ੍ਹਾ ਉਹ ਰੁੱਕਿਆ ਉਸ ਕਿਨਾਰੇ ਤੇ ਛੋਟੀ ਜਹੀ ਬੇੜੀ ਖੜ੍ਹੀ ਸੀ। ਇਸ ਤੋਂ ਪਹਿਲਾਂ ਕਿ ਮਰਦਾਨਾ ਪੁੱਛਦਾ "ਚੱਪੂ ਕਿੱਥੇ ਨੇ ?" ਉਸ ਤੋਂ ਪਹਿਲਾਂ ਹੀ ਉਹਦੀ ਆਵਾਜ਼ ਸੁਣੀ :

"ਮਰਦਾਨਿਆਂ ਤੈਨੂੰ ਵੀ ਮੇਰੇ ਵਾਂਗ ਦਿਸਦਾ ਨਹੀਂ; ਜਦੋਂ ਦਿਸਦਾ ਹੈ...?"

ਦਰਿਆ ਦੀ ਪਿੱਠ ਪਿੱਛੇ ਪਾਣੀ ਦਾ ਸ਼ੋਰ ਸੁਣ ਰਿਹਾ ਸੀ...। ਇਸ ਸ਼ੋਰ ਵਿਚ ਹੀ ਜਾਗ ਖੁੱਲ ਗਈ। ਕੋਲ ਬਾਬਾ ਸੁੱਤਾ ਪਿਆ ਸੀ। ਉਹ ਪੱਥਰ ਦੀ ਛੋਟੀ ਜਹੀ ਗੁਫ਼ਾ ਤੋਂ ਬਾਹਰ ਨਿਕਲਿਆ...। ਕੱਲ ਬੁੱਢਣ ਸ਼ਾਹ ਦੀ ਝੌਂਪੜੀ ਤੋਂ ਜਿਹੜੀ ਨੈਣਾਂ ਦੇਵੀ ਦੂਰ ਦਿਸਦੀ ਸੀ; ਅੱਜ ਉਹਦੇ ਬਿਲਕੁਲ ਬਰਾਬਰ ਰਾਤ ਕੱਟ ਰਹੇ ਸਨ। ਉੱਥੇ ਹੀ ਕਹਿਲੂਰ ਦੇ ਰਾਜੇ ਦੇ ਕਿਲ੍ਹੇ ਦੀਆਂ ਮਸ਼ਾਲਾਂ ਦਾ ਚਾਨਣ ਚਮਕਦਾ ਸੀ...। ਅੱਜ ਦੇ ਸਫ਼ਰ ਤੋਂ ਬਾਅਦ ਇਨ੍ਹਾਂ ਪਿੱਠ ਪਿੱਛੇ ਰਹਿ ਜਾਣਾ ਸੀ। ਅੱਜ ਦਿਨੇ ਦੁਪਹਿਰ ਵੇਲੇ ਇੱਕ ਸਾਧੂ ਕਹਿ ਰਿਹਾ ਸੀ "ਬੜੀ ਸੁੰਦਰ ਜਗ੍ਹਾ ਹੈ... ਇਨ੍ਹਾਂ ਰਾਜਿਆਂ ਲਈ...।" ਪਿੱਠ ਪਿੱਛੇ ਭਾਰ ਚੁੱਕੀ ਆਉਂਦੇ ਰਾਹੀ ਨੇ ਮੋੜਵਾਂ ਉੱਤਰ ਦਿੱਤਾ ਸੀ : "ਤੈਨੂੰ ਕੀ ਪਤਾ ਸਾਧਾ... ਪਹਾੜੀਆਂ ਦੇ ਦਰਦ ਤਾਂ ਮੈਦਾਨਾਂ ਤੱਕ ਵੀ ਨਹੀਂ ਜਾਂਦੇ... ਆਪ ਹੀ ਸੁਣਦੇ ਹਾਂ ਤੇ ਆਪ ਹੀ ਉੱਤਰ ਦੇਂਦੇ ਹਾਂ।" ਇਕ ਠੰਢੇ ਬੁੱਲੇ ਦੀ ਸੀਤ ਨਾਲ ਮਰਦਾਨਾ ਗੁਫ਼ਾ ਅੰਦਰ ਚਲਾ ਗਿਆ। ਉਮੀਦ ਤਾਂ ਇਹੋ ਸੀ ਕਿ ਹੁਣ ਨੀਂਦ ਨਹੀਂ ਆਵੇਗੀ। ਫਿਰ ਵੀ ਉਹਨੇ ਅੱਖਾਂ ਮੀਚ ਲਈਆਂ। ਇਹ ਕੋਈ ਸੰਜੋਗ ਸੀ ਜਾਂ ਜਾਣ ਬੁੱਝ ਕੇ ਬਾਬਾ ਹੁਣ ਬਹੁਤ ਕਠਿਨ ਮਿਲਣੀਆਂ ਕਰਾ ਰਿਹਾ ਸੀ। ਇਹ ਕੋਈ ਪ੍ਰੀਖਿਆ ਦੀ ਆਖਰੀ ਘੜੀ ਸੀ ? ਮਿਲਣੀ ਤਾਂ ਲੰਘ ਜਾਂਦੀ ਸੀ ਪਰ ਉਹਦੇ ਲਈ ਅਗਲੇ ਪਲ ਬਹੁਤ ਸੰਭਲ ਕੇ ਚੱਲਣ ਵਾਲੇ ਹੁੰਦੇ ਸਨ।

ਪਹਾੜੀ ਪਿੰਡ ਸਨ; ਜਿੰਨੇ ਨੇੜੇ ਦਿਸਦੇ ਨੇ ਉਨੇ ਨਜ਼ਦੀਕ ਹੁੰਦੇ ਨਹੀਂ। ਪਹੁੰਚਣ

ਦੀ ਕਲਪਣਾ ਨਾਲੋਂ ਹਮੇਸ਼ਾਂ ਤੁਰਕੇ ਜਿਆਦਾ ਦੇਰ ਲੱਗਦੀ। ਘੁੰਮ ਘੁੰਮ ਕੇ ਪਗਡੰਡੀਆਂ ਅੱਗੇ ਦਿਸਦਾ ਪਿੰਡ ਉੱਨੀ ਹੀ ਦੂਰ ਨਜ਼ਰ ਆਉਂਦਾ ਰਹਿੰਦਾ। ਇਹ ਮੈਦਾਨਾਂ ਵਿੱਚ ਪਿੰਡ ਨਾ ਦਿਸਣ ਦੀ ਤਾਂਘ ਨਾਲੋਂ ਤਾਂ ਸੌਖਾ ਸੀ; ਪਰ ਸਰੀਰਕ ਥਕਾਵਟ ਬਹੁਤ ਹੋ ਰਹੀ ਸੀ। ਪਹਾੜਾਂ ਤੋਂ ਨੀਵੀਂ ਉਤਰਦੀ ਹਰਿਆਈ ਅੱਖਾਂ ਨੂੰ ਬਥੇਰਾ ਭਾਉਂਦੀ...। ਉੱਚੀਆਂ ਪਹਾੜੀਆਂ ਦੀਆਂ ਕਤਾਰਾਂ ਦੂਰ ਸਹਿੰਦੇ ਸਹਿੰਦੇ ਉੱਚੀਆਂ ਹੁੰਦੀਆਂ ਦਿਸਦੀਆਂ। ਕਦੇ ਪਹਾੜਾਂ ਦੀਆਂ ਨੰਗੀਆਂ ਚੋਟੀਆਂ, ਦੂਰੋਂ ਘਰਾਂ ਦੀਆਂ ਨੁਹਾਰਾਂ ਵਰਗੀਆਂ ਦਿਸਦੀਆਂ। ਪਰ ਫਿਰ ਵੀ ਸਾਰਾ ਦਿਨ ਚੱਲਦਿਆਂ ਸਰੀਰ ਥੱਕ ਕੇ ਚੂਰ ਹੋ ਜਾਂਦਾ। ਰਾਤ ਦੇ ਪੜਾਵਾਂ ਵਿੱਚ ਬਹੁਤ ਘੱਟ ਲੋਕ ਹੁੰਦੇ ਸਨ। ਬਹੁਤ ਹੀ ਛੋਟੇ ਛੋਟੇ ਮਾਜਰੇ ਸਨ। ਨਿਵਾਣਾਂ ਉਚਾਣਾਂ ਦੇ ਮਿਲਣ ਨੂੰ ਹੀ ਪੱਧਰੀ ਜਗ੍ਹਾ ਮੰਨ ਕੇ ਵਸੇ ਪਿੰਡਾਂ ਦੇ ਖੇਤ ਦੂਰੋਂ ਬੱਚਿਆਂ ਦੀਆਂ ਖੇਡਾਂ ਵਰਗੇ ਦਿਸਦੇ। ਛੋਟੇ ਕੱਦ ਦੇ ਲੋਕਾਂ ਅੱਗੇ ਡੰਗਰ ਵੀ ਛੋਟੇ ਕੱਦ ਦੇ ਸਨ। ਪਿੰਡਾਂ 'ਚੋਂ ਬਹੁਤ ਘੱਟ ਆਵਾਜ਼ਾਂ ਆਉਂਦੀਆਂ ਸਨ। ਪਿੰਡ ਤੋਂ ਬਾਹਰ ਲੋਕ ਇੱਕ ਦੂਜੇ ਨੂੰ ਦੂਰੀ ਤੋਂ ਕੂਕ ਮਾਰਦੇ ਸੱਦਦੇ। ਆਮ ਤੌਰ 'ਤੇ ਭਾਰ ਲੋਕਾਂ ਦੀਆਂ ਪਿੱਠਾਂ ਉੱਤੇ ਟਿਕਿਆ ਦਿਸਦਾ। ਸਾਹਮਣੇ ਵਾਲੇ ਨਾਲ ਗੱਲ ਕਰਨ ਲਈ ਉਨ੍ਹਾਂ ਦੀਆਂ ਅੱਖਾਂ ਜ਼ੋਰ ਨਾਲ ਉੱਪਰ ਵੱਲ ਖੁੱਲਦੀਆਂ ਦਿਸਦੀਆਂ। ਪਰ ਉਨ੍ਹਾਂ ਦੀ ਨਿਮਰ ਬੋਲੀ ਸੁਣ ਕੇ ਘੂਰਦੀਆਂ ਅੱਖਾਂ ਦਾ ਸ਼ੱਕ ਦੂਰ ਹੋ ਜਾਂਦਾ। ਹੁਣ ਕਹਿਲੂਰ ਦੀ ਰਿਆਸਤ ਪਿੱਛੇ ਰਹਿ ਗਈ ਸੀ। ਫਿਰ ਵੀ ਕਈ ਵਾਰ ਸਤਲੁਜ ਪਹਾੜੀਆਂ ਕੋਲੋਂ ਖਹਿ ਕੇ ਲੰਘਦਾ ਦਿਸਿਆ। ਪੂਰਬ ਵੱਲ ਸੁਕੇਤ ਲੰਘਕੇ ਉਹ ਉਸ ਥਾਂ ਪੁੱਜੇ ਜਿੱਥੇ ਮੰਡੀ ਨਗਰ ਆਬਾਦ ਸੀ। ਏਨੀ ਉੱਚੀ ਜਗ੍ਹਾ ਵਪਾਰੀਆਂ ਦਾ ਇਕੱਠ ਵੇਖ ਕੇ ਮਰਦਾਨਾ ਹੈਰਾਨ ਹੋ ਗਿਆ ਸੀ; ਉੱਚਾਈਆਂ ਉੱਤੇ ਸਿਰਫ਼ ਸਾਧੂ ਹੀ ਇਕੱਠੇ ਨਹੀਂ ਹੁੰਦੇ!

ਇਹ ਮੈਦਾਨੀ ਇਲਾਕਿਆਂ ਵਰਗਾ ਵਪਾਰ ਕੇਂਦਰ ਸੀ। ਇੱਥੋਂ ਲੇਹ, ਯਾਰਕੰਦ, ਕਾਂਗੜਾ ਤੋਂ ਆਉਂਦੇ ਰਸਤੇ ਮਿਲਦੇ ਸਨ। ਇਥੋਂ ਹੁਸ਼ਿਆਰਪੁਰ, ਬਿਲਾਸਪੁਰ, ਸੁਕੇਤ ਤੋਂ ਵਪਾਰੀ ਵਪਾਰ ਲਈ ਆਉਂਦੇ ਸਨ। ਇਸ ਸਥਾਨ ਦਾ ਨਾਂ ਮੰਡੀ ਇਸੇ ਕਰਕੇ ਪਿਆ ਸੀ। ਤੀਜੇ ਦਿਨ ਉਹ ਦਸ ਮੀਲ ਪੱਛਮ ਵੱਲ ਸਿਕੰਦਰ ਧਾਰ ਦੇ ਕੁੰਡ ਰਵਾਲਸਰ ਪਹੁੰਚੇ। ਰਵਾਲਸਰ ਹੁੰਦੇ ਹੋਏ ਮੰਡੀ ਤੋਂ ਉੱਤਰ ਪੱਛਮ ਵੱਲ ਚੱਲ ਕੇ ਜਵਾਲਾ ਜੀ ਪਹੁੰਚ ਗਏ। ਜਵਾਲਾ ਜੀ ਬਿਆਸ ਵਾਦੀ ਦੇ ਉੱਤਰੀ ਹਿੱਸੇ ਵਿੱਚ ਉਸ ਰਸਤੇ 'ਤੇ ਸੀ ਜੋ ਦੱਖਣ ਤੋਂ ਕਾਂਗੜੇ ਨੂੰ ਜਾਂਦਾ ਸੀ। ਨਦੌਣ ਤੋਂ ਜਵਾਲਾਮੁਖੀ ਥੋੜ੍ਹੀ ਦੂਰ ਉੱਤਰ ਵਿਚ ਸੀ। ਜਵਾਲਾ ਜੀ ਦੇ ਮੰਦਰ ਕਿਸੇ ਮੂਰਤੀ ਦੀ ਪੂਜਾ ਨਹੀਂ ਸੀ ਹੁੰਦੀ। ਪਹਾੜ ਦੀ ਚੋਟੀ ਉੱਤੇ ਇਕ ਲਾਟ ਨਿਕਲਦੀ ਦਿਸਦੀ; ਜਿਸਦੀ ਲੋਕ ਪੂਜਾ ਕਰਦੇ ਸਨ। ਦੋ ਮੰਜਿਆਂ ਜਿੰਨੀ ਇਕ ਛੋਟੀ ਜਹੀ ਟਿੱਬੀ ਉੱਤੇ ਉਹ ਦੋਵੇਂ ਬੈਠ ਗਏ। ਹਨੇਰਾ ਵੱਧਣ ਨਾਲ ਉਸ ਲਾਟ ਦੀ ਚਮਕ ਵੱਧਣ ਲੱਗੀ ਸੀ। ਠੰਢ ਵੀ ਕਾਫ਼ੀ ਵੱਧ ਗਈ ਸੀ। ਰਾਤ ਦੇ ਹਨੇਰੇ ਨਾਲ ਲਾਟ ਦੀ ਚਮਕ ਹੋਰ ਵੱਧ ਗਈ ਸੀ। ਰਾਤ ਦੇ ਟਿਕਾਣੇ ਲਈ ਹਾਲੇ ਕੋਈ ਛੱਤ ਲੱਭਣੀ ਸੀ। ਜਦੋਂ ਉਹ ਬੁੱਢਣਸ਼ਾਹ ਕੋਲੋਂ ਤੁਰੇ ਸਨ;

ਉਸ ਦਿਨ ਪੰਦਰ੍ਹਾਂ ਵਿਸਾਖ ਸੀ। ਹਰ ਚੜ੍ਹਾਈ ਨਾਲ ਪਸੀਨਾ ਆਉਂਦਾ ਸੀ। ਹੌਲੀ ਹੌਲੀ ਉਹ ਥਾਂਵਾਂ ਆਉਣ ਲੱਗੀਆਂ ਜਿੱਥੇ ਪਸੀਨਾ ਤਾਂ ਆਉਂਦਾ ਸੀ ਪਰ ਉਹਦੇ ਨਾਲ ਹੀ ਠੰਢ ਲੱਗਣ ਲੱਗ ਪੈਂਦੀ ਸੀ। ਫਿਰ ਤਲਵੰਡੀ ਦੇ ਪੋਹ ਮਾਘ ਵਰਗੀਆਂ ਸਰਦ ਹਵਾਵਾਂ ਚੱਲਣ ਲੱਗੀਆਂ। ਹਾਲੇ ਜੇਠ ਦਾ ਮਹੀਨਾ ਚੱਲ ਰਿਹਾ ਸੀ...। ਕੁਝ ਦਿਨ ਇੱਥੇ ਰਹਿ ਕੇ ਇੱਕ ਸਵੇਰ ਉਹ ਨਦੌਣ ਵਿਚ ਦੀ ਲੰਘਦੇ ਕਾਂਗੜੇ ਵਾਲੇ ਰਾਹ ਚੱਲ ਪਏ। ਰਸਤੇ ਵਿੱਚ ਕਾਂਗੜੇ ਨੂੰ ਰਾਹੀਆਂ ਨੇ 'ਨਗਰ ਕੋਟ' ਤੇ ਕਿਸੇ 'ਭੀਮ ਕੋਟ' ਬੋਲਿਆ। ਇਕ ਦੁਪਹਿਰ ਉਹ ਕਾਂਗੜੇ ਦੇ ਬਹੁਤ ਹੀ ਪੁਰਾਣੇ ਮੰਦਰ ਕੋਲ ਪਹੁੰਚੇ। ਪ੍ਰਦੇਸੀ ਵੇਖ ਇਕ ਪਾਂਡਾ ਮਰਦਾਨੇ ਨਾਲ ਗੱਲੀਂ ਪੈ ਗਿਆ।

"ਕਾਂਗੜੇ ਦੀ ਧਰਤੀ ਦੀ ਸ਼ਕਲ ਕੰਨ ਵਰਗੀ ਹੈ। ਮਹਾਂ ਮਾਇਆ ਜੋ ਮਹਾਂਦੇਵ ਦੀ ਘਰ ਵਾਲੀ ਸੀ, ਜਦੋਂ ਸਤੀ ਹੋਈ ਤਾਂ ਉਹਦੇ ਸਰੀਰ ਦੇ ਅੰਗ ਅੱਡ ਅੱਡ ਜਗ੍ਹਾ ਡਿੱਗੇ ਸਨ। ਉਸਦਾ ਕੰਨ ਤੇ ਸਿਰ ਇੱਥੇ ਡਿੱਗਿਆ ਜਿਥੇ ਆਹ ਮੰਦਿਰ ਬਣਿਆ ਦਿਸਦਾ ਏ।" ਮਰਦਾਨਾ ਵੀ ਵੇਹਲ ਕੱਢ ਉਹਦੇ ਨਾਲ ਗੱਲੀਂ ਪੈ ਗਿਆ। ਪਾਂਡੇ ਵੀ ਆਪਣਾ ਪਿਛੋਕੜ ਲਹੌਰ ਕੋਲ ਹੀ ਦੱਸਿਆ। ਜਦ ਵੀ ਕੀਰਤਨ ਤੋਂ ਬਾਅਦ ਉਹ ਮਰਦਾਨੇ ਨੂੰ ਮਿਲਦਾ ਤਾਂ ਹਰ ਵਾਰੀ ਇਹੋ ਕਹਿੰਦਾ : "ਯਾਰ ਗੌਣ ਵੇਲੇ ਤੂੰ ਕੁਝ ਹੋਰ ਹੀ ਹੋ ਜਾਂਦਾ ਏ।" ਉਹ ਵੇਹਲ ਕੱਢ ਬਾਬੇ ਨਾਲ ਵੀ ਗੱਲਾਂ ਕਰ ਲੈਂਦਾ। ਉਹ ਕਾਂਗੜੇ ਤੋਂ ਕਾਫ਼ੀ ਦੂਰ ਤੱਕ ਛੱਡਣ ਵੀ ਆਇਆ ਸੀ। ਰਸਤੇ ਵਿਚ ਉਹਨੇ ਕੈਲਾਸ਼ ਪਰਬਤ ਤੱਕ ਸਾਰੇ ਸੌਖੇ ਰਾਹ ਦੱਸ ਦਿੱਤੇ ਸਨ। ਪਰ ਮੁੜਦੇ ਹੋਏ ਉਹ ਅਜੀਬ ਗੱਲ ਕਹਿ ਗਿਆ ਸੀ।

"ਮੈਂ ਤਾਂ ਕਾਂਗੜੇ ਦੇ ਰਾਜੇ ਰਾਮਨੰਦ ਦਾ ਜਾਸੂਸ ਹਾਂ... ਤੇਰਾ ਪਹਿਰਾਵਾ ਵੇਖ ਸ਼ੱਕ ਪੈ ਗਈ ਸੀ... ਮੈਨੂੰ ਕੀ ਪਤਾ ਸੀ ਤੂੰ ਉੱਪਰਲੇ ਦਾ ਜਾਸੂਸ ਏ।"

"ਦੋਵੇਂ ਇਕ ਵਾਰ ਫਿਰ ਮਿਲ ਲਵੋ...।" ਮਰਦਾਨੇ ਨੇ ਬਾਬੇ ਦਾ ਹੱਸਦਾ ਚੇਹਰਾ ਵੇਖਿਆ। ਦੋਵੇਂ ਪਗਡੰਡੀ ਦੇ ਮੋੜ ਉੱਤੇ ਗਲਵੱਕੜੀ ਪਾਕੇ ਮਿਲੇ। ਉਹਨੇ ਬਾਬੇ ਦੇ ਪੈਰੀਂ ਹੱਥ ਲਾਏ।

"ਲੈ ਹੁਣ ਮੈਂ ਕੀੜਗਰਾਮ ਤੱਕ ਤੁਹਾਡੇ ਨਾਲ ਜਾਵਾਂਗਾ।" ਉਹ ਤਿੰਨੋਂ ਪੂਰਬ ਵੱਲ ਜਾਂਦੀ ਪਗਡੰਡੀ ਤੇ ਚੱਲ ਪਏ। ਕਾਂਗੜੇ ਤੇ ਕੀੜਗਰਾਮ ਵਿਚਕਾਰ ਧਰਤੀ ਪੱਧਰੀ ਸੀ। ਪਹਾੜੀਆਂ ਦੀ ਥਕਾਵਟ ਇੱਥੇ ਲਹਿ ਗਈ ਸੀ। ਰਾਹਾਂ ਦਾ ਉਹ ਭੇਤੀ ਉਨ੍ਹਾਂ ਨੂੰ ਛੋਟੀਆਂ ਗੁਫਾਵਾਂ ਵਰਗੀਆਂ ਸਰਾਵਾਂ ਵਿੱਚ ਰਾਤ ਦੇ ਟਿਕਾਣੇ ਦੱਸਦਾ ਗਿਆ। ਉਂਝ ਵੀ ਕੀੜਗਰਾਮ ਤੱਕ ਉਹਦੇ ਹੀ ਰਾਜੇ ਦਾ ਰਾਜ ਸੀ। ਰਸਤੇ ਵਿੱਚ ਕਈ ਪੜਾਵਾਂ ਤੇ ਕੀਰਤਨ ਕੀਤਾ। ਕੀੜਗਰਾਮ (ਬੈਜਨਾਥ) ਵਿੱਚ ਦੋ ਪ੍ਰਸਿੱਧ ਮੰਦਿਰ ਸਨ। ਕਦੇ ਇੱਥੇ 'ਕੀੜ' ਕੌਮ ਵਰਗੀ ਪ੍ਰਸਿੱਧ ਕੌਮ ਦਾ ਵਾਸਾ ਸੀ। ਇਸੇ ਕਰਕੇ ਇਹਦਾ ਨਾਂ ਕੀੜਗਰਾਮ ਸੀ। ਦੋਵੇਂ ਮੰਦਿਰਾਂ ਅੱਗੇ ਸਵੇਰੇ ਸ਼ਾਮ ਕੀਰਤਨ ਸੁਣਨ ਲਈ ਬਹੁਤ ਸਾਰੇ ਲੋਕ ਇਕੱਠੇ ਹੋ ਜਾਂਦੇ ਸਨ। ਇੱਕ ਦਿਨ ਇੱਥੋਂ ਵੀ ਦੂਲਚੀ ਦਰੇ ਵੱਲ ਚਾਲੇ ਪਾ ਦਿੱਤੇ।

ਕਾਂਡ : ਤੇਤੀਵਾਂ

ਦੋ ਇੱਕ ਦੂਜੇ ਨੂੰ ਘੁੱਟਦੀਆਂ ਪਹਾੜੀਆਂ ਵਿਚਕਾਰ ਉੱਚੇ ਚੌਂਤਰੇ ਵਰਗਾ ਇੱਕ ਰਸਤਾ ਦਿਸਦਾ ਸੀ; ਜਿਸ ਵਿੱਚ ਸਾਹਮਣੇ ਬਹੁਤ ਹੀ ਉੱਚਾ ਪਹਾੜ ਏਨਾਂ ਨੇੜੇ ਜਾਪਦਾ ਜਿਵੇਂ ਤੁਸੀਂ ਉਹਦੇ ਨਾਲ ਕਿਸੇ ਵੀ ਪਲ ਜਾ ਟਕਰਾਓਗੇ। ਇਸ ਰਸਤੇ ਵਿੱਚ ਇੱਕ ਵਾਰ ਬੋਲਿਆ ਸ਼ਬਦ ਕਈ ਕਈ ਵਾਰ ਪਰਤ ਕੇ ਸੁਣਦਾ। ਤੇ ਸੁਣਦਾ ਵੀ ਇਸ ਤਰ੍ਹਾਂ ਜਿਵੇਂ ਕਈ ਜਣੇ ਇੱਕ ਦੂਜੇ ਦੀ 'ਤਪਸ' ਦੇ ਉੱਤਰ ਦੇ ਰਹੇ ਹੋਣ। ਆਮ ਰਾਹੀ ਇਸ ਰਸਤੇ ਵਿੱਚੋਂ ਨਹੀਂ ਸੀ ਲੰਘਦੇ। ਉਹ ਇਹਦੇ ਨਾਲ ਹੀ ਇੱਕ ਡੂੰਘੀ ਢਲਾਣ ਵਿੱਚੋਂ ਲੰਘਦੇ ਇਨ੍ਹਾਂ ਪਹਾੜਾਂ ਦੀਆਂ ਪਿੱਠਾਂ ਪਿੱਛੇ ਜਾ ਨਿਕਲਦੇ। ਅਜਨਬੀ ਰਾਹੀਆਂ ਨੂੰ ਭਾਵੇਂ ਉਹ ਭਗਵਿਆਂ ਵਿਚ ਵੀ ਕਿਉਂ ਨਾ ਹੋਣ; ਸਥਾਨਕ ਪਿੰਡਾਂ ਦੇ ਲੋਕ ਇਧਰ ਜਾਣ ਤੋਂ ਰੋਕ ਦੇਂਦੇ ਸਨ। ਮਰਦਾਨੇ ਵੇਖਿਆ ਬਾਬਾ ਤਾਂ ਉਸ ਰਾਹ ਵੱਲ ਹੀ ਜਾ ਰਿਹਾ ਸੀ। ਪਿਛੋਂ ਕਈ ਟੋਕਾਂ ਸੁਣੀਆਂ। ਮੋੜ ਮੁੜਦੀ ਸਾਰ ਉਹ ਚੌਂਤਰੇ ਵਰਗਾ ਰਾਹ ਵੀ ਦਿਸਣ ਲੱਗਾ ਸੀ। ਉਨ੍ਹਾਂ ਦੇ ਪਿੱਛੇ ਭਗਵਿਆਂ ਵਿਚ ਦੋ ਹੋਰ ਫਕੀਰ ਆ ਰਹੇ ਸਨ। ਉਚਾਣਾਂ ਤੇ ਫਿਰਦੇ ਕੁਝ ਅਜੀਬ ਜਹੇ ਸਾਧੂ ਫਿਰਦੇ ਤਾਂ ਦਿਸੇ ਸਨ; ਪਰ ਮਰਦਾਨੇ ਨੂੰ ਪਹਿਲੀ ਨਜ਼ਰ ਇਹ ਇਕ ਭਰਮ ਹੀ ਜਾਪਿਆ। ਪਰ ਹੁਣ ਇਹੋ ਭਰਮ ਇਸ ਰਾਹ ਉੱਤੇ ਉਹਦੇ ਸਾਹਮਣੇ ਦਿਸ ਰਿਹਾ ਸੀ। ਸਿਰਫ਼ ਲੰਗੋਟੇ ਨਾਲ ਤੁਰੇ ਜਾਂਦੇ ਇੱਕ ਸਾਧੂ ਦੇ ਬਿਲਕੁਲ ਸਮਾਨਅੰਤਰ ਇੱਕ ਕੁਆਰ ਕੰਨਿਆ ਤੁਰ ਰਹੀ ਸੀ। (ਸਾਧੂਆਂ ਦੀ ਇੱਕ ਪ੍ਰਥਾ ਜਿਸ ਵਿੱਚ ਸਾਧੂ ਤੇ ਕੁਆਰੀ ਕੰਨਿਆ ਨਾਲ ਨਾਲ ਚੱਲਦੇ ਸਨ। ਸਾਰਾ ਸੰਸਾਰ ਵਾਸ਼ਨਾ ਨੂੰ ਇਸ ਤਰ੍ਹਾਂ ਨਾਲ ਤੋਰ ਰਿਹਾ, ਅਜਿਹਾ ਉਨ੍ਹਾਂ ਦਾ ਸੋਚਣਾ ਸੀ) ਪਿਛੇ ਚੱਲਦੇ ਦੋਵੇਂ ਫਕੀਰ ਤੇਜ਼ੀ ਨਾਲ ਮਰਦਾਨੇ ਕੋਲੋਂ ਲੰਘੇ। ਪਹਾੜਾਂ ਨੇ ਕਦਮਾਂ ਦੀ ਆਵਾਜ਼ ਨੂੰ ਵੀ ਕਈ ਵਾਰ ਸੁਣਾਇਆ। ਬਰਾਬਰ ਜਾ ਕੇ ਕੁਝ ਇਸ ਤਰ੍ਹਾਂ ਗੱਲਬਾਤ ਸ਼ੁਰੂ ਹੋਈ :

"ਰਿਸ਼ਤਾ ਕੀ ਏ ?"

"ਰਿਸ਼ਤਾ ਹੀ ਤਾਂ ਹੈ ਨਹੀਂ।"

"ਫਿਰ ਨਾਲ ਕਿਉਂ ਚੱਲ ਰਿਹਾਂ ?"

"ਹਵਾ ਵੀ ਤਾਂ ਚੱਲ ਰਹੀ ਹੈ।"

"ਉਹਨੇ ਤਾਂ ਸੁਆਸ ਬਣਨਾ ਏ।"

"ਕੀ ਪਤਾ ਇਹ ਸੁਆਸ ਤੋਂ ਬਾਅਦ ਦੀ ਸੁਰਤ ਹੋਵੇ।"

"ਸੁਰਤ ਤੋਂ ਪਹਿਲਾਂ ਹੀ ਦਾਵਾ ਕਿਉਂ ?"

"ਐਨੀ ਛੇਤੀ ਪ੍ਰਸ਼ਨ ਪੁੱਛਦੇ ਹੋ ? ਐਨੀ ਛੇਤੀ ਤਾਂ ਬੰਦਾ ਥੁੱਕਦਾ ਵੀ ਨਹੀਂ। ਕਹੇ ਸ਼ਬਦਾਂ ਦਾ ਜਰਾ ਰਸ ਤਾਂ ਮਾਣ ਲਿਆ ਹੁੰਦਾ।"

ਮਰਦਾਨੇ ਨੂੰ ਆਵਾਜ਼ਾਂ ਦੀ ਗੂੰਜ ਸੁਣੀ। ਉਹ ਆਵਾਜ਼ਾਂ ਨੂੰ ਇਕ ਵਾਰ ਫਿਰ ਵਾਪਸ ਪਰਤਣ ਤੇ ਵੀ ਸੁਣਨਾ ਚਾਹੁੰਦਾ ਸੀ। ਪੁੱਛਣ ਵਾਲਾ ਫਕੀਰ ਉਨ੍ਹਾਂ ਦੇ ਬਿਲਕੁਲ ਪਿੱਠ ਕੋਲ ਚਲਾ ਗਿਆ। ਪਰ ਉਹ ਸਾਧੂ ਸਜੀ ਸਵਰੀ ਕੰਨਿਆ ਦੇ ਬਿਲਕੁਲ ਨਾਲ ਚੱਲਣ ਦੀ ਕੋਸ਼ਿਸ਼ ਕਰ ਰਿਹਾ ਸੀ; ਜਿਵੇਂ ਉਹਦਾ ਇਨ੍ਹਾਂ ਗੱਲਾਂ ਨਾਲ ਕੋਈ ਵਾਸਤਾ ਹੀ ਨਹੀਂ ਸੀ। ਦੋਵੇਂ ਸਾਧੂਆਂ ਦੇ ਪ੍ਰਸ਼ਨਾਂ ਦਾ ਅਗਲਾ ਪੜਾਅ ਸ਼ੁਰੂ ਹੋ ਗਿਆ ਸੀ :

"ਤ੍ਰਿਸ਼ਨਾ ਤੋਂ ਤਾਂ ਜਾਗਣਾ ਹੁੰਦਾ ਏ; ਸਰੀਰ ਨੂੰ ਕਾਮ ਬਣਾ ਕੇ ਬਰਾਬਰ ਕਿਉਂ ਤੋਰਿਆ ?"

"ਤੇਰੇ ਲਈ ਸਰੀਰ ਹੋਵੇਗਾ; ਮੇਰੇ ਲਈ ਤਾਂ ਇਹ ਯਾਦ ਹੈ...।"

"ਬੰਧਨ ਵਿਚ ਸੁਬਿਧਾ ਏ ਨਾ ?"

ਅੱਗੇ ਪਹਾੜ ਆ ਗਿਆ ਸੀ। ਆਪਣੀ ਕੁਟੀਆ ਤੱਕ ਮੁੜਦੇ ਰਾਹ ਵੱਲ ਮੁੜਕੇ ਉਹ ਸਾਧੂ ਪਿੱਛੇ ਵੱਲ ਘੁੰਮਿਆ :

"ਜੋ ਤੈਨੂੰ ਚੀਸ ਲੱਗੀ ਏ, ਉਹ ਮੇਰਾ ਸੋਗ ਨਹੀਂ ਬਣਨ ਲੱਗੀ...।"

ਪੁੱਛਣ ਵਾਲਾ ਹਾਲੇ ਉੱਥੇ ਹੀ ਖੜ੍ਹਾ ਸੀ। ਚੜ੍ਹਦੀ ਚੜ੍ਹਾਈ ਵੱਲ ਜਾਂਦਾ ਰਾਹ ਹੁਣ ਸੌਖਾ ਨਹੀਂ ਸੀ। ਹੁਣ ਉਹ ਸਾਧੂ ਉਸ ਕੁੜੀ ਦੇ ਸਮਾਨਅੰਤਰ ਹੋਣ ਦੀ ਕੋਸ਼ਿਸ਼ ਕਰ ਰਿਹਾ ਸੀ। ਮਰਦਾਨਾ ਵੀ ਇਹ ਸਭ ਕੁਝ ਖੜ੍ਹ ਕੇ ਵੇਖਦਾ ਰਿਹਾ। ਬਾਬਾ ਥੋੜ੍ਹਾ ਅੱਗੇ ਲੰਘ ਗਿਆ ਸੀ।

ਪਹਾੜ ਦੀਆਂ ਢਲਾਣਾਂ ਸ਼ੁਰੂ ਹੋ ਗਈਆਂ ਸਨ। ਸਾਰਾ ਦਿਨ ਚੜ੍ਹਾਈ ਚੜ੍ਹਦੀ ਰਹੀ ਸੀ। ਰਸਤੇ ਵਿਚ ਸਿਰਫ਼ ਦੋ ਚਰਵਾਹੇ ਮਿਲੇ ਸਨ। ਸੋਚਾਂ ਵਿੱਚ ਨਾ ਚੜ੍ਹਾਈ ਦਾ ਪਤਾ ਲੱਗਾ ਤੇ ਨਾ ਹੁਣ ਉਤਰਾਈ ਮਹਿਸੂਸ ਹੋ ਰਹੀ ਸੀ। ਅੱਜ ਕੁਦਰਤ ਨੇ ਬਹੁਤ ਮਨਾਉਣ ਦੀ ਕੋਸ਼ਿਸ਼ ਕੀਤੀ। ਕੋਲੋਂ ਵਹਿੰਦੇ ਝਰਨੇ ਲੰਘੇ... ਪਹਾੜਾਂ ਨੇ ਆਪਣੀ ਸਹਿਜ ਉੱਚਾਈ ਤੋਂ ਉਤਰਦੀਆਂ ਹਰਿਆਲੀਆਂ ਵਿਖਾਈਆਂ। ਇਕੱਲਿਆਂ ਹੀ ਖਿੜਣ ਦੀ ਮਰਿਆਦਾ ਵਿੱਚ ਮਹਿਕਦੇ ਜੰਗਲੀ ਫੁੱਲ ਦਿਸੇ। ਢਲਾਣ ਚੜ੍ਹਦਿਆਂ ਅਸਮਾਨ ਵਿਚ ਪੌੜੀਆਂ ਬਣਾਉਂਦੇ ਬੱਦਲ ਦਿਸੇ। ਫਿਰ ਬੱਦਲਾਂ ਨੇ ਨਿਮਰਤਾ ਦੇ ਸਰੂਰ ਵਿੱਚ ਆਪਣੇ ਆਪ ਨੂੰ ਵਰਸਕੇ ਵੀ ਵਿਖਾਇਆ। ਅੱਗੇ ਚੱਲਦਾ ਬਾਬਾ ਇਨ੍ਹਾਂ ਪਹਾੜਾਂ ਦੀਆਂ ਪਗਡੰਡੀਆਂ ਵਿਚ ਪੈਰਾਂ ਦੀ ਲਿਪੀ ਨਾਲ ਵਾਟ ਮੁਕਾਉਂਦਾ ਵੀ ਦਿਸਿਆ। ਪਰ ਮਰਦਾਨੇ ਨਾਲ ਉਸ ਕੁੜੀ ਦਾ ਚੇਹਰਾ ਪਹਾੜਾਂ ਦੀਆਂ ਪਾਲਾਂ ਨਾਲ ਤੁਰਦਾ ਗਿਆ।

"ਬਾਬਾ ਤੂੰ ਉਸ ਕੁੜੀ ਵਲੋਂ ਕਿਉਂ ਨਹੀਂ ਬੋਲਿਆ ? ਆਪਣੀਆਂ ਵਾਸ਼ਨਾਵਾਂ ਦਾ ਤਾਪ ਮੰਨਕੇ ਕੋਈ ਕਿਸੇ ਨੂੰ ਨਾਲ ਕਿਉਂ ਤੋਰ ਰਿਹੈ ? ਬਾਬਾ ਕੋਈ ਆਪਣੀ ਚੀਸ ਕਿਸੇ ਹੋਰ ਦੀ ਦੇਹ ਵਿਚ ਵੇਖ ਰਿਹਾ ਸੀ। ਕਿਸੇ ਦੀ ਤ੍ਰਿਸ਼ਨਾ ਬਣ ਕੇ ਚੱਲਣਾ ਉਸ ਕੁੜੀ ਲਈ ਕਿੰਨਾ ਔਖਾ ਹੋਵੇਗਾ ਬਾਬਾ ? ਬਾਬਾ ਤੂੰ ਉਸ ਬੱਚੀ ਦਾ ਚੇਹਰਾ ਵੇਖਿਆ ਸੀ ? ਉਹ ਮਰਿਆਦਾ ਸਹਿੰਦੀ ਸਹਿੰਦੀ ਬਹੁਤ ਥੱਕ ਗਈ ਸੀ ਬਾਬਾ...। ਬਾਬਾ ਤੂੰ

ਤਾਂ ਬੱਚੇ ਦੇ ਖੰਘਣ ਨਾਲ ਰੁੱਕ ਜਾਂਦਾ ਏਂ। ਮੈਥੋਂ ਹਾਲੇ ਆਪਣਾ ਆਪ ਨਹੀਂ ਸੰਭਲ ਰਿਹਾ। ਹਾਲੇ ਮੈਨੂੰ ਰਬਾਬ ਵਜਾਉਣ ਲਈ ਨਾ ਕਵੀਂ... ਮੇਰੇ ਹੱਥ ਕੰਬ ਰਹੇ ਨੇ ਬਾਬਾ...।" ਮਰਦਾਨਾ ਸੋਚਦਾ ਗਿਆ।

ਦੁਲਚੀ ਦਰੇ ਵਿੱਚੋਂ ਲੰਘ ਕੇ ਅੱਗੇ ਪਿੰਡ ਹੋਰ ਵੀ ਛੋਟੇ ਹੋ ਗਏ ਸਨ। ਦੂਰ ਪਹਾੜੀ ਉੱਪਰ ਤਿਰਛੀਆਂ ਛੱਤਾਂ 'ਚੋਂ ਨਿਕਲਦਾ ਧੂੰਆਂ ਤਾਂ ਦਿਸਦਾ ਪਰ ਉਥੇ ਜਾਣ ਲਈ ਰਸਤਾ ਨਹੀਂ ਸੀ ਲੱਭਦਾ। ਰਸਤੇ ਵਿਚ ਕਈ ਜਗ੍ਹਾ ਜੋਗੀਆਂ ਦੀਆਂ ਸੇਕੀਆਂ ਧੂਣੀਆਂ ਦਿਸਦੀਆਂ। ਕਦੇ ਕਦੇ ਕੋਈ ਰਾਹੀ ਖੱਚਰਾਂ ਤੇ ਗਧਿਆਂ ਨਾਲ ਮਿਲਦਾ ਝੁਕ ਕੇ ਨਮਸਕਾਰ ਕਰਦਾ ਲੰਘ ਜਾਂਦਾ। ਇਕ ਖੜ੍ਹੀ ਚੜ੍ਹਾਈ ਦੀ ਮਖਮਲੀ ਮਿੱਟੀ ਨੂੰ ਪਾਰ ਕਰਦਿਆਂ ਢਲਾਣ ਉੱਪਰ ਚੁਫੇਰਿਉਂ ਪਗਡੰਡੀਆਂ ਦਾ ਇੱਕ ਗੁੱਛਾ ਆਉਂਦਾ ਦਿਸਿਆ। ਇਹ ਦੂਰ ਪਿੰਡਾਂ ਤੋਂ ਆਉਂਦੇ ਰਾਹ ਸਨ ਜੋ ਇਸ ਜਗ੍ਹਾ ਆ ਕੇ ਮਿਲਦੇ ਸਨ। ਇਹ ਰਾਹ ਅੱਗੇ ਕੁੱਲੂ ਦੀ ਰਾਜਧਾਨੀ 'ਨਗਹ' ਨੂੰ ਜਾਂਦਾ ਸੀ। ਸਾਹਮਣਿਉਂ ਆਉਂਦਾ ਇਕ ਬੰਦਾ ਹੱਸਦੇ ਹੱਸਦੇ ਹਰ ਰਾਹੀ ਦੇ ਕੋਲ ਆ ਕੇ ਕੁੱਝ ਪੁੱਛਦਾ। ਜਾਣੇ ਪਛਾਣੇ ਰਾਹੀ ਉਹਨੂੰ ਸਿਰਫ਼ ਹੱਥ ਜੋੜ ਕੇ ਖੜ੍ਹ ਜਾਂਦੇ। ਉਹ ਨੇੜੇ ਆਇਆ ਤਾਂ ਉਹਦੀ ਆਵਾਜ਼ ਵੀ ਸੁਣਨ ਲੱਗੀ।

"ਮਾਂ ਵੀ ਯਾਦ ਆਉਂਦੀ ਏ ?" ਉਹਨੇ ਮਰਦਾਨੇ ਦੇ ਕੰਨ ਕੋਲ ਆ ਕੇ ਇਸ ਤਰ੍ਹਾਂ ਹੀ ਕਿਹਾ। ਫਿਰ ਵੀ ਉਹਦੇ ਮੂੰਹੋਂ ਇਹ ਪੁੱਛਣਾ ਪ੍ਰਸ਼ਨ ਨਹੀਂ ਸੀ ਬਣ ਰਿਹਾ।

"ਮਾਂ ਵੀ ਯਾਦ ਆਉਂਦੀ ਏ ?" ਸੁਣ ਕੇ ਮਰਦਾਨੇ ਦੀਆਂ ਅੱਖਾਂ ਭਰ ਆਈਆਂ।

"ਬਾਬਾ...?" ਉਹ ਏਨਾਂ ਹੀ ਕਹਿ ਸਕਿਆ।

"ਹਾਂ ਮਰਦਾਨਿਆ... ਇਕ ਰਾਹ ਮਾਂ ਕੋਲੋਂ ਵੀ ਲੰਘਦਾ ਏ...।" ਅੱਗੇ ਤੇਜ਼ ਪਾਣੀ ਦੀਆਂ ਧਾਰਾਂ ਆ ਗਈਆਂ ਸਨ। ਬਰਫੀਲੇ ਪਾਣੀ ਨਾਲ ਸੁੰਨ ਹੋਈਆਂ ਲੱਤਾਂ ਥੋੜ੍ਹੀ ਦੇਰ ਲਈ ਆਪੇ ਤੋਂ ਬਾਹਰ ਹੁੰਦੀਆਂ ਜਾਪੀਆਂ। ਕੋਲੋਂ ਲੰਘਦੇ ਪਹਾੜੀ ਲੋਕ ਵੇਖਣ ਨੂੰ ਤਾਂ ਹੌਲੀ ਚੱਲਦੇ ਜਾਪਦੇ; ਪਰ ਉਨ੍ਹਾਂ ਨਾਲ ਮਿਲ ਕੇ ਚੱਲਣ ਤੋਂ ਪਤਾ ਲੱਗਦਾ ਉਹ ਕਿੰਨੀ ਤੇਜ਼ ਚੱਲ ਰਹੇ ਸਨ।

"ਇਸ ਬੀਜ ਨੂੰ ਮਿੱਟੀ ਮਿਲ ਗਈ ਸੀ ਬਾਬਾ ?" (ਮਾਂ ਦੀ ਯਾਦ ਨੂੰ ਪੁੱਛਣ ਵਾਲੇ ਸਾਧੂ ਬਾਰੇ)

"ਜਾਗਣ ਦੇ ਅਨੇਕ ਰਾਹ ਹੋ ਸਕਦੇ ਨੇ; ਪਰ ਸਭ ਜਾਗੇ ਹੋਏ ਲੋਕ ਇੱਕੋ ਜਹੇ ਹੁੰਦੇ ਨੇ...।"

"ਫਿਰ ਮਰਦਾਨਾ ਕੀ ਕਰੇ ?"

"ਤੂੰ ਕੋਈ ਤਾਰਾਨਾ ਗਾ ਜਿਸ ਨੂੰ ਆਪਣੇ ਲਈ ਗੌਣ ਨੂੰ ਜੀਅ ਕਰੇ।"

"ਇਕ ਗੀਤ ਏ ਬਾਬਾ ਅੰਮੀ ਗਾਉਂਦੀ ਹੁੰਦੀ ਸੀ...।" ਏਨਾਂ ਕਹਿ ਉਹਨੇ ਰਬਾਬ ਛੇੜ ਦਿੱਤੀ।

ਹੁਣ ਉਹ ਸਪਿਤ ਕੁੱਲੂ ਦੇ ਉੱਤਰ ਪੂਰਬ ਵੱਲ ਤੇ ਲਹੌਲ ਸਪਿੱਤੀ ਦੇ ਪੱਛਮ ਵੱਲ ਸਨ। ਕੁੱਲੂ ਤੋਂ ਲਾਹੌਲ ਜਾਣ ਵਾਸਤੇ ਰੋਹਤਾਂਗ ਦੱਰੇ ਵਿੱਚ ਦੀ ਹੋ ਕੇ ਜਾਣਾ ਪੈਂਦਾ

ਸੀ; ਪਰ ਸਪਿੱਤੀ ਜਾਣ ਵਾਸਤੇ ਰੋਹਤਾਂਗ ਦੇ ਪੂਰਬ ਵੱਲ ਹਮਤੂ ਤੇ ਸ਼ੀਗਰੀ ਦਰਿਆ ਵਿੱਚੋਂ ਲੰਘਣਾ ਪੈਂਦਾ ਸੀ। ਰੋਹਤਾਂਗ ਤੋਂ ਪੰਝੀ ਮੀਲ ਦੂਰ ਪੂਰਬ ਵੱਲ ਹਸਤੂ ਜਾਂ ਚੰਦਰ-ਕਲਾ ਦਰਾ ਸੀ। ਇਸ ਵਿੱਚੋਂ ਲੰਘਦੇ ਉਹ ਸਪਿੱਤੀ ਇਲਾਕੇ ਵਿਚ ਪਹੁੰਚੇ। ਚੰਦਰ-ਕਲਾ ਦਰ੍ਹੇ ਕੋਲ ਉਨ੍ਹਾਂ 'ਮਲਾਨਾ' ਪਿੰਡ ਵਿਚ ਪੜ੍ਹਾ ਕੀਤਾ। ਪਿੰਡ ਕੋਲੋਂ ਲੰਘਦੇ ਕੈਲਾਸ਼ ਪਰਬਤ ਨੂੰ ਜਾਣ ਵਾਲੇ ਯਾਤਰੀਆਂ ਦੀ ਖ਼ੂਬ ਸੇਵਾ ਕੀਤੀ ਜਾਂਦੀ ਸੀ। ਪਿਛਲੇ ਸਰਦ ਰਸਤਿਆਂ ਦੀ ਠਾਰੀ ਦੂਰ ਕਰਨ ਲਈ ਮਰਦਾਨੇ ਨੇ ਇਥੇ ਖ਼ੂਬ ਅੱਗ ਸੇਕੀ। ਇੱਥੇ ਹੀ ਮਰਦਾਨੇ ਨੂੰ ਉਸ ਦਿਨ ਵਾਲੀ ਜਾਣੀ ਪਛਾਣੀ ਆਵਾਜ਼ ਫਿਰ ਸੁਣਾਈ ਦਿੱਤੀ। (ਜਿਸਨੇ ਕੁਆਰ ਕੰਨਿਆਂ ਨਾਲ ਜਾਂਦੇ ਸਾਧੂ ਨੂੰ ਕਮਾਲ ਦੇ ਸੁਆਲ ਕੀਤੇ ਸਨ।) ਏਨੇ ਦਿਨਾਂ ਤੋਂ ਵਾਸਨਾਂ ਉੱਪਰ ਚੱਲਦੀ ਬਹਿਸ ਹਾਲੇ ਖ਼ਤਮ ਨਹੀਂ ਸੀ ਹੋਈ ? ਉਹਦੀ ਆਵਾਜ਼ ਵਿੱਚ ਪਹਿਲਾਂ ਵਾਲੀ ਹੀ ਤੀਬਰਤਾ ਸੀ।

"ਉਹ ਆਪਣੀ ਤ੍ਰਿਸ਼ਨਾ ਨੂੰ ਕਿਸੇ ਹੋਰ ਵਿੱਚ ਕਿਉਂ ਵੇਖ ਰਿਹਾ ਸੀ ?"

"ਪਰ ਉਹਨੇ ਇਹਦਾ ਉੱਤਰ ਤੈਨੂੰ ਦੇ ਦਿੱਤਾ ਸੀ ?" ਇਹ ਨਾਲ ਦੇ ਬੰਦੇ ਦੀ ਆਵਾਜ਼ ਸੀ।

"ਕੀ ਉੱਤਰ ਸੀ ?"

"ਜੋ ਮੈਂ ਨਹੀਂ ਖੋਜ ਰਿਹਾ; ਉਹ ਤੈਨੂੰ ਕਿਵੇਂ ਦਿਸਿਆ... ?"

"ਹਾਂ... ਇਹ ਤਾਂ ਕਿਹਾ ਸੀ।"

"ਤੂੰ ਹਰ ਪੜਾਅ ਤੇ ਕਿਉਂ ਭੁੱਲ ਜਾਂਦਾ ਏਂ ?" ਫਿਰ ਬਹਿਸ ਚੁੱਪ ਹੋ ਗਈ। ਦੇਰ ਰਾਤ ਤੱਕ ਚੁਫੇਰੇ ਧੂਣੀਆਂ ਜਲਦੀਆਂ ਰਹੀਆਂ...। ਇਸ ਪਿੰਡ ਦੇ ਲੋਕ ਆਪਣੇ ਵਿੱਤ ਤੋਂ ਜਿਆਦਾ ਰਾਹੀਆਂ ਦੀ ਸੇਵਾ ਕਰ ਰਹੇ ਸਨ। ਅਗਲੀ ਸਵੇਰ ਬਹੁਤ ਸਾਰੇ ਟੋਲੇ ਅਗਲੇ ਪੜਾਅ ਲਈ ਚਲੇ ਗਏ। ਪਰ ਬਾਬਾ ਇੱਥੇ ਕੁਝ ਦਿਨ ਰੁਕਣਾ ਚਾਹੁੰਦਾ ਸੀ।

ਸ਼ਿਪਕੀ ਦਰੇ ਕੋਲ ਬਹੁਤ ਸਾਰੇ ਤਿੱਬਤੀ ਵਿਖਾਈ ਦਿੱਤੇ। ਖੱਚਰਾਂ ਉੱਤੇ ਵੇਚਣ ਯੋਗ ਵਸਤਾਂ ਪਿੱਛੇ ਚੱਲਦੇ ਵਪਾਰੀ ਆਮ ਲੋਕਾਂ ਨਾਲੋਂ ਪਹਿਰਾਵੇ ਵਿੱਚ ਚੰਗੇ ਦਿਸ ਰਹੇ ਸਨ। ਸਪਿੱਤੀ ਦੇ ਕੁਝ ਇਲਾਕੇ ਤਿੱਬਤ ਨਾਲ ਲੱਗਦੇ ਸਨ। ਇਹ ਦੱਰੇ ਸ਼ਿਪਕੀ ਦੱਰੇ ਦੇ ਉੱਤਰ ਵੱਲ ਤੇ ਸੋਮਗਰੀ ਝੀਲ ਦੇ ਪੂਰਬ ਵੱਲ ਸਨ। ਇਸ ਨੂੰ ਸਪਰੰਗ ਜਾਂ ਪਰੰਗ ਦੱਰੇ ਵੀ ਕਿਹਾ ਜਾਂਦਾ ਸੀ। ਦਿਨ ਵਿਚ ਕਦੇ ਕਦੇ ਸੂਰਜ ਦਿਸਦਾ। ਜਿਸ ਦਿਨ ਪੂਰਾ ਦਿਨ ਧੁੱਪ ਰਹਿੰਦੀ, ਲੋਕ ਸੂਰਜ ਦੇਵਤੇ ਦੇ ਗੁਣ ਗਾਉਂਦੇ ਲੰਘਦੇ। ਉੱਚੀਆਂ ਟੀਸੀਆਂ ਤੇ ਰਾਤਾਂ ਨੂੰ ਤਾਰੇ ਰਾਹੀਆਂ ਨੂੰ ਪੜਾਵਾਂ ਵਾਂਗ ਦਿਸਦੇ। ਸਰਦ ਰਸਤਿਆਂ ਦਾ ਇਹ ਸਫ਼ਰ ਸਵੇਰੇ ਸ਼ਾਮ ਬਹੁਤ ਠੰਢਾ ਹੋ ਜਾਂਦਾ...। ਇੱਕ ਦੁਪਹਿਰ ਉਹ ਚੂਰਿਤ, ਚੋਮੂਰਤੀ ਤੇ ਥੋਲਿੰਗ ਦੇ ਅਸਥਾਨਾਂ ਤੋਂ ਲੰਘਦੇ ਹੋਏ ਮਾਨਸਰੋਵਰ ਦੇ ਕੈਲਾਸ਼ ਪਰਬਤ ਪੁੱਜ ਗਏ।

ਮਾਨਸਰੋਵਰ ਦੇ ਤਲ ਨੂੰ ਵੇਖਦੀ ਸਾਰ ਮਰਦਾਨੇ ਮੂੰਹੋਂ ਆਪ ਮੁਹਾਰੇ ਹੀ ਨਿਕਲ ਗਿਆ। "ਬਾਬਾ ਕਿਥੋਂ ਸ਼ੁਰੂ ਕਰਾਂ ?"

"ਹਾਲੇ ਵੇਖ... ਸ਼ੁਰੂ ਕਰਨ ਦੀ ਕਾਹਲ ਨਾ ਕਰ...।" ਥੋੜ੍ਹੀ ਦੇਰ ਮਰਦਾਨਾ ਬਾਬੇ ਦੇ ਵੇਖਣ ਨੂੰ ਵੇਖਦਾ ਰਿਹਾ...। ਫਿਰ ਚੁਫੇਰੇ ਫੈਲੇ ਪਰਬਤਾਂ ਵਿਚਕਾਰ ਸੁਨਿਹਰੀ ਜਲ ਦੀ ਸਮਾਧੀ ਵੇਖਣ ਲੱਗਾ। ਦੂਰ ਤੱਕ ਪਹਾੜਾਂ ਦੇ ਪੈਰਾਂ ਥੱਲੇ ਵਿਛੀਆਂ ਨਦੀਆਂ ਇਨ੍ਹਾਂ ਟੀਸੀਆਂ ਤੋਂ ਵਹਿਣ ਲੈ ਕੇ ਥੱਲੇ ਮੈਦਾਨਾਂ ਵੱਲ ਤੁਰੀਆਂ ਸਨ। ਇਸ ਝੀਲ ਦੇ ਪਾਣੀ 'ਚੋਂ ਵੀ ਕਿੰਨੀਆਂ ਹੀ ਧਾਰਾਂ ਥੱਲੇ ਵੱਲ ਜਾ ਰਹੀਆਂ ਸਨ। ਪਾਣੀ ਤਾਂ ਬਹੁਤ ਵੇਖੇ ਸਨ। ਨਦੀ, ਦਰਿਆ, ਸਮੁੰਦਰ ਸਭ ਕੋਲੋਂ, ਸਭ ਵਿਚੋਂ ਲੰਘਕੇ ਵੇਖਿਆ ਸੀ। ਪਰ ਪਾਣੀ ਦੇ ਸ਼ੌਕ ਹਰ ਜਗ੍ਹਾ ਇਕੋ ਜਹੇ ਹੀ ਸਨ। ਨਿਵਾਣ ਵੱਲ ਵੱਗਣਾ ਤੇ ਤਪਸ ਨੂੰ ਉੱਡਣ ਦੇ ਸ਼ੌਕ ਲਾ ਦੇਣੇ। ਕਿੰਨੀ ਦੇਰ ਮਰਦਾਨਾ ਹਲਕੀ ਹਲਕੀ ਉੱਡਦੀ ਭਾਫ਼ ਨੂੰ ਵੇਖਦਾ ਰਿਹਾ...। ਅਨੰਤ ਦੂਰੀ ਤੋਂ ਉਤਰਦੀ ਨੀਲਾਤਣ ਪਹਾੜਾਂ ਦੀਆਂ ਟੀਸੀਆਂ ਨੂੰ ਛੂੰਹਦੀ ਵੇਖਦਾ ਰਿਹਾ। ਹਵਾ ਨਾਲ ਪਹਾੜਾਂ ਉੱਪਰ ਸੂਫੀਆਂ ਵਾਂਗ ਟਪੂਸੀਆਂ ਮਾਰਦੇ ਬੱਦਲਾਂ ਦੇ ਗੋਹੜੇ ਨਜ਼ਰ ਆਉਂਦੇ ਰਹੇ। ਪਿੱਛੇ ਮੁੜ ਬਾਬੇ ਵੱਲ ਵੇਖਿਆ; ਉਹ ਤਾਂ ਸਮਾਧੀ ਵਿਚ ਉਤਰ ਗਿਆ ਸੀ।

ਕੈਲਾਸ਼ ਪਰਬਤ ਦੀ ਪ੍ਰਕਰਮਾ ਕਰਦਿਆਂ ਬਹੁਤ ਸਾਰੀਆਂ ਸਾਧਾਂ ਦੀਆਂ ਮੰਡਲੀਆਂ ਮਿਲੀਆਂ। ਚੌਂਹਠ ਮੀਲ ਦੀ ਪ੍ਰਕੱਰਮਾ ਵਿਚ ਕਈਆਂ ਨੇ ਪੁੱਛਿਆ :

"ਐਨੇ ਬਿਖੜੇ ਪੈਂਡੇ ਕਿਵੇਂ ਆਏ ਹੋ ?"

"ਓਸ ਇੱਕ ਦੀ ਟੇਕ ਉੱਤੇ।" ਬਹੁਤ ਸਾਰੇ ਸਾਧੂਆਂ ਨੇ ਦੇਸ ਪੰਜਾਬ ਦਾ ਹਾਲ ਚਾਲ ਪੁੱਛਿਆ। ਪਿੱਛੋਂ ਇੱਕ ਟੋਲਾ ਥੋੜ੍ਹੀ ਦੇਰ ਬਾਅਦ ਸਿੰਙੀ ਵਿੱਚ ਫੂਕ ਮਾਰ ਦੇਂਦਾ; ਜਿਸ ਨਾਲ ਚੁਫੇਰੇ ਪਹਾੜੀਆਂ ਦੀ ਗੂੰਜ ਸੁਣਦੀ। ਸ਼ਾਮ ਪੈ ਰਹੀ ਸੀ। ਪੈਂਡੇ ਦਾ ਆਖਰੀ ਪੜਾ ਸੀ। ਥੋੜ੍ਹੀ ਹੀ ਦੂਰ ਝੀਲ ਉੱਤੇ ਸੂਰਜ ਦੀਆਂ ਕਿਰਨਾਂ ਚਮਕ ਰਹੀਆਂ ਸਨ। ਮਾਨਸਰੋਵਰ ਦੇ ਨੇੜੇ ਪੁੱਜਦਿਆਂ ਹੀ ਇਕ ਰੋਹਬਦਾਰ ਆਵਾਜ਼ ਸੁਣੀ।

"ਆਪਣਾ ਟਿਕਾਣਾ ਦੱਸ ?"

"ਸਫ਼ਰ ਹੀ ਟਿਕਾਣਾ ਹੈ।"

"ਸਫਰ ਵਿਚ ਸਾਧਨਾ ਖੋਜਦੇ ਹੋ ?"

"ਇਸ ਤੋਰ ਵਿੱਚ ਸੁਰਤ ਅੱਗੇ ਹੈ।"

"ਬਿਨਾਂ ਸਮਾਧੀ ਤੋਂ ਤੋਰ ਵਿਅਰਥ ਹੈ।"

"ਸਾਨੂੰ ਸਫਰਾਂ ਵਿੱਚ ਦੂਰੀਆਂ ਦੀ ਵਾਸ਼ਨਾ ਨਹੀਂ ਦਿਸਦੀ; ਅਸੀਂ ਲੰਬੇ ਸਫ਼ਰਾਂ ਦੀ ਸਾਧਨਾ ਵਿੱਚ ਸਮਾਧੀ ਉਤਾਰੀ ਹੈ।"

"ਕੁਝ ਵੀ ਰੁੱਕ ਕੇ ਨਹੀਂ ਪੁੱਛਿਆ ?"

"ਦਰਿਆ ਕਦੇ ਖੜ੍ਹ ਕੇ ਸਮੁੰਦਰ ਦਾ ਰਾਹ ਪੁੱਛਦਾ ਵੇਖਿਆ ?"

"ਅਸੀਂ ਕਈ ਦਿਨਾਂ ਤੋਂ ਤੁਹਾਨੂੰ ਗਾਉਂਦੇ ਵੀ ਸੁਣਿਆ... ਇਹ ਕਿਹੜੀ ਸਮਾਧੀ ਹੈ ?"

"ਗੌਣ ਮੇਰੇ ਲਈ ਆਪਣੀ ਗੱਲ ਕਹਿਣ ਦੀ ਵਿਧੀ ਹੈ।"

"ਇਹ ਵੀ ਤਾਂ ਮੌਨ ਵਿੱਚ ਰੁਕਾਵਟ ਹੀ ਹੈ ?"

"ਮੈਂ ਰੁਕਾਵਟਾਂ ਨੂੰ ਧਿਆਨ ਵਿੱਚ ਉਤਾਰਦਾ ਹਾਂ।"

"ਇਹ ਮੈਂ ਕੀ ਸੁਣ ਰਿਹੈ ? ਇਹ ਤਾਂ ਰਿਸ਼ੀਆਂ ਦੀ ਕੋਈ ਪ੍ਰਥਾ ਨਹੀਂ ਹੈ ?"

"ਮਨਮੁੱਖ ਨੂੰ ਸੁਣਾਈ ਬਹੁਤ ਦੇਂਦਾ ਹੈ।"

"ਫਿਰ ਤੁਹਾਡੇ ਪਰਮ ਗਿਆਨ ਦੀ ਕੀ ਵਿਸ਼ੇਸ਼ਤਾ ਹੈ ?"

"ਜਦੋਂ ਪ੍ਰਸ਼ਨ ਹੀ ਗਿਰ ਜਾਵੇ।"

"ਪਰ ਇਹ ਤਾਂ ਤੁਸੀਂ ਮੰਨਦੇ ਹੋ ਕਿ ਸੱਚ ਦੀ ਤਲਾਸ਼ ਵਿੱਚ ਹਰ ਕੋਈ ਇਕੱਲਾ ਹੈ?"

"ਹਾਂ... ਪਰ ਗਿਆਨ ਪਰਮ ਗਿਆਨੀ ਕੋਲ ਜਾ ਕੇ ਖਲਕਤ ਵੱਲ ਮੁੜਨਾ ਚਾਹੀਦਾ ਏ...। ਸਾਡਾ ਪਰਮ ਗਿਆਨ ਨਵੇਂ ਸਿਰੇ ਤੋਂ ਘਰਾਂ ਵੱਲ ਮੁੜਦਾ ਹੈ...।"

"ਹੁਣ ਫਕੀਰ ਹੋ ਕੇ ਘਰਾਂ ਨੂੰ ਕਿਵੇਂ ਮੁੜੀਏ ?"

"ਹੁਣ ਹੀ ਮੁੜਣ ਦਾ ਵੇਲਾ ਹੈ।" ਬਾਬੇ ਨੇ ਮਰਦਾਨੇ ਨੂੰ ਇਸ਼ਾਰਾ ਕੀਤਾ। ਇਕ ਗਾਉਂਦੀ ਆਵਾਜ਼ ਪਿੱਛੇ ਸਾਧੂਆਂ ਦਾ ਸਮੂਹ ਚੱਲਣ ਲੱਗਾ। ਮਾਨਸਰੋਵਰ ਕੰਢੇ ਅੱਜ ਪਹਿਲੀ ਵਾਰ ਇਕ ਗਾਉਂਦੀ ਆਵਾਜ਼ ਸੁਣ ਸਾਧੂਆਂ ਫਕੀਰਾਂ, ਸੂਫੀਆਂ ਦੇ ਝੁੰਡ ਇਕੱਠੇ ਹੋਣ ਲੱਗੇ। ਚੰਨ ਚਾਨਣੀ ਰਾਤ ਦੀਆਂ ਸਰਦ ਹਵਾਵਾਂ ਨੂੰ ਰਬਾਬ ਤੇ ਆਵਾਜ਼ ਨੇ ਨਿੱਘਾ ਕਰ ਦਿੱਤਾ ਸੀ।

ਮਾਨਸਰੋਵਰ ਦੇ ਕੰਢੇ ਬੈਠ ਕੇ ਕੁਦਰਤ ਦੇ ਸ਼ੁੱਧ ਰੂਪ ਨੂੰ ਵੇਖਣ ਦਾ ਵੱਖਰਾ ਅਨੁਭਵ ਸੀ। ਪਲਾਂ ਵਿਚ ਸਰਦ ਹਵਾਵਾਂ ਚੱਲ ਪੈਂਦੀਆਂ; ਸਿਰ ਉੱਤੇ ਬੱਦਲਾਂ ਦੇ ਸਾਏ ਘੁੰਮਣ ਲੱਗਦੇ। ਸਰੀਰ ਨੂੰ ਅਚਾਨਕ ਗਰਮੀ ਦੀ ਲੋੜ ਮਹਿਸੂਸ ਹੋਣ ਲੱਗਦੀ। ਮਰਦਾਨਾ ਇਸ ਤਰ੍ਹਾਂ ਕਈ ਵਾਰ ਕੰਢੇ ਉੱਤੇ ਬੈਠਿਆ। ਹਰ ਵਾਰੀ ਸਰੀਰ ਦਾ ਤਾਲਮੇਲ ਠਰ ਜਾਂਦਾ। ਤੇ ਉਹ ਪਹਾੜੀ ਪਿੱਛੇ ਪੱਥਰਾਂ ਦੀ ਓਟ ਵਿਚ ਚਲਾ ਜਾਂਦਾ। ਅੱਜ ਸਵੇਰ ਤੋਂ ਧੁੱਪ ਨਿਕਲੀ ਸੀ। ਹਵਾ ਵੀ ਸੰਜਮ ਵਿੱਚ ਰਹੀ। ਅੱਜਕਲ ਬਾਬਾ ਤਾਂ ਕੀਰਤਨ ਤੋਂ ਬਾਅਦ ਵੀ ਵੇਹਲਾ ਨਹੀਂ ਸੀ ਹੁੰਦਾ। ਪਹਿਲਾਂ ਹੀ ਸਾਧਾਂ ਦੀ ਕੋਈ ਮੰਡਲੀ ਉਹਨੂੰ ਸੱਦਣ ਲਈ ਖੜ੍ਹੀ ਦਿਸਦੀ। ਵਾਪਸ ਆ ਕੇ ਬਾਬਾ ਸਮਾਧੀ ਵਿਚ ਚਲਾ ਜਾਂਦਾ; ਉਦੋਂ ਤੱਕ ਅਗਲੇ ਕੀਰਤਨ ਦਾ ਸਮਾਂ ਹੋ ਜਾਂਦਾ। ਕੱਲ ਉਹਨੂੰ ਇਕੱਲਾ ਬੈਠਾ ਵੇਖ ਲੰਘਦੇ ਸਾਧੂਆਂ ਨੇ ਕਿਹਾ ਸੀ :

"ਭਾਈ ਸਾਧੂਆ ਇਸ ਪੰਦਰਵਾੜੇ ਵਿੱਚ ਥੱਲੇ ਉਤਰ ਜਾਵੀਂ... ਬਰਸਾਤਾਂ ਨੇ ਫਿਰ ਲੰਘਣ ਨਹੀਂ ਦੇਣਾ...।" ਇਹ ਫਿਕਰ ਤਾਂ ਉਹਨੇ ਬਾਬੇ ਉੱਤੇ ਛੱਡ ਦਿੱਤਾ; ਪਰ ਸਾਹਮਣੇ ਉੱਚੀਆਂ ਪਹਾੜੀਆਂ ਵਿਚ ਚੱਲਦੀਆਂ ਹਵਾਵਾਂ ਦੀ ਗੂੰਜ ਸੁਣਨ ਲੱਗਾ। ਠੰਢੀਆਂ ਹਵਾਵਾਂ ਪਹਾੜਾਂ ਦੀਆਂ ਵਿਰਲਾਂ 'ਚੋਂ ਲੰਘਦੀਆਂ ਕਿੰਨੀਆਂ ਸੁਰੀਲੀਆਂ ਹੋ ਗਈਆਂ ਸਨ। ਥੋੜ੍ਹੀ ਦੇਰ ਪਹਿਲਾਂ ਬਾਬਾ ਵੀ ਉਹਦੇ ਸਾਹਮਣੇ ਵਾਲੇ ਪੱਥਰ ਉੱਤੇ ਆ ਬੈਠਾ ਸੀ।

ਇਹ ਗੁਫ਼ਾ ਪਹਾੜੀ ਦੀ ਠੋਡੀ ਥੱਲੇ ਸੀ। ਇਕ ਲੰਬਾ ਪੱਥਰ ਜਿਹੜਾ ਪਹਿਲਾਂ ਜੀਭ ਵਾਂਗ ਬਾਹਰ ਨਿਕਲਿਆ ਸੀ; ਨੇੜੇ ਆ ਕੇ ਉਹਦੀ ਦੇਹਲੀ ਬਣ ਗਈ ਸੀ।

ਕਈ ਦਿਨਾਂ ਤੋਂ ਇਕ ਸ਼ਿਸ਼ ਆਪਣੇ ਗੁਰੂ ਨੂੰ ਮਿਲਾਉਣ ਲਈ ਬਾਬੇ ਨੂੰ ਬੇਨਤੀ ਕਰ ਰਿਹਾ ਸੀ। ਅੱਜ ਉਹ ਆਪਣੇ ਗੁਰੂ ਵੱਲ ਬਾਬੇ ਨੂੰ ਤੋਰਨ ਵਿੱਚ ਸਫ਼ਲ ਹੋ ਗਿਆ ਸੀ। ਗੁਫ਼ਾ ਥੱਲਿਉਂ ਉੱਪਰ ਵੱਲ ਚੜ੍ਹ ਰਹੀ ਸੀ। ਹਰ ਮੋੜ ਉੱਤੇ ਜਲਦੀਆਂ ਲੱਕੜਾਂ ਦਾ ਚਾਨਣ ਸੀ। ਉੱਪਰ ਵੱਲ ਚੜ੍ਹਦਿਆਂ ਦੋਵੇਂ ਪਾਸੇ ਕਾਸਿਆਂ ਦੀ ਲੰਬੀ ਕਤਾਰ ਸੀ।

"ਇਹ ਸਭ ਗੁਜ਼ਰ ਗਏ ਫਕੀਰਾਂ ਦੇ ਕਾਸੇ ਨੇ...।" ਜਿਸ ਤਰ੍ਹਾਂ ਉਹ ਗੁਫ਼ਾ ਅੰਦਰ ਉੱਪਰ ਵੱਲ ਚੜ੍ਹ ਰਹੇ ਸਨ; ਜਾਪਦਾ ਸੀ ਇਸ ਪਹਾੜੀ ਦੀ ਚੋਟੀ ਖ਼ਤਮ ਹੋ ਜਾਵੇਗੀ। ਆਖੀਰ ਵਿੱਚ ਮਰਦਾਨੇ ਨੂੰ ਸਿਰ ਉੱਪਰ ਇਕ ਮੋਘਾ ਦਿਸਿਆ; ਜਿੱਥੋਂ ਸੂਰਜ ਦੀ ਰੋਸ਼ਨੀ ਆ ਰਹੀ ਸੀ। ਸਾਹਮਣੇ ਇੱਕ ਬਹੁਤ ਹੀ ਬਿਰਧ ਸਰੀਰ ਪੱਥਰ ਦੇ ਆਸਣ ਉੱਤੇ ਬੈਠਾ ਸੀ।

"ਕਦੇ ਇਹ ਆਸਣ ਮੈਂ ਮੱਲਿਆ ਸੀ; ਹੁਣ ਕਿਸੇ ਲਈ ਇਹ ਨੂੰ ਛੱਡ ਵੀ ਨਹੀਂ ਸਕਦਾ।"

"ਮੈਂ ਛੱਡਿਆ ਮੰਨ ਲਿਆ...।" ਏਨਾਂ ਕਹਿ ਬਾਬਾ ਤੇ ਮਰਦਾਨਾ ਸਾਹਮਣੇ ਘਸੇ ਹੋਏ ਪੱਥਰਾਂ ਦੇ ਟਿਕਾਣਿਆਂ ਉੱਤੇ ਜਾ ਬੈਠੇ।

"ਮੈਂ ਤੁਹਾਡਾ ਟਿਕਾਣਾ ਨਹੀਂ ਪੁੱਛਾਂਗਾ... ਪੰਦਰ੍ਹਾਂ ਦਹਾਕਿਆਂ ਤੋਂ ਉੱਪਰ ਚੱਲ ਰਿਹਾਂ... ਮੇਰਾ ਸ਼ਿਸ਼ ਰੋਜ਼ ਮੈਨੂੰ ਤੁਹਾਡੀਆਂ ਗੱਲਾਂ ਦੱਸਦਾ ਸੀ... ਜਗਿਆਸਾ ਹੋ ਗਈ ਸੀ ਮਿਲਣ ਦੀ...।"

"ਸਭ ਹੁਕਮ ਦਾ ਪਸਾਰਾ ਹੈ... ਉਸੇ ਹੁਕਮ ਵਿਚ ਮੈਂ ਆ ਗਿਆ ਹਾਂ...।"

ਬੈਠੇ ਸਾਧੂ ਦੀ ਦਾਹੜੀ ਗੋਦੀ ਵਿਚ ਇਕੱਠੀ ਹੋਈ ਸੀ; ਵੇਖਣ ਲਈ ਉਹ ਆਪਣੀਆਂ ਭੇਫ਼ਣਾਂ ਹੱਥਾਂ ਨਾਲ ਅੱਖਾਂ ਤੋਂ ਪਰੇ ਕਰਦਾ। ਉਹਦੇ ਬਿਰਧ ਹੱਥਾਂ ਉੱਤੇ ਜੱਤ ਸੀ...। ਉੱਪਰੋਂ ਉਹ ਪੂਰੀ ਤਰ੍ਹਾਂ ਨੰਗਾ; ਸਿਰਫ਼ ਦਾਹੜੀ ਨੇ ਉਹਦਾ ਲਿੰਗ ਢੱਕਿਆ ਸੀ। ਬਾਬੇ ਵੱਲ ਵੇਖਦਾ ਉਹ ਉੱਤੇਜਿਤ ਹੁੰਦਾ ਜਾ ਰਿਹਾ ਸੀ।

"ਤੁਸੀਂ ਮੇਰੇ ਲਈ ਕੀ ਕਹਿਣਾ ਚਾਹੁੰਦੇ ਹੋ ?" ਬਿਰਧ ਸਾਧੂ ਦੀ ਆਵਾਜ਼ ਆਈ।

"ਐਨੀ ਲੰਬੀ ਸਾਧਨਾ ਵਿੱਚ ਕਿਥੇ ਅੜਚਣ ਰਹੀ...? ਇਹ ਤੁਹਾਡਾ ਸੁਆਲ ਸਿਰਫ਼ ਤੁਹਾਡੇ ਲਈ ਹੀ ਹੈ।"

"ਹੁਣ ਤਾਂ ਸਰੀਰ ਇਕ ਧਰਿਆ ਹੋਇਆ ਬੋਝ ਬਣ ਰਿਹਾ; ਪੁੱਛਣਾ ਤਾਂ ਕਦੇ ਵੀ ਰੁਕ ਸਕਦਾ!"

"ਸਰੀਰ ਲਈ ਤਾਂ ਕੁੱਝ ਪੁੱਛਣਾਂ ਹੀ ਨਹੀਂ ਸੀ। ਇਹਦੇ ਅੰਦਰ ਪਹਿਲਾਂ ਹੀ ਬਹੁਤ ਵਿਧੀਆਂ ਨੇ।"

"ਮੈਂ ਤਾਂ ਸਾਰੀ ਉਮਰ ਜੋਗ ਨੂੰ ਸਰੀਰ ਕੋਲੋਂ ਹੀ ਪੁੱਛਦਾ ਰਿਹਾ... ਜਦੋਂ ਥੱਕ ਜਾਂਦਾ ਸਾਂ, ਅੱਕ ਜਾਂਦਾ; ਸਰੀਰ ਸੌਂ ਕੇ ਫਿਰ ਉੱਠ ਖੜ੍ਹਦਾ ਸੀ।"

"ਸਰੀਰ ਤਾਂ ਤੁਹਾਡੇ ਨਾਲੋਂ ਦੁਨਿਆਵੀ ਲੋਕਾਂ ਦਾ ਹੋਰ ਵੀ ਸੋਹਣਾ ਬੋਲ ਲੈਂਦਾ ਏ।"

"ਮੇਰਾ ਮੌਨ ਕਿਤੇ ਇਸ ਸਰੀਰ ਦੀ ਥਕਾਵਟ ਵਿਚ ਹੀ ਨਾ ਗੁੰਮ ਹੋ ਜਾਵੇ; ਮੈਨੂੰ ਕੋਈ ਆਖਰੀ ਵਿਧੀ ਦੱਸ ਦਿਉ।"

"ਜਿਸ ਨੂੰ ਖੋਜਣਾ ਸੀ ਉਹ ਤਾਂ ਸਰੀਰ ਹੈ ਹੀ ਨਹੀਂ ਸੀ...। ਪੁੱਛਣਾ ਇਹ ਧਿਆਨ ਵਿੱਚ ਬੈਠ ਕੇ, ਇੱਕ ਸੁਰਤ ਬੈਠੀ ਹੈ ਜੋ ਜਾਗਦੀ ਹੀ ਰਹਿੰਦੀ ਹੈ। ਬਹੁਤ ਭੁਲੇਖੇ ਪੈਣਗੇ ਜਾਗ ਉੱਠੇ ਸਰੀਰ ਦੇ ਭੇਸ ਵਿਚ; ਮਨ ਫਿਰ ਦੇਹ ਦੀਆਂ ਵਿਧੀਆਂ ਵੱਲ ਮੋੜੇਗਾ। ਜਦ ਵਿਧੀਆਂ ਭੁੱਲ ਗਈਆਂ; ਫਿਰ ਉਸ ਯਾਦ ਨੂੰ ਵੇਖੀਂ। 'ਯਾਦ' ਦਾ ਉਹ ਸਕਾ ਸ਼ਬਦ 'ਅਕਾਰ' ਤੋਂ ਬਾਹਰ ਵੀ ਗੂੰਜਦਾ ਸੁਣੇਗਾ।" ਥੋੜ੍ਹੀ ਦੇਰ ਲਈ ਚੁੱਪ ਪਸਰੀ ਰਹੀ। ਫਿਰ ਬਾਬਾ ਚੁੱਪ ਚਾਪ ਉੱਠ ਖਲੋਤਾ। ਰਾਹ ਦੱਸਣ ਲਈ ਸ਼ਿਸ਼ ਅੱਗੇ ਹੋ ਗਿਆ ਸੀ।

"ਇਕ ਵਾਰ ਫਿਰ ਮੂੰਹ ਘੁੰਮਾਇਓ ਮੈਂ ਡੰਡਾਉਤ ਕਰਨੀ ਏ।" ਮਰਦਾਨੇ ਨੇ ਇਕ ਬਿਰਧ ਸਰੀਰ ਅੱਗੇ ਵੱਲ ਝੁਕਦਾ ਵੇਖਿਆ।

"ਪਰਮ ਗਿਆਨ ਇਸ ਤਰ੍ਹਾਂ ਖਲਕਤ ਵੱਲ ਝੁਕਣਾ ਚਾਹੀਦਾ ਏ। ਤਿਆਗ ਨੇ ਸਾਧੂ ਪਰਜਾ ਤੋਂ ਬਹੁਤ ਦੂਰ ਕਰ ਦਿੱਤੇ ਨੇ...।" ਗੁਫ਼ਾ ਵਿੱਚ ਗਰਜਦੀ ਬਾਬੇ ਦੀ ਆਵਾਜ਼ ਉਨ੍ਹਾਂ ਤੋਂ ਪਹਿਲਾਂ ਬਾਹਰ ਨਿਕਲ ਗਈ। ਮਰਦਾਨੇ ਨੇ ਮੱਥੇ ਦੀ ਤਰੇਲੀ ਪੋਚੀ। ਅਜਿਹੇ ਸੰਵਾਦ ਕਾਂਬੇ ਛੇੜ ਦੇਂਦੇ ਨੇ, ਜਦ ਕਿਸੇ ਦੀ ਡੇਢ ਸਦੀ ਦੀ ਤਪੱਸਿਆ ਇੱਕ ਵਾਕ ਅੱਗੇ ਡੰਡਾਉਤ ਕਰਦੀ ਦਿਸਦੀ ਹੈ। ਕਈ ਵਾਰੀ ਮਰਦਾਨੇ ਨੂੰ ਜਾਪਦਾ ਉਹ ਬਹੁਤ ਉਚਾਈ ਤੇ ਪੁੱਜ ਗਿਆ ਹੈ; ਪਰ ਥੱਲੇ ਉਤਰਦਾ ਰਾਹ ਚੜ੍ਹਣ ਵੇਲੇ ਧਿਆਨ ਨਾਲ ਕਿਉਂ ਨਹੀਂ ਵੇਖਿਆ। ਬਾਬੇ ਦੇ ਸ਼ਬਦਾਂ ਵਿਚ ਅਜਿਹੀਆਂ ਹੀ ਧੜਕਣਾਂ ਸੁਣਦੀਆਂ ਨੇ। ਸ਼ਿਸ਼ ਹੁਣ ਉਨ੍ਹਾਂ ਦੇ ਪਿੱਛੇ ਚੱਲ ਰਿਹਾ ਸੀ। ਗੁਫ਼ਾ ਦਾ ਆਖਰੀ ਮੋੜ ਮੁੜਦਿਆਂ ਮਰਦਾਨੇ ਦੇ ਮੂੰਹੋਂ ਨਿਕਲ ਹੀ ਗਿਆ।

"ਬਾਬਾ ਤਪੱਸਿਆ ਵਿਚ ਅਮੁਕਤੀ ਦੀ ਟੀਸ ਵੇਖੀ ਨਹੀਂ ਜਾਂਦੀ; ਅੰਦਰ ਚੀਰ ਹੋ ਜਾਂਦਾ ਏ ਬਾਬਾ...।"

"ਬੀਜ ਨੇ ਸਿਰਫ਼ ਮਿੱਟੀ ਦੇ ਇਕਾਂਤ ਵਿਚ ਹੀ ਨਹੀਂ ਜੀਣਾ ਹੁੰਦਾ; ਆਪਣੀਆਂ ਹਰੀਆਂ ਸੋਝੀਆਂ ਲੈ ਕੇ ਧੁੱਪ ਵੀ ਸੇਕਣੀ ਹੁੰਦੀ ਏ...।"

"ਫਿਰ ਕੀ ਬਾਬਾ ਇਹ ਸਭ ਮਿੱਟੀ ਦੇ ਇਕਾਂਤ ਤੋਂ ਡਰੇ ਹੋਏ ਬੀਜ ਨੇ ?" (ਸਾਧੂ)

"ਹਾਂ... ਤੂੰ ਠੀਕ ਸਮਝਿਆ... ਸੋਝੀਆਂ ਬੀਜ਼ ਨੂੰ ਬਾਹਰ ਨਿਕਲ ਕੇ ਹੀ ਦਿਸਣੀਆਂ ਹੁੰਦੀਆਂ ਨੇ...।" ਉਸ ਗੁਫ਼ਾ 'ਚੋਂ ਨਿਕਲ ਕਦੋਂ ਉਹ ਆਪਣੀ ਗੁਫ਼ਾ ਵਿਚ ਆ ਵੜੇ ਮਰਦਾਨੇ ਨੂੰ ਪਤਾ ਹੀ ਨਹੀਂ ਲੱਗਿਆ। ਉਹ ਇਹ ਵੀ ਭੁੱਲ ਗਿਆ ਕਿ ਕੋਈ ਤੀਜਾ ਜਣਾ ਵੀ ਉਹਦੇ ਨਾਲ ਚੱਲ ਰਿਹਾ ਸੀ।

"ਇਹ ਐਨੀ ਲੰਬੀ ਸਾਧਨਾ ਵੀ ਉਸ ਸਾਧੂ ਨੂੰ ਇਹ ਨਹੀਂ ਦੱਸ ਸਕੀ ਬਾਬਾ...।"

"ਬੀਜ ਮਿੱਟੀ ਵਿਚ ਰਹਿ ਕੇ ਵੀ ਸੜ ਸਕਦਾ ਏ...। ਅਜਿਹੀਆਂ ਘੜੀਆਂ ਲਈ ਹੀ ਤਾਂ ਗੁਰੂ ਹੁੰਦਾ ਏ।" ਗੁਫ਼ਾ ਅੰਦਰ ਨਿੱਘ ਸੀ। ਥੋੜ੍ਹੀ ਦੇਰ ਬਾਅਦ ਬਾਬੇ ਦੀ ਆਵਾਜ਼ ਆਈ :

"ਮਰਦਾਨਿਆਂ ਜਾਹ ਸਿਸ਼ ਬਾਹਰ ਖੜ੍ਹਾ ਹੋਵੇਗਾ...।"

"ਬਾਬਾ ਕੀ ਕਵਾਂ ਉਹਨੂੰ ?"

"ਵੇਖ ਕੇ ਸੋਚ ਲਵੀਂ।" ਥੋੜ੍ਹੀ ਦੇਰ ਬਾਅਦ ਮਰਦਾਨਾ ਉਹਨੂੰ ਅੰਦਰ ਨਾਲ ਲੈ ਆਇਆ। ਚੰਨ ਚਾਨਣੀ ਰਾਤ ਦੇ ਕੁਝ ਪਰਛਾਵੇਂ ਗੁਫ਼ਾ ਅੰਦਰ ਵੜਦੇ ਸਨ...। ਉਨ੍ਹਾਂ ਕਿਰਣਾਂ ਦੀ ਝਲਕ ਵਿਚ ਮਰਦਾਨੇ ਨੇ ਉਸ ਸਿਸ਼ ਦਾ ਕਈ ਵਾਰ ਚੇਹਰਾ ਵੇਖਿਆ। ਉਹ ਕੀ ਵੇਖ ਉਹਨੂੰ ਅੰਦਰ ਲੈ ਆਇਆ ਸੀ ? ਗੁਫ਼ਾ ਤੋਂ ਦੋਬਾਰਾ ਬਾਹਰ ਨਿਕਲ ਕੇ ਉਹ ਸਭ ਤੋਂ ਪਹਿਲਾਂ ਇਹੋ ਵੇਖੇਗਾ।

ਕਾਂਡ : ਚੌਂਤੀਵਾਂ

ਮਾਨਸਰੋਵਰ ਦੇ ਆਲੇ ਦੁਆਲੇ ਹਰ ਰੋਜ਼ ਤੁਰਦੀਆਂ ਮੰਡਲੀਆਂ ਥੱਲੇ ਵੱਲ ਉਤਰਨੀਆਂ ਸ਼ੁਰੂ ਹੋ ਗਈਆਂ ਸਨ। ਜੇਠ ਦਾ ਆਖੀਰ ਚੱਲ ਰਿਹਾ ਸੀ। ਕੋਈ ਕੋਈ ਜਟਾਧਾਰੀ ਸਾਧ ਉੱਪਰ ਵੱਲ ਵੇਖ ਕੇ ਕਹਿੰਦਾ : "ਯਾਤਰੀਓ ਹੁਣ ਨਿਕਲ ਪਓ... ਇਸ ਵਾਰੀ ਬਰਸਾਤ ਅਗੇਤੀ ਆਵੇਗੀ।" ਇੱਥੇ ਹੀ ਰਹਿਣ ਵਾਲੇ ਜਟਾਧਾਰੀ ਸਾਧੂ ਪਹਾੜਾਂ ਦੀਆਂ ਢਲਾਣਾਂ ਉੱਤੇ ਸਰਦੀ ਲਈ ਜੜੀਆਂ ਬੂਟੀਆਂ ਦੀ ਭਾਲ ਵਿਚ ਫਿਰਦੇ ਦਿਸਦੇ। ਉਹ ਮਾਨਸਰੋਵਰ ਤੇ ਕੈਲਾਸ਼ ਪਰਬਤ ਦੇ ਦੱਖਣ ਪੱਛਮ ਤੋਂ ਆਏ ਸਨ। ਕੈਲਾਸ਼ ਦੀ ਪ੍ਰਕਰਮਾ ਚੌਹਠ ਮੀਲ ਤੇ ਮਾਨਸਰੋਵਰ ਦੀ ਬੱਤੀ ਮੀਲ ਸੀ। ਅੱਜ ਉਹ ਕੈਲਾਸ਼ ਤੇ ਮਾਨਸਰੋਵਰ ਦੇ ਪੂਰਬ ਵੱਲੋਂ ਹੋ ਕੇ ਉੱਤਰ ਪੱਛਮ ਵੱਲ ਮੁੜ ਪਏ। ਉਹ ਨੇੜੇ ਹੀ ਤਿੱਬਤੀਆਂ ਦੇ ਚਾਰ ਮੰਦਿਰਾਂ ਵਿਚ ਵੀ ਗਏ। ਉਥੋਂ ਦੇ ਪੁਜਾਰੀ ਨੇ ਬਾਬੇ ਨੂੰ ਪਦਮਾਸੰਭਵ ਉਰਗਿਆਨ (ਇਕ ਫਕੀਰ ਦਾ ਨਾਂ) ਕਹਿ ਕੇ ਪੁਕਾਰਿਆ। ਤੁਰਨ ਤੋਂ ਪਹਿਲਾਂ ਬਹੁਤ ਸਾਰੇ ਜਟਾਧਾਰੀਆਂ ਦੀ ਮੰਡਲੀਆਂ ਨੇ ਇਥੇ ਹੀ ਰੁਕਣ ਦੀ ਬੇਨਤੀ ਵੀ ਕੀਤੀ ਸੀ। ਉਨ੍ਹਾਂ ਅਜਿਹੀ ਗੁਫ਼ਾ ਦਾ ਜਿਕਰ ਕੀਤਾ ਜਿਥੇ ਉਨ੍ਹਾਂ ਨੂੰ ਚੁਫੇਰੇ ਫੈਲੀ ਬਰਫ਼ ਦਾ ਇਕ ਠੰਢਾ ਬੁੱਲਾ ਵੀ ਨਹੀਂ ਛੂਹੇਗਾ। ਥੋੜ੍ਹੀ ਦੇਰ ਬਾਬਾ ਸੁਣਦਾ ਰਿਹਾ।

"ਇਨ੍ਹਾਂ ਪਹਾੜਾਂ ਲਈ ਹੀ ਅਟਕ ਜਾਓ...।" ਜਟਾਧਾਰੀਆਂ ਦਾ ਮੁੱਖੀ ਅੱਗੇ ਆਇਆ।

"ਇਹ ਤਾਂ ਅਟੱਲ ਖੜ੍ਹੇ ਨੇ... ਖੜ੍ਹੇ ਵੀ ਰਹਿਣਗੇ... ਥੱਲੇ ਜਾਣਾ ਪਵੇਗਾ, ਪੂਰੀ ਖਲਕਤ ਕਸ਼ਟ ਵਿਚ ਏ...।"

ਵੇਖਦੇ ਵੇਖਦਿਆਂ ਸਾਧੂਆਂ ਦਾ ਵੱਡਾ ਇਕੱਠ ਹੋ ਗਿਆ ਸੀ। ਪਿਛੋਂ ਰੁਕ ਜਾਣ ਲਈ ਆਵਾਜ਼ਾਂ ਆਉਂਦੀਆਂ ਰਹੀਆਂ; ਪਰ ਉਹ ਚੁੱਪਚਾਪ ਉਨ੍ਹਾਂ ਤੋਂ ਦੂਰ ਹੁੰਦੇ ਗਏ। ਉਨ੍ਹਾਂ ਦੇ ਪਿੱਛੇ ਇੱਕ ਸ਼ਿਸ਼ ਜਿਸਨੇ ਆਪਣਾ ਨਾਂ ਸੁਮੇਰੂ ਦੱਸਿਆ ਸੀ; ਉਨ੍ਹਾਂ ਦੇ ਨਾਲ ਤੁਰਿਆ।

ਜਿੱਥੇ ਜਿੱਥੇ ਪਹਾੜਾਂ ਦੀ ਸਹਿਜ ਉਚਾਈ ਦਿਸਦੀ ਸੀ; ਨਜ਼ਰਾਂ ਵਿੱਚ ਪਿੱਛੇ ਹੱਟਦੀ ਗਈ। ਉੱਚੇ ਨੀਵੇਂ ਰਸਤਿਆਂ ਵਿੱਚ ਝਰਨੇ, ਪਾਣੀ ਦੀਆਂ ਧਾਰਾਂ ਆਉਂਦੀਆਂ ਰਹੀਆਂ। ਪਹਾੜਾਂ ਦੀਆਂ ਉਹ ਕਤਾਰਾਂ ਬਹੁਤ ਨਿਮਰ ਦਿਸਦੀਆਂ ਜਿਹੜੀਆਂ ਵਹਿੰਦੇ ਪਾਣੀ ਵੱਲ ਝੁਕਦੀਆਂ ਕੋਲ ਆ ਕੇ ਕਿਨਾਰੇ ਬਣ ਜਾਂਦੀਆਂ ਸਨ। ਫਿਰ ਵੀ ਮਰਦਾਨੇ ਦਾ ਕੁਝ ਪੁੱਛਣ ਨੂੰ ਜੀਅ ਕਰ ਰਿਹਾ ਸੀ। ਇਸ ਵਾਰੀ ਤਾਂ ਕੋਈ ਵਿਛੋੜਾ ਵੀ ਨਹੀਂ ਸੀ ਪਿਆ। ਕਿਤੇ ਨਾਲ ਚੱਲਦੇ ਸ਼ਿਸ਼ ਦਾ ਵਿਛੋੜਾ ਤਾਂ ਉਹਦੇ ਵਿੱਚ ਨਹੀਂ ਸੀ ਉਤਰ ਰਿਹਾ...। ਇਹ ਇੱਕ ਅਤੀਤ ਤੋਂ ਦੂਜੇ ਅਤੀਤ ਨੂੰ ਇਕੱਲਾ ਵੇਖ ਕੇ ਗੱਲੀਂ

ਤਾਂ ਨਹੀਂ ਪਾਉਣਾ ਚਾਹੁੰਦਾ। "ਇਹ ਇੱਕੋ ਵਾਰ ਮੈਂ ਦੋ ਕਿਉਂ ਹੋ ਜਾਂਦਾ ਹਾਂ ?" ਮਰਦਾਨੇ ਨੇ ਪਿੱਛੇ ਤੁਰੇ ਆਉਂਦੇ ਸੁਮੇਰੂ ਵੱਲ ਵੇਖਿਆ...। ਉਹਦੇ ਨਾ ਪਿੰਡ ਦਾ ਪਤਾ ਸੀ ਨਾ ਉਹਦੇ ਰਾਹਾਂ ਦਾ... ਫਿਰ ਵੀ ਨਾਲ ਤੁਰਦਾ ਕਿੰਨਾਂ ਪਿਆਰਾ ਲੱਗ ਰਿਹਾ ਸੀ। ਉਹ ਖਾਲੀ ਹੱਥ ਸੀ; ਸਿਰਫ ਪਹਿਨੇ ਹੋਏ ਮੋਟੇ ਚੋਗੇ ਸਨ। ਇਕ ਦਿਨ ਪਹਿਲਾਂ ਉਹਨੂੰ ਕਿਹਾ ਸੀ :

"ਸੁਮੇਰੂ ਕੱਲ੍ਹ ਨੂੰ ਅਸੀਂ ਇਹ ਜਗ੍ਹਾ ਛੱਡ ਰਹੇ ਹਾਂ; ਮਨ ਵਿਚ ਨਾ ਰੱਖੀਂ; ਜੋ ਪੁੱਛਣਾ ਬਾਬੇ ਤੋਂ ਪੁੱਛ ਲਵੀਂ...।"

"ਜੋ ਪੁੱਛਣਾ ਸੀ ਪੁੱਛ ਲਿਆ; ਜੋ ਸੁਣਨਾ ਸੀ ਸੁਣ ਲਿਆ...।" ਉਹਦੀ ਬਦਲੀ ਹੋਈ ਆਵਾਜ਼ ਸੁਣ ਮਰਦਾਨਾ ਇਕ ਟਿਕ ਉਹਦੇ ਵੱਲ ਵੇਖਦਾ ਰਿਹਾ ਸੀ।

"ਜਿਵੇਂ ਮਰਜ਼ੀ ਵੇਖੀ ਜਾ ਤੂੰ, ਮੈਨੂੰ ਤਾਂ ਹਾਲੇ ਬੇੜੀ ਹੀ ਦਿਸੀ ਹੈ... ਤੂੰ ਤੇ ਮਲਾਹ ਨਾਲ ਘੁੰਮ ਰਿਹਾਂ...।" ਉਹ ਮਾਨਸਰੋਵਰ ਕੰਢੇ ਠੰਢੀਆਂ ਹਵਾਵਾਂ ਵਿੱਚ ਗਲੇ ਮਿਲੇ। ਗਲਵਕੜੀ ਵੇਲੇ ਦੋਵਾਂ ਦੇ ਮੂੰਹੋਂ ਇਕੱਠੇ ਹੀ ਨਿਕਲਿਆ : "ਗੁਰਭਾਈ...।" ਮਰਦਾਨੇ ਨੂੰ ਇਹ ਸ਼ਬਦ ਹਾਕ ਵਾਂਗ ਸੁਣਿਆ ਸੀ।

ਉਹ ਗਾਰੂ (ਗੋਰਤੋਕ) ਤੋਂ ਹੁੰਦੇ ਹੋਏ ਰੁਤੋਕ ਤੇ ਪਾਨਸੌਂਗ ਝੀਲ ਕੋਲੋਂ ਲੰਘਦੇ ਚਸ਼ੂਲ ਵਾਲੇ ਰਸਤੇ ਲਦਾਖ ਪਹੁੰਚ ਗਏ। ਸੁਮੇਰੂ ਇਨ੍ਹਾਂ ਰਸਤਿਆਂ ਦਾ ਬਹੁਤ ਭੇਤੀ ਸੀ। ਇਕ ਜਗ੍ਹਾ ਰਾਤ ਵੇਲੇ ਉਹ ਇੱਕ ਅਜਿਹੀ ਗੁਫ਼ਾ ਵਿੱਚ ਲੈ ਕੇ ਗਿਆ; ਜਿਸਦੇ ਅੰਦਰ ਮੈਦਾਨਾਂ ਵਰਗਾ ਨਿੱਘ ਸੀ...। ਰਸਤੇ ਵਿੱਚ ਵੀ ਉਹਨੂੰ ਕਈ ਰਾਹੀਆਂ ਨੇ ਪੁੱਛਿਆ : "ਐਨ੍ਹੀ ਦੂਰ ਕਿਵੇਂ ਆਏ ਹੋ ਸੁਮੇਰੂ ?" ਉਹਨੇ ਸਿਰਫ਼ ਹੱਸ ਕੇ ਜਵਾਬ ਦਿੱਤਾ, "ਨੇੜੇ ਹੀ ਆਇਆ ਹਾਂ।" ਰਸਤੇ ਵਿੱਚ ਜਿੰਨੀ ਵਾਰ ਉਨ੍ਹਾਂ ਕੀਰਤਨ ਕੀਤਾ; ਉਹ ਸਿਰਫ਼ ਸੁਣਦਾ ਰਿਹਾ। ਉਹਦਾ ਮੂੰਹ ਮਰਦਾਨੇ ਨੂੰ ਇੱਕ ਵਾਰ ਵੀ ਹਿਲਦਾ ਨਹੀਂ ਦਿਸਿਆ। ਹੁਣ ਪਹਾੜਾਂ ਦੀਆਂ ਚੋਟੀਆਂ ਤੇ ਕਿਤੇ ਕਿਤੇ ਪਿੰਡ ਵਿਖਾਈ ਦੇਣ ਲੱਗੇ ਸਨ। ਪਲਾਂ ਵਿੱਚ ਹੀ ਉਨ੍ਹਾਂ ਉੱਪਰ ਬੱਦਲ ਘੁੰਮ ਜਾਂਦੇ। ਜਦੋਂ ਦੁਬਾਰਾ ਵੇਖਣ ਨੂੰ ਜੀਅ ਕਰਦਾ ਉਦੋਂ ਤੱਕ ਉਹ ਕਿਸੇ ਪਹਾੜੀ ਓਹਲੇ ਹੋ ਜਾਂਦੇ। ਥੋੜ੍ਹੀ ਦੇਰ ਪਹਿਲਾਂ ਉਨ੍ਹਾਂ ਕੋਲੋਂ ਇਕ ਖੱਚਰਾਂ ਦਾ ਕਾਫ਼ਲਾ ਵੀ ਲੰਘਿਆ ਸੀ। ਇਕੱਲੀ ਇਕੱਲੀ ਦੇ ਗਲ ਵਿੱਚ ਕਈ ਕਈ ਟੱਲੀਆਂ ਪਾਈਆਂ ਹੋਈਆਂ ਸਨ। ਥੋੜ੍ਹੀ ਦੇਰ ਲਈ ਇਸ ਟੁਨਕਾਰ ਨੇ ਸੁੰਨਸਾਨ ਪਹਾੜਾਂ ਵਿੱਚ ਰੌਣਕ ਲਾ ਦਿੱਤੀ ਸੀ। ਫਿਰ ਉਹ ਸਾਹਮਣੇ ਵਾਲੀ ਸਿੱਧੀ ਚੜ੍ਹਾਈ ਚੜ੍ਹਦੀਆਂ ਦਿਸੀਆਂ। ਹੁਣ ਬਹੁਤ ਸਾਰੀਆਂ ਟੱਲੀਆਂ ਗਲ ਨੂੰ ਲੱਗ ਚੁੱਪ ਹੋ ਗਈਆਂ ਸਨ। ਅਗਲੀ ਪਹਾੜੀ ਆ ਗਈ ਸੀ। ਇਨ੍ਹਾਂ ਪਹਾੜੀ ਰਾਹਾਂ ਦਾ ਇਹੋ ਤਾਂ ਸੁਭਾਅ ਏ; ਅਗਲੀ ਉੱਚਾਈ ਪਿਛਲੀ ਉੱਚਾਈ ਨੂੰ ਦਿਸਣੋਂ ਹਟਾ ਦਿੰਦੀ ਏ।

ਉਹ ਚਸ਼ੂਲ ਪਹੁੰਚ ਗਏ ਸਨ। ਕਦੇ ਕਦੇ ਸਮੇਰੂ ਜਗ੍ਹਾ ਦਾ ਨਾਂ ਬੋਲ ਦੇਂਦਾ। ਇੱਥੋਂ ਉਹ ਉਪਸ਼ੀ ਤੋਂ ਹੁੰਦੇ ਹੋਏ ਕਾਰੂ ਨਗਰ ਪਹੁੰਚ ਪੁੱਜ ਗਏ, ਜੋ ਉਪਸ਼ੀ ਤੋਂ ਵੀਹ ਮੀਲ ਦੇ ਕਰੀਬ ਸੀ। ਕਾਰੂ ਦੇ ਦੱਖਣ ਪੂਰਬ ਵੱਲ ਦੂਰ ਤੱਕ ਫੈਲੇ ਛੋਟੇ ਛੋਟੇ ਮਾਜਰੇ ਦਿਸ ਰਹੇ

ਸਨ। ਇੱਕ ਮਾਜਰੇ ਵਿਚ ਵੜਦੀ ਸਾਰ ਇੱਕ ਖੂਹ ਤੋਂ ਪਾਣੀ ਭਰਦੀ ਮੁਟਿਆਰ ਨੇ ਲੱਜ ਦਾ ਸਹਾਰਾ ਲੈ ਕੇ ਅੱਖਾਂ ਉੱਪਰ ਚੁੱਕੀਆਂ। ਅਜਿਹੇ ਪਿੰਡਾਂ ਵਿੱਚ ਖੂਹ ਬਹੁਤ ਘੱਟ ਸਨ। ਸਭ ਪਾਣੀ ਝਰਨਿਆਂ ਤੋਂ ਆਉਂਦਾ ਸੀ।

"ਪਹਾੜਾਂ ਤੋਂ ਉਤਰੇ ਹੋ; ਵਗਦਾ ਨਹੀਂ ਖੜ੍ਹਾ ਪਾਣੀ ਪੀਕੇ ਵੇਖੋ...।" ਉਸ ਖੂਹ ਕੋਲ ਹੀ ਬਾਬੇ ਨੇ ਆਪਣੀ ਪੰਡੋਕਲੀ ਰੱਖ ਦਿੱਤੀ। ਖੂਹ ਦੇ ਕੋਲ ਹੀ ਇੱਕ ਛੋਟੀ ਜਹੀ ਕੱਚੀ ਗੁਫ਼ਾ ਸੀ। ਇਸ ਪਿੰਡ ਉਨ੍ਹਾਂ ਤਿੰਨ ਦਿਨ ਕੀਰਤਨ ਕੀਤਾ। ਤੀਜੇ ਦਿਨ ਉੱਪਰ ਦਿਸਦੇ ਛੋਟੇ ਮਾਜਰਿਆਂ ਤੋਂ ਵੀ ਲੋਕ ਕੀਰਤਨ ਸੁਣਨ ਆਏ।

ਕਾਰੂ ਨਗਰ ਦੇ ਪੂਰਬ ਵੱਲ ਨਾਲ ਹੀ ਲਦਾਖ ਦਾ ਸਭ ਤੋਂ ਪੁਰਾਣਾ ਗੁੰਫ਼ਾ ਹੇਮਸ ਸੀ। ਇੱਕ ਵੱਡੇ ਪੱਥਰ ਤੇ ਬੈਠ ਕੇ ਬਾਬੇ ਨਾਲ ਇੱਥੇ ਬਹੁਤ ਸਾਰੇ ਲੋਕਾਂ ਨਾਲ ਗੋਸ਼ਟੀਆਂ ਕੀਤੀਆਂ। ਇੱਥੋਂ ਲੇਹ ਪੰਝੀ ਮੀਲ ਦੱਖਣ ਵੱਲ ਸੀ। ਉਹ ਲੇਹ ਦੇ ਇਲਾਕੇ ਕਾਰੂ ਤੇ ਹੇਮਸ ਤੋਂ ਹੋ ਕੇ ਉਸ ਰਸਤੇ ਗਏ ਜੋ ਦਰਿਆ ਸਿੰਧ ਦੇ ਨਾਲ ਸਕਰਦੂ ਨੂੰ ਜਾਂਦਾ ਸੀ। ਸਕਰਦੂ ਵੀ ਲੇਹ ਵਾਂਗ ਦਰਿਆ ਸਿੰਧ ਦੇ ਕੰਢੇ ਉੱਤੇ ਸੀ। ਲੇਹ ਤੋਂ ਅੱਗੇ ਨਿਮੀ ਤੇ ਨਿਮੀ ਤੋਂ ਅੱਗੇ ਵੀਹ ਕੋਹ ਉੱਤੇ ਖਾਲਸੀ ਨਗਰ ਆਬਾਦ ਸਨ। ਇਨ੍ਹਾਂ ਦੋਵਾਂ ਨਗਰਾਂ ਦੇ ਵਿਚਕਾਰ ਉਨ੍ਹਾਂ ਬਾਸਗੋ ਨਗਰ ਵਿੱਚ ਰਾਤ ਕੱਟੀ। ਉੱਥੇ ਇੱਕ ਰਾਕਸ਼ੀ ਚੇਹਰੇ ਨਾਲ ਵੀ ਮੁਲਾਕਾਤ ਹੋਈ। ਉਹਦੀਆਂ ਮਸਤ ਹਾਥੀਆਂ ਵਰਗੀਆਂ ਹਰਕਤਾਂ ਤੋਂ ਮਰਦਾਨੇ ਨੂੰ ਕਈ ਵਾਰ ਕਾਂਬੇ ਛਿੜੇ।

ਸਕਰਦੂ ਤੋਂ ਕਾਰਗਿਲ ਤੱਕ ਬਹੁਤ ਪੁਰਾਣਾ ਰਸਤਾ ਸੀ। ਇੱਥੋਂ ਚੱਲਦੇ ਆਪ ਦੱਖਣ ਨੂੰ ਮੁੜ ਗਏ ਤੇ ਇੱਕ ਸ਼ਾਮ ਕਾਰਗਿਲ ਪੁੱਜ ਗਏ। ਕਾਰਗਿਲ ਤੋਂ ਦੱਖਣ ਵੱਲ ਆਉਂਦਿਆਂ ਪੰਜਾਹ ਕੁ ਮੀਲ ਦੀ ਵਿੱਥ ਤੇ ਡਰਾਸ ਨਗਰ ਸੀ; ਜੋ ਜੋਸ਼ੀਲੇ ਦੱਰੇ ਦੇ ਬਿਲਕੁਲ ਨਾਲ ਸੀ। ਜੋਸ਼ੀਲੇ ਦੱਰੇ ਤੋਂ ਲੰਘਕੇ ਆਪ ਬਾਲਤਾਲ ਨਗਰ ਤੋਂ ਹੁੰਦੇ ਹੋਏ ਪ੍ਰਸਿੱਧ ਤੀਰਥ ਅਮਰਨਾਥ ਪੁੱਜ ਗਏ। ਅਮਰਨਾਥ ਸ਼ਿਵ ਦਾ ਅਸਥਾਨ ਸੀ। ਇਹ ਇਕ ਪਹਾੜੀ ਗੁਫ਼ਾ ਸੀ; ਜਿਸ ਅੰਦਰ ਟਪਕਦਾ ਪਾਣੀ ਥੱਲੇ ਡਿੱਗਣ ਨਾਲ ਬਰਫ਼ ਬਣ ਜਾਂਦਾ। ਸ਼ਿਵਲਿੰਗ ਦੇ ਆਕਾਰ ਵਰਗੀ ਬਰਫ਼ ਦੀ ਸਿਲ ਉੱਪਰੋਂ ਆਪਣਾ ਆਕਾਰ ਬਣਾਉਂਦੀ ਜਾਂਦੀ। ਚੜ੍ਹਦੇ ਹਾੜ ਦੇ ਦਿਨ ਸਨ। ਬਹੁਤ ਸਾਰੇ ਯਾਤਰੂ ਤੇ ਸਾਧੂਆਂ ਦੀਆਂ ਟੋਲੀਆਂ ਨਾਲ ਦੂਰ ਤੱਕ ਰੌਣਕ ਲੱਗੀ ਸੀ। ਰਸਤਿਆਂ ਵਿੱਚ ਪੈਂਦੇ ਛੋਟੇ ਮੱਠ, ਝੌਂਪੜੀਆਂ ਤੇ ਛੋਟੇ ਰਾਹਾਂ ਅੱਗੇ ਰਾਹੀ ਸਾਧੂਆਂ ਦੀਆਂ ਰਾਖ ਹੋਈਆਂ ਲੱਕੜੀਆਂ ਦਾ ਸੇਕ ਹਥੇਲੀਆਂ ਨਾਲ ਮੱਥਿਆਂ ਉੱਤੇ ਲਾਉਂਦੇ; ਅੱਗੇ ਲੰਘ ਜਾਂਦੇ। ਸੰਧੋਕੜੀ ਬੋਲੀ ਵਿੱਚ ਬੋਲਦੀ ਇੱਕ ਸਾਧੂਆਂ ਦੀ ਟੋਲੀ ਅੱਗੇ ਹਰ ਕੋਈ ਸਿਰ ਝੁਕਾ ਕੇ ਲੰਘਦਾ। ਉਨ੍ਹਾਂ ਅੱਖਾਂ ਨੱਕ ਕੰਨ ਤੇ ਮੂੰਹ ਸਭ ਦੇ ਆਰ ਪਾਰ ਸੂਏ ਪਰੋਏ ਸਨ। ਅੱਗੇ ਚੱਲਦੇ ਬਿਰਧ ਨੇ ਤਾਂ ਜੀਭ ਨੂੰ ਹੇਠਲੇ ਬੁੱਲ ਨਾਲ ਪਰੋਇਆ ਸੀ। ਜਦੋਂ ਉਹ ਕੋਲੋਂ ਚੁੱਪਚਾਪ ਲੰਘੇ ਤਾਂ ਉਨ੍ਹਾਂ ਬਾਬੇ ਨੂੰ ਘੂਰ ਕੇ ਵੇਖਿਆ। ਅਮਰਨਾਥ ਤੋਂ ਵਾਪਸੀ ਵੇਲੇ ਜਦੋਂ ਉਹ ਅਨੰਤਨਾਗ ਦੇ ਨੇੜੇ ਪਹੁੰਚੇ ਤਾਂ ਓਹੀ ਸਾਧੂਆਂ ਦੀ ਟੋਲੀ ਇੱਕ ਮੋੜ ਉੱਤੇ ਖੜ੍ਹੀ ਸੀ। ਬਹੁਤੇ ਯਾਤਰੂ ਸਫ਼ਲ ਹੋਈ ਯਾਤਰਾ ਨੂੰ ਗਾਉਂਦੇ ਜਾ ਰਹੇ ਸਨ। ਇੱਕਤਾਰੇ ਸੰਖ ਸਿੰਙੇ ਵੱਜ ਰਹੇ ਸਨ।

ਸਾਜ਼ਾਂ ਵਾਲੇ ਟੋਲੇ ਲੰਘਣ ਤੋਂ ਬਾਅਦ ਉਸ ਮੰਡਲੀ ਦਾ ਮੁੱਖੀ ਬਾਬੇ ਦੇ ਕੰਨ ਕੋਲ ਆ ਕੇ ਚੀਖਿਆ :

"ਆਪਣੇ ਹੋਣ ਦੀ ਤਕਲੀਫ਼ ਤਾਂ ਹੈ ਹੀ...।"

"ਚੱਲ ਮਰਦਾਨਿਆਂ ਆਪਣੇ ਹੋਣ ਦੀ ਤਕਲੀਫ਼ ਤੇ ਆਪਣੇ ਹੋਣ ਦੇ ਜਸ਼ਨ, ਦੋਵਾਂ ਨੂੰ ਇਕੱਠਿਆਂ ਹੀ ਗਾ ਦੇ...।" ਐਨੇ ਔਖੇ ਪ੍ਰਸ਼ਨ ਦਾ ਐਨਾ ਸੌਖਾ ਉੱਤਰ ਸੁਣ ਕੇ ਸਾਧੂ ਨੇ ਮੱਥੇ ਦੇ ਵੱਟ ਖੋਹਲੇ। ਉਹਨੇ ਜੀਭ ਤੇ ਬੁੱਲ ਨੂੰ ਚੀਰਦੇ ਸੂਏ ਕੋਲੋਂ ਅਗਲੀ ਗੱਲ ਲਈ ਜਗ੍ਹਾ ਮੰਗੀ। ਦੋ ਜਣੇ ਗਾਉਂਦੇ ਜਾ ਰਹੇ ਸਨ। ਅਗਲੇ ਪ੍ਰਸ਼ਨ ਲਈ ਸਮਾਂ ਨਹੀਂ ਸੀ। ਸੁਣਨ ਲਈ ਉਨ੍ਹਾਂ ਪਿੱਛੇ ਤੁਰਨਾ ਪੈਣਾ ਸੀ। ਇਕ ਜਣਾ ਹੋਰ ਵੀ ਤਾਂ ਉਨ੍ਹਾਂ ਪਿੱਛੇ ਤੁਰਦਾ ਜਾ ਰਿਹਾ ਸੀ (ਸੁਮੇਰੂ)।

ਅਨੰਤ ਨਾਗ ਲੰਘ ਕੇ ਅੱਗੇ ਮਟਨ ਆ ਗਿਆ ਸੀ। ਕਈ ਪਾਸਿਉਂ ਮੰਦਰਾਂ 'ਚੋਂ ਘੰਟੀਆਂ ਦੀ ਆਵਾਜ਼ ਸੁਣ ਰਹੀ ਸੀ। ਇਨ੍ਹਾਂ ਮੰਦਰਾਂ ਅੱਗੇ ਪਾਂਡੇ ਆਪਣੇ ਵਹੀ ਖਾਤੇ ਲੈ ਕੇ ਜਜਮਾਨਾਂ ਦੀ ਬੰਸਾਵਾਲੀਆਂ ਦੱਸ ਰਹੇ ਸਨ। ਇੱਕ ਦਿਨ ਮੰਡਲੀਆਂ ਦੀ ਚਰਚਾ ਤੋਂ ਬਾਹਰ ਨਿਕਲ ਬਿਹਾੜੇ ਦਾ ਵਸਨੀਕ ਬ੍ਰਹਮਦਾਸ ਆਇਆ। ਜਦੋਂ ਤੱਕ ਉਹਦੇ ਚੇਲਿਆਂ ਨੇ ਗ੍ਰੰਥਾਂ ਦਾ ਭੰਡਾਰ ਉਹਦੇ ਅੱਗੇ ਨਹੀਂ ਰੱਖਿਆ; ਉਹ ਚੁੱਪਚਾਪ ਬੈਠਾ ਰਿਹਾ।

"ਦੱਸਦੇ ਸ਼ਾਸਤਰਾਂ ਦੀ ਮਰਿਆਦਾ ਹੋ; ਪਹਿਰਾਵਾ ਚਮੜੇ ਦਾ ਪਾਇਆ ਏ...?"

"ਜੇ ਬਸਤਰ ਉਤਾਰ ਵੀ ਦੇਈਏ ਤਾਂ ਇਕ ਹੋਰ ਚਮੜੇ ਦਾ ਪਹਿਰਾਵਾ ਨਿਕਲ ਆਵੇਗਾ; ਉਹਨੂੰ ਉਤਾਰਨ ਦੀ ਕੋਈ ਵਿਧੀ ਦੱਸੋਗੇ ?" ਪਹਿਲੀ ਵਾਰ ਹੀ ਉੱਤਰ ਸੁਣ ਬ੍ਰਹਮਦਾਸ ਨੇ ਅੱਖਾਂ ਦੀ ਕੰਬਣੀ ਨੂੰ ਰੋਕਿਆ। ਬ੍ਰਹਮਦਾਸ ਚਰਚਾ ਕਰ ਰਿਹੈ; ਸੁਣਕੇ ਬਹੁਤ ਸਾਰੇ ਲੋਕ ਤੇ ਸਾਧੂ ਇਕੱਠੇ ਹੋ ਗਏ।

"ਇਹ ਤਾਂ ਸੌਖੇ ਰਾਹਾਂ ਦੇ ਉੱਤਰ ਨੇ; ਤਪੱਸਿਆ ਦੀ ਗੱਲ ਕਰੋ।"

"ਮਨ ਵੇਖਦਾ ਹੀ ਵਿਰੋਧ ਕਰਨ ਲਈ ਹੈ। ਕਸ਼ਟ ਮਨ ਦੀ ਆਰਾਮਗਾਹ ਹੈ। ਅਸੀਂ ਤਾਂ ਜਸ਼ਨ ਵਿੱਚ ਹਾਂ।"

"ਪਰ ਸ਼ਾਸਤਰਾਂ ਨੇ ਤਾਂ ਝੂਠ ਨਹੀਂ ਬੋਲਿਆ ?"

"ਜੋ ਤੂੰ ਕਹਿ ਰਿਹਾਂ... ਉਹ ਤੇਰੇ ਦੁਆਰਾ ਵੇਖੇ ਸ਼ਾਸਤਰ ਨੇ...। ਵੇਖਣ ਦੁਆਰਾ ਵੀ ਅਗਿਆਨੀ ਹੋਣ ਦੀ ਸੰਭਾਵਨਾ ਹੈ।"

"ਮੇਰੇ ਗਿਆਨ ਨੂੰ ਕੌਣ ਤਹਿ ਕਰੇ ?"

"ਜੋ ਇਹ ਮੰਨ ਕੇ ਚੱਲਦੇ ਨੇ ਕਿ ਅਸੀਂ ਆਪਣੇ ਆਪ ਨੂੰ ਜਾਣਦੇ ਹੀ ਹਾਂ; ਉਥੇ ਅਗਿਆਨ ਆਪਣਾ ਫੈਸਲਾ ਤਹਿ ਕਰ ਚੁੱਕਿਆ ਹੁੰਦਾ ਏ...।"

"ਇਹ ਤਾਂ ਤੁਸੀਂ ਸ਼ਾਸਤਰਾਂ ਨਾਲੋਂ ਵੀ ਵੱਡੀ ਉਲਝਣ ਪਾ ਰਹੇ ਹੋ ?"

"ਕਿਸੇ ਦੇ ਸੱਚ ਨੂੰ ਪਕੜ ਕੇ ਬੈਠਣਾ; ਇਹ ਅਗਿਆਨਤਾ ਦੀ ਸਭ ਤੋਂ ਹਨ੍ਹੇਰੀ ਥਾਂ ਹੈ। ਇਸ ਥਾਂ ਤੇ ਇਕਾਗਰਤਾ ਹੰਕਾਰ ਦਾ ਵਿਸਥਾਰ ਕਰਦੀ ਹੈ।"...

"ਇਹਦੇ ਲਈ ਕੁਝ ਤਾਂ ਸਾਫ਼ ਕਰੋ ?"

"ਤੁਸੀਂ ਤਿੰਨ ਤਰ੍ਹਾਂ ਦੇ ਹੋ ਸਕਦੇ ਹੋ। ਜੋ ਦ੍ਰਿਸ਼ ਬਣ ਗਏ... ਜੋ ਦਰਸ਼ਕ ਬਣ ਗਏ... ਜੋ ਦ੍ਰਿਸ਼ਟਾ ਬਣ ਗਏ।" ਥੋੜ੍ਹੀ ਦੇਰ ਲਈ ਚੁੱਪ ਵਰਤ ਗਈ। ਲੋਕਾਂ ਨੇ ਪਹਿਲੀ ਵਾਰ ਬ੍ਰਹਮਦਾਸ ਨੂੰ ਚੁੱਪ ਹੁੰਦਿਆਂ ਵੇਖਿਆ।

"ਪਰ ਮੈਂ ਆਪਣੇ ਆਪ ਨੂੰ ਕਿਥੇ ਵੇਖਾਂ ? ਕਿਵੇਂ ਦਿਸਾਂ ?"

"ਇਕ ਵਿਧੀ ਹੈ ਫੁੱਲ ਦੇ ਪਿੱਛੇ ਵੱਲ ਵੇਖਣਾ ਤੇ ਇਕ ਹੈ ਬੀਜ਼ ਤੋਂ ਅੱਗੇ ਵੇਖਣਾ। ਪਰ ਜੋ ਮੂਲ ਤੋਂ ਬਿਨਾਂ ਵੇਖਦੇ ਨੇ ਉਥੇ ਨਾ ਫੁੱਲ ਹੈ ਤੇ ਨਾ ਬੀਜ ਹੈ...।"

"ਤੁਹਾਡੀਆਂ ਏਨ੍ਹੀਆਂ ਸਿੱਧੀਆਂ ਗੱਲਾਂ ਡੂੰਘੀਆਂ ਕਿਉਂ ਜਾਪਦੀਆਂ ਨੇ ? ਮੈਂ ਤਾਂ ਪ੍ਰਾਣਾਂ ਦਾ ਪਿਆਸਾ ਮਤਵਾਲਾ ਹਾਂ; ਇਸ ਤਰ੍ਹਾਂ ਉਦੇੜ ਕੇ ਨਾ ਛੱਡ ਜਾਣਾ। ਮੇਰੇ ਲਈ ਸੂਈ ਧਾਗਾ ਦੇ ਕੇ ਜਾਣਾ...।" ਇਸ ਛਿਣ ਪਲ ਦੇ ਰੂਪਾਂਤਰ ਨੂੰ ਅੱਜ ਕਲ ਮਰਦਾਨਾ ਇਕ ਪਲ ਲਈ ਵੀ ਓਹਲੇ ਨਹੀਂ ਸੀ ਹੋਣ ਦੇਂਦਾ। ਛਿਣਾਂ ਦੀ ਸੁਤੰਤਰਤਾ ਕਿਵੇਂ ਫੈਲਦੀ ਹੈ ? ਉਹ ਇਕ ਟਿਕ ਬ੍ਰਹਮਦਾਸ ਵੱਲ ਵੇਖਦਾ ਰਿਹਾ। ਨਹੀਂ ਤਾਂ ਹਰ ਵਾਰੀ ਰਸਤੇ ਵਿਚ ਇਹੋ ਸੁਆਲ ਪਰੇਸ਼ਾਨ ਕਰਦਾ ਰਹਿੰਦਾ ਏ; "ਉਹ ਛਿਣ ਕਿਵੇਂ ਫੈਲਿਆ ਸੀ ?"

"ਮੈਂ ਤਾਂ ਕੁਦਰਤ ਨਾਲ ਜੂਝਦਾ ਹੀ ਰਿਹਾ... ਮਹਾਂਰਿਸ਼ੀਓ...।" ਬ੍ਰਹਮਦਾਸ ਬਾਬੇ ਦੇ ਪੈਰਾਂ ਵੱਲ ਝੁਕਿਆ।

"ਬਾਬਾ ਆਪਣੀ ਯਾਦ ਦਾ ਕੋਈ ਆਖਰੀ 'ਸਕਾ ਸ਼ਬਦ' ਬੋਲਦੇ...।"

"ਸ਼ਬਦ ਗੁਰੂ...।"

ਇਸ ਸੰਨਾਟੇ ਤੋਂ ਬਾਅਦ ਉਹ ਤਿੰਨੋਂ ਮੰਦਰ ਤੋਂ ਹੇਠਾਂ ਉਤਰਦੇ ਰਸਤੇ ਵੱਲ ਚੱਲ ਪਏ। ਲੋਕ ਉਨ੍ਹਾਂ ਦੇ ਪਿੱਛੇ ਆਏ। "ਬ੍ਰਹਮਦਾਸ ਉੱਥੇ ਹੀ ਰੁੱਕ ਗਿਆ...।" ਕੁਝ ਲੋਕ ਗੱਲਾਂ ਕਰ ਰਹੇ ਸਨ। ਫਿਰ ਉਹ ਮਟਨ ਤੋਂ ਦੂਰ ਹੁੰਦੇ ਗਏ। ਮਟਨ ਤੋਂ ਦੂਰ ਹੁੰਦਿਆਂ ਉਨ੍ਹਾਂ ਗਾਉਣਾ ਸ਼ੁਰੂ ਕਰ ਦਿੱਤਾ ਸੀ।

ਆਪੀਨੈ ਆਪੁ ਸਾਜਿ ਆਪੁ ਪਛਾਣਿਆ॥
ਅੰਬਰੁ ਧਰਤਿ ਵਿਛੋੜਿ ਚੰਦੋਆ ਤਾਣਿਆ॥
ਵਿਣੁ ਥੰਮਾ ਗਗਨੁ ਰਹਾਇ ਸਵਾ ਨੀਸਾਣਿਆ॥
ਸੂਰਜ ਚੰਦੁ ਉਪਾਇ ਜੋਤ ਸਮਾਣਿਆ॥

ਮਟਨ ਤੋਂ ਅਨੰਤਨਾਗ ਹੁੰਦੇ ਉਹ ਸ੍ਰੀ ਨਗਰ ਪਹੁੰਚ ਗਏ। ਇੱਥੋਂ ਅਨੰਤਨਾਗ ਚਾਲੀ ਮੀਲ ਦੱਖਣ ਵੱਲ ਸੀ। ਇਹ ਨਗਰ ਮਹਾਰਾਜਾ ਅਸ਼ੋਕ ਦਾ ਵਸਾਇਆ ਨਗਰ ਸੀ। ਪਹਾੜੀ ਦੀ ਚੋਟੀ ਉੱਤੇ ਪ੍ਰਾਚੀਨ ਸ਼ੰਕਰਆਚਾਰੀਆ ਦਾ ਮੰਦਿਰ ਸੀ। ਬਹੁਤ ਸਾਰੇ ਜੋਗੀਆਂ ਦੀਆਂ ਮੰਡਲੀਆਂ ਸ਼ਾਸਤਰਾਂ ਵੇਦਾਂ ਪੁਰਾਣਾਂ ਉੱਤੇ ਵਿਚਾਰ ਕਰਦੀਆਂ ਸੁਣੀਆਂ। ਬ੍ਰਹਮਦਾਸ ਵਾਂਗ ਉਨ੍ਹਾਂ ਵਿਚੋਂ ਕਈਆਂ ਦੇ ਬਾਬੇ ਨੇ ਭਰਮ ਦੂਰ ਕੀਤੇ। ਇੱਥੋਂ ਉਹ ਦੱਖਣ ਵੱਲ ਉਸ ਰਾਹ ਉੱਤੇ ਚੱਲ ਪਏ ਜੋ ਬਾਰਾਮੂਲਾ (ਵਰਾਮੂਲਾ) ਨੂੰ ਜਾਂਦਾ ਸੀ। ਬਾਰਾਮੂਲਾ ਜਿਹਲਮ ਦਰਿਆ ਦੇ ਕੰਢੇ ਤੇ ਵਸਿਆ ਨਗਰ ਸੀ। ਇੱਥੋਂ ਸ੍ਰੀ ਨਗਰ ਪੈਂਤੀ ਮੀਲ ਪਿੱਛੇ ਰਹਿ ਗਿਆ ਸੀ। ਜਿਹਲਮ ਤੋਂ ਪਾਰ ਉਨ੍ਹਾਂ ਹਰਮੁੱਖ ਗੰਗਾ

ਇੱਕ ਬੇੜੀ ਰਾਹੀਂ ਪਾਰ ਕੀਤੀ। ਫਿਰ ਉਹ ਬਾਰਾਮੂਲਾ ਤੋਂ ਜਿਹਲਮ ਦਰਿਆ ਦੇ ਖੱਬੇ ਪਾਸੇ ਵਾਲੇ ਰਾਹ ਉੱਤੇ ਚਲਦੇ ਪੱਛਮ ਦੱਖਣ ਉੜੀ ਨਗਰ ਪਹੁੰਚੇ। ਇਹ ਬਾਰਾਮੂਲਾ ਤੋਂ ਤੀਹ ਮੀਲ ਦੇ ਕਰੀਬ ਸੀ। ਇਥੋਂ ਉਹ ਅੱਗੇ ਕੋਹਾਲੇ ਪਹੁੰਚ ਗਏ। ਉਨ੍ਹਾਂ ਰਸਤਿਆਂ ਵਿੱਚ ਕਈ ਜਗ੍ਹਾ ਛੋਟੇ ਛੋਟੇ ਮਾਜਰਿਆਂ ਵਿੱਚ ਕੀਰਤਨ ਕੀਤਾ। ਪਿਛਲੀ ਰਾਤ ਤਾਂ ਸਿਰਫ਼ ਇੱਕ ਘਰਦੇ ਸੱਤ ਜੀਆਂ ਲਈ ਗਾਇਆ। ਪਹਾੜੀ ਲੋਕ "ਮੈਦਾਨਾਂ ਦੇ ਪੀਰ ਆਏ ਨੇ" ਕਹਿ ਕੇ ਬੜੀ ਸੇਵਾ ਕਰਦੇ। ਕੋਹਾਲੇ ਤੋਂ ਉਹ ਇੱਕ ਕੱਚੇ ਚੌੜੇ ਰਸਤੇ ਰਾਹੀਂ ਹਸਨ ਅਬਦਾਲ ਪਹੁੰਚੇ। ਇੱਥੋਂ ਅਟਕ ਵੀਹ ਮੀਲ ਪੂਰਬ ਵੱਲ ਸੀ। ਚੁਫੇਰੇ ਫੈਲੀਆਂ ਪਹਾੜੀਆਂ ਵਿਚ ਕਿਤੇ ਕਿਤੇ ਬਹੁਤ ਪੁਰਾਣੇ ਬੋਧੀ ਖੰਡਰ ਦਿਸ ਰਹੇ ਸਨ। ਜਿਸ ਸਰਾਂ ਵਿਚ ਉਨ੍ਹਾਂ ਰਾਤ ਕੱਟੀ ਉਹਦਾ ਮਾਲਕ ਇਕ ਹਸਨ ਨਾਂ ਦਾ ਗੁੱਜਰ ਸੀ। ਡੰਗਰ ਚਾਰਦੇ ਹਸਨ ਨੇ ਉਨ੍ਹਾਂ ਨੂੰ ਤਾਜ਼ਾ ਦੁੱਧ ਪੇਸ਼ ਕੀਤਾ। ਹਸਨ ਨੇ ਇਕ ਰਾਤ ਸਰਾਂ ਵਿੱਚ ਕੱਟਣ ਦੀ ਬੇਨਤੀ ਕੀਤੀ...। ਰਾਤ ਵੇਲੇ ਉਹ ਅਖ਼ੀਰ ਤੱਕ ਕੀਰਤਨ ਸੁਣਦਾ ਰਿਹਾ। ਤੁਰਨ ਵੇਲੇ ਉਹਨੇ ਦੱਸਿਆ ਕਿ ਸਾਹਮਣੇ ਵਾਲੀ ਪਹਾੜੀ ਦੀ ਵਾਦੀ ਥੱਲਿਉਂ ਨਾ ਲੰਘਿਉ। ਉੱਥੇ ਇੱਕ 'ਵਲੀ ਕੰਧਾਰੀ' ਨਾਂ ਦਾ ਫਕੀਰ ਰਹਿੰਦਾ ਏ; ਪਤਾ ਨਹੀਂ ਕਦੋਂ ਉਹਨੂੰ ਕਰੋਧ ਚੜ੍ਹ ਜਾਵੇ। ਉਹ ਚਲਦੇ ਰਾਹੀਆਂ ਵੱਲ ਵੱਡੇ ਪੱਥਰ ਖਿਸਕਾ ਦੇਂਦਾ ਹੈ। ਮਰਦਾਨੇ ਨੇ ਵੇਖਿਆ ਬਾਬਾ ਤਾਂ ਉਸ ਪਹਾੜੀ ਵੱਲ ਹੀ ਜਾ ਰਿਹਾ ਸੀ।

ਇਸ ਘਟਨਾ ਨੂੰ ਦੋ ਪਹਿਰ ਬੀਤ ਗਏ ਸਨ। ਜਦੋਂ ਇੱਕ ਸ਼ੂਕਦਾ ਪੱਥਰ ਉਨ੍ਹਾਂ ਵੱਲ ਆਉਂਦਾ ਦਿਸਿਆ ਸੀ। ਹਸਨ ਅਬਦਾਲ ਦੀ ਗੱਲ ਸੱਚੀ ਸੀ। ਕੁਝ ਦੇਰ ਬਾਅਦ ਬਾਬੇ ਦੀ ਆਵਾਜ਼ ਵੀ ਆਈ ਸੀ : "ਰਬਾਬ ਵਜਾ ਮਰਦਾਨਿਆ...।" ਕੰਧਾਰੀ ਦੇ ਕੰਨਾਂ ਵਿੱਚ ਪਈਆਂ ਇਹ ਇਲਾਹੀ ਧੁਨਾਂ ਨਾਲ ਸ਼ੀਆ ਮੱਤ ਦੇ ਰਾਫ਼ਜੀ ਫਿਰਕੇ ਦੀਆਂ ਸਾਰੀਆਂ ਤਲਖੀਆਂ ਥੱਲੇ ਵੱਲ ਉਤਰ ਆਈਆਂ ਸਨ। ਉਹ ਕਿੰਨੀ ਦੇਰ ਲੱਕ ਤੇ ਹੱਥ ਰੱਖ ਮਾਲਕਾਂ ਵਾਂਗ ਖੜ੍ਹਾ ਰਿਹਾ...। ਫਿਰ ਆਪਣੇ ਹੀ ਸੁੱਟੇ ਪੱਥਰ ਉੱਪਰ ਬੈਠ ਗਿਆ। ਸ਼ਬਦ ਖ਼ਤਮ ਹੋਣ ਤੋਂ ਬਾਅਦ ਉਹ ਚੁੱਪਚਾਪ ਉਹਨੂੰ ਛੱਡ ਵਾਪਸ ਆਪਣੇ ਰਾਹ ਪੈ ਗਏ ਸਨ। ਢਾਈ ਪਹਿਰ ਲੰਘ ਚੁੱਕੇ ਸਨ; ਹੁਣ ਵੀ ਜਾਪਦਾ ਉਹ ਦਿਓ ਆਕਾਰ ਸਰੀਰ ਕਦੇ ਵੀ ਸਾਹਮਣੇ ਆ ਕੇ ਪੁੱਛ ਸਕਦਾ :

"ਸੁੰਨੀ ਤੇ ਰਾਫ਼ਜੀ ਝਗੜੇ ਕੀ ਬੇਲੋੜੇ ਨੇ ?" ਪਰ ਇਸ ਅੱਧੇ ਪਹਿਰ ਵਿੱਚ ਅੱਜ ਇੱਕ ਹੋਰ ਵਿਛੋੜਾ ਹੋਇਆ ਸੀ। ਕਈ ਮਹੀਨਿਆਂ ਤੋਂ ਚੁੱਪ ਚਾਪ ਤੁਰਿਆ ਸੁਮੇਰੂ ਅੱਜ ਇੱਕ ਚੌਰਸਤੇ ਤੇ ਅਚਾਨਕ ਅੱਗੇ ਆ ਗਿਆ ਸੀ। ਉਹਨੇ ਪੂਰਾ ਸਰੀਰ ਧਰਤੀ ਨਾਲ ਲਾ ਕੇ ਬਾਬੇ ਦੇ ਪੈਰਾਂ ਨੂੰ ਚੁੰਮਿਆ;

"ਇਥੋਂ ਮੇਰੇ ਪਿੰਡ ਦਾ ਰਾਹ ਜਾਂਦਾ ਏ ਸੋਝੀਆਂ ਵਾਲਿਆ...।"

"ਸੁਮੇਰੂ...।" ਬਾਬੇ ਨੇ ਉਹਦਾ ਚੇਹਰਾ ਹੱਥਾਂ ਵਿਚ ਲੈ ਲਿਆ।

"ਛੇਤੀ ਜਾ ਸੁਮੇਰੂ ਖਲਕਤ ਉਡੀਕ ਰਹੀ ਹੈ।" ਫਿਰ ਉਹਨੇ ਮਰਦਾਨੇ ਵੱਲ ਵੇਖਿਆ। ਪੈਰਾਂ ਵੱਲ ਝੁਕਦਿਆਂ ਵੇਖ ਮਰਦਾਨੇ ਨੇ ਰਬਾਬ ਅੱਗੇ ਕਰ ਦਿੱਤੀ। ਫਿਰ

ਗਿੱਲੀਆਂ ਅੱਖਾਂ ਨਾਲ ਉਹਨੂੰ ਦੇਰ ਤੱਕ ਵੇਖਦਾ ਰਿਹਾ ਜਦੋਂ ਤੱਕ ਉਹ ਦਿਸਦਾ ਰਿਹਾ। ਅਗਲੇ ਪਹਿਰਾਂ ਵਿਚ ਫਿਰ ਬਲੀ ਕੰਧਾਰੀ ਯਾਦ ਹੀ ਨਹੀਂ ਆਇਆ।

ਹਸਨ ਅਬਦਾਲ ਤੋਂ ਦੋ ਗੱਡਿਆਂ ਦਾ ਇਕ ਚੌੜਾ ਰਾਹ ਲਾਹੌਰ ਤੇ ਪਿਸ਼ਾਵਰ ਨੂੰ ਜਾਂਦਾ ਸੀ। ਭਾਰੀ ਲਦਾਣ ਨਾਲ ਲੱਦੇ ਗੱਡੇ, ਊਠ, ਖੱਚਰਾਂ ਤੇ ਰਥਾਂ ਨਾਲ ਰਸਤੇ ਵਿੱਚ ਧੂੜ ਉੱਡ ਰਹੀ ਸੀ। ਕਾਫ਼ੀ ਦੇਰ ਤੋਂ ਮੀਂਹ ਨਹੀਂ ਸੀ ਪਿਆ ਲੱਗਦਾ। ਉਹ ਦੱਖਣ ਪੂਰਬ ਵੱਲ ਚੱਲਦੇ ਟਿੱਲਾ ਬਾਲ ਗੁਦਾਈਂ ਪਹੁੰਚ ਗਏ। ਗਲਾਂ ਵਿੱਚ ਬਰਦੂ ਸਿੰਙੇ, ਵੱਡੀਆਂ ਵੱਡੀਆਂ ਕੰਨਾਂ ਵਿੱਚ ਮੁੰਦਰਾਂ, ਮਾਲਾਂ ਨਾਲ ਭਰੇ ਗਲ, ਭਗਵੇਂ ਕੱਪੜੇ, 'ਅਲਖ ਨਿਰੰਜਣ' ਕਹਿੰਦੀਆਂ ਜੋਗੀਆਂ ਦੀਆਂ ਮੰਡਲੀਆਂ, ਵਿਚਾਰ ਚਰਚਾ ਕਰਦੀਆਂ ਕੁਝ ਬੈਠੀਆਂ ਤੇ ਕੁਝ ਘੁੰਮ ਰਹੀਆਂ ਸਨ। ਜਿਆਦਾ ਚਰਚਾ ਆਸਣਾਂ, ਵਿਧੀਆਂ ਦੀ ਚੱਲ ਰਹੀ ਸੀ। ਮਰਦਾਨੇ ਨੇ ਸੁਣਿਆ ਇਸ ਤੋਂ ਅੱਗੇ ਕੋਈ ਬੋਲ ਹੀ ਨਹੀਂ ਸੀ ਰਿਹਾ। ਜਦ ਵੀ ਕਿਸੇ ਜੋਗੀ ਬਾੜੇ ਕੋਲੋਂ ਲੰਘੇ; ਉਨ੍ਹਾਂ ਸਾਧਕਾਂ ਨੂੰ ਵਿਧੀਆਂ ਉੱਤੇ ਚਰਚਾ ਕਰਦੇ ਸੁਣਿਆ। ਅੱਜ ਸਵੇਰ ਦਾ ਕੀਰਤਨ ਵੀ ਅਜਿਹੇ ਹੀ ਸ਼ਬਦ ਨਾਲ ਸ਼ੁਰੂ ਹੋਇਆ :

ਸਿਧ ਸਾਧਿਕ ਜੋਗੀ ਅਰੁ ਜੰਗਮ ਏਕੁ ਸਿਧ ਜਿਨੀ ਧਿਆਇਆ॥
ਪਰਸਤ ਪੈਰ ਸਿਝਤ ਤੇ ਸੁਆਮੀ ਅਖਰੁ ਜਿਨ ਕਉ ਆਇਆ॥
ਜਪ ਤਪ ਸੰਜਮ ਕਰਮ ਨਾ ਜਾਨਾ ਨਾਮੁ ਜਪੀ ਪ੍ਰਭ ਤੇਰਾ॥
ਗੁਰ ਪਰਮੇਸਰ ਨਾਨਕ ਭੇਟਿਓ ਸਾਚੈ ਸਬਦਿ ਨਿਬੇਰਾ॥

ਕੀਰਤਨ ਤੋਂ ਬਾਅਦ ਇੱਕ ਜੋਗੀਆਂ ਦਾ ਟੋਲਾ ਮਰਦਾਨੇ ਤੋਂ ਕੈਲਾਸ਼ ਪਰਬਤ ਤੋਂ ਲੈ ਕੇ ਜਗਨ ਨਾਥ ਦੀਆਂ ਯਾਤਰਾਵਾਂ ਬਾਰੇ ਪੁੱਛਦਾ ਰਿਹਾ। ਚਿਲਮਾਂ ਦੇ ਧੂੰਏਂ ਨਾਲ ਕਈ ਵਾਰ ਮਰਦਾਨੇ ਦਾ ਸਾਹ ਰੁਕਿਆ।

"ਤੂੰ ਤਾਂ ਬਹੁਤ ਜੋਗੀਆਂ ਦੀ ਅੱਗ ਸੇਕੀ ਹੋਣੀ ਏ, ਕੋਈ ਨਵੀਂ ਵਿਧੀ ਵੀ ਸਾਧੀ...।"

"ਜਿੰਨੇ ਤੀਰਥ ਤੂੰ ਘੁੰਮਿਆਂ ਏ ਇਹ ਤੋਂ ਬਾਅਦ ਤਾਂ ਬੰਦਾ ਉਂਝ ਹੀ ਸ਼ੂਨਯ ਹੋ ਜਾਂਦਾ ਏ... ਤੂੰ ਹਾਲੇ ਵੀ ਗਾ ਰਿਹੈਂ।" ਉਹ ਲਗਾਤਾਰ ਮਰਦਾਨੇ ਨੂੰ ਸੁਆਲ ਕਰਦੇ ਰਹੇ।

"ਕਿਤੇ ਗੌਣ ਤੇਰੀ ਜੋਗ ਵਿਧੀ ਤਾਂ ਨਹੀਂ...।" ਮਰਦਾਨੇ ਨੇ ਕਿਸੇ ਦਾ ਕੋਈ ਉੱਤਰ ਨਾ ਦਿੱਤਾ। ਉਹ ਬਾਂਹ ਉੱਪਰ ਸਿਰ ਰੱਖ ਕੇ ਪਿਆ ਸੀ। ਉਸੇ ਉੱਪਰੋਂ ਸਿਰ ਘੁੰਮਾ ਬਾਬੇ ਵੱਲ ਵੇਖਦਾ ਰਿਹਾ। ਪਰ ਉੱਧਰੋਂ ਵੀ ਕੋਈ ਆਵਾਜ਼ ਨਹੀਂ ਆਈ।

"ਨਾ ਤੂੰ ਬੋਲਦਾਂ ਏ ਨਾ ਤੇਰਾ ਗੁਰੂ; ਕਿਤੇ ਵਿਧੀਆਂ ਤੋਂ ਵੀ ਪਹਿਲਾਂ ਹੀ ਤਾਂ ਨਹੀਂ ਰੁੱਕੇ ਹੋਏ।" ਉਹ ਬੁੜ ਬੁੜ ਕਰਦੇ ਚਲੇ ਗਏ ਤੇ ਹੌਲੀ ਹੌਲੀ ਉਨ੍ਹਾਂ ਨਾਲ ਸੁਲਫ਼ੇ ਤੇ ਗਾਂਜੇ ਦੇ ਧੂੰਏਂ ਦਾ ਮੁਸ਼ਕ ਵੀ ਚਲਾ ਗਿਆ। ਜਿੰਨੇ ਦਿਨ ਉਹ ਰਹੇ; ਮਰਦਾਨੇ ਨੂੰ ਇਹਦੇ ਨਾਲ ਦੇ ਮਿਲਦੇ ਜੁਲਦੇ ਸੁਆਲ ਕਰਦੇ ਜੋਗੀ ਖੁਸ਼ਕ ਗਲ੍ਹਿਆਂ ਦਾ ਖੰਗੂਰਾ ਮਾਰਦੇ ਲੰਘ ਜਾਂਦੇ। ਇਕ ਸਵੇਰ ਜਦੋਂ ਉਹ ਇਸ ਟਿੱਲੇ ਤੋਂ ਉਤਰ ਇੱਕ ਕੱਚੀ ਗੜ੍ਹੀ

ਕੋਲੋਂ ਲੰਘੇ ਜਿਸ ਅੱਗੇ ਚਸ਼ਮਾ ਵਗਦਾ ਸੀ ਤਾਂ ਮਰਦਾਨੇ ਨੇ ਹੌਲੀ ਜਹੇ ਗੱਲ ਛੇੜ ਲਈ;

"ਬਾਬਾ ਜੋਗੀਆਂ ਦਾ ਸਾਰਾ ਧਿਆਨ ਵਿਧੀਆਂ ਉੱਤੇ ਹੀ ਰਹਿੰਦਾ ਏ ? ਵਿਧੀ ਕਿਥੋਂ ਤੱਕ ਨਾਲ ਜਾਵੇ ?"

"ਅਭਿਆਸ ਮਨ ਨੂੰ ਭਾਉਂਦਾ ਹੈ; ਵਾਰ ਵਾਰ ਕਰਨ ਨਾਲ ਮਨ ਉਸੇ ਨੂੰ ਮੋਕਸ਼ ਦੀ ਭੁੱਲ ਮੰਨਣ ਦਾ ਜਾਲ ਵੀ ਬੁਣਦਾ ਹੈ। ਮਨ ਕੋਲ ਕਿਸੇ ਵੀ ਕੰਮ ਨੂੰ ਵਾਰ ਵਾਰ ਦੁਹਰਾਉਣ ਦੀ ਵਿਵਸਥਾ ਵੀ ਹੈ।"

"ਸਾਧਕ ਲਈ ਤਾਂ ਫਿਰ ਇਹ ਬਹੁਤ ਪ੍ਰੀਖਿਆ ਦੀ ਘੜੀ ਏ ?"

"ਗੁਰੂ ਅਜਿਹੀਆਂ ਘੜੀਆਂ ਲਈ ਹੀ ਹੁੰਦੇ ਨੇ...।" ਬਾਬੇ ਦੇ ਮੂੰਹੋਂ ਉਹਨੇ ਇਹ ਅੱਜ ਦੂਜੀ ਵਾਰ ਸੁਣਿਆ ਸੀ। ਬਾਬਾ ਗੁਰੂ ਦੀ ਵਿਆਖਿਆ ਸਿਰਫ਼ ਗਾ ਕੇ ਹੀ ਕਰਦਾ ਸੀ।

"ਫਿਰ ਤਾਂ ਵਿਧੀਆਂ ਦੱਸਣ ਵਾਲਾ ਵੀ ਗੁਰੂ ਤੇ ਵਿਧੀਆਂ 'ਚੋਂ ਕੱਢਣ ਵਾਲਾ ਵੀ ਗੁਰੂ...!"

"ਵਿਧੀ ਮਨ ਨੂੰ ਆਪਣੀ ਗੱਲ ਕਹਿਣ ਦਾ ਮੌਕਾ ਦੇਂਦੀ ਏ... ਉਹ ਮਨ ਦੀ ਚੋਰੀ ਫੜ ਕੇ ਦੱਸਦੀ ਵੀ ਹੈ। ਮਨ ਉਹਨੂੰ ਹੀ ਫੜ ਕੇ ਬੈਠ ਜਾਂਦਾ ਹੈ। ਇਹੋ ਤਾਂ ਉਹ ਚਾਹੁੰਦਾ ਏ... ਪ੍ਰਸ਼ਨ ਉੱਤਰ ਵੱਲ ਨਾ ਜਾਵੇ...।"

"ਫਿਰ ਤਾਂ ਜੋਗੀ ਸਭ ਤੋਂ ਵੱਧ ਸੰਕਟ ਵਿਚ ਫਸੇ ਨੇ ਬਾਬਾ... ?"

"ਹਾਂ ਮਰਦਾਨਿਆਂ ਸਾਰੀਆਂ ਵਿਧੀਆਂ ਨੇ ਸਰੀਰ ਤੋਂ ਬਾਹਰ ਨਿਕਲਣਾ ਹੁੰਦਾ ਏ... ਜੋ ਅੰਦਰ ਰਹਿ ਗਈ ਉਹੀ ਬੰਧਨ...।" ਗੱਲਾਂ ਕਰਦਿਆਂ ਪਤਾ ਹੀ ਨਹੀਂ ਸੀ ਲੱਗਿਆ; ਅੱਗੇ ਜਿਹਲਮ ਦਰਿਆ ਦਾ ਪੱਤਣ ਆ ਗਿਆ ਸੀ।

ਪਹਿਲਾਂ ਜਿਹਲਮ ਤੇ ਫਿਰ ਚਨਾਬ ਦਰਿਆ ਪਾਰ ਕਰਦੇ ਉਹ ਸਿਆਲਕੋਟ ਨੇੜੇ ਪਹੁੰਚੇ। ਇਹ ਬਹੁਤ ਹੀ ਪੁਰਾਣਾ ਨਗਰ ਸੀ। ਕਦੇ ਇਹ ਪੰਜਾਬ ਦੀ ਰਾਜਧਾਨੀ ਰਿਹਾ ਸੀ। ਉਨ੍ਹਾਂ ਪਹਿਲਾ ਪੜਾਅ ਸ਼ਹਿਰ ਦੇ ਬਾਹਰ ਇਕ ਬੇਰੀ ਦੇ ਰੁੱਖ ਥੱਲੇ ਕੀਤਾ। ਸ਼ਾਮ ਵੇਲੇ ਗਜਾ ਕਰਨ ਤੁਰੇ ਮਰਦਾਨੇ ਨੂੰ ਬਾਬੇ ਨੇ ਪਿੱਛੋਂ ਆਵਾਜ਼ ਮਾਰੀ :

"ਆਉਣ ਲੱਗਿਆਂ ਸੱਚ ਤੇ ਝੂਠ ਵੀ ਖਰੀਦ ਲਿਆਵੀਂ।" ਸ਼ਹਿਰ ਵੱਲ ਜਾਂਦਾ ਮਰਦਾਨਾ ਸੋਚਦਾ ਰਿਹਾ, ਕਿਤੇ ਇਹਦੇ ਵਿਚ ਵਿਧੀਆਂ ਪੁੱਛਣ ਦਾ ਉੱਤਰ ਤਾਂ ਨਹੀਂ ਛੁਪਿਆ ਹੋਇਆ। ਉਹਨੇ ਚੇਹਰੇ ਵੇਖਕੇ ਕਈ ਦੁਕਾਨਦਾਰਾਂ ਕੋਲੋਂ ਇਹ ਸੁਆਲ ਪੁੱਛਿਆ। ਆਖਿਰ ਇਕ ਦੁਕਾਨਦਾਰ ਨੇ ਕਾਗਜ ਉੱਤੇ ਲਿਖ ਕੇ ਉੱਤਰ ਦਿੱਤਾ :

"ਮਰਨਾ ਸੱਚ ਤੇ ਜਿਊਣਾ ਝੂਠ" ਦੂਜੇ ਦਿਨ ਉਹ ਬਾਬੇ ਨਾਲ ਮੂਲੇ ਦੀ ਦੁਕਾਨ ਉੱਤੇ ਗਿਆ। ਮੂਲੇ ਨੇ ਬਾਬੇ ਦੇ ਪੈਰੀਂ ਹੱਥ ਲਾਉਂਦੇ ਕਿਹਾ :

"ਮੈਂ ਤਾਂ ਸੋਚ ਲਿਆ ਸੀ ਕਿ ਇਹਦੇ ਪਿੱਛੇ ਕੋਈ ਹੋਰ ਹੱਥ ਹੈ।" ਉਸ ਦਿਨ ਉਨ੍ਹਾਂ ਮੂਲੇ ਦੀ ਦੁਕਾਨ ਅੱਗੇ ਗਾਇਆ। ਸਿਆਲਕੋਟ ਵਿੱਚ ਕਈ ਦਿਨਾਂ ਤੱਕ ਲੋਕਾਂ ਨਾਲ ਬਚਨ ਬਿਲਾਸ ਚੱਲਦਾ ਰਿਹਾ। ਇੱਕ ਦਿਨ ਉਹ ਸਿਆਲਕੋਟ ਤੋਂ ਦੱਖਣ ਪੂਰਬ ਪਸਰੂਰ ਵੱਲ ਚੱਲ ਪਏ। ਇਸ ਵਾਰੀ ਉਹ ਫਿਰ ਤਿੰਨ ਜਣੇ ਸਨ। ਸਿਆਲਕੋਟ

ਤੋਂ ਮੂਲਾ ਉਨ੍ਹਾਂ ਦੇ ਨਾਲ ਹੀ ਚੱਲ ਪਿਆ ਸੀ। ਪਸਰੂਰ ਵਿੱਚ ਫਕੀਰ ਮਿੱਠਾ ਦੇ ਡੇਰੇ ਤੋਂ ਕੁਝ ਦੂਰੀ ਤੇ ਉਨ੍ਹਾਂ ਆਪਣਾ ਪੜਾਅ ਕੀਤਾ। ਕੀਰਤਨ ਸੁਣ ਇੱਕ ਦਿਨ ਮੀਆ ਮਿੱਠਾ ਖੁਦ ਵੇਖਣ ਆਇਆ। ਉਹਦੀ ਅਰਜ਼ ਤੇ ਉਹ ਇਕ ਰਾਤ ਲਈ ਉਹਦੇ ਡੇਰੇ ਗਏ। ਰਾਤ ਵੇਲੇ ਕਾਫ਼ੀ ਸਾਰੇ ਲੋਕ ਇਹ ਸੁਣ ਕੇ ਆ ਗਏ ਕਿ ਪੀਰ ਮਿੱਠਾ ਕਿਸ ਨੂੰ ਸੁਣ ਰਿਹਾ ਹੈ ? ਚੰਨ ਚਾਨਣੀ ਰਾਤ ਵਿੱਚ ਰਬਾਬ ਨਾਲ ਬਾਬੇ ਨੇ ਉਹਦੇ ਵੱਲ ਮੂੰਹ ਕਰਕੇ ਕੁਝ ਇਸ ਤਰ੍ਹਾਂ ਗਾਇਆ :

ਮਿਹਰ ਮਸੀਤਿ ਸਿਦਕੁ ਮੁਸਲਾ ਹਕੁ ਹਾਲਾਲੁ ਕੁਰਾਣੁ॥
ਸਰਮ ਸੁੰਨਤਿ ਸੀਲੁ ਰੋਜਾ ਹੋਹੁ ਮੁਸਲਮਾਣੁ॥
ਕਰਣੀ ਕਾਬਾ ਸਚੁ ਪੀਰੁ ਕਲਮਾ ਕਰਮ ਨਿਵਾਜ॥
ਤਸਬੀ ਸਾ ਤਿਸੁ ਭਾਵਸੀ ਨਾਨਕ ਰਖੈ ਲਾਜ॥

ਕਈ ਸਾਲਾਂ ਬਾਅਦ ਪਹਾੜਾਂ ਦੇ ਸੁਭਾ ਦੀਆਂ ਉਚਾਣਾਂ ਨਿਵਾਣਾਂ ਵਿੱਚੋਂ ਨਿਕਲ ਮਰਦਾਨੇ ਨੇ ਦੂਰ ਤੱਕ ਪੱਧਰੇ ਮੈਦਾਨ ਵੇਖੇ ਸਨ। ਮੈਦਾਨ ਤਾਂ ਪਿਛਲੇ ਕੁਝ ਦਿਨਾਂ ਤੋਂ ਸ਼ੁਰੂ ਹੋ ਗਏ ਸਨ; ਪਰ ਤਲਵੰਡੀ ਦੇ ਨੇੜੇ ਆਉਂਦਿਆਂ ਇਨ੍ਹਾਂ ਦੀ ਝਾਤ ਅੱਖਾਂ ਅੱਗੇ ਹੋਰ ਵੀ ਪੱਧਰੀ ਹੋ ਕੇ ਦਿਸਦੀ ਸੀ। ਕਦੇ ਪਹਾੜਾਂ ਦੀਆਂ ਅਟੱਲ ਉੱਚਾਈਆਂ ਸਫ਼ਰਾਂ ਵਿਚ ਬੜਾ ਸਤਾਉਂਦੀਆਂ ਸਨ। ਫਿਰ ਢਲਾਣਾਂ ਤੋਂ ਉਤਰਦੀਆਂ ਨਿਵਾਣਾਂ ਇਹ ਸਭ ਕੁਝ ਭੁਲਾ ਦੇਂਦੀਆਂ। ਹੁਣੇ ਪਿਛਲੇ ਪਿੰਡ ਤੋਂ ਉਹ ਦੁਪਹਿਰ ਦੀ ਗਜਾ ਖਾ ਕੇ ਤੁਰੇ ਸਨ। ਚੁਫੇਰੇ ਸਾਉਣੀ ਦੀਆਂ ਫਸਲਾਂ ਦੀ ਸਰਸਰਾਹਟ ਸੀ। ਸਾਉਣੀ ਦੀਆਂ ਫਸਲਾਂ ਨੂੰ ਛੂਹ ਕੇ ਆਉਂਦੀ ਹਲਕੀ ਜਹੀ ਹਵਾ ਉਨ੍ਹਾਂ ਦੇ ਚੇਹਰਿਆਂ ਨੂੰ ਚੁੰਮ ਕੇ ਲੰਘਦੀ। ਚੁਫੇਰੇ ਸਿੱਲ ਸੀ। ਭਾਰੇ ਮੀਂਹ ਪੈ ਕੇ ਹੱਟੇ ਸਨ। ਫਿਰ ਵੀ ਦੋ ਦਿਨਾਂ ਦੀ ਬੱਤ ਨਾਲ ਆਠਰੀ ਹੋਈ ਜਮੀਨ ਉੱਤੇ ਆਸਾਨੀ ਨਾਲ ਤੁਰਿਆ ਜਾ ਸਕਦਾ ਸੀ। ਪਰ ਪਿਛਲੇ ਪਿੰਡ ਦੀ ਅੱਖਾਂ ਵਿਚਲੀ ਨਮੀ ਅਜੇ ਸੁੱਕੀ ਨਹੀਂ ਸੀ। ਛੋਟੇ ਜਹੇ ਮੰਦਰ ਤੇ ਨੀਵੀਂ ਜਹੀ ਮਸਜਿਦ ਵਿਚਾਲੇ ਘਰਾਂ ਦੇ ਬਾਹਰ ਕੁਝ ਕੰਧ ਚਿੱਤਰ ਸਨ। ਚਿੱਤਰਾਂ ਵਿੱਚ ਬਾਬੇ ਨਾਲ ਉਹ ਵੀ ਬੈਠਾ ਸੀ। ਉਹ ਤਾਂ ਰਬਾਬ ਕਰਕੇ ਪਛਾਣਿਆਂ ਗਿਆ ਸੀ; ਨਹੀਂ ਤਾਂ ਉਹਨੂੰ ਯਕੀਨ ਹੀ ਨਹੀਂ ਸੀ ਆਉਣਾ। ਇਕ ਵਾਰ ਉਹਦੀਆਂ ਨਜ਼ਰਾਂ ਬਾਬੇ ਨਾਲ ਮਿਲੀਆਂ; ਫਿਰ ਪਤਾ ਨਹੀਂ ਕਿਉਂ ਛੋਟੇ ਜਹੇ ਬੱਚੇ ਵਾਂਗ ਰੁੱਠ ਕੇ ਮੂੰਹ ਦੂਜੇ ਪਾਸੇ ਕਰ ਲਿਆ। ਉਹ ਚਿੱਤਰ ਦਿਸਣੇ ਵੀ ਨਹੀਂ ਸਨ; ਜੇ ਉਹ ਉੱਥੇ ਬੈਠ ਕੇ ਗਜਾ ਨਾ ਖਾਂਦੇ। ਇੱਕ ਪਹਿਰ ਲੰਘ ਗਿਆ ਸੀ; ਮੂਲੇ ਨੂੰ ਪਤਾ ਨਹੀਂ ਸੀ ਲੱਗਿਆ; ਕੀ ਦਿਸਿਆ ? ਕੀ ਵਾਪਰਿਆ ? ਕਈ ਵਾਰੀ ਮੂਲੇ ਨੇ ਮਰਦਾਨੇ ਨੂੰ ਬੁਲਾਇਆ ਵੀ ਪਰ ਉਹ ਚੁੱਪ ਹੀ ਰਿਹਾ। ਸਾਹਮਣੇ ਇੱਕ ਹੋਰ ਪਿੰਡ ਦਿਸਣ ਲੱਗਾ। ਮਰਦਾਨੇ ਨੇ ਵੇਖਿਆ ਬਾਬੇ ਹੱਥ ਵਿੱਚ ਫੜੇ ਕਾਸੇ ਉੱਤੇ ਕੋਈ ਛੋਟਾ ਜਿਹਾ ਪੰਛੀ ਆ ਬੈਠਾ ਸੀ। ਗਜਾ ਵਿੱਚ ਕੀ ਬਚਿਆ ਸੀ ? ਇਹ ਪੰਛੀ ਨੂੰ ਜਰੂਰ ਦਿਸ ਰਿਹਾ ਹੋਵੇਗਾ। ਬਾਬੇ ਦੀ ਬਾਂਹ ਕਿਸੇ ਦਿਆਲੂ ਦਰੱਖਤ ਦੀ ਟਾਹਣੀ ਵਾਂਗ ਹਿਲ ਰਹੀ ਸੀ। ਕੰਧ ਚਿੱਤਰ ਵਿੱਚ ਇੱਕ ਚਿੜੀ ਵੀ ਸੀ; ਕਿਤੇ ਇਹ ਓਹੀ ਚਿੜੀ ਤਾਂ ਨਹੀਂ ਉੱਡ ਆਈ।

ਬਾਂਹ ਉੱਪਰੋਂ ਚਿੜੀ ਤਾਂ ਕਦੋਂ ਦੀ ਉੱਡ ਗਈ ਸੀ। ਪਰ ਮਰਦਾਨਾ ਹੁਣ ਪਹਿਲਾਂ ਵਾਂਗ ਨਹੀਂ ਸੀ। ਢਲਦੀ ਸ਼ਾਮ ਤੋਂ ਬਾਅਦ ਸਿਰਫ਼ ਚਾਰ ਪਹਿਰ ਹੋਰ ਤਲਵੰਡੀ ਅੱਗੇ ਰਹਿ ਗਈ ਸੀ। ਪਿੱਛੋਂ ਕਈ ਵਾਰ ਛੇੜਦੇ ਮਰਦਾਨੇ ਨੂੰ ਮੂਲੇ ਨੇ ਕਈ ਵਾਰ ਛੂਹ ਕੇ ਰੋਕਿਆ। ਸਾਉਣ ਦੀਆਂ ਦੋ ਗਾੜ੍ਹੀਆਂ ਬੱਦਲੀਆਂ ਵਿੱਚੋਂ ਲੰਘਦਾ ਸੂਰਜ ਥੋੜ੍ਹੀ ਦੇਰ ਲਈ ਠੰਢਾ ਹੋ ਗਿਆ। ਦਿਨ ਦੀ ਕੜਾਕੇ ਦੀ ਧੁੱਪ ਨਾਲ ਤਪੇ ਪਿੰਡੇ ਕੁਝ ਦੇਰ ਲਈ ਕੋਸੇ ਹੋ ਗਏ। ਹੁਣ ਮੂੰਹ ਹਨੇਰਾ ਹੋ ਗਿਆ ਸੀ। ਦੂਰ ਤੱਕ ਪਿੰਡਾਂ ਦਾ ਲਿਸ਼ਕਾਰਾ ਦਿਸ ਰਿਹਾ ਸੀ। ਚੰਨ ਵੀ ਹੁਣ ਛੋਟਾ ਹੋ ਗਿਆ ਸੀ। ਨੀਵੀਆਂ ਤੋਂ ਨੀਵੀਆਂ ਡੂੰਘਾਣਾਂ ਵਿੱਚ ਵੀ ਹੁਣ ਤਾਰੇ ਦਿਸਦੇ ਸਨ। ਬਿਲਕੁਲ ਉਨ੍ਹਾਂ ਦੇ ਸਾਹਮਣਿਉਂ ਇੱਕ ਤਾਰਾ ਟੁੱਟ ਕੇ ਲੰਘਿਆ। ਇਸ ਤੋਂ ਪਹਿਲਾਂ ਕਿ ਮਰਦਾਨਾ ਕੋਈ ਟਿੱਚਰ ਬਣਾ ਕੇ ਬਾਬੇ ਨੂੰ ਸੁਣਾਵੇ; ਮੂਲਾ ਆਪ ਪਹਿਲਾਂ ਹੀ ਬੋਲ ਪਿਆ :

"ਇਕ ਤਾਰਾ ਟੁੱਟਣ ਨਾਲ ਅਸਮਾਨ ਥੋੜ੍ਹੀ ਖਾਲੀ ਹੋਜੂ; ਇਹ ਬ੍ਰਹਿਮੰਡ ਦਾ ਸੰਜਮ ਵੀ ਤਾਂ ਅਨੰਤ ਹੈ।" ਪਰ ਮਰਦਾਨੇ ਨੇ ਬਾਬੇ ਕੋਲੋਂ ਤਾਰੇ ਗਿਣਨੇ ਨਹੀਂ; ਤਾਰਿਆਂ ਨਾਲ ਸੰਵਾਦ ਰਚਾਉਣਾ ਸਿੱਖਿਆ ਸੀ। ਉਹਨੇ ਤਾਰਿਆਂ ਦੇ ਆਪਣੇ ਹੀ ਨਾਂ ਰੱਖੇ ਸਨ। ਉਹ ਬੰਦਿਆਂ ਵਾਂਗ ਨਾਂ ਲੈ ਕੇ ਉਨ੍ਹਾਂ ਨੂੰ ਪੁਕਾਰਦਾ ਸੀ। ਦੁਬਾਰਾ ਫਿਰ ਇੱਕ ਤਾਰਾ ਟੁੱਟਦਾ ਦਿਸਿਆ :

"ਆਜੋ ਆਜੋ ਮੈਥੋਂ ਕਿਹੜੇ ਪੁੱਛਕੇ ਗਏ ਸੀ...।" ਇਸ ਵੇਲੇ ਉਹਦੀ ਆਵਾਜ਼ ਬਿਲਕੁਲ ਮਰਾਸੀਆਂ ਵਰਗੀ ਲੱਗਦੀ ਸੀ।

"ਨਾ ਬੋਲੋ ਤੁਸੀਂ ਤਾਂ ਤਾਰੇ ਹੋ... ਰੱਬ ਦੇ ਦੀਵੇ...।" ਮੂਲੇ ਨੇ ਹੈਰਾਨੀ ਨਾਲ ਬਾਬੇ ਨੂੰ ਹੱਸਦਾ ਵੇਖਿਆ। ਬਾਬਾ ਹਾਲੇ ਵੀ ਹੱਸ ਰਿਹਾ ਸੀ...; ਵਿੱਚੋਂ ਹੀ ਉਹਨੂੰ ਮਰਦਾਨੇ ਦੀ ਆਵਾਜ਼ ਫਿਰ ਸੁਣੀ :

"ਬਾਬਾ ਏਨਾ ਨਾ ਹੱਸ; ਸਾਰੇ ਤਾਰੇ ਉਤਰ ਆਉਣਗੇ; ਅਸਮਾਨ ਖਾਲੀ ਹੋ ਜਾਵੇਗਾ...।" ਇਸ ਵਾਰੀ ਮੂਲਾ ਵੀ ਹੱਸ ਪਿਆ।

ਸੱਤਿਓਂ ਦਾ ਦਿਨ ਸੀ। ਹਾਲੇ ਅੱਧੀ ਦੁਪਹਿਰ ਬੀਤੀ ਸੀ। ਸਾਹਮਣੇ ਤਲਵੰਡੀ ਦਿਸਣ ਲੱਗਾ ਸੀ। ਜਿੱਥੇ ਜਿਹੜੀ ਦੂਰੀ ਛੱਡ ਕੇ ਗਏ ਸੀ; ਸਭ ਵਿੱਥਾਂ ਉੱਥੇ ਹੀ ਸਹਿਜ ਪਈਆਂ ਸਨ। ਪਰ ਇਸ ਵਾਰੀ ਖੇਤਾਂ ਵਿਚ ਖੜ੍ਹੀਆਂ ਫਸਲਾਂ ਪਹਿਲਾਂ ਦਿਸੀਆਂ; ਮਾਲਕਾਂ ਦੇ ਨਾਂ ਥੋੜ੍ਹੀ ਦੇਰ ਬਾਅਦ ਯਾਦ ਆਏ। ਮਰਦਾਨੇ ਨੇ ਤਲਵੰਡੀ ਦੀ ਰੂਹ ਦੇ ਫਾਸਲਿਆਂ ਦਾ ਹੌਲ ਧੁੰਨੀ ਕੋਲ ਇਕੱਠਾ ਹੋਣ ਦਿੱਤਾ ਸੀ। ਠੀਕ ਇਸੇ ਵੇਲੇ ਮੂਲੇ ਦੀ ਆਵਾਜ਼ ਆਈ :

"ਤਲਵੰਡੀ ਇਹੋ ਹੈ ?" ਮੂਲਾ ਸਾਹਮਣੇ ਵੇਖ ਰਿਹਾ ਸੀ। ਬਾਬੇ ਵੱਲ ਵੇਖ ਕੇ ਮਰਦਾਨੇ ਨੇ ਮੂਲੇ ਨੂੰ ਤਲਵੰਡੀ ਵੱਲ ਇਸ਼ਾਰਾ ਕੀਤਾ :

"ਹਾਂ... ਇਸੇ ਨੂੰ ਤਲਵੰਡੀ ਕਹਿੰਦੇ ਨੇ...।"

ਕਾਂਡ : ਪੈਂਤੀਵਾਂ

ਡੂਮਣੀਆਂ ਗਾਉਂਦੀਆਂ ਗਾਉਂਦੀਆਂ ਬਹਿਸ ਪਈਆਂ ਸਨ। ਇਸ ਤੋਂ ਮਰਦਾਨੇ ਨੇ ਇਹ ਤਾਂ ਅੰਦਾਜ਼ਾ ਲਾ ਹੀ ਲਿਆ ਸੀ ਕਿ ਅੰਮੀ ਨੂੰ ਗਿਆਂ ਮੁੱਦਤਾਂ ਲੰਘ ਗਈਆਂ ਨੇ। ਉਹਨੇ ਸਮਾਧ ਵਰਗੇ ਸੁੰਨੇ ਘਰ ਵਿਚ ਅੰਮੀ ਦੀ ਕੋਈ ਤਾਜ਼ੀ ਬਚੀ ਯਾਦ ਵੇਖਣੀ ਚਾਹੀ ਸੀ। ਵੇਹੜੇ ਵਿੱਚ ਇਕ ਜਗ੍ਹਾ ਉਹਨੇ ਰਬਾਬ ਮੋਢਿਓਂ ਉਤਾਰ ਆਪਣੇ ਗਲ ਦੀਆਂ ਕੌਡੀਆਂ ਵਾਲੀਆਂ ਮਾਲਾਂ ਉਹਦੇ ਉੱਪਰ ਟਿਕਾ ਦਿੱਤੀਆਂ। (ਸ਼ਾਇਦ ਇਹ ਅੰਮੀ ਲਈ ਸ਼ਰਧਾਂਜਲੀ ਵੀ ਸੀ।) ਪਾਣੀ ਲੈ ਕੇ ਆਈ ਮੀਰਜਾਦੀ ਨੇ ਕਟੋਰਾ ਮੂੰਹ ਤੱਕ ਨਹੀਂ ਸੀ ਜਾਣ ਦਿੱਤਾ :

"ਤੂੰ ਕੁੱਝ ਪੁੱਛਿਆ ਨਹੀਂ; ਵੇਹੜਾ ਖਾਲੀ ਨਹੀਂ ਦਿਸਿਆ ?" ਉਹਨੇ ਖੂੰਜੇ ਵਿਚ ਖੜ੍ਹੀ ਮੰਜੀ ਵੱਲ ਵੇਖਿਆ।

"ਕਹਿ ਕੇ ਗਈ ਸੀ, ਪੁੱਤ ਦੇ ਆਉਣ ਤੱਕ ਨਾ ਡਾਹੁਣਾ...।" ਇਨ੍ਹਾਂ ਪਲਾਂ ਦੀ ਵਿੱਥ ਵਿੱਚ ਅੰਮੀ ਨੂੰ ਦੁਬਾਰਾ ਵੇਖਣ ਦੀ ਕਿੰਨੀ ਛਟਪਟਾਹਟ ਸੀ। ਇਨ੍ਹਾਂ ਵੇਖਣੀਆਂ ਵਿੱਚ ਕਿੰਨੇ ਪੜਾਅ ਪਏ ਸਨ ਜੋ ਕਿਸੇ ਦੇ ਜਾਣ ਤੋਂ ਬਾਅਦ ਹੀ ਰਾਹਾਂ ਵਿੱਚ ਆਉਂਦੇ ਨੇ। ਜੀਅ ਤਾਂ ਕੀਤਾ ਕਿਸੇ ਬੱਚੇ ਵਾਂਗ ਰੋਵਾਂ ਜਿਸਨੇ ਚੁੱਪ ਹੋ ਕੇ ਫਿਰ ਪ੍ਰੇਮ ਵਿੱਚ ਆ ਜਾਣਾ ਹੁੰਦਾ ਏ। ਪਰ ਸਾਹਮਣੇ ਇਕ ਹੋਰ ਬੁੱਢੀ ਖੜ੍ਹੀ ਸੀ ਜੋ ਉਹਦੇ ਘਰ ਵਾਲੀ ਸੀ। ਉਸ ਤੋਂ ਪਰੇ ਅੰਮੀ ਦੀ ਮੰਜੀ ਪਈ ਸੀ; ਜਿਸ ਨੂੰ ਉਹਨੇ ਹੁਣ ਡਾਹ ਦਿੱਤਾ ਸੀ।

"ਤੂੰ ਤਾਂ ਆਪਣਾ ਰਿਸ਼ਤਾ ਵੀ ਨਹੀਂ ਪਛਾਣ ਸਕਿਆ ?" ਉਹਨੇ ਖਾਲੀ ਕਟੋਰਾ ਉਹਦੇ ਹੱਥੋਂ ਲੈ ਲਿਆ।

"ਯਾਦ ਕਰਦੀ ਰਹਿੰਦੀ ਸੀ ਤੈਨੂੰ... ਮੈਨੂੰ ਵੀ ਚੰਗੀ ਲੱਗਦੀ ਸੀ... ਦੋਵੇਂ ਮਿਲਕੇ ਤੈਨੂੰ ਯਾਦ ਕਰ ਲੈਂਦੀਆਂ ਸਾਂ... ਹੁਣ ਮੈਂ ਇਕੱਲਿਆਂ ਤੇਰੀਆਂ ਯਾਦਾਂ ਨੂੰ ਕਮਾਵਾਂਗੀ।"

"ਮੈਂ ਤੇਰਾ ਦੇਣਦਾਰ ਹਾਂ ਮੀਰਜਾਦੀਏ।" ਹਵਾ ਦੇ ਬੁੱਲੇ ਨਾਲ ਮੀਰਜਾਦੀ ਦੀ ਪਿੱਠ ਉੱਪਰ ਵੱਜਿਆ ਦਰਵਾਜਾ ਬੰਦ ਹੋ ਗਿਆ। ਦੁਬਾਰਾ ਹਵਾ ਮੁੜ ਕੇ ਨਹੀਂ ਆਈ। ਦਰਵਾਜਾ ਉੱਥੇ ਹੀ ਰੁੱਕ ਗਿਆ।

"ਕਾਹਦੀਆਂ ਮੁਆਫ਼ੀਆਂ; ਜਿਹੜੇ ਪੁੱਤ ਨੇ ਮਾਂ ਦੀ ਨਹੀਂ ਸੁਣੀ; ਉਹ ਬਗਾਨੀ ਦੀ ਸੁਣ ਲਵੇਗਾ। ਲੰਘ ਚੱਲਿਆ ਸਮਾਂ, ਤੇਰੇ ਸਾਹਮਣੇ ਅਸੀਂ ਸਾਰਿਆਂ ਮੁੱਕ ਜਾਣਾ। ਅਗਲੀ ਵਾਰੀ ਪਤਾ ਨਹੀਂ ਤੈਨੂੰ ਕਿਸ ਨੇ ਨਹੀਂ ਦਿਸਣਾ...। ਚੰਦਰਿਆ! ਜਾਂਦਾ ਹੋਇਆ ਤਾਂ ਪਲਟ ਕੇ ਵੇਖ ਲਿਆ ਕਰ...।" ਇੱਕ ਹੰਝੂ ਮੀਰਜਾਦੀ ਦੀ ਵੱਟਦਾਰ ਖਲੜੀ ਤੋਂ ਡਿੱਗਦਾ ਥੱਲੇ ਵੱਲ ਵੱਧਦਾ ਦਿਸਿਆ, ਜਿੱਥੇ ਉਹਦੇ ਪੈਰ ਸਨ। ਉਹ ਹੰਝੂ ਅੱਖਾਂ ਵਿੱਚੋਂ ਨਿਕਲਦਾ ਨਹੀਂ ਸੀ ਦਿਸਿਆ। ਅੱਥਰੂ ਸ਼ਾਇਦ ਬਹੁਤ ਅੜੀਅਲ ਹੋ

ਗਏ ਸਨ; ਮਰਦਾਨੇ ਉੱਤੇ ਉਨ੍ਹਾਂ ਦਾ ਭਰੋਸਾ ਉੱਠ ਗਿਆ ਸੀ।

ਉਹਨੇ ਸਫ਼ਰਾਂ ਵਿਚ ਅਨੇਕਾਂ ਲੋਕਾਂ ਦੀਆਂ ਅੱਖਾਂ 'ਚੋਂ ਵਹਿੰਦੇ ਅੱਥਰੂ ਵੇਖੇ ਸਨ। ਇਹ ਅੱਖਾਂ ਦੀ ਬਣਤਰ ਸੀ ਜਾਂ ਅੰਦਰਲੀ ਝਾਕ ਵਿੱਚੋਂ ਵਗਦੇ ਪਾਣੀ ਦੇ ਆਉਣ ਦੀ ਵਿਧੀ ਸੀ। ਕੁਝ ਅੱਥਰੂ ਤਾਜ਼ੇ ਜੰਮੇ ਬੱਚੇ ਵਰਗੇ ਜਾਪੇ ਸਨ। ਕਿਸੇ ਦੇ ਅੱਥਰੂ ਬਜ਼ੁਰਗਾਂ ਵਾਂਗ ਵੇਖਦੇ ਨਿਕਲੇ ਸਨ। ਕਿਸੇ ਦੇ ਅੱਥਰੂ ਜਾਪਦੇ ਹੀ ਨਹੀਂ ਸਨ ਜਿਵੇਂ ਨਿਰਮਲ ਸ਼ਬਦਾਂ ਦਾ ਕੋਈ ਜੋੜ ਹੋਵੇ। ਕੁਝ ਅੱਥਰੂ ਕਿਸੇ ਦੀਆਂ ਅੱਖਾਂ ਵਰਗੇ ਹੀ ਸਨ; ਜਿਵੇਂ ਅੱਥਰੂ ਉੱਤੇ ਡੇਲਾ ਉੱਗ ਆਇਆ ਹੋਵੇ।

"ਜੇ ਇਨ੍ਹਾਂ 'ਚੋਂ ਅੱਧੇ ਵੀ ਮਾਂ ਅੱਗੇ ਵਗਾ ਦੇਂਦਾ ਤਾਂ ਉਹ ਪੁੱਤ ਉੱਤੇ ਵਾਪਸੀ ਦੇ ਭਰੋਸੇ ਨਾਲ ਮਰਦੀ...।" ਮੀਰਜਾਦੀ ਨੇ ਉਹਨੂੰ ਅੱਖਾਂ ਪੋਚਣ ਲਈ ਅੰਮੀ ਦੀ ਪਾਟੀ ਚੁੰਨੀ ਦੀ ਲੀਰ ਫੜਾਈ। ਉਹਨੇ ਕੁਝ ਦੇਰ ਅੱਖਾਂ ਉੱਤੇ ਉਹਨੂੰ ਉਵੇਂ ਹੀ ਟਿਕਾਈ ਰੱਖਿਆ। ਫਿਰ ਮੀਰਜਾਦੀ ਵੱਲ ਧਿਆਨ ਨਾਲ ਵੇਖਿਆ।

"ਠੀਕ ਏ ਜਾਂਦੀ ਵਾਰੀ ਅੰਮੀ ਤੈਨੂੰ ਰੁਆ ਹੀ ਗਈ।" ਉਹਨੇ ਹੱਸਣ ਦੀ ਕੋਸ਼ਿਸ਼ ਕੀਤੀ।

"ਬਹੁਤ ਦਿਨ ਹੋ ਗਏ ਅੰਮੀ ਨੂੰ ਗਿਆਂ... ਹੁਣ ਨਹੀਂ ਰੋਇਆ ਜਾਂਦਾ... ਹੁਣ ਅੱਗੇ ਤੇਰਾ ਵਿਛੋੜਾ ਖੜ੍ਹਿਆ ਦਿਸਦਾ ਏ...।" ਉਹਨੇ ਗੱਲ ਪੂਰੀ ਕਰਨ ਤੋਂ ਪਹਿਲਾਂ ਆਪਣੇ ਆਪ ਨੂੰ ਰੋਕ ਲਿਆ।

"ਹੁਣ ਤਾਂ ਤੇਰੀ ਅੰਮੀ ਵੀ ਨਹੀਂ ਰਹੀ; ਉਹਦੇ ਹਿੱਸੇ ਦੇ ਫੇਰੇ ਵੀ ਘੱਟ ਜਾਣਗੇ ?" ਉਹ ਦੁਬਾਰਾ ਅੱਖਾਂ ਭਰ ਆਈ।

ਬਹੁਤ ਹੀ ਨਿੱਕੀਆਂ ਨਿੱਕੀਆਂ ਚਿੜੀਆਂ ਦਾ ਝੁੰਡ ਪਰਛਾਵਿਆਂ ਸਮੇਤ ਅੰਮੀ ਦੀ ਮੰਜੀ ਉੱਤੇ ਆ ਬੈਠਾ ਸੀ। ਇਹ ਵਿਛੋੜੇ ਵੀ ਕਿੰਨੇ ਅਨੁਭਵੀ ਹੁੰਦੇ ਨੇ ? ਕੀ ਕੀ ਛੱਡਣਾ ਹੈ; ਉਹਦੇ ਵਿਚੋਂ ਵੀ ਕੁਝ ਨਹੀਂ ਛੱਡਣ ਦੇਂਦੇ। ਮਾਂ ਨੂੰ ਤੱਕਣ ਦੇ ਸਾਰੇ ਅਵਸਰ ਹਾਲੇ ਖ਼ਤਮ ਨਹੀਂ ਸੀ ਹੋਏ। ਸਾਹਮਣੇ ਦਰਵਾਜ਼ੇ ਉੱਤੇ ਝੁੱਕ ਕੇ ਅੰਦਰ ਵੜਦਾ ਬਾਬਾ ਦਿਸਿਆ। ਇਹ ਤਾਂ ਮੇਰੇ ਜਿੰਨਾਂ ਵੀ ਘਰ ਨਹੀਂ ਠਹਿਰਿਆ ਹੋਵੇਗਾ ? ਬਿਨਾਂ ਕੁਝ ਕਹੇ ਬਾਬਾ ਚੁੱਪਚਾਪ ਧਰਤੀ ਉੱਤੇ ਬੈਠ ਗਿਆ। ਜਿਸ ਤਰ੍ਹਾਂ ਉਹ ਸੋਚ ਕੇ ਆਇਆ ਸੀ; ਉਹਨੂੰ ਰੋਕਣ ਨੂੰ ਜੀਅ ਵੀ ਨਹੀਂ ਕੀਤਾ। ਥੋੜ੍ਹੀ ਦੇਰ ਲਈ ਅੱਖਾਂ ਬੰਦ ਕਰਕੇ ਬਾਬੇ ਨੇ ਹੌਲੀ ਜਹੇ ਪੁੱਛਿਆ :

"ਬੱਚੇ ਕਿਧਰ ਗਏ ਨੇ ?"

"ਜੀ ਵਿਆਹ ਕਮਾਉਣ ਗਏ ਨੇ ਨਾਲ ਦੇ ਪਿੰਡ...।" ਬਾਬਾ ਮੰਜੀ ਵੱਲ ਨਹੀਂ ਗਿਆ; ਜਿੱਥੇ ਚਿੜੀਆਂ ਦਾ ਝੁੰਡ ਬੈਠਾ ਸੀ।

"ਤੁਹਾਨੂੰ ਵੀ ਯਾਦ ਕਰਦੀ ਰਹਿੰਦੀ ਸੀ ਅੰਮੀ...।" ਬਾਬੇ ਨੇ ਦੋ ਵਾਰ ਸਿਰ ਹਿਲਾਕੇ ਹਲਕਾ ਜਿਹਾ ਮੁਸਕਰਾਇਆ ਤੇ ਹੌਲੀ ਹੌਲੀ ਵਾਪਸ ਜਾਣ ਲੱਗਾ। ਮਰਦਾਨਾ ਚੁੱਪਚਾਪ ਕਬਰਾਂ ਵੱਲ ਜਾਂਦੇ ਬਾਬੇ ਨਾਲ ਚੱਲ ਪਿਆ। ਸਿਰ ਉੱਪਰ ਕੱਚੀਆਂ ਕੱਚੀਆਂ ਚਿੱਟੀਆਂ ਬੱਦਲੀਆਂ ਦਾ ਪਰਛਾਵਾਂ ਸੀ। ਉਹ ਥੋੜ੍ਹੀ ਦੇਰ ਲਈ ਅੰਮੀ ਦੀ

ਕਬਰ ਕੋਲ ਖੜ੍ਹੇ। ਪਹਿਲੀ ਹੀ ਕਿਣੀ ਰਬਾਬ ਦੀਆਂ ਤਾਰਾਂ ਉੱਪਰ ਡਿੱਗੀ। ਜੇ ਬਾਬਾ ਰਬਾਬ ਚੁੱਕਣ ਲਈ ਨਾ ਕਹਿੰਦਾ ਤਾਂ ਬੇਆਰਾਮ ਹੱਥ ਕਿੰਨੇ ਭਾਰੇ ਜਾਪਣੇ ਸਨ। ਉਹਨੇ ਹੌਲੀ ਜਹੇ ਤਾਰਾਂ ਉਤਲੇ ਪਾਣੀ ਨੂੰ ਛੂਹਿਆ। ਲੰਬੀ ਉਚਾਈ ਤੋਂ ਧੁਨਾਂ ਨਾਲ ਟਕਰਾਇਆ ਸੀ ਪਾਣੀ...।

"ਬਾਬਾ ਕੁਝ ਬੋਲ ਨਾ... ਤੂੰ ਤਾਂ ਸੋਝੀਆਂ ਦੀ ਮਾਂ ਏ।"

"ਇਨ੍ਹਾਂ ਆਵਾਜ਼ਾਂ ਨੇ ਵੀ ਸਰੀਰ ਵਾਂਗ ਆਪਣੀ ਜਗ੍ਹਾ ਛੱਡ ਦੇਣੀ ਏ।" ਕਬਰ ਅੱਗੇ ਗੋਡਿਆਂ ਭਾਰ ਬੈਠੇ ਮਰਦਾਨੇ ਦੇ ਬਾਬੇ ਨੇ ਪਿੱਠ ਉੱਪਰ ਹੱਥ ਫੇਰਿਆ।

"ਜਾਣ ਤੋਂ ਪਹਿਲਾਂ ਰੁੱਖ ਆਪਣਾ ਬੀਜ ਸੁੱਟ ਗਿਆ ਏ ਮਰਦਾਨਿਆ... ਉੱਠ...।"

ਪਿੰਡ ਵਾਪਸੀ ਵੇਲੇ ਉਹ ਸਾਉਣੀ ਦੀਆਂ ਕੱਚੀਆਂ ਫਸਲਾਂ ਵਿੱਚੋਂ ਦੀ ਲੰਘੇ। ਲੈਰੇ ਇੱਖਾਂ 'ਚੋਂ ਪੱਕਦੇ ਖਰਬੂਜਿਆਂ ਦੀ ਖੁਸ਼ਬੂ ਆ ਰਹੀ ਸੀ।

ਵਾਪਸੀ ਵੇਲੇ ਉਹ ਪਿੰਜਿਆਂ ਦੀ ਗਲੀ ਲੰਘ ਮਰਾਸੀਆਂ ਦੇ ਅਖੀਰਲੇ ਘਰ ਕੋਲ ਜਾ ਰੁਕੇ। ਬਿਰਧ ਦੌਲਤਾਂ ਨੇ ਵੇਖਦੀ ਸਾਰ ਬੋਲਣਾ ਸ਼ੁਰੂ ਕਰ ਦਿੱਤਾ :

"ਆ ਗਈ ਜੋੜੀ... ਹੁਣ ਸਭ ਬਿਰਧ ਹੋ ਗਏ ਕੋਈ ਨਹੀਂ ਤੁਹਾਨੂੰ ਰੋਕਣ ਵਾਲਾ... ਜਵਾਬ ਦੇ ਗਈ ਦੇਹ; ਤਿਪਰੋ... (ਤ੍ਰਿਪਤਾ) ਕੋਲ ਵੀ ਨਹੀਂ ਜਾ ਹੁੰਦਾ ਹੁਣ...।" ਦੋਵਾਂ ਨੇ ਵਾਰੀ ਵਾਰੀ ਪੈਰੀਂ ਹੱਥ ਲਾਏ।

"ਹੁਣ ਤਾਂ ਕੋਈ ਇਹ ਵੀ ਨਹੀਂ ਕਹਿੰਦਾ ਕਿ ਬੇਦੀਆਂ ਦੇ ਮੁੰਡੇ ਦੀ ਮੱਤ ਮਾਰੀ ਗਈ ਏ। ਖਲਕਤ ਤੁਸਾਂ ਨਾਲ ਲਾ ਲਈ ਏ...।" ਦੋਵਾਂ ਵਿੱਚੋਂ ਕਿਸੇ ਨੇ ਉੱਤਰ ਨਹੀਂ ਦਿੱਤਾ। ਇੰਜ ਲੱਗਦਾ ਸੀ ਜਿਵੇਂ ਕੋਈ ਬਹੁਤ ਹੀ ਪੁਰਾਣਾ ਉਸਤਾਦ ਆਪਣੇ ਚੇਲਿਆਂ ਨੂੰ ਲਗਾਤਾਰ ਪੁਰਾਣੀਆਂ ਗ਼ਲਤੀਆਂ ਤੋਂ ਜਾਣੂ ਕਰਾ ਰਿਹਾ ਹੋਵੇ।

"ਨਾ ਤੂੰ ਚੁੱਪ ਕਰਕੇ ਬੈਠਾਂ। ਮਾਂ ਮਰੀ ਏ। ਮਰਾਸਣ ਦਾ ਪੁੱਤ ਏਂ; ਬਿਨਾਂ ਰੋਏ ਹੀ ਲੰਘ ਜਾਵੇਂਗਾ ਮਾਸੀ ਕੋਲੋਂ...।" ਫਿਰ ਉਹਨੇ ਇਕ ਲੰਬਾ ਹਾਉਕਾ ਭਰਿਆ; ਜੋ ਉਹਦੇ ਬਿਰਧ ਸਰੀਰ ਨੇ ਮਸਾਂ ਹੀ ਸੰਭਾਲਿਆ।

'ਘੁੱਗੀ ਦੇ ਬਟੇਰਾ ਕੋਈ ਕੰਮ ਨਹੀਂ ਆਇਆ।" ਦੌਲਤਾਂ ਅੱਜ ਬੋਲੀ ਜਾ ਰਹੀ ਸੀ।

"ਹੁਣ ਤਾਂ ਤੇਰਾ ਨਾਂ ਲੈਣ ਤੋਂ ਪਹਿਲਾਂ ਹੀ ਰੋ ਪੈਂਦੀ ਸੀ; ਮੈਂ ਵੀ ਪੁੱਛਣਾ ਛੱਡ ਦਿੱਤਾ ਸੀ।" ਫਿਰ ਉਹ ਅਚਾਨਕ ਚੁੱਪ ਕਰ ਗਈ। ਮਰਦਾਨੇ ਦੇ ਨੱਕ ਦੀ ਕਰੂੰਬਲ ਦੇ ਕਾਂਬੇ, ਕੋਲੋਂ ਲੰਘਦੇ ਹੰਝੂਆਂ ਨਾਲ ਸਹਿਮਤ ਸਨ। ਕੋਈ ਕੋਈ ਹੰਝੂ ਕਰੂੰਬਲ ਦੇ ਕਾਂਬੇ ਨਾਲ ਛੇਤੀ ਧਰਤੀ ਉੱਤੇ ਆ ਡਿਗਦਾ। ਫਿਰ ਵੀ ਮਾਸੀ ਇਸ ਰੋਣੇ ਨਾਲ ਸਹਿਮਤ ਨਹੀਂ ਸੀ।

"ਮਰਾਸਣ ਦਾ ਪੁੱਤ ਏ... ਆਹ ਕੀ ਅਹਿਲਕਾਰਾਂ ਵਾਂਗੂੰ ਲੁਕੋ ਲੁਕੋ ਅੱਖਾਂ ਨੂੰ ਰੋਂਦਾ ਏ... ਗੱਜ ਬੱਜ ਕੇ ਕੀਰਨਾ ਪਾ... ਪਤਾ ਲੱਗੇ ਤਲਵੰਡੀ ਨੂੰ ਮਰਾਸੀ ਦੀ ਵੀ ਮਾਂ ਮਰਦੀ ਹੁੰਦੀ ਏ...।" ਦੋਵਾਂ ਨੂੰ ਉੱਠਦਿਆਂ ਦੌਲਤਾਂ ਨੇ ਬੜੀ ਗ਼ੌਰ ਨਾਲ ਵੇਖਿਆ ਸੀ। ਬਹਾਨਿਆਂ ਦੇ ਵਟਾਂਦਰੇ ਲਈ ਉਹ ਹਾਲੇ ਵੀ ਤਿਆਰ ਨਹੀਂ ਸੀ।

"ਮੈਨੂੰ ਪਤਾ ਏ ਤੁਸੀਂ ਨਹੀਂ ਰੁਕਣਾ। ਹਰ ਵਾਰੀ ਤੁਹਾਨੂੰ ਹੁਣ ਕੋਈ ਵਿਛੜਿਆ ਹੀ ਸੁਣੇਗਾ।"

ਇੱਥੋਂ ਬਾਬਾ ਵਾਪਸ ਮੁੜ ਗਿਆ। ਮਰਦਾਨਾ ਚੁੱਪਚਾਪ ਇਸ ਜਾਣੀ ਪਛਾਣੀ ਗਲੀ ਵਿੱਚ ਤੁਰਦਾ ਗਿਆ। ਕੋਲ ਹੀ ਇੱਕ ਭੰਗਣ ਕੁੱਛੜ ਚੁੱਕੇ ਬੱਚੇ ਨੂੰ ਮੰਦਾ ਬੋਲ ਮੁੜ ਕਲੇਜੇ ਲਾ; ਕਹੇ ਲਫ਼ਜ਼ ਆਪਣੇ ਸਿਰ ਲੈਂਦੀ ਕੋਲੋਂ ਲੰਘ ਗਈ। ਅੰਮੀ ਦੀਆਂ ਕਹੀਆਂ ਛੋਟੀਆਂ ਛੋਟੀਆਂ ਗੱਲਾਂ ਨੂੰ ਮੁੜ ਦੁਹਰਾਉਣ ਨੂੰ ਜੀਅ ਕੀਤਾ। ਮਾਂ ਦੀ ਮੌਤ ਦਾ ਅਨੁਭਵ ਐਨੇ ਲੰਬੇ ਸਫਰਾਂ ਵਿੱਚ ਵੀ ਹਾਲੇ ਪੂਰਾ ਨਹੀਂ ਸੀ ਹੋਇਆ। ਸਾਹਮਣੇ ਫਿਰ ਮਾਂ ਦਾ ਘਰ ਆ ਗਿਆ ਸੀ।

ਇਸ ਵਾਰੀ ਤਲਵੰਡੀ ਦੀ ਮਿੱਟੀ ਬਹੁਤ ਗਿੱਲੀ ਸੀ। ਪੈੜਾਂ ਤੋਂ ਬਿਨਾਂ ਅਗਲਾ ਕਦਮ ਪੁੱਟ ਹੀ ਨਹੀਂ ਸੀ ਹੋ ਰਿਹਾ। ਹੋਰ ਕੋਈ ਤਲਵੰਡੀ ਤੋਂ ਬਾਹਰ ਨਿਕਲਦਾ ਰਸਤਾ ਵੀ ਨਹੀਂ ਸੀ। ਅੱਜ ਇਸ ਰਸਤੇ ਉੱਤੇ ਦੋ ਮਾਂਵਾਂ ਦੇ ਵੈਰਾਗ 'ਚੋਂ ਇੱਕ ਸਦਾ ਲਈ ਸੌਂ ਗਿਆ ਸੀ। ਸਿਰਫ਼ ਏਨਾ ਹੀ ਫ਼ਰਕ ਨਹੀਂ ਸੀ ਕਿ ਇਸ ਵਾਰੀ ਗੱਠੜੀ ਵਿੱਚ ਸਫ਼ਰ ਲਈ ਕੁਝ ਸੁੱਕੀਆਂ ਰੋਟੀਆਂ ਰੱਖਣ ਵਾਲਾ ਹੱਥ ਨਹੀਂ ਸੀ ਰਿਹਾ। ਹੁਣ ਜਦੋਂ ਤਲਵੰਡੀ ਵੱਲ ਪਿੱਠ ਸੀ ਤਾਂ ਉਸਦੇ ਆਸਰੇ ਦੀ ਕਿੰਨੀ ਕਮੀ ਸੀ। ਅੰਮੀ ਆਪਣੇ ਹੋਠਾਂ ਉੱਤੇ ਸੰਭਾਲੇ ਹੋਏ ਲਫ਼ਜ਼ ਸਦਾ ਲਈ ਨਾਲ ਲੈ ਗਈ ਸੀ :

"ਤਲਵੰਡੀ ਨੇ ਤੈਨੂੰ ਮਰਾਸੀ ਬਣਾ ਕੇ ਤੋਰਿਆ; ਇਹਨੂੰ ਮਰਾਸੀ ਹੀ ਮੋੜੀਂ।" ਏਨੇ ਲੰਬੇ ਸਫ਼ਰਾਂ ਦੀ ਕਲਪਣਾ ਵਿਚ ਵੀ ਤਲਵੰਡੀ ਸਾਫ਼ ਦਿਸਦਾ ਸੀ। ਸਿਰਫ਼ ਇੱਕ ਆਵਾਜ਼ ਦੇ ਫਾਸਲੇ ਉੱਤੇ ਕਿੰਨਾਂ ਕੁਝ ਜੀਵਤ ਪਿਆ ਸੀ। ਇਹ ਕਈ ਵਾਰੀ ਅਤੀਤ ਕਿੰਨਾਂ ਤਾਜ਼ਾ ਹੁੰਦਾ ਏ; ਵਰਤਮਾਨ ਵਿੱਚ ਵੀ ਆਪਣੀ ਸਾਧੀ ਹੋਈ ਆਵਾਜ਼ ਨੂੰ ਜੀਵਤ ਕਰ ਲੈਂਦਾ ਹੈ। ਇਕ ਵਾਰੀ ਤਾਂ ਜਾਪਿਆ ਸੀ ਕਿ ਤਲਵੰਡੀ ਹੁਣ ਜੁਗਤਾਂ ਦੱਸਣੋਂ ਹੱਟ ਗਿਆ ਹੈ। ਤਲਵੰਡੀ ਵਿੱਚ ਹਰ ਸਾਲ ਜਿਹੜੀਆਂ ਗੋਡੇ ਗੋਡੇ ਫਸਲਾਂ ਹੁੰਦੀਆਂ ਨੇ ਉਹ ਅੱਜ ਵੀ ਲੱਕ ਤੱਕ ਪਹੁੰਚਣ ਵਾਲੀਆਂ ਦਿਸ ਰਹੀਆਂ ਸਨ। ਹਵਾ ਦੀ ਧੀਮੀ ਧੀਮੀ ਗੇਵੀ ਨਾਲ ਤਰੇਲ ਕੰਬ ਰਹੀ ਸੀ। ਕਈ ਮਹੀਨਿਆਂ ਪਹਿਲਾਂ ਮਾਂ ਬਾਰੇ ਪੁੱਛਦਾ ਉਹ ਫਕੀਰ ਚੇਤੇ ਆ ਰਿਹਾ ਸੀ।

"ਮਾਂ ਯਾਦ ਆਉਂਦੀ ਏ ?"

"ਕੁਝ ਗਾਉਣ ਨੂੰ ਜੀਅ ਕਰਦਾ ਮਰਦਾਨਿਆ ਗਾ ਲੈ...।" ਤਲਵੰਡੀ ਤੋਂ ਚੱਲ ਕੇ ਪਹਿਲੀ ਵਾਰ ਬਾਬੇ ਦੀ ਆਵਾਜ਼ ਸੁਣੀ।

"ਪਰ ਯਾਦ ਤਾਂ ਅੰਮੀ ਦੀ ਹੀ ਏ।"

"ਤੂੰ ਗਾ ਤਾਂ ਸਹੀ ਯਾਦ ਨੇ ਧੁਨਾਂ ਪਿੱਛੇ ਲੱਗ ਜਾਣਾ ਏ; ਸਭ ਯਾਦਾਂ 'ਸਬਦ' ਵੱਲ ਏਦਾਂ ਹੀ ਤੁਰਦੀਆਂ ਨੇ...।"

"ਅੱਜ ਯਾਦ ਆਪਣੀ ਹਜ਼ੂਰੀ ਵਿਚ ਨਹੀਂ ਰੱਖ ਰਹੀ ਬਾਬਾ...।"

"ਤੂੰ ਮਰਦਾਨਾ ਏ ਸੂਰਬੀਰ; ਯੋਧਿਆਂ ਨਾਲ ਹੀ ਫੌਜਾਂ ਚੱਲਦੀਆਂ ਹੀ ਹੁੰਦੀਆਂ ਨੇ। ਤੂੰ ਅਗਵਾਈ ਕਰ, ਰਬਾਬ ਛੇੜ। ਸਭ ਯਾਦਾਂ ਨੇ 'ਹੁਕਮ' ਵਿਚ ਉਤਰ ਜਾਣਾ

ਏ।" ਰਬਾਬ ਤੋਂ ਪਹਿਲਾਂ ਮਰਦਾਨੇ ਨੇ ਆਵਾਜ਼ ਸਾਫ਼ ਕੀਤੀ। ਵੱਜਦੀ ਰਬਾਬ ਵਿੱਚ ਫਿਰ ਬਾਬੇ ਦੀ ਆਵਾਜ਼ ਸੁਣੀ :

"ਕੋਇਲੇ ਦੇ ਸਬਰ ਦਾ ਉਹਨੂੰ ਹੀ ਪਤਾ ਹੁੰਦਾ ਏ ਕਿ ਮੈਂ ਹੀਰਾ ਬਣਨਾ ਹੈ। ਉਹਦਾ ਅਸਲੀ ਰੰਗ ਕਿਸੇ ਹੋਰ ਨੂੰ ਨਹੀਂ ਦਿਸਦਾ।" ਮਰਦਾਨੇ ਨੇ ਕਬੀਰ ਦੇ ਦੋਹੇ ਤੋਂ ਸ਼ੁਰੂ ਕੀਤਾ:

ਮੁਸਿ ਮੁਸਿ ਰੋਵੈ ਕਬੀਰ ਕੀ ਮਾਈ॥
ਏ ਬਾਰਿਕ ਕੈਸੇ ਜੀਵਹਿ ਰਘੁਰਾਈ॥

ਫਿਰ ਧੁਨਾਂ ਨੇ ਸ਼ਬਦਾਂ ਨੂੰ ਪਾਰ ਕੀਤਾ। ਹਲਕੀ ਹਲਕੀ ਹਵਾ ਦੀ ਝੋਲ ਨਾਲ ਝੂੰਮਦੀਆਂ ਕੱਚੀਆਂ ਫਸਲਾਂ ਦੀ ਸਰਸਰਾਹਟ ਸਾਥ ਦੇਣ ਲੱਗੀ। ਉਹ ਗਾਉਂਦੇ ਗਾਉਂਦੇ ਬਰਾਬਰ ਹੋ ਗਏ। ਇਕ ਸੈਣਤ ਕਰੁਣਾ ਦੀ ਬਾਬੇ ਦੇ ਨੈਣਾਂ ਤੋਂ ਵਰਸਦੀ ਰਹੀ। ਇਕ ਰਮਜ਼ ਵਿਰਾਗ ਦੀ ਤਲਵੰਡੀ ਦੀ ਮਿੱਟੀ ਉੱਤੇ ਮਟਕ ਮਟਕ ਤੁਰਦੀ ਰਹੀ। ਕੁਝ ਬੋਲ ਜੋ ਕਦੇ ਵੀ ਗਾਏ ਨਹੀਂ ਸੀ ਗਏ; ਆਪਣੀਆਂ ਧੁਨਾਂ ਦੀ ਯਾਦ ਕਮਾਉਣ ਲੱਗੇ। ਅਗਲੀ ਧੁਨ ਸ਼ੁਰੂ ਹੋਣ ਤੋਂ ਪਹਿਲਾਂ ਬਚੇ ਕੁਝ ਪਲਾਂ 'ਚੋਂ ਮਰਦਾਨੇ ਦੀ ਆਵਾਜ਼ ਫਿਰ ਆਈ :

"ਹੱਜ ਕਰਨ ਨੂੰ ਜੀਅ ਕਰਦਾ ਬਾਬਾ...।" ਬਾਬੇ ਨੇ 'ਹਾਂ' ਵਿਚ ਸਿਰ ਹਿਲਾ ਮੁਸਕਰਾ ਦਿੱਤਾ।

ਉਨ੍ਹਾਂ ਬੇੜੀਆਂ ਨਾਲ ਝੂਲਦਾ ਇਕ ਪੁੱਲ ਪਾਰ ਕੀਤਾ। ਦਿਨ ਵਿੱਚ ਅੱਜ ਕਈ ਤਰ੍ਹਾਂ ਦੀ ਧਰਤੀ ਲੰਘੀ ਸੀ। ਘੱਟੋ ਘੱਟ ਗਿੱਲੀ ਜਰੂਰ ਸੀ; ਕਿਤੇ ਘੱਟ ਤੇ ਕਿਤੇ ਜਿਆਦਾ ਸੀ। ਮਰਦਾਨੇ ਅਸਮਾਨ ਵੱਲ ਵੇਖਿਆ। ਫਿੱਕੀ ਪਈ ਸਤਰੰਗੀ ਪੀਂਘ ਦੇ ਰੰਗ ਫਿਰ ਵਾਪਸ ਪਰਤ ਰਹੇ ਸਨ। ਉਨ੍ਹਾਂ ਅੱਗੇ ਇਕ ਦਾਈ ਵਰਗੀ ਬੁੱਢੀ ਚੱਲ ਰਹੀ ਸੀ। ਅਕਸਰ ਬੇੜੀਆਂ ਵਾਲੇ ਪੁੱਲ ਤੋਂ ਬਾਅਦ ਕੋਈ ਕਿਲਾ ਜਰੂਰ ਨਜ਼ਰ ਆਉਂਦਾ; ਜਿਸਦੇ ਆਲੇ ਦੁਆਲੇ ਦੂਰ ਤੱਕ ਪੰਛੀਆਂ ਵਾਂਗ ਬੈਠੇ ਪਿੰਡ ਨਜ਼ਰ ਆਉਣਗੇ। ਨਦੀ ਤੋਂ ਥੋੜ੍ਹੀ ਦੂਰ ਜਾਕੇ ਚੁਫੇਰਿਉਂ ਇਕੱਠੀਆਂ ਹੁੰਦੀਆਂ ਪਗਡੰਡੀਆਂ ਨੇ ਇੱਕ ਵਗਦਾ ਰਾਹ ਬਣਾ ਲਿਆ ਸੀ; ਜਿੱਥੋਂ ਗੱਡੇ ਤੇ ਰਥਾਂ ਦੀਆਂ ਲੀਹਾਂ ਨਜ਼ਰ ਆਉਣ ਲੱਗੀਆਂ। ਚੁਫੇਰੇ ਜੰਗੀ ਮਸ਼ਕਾਂ ਦੀ ਹਿਲਜੁਲ ਸੀ। ਚਿੱਟੇ ਰੰਗ ਦੇ ਲੋਧੀ ਕੁਝ ਪਰੇਸ਼ਾਨ ਜਾਪਦੇ ਸਨ। ਲੰਘਦੇ ਘੋੜ ਸਵਾਰ ਪੁੱਛ ਰਹੇ ਸਨ, "ਅੱਗੇ ਕਿਤੇ ਘੋੜ ਸਵਾਰ ਤਾਂ ਨਹੀਂ ਖੜ੍ਹੇ...।"

"ਕੀ ਗੱਲ ਅੱਜ ਹਰੇਕ ਆਦਮੀ ਰਸਤਾ ਪੁੱਛ ਰਿਹੈ... ਸੁੱਖ ਤਾਂ ਹੈ...।" ਇੱਕ ਬੁੱਢੇ ਨੇ ਰਾਹੀਆਂ ਵੱਲ ਵੇਖ ਕੇ ਪੁੱਛਿਆ।

"ਬਾਬਾ ਤੂੰ ਏਸ ਉਮਰ ਵਿੱਚ ਕਿਧਰ ਵੱਲ ਚਾਲੇ ਪਾਏ ਨੇ ?" ਰਾਹੀ ਟੋਲਿਆਂ ਵਿੱਚ ਹੋ ਗਏ ਸਨ।

"ਸਾਰਾ ਪਿੰਡ ਧਾੜਵੀਆਂ ਨੇ ਲੁੱਟ ਲਿਆ ਸੀ। ਅੱਜ ਜੀਅ ਕੀਤਾ ਮੁੜ ਵੇਖ ਆਵਾਂ।"

"ਪਰ ਤੇਰੀ ਉਮਰ ਹੁਣ ਕੰਮ ਕਰਨ ਵਾਲੀ ਥੋੜ੍ਹੀ ਏ।"

"ਪਹਿਲਾਂ ਹੀ ਕੀ ਸੋਚਣਾ ? ਜੇ ਖੇਤਾਂ ਵਿੱਚ ਮਨ ਲੱਗ ਗਿਆ ਤਾਂ ਆਪੇ ਬਲ ਆ ਜਾਣਾ...।" ਉਹ ਡਾਂਗ ਦੇ ਸਹਾਰੇ ਹੋਰ ਤੇਜ਼ ਤੁਰਨ ਲੱਗਾ।

ਬੜਾ ਅਜੀਬ ਪਿੰਡ ਸੀ। ਗਜਾ ਲਈ ਸਿਰਫ਼ ਕੱਚਾ ਹੀ ਅੰਨ ਦੇਂਦਾ ਸੀ। ਅਗਲੇ ਘਰ ਅੱਗੇ ਇਕ ਸਾਧੂ ਕਹਿ ਰਿਹਾ ਸੀ :

"ਬੀਬੀ ਕਾਸੇ ਵਿਚ ਕੋਇਲਾ ਵੀ ਰੱਖਦੇ; ਅੰਨ ਇਸ ਤਰ੍ਹਾਂ ਤਾਂ ਪੱਕਣਾ ਨਹੀਂ।"

ਮਰਦਾਨੇ ਵੇਖਿਆ ਉਹ ਤੀਵੀਂ ਤੇਜ਼ੀ ਨਾਲ ਉਸ ਸਾਧੂ ਵੱਲ ਘੁੰਮੀ ਸੀ :

"ਜਦੋਂ ਪਿੰਡ ਉੱਤੇ ਧਾੜਵੀ ਆਉਂਦੇ ਨੇ; ਉਦੋਂ ਸਾਧੂਓ ਤੁਸੀਂ ਕਿਥੇ ਚਲੇ ਜਾਂਦੇ ਹੋ?"

ਮਰਦਾਨਾ ਕੁਝ ਦੇਰ ਉਸ ਤਰ੍ਹਾਂ ਹੀ ਖੜ੍ਹਾ ਵੇਖਦਾ ਰਿਹਾ। ਉਹ ਸਾਧੂ ਬੁੜ ਬੁੜ ਕਰਦਾ ਲੰਘ ਗਿਆ ਸੀ। ਇਸ ਪਿੰਡ ਦੇ ਲੋਕ ਕੁਝ ਲੁਕੋ ਰਹੇ ਸਨ। ਪਰ ਉਨ੍ਹਾਂ ਦੀਆਂ ਗੱਲਾਂ ਤੋਂ ਜਾਪਦਾ ਸੀ ਕਿ ਪਿਛਲੇ ਸਮੇਂ ਤੋਂ ਕੁਝ ਚੰਗਾ ਨਹੀਂ ਸੀ ਵਾਪਰ ਰਿਹਾ।

"ਪਹਿਲਾਂ ਲਾਹੌਰ ਨੂੰ ਦੋਸ਼ ਦੇਂਦੇ ਸੀ, ਹੁਣ ਕਹਿੰਦੇ ਨੇ ਲਹੌਰ ਵੱਲ ਕੋਈ ਆ ਰਿਹਾ। ਫਿਰ ਪਤਾ ਨਹੀਂ ਕੀ ਵਾਪਰੇਗਾ ?"

"ਕੀ ਲੈ ਜਾਣਗੇ, ਅੰਨ ਹੀ ਤਾਂ ਹੈ... ਬਾਕੀ ਤਾਂ ਕੁਝ ਬਚਿਆ ਹੀ ਨਹੀਂ।"

"ਜਿਹੜਾ ਧਰਮ ਹੀ ਘੋੜਿਆਂ ਤੇ ਆਵੇ; ਉਹਨੇ ਭਗਤੀ ਕੀ ਸਮਝਣੀ ਏ ?"

"ਪਰ ਫਕੀਰੋ ਤੁਸੀਂ ਤਾਂ ਸਮਝਿਆ ਏ। ਇਹ ਭਗਵਿਆਂ ਨਾਲ ਉਪਦੇਸ਼ ਹੀ ਦੇਂਦੇ ਰਵੋਗੇ ਜਾਂ ਕੁਝ ਕਰੋਗੇ ਵੀ...।"

"ਅਸੀਂ ਤਾਂ ਫਕੀਰ ਹਾਂ। ਕੀ ਕਰ ਸਕਦੇ ਹਾਂ ?"

"ਫਿਰ ਹੁਣ ਪਿੰਡੋਂ ਗਜ਼ਾ ਕਰਕੇ ਕਿਉਂ ਮੁੜਿਆਂ ?"

"ਲੱਗਦਾ ਏ ਲੋਧੀਆਂ ਨੇ ਜਿਆਦਾ ਹੀ ਸਤਾ ਦਿੱਤਾ ਤੈਨੂੰ ?"

"ਗ੍ਰਿਹਸਥੀ ਹਾਂ ਸਤਾਏ ਹੋਏ ਤਾਂ ਰਹਿੰਦੇ ਹੀ ਹਾਂ; ਪਰ ਤੁਸੀਂ ਸਭ ਫਕੀਰਾਂ ਨੇ ਕਿਉਂ ਖਲਕਤ ਵੱਲ ਪਿੱਠ ਕੀਤੀ ਏ।" ਗੱਲਾਂ ਕਰਦਾ ਸਾਧ ਮਰਦਾਨੇ ਕੋਲੋਂ ਤੇਜ਼ੀ ਨਾਲ ਅੱਗੇ ਲੰਘ ਗਿਆ। ਕਿਸਾਨ ਹਾਲੇ ਵੀ ਬੁੜ ਬੁੜ ਕਰ ਰਿਹਾ ਸੀ।

"ਕਿਹੋ ਜਿਹਾ ਸਮਾਂ ਆਇਆ, ਨਾ ਰੱਬ ਸੁਣਦਾ ਤੇ ਨਾ ਫਕੀਰ ਸੁਣ ਰਹੇ ਨੇ। ਪਿੰਡਾਂ ਦੇ ਪਿੰਡ ਲੁੱਟ ਹੋ ਰਹੇ ਨੇ। ਹੇ ਰੱਬਾ! ਘੱਲ ਦੇ ਕਿਸੇ ਨੂੰ...।"

ਅੱਜ ਦੇ ਸਫ਼ਰ ਵਿਚ ਮਰਦਾਨੇ ਨੂੰ ਥੋੜ੍ਹੀ ਦੇਰ ਲਈ ਆਲੇ ਦੁਆਲੇ ਵਾਪਰੀਆਂ ਘਟਨਾਵਾਂ ਨੇ ਖਿੱਚ ਲਿਆ ਸੀ। ਸੁਣਿਆ ਤਾਂ ਅੱਗੇ ਚੱਲਦੇ ਬਾਬੇ ਨੇ ਵੀ ਹੋਵੇਗਾ ਪਰ ਹਾਲੇ ਮਰਦਾਨੇ ਦਾ ਕੁਝ ਹੋਰ ਲੋਕਾਂ ਦੀਆਂ ਗੱਲਾਂ ਸੁਣਨ ਨੂੰ ਜੀਅ ਕਰਦਾ ਸੀ। ਆਖਰੀ ਪੜਾ ਤੇ ਇਨ੍ਹਾਂ ਸੁਣੀਆਂ ਗੱਲਾਂ ਦੇ ਉੱਤਰ ਉਹ ਬਾਬੇ ਤੋਂ ਜ਼ਰੂਰ ਪੁੱਛੇਗਾ।

ਤਿਰਛੀ ਪਹਾੜੀ ਉੱਤੇ ਇਕ ਸਿੱਧਾ ਖੜ੍ਹਾ ਰੁੱਖ ਦੂਰੋਂ ਦਿਸਦੇ ਸੁਲਤਾਨਪੁਰ ਦੀ ਪੱਕੀ ਨਿਸ਼ਾਨੀ, ਮਰਦਾਨੇ ਨੂੰ ਦੋ ਕੋਹ ਤੋਂ ਦਿਸਣ ਲੱਗ ਪਈ ਸੀ। ਇਸ ਪਹਾੜੀ ਕੋਲੋਂ ਲੰਘ ਕੇ ਅੱਗੇ ਕਿਲ੍ਹੇ ਦੀਆਂ ਉੱਚੀਆਂ ਦੀਵਾਰਾਂ ਨਾਲ ਛੋਟੇ ਛੋਟੇ ਘਰ ਵੀ ਦਿਸਣ

ਲੱਗ ਪੈਣੇ ਸਨ। ਦੌਲਤ ਖਾਂ ਹੁਣ ਲਹੌਰ ਦਾ ਹਾਕਮ ਬਣ ਗਿਆ ਸੀ। ਕਿਲ੍ਹੇ ਦੀ ਚਾਰਦੀਵਾਰੀ ਉੱਚੀ ਕਰ ਦਿੱਤੀ ਗਈ ਸੀ। ਚੁਫੇਰੇ ਪਹਿਲਾਂ ਨਾਲੋਂ ਜਿਆਦਾ ਫੌਜੀ ਦਿਸ ਰਹੇ ਸਨ। ਜਿਸ ਤਰ੍ਹਾਂ ਉਹ ਕਿਲ੍ਹੇ ਕੋਲੋਂ ਬੇਪ੍ਰਵਾਹ ਨਿਕਲੇ ਸਨ; ਪਿਛੋਂ ਇਕ ਸਿਪਾਹੀ ਦੀ ਆਵਾਜ਼ ਸੁਣੀ :

"ਕਿਵੇਂ ਲੰਘੇ ਹੋ, ਨਾ ਦੁਆ ਨਾ ਸਲਾਮ। ਲਹੌਰ ਦੇ ਮਾਲਿਕ ਦਾ ਕਿਲ੍ਹਾ ਹੈ ਇਹ...।"

"ਚੁੱਪ ਕਰ ਓਏ ਇਹ ਨਾਨਕ ਸ਼ਾਹ ਫਕੀਰ ਜਾ ਰਿਹਾ; ਤੈਨੂੰ ਨਹੀਂ ਪਤਾ ?" ਪੁੱਛਣ ਵਾਲਾ ਚੁੱਪ ਕਰ ਗਿਆ।

"ਇਹ ਆਪਣੇ ਅਹਿਲਕਾਰ ਜੈ ਰਾਮ ਦੀ ਸਕੀਰੀ ਵਿੱਚੋਂ ਏ।"

ਇਸ ਵਾਰੀ ਉਹ ਮੋਦੀਖਾਨੇ ਵੱਲ ਘੁੰਮ ਕੇ ਮੁੜੇ ਸਨ। ਬਹੁਤ ਸਾਰੇ ਲੋਕਾਂ ਨੇ ਝੁਕ ਕੇ ਨਮਸਕਾਰ ਤੇ ਸਲਾਮ ਕੀਤਾ। ਪਰ ਇਕ ਬਿਰਧ ਹੱਥ ਜੋੜ ਕੇ ਸੁਆਲ ਕਰਨ ਲੱਗਾ।

"ਕਿਉਂ ਛੱਡੀ ਹੱਟੀ ਸੁਲਤਾਨਪੁਰ ਦੀ ? ਕਦੇ ਪੁੱਛਿਆ ਮੁੜ ਕੇ ? ਮੁੜ ਕੇ ਕਦੀ ਪੂਰਾ ਅੰਨ੍ਹ ਨਹੀਂ ਮਿਲਿਆ...।"

ਕੁਝ ਛਿਣਾਂ ਲਈ ਬਾਬਾ ਰੁਕਿਆ। ਪਰ ਦੂਜੇ ਹੀ ਪਲ ਪੈਰਾਂ ਵਿੱਚ ਡਿੱਗਦੇ ਬਜੁਰਗ ਨੂੰ ਰੋਕਣ ਲੱਗਾ।

"ਕੁਝ ਮੇਹਰ ਕਰੋ ਸਾਂਈ ਚੁਫੇਰਿਉਂ ਮਾੜੀਆਂ ਖ਼ਬਰਾਂ ਆ ਰਹੀਆਂ ਨੇ। ਕਹਿੰਦੇ ਨੇ ਧਾੜਵੀਆਂ ਹੁਣ ਇਕ ਇਕ ਪਿੰਡ ਲੁੱਟਣਾ ਏ ਫਿਰ ਲਹੌਰ ਉਧੇੜਨਾ ਏ।"

ਮਰਦਾਨੇ ਨੇ ਚੁਫੇਰੇ ਵੇਖਿਆ। ਪਿਛਲੇ ਕੁਝ ਦਿਨਾਂ ਤੋਂ ਉਹ ਹਰ ਕਿਸੇ ਦੇ ਮੂੰਹੋਂ ਅਜਿਹੇ ਖ਼ਤਰਿਆਂ ਬਾਰੇ ਸੁਣ ਰਿਹਾ ਸੀ। ਸਥਾਨਕ ਕਿਲ੍ਹੇ, ਗੜ੍ਹੀਆਂ, ਮਹਿਲਾਂ ਨਾਲੋਂ ਵੀ ਵੱਧ ਚੌਕਸ ਦਿਸੇ ਸਨ। ਬਾਬਾ ਸੁਣਦਾ, ਵੇਖਦਾ ਤੇ ਲੰਘ ਜਾਂਦਾ ਸੀ। ਪਰ ਮਰਦਾਨੇ ਨੂੰ ਕੁਝ ਦੇਰ ਲਈ ਇਹ ਕੰਬਣੀਆਂ ਤਲਵੰਡੀ ਦੀਆਂ ਯਾਦਾਂ ਤੋਂ ਦੂਰ ਕਰ ਦੇਂਦੀਆਂ ਸਨ। ਪਰ ਹੁਣ ਜਦੋਂ ਨਾਨਕੀ ਦਾ ਘਰ ਨੇੜੇ ਆ ਰਿਹਾ ਸੀ; ਇਕ ਵਾਰ ਫਿਰ ਅੰਮੀ ਦੀ ਯਾਦ ਦਾ ਵੈਰਾਗ ਵੱਧ ਗਿਆ ਸੀ। ਗਲੀ ਵਿਚ ਬਹੁਤ ਸਾਰੇ ਲੋਕ ਮਿਲ ਰਹੇ ਸਨ। ਪਰ ਮਰਦਾਨੇ ਨੂੰ ਸਾਹਮਣੇ ਨਾਨਕੀ ਦੇ ਘਰ ਦੀ ਡਿਓਡੀ ਦਿਸਣ ਲੱਗ ਪਈ ਸੀ। ਉਨ੍ਹਾਂ ਦੇ ਆਉਣ ਦੀ ਖ਼ਬਰ ਨਾਨਕੀ ਕੋਲ ਪਹੁੰਚ ਚੁੱਕੀ ਸੀ। ਦੇਹਲੀ ਉੱਤੇ ਪਹਿਲੇ ਪਹਿਰ ਦੀ ਧੁੱਪ ਸਾਹਮਣੇ ਖੜ੍ਹੀ ਨਾਨਕੀ ਬੋਲੀ :

"ਛੋਟੇ ਵੀਰ ਵੱਡੇ ਵੀਰ...।" ਮਰਦਾਨੇ ਦਾ ਜੀਅ ਕੀਤਾ ਕਿ ਇੱਥੋਂ ਹੀ ਖੜ੍ਹ ਕੇ ਕਵਾਂ :

"ਛੋਟੀ ਅੰਮੀ ਗਜਾ ਲਈ ਅੰਦਰ ਆ ਜਾਵਾਂ ?" ਪਰ ਨਾਨਕੀ ਬੋਲੀ ਜਾ ਰਹੀ ਸੀ।

"ਹੇ ਰੱਬ ਸੱਚਿਆ! ਅੱਜ ਸਵੇਰ ਤੋਂ ਸਾਰੀਆਂ ਕੰਧਾਂ, ਬੂਹੇ ਦਰਵਾਜਿਆਂ ਵਾਂਗ ਦਿਸ ਰਹੀਆਂ ਸਨ। ਮੈਨੂੰ ਜਾਪਿਆ ਸੀ ਵੀਰ ਸੁਲਤਾਨਪੁਰ ਵੱਲ ਨੂੰ ਤੁਰ ਪਏ

ਹੋਣਗੇ।" ਉਹ ਹੱਸਦੀ ਹੱਸਦੀ ਦੇਹਲੀ ਤੋਂ ਥੱਲੇ ਉਤਰ ਆਈ।

"ਇੱਥੇ ਹੀ ਖੜਜੋ... ਘਰੋਂ ਅੰਦਰ ਆਉਂਦੇ ਤਾਂ ਵੇਖ ਲਵਾਂ ਵੀਰਾਂ ਨੂੰ...।" ਬਾਬਾ ਹਾਲੇ ਵੀ ਪੰਜ ਕਰਮ ਪਿੱਛੇ ਖੜ੍ਹਾ ਸੀ। ਜਦੋਂ ਤੱਕ ਨਾਨਕੀ ਨੇ ਦੋਵੇਂ ਹੱਥ ਮਰਦਾਨੇ ਦੇ ਮੋਢਿਆਂ ਉੱਪਰ ਨਹੀਂ ਰੱਖੇ ਉਦੋਂ ਤੱਕ ਬਾਬਾ ਪਿੱਛੇ ਹੀ ਖੜ੍ਹਾ ਰਿਹਾ। ਮਰਦਾਨੇ ਨੇ ਨਾਨਕੀ ਦੀਆਂ ਅੱਖਾਂ 'ਚੋਂ ਤ੍ਰਿਪ ਤ੍ਰਿਪ ਚੋਂਦੇ ਅੱਥਰੂ ਵੇਖੇ।

"ਅੰਮੀ ਚਲੀ ਗਈ ਸੀ। ਮੈਨੂੰ ਪਤਾ ਵੀਰ ਤੈਨੂੰ ਤਲਵੰਡੀ ਨੇ ਕੀ ਕਿਹਾ ਹੋਵੇਗਾ ? ਮਹੀਨੇ ਲੰਘ ਗਏ; ਕੋਈ ਸੁਨੇਹਾ ਵੀ ਤਾਂ ਨਹੀਂ ਸੀ ਦੇਣ ਲਈ; ਫੱਗਣ ਦੀ ਤੀਜੀ ਰਾਤ ਸੀ...।" ਉਹ ਗੱਲ ਜਾਰੀ ਰੱਖ ਰਹੀ ਸੀ :

"ਮੈਂ ਤੁਹਾਡੇ ਚੋਗੇ ਉਤਾਰ ਲਿਆਵਾਂ। ਅੱਜ ਹੀ ਧੁੱਪ ਵਿੱਚ ਸੁੱਕਣੇ ਪਾਏ ਸੀ...।" ਨਾਨਕੀ ਦੇ ਜਾਣ ਤੋਂ ਬਾਅਦ ਮਰਦਾਨਾ ਵੀ ਚੁੱਪ ਕਰ ਗਿਆ। ਬਾਬੇ ਨੇ ਪੰਡੋਕਲੀ 'ਚੋਂ ਕੁਝ ਕਾਗਜ ਤੇ ਕਲਮ ਦਵਾਤ ਕੱਢ ਕੇ ਬਾਹਰ ਰੱਖ ਦਿੱਤੇ ਸਨ।

"ਇਹ ਸਫਰਾਂ ਵਾਲੇ ਕੱਪੜੇ ਵੀ ਮੈਨੂੰ ਫੜਾ ਦੋ; ਅੱਜ ਹੀ ਧੋ ਦੇਵਾਂ।" ਵਾਪਸੀ ਤੇ ਨਾਨਕੀ ਨੇ ਮਰਦਾਨੇ ਵੱਲ ਵੇਖ ਕਿਹਾ :

"ਵੇਖ ਲੈ ਮਰਦਾਨਿਆ... ਆਪਣੇ ਕਾਗਦ ਤੇ ਸਿਆਹੀ ਦਾ ਵੇਖ ਕਿੰਨਾਂ ਫਿਕਰ ਏ ? ਭਲਾਂ ਮੈਂ ਇਨ੍ਹਾਂ ਨੂੰ ਵਿੱਚ ਹੀ ਧੋ ਦੇਂਦੀ ?" ਬਾਬਾ ਹੱਸਿਆ ਤੇ ਉੱਠ ਕੇ ਭੈਣ ਨੂੰ ਕੱਪੜੇ ਫੜਾਉਣ ਤੁਰ ਪਿਆ। ਦੇਰ ਰਾਤ ਤੱਕ ਗੱਲਾਂ ਚੱਲਦੀਆਂ ਰਹੀਆਂ। ਫਿਰ ਨਾਨਕੀ ਨੇ ਲਾਲੋ ਤੇ ਫਿਰੰਦੇ ਬਾਰੇ ਗੱਲਾਂ ਕੀਤੀਆਂ। "ਪੁੱਛਦੇ ਰਹਿੰਦੇ ਸੀ; ਕੁਝ ਪਤਾ ਲੱਗਾ ਕਿਸ ਦਿਸ਼ਾ ਵੱਲ ਗਏ ਨੇ ?" ਥੋੜ੍ਹੇ ਦਿਨ ਪਹਿਲਾਂ ਇਕੱਠੇ ਹੀ ਆ ਗਏ। ਗੱਲਾਂ ਕਰਦੇ ਕਰਦੇ ਵੇਹੜੇ ਵਿਚ ਪਈ ਲੱਕੜੀ ਤਰਾਸ਼ਣ ਲੱਗ ਪਏ। ਮੈਂ ਕਿਹਾ 'ਭਾਈ ਕੀ ਕਰਦੇ ਹੋ ?' ਦੋਵੇਂ ਹੱਸੀ ਜਾਣ ਕਿ 'ਤਖਾਣ ਲੱਕੜੀ ਨੂੰ ਵੇਖ ਕੇ ਵੇਹਲੇ ਕਿਉਂ ਰਹਿਣ ?' ਆਹ ਜਿਸ ਉੱਤੇ ਤੁਸੀਂ ਬੈਠੇ ਹੋ ਇਹ ਤਖਤਪੋਸ਼ ਉਹ ਹੀ ਬਣਾ ਕੇ ਗਏ ਨੇ...।"

ਅਗਲੇ ਕੁਝ ਦਿਨ ਉਨ੍ਹਾਂ ਆਸ ਪਾਸ ਦੇ ਪਿੰਡਾਂ ਵਿਚ ਜਾ ਕੇ ਕੀਰਤਨ ਕੀਤਾ। ਲੋਕ ਕੁਝ ਸਹਿਮੇ ਹੋਏ ਸਨ। ਉਹ ਕੀਰਤਨ ਤੋਂ ਬਾਅਦ ਸਵੈਰੱਖਿਆ ਲਈ ਸੁਆਲ ਪੁੱਛਦੇ। ਇਨ੍ਹਾਂ ਦਿਨਾਂ ਵਿਚ ਦੌਲਤ ਖਾਂ ਨਾਲ ਵੀ ਮੁਲਾਕਾਤ ਹੋਈ। ਬਾਬੇ ਨਾਲ ਉਹਦੀਆਂ ਦੋ ਲੰਬੀਆਂ ਮੁਲਾਕਾਤਾਂ ਹੋਈਆਂ। ਉਹ ਲਹੌਰ ਆਉਣ ਦਾ ਸੱਦਾ ਦੇ ਕੇ ਵਾਪਸ ਮੁੜ ਗਿਆ। ਹੁਣ ਜਦੋਂ ਉਹ ਕਿਲ੍ਹੇ ਦੀ ਸਪੀਲ ਕੋਲੋਂ ਲੰਘਦੇ ਤਾਂ ਅੰਦਰਲੇ ਸਿਪਾਹੀ ਪਹਿਲਾਂ ਹੀ ਦੁਆ ਸਲਾਮ ਦੀ ਤਿਆਰੀ ਕਰਨ ਲੱਗ ਪੈਂਦੇ।

ਕਾਂਡ : ਛੱਤੀਵਾਂ

ਪਹਾੜੀਆਂ ਦੀ ਓਟ ਨਾਲ ਨਾਲ ਚੱਲਦਿਆਂ ਸੁਲਤਾਨਪੁਰ ਦੇ ਧੂੰਏਂ ਦੀਆਂ ਧਾਰੀਆਂ ਹਾਲੇ ਦਿਸਦੀਆਂ ਸਨ। ਪੱਕਦੀ ਬਰਸਾਤ ਦੇ ਖਿੰਡਵੇ ਬੱਦਲ ਕਦੇ ਕਦੇ ਸਿਰ ਉੱਤੇ ਛਾਵਾਂ ਕਰਦੇ। ਪਰ ਮਰਦਾਨੇ ਨੂੰ ਪਾਣੀ ਹੱਥੀ ਰੋਟੀ ਜਿੰਨੀ ਗਿੱਲੀ ਧਰਤੀ ਉੱਤੇ ਤੁਰਨ ਦਾ ਅੱਜ ਅਨੋਖਾ ਚਾਅ ਚੜ੍ਹਿਆ ਸੀ। ਅੱਜ ਸਵੇਰੇ ਤੁਰਨ ਲੱਗੇ ਨਾਨਕੀ ਨੇ ਪੰਡੋਕਲੀ ਅੰਦਰ ਇਕ ਹੋਰ ਛੋਟੀ ਪੰਡੋਕਲੀ ਰੱਖਦੇ ਹੋਏ ਕਿਹਾ ਸੀ।

"ਵੀਰ ਹੱਜ ਲਈ ਮੈਂ ਵੱਖਰੇ ਚੋਗੇ ਪਾ ਦਿੱਤੇ ਨੇ...।" ਉਦੋਂ ਤੋਂ ਲੈ ਕੇ ਹੁਣ ਤੱਕ ਮਰਦਾਨਾ ਉਡੀਕਦਾ ਰਿਹਾ ਕਿ ਕਦੋ ਬਾਬਾ ਕਵੇ; "ਰਬਾਬ ਵਜਾ।" ਸੁਲਤਾਨਪੁਰ ਹੁਣ ਇਕ ਪਹਿਰ ਪਿੱਛੇ ਰਹਿ ਗਿਆ ਸੀ। ਉਨ੍ਹਾਂ ਕੋਲੋਂ ਲਾਲੋ ਤੇ ਫਿਰੰਦੇ ਤੇ ਭਗੀਰਥ ਦੇ ਪਿੰਡਾਂ ਨੂੰ ਮੁੜਦੀਆਂ ਪਗਡੰਡੀਆਂ ਵੀ ਲੰਘ ਗਈਆਂ ਸਨ। ਕੁਝ ਦਿਨ ਪਹਿਲਾਂ ਜਿਨਾਂ ਕੱਚੇ ਖਰਬੂਜਿਆਂ ਦੇ ਖੇਤਾਂ ਕੋਲੋਂ ਉਹ ਲੰਘੇ ਸਨ; ਉਧਰੋਂ ਅੱਜ ਖੁਸ਼ਬੂ ਆ ਰਹੀ ਸੀ। ਮੋਠਾਂ ਨੂੰ ਫੁੱਲ ਪੈ ਗਏ ਸਨ। ਮਾਹਾਂ ਦੀਆਂ ਫਲੀਆਂ ਗੱਦਰ ਹੋ ਗਈਆਂ ਸਨ। ਥੋੜ੍ਹੀ ਦੇਰ ਪਹਿਲਾਂ ਉਹਨੇ ਰਬਾਬ ਬਾਬੇ ਨੂੰ ਫੜਾ ਆਪ ਪੰਡੋਕਲੀ ਚੁੱਕ ਲਈ ਸੀ। ਕਦੇ ਕਦੇ ਬਾਬਾ ਕਾਸੇ ਵਾਲਾ ਹੱਥ ਬਦਲਦਾ। ਜੀਅ ਤਾਂ ਕਰਦਾ ਸੀ ਕਿ ਬਾਬੇ ਤੋਂ ਗਾਕੇ ਪੁੱਛਾਂ :

"ਇਹ ਹੱਜ ਵਾਲੀ ਗੱਲ ਤੈਨੂੰ ਕਿਵੇਂ ਜਚੀ ? ਇਕ ਮਰਾਸੀ ਦਾ ਹੱਜ ਪੂਰਾ ਕਰਨ ਲਈ ਤੂੰ ਭੁੱਲਿਆ ਨਹੀਂ ਬਾਬੇ...।"

ਅੱਜ ਦਾ ਦਿਨ ਚਾਰ ਮੌਸਮਾਂ ਵਿਚ ਲੰਘਿਆ। ਸਵੇਰੇ ਧੁੱਪ, ਦੁਪਹਿਰੇ ਬੱਦਲ, ਸ਼ਾਮ ਨੂੰ ਮੀਂਹ ਤੇ ਫਿਰ ਮੀਂਹ ਨਾਲ ਠੰਢੀ ਹਵਾ। ਉਨ੍ਹਾਂ ਚਾਰੇ ਮੌਸਮਾਂ ਲਈ ਗਾਇਆ ਤੇ ਚਾਰ ਪੜਾਅ ਵੀ ਕੀਤੇ। ਦੁਪਹਿਰ ਦਾ ਪੜਾਅ ਉਨ੍ਹਾਂ ਖੂਹ ਦੀ ਕਾਰਸੇਵਾ ਕਰਦੇ ਲੋਕਾਂ ਕੋਲ ਕੀਤਾ।

"ਉੱਪਰੋਂ ਹਮਲੇ ਹੋ ਰਹੇ ਨੇ; ਤੁਸੀਂ ਖੂਹ ਪੁੱਟ ਰਹੇ ਹੋ ?" ਗੱਲਾਂ ਪਹਿਲਾਂ ਹੀ ਚੱਲਦੀਆਂ ਸਨ। ਚਿੱਟੇ ਕੱਪੜਿਆਂ ਵਾਲਾ ਪੰਡਿਤ ਖੁਆਜੇ ਦੀ ਪੂਜਾ ਕਰਦਾ ਘੁੰਮਿਆ।

"ਪਰ ਪੰਡਿਤਾਂ ਖੂਹ ਤਾਂ ਤੂੰ ਹੀ ਪੁੱਟਣ ਲਈ ਕਿਹਾ ਸੀ।" ਕੰਮ ਕਰਦੇ ਲੋਕਾਂ 'ਚੋਂ ਕੋਈ ਬੋਲਿਆ।

"ਕਿਹਾ ਤਾਂ ਮੈਂ ਹੀ ਸੀ ਪਰ ਰਸਤੇ ਤੋਂ ਹੱਟ ਕੇ। ਇਹ ਚਲਦੇ ਰਸਤਿਆਂ ਉੱਤੇ ਖੂਹ ਪੁੱਟਣ ਦਾ ਸਮਾਂ ਨਹੀਂ ਹੈ।" ਮਰਦਾਨੇ ਵੇਖਿਆ ਉਥੇ ਇਕ ਬਿਰਧ ਚੁੱਪਚਾਪ ਬੈਠਾ ਸੀ। ਇਹ ਓਹੀ ਬਿਰਧ ਸੀ ਜਿਸਦੇ ਨਾਂ ਤੇ ਇਹਨੂੰ 'ਅੰਨੇ ਦਾ ਰਾਹ' ਕਹਿੰਦੇ ਸਨ। ਉਹ ਪੰਜ ਕੋਹ ਵਾਟ ਦਿਨ ਵਿੱਚ ਇਕ ਪਾਸੇ ਰਸਤਾ ਸਾਫ਼ ਕਰਦਾ ਜਾਂਦਾ ਤੇ ਦੂਜੇ ਦਿਨ

ਵਾਪਸ ਇਧਰ ਵੱਲ ਪੰਜ ਕੋਹ ਸਾਫ਼ ਕਰਦਾ ਮੁੜ ਆਉਂਦਾ। ਦੋਵੇਂ ਸਿਰਿਆਂ ਉੱਤੇ ਉਹਦੀਆਂ ਝੁੱਗੀਆਂ ਸਨ। ਰਸਤੇ ਵਿੱਚ ਪੈਂਦੇ ਪਿੰਡ ਹੀ ਉਹਦੇ ਲਈ ਰੋਟੀ ਪਾਣੀ ਦਾ ਪ੍ਰਬੰਧ ਕਰਦੇ। ਪਿਛਲੀ ਵਾਰੀ ਪਾਕਪਟਨ ਜਾਂਦੇ ਵਕਤ ਵੀ ਉਨ੍ਹਾਂ ਉਹਦੀ ਝੌਂਪੜੀ ਵਿੱਚ ਰਾਤ ਕੱਟੀ ਸੀ। ਬਾਬਾ ਪਤਾ ਨਹੀਂ ਕਿਉਂ ਨਹੀਂ ਸੀ ਬੋਲਿਆ; ਨਹੀਂ ਤਾਂ ਉਹਨੇ ਆਵਾਜ਼ ਪਛਾਣ ਲੈਣੀ ਸੀ। ਪੰਡਿਤ ਹਾਲੇ ਵੀ ਲੋਕਾਂ ਨਾਲ ਬਹਿਸਦਾ ਬਜ਼ੁਰਗ ਵੱਲ ਪਰਤ ਆਇਆ ਸੀ।

"ਜੋਤ ਜਾਣ ਤੋਂ ਪਹਿਲਾਂ ਤੂੰ ਕਿਹੜੀਆਂ ਚੀਜ਼ਾਂ ਵੇਖੀਆਂ ਸਨ ?"

"ਇਹ ਤਾਂ ਮੈਂ ਤਾਂ ਗਿਣਦਾ ਜੇ ਮੈਨੂੰ ਪਤਾ ਹੁੰਦਾ ਕਿ ਮੈਂ ਇਨ੍ਹਾਂ ਨੂੰ ਦੁਬਾਰਾ ਨਹੀਂ ਵੇਖਣਾ।"

"ਹੁਣ ਪਛਾਣ ਸਕਦਾਂ ?"

"ਹਾਂ ਸੋਚਦਾ ਹੁੰਦਾਂ ਪਛਾਨਣ ਲਈ ਛੋਹ ਅੱਖ ਬਣ ਗਈ ਏ; ਫਿਰ ਹਾਸੀ ਨਿਕਲ ਜਾਂਦੀ ਏ। ਕਿੰਨਾ ਰਸਤਾ ਪਿਆ ਸਾਫ਼ ਕਰਨ ਲਈ; ਮਨਾਂ ਕੀ ਸੋਚੀ ਜਾਂਦਾ ਏ ?"

"ਹੁਣ ਅੱਖਾਂ ਅੱਗੇ ਏਨੀ ਖ਼ਾਲੀ ਜਗ੍ਹਾ ਨੂੰ ਕੀ ਕਰਦਾਂ ਫਿਰ ?" ਬਜ਼ੁਰਗ ਉੱਚੀ ਉੱਚੀ ਹੱਸਿਆ :

"ਪੰਡਿਤਾਂ ਤੂੰ ਹੁਣ ਮੇਰੇ ਲਈ ਪੰਡਿਤ ਨਾ ਬਣ; ਜੋ ਤੈਨੂੰ ਦਿਸਦਾ ਏ ਤੂੰ ਉਹਦੇ ਛਿਣ ਵੀ ਗੁਆ ਲੈਣੇ ਨੇ।" ਉਹ ਉੱਠ ਖੜ੍ਹਿਆ।

"ਤੁਸੀਂ ਖੂਹ ਪੁੱਟੋ ਜੇ ਰਸਤੇ ਹੀ ਖੂਹ ਕੋਲੋਂ ਨਾ ਲੰਘੇ; ਫਿਰ ਇਕੱਲਾ ਖੂਹ ਉਜਾੜ ਹੋ ਜਾਵੇਗਾ।" ਉਹਨੇ ਲੰਬਾ ਝਾੜੂ ਚੁੱਕਿਆ ਤੇ ਖੂਹ ਕੋਲੋਂ ਹੀ ਸੁੰਭਰਦਾ ਅੱਗੇ ਲੰਘ ਗਿਆ। ਉੱਥੋਂ ਥੋੜ੍ਹੀ ਦੂਰ ਜਾ ਕੇ ਮਰਦਾਨੇ ਨੇ ਹੌਲੀ ਜਹੇ ਪੁੱਛਿਆ।

"ਬਾਬਾ ਤੂੰ ਕੁਝ ਬੋਲਿਆ ਹੀ ਨਹੀਂ ?" ਉਹਦੇ ਸੁਆਸ ਤਾਂ ਤੈਨੂੰ ਸੁਣਨ ਲਈ ਤਰਸਦੇ ਹੋਣਗੇ...।"

"ਸਭ ਮੰਤਰ ਇੱਕ ਹੀ ਸੁਆਸ ਵਿਚ ਪੂਰੇ ਹੋ ਜਾਂਦੇ ਨੇ ਮਰਦਾਨਿਆ... ਉਹਦਾ ਮੰਤਰ ਸੰਪੂਰਨ ਸੀ।"

ਇੱਕ ਵਾਰ ਫਿਰ ਸਤਲੁਜ ਦਾ ਪੱਤਣ ਆਇਆ। ਦਰਿਆ ਬਰਫਾਨੀ ਪਾਣੀ ਲੈ ਕੇ ਤੁਰਿਆ ਸੀ; ਪਰ ਰਸਤੇ ਵਿਚ ਨਦੀਆਂ ਨੇ ਮੈਲਾ ਕਰ ਦਿੱਤਾ ਸੀ। ਕਈ ਸਾਲਾਂ ਬਾਅਦ ਫਿਰ ਓਹੀ ਪਾਕਪਟਨ ਨੂੰ ਜਾਂਦੀ ਬੇੜੀ ਉੱਤੇ ਸਵਾਰ ਹੋਏ।

"ਬਾਬਾ ਆਪਾਂ ਫਿਰ ਪਾਕਪਟਨ ਜਾ ਰਹੇ ਹਾਂ।"

"ਹਾਂ ਮਰਦਾਨਿਆ ਵੇਖੀਏ ਸ਼ੇਖ ਇਬਰਾਹੀਮ ਕੀ ਕਰਦਾ ਏ ?" ਸਭ ਰਸਤੇ ਜਾਣੇ ਪਛਾਣੇ ਸਨ। ਚਲਦੇ ਪਾਣੀ ਵਿੱਚੋਂ ਮਰਦਾਨੇ ਨੇ ਆਲੇ ਦੁਆਲੇ ਲੰਘਦੀਆਂ ਪਹਾੜੀਆਂ, ਛੋਟੇ ਛੋਟੇ ਮਾਜਰਿਆਂ ਦੀਆਂ ਪਿੱਠਾਂ ਪਿੱਛੇ ਕਿਲ੍ਹਿਆਂ ਦੇ ਗੁੰਬਦ ਪਛਾਣ ਲਏ ਸਨ। ਇਕ ਸ਼ਾਮ ਉਹ ਜਾਣੇ ਪਛਾਣੇ ਘਰ ਵਾਂਗ ਮਜ਼ਾਰ ਅੱਗੇ ਜਾ ਬੈਠੇ ਸਨ। ਸ਼ੇਖ ਇਬਰਾਹੀਮ ਨੂੰ ਵੇਖ ਕੇ ਚਾਅ ਚੜ੍ਹ ਗਿਆ ਸੀ। ਉਹਦੇ ਮੁਰੀਦ ਆਲੇ ਦੁਆਲੇ ਆਪਣੇ ਮੁਰਸ਼ਿਦ ਦੀ ਸ਼ਰਧਾ ਵੇਖ ਹੈਰਾਨ ਪਰੇਸ਼ਾਨ ਵੇਖਦੇ ਰਹੇ। ਬਾਕੀ ਦੇ ਸਾਰੇ ਦਿਨ

ਬਹੁਤ ਸ਼ਾਂਤ ਲੰਘੇ। ਦੇਰ ਤੱਕ ਬਾਬਾ ਤੇ ਸ਼ੇਖ ਇਬਰਾਹੀਮ ਮਜ਼ਾਰ ਅੱਗੇ ਬੈਠੇ ਵਿਚਾਰ ਵਿਟਾਂਦਰਾ ਕਰਦੇ ਰਹਿੰਦੇ। ਪੁੱਛੇ ਗਏ ਪ੍ਰਸ਼ਨਾਂ ਵਿੱਚ ਬਹੁਤ ਕੋਮਲ ਪੁੱਛਾਂ ਸੁਣਦੀਆਂ। ਕਈ ਵਾਰੀ ਪਤਾ ਹੀ ਨਹੀਂ ਲੱਗਦਾ ਕਿ ਪ੍ਰਸ਼ਨ ਹੈ ਜਾਂ ਉੱਤਰ ਦੇਣ ਦੀ ਝਿਜਕ ਵਿੱਚ ਕੋਈ ਸਹਿਮਤੀ ਚੱਲ ਰਹੀ ਹੈ। ਕੁਝ ਦਿਨਾਂ ਬਾਅਦ ਇਹ ਦੋ ਮਿਲਣੀਆਂ ਦਾ ਤਾਰਾਨਾ ਜਾਪਣ ਲੱਗਾ ਸੀ।

ਇੱਕ ਦਿਨ ਮਜ਼ਾਰ ਅੱਗੇ ਇਕੱਲੇ ਬੈਠੇ ਮਰਦਾਨੇ ਨੂੰ ਪੈਰਾਂ ਦੀ ਬਿੜਕ ਸੁਣੀ। ਉਹਦੇ ਸਾਹਮਣੇ ਨੀਲੀਆਂ ਅੱਖਾਂ ਵਾਲਾ ਸ਼ੇਖ ਇਬਰਾਹੀਮ ਖੜ੍ਹਾ ਹੱਸ ਰਿਹਾ ਸੀ। ਉਹਨੇ ਨਾ ਉੱਠਣ ਦਾ ਤੇ ਨਾ ਬੋਲਣ ਦਾ ਮੌਕਾ ਦਿੱਤਾ। ਸਗੋਂ ਇਕ ਜਗਿਆਸੂ ਵਾਂਗ ਮਰਦਾਨੇ ਨੂੰ ਪੁੱਛਣ ਲੱਗਾ :

"ਗੁਰੂ ਦੇ ਨਾਲ ਵੀ ਤੇ ਗੁਰੂ ਨਾਲ ਅਲਾਹਿਦਗੀ ਵੀ ਕਾਇਮ ਹੈ; ਇਸ ਵਿੱਚ ਇਬਾਦਤ ਦਾ ਕੀ ਰਾਜ਼ ਏ ?"

"ਇਹ ਤਾਂ ਸਿਜਦੇ ਦੀ ਹਲੀਮੀ ਹੈ। ਇਹਦੇ ਵਿਚ ਅਲਾਹਿਦਗੀ ਕਿੱਥੇ ਦਿਸਦੀ ਏ ਪੀਰ ਜੀ ?"

"ਗੁਰੂ ਤੇ ਚੇਲਾ ਅਲੱਗ ਅਲੱਗ ਬਾਨਿਆਂ ਵਿੱਚ ਦਿਸਣ, ਕੁਝ ਖਟਕਦਾ ਤਾਂ ਹੈ।"

"ਜੋ ਪ੍ਰਸ਼ਨ ਮੇਰੇ ਜੀਵਨ ਵਿੱਚ ਕਦੇ ਉੱਠਿਆ ਹੀ ਨਹੀਂ; ਮੈਂ ਉਹਦਾ ਉੱਤਰ ਕਿਵੇਂ ਦੇ ਸਕਦਾਂ ਸ਼ੇਖ ਸਾਹਿਬ।"

"ਹੁਣ ਤਾਂ ਤੇਰੇ ਗੁਰੂ ਨੇ ਤੈਨੂੰ ਹਾਜ਼ੀ ਵੀ ਬਣਾ ਦੇਣਾ; ਵਾਪਸੀ ਤੇ ਇਹਦਾ ਉੱਤਰ ਮਿਲਕੇ ਦੇ ਸਕੇਗਾਂ ?"

"ਭਾਂਡਾ ਸਾਜ਼ ਕੇ ਘੁਮਾਰ ਦੁਬਾਰਾ ਉਹਨੂੰ ਮਿੱਟੀ ਥੋੜ੍ਹੀ ਸੱਦਦਾ ਏ ? ਉਹਦੀ ਮਰਜੀ ਏ ਭਾਂਡੇ ਦਾ ਕੀ ਨਾਂ ਰੱਖਣਾ ਏ।"

"ਸਿਸ਼ ਗੁਰੂ ਬਣਦਾ ਜਾ ਰਿਹੈ ?" ਉਹ ਹੱਸਿਆ।

"ਮੈਨੂੰ ਤੁਕਬੰਦੀ ਕਰਨ ਵਾਲੇ ਮਰਾਸੀ ਨੂੰ ਤੁਸੀਂ ਕਿਉਂ ਸੁਆਲ ਕਰਦੇ ਹੋ ? ਮੇਰੇ ਗੁਰੂ ਤੋਂ ਪੁੱਛੋ ਜਿੱਥੇ ਦੋ ਬਰਕਤਾਂ ਦਾ ਮੇਲ ਹੁੰਦਾ ਏ।"

"ਠੀਕ ਏ ਮਰਦਾਨਿਆਂ ਹਾਜ਼ੀ ਬਣਕੇ ਕਦੇ ਮਿਲਣ ਨੂੰ ਜੀਅ ਕੀਤਾ ਤਾਂ ਆ ਜਾਵੀਂ।" ਮਰਦਾਨਾ ਉਹਦੇ ਪੈਰਾਂ ਵੱਲ ਝੁਕਿਆ ਤਾਂ ਉਹਨੇ ਉਹਦਾ ਚੇਹਰਾ ਦੋਵੇਂ ਹੱਥਾਂ ਵਿੱਚ ਲੈ ਲਿਆ।

"ਪੀਰ ਨਾਨਕ ਨੇ ਤੈਨੂੰ ਖੰਭ ਲਾ ਦਿੱਤੇ ਨੇ... ਮਰਦਾਨਿਆ।" ਮਰਦਾਨਾ ਕਾਫ਼ੀ ਦੇਰ ਤੱਕ ਇਕੱਲਾ ਹੀ ਮਜ਼ਾਰ ਅੱਗੇ ਬੈਠਾ ਰਿਹਾ। ਫਿਰ ਉਹਨੂੰ ਉਹ ਧੁਨ ਯਾਦ ਆਉਣ ਲੱਗੀ ਜੋ ਉਹਨੇ ਅੱਜ ਰਾਤ ਮਜ਼ਾਰ ਅੱਗੇ ਕੀਰਤਨ ਵੇਲੇ ਗਾਉਣੀ ਸੀ।

... ਉਥੈ ਸਚੋ ਹੀ ਸੱਚ ਨਿਬੜੈ ਚੁਣਿ ਵਖਿ ਕਢੇ ਜਜਮਾਲਿਆ॥

....

ਉਸੇ ਸ਼ਾਮ ਉਹ ਪਾਕਪਟਨ ਤੋਂ ਵਾਪਸ ਚੱਲ ਪਏ। ਪਰ ਸ਼ੇਖ ਇਬਰਾਹੀਮ ਦੇ

ਕੀਤੇ ਸੁਆਲਾਂ ਨੂੰ ਉਹ ਹਾਲੇ ਹੋਰ ਉੱਥੇ ਹੀ ਬੈਠ ਕੇ ਯਾਦ ਕਰਨਾ ਚਾਹੁੰਦਾ ਸੀ। ਕਈ ਵਾਰੀ ਤੁਕਬੰਦੀ ਵਿੱਚ ਉੱਤਰ ਯਾਦ ਆਏ। ਸਾਰਾ ਜੀਵਨ ਰਬਾਬ ਦੀਆਂ ਤਾਰਾਂ ਉੱਤੇ ਤੁਰਿਆ ਸੀ; ਉੱਤਰ ਵੀ ਸੰਗੀਤਮਈ ਹੀ ਚਾਹੀਦੇ ਸਨ। ਬਗਲ ਵਿਚ ਪਈ ਰਬਾਬ ਨੂੰ ਉਹਨੇ ਕਿਉਂ ਨਹੀਂ ਚੁੱਕਿਆ ? ਗੀਤ ਤਾਂ ਪਹਿਲਾਂ ਹੀ ਪਿਆ ਸੀ। ਸਿਰਫ਼ ਸੰਗੀਤ ਵਿਚ ਉਤਾਰਨਾ ਸੀ। ਕਿਸੇ ਪੀਰ ਦੇ ਪ੍ਰਸ਼ਨਾਂ ਨੂੰ ਵਾਰਤਾਲਾਪ ਤੱਕ ਹੀ ਕਿਉਂ ਸੀਮਿਤ ਕਰ ਦਿੱਤਾ ਸੀ ? ਸ਼ਬਦਾਂ ਤੋਂ ਬਿਨਾਂ ਸੰਵਾਦ ਦੇ ਬਾਬੇ ਨੇ ਬੜੇ ਉਪਾਅ ਸਿਖਾਏ ਨੇ। ਅਚਾਨਕ ਲਾਲੋ ਯਾਦ ਆਇਆ। ਸ਼ਾਇਦ ਇਹ ਦੂਜੀ ਮਿਲਣੀ ਦੀ ਘਟਨਾ ਸੀ। ਇਕੱਲੇ ਬੈਠੇ ਲਾਲੋ ਨੂੰ ਉਹ ਨੇ ਪੁੱਛਿਆ ਸੀ।

"ਕੱਲ ਜਦੋਂ ਅਸੀਂ ਤੇਰੇ ਘਰ ਆਏ ਸੀ; ਤੂੰ ਬਾਬੇ ਨੂੰ ਵੇਖ ਕੇ ਨਾ ਉੱਠਿਆ ਨਾ ਪੈਰੀਂ ਹੱਥ ਲਾਇਆ; ਲੱਕੜ ਤਰਾਸ਼ਦਾ ਰਿਹਾ; ਫਿਰ ਹੰਝੂ ਵੀ ਵਹਾਉਣ ਲੱਗ ਪਿਆ ਸੀ ?"

"ਜੇ ਉੱਠਦਾ ਤਾਂ ਕਿਰਤ ਦਾ ਅਪਮਾਨ ਹੋਣਾ ਸੀ; ਹੰਝੂ ਤਾਂ ਕਿਰਤਾਂ ਦੇ ਸਾਂਈ ਲਈ ਸਨ।"

ਉਹ ਪਾਕਪਟਨ ਤੋਂ ਕਾਫ਼ੀ ਅੱਗੇ ਲੰਘ ਆਏ ਸਨ। ਕਦੇ ਇਹ ਹਿੰਦੂ ਟਿਕਾਣਾ ਸੀ; ਕਦੇ ਤੀਰਥਾਂ ਵਾਂਗ ਰਿਸ਼ੀਆਂ ਦੀ ਥਾਂ ਸੀ। ਫਿਰ ਬੁੱਧ ਦਾ ਟਿਕਾਣਾ ਰਿਹਾ। ਫਿਰ ਫਰੀਦ ਦਾ ਪਾਕਪੱਟਣ ਬਣ ਗਿਆ। ਇਹ ਥਾਂ ਆਪਣੀ ਜ਼ੁੰਮੇਵਾਰੀ ਚੁੱਕ ਕੇ ਕਿਸ ਕਿਸ ਨੂੰ ਸੌਂਪਦੇ ਰਹਿੰਦੇ ਨੇ ? ਇਹ ਹਜ਼ਾਰਾਂ ਫਕੀਰਾਂ ਨਾਲ ਸੰਵਾਦ ਕਰਕੇ ਵੀ ਬਾਬਾ ਇਸੇ ਲਈ ਅੱਗੇ ਅੱਗੇ ਤੁਰੀ ਜਾ ਰਿਹੈ। ਸ਼ਾਇਦ ਇਸੇ ਲਈ ਬਾਬਾ ਗੀਤਾਂ ਦੇ ਜੀਵਨ ਵਿਚ ਰਾਹਾਂ ਦੇ ਸੁਰ ਲਾਉਂਦਾ ਏ। ਉਹਨੇ ਹਲਕੀ ਜਹੀ ਰਬਾਬ ਛਾਤੀ ਅੱਗੇ ਕੀਤੀ। ਉਹੀ ਧੁਨ ਵਜਾਈ ਜੋ ਉਹ ਸ਼ੇਖ ਇਬਰਾਹੀਮ ਨੂੰ ਸੁਣਾਉਣੀ ਚਾਹੁੰਦਾ ਸੀ। ਅੱਗੇ ਬਾਬੇ ਦੀ ਆਵਾਜ਼ ਨੇ ਆਪਣੀ ਸਹਿਮਤੀ ਧੁਨਾਂ ਵੱਲ ਮੋੜ ਦਿੱਤੀ...। ਪਾਕਪਟਨ ਵੱਲੋਂ ਗਾਉਂਦੇ ਦੋ ਫਕੀਰ ਸ਼ਾਮ ਵੇਲੇ ਸਤਲੁਜ ਦੇ ਕਿਨਾਰੇ ਕਿਨਾਰੇ ਜਾਂਦੇ ਵੇਖੇ ਗਏ।

ਅੱਗੇ ਇਕ ਅਲਫ਼ ਨੰਗਾ ਬੰਦਾ ਚੱਲ ਰਿਹਾ ਸੀ। ਹਰ ਕੋਈ ਉਹਦੇ ਅੱਗੇ ਪਿੱਛੇ ਹੋਣ ਲਈ ਚਾਲ ਤੇਜ਼ ਹੌਲੀ ਕਰਦਾ। ਰਸਤੇ ਵਿੱਚ ਥੋੜ੍ਹੀ ਦੇਰ ਲਈ ਬੇਤਰਤੀਬੀ ਆ ਜਾਂਦੀ ਜਿੱਥੋਂ ਉਹ ਲੰਘਦਾ। ਅਜਿਹੀ ਹੀ ਬੇਤਰਤੀਬੀ ਕਾਰਨ ਮਰਦਾਨੇ ਨੇ ਸਾਹਮਣੇ ਵੇਖਿਆ। ਇਹ ਪਤਾ ਨਹੀਂ ਕਦੋਂ ਤੋਂ ਚੱਲ ਰਿਹਾ ਸੀ। ਨੰਗੇ ਬੰਦੇ ਪਿੱਛੇ ਰਬਾਬ ਵੱਜ ਰਹੀ ਸੀ। ਉਹਦੇ ਪਿੱਛੇ ਇੱਕ ਸੁਰੀਲੀ ਆਵਾਜ਼ ਆ ਰਹੀ ਸੀ। ਲੋਕਾਂ ਨੂੰ ਇਨ੍ਹਾਂ ਦੋਵਾਂ ਤੋਂ ਨੰਗੇ ਬੰਦੇ ਨਾਲੋਂ ਜਿਆਦਾ ਚਿੜ੍ਹ ਆ ਰਹੀ ਸੀ। ਕਿਤੇ ਅਜਿਹੇ ਵੇਲੇ ਵੀ ਗਾਈਦਾ ਤੇ ਵਜਾਈਦਾ ਏ ? ਫਿਰ ਨੰਗਾ ਬੰਦਾ ਇਨ੍ਹਾਂ ਦੀਆਂ ਸੁਰਾਂ ਦਾ ਅਨੰਦ ਵੀ ਤਾਂ ਲੈ ਰਿਹਾ ਸੀ। ਕਦੇ ਕਦੇ ਉਹ ਮੁਸਕਰਾਉਂਦਾ ਤੇ ਸੁਰਾਂ ਨਾਲ ਪੈਰਾਂ ਨੂੰ ਉੱਪਰ ਥੱਲੇ ਵੀ ਕਰਦਾ। ਬਹੁਤਿਆਂ ਨੂੰ ਤਾਂ ਗੁੱਸਾ ਹੀ ਇਸ ਗੱਲ ਦਾ ਸੀ ਕਿ ਉਹ ਦੋਵੇਂ ਇਸ ਨੰਗੇ ਬੰਦੇ ਲਈ ਹੀ ਗਾ ਰਹੇ ਨੇ। ਦੋਵਾਂ ਵਿੱਚੋਂ ਪਹਿਲਾਂ ਕਿਸ ਨੂੰ ਕਹੀਏ ? ਉਹ ਇਸ

ਦੁਬਿਧਾ ਵਿਚ ਅੱਗੇ ਜਾਂ ਪਿੱਛੇ ਲੰਘ ਰਹੇ ਸਨ। ਦੂਰ ਤੱਕ ਚੱਲਦੇ ਲੋਕਾਂ ਤੱਕ ਇਹ ਅਨੋਖੀ ਗੱਲ ਹੌਲੀ ਹੌਲੀ ਪੁੱਜ ਗਈ ਸੀ। ਲੋਕਾਂ ਨੇ ਫਿਰ ਉਸ ਨੰਗੇ ਬੰਦੇ ਨੂੰ ਇਕ ਜਗ੍ਹਾ ਖੜ੍ਹ ਕੇ ਰਾਗੀਆਂ ਨੂੰ ਇੱਕ ਟਿੱਕ ਦੂਰ ਤੱਕ ਜਾਂਦਿਆਂ ਵੇਖਿਆ। ਉਹ ਰਾਗੀ ਹਾਲੇ ਵੀ ਗਾਉਂਦੇ ਜਾ ਰਹੇ ਸਨ। ਪਿੱਛੋਂ ਆਉਂਦੇ ਲੋਕਾਂ ਨੂੰ ਸਮਝ ਨਹੀਂ ਸੀ ਆ ਰਿਹਾ ਕਿ ਇੱਕ ਨੰਗਾ ਬੰਦਾ ਅੱਗੇ ਵੱਲ ਛੇਤੀ ਜਾਣ ਦੇ ਇਸ਼ਾਰੇ ਕਿਉਂ ਕਰ ਰਿਹਾ ਹੈ ?

ਅੱਗੇ ਹਰਨਾਖਸ਼ ਤੇ ਪ੍ਹਲਾਦ ਦਾ ਪ੍ਰਾਚੀਨ ਨਗਰ ਮੁਲਤਾਨ ਦਿਸਣ ਲੱਗਾ ਸੀ। ਰਸਤੇ ਚੌੜੇ ਹੋ ਰਹੇ ਸਨ ਤੇ ਰਾਹੀਆਂ ਦੀ ਗਿਣਤੀ ਵੱਧ ਰਹੀ ਸੀ। ਬਹੁਤੇ ਲੋਕ ਇੱਥੋਂ ਦੀਆਂ ਦੋ ਮਜ਼ਾਰਾਂ ਤੇ ਮੰਨਤਾਂ ਲਈ ਜਾ ਰਹੇ ਸਨ। ਮੁਲਤਾਨ ਹੁਣ ਇਸਲਾਮ ਦਾ ਵੱਡਾ ਕੇਂਦਰ ਸੀ। ਪੀਰਾਂ ਫਕੀਰਾਂ ਨਾਲ ਉਨ੍ਹਾਂ ਦੇ ਖਾਦਮ ਅੱਗੇ ਅੱਗੇ ਰਸਤਾ ਦੇਣ ਲਈ ਰਾਹੀਆਂ ਨੂੰ ਪਾਸੇ ਹਟਾਉਂਦੇ ਦਿਸਦੇ ਸਨ। ਖਾਦਮਾਂ, ਮੁਰੀਦਾਂ, ਔਲੀਆਂ ਦੀ ਭੀੜ ਵਿੱਚ ਮਰਦਾਨੇ ਨੂੰ ਪ੍ਹਲਾਦ ਦੀ ਯਾਦ ਆਈ। ਪਰ ਪਿਛੋਂ ਇਕ ਖਾਦਮ ਨੇ ਮੋਢੇ ਉੱਤੇ ਹੱਥ ਰੱਖ ਕੇ ਪੁੱਛਿਆ :

"ਦੂਰੋਂ ਆਏ ਹੋ... ਪ੍ਰਦੇਸੀ ਹੋ ? ਇਸ ਸ਼ਹਿਰ ਦੇ ਜਲਾਲ ਬਾਰੇ ਜਾਣਦੇ ਹੋ ?"

ਆਪੇ ਪੁੱਛ ਕੇ ਉਹ ਆਪ ਹੀ ਮਰਦਾਨੇ ਦੇ ਨਾਲ ਤੁਰਦਾ ਤੁਰਦਾ ਜਾਣਕਾਰੀ ਦੇਣ ਲੱਗਿਆ।

"ਇਹ ਮੁਲਤਾਨੀ ਫ਼ਕੀਰਾਂ ਦਾ ਸ਼ਹਿਰ ਏ। ਸ਼ੇਖ ਬਹਾਓਦ-ਦੀਨ ਜਕਰੀਆ ਬਹੁਤ ਸਾਲ ਪਹਿਲਾਂ ਇੱਥੇ ਆਏ ਸਨ। ਅੱਗੇ ਉਨ੍ਹਾਂ ਦੀ ਮਜ਼ਾਰ ਹੈ। ਬਹਾਉਦ-ਦੀਨ ਬਾਬਾ ਸ਼ਕਰਗੰਜ ਦੇ ਬਹੁਤ ਗੂੜ੍ਹੇ ਮਿੱਤਰ ਸਨ। ਇਨ੍ਹਾਂ ਦੇ ਖਾਨਦਾਨੀ ਮੇਲ ਹੁਣ ਤੱਕ ਚੱਲੇ ਆ ਰਹੇ ਨੇ। ਅੱਜ ਕਲ ਬਹਾਓਦੀਨ ਜਕਰੀਆ ਦੇ ਮਿਜ਼ਾਰ ਤੇ ਉਨ੍ਹਾਂ ਦੀ ਔਲਾਦ ਵਿੱਚੋਂ ਬਹਾਓਦ-ਦੀਨ ਬਿਰਾਜਮਾਨ ਨੇ।" ਉਹ ਆਪਣੀ ਗੱਲ ਮੁਕਾ ਅਗਲੇ ਪ੍ਰਦੇਸੀ ਨੂੰ ਦੱਸਣ ਲੱਗਾ। ਇਸ ਦੌਰਾਨ ਬਾਬਾ ਥੋੜ੍ਹਾ ਅੱਗੇ ਲੰਘ ਗਿਆ ਸੀ। ਲੰਬੇ ਕਦਮੀਂ ਥੋੜ੍ਹੀ ਦੂਰੀ ਤੇ ਮਰਦਾਨਾ ਬਾਬੇ ਨਾਲ ਜਾ ਮਿਲਿਆ।

ਜਦੋਂ ਉਹ ਸ਼ੇਖ ਬਹਾ-ਉਦਦੀਨ ਜਕਰੀਆ ਦੀ ਦਰਗਾਹ ਤੇ ਪਹੁੰਚੇ; ਉਸ ਸਮੇਂ ਸ਼ੇਖ ਸਾਹਿਬ ਨਮਾਜ਼ ਪੜ੍ਹਣ ਚੱਲੇ ਸਨ। ਉਨ੍ਹਾਂ ਖਾਦਮਾਂ ਹੱਥ ਸੁਨੇਹਾ ਘੱਲਿਆ ਕਿ ਮੈਂ ਨਮਾਜ਼ ਅਦਾ ਕਰਕੇ ਆਵਾਂਗਾ; ਮੈਨੂੰ ਥੋੜ੍ਹੀ ਦੇਰ ਉਡੀਕਣਾ...। ਥੋੜ੍ਹੀ ਦੇਰ ਪਿਛੋਂ ਮਖਦੂਮ ਸਾਹਿਬ ਨਮਾਜ਼ ਪੜ੍ਹ ਕੇ ਵਾਪਸ ਆਏ। ਉਹ ਸਿੱਧੇ ਬਾਬੇ ਕੋਲ ਪਹੁੰਚੇ।

"ਮੈਨੂੰ ਪਤਾ ਏ ਤੁਸੀਂ ਹਿੰਦੂ ਤੇ ਮੁਸਲਮਾਨਾਂ ਨੂੰ ਇੱਕੋ ਨਜ਼ਰ ਨਾਲ ਵੇਖਦੇ ਹੋ। ਇਹ ਇੱਕ ਦਾ ਭੇਤ ਦੋਵਾਂ ਵਿੱਚੋਂ ਕਿਵੇਂ ਨਿਕਲੇਗਾ ?"

"ਮੋਕਸ਼ ਤਾਂ ਅਵਸਥਾ ਦਾ ਨਾਂ ਹੈ। ਇਹ ਪ੍ਰਥਾ ਤੇ ਸਥਾਨਾਂ ਵਿੱਚ ਨਹੀਂ ਉਤਰਦਾ।"

"ਤੁਸੀਂ ਤਾਂ ਵੇਦਾਂ ਦੇ ਬਚਨਾਂ ਨੂੰ ਵੀ ਜਾਣਦੇ ਹੋ; ਕੁਰਾਨ ਦੀਆਂ ਆਇਤਾਂ ਵਿੱਚ ਵੀ ਮਗਨ ਰਹਿੰਦੇ ਨੇ। ਆਪਣੇ ਮੁਰੀਦਾਂ ਨੂੰ ਕਿਸਦਾ ਪੱਲਾ ਫੜਾਉਂਦੇ ਹੋ ? ਆਪ ਤੁਸੀਂ ਦੋਵੇਂ ਨਹੀਂ ਜਾਪਦੇ। ਤੁਹਾਡਾ ਮੁਰੀਦ ਮੋਮਨੀ ਰੰਗ ਵਿਚ ਦਿਸਦਾ ਹੈ। ਇੱਕੋ ਵੇਲੇ

ਐਨੀਆਂ ਉਲਝਣਾਂ ਪੀਰਾਂ ਤੋਂ ਨਹੀਂ ਸੁਲਝਦੀਆਂ ਮੁਰੀਦ ਕਿਵੇਂ ਸੁਲਝਾਉਣਗੇ ?" ਬਹਾਉਦ-ਦੀਨ ਨੇ ਵੇਖਿਆ ਗੁਰੂ ਨੂੰ ਕੀਤੇ ਸੁਆਲ; ਗੁਰੂ ਤੇ ਚੇਲਾ ਗਾ ਕੇ ਕੁਝ ਇਸ ਤਰ੍ਹਾਂ ਸੁਣਾ ਰਹੇ ਸਨ।

....

ਰਮਜਾਨ ਦਾ ਮਹੀਨਾ ਲੰਘ ਗਿਆ ਸੀ। ਰਸਤਿਆਂ ਵਿੱਚ ਲੋਕਾਂ ਨੇ ਰੰਗ ਬਰੰਗੀਆਂ ਸੇਵੀਆਂ ਭੇਂਟ ਕੀਤੀਆਂ। ਮਰਦਾਨੇ ਨੇ ਸਾਰਾ ਮਹੀਨਾ ਚੋਗਿਆਂ ਦੀ ਤਹਿ ਵਿੱਚੋਂ ਨਿਕਲੇ ਮੁਸੱਲੇ ਤੇ ਨਮਾਜ਼ਾਂ ਪੜ੍ਹੀਆਂ। ਭੈਣ ਨਾਨਕੀ ਨੇ ਉਹਨੂੰ ਇਸ ਤਰ੍ਹਾਂ ਤਹਿ ਲਾ ਕੇ ਰੱਖਿਆ ਸੀ ਕਿ ਪੂਰਾ ਚੋਗਾ ਖੋਹਲੇ ਬਿਨਾਂ ਉਹ ਦਿਸ ਨਹੀਂ ਸੀ ਸਕਦਾ। ਸਾਰੇ ਰਮਜਾਨ ਦੇ ਮਹੀਨੇ ਵਿੱਚ ਨਮਾਜ਼ ਤੋਂ ਪਹਿਲਾਂ ਮਰਦਾਨੇ ਨੂੰ ਬੀਬੀ ਨਾਨਕੀ ਦਾ ਹੱਸਦਾ ਚੇਹਰਾ ਦਿਸਦਾ ਰਿਹਾ।

ਕੁਝ ਦਿਨ ਮੁਲਤਾਨ ਰਹਿ ਕੇ ਉਹ 'ਉੱਚ' ਵੱਲ ਟੁਰ ਪਏ। ਉੱਚ ਵੀ ਇੱਕ ਬਹੁਤ ਪੁਰਾਣਾ ਨਗਰ ਸੀ। ਇਸ ਤੋਂ ਪਹਿਲਾਂ ਇਸਦਾ ਨਾਂ 'ਦਿਓਗੜ੍ਹ' ਸੀ। ਇਹ ਵੀ ਇਸਲਾਮ ਦਾ ਵੱਡਾ ਕੇਂਦਰ ਸੀ। ਕਦੇ ਸੂਫ਼ੀ ਫਕੀਰ ਜਲਾਲਓਦੀਨ ਬੁਖਾਰੀ ਨੇ ਇੱਥੇ ਡੇਰਾ ਲਾਇਆ ਸੀ। ਇਸ ਵੇਲੇ ਦਰਗਾਹ ਦਾ ਮਖਦੂਮ ਸ਼ੇਖ ਹਾਜੀ ਅਬਦੁਲ ਬੁਖਾਰੀ ਸੀ। ਮਖਦੂਮ ਪਹਿਲਾਂ ਹੀ ਹੱਜ ਦੀਆਂ ਤਿਆਰੀਆਂ ਕਰ ਬੈਠਾ ਸੀ। ਕੁਝ ਦਿਨਾਂ ਪਿਛੋਂ ਮੁਲਤਾਨ ਦੇ ਮਖਦੂਮ ਬਹਾਉਦ-ਦੀਨ ਵੀ ਉੱਥੇ ਪੁੱਜ ਗਏ ਸਨ। ਇਕ ਦਿਨ ਉਹ ਵੱਡਾ ਜਥਾ ਲੈ ਕੇ ਮੱਕੇ ਵੱਲ ਚੱਲ ਪਏ। ਮਰਦਾਨੇ ਲਈ ਅੱਜ ਕੁਝ ਅਨੋਖਾ ਸੀ। ਮਖਦੂਮਾਂ ਪੀਰਾਂ ਹਾਜੀਆਂ ਖਾਦਮਾਂ, ਸਾਂਈਆਂ, ਦਰਵੇਸ਼ਾਂ ਗੁਰੂਆਂ ਵਿਚਕਾਰ ਤੁਰਨ ਦਾ ਸਰੂਰ ਚੜ੍ਹ ਰਿਹਾ ਸੀ। ਕਦੇ ਇਸ ਸਰੂਰ ਨਾਲ ਜਦੋਂ ਚੁਫੇਰਾ ਘੁੰਮਦਾ ਤਾਂ ਉਹ ਜਥੇ ਵਿਚੋਂ ਬਾਬੇ ਨੂੰ ਲੱਭਦਾ। ਉਹਦਾ ਪੜਾਵਾਂ ਵਰਗਾ ਚੇਹਰਾ, ਤੋਰਾਂ ਵਰਗੇ ਨੈਣ ਨਕਸ਼ ਉਹਦੀਆਂ ਵੇਖਣੀਆਂ ਦੇ ਰਿਦਮਾਂ ਵਿਚ ਉਤਰ ਜਾਂਦੇ। ਬਰਕਤਾਂ ਦੇ ਇਸ ਮੇਲ ਵਿੱਚ ਡੂਮ ਦੇ ਮਰਦਾਨੇ ਨੂੰ ਇਕ ਛਿਣ ਲਈ ਅੰਮੀ ਯਾਦ ਆਈ। "ਅੱਜ ਅੰਮੀ ਜੇ ਤੂੰ ਮੈਨੂੰ ਜਾਂਦਿਆਂ ਵੇਖ ਲੈਂਦੀ... ?" ਪਾਕਪਟਨ ਤੋਂ ਬਾਅਦ ਅੱਜ ਅੰਮੀ ਦੀ ਯਾਦ ਆਈ ਸੀ। ਅੱਜ ਅੰਮੀ ਦੀ ਯਾਦ ਪ੍ਰਵਾਨਗੀ ਦੇ ਘੇਰੇ ਵਿੱਚ ਸੀ। ਇਸ ਪਾਸਾਰ ਵਿਚ ਖਿਆਲਾਂ ਦੀਆਂ ਵਿੱਥਾਂ; ਇਨ੍ਹਾਂ ਰਾਹਾਂ ਦੀ ਪਾਕੀਜ਼ਗੀ ਵਿਚ ਪੈੜਾਂ ਦਾ ਵੇਗ ਬਣ ਲੱਗੀਆਂ ਸਨ। ਚੁੱਪਚਾਪ ਤੁਰਦੇ ਜਥੇ ਨੇ ਅਚਾਨਕ ਇਹ ਆਵਾਜ਼ ਸੁਣੀ। ਮਰਦਾਨੇ ਨੇ ਇੱਕ ਫਾਰਸੀ ਦਾ ਟੱਪਾ ਗਾਇਆ। ਖਾਦਮਾਂ ਨੂੰ ਸ਼ੱਕ ਸੀ ਕਿ ਮਖਦੂਮ ਉਹਨੂੰ ਗਾਉਣ ਤੋਂ ਰੋਕਣਗੇ। ਪਰ ਇਕ ਗਾਉਂਦੀ ਆਵਾਜ਼ ਮੱਕੇ ਦੇ ਰਾਹਾਂ ਨੂੰ ਗੀਤ ਸੁਣਾਉਂਦੀ ਤੁਰਦੀ ਰਹੀ।

'ਉੱਚ' ਤੋਂ ਉਹ ਇੱਕੋ ਬੇੜੀ ਵਿਚ ਬੈਠੇ। ਜਿਸ ਵਿਚ 'ਉੱਚ' ਦੇ ਮਖਦੂਮ ਤੇ ਮੁਲਤਾਨ ਦੇ ਮਖਦੂਮ ਵੀ ਸਨ। ਦਰਵੇਸ਼ਾਂ ਦੀ ਇਸ ਬੇੜੀ ਵਿਚ ਬਾਬੇ ਤੇ ਮਰਦਾਨੇ ਨੇ ਕਈ ਵਾਰ ਗਾਇਆ। ਇਹ ਬੇੜੀ 'ਪੰਜਨਾਦ' ਵਿੱਚੋਂ ਦੀ ਲੰਘਦੀ ਹੋਈ ਸਿੰਧ ਦਰਿਆ ਰਾਹੀਂ 'ਸੱਖਰ' ਪਹੁੰਚ ਗਈ। ਇਥੇ ਮੁਲਤਾਨ ਵਾਲੇ ਪਾਸੇ ਦੇ ਹਾਜੀ ਸੱਖਰ ਤੋਂ

ਸ਼ਿਕਾਰਪੁਰ ਤੇ ਸ਼ਿਕਾਰਪੁਰ ਤੋਂ ਬਲੋਚਿਸਤਾਨ ਵਿੱਚੋਂ ਦੱਰਾ ਬੋਲਾਨ ਲੰਘਕੇ ਮੱਕੇ ਜਾਣ ਲਈ ਇਕਠੇ ਹੋਏ ਸਨ। ਮਖਦੂਮ ਬਹਾਉਦ-ਦੀਨ ਤੇ ਮਖਦੂਮ ਅਬਦਲ ਵਾਹਬ ਆਪਣੇ ਮੁਰੀਦਾਂ ਨਾਲ ਦੂਜੀਆਂ ਬੇੜੀਆਂ ਉੱਤੇ ਸਨ। ਉਹ ਸੱਖਰ ਤੋਂ ਉਤਰ ਕੇ ਸਿਕਾਰਪੁਰ ਵਾਲੇ ਰਾਹ ਮੱਕੇ ਜਾਣਾ ਚਾਹੁੰਦੇ ਸਨ। ਉਹ ਦੋਵੇਂ ਬੇੜੀ ਤੋਂ ਉਤਰ ਸਿਕਾਰਪੁਰ ਵੱਲ ਪੈਦਲ ਚਲੇ ਗਏ। ਬਾਬਾ ਤੇ ਮਰਦਾਨਾ ਦੋਵੇਂ ਸਿੰਧ ਦਰਿਆ ਵਿਚ ਬੇੜੀ ਤੇ ਬੈਠ ਕੇ (ਲਖਪਤ ਨਦੀ) ਰਾਹੀਂ ਬਸਤਾ ਬੰਦਰ (ਲੱਖਪੱਤ) ਪਹੁੰਚੇ। ਇੱਥੋਂ ਸਭ ਪਾਸਿਉਂ ਬੇੜੀਆਂ ਤੇ ਵਪਾਰ ਹੁੰਦਾ ਸੀ। ਚੁਫੇਰੇ ਖ਼ੂਬ ਰੌਣਕਾਂ ਸਨ। ਇਸ ਇਲਾਕੇ ਵਿਚ ਆਸਾ ਪੂਰਨੀ (ਕਾਲੀ ਦੇਵੀ) ਦਾ ਪ੍ਰਸਿੱਧ ਮੰਦਿਰ ਵੀ ਸੀ। ਕੁਝ ਪੰਡਿਤ, ਪਾਂਡੇ ਤੇ ਯਾਤਰੂ ਉਧਰ ਵੱਲ ਵੀ ਜਾ ਰਹੇ ਸਨ। ਪਰ ਇਹ ਦੋਵੇਂ ਕੁਰਿਆਨੀ ਤੇ ਕੁਰਿਆਨੀ ਤੋਂ ਨਰਾਇਨਾ ਸੁਆਮੀ ਦੇ ਮੰਦਰ ਜੋ ਕਿ ਸਮੁੰਦਰ ਦੇ ਕੰਢੇ ਸਨ; ਹੁੰਦੇ ਹੋਏ ਬੇੜੀ ਰਾਹੀਂ ਸੋਨਮਿਆਨੀ ਬੰਦਰਗਾਹ ਪੁੱਜ ਗਏ। ਮਿਆਨੀ ਤੋਂ ਹਿੰਗਲਾਜ ਦਰਿਆ ਦੇ ਕੰਢੇ ਇੱਕ ਪੁਰਾਣਾ ਪੂਜ ਅਸਥਾਨ ਸੀ। ਜਿਸ ਨੂੰ ਮੁਸਲਮਾਨ 'ਨਾਨੀ ਦੇਵੀ' ਤੇ ਹਿੰਦੂ 'ਕਾਲੀ ਮਾਤਾ' ਪਾਰਬਤੀ ਦਾ ਮੰਦਰ ਕਹਿੰਦੇ ਸਨ। ਨਿੱਖਰਿਆ ਹੋਇਆ ਦਿਨ ਸੀ; ਜਦੋਂ ਮੰਦਰ ਦੇ ਸਾਧੂਆਂ ਨੇ ਹਾਜੀਆਂ ਦੇ ਪਹਿਰਾਵੇ ਵਿੱਚ ਦੋ ਫਕੀਰਾਂ ਨੂੰ ਆਪਣੇ ਵੱਲ ਆਉਂਦੇ ਵੇਖਿਆ। ਅਜਿਹੇ ਪਹਿਰਾਵੇ ਵਿੱਚ ਤਾਂ ਪਹਿਲਾਂ ਵੀ ਲੋਕ ਲੰਘਦੇ ਹੀ ਸਨ; ਪਰ ਜਿਸ ਅਦਾ ਨਾਲ ਉਹ ਮੰਦਰ ਵੱਲ ਵੱਧ ਰਹੇ ਸਨ; ਉਹ ਬੜੀ ਅਨੋਖੀ ਸੀ। ਉਹ ਕਦੇ ਬੈਰਾਗੀ, ਕਦੇ ਵੈਸ਼ਨਵ, ਕਦੇ ਉਦਾਸੀ, ਕਦੇ ਹਿੰਦੂ ਬ੍ਰਾਹਮਣ ਤੇ ਕਦੇ ਹਾਜੀ ਨਜ਼ਰ ਆਉਂਦੇ। ਉੱਪਰ ਪਹੁੰਚਦੇ ਸਾਰ ਬਹੁਤ ਸਾਰੇ ਲੋਕ ਉਨ੍ਹਾਂ ਦੇ ਆਲੇ ਦੁਆਲੇ ਇਕੱਠੇ ਹੋ ਗਏ ਸਨ। ਇਨ੍ਹਾਂ ਅਨੋਖੇ ਫਕੀਰਾਂ ਨੂੰ ਉਹ ਸੁਆਲ ਤੇ ਸੁਆਲ ਕਰੀ ਜਾ ਰਹੇ ਸਨ।

ਕਾਂਡ : ਸੈਂਤੀਵਾਂ

ਹਿੰਗਲਾਜ ਦੇ ਮੰਦਰ ਤੋਂ ਉਹ ਸੋਨਮਿਆਨੀ ਬੰਦਰਗਾਹ ਤੇ ਆਏ। ਇਥੋਂ ਸਮੁੰਦਰ ਦੇ ਰਸਤੇ ਫਾਰਸ ਖਾੜ੍ਹੀ ਦੇ ਸਿਰੇ ਪ੍ਰਸਿੱਧ ਬੰਦਰਗਾਹ ਕਲਹੱਟ ਪਹੁੰਚੇ। ਅਦਨ ਤੇ ਫੇਰ ਅਦਨ ਤੋਂ ਨਵੀਨ ਜੱਦਾ ਬੰਦਰਗਾਹ ਤੋਂ ਬਾਰਾਂ ਮੀਲ ਦੂਰ ਪ੍ਰਸਿੱਧ ਹਾਜੀਆਂ ਦੀ ਬੰਦਰਗਾਹ 'ਅਲਅਸਵਦ' ਪਹੁੰਚ ਗਏ। ਮਰਦਾਨੇ ਨੇ ਅਲਅਸਵਦ ਦੀ ਬੰਦਰਗਾਹ ਤੇ ਖੜ੍ਹ ਕੇ ਅਸਮਾਨ ਦੀ ਨੀਲੀ ਝਲਕ ਨੂੰ ਸਮੁੰਦਰ ਦੀ ਸਤਹਿ ਉੱਪਰ ਵੇਖਿਆ। ਇਕ ਪੰਛੀ ਦੇ ਪੰਖਾਂ ਨੇ ਸ਼ਾਂਤ ਪਾਣੀ ਉੱਪਰ ਹਵਾ ਦੀ ਝਲਾਰ ਮਾਰੀ।

"ਮੋਮਨਾਂ ਦੀ ਧਰਤੀ ਆ ਗਈ ਹੈ।" (ਦਾਰ ਉਲ ਇਸਲਾਮ) ਬੋਲਦੇ ਯਾਤਰੂ ਆਪਣੇ ਬਸਤਰ ਤੇ ਕੌਸਾਂ ਪਾ ਰਹੇ ਸਨ। ਉਹਨੇ ਬਾਬੇ ਨੂੰ ਅਰਬ ਤਬੀਅਤ ਵਿਚ ਉਤਰਦਾ ਵੇਖਿਆ। ਦੋ ਬਰਕਤਾਂ ਦਾ ਮੇਲ ਬੜਾ ਅਨੋਖਾ ਹੋਵੇਗਾ। ਉਹਨੂੰ ਪਤਾ ਹੀ ਨਹੀਂ ਲੱਗਾ ਕਦੋਂ ਉਹਦੇ ਮੂੰਹੋਂ ਨਿਕਲ ਗਿਆ :

"ਬਾਬਾ ਤੂੰ ਜਾਣ ਲੱਗਿਆ ਏਨਾਂ ਸੋਹਣਾ ਲੱਗਦਾ ਏਂ; ਹੱਜ ਕਰਕੇ ਕਿੰਨਾਂ ਸੋਹਣਾ ਲੱਗੇਂਗਾ ?"

ਹੱਸਦੇ ਬਾਬੇ ਨੇ ਉਹਦਾ ਬੜਾ ਸੋਹਣਾ ਨਾਂ ਲਿਆ : "ਮਰਦਾਨਿਆ... ?"

"ਪੁੱਛ ਲਿਆ ਬਾਬਾ।" ਏਨਾਂ ਕਹਿ ਮਰਦਾਨਾ ਵੀ ਉੱਚੀ ਉੱਚੀ ਹੱਸ ਪਿਆ। ਹੱਸਦੇ ਹੋਏ ਉਹਦੀ ਨਜ਼ਰ ਰਬਾਬ ਤੇ ਬੰਨੀ ਹਰੀ ਲੀਰ ਉੱਤੇ ਪਈ। 'ਬਾਬੇ ਨੇ ਰਬਾਬ ਨੂੰ ਵੀ ਹਾਜ਼ੀ ਬਣਾ ਕੇ ਤੋਰਿਆ ਏ।' ਹੱਸਦੇ ਹੱਸਦੇ ਅੱਖਾਂ ਛਲਕ ਪਈਆਂ। ਹੁਣ ਮੱਕੇ ਤੇ ਉਹਦੇ ਵਿਚਲੀਆਂ ਵਿੱਥਾਂ ਨੂੰ ਸੰਭਾਲਦੇ ਬਾਬੇ ਦੇ ਕਦਮਾਂ ਨੂੰ ਵੇਖਣ ਦਾ ਵੇਲਾ ਸੀ।

ਮਰਦਾਨੇ ਦਾ ਜੀਅ ਤਾਂ ਕਰਦਾ ਸੀ ਕਿ ਸਭ ਤੋਂ ਵੱਧ ਪੁੱਛਿਆ ਗਿਆ ਸੁਆਲ ਇੱਥੇ ਨਾ ਬਾਬੇ ਨੂੰ ਪੁੱਛਿਆ ਜਾਵੇ। ਪਰ ਹਜ਼ਾਰਾਂ ਵਾਰ ਇਹ ਪੁੱਛਿਆ ਗਿਆ ਸੁਆਲ ਹਜ਼ਾਰਾਂ ਮੀਲ ਦੂਰ ਵੀ ਉਸੇ ਤਰ੍ਹਾਂ ਹੀ ਦੁਹਰਾਇਆ ਗਿਆ :

"ਤੂੰ ਮੁਸਲਮਾਨ ਏ ਜਾਂ ਹਿੰਦੂ ਏ ?" ਹੁਣ ਤਾਂ ਬਾਬੇ ਨੇ ਆਪਣੇ ਮੋਢੇ ਉੱਤੇ ਰਬਾਬ ਵੀ ਟੰਗ ਲਈ ਸੀ। ਇਹ ਸੁਆਲ ਹੋਰ ਵੀ ਤਲਖੀ ਨਾਲ ਪੁੱਛਿਆ ਜਾਵੇਗਾ। ਸਾਹਮਣੇ ਮੱਕੇ ਦੇ ਮਿਹਰਾਬ ਦਿਸਣ ਲੱਗ ਪਏ ਸਨ। ਤੁਰਦੇ ਤੁਰਦੇ ਮਰਦਾਨੇ ਨੇ ਝੋਲੀ ਵਿੱਚ ਲਪੇਟੀ ਕੁਰਾਨ ਦੀਆਂ ਚਾਰੇ ਕੰਨੀਆਂ ਖੋਹਲ ਦਿੱਤੀਆਂ। ਸ਼ਾਮ ਪੈ ਰਹੀ ਸੀ। ਤਪਦੇ ਰੇਤੇ ਦੀ ਤਪਸ ਹੌਲੀ ਹੌਲੀ ਠੰਢੀ ਹੋ ਰਹੀ ਸੀ। ਪਹਿਲੀ ਰਾਤ ਹੀ ਚੁਫੇਰੇ ਚਰਚਾ ਹੋਣ ਲੱਗ ਪਈ ਸੀ ਕਿ 'ਇੱਕ ਹਿੰਦੀ ਫਕੀਰ ਆਇਆ ਹੈ।' ਦੂਜੇ ਦਿਨ ਮੱਕੇ ਸ਼ਰੀਫ਼ ਟਹਿਲਦਾ ਜੀਵਨ ਸ਼ਾਹ ਵੀ ਪਹੁੰਚਿਆ। ਉਹ ਫਜਰ ਦੀ ਨਮਾਜ਼ ਤੋਂ ਸਫਾਈ ਦੀ ਸੇਵਾ ਕਰਦਾ ਸੀ। ਲੰਬੇ ਸਮੇਂ ਤੱਕ ਉਹ ਇਸ ਗੱਲ ਤੇ ਹੀ ਬਹਿਸਦਾ ਰਿਹਾ ਕਿ "ਤੁਹਾਨੂੰ ਹੱਜ ਕਰਨ ਦਾ ਹੱਕ ਹਾਸਿਲ ਨਹੀਂ ਹੈ।" ਮਰਦਾਨਾ ਚੁੱਪਚਾਪ ਸੁਣਦਾ

ਰਿਹਾ। ਇੱਕ ਦਿਨ ਰਸਤੇ ਵਿੱਚ ਵਿਛੜੇ 'ਮਖਦੂਮ' ਵੀ ਆ ਪਹੁੰਚੇ। ਉਨ੍ਹਾਂ ਦੋਵਾਂ ਨੂੰ ਪਹਿਲਾਂ ਪਹੁੰਚੇ ਵੇਖ ਹੈਰਾਨ ਹੁੰਦੇ ਰਹੇ। ਉਸ ਰਾਤ ਲੰਬੀ ਵਿਚਾਰ ਗੋਸ਼ਟੀ ਚੱਲਦੀ ਰਹੀ। ਦੂਜੇ ਦਿਨ ਪੋਟਲੀ ਖੋਲ੍ਹਦੇ ਮਰਦਾਨੇ ਨੂੰ ਵੇਖ ਕੇ ਮਖਦੂਮ ਨੇ ਪੁੱਛਿਆ :

"ਇਹ ਕੁਰਾਨ ਸ਼ਰੀਫ ਨਾਲ ਕੀ ਪਿਆ ਹੈ ?"

"ਇਹ ਪ੍ਰਾਣਾਂ ਦੇ ਗੀਤ ਨੇ ਮਖਦੂਮ ਜੀ...।"

"ਸੰਗੀਤ ਦੀ ਇਸਲਾਮ ਵਿੱਚ ਤਾਂ ਕੋਈ ਜਗ੍ਹਾ ਨਹੀਂ ਹੈ।"

"ਮੈਨੂੰ ਤਾਂ ਇਹਦੇ ਵਿੱਚੋਂ ਹੀ ਝਲਕਾਂ ਦਿਸਦੀਆਂ ਨੇ।" ਉਸ ਰਾਤ ਬਾਬੇ ਨੂੰ ਸਭ ਨੇ ਮਿਲਕੇ ਬਹੁਤ ਹੀ ਤਿੱਖੇ ਸੁਆਲ ਕੀਤੇ।

"ਤੁਸੀਂ ਐਨੇ ਭਰਮਣ ਕਰ ਚੁੱਕੇ ਹੋ। ਕੀ ਛੱਡਿਆ ? ਜੋ ਹੁਣ ਨਹੀਂ ਕਰ ਰਹੇ ਹੋ।"

"ਸਾਧਨਾ ਸੱਚ ਨੂੰ ਪਾਉਣ ਲਈ ਹੈ; ਅਸੱਚ ਨੂੰ ਛੱਡਣ ਲਈ ਨਹੀਂ ਹੈ।" ਮਰਦਾਨਾ ਆਪਣੇ ਸੁਆਸਾਂ ਨੂੰ ਇਕ ਦੂਜੇ ਵਿੱਚ ਪਰੋਏ ਅਹਿਸਾਸਾਂ ਨਾਲ ਬਾਬੇ ਦੇ ਉੱਤਰ ਸੁਣਦਾ ਰਿਹਾ।

"ਕੀ ਅਗਿਆਨ ਦੀ ਵੀ ਕੋਈ ਹੱਦ ਹੈ ?"

"ਤੇਰੀ ਹੱਦ ਹੀ ਅਗਿਆਨ ਦੀ ਹੱਦ ਹੈ।"

"ਕੀ ਮੱਕੇ ਤੋਂ ਬਾਅਦ ਭਰਮਣ ਬੰਦ ਹੋ ਜਾਵੇਗਾ ?"

"ਸਾਡਾ ਭਰਮਣ ਪਰਮ ਗਿਆਨ ਦਾ ਹੈ। ਪਰਮ ਗਿਆਨ ਦਾ ਕੋਈ ਅੰਤ ਨਹੀਂ ਹੁੰਦਾ ਸਿਰਫ਼ ਸ਼ੁਰੂ ਹੁੰਦਾ ਹੈ।"

"ਫਿਰ ਇਹ ਮੱਕੇ ਦੇ ਹੱਜ ਦਾ ਕੀ ਮਤਲਬ ਹੋਇਆ ?"

"ਜਿੱਥੇ ਉਹ ਹੈ ਉਥੇ ਹੀ ਹੱਜ ਹੈ। ਸਾਡਾ ਹੱਜ ਨਿਰੰਤਰ ਜਾਰੀ ਰਵੇਗਾ।"

"ਐਨੀਆਂ ਪ੍ਰਵਾਨਗੀਆਂ ਨੂੰ ਕਿਵੇਂ ਸਾਂਭਦੇ ਹੋ ?"

"ਹਰ ਕੋਈ ਪ੍ਰਵਾਨਗੀ ਦੇ ਘੇਰੇ ਵਿੱਚ ਹੈ। ਦਰਗਾਹ ਦਾ ਨਜ਼ਾਰਾ ਤਾਂ ਉੱਥੇ ਹੀ ਖੜ੍ਹ ਕੇ ਆਉਂਦਾ ਏ।"

"ਪਰ ਤੁਹਾਡਾ ਜਹਾਦ ਤੇ ਕੁਰਾਨ ਮਜੀਦ ਕਦੋਂ ਇਕ ਹੋਏ ?"

"ਅਸੀਂ 'ਹੁਕਮ' ਦੇ ਜਹਾਦ ਵਿਚ ਹਾਂ। ਸਾਡੇ ਲਈ ਕਦੇ ਇਹ ਦੋ ਹੋਏ ਹੀ ਨਹੀਂ।"

ਮਰਦਾਨਾ ਹੈਰਾਨ ਸੀ ਕਿ ਜਿਨਾਂ ਸੁਆਲਾਂ ਦੇ ਉੱਤਰ ਬਹੁਤ ਅੱਗੇ ਲੰਘ ਗਏ ਸਨ; ਉਨ੍ਹਾਂ ਨੂੰ ਮੋੜ ਕੇ ਹਰ ਕੋਈ ਉੱਥੇ ਹੀ ਕਿਉਂ ਲੈ ਆਉਂਦਾ ਹੈ ? ਉਹ ਕਦੇ ਬਾਬੇ ਵੱਲ ਵੇਖਦਾ ਕਦੇ ਪੁੱਛਣ ਵਾਲਿਆਂ ਵੱਲ। ਕੋਈ ਪਹਿਰਾਵੇ ਬਾਰੇ ਪੁੱਛਦਾ ਹੈ। ਕੋਈ ਸ਼ਕਲ ਸੂਰਤ ਬਾਰੇ ਗੱਲ ਕਰਦਾ ਹੈ। ਕੋਈ ਸਾਜ਼ ਦੀ ਹਾਜ਼ਰੀ ਪੁੱਛਦਾ ਹੈ। ਜਦੋਂ ਸਾਰੇ ਸੁਆਲ ਇੱਕੋ ਵਾਰ ਪੁੱਛਣ ਦੀ ਤਲਖੀ ਉੱਠਦੀ ਤਾਂ ਪੁੱਛਦੇ ਨੇ :

"ਤੂੰ ਮੁਸਲਮਾਨ ਤਾਂ ਲੱਗਦਾ ਨਹੀਂ ?"

ਕੱਲ ਕੁਝ ਕਾਜ਼ੀ ਆਏ ਸਨ। ਉਨ੍ਹਾਂ ਬਾਬੇ ਅੱਗੇ ਖੜ੍ਹ ਕੇ ਫੁਰਮਾਨ ਜਾਰੀ ਕੀਤਾ।

"ਫਜ਼ਰ ਦੀ ਨਮਾਜ਼ ਪੜ੍ਹ ਕੇ ਵਿਖਾ ?" ਹੁਕਮ ਮੰਨਦਾ ਬਾਬਾ ਬਹੁਤ ਸੋਹਣਾ

ਲੱਗਿਆ ਸੀ। ਜਦੋਂ ਕੁਝ ਵੀ ਨਹੀਂ ਕਹਿ ਸਕੇ ਤਾਂ ਜਾਂਦੇ ਹੋਏ ਇਹ ਕਹਿ ਗਏ :

"ਮੱਕੇ ਦੀ ਹੱਦ ਵਿੱਚ ਸਾਜ਼ ਨਹੀਂ ਵੱਜਣਾ ਚਾਹੀਦਾ।" ਦੂਜੀ ਸ਼ਾਮ ਫਿਰ ਬਹਾਉਦ-ਦੀਨ ਮਕਦੂਮ ਤੇ ਅਬਦੁਲ ਵਹਾਬ ਆਪਣੇ ਚੇਲਿਆਂ ਸਮੇਤ ਉਨ੍ਹਾਂ ਸਾਹਮਣੇ ਆ ਬੈਠੇ। ਫਿਰ ਥੋੜ੍ਹੀ ਦੇਰ ਚੁੱਪ ਵਰਤੀ ਰਹੀ।

"ਅਸੀਂ ਫਿਰ ਓਹੀ ਸੁਣਨ ਆਏ ਹਾਂ ਜੋ ਕੁਝ ਦਿਨ ਪਹਿਲਾਂ ਤੁਸਾਂ ਸਾਨੂੰ ਸੁਣਾਇਆ ਸੀ।" ਬਾਬੇ ਨੇ ਇਕ ਨਜ਼ਰ ਉਨ੍ਹਾਂ ਵੱਲ ਮਾਰੀ।

"ਇਸ ਵਾਰੀ ਅਰਜ਼ ਕਰਦੇ ਹਾਂ...।" ਬਹਾਉਦ-ਦੀਨ ਨੇ ਦੋਵੇਂ ਹੱਥ ਜੋੜੇ।

"ਰਬਾਬ ਵਜਾਓ ਹਾਜੀ ਜੀ।" ਹੱਜ ਤੋਂ ਬਾਅਦ ਇਹ ਬਾਬੇ ਦੀ ਮਰਦਾਨੇ ਨੂੰ ਪਹਿਲੀ ਸੱਦ ਸੀ। ਮਖਦੂਮਾਂ ਨੇ ਕਦੇ ਆਪਣੇ ਖਾਦਮਾਂ (ਚੇਲੇ) ਨੂੰ ਅਜਿਹੀ ਗੱਲ ਤੇ ਹੰਝੂ ਵਹਾਉਂਦੇ ਨਹੀਂ ਸੀ ਵੇਖਿਆ। ਪਰ ਹੰਝੂ ਵਹਾਉਂਦਾ ਚੇਲਾ ਤਾਂ ਹੁਕਮ ਦੀ ਪਾਲਣਾ ਵੀ ਕਰ ਰਿਹਾ ਸੀ। ਉਹੀ ਜਾਣੀ ਪਛਾਣੀ ਧੁਨ ਫਿਰ ਤੂੰਜੀ ਤੇ ਬੈਠੇ ਗੁਰੂ ਦੀ ਆਵਾਜ਼ ਬਾਂਗ ਦੇ ਸਭ ਤੋਂ ਸੁਰੀਲੇ ਅੰਦਾਜ਼ ਵਾਂਗ ਸੁਣੀ।

....

....

ਰਾਗ ਤਿਲੰਗ ਦੀ ਸੁਰੀਲੀ ਧੁੰਨ ਗਾਉਣ ਤੋਂ ਬਾਅਦ ਕੁਝ ਦਰਵੇਸ਼ ਤੇ ਹਾਜ਼ੀ ਬਾਬੇ ਨੂੰ ਇੱਕ ਜਗ੍ਹਾ ਲੈ ਕੇ ਬੈਠ ਗਏ। ਉਹ ਸਭ ਸੁਣਨ ਦੀ ਧੁਨ ਵਿਚ ਆਏ ਸਨ। ਕੁਝ ਇੱਕ ਸੁਆਲਾਂ ਤੋਂ ਬਾਅਦ ਕਿਸੇ ਦੀ ਆਵਾਜ਼ ਨਹੀਂ ਸੀ ਆਈ। ਬਹੁਤ ਹੀ ਰੁਕ ਰੁਕ ਕੇ ਵੱਖਵਿਆਂ ਵਿੱਚ ਬਾਬੇ ਦੀ ਆਵਾਜ਼ ਸੁਣਦੀ। ਉਸੀ ਸਮੇਂ ਕੁਝ ਮਖਦੂਮਾਂ ਦੇ ਖਾਦਮ ਮਰਦਾਨੇ ਕੋਲ ਆ ਬੈਠੇ। ਉਹ ਆਏ ਹੀ ਮਰਦਾਨੇ ਲਈ ਸਨ। ਬਾਬੇ ਕੋਲੋਂ ਹੁਣ ਉਹ ਦਰਵੇਸ਼ ਵੀ ਚਲੇ ਗਏ ਸਨ। ਬਾਬਾ ਉੱਥੇ ਹੀ ਸਮਾਧੀ ਵਿਚ ਬੈਠ ਗਿਆ ਸੀ। ਫਿਰ ਚੇਲਿਆਂ ਦਾ ਚੇਲੇ ਨਾਲ ਸੰਵਾਦ ਸ਼ੁਰੂ ਹੋਇਆ।

"ਤੂੰ ਆਪਣੇ ਪੀਰ ਨਾਲ ਐਨੇ ਅਟਕੇ ਹੋਏ ਪੱਥਰਾਂ (ਬੁੱਤਾਂ) ਅੱਗੇ ਸਿਜਦਾ ਕੀਤਾ ਹੈ; ਕਦੇ ਕਾਫ਼ਰ ਹੋਣ ਦੀ ਪੀੜ ਨਹੀਂ ਹੋਈ ?"

"ਮੈਂ ਆਪਣੇ ਗੁਰੂ ਨਾਲ ਹਜ਼ਾਰਾਂ ਬੁੱਤਾਂ ਅੱਗਿਉਂ ਦੀ ਲੰਘਿਆ ਹਾਂ। ਮੇਰੇ ਗੁਰੂ ਨੇ ਤਾਂ ਮੈਨੂੰ ਦੇਹਾਂ ਵਿੱਚਲੇ ਬੁੱਤ ਵਿਖਾਏ ਨੇ; ਤੂੰ ਪੱਥਰਾਂ ਵੱਲ ਕਿਉਂ ਵੇਖਿਆ ?"

"ਤੂੰ ਮੁਸਲਮਾਨ ਹੋਕੇ ਬੁੱਤਾਂ ਦੀ ਯਾਦ ਵਿੱਚ ਜੀਵਿਆ ਏਂ; ਅਸੀਂ ਇਹਦਾ ਉੱਤਰ ਮੰਗਦੇ ਹਾਂ ?"

"ਮੈਨੂੰ ਤਾਂ ਪੁੱਛਣ ਵਾਲਾ ਬੁੱਤ ਦਿਸ ਰਿਹਾ... ਬੁੱਤਾਂ ਨਾਲ ਕਿਸ ਗੱਲ ਦਾ ਮਾਖਤਾ ?"

ਫਿਰ ਅਗਲੇ ਦੋਵਾਂ ਖਾਦਮਾਂ ਨੇ ਸੁਆਲ ਕੀਤੇ।

"ਕੱਲ ਤੁਸੀਂ ਹੱਜ ਤੋਂ ਬਾਅਦ ਵੀ ਗਾਇਆ। ਹੱਜ ਦਾ ਸਰੂਰ ਉਤਰ ਗਿਆ ਸੀ ਕੀ ?"

"ਅਸੀਂ ਤਾਂ ਮੱਕੇ ਤੋਂ ਸੁਣੇ ਹੋਏ ਨਾਦ ਹੀ ਗਾਏ ਸਨ; ਜੋ ਸੁਣਿਆ ਉਹ ਗਾ ਵੀ ਦਿੱਤਾ ਸੀ।"

"ਲੱਗਦਾ ਗੁਰੂ ਨੇ ਤੈਨੂੰ ਪਹਿਲਾਂ ਹੀ ਪੱਕਾ ਕੀਤਾ ਹੋਇਆ ਏ।"

"ਮੇਰਾ ਹੱਜ ਤਾਂ ਉਸੇ ਦਿਨ ਤੋਂ ਸ਼ੁਰੂ ਹੋ ਗਿਆ ਸੀ; ਜਿਸ ਦਿਨ ਗੁਰੂ ਦੇ ਲੜ ਲੱਗ ਗਿਆ ਸਾਂ।"

ਫਿਰ ਤੀਜੇ ਖਾਦਮਾਂ ਦਾ ਜੋੜਾ ਅੱਗੇ ਆਇਆ :

"ਮੈਂ ਪਹਿਲਾ ਪੁੱਛਿਆ ਨਵੇਂ ਸਿਰੇ ਤੋਂ ਪੁੱਛਦਾ ਹਾਂ।"

"ਮੇਰੇ ਕੋਲ ਇਕ ਹੀ ਸਿਰਾ ਹੈ ਗੁਰੂ ਦਾ...।"

"ਨਾ ਤੂੰ ਪੱਲਾ ਫੜਾਉਂਦਾ ਏਂ ਤੇ ਨਾ ਹੀ ਤੇਰਾ ਗੁਰੂ। ਮਖਦੂਮ ਜੀ ਵੀ ਕਹਿੰਦੇ ਸੀ; ਬਥੇਰੇ ਲੋਕਾਂ ਨੂੰ ਸਿਆਣੀਆਂ ਗੱਲਾਂ ਕਰਦੇ ਸੁਣਿਆ; ਏਹ ਨਾਨਕ ਕਦੋਂ ਸਿਆਣਪਾਂ ਪਾਰ ਕਰ ਜਾਂਦਾ ਏ, ਪਤਾ ਹੀ ਨਹੀਂ ਲੱਗਦਾ।"

ਥੋੜ੍ਹੀ ਦੇਰ ਬਾਅਦ ਮਰਦਾਨੇ ਵੇਖਿਆ; ਬਾਬੇ ਅੱਗੇ ਕੁਝ ਹੋਰ ਦਰਵੇਸ਼ ਬੈਠੇ ਸਨ। ਉਹ ਸਮਾਧੀ ਖੁੱਲਣ ਦੀ ਉਡੀਕ ਕਰ ਰਹੇ ਸਨ।

ਤੁਰਦੇ ਵਕਤ ਉਹਨੇ ਮੱਕੇ ਉੱਪਰਲੇ ਅਸਮਾਨ ਵੱਲ ਵੇਖਿਆ। ਇਹ ਹਰੀਦੁਆਰ ਤੋਂ ਲੈ ਕੇ ਜਗਨਨਾਥ ਦੇ ਮੰਦਿਰ ਉੱਪਰੋਂ ਘੁੰਮਦਾ ਗਿਆ; ਗਯਾ ਦੇ ਮੰਦਰਾਂ ਉੱਤੋਂ ਲੰਘਦਾ ਤਲਵੰਡੀ ਦੇ ਸਿਰ ਉੱਪਰ ਵੀ ਇਕੋ ਜਿਹਾ ਹੀ ਸੀ। ਇਹ ਤਾਰਾ ਮੰਡਲ ਸਭ ਨੂੰ ਥੱਲਿਉਂ ਇਕ ਤਰ੍ਹਾਂ ਹੀ ਗੁਜਰਨ ਦੇਂਦਾ ਹੈ। ਦੂਰ ਪਿੱਛੇ ਮੱਕੇ ਦੇ ਮਿਹਰਾਬ ਧੁੰਧਲੇ ਦਿਸਣ ਲੱਗੇ। ਜਮੀਨ ਉੱਪਰਲੇ ਆਕਾਰ ਕਿੰਨੀ ਛੇਤੀ ਅੱਖਾਂ ਦੇ ਵੱਸ ਤੋਂ ਬਾਹਰ ਹੋ ਜਾਂਦੇ ਨੇ। ਪਰ ਬਾਬੇ ਨਾਲ ਕੀਤੀ ਮੱਕੇ ਦੀ ਪ੍ਰਕਰਮਾ ਦਾ ਸਰੂਰ ਹਾਲੇ ਵੀ ਉਵੇਂ ਹੀ ਸੀ। ਬਾਬੇ ਦੇ ਪੈਰਾਂ ਵੱਲ ਨਜ਼ਰ ਮਾਰੀ। ਕੱਲ ਉੱਚ ਦੇ ਮਖਦੂਮ ਨੇ 'ਕੌਂਸਾ' ਮੰਗ ਲਈਆਂ ਸਨ। ਧੌੜੀ ਦੀ ਜੁੱਤੀ ਵਾਰ ਵਾਰ ਰੇਤੇ ਨਾਲ ਭਰਦੀ ਤੇ ਖਾਲੀ ਹੋ ਰਹੀ ਸੀ। ਫਿਰ ਇਕ ਹੋਰ ਛਿੜਿਆ ਕਾਂਬਾ ਯਾਦ ਆਇਆ। ਇਹ ਹੱਜ ਤੋਂ ਤੀਜੇ ਦਿਨ ਦੀ ਰਾਤ ਸੀ। ਇਹ ਸਭ ਕਾਂਬੇ ਇਕੋ ਜਹੇ ਸਨ। ਇੱਕ ਵਾਰ ਇਹ ਵੇਂਈ ਨਦੀ ਵਿੱਚ ਉਤਰਨ ਤੋਂ ਬਾਅਦ ਆਇਆ ਸੀ। ਇੱਕ ਵਾਰ ਸੱਯਦਪੁਰ ਦੇ ਕਾਜੀ ਸਾਹਮਣੇ ਛਿੜਿਆ ਸੀ। ਅਜਿਹੇ ਵੇਲੇ ਬਾਬੇ ਦੀ ਨਿਮਰਤਾ ਦੀ ਅਡੋਲਤਾ ਵੇਖੀ ਨਹੀਂ ਜਾਂਦੀ। ਜੀਅ ਕਰਦਾ ਬਾਬੇ ਨੂੰ ਕਵਾਂ
:

"ਬਾਬਾ ਇਸ ਤਰ੍ਹਾਂ ਨਾ ਕਰ... ਹੌਲ੍ਹ ਦੇ ਝਟਕੇ ਧੁੰਨੀ ਤੋਂ ਸਹਾਰ ਨਹੀਂ ਹੁੰਦੇ।" ਇਸ ਵਾਰੀ ਟਾਕਰਾ ਹੋਰ ਵੀ ਖ਼ਤਰਨਾਕ ਸੀ।

"ਤੂੰ ਲੱਤਾਂ ਕਾਅਬੇ ਵੱਲ ਕਰਕੇ ਕਿਉਂ ਪਿਆ ਏ ?" ਇਥੇ ਵੀ ਮਰਦਾਨੇ ਨੂੰ ਪਤਾ ਸੀ ਕਿ ਬਾਬਾ ਹੁਣ ਕੀ ਕਰੇਗਾ ? ਅਜਿਹੇ ਸੰਵਾਦ ਏਦਾਂ ਲੱਗਦੇਂ ਜਿਵੇਂ ਹੁਣੇ ਮੌਤ ਨੂੰ ਸੱਦ ਲੈਣਗੇ। ਪਹਿਲਾਂ ਵਾਂਗ ਬਾਬਾ ਆਪਣੀ ਗੱਲ ਕਹਿ ਕੇ ਅਡੋਲ ਬੈਠਾ ਸੀ। ਹੁਣ ਵੀ ਬਾਬੇ ਦੇ ਉਹ ਬੋਲ ਯਾਦ ਕਰਕੇ ਕੰਬਣੀਆਂ ਛੇੜ ਦੇਂਦੇ ਨੇ।

"ਤੂੰ ਪੈਰ ਉੱਧਰ ਕਰਦੇ ਜਿੱਧਰ ਅੱਲਾ ਨਹੀਂ ਹੈ।" ਆਪਣੀ ਲੰਬੀ ਉਮਰ ਵਿੱਚ ਯੋਧੇ ਵੇਖੇ, ਸੂਰਬੀਰ ਵੇਖੇ, ਬਲੀ, ਜਤੀ, ਸਤੀ ਸਭ ਵੇਖੇ ਸਨ। ਸੱਚ ਦੀ ਅਜਿਹੀ ਅਡੋਲਤਾ ਕਿਤੇ ਨਜ਼ਰ ਨਹੀਂ ਸੀ ਪਈ। ਪਰ ਅਜਿਹੇ ਪਲਾਂ ਵਿੱਚ ਭੈਅ ਦਾ ਭਰਮ

ਟੁੱਟਦਾ ਸੀ। ਉਹ ਮੱਕੇ ਤੋਂ ਉੱਤਰ ਵੱਲ ਚੱਲਦੇ ਮਦੀਨੇ ਪਹੁੰਚ ਚੁੱਕੇ ਸਨ। ਮਦੀਨਾ ਨਾਂ ਕੁਰਾਨ ਤੋਂ ਆਇਆ ਸੀ। ਇਸਦਾ ਪਹਿਲਾ ਨਾਂ 'ਯਸਰਬ' ਸੀ। ਮੱਕਾ ਹਜਰਤ ਮੁਹੰਮਦ ਤੋਂ ਪਹਿਲਾਂ ਵੀ ਧਾਰਮਿਕ ਅਸਥਾਨ ਸੀ; ਪਰ ਮਦੀਨਾ ਹਜਰਤ ਮੁਹੰਮਦ ਦੀ ਵਫ਼ਾਤ ਪਿੱਛੋਂ ਧਾਰਮਿਕ ਸਥਾਨ ਬਣਿਆ ਸੀ। ਉਨ੍ਹਾਂ ਮਦੀਨੇ ਤੋਂ ਬਾਹਰ ਡੇਰਾ ਲਾਇਆ। ਪਹਿਲਾਂ ਮਰਦਾਨਾ ਜਿਆਰਤ ਕਰਨ ਭੇਜਿਆ। ਫਿਰ ਮਰਦਾਨਾ ਦੂਜੀ ਵਾਰ ਬਾਬੇ ਨੂੰ ਨਾਲ ਲੈ ਗਿਆ। ਮਰਦਾਨੇ ਨੇ ਵੇਖਿਆ ਬਾਬਾ ਕੁਝ ਦੇਰ ਮੁਹੰਮਦ ਸਾਹਿਬ ਦੀ ਮਜ਼ਾਰ ਕੋਲ ਖੜ੍ਹਾ ਰਿਹਾ। ਵਾਪਸੀ ਤੇ ਉਹਦਾ ਜੀਅ ਕੀਤਾ ਕਿ ਬਾਬੇ ਨੂੰ ਪੁੱਛਾਂ :

"ਬਾਬਾ ਦੋ ਬਰਕਤਾਂ ਦਾ ਨਾਦ ਥੋੜ੍ਹਾ ਮੈਨੂੰ ਵੀ ਸੁਣਾਦੇ ਨਾ...।" ਸ਼ਾਮ ਤੱਕ ਮਰਦਾਨਾ ਉਡੀਕ ਕਰਦਾ ਰਿਹਾ ਕਿ ਅੱਜ ਦਾ ਸੰਗੀਤ ਉਸ ਨਾਦ ਤੋਂ ਕਦੋਂ ਸ਼ੁਰੂ ਹੋਵੇ।

ਮਦੀਨੇ ਤੋਂ ਬਗਦਾਦ ਦੇ ਦੋ ਰਾਹ ਪ੍ਰਸਿੱਧ ਸਨ। ਇਕ ਹਾਜੀਆਂ ਦਾ ਤੇ ਦੂਜਾ ਵਪਾਰੀਆਂ ਦਾ ਸੀ। ਕਾਫ਼ਲਿਆਂ ਦਾ ਰਾਹ ਮਦੀਨੇ ਦੇ ਉੱਤਰ ਵੱਲ ਸ਼ਾਮ ਦੀ ਰਾਜਧਾਨੀ ਦਮਿਸ਼ਕ ਤੋਂ ਹੋ ਕੇ ਪੂਰਬ ਵੱਲ ਮੁੜ ਕੇ ਬਗਦਾਦ ਆਉਂਦਾ ਸੀ। ਪਰ ਹਾਜੀ ਇਸ ਰਸਤੇ ਨਹੀਂ ਸਨ ਚੱਲਦੇ; ਕਿਉਂਕਿ ਇਹ ਕਾਫ਼ੀ ਦੂਰ ਪੈਂਦਾ ਸੀ। ਹਾਜੀਆਂ ਦਾ ਮਦੀਨੇ ਤੋਂ ਬਗਦਾਦ ਨੂੰ ਜਾਂਦਾ ਸਿੱਧਾ ਰਾਹ ਸੀ। ਇਹ ਮਾਰੂਥਲ ਵਾਲਾ ਰਸਤਾ ਹਾਜੀਆਂ ਲਈ ਖਲੀਫ਼ਾ ਹਾਰੂੰਨ-ਰਸ਼ੀਦ ਦੀ ਬੇਗਮ ਜੂਬੈਦਾ ਨੇ ਬਣਾਇਆ ਸੀ। ਬਾਬਾ ਤੇ ਮਰਦਾਨਾ ਇਸ ਰਾਹ ਰਾਹੀਂ ਬਗਦਾਦ ਪੁੱਜੇ। ਤਿੰਨ ਹਜ਼ਾਰ ਸਾਲ ਪੁਰਾਣਾ, ਹਲਾਲੂ ਦੁਆਰਾ ਉਜਾੜਿਆ ਤੁਰਕਾਂ ਦੇ ਅਧੀਨ ਹੁੰਦਾ ਹੁਣ ਈਰਾਨੀਆਂ ਦੇ ਕਬਜੇ ਵਿੱਚ ਸੀ। ਸਫ਼ਵੀ ਸ਼ਾਹ ਸ਼ੀਆ ਮੱਤ ਦਾ ਸੀ। ਉਹ ਸ਼ੀਆਂ ਦੀਆਂ ਮਸਜਿਦਾਂ ਤੇ ਜਿਆਰਤ ਕਰਦਾ ਤੇ ਸੁੰਨੀ ਮਸਜਦਾਂ ਢਾਹ ਇਮਾਮਾਂ ਨੂੰ ਮਰਵਾ ਰਿਹਾ ਸੀ। ਬਗਦਾਦ ਇਕ ਧਾਰਮਿਕ ਸੰਕਟ ਵਿਚੋਂ ਗੁਜਰ ਰਿਹਾ ਸੀ। ਇਸ ਸਮੇਂ ਬਗਦਾਦ ਦਜ਼ਲਾ ਦਰਿਆ ਦੇ ਪੂਰਬੀ ਕੰਢੇ ਉੱਤੇ ਆਬਾਦ ਸੀ। ਸ਼ਹਿਰ ਦੇ ਬਾਹਰ ਉਨ੍ਹਾਂ ਨੂੰ ਕਈਆਂ ਨੇ ਸ਼ੱਕ ਦੀ ਨਜ਼ਰ ਨਾਲ ਵੇਖਿਆ। ਕੁਝ ਇੱਕ ਨੇ ਅੰਦਰਲੇ ਖ਼ਤਰਿਆਂ ਨੂੰ ਇਸ਼ਾਰਿਆਂ ਨਾਲ ਸਮਝਾਇਆ। ਉਨ੍ਹਾਂ ਇੱਕ ਕਬਰਸਤਾਨ ਕੋਲ ਇੱਕ ਉੱਚੀ ਜਗ੍ਹਾ ਆਪਣਾ ਟਿਕਾਣਾ ਕੀਤਾ। ਇੱਥੋਂ ਬਗਦਾਦ ਵਿੱਚ ਕਾਦਰੀ ਸੂਫ਼ੀ ਸੰਪਰਦਾ ਦੇ ਸੰਚਾਲਕ ਸ਼ਾਹ ਮਹੀਓਦੀਨ, ਅਬਦੁਲ ਕਾਦਰ ਗਿਲਾਨੀ ਦੀ ਪ੍ਰਸਿੱਧ ਮਜਾਰ ਦਿਸਦੀ ਸੀ। ਇਸ ਵਿਚ ਇਹ ਸੱਤ ਮੁਨਾਰਿਆਂ ਵਾਲੀ ਮਸਜਿਦ ਸੀ। ਇਸ ਸੰਪਰਦਾ ਵਿੱਚ ਦਾਖਲ ਹੋਣ ਵਾਲਾ ਮੁਰੀਦ ਆਪਣਾ ਸੱਜਾ ਹੱਥ ਦੋਹਾਂ ਹੱਥਾਂ ਦੇ ਅੰਗੂਠੇ ਖੜ੍ਹੇ ਕਰਕੇ ਆਪਣੇ ਮੁਰਸ਼ਦ ਦੇ ਸੱਜੇ ਹੱਥ ਵਿਚ ਦੇਂਦਾ ਸੀ। ਕਾਦਰੀਆਂ ਵਿਚ ਮੁਰਸ਼ਦ ਨੂੰ "ਪੀਰ ਦਸਤਗੀਰ" ਇਸੇ ਕਰਕੇ ਕਿਹਾ ਜਾਂਦਾ ਸੀ। ਇਸ ਸਮੇਂ ਸ਼ੇਖ ਅਬਦੁਲ ਕਾਦਰ ਗਿਲਾਨੀ ਦੇ ਮਜ਼ਾਰ ਦੀ ਗੱਦੀ ਨਸ਼ੀਨ ਨੂੰ 'ਪੀਰ ਦਸਤਗੀਰ' ਹੀ ਕਿਹਾ ਜਾਂਦਾ ਸੀ। ਵੱਡੇ ਤੜਕੇ ਸ਼ਹਿਰ ਦੇ ਲੋਕਾਂ ਨੇ ਦੋ ਮਿੱਠੀਆਂ ਸੁਰੀਲੀਆਂ ਆਵਾਜ਼ਾਂ ਨਾਲ ਇੱਕ ਸਾਜ਼ ਵੱਜਦਾ ਸੁਣਿਆ :

ਪਤਾਲਾ ਪਾਤਾਲ ਲਖ ਆਗਾਸਾ ਆਗਾਸ॥
ਓੜਕ ਓੜਕ ਭਾਲਿ ਥਕੇ ਵੇਦ ਕਹਨਿ ਇਕ ਵਾਤ॥

ਇਹ ਸਰੋਦ ਸੁਣਕੇ ਨਗਰ ਵਿਚ ਰੌਲਾ ਪੈ ਗਿਆ ਸੀ। ਸ਼ਰੀਅਤ ਅਨੁਸਾਰ ਸਰੋਦ ਦੀ ਮਨਾਹੀ ਸੀ। ਮਰਦਾਨੇ ਨੇ ਭੀੜ ਨੂੰ ਆਪਣੇ ਵੱਲ ਆਉਂਦੇ ਵੇਖਿਆ। ਕੁਝ ਦੂਰੀ ਤੇ ਖੜ੍ਹ ਕੇ ਲੋਕਾਂ ਨੇ ਪੁੱਛਣਾ ਸ਼ੁਰੂ ਕਰ ਦਿੱਤਾ ਸੀ :

"ਤੁਸੀਂ ਕਿਸ ਮੁਸਲਮਾਨੀ ਸੰਪਰਦਾ ਵਿੱਚੋਂ ਹੋ ?"

"ਤੁਸੀਂ ਕਾਫ਼ਰ ਹੋ। ਤੁਹਾਨੂੰ ਸੰਗਸਾਰ (ਪੱਥਰ ਮਾਰਨਾ) ਲਈ ਤਿਆਰ ਹੋਣਾ ਪਵੇਗਾ।" ਇਸ ਵਾਰੀ ਬਾਬੇ ਨੇ ਇਕ ਲੰਬੀ ਬਾਂਗ ਦਿੱਤੀ।

"ਅਨੇਕਾਂ ਪਾਤਾਲ ਤੇ ਅਨੇਕਾਂ ਆਕਾਸ਼ ਇਹ ਕੁਫ਼ਰ ਹੈ।"

"ਰਸੂਲ ਨੇ ਸੱਤ ਅਸਮਾਨ ਤੇ ਸੱਤ ਪਾਤਾਲ ਕਹੇ ਨੇ...।" ਕੁਝ ਲੋਕ ਪੀਰ ਦਸਤਗੀਰ ਵੱਲ ਭੱਜੇ। ਪੀਰ ਦਸਤਗੀਰ ਦੇ ਪੁੱਜਣ ਤੋਂ ਪਹਿਲਾਂ ਆਮ ਲੋਕਾਂ ਦੀ ਇਕ ਵੱਡੀ ਭੀੜ ਹਜ਼ਾਰਾਂ ਸੁਆਲ ਕਰ ਚੁੱਕੀ ਸੀ। ਕਈ ਵਾਰੀ ਅਣਹੋਣੀ ਹੁੰਦੀ ਹੁੰਦੀ ਬਚੀ। ਮਰਦਾਨੇ ਨੇ ਸਾਜ਼ ਵੱਖੀ ਵਿਚ ਲੈ ਲਿਆ ਸੀ। ਪਰ ਬਾਬੇ ਦੇ ਨਿਮਰਤਾ ਨਾਲ ਭਰੇ ਉੱਤਰ ਭੀੜ ਵੱਲ ਉਸੇ ਤਰ੍ਹਾਂ ਹੀ ਸਹਿਜ ਤੁਰਦੇ ਰਹੇ। ਇਕ ਵੱਡੇ ਗੋਲ ਦਾਇਰੇ ਦੇ ਇਕੱਠ ਵਿਚਕਾਰ ਭੀੜ ਨੇ ਹਿੰਦ ਦੇ ਪੀਰ ਤੇ ਪੀਰ ਦਸਤਗੀਰ ਵਿਚਕਾਰ ਹੁੰਦੀ ਗੱਲਬਾਤ ਕੁਝ ਇਸ ਤਰ੍ਹਾਂ ਸੁਣੀ:

"ਮੌਨ ਵਿੱਚ ਸੰਗੀਤ ਦਾ ਕੀ ਪ੍ਰਯੋਜਨ ਹੈ ?"

"ਸੰਗੀਤ ਮੇਰੇ ਲਈ ਮੌਨ ਵਿੱਚ ਉਤਰਦਾ ਰਾਹ ਹੈ।"

"ਚੁੱਪ ਦੀ ਸ਼ੈਲੀ ਆਵਾਜ਼ ਕਿਵੇਂ ਹੋ ਸਕਦੀ ਹੈ ?"

"ਇਹ ਧੁਨਾਂ ਧਿਆਨ ਤੋਂ ਬਾਅਦ ਦੀਆਂ ਨੇ; ਧਿਆਨ ਤੇ ਧਿਆਨ ਦੇ ਨਾਦ ਨਾਲ ਹੀ ਸ਼ੁਨਯ ਵਿੱਚ ਸਮ੍ਹਾ ਜਾਂਦੀਆਂ ਨੇ...।"

"ਫਿਰ ਮੌਨ ਤੇ ਸੰਗੀਤ ਵਿੱਚ ਫ਼ਰਕ ਕਿਵੇਂ ਦਿੱਸੇਗਾ ?"

"ਮੈਂ ਗਾਉਂਦਾ ਹੀ ਉਸ ਵੇਲੇ ਹਾਂ ਜਦੋਂ ਸ਼ੁੰਨਯ ਦਾ ਸੁਭਾਅ ਧੁਨਾਂ ਵਿੱਚ ਉਤਰੇ...।"

"ਤੁਸੀਂ ਸ਼ੁੰਨਯ ਵਿੱਚ ਹੀ ਕਿਉਂ ਨਹੀਂ ਠਹਿਰ ਜਾਂਦੇ ? ਕੁਝ ਛਟਪਟਾਹਟ ਨਹੀਂ ਜਾਪਦੀ ?"

"ਮੇਰੇ ਸ਼ੁੰਨਯ ਨੇ ਆਪਣੀ ਗੱਲ ਕਹਿਣ ਲਈ ਸਰੋਦ ਨੂੰ ਚੁਣਿਆ ਹੈ।"

"ਫਿਰ ਤਾਂ ਤੁਹਾਡੇ ਮੁਰੀਦਾਂ ਲਈ ਬੜੀਆਂ ਔਕੜਾਂ ਨੇ। ਪਹਿਲਾਂ ਤੁਸੀਂ ਫਿਰ ਸੰਗੀਤ, ਫਿਰ ਧੁਨਾਂ, ਇਕ ਚੇਲੇ ਦਾ ਨਿੱਜੀ ਸਾਹਸ ਐਨੀ ਦੂਰ ਤੱਕ ਚਲਾ ਜਾਵੇਗਾ ?"

"ਮੈਂ ਆਪਣੇ ਰੰਗ ਵਿੱਚ ਰੰਗਿਆਂ ਹਾਂ। ਕੋਈ ਮੈਨੂੰ ਇਸ ਰੰਗ ਵਿੱਚ ਵੇਖੇ ਜਾਂ ਕਿਸੇ ਹੋਰ ਵਿੱਚ, ਇਹ ਮੇਰੀ ਵਾਸ਼ਨਾ ਨਹੀਂ ਹੈ।" ਗੋਲ ਦਾਇਰੇ ਵਿੱਚ ਬੈਠੀ ਭੀੜ ਨੇ ਫਿਰ ਸੁਆਲ ਬੰਦ ਹੁੰਦੇ ਸੁਣੇ; ਪਰ ਭੀੜ ਲਈ ਤਾਂ ਹਾਲੇ ਸੁਆਲਾਂ ਦੀ ਸੰਭਾਵਨਾ ਖੁੱਲ੍ਹੀ ਪਈ ਸੀ। ਪਰ ਪੀਰ ਦਸਤਗੀਰ ਵੱਲੋਂ ਸੁਆਲ ਮੁੱਕ ਗਏ ਸਨ। ਕੁਝ ਦੂਰੀ ਤੇ ਬੈਠੇ ਮਰਦਾਨੇ ਨੂੰ ਭੀੜ ਨੇ ਬਗਲ 'ਚੋਂ ਸਾਜ਼ ਬਾਹਰ ਕੱਢਦੇ ਵੇਖਿਆ। ਫਿਰ ਸਾਜ਼ ਦੀ

ਆਵਾਜ਼ ਆਈ। ਭੀੜ ਨੇ ਵੇਖਣਾ ਚਾਹਿਆ ਕਿ ਸਰੋਦ ਕਿਸਦੀ ਸਹਿਮਤੀ ਨਾਲ ਸ਼ੁਰੂ ਹੋਇਆ ਏ ?

ਇਕ ਪਾਸੇ ਪੀਰ ਬੈਠਾ ਸੀ, ਦੂਜੇ ਪਾਸੇ ਸਾਜੀ ਬੈਠਾ ਸੀ ਤੇ ਤੀਜੇ ਪਾਸੇ ਸਾਜੀ ਦਾ ਗੁਰੂ ਬੈਠਾ ਸੀ। ਸਾਜ਼ ਨਾਲ ਫਿਰ ਗੁਰੂ ਦੀ ਇਕ ਸੁਰੀਲੀ ਆਵਾਜ਼ ਗਰਜੀ : "ਅੱਲਾ ਹੂ ਅਕਬਰ ਲਇਲਾਹ ਇੱਲਿਲਾ ਹੱਯ ਅਲ ਮੁਹੰਮਦ ਰਸੂਲ ਅੱਲਾ...।" ਪੀਰ ਦਸਤਗੀਰ ਸਿਜਦੇ ਵਿੱਚ ਹੋ ਗਿਆ ਸੀ। ਭੀੜ ਨੇ ਸਮਝਿਆ ਸਾਨੂੰ ਵੀ ਹੋ ਜਾਣਾ ਚਾਹੀਦਾ ਏ...। ਜਦੋਂ ਭੀੜ ਨੇ ਅੱਖਾਂ ਖੋਹਲੀਆਂ ਤਾਂ ਸਭ ਸਿਜਦੇ ਵਿਚ ਸਨ। ਪੀਰ ਗੁਰੂ ਚੇਲਾ; ਗੋਲ ਦਾਇਰੇ ਵਿੱਚ ਇਕ ਤਿਕੋਣ ਬਣ ਗਈ ਸੀ।

ਉਹ ਲਗਪਗ ਉਸੇ ਸਮੇਂ ਚੱਲੇ ਜਿਸ ਸਮੇਂ ਕੁਝ ਦਿਨ ਪਹਿਲਾਂ ਉਨ੍ਹਾਂ ਤੜਕੇ ਬਾਂਗ ਦਿੱਤੀ ਸੀ। ਬਗਦਾਦ ਤੋਂ ਉਹ ਇਕ ਆਮ ਚਲਦੇ ਰਸਤੇ ਰਾਹੀਂ ਤਬਰੇਜ਼ ਪਹੁੰਚੇ। ਅੱਜ ਕਈ ਮਹੀਨਿਆਂ ਬਾਅਦ ਮਰਦਾਨੇ ਨੇ ਸਿਰ ਉੱਪਰ ਬੱਦਲ ਘੁੰਮਦੇ ਵੇਖੇ। ਤਬਰੇਜ਼ ਬਹੁਤ ਪੁਰਾਣਾ ਨਗਰ ਸੀ। ਭੂਚਾਲਾਂ ਨੇ ਇਹਨੂੰ ਕਈ ਵਾਰ ਉਜਾੜਿਆ; ਤੇ ਹਰ ਵਾਰੀ ਲੋਕਾਂ ਨੇ ਮਿਲ ਕੇ ਇਹਨੂੰ ਫਿਰ ਵਸਾ ਲਿਆ ਸੀ। ਇਸ ਸਮੇਂ ਇਹ ਸ਼ਾਹ ਇਸਮਾਈਲ ਪਹਿਲੇ ਦੀ ਰਾਜਧਾਨੀ ਸੀ। ਮਸ਼ਹਦ ਦਾ ਪੁਰਾਣਾ ਨਾਂ ਤੂਸ ਸੀ। ਇਸੇ ਨਗਰ ਵਿੱਚ ਫ਼ਰਦੌਸੀ ਤੇ ਅਲ.ਗਜ਼ਾਲੀ ਦਾ ਵੀ ਜਨਮ ਹੋਇਆ ਸੀ। ਇਸ ਸਮੇਂ ਇਹ ਸ਼ਈਆ ਮੱਤ ਵਾਲਿਆ ਦਾ ਵੱਡਾ ਕੇਂਦਰ ਸੀ। ਇਸ ਨੂੰ ਸ਼ਹੀਦ ਹੋਣ ਦੀ ਥਾਂ ਵੀ ਕਿਹਾ ਜਾਂਦਾ ਸੀ। ਇੱਥੇ ਖਲੀਫ਼ਾ ਹਾਰੂ ਅਲ ਰਸ਼ੀਦ ਦੀ ਮੌਤ ਹੋ ਗਈ ਸੀ। ਜਦੋਂ ਉਸਦਾ ਪੁੱਤਰ ਅੱਬਾ ਦੀ ਕਬਰ ਤੇ ਜਿਆਰਤ ਕਰਨ ਆਇਆ ਤਾਂ ਉਸ ਨਾਲ ਉਸਦਾ ਦਾਮਾਦ ਅਲਾ ਰਜ਼ਾ ਵੀ ਇੱਥੇ ਹੀ ਫੌਤ ਹੋ ਗਿਆ ਸੀ। ਦੋਵਾਂ ਦੀਆਂ ਕਬਰਾਂ ਨਾਲ ਨਾਲ ਸਨ। ਦੂਰੋਂ ਦੂਰੋਂ ਸ਼ਈਆ ਲੋਕ ਇੱਥੇ ਜਿਆਰਤ ਕਰਨ ਆ ਰਹੇ ਸਨ। ਸ਼ਾਮ ਵੇਲੇ ਜਦੋਂ ਉਹ ਦੋਵੇਂ ਪਹੁੰਚੇ ਤਾਂ ਮਜ਼ਾਰਾਂ ਤੋਂ ਥੋੜ੍ਹੀ ਦੂਰੀ ਤੇ ਟਿਕਾਣਾ ਕੀਤਾ। ਦੂਜੀ ਸਵੇਰ ਕੁਝ ਹਾਜੀ ਇਕੱਠੇ ਹੋ ਕੇ ਆਏ। ਉਨ੍ਹਾਂ ਮਜ਼ਾਰਾਂ ਉੱਤੇ ਨਾ ਜਾਣ ਦਾ ਕਾਰਨ ਪੁੱਛਿਆ :

"ਤੁਸੀਂ ਮੁਹੰਮਦ ਸਾਹਿਬ ਤੇ ਹਸਰਤ ਅਲੀ ਨੂੰ ਮੰਨਦੇ ਹੋ ?"

"ਉਹ ਤਾਂ ਸਭ ਦਾ ਸੁਨੇਹਾ ਪਹੁੰਚਾਣ ਵਾਲੇ ਸੀ; ਜੋ ਉਹ ਸੰਦੇਸ਼ ਲੈ ਕੇ ਆਏ ਸਨ ਤੁਸੀਂ ਉਹ ਗੱਲਾਂ ਕਰੋ।" ਜਦੋਂ ਉਨ੍ਹਾਂ ਨੂੰ ਕੁਝ ਵੀ ਸਮਝ ਨਹੀਂ ਆਇਆ ਤਾਂ ਉਨ੍ਹਾਂ ਆਪਣੇ ਪੀਰ ਕੋਲ ਚੱਲਣ ਲਈ ਕਿਹਾ। ਪੀਰ ਅਬਦੁਲ ਰਹਿਮਾਨ ਗੁਰਦੇਸ਼ ਦਾ ਰਹਿਣ ਵਾਲਾ ਸੀ; ਤੇ ਮਜ਼ਾਰ ਦੀ ਜਿਆਰਤ ਕਰਨ ਆਇਆ ਸੀ। ਪੀਰ ਕੋਲ ਪਹੁੰਚਦਿਆਂ ਹੀ ਸਭ ਤੋਂ ਪਹਿਲਾਂ ਮਰਦਾਨੇ ਨੂੰ ਇਹ ਸੁਆਲ ਸੁਣਿਆ।

"ਤੁਸੀਂ ਸ਼ਈਆ ਹੋ ਜਾਂ ਸੁੰਨੀ ?"

"ਅਸੀਂ ਸਭਦੇ ਹਾਂ; ਜਿਸ ਵਿੱਚ ਉਸਦਾ ਨੂਰ ਹੈ।" ਲੰਬੀ ਗੋਸ਼ਟੀ ਚੱਲੀ। ਅਜਿਹੇ ਵੇਲੇ ਕਦੇ ਕਦੇ ਮਰਦਾਨੇ ਨੂੰ ਉਕਸਾਹਟ ਹੁੰਦੀ। ਕਿਉਂਕਿ ਉਹ ਇਹ ਸੁਆਲ ਹਜ਼ਾਰਾਂ

ਵਾਰ ਸੁਣ ਚੁੱਕਿਆ ਸੀ। ਬਾਬਾ ਪਤਾ ਨਹੀਂ ਕਿਉਂ ਨਹੀਂ ਉਕਤਾਉਂਦਾ। ਹਰ ਵਾਰੀ ਸਾਹਮਣੇ ਵਾਲੇ ਦੀ ਸੋਝੀ ਵਿਚ ਉਤਰ ਜਾਂਦਾ ਏ। ਫਿਰ ਜਦੋਂ ਜਗਿਆਸੂ ਇਹ ਪੜਾਅ ਪਾਰ ਕਰਕੇ ਬਾਬੇ ਨਾਲ ਨਜ਼ਰ ਮਿਲਾਉਂਦਾ; ਉਹ ਪਲ ਹਮੇਸ਼ਾ ਨਵੇਂ ਦਿਸਦੇ ਨੇ। ਅਜਿਹੇ ਪਲ ਸਫਰਾਂ ਵਿਚ ਬੜੇ ਯਾਦ ਆਉਂਦੇ ਨੇ। ਕਈ ਵਾਰ ਉਹਨੂੰ ਵੀ ਸੁਆਲ ਕਰਦੇ ਨੇ :

"ਮਰਦਾਨਿਆ ਜਦੋਂ ਸਮਝ ਉਤਰਦੀ ਹੈ ਤਾਂ ਛਿਣ ਹੋਰ ਵੀ ਛੋਟਾ ਹੋ ਜਾਂਦਾ ਹੈ?"

"ਤੂੰ ਛਿਣ ਤੋਂ ਵੀ ਛੋਟਾ ਹੋ ਕੇ ਵੇਖਿਆ ਕਰ...।"

ਮਜ਼ਹਦ ਤੋਂ ਵੀ ਉਨ੍ਹਾਂ ਨੂੰ ਕਾਫ਼ੀ ਸਾਰੇ ਲੋਕ ਸ਼ਹਿਰ ਤੋਂ ਬਾਹਰ ਤੱਕ ਛੱਡਣ ਆਏ। ਅਜਿਹੇ ਲੋਕਾਂ ਨੂੰ ਮਰਦਾਨਾ ਬੜੇ ਧਿਆਨ ਨਾਲ ਵੇਖਦਾ। ਅਜਿਹੇ ਹੀ ਲੋਕਾਂ ਵਿੱਚੋਂ ਕੋਈ ਅਜਿਹਾ ਦਿਸ ਹੀ ਪੈਂਦਾ ਹੈ ਜਿਸ ਨੂੰ ਬਾਬੇ ਦੇ ਬੋਲਾਂ ਨੇ ਸਦਾ ਲਈ ਨਿਹਾਲ ਕੀਤਾ ਹੁੰਦਾ। ਮਜ਼ਹਦ ਤੋਂ ਉਹ ਉੱਤਰੀ ਇਰਾਕ ਦੇ ਪੁਰਾਣੇ ਰਾਹ ਤੇ ਚੱਲਦੇ ਅਫ਼ਗਾਨਿਸਤਾਨ ਦੇ ਉੱਤਰੀ ਨਗਰ ਬਲਖ਼ ਪਹੁੰਚੇ। ਇਹ ਬਲਖ਼ ਦਰਿਆ ਤੇ ਅਸਥਿੱਤ ਸੀ ਜੋ ਪੰਜਤਾਲੀ ਮੀਲ ਉੱਤਰ ਵਿੱਚ ਜਾ ਕੇ ਅਮੂ ਦਰਿਆ ਔਕਸ ਵਿੱਚ ਡਿੱਗਦਾ ਸੀ। ਇਹ ਵੀ ਕਈ ਵਾਰ ਉੱਜੜਿਆ ਸੀ। ਬਲਖ਼ ਤੋਂ ਆਪ ਕਾਬੁਲ ਪਹੁੰਚ ਗਏ। ਕਾਬੁਲ ਨੂੰ ਕਈ ਰਸਤੇ ਆ ਕੇ ਮਿਲਦੇ ਸਨ। ਉੱਤਰ ਵਲੋਂ ਬਲਖ ਤੋਂ, ਤੇ ਦੱਖਣ ਵਲੋਂ ਕੰਧਾਰ ਤੋਂ ਤੇ ਪੂਰਬ ਵੱਲੋਂ ਬਨੂੰ ਤੇ ਪਿਸ਼ਾਵਰ ਤੋਂ ਸੀ। ਆਪ ਕਾਬੁਲ ਦੇ ਬਾਹਰ ਸੁਲਤਾਨਪੁਰ ਵਾਲੇ ਪਾਸੇ ਬੈਠੇ ਸਨ। ਇੱਥੇ ਕੁਝ ਫਕੀਰਾਂ ਨੇ ਸ਼ਾਇਦ ਉਹ ਮੱਕੇ ਮਿਲੇ ਸਨ; ਉਨ੍ਹਾਂ ਨੂੰ ਕੁਝ ਇਸ ਤਰ੍ਹਾਂ ਕਿਹਾ :

"ਤੁਸੀਂ ਸੰਭਲ ਕੇ ਰਹਿਣਾ ਸਾਂਈ; ਅੱਗੇ ਮੁਸਲਮਾਨਾਂ ਦੀ ਧਰਤੀ ਤਾਂ ਹੈ ਪਰ ਜਹਾਦ ਦਾ ਰੰਗ ਕੁਝ ਬਦਲਿਆ ਬਦਲਿਆ ਹੈ।" ਇਹ ਬਾਬਰ ਦੀ ਰਾਜਧਾਨੀ ਵੀ ਸੀ। ਪਰ ਵਿਚਕਾਰ ਹੀ ਬਾਬੇ ਦੀ ਆਵਾਜ਼ ਸੁਣਨ ਲੱਗੀ : "ਇਕ ਹੀ ਨੂਰ ਹੈ; ਇਕ ਹੀ ਅੱਲਾ ਹੈ। ਕਿਸੇ ਨੇ ਸੁੰਨਤ ਕਰ ਲਈ ਕਿਸੇ ਨੇ ਜੰਝੂ ਪਾ ਲਿਆ... ਕਿਸੇ ਪੂਰੇ ਨੂੰ ਹੀ ਪਾ ਲਿਆ।"

ਕਾਬਲ ਤੋਂ ਪਿਸ਼ਾਵਰ ਦੱਰ੍ਹਾ ਖੈਬਰ ਦਾ ਬਿਖੜਾ ਪੈਂਡਾ ਇੱਕ ਸੌ ਅੱਸੀ ਮੀਲ ਦੂਰ ਸੀ। ਪਰ ਉਨ੍ਹਾਂ ਕਾਬੁਲ ਤੋਂ ਪਿਸ਼ਾਵਰ ਲਈ ਦੱਰ੍ਹੇ ਕੁਰਮ ਵਾਲੇ ਰਸਤੇ ਨੂੰ ਚੁਣਿਆ। ਇਸ ਰਸਤੇ ਉੱਤੇ ਆਮ ਲੋਕਾਂ ਦਾ ਆਉਣਾ ਜਾਣਾ ਕਾਫ਼ੀ ਸੀ। ਉਨ੍ਹਾਂ ਪਾਗਚਿਨਾਰ ਤੇ ਕੁਰਮ ਦਰਿਆ ਦੇ ਕੰਢੇ ਰਾਤਾਂ ਕੱਟੀਆਂ। ਪਾਗਚਿਨਾਰ ਤੋਂ ਤਿੰਨ ਮੀਲ ਦੀ ਵਿੱਥ ਤੇ ਮੌਲਾਨਾ ਪਿੰਡ ਵਿੱਚ ਦੋ ਦਿਨ ਕੀਰਤਨ ਕੀਤਾ। ਇਕ ਚੜ੍ਹਦੀ ਸਵੇਰ ਉਹ ਪਾਰਾਸ਼ਵਰ (ਪਿਸ਼ਾਵਰ) ਪਹੁੰਚੇ। ਇੱਕ ਵਾਰ ਫਿਰ ਇਹ ਅਜਿਹੀ ਜਗ੍ਹਾ ਸੀ ਜਿੱਥੇ ਕਦੇ ਬੋਧੀ ਸਥਾਨ ਸੀ। ਇਸ ਪੀੜਾ ਨੂੰ ਪੁੱਛਣ ਲਈ ਮਰਦਾਨੇ ਦਾ ਕਈ ਵਾਰ ਜੀਅ ਕੀਤਾ :

"ਕੋਈ ਕਿਸੇ ਦਾ ਸਥਾਨ ਲੈ ਸਕਦਾ ਏ...?" ਉਹ ਆਪਣੇ ਪ੍ਰਸ਼ਨਾਂ ਨੂੰ ਹੋਰ ਸਵਾਰਦਾ।

"ਬਾਬਾ... ਬੁੱਧ ਦੀ ਜਗ੍ਹਾ ਵੀ ਬਦਲਣ ਦੀ ਲੋੜ ਪੈ ਸਕਦੀ ਏ ?" ਉਹ ਹੋਰ ਨੇੜੇ ਜਾਣ ਦੀ ਕੋਸ਼ਿਸ਼ ਕਰਦਾ। ਕਈ ਵਾਰੀ ਉਹਨੂੰ ਲੱਗਦਾ; ਉਹ ਪੁੱਛਦਾ ਪੁੱਛਦਾ ਸੋਚਦਾ ਸੋਚਦਾ ਮੂਲ ਤੋਂ ਹੀ ਦੂਰ ਆ ਗਿਆ ਹੈ। ਸੋ ਇਸ ਵਾਰੀ ਉਹਨੇ ਸਿੱਧਾ ਹੀ ਪੁੱਛਿਆ :

"ਬਾਬਾ ਬੋਧੀਆਂ ਦਾ ਸਥਾਨ ਆ ਗਿਆ ਹੈ ?" ਪੁੱਛਦੇ ਹੋਏ ਹੀ ਉਹਨੂੰ ਜਾਪਣ ਲੱਗਾ ਸੀ ਕਿ ਇਸ ਵਾਰੀ ਬਾਬਾ ਉੱਤਰ ਨਹੀਂ ਦੇਵੇਗਾ। ਅਜਿਹਾ ਹੀ ਹੋਇਆ।

ਬਾਬਾ ਅੱਗੇ ਤੁਰਦਾ ਗਿਆ। ਅਜਿਹੀਆਂ ਚੁੱਪਾਂ, ਅੱਗੇ ਚੱਲਦੇ ਬਾਬੇ ਦੇ ਕਦਮਾਂ ਨੂੰ ਵੇਖ ਸਹਿਜ ਤਾਂ ਹੋ ਜਾਂਦੀਆਂ ਸਨ; ਪਰ ਜਦੋਂ ਕਦੇ ਕਿਸੇ ਵਕਫ਼ੇ ਬਾਅਦ ਇਨ੍ਹਾਂ ਦਾ ਉੱਤਰ ਸੁਣਦਾ ਤਾਂ ਇਨ੍ਹਾਂ ਦੇ ਚੁੱਪ ਹੋਣ ਤੋਂ ਪਹਿਲਾਂ ਦੀਆਂ ਗੂੰਜਾਂ ਵੀ ਨਾਲ ਹੀ ਸੁਣਾਈ ਦੇਂਦੀਆਂ ਸਨ।

ਉਹ ਦੁਪਹਿਰ ਵੇਲੇ ਗੋਰਖ ਹੱਟੜੀ ਪਹੁੰਚੇ। ਵੱਡੀ ਸਰਾਂ ਅੱਗੇ ਭੰਡਾਰਾ ਵਰਤ ਰਿਹਾ ਸੀ। ਭੰਡਾਰਾ ਖ਼ਤਮ ਹੋਣ ਤੋਂ ਬਾਅਦ ਕੁਝ ਜੋਗੀ ਆ ਕੇ ਪੁੱਛਣ ਲੱਗੇ :

"ਤੁਸੀਂ ਆਪਣੇ ਚੇਲੇ ਨੂੰ ਹਾਜੀ ਜੀ ਕਹਿ ਕੇ ਸੱਦਿਆ; ਇਹਦੇ ਵਿੱਚ ਕੀ ਰਾਜ਼ ਹੈ?"

"ਕਈ ਨਾਂ ਨੇ ਇਹਦੇ ਜਿਹੜਾ ਖੁਸ਼ੀ ਖੁਸ਼ੀ ਲੈਣ ਨੂੰ ਜੀਅ ਕਰਦਾ, ਸੱਦ ਲਈਦਾ ਏ।"

"ਤੁਸੀਂ ਗ੍ਰਿਹਸਥੀ ਹੋ ਕਿ ਉਦਾਸੀ...?"

"ਗ੍ਰਿਹਸਥੀ ਹਾਂ...।"

"ਇਹ ਨਸ਼ਾ ਵਰਤਣ ਵਾਲਾ ਜੀਵ ਈਸ਼ਵਰ ਦਾ ਧਿਆਨ ਨਹੀਂ ਕਰ ਸਕਦਾ।"

"ਤੂੰ ਇਹ ਨਸ਼ਾ ਕਰਕੇ ਕਦੇ ਧਿਆਨ ਕੀਤਾ...।"

"ਅਸੀਂ ਤਾਂ ਕੰਨ ਪੜ੍ਹਵਾ ਕੇ ਮੁੰਦਰਾਂ ਪਵਾ ਲਈਆਂ ਨੇ...।"

"ਰਿੱਧੀਆਂ ਸਿੱਧੀਆਂ ਤੁਸੀਂ ਮੰਨਦੇ ਨਹੀਂ ਤੁਹਾਡਾ ਜੋਗੀ ਕਿਹੋ ਜਿਹਾ ਹੋਵੇਗਾ।"

ਮਰਦਾਨੇ ਨੇ ਪਹਿਲਾਂ ਹੀ ਰਬਾਬ ਵਜਾਉਣੀ ਸ਼ੁਰੂ ਕਰ ਦਿੱਤੀ ਸੀ। ਫਿਰ ਬਾਬੇ ਦੀ ਆਵਾਜ਼ ਆਣ ਮਿਲੀ :

....

....

ਕਾਂਡ : ਅਠੱਤੀਵਾਂ

ਕੋਈ ਪਸ਼ਤੋ ਵਿੱਚ ਗਾ ਰਿਹਾ ਸੀ। ਲੋਕ ਗੀਤ ਦੀ ਆਵਾਜ਼ ਲੋਕ ਸਾਜ਼ ਤੋਂ ਬਿਨਾਂ ਸੀ। ਆਵਾਜ਼ ਪਹਾੜ ਨਾਲ ਟਕਰਾਉਂਦੀ ਇਕ ਸਾਜ਼ ਵਰਗਾ ਸਾਥ ਬਣਾ ਰਹੀ ਸੀ। ਕੁਝ ਆਵਾਜ਼ਾਂ ਸਾਜ਼ਾਂ ਨੂੰ ਵੀ ਆਪਣੇ ਅੰਦਰ ਹੀ ਸਾਧ ਲੈਂਦੀਆਂ ਨੇ।... ਮਰਦਾਨੇ ਨੂੰ ਇਹ ਗਾਉਂਦੀ ਦੂਰ ਹੁੰਦੀ ਆਵਾਜ਼ ਚੰਗੀ ਲੱਗ ਰਹੀ ਸੀ। ਗੋਰਖ ਹੱਟੜੀ ਤੋਂ ਚੱਲਦੇ ਵਕਤ ਉਹਨਾਂ ਨੂੰ ਦੱਸ ਦਿੱਤਾ ਸੀ : "ਇਸ ਵਾਰੀ ਬਾਬਰ ਲਾਹੌਰ ਵੱਲ ਗਿਆ ਹੈ।" ਗੱਲਾਂ ਤਾਂ ਉਹ ਕਾਬੁਲ ਤੋਂ ਸੁਣਦਾ ਆ ਰਿਹਾ ਸੀ; ਪਰ ਗੋਰਖੀ ਹੱਟੜੀ ਤੋਂ ਚੱਲਦੇ ਵਕਤ ਉਸ ਤਰਫ਼ ਗਈ ਤਬਾਹੀ ਕੁਝ ਦੇਰ ਲਈ ਪਸ਼ਤੋ ਦੇ ਗੀਤ ਨੇ ਸਾਂਭ ਲਈ ਸੀ। ਹੁਣ ਰਾਹਾਂ ਵਿੱਚ ਜੋਗੀਆਂ ਦੀਆਂ ਬੁਝੀਆਂ ਹੋਈਆਂ ਰਾਖ ਦੀਆਂ ਢੇਰੀਆਂ ਘੱਟ ਹੋ ਰਹੀਆਂ ਸਨ। ਗਲਾਂ ਵਿਚ ਬਰਗੂ ਸਿੰਙੀ, ਲੰਬੀਆਂ ਲੰਬੀਆਂ ਮਾਲਾਂ ਵਾਲੇ ਜੋਗੀਆਂ ਵਾਲੇ ਰਸਤੇ ਪਿੱਛੇ ਹੱਟ ਰਹੇ ਸਨ। ਹੌਲੀ ਹੌਲੀ ਇਹ ਆਮ ਵੱਗਦੇ ਰਾਹਾਂ ਵਾਲਾ ਹਸਨ ਅਬਦਾਲ ਨੂੰ ਜਾਂਦਾ ਰਾਹ ਬਣ ਰਿਹਾ ਸੀ। ਕਦੇ ਕਦੇ ਹੱਜ ਤੋਂ ਮੁੜਿਆ ਕੋਈ ਵੱਡਾ ਟੋਲਾ ਨਵੇਂ ਨਵੇਂ ਹਾਜੀਆਂ ਵਾਂਗ ਅੱਲ੍ਹਾ ਦੀਆਂ ਗੱਲਾਂ ਕਰਦਾ ਸੁਣਦਾ। ਤਿੰਨ ਪਹਿਰ ਦੀ ਤੋਰ ਉਦੋਂ ਫਿਰ ਤਾਜ਼ਗੀ ਨਾਲ ਭਰ ਗਈ ਜਦੋਂ ਮਰਦਾਨੇ ਨੇ ਅੱਗੇ ਚੱਲਦੇ ਇਕ ਹੱਜ ਕਰਕੇ ਮੁੜੇ ਘੁੰਮਾਤਰੂ ਕਬੀਲੇ ਨੇ ਗਾਉਣਾ ਸ਼ੁਰੂ ਕਰ ਦਿੱਤਾ। ਉਨ੍ਹਾਂ ਨੂੰ ਲੈਣ ਆਏ ਲੋਕ ਢੋਲਕੀਆਂ ਛੈਣਿਆਂ ਤੇ ਲੋਕ ਸਾਜਾਂ ਨਾਲ ਝੂੰਮ ਰਹੇ ਸਨ। ਥੋੜ੍ਹੀ ਦੇਰ ਲਈ ਰਸਤੇ ਵਿਚ ਜਸ਼ਨ ਵਰਗਾ ਮਹੌਲ ਬਣ ਗਿਆ...। ਫਿਰ ਇਹ ਆਵਾਜ਼ਾਂ ਇੱਕ ਪਗਡੰਡੀ ਨਾਲ ਪਹਾੜੀ ਦੀ ਪਿੱਠ ਪਿੱਛੇ ਗੁੰਮ ਗਈਆਂ ਸਨ। ਮਰਦਾਨੇ ਨੇ ਅੱਗੇ ਚੱਲਦੇ ਬਾਬੇ ਵੱਲ ਵੇਖਿਆ। ਲੰਬਾ ਭਗਵਾਂ ਚੋਗਾ, ਲੱਕ ਦੁਆਲੇ ਹਰੇ ਰੰਗ ਦਾ ਸਾਫ਼ਾ, ਵਾਲ ਪਿੱਛੇ ਵੱਲ ਖੁੱਲ੍ਹੇ, ਇਕ ਮੋਢੇ ਉੱਤੇ ਲਟਕਦੀ ਗੱਠੜੀ। ਅੱਜ ਸਵੇਰ ਤੋਂ ਬਾਬੇ ਦੇ ਵਾਲ ਪਿੱਛੇ ਵੱਲ ਖੁੱਲੇ ਸਨ। ਕਦੇ ਕਦੇ ਹਵਾ ਨਾਲ ਕੁਝ ਵਾਲ ਉੱਪਰ ਵੱਲ ਉੱਠਦੇ ਜਿਨੀਆਂ ਕੁ ਰਬਾਬ ਨੂੰ ਤਾਰਾਂ ਸਨ। ਫਿਰ ਦੂਜੇ ਪਾਸਿਉਂ ਕੋਈ ਲੱਟ ਉੱਠਦੀ। ਜੀਅ ਕੀਤਾ ਬਾਬੇ ਦੇ ਵਾਲਾਂ ਉੱਪਰ ਹਥੇਲੀ ਘੁਮਾਵਾਂ ਤੇ ਸਾਜ਼ਾਂ ਦੇ ਇਸ ਸੰਗਮ ਵਿੱਚ ਕੋਈ ਆਪਣੇ ਲਈ ਸਾਜ਼ ਤਲਾਸ਼ਾਂ। ਫਿਰ ਜੀਅ ਕੀਤਾ ਬਾਬੇ ਨੂੰ ਆਵਾਜ਼ ਮਾਰਾਂ। ਪਰ ਇਸ ਵਾਰੀ ਉਹਨੇ ਰਬਾਬ ਵਜਾ ਕੇ ਆਵਾਜ਼ ਮਾਰੀ। ਥੋੜ੍ਹੀ ਦੇਰ ਲਈ ਲੋਕਾਂ ਨੇ ਇਕ ਇਕੱਲਾ ਸਾਜ਼ ਵੱਜਦਾ ਸੁਣਿਆ।

ਹਸਨ ਅਬਦਾਲ ਪਹੁੰਚਣ ਵੇਲੇ ਛਿਪਦੇ ਸੂਰਜ ਅੱਗੇ ਇਕ ਛੋਟੀ ਜਹੀ ਬੱਦਲੀ ਆ ਗਈ ਸੀ। ਇਸ ਤੋਂ ਬਾਅਦ ਪਤਾ ਹੀ ਨਹੀਂ ਲੱਗਿਆ ਕਦੋਂ ਮੂੰਹ ਹਨ੍ਹੇਰਾ ਹੋ ਗਿਆ। ਗੋਰਖ ਹੱਟੜੀ ਦੇ ਮੇਲੇ ਤੋਂ ਆਏ ਲੋਕ ਸਰਾਂ ਦੇ ਬਾਹਰ ਬੈਠੇ ਸਨ। ਅਗੜ ਦੁਗੜ ਰਸਤਿਆਂ ਤੋਂ ਥੱਕੇ ਮਰਦਾਨੇ ਨੇ ਸੁਣਦੀਆਂ ਆਵਾਜ਼ਾਂ ਵਿਚਕਾਰ ਹੀ ਪੋਟਲੀ

ਦੇ ਢ਼ਾਸਣੇ ਨਾਲ ਪਿੰਡਾ ਸਿੱਧਾ ਕੀਤਾ। ਆਲੇ ਦੁਆਲੇ ਪੱਕਦੇ ਖਾਣਿਆਂ ਦਾ ਧੂੰਆਂ ਕਦੇ ਕਦੇ ਜਦੋਂ ਨੱਕ ਕੋਲ ਆਉਂਦਾ ਉਹ ਅੱਖਾਂ ਖੋਹਲਦਾ। ਥੋੜ੍ਹੀ ਪਿੱਠ ਸਿੱਧੀ ਕਰਨ ਤੋਂ ਬਾਅਦ ਜਦੋਂ ਉਹ ਉੱਠਿਆ ਤਾਂ ਇਕ ਵੱਡਾ ਟੋਲਾ ਪਿੱਛੋਂ ਚੱਲਦੀਆਂ ਗੱਲਾਂ ਨਾਲ ਉਨ੍ਹਾਂ ਕੋਲ ਆ ਬੈਠਾ। ਰਲੇ ਮਿਲੇ ਲੋਕਾਂ ਵਿੱਚ ਕੁਝ ਹਾਜੀ ਤੇ ਕੁਝ ਜੋਗੀ ਪਹਿਰਾਵੇ ਵਿੱਚ ਸਨ। ਗੱਲ ਜਾਗੀ ਸੀ।

"ਵਧੇਰੇ ਜਨਮਾਂ ਨੇ ਹਿੰਦੂਆਂ ਕੋਲੋਂ ਜਹਾਦ ਵਰਗੀ ਤਾਕਤ ਖੋਹ ਲਈ ਏ।"

"ਪਰ ਹਿੰਦੂ ਧਰਮ ਵਾਰ ਵਾਰ ਹੱਥ ਨਹੀਂ ਆਉਂਦਾ।"

"ਇਸਲਾਮ ਵਿੱਚ ਤਾਂ ਦੂਜੇ ਜਨਮ ਦੀ ਕਲਪਣਾ ਹੀ ਨਹੀਂ ਹੈ।"

"ਇਕ ਵਾਰ ਤਾਂ ਜਨਮ ਲੈਣਾ ਹੀ ਪਊ; ਮੁਸਲਮਾਨ ਬਣਨ ਲਈ ਜਾਂ ਪਹਿਲੇ ਜਨਮ ਵੇਲੇ ਵੀ ਜੰਮਣ ਦੀ ਕਲਪਣਾ ਨਹੀਂ ਕਰਨੀ।"

"ਹਾਂ... ਅਸੀਂ ਇਕ ਜਨਮ ਵਿਚ ਸਭ ਕੁਝ ਪੂਰਾ ਕਰਨ ਦਾ ਜ਼ਜਬਾ ਲੈ ਕੇ ਆਉਂਦੇ ਹਾਂ।"

"ਪਰ ਘੋੜਿਆਂ ਉੱਤੇ ਆਇਆ ਇਸਲਾਮ ਤਾਂ ਅਸਲੀ ਨਹੀਂ ਹੈ; ਕਾਠੀ ਉੱਤੇ ਬੈਠਿਆ ਮੁਸਲਮਾਨ ਸਾਡੇ ਕੋਲ ਆ ਕੇ ਬਹੁਤ ਖਿਝ ਗਿਆ ਏ।"

"ਤੁਸੀਂ ਹੁਣ ਕਿਉਂ ਘੋੜਿਆਂ ਦੀ ਗੱਲ ਕਰਦੇ ਹੋ ? ਤੁਹਾਡੇ ਦੇਵੀ ਦੇਵਤਿਆਂ ਨੂੰ ਤਾਂ ਮੁੜਕਾ ਵੀ ਨਹੀਂ ਸੀ ਆਉਂਦਾ ਤੇ ਉਹ ਤਾਂ ਅੱਖ ਵੀ ਨਹੀਂ ਸੀ ਝਮਕਦੇ।"

"ਤੈਨੂੰ ਇੱਕ ਗੱਲ ਸਮਝ ਲੈਣੀ ਚਾਹੀਦੀ ਏ; ਤੂੰ ਜਿੰਨ੍ਹਾਂ ਨੂੰ ਟਿੱਚਰ ਕੀਤੀ ਏ; ਉਹ ਕਦੇ ਤੇਰੇ ਵੀ ਵੱਡੇ ਵਡੇਰੇ ਰਹੇ ਨੇ।" ਫਿਰ ਉਹ ਚੁੱਪ ਕਰ ਗਏ। ਪਰ ਉਨ੍ਹਾਂ ਸਾਹਮਣੇ ਬੈਠੀ ਗਾਂ ਜੁਗਾਲੀ ਕਰਦੀ ਰਹੀ। ਸਵੇਰੇ ਜਦੋਂ ਜਾਗ ਖੁੱਲ੍ਹੀ ਤਾਂ ਨਾ ਉਹ ਚੇਹਰੇ ਸਨ ਤੇ ਨਾ ਹੀ ਉਹ ਗਾਂ ਸੀ। ਪਰ ਆਲੇ ਦੁਆਲੇ ਬੈਠੇ ਆਮ ਲੋਕ ਜੰਗ ਦੀਆਂ ਗੱਲਾਂ ਕਰ ਰਹੇ ਸਨ।

ਦੂਰ ਢਲਾਣ ਉੱਤੇ ਘੋੜ ਸਵਾਰ ਦਿਸ ਰਿਹਾ ਸੀ। ਥੱਲੇ ਰੂਪੋਸ਼ ਸੈਨਾ ਵਰਗੀ ਚਾਲ ਵਾਲੇ ਲੋਕ ਫਿਰ ਰਹੇ ਸਨ। ਉੱਚੀ ਟਿੱਬੀ ਤੇ ਇੱਕ ਕੱਚੀ ਗੜ੍ਹੀ ਵਿੱਚੋਂ ਕਦੇ ਕਦੇ ਕੋਈ ਤੀਰ ਆਉਂਦਾ ਦਿਸਦਾ ਜੋ ਰਸਤੇ ਵਿੱਚ ਹੀ ਕਿਤੇ ਡਿੱਗ ਪੈਂਦਾ। ਹਸਨ ਅਬਦਾਲ ਤੋਂ ਬਾਲ ਗੁੰਦਾਈ ਵਿਚਕਾਰ ਚੱਲਦੇ ਰਸਤੇ ਵਿੱਚ ਲੋਕ ਭੈਅ, ਹਾਰ ਦੀ ਸ਼ੁਰੂਆਤ ਨੂੰ ਸਵੀਕਾਰ ਕਰਦੇ; ਛੁੱਪ ਜਾਣ ਦੇ ਫਿਕਰ ਵਿੱਚ ਤੁਰ ਰਹੇ ਸਨ। ਲੰਘਦੇ ਘੋੜਿਆਂ ਦੇ ਪੌੜਾਂ ਦੀ ਆਵਾਜ਼ ਲਈ ਰਸਤੇ ਚੁੱਪ ਸਨ। ਅੱਜ ਦਾ ਦਿਨ ਮਰਦਾਨੇ ਲਈ ਅਨੋਖਾ ਚੜ੍ਹਿਆ ਸੀ। ਕਿਸੇ ਪੜਾਅ ਤੋਂ ਤੁਰਦੇ ਵਕਤ ਅਚਾਨਕ ਚੁਫੇਰਾ ਇਸ ਤਰ੍ਹਾਂ ਦਾ ਭੈਅਮਈ ਕਦੇ ਨਹੀਂ ਸੀ ਦਿਸਿਆ। ਲੋਕ ਕੁਝ ਕਹਿਣ ਤੋਂ ਕਤਰਾ ਰਹੇ ਸਨ। ਹੁਣੇ ਇੱਕ ਬਿਨਾਂ ਸਵਾਰ ਤੋਂ ਭੱਜਿਆ ਘੋੜਾ, ਲੋਕਾਂ ਨਾਲ ਖਹਿੰਦਾ ਸਾਹਮਣੇ ਆਉਂਦੇ ਘੋੜਸਵਾਰਾਂ ਤੋਂ ਤ੍ਰਬਕਦਾ ਮਰਦਾਨੇ ਨਾਲ ਖਹਿ ਗਿਆ। ਜਿਹੜੀ ਸੱਟ

ਮਰਦਾਨੇ ਦੇ ਲੱਗਣੀ ਸੀ ਉਹ ਰਬਾਬ ਦੇ ਵੱਜੀ। ਤੇ ਉਹ ਦੂਰ ਧਰਤੀ ਉੱਤੇ ਜਾ ਡਿੱਗੀ। "ਦਰ ਉਲ ਹਰਬ" (ਕਾਫਰਾਂ ਦੀ ਧਰਤੀ) ਏਨਾਂ ਕਹਿ ਘੋੜ ਸਵਾਰ ਖਾਲੀ ਕਾਠੀ ਨਾਲ ਭੱਜਦੇ ਘੋੜੇ ਦਾ ਪਿੱਛਾ ਕਰਨ ਲੱਗੇ। ਘੋੜਾ ਕੱਚੀ ਗੜ੍ਹੀ ਵੱਲ ਵੱਧ ਰਿਹਾ ਸੀ। ਪਰ ਮਰਦਾਨਾ ਰਬਾਬ ਨੂੰ ਚੁੱਕਦਾ ਥੋੜ੍ਹਾ ਉਦਾਸ ਹੋ ਗਿਆ।

ਅੱਜ ਬਹੁਤ ਦੇਰ ਬਾਅਦ ਰਬਾਬ ਤੋਂ ਬਿਨਾਂ ਗਾਇਆ। ਬਾਬੇ ਦੀ ਆਵਾਜ਼ ਵਿੱਚ ਤਾਂ ਓਹੀ ਰਮਜ਼ ਸੀ; ਪਰ ਮਰਦਾਨੇ ਦੇ ਬੋਲ ਕੁਝ ਢਿੱਲ੍ਹੇ ਸਨ। ਅੱਜ ਮੋਢੇ ਉੱਤੇ ਟਿਕੀ ਰਬਾਬ ਦਾ ਅਹਿਸਾਸ ਹੋ ਰਿਹਾ ਸੀ। ਸਿਰਫ਼ ਤਾਰਾਂ ਹੀ ਟੁੱਟੀਆਂ ਸਨ; ਬਾਕੀ ਢਾਂਚਾ ਤਾਂ ਉਵੇਂ ਜਿਵੇਂ ਸੀ। 'ਤਾਰਾਂ ਤੋਂ ਬਿਨਾਂ ਰਬਾਬ ਦਾ ਭਾਰ ਵੱਧ ਜਾਂਦਾ ਏ ?' ਹੁਣ ਜਦ ਵੀ ਕੋਈ ਕਾਰੀਗਰ ਲੰਘਦਾ 'ਫਿਰੰਦਾ' ਯਾਦ ਆ ਜਾਂਦਾ। ਉਹਨੇ ਢਾਰਸ ਲਈ ਦੁਪਹਿਰ ਦੀ ਨਮਾਜ਼ ਨਾਨਕੀ ਵੱਲੋਂ ਦਿੱਤੇ ਮੁਸੱਲੇ ਤੇ ਕੀਤੀ। ਉਂਝ ਵੀ ਪੰਡੋਕਲੀ ਵਿਚ ਸੁਲਤਾਨਪੁਰ ਦੀ ਕੋਈ ਨਾ ਕੋਈ ਨਿਸ਼ਾਨੀ ਤਾਂ ਰਹਿੰਦੀ ਹੀ ਸੀ। ਫਿਰ ਚੱਲਦੇ ਸਫ਼ਰ ਲਈ ਉਹ ਬਾਬੇ ਦੇ ਮੋਢੇ ਕੋਲ ਜਾ ਕੇ ਬੋਲਿਆ :

"ਬਾਬਾ ਰਬਾਬ ਸੁੰਨੀ ਲਟਕਦੀ ਏ ?" ਕੋਈ ਉੱਤਰ ਨਹੀਂ ਆਇਆ।

"ਬਾਬਾ ਜੇ ਕਿਸੇ ਅੱਗਿਉਂ ਕਹਿ ਦਿੱਤਾ 'ਵਜਾ ਕੇ ਵਿਖਾ' ?"

"ਅੱਗੇ ਕੋਈ ਵੱਡਾ ਗਰਾਂ ਆਵੇਗਾ; ਤੰਦਾਂ ਪੁਆ ਲੈਂਦੇ ਹਾਂ...।"

"ਬਾਬਾ ਇਹ ਤੰਦਾਂ ਤਲਵੰਡੀ ਨਾਲ ਜੁੜੀਆਂ ਸਨ।"

ਜਦੋਂ ਅਗਲਾ ਪਿੰਡ ਆਇਆ ਤਾਂ ਦੋ ਓਪਰੇ ਬੰਦਿਆਂ ਨੂੰ ਵੇਖ ਕੇ ਵਸਿੰਦੇ ਇੱਧਰ ਉੱਧਰ ਖਿਸਕਣ ਲੱਗੇ। ਸਾਰੇ ਪਿੰਡ ਵਿਚ ਇਹ ਗੱਲ ਫੈਲ ਗਈ ਸੀ ਕਿ ਦੋ ਜਣੇ ਪਿੰਡ ਦੇ ਬਾਹਰ ਖੜ੍ਹੇ ਅਜੀਬੋ ਗਰੀਬ ਗੱਲਾਂ ਪੁੱਛ ਰਹੇ ਨੇ।

"ਭਾਈ ਪਿੰਡ ਵਿੱਚ ਕੋਈ ਸਜਿੰਦਾ ਹੈ ?" ਡਰੇ ਹੋਏ ਲੋਕਾਂ ਨੂੰ ਮਰਦਾਨੇ ਦਾ ਇਹ ਸੁਆਲ ਕਾਫ਼ੀ ਦੇਰ ਬਾਅਦ ਸਮਝ ਆਇਆ। ਫਿਰ ਦੋ ਬਜੁਰਗ ਉਨ੍ਹਾਂ ਦੇ ਨੇੜੇ ਆਏ:

"ਲੁਹਾਰ ਹੁੰਦਾ, ਤਖਾਣ ਹੁੰਦਾ, ਸੁਣਿਆ ਏ; ਹਰ ਪਿੰਡ ਵਿੱਚ ਸਜਿੰਦਾ ਨਹੀਂ ਹੁੰਦਾ।" ਉਹ ਦੋਵੇਂ ਆਪਣੀ ਗੱਲ ਮੁਕਾ ਦੁਬਾਰਾ ਪਿੰਡ ਅੰਦਰ ਜਾ ਵੜੇ। ਅਗਲਾ ਪਿੰਡ ਆਉਣ ਲਈ ਦੋ ਪਹਿਰ ਲੰਘ ਗਏ। ਬਹੁਤ ਸੁਸਤ ਪਿੰਡ ਸੀ। ਡੰਗਰ ਮਾੜੇ ਸਨ ਤੇ ਲੋਕਾਂ ਦੀ ਅੱਖਾਂ ਅੰਦਰ ਵੱਲ ਧੱਸੀਆਂ, ਉੱਥੇ ਹੀ ਟਿਕਣ ਦੀ ਜਿੱਦ ਵਿਚ ਦਿਸਦੀਆਂ ਸਨ। ਮਰਦਾਨੇ ਦੀ ਕਿਸੇ ਨੂੰ ਕੁਝ ਪੁੱਛਣ ਦੀ ਹਿੰਮਤ ਹੀ ਨਹੀਂ ਸੀ ਪੈ ਰਹੀ। ਇਕ ਘਰ ਦੇ ਬਾਹਰ ਇੱਕ ਬਿਰਧ ਨੂੰ ਲੱਕੜੀ ਤਰਾਸ਼ਦਾ ਵੇਖ ਉਹ ਰੁੱਕ ਗਏ। ਬਿਰਧ ਨੇ ਇਕ ਵਾਰ ਉੱਪਰ ਵੱਲ ਵੇਖਿਆ ਤੇ ਫਿਰ ਆਪਣੇ ਕੰਮ ਤੇ ਲੱਗ ਗਿਆ। ਫਿਰ ਉਹਦੀ ਕੰਬਦੀ ਬਾਂਹ ਉਨ੍ਹਾਂ ਵੱਲ ਉੱਠੀ :

"ਲਿਆਓ ਵਿਖਾਓ। ਮੈਂ ਸਮਝਿਆ ਸੀ ਕੋਈ ਬੰਦਾ ਹਥਿਆਰ ਤਿੱਖਾ ਕਰਾਉਣ ਆਇਆ ਹੋਵੇਗਾ। ਇਹ ਜੰਗਾਂ ਵਿਚ ਸਾਜ਼ੀ ਕਿਵੇਂ ਫਿਰਦੇ ਨੇ ?" ਫਿਰ ਆਪ ਹੀ ਗੱਲ ਦੀ ਅਗਲੀ ਲੜੀ ਵੀ ਤੋਰ ਲਈ।

"ਸਾਜ਼ ਤਾਂ ਕਿਸੇ ਰੂਹ ਵਾਲੇ ਨੇ ਬਣਾਇਆ; ਹੁਣ ਤਾਂ ਕਦੇ ਆਉਂਦਾ ਕੋਈ ਸਾਜ਼ ਲੈ ਕੇ।" ਹੁਣ ਉਹਦੀ ਆਵਾਜ਼ ਅਪਣੱਤ ਵਾਲੀ ਹੋ ਗਈ ਸੀ।

"ਲੈ ਤੈਥੋਂ ਲੈਣਾ ਕੁਝ ਨਹੀਂ; ਬੱਸ ਵਜਾ ਕੇ ਵਿਖਾ ਦੇ...।" ਮਰਦਾਨੇ ਨੇ ਪਹਿਲਾਂ ਹਿੱਕ ਨੂੰ ਲਾਇਆ; ਫਿਰ ਬਾਬੇ ਵੱਲ ਵੇਖ ਰਬਾਬ ਤੇ 'ਮਾਲਕੌਂਸ' ਵਜਾਉਣ ਲੱਗਾ। ਹਾਲੇ ਇੱਕ ਪਹਿਰ ਦਿਨ ਬਾਕੀ ਸੀ। ਬੰਦ ਹੁੰਦੇ ਸਾਰ ਹੀ ਬੁੱਢਾ ਲੱਤਾਂ ਸਿੱਧੀਆਂ ਕਰਨ ਲਈ ਅੱਡੇ ਉੱਪਰੋਂ ਉੱਠ ਖੜ੍ਹਿਆ।

"ਕਿੱਧਰ ਵੱਲ ਜਾ ਰਹੇ ਹੋ ?"

"ਲਹੌਰ ਵੱਲ...।"

"ਜੰਗੀ ਨਗਾਰਿਆਂ ਦੀ ਗੂੰਜ ਵਿਚ ਸਾਜ਼ ਚੁੱਕੀਂ ਫਿਰਦੇ ਹੋ... ?"

"ਮੇਰਾ ਗੁਰੂ ਵੀ ਨਾਲ ਹੈ।"

"ਮੁਗਲ ਤਾਂ ਕਹਿ ਕੇ ਗਏ ਸੀ; ਅਸੀਂ ਫਿਰ ਆਵਾਂਗੇ। ਇਹ ਦੇਸੀ ਲੋਕ ਕੰਨਾਂ ਦੇ ਬੜੇ ਕੱਚੇ ਨੇ ਯਾਦ ਨੀ ਰੱਖ ਸਕੇ; ਸੰਭਲ ਕੇ ਜਾਣਾ।"

"ਅਸੀਂ ਸਫ਼ਰਾਂ ਨੂੰ ਤਸੀਹੇ ਨਹੀਂ ਮੰਨਦੇ ਬਜ਼ੁਰਗੋ...।" ਤੁਰਦੇ ਮਰਦਾਨੇ ਨੇ ਪਿੱਛੇ ਵੱਲ ਮੂੰਹ ਘੁੰਮਾ ਕੇ ਕਿਹਾ। ਸਿੱਧਾ ਹੁੰਦੇ ਸਾਰ ਮਰਦਾਨੇ ਨੂੰ ਫਿਰ ਉਹਦੀ ਆਵਾਜ਼ ਸੁਣਾਈ ਦਿੱਤੀ :

"ਇਹ ਮੇਰੇ ਕੋਲ ਆਖਰੀ ਤੰਦਾਂ ਸਨ ਫਿਰ ਨਾ ਮੁੜ ਕੇ ਆਉਣਾ...।"

ਅੱਜ ਦੇ ਦਿਨ ਦੇ ਚਾਰ ਪਹਿਰਾਂ ਲਈ ਚਾਰ ਪੜਾਅ ਲਾਏ। ਚਾਰੇ ਪੜਾਵਾਂ ਵਿੱਚ ਦੋਵਾਂ ਨੇ ਦਿਨ ਦੇ ਚਾਰੇ ਰਾਗ ਗਾਏ। (ਸਵੇਰੇ ਆਸਾ, ਦੁਪਹਿਰ ਧਨਾਸਰੀ, ਸ਼ਾਮ ਸੋਦਰ ਤੇ ਰਾਤੀਂ ਸੋਹਿਲਾ ਗਾਇਆ) ਕੀਰਤਨ ਤੋਂ ਬਿਨਾਂ ਬਾਕੀ ਬਚਦੇ ਦਿਨ ਵਿੱਚ ਅੱਜ ਬਹੁਤ ਕੁਝ ਸੁਣਨ ਨੂੰ ਮਿਲਿਆ। (ਤੁਸੀਂ ਹਿੰਦੂ ਹੋ ਜਾਂ ਮੁਸਲਮਾਨ ?) ਬਚਪਨ ਵਿਚ ਕੱਚੀਆਂ ਅੰਬੀਆਂ ਖਾਣ ਵੇਲੇ ਸਾਹਾਂ ਦੀ ਖਟਾਸ ਜਦੋਂ ਦੰਦਾਂ ਉੱਤੇ ਵੱਜਦੀ ਸੀ ਤਾਂ ਖੱਟੇ ਖਾਧੇ ਦਾ ਅਹਿਸਾਸ ਹੁੰਦਾ ਸੀ। ਪਹਿਲੇ ਹੀ ਪਹਿਰ ਵਿੱਚ ਹਾਜੀ ਪੰਡਿਤਾਂ ਨਾਲ ਬਹਿਸਦਾ ਮਿਲਿਆ। ਅਗਲੇ ਪੜਾਅ ਉੱਤੇ ਇੱਕ ਬੰਦਾ ਮੋਢੇ ਉੱਤੇ ਛੇਲਾ ਚੁੱਕੀਂ ਆਉਂਦਾ ਉਨ੍ਹਾਂ ਵੱਲ ਵੇਖ ਕੇ ਮੁਸਕਰਾਇਆ :

"ਦਰਗਾਹ ਤੇ ਚੜ੍ਹਾਉਣ ਚੱਲਿਆਂ... ਮਲਾਈ ਵਰਗਾ ਨਰਮ ਏ... ਪਹਿਲੇ ਸੇਕ ਨਾਲ ਹੀ ਪੱਕ ਜਾਣਾ...।"

ਦੁਪਹਿਰ ਦੇ ਪੜਾਅ ਵੇਲੇ ਜਿਸ ਪਿੰਡ ਉਹ ਵੜੇ; ਘਰੋਂ ਕੋਈ ਬਾਹਰ ਹੀ ਨਹੀਂ ਨਿਕਲਿਆ। ਕੁਝ ਲੋਕ ਮੰਦਰ ਦੇ ਤਲਾਅ ਪਿੱਛੇ ਲੁਕੇ ਖੜ੍ਹੇ ਉਨ੍ਹਾਂ ਨੂੰ ਵੇਖਦੇ ਰਹੇ। ਹੁਣੇ ਲੰਘੇ ਘੋੜ ਸਵਾਰਾਂ ਦਾ ਜਥਾ ਗਲੀਆਂ ਸੁੰਨੀਆਂ ਕਰ ਗਿਆ ਸੀ। ਸਹਿਮ ਸਹਿਮ ਕੇ ਪੁੱਛਦੇ ਲੋਕ ਸੂਹੀਆਂ ਵਾਂਗ ਵੇਖ ਰਹੇ ਸਨ। ਵੱਜਦੀ ਰਬਾਬ ਵਿਚ ਵੀ ਉਹ ਸੁਆਲ ਪੁੱਛਦੇ ਰਹੇ। "ਪਿਛਲਿਆਂ ਰਸਤਿਆਂ ਵਿਚ ਘੋੜ ਸਵਾਰ ਵੀ ਮਿਲੇ ਸਨ ?" ਅਜਿਹਾ ਪੁੱਛਦੇ ਉਹ ਦਹਿਲ ਜਾਂਦੇ ਸਨ।

"ਇਹ ਮੁਸਲਮਾਨ ਪਹਿਰਾਵੇ ਵਾਲਾ ਕੌਣ ਹੈ ?" ਇਸ ਸੁਆਲ ਦੇ ਸ਼ੰਕੇ ਉਦੋਂ ਤੱਕ ਚੱਲਦੇ ਰਹੇ ਜਦੋਂ ਤੱਕ ਉਨ੍ਹਾਂ ਮਰਦਾਨੇ ਦੀਆਂ ਅੱਖਾਂ 'ਚੋਂ ਵਗਦੇ ਹੰਝੂ ਨਾ ਵੇਖੇ।

ਫਿਰ ਉਹ ਇੱਕ ਰਾਤ ਰੁਕਣ ਲਈ ਕਹਿਣ ਲੱਗੇ। ਆਖਿਰ ਉਹ ਉਨ੍ਹਾਂ ਨੂੰ ਪਿੰਡ ਤੋਂ ਬਾਹਰ ਤੱਕ ਛੱਡਣ ਵੀ ਆਏ।

ਬਾਲ ਗੁੰਦਾਈ ਦੇ ਟਿੱਲੇ ਉੱਤੇ ਰੌਣਕ ਤਾਂ ਸੀ; ਪਰ ਇੱਥੇ ਵੀ ਗੱਲਾਂ ਯੁੱਧ ਦੀਆਂ ਹੀ ਹੋ ਰਹੀਆਂ ਸਨ। ਲੋਕ ਸੁੱਖ ਸ਼ਾਂਤੀ ਲਈ ਅਰਦਾਸਾਂ ਕਰ ਰਹੇ ਸਨ। ਕੱਲ ਬਾਲ ਗੁੰਦਾਈ ਨਾਲ ਲੰਬੀ ਮੁਲਾਕਾਤ ਵੀ ਹੋਈ ਸੀ। ਉਹ ਬਾਬੇ ਨੂੰ ਲੰਬੇ ਸਫ਼ਰਾਂ ਬਾਰੇ ਪੁੱਛਦਾ ਰਿਹਾ। ਉਹਦੀ ਮੰਗ ਤੇ ਮਰਦਾਨੇ ਨੇ ਰਬਾਬ ਵੀ ਵਜਾਈ। ਮਰਦਾਨੇ ਨੇ ਵੇਖਿਆ; ਉੱਠਣ ਵੇਲੇ ਉਹ ਕੁਝ ਕਹਿਣਾ ਚਾਹੁੰਦਾ ਸੀ। ਫਿਰ ਉਹਦੀ ਕੋਮਲ ਆਵਾਜ਼ ਸੁਣੀ :

"ਮੀਰ ਜੀ ਇਕ ਵਾਰ 'ਸੱਤ ਬਿਸਮਿਲਾ' ਗਾ ਕੇ ਸੁਣਾ ਦਿਓ।'

ਬਾਬੇ ਵੱਲ ਵੇਖ ਕੇ ਉਹਨੇ ਅਲਾਪ ਚੁੱਕਿਆ। ਬਾਹਰ ਛੱਡਣ ਵੇਲੇ 'ਬਾਲ ਗੁੰਦਾਈ' ਨੇ ਮਰਦਾਨੇ ਵੱਲ ਜਿਆਦਾ ਵੇਖਿਆ "ਪੀਰ ਤਾਂ ਧਰਤੀ ਤੇ ਰਹਿੰਦੇ ਹੀ ਨੇ; ਪਰ ਪੀਰਾਂ ਦਾ ਜੱਸ ਗਾਉਣ ਵਾਲਾ ਕਦੇ ਕਦੇ ਮਿਲਦਾ।" ਸ਼ਾਮ ਪੈ ਰਹੀ ਸੀ। ਦੂਰ ਵੱਗਦੇ ਰਸਤਿਆਂ ਵਿੱਚੋਂ ਉਠਦੀ ਧੂੜ ਆਮ ਰਾਹੀਆਂ ਦੀ ਨਹੀਂ ਸੀ। ਕਦੇ ਕਦੇ ਕਿਸੇ ਓਪਰੀ ਭਾਸ਼ਾ ਦੇ ਗੁਸੈਲ ਲਫ਼ਜ਼ ਸੁਣਦੇ। ਉਨ੍ਹਾਂ ਰਸਤਿਆਂ ਵੱਲ ਜਾਣ ਵਾਲੇ ਰਾਹੀ ਦੇਰ ਤੱਕ ਬੈਠਦੀ ਧੂੜ ਦੇ ਸਹਿਮ ਨੂੰ ਤੱਕਦੇ। ਟਿੱਲੇ ਅੱਗੇ ਰਾਤ ਕੱਟਣ ਵਾਲਿਆਂ ਦਾ ਵੱਡਾ ਜਥਾ ਬਣ ਗਿਆ ਸੀ। ਜੋਗੀ, ਹੱਠੀਏ, ਜਪੀਏ, ਤਪੀਏ ਤੇ ਆਮ ਲੋਕ ਦੂਰ ਤੱਕ ਬੈਠੇ ਦਿਸ ਰਹੇ ਸਨ।

"ਫਕੀਰ ਜੰਗ ਨੂੰ ਵੇਖਦਾ ਹੈ; ਉਹ ਆਪ ਜੰਗ ਦਾ ਸਿਪਾਹੀ ਨਹੀਂ ਹੁੰਦਾ।"

"ਤੁਸੀਂ ਓਹੀ ਹੋ ਜੋ ਵਿਸ਼ਵਾਮਿੱਤਰ ਦੇ ਕਰੋਧ ਨੂੰ ਵਡਿਆਉਂਦੇ ਰਹੇ ਹੋ; ਕਦੇ ਪਲਟ ਕੇ ਵੇਖਿਆ, ਉਹਦੇ ਸਰਾਪਾਂ ਦਾ ਇੱਕ ਸਾਧੂ ਨਾਲ ਕੀ ਰਿਸ਼ਤਾ ਹੈ ?"

"ਵਿਸ਼ਵਾਮਿੱਤਰ ਮੇਰਾ ਵੀ ਸਾਧੂ ਨਹੀਂ ਹੈ। ਉਹਦੇ ਕਰੋਧ ਨੇ ਮਨੁੱਖੀ ਜਜ਼ਬੇ ਨੂੰ ਠੇਸ ਪਹੁੰਚਾਈ ਹੈ।"

"ਫਿਰ ਤੁਸੀਂ ਗੁਰੂ ਦਰੋਣਾਅਚਾਰੀਆਂ ਕੋਲ ਚਲੇ ਜਾਂਦੇ ਹੋ। ਗੁਰੂ ਕਿਰਪਾ ਤਾਂ ਨਹੀਂ ਕਰਦਾ; ਪਰ ਗੁਰੂ ਦਕਸ਼ਣਾ ਲੈਣ ਚਲਾ ਜਾਂਦਾ ਏ...।"

"ਇੱਥੇ ਆ ਕੇ ਤੁਸੀਂ ਕਹਿੰਦੇ ਹੋ; ਸਿਸ਼ ਸਿਪਾਹੀ ਬਣ ਕੇ ਮੁਗਲਾਂ ਨਾਲ ਲੜਣ। ਵੇਖੋ ਤਾਂ ਸਹੀ ਗੁਰੂਆਂ ਨੇ ਸਿਪਾਹੀ ਬਣਨ ਲਈ ਕਿਹੋ ਜਹੀਆਂ ਰੁਕਾਵਟਾਂ ਖੜ੍ਹੀਆਂ ਕੀਤੀਆਂ ਸਨ।"

"ਚੁਫੇਰੇ ਯੁੱਧ ਹੋ ਰਿਹਾ ਫਕੀਰੋ ਅੱਜ ਤੁਸੀਂ ਕਿਉਂ ਇਤਿਹਾਸ ਫੋਲਣ ਬੈਠ ਗਏ।"

"ਹੁਣ ਪਰਾਏ ਘੋੜਿਆਂ ਦੇ ਕੰਨ ਜਦੋਂ ਸਾਡੀਆਂ ਕੰਨਿਆਵਾਂ ਨੂੰ ਛੂਹ ਕੇ ਲੰਘ ਰਹੇ ਨੇ ਤਾਂ ਕੀ ਕਹੀਏ ?" ਉਹਨੇ ਭਗਵੇ ਬਾਣੇ ਵਿੱਚੋਂ ਕਿਰਚ ਕੱਢੀ।

"ਜਿਸ ਚੋਗੇ ਵਿੱਚੋਂ ਸੁਲਫ਼ੇ ਦਾ ਧੂਆਂ ਨਿਕਲਦਾ ਸੀ; ਹੁਣ ਇਹ ਚੰਡੀ ਨਿਕਲੇਗੀ।"

ਥੋੜ੍ਹੀ ਦੇਰ ਬਾਅਦ ਉਹ ਹਨੇਰੇ ਵਿਚ ਗਾਇਬ ਹੋ ਗਿਆ। ਕੁਝ ਦੇਰ ਪਹਿਲਾਂ ਇਕ ਜੋਗੀਆਂ ਦਾ ਟੋਲਾ ਭੰਗ ਦੀ ਪੋਟਲੀ ਪਿੱਛੇ ਭੁੱਲ ਆਇਆ, ਇਕ ਦੂਜੇ ਨੂੰ ਦੋਸ਼

ਦੇਂਦਾ ਵਾਪਸ ਪੁਰਾਣੇ ਰਸਤੇ ਲੱਭਣ ਚਲਾ ਗਿਆ। ਫਿਰ ਕੋਈ ਉੱਚੀ ਉੱਚੀ ਵੇਦਾਂ ਦੀਆਂ 'ਰਿਚਾਂ' ਪੜ੍ਹਣ ਲੱਗਾ। ਉਹ ਜੋ ਪੜ੍ਹ ਰਿਹਾ ਸੀ ਉਹਨੂੰ ਕੰਠ ਸਨ। ਪਰ ਅੱਜਕਲ ਧਿਆਨ ਇਸ ਪਾਸੇ ਨਹੀਂ ਸੀ ਲੱਗਦਾ। ਵਾਪਸ ਮੁੜੇ ਜੋਗੀਆਂ ਨੂੰ ਭੰਗ ਦੀ ਪੋਟਲੀ ਲੱਭ ਗਈ ਸੀ। ਸੁਲਫ਼ੇ ਦੇ ਨਸ਼ੇ ਵਿਚ ਉਹ ਪਹਿਨਣ ਲਈ ਆਪੋ ਆਪਣੇ ਤਬੀਤ ਛਾਂਟਣ ਲੱਗੇ। ਹੁਣੇ ਬਾਲ ਗੁੰਦਾਈ ਦਾ ਚੇਲਾ ਬਾਬੇ ਨੂੰ ਮਿਲਣ ਲਈ ਸੱਦਾ ਦੇ ਕੇ ਵਾਪਸ ਚਲਾ ਗਿਆ।

ਇਹ ਹਨੇਰੇ ਵਿੱਚ ਸੁਣੀ ਪਹਿਲੀ ਆਵਾਜ਼ ਸੀ :

"ਮੋਢੇ ਉੱਤੇ ਕਿਹੜਾ ਹਥਿਆਰ ਹੈ ?"

"ਇਹ ਤਾਂ ਸਾਜ਼ ਹੈ; ਜਿੱਥੋਂ ਸਰੀਰ ਖ਼ਤਮ ਹੁੰਦਾ ਉੱਥੋਂ ਇਹ ਸ਼ੁਰੂ ਹੁੰਦਾ ਏ।"

"ਸਬੂਤ ਦੇ ? ਵਜਾ ਕੇ ਵਿਖਾ ?" ਪਰਛਾਂਵੇਂ ਨੇ ਹਨੇਰੇ ਵੱਲ ਪਲਟ ਕੇ ਵੇਖਿਆ; ਬੀੜਿਆਂ ਦੀ ਆਵਾਜ਼ ਤ੍ਰਬਕੀ। ਵੱਜਦੀ ਰਬਾਬ ਵਿੱਚ ਦੂਰੋਂ ਆਉਂਦੇ ਘੋੜਸਵਾਰਾਂ ਦੇ ਹੋਰ ਪ੍ਰਛਾਵੇਂ ਸ਼ਾਮਲ ਹੋਏ। ਕੁਝ ਦੇਰ ਉਨ੍ਹਾਂ ਦੇ ਫੂੰਕਾਰੇ ਸੁਣਦੇ ਰਹੇ। ਫਿਰ ਉਹ ਝਿੜੀ ਵਿਚ ਹਨੇਰਾ ਬਣ ਗਏ। ਵੱਜਦੀ ਧੁਨ ਨੂੰ ਪੂਰਾ ਕਰਨ ਲਈ ਬਾਬਾ ਉੱਥੇ ਹੀ ਖੜ੍ਹਾ ਰਬਾਬ ਵਜਾਉਂਦਾ ਰਿਹਾ। ਹਨੇਰੇ ਵਿਚ ਮਮੋਲਿਆਂ ਦੇ ਆਲ੍ਹਣਿਆਂ ਕੋਲ ਕੁਝ ਉਡਦੇ ਜੁਗਨੂੰਆਂ ਦੇ ਪ੍ਰਛਾਵਿਆਂ ਤੋਂ ਬਿਨਾਂ ਹੋਰ ਕੋਈ ਨਹੀਂ ਸੀ।

ਵਾਛੜਾਂ ਦਾ ਦਿਨ ਸੀ। ਕਈ ਵਾਰ ਪਸੀਨਾ ਮੀਂਹ ਨਾਲ ਭਿੱਜ ਕੇ ਕੰਬਣੀ ਬਣਿਆ। ਰਸਤਿਆਂ ਵਿੱਚ ਫੌਜਾਂ ਦੀਆਂ ਬੁਝੀਆਂ ਧੂਣੀਆਂ ਦੇ ਢੇਰ ਸਨ। ਗੱਡੇ ਪਾਲਕੀਆਂ ਰਸਤੇ ਛੱਡ ਰਹੇ ਸਨ। ਸੁੰਨੇ ਪਿੰਡਾਂ ਵਿਚ ਪਾਲਤੂ ਪਸ਼ੂ ਖੁੱਲ੍ਹੇ ਘੁੰਮ ਰਹੇ ਸਨ। ਹਰ ਨਗਰ ਦੇ ਦੁਆਰਪਾਲ ਨੇ ਰੋਕ ਕੇ ਪੁੱਛਿਆ : "ਲਹੌਰ ਵੱਲ ਜਾ ਰਹੇ ਹੋ ?" ਲੋਕਾਂ ਦੀਆਂ ਤੱਕਣੀਆਂ ਵਿਚ ਘੋੜਸਵਾਰਾਂ ਦੀਆਂ ਪਛਾਣਾਂ ਕਿਤੇ ਠਹਿਰ ਗਈਆਂ ਸਨ। ਇੱਕ ਰਗੀ ਅੱਖ ਝਾਕਦੀ ਲੰਘ ਰਹੀ ਸੀ। ਅੱਜ ਵੱਡੇ ਤੜਕੇ ਚੱਕੀਆਂ ਦੀ ਆਵਾਜ਼ ਨਹੀਂ ਸੀ ਆਈ। ਸਾਰਾ ਦਿਨ ਉਹ ਸਮਾਧਾਂ ਵਰਗੇ ਪਿੰਡਾਂ ਕੋਲੋਂ ਲੰਘੇ। ਲੋਕ ਰਾਤ ਦੇ ਪੜਾਅ ਲਈ ਪਿੰਡਾਂ ਅੰਦਰ ਜਗ੍ਹਾ ਨਹੀਂ ਸੀ ਦੇ ਰਹੇ। ਹੁਣ ਦਿਨ ਛਿਪਣ ਵੇਲੇ ਪਿਛਲੇ ਪਿੰਡ ਉਨ੍ਹਾਂ ਨੂੰ ਰੋਕ ਦਿੱਤਾ ਸੀ :

"ਭਾਈ ਰਮੰਤਰੀਓ ਅੱਜ ਨਹੀਂ ਪਿੰਡ ਵਿਚ ਰੌਣ ਲੱਗਣਾ।"

ਅਗਲੇ ਪਿੰਡ ਰਜਾ ਲਈ ਗਿਆ ਮਰਦਾਨਾ ਘਰ ਅੰਦਰੋਂ ਤੀਵੀਂ ਦੀ ਆਵਾਜ਼ ਨਾਲ ਹੀ ਮੁੜ ਆਇਆ :

"ਭਾਈ ਸੰਤੋ ਹੁਣ ਨਹੀਂ ਅਸੀਂ ਰਾਤ ਨੂੰ ਰਜ਼ਾ ਪਾਉਂਦੇ...।" ਥੋੜ੍ਹੀ ਦੇਰ ਬਾਅਦ ਇੱਕ ਸਰਾਂ ਅੱਗੇ ਉਨ੍ਹਾਂ ਕੁਝ ਧੂਣੀਆਂ ਧੁਖਦੀਆਂ ਵੇਖੀਆਂ। ਜਦੋਂ ਉਹ ਪੁੱਜੇ ਤਾਂ ਸਭ ਖਾ ਪੀ ਚੁੱਕੇ ਸਨ। ਇਹ ਸਭ ਓਹੀ ਲੋਕ ਸਨ ਜਿਨ੍ਹਾਂ ਨੂੰ ਕਿਸੇ ਵੀ ਪਿੰਡ ਨੇ ਆਪਣੇ ਕੋਲ ਪੜ੍ਹਾ ਨਹੀਂ ਸੀ ਕਰਨ ਦਿੱਤਾ। ਨਵੇਂ ਆਏ ਬੰਦਿਆਂ ਨੂੰ ਵੇਖ ਕੁਝ ਦੇਰ ਲਈ ਸਭ ਚੁੱਪ ਹੋ ਗਏ। ਮਰਦਾਨੇ ਨੇ ਪਿੱਛੇ ਝਿੜੀ ਵੱਲ ਨਜ਼ਰ ਮਾਰੀ ਤਾਂ ਸੈਂਕੜੇ ਲੋਕ ਪਿੰਡੋਂ

ਭੱਜਕੇ ਇੱਥੇ ਬਚਾਅ ਲਈ ਲੁਕੇ ਬੈਠੇ ਸਨ। ਉਨ੍ਹਾਂ 'ਚ ਕੁਝ ਲੋਕ ਬਾਹਰ ਸਰਾਂ ਵੱਲ ਨਿਕਲ ਆਏ। ਜਦੋਂ ਉਨ੍ਹਾਂ ਨੂੰ ਦੱਸਿਆ ਕਿ ਉਹ ਲਹੌਰ ਵੱਲ ਜਾ ਰਹੇ ਨੇ ਤਾਂ ਉਹ ਆਪਣੇ ਉਜਾੜਿਆਂ ਬਾਰੇ ਦੱਸਣ ਲੱਗੇ। ਜਦੋਂ ਮਰਦਾਨੇ ਨੇ ਰਬਾਬ ਵਜਾਈ ਤਾਂ ਕੁਝ ਲੋਕ ਹੱਥ ਜੋੜ ਕੇ ਖੜ੍ਹ ਗਏ।

"ਤੁਸੀਂ ਰਾਗ ਬਾਬੇ ਹੋ... ਤੁਸੀਂ ਗੱਲਾਂ ਬੜੀਆਂ ਮਿੱਠੀਆਂ ਕਰਦੇ ਹੋ; ਗੱਲਾਂ ਹੀ ਕਰਦੇ ਰਹੋ। ਤੁਹਾਨੂੰ ਗਾਉਂਦਾ ਸੁਣਕੇ ਕੋਈ ਫਿਰ ਆ ਜਾਵੇਗਾ।"

ਜਦੋਂ ਮਰਦਾਨਾ ਸਵੇਰੇ ਉੱਠਿਆ ਤਾਂ ਉਹਨੇ ਵੇਖਿਆ ਕਿ ਲੋਕ ਤੇਜ਼ੀ ਨਾਲ ਜੰਗਲ ਵੱਲ ਜਾਂਦੀਆਂ ਪਗਡੰਡੀਆਂ ਪੈ ਗਏ ਸਨ। ਪਿੱਛੇ ਕੁਝ ਸਾਧੂ ਫਕੀਰ ਤੇ ਉਹ ਦੋਵੇਂ ਰਹਿ ਗਏ ਸਨ। ਕੁਝ ਦੂਰੀ ਉੱਤੇ ਵਗਦੇ ਰਸਤੇ ਤੋਂ ਕਦੇ ਕਦੇ ਪੌੜਾਂ ਦੀ ਆਵਾਜ਼ ਆਉਂਦੀ। ਫਿਰ ਦੂਰੋਂ ਕਿਸੇ ਪਿੰਡ ਵਿੱਚ ਚੀਕਾਂ ਦਾ ਸਮੂਹ ਸੁਣਦਾ। ਸਾਹਮਣੇ ਡਾਕਰ ਢਾਂਗ ਉੱਤੇ ਉੱਜੜੀਆਂ ਖੱਡਾਂ ਮੀਂਹ ਨਾਲ ਮਾਸ ਵਾਂਗ ਢਿੱਲੀਆਂ ਪੈ ਗਈਆਂ ਸਨ। ਜਦੋਂ ਸਭ ਲੋਕ ਉਸ ਢਾਂਗ ਪਿੱਛੇ ਚਲੇ ਗਏ ਤਾਂ ਬੈਠੇ ਲੋਕਾਂ ਨੇ ਗੱਲਾਂ ਕਰਨੀਆਂ ਸ਼ੁਰੂ ਕਰ ਦਿੱਤੀਆਂ। ਲੋਕਾਂ ਕੋਲ ਜੋ ਕੁਝ ਵੀ ਖਾਣ ਲਈ ਸੀ; ਉਨ੍ਹਾਂ ਵਿੱਚੋਂ ਹੀ ਸਾਧੂਆ ਨੂੰ ਵੀ ਖੁਆ ਦਿੱਤਾ ਸੀ। ਪਿੰਡਾਂ ਵਿੱਚ ਗਜਾ ਕਰਨ ਜਾਣਾ ਇਸ ਵੇਲੇ ਖਤਰੇ ਤੋਂ ਖਾਲੀ ਨਹੀਂ ਸੀ। ਇੱਕ ਰੋਟੀ ਬਾਬੇ ਤੇ ਮਰਦਾਨੇ ਨੇ ਵੀ ਅੱਧੀ ਅੱਧੀ ਕਰਕੇ ਖਾ ਲਈ।

"ਇਸ ਤਰ੍ਹਾਂ ਦਾ ਮੋਮਨੀ ਹੰਕਾਰ ਤਾਂ ਅੱਲਾ ਨੂੰ ਵੀ ਪਸੰਦ ਨਹੀਂ।"

"ਪਰ ਉਹ ਵੀ ਲਾਹੌਰ ਨੂੰ ਆਪਣੀ ਤਲੀ ਤੇ ਟਿਕਿਆ ਸਮਝਦਾ ਸੀ।"

ਇਹ ਆਵਾਜ਼ ਹੁਣੇ ਆਏ ਟੋਲੇ ਵਿੱਚੋਂ ਸੀ। ਉਹ ਕੌਣ ਸੀ ? ਕਿਸ ਦੀ ਧਿਰ ਸੀ; ਇਹ ਪਛਾਣਨਾ ਮੁਸ਼ਕਲ ਸੀ ? ਪਹਿਲਾਂ ਉਹਨੂੰ ਜਾਣਨ ਲਈ ਸੁਆਲ ਕੀਤਾ ਗਿਆ:

"ਲੜਣ ਆਪਸ ਵਿੱਚ ਬਾਦਸ਼ਾਹ... ਸਾਡੇ ਕਿਉਂ ਸਾਹ ਬੰਦ ਕੀਤੇ ਨੇ ?"

"ਇਨ੍ਹਾਂ ਨੂੰ ਵਿਧਵਾ ਬਾਮਣੀ ਦਾ ਸਰਾਪ ਮਾਰੇਗਾ।" ਵਿੱਚੋਂ ਕਿਸੇ ਜਨਾਨੀ ਦੀ ਆਵਾਜ਼ ਆਈ।

"ਅਸੀਂ ਬਾਹਮਣੀ ਦੇ ਪੇਟੋਂ ਮੁਗਲਨੀ ਵੀ ਨਹੀਂ ਜੰਮਣ ਦੇਣੀ...।" ਇਕ ਤਲਖ ਆਵਾਜ਼ ਆਈ। ਟੋਲਾ ਉੱਠ ਕੇ ਵੱਗਦੇ ਰਸਤੇ ਵੱਲ ਜਾਣ ਲਈ ਖੜ੍ਹਾ ਹੋ ਗਿਆ। ਚੁਫੇਰੇ ਕੁਝ ਦੇਰ ਲਈ ਸਹਿਮ ਜਿਹਾ ਛਾ ਗਿਆ।

"ਉਨ੍ਹਾਂ ਨੇ ਕੀ ਵੇਖਿਆ ਕਿ ਕੌਣ ਮਰਿਆ ਸੀ ? ਤੁਸੀਂ ਤਾਂ ਮੇਰੇ ਪਿੰਡ ਦੇ ਮੁਸਲਮਾਨ ਹੀ ਡਰਾ ਦਿੱਤੇ ਸੀ...।" ਸਭ ਤੋਂ ਪਿੱਛੋਂ ਉੱਠਿਆ ਬੰਦਾ ਵੀ ਉਨ੍ਹਾਂ ਨਾਲ ਜਾ ਰਲਿਆ। (ਇਹ ਲੋਕ ਬੋਲਣ ਵਾਲੇ ਬੰਦੇ ਦੇ ਪਿੰਡ ਦੇ ਕਮੀਣ ਮੁਸਲਮਾਨ ਸਨ)

ਕੁਝ ਲੋਕ ਬਾਬੇ ਸਾਹਮਣੇ ਆ ਕੇ ਬੈਠ ਗਏ ਸਨ।

"ਤੁਸੀਂ ਹੁਣ ਵੀ ਲਹੌਰ ਵੱਲ ਹੀ ਜਾਵੋਗੇ ?"

"ਪੱਤਣਾਂ ਤੇ ਮੁਗਲਾਂ ਦੇ ਪਹਿਰੇ ਨੇ; ਕਿਵੇਂ ਲੰਘੋਗੇ ?"

"ਅਸੀਂ ਤਾਂ ਹੁਕਮ ਵਿੱਚ ਹਾਂ; ਜਿਨ੍ਹਾਂ ਹੱਦਾਂ ਸ਼ੁਰੂ ਕੀਤੀਆਂ ਇੱਕ ਦਿਨ ਉਨ੍ਹਾਂ ਵੀ ਮਿੱਟ ਜਾਣਾ...।"

"ਪਰ ਫਕੀਰੋ ਸਾਡਾ ਤਾਂ ਸਭ ਕੁਝ ਉਜੜ ਗਿਆ। ਅਸੀਂ ਪਹਾੜੀਆਂ ਵਿੱਚ ਲੁਕ ਲੁਕ ਕੇ ਦਿਨ ਕੱਟ ਰਹੇ ਹਾਂ। ਸਾਨੂੰ ਵੀ ਕੋਈ ਰਾਹ ਵਿਖਾਓ...।"

ਇਸ ਵਾਰੀ ਬਾਬੇ ਦੇ ਇਸ਼ਾਰੇ ਨਾਲ ਵੱਜਦੀ ਰਬਾਬ ਕਿਸੇ ਨੇ ਨਹੀਂ ਰੋਕੀ। ਦੂਰ ਪਹਾੜ ਉਹਲਿਉਂ ਨਿਕਲੇ ਲੋਕ ਰੜੇ ਮੈਦਾਨ ਵਿੱਚ ਇੱਕ ਗਾਉਂਦੀ ਆਵਾਜ਼ ਨੂੰ ਸੁਣ ਥੱਲੇ ਉਤਰ ਆਏ ਸਨ। ਕੋਈ ਜੰਗੀ ਭੈਅ ਤੋਂ ਪਾਰ ਦੀਆਂ ਕੰਨਸੋਆਂ ਗਾ ਰਿਹਾ ਸੀ। ਰੜੇ ਮੈਦਾਨ ਵਿੱਚ ਚਿੱਟੀ ਧੁੱਪ ਥੱਲੇ ਕੁਝ ਦੇਰ ਲਈ ਢਾਰਸ ਉਤਰ ਆਈ ਸੀ। ਵੱਗਦੇ ਰਾਹ 'ਚੋਂ ਪੌੜਾਂ ਦੀਆਂ ਆਵਾਜ਼ਾਂ ਦੇ ਦੱਬਦਬੇ ਨਾਲ ਹੁਣ ਖੁੱਲੇ ਮੈਦਾਨ ਵਿਚ ਬੋਲਦੇ ਲੋਕ ਵੀ ਸੁਣ ਰਹੇ ਸਨ।

ਕਾਂਡ : ਉਨਤਾਲੀਵਾਂ

ਖੂਹ ਦੀ ਮਣ ਉੱਤੇ ਖਾਲੀ ਘੜੇ ਪਏ ਸਨ। ਮੰਦਰ ਅੱਗੇ ਇੱਕ ਭੇਡੀ ਬੱਕਰੀ ਰੰਭ ਰਹੀ ਸੀ। ਝਾਂਡੀ ਕਿੱਕਰ ਥੱਲੇ ਕੁਝ ਨਿਆਣੇ ਖੇਡ ਰਹੇ ਸਨ। ਮੁਗਲਾਂ ਦਾ ਆਕਾਰ ਦੱਸਦੀ ਇੱਕ ਛੋਟੀ ਜਹੀ ਬੱਚੀ ਬਾਹਾਂ ਖਿਲਾਰਦੀ ਆਪ ਹੀ ਡਿੱਗ ਪਈ। ਬੱਚਿਆਂ ਨੇ ਦੋ ਫਕੀਰਾਂ ਨੂੰ ਆਪਣੇ ਵੱਲ ਆਉਂਦੇ ਨਾ ਗੌਰਿਆ। ਉਹ ਪਿੰਡ ਅੰਦਰੋਂ ਨਿਕਲਦੇ ਇਕ ਘੋੜ ਸਵਾਰ ਵੱਲ ਵੇਖ ਰਹੇ ਸਨ। ਜਿਸ ਘਰ ਅੱਗੇ ਮਰਦਾਨਾ ਗਜਾ ਲਈ ਖੜ੍ਹਿਆ; ਉਹਦੇ ਸੁੰਨੇ ਵੇਹੜੇ ਤਿੰਨ ਚਰਖੇ ਖੜ੍ਹੇ ਸਨ (ਸੱਸ, ਨੂੰਹ, ਬਹੂ)। ਕਾਫ਼ੀ ਦੇਰ ਅੰਦਰੋਂ ਕੋਈ ਆਵਾਜ਼ ਨਹੀਂ ਆਈ। ਬਾਬਾ ਉਹਤੋਂ ਥੋੜ੍ਹਾ ਪਿੱਛੇ ਖੜ੍ਹਾ ਸੀ। ਭੁੱਖ ਨੇ ਮਰਦਾਨੇ ਨੂੰ ਬੁਲਾ ਹੀ ਦਿੱਤਾ :

"ਬਾਹਰ ਫਕੀਰ ਖੜ੍ਹੇ ਨੇ ਮਾਤਾ...।" ਅੰਦਰੋਂ ਕੋਈ ਆਵਾਜ਼ ਨਹੀਂ ਆਈ।

"ਮੇਰਾ ਗੁਰੂ ਵੀ ਮੇਰੇ ਨਾਲ ਏ।"

"ਕੋਈ ਨਹੀਂ ਹੈ ਭਾਈ...।" ਅੰਦਰੋਂ ਸਹਿਮੀ ਆਵਾਜ਼ ਚੁੱਪ ਨਾ ਰਹਿ ਸਕੀ। ਥੋੜ੍ਹੀ ਦੇਰ ਬਾਅਦ ਇੱਕ ਬਿਰਧ ਸੋਟੀ ਦਾ ਸਹਾਰਾ ਲੈ ਕੇ ਬਾਹਰ ਆਈ :

"ਤੁਸੀਂ ਕਿਹੋ ਜਹੇ ਫਕੀਰ ਹੋ ? ਲੁੱਟਦੀਆਂ ਫੌਜਾਂ ਵਿੱਚ ਮੰਗਦੇ ਫਿਰਦੇ ਹੋ।"

"ਮਾਤਾ ਮੇਰੇ ਨਾਲ ਮੇਰਾ ਗੁਰੂ ਨਾਨਕ ਵੀ ਹੈ... ਸੱਚੀਆਂ ਫੌਜਾਂ ਦਾ ਮੋਹਰੀ...।"

ਬਿਰਧ ਮਾਤਾ ਨੇ ਮਰਦਾਨੇ ਦੇ ਕਾਸੇ ਵਿਚ ਕੁਝ ਪੱਕਿਆ ਅੰਨ ਪਾਇਆ। ਉਹ ਦਰਵਾਜ਼ੇ ਤੋਂ ਥੋੜ੍ਹਾ ਅੱਗੇ ਖੜ੍ਹੇ ਬਾਬੇ ਵੱਲ ਝੁਕੀ :

"ਹੇ ਨਾਨਕ ਜੇ ਰੋਕ ਸਕਦਾ ਤਾਂ ਰੋਕ ਦੇ... ਮੁਗਲ ਤ੍ਰਿਸ਼ਨਾ ਅਧੀਨ ਚਲ ਰਿਹੈ। ਉਹ ਤਿੰਨ ਵਾਰ ਇਸ ਪਿੰਡ ਨੂੰ ਉਜਾੜ ਚੁੱਕੇ ਨੇ।"

ਬੁੱਢੀ ਚੁੱਪਚਾਪ ਵਾਪਸ ਮੁੜ ਪਈ। ਬਾਬਾ ਗਲੀ ਦੇ ਬੱਚਿਆਂ ਨਾਲ ਗੱਲਾਂ ਕਰਦਾ ਗਲੀ ਦੇ ਅਗਲੇ ਸਿਰੇ ਪਹੁੰਚ ਚੁੱਕਾ ਸੀ। ਗਲੀ ਵਿੱਚ ਲੰਘਦੇ ਮਰਦਾਨੇ ਨੇ ਹਰ ਘਰ ਅੰਦਰ ਝਾਕ ਕੇ ਵੇਖਿਆ। ਵੇਹੜਿਆਂ ਵਿੱਚ ਢਹੇ ਹੋਏ ਓਟੀਏ ਉੱਪਰ ਪੰਛੀਆਂ ਦੇ ਚਿੱਤਰ ਪਛਾਣੇ ਜਾ ਸਕਦੇ ਸਨ। ਬਾਹਰ ਵੱਲ ਝਾਕਦੀਆਂ ਅੱਖਾਂ ਪਿੱਛੇ ਆਉਂਦੇ ਘੋੜਿਆਂ ਦੀ ਕਲਪਣਾ ਨਾਲ ਕੰਬ ਰਹੀਆਂ ਸਨ।

"ਕਾਹਨੂੰ ਕੋਈ ਫਕੀਰ ਏ। ਵਿਚਾਰਿਆਂ ਨੂੰ ਨਹੀਂ ਪਤਾ ਹੋਣਾ ਕਿ ਚੁਫੇਰੇ ਯੁੱਧ ਚੱਲ ਰਿਹਾ।" ਗਲੀਆਂ ਵਿੱਚ ਖੜ੍ਹੇ ਲੋਕ ਗੱਲਾਂ ਕਰ ਰਹੇ ਸਨ। ਪਿੰਡ ਦੇ ਬਾਹਰ ਆਉਣ ਤੱਕ ਹੱਥ ਵਿੱਚ ਫੜਿਆ ਕਾਸਾ ਯਾਦ ਹੀ ਨਹੀਂ ਆਇਆ।

ਖੇਤਾਂ ਵਿਚ ਫਸਲਾਂ ਕੱਟੀਆਂ ਘੱਟ, ਉਜਾੜੀਆਂ ਜਿਆਦਾ ਸਨ। ਖੜ੍ਹੀਆਂ ਫਸਲਾਂ 'ਚੋਂ ਕਾਫ਼ਲਿਆਂ ਦੇ ਕਾਫ਼ਲੇ ਲੰਘੇ ਦਿਸਦੇ ਸਨ। ਘੋੜਿਆਂ ਤੇ ਬੰਦਿਆਂ ਦੋਵਾਂ ਨੇ ਆਪਣੀ ਮਰਜੀ ਨਾਲ ਉਜਾੜਾ ਕੀਤਾ ਸੀ। ਬਹੁਤੀਆਂ ਫਸਲਾਂ ਨਾਲ ਤਾਂ

ਬਿਲਕੁਲ ਅਣਜਾਣਾਂ ਵਾਲਾ ਵਿਵਹਾਰ ਕੀਤਾ ਹੋਇਆ ਸੀ। ਜਾਪਦਾ ਸੀ ਇਸ ਫ਼ਸਲ ਨਾਲ ਉਨ੍ਹਾਂ ਦਾ ਵਾਹ ਪਹਿਲੀ ਵਾਰ ਹੀ ਪਿਆ ਹੋਵੇਗਾ। ਉਹ ਜਾਣਕਾਰੀ ਹਾਸਿਲ ਕਰਦੇ ਕਰਦੇ ਇਹਨੂੰ ਉਜਾੜ ਗਏ ਸਨ। ਬਹੁਤ ਵਾਰੀ ਮਰਦਾਨੇ ਦਾ ਉਜੜੀ ਫ਼ਸਲ ਵਿੱਚੋਂ ਲੰਘਣ ਨੂੰ ਜੀਅ ਨਹੀਂ ਸੀ ਕੀਤਾ। ਉਹ ਪਾਸਾ ਵੱਟ ਖਾਲੀ ਖੇਤਾਂ ਵਿੱਚੋਂ ਦੀ ਲੰਘਦਾ ਰਿਹਾ। ਪਰ ਬਾਬਾ ਵਿੱਚੋਂ ਗੁਜਰ ਰਿਹਾ ਸੀ; ਜਿੱਥੇ ਫਸਲ ਬਚੀ ਹੁੰਦੀ ਉੱਥੇ ਬਚਾਉਂਦਾ ਵੀ। ਉਹ ਤਿੰਨ ਪਹਿਰ ਅਜਿਹੇ ਉਜੜੇ ਖੇਤਾਂ ਵਿੱਚੋਂ ਦੀ ਲੰਘੇ।

"ਬਾਬਾ ਫਸਲਾਂ ਵੀ ਅਜੀਬ ਸ਼ੈਅ ਨੇ... ਪਿਛਲੀ ਦਾ ਸੋਗ ਕੀਤੇ ਬਿਨਾਂ ਫਿਰ ਉੱਗ ਪੈਂਦੀਆਂ ਨੇ... ਮਿੱਟੀ ਨੂੰ ਪੁੱਛਦੀਆਂ ਵੀ ਨਹੀਂ... ਬਾਬਾ ਮਿੱਟੀ ਕਦੇ ਵੀ ਕੁਝ ਨਹੀਂ ਬੋਲਦੀ...।"

"ਬਾਬਾ ਬੀਜਾਂ 'ਚੋਂ ਕੌਣ ਉੱਗ ਪੈਂਦਾ ਏ ?"

"ਬਾਬਾ ਤਲਵੰਡੀ ਦੀਆਂ ਫਸਲਾਂ ਵੀ ਪੱਕਣ ਵਾਲੀਆਂ ਹੋਣਗੀਆਂ ?"

"ਬਾਬਾ ਜਦ ਮਿੱਟੀ ਬੀਜ ਦੀ ਮਾਂ ਬਣਦੀ ਏ ਤਾਂ ਪਹਿਲਾ ਸੁਨੇਹਾ ਕੌਣ ਸੁਣਦਾ ਹੈ?" ਇਹ ਤਿੰਨ ਪਹਿਰ ਪਹਿਲਾਂ ਕੀਤੇ ਸੁਆਲ ਸਨ। ਕੁਝ ਪੰਛੀ ਸਿਰਾਂ ਉੱਪਰੋਂ ਬੋਲਦੇ ਲੰਘੇ ਸਨ। ਇਹਤੋਂ ਬਿਨਾਂ ਕੋਈ ਹੋਰ ਆਵਾਜ਼ ਨਹੀਂ ਸੁਣੀ।

ਦੂਰ ਕਿਤੇ ਡੂੰਘੀ ਜਗ੍ਹਾ ਕੁੱਤਿਆਂ ਦੇ ਭੌਂਕਣ ਦੀ ਆਵਾਜ਼ ਸੁਣੀ। ਭੌਂਕਣਾਂ ਪਹਾੜੀਆਂ ਨਾਲ ਏਨੀ ਵਾਰ ਟਕਰਾਉਂਦਾ; ਇਹ ਅੰਦਾਜ਼ਾ ਲਾਉਣਾ ਮੁਸ਼ਕਿਲ ਸੀ ਕਿ ਉਹ ਕਿੰਨੇ ਜ਼ਿਆਦਾ ਨੇ। ਇਹ ਕਿਸੇ ਡੂੰਘੀਆਂ ਪਹਾੜੀਆਂ ਵਿੱਚ ਘਿਰੀ ਜਗ੍ਹਾ ਹੋਵੇਗੀ। ਪਿਛੋਂ ਸਾਧਾਂ ਦੀ ਟੋਲੀ ਗੱਲਾਂ ਕਰਦੀ ਅੱਗੇ ਚਲਦੇ ਫਕੀਰਾਂ ਨਾਲ ਆ ਮਿਲੀ। ਤੁਰ ਤੁਰ ਕੇ ਥੱਕੇ ਇਹ ਲੋਕ ਸੁਆਲ ਜਵਾਬ ਦੇ ਆਖਰੀ ਪੜਾਅ ਤੇ ਪਹੁੰਚ ਚੁੱਕੇ ਸਨ।

"ਪਰ ਇਹ ਤਾਂ ਦੱਸੋ ਕਿ ਜਿੱਤਿਆ ਕੌਣ ?"

"ਤੁਹਾਡੇ ਹਜਰਤ, ਅਲੀ ਤੇ ਖਲੀਫ਼ਿਆਂ ਨਾਲ ਹਿੰਦੂ ਤਾਂ ਨਹੀਂ ਸੀ ਲੜੇ। ਤੁਸੀਂ ਹਿੰਦੂਆਂ ਉੱਤੇ ਜੁਲਮ ਕਿਸ ਗੱਲ ਲਈ ਕਰ ਰਹੇ ਹੋ ?"

"ਤੁਹਾਡੇ ਕੋਲ ਤਾਂ ਪੈਂਤੀ ਕਰੋੜ ਦੇਵਤੇ ਨੇ; ਮੱਦਦ ਕਿਉਂ ਨਹੀਂ ਮੰਗ ਲੈਂਦੇ ?"

"ਇਹ ਮੱਕੇ ਮਦੀਨੇ ਦੇ ਮੁਸਲਮਾਨਾਂ ਦੀ ਗੱਲ ਨਹੀਂ ਹੋ ਰਹੀ। ਆਪਣਾ ਪਿੱਛਾ ਵੇਖ... ਸਭ ਤੇਰੇ ਬਡਾਰੂ ਖੜ੍ਹੇ ਦਿਸਣਗੇ।"

"ਰਸਤਾ ਛੱਡ ਦਿਉ ਤੁਰਕਾਂ ਵਰਗੇ ਮੁਗਲ ਆ ਗਏ ਨੇ।" ਇੱਕ ਜੋਰਦਾਰ ਚਿਤਾਵਨੀ ਨਾਲ ਘੋੜਾਂ ਦਾ ਸਮੂਹ ਕੋਲ ਆਉਂਦਾ ਸੁਣਿਆ। ਸੁਆਲ ਜਵਾਬ ਵਿਚ ਉਲਝੀਆਂ ਦੋਵੇਂ ਧਿਰਾਂ ਝਾੜੀਆਂ ਝਿੜੀਆਂ ਵਿਚ ਜਾ ਵੜੀਆਂ। ਲੁਕੇ ਹੋਏ ਲੋਕ ਦੋ ਰਾਹੀਆਂ ਦੀ ਬੇਅਕਲੀ ਦਾ ਨਤੀਜਾ ਵੇਖਣ ਲਈ ਝਾੜੀਆਂ ਵਿੱਚੋਂ ਵੇਖਣ ਲੱਗੇ। ਜਿੰਨੀ ਉਮੀਦ ਸੀ ਉਸ ਨਾਲੋਂ ਵੀ ਜਿਆਦਾ ਘੋੜ ਸਵਾਰਾਂ ਦਾ ਕਾਫ਼ਲਾ ਲੰਘਦਾ ਦਿਸਿਆ। ਲੁਕੇ ਚੇਹਰਿਆਂ ਨੇ ਘੋੜਾਂ ਦੇ ਸਮਾਨਅੰਤਰ ਰਬਾਬ ਵੱਜਦੀ ਸੁਣੀ। ਉੱਡਦੀ

ਧੂੜ ਦੂਰ ਲੰਘ ਗਈ ਸੀ। ਇੱਕ ਇੱਕ ਕਰਕੇ ਸਾਧੂ ਫਕੀਰ ਬਾਹਰ ਨਿਕਲਣ ਲੱਗੇ। ਮਰਦਾਨੇ ਨੇ ਵੇਖਿਆ ਉਹ ਪੂਰਾ ਸਮੂਹ ਉਨ੍ਹਾਂ ਨਾਲ ਮਿਲਣ ਦੀ ਕੋਸ਼ਿਸ਼ ਕਰ ਰਿਹਾ ਸੀ। ਸਾਹਮਣੇ ਇਕ ਢਹੇ ਮੰਦਰ ਅੱਗੇ ਇੱਕ ਸੂਫ਼ੀ ਨੱਚਦਾ ਦਿਸਿਆ। ਕੁਝ ਘੋੜ ਸਵਾਰ ਰੁੱਕ ਕੇ ਉਹਨੂੰ ਸੁਆਲ ਪੁੱਛ ਰਹੇ ਸਨ। ਸੁੰਨੀ ਜਗ੍ਹਾ ਢਹੇ ਹੋਏ ਮੰਦਰ ਤੋਂ ਘੋੜੇ ਉੱਚੇ ਸਨ। ਜਦੋਂ ਉਹ ਕੋਲ ਪਹੁੰਚੇ ਘੋੜ ਸਵਾਰ ਜਾ ਚੁੱਕੇ ਸਨ। ਸੂਫ਼ੀ ਨੱਚਦਾ ਟੁੱਟੇ ਬੁੱਤਾਂ ਨੂੰ ਛੂੰਹਦਾ; ਤੇ ਘੁੰਮਵਾਂ ਨਾਚ ਕਰਨ ਲੱਗਦਾ। ਫਿਰ ਇੱਕ ਸਮੂਹ ਨੂੰ ਖੜ੍ਹਾ ਵੇਖ ਕੇ ਉਹ ਬੋਲਿਆ :

"ਕੀ ਵੇਖਦੇ ਹੋ; ਕਦੇ ਫਕੀਰ ਨੱਚਦੇ ਨਹੀਂ ਵੇਖੇ ?" ਸੁਣ ਕੇ ਬਾਬਾ ਬੈਠ ਗਿਆ।

"ਤੁਸੀਂ ਘੋੜ ਸਵਾਰਾਂ ਨੂੰ ਕੋਈ ਉੱਤਰ ਕਿਉਂ ਨਹੀਂ ਦਿੱਤਾ... ?" ਇਕ ਬਜ਼ੁਰਗ ਸਾਧੂ ਉਹਦੇ ਨਜ਼ਦੀਕ ਪਹੁੰਚਿਆ।

"ਪੱਥਰਾਂ ਨੂੰ ਕਾਹਦਾ ਉੱਤਰ... ਬੁੱਤਾਂ ਕੋਲ ਤਾਂ ਫਿਰ ਨੈਣ ਨਕਸ਼ ਹੁੰਦੇ ਨੇ।" ਉਹ ਉੱਚੀ ਉੱਚੀ ਹੱਸਿਆ ਤੇ ਫਿਰ ਉਹਦੀ ਨਜ਼ਰ ਬਾਬੇ ਵੱਲ ਘੁੰਮੀ। ਕੁਝ ਦੇਰ ਬਾਅਦ ਉਹ ਸਾਹਮਣੇ ਆ ਕੇ ਬੈਠ ਗਿਆ।

"ਜੰਗ ਵੱਲ ਜਾ ਰਹੇ ਹੋ ?"

"ਆਪਣੇ ਮਾਰਗ ਤੋਂ ਜਾਣੂ ਹਾਂ...।" ਦੋਵੇਂ ਹੱਸ ਪਏ। ਕੁਝ ਪਲਾਂ ਲਈ ਰੁਕੇ; ਇਕ ਪਹਿਰ ਲਗਾ ਦਿੱਤਾ।

ਪਾਲੀਆਂ ਨੇ ਡੰਗਰਾਂ ਦੇ ਗਲਾਂ ਦੀਆਂ ਟੱਲੀਆਂ ਖੋਹਲ ਦਿੱਤੀਆਂ ਸਨ। ਸੁੰਨੇ ਚੁੱਪਚਾਪ ਤੁਰਦੇ ਡੰਗਰਾਂ ਦੇ ਵੱਗਾਂ ਕੋਲ ਹੁਣ ਨਿਸ਼ਾਨੀ ਲਈ ਸਿਰਫ਼ ਧੂੜ ਸੀ। ਦੂਰ ਕਿਸੇ ਪਿੰਡ ਦੀ ਗੜ੍ਹੀ ਦਾ ਉੱਪਰਲਾ ਛੱਜਾ ਢਹਿਆ ਦਿਸਣ ਲੱਗਾ। ਸਾਰਾ ਦਿਨ ਘੁੰਮ ਕੇ ਥੱਕੇ ਹਾਰੇ ਡੰਗਰ ਉਸੇ ਪਿੰਡ ਵੱਲ ਮੁੜ ਰਹੇ ਸਨ; ਪਰ ਪਾਲੀ ਉਧਰੋਂ ਜਾਣ ਤੋਂ ਰੋਕ ਰਿਹਾ ਸੀ। ਸੂਰਜ ਥੱਲੇ ਵੱਲ ਖਿਸਕ ਰਿਹਾ ਸੀ। ਡੰਗਰਾਂ ਦੇ ਸਿੰਗਾਂ ਦੇ ਰੰਗ ਵਰਗੀ ਸਲੇਟੀ ਸ਼ਾਮ ਹੌਲੀ ਹੌਲੀ ਗੂੜ੍ਹੀ ਹੋ ਰਹੀ ਸੀ। ਪਿੰਡ ਦੇ ਬਾਹਰ ਸਭ ਤੋਂ ਪਹਿਲਾਂ ਰਸਤੇ ਉੱਤੇ ਉਹ ਗੜ੍ਹੀ ਹੀ ਆਈ। ਉਹਦੇ ਸਾਹਮਣੇ ਮਸਜਿਦ ਅੱਗੇ ਇਕ ਸਾਬਤ ਬੁੱਤ ਮੂਧਾ ਪਿਆ ਸੀ। ਕਈ ਦਿਨਾਂ ਬਾਅਦ ਕੋਲੋਂ ਲੰਘਦੇ ਅਜਨਬੀਆਂ ਨੂੰ ਵੇਖ ਮਸਜਿਦ ਦੀ ਚਾਰਦੀਵਾਰੀ ਉੱਪਰੋਂ ਕੁਝ ਪੰਛੀ ਉੱਡ ਗਏ ਤੇ ਕੁਝ ਉੱਡਣ ਦੀ ਤਿਆਰੀ ਵਿੱਚ ਅੱਧ ਖੁੱਲ੍ਹੇ ਖੰਭ ਲੈ ਕੇ ਬੈਠੇ ਰਹੇ। ਗੜ੍ਹੀ ਦੇ ਸਭ ਦਰਵਾਜ਼ੇ ਬਾਰੀਆਂ ਖੁੱਲ੍ਹੇ ਪਏ ਸਨ। ਆਪਣੀ ਸੁੰਨਸਾਨ ਇਕੱਲਤਾ ਨਾਲ ਗੜ੍ਹੀ ਦਾ ਇਹ ਪਹਿਲਾ ਦਿਨ ਨਹੀਂ ਸੀ ਜਾਪਦਾ। ਸਿਰਫ਼ ਉੱਪਰਲੇ ਸੰਜੇ ਦਾ ਅਖੀਰਲਾ ਹਿੱਸਾ ਮਾਸ ਵਾਂਗ ਲਟਕਦਾ ਡਿੱਗਣ ਲਈ ਝਟਪਟਾਉਂਦਾ ਦਿਸ ਰਿਹਾ ਸੀ। ਅੱਗੇ ਪਿੰਡ ਦਾ ਖੂਹ ਦਿਸਣ ਲੱਗਾ। ਉਹਦੇ ਸਾਹਮਣੇ ਇੱਕ ਖੰਡਰ ਹੋਈ ਇਮਾਰਤ ਵਿੱਚ ਕਿਤੇ ਕਿਤੇ ਮੰਦਰ ਦੀਆਂ ਨਿਸ਼ਾਨੀਆਂ ਦਿਸਣ ਲੱਗੀਆਂ। ਮਰਦਾਨੇ ਨੇ ਵੇਖਿਆ ਬਾਬਾ ਉਸ ਤਰਫ਼ ਹੀ ਜਾ ਰਿਹਾ ਸੀ। ਹਾਲੇ ਤੱਕ ਪਿੰਡ ਅੰਦਰੋਂ ਕੋਈ ਆਵਾਜ਼ ਨਹੀਂ ਸੀ ਸੁਣੀ। ਮੰਦਰਾਂ ਦੇ ਢਹੇ ਕਲਸ ਤਾਂ ਅੱਜ ਸਾਰਾ ਦਿਨ ਵੇਖੇ ਸਨ। ਚਾਰ ਦੀਵਾਰੀਆਂ ਵੀ ਡਿੱਗੀਆਂ ਦਿਸਦੀਆਂ

ਰਹੀਆਂ। ਪਰ ਇਸ ਤਰ੍ਹਾਂ ਮੂਰਤੀਆਂ ਦੇ ਸਮੂਹ ਨੂੰ ਜੰਗੀ ਸਿਪਾਹੀਆਂ ਵਾਂਗ ਡਿੱਗਿਆ ਨਹੀਂ ਸੀ ਵੇਖਿਆ। ਮੰਦਰ ਦੇ ਵੇਹੜੇ ਵਿੱਚ ਵੜਦੇ ਬਾਬੇ ਨੂੰ ਵੇਖ ਕੇ ਮਰਦਾਨੇ ਦਾ ਜੀਅ ਕੁਝ ਦੇਰ ਰੁੱਕਣ ਨੂੰ ਕੀਤਾ। ਮਿੱਟੀ 'ਚੋਂ ਉੱਖੜੀਆਂ ਉਹ ਜਗਾਵਾਂ ਹਾਲੇ ਦਿਸਦੀਆਂ ਸਨ ਜਿੱਥੋਂ ਉਹ ਉਖੇੜੀਆਂ ਗਈਆਂ ਸਨ। ਪਰ ਬਾਬਾ ਇਸ ਵੱਡੇ ਵੇਹੜੇ ਦੇ ਬਹੁਤ ਅੱਗੇ ਲੰਘ ਗਿਆ ਸੀ। ਵੇਹੜੇ ਵਿੱਚ ਕੁਝ ਮੂਰਤੀਆਂ ਦੇ ਛੋਟੇ ਛੋਟੇ ਅੰਗ ਜੋ ਚੁੱਕੇ ਜਾ ਸਕਦੇ ਸਨ; ਇਕ ਜਗ੍ਹਾ ਇਕੱਠੇ ਕਰ ਦਿੱਤੇ ਗਏ ਸਨ। ਮੰਦਰ ਦੇ ਕਲਸ਼ਾਂ ਦੇ ਕੁਝ ਹਿੱਸੇ ਪਿੱਠ ਪਿੱਛੇ ਤਲਾਅ ਵਿਚ ਜਾ ਡਿੱਗ ਗਏ ਸਨ। ਬਾਬੇ ਦਾ ਚੱਕਰ ਹਾਲੇ ਜਾਰੀ ਸੀ। ਸਾਰੇ ਦਿਨ ਦੀ ਥਕਾਵਟ ਤੋਂ ਬਾਅਦ ਆਖਰੀ ਪੜ੍ਹਾ ਤੇ ਇਸ ਤਰ੍ਹਾਂ ਜਜ਼ਬੇ ਨਾਲ ਘੁੰਮਣਾ ਮਰਦਾਨੇ ਲਈ ਸੌਖਾ ਨਹੀਂ ਸੀ। ਪਰ ਉਹਨੂੰ ਪਤਾ ਸੀ ਕਿ ਬਾਬਾ ਇੱਥੇ ਕੁਝ ਬੋਲੇਗਾ ਜ਼ਰੂਰ...। ਪੂਰੇ ਵੇਹੜੇ ਵਿਚੋਂ ਘੁੰਮਦਿਆਂ ਟੁੱਟੇ ਬੁੱਤਾਂ, ਉਖੜੀਆਂ ਮੂਰਤੀਆਂ ਤੇ ਡਿਗੇ ਕਲਸਾਂ ਕੋਲੋਂ ਲੰਘਦਿਆਂ ਉਹਦੇ ਕਦਮ ਸਰਸਵਤੀ ਦੀ ਝੁੱਕੀ ਮੂਰਤੀ ਕੋਲੋਂ ਲੰਘੇ। ਫਿਰ ਬਾਬਾ ਉਹਦੇ ਸਾਹਮਣੇ ਟੁੱਟੇ ਅੰਗਾਂ ਦੇ ਢੇਰ ਕੋਲ ਆ ਕੇ ਬੈਠ ਗਿਆ। ਮਰਦਾਨੇ ਨੇ ਸਰਸਵਤੀ ਦੀ ਟੁੱਟੀ ਬਾਂਹ ਉੱਪਰ ਰਬਾਬ ਟੰਗ ਬਾਬੇ ਵੱਲ ਵੇਖਿਆ :

"ਇੱਥੋਂ ਚਲੀਏ ਬਾਬਾ; ਜੀਅ ਨਹੀਂ ਲੱਗਦਾ।" ਬਾਬੇ ਦੀਆਂ ਬੰਦ ਹੋ ਰਹੀਆਂ ਅੱਖਾਂ ਤੋਂ ਪਹਿਲਾਂ ਉਹਨੇ ਸਰਸਵਤੀ ਵੱਲ ਵੇਖਿਆ। ਉਦੋਂ ਤੱਕ ਬਾਬਾ ਟੁੱਟੇ ਬੁੱਤਾਂ ਵਿਚਕਾਰ ਧਿਆਨ ਵਿੱਚ ਚਲਾ ਗਿਆ ਸੀ। ਫਿਰ ਮਰਦਾਨੇ ਨੂੰ ਤਲਾਅ ਦੇ ਪਰਲੇ ਕੰਢੇ ਕੁਝ ਲੋਕ ਲੁਕ ਲੁਕ ਕੇ ਇਧਰ ਵੱਲ ਝਾਕਦੇ ਨਜ਼ਰ ਆਏ। ਪਾਣੀ ਪੀਣ ਨੂੰ ਜੀਅ ਕੀਤਾ। ਬਹੁਲੀ ਦੀਆਂ ਪੌੜੀਆਂ ਢਹਿ ਕੇ ਖੂਹ ਵਿਚ ਡਿੱਗ ਪਈਆਂ ਸਨ। ਉਹ ਬਹੁਲੀ ਦੀਆਂ ਡਿੱਗੀਆਂ ਚੌਰਾਸੀ ਪੌੜੀਆਂ ਨੂੰ ਗਿਣਦਾ ਪਰ ਹਰ ਵਾਰੀ ਉਹ ਬਿਆਸੀ ਰਹਿ ਜਾਂਦੀਆਂ। ਸ਼ਾਇਦ ਦੋ ਨੂੰ ਖੂਹ ਦਾ ਪੱਤਣ ਡਕਾਰ ਗਿਆ ਸੀ।

ਬਾਬੇ ਨੇ ਮੰਦਰ ਦੇ ਵੇਹੜੇ ਵਿਚ ਅੱਗ ਬਾਲ ਲਈ ਸੀ। ਉਹ ਗਜਾ ਵੀ ਕਰ ਲਿਆਇਆ ਸੀ। ਬਾਬੇ ਦੀ ਬਾਲੀ ਅੱਗ ਦੇ ਚਾਨਣ 'ਚੋਂ ਉਹਨੇ ਸਰਸਵਤੀ ਦੀ ਬਾਂਹ ਉੱਪਰੋਂ ਰਬਾਬ ਉਤਾਰੀ।

"ਬਾਬਾ ਕਿੱਥੋਂ ਸ਼ੁਰੂ ਕਰਾਂ ?" ਇਕ ਹੰਝੂ ਰਬਾਬ ਦੀ ਤਾਰ ਤੇ ਡਿੱਗਿਆ ਉੱਥੇ ਹੀ ਅਟਕ ਗਿਆ।

ਕਈ ਦਿਨਾਂ ਬਾਅਦ ਮੰਦਰ ਵਿੱਚ ਟੁੱਟੀਆਂ ਮੂਰਤੀਆਂ ਵਿਚ ਬੈਠੇ ਹਨੇਰੇ ਦੀ ਜਗ੍ਹਾ ਦੋ ਸਾਬਤ ਸਬੂਤੇ ਸਰੀਰ ਹਿਲਦੇ ਦਿਸੇ। ਹੈਰਾਨੀ ਇਸ ਕਰਕੇ ਸੀ; ਇੱਕ ਹਿੰਦੂ ਜਾਪਦਾ ਸੀ ਦੂਜਾ ਮੁਸਲਮਾਨ। ਇੱਕ ਸਾਜ਼ ਵਜਾ ਰਿਹਾ ਸੀ ਦੂਜਾ ਗਾ ਰਿਹਾ ਸੀ। ਘੱਟੋ ਘੱਟ ਖ਼ਤਰੇ ਤੋਂ ਬਾਹਰ ਦਾ ਮਿਲਣ ਦਿਸਦਾ ਸੀ। ਝਿੜੀਆਂ ਵਿਚਲੇ ਲੋਕ ਹੌਲੀ ਹੌਲੀ ਮੰਦਰ ਵੱਲ ਖਿਸਕਣ ਲੱਗੇ। ਚੰਦ ਥੱਲੇ ਚਲਾ ਗਿਆ ਸੀ। ਖੜ੍ਹੇ ਲੋਕਾਂ ਨੂੰ ਆਪਣੇ ਗੁੰਮ ਹੋ ਗਏ ਪ੍ਰਛਾਵਿਆਂ ਤੋਂ ਹੈਰਾਨੀ ਹੋਣ ਲੱਗੀ। ਅਜਿਹੇ ਵੇਲੇ ਮੰਦਰ ਵਿੱਚ ਫਕੀਰਾਂ ਦਾ ਬਾਲਿਆ ਚਾਨਣ ਦਿਸਦਾ ਸੀ। ਹੌਲੀ ਹੌਲੀ ਟੁੱਟੇ ਬੁੱਤਾਂ ਦੀ ਮਹਿਮਾਨ

ਨਿਵਾਜ਼ੀ ਵਿੱਚ ਮਹਿਫ਼ਲ ਸਜਣ ਲੱਗੀ। ਬੁੱਤ ਜੋ ਅੱਖਾਂ ਨਹੀਂ ਸਨ ਝਮਕਦੇ; ਸਰੀਰ ਜੋ ਅੱਖਾਂ ਖੁੱਲ੍ਹੀਆਂ ਰੱਖਣ ਦੀ ਆਦਤ ਗਵਾ ਚੁੱਕੇ ਸਨ। ਉਨ੍ਹਾਂ ਵਿਚਕਾਰ ਅੱਜ ਦੇ ਫਕੀਰ ਝੂਮ ਝੂਮ ਕੇ ਗਾਉਂਦੇ ਸੁਣ ਰਹੇ ਸਨ। ਆਏ ਲੋਕਾਂ ਨੂੰ ਪਤਾ ਹੀ ਨਹੀਂ ਲੱਗਿਆ ਕਦੋਂ ਉਨ੍ਹਾਂ ਟੁੱਟੇ ਬੁੱਤਾਂ ਦਾ ਢਾਸਣਾ ਲਾ ਕੇ ਕੀਰਤਨ ਸੁਣਨਾ ਆਰੰਭ ਕਰ ਦਿੱਤਾ ਸੀ। ਸੁੰਨੀ ਕਾਲੀ ਰਾਤ ਵਿੱਚ ਸਜੀ ਇਹ ਅਨੋਖੀ ਮਹਿਫ਼ਲ ਸਾਜ ਤੇ ਆਵਾਜ਼ ਦੇ ਸੰਗਮ ਵਿੱਚ ਪੂਰੇ ਪਿੰਡ ਵਿੱਚ ਗੂੰਜ ਉੱਠੀ।

ਸੱਯਦਪੁਰ ਦੇ ਖੇਤਾਂ ਵਿਚ ਡਰਨੇ ਤੋਂ ਬਿਨਾਂ ਕੋਈ ਨਹੀਂ ਸੀ ਦਿਸ ਰਿਹਾ। ਨਿਮਰ ਹੋਇਆ ਡਰਨਾ ਬੀਜ ਨਾਲ ਝੁੱਕ ਗਿਆ ਸੀ। ਹਾਲੀ ਆਖਰੀ ਵੇਲੇ ਸ਼ਾਇਦ ਬੀਜ ਵਾਲੀ ਝੋਲੀ ਉਹਦੇ ਗਲ ਪਾ ਕੇ ਭੱਜਿਆ ਹੋਵੇਗਾ। ਉਜੜੀਆਂ ਫਸਲਾਂ ਵਿੱਚ ਝੁਕਿਆ ਡਰਨਾ ਹੁਣ ਪੈਰਾਂ ਥੱਲੇ ਹੀ ਵੇਖ ਸਕਦਾ ਸੀ। ਦੂਰੋਂ ਦਿਸਦੇ ਸੈਦਪੁਰ ਵਿੱਚੋਂ ਖੱਚਰਾਂ, ਘੋੜੀਆਂ, ਊਠਾਂ ਉੱਤੇ ਲੱਦਿਆ ਸਮਾਨ ਹੌਲੀ ਹੌਲੀ ਬਾਹਰ ਨਿਕਲਦਾ ਦਿਸ ਰਿਹਾ ਸੀ। ਉਨ੍ਹਾਂ ਵਿਚ ਕਦੇ ਕਦੇ ਕੋਈ ਘੋੜ ਸਵਾਰ ਦਿਸਦਾ। ਕਦੇ ਸੂਰਜ ਦੀ ਚਮਕ ਨਾਲ ਊਠਾਂ ਤੇ ਪੁੱਠੀਆਂ ਲਟਕਦੀਆਂ ਪਿੱਤਲ ਦੀਆਂ ਮੂਰਤੀਆਂ ਦਾ ਝਲਕਾਰਾ ਪੈਂਦਾ। ਸੈਦਪੁਰ ਵੱਲ ਪੈਦਲ ਜਾਣ ਵਾਲੇ ਸਿਰਫ਼ ਇਹ ਦੋਵੇਂ ਹੀ ਸਨ। ਸੁੰਨੇ ਪਏ ਰਸਤਿਆਂ ਵਿੱਚ ਟੁੱਟੇ ਹੋਏ ਆਕਾਰਾਂ ਦੇ ਹਿੱਸੇ ਪਏ ਸਨ; ਜਿਨ੍ਹਾਂ ਨਾਲੋਂ ਕੀਮਤੀ ਸਮਾਨ ਤੋੜ ਕੇ ਇਨ੍ਹਾਂ ਰਾਹਾਂ ਵਿੱਚ ਸੁੱਟ ਦਿੱਤਾ ਗਿਆ ਸੀ। ਕੱਲ ਰਾਤ ਪੈਣ ਵੇਲੇ ਹੀ ਬਾਬੇ ਨੇ ਦੱਸ ਦਿੱਤਾ ਸੀ : "ਮਰਦਾਨਿਆ ਆਪਾਂ ਸੈਦਪੁਰ ਸੰਢਿਆਲੀ ਵੱਲ ਜਾ ਰਹੇ ਹਾਂ।" ਪੂਰਾ ਦਿਨ ਬਰਬਾਦ ਹੋਏ ਪਿੰਡਾਂ ਕਸਬਿਆਂ ਕੋਲੋਂ ਲੰਘਦਿਆਂ ਗੁਜਰਿਆ। ਦਰੱਖਤਾਂ ਦੀਆਂ ਛਾਵਾਂ, ਹਰਿਆਈ ਤੇ ਤਣਿਆਂ ਵੱਲ ਵੇਖ ਕੇ ਬਹੁਤ ਵਾਰੀ ਸੈਦਪੁਰੀਆ ਲਾਲੋ ਨੂੰ ਯਾਦ ਕੀਤਾ। (ਇੱਕੋ ਇੱਕ ਤਖਾਣ ਹੈ ਜਿਸ ਨੂੰ ਬਨਸਪਤੀ ਨਾਂ ਲੈ ਕੇ ਪੁਕਾਰਦੀ ਹੋਵੇਗੀ।)

ਪਹਿਲੀ ਹੀ ਔਰਤ ਬੁਰਕੇ ਵਾਲੀ ਦਿਸੀ। ਉਹ ਗਿਰੇ ਪੱਲਿਆਂ ਵਾਲੀ ਪਾਲਕੀ ਵੱਲ ਜਾ ਰਹੀ ਸੀ; ਜਿਸ ਨੂੰ ਚੁੱਕਣ ਲਈ ਕੁਹਾਰ ਨਹੀਂ ਸਨ। ਉਹਨੇ ਇੱਕ ਜਜ਼ਬੇ ਨਾਲ ਬੁਰਕਾ ਉੱਪਰ ਕੀਤਾ :

"ਨਾ ਗਾਉਣਾ ਫਕੀਰੋ... ਮੁਗ਼ਲ ਹਾਲੇ ਇਕ ਦਿਨ ਦੀ ਦੂਰੀ ਤੇ ਜਾ ਰਿਹੈ...।" ਉਹਨੇ ਨੰਗੇ ਬੁਰਕੇ ਨਾਲ ਪਾਲਕੀ ਦਾ ਪੱਲਾ ਚੁੱਕਿਆ; ਅੰਦਰੋਂ ਜਵਾਨ ਰੋਂਦੀ ਆਵਾਜ਼ ਸੁਣੀ।

"ਪੁਰਾਣੇ ਵੈਰ ਹਿੰਦੂਆਂ ਨਾਲ ਕਿਉਂ ? ਅਸੀਂ ਕਦੇ ਖਲੀਫਿਆਂ ਖਿਲਾਫ਼ ਲੜੇ ਸਾਂ ?" ਬੁਰਕੇ ਵਾਲੀ ਔਰਤ ਨੇ ਦੋਵੇਂ ਹੱਥਾਂ ਵਿੱਚ ਉਹਦਾ ਚੇਹਰਾ ਲੈ ਲਿਆ। ਅੱਗੇ ਢਹੇ ਹੋਏ ਕਿਲ੍ਹੇ ਦੇ ਖੰਡਰ ਸਨ। ਆਖਰੀ ਖੱਚਰਾਂ ਦਾ ਟੋਲਾ ਸਮਾਨ ਲੈ ਕੇ ਬਾਹਰ ਨਿਕਲ ਚੁੱਕਾ ਸੀ। ਲੋਕ ਹੌਲੀ ਹੌਲੀ ਆਪੋ ਆਪਣੇ ਪਿਆਰਿਆਂ ਦੀਆਂ ਲਾਸ਼ਾਂ ਪਛਾਣਨਾ ਸ਼ੁਰੂ ਕਰ ਰਹੇ ਸਨ। ਵਿਲਕਦੀਆਂ ਔਰਤਾਂ ਦਾ ਇਕ ਟੋਲਾ ਜਦੋਂ ਮਸੀਤ ਕੋਲੋਂ ਲੰਘਿਆ ਤਾਂ ਗੁੰਬਦ ਉੱਪਰ ਬੈਠੇ ਕਬੂਤਰ ਉੱਡ ਗਏ। ਮਰਦਾਨਾ ਉੱਡਦੇ ਕਬੂਤਰਾਂ ਨੂੰ ਵੇਖਦਾ ਰਿਹਾ। ਅਸਮਾਨ ਸੀ ਉੱਡਣੋਂ ਤਾਂ ਨਹੀਂ ਸੀ ਰੋਕ ਸਕਦਾ। ਪਰ

ਦਿਸਣੋਂ ਹਟਾ ਸਕਦਾ ਸੀ। ਕੁਝ ਕਦਮ ਅੱਗੇ ਲੰਘੇ ਬਾਬੇ ਨਾਲ ਉਹ ਲੰਬੇ ਕਦਮੀਂ ਜਾ ਮਿਲਿਆ। ਦੋ ਅਜਨਬੀ ਜੋ ਨਾ ਸਿਪਾਹੀ ਦਿਸਦੇ ਸਨ ਤੇ ਨਾ ਸੂਹੀਏ; ਫਿਰ ਇਸ ਤਰ੍ਹਾਂ ਬੇਪ੍ਰਵਾਹ ਕਿਉਂ ਫਿਰ ਰਹੇ ਸਨ ? ਬਾਕੀ ਬਚੇ ਵਸਿੰਦਿਆਂ ਲਈ ਇਹ ਹੈਰਾਨੀ ਦੀ ਗੱਲ ਸੀ।

ਸਾਹਮਣੇ ਜ਼ਖ਼ਮੀ ਘੋੜੇ ਅੱਗੇ ਇਕ ਲਾਸ਼ ਪਈ ਸੀ। ਉਸਦੀ ਪਠਾਣੀ ਪੱਗ ਥੋੜ੍ਹੀ ਦੂਰ ਜਾ ਕੇ ਡਿੱਗੀ ਸੀ। ਘੋੜੇ ਦਾ ਗਲ ਲੁੱਟੀਆਂ ਮਾਲਾਵਾਂ ਨਾਲ ਭਰਿਆ ਪਿਆ ਸੀ। ਬਾਬੇ ਨੇ ਬੈਠ ਕੇ ਘੋੜੇ ਦੇ ਜ਼ਖ਼ਮੀ ਸਿਰ ਨੂੰ ਪਲੋਸਿਆ। ਅੱਚਵੀ ਨਾਲ ਘੋੜੇ ਨੇ ਮੂਹਰਲਾ ਖੁਰ ਚੁੱਕਿਆ।

"ਮੱਥਾ ਨਹੀਂ ਲਗਾਮ ਤੋਂ ਫੜ੍ਹ; ਇਹ ਮੁਗਲਾਂ ਦਾ ਘੋੜਾ ਏ।" ਇੱਕ ਆਵਾਜ਼ ਬੋਲਕੇ ਕਦੋਂ ਘਰ ਜਾ ਵੜੀ; ਉਹਦਾ ਪ੍ਰਛਾਵਾਂ ਵੀ ਨਹੀਂ ਦਿਸਿਆ। ਪਰ ਅਚਾਨਕ ਘਰ ਵੜਦੇ ਮਾਲਕ ਦੀ ਆਵਾਜ਼ ਪਛਾਣਨ ਵਿੱਚ ਕੁੱਤੇ ਨੇ ਦੇਰ ਕਰ ਦਿੱਤੀ ਸੀ। ਉਹਨੇ ਪਹਿਲੀ ਝਪਟ ਮਾਲਕ ਉੱਤੇ ਮਾਰ ਦਿੱਤੀ ਸੀ। ਬੰਦ ਹੋਈ ਕੁੱਤੇ ਦੀ ਭੌਂਕ ਤੋਂ ਬਾਅਦ ਕੁਝ ਦੇਰ ਮਾਲਿਕ ਦੀ ਗੁਸੈਲੀ ਆਵਾਜ਼ ਸੁਣਦੀ ਰਹੀ। ਪਰ ਉਹ ਉਦੋਂ ਤੱਕ ਤ੍ਰਿਵੈਣੀ ਕੋਲ ਪਹੁੰਚ ਚੁੱਕੇ ਸਨ ਜਿੱਥੋਂ ਅੱਗੇ ਕੰਮੀਆਂ ਕਮੀਣਾਂ ਦੇ ਘਰ ਸ਼ੁਰੂ ਹੁੰਦੇ ਸਨ। ਆਪਣੇ ਵੱਲ ਆਉਂਦੇ ਦੋ ਜਣੇ ਵੇਖ ਇਕ ਮਾਸਾਹਾਰੀ ਪੰਛੀ ਤ੍ਰਿਵੈਣੀ ਥੱਲਿਉਂ ਖ਼ੂਨ ਦੇ ਖਿਲੇਪੜ ਨੂੰ ਉਖੇੜਦਾ ਚੌਕੰਨਾ ਹੋ ਗਿਆ। ਤ੍ਰਿਵੈਣੀ ਉੱਤੇ ਬੈਠੀਆਂ ਸ਼ਾਕਾਹਾਰੀ ਚਿੜੀਆਂ ਨੇ ਹੈਰਾਨੀ ਨਾਲ ਵੇਖਿਆ। ਇਹ ਧਰਤੀ ਨੂੰ ਮਾਸ ਕਦੋਂ ਜੰਮਣ ਲੱਗ ਪਿਆ ਏ ? ਬਹੁਤ ਨੇੜੇ ਜਾਣ ਤੇ ਉਹ ਪੰਛੀ ਉੱਠਿਆ। ਉਹਦੇ ਪੰਖਾਂ ਦੀ ਝੋਲ ਰਬਾਬ ਨੂੰ ਛੂਹ ਕੇ ਲੰਘੀ। ਬਾਬਾ ਹਾਲੇ ਵੀ ਉਸੇ ਤਰ੍ਹਾਂ ਅੱਗੇ ਚੱਲ ਰਿਹਾ ਸੀ।

ਅੱਗੇ ਫ਼ਸੀਲ ਉੱਤੇ ਆਮ ਲੋਕਾਂ ਦੀਆਂ ਲਾਸ਼ਾਂ ਪਈਆਂ ਸਨ। ਕੋਲ ਹੀ ਪਿੰਡ ਦਾ ਜੱਦੀ ਸਾਨ ਜੁਗਾਲੀ ਕਰਦਾ ਟੁੱਟੇ ਦੰਦਾਂ ਵਿੱਚੋਂ ਨਿਕਲਦੀ ਝੱਗ ਸਾਂਭ ਰਿਹਾ ਸੀ। ਜੜ੍ਹ ਹੋਏ ਸਰੀਰਾਂ ਵਿਚ ਸਿਰਫ਼ ਉਹਦੇ ਹੀ ਜਬਾੜੇ ਹਿਲਦੇ ਦਿਸ ਰਹੇ ਸਨ। ਇਹ ਸ਼ਾਕਾਹਾਰੀ ਪਸ਼ੂ ਲਾਸ਼ਾਂ ਵਿਚ ਕੀ ਹਜ਼ਮ ਕਰ ਰਿਹਾ ਸੀ ? ਸੈਦਪੁਰ ਦੀਆਂ ਗਲੀਆਂ ਵਿੱਚ ਮਰਦਾਨੇ ਦਾ ਪਹਿਲਾ ਸੁਆਲ ਸੀ :

"ਬਾਬਾ ਲੋਧੀਆਂ ਤੇ ਮੁਗਲਾਂ ਦਾ ਇਨ੍ਹਾਂ ਲੋਕਾਂ ਨੇ ਕੀ ਵਿਗਾੜਿਆ ਹੋਵੇਗਾ ?"

"ਹੰਕਾਰ ਅਗਿਆਨਤਾ ਦਾ ਦੁਆਰ ਹੈ ਮਰਦਾਨਿਆ...।" ਆਵਾਜ਼ ਸੁਣ ਇੱਕ ਨੌਜਵਾਨ ਤੀਵੀਂ ਅਚਾਨਕ ਸਪੀਲ ਉਹਲਿਉਂ ਉੱਠ ਖਲੋਤੀ : "ਨਾ ਵਜਾਉਣਾ ਇਹਨੂੰ ਸੁਣ ਕੇ ਫਿਰ ਆ ਜਾਣਗੇ...।" ਇਹ ਸੈਦਪੁਰ ਵਿਚ ਕਿਸੇ ਨੇ ਦੂਜੀ ਵਾਰ ਕਿਹਾ ਸੀ। ਗੋਦੀ ਚੁੱਕੇ ਬੱਚੇ ਨੂੰ ਉਹਨੇ ਕੰਬਦੀ ਛਾਤੀ ਨਾਲੋਂ ਅਲੱਗ ਕੀਤਾ। ਮਰਦਾਨੇ ਨੇ ਬਾਬੇ ਨੂੰ ਉਹਦੇ ਸਿਰ ਉੱਪਰ ਹੱਥ ਫੇਰਦਿਆਂ ਵੇਖਿਆ। ਐਨੀ ਦੇਰ ਕਿਸੇ ਦੇ ਸਿਰ ਉੱਤੇ ਬਾਬੇ ਦਾ ਹੱਥ ਉਂਝ ਟਿਕਦਾ ਨਹੀਂ ਸੀ।

"ਮੈਂ ਤਾਂ ਆਪਣੇ ਪਰਿਵਾਰ ਦੀਆਂ ਲਾਸ਼ਾਂ ਕੋਲ ਬੈਠੀ ਹਾਂ; ਤੁਸੀਂ ਕੌਣ ਹੋ ਬਾਬਾ ਜੀ ?"

ਮਰਦਾਨੇ ਨੇ ਜਗ੍ਹਾ ਪਛਾਣ ਲਈ ਸੀ। ਇਹ ਮਲਿਕ ਭਾਗੋ ਦੀ ਹਵੇਲੀ ਦੇ ਖੰਡਰ ਸਨ। ਕੋਈ ਕੋਈ ਲੰਘਦਾ ਚੇਹਰਾ ਲਾਸ਼ਾਂ ਵਿਚਕਾਰ ਬੈਠੇ ਦੋ ਫਕੀਰਾਂ ਨੂੰ ਅਜੀਬ ਢੰਗ ਨਾਲ ਵੇਖਦਾ।

"ਮੈਂ ਮਲਿਕ ਭਾਗੋ ਦੀ ਕੁੜੀ ਹਾਂ। ਮੈਂ ਤੁਹਾਨੂੰ ਵੀ ਪਛਾਣ ਲਿਆ ਹੈ... ਨਾਨਕ ਸ਼ਾਹ।" ਮਰਦਾਨੇ ਦਾ ਜੀਅ ਕੀਤਾ ਉਹ ਵੀ ਉਹਦਾ ਸਿਰ ਪਲੋਸੇ।

"ਮੈਂ ਬਹੁਤ ਛੋਟੀ ਸਾਂ ਜਦੋਂ ਤੁਸੀਂ ਸਾਡੀ ਹਵੇਲੀ ਆਏ ਸੀ। ਇਹ ਉਹੀ ਥਾਂ ਏ ਜਿੱਥੇ ਤੁਸੀਂ ਸੱਚ ਤੇ ਕੂੜ ਦਾ ਨਿਪਟਾਰਾ ਕਰਨ ਖੜ੍ਹੇ ਸੀ।" ਉਹ ਉੱਚੀ ਉੱਚੀ ਰੋਣ ਲੱਗੀ; ਇਸ ਵਾਰੀ ਬੱਚੇ ਨੂੰ ਉਹਨੇ ਛਾਤੀ ਤੋਂ ਅਲੱਗ ਨਹੀਂ ਕੀਤਾ। ਜਾਗਦਾ ਬੱਚਾ ਚੁਫੇਰੇ ਵੇਖ ਰਿਹਾ ਸੀ।

"ਬਾਬਾ ਬਹੁਤ ਦਿਨਾਂ ਬਾਅਦ ਛੋਟਾ ਫਰਿਸ਼ਤਾ ਵੇਖਿਆ।" ਮਰਦਾਨੇ ਮੂੰਹੋਂ ਆਪ ਮੁਹਾਰੇ ਨਿਕਲ ਗਿਆ।

ਲਾਸ਼ਾਂ ਵਿੱਚ ਕੌਣ ਬੋਲ ਰਿਹਾ ? ਘਰਾਂ ਵਿੱਚ ਲੁਕੇ ਲੋਕ ਬਾਹਰ ਵੱਲ ਝਾਕਣ ਲੱਗੇ। ਫਿਰ ਉਹ ਹਵੇਲੀ ਦੀ ਥੇਹ ਉੱਪਰ ਉੱਚੀ ਜਗ੍ਹਾ ਜਾ ਖੜ੍ਹੇ। ਲੋਕਾਂ ਨੇ ਵੇਖਿਆ ਇਕ ਫਕੀਰ ਖੰਡਰਾਂ ਉੱਪਰ ਖੜ੍ਹਾ ਗਾ ਰਿਹਾ ਤੇ ਦੂਜਾ ਸਾਜ਼ ਵਜਾ ਰਿਹਾ ਸੀ। ਕਈ ਦਿਨਾਂ ਦੀਆਂ ਚੀਖ਼ਾਂ ਕੁਰਲਾਟਾਂ ਤੋਂ ਬਾਅਦ ਸੈਦਪੁਰ ਵਿੱਚ ਇੱਕ ਆਵਾਜ਼ ਦੀ ਕੋਮਲਤਾ ਸੁਣ ਰਹੀ ਸੀ। ਰਬਾਬ ਦੀਆਂ ਧੁਨਾਂ ਨਾਲ ਪਿੱਪਲ ਤੇ ਲਟਕਦੀਆਂ ਚਮਗਿਦੜਾਂ ਦੇ ਉੱਪਰ ਬੈਠੇ ਉੱਲੂ ਨੇ ਸਰੀਰ ਝਟਕਿਆ। ਦੋਵਾਂ ਨੂੰ ਚਾਨਣ ਦੀ ਟੀਸ ਸੀ।

ਲਾਲੋ ਵੱਲ ਉਹ ਚੌਥੀ ਵਾਰ ਜਾ ਰਹੇ ਸਨ। ਇਨ੍ਹਾਂ ਗਲੀਆਂ ਵਿੱਚ ਕਦੇ ਇਸ ਤਰ੍ਹਾਂ ਹੱਦਾਂ ਨਹੀਂ ਸੀ ਰੁਕੀਆਂ। ਇਹ ਸਮੂਹਕ ਅੰਧਕਾਰ ਸੀ। ਹੁਣੇ ਗਾਏ ਬੋਲ ਰੁਕ ਰੁਕ ਕੇ ਇਕ ਝਾਕਵੀਂ ਗੂੰਜ ਵਿਚ ਕਿਤੇ ਠਹਿਰ ਗਏ ਸਨ। ਸਾਹ ਉੱਤੇ ਸੁਣਦੀ ਚੋਟ ਵੱਧ ਗਈ ਸੀ। ਇਹ ਸਮੂਹਕ ਮੌਤਾਂ ਦਾ ਸੋਗ ਸੀ। ਇਹਦੇ ਵਿੱਚ ਮਾਤਮ ਘੱਟ ਭੈਅ ਜਿਆਦਾ ਸਨ। ਫਿਰ ਵੀ ਦੋ ਫਕੀਰ ਹਥਿਆਰਾਂ ਦੀ ਜਗ੍ਹਾ ਇਕ ਸਾਜ ਦੇ ਸਹਾਰੇ ਪੀੜਾਂ ਦੇ ਇਸ ਤੀਰਥ ਵਿੱਚੋਂ ਦੀ ਲੰਘ ਰਹੇ ਸਨ। ਹੁਣੇ ਖ਼ਤਮ ਹੋਏ ਗਾਇਨ ਵਿਚੋਂ ਕੋਈ ਵੀ ਉਨ੍ਹਾਂ ਪਿੱਛੇ ਨਹੀਂ ਸੀ ਤੁਰ ਸਕਿਆ। ਇਕ ਪਹਿਰ ਪਹਿਲਾਂ ਜੰਗੀ ਨਗਾਰਿਆਂ ਦੀ ਗੂੰਜ ਜੋ ਛਿਪਦੇ ਵੱਲ ਸੁਣੀ ਸੀ; ਹੁਣ ਦੱਖਣ ਵੱਲ ਚਲੀ ਗਈ ਸੀ। ਅੱਗੇ ਪੂਰੀ ਗਲੀ ਦੇ ਥੇਹ ਉੱਪਰ ਘੋੜਿਆਂ ਥੱਲਿਉਂ ਸਵਾਰਾਂ ਦੀਆਂ ਪਛਾਣਾਂ ਕਰਦੇ ਕੁਝ ਲੋਕ ਫਿਰ ਰਹੇ ਸਨ। ਜ਼ਖ਼ਮੀ ਘੋੜਿਆਂ ਥੱਲਿਉਂ ਸਵਾਰਾਂ ਨੂੰ ਕੱਢਣ ਲਈ ਬੰਦਿਆਂ ਦੀ ਗਿਣਤੀ ਬਹੁਤ ਘੱਟ ਸੀ। ਕਦੇ ਕਦੇ ਕਿਸੇ ਦੀ ਤਲਖ ਆਵਾਜ਼ ਸੁਣਦੀ :

"ਹੁਣ ਲੋਧੀਆਂ ਦੀ ਉਦਾਸ ਖੱਚਰ ਵਾਂਗ ਕਿਉਂ ਖੜ੍ਹਾਂ ?"

"ਫਕੀਰੋ ਜਰ੍ਹਾ ਸਹਾਰਾ ਲਾਉਣਾ ਬੰਦੇ ਵਿੱਚ ਸਾਹ ਹੈਗੇ ਨੇ।"

ਮਰਦਾਨੇ ਨੇ ਥੇਹ ਉੱਪਰੋਂ ਦੂਰ ਤੱਕ ਖੰਡਰ ਬਣੇ ਸੈਦਪੁਰ ਨੂੰ ਦੁਬਾਰਾ ਵੇਖਿਆ।

ਅਗਲੇ ਦੁੱਖਾਂ ਦੀ ਉਡੀਕ ਕਰਦੇ ਚੇਹਰਿਆਂ ਦੀ ਨੁਹਾਰ ਹਾਲੇ ਸਾਹਾਂ ਦੇ ਥੱਮਲਿਆਂ ਨਾਲ ਸੰਭਾਲੀ ਨਹੀਂ ਸੀ ਜਾ ਰਹੀ।

"ਬਾਬਾ ਜਾਂ ਤਾਂ ਆਪਣੇ ਵਰਗਾ ਕਰਦੇ ਜਾਂ ਪਿੱਛੇ ਮੁੜ ਚੱਲ; ਮੈਥੋਂ ਨੀ ਵੇਖਿਆ ਜਾਂਦਾ ਹੁਣ।"

"ਇਧਰ ਵੇਖ ਮਰਦਾਨਿਆ... ਮੈਂ ਵੀ ਓਹੀ ਨਾਨਕ ਹਾਂ ਜੋ ਤਲਵੰਡੀ ਦੀਆਂ ਗਲੀਆਂ ਵਿਚ ਫਿਰਦਾ ਸੀ, ਜੋ ਸ਼ੁਰੂ ਹੋਇਆ ਉਹ ਖ਼ਤਮ ਵੀ ਹੋਵੇਗਾ।" ਕੁਝ ਦੇਰ ਲਈ ਮਰਦਾਨਾ ਲਾਸ਼ਾਂ ਉਠਾਉਂਦੇ ਲੋਕਾਂ ਵਿੱਚ ਹੀ ਬੈਠ ਗਿਆ।

"ਸਾਜ਼ ਨਾਲ ਹੀ ਥੱਕ ਗਿਆਂ ? ਸੈਦਪੁਰ ਦੇ ਲੋਕਾਂ ਵੱਲ ਵੇਖ; ਲਾਸ਼ਾਂ ਕਹਿੰਦੀਆਂ ਨੇ ਅਸੀਂ ਮੁੱਕਣਾ ਨਹੀਂ; ਅਸੀਂ ਕਹਿੰਦੇ ਹਾਂ ਅਸੀਂ ਹੱਟਣਾ ਨਹੀਂ।" ਹੰਝੂਆਂ ਨਾਲ ਭਰੀਆਂ ਲੋਕਾਂ ਦੀਆਂ ਅੱਖਾਂ ਦੋ ਫਕੀਰਾਂ ਨਾਲ ਲਾਸ਼ਾਂ ਚੁੱਕਣ ਲੱਗੀਆਂ।

ਲਾਲੋ ਦਾ ਘਰ ਬਹੁਤ ਮੁਸ਼ਕਲ ਨਾਲ ਲੱਭਾ। ਘਰ ਤਾਂ ਫਿਰ ਵੀ ਨਹੀਂ ਸੀ; ਵੇਹੜੇ ਪਏ ਸੰਦਾਂ ਤੋਂ ਜਗ੍ਹਾ ਪਛਾਣੀ ਗਈ ਸੀ। ਹੰਝੂਆਂ ਨਾਲ ਹੱਸਦਾ ਲਾਲੋ ਇਕ ਟਿੱਕ ਬਾਬੇ ਵੱਲ ਵੇਖਦਾ ਰਿਹਾ। ਕਈ ਸਾਲਾਂ ਪਿਛੋਂ ਮਰਦਾਨੇ ਨੂੰ ਕਿਸੇ ਨੇ ਘੁੱਟਕੇ ਜੱਫ਼ੀ ਪਾਈ ਸੀ। ਆਖੀਰ ਵਿੱਚ ਲਾਲੋ ਨੇ ਕਿਸੇ ਬੱਚੇ ਵਾਂਗ ਮਰਦਾਨੇ ਦੇ ਗਲ ਕੋਲ ਗਰਮ ਸਾਹਾਂ ਨਾਲ ਕੁਝ ਕਹਿਣਾ ਚਾਹਿਆ ਸੀ। ਵੇਹੜੇ ਵਿੱਚ ਸੰਦਾਂ ਕੋਲ ਰਬਾਬ ਤੇ ਪੰਡੋਕਲੀ ਨੇ ਰੌਣਕ ਲਾ ਦਿੱਤੀ ਸੀ।

"ਅੱਗ ਬਾਲ ਲਾਲੋ।" ਚੁਫੇਰੇ ਮੀਂਹ ਨਾਲ ਧੋਤਿਆ ਹਨੇਰਾ ਸੀ। ਨਿੱਖਰੀ ਰਾਤ ਦੇ ਸੱਜਰੇ ਤਾਰੇ ਚਮਕ ਰਹੇ ਸਨ। ਇੱਕ ਉਜਾੜ ਵਿੱਚ ਬਲਦੀ ਅੱਗ ਸਾਹਮਣੇ ਤਿੰਨ ਜਣੇ ਬੈਠੇ ਸਨ। ਫਿਰ ਟਿੱਕਦੀ ਰਾਤ ਦੇ ਸਹਿਮ ਵਿੱਚੋਂ ਕੀਰਨੇ ਕੁਰਲਾਟਾਂ ਸੁਣਨ ਲੱਗੀਆਂ। ਇਹ ਉਹ ਆਵਾਜ਼ਾਂ ਸਨ ਜਿਨ੍ਹਾਂ ਨੂੰ ਸਹਿਮ ਵੀ ਨਹੀਂ ਸੀ ਰੋਕ ਸਕਿਆ। ਥੋੜ੍ਹੀ ਦੇਰ ਬਾਅਦ ਬਾਬਾ ਧਿਆਨ ਵਿੱਚ ਬੈਠ ਗਿਆ। ਵੇਹੜੇ ਦੇ ਦੂਜੇ ਸਿਰੇ ਬੈਠੇ ਲਾਲੋ ਤੇ ਮਰਦਾਨਾ ਧੀਮੀ ਸੁਰ ਵਿਚ ਗੱਲਾਂ ਕਰਦੇ ਰਹੇ।

"ਮੇਰਾ ਗੁਰ ਭਾਈ ਅੱਜ ਹਾਜ਼ੀ ਬਣਕੇ ਪਰਤਿਆ। ਤੂੰ ਕਿਸਮਤਾਂ ਦਾ ਵਲੀ ਏ ਮਰਦਾਨਿਆ।"

"ਹਾਜੀ ਵੀ ਹੋ ਗਿਆਂ... ਮੇਰੇ ਨਾਲ ਸੋਝੀਆਂ ਦਾ ਪੀਰ ਵੀ ਚੱਲਦਾ ਰਿਹਾ। ਫਿਰ ਵੀ ਸੈਦਪੁਰ ਨਾਲ ਅੱਖ ਮਿਲਾਉਣ ਦੀ ਹਿੰਮਤ ਨਹੀਂ ਪੈ ਰਹੀ ਲਾਲੋ...।"

"ਜਿਸ ਨੂੰ ਮੁਹੰਮਦ ਸਾਹਿਬ ਦੀ ਗਵਾਹੀ ਨਹੀਂ ਯਾਦ ਆਈ; ਉਨ੍ਹਾਂ ਉੱਤੇ ਕੀ ਮਾਖਤਾ। ਲੋਕਾਇਤ ਦਾ ਦਰਦ ਤਾਂ ਹਾਲੇ ਬਹੁਤ ਪਿੱਛੋਂ ਸੁਣਨਾ ਸੀ।"

"ਮੈਨੂੰ ਬਾਬੇ ਨਾਲ ਫਿਰਦਿਆਂ ਕਾਂਬੇ ਆਉਂਦੇ ਰਹੇ ਲਾਲੋ... ਤੂੰ ਇਕੱਲਾ ਇਨ੍ਹਾਂ ਕੁਫਰਾਂ ਵਿੱਚੋਂ ਦੀ ਕਿਵੇਂ ਲੰਘਿਆ ?" ਮਰਦਾਨਾ ਸੈਦਪੁਰ ਦੀ ਹਕੀਕਤ ਸੁਣਨਾ ਚਾਹੁੰਦਾ ਸੀ।

"ਸਿਆਲਕੋਟ ਨੇ ਈਨ ਮੰਨ ਲਈ ਸੀ; ਪਰ ਸੈਦਪੁਰ ਨੇ ਲੜਣ ਦਾ ਫੈਸਲਾ ਕੀਤਾ।" ਇਸ ਤੋਂ ਪਹਿਲਾਂ ਮਰਦਾਨਾ ਅਗਲਾ ਸੁਆਲ ਪੁੱਛਦਾ; ਲਾਲੋ ਨਾਲ ਹੀ ਬੋਲ ਪਿਆ।

"ਤੇਰੇ ਨਾਲ ਤਾਂ ਸੋਝੀਆਂ ਦਾ ਪ੍ਰਕਾਸ਼ ਚੱਲ ਰਿਹਾ ਸੀ। ਤੂੰ ਕਿਉਂ ਇਹ ਪ੍ਰਸ਼ਨ ਬਣਨ ਦਿੱਤਾ ?"

"ਮੈਂ ਤਾਂ ਦੀਵਾ ਹਾਂ; ਗੁਰੂ ਤੇਲ ਪਾਵੇਗਾ ਤਾਂ ਬਲਾਂਗਾ।"

"ਇਸ ਵਾਰੀ ਦੀਵੇ ਵਿਚ ਤੇਲ ਦਿਸਦਾ ਏ ਗੁਰਭਾਈ।" ਹਨੇਰੇ ਵਿੱਚ ਮਰਦਾਨੇ ਨੇ ਲਾਲੋ ਨੂੰ ਨੀਝ ਲਾ ਕੇ ਵੇਖਣਾ ਚਾਹਿਆ। ਇਹ ਔਖੀਆਂ ਘੜੀਆਂ ਵਿੱਚ ਸੌਖੇ ਸੁਆਲ ਪੁੱਛਦਾ ਲਾਲੋ ਕਿੰਨਾ ਸੋਹਣਾ ਲੱਗ ਰਿਹਾ ਸੀ। ਠੀਕ ਉਸੇ ਵੇਲੇ ਬਾਬੇ ਦੀ ਆਵਾਜ਼ ਸੁਣੀ।

"ਬਹੁਤ ਰਾਤ ਹੋ ਗਈ ਏ ਮਰਦਾਨਿਆ।" ਦੋਵਾਂ ਦੇ ਕਹਿਣ ਵਿੱਚ ਇਕੋ ਜਹੇ ਭਾਵ ਸਨ। ਸਿੱਧਾ ਪਿਆ ਮਰਦਾਨਾ ਦੇਰ ਰਾਤ ਤੱਕ ਅਸਮਾਨ ਵੱਲ ਵੇਖਦਾ ਰਿਹਾ। ਬਿਨਾਂ ਕਿਸੇ ਪ੍ਰਸ਼ਨ ਤੋਂ ਅਸਮਾਨ ਵੱਲ ਵੇਖਣਾ ਵੀ ਕਿੰਨਾਂ ਔਖਾ ਸੀ!

ਅੱਜ ਸਾਰਾ ਦਿਨ ਉਹ ਸੈਦਪੁਰ ਦੀ ਗਲੀ ਗਲੀ ਘੁੰਮਦੇ ਰਹੇ। ਲੋਕਾਂ ਨੇ ਸ਼ੱਕ ਨਾਲ ਵੀ ਵੇਖਿਆ। ਇਹ ਤਿੰਨ ਫਕੀਰ ਘਰਾਂ ਅੰਦਰ ਝਾਕਦੇ ਕਿਸ ਨੂੰ ਭਾਲ ਰਹੇ ਨੇ ? ਅਗਲੇ ਦੁੱਖ ਦੀ ਉਡੀਕ ਕਰਦੀ ਇਨ੍ਹਾਂ ਚੇਹਰਿਆਂ ਦੀ ਨੁਹਾਰ ਅਤੀਤ ਬਾਰੇ ਬਹੁਤ ਸੰਭਲ ਕੇ ਬੋਲਦੀ :

"ਉਨ੍ਹਾਂ ਨੇ ਤਾਂ ਦੀਨੀ ਲਿਹਾਜ਼ ਵੀ ਨਹੀਂ ਕਰਿਆ।"

"ਇਹ ਚੜ੍ਹਦੇ ਸੂਰਜ ਦੀ ਧਰਤੀ (ਖੁਰਾਸਾਨ) ਹਿੰਦੂ ਨੂੰ ਇਸ ਤਰ੍ਹਾਂ ਕਿਉਂ ਵੇਖਦੀ ਹੈ ?" ਉਨ੍ਹਾਂ ਹਰ ਬੰਦੇ ਦੀ ਗੱਲ ਸੁਣੀ ਜੋ ਬੋਲਣਾ ਚਾਹੁੰਦਾ ਸੀ। ਉਹ ਉਨ੍ਹਾਂ ਘਰਾਂ ਵਿੱਚ ਵੀ ਗਏ ਜਿੰਨ੍ਹਾਂ ਵਿਚ ਬੱਚੇ ਤੇ ਤੀਵੀਆਂ ਤੋਂ ਬਿਨਾਂ ਹੋਰ ਕੋਈ ਨਹੀਂ ਸੀ। ਬੰਦੇ ਮਾਰੇ ਗਏ ਸਨ ਤੇ ਕੁਆਰੀਆਂ ਨੂੰ ਉਹ ਨਾਲ ਲੈ ਗਏ ਸਨ। ਸੈਦਾਪੁਰ ਦੀਆਂ ਗਲੀਆਂ ਦਾ ਇਹ ਸਫ਼ਰ ਸੌਖਾ ਨਹੀਂ ਸੀ। ਬਾਬਾ ਹਰ ਦਰਦ ਦੀ ਚੀਖ਼ ਲਈ ਨਜ਼ਰਾਂ ਮਿਲਾਉਂਦਾ; ਉੱਖੜੇ ਸਾਹਾਂ ਦੀ ਚੋਟ ਸੁਣਦਾ। ਉਹ ਰਾਹਾਂ ਵਿੱਚ ਸੁੱਕ ਗਏ ਖ਼ੂਨਾਂ ਉੱਪਰੋਂ ਦੀ ਲੰਘੇ। ਚੁਫੇਰੇ ਲਾਸ਼ਾਂ ਦਾ ਮੁਸ਼ਕ ਮਾਰ ਰਿਹਾ ਸੀ। ਜਿਸ ਘਰ ਦਾ ਕੋਈ ਨਹੀਂ ਸੀ ਬਚਿਆ; ਉੱਥੇ ਲਾਸ਼ਾਂ ਜਿਉਂ ਦੀ ਤਿਉਂ ਪਈਆਂ ਸਨ। ਉਹ 'ਅਵਾਨ' ਪਿੰਡ ਵੀ ਗਏ ਜਿੱਥੇ ਬਾਬਰ ਨੇ ਸੈਦਪੁਰ ਉੱਪਰ ਹਮਲਾ ਕਰਨ ਲਈ ਡੇਰਾ ਲਾਇਆ ਸੀ। ਹਾਲੇ ਵੀ ਰਾਹਾਂ ਵਿਚ ਭੱਜੇ ਜਾਂਦੇ ਰੱਥ ਘੋੜਿਆਂ ਸਮੇਤ ਰਾਹਾਂ ਵਿਚ ਡਿੱਗੇ ਪਏ ਸਨ। ਉਹ ਉਜੜੀਆਂ ਫਸਲਾਂ ਦੇ ਖੇਤਾਂ ਵਿੱਚੋਂ ਦੀ ਲੰਘੇ। ਰਸਤੇ ਵਿੱਚ ਕੱਲ ਵਾਲਾ ਡਰਨਾ ਵੀ ਆਇਆ। (ਡਰਨੇ ਦਾ ਸਿਰ ਪਹਿਲਾਂ ਨਾਲੋਂ ਹੋਰ ਨੀਵਾਂ ਹੋ ਗਿਆ ਸੀ) 'ਅਵਾਨ' ਤੋਂ ਵਾਪਸੀ ਵੇਲੇ ਉਨ੍ਹਾਂ ਨੂੰ ਉੱਜੜੇ ਖੇਤਾਂ ਵਿੱਚ ਵਾਪਸ ਆਉਂਦੇ ਘੁਮਾਂਤਰੂ ਕਬੀਲੇ ਦੇ ਸਜਿੰਦੇ ਮਿਲੇ। ਸਿਰਫ਼ ਇੱਕ ਜਣੇ ਕੋਲ ਸਾਜ਼ ਵੇਖ ਕੇ ਉਹ ਰੁਕਣ ਦਾ ਹੌਂਸਲਾ ਨਾ ਕਰ ਸਕੇ। "ਅੱਗੇ ਗੌਣ ਤਾਂ ਹੋਣਾ ਨਹੀਂ... ਅਸੀਂ ਵੀ ਮੁੜ ਚੱਲੇ ਹਾਂ...।" ਆਪਸ ਵਿਚ ਗੱਲਾਂ ਕਰਦੇ ਉਹ ਲੰਘ ਗਏ।

ਅੱਜ ਸਾਰਾ ਦਿਨ ਤੁਰਦਿਆਂ ਹੀ ਲੰਘਿਆ। ਦੁੱਖਾਂ ਦੀਆਂ ਸੰਘਣੀਆਂ ਪਗਡੰਡੀਆਂ ਵਿੱਚ ਇੱਕ ਪਿੰਡ ਦਾ ਹੀ ਸਫ਼ਰ ਨਹੀਂ ਸੀ ਮੁੱਕਿਆ। ਫਿਰ ਮੱਕੇ ਤੋਂ ਨਿਕਲਦੇ ਸਾਰ ਹੀ ਲੋਕ ਕਿਉਂ ਪੁੱਛਣ ਲੱਗ ਪੈਂਦੇ ਸਨ ? "ਹਾਜੀ ਬਣ ਕੇ ਆਏ ਹੋ... ਹਾਜੀ ਬਣ ਗਏ

ਹੋ ?" ਉਹਨੇ ਲਾਲੋ ਵੱਲ ਵੇਖਿਆ ਸੀ। ਹੁਣ ਪੁਛੇ ਤਾਂ ਲਾਲੋ ਕਿ 'ਹਾਜੀ ਬਣ ਆ ਗਿਆ ਏ ਤੂੰ ?' ਦੂਰ ਲਾਟਾਂ ਦਾ ਉਖੜਿਆ ਚਾਨਣ ਦਿਸਿਆ। ਅੱਗਾਂ ਹਾਲੇ ਪੂਰੀ ਤਰ੍ਹਾਂ ਨਹੀਂ ਸੀ ਬੁਝੀਆਂ। ਕਦੇ ਕਦੇ ਥੇਹਾਂ ਉੱਪਰ ਹਿਲਦੇ ਆਕਾਰਾਂ ਦੇ ਪ੍ਰਛਾਵੇਂ ਦਿਸਦੇ। ਮਰਦਾਨੇ ਦਾ ਕਈ ਵਾਰ ਜੀਅ ਕੀਤਾ ਕਿ ਲਾਲੋ ਕਿਤੇ ਖੜ੍ਹ ਕੇ ਬਾਬੇ ਨੂੰ ਸੁਆਲ ਕਰੇ। ਇਹ ਘੇਰਿਆਂ ਨੂੰ ਤੋੜਦੀ ਕਾਇਆ, ਸ਼ਬਦ ਤੇ ਆਕਾਰ ਦੀ ਵਿੱਥ ਵਿੱਚ ਕਿਸ ਲਈ ਭਰਮਣ ਕਰ ਰਹੀ ਹੈ ? ਉਹਦੇ ਬੇਪ੍ਰਵਾਹ ਗਲੇ ਦੀ ਸੋਜ਼ ਵਿੱਚੋਂ ਕਈ ਧੁਨਾਂ ਦਾ ਮਿਸ਼ਰਨ ਘੁੰਮਿਆ। ਮਰਦਾਨੇ ਨੂੰ ਅੱਜ ਸਾਰਾ ਦਿਨ ਇੱਕ ਹੀ ਵਾਕ ਆਪਣੇ ਆਲੇ ਦੁਆਲੇ ਘੁੰਮਦਾ ਸੁਣਿਆ :

"ਲਾਲੋ ਤੂੰ ਕਦੇ ਪੁੱਛਦਾ ਨਹੀਂ ਸੁਣਿਆ; ਅੱਜ ਪੁੱਛ ਤਾਂ ?"

ਇਹ ਕੋਈ ਮਲਿਕ ਭਾਗੋ ਤੇ ਲਾਲੋ ਦੇ ਘਰ ਦੇ ਵਿਚਕਾਰ ਦੀ ਕੋਈ ਜਗ੍ਹਾ ਸੀ। ਲਾਲੋ ਤੇਜ਼ ਕਦਮੀਂ ਅੱਗੇ ਲੰਘਦਾ ਬਾਬੇ ਵੱਲ ਘੁੰਮ ਕੇ ਖੜ੍ਹ ਗਿਆ। ਕੋਲੋਂ ਇੱਕ ਜਲੇ ਹੋਏ ਥੇਹ ਦੇ ਸੇਕ ਦੀ ਰੋਸ਼ਨੀ ਚੇਹਰੇ ਵਿਖਾ ਰਹੀ ਸੀ। ਹੁਣ ਬਾਬਾ ਤੇ ਲਾਲੋ ਆਹਮਣੇ ਸਾਹਮਣੇ ਸਨ। ਇਸ ਲਈ ਰਬਾਬ ਮਰਦਾਨੇ ਦੀ ਛਾਤੀ ਨਾਲ ਆ ਲੱਗੀ ਸੀ। ਮਰਦਾਨੇ ਨੂੰ ਜਾਪਿਆ ਜਲੇ ਹੋਏ ਥੇਹਾਂ ਦਾ ਚਾਨਣ ਬਾਬੇ ਵੱਲ ਖਿਸਕ ਰਿਹਾ ਸੀ। ਸੈਦਪੁਰ ਨੂੰ ਅੱਜ ਦੇ ਸਫ਼ਰ ਦਾ ਉੱਤਰ ਮਿਲਣ ਵਾਲਾ ਸੀ। ਰਬਾਬ ਨੂੰ ਪਤਾ ਨਹੀਂ, ਕਦੋਂ ਸ਼ਬਦਾਂ ਨੇ ਧੁਨਾਂ ਦਾ ਚਾਨਣ ਵਿਖਾਇਆ। ਬਾਬੇ ਦੀ ਆਵਾਜ਼ ਨਾਲ ਸੰਗਤ ਕਰਦਿਆਂ ਮਰਦਾਨੇ ਨੇ ਗਾਏ ਸ਼ਬਦਾਂ ਨੂੰ ਕੁਝ ਇਸ ਤਰ੍ਹਾਂ ਸੁਣਿਆ :

ਜੈਸੀ ਮੈ ਆਵੈ ਖਸਮ ਕੀ ਬਾਣੀ ਤੈਸੜਾ ਕਰੀ ਗਿਆਨੁ ਵੇ ਲਾਲੋ ॥
ਪਾਪ ਕੀ ਜੰਞ ਲੈ ਕਾਬਲਹੁ ਧਾਇਆ ਜੋਰੀ ਮੰਗੈ ਦਾਨ ਵੇ ਲਾਲੋ ॥

ਰਾਗ ਤਿਲੰਗ ਦੀਆਂ ਧੁੰਨਾਂ ਸੁਣ ਕੋਈ ਦੋ ਗਾਉਂਦੇ ਫਕੀਰਾਂ ਅੱਗੇ ਦੀਵਾ ਰੱਖ ਗਿਆ ਸੀ। ਮਰਦਾਨੇ ਨੂੰ ਪੈਰਾਂ ਹੇਠਾਂ ਕੁਝ ਬਦਲਿਆ ਬਦਲਿਆ ਦਿਸਿਆ।

ਕਾਂਡ : ਚਾਲ੍ਹੀਵਾਂ

ਲਾਲੋ ਸੈਦਪੁਰ ਤੋਂ ਦੋ ਕੋਹ ਬਾਹਰ ਤੱਕ ਉਨ੍ਹਾਂ ਨੂੰ ਛੱਡਣ ਆਇਆ। ਪਿੱਛੇ ਰਹਿੰਦੇ ਸੈਦਪੁਰ ਨੂੰ ਮਰਦਾਨੇ ਨੇ ਰਾਗ ਤਿਲੰਗ ਦੀ ਧੁਨ ਵਿਚ ਯਾਦ ਕੀਤਾ (ਜੈਸੀ ਮੈ ਆਵੈ ਖਸਮ ਕੀ ਬਾਣੀ)। ਸੱਜਰੀ ਸਵੇਰ ਸੀ। ਰਾਹਾਂ ਵਿੱਚ ਧਸੇ ਹੋਏ ਖੁਰਾਂ ਦੀ ਮਿੱਟੀ ਉੱਤੇ ਕਈ ਵਾਰ ਤਰੇਲ ਪੈ ਚੁੱਕੀ ਸੀ। ਜਿੱਥੇ ਮਿੱਟੀ ਤਿੜਕੀ ਸੀ ਸਲਾਬ ਨੇ ਉੱਥੇ ਹੀ ਟਿਕਾ ਦਿੱਤੀ ਸੀ। ਅੱਜ ਤੜਕੇ ਕੁਝ ਚੱਕੀਆਂ ਦੇ ਚੱਲਣ ਦੀ ਆਵਾਜ਼ ਵੀ ਸੁਣੀ ਸੀ। ਕਈ ਦਿਨਾਂ ਬਾਅਦ ਅੱਜ ਕੀਤਾ ਹੱਜ ਵੀ ਯਾਦ ਆਇਆ। ਅੱਗੇ ਚੱਲਦੇ ਲਾਲੋ ਤੇ ਬਾਬੇ ਦੇ ਸੰਵਾਦ ਕਈ ਵਾਰੀ ਉਹ ਸੁਣ ਲੈਂਦਾ; ਤੇ ਕਈ ਵਾਰੀ ਚੁਫੇਰਾ ਉਸਨੂੰ ਆਪਣੇ ਕੋਲ ਸੱਦ ਲੈਂਦਾ।

"ਬੀਜ ਕੋਲ ਆਪਣੇ ਅੰਦਰ ਝਾਕਣ ਦਾ ਹੁਨਰ ਨਹੀਂ ਹੈ; ਮਨੁੱਖ ਕੋਲ ਇਹ ਅਵਸਰ ਹੈ ਲਾਲੋ...।" ਉਹ ਅਜਿਹੇ ਖੇਤ ਕੋਲੋਂ ਲੰਘ ਰਹੇ ਸਨ ਜੋ ਯੁੱਧ ਤੋਂ ਪਹਿਲਾਂ ਬੀਜਿਆ ਗਿਆ ਸੀ। ਹਲਕੀ ਹਲਕੀ ਹਵਾ ਦੀ ਝੋਲ ਨਾਲ ਤਰੇਲ ਕੰਬਦੀ ਤੇ ਤਾਜ਼ੇ ਤੂਣਾਂ ਦਾ ਸਿਰ ਧਰਤੀ ਨਾਲ ਜਾ ਲੱਗਦਾ। ਇਸ ਤੋਂ ਬਾਅਦ ਲਾਲੋ ਦੋ ਕਦਮ ਅੱਗੇ ਹੋ ਬਾਬੇ ਅੱਗੇ ਨਿਵਿਆ। ਬਾਬਾ ਕੁਝ ਨਹੀਂ ਬੋਲਿਆ। ਸ਼ਾਇਦ ਵਾਪਸੀ ਵਾਲੇ ਲਫ਼ਜ਼ ਬਾਬਾ ਪਹਿਲਾਂ ਕਹਿ ਚੁੱਕਾ ਸੀ। ਪਿੱਛੇ ਆਉਂਦੇ ਮਰਦਾਨੇ ਨਾਲ ਉਹ ਕੁਝ ਛਿਣ ਗਲੇ ਮਿਲਿਆ। ਤੇ ਬਿਨਾਂ ਕੋਈ ਆਵਾਜ਼ ਕੀਤਿਆਂ ਉਹ ਤਿੰਨ ਤੋਂ ਦੋ ਰਹਿ ਗਏ। ਥੋੜ੍ਹੀ ਦੇਰ ਬਾਅਦ ਮਰਦਾਨੇ ਨੇ ਪਿੱਛੇ ਮੁੜ ਕੇ ਵੇਖਿਆ। ਪਹਾੜਾਂ ਦੀ ਇੱਕ ਨੀਲੀ ਝਲਕ ਦਿਸ ਰਹੀ ਸੀ; ਲਾਲੋ ਕਿਤੇ ਉਸ ਨੀਲੱਤਣ ਵਿੱਚ ਖੋ ਚੁੱਕਾ ਸੀ।

ਜਿਉਂ ਜਿਉਂ ਸੁਲਤਾਨਪੁਰ ਨੇੜੇ ਆਉਂਦਾ ਗਿਆ; ਰਾਹੀਆਂ ਕੋਲੋਂ ਜਾਣਕਾਰੀ ਮਿਲਦੀ ਗਈ। ਜਦੋਂ ਸੁਲਤਾਨਪੁਰ ਦਿਸਣ ਲੱਗਾ ਉਹ ਉਦੋਂ ਤੱਕ ਸਭ ਕੁਝ ਸੁਣ ਚੁੱਕੇ ਸਨ। ਰਾਹੀਆਂ ਨੇ ਉਨ੍ਹਾਂ ਨੂੰ ਅੰਦਰ ਜਾਣ ਤੋਂ ਵਰਜਿਆ ਸੀ ਤੇ ਲੋਧੀਆਂ ਨੂੰ ਤਾਅਨਾ ਵੀ ਮਾਰਿਆ। "ਜੇ ਲਹੌਰ ਏਨਾ ਹੀ ਪਿਆਰਾ ਸੀ ਤਾਂ ਮੁਗਲਾਂ ਅੱਗੇ ਗੋਡੇ ਕਿਉਂ ਟੇਕੇ ? ਜਦੋਂ ਸਿਰ ਦੇਣ ਦੀ ਵਾਰੀ ਆਈ ਉਦੋਂ ਸਿਰ ਝੁਕਾ ਬੈਠ ਗਏ।" ਉਹ ਤੀਜੇ ਪਹਿਰ ਤੋਂ ਥੋੜ੍ਹੀ ਦੇਰ ਪਹਿਲਾਂ ਸੁਲਤਾਨਪੁਰ ਦੇ ਕਿਲ੍ਹੇ ਦੇ ਅੱਗਿਉਂ ਲੰਘੇ; ਜਿਸ ਅੰਦਰ ਦੌਲਤ ਖਾਂ ਕੈਦ ਸੀ। ਅੰਦਰ ਘੋੜਸਵਾਰ ਫਿਰ ਰਹੇ ਸਨ। ਉੱਚੀਆਂ ਅਟਾਰੀਆਂ ਜੋ ਢਹਿਣੋਂ ਬੱਚ ਗਈਆਂ ਸਨ; ਉਨ੍ਹਾਂ ਉੱਤੇ ਖੜ੍ਹੇ ਸਿਪਾਹੀ ਦੂਰ ਤੱਕ ਨਜ਼ਰ ਰੱਖ ਰਹੇ ਸਨ। ਵੱਡੀਆਂ ਵੱਡੀਆਂ ਦੇਗਾਂ ਵਿੱਚ ਗੋਸ਼ਤ ਪੱਕ ਰਿਹਾ ਸੀ। ਇੱਕ ਮੁਗਲ ਸਿਪਾਹੀ ਨੇ ਆਪਣੇ ਦੋ ਭਾਸ਼ੀਏ ਤੋਂ ਲੰਘਦੇ ਰਾਹੀਆਂ ਬਾਰੇ ਪੁੱਛਿਆ। "ਐਵੇਂ ਹੀ ਨੇ।" ਇਹ ਆਵਾਜ਼ ਮਰਦਾਨੇ ਦੇ ਕੰਨੀਂ ਪਈ। ਨਾਨਕੀ ਦੇ ਘਰ ਤੱਕ ਕੋਈ ਵਸਿੰਦਾ ਨਹੀਂ ਮਿਲਿਆ।

ਬੰਦ ਦਰਵਾਜ਼ੇ ਅੱਗੇ ਦੋ ਬਜ਼ੁਰਗ ਖੜ੍ਹੇ ਸਨ ਜਿਨ੍ਹਾਂ ਦੀ ਲੱਤਾਂ ਬਾਹਾਂ ਤੇ ਝਰੀਟਾਂ ਸਨ। ਜਿਨ੍ਹਾਂ ਲੰਬੇ ਲੰਬੇ ਮੈਲੇ ਚੋਗੇ ਪਾਏ ਸਨ। ਇੱਕ ਦੇ ਹੱਥ ਸਾਜ਼ ਤੇ ਇਕ ਦੇ ਸਿਰ ਪੁਰਾਣੀ ਪੰਡੋਕਲੀ ਸੀ। ਲੋਕਾਂ ਨੇ ਉਨ੍ਹਾਂ ਨੂੰ ਕਈ ਵਾਰ ਨਾਨਕੀ ਦਾ ਦਰਵਾਜ਼ਾ ਖੜਕਾਉਂਦੇ ਵੇਖਿਆ। ਸਭ ਘਰਾਂ ਦੇ ਦਰਵਾਜੇ ਅੰਦਰੋਂ ਬੰਦ ਸਨ। ਕਈ ਵਾਰ ਖੜਕਾਉਣ ਤੇ ਬਹੁਤ ਹੀ ਹੌਲੀ ਜਹੇ ਦਰਵਾਜ਼ਾ ਖੁੱਲ੍ਹਿਆ।

"ਪੀਰ ਆਏ ਨੇ।" ਟਹਿਲਣ ਦੀ ਆਵਾਜ਼ ਸੁਣ ਨਾਨਕੀ ਡਿਓਡੀ ਵਿੱਚ ਆਈ। ਇਸ ਵਾਰੀ ਉਹ ਤੇਜ਼ੀ ਨਾਲ ਵੇਖਦੀ ਸਾਰ ਦਰਵਾਜ਼ੇ ਵੱਲ ਨਾ ਆਈ। ਕੁਝ ਦੇਰ ਖੜ੍ਹ ਕੇ ਦੋਵਾਂ ਨੂੰ ਗ਼ੌਰ ਨਾਲ ਵੇਖਿਆ। ਹੰਝੂਆਂ ਨਾਲ ਭਰੀਆਂ ਅੱਖਾਂ ਨੂੰ ਸਾਫ਼ ਹੋਣ ਦਿੱਤਾ।

"ਮੇਰੇ ਰਿਸ਼ੀ ਵੀਰ ਹਾਜ਼ੀ ਹੋ ਕੇ ਆਏ ਨੇ...।"

"ਨਸੀਮਾ...।" ਉਹਨੇ ਟਹਿਲਣ ਨੂੰ ਆਵਾਜ਼ ਮਾਰੀ।

"ਤੂੰ ਦੱਸ ਹਾਜ਼ੀਆਂ ਨੂੰ ਕਿਵੇਂ ਦੇਹਲੀਆਂ ਟਪਾਈਦਾ...।"

"ਦੇਹਲੀ ਤਾਂ ਅਸੀਂ ਟੱਪ ਆਏ ਭੈਣ...।" ਮਰਦਾਨੇ ਨੇ ਅੱਗੇ ਵੱਧ ਕੇ ਪੈਰੀਂ ਹੱਥ ਲਾਇਆ। ਇਸ ਤੋਂ ਪਹਿਲਾਂ ਨਾਨਕੀ ਰੋਕੇ; ਬਾਬੇ ਨੇ ਵੀ ਮੌਕਾ ਵੇਖ ਭੈਣ ਦੇ ਪੈਰ ਛੂਹ ਲਏ।

"ਹੁਣ ਤੁਸੀਂ ਬਹੁਤ ਵੱਡੇ ਹੋ ਗਏ ਹੋ; ਮੇਰੇ ਪੈਰਾਂ ਵੱਲ ਨਾ ਵੇਖਿਆ ਕਰੋ।" ਉਹ ਦੋਵਾਂ ਦੇ ਹੱਥ ਫੜ ਅੰਦਰ ਡਿਓਡੀ ਵਿੱਚ ਲੈ ਆਈ। ਨਾਨਕੀ ਨੇ ਇਕ ਇਕ ਕਰਕੇ ਚੁਫੇਰੇ ਹੋਏ ਕਤਲੇਆਮ ਦੀਆਂ ਕਹਾਣੀਆਂ ਸੁਣਾਈਆਂ। ਕੈਦ ਵਿਚ ਦੌਲਤ ਖਾਂ ਇਸ ਵੇਲੇ ਸਖ਼ਤ ਬੀਮਾਰ ਸੀ। ਆਲੇ ਦੁਆਲੇ ਦੇ ਪਿੰਡਾਂ ਵਿਚ ਹੁਣ ਖਾਣ ਜੋਗਾ ਅੰਨ ਵੀ ਨਹੀਂ ਸੀ ਛੱਡਿਆ। ਉਹ ਕਈ ਵਾਰ ਜੈਰਾਮ ਨੂੰ ਵੀ ਪੁੱਛਣ ਆਏ ਸਨ। ਉਹ ਲਾਗਦੇ ਕਿਸੇ ਪਿੰਡ ਛੁੱਪ ਕੇ ਰਹਿ ਰਿਹਾ ਸੀ। ਕਦੀ ਵੀ ਕੁਝ ਵੀ ਹੋ ਸਕਦਾ ਸੀ। ਨਾਨਕੀ ਸੁਣਾਉਂਦੀ ਜਾ ਰਹੀ ਸੀ। ਫਿਰ ਉਹ ਹੰਝੂ ਵਹਾਉਂਦੀ ਮੁਸਕਰਾਉਂਦੀ ਕਹਿ ਜਾਂਦੀ : "ਮੈਂ ਵੀ ਦੋ ਰਿਸ਼ੀਆਂ ਦੀ ਭੈਣ ਹਾਂ।" ਰਾਤ ਨੂੰ ਪੈਣ ਲੱਗੇ ਉਨ੍ਹਾਂ ਦੱਸ ਦਿੱਤਾ ਸੀ ਕਿ ਸਵੇਰੇ ਉਨ੍ਹਾਂ ਵਾਪਸ ਮੁੜਨਾ ਹੈ। "ਤੇਰੇ ਸਾਦੇ ਕੱਪੜੇ ਮੈਂ ਸਾਂਭ ਕੇ ਰੱਖੇ ਨੇ ਵੀਰ...।" ਕੁਝ ਪਲਾਂ ਲਈ ਨਾਨਕੀ ਦੀ ਆਵਾਜ਼ ਬਦਲ ਗਈ ਸੀ। (ਲੱਗਪਗ ਤਿੰਨ ਦਹਾਕੇ ਪਹਿਲਾਂ ਸੁਲਤਾਨਪੁਰੋਂ ਹੀ ਸਾਦੇ ਕੱਪੜੇ ਲਾਹ ਭਗਵੇਂ ਪਾਏ ਸਨ) ਅਗਲੇ ਹੀ ਪਲ ਉਹਨੇ ਸਦਾ ਰਹਿਣ ਵਾਲੀ ਆਵਾਜ਼ ਵਿਚ ਬੋਲਿਆ। "ਮੈਂ ਆਪਣੇ ਵੀਰਾਂ ਨੂੰ ਸਜਾ ਕੇ ਤੋਰਾਂਗੀ...।" ਉਹਨੇ ਪਹਿਲਾਂ ਹੀ ਸੁਆ ਕੇ ਰੱਖੇ ਚੋਗੇ ਬਾਹਰ ਕੱਢ ਦਿੱਤੇ। ਪੰਡੋਕਲੀ ਦੇ ਮੈਲੇ ਚੋਗੇ ਧੋ ਕੇ ਸੁੱਕਣੇ ਪਾ ਦਿੱਤੇ। ਸਵੇਰੇ ਉਹ ਸੁਲਤਾਨਪੁਰ ਤੋਂ ਸੱਜ ਸਵਰ ਕੇ ਨਿਕਲੇ। ਜਾਪਦਾ ਹੀ ਨਹੀਂ ਸੀ; ਕੋਈ ਏਨੇ ਲੰਬੇ ਸਫ਼ਰਾਂ ਤੋਂ ਮੁੜਿਆ ਏ।

ਅਗਲਾ ਪਿੰਡ ਛੇਤੀ ਆ ਗਿਆ ਸੀ। ਪੰਛੀ ਤ੍ਰਿਵੈਣੀ ਉੱਤੇ ਮੁੜ ਆਏ ਸਨ। ਖੰਡਰ ਹੋਏ ਪਿੰਡ ਦੇ ਲੋਕ ਹਾਲੇ ਨਹੀਂ ਸੀ ਪਰਤੇ। ਪਿੰਡ ਅੱਗੇ ਇੱਕ ਆਸ਼ਰਮ ਦਾ

ਵੇਹੜਾ ਕਰਮੰਡਲਾਂ ਕਾਸਿਆਂ ਨਾਲ ਭਰਿਆ ਪਿਆ ਸੀ; ਭੱਜਣ ਲੱਗੇ ਸਾਧੂ ਇਨ੍ਹਾਂ ਨੂੰ ਵੀ ਨਾਲ ਚੁੱਕ ਨਹੀਂ ਸੀ ਸਕੇ। ਬਿਲਕੁਲ ਜਾਣੇ ਪਛਾਣੇ ਪਿੰਡਾਂ ਦੇ ਰਸਤਿਆਂ ਦੀਆਂ ਨੁਹਾਰਾਂ ਵੀ ਮਰਦਾਨੇ ਦੀ ਪਛਾਣ ਵਿੱਚ ਨਹੀਂ ਸੀ ਆ ਰਹੀਆਂ। ਉੱਚੀਆਂ ਅਟਾਰੀਆਂ ਬੁਰਜਾਂ ਹਵੇਲੀਆਂ ਦੀਆਂ ਨਿਸ਼ਾਨੀਆਂ ਬਿਲਕੁਲ ਬੇਪਛਾਣ ਹੋ ਚੁੱਕੀਆਂ ਸਨ। ਹੁਣ ਤਾਂ ਰਣਭੂਮੀ ਵਿਚ ਡਿੱਗੇ ਯੋਧਿਆਂ ਦੇ ਚੇਹਰਿਆਂ ਦੀ ਪਛਾਣ ਨਹੀਂ ਸੀ ਹੋ ਰਹੀ। ਅੱਗੇ ਇਕ ਹੋਰ ਉਜੜਕੇ ਵੱਸਦਾ ਪਿੰਡ ਆ ਰਿਹਾ ਸੀ। ਦੋ ਅੱਧ ਜਲੇ ਘਰਾਂ ਅੱਗੇ ਖੜ੍ਹੇ ਇਕ ਬੰਦੇ ਨੇ ਪੁੱਛਿਆ :

"ਫਕੀਰੋ ਜੁੱਤੀ ਨਹੀਂ ਪਾਈ ?" (ਪਿਛਲੇ ਪਿੰਡ ਉਹ ਦੋਵੇਂ ਜੁੱਤੀਆਂ ਦੇ ਆਏ ਸਨ) ਇਹ ਹੌਲ ਪਾਉਣ ਵਾਲੀ ਆਵਾਜ਼ ਸੀ। ਇਸ ਵਾਰੀ ਦੇ ਮੁੱਕਦੇ ਸਫ਼ਰ ਦੀਆਂ ਯਾਦਾਂ ਸਾਂਭਣੀਆਂ ਬੜੀਆਂ ਔਖੀਆਂ ਸਨ। ਇਸ ਪਾਸਾਰ ਵਿੱਚ ਖਿਆਲਾਂ ਦੀਆਂ ਦੂਰੀਆਂ ਸੁਰਤਾਂ ਨੂੰ ਕਾਂਬੇ ਛੇੜ ਦੇਂਦੀਆਂ ਸਨ। ਦੋ ਲੰਬੀਆਂ ਚਿੱਟੀਆਂ ਦਾਹੜੀਆਂ ਵਾਲੇ ਫਕੀਰਾਂ ਨੂੰ ਅੱਜ ਕਲ ਖਲਕਤ ਕਿਹੋ ਜਿਹੇ ਸੁਆਲ ਪੁੱਛਦੀ ਹੈ ? ਮਰਦਾਨਾ ਤੇਜ਼ ਕਦਮੀ ਬਾਬੇ ਤੋਂ ਅੱਗੇ ਤੁਰਨ ਲੱਗਾ...। ਕੁਝ ਪੁੱਛਣ ਦੀ ਇਹ ਵੀ ਮਰਦਾਨੇ ਕੋਲ ਇੱਕ ਵਿਧੀ ਸੀ। (ਅਕਸਰ ਅਜਿਹੇ ਵੇਲੇ ਬਾਬੇ ਦਾ ਉੱਤਰ ਸ਼ੁਰੂ ਹੋ ਜਾਂਦਾ ਸੀ) ਪਰ ਇਸ ਵਾਰੀ ਬਿਰਧ ਸਰੀਰ ਜ਼ਿਆਦਾ ਦੇਰ ਅੱਗੇ ਨਹੀਂ ਸੀ ਚੱਲ ਸਕਦਾ। ਸ਼ਾਇਦ ਬਾਬਾ ਵੀ ਇਹ ਸਮਝ ਗਿਆ ਸੀ।

"ਭਾਈ ਮਰਦਾਨਿਆ... ਵਿਚਾਰ ਤਾਂ ਜਾਨਿਆ ਹੋਇਆ ਹੀ ਹੁੰਦਾ ਏ... ਸੱਚ ਨਹੀਂ।"

"ਬਾਬਾ ਜੋ ਦਿਸਦਾ ਹੈ, ਉਸਦੇ ਵਿਚਾਰ ਤਾਂ ਬਣਨਗੇ ਹੀ ਨਾ ?"

"ਸਵਾਸਥ ਕਦੇ ਬੀਮਾਰ ਨਹੀਂ ਹੁੰਦਾ। ਜੋ ਦਿਸਦਾ ਹੈ ਉਹ ਬੀਮਾਰੀ ਦੇ ਲੱਛਣ ਨੇ; ਬੀਮਾਰੀ ਕਿਤੇ ਹੋਰ ਹੈ ਮਰਦਾਨਿਆ...।"

"ਬਾਬਾ ਦਿਸਣ ਦੇ 'ਹੌਲ' ਨੂੰ ਕਿਵੇਂ ਰੋਕਾਂ ?"

"ਇਕ ਦਰਵਾਜਾ ਤਾਂ ਹਰ ਘਰ ਵਿੱਚ ਹੁੰਦਾ ਏ... ਆਪਣੇ ਘਰ ਦਾ ਦਰਵਾਜਾ ਢੂੰਡ ਭਾਈ...।" ਹੌਲੀ ਹੌਲੀ ਮਰਦਾਨਾ ਪਹਿਲਾਂ ਬਰਾਬਰ ਤੇ ਫਿਰ ਬਾਬੇ ਦੇ ਪਿੱਛੇ ਚੱਲਣ ਲੱਗਾ। ਫਿਰ ਅੱਗਿਉਂ ਆਵਾਜ਼ ਆਈ :

"ਮਰਦਾਨਿਆ...।" ਲੰਬਾ ਕਹਿਣ ਤੋਂ ਭਾਵ ਸੀ; ਬਾਬਾ ਪਹਿਲਾਂ ਹੁੰਗਾਰਾ ਉਡੀਕਦਾ।

"ਹਾਂ... ਬਾਬਾ...।"

"ਉਸ ਜਗ੍ਹਾ ਨਾ ਰੁੱਕ ਜਿੱਥੋਂ ਗੁਰੂ ਤੇ ਚੇਲੇ ਨੇ ਵੱਖ ਹੋਣਾ ਹੁੰਦਾ ਏ...। ਇੱਥੋਂ ਸੁਰਤ ਦੀ ਸਵਾਰੀ ਸ਼ੁਰੂ ਹੁੰਦੀ ਏ...।"

"ਮੈਂ ਨਹੀਂ ਵਿਛੜਣਾ ਬਾਬਾ...।" ਮਰਦਾਨਾ ਫਿਰ ਬਰਾਬਰ ਟੁਰਨ ਲੱਗਾ। ਅਚਾਨਕ ਆਈ ਥਕਾਵਟ ਪਤਾ ਨਹੀਂ ਕਿੱਧਰ ਗਵਾਚ ਗਈ ਸੀ ?

"ਮੈਨੂੰ ਪੁੱਛਣ ਦੀ ਜਗਿਆਸਾ ਵਿੱਚ ਹੀ ਰੱਖ। ਜੇ ਇਸ ਤੋਂ ਅੱਗੇ ਵਿਛੋੜਾ ਹੈ;

'ਤਾਂ ਮੈਂ ਹਾਂ ਤਲਵੰਡੀ ਦਾ ਡੂਮ'। ਜੇ ਕੋਈ ਗਿਆਨ ਬਾਬੇ ਤੋਂ ਵਿਛੋੜਦਾ ਹੈ ਤਾਂ ਮੈਂ ਇੱਥੇ ਹੀ ਰੁਕਦਾ ਹਾਂ...।" ਬੱਚਿਆਂ ਵਾਂਗ ਰੋਂਦੇ ਮਰਦਾਨੇ ਨੂੰ ਵੇਖ ਕੇ ਇਕ ਰਾਹੀ ਨੇ ਪੁੱਛਿਆ :

"ਭਾਈ ਇਹ ਤਾਂ ਦੱਸੋ ਕੌਣ ਕਿਸ ਨੂੰ ਛੱਡ ਗਿਆ ? ਤੁਸੀਂ ਸਿਆਣੇ ਬਿਆਣੇ ਹੋ ਕੇ ਬੱਚਿਆਂ ਵਾਂਗ ਦਿਸਦੇ ਹੋ।"

ਇੱਕਦਮ ਤਲਵੰਡੀ ਦਾ ਮੱਥਾ ਸਾਹਮਣੇ ਆ ਗਿਆ ਸੀ। ਤੁਰਦੇ ਤੁਰਦੇ ਸਾਹਮਣੇ ਵੇਖਣਾ ਯਾਦ ਹੀ ਨਹੀਂ ਸੀ ਰਿਹਾ। ਹੁਣ ਅੱਗੇ ਚੱਲਦਾ ਬਾਬਾ ਵੀ ਦਿਸ ਪਿਆ ਸੀ। ਤਲਵੰਡੀ ਦੀ ਨੁਹਾਰ ਪਹਿਲਾਂ ਵਰਗੀ ਹੀ ਸੀ; ਕਿਤੇ ਕੋਈ ਧੁਆਂਖੀ ਝਲਕ ਨਜ਼ਰੀਂ ਨਹੀਂ ਪਈ। ਪਰ ਪੈੜਾਂ ਵਾਲੇ ਰਾਹ ਉਨ੍ਹੇ ਰੌਣਕੀ ਨਹੀਂ ਸਨ। ਬਹੁਤ ਦਿਨਾਂ ਬਾਅਦ ਕੋਹਲੂ ਚੱਲਦਾ ਦਿਸਿਆ। ਵਜਰ ਆਸਣ ਵਿਚ ਰਾਖੀ ਕਰਦਾ ਕੁੱਤਾ ਦਿਸਿਆ। ਉਹ ਰਾਏ ਬੁਲਾਰ ਦੀ ਸੁੰਨਸਾਨ ਹਵੇਲੀ ਅੱਗਿਉਂ ਲੰਘੇ। ਹੁਣ ਸਫਰਾਂ ਦਾ ਹਾਲ ਪੁੱਛਣ ਵਾਲੇ ਰਾਏ ਬੁਲਾਰ ਨਹੀਂ ਸੀ ਰਹੇ। ਦੌਲਤ ਖਾਂ ਦੇ ਫੜੇ ਜਾਣ ਦਾ ਸੋਗ ਹਵੇਲੀ ਦੀ ਨੂੰਹ ਨਾਲ ਅਹਿਲਕਾਰਾਂ ਨੂੰ ਵੀ ਸੀ। (ਦੌਲਤ ਖਾਂ ਦੀ ਬੇਟੀ, ਇੱਥੇ ਵਿਆਹੀ ਸੀ)

"ਇਹ ਕਿਤੇ ਨਾਨਕ ਤਾਂ ਨਹੀਂ ਜਾ ਰਿਹੈ... ਫਿਰ ਮੁੜ ਆਇਆ ?"

"ਵੇਖ ਲੋ ਘੁੰਮ ਘੁੰਮ ਕੇ ਹੀ ਬਜੁਰਗ ਬਣ ਗਿਆ।"

"ਆਰਿਫ਼ ਲੋਕ ਨੇ...।" ਰਾਏ ਬੁਲਾਰ ਦੇ ਕੁਝ ਬਿਰਧ ਸਿਪਾਹੀ ਗੱਲਾਂ ਕਰਦੇ ਹਵੇਲੀ ਸਾਹਮਣੇ ਇਕ ਵੱਡੇ ਪੱਥਰ ਉੱਤੇ ਜਾ ਬੈਠੇ। ਕਿਸੇ ਸਮੇਂ ਇਨ੍ਹਾਂ ਆਪਣੇ ਮਾਲਕ ਨੂੰ ਇਸ ਬੰਦੇ (ਨਾਨਕ) ਦੇ ਅੱਗੇ ਪਿੱਛੇ ਫਿਰਦਾ ਵੇਖਿਆ ਸੀ। ਸ਼ਾਇਦ ਇਸ ਲਈ ਉਨ੍ਹਾਂ ਵਿਚ ਕੋਈ ਯਾਦ ਦੀ ਸ਼ਰਧਾ ਜਾਗ ਪਈ ਸੀ। ਪਰ ਹਵੇਲੀ ਅੱਗੇ ਛਾਈ ਚੁੱਪ ਵਿੱਚ ਇਹ ਬੋਲ ਬਹੁਤ ਉੱਚੇ ਸੁਣੇ ਸਨ। ਪਹਿਰੇਦਾਰ ਨੇ ਬਾਹਰ ਵੱਲ ਵੇਖਿਆ ਤੇ ਜਾਣੂ ਚੇਹਰੇ ਵੇਖ ਚੁੱਪ ਕਰ ਗਿਆ।

"ਓਪਰੇ ਬੰਦੇ ਤੇ ਨਜ਼ਰ ਰੱਖਣੀ; ਤੁਸੀਂ ਵੀ ਪੁਰਾਣੇ ਸਿਪਾਹੀ ਹੋ।"

ਪਿਛਲੇ ਚਾਲੀ ਸਾਲਾਂ ਤੋਂ ਘਰ ਉਵੇਂ ਹੀ ਦਿਸਦਾ ਸੀ ਜਿਵੇਂ ਮਹਿਸੂਸ ਹੁੰਦਾ ਸੀ। ਸਿਰਫ਼ ਦਰਵਾਜ਼ੇ ਦੇ ਪੱਲੇ ਥੱਲਿਉਂ ਕੁਝ ਝੜ ਗਏ ਸਨ। ਫਿਰ ਵੀ ਦੂਰੋਂ ਅੰਦਰ ਨਹੀਂ ਸੀ ਦਿਸਦਾ। ਦਰਵਾਜ਼ਾ ਖੋਹਲਣ ਤੋਂ ਬਾਅਦ ਵੀ ਪਤਾ ਨਹੀਂ ਸੀ ਲੱਗਦਾ ਕਿ ਬੰਦ ਕੀਤਾ ਸੀ ਜਾਂ ਆਪੇ ਬੰਦ ਹੋ ਗਿਆ ਏ। ਮਰਦਾਨੇ ਨੇ ਸੱਜੇ ਪੱਲ੍ਹੇ ਨੂੰ ਧੱਫਾ ਮਾਰਿਆ; ਜਿਸ ਨਾਲ ਉਹਨੂੰ ਪਤਾ ਸੀ ਕਿ ਦੋਵੇਂ ਖੁੱਲ੍ਹ ਜਾਣਗੇ। ਅੰਦਰ ਅੰਮੀ ਵਰਗਾ ਬਿਰਧ ਸਰੀਰ ਦਿਸਿਆ। ਦਰਵਾਜੇ ਦੀ ਚੀਖ ਨਾਲ ਉਹਨੇ ਪਿੱਛੇ ਵੱਲ ਨਾ ਵੇਖਿਆ (ਕੋਈ ਗੁਆਂਢੀ ਮਰਾਸੀ ਆਇਆ ਹੋਵੇਗਾ) ਅੰਮੀ ਵੇਲੇ ਹਮੇਸ਼ਾ ਜੀਅ ਕਰਦਾ ਸੀ ਕਦੋਂ ਸਿਰ ਉਹਦੇ ਹੱਥਾਂ ਕੋਲ ਪਹੁੰਚ ਜਾਵੇ। ਪੈਰੀਂ ਜੁੱਤੀ ਵੀ ਨਹੀਂ ਸੀ; ਮਾਸ ਦੀ ਵਿੜਕ ਨਾਲ ਮਰਾਸਣ ਨੇ ਕਿੱਥੇ ਸੁਣਨਾ ਸੀ ? ਉਹ ਘੁੰਮ ਕੇ ਅਚਾਨਕ ਉਹਦੇ ਅੱਗੇ ਪਹੁੰਚ ਗਿਆ।

"ਬੱਲੇ ਬੱਲੇ ਮੀਰ ਜੀ ਹਾਜੀ ਹੋ ਕੇ ਆਏ ਨੇ...।" ਉਹ ਬਿਨਾਂ ਸਹਾਰੇ ਤੋਂ ਉੱਠ ਖੜ੍ਹੀ ਸੀ।

"ਦੱਸ ਮੇਰੇ ਲਈ ਕੀ ਲਿਆਇਆਂ ?" ਉਹਦੀ ਮੰਗ ਬੱਚਿਆਂ ਵਰਗੀ ਸੀ। ਉਹਨੇ ਟੁੱਟੀ ਹੋਈ ਮੰਜੇ ਉੱਤੇ ਰਬਾਬ ਰੱਖ ਪੰਡੋਕਲੀ 'ਚੋਂ ਇਕ ਕਾਠ ਦੀ ਮਾਲਾ ਕੱਢੀ ਤੇ ਸਿੱਧੀ ਉਹਦੇ ਗਲੇ ਵਿੱਚ ਪਾ ਦਿੱਤੀ।

"ਸ਼ੁਕਰ ਏ ਤੇਰੀ ਝੋਲੀ ਚੋਂ ਵੀ ਕੁਝ ਨਿਕਲਿਆ।" ਫਿਰ ਮਰਦਾਨੇ ਨੇ ਉਹਦੇ ਹੱਥੋਂ ਦੋ ਕਟੋਰੇ ਪਾਣੀ ਦੇ ਪੀਤੇ। ਓਹੀ ਪੁਰਾਣੇ ਘੜਿਆਂ ਵਿੱਚੋਂ ਨਿਕਲੀ ਜਾਣੀ ਪਛਾਣੀ ਮਿੱਟੀ ਦੀ ਗੰਧ ਨਾਲ ਕੁਝ ਯਾਦਾਂ, ਯਾਦ ਆਈਆਂ।

ਬਹੁਤ ਛੋਟਾ ਘਰ ਸੀ; ਕਿਤੇ ਵੀ ਅੱਬਾ ਦੀ ਕੋਈ ਨਿਸ਼ਾਨੀ ਨਹੀਂ ਸੀ ਦਿਸ ਰਹੀ। ਜੀਅ ਕਰਦਾ ਸੀ; ਮੀਰਜਾਦੀ ਆਪ ਹੀ ਦੱਸ ਦੇਵੇ। ਪਰ ਥੋੜ੍ਹੀ ਦੇਰ ਵਿੱਚ ਹੀ ਵੇਹੜਾ ਭਰ ਗਿਆ ਸੀ। ਇਹ ਪਹਿਲੀ ਵਾਰ ਸੀ ਜਦੋਂ ਉਹਨੂੰ ਸਫਰਾਂ ਤੋਂ ਬਾਅਦ ਗੁਆਂਢੀ ਵਧਾਈਆਂ ਦੇਣ ਆਏ ਸਨ। ਦਰਵਾਜ਼ੇ ਤੋਂ ਆ ਕੇ ਹਰ ਕੋਈ ਕਹਿੰਦਾ :

"ਹਾਜ਼ੀ ਜੀ ਆਏ ਨੇ।" ਗੁਆਂਢਣ ਮਰਾਸਣਾਂ ਮਰਦਾਨੇ ਨੂੰ ਸੁਆਲ ਤੇ ਸੁਆਲ ਕਰੀ ਜਾ ਰਹੀਆਂ ਸਨ।

"ਮੀਰ ਜੀ ਹੱਜ ਵਿਛੋੜੇ ਲਈ ਕੀਤਾ ਏ ਜਾਂ ਰੁਕੋਗੇ ਵੀ...?"

"ਹਰ ਵਾਰੀ ਮੀਰਜਾਦੀ ਨੂੰ ਕਹਿੰਦੇ ਸੀ; ਮੇਰੇ ਤੀਰਥਾਂ ਦੇ ਹੌਲ ਪੈਂਦੇ ਨੇ... ਇਸ ਵਾਰੀ ਹੱਜ ਨਾਲ ਕੀ ਹੋਇਆ ?"

"ਤੁਸੀਂ ਤਾਂ ਉਹਦੇ ਗਲ੍ਹ ਮਾਲਾ ਪਾ ਫਕੀਰਨੀ ਬਣਾ ਦਿੱਤਾ ਏ... ਨਾਲ ਕਾਸਾ ਦੇਣਾ ਕਿਉਂ ਭੁੱਲ ਗਏ...?"

"ਇਹ ਜਿਹੜੀ ਘਰ ਦੀ ਹਾਜਣ ਬੈਠੀ ਏ; ਇਹਦਾ ਹੱਜ ਕਦੋਂ ਹੋਊ ?"

"ਕਿਤੇ ਇਸ ਵਾਰੀ ਨਾਲ ਲੈ ਕੇ ਜਾਣ ਦਾ ਮਨ ਤਾਂ ਨਹੀਂ... ਜਿਵੇਂ ਕਹਿੰਦੇ ਨੇ ਬੁੱਢਾ ਸਰੀਰ ਅਖ਼ੀਰ ਵਿਚ ਸਹਾਰਾ ਭਾਲਦਾ...।"

"ਚੁੱਪ ਕਰੋ ਢਹਿ ਜਾਣੀਓ... ਪਹਿਲਾਂ ਇਹਦੇ ਅੱਬਾ ਦਾ ਸੋਗ ਤਾਂ ਵੰਡਾ ਲੋ...।"

ਥੋੜ੍ਹੀ ਦੇਰ ਲਈ ਹਾਸੀ ਰੁਕੀ; ਪਰ ਫਿਰ ਚਾਲੂ ਹੋ ਗਈ। ਮਰਦਾਨਾ ਚੁੱਪ ਚਾਪ ਸਭ ਕੁਝ ਸੁਣਦਾ ਰਿਹਾ...। ਇਹ ਹੱਜ ਕਿਸ ਨੂੰ ਸਮਝ ਆਇਆ; ਮੈਨੂੰ ਜਾਂ ਮਰਾਸਣਾਂ ਨੂੰ ? ਜੇ ਬਾਬਾ ਕੋਲ ਹੁੰਦਾ ਤਾਂ ਉਹ ਜਰੂਰ ਪੁੱਛਦਾ। ਫਿਰ ਵੀ ਮਰਦਾਨੇ ਨੇ ਅੱਬਾ ਦੇ ਸੋਗ ਨੂੰ ਥੋੜ੍ਹੀ ਦੇਰ ਲਈ ਤਾਂ ਹਸਾ ਹੀ ਦਿੱਤਾ ਸੀ। ਮਰਾਸੀਆਂ ਦਾ ਇਹੋ ਤਾਂ ਕੰਮ ਹੈ ?

ਬਹੁਤ ਦਿਨ ਹੋ ਗਏ ਸਨ; ਸੁਪਨਿਆਂ ਵਿੱਚ ਭਗਵੇਂ (ਭਿਖਸ਼ੂ) ਨਹੀਂ ਸੀ ਆਏ। ਤਲਵੰਡੀ ਆ ਕੇ ਆਪਣੇ ਲਈ ਗਾਉਣ ਨੂੰ ਜੀਅ ਮਚਲਿਆ ਰਹਿੰਦਾ ਸੀ। ਮਨ ਦੇ ਤਾਰੇ, ਤਨ ਦੇ ਤਾਰੇ ਤੇ ਅਸਮਾਨ ਦੇ ਤਾਰੇ ਸਭ ਤਲਵੰਡੀ ਵਿੱਚ ਹਾਜਰੀ ਭਰਦੇ ਸਨ। ਉਹ ਦਿਨ ਵਿੱਚ ਕਈ ਕਈ ਚੱਕਰ ਤਲਵੰਡੀ ਦੇ ਲਾਉਂਦਾ। ਹੁਣ ਉਹ ਚਿਹਰੇ

ਵੀ ਨਹੀਂ ਸੀ ਰਹੇ ਜਿਨ੍ਹਾਂ ਨੇ ਕਦੇ ਉਨ੍ਹਾਂ ਨੂੰ ਬਜੁਰਗਾਂ ਵਾਂਗ ਟੋਕਿਆ ਸੀ। ਪਰ ਕਈ ਵਾਰੀ ਹਾਣੀਆਂ ਨੇ ਪੁੱਛਿਆ ਸੀ :

"ਮਰਦਾਨਿਆਂ ਤੂੰ ਤਾਂ ਇਵੇਂ ਘੁੰਮਦਾਂ ਜਿਵੇਂ ਹੁਣ ਤਲਵੰਡੀ ਵਿੱਚੋਂ ਵੀ ਗਜਾ ਕਰਨੀ ਹੋਵੇ।"

ਉਹ ਅਜਿਹੇ ਵੇਲੇ ਖੂਹ ਸਾਹਮਣੇ ਇੱਕੋ ਇੱਕ ਬਚੇ ਬਜੁਰਗ ਭੰਗੀ ਕੋਲ ਆ ਬੈਠਦਾ। ਹਰ ਵਾਰੀ ਭੰਗੀ ਉਹਨੂੰ ਨਵਾਂ ਸੁਆਲ ਪੁੱਛ ਲੈਂਦਾ :

"ਸੁਣਿਆ ਏ ਤੂੰ ਸਮੁੰਦਰ ਵੀ ਵੇਖ ਲਿਆ; ਉੱਥੇ ਤਾਂ ਮਲਾਹ ਹੀ ਮਲਾਹ ਹੋਣਗੇ?" ਉਹ ਸਫਰਾਂ ਦੀਆਂ ਹੱਡ ਬੀਤੀਆਂ ਪੁੱਛਦਾ। ਹਰ ਵਾਰੀ ਉਹਦਾ ਕੁੱਤਾ ਜਰੂਰ ਝਪਟ ਕੇ ਪੈਂਦਾ :

"ਵੇਖ ਕੁੱਤੇ ਨੂੰ ਮਾੜੇ ਚੰਗੇ ਦੀ ਪਰਵਾਹ ਨਹੀਂ ਹੁੰਦੀ; ਬੱਸ ਜਾਣ ਪਛਾਣ ਚਾਹੀਦੀ ਏ।" ਉਹ ਟੁੱਟੀ ਲਾਠੀ ਧਰਤੀ ਉੱਤੇ ਮਾਰਦਾ ਤੇ ਕੁੱਤਾ ਪਰ੍ਹੇ ਖੂਹ ਦੀ ਮਣ ਨਾਲ ਢਾਸਣਾ ਲਾ ਬੈਠ ਜਾਂਦਾ। "ਇਹਦਾ ਬਾਪ ਤੈਨੂੰ ਜਾਣਦਾ ਸੀ; ਜੇ ਤੇਰੇ ਤਲਵੰਡੀ ਪੈਰ ਟਿਕਨ ਇਹ ਵੀ ਜਾਣ ਜਾਵੇਗਾ।" ਅੱਜ ਦੁਪਹਿਰ ਵੇਲੇ ਘੁੰਮ ਕੇ ਜਦੋਂ ਮਰਦਾਨਾ ਪੁੱਜਿਆ ਤਾਂ ਉਹਨੇ ਦੱਸਿਆ :

"ਆਹ ਨਾਨਕ ਹੁਣੇ ਗਿਆ।"

"ਅੱਛਿਆ! ਤੂੰ ਕੀ ਪੁੱਛਿਆ ?"

"ਆਉਂਦਾ ਹੀ ਰਹਿੰਦਾ ਏ ਇੱਥੇ ਤਾਂ...।" ਮਰਦਾਨੇ ਨੇ ਵੇਖਿਆ ਬਿਰਧ ਭੰਗੀ ਦੀਆਂ ਅਜੀਬੋ ਗਰੀਬ ਦਿਸਦੀਆਂ ਅੱਖਾਂ ਉਹਦੇ ਵੱਲ ਉੱਠ ਰਹੀਆਂ ਸਨ। ਉਹਦੇ ਚੇਹਰੇ ਦੀ ਨੁਹਾਰ ਪਹਿਲਾਂ ਤਾਂ ਇਹੋ ਜਹੀ ਨਹੀਂ ਸੀ। ਉਹ ਮੁਸਕਰਾ ਰਿਹਾ ਸੀ। "ਜੋ ਤੂੰ ਪੁੱਛਣਾ ਸੀ ਪੁੱਛ ਲਿਆ, ਜੋ ਸੁਣਨਾ ਸੀ ਸੁਣ ਲਿਆ। ਹੁਣ ਚੁੱਪ ਕਰਕੇ ਤਲਵੰਡੀ ਵਿੱਚ ਟਿੱਕ ਜਾ।" ਐਨੇ ਲੰਬੇ ਸਮੇਂ ਦੇ ਵਾਹ ਵਿੱਚ ਕਦੇ ਭੰਗੀ ਨੇ ਅਜਿਹਾ ਗੰਭੀਰ ਸੁਝਾਅ ਨਹੀਂ ਸੀ ਦਿੱਤਾ। ਇਹ ਚੁਫੇਰੇ ਫੈਲੇ ਦੁੱਖਾਂ ਦੇ ਅੰਧਕਾਰ ਵਿਚ ਕੋਈ ਇਹੋ ਜਿਹਾ ਪ੍ਰਸ਼ਨ ਪੁੱਛ ਸਕਦਾ ਸੀ ? ਵਾਪਸ ਮੁੜਦਿਆਂ ਮਰਦਾਨੇ ਨੂੰ ਸਾਹ ਉੱਤੇ ਚੋਟ ਸੁਣੀ। ਰਸਤੇ ਵਿਚ ਜੁਲਾਹੇ ਦੇ ਤਣੇ ਤਾਣੇ ਕੋਲ ਖੜ੍ਹਿਆ। ਸਭ ਕੁਝ ਆਪਣੀ ਮਰਜ਼ੀ ਨਾਲ ਤਣਿਆ; ਫਿਰ ਆਪਣੀ ਇੱਛਾ ਦੇ ਰੰਗ ਵੀ ਭਰੇ। ਪਰ ਸੌਂਪ ਕਿਸੇ ਹੋਰ ਨੂੰ ਦੇਣਾ ਏ। ਸਫਰਾਂ ਵਿੱਚ ਟੁੱਟੇ ਬੁੱਤਾਂ ਦੀ ਯਾਦ ਆਈ। ਉਸ ਦਿਨ ਜਿੱਥੇ ਕਿਤੇ ਵੀ ਸਾਬਤ ਪਿਆ ਪੱਥਰ ਦਿਸਦਾ; ਉਸ ਵੇਲੇ ਜੜ੍ਹ ਹੋਏ ਇਹ ਪੱਥਰ ਬੁੱਤਾਂ ਨਾਲੋਂ ਕਿੰਨੇ ਛੋਟੇ ਦਿਸਦੇ ਸਨ। ਕੁਝ ਲੋਕ ਕੁਝ ਪਲ ਜਦੋਂ ਬੁੱਤਾਂ ਤੇ ਪੱਥਰਾਂ ਦੇ ਵਿਚਕਾਰ ਦਿਸਦੇ ਨੇ ਤਾਂ ਮੰਦਰਾਂ ਦੀ ਕਲਪਣਾ ਤੋਂ ਬਿਨਾਂ ਹੋਰ ਕਿਤੇ ਜਾ ਵੀ ਨਹੀਂ ਹੁੰਦਾ। ਇਹ ਲੰਬੇ ਸਫਰਾਂ ਨੇ ਘਰਾਂ ਵੱਲ ਜਾਣ ਲਈ ਕੀ ਕੀ ਜਜ਼ਬੇ ਭਰ ਦਿੱਤੇ ਸਨ। ਸਾਹਮਣੇ ਮੀਰਜਾਦੀ ਦਾ ਘਰ ਆ ਗਿਆ ਸੀ।

ਇਹ ਤਿੰਨ ਬੰਦੇ ਯਾਦ ਕਰਨ ਵੇਲੇ ਦਿਸਦੇ ਬਹੁਤ ਸਾਫ਼ ਨੇ। ਇਕ ਦਿਨ ਅਚਾਨਕ ਇੱਕ ਬੰਦਾ ਅੱਗੇ ਤੁਰਨ ਲੱਗਾ। ਜਿੱਥੇ ਵੀ ਉਨ੍ਹਾਂ ਪੜਾਅ ਲਾਇਆ; ਉਹ

ਥੋੜ੍ਹਾ ਅੱਗੇ ਲਾ ਲੈਂਦਾ। ਵੇਖਣ ਪਰਖਣ ਨੂੰ ਉਹ ਦੁਨਿਆਵੀ ਬੰਦਾ ਲੱਗਦਾ ਸੀ। ਉਹ ਪੂਰਾ ਦਿਨ ਅੱਗੇ ਚੱਲਦਾ ਰਿਹਾ। ਦੂਜੇ ਦਿਨ ਉਹ ਹੋਰ ਵੀ ਸੋਹਣਾ ਦਿਸਣ ਲੱਗਾ। ਉਹਦੀ ਚਾਲ ਬੜੀ ਮਸਤਾਨੀ ਸੀ; ਉਹ ਪਿੱਛੇ ਮੁੜ ਕੇ ਨਹੀਂ ਸੀ ਵੇਖਦਾ। ਉਹ ਹਰ ਰਾਗ ਦੀ ਤਾਲ ਸਮਝਦਾ; ਤੇ ਨਾਚ ਤੋਂ ਪਹਿਲਾਂ ਤੋਰ ਵਿਚ ਨੱਚਣਾ ਕਿਹੋ ਜਿਹਾ ਲੱਗੇਗਾ ਇਹ ਉਹਦੇ ਕਦਮਾਂ ਵਿੱਚ ਦਿਸਦਾ। ਤੀਜੀ ਚੰਨ ਚਾਨਣੀ ਰਾਤ ਨੂੰ ਉਹ ਅਚਾਨਕ ਇਕ ਪਗਡੰਡੀ ਪੈ ਗਿਆ। "ਅੱਜ ਬਹੁਤ ਸਾਰੇ ਤਾਰੇ ਨੇ...।" ਉਹਦੀ ਸੁਰੀਲੀ ਆਵਾਜ਼ ਵੀ ਸੁਣੀ ਸੀ ਤੇ ਉਹ ਅੱਖੋਂ ਓਹਲੇ ਹੋ ਗਿਆ। ਫਿਰ ਕਈ ਸਾਲਾਂ ਬਾਅਦ ਇੱਕ ਬੰਦਾ ਪਿਛੇ ਤੁਰਨ ਲੱਗਾ। ਉਹ ਬਿਲਕੁਲ ਖ਼ਾਲੀ ਹੱਥ ਸੀ। ਉਹ ਗਜ਼ਾ ਵੇਲੇ ਚੁੱਪਚਾਪ ਉਨ੍ਹਾਂ ਪਿੱਛੇ ਖੜ੍ਹ ਜਾਂਦਾ। ਚੌਥੇ ਦਿਨ ਦੁਪਹਿਰ ਵੇਲੇ ਉਹਨੇ ਗਾਉਣਾ ਸ਼ੁਰੂ ਕਰ ਦਿੱਤਾ। ਉਹਦੇ ਗੀਤਾਂ ਵਿਚ ਅੱਗੇ ਚੱਲ ਰਹੇ ਬਾਬੇ ਬਾਰੇ ਸੂਖਮ ਸੰਦੇਸ਼ ਸਨ। ਉਹਦੀ ਕਵਿਤਾ ਵਿੱਚ ਕਿਸੇ ਦੇ ਪਿੱਛੇ ਤੁਰਨਾ ਦਾ ਅਨੰਦ ਸੀ। ਫਿਰ ਉਹ ਹੱਸਦਾ ਹੱਸਦਾ ਬੈਠ ਗਿਆ। ਲੋਕਾਂ ਨੇ ਸਮਝਿਆ ਤਿੰਨ ਗਵੱਈਆਂ 'ਚੋਂ ਇਕ ਪਾਗਲ ਹੋ ਗਿਆ ਹੈ। ਮਰਦਾਨੇ ਨੇ ਸਭ ਕੁਝ ਚੁੱਪਚਾਪ ਸੁਣਿਆ ਸੀ। ਆਖਰੀ ਵੇਲੇ ਕੀ ਵਾਪਰਿਆ ? ਉਹ ਪਿੱਠ ਪਿੱਛੇ ਸੀ। ਥੋੜ੍ਹਾ ਜਿਹਾ ਪਛਤਾਵਾ ਜਰੂਰ ਸੀ। ਦੋਵੇਂ ਚੇਹਰੇ ਨਹੀਂ ਸੀ ਵੇਖੇ ਗਏ। ਇੱਕ ਦੀ ਪਿੱਠ ਸੀ ਤੇ ਦੂਜਾ ਪਿੱਠ ਪਿੱਛੇ ਸੀ।

ਫਿਰ ਕਈ ਮਹੀਨਿਆਂ ਬਾਅਦ ਇੱਕ ਹੋਰ ਚੇਹਰਾ ਦਿਸਿਆ। ਇੱਕ ਬੰਦੇ ਨੇ ਬਿਲਕੁਲ ਉਨ੍ਹਾਂ ਦੇ ਬਰਾਬਰ ਤੁਰਨਾ ਸ਼ੁਰੂ ਕਰ ਦਿੱਤਾ ਸੀ। ਉਹ ਬਾਬੇ ਵੱਲ ਝਾਤੀ ਮਾਰਦਾ; ਬੱਚਿਆਂ ਵਾਂਗ ਮੁਸਕਰਾਉਂਦਾ ਮੋਢੇ ਸੰਗੋੜਦਾ। ਆਪਣੇ ਆਪ ਨੂੰ ਕੁਝ ਕਹਿੰਦਾ, ਬਾਬੇ ਵੱਲ ਝੁਕ ਜਾਂਦਾ : "ਇਹ ਹੀ ਏ... ਇਹ ਹੀ ਹੈ...।" ਇਸ ਬੰਦੇ ਦੇ ਪਾਗਲ ਹੋਣ ਬਾਰੇ ਲੋਕਾਂ ਨੂੰ ਰੱਤੀ ਭਰ ਵੀ ਸੋਚਣਾ ਨਹੀਂ ਪਿਆ। ਉਹ ਦੋ ਫਕੀਰਾਂ ਨੂੰ ਸਤਾ ਰਿਹਾ ਸੀ। ਪਾਗਲ ਹੋਣ ਲਈ ਇਸ ਤੋਂ ਵੱਡਾ ਸਬੂਤ ਹੋਰ ਕੀ ਚਾਹੀਦਾ ਸੀ? ਲੋਕ ਉਹ ਤੋਂ ਪਾਸਾ ਵੱਟ ਕੇ ਲੰਘਣ ਲੱਗੇ। ਕਿਸੇ ਨੇ ਉਹਨੂੰ ਰਸਤਾ ਛੱਡਣ ਲਈ ਨਹੀਂ ਕਿਹਾ। ਇਹ ਕਿਧਰੋਂ ਆ ਟਪਕਿਆ ਸੀ ? ਮਰਦਾਨੇ ਨੂੰ ਪਤਾ ਹੀ ਨਹੀਂ ਸੀ ਲੱਗਿਆ। ਉਹਨੇ ਤਾਂ ਸੂਰਜ ਚੜ੍ਹਣ ਤੋਂ ਥੋੜ੍ਹੀ ਦੇਰ ਪਹਿਲਾਂ ਰਬਾਬ ਵਾਲੇ ਮੋਢੇ ਕੋਲ ਇਕ ਬੰਦਾ ਅਜਿਹੀਆਂ ਹਰਕਤਾਂ ਕਰਦਾ ਵੇਖਿਆ ਸੀ। ਉਹਨੂੰ ਚੰਗੀ ਤਰ੍ਹਾਂ ਵੇਖਣ ਲਈ ਰਬਾਬ ਦੂਜੇ ਮੋਢੇ ਉੱਤੇ ਕੀਤੀ; ਉਹ ਟਪੂਸੀ ਮਾਰ ਰਬਾਬ ਵਾਲੇ ਪਾਸੇ ਚਲਾ ਗਿਆ। ਉਂਝ ਵੀ ਰਸਤਾ ਜਿਆਦਾ ਖੁੱਲਾ ਨਹੀਂ ਸੀ; ਬਰਾਬਰ ਚੱਲਦਾ ਉਹ ਦਾ ਸਰੀਰ ਕਈ ਜਗ੍ਹਾ ਤੋਂ ਝਰੀਟਿਆ ਗਿਆ ਸੀ। ਮਰਦਾਨਾ ਕਈ ਵਾਰੀ ਉਹਨੂੰ ਰਸਤਾ ਦੇਣ ਲਈ ਇੱਕ ਪਾਸੇ ਹੋਇਆ। ਇਸ ਗੱਲੋਂ ਉਹ ਸ਼ਰਮਾਉਂਦਾ; ਅਜਿਹਾ ਕਰਦਾ ਉਹ ਏਨ੍ਹਾਂ ਸੋਹਣਾ ਲੱਗਦਾ ਕਿ ਪੂਰਾ ਦਿਨ ਇਹ ਧਿਆਨ ਹੀ ਨਹੀਂ ਗਿਆ ਕਿ ਬੰਦਾ ਕਿੰਨੀ ਉਮਰ ਦਾ ਹੈ। ਉਹ ਪੂਰਾ ਦਿਨ ਮਰਦਾਨੇ ਤੇ ਬਾਬੇ ਦੀ ਵਿੱਥ ਵਿਚਕਾਰ ਹੀ ਤੁਰਿਆ। ਫਿਰ ਉਹਦੇ ਜਾਣ ਦਾ ਕੋਈ ਪਤਾ ਹੀ ਨਹੀਂ ਲੱਗਾ। ਅਚਾਨਕ ਜਾਪਿਆ

ਰਬਾਬ ਵਾਲੇ ਪਾਸੇ ਕੋਈ ਨਹੀਂ ਹੈ। ਬਾਕੀ ਰਾਹ ਮਰਦਾਨਾ ਸੋਚਦਾ ਰਿਹਾ, ਪਛਤਾਉਂਦਾ ਰਿਹਾ ਕਿ ਉਹ ਵੇਖਦਾ ਕੀ ਰਿਹਾ ਕਿ ਉਹਨੂੰ ਜੀਅ ਭਰ ਕੇ ਵੇਖ ਨਹੀਂ ਸਕਿਆ। ਉਸ ਰਾਤ ਬਾਬੇ ਨੇ ਬਹੁਤ ਹੀ ਸੁਰੀਲਾ ਗਾਇਆ ਸੀ।

ਕਾਫ਼ੀ ਦੇਰ ਮਰਦਾਨਾ ਤਲਵੰਡੀ ਦੀਆਂ ਗਲੀਆਂ ਵਿੱਚ ਘੁੰਮਦਾ ਰਿਹਾ। ਕਈਆਂ ਨੇ ਪੈਰੀਂ ਹੱਥ ਲਾਇਆ; ਕਈਆਂ ਝੁਕ ਕੇ ਸਲਾਮ ਕੀਤੀ। ਸਿਰਫ਼ ਇਕ ਵਾਰ ਕਿਹਾ ਬਾਬੇ ਦਾ ਵਾਕ ਯਾਦ ਆਇਆ। ਹਾਲਾਂਕਿ ਦੁਬਾਰਾ ਕਹਿਣ ਦੀ ਵਾਰੀ ਅਨੰਤ ਵਾਰ ਆਈ ਸੀ : "ਬੇਆਰਾਮੀ ਗਿਆਨੀ ਨੂੰ ਵੀ ਹੋ ਸਕਦੀ ਹੈ ਪਰ ਸੋਗ ਨਹੀਂ...।" ਕੁਝ ਅਜਿਹੇ ਵਾਕ ਹੋਰ ਵੀ ਸਨ; ਜਿਨ੍ਹਾਂ ਨੂੰ ਬਾਬੇ ਨੇ ਸਿਰਫ਼ ਇਕ ਵਾਰ ਹੀ ਕਿਹਾ ਸੀ। ਜਦਕਿ ਪ੍ਰਸਥਿਤੀਆਂ ਹਜ਼ਾਰਾਂ ਵਾਰ ਆਈਆਂ ਸਨ। ਕੀ ਉਨ੍ਹਾਂ ਦੀ ਮਹੱਤਤਾ ਸਿਰਫ਼ ਇੱਕ ਵਾਰ ਹੀ ਕਹਿਣ ਵਿਚ ਰਹਿਣੀ ਸੀ ? ਜਿਵੇਂ ਅੱਜ ਇਸ ਵਾਕ ਨੂੰ ਯਾਦ ਕਰਕੇ ਸਰੂਰ ਚੜ੍ਹਿਆ ਹੈ। ਇਹ ਹੋਣ ਦੀ ਵਾਰੀ ਸੀ ? ਇੱਕ ਹੋਰ ਸਕੀ ਯਾਦ ਆਈ : "ਰਿਆਜ਼ ਸੰਗੀਤ ਦੀ ਲੋਰੀ ਹੈ ਮਰਦਾਨਿਆ...।"

ਦੂਰੋਂ ਹੀ ਵੇਹੜੇ ਵਿਚ ਥੱਲੇ ਬੈਠਾ ਬਾਬਾ ਦਿਸਿਆ। ਉਹਦੇ ਕੋਲ ਇਕ ਪੰਡੋਕਲੀ ਪਈ ਸੀ; ਜਿਸਦਾ ਬਾਹਰਲਾ ਕੱਪੜਾ ਸ਼ਾਇਦ ਮਾਤਾ ਨੇ ਬਦਲ ਦਿੱਤਾ ਸੀ। ਮੀਰਜਾਦੀ ਨਹੀਂ ਸੀ ਦਿਸ ਰਹੀ ? ਉਹ ਨਾਨਕ ਲਈ ਉਹਨੂੰ ਤਾਂ ਲੱਭਣ ਨਹੀਂ ਸੀ ਜਾ ਸਕਦੀ। ਉਹਦੇ ਅੰਦਰ ਆਉਣ ਤੇ ਵੀ ਬਾਬਾ ਚੁੱਪਚਾਪ ਬੈਠਾ ਰਿਹਾ। ਅਜਿਹਾ ਕਹਿਣ ਦੀ ਲੋੜ ਵੀ ਨਹੀਂ ਸੀ ਕਿ "ਮਰਦਾਨਿਆ ਚੱਲੀਏ...।" ਲਗਪਗ ਅੱਧੀ ਸਦੀ ਦੇ ਇਸ ਹੁੰਗਾਰੇ ਨੂੰ ਸੈਂਕੜੇ ਵਾਰ ਦਾ ਤਜੱਰਬਾ ਸੀ। ਕੋਠੜੀ ਅੰਦਰੋਂ ਰਬਾਬ ਤੇ ਛੋਟੀ ਜਹੀ ਗੱਠੜੀ ਚੁੱਕਣ ਲੱਗੇ ਅੰਦਰੋਂ ਸਿਸਕੀਆਂ ਦੀ ਆਵਾਜ਼ ਸੁਣੀ :

"ਹੁਣ ਤਾਂ ਤੈਨੂੰ ਇਹ ਵੀ ਯਾਦ ਭੁੱਲ ਗਈ ਹੋਣੀ ਏ ਕਿ ਅਸੀਂ ਵਿਛੜਦੇ ਵੀ ਹਾਂ।" ਇੱਕ ਹੱਥ ਰਬਾਬ ਤੇ ਦੂਜੇ ਵਿਚ ਗੱਠੜੀ ਫੜ ਮਰਦਾਨਾ ਉਹਦੇ ਸਾਹਮਣੇ ਹੀ ਝੁਕ ਗਿਆ। ਕੋਠੜੀ ਦੇ ਹਲਕੇ ਹਲਕੇ ਹਨੇਰੇ ਵਿਚ ਮੀਰਜਾਦੀ ਨੇ ਅੱਖਾਂ ਉੱਪਰ ਚੁੱਕੀਆਂ। "ਹੁਣ ਮੈਂ ਤੈਨੂੰ ਰੁਕਣ ਲਈ ਨਹੀਂ ਕਹਿਣਾ। ਜਦ ਮਾਂ ਤੇ ਹੱਜ ਨਹੀਂ ਤੈਨੂੰ ਰੋਕ ਸਕੇ।" ਜਦੋਂ ਉਹ ਬਾਹਰ ਆਇਆ ਤਾਂ ਬਾਬਾ ਪਹਿਲਾਂ ਹੀ ਆਪਣੀ ਪੰਡੋਕਲੀ ਦੇ ਲੜ ਢਿੱਲੇ ਕਰ ਚੁੱਕਾ ਸੀ। ਦੋਵਾਂ ਦੀਆਂ ਗੱਠੜੀਆਂ ਨੂੰ ਇਕ ਬਣਦਾ ਵੇਖਣ ਲਈ ਉਹ ਵੇਹੜੇ ਵਿੱਚ ਆ ਨਿਕਲੀ ਸੀ।

"ਚੱਲਦੇ ਹਾਂ ਮੀਰਜਾਦੀਏ...।" ਮਰਦਾਨੇ ਨੇ ਆਖਰੀ ਵਾਰ ਓਹਦੇ ਵੱਲ ਮੂੰਹ ਘੁੰਮਾਕੇ ਕਿਹਾ...। ਦਰਵਾਜੇ ਤੱਕ ਪਿੱਛੇ ਪਿੱਛੇ ਮਰਦਾਨੇ ਨੂੰ ਉਹਦੇ ਕਦਮਾਂ ਦੀ ਆਵਾਜ਼ ਸੁਣਦੀ ਰਹੀ। ਫਿਰ ਮਰਾਸੀਆਂ ਦੀ ਭੀੜੀ ਗਲੀ ਤਲਵੰਡੀ ਵਿੱਚੋਂ ਘੁੰਮਦੀ ਉਨ੍ਹਾਂ ਨੂੰ ਬਾਹਰ ਤੱਕ ਛੱਡ ਆਈ।

ਕਾਂਡ : ਇੱਕਤਾਲੀਵਾਂ

ਇਹ ਹਾਲੇ ਮਰਦਾਨੇ ਨੂੰ ਹੀ ਪਤਾ ਸੀ ਕਿ ਇਸ ਜਗ੍ਹਾ ਦਾ ਨਾਂ ਕਰਤਾਰਪੁਰ ਹੈ। ਰਾਹੀਆਂ ਲਈ ਤਾਂ ਇਹ ਉਜਾੜ ਵਿਚ ਬੈਠੇ ਦੋ ਫਕੀਰਾਂ ਦਾ ਪੜਾਅ ਹੀ ਸੀ। ਕੱਲ ਉਨ੍ਹਾਂ ਦਰੱਖਤ ਨਾਲ ਇੱਕ ਛੋਟੀ ਜਹੀ ਛੱਪਰੀ ਵੀ ਟੰਗ ਲਈ ਸੀ; ਜਿਸ ਵਿੱਚੋਂ ਕਈ ਵਾਰ ਰਾਹੀਆਂ ਨੂੰ ਬਹੁਤ ਹੀ ਸੁਰੀਲੀਆਂ ਆਵਾਜ਼ਾਂ ਸੁਣਦੀਆਂ। ਫਿਰ ਕੁਝ ਦਿਨ ਬਾਅਦ ਆਸਪਾਸ ਦੇ ਲੋਕ ਆਉਣੇ ਸ਼ੁਰੂ ਹੋਏ। ਕਦੇ ਕਦੇ ਲਾਗਦੇ ਪਿੰਡੋਂ ਪੱਕਿਆ ਹੋਇਆ ਅੰਨ ਵੀ ਆ ਜਾਂਦਾ। ਜਿਸ ਦਿਨ ਕੋਈ ਨਹੀਂ ਆਉਂਦਾ ਉਸ ਦਿਨ ਉਹ ਦੋਵੇਂ ਰੋਟੀਆਂ ਪਕਾਉਂਦੇ ਬੜੇ ਹੱਸਦੇ। ਮਰਦਾਨਾ ਬਾਬੇ ਦੇ ਆਟੇ ਨਾਲ ਲਿਬੜੇ ਹੱਥਾਂ ਵੱਲ ਵੇਖ ਮੁਸਕਰਾਉਂਦਾ ਰਹਿੰਦਾ :

"ਵੇਖ ਬਾਬਾ ਆਪੋ ਆਪਣੀ ਰੋਟੀ ਦੀ ਪਛਾਣ ਰੱਖੀਂ; ਮੈਂ ਤੇਰੀ ਪੱਕੀ ਖਾਣੀ ਏ ਤੂੰ ਮੇਰੀ...।" ਇਸ ਤਰ੍ਹਾਂ ਹੱਸਦੇ ਵੇਖ ਰਾਹੀ ਫਿਰ ਅੰਦਾਜ਼ਾ ਲਾਉਂਦੇ : "ਇਹ ਤਾਂ ਕੋਈ ਫਕੀਰ ਲੋਕ ਨੇ; ਨਹੀਂ ਕਿਤੇ ਕੰਮ ਤੋਂ ਵੀ ਕਿਸੇ ਨੂੰ ਹਾਸੀ ਆਉਂਦੀ ਏ।"

ਹਾਲੇ ਤਲਵੰਡੀ ਤੋਂ ਚੱਲਿਆਂ; ਸਿਰਫ਼ ਮਹੀਨਾ ਹੀ ਹੋਇਆ ਸੀ। ਉਹ ਉੱਤਰ ਪੱਛਮ ਵੱਲ ਚੱਲਦੇ ਲਹੌਰ ਆ ਪਹੁੰਚੇ ਸਨ। ਲਹੌਰ ਤੋਂ ਰਾਵੀ ਦੇ ਨਾਲ ਨਾਲ ਉੱਤਰ ਪੂਰਬ ਵੱਲ ਚੱਲਦੇ ਇਕ ਦੁਪਹਿਰ ਬਾਬਾ ਰਾਵੀ ਕੰਢੇ ਇੱਕ ਪੱਧਰੀ ਜਗ੍ਹਾ 'ਤੇ ਖੜ੍ਹ ਗਿਆ ਸੀ। ਉਸ ਦਿਨ ਸਾਰੇ ਪੜਾਅ ਰਾਵੀ ਕੰਢੇ ਹੀ ਕੀਤੇ ਸਨ। ਬਾਬਾ ਕੁਝ ਦੇਰ ਰਾਵੀ ਦੇ ਸੁਹਾਵਣੇ ਕੰਢੇ ਨੂੰ ਵੇਖਦਾ ਰਿਹਾ; ਤੇ ਫਿਰ ਆਪਣੀ ਪੰਡੋਕਲੀ ਰੱਖ ਉੱਥੇ ਹੀ ਬੈਠ ਗਿਆ ਸੀ।

"ਕੋਈ ਹੱਦ ਆ ਗਈ ਏ ਬਾਬਾ...?"

"ਆਹ ਵੱਗਦੀ ਰਾਵੀ ਵੇਖ; ਸਭ ਹੱਦਾਂ ਵਗਣ ਵਿੱਚ ਕਿਵੇਂ ਸੋਭਦੀਆਂ ਨੇ।"

"ਬਾਬਾ ਇਹ ਵਗਦਾ ਪਾਣੀ ਵੀ ਤਾਂ ਇੱਕ ਵਿਛੋੜਾ ਹੀ ਹੈ ?"

"ਜੋ ਵਗਦਾ ਹੈ ਤੂੰ ਉਹਨੂੰ ਆਪਣੇ ਫ਼ਿਕਰ ਵਿੱਚ ਕਿਉਂ ਪਾ ਰਿਹੈਂ ?"

"ਬਾਬਾ ਉਹਨੂੰ ਵੇਖ ਕੇ ਇਸ ਤਰ੍ਹਾਂ ਜਾਪਿਆ ਹੈ।"

"ਇਹ ਅਨੁਭਵ ਪਾਣੀ ਦਾ ਨਹੀਂ ਤੇਰਾ ਏ ਮਰਦਾਨਿਆ।"

"ਮੈਂ ਕਿਵੇਂ ਜਾਣਾ ਪਾਣੀ ਦਾ ਅਨੁਭਵ ?"

"ਤੂੰ ਆਪਣੇ ਵੱਗਣ ਨੂੰ ਵੇਖ ਮੇਰੇ ਮੀਤਾ। ਤੇਰੇ ਦਰਿਆ ਤੇਰੇ ਅੰਦਰ ਵੱਗਦੇ ਨੇ।" ਇਸ ਸੰਵਾਦ ਨਾਲ ਇਸ ਜਗ੍ਹਾ ਦਾ ਪਹਿਲਾ ਪੜਾਅ ਪੂਰਾ ਹੋਇਆ ਸੀ। ਸ਼ਾਇਦ ਇਸੇ ਲਈ ਮਰਦਾਨੇ ਦਾ ਵਾਰ ਵਾਰ ਰਾਵੀ ਕੰਢੇ ਜਾਣ ਨੂੰ ਜੀਅ ਮਚਲ ਉੱਠਦਾ ਸੀ।

ਕੁਝ ਦਿਨ ਪਹਿਲਾਂ ਰਾਵੀ ਕੰਢੇ ਜੋ ਦੋ ਫਕੀਰ ਗਾਉਂਦੇ ਫਿਰਦੇ ਦਿਸਦੇ ਸਨ; ਅੱਜ ਕਲ ਖੇਤੀ ਕਰਦੇ ਦਿਸ ਰਹੇ ਸਨ। ਉਨ੍ਹਾਂ ਭਗਵੇਂ ਲਾਹ ਦੁਨਿਆਵੀ ਕੱਪੜੇ ਪਾ ਲਏ ਸਨ। ਲੰਬੀਆਂ ਲੰਬੀਆਂ ਚਿੱਟੀਆਂ ਦਾਹੜੀਆਂ ਵਾਲੇ ਫਕੀਰ ਕਈ ਵਾਰ ਅਲ੍ਹਕ ਵੱਛਿਆਂ ਨੂੰ ਪੁਚਕਾਰਦੇ ਦਿਸਦੇ। ਕੁਝ ਰਾਹੀ ਵੇਖ ਕੇ ਹੱਸਦੇ ਕੁਝ ਹੈਰਾਨੀ ਨਾਲ ਵੇਖਦੇ। ਕੁਝ ਇੱਕ ਨੂੰ ਜਾਪਦਾ ਸੀ, ਕੋਈ ਵੱਡਾ ਫਕੀਰ ਰਹਿੰਦਾ ਹੋਵੇਗਾ; ਉਹਦੇ ਚੇਲੇ ਹੋਣਗੇ। ਕੁਝ ਇੱਕ ਨੂੰ ਮਰਦਾਨੇ ਦੀ ਪਛਾਣ ਹੋ ਗਈ। ਉਹ ਅਕਸਰ ਨਾਲ ਦੇ ਪਿੰਡਾਂ ਵਿਚ ਗਜਾ ਲਈ ਜਾਂਦਾ ਸੀ।

"ਮਰਾਸੀ ਨੂੰ ਕੰਮ ਤੇ ਲਾਉਣਾ ਬੜਾ ਔਖਾ ਏ; ਕੋਈ ਖੱਤਰੀ ਹੀ ਲਾ ਸਕਦਾ ਏ।" ਫਿਰ ਉਹ ਵੱਟ ਉੱਤੇ ਪਈ ਰਬਾਬ ਵੇਖਦੇ :

"ਮਰਾਸੀ ਏ ਸਾਜ਼ ਵੱਟ ਉੱਤੇ ਪਿਆ; ਕਦੀ ਵੀ ਗੌਣ ਦਾ ਬਹਾਨਾ ਲਾ ਕੰਮ ਛੱਡ ਸਕਦਾ ਇਹ...।" ਕਈ ਵਾਰੀ ਲੋਕਾਂ ਦੀਆਂ ਅਜਿਹੀਆਂ ਟਿੱਚਰਾਂ ਤੋਂ ਉਨ੍ਹਾਂ ਦੋਵਾਂ ਨੂੰ ਮੁਸਕਰਾਉਂਦੇ ਵੇਖਿਆ। ਰਾਹੀ ਹਰ ਰੋਜ਼ ਵੇਖਦੇ; ਵਾਹੀ ਹੋਈ ਜ਼ਮੀਨ ਖੇਤਾਂ ਦਾ ਆਕਾਰ ਲੈ ਰਹੀ ਸੀ। ਕੁਝ ਦਿਨਾਂ ਵਿਚ ਹੀ ਅਲ੍ਹਕ ਵੱਛੇ ਵੀ ਸਿੱਧੇ ਸਿਆੜ ਕੱਢਣ ਲੱਗ ਪਏ ਸਨ। ਕਈ ਵਾਰੀ ਜਦੋਂ ਮਰਦਾਨਾ ਲਾਗਦੇ ਪਿੰਡ ਗਜਾ ਕਰਨ ਜਾਂਦਾ ਤਾਂ ਰਸਤੇ ਵਿੱਚ ਹਾਲੀ ਉਹਦਾ ਹਾਲ ਚਾਲ ਪੁੱਛਦੇ।

"ਜੋਤਾ ਲਾ ਆਇਆਂ ? ਹੱਦ ਹੋ ਗਈ ਏ; ਚੌਂਹ ਖੰਡਾਂ ਦਾ ਭਰਮਣ ਕਰਾਕੇ ਵੀ ਗੁਰੂ ਨੇ ਚੇਲਾ ਫਿਰ ਮਿੱਟੀ ਨਾਲ ਲਬੇੜ ਦਿੱਤਾ ਏ।" ਇਸ ਤਰ੍ਹਾਂ ਸੁਣ ਕੇ ਉਹਦੇ ਸਫ਼ਰਾਂ ਦੇ ਤੀਰਥਾਂ ਨੂੰ ਹੌਲ ਪੈਂਦੇ। ਇਹ ਅੱਧੀ ਸਦੀ ਦੇ ਸਫਰਾਂ ਦੀ ਚਾਲ ਨੇ ਜੇ ਸਿਆੜਾਂ ਉੱਤੇ ਆ ਕੇ ਹੀ ਮੁੱਕਣਾ ਸੀ ਤਾਂ ਇਹ ਚਹੁੰ ਕੂੰਟਾਂ ਦਾ ਘੁੰਮਣ ਕਿਸ ਲਈ ਸੀ ? ਫਿਰ ਉਹ ਬਾਬੇ ਦੇ ਵਾਹੇ ਖੇਤਾਂ ਨੂੰ ਪਾਣੀ ਚੂਸਦਿਆਂ ਵੇਖਦਾ। ਮੈਲੀ ਮਿੱਟੀ ਭਿੱਜ ਕੇ ਗੁਲਾਬੀ ਗੁਲਾਬੀ ਦਿਸਦੀ। ਕਰਤਾਰਪੁਰ ਦੇ ਦਰੱਖਤਾਂ ਦੀ ਨੁਚੜਦੀ ਤਰੇਲ ਦੀ ਆਵਾਜ਼ ਸੁਣਦੀ। ਖੇਤਾਂ ਵਿਚ ਕਿੰਨਾਂ ਕੁਝ ਜਾਗਦਾ ਦਿਸਦਾ। ਇਹ ਆਮ ਬੀਜੀਆਂ ਫਸਲਾਂ ਉੱਪਰੋਂ ਪੰਛੀਆਂ ਦੀਆਂ ਲੰਘਦੀਆਂ ਉਡਾਰੀਆਂ ਦਾ ਅਨੰਦ ਦਿਸਦਾ। ਚੰਨ ਚਾਨਣੀ ਰਾਤਾਂ ਵਿਚ ਜਾਗਦੀ ਫਸਲ ਦੀ ਪਿਉਂਦ ਨਿੱਘ ਸੇਕਦੀ ਦਿਸਦੀ। ਕਿੰਨੇ ਹੀ ਮੌਸਮੀ ਪੰਖੇਰੂ ਦਿਸਦੇ ਜੋ ਸਿਰਫ਼ ਵਾਹੇ ਹੋਏ ਖੇਤਾਂ ਵਿੱਚ ਹੀ ਉੱਡਦੇ ਸਨ। ਫਿਰ ਇਸ ਜਗ੍ਹਾ ਤੋਂ ਤਲਵੰਡੀ ਨੂੰ ਯਾਦ ਕਰਨਾ ਕਿੰਨਾਂ ਸੌਖਾ ਸੀ।

ਪਿਛਲੇ ਦਿਨੀਂ ਖ਼ੂਬ ਰੌਣਕ ਲੱਗੀ ਸੀ। ਲਾਲੋ, ਭਗੀਰਥ, ਮਨਸੁਖ, ਅਜਿੱਤਾ ਤੇ ਕਈ ਹੋਰ ਪੁਰਾਣੇ ਬੇਲੀਆਂ ਨਾਲ ਖ਼ੂਬ ਰੱਜ ਕੇ ਗੱਲ੍ਹਾਂ ਕੀਤੀਆਂ ਸਨ। ਅਜਿਤੇ ਨੇ ਆਪਣੇ ਖਰੀਦੇ ਅਲਕ ਵੱਛਿਆਂ ਨੂੰ ਵਾਰ ਵਾਰ ਜੋੜ ਕੇ ਵੇਖਿਆ। ਰਾਵੀ ਕੰਢੇ ਲਾਲੋ ਨਾਲ ਦੇਰ ਤੱਕ ਗੱਲਾਂ ਚੱਲਦੀਆਂ ਰਹਿੰਦੀਆਂ। ਕਈ ਵਾਰੀ ਬਾਬੇ ਦਾ ਸੁਨੇਹਾ ਆਉਂਦਾ:

"ਸੰਗਤ ਸਾਜ਼ ਉਡੀਕਦੀ ਏ...।" ਅਜਿਹੇ ਵੇਲੇ ਲਾਲੋ ਉਹਦੇ ਵੱਲ ਵੇਖ ਕੇ ਹੱਸਦਾ।

"ਗੁਰਭਾਈ ਨੂੰ ਵੀ ਕੋਈ ਭੇਦ ਦੱਸਦੇ; ਗੁਰੂ ਸੁਨੇਹਿਆਂ ਵਿੱਚ ਕਿਵੇਂ ਯਾਦ ਕਰਦਾ ਹੈ... ?"

"ਬੱਸ ਸੁਰ ਵਿੱਚ ਰਹਿਣ ਦਾ ਮਤਲਬ ਏ, ਬਾਬੇ ਨੂੰ ਪੁਕਾਰਨਾ।"

"ਕਿੰਨੇ ਕੁ ਸੁਰ ਕੰਠ ਹੋ ਗਏ ਨੇ ਤੇਰ੍ਹੈ... ਮਰਦਾਨਿਆ ?"

"ਸੁਰ ਕਦੇ ਕੰਠ ਨਹੀਂ ਹੁੰਦੇ; ਸੁਆਸ ਬਣ ਜਾਂਦੇ ਨੇ ਲਾਲੋ...।"

"ਵਾਹ! ਮਰਦਾਨਿਆਂ ਤੂੰ ਗਹਿਰਾਈ ਪਾ ਲਈ ਹੈ।"

"ਗੁਰਭਾਈ ਮੈਂ ਤਾਂ ਹਾਲੇ ਵੀ ਕਰਤਾਰਪੁਰ ਦਾ ਹੀ ਹਾਜ਼ੀ ਹਾਂ...।"

"ਤੂੰ ਬਾਬੇ ਨਾਲ ਬਹੁਤ ਵਾਟਾਂ ਸੋਧੀਆਂ ਨੇ ਮਰਦਾਨਿਆਂ; ਇਹ ਰਾਵੀ ਦਾ ਕਿਨਾਰਾ ਖਿਲ ਉੱਠਿਆ ਹੈ। ਤੈਨੂੰ ਅਸਲ ਹੁੰਗਾਰਾ ਮਿਲ ਗਿਆ ਏ...।"

ਅੱਖਾਂ 'ਚੋਂ ਤ੍ਰਿਪ ਤ੍ਰਿਪ ਚੋਂਦੇ ਅੱਥਰੂ ਉਹ ਸਿਰ ਝੁਕਾ ਵਹਾਉਂਦਾ ਰਿਹਾ। ਅਜਿਹਾ ਲਾਲੋ ਸਾਹਮਣੇ ਪਹਿਲੀ ਵਾਰ ਨਹੀਂ ਸੀ ਹੋਇਆ।

"ਮਰਦਾਨਿਆ ਜਦ ਤੂੰ ਬੋਲਦਾਂ ਏਂ ਤਾਂ ਰਿਸ਼ੀ ਲੱਗਦਾ ਏਂ; ਜਦੋਂ ਤੂੰ ਰੋਂਦਾ ਏਂ ਤਾਂ ਬੱਚਾ ਲੱਗਦਾ ਏ। ਇਹ ਤੀਜਾ ਭੇਦ ਤਾਂ ਦੱਸਦੇ।" ਉਹ ਹੰਝੂ ਸਮੇਤ ਉੱਚੀ ਉੱਚੀ ਹੱਸਣ ਲੱਗਾ।

"ਚਲੋ ਠੀਕ ਏ ਤੀਜਾ ਭੇਦ ਸ਼ੁਰੂ ਹੋ ਗਿਆ।" ਮਰਦਾਨਾ ਹੋਰ ਉੱਚੀ ਉੱਚੀ ਹੱਸਣ ਲੱਗਾ। ਬਾਬੇ ਦਾ ਤੀਜਾ ਸੁਨੇਹਾ ਲੈ ਕੇ ਭਗੀਰਥ ਫਿਰ ਆਉਂਦਾ ਦਿਸਿਆ।

ਕੱਲ ਮਾਤਾ ਤ੍ਰਿਪਤਾ ਤੇ ਮੀਰਜਾਦੀ ਆਈਆਂ ਸਨ। ਮਰਦਾਨੇ ਤੋਂ ਬਿਨਾਂ ਉਨ੍ਹਾਂ ਨੂੰ ਹੋਰ ਕੋਈ ਨਹੀਂ ਸੀ ਜਾਣਦਾ। ਤ੍ਰਿਪਤਾ ਬਾਬੇ ਦੀ ਹਲ ਪੰਜਾਲੀ ਤੇ ਥੱਕ ਕੇ ਬੈਠੀ ਬੌਲਦਾਂ ਦੀ ਜੋੜੀ ਨੂੰ ਬੱਚਿਆਂ ਦੇ ਖਿਡਾਉਣਿਆਂ ਵਾਂਗ ਵੇਖਦੀ ਰਹੀ। ਜੇ ਇਸ ਤਰ੍ਹਾਂ ਤਲਵੰਡੀ ਵਿਚ ਖੇਡਦਾ ਤਾਂ ਕਿੰਨਾ ਚੰਗਾ ਲੱਗਦਾ? ਉਹਦੇ ਰੁੱਕ ਰੁੱਕ ਕੇ ਨਿਕਲੇ ਬੋਲ ਬਹੁਤ ਠਹਿਰਕੇ ਸੁਣਦੇ।

"ਇਹ ਸਭ ਤੇਰਾ ਹੀ ਬੀਜਿਆ ਏ... ਨਾਨਕਾ...।" ਫਿਰ ਥੋੜ੍ਹਾ ਮੁਸਕਰਾਉਣ ਦੀ ਕੋਸ਼ਿਸ਼ ਕਰਦੀ।

"ਅੱਛਿਆ... ਕਪਾਹ ਵੀ ਬੀਜੀ ਏ... ਮੇਰਾ ਪੁੱਤ ਹੁਣ ਆਪਣੀ ਰਜਾਈ ਵੀ ਬਣਾਵੇਗਾ।" ਉਨ੍ਹਾਂ ਛੱਪਰ ਹੇਠ ਆਮ ਲੋਕਾਂ ਵਿਚ ਬੈਠ ਕੇ ਲੰਗਰ ਖਾਧਾ। (ਇਕ ਵਾਰ ਤਾਂ ਦੱਸਣਾ ਚਾਹੀਦਾ ਸੀ ਕਿ ਇਹ ਮੇਰੀ ਮਾਂ ਏ!) ਉਸ ਦਿਨ ਕਰਤਾਰਪੁਰ ਵਿਚ ਹਲਕੀ ਹਲਕੀ ਭੂਰ ਪੈਂਦੀ ਸੀ। ਉਹ ਵਾਹੇ ਹੋਏ ਬੀਜੇ ਹੋਏ, ਖੇਤਾਂ ਵਿਚ ਘੁੰਮਦੀਆਂ ਰਹੀਆਂ। ਡੇਰੇ ਵਿਚ ਹੁਣ ਕਾਫ਼ੀ ਰੌਣਕ ਹੋ ਗਈ ਸੀ। ਸਭ ਨੇ ਇਹੋ ਸਮਝਿਆ ਗੁਰੂ ਨੂੰ ਮਿਲਣ ਆਈਆਂ ਕੋਈ ਬਿਰਧ ਔਰਤਾਂ ਨੇ। ਰਸਤੇ ਵਿਚ ਆਉਣ ਲੱਗੇ ਪੁੱਤ ਦਾ ਪਤਾ ਵੀ ਇਸ ਤਰ੍ਹਾਂ ਹੀ ਸੁਣਿਆ ਸੀ : "ਇਥੇ ਕੋਈ ਨਾਨਕ ਤਪਾ ਰਹਿੰਦਾ ਏ; ਜੋ ਵੀ ਉਹਦੇ ਮਸਤਕ ਲੱਗਦਾ ਨਿਹਾਲ ਹੋ ਜਾਂਦਾ ਏ।" ਜਾਣ ਲੱਗਿਆਂ

ਉਨ੍ਹਾਂ ਨੂੰ ਕਿਸੇ ਨੇ ਨਹੀਂ ਰੋਕਿਆ। ਉਹ ਜਿਵੇਂ ਆਪਣੀ ਮਰਜ਼ੀ ਨਾਲ ਆਈਆਂ ਸਨ, ਉਵੇਂ ਹੀ ਵਾਪਸ ਮੁੜ ਗਈਆਂ ਸਨ।

ਜਦੋਂ ਉਨ੍ਹਾਂ ਦੀਆਂ ਪਿੱਠਾਂ ਬੇਪਛਾਣ ਦਿਸਣ ਲੱਗੀਆਂ; ਮਰਦਾਨਾ ਰਾਵੀ ਵੱਲ ਘੜਾ ਚੁੱਕ ਟੁਰ ਪਿਆ ਸੀ। ਵਗਦੇ ਪਾਣੀ 'ਚੋਂ ਘੜਾ ਭਰਿਆ। "ਕਿੰਨਾ ਘੱਟ ਗਿਆ ਦਰਿਆ ?" ਤਰਕ ਅਜੇ ਥੱਕਿਆ ਨਹੀਂ ? ਆਪਣੇ ਕੀਤੇ ਸੁਆਲ ਤੇ ਮੁਸਕਰਾਇਆ। ਮੀਰਜਾਦੀ ਨੇ ਵੀ ਅਜਿਹਾ ਹੀ ਕੁਝ ਕਿਹਾ ਸੀ :

"ਮੈਂ ਆਉਣਾ ਨਹੀਂ ਸੀ, ਮਾਤਾ ਲੈ ਆਈ।"

"ਮੀਰਜਾਦੀਏ ਤੂੰ ਮਿਲਣ ਆਈਂ ਏਂ, ਕੋਈ ਬੁਰਾ ਥੋੜ੍ਹੀ ਕੀਤਾ।"

"ਤੁਸੀਂ ਦੋਵਾਂ ਨੇ ਸਾਨੂੰ ਪੁੱਛਿਆ ਕਦੋਂ ਏ ? ਬੱਸ ਤੁਸੀਂ ਤਲਵੰਡੀ ਨਹੀਂ ਰਹਿਣਾ ਇਹੋ ਚਹੁੰਦੇ ਹੋ ਨਾ ਤੁਸੀਂ ?"

"ਹੁਣ ਤਾਂ ਬਹੁਤ ਨੇੜੇ ਆ ਗਏ ਹਾਂ ਮੀਰਜਾਦੀਏ।"

"ਤੇਰੀ ਅੰਮੀ ਹੁੰਦੀ ਉਹਨੇ ਵੀ ਆਉਣਾ ਸੀ। ਵੇਖ ਕਿੰਨੀ ਬਿਰਧ ਮਾਂ ਹਾਲੇ ਵੀ ਸੋਚਦੀ ਏ ਕਿ ਪੁੱਤ ਪ੍ਰਦੇਸਾਂ ਤੋਂ ਮੁੜ ਆਵੇ।"

ਅੱਜ ਕਲ ਮਰਦਾਨਾ ਰਾਵੀ ਕਿਨਾਰੇ ਦੇਰ ਤੱਕ ਬੈਠਾ ਰਹਿੰਦਾ। ਜਦੋਂ ਵੀ ਉਹਨੂੰ ਰਾਵੀ ਦੇ ਪਾਣੀ ਦੀ ਉੱਡਦੀ ਭਾਫ਼ ਦਿਸਦੀ ਤੇ ਵਗਦਾ ਪਾਣੀ ਨਹੀਂ ਦਿਸਦਾ, ਉਦੋਂ ਤਾਂ ਉਹ ਤੇਜ਼ੀ ਨਾਲ ਰਾਵੀ ਕਿਨਾਰੇ ਵੱਲ ਚੱਲ ਪੈਂਦਾ। ਉਹ ਪਾਣੀ ਦੀ ਸਤਹ ਵਿੱਚ ਬਣੇ ਅਸਮਾਨ ਵੱਲ ਵੇਖਦਾ ਜੋ ਧਰਤੀ ਨਾਲ ਲੱਗਿਆ ਦਿਸਦਾ। ਇਹ ਪਹਾੜੀ ਬਰਫੀਲੀਆਂ ਸਿੱਲਾਂ ਨੂੰ ਧੁੱਪ ਨੇ ਇਨ੍ਹਾਂ ਪੱਧਰੇ ਰਾਹਾਂ ਵਿਚ ਵੱਲ ਪਾਇਆ ਹੋਵੇਗਾ। ਨਿਵਾਣਾਂ ਨੇ ਕਿਹਾ ਹੋਵੇਗਾ : 'ਮੰਨ ਜਾ ਪਾਣੀ' ਤੇ ਪਾਣੀ ਵਹਿ ਤੁਰਿਆ ਹੋਵੇਗਾ। ਪਰ ਇਹ ਜਿਸਮਾਂ ਵਿਚ ਬੈਠੀਆਂ ਦੂਰੀਆਂ; ਤਰਕਾਂ ਦੀਆਂ ਉੱਚਾਈਆਂ; ਪਾਣੀ ਵਾਂਗ ਨਿਮਰਤਾ ਦੀ ਨਿਵਾਣ ਅੱਗੇ ਸਿਰ ਨਹੀਂ ਝੁਕਾਉਂਦੀਆਂ। ਇਸ ਪਾਸਾਰ ਵਿੱਚ ਖਿਆਲਾਂ ਦੀਆਂ ਦੂਰੀਆਂ; ਰਾਹਾਂ ਦੀਆਂ ਪਾਕੀਜ਼ਗੀਆਂ; ਮਨ ਦੀਆਂ ਤਬੀਅਤਾਂ; ਇਹ ਕਦੀ ਨਾ ਮੁੱਕਣ ਵਾਲੇ ਪੰਧ; ਇਹ ਸੁਰਤੀਆਂ ਦੇ ਮਾਰਗ; ਹਜ਼ਾਰਾਂ ਸੰਵਾਦਾਂ ਨਾਲ ਚੱਲਦੀ ਰਾਵੀ ਦੇ ਪਾਣੀ ਨਾਲ ਕਿਵੇਂ ਮੇਲ ਖਾਣ ? ਵਗਦੇ ਪਾਣੀ ਨੇ ਬੰਜਰ ਰਾਹਾਂ ਨੂੰ ਕਿਵੇਂ ਪ੍ਰੇਮ ਦੀ ਭੂਮਿਕਾ ਬਣਾ ਲਿਆ ਸੀ ? ਉਹ ਦੇਰ ਤੱਕ ਕਿਨਾਰਿਆਂ ਦੀ ਹਰਿਆਈ ਵੇਖਦਾ ਰਹਿੰਦਾ। ਜਿਨ੍ਹਾਂ ਨੂੰ ਪਾਣੀ ਨੇ ਵਗਦੇ ਵਗਦੇ ਹੀ ਆਪਣਾ ਕੁਝ ਹਿੱਸਾ ਸੌਂਪ ਦਿੱਤਾ ਸੀ। ਅਜਿਹੇ ਵੇਲੇ ਮਰਦਾਨਾ ਚੱਲਦੇ ਪਾਣੀ ਵਿਚ ਆਪਣੇ ਪੈਰ ਡਬੋ ਦੇਂਦਾ। ਗਿੱਲੀ ਰੇਤ ਨਾਲ ਲੱਗੇ ਪੈਰਾਂ ਹੇਠੋਂ ਸਹਿਜੇ ਸਹਿਜੇ ਪਾਣੀ ਉਹਦੀਆਂ ਤਲੀਆਂ ਥੱਲਿਉਂ ਰੇਤ ਨਿਕਾਲਦਾ ਰਹਿੰਦਾ। ਜੀਵਨ ਵਿਚ ਪੁੱਛਣ, ਵੇਖਣ, ਗੁਜ਼ਰਨ ਦਾ ਅਜਿਹਾ ਹੀ ਰਹੱਸ ਸੀ। ਸ਼ਾਇਦ ਬਾਬਾ ਇਸੇ ਲਈ ਕਹਿੰਦਾ ਸੀ, "ਮਹਿਕ ਜਿਸ ਲਈ ਪ੍ਰਸ਼ਨ ਹੈ; ਉਹ ਮੁੜ ਆਪਣੇ ਆਪ ਨੂੰ ਵਿਚਾਰੇ।" ਇਸ ਇਕਾਂਤ ਅੰਦਰ ਕੋਈ ਬਹਾਨਾ ਸੀ ? ਇਸੇ ਕਰਕੇ ਜਦੋਂ ਤੱਕ ਡੇਰੇਓਂ ਕੋਈ ਸੁਨੇਹਾ ਨਹੀਂ ਆਉਂਦਾ; ਉਹ ਇਥੋਂ ਉੱਠ ਕੇ ਨਹੀਂ ਸੀ ਜਾਂਦਾ।

ਕੁਝ ਦੇਰ ਪਹਿਲਾਂ ਕੁਝ ਫਕੀਰ ਜੋ ਟੱਪੇ ਗਾਉਂਦੇ ਸੁਣ ਰਹੇ ਸਨ; ਉਹ ਹਾੜ੍ਹੀ ਦੇ ਬੋਹਲ ਅੱਗੇ ਆ ਬੈਠੇ ਸਨ। ਪਿੜ ਵਿੱਚ ਦਾਣਿਆਂ ਦੇ ਢੇਰ ਅੱਗੇ ਬੈਠੇ ਫਕੀਰਾਂ ਨੂੰ ਵੇਖਕੇ ਬਾਬਾ ਉਸੇ ਤਰ੍ਹਾਂ ਹੀ ਲਿਖਦਾ ਰਿਹਾ। ਅੱਜ ਕਲ ਬਾਬਾ ਬਹੁਤ ਲਿਖਦਾ ਸੀ। ਜਦੋਂ ਮਰਦਾਨਾ ਰਾਵੀ ਤੋਂ ਠੰਢਾ ਘੜਾ ਭਰ ਕੇ ਮੁੜਿਆ; ਉਦੋਂ ਤੱਕ ਪਿੜ ਵਿੱਚ ਮਜਲਿਸ ਲੱਗ ਚੁੱਕੀ ਸੀ। ਇਸ ਬਜੁਰਗ ਦੇ ਮੁਸ਼ਕਿਲ ਨਾਲ ਲਿਆਂਦੇ ਪਾਣੀ 'ਚੋਂ ਕਿਸੇ ਨੇ ਵੀ ਪਾਣੀ ਪੀਣ ਲਈ ਨਹੀਂ ਮੰਗਿਆ। ਦੋਵੇਂ ਗਿੱਲੇ ਮੋਢਿਆਂ ਨਾਲ ਇਕ ਪਾਸੇ ਮਰਦਾਨਾ ਵੀ ਬੈਠ ਗਿਆ। ਪਰ ਅੱਜ ਸਰੀਰ ਸੁਆਸਾਂ ਨੂੰ ਉਸ ਤਰ੍ਹਾਂ ਦੀ ਖੁੱਲ੍ਹ ਨਹੀਂ ਸੀ ਦੇ ਰਿਹਾ। ਚਰਚਾ ਜਾਰੀ ਸੀ। ਬਾਬੇ ਦੀ ਆਵਾਜ਼ ਇਸ ਪਿੜ ਵਿਚ ਗੂੰਜ ਰਹੀ ਸੀ। ਮਰਦਾਨੇ ਨੂੰ ਆਪਣੇ ਸੁਆਸਾਂ ਦਾ ਭਾਰ ਹਲਕਾ ਹੁੰਦਾ ਦਿਸਿਆ। ਗੋਸ਼ਟੀ ਪ੍ਰਸ਼ਨਾਂ ਤੱਕ ਪਹੁੰਚ ਚੁੱਕੀ ਸੀ।

"ਤੁਸੀਂ ਪ੍ਰਮਾਤਮਾ ਨੂੰ ਗਾਉਂਦੇ ਹੀ ਦਿਸਦੇ ਹੋ। ਤੁਹਾਡਾ ਮੌਨ ਕਦੋਂ ਹੁੰਦਾ ਏ ?"

"ਮੌਨ ਵਿੱਚ ਅਜਿਹਾ ਨਹੀਂ ਕਿ ਤੁਸੀਂ ਬੋਲ ਨਹੀਂ ਸਕਦੇ।"

"ਚੁੱਪ ਤੋਂ ਬਿਨਾਂ ਮੌਨ ਸੰਭਵ ਹੈ ?"

"ਚੁੱਪ ਸਿਰਫ਼ ਆਪਣੇ ਗਵਾਹ ਦੀ ਤਲਾਸ਼ ਹੁੰਦੀ ਹੈ। ਜਦੋਂ ਸਾਖਸ਼ੀ ਇਹਨੂੰ ਸੁਣਨ ਲੱਗਦਾ ਹੈ ਤਾਂ ਮੌਨ ਸ਼ੁਰੂ ਹੁੰਦਾ ਹੈ।" ਗੋਸ਼ਟੀ ਤੋਂ ਬਾਅਦ ਫਕੀਰ ਉੱਥੇ ਹੀ ਬੈਠੇ ਰਹੇ। ਬਾਬਾ ਝੌਂਪੜੀ ਅੱਗੇ ਫਿਰ ਕਲਮ ਤੇ ਦੁਆਤ ਲੈ ਬੈਠ ਗਿਆ ਸੀ।

"ਸੁਹਾਗੀ ਦੇ ਰੱਸੇ ਖੋਲ੍ਹ ਦੇ ਮਰਦਾਨਿਆਂ...।" ਫਕੀਰਾਂ ਨੇ ਬੜੇ ਧਿਆਨ ਨਾਲ ਸੁਣਿਆ। ਇਹ ਗੁਰੂ ਦਾ ਚੇਲੇ ਨੂੰ ਅਜੀਬ ਹੁਕਮ ਸੀ। ਉਹ ਖੇਤਾਂ ਵਿੱਚ ਬੈਠੇ ਸਨ; ਸ਼ਾਇਦ ਧਿਆਨ ਦੀਆਂ ਵਿਧੀਆਂ ਵੀ ਹੁਣ ਕਿਰਤ ਵਿੱਚੋਂ ਦੀ ਹੋ ਕੇ ਸੁਣਨੀਆਂ ਪੈਣ। ਫਕੀਰ ਹਾਲੇ ਵੀ ਖੇਤਾਂ ਦੇ ਪਿੜ ਵਿਚ ਬੈਠੇ ਸਨ।

ਜਦੋਂ ਅੱਖ ਖੁੱਲੀ ਮਰਦਾਨੇ ਦੇ ਸਿਰ ਪਿੱਛੇ ਦੀਵਾ ਬਲ ਰਿਹਾ ਸੀ। ਅੱਜ ਕਸੂਰ ਤੋਂ ਵਾਪਸੀ ਵੇਲੇ ਸਰੀਰ ਬਹੁਤ ਥੱਕ ਗਿਆ ਸੀ। ਪਿਛਲੇ ਕੁਝ ਦਿਨਾਂ ਤੋਂ ਉਨ੍ਹਾਂ ਆਸ ਪਾਸ ਦੇ ਪਿੰਡਾਂ ਵਿੱਚ ਚੱਕਰ ਲਾਇਆ ਸੀ। ਸਾਉਣੀ ਬੀਜੀ ਗਈ ਸੀ। ਖੇਤਾਂ ਵਿੱਚ ਕੋਈ ਕੰਮ ਨਹੀਂ ਸੀ। ਕਈ ਵਾਰੀ ਅਜਿਹਾ ਸੁਣ ਕੇ ਅਜਿੱਤਾ ਰੰਧਾਵਾ ਹੱਸਦਾ :

"ਬਾਬਾ ਜੀ ਉਹ ਪਿੰਡ ਇੱਥੋਂ ਵੀਹ ਕੋਹ ਏ; ਜਿਸ ਨੂੰ ਤੁਸੀਂ ਆਸ ਪਾਸ ਕਹਿੰਦੇ ਹੋ।" ਹੁਣ ਪਹਿਲਾਂ ਵਾਲਾ ਸਮਾਂ ਨਹੀਂ ਸੀ ਰਿਹਾ। ਲੋਕ ਜਾਣਨ ਲੱਗ ਪਏ ਸਨ। ਹਰ ਕੋਈ ਆਪਣੇ ਘਰ ਨੂੰ ਖਿੱਚਦਾ। ਸਾਧੂ ਫਕੀਰ ਭੱਟ ਸਵੇਰੇ ਸ਼ਾਮ ਬਾਬੇ ਦੇ ਲਿਖੇ ਗੀਤ ਗਲੀਆਂ ਵਿੱਚ ਗਾਉਂਦੇ ਫਿਰਦੇ ਸਨ। ਲੋਕ ਸਵੇਰ ਨੂੰ ਅੰਮ੍ਰਿਤ ਵੇਲਾ ਕਹਿਣ ਲੱਗ ਪਏ ਸਨ। ਆਸ ਪਾਸ ਰੰਧਾਵਿਆਂ ਦਾ 'ਤਪਾ' ਸਵੇਰੇ ਸ਼ਾਮ ਕੀਰਤਨ ਸੁਣਨ ਆਉਂਦਾ। ਸਾਹਮਣੇ ਰਾਵੀ ਦੇ ਪੂਰਬੀ ਕੰਢੇ ਪੱਖੋਕੀ ਬਾਬੇ ਦਾ ਸਹੁਰਾ ਪਿੰਡ ਸੀ। ਜੌੜੀਆਂ ਪਿੰਡ ਦੇ ਉਬਾਰੇ ਖਾਂ ਤੇ ਸ਼ੇਖ ਮਾਲੋ ਵੀ ਚੱਕਰ ਮਾਰ ਜਾਂਦੇ। ਦੁਨੀ ਚੰਦ ਨੇ ਸੰਗਤ ਲਈ ਧਰਮਸ਼ਾਲਾ ਬਣਾ ਦਿੱਤੀ ਸੀ। ਮਰਦਾਨਾ ਉੱਠ ਕੇ ਹੌਲੀ ਹੌਲੀ ਬਾਹਰ ਆਇਆ। ਅੱਜ ਰਾਵੀ ਉੱਤੇ ਬੇੜੀਆਂ ਦੇ ਹਿਲਦੇ ਪੁਲ ਦੇ ਝਟਕੇ ਸਰੀਰ ਝੱਲ ਨਹੀਂ

ਸੀ ਰਿਹਾ। ਮੁਸ਼ਕਲ ਨਾਲ ਕਿਨਾਰਾ ਆਇਆ ਸੀ। ਹੁਣ ਕਾਫ਼ੀ ਰਾਤ ਬੀਤ ਗਈ ਸੀ। ਹਲਕੀ ਹਲਕੀ ਹਵਾ ਚੱਲ ਰਹੀ ਸੀ। ਬਾਬਾ ਬੌਲਦਾਂ ਦੇ ਪਿੱਠਾਂ ਉੱਤੇ ਹੱਥ ਫੇਰਦਾ ਹਰਾ ਘਾਹ ਪਾ ਰਿਹਾ ਸੀ। ਜੀਅ ਤਾਂ ਕੀਤਾ ਰਾਵੀ ਕਿਨਾਰੇ ਜਾ ਕੇ ਬੈਠਾਂ ਪਰ ਬਾਬੇ ਵੱਲ ਵੇਖ ਕੇ ਉਹ ਉੱਥੇ ਹੀ ਬੈਠ ਗਿਆ।

"ਤੇਰੇ ਸਾਜ਼ ਨੂੰ ਸੁਣਨ ਲਈ ਸੰਗਤ ਨੇ ਅੱਜ ਕਈ ਵਾਰ ਪੁੱਛਿਆ।" ਬਾਬੇ ਦੀ ਆਵਾਜ਼ ਨਾਲ ਇੱਕ ਕੰਬਣੀ ਜਹੀ ਆਈ ਜਿਵੇਂ ਰਬਾਬ ਨੂੰ ਉਹ ਬਿਨਾਂ ਕਸੇ ਹੀ ਵਜਾ ਰਿਹਾ ਹੋਵੇ। ਸਿਰ ਉੱਪਰ ਵੇਖਿਆ; ਤੰਗੜੀ ਪੱਛਮ ਵੱਲ ਝੁੱਕ ਗਈ ਸੀ। ਥਕਾਵਟ ਨੇ ਸੌਣ ਦੀ ਇਜਾਜਤ ਦਿੱਤੀ।

"ਅੱਜ ਅੰਮ੍ਰਿਤ ਵੇਲੇ ਰਬਾਬ ਵੱਜੇਗੀ ਬਾਬਾ...।" ਉਹ ਵਾਪਸ ਝੌਂਪੜੀ ਵੱਲ ਚੱਲ ਪਿਆ।

ਅੱਜ ਕਈ ਦਿਨਾਂ ਪਿਛੋਂ ਮਰਦਾਨਾ ਪੱਖੋਕੀ ਦੇ ਨਾਲ ਦੇ ਪਿੰਡ ਕੀਰਤਨ ਲਈ ਜਾ ਰਿਹਾ ਸੀ। ਰਾਤ ਹਵਾ ਥੋੜ੍ਹੀ ਤੇਜ਼ ਚੱਲ ਰਹੀ ਸੀ। ਰਸਤੇ ਹਵਾ ਨੇ ਸੁਭਰ ਦਿੱਤੇ ਸਨ। ਮੋਠਾਂ ਨੂੰ ਫੁੱਲ ਪੈ ਗਏ ਸਨ। ਮਜੀਠੀਆ ਰੰਗ ਪੱਕ ਰਿਹਾ ਸੀ। ਉਹ ਦਰਿਆ ਦੇ ਆਪਣੇ ਹੀ ਵਹਿਣ ਨਾਲ ਧੋਤੇ ਕਿਨਾਰੇ ਕਿਨਾਰੇ ਚੱਲਦੇ ਗਏ। ਉਨ੍ਹਾਂ ਕਈ ਵਾਰ ਚੜ੍ਹਦੇ ਸੂਰਜ ਦੀ ਲਾਲੀ ਵਗਦੇ ਪਾਣੀ ਵਿਚ ਵਹਿੰਦੀ ਵੇਖੀ। ਜਾਂਦੇ ਜਾਂਦੇ ਕਈ ਵਾਰ ਮਰਦਾਨੇ ਨੇ ਮੰਗਲ ਆਰਤੀ ਦੀਆਂ ਪੰਗਤੀਆਂ ਗਾਈਆਂ। ਇਹ ਸਭ ਕੀਰਤਨ ਤੋਂ ਪਹਿਲਾਂ ਉਹ ਸਰੀਰ ਕੋਲੋਂ ਪੁੱਛਣਾ ਚਾਹੁੰਦਾ ਸੀ ਕਿ ਤੂੰ ਗਾ ਵੀ ਸਕੇਗਾ ? ਵਾਪਸੀ ਤੇ ਮਰਦਾਨਾ ਤੁਰ ਤਾਂ ਰਿਹਾ ਸੀ ਪਰ ਸਰੀਰ ਸਾਥ ਨਹੀਂ ਸੀ ਦੇ ਰਿਹਾ। ਅਸਮਾਨ ਵਿੱਚ ਉੱਡਦੇ ਚਿੱਟੇ ਕਬੂਤਰ ਦਿਸਦੇ ਦਿਸਦੇ ਦਿਸਣੋਂ ਹੱਟ ਗਏ।

"ਬਾਬਾ ਕਬੂਤਰ ਕਿੱਥੇ ਗਏ ਨੇ ?"

"ਕਬੂਤਰ ਹਾਲੇ ਵੀ ਉੱਡ ਰਹੇ ਨੇ... ਸਿਰਫ਼ ਨਜ਼ਰ ਵਿਚ ਨਹੀਂ ਰਹੇ।"

"ਬਾਬਾ ਸਾਰੀ ਉਮਰ ਜੋੜਣ ਦੀ ਕਲਾ ਸਿਖਾਉਂਦਾ ਰਿਹਾ; ਹੁਣ ਵਿਛੜਣ ਦੀ...।" ਇੱਕ ਸੁੱਕੇ ਕਿਨਾਰੇ ਉੱਤੇ ਮਰਦਾਨਾ ਹੌਲੀ ਜਹੇ ਬੈਠ ਗਿਆ। ਫਿਰ ਮਿੱਟੀ ਉੱਤੇ ਟੇਢਾ ਹੋ ਗਿਆ। ਜਦੋਂ ਦੁਬਾਰਾ ਸੁਰਤ ਆਈ ਤਾਂ ਉਹਦਾ ਸਿਰ ਬਾਬੇ ਦੀ ਗੋਦੀ ਵਿਚ ਸੀ। ਮਰਦਾਨੇ ਨੇ ਨਜ਼ਰਾਂ ਮਿਲਾਈਆਂ :

"ਇਹ ਦੇਹ ਤਾਂ ਇਕ ਦਿਨ ਜਾਣੀ ਹੀ ਹੈ... ਮਰਦਾਨਿਆ...।"

"ਬਾਬਾ ਮੈਂ ਜਾਣਾ ਨਹੀਂ ਸਮਾਉਣਾ ਚਾਹੁੰਦਾ ਹਾਂ...।"

"ਤੂੰ ਵੀ ਸਮ੍ਹਾ ਹੀ ਰਿਹਾ ਮਰਦਾਨਿਆ...।"

"ਜੇ ਕਿਤੇ ਮੇਲ ਹੋਇਆ ਤਾਂ ਪਛਾਣ ਲਵੀਂ ਬਾਬਾ... 'ਮੈਂ ਤਲਵੰਡੀ ਦਾ ਡੂਮ ਹਾਂ'...।"

ਮਰਦਾਨੇ ਦੀਆਂ ਅੱਖਾਂ ਬੰਦ ਹੋਣ ਲੱਗੀਆਂ। ਕੁਝ ਦੇਰ ਬਾਅਦ ਫਿਰ ਖੋਲ੍ਹਣ ਦਾ ਸਾਹਸ ਕੀਤਾ :

"ਬਾਬਾ ਨਜ਼ਰਾਂ ਬੰਦ ਹੋ ਰਹੀਆਂ ਨੇ। ਹੁਣ ਦਿਸਣ ਦੀ ਵਿਦਾਇਗੀ ਹੋ ਰਹੀ ਹੈ।

ਆਪਣੀ ਨਜ਼ਰਾਂ ਦਾ ਵੇਖਿਆ ਤੈਨੂੰ ਸੌਂਪਦਾ ਹਾਂ। ਮੈਨੂੰ ਛੋਹ ਨਾਲ ਵੇਖਣ ਦੀ ਦ੍ਰਿਸ਼ਟੀ ਦੇ ਬਾਬਾ...।" ਬਿਨਾਂ ਆਵਾਜ਼ ਤੋਂ ਇਕ ਤਰਲ ਉਹਨੂੰ ਆਪਣੇ ਵੱਲ ਆਉਂਦਾ ਦਿਸਿਆ।

"ਬਾਬਾ ਆਹ ਕੀ ਏ ?" ਮੱਥੇ ਉੱਤੇ ਇਕ ਕੋਸਾ ਅਥਰੂ ਅਸੀਰਵਾਦ ਵਾਂਗ ਟਿੱਕਿਆ...।

"ਤੂੰ ਛੋਹ ਮੰਗੀ ਸੀ ਭਾਈ ਮਰਦਾਨਿਆ...।" ਗੱਲਵਕੜੀ ਲਈ ਮਰਦਾਨੇ ਨੇ ਬਾਹਾਂ ਉੱਪਰ ਚੁੱਕੀਆਂ। ਉੱਠੀਆਂ ਬਾਹਾਂ ਨੂੰ ਫੜ ਕੇ ਬਾਬੇ ਨੇ ਆਪਣੀ ਗਰਦਨ ਦੁਆਲੇ ਘੁਮਾ ਲਿਆ।

ਕਈ ਸਾਲ ਲੰਘ ਗਏ ਸਨ। ਲੋਕਾਂ ਨੂੰ ਹਾਲੇ ਵੀ ਯਾਦ ਸੀ ਕਿ ਇਕ ਸਾਜ਼ੀ ਗੁਰੂ ਨਾਨਕ ਨਾਲ ਹਮੇਸ਼ਾ ਰਹਿੰਦਾ ਸੀ। ਕਦੇ ਜਾਪਦਾ ਹੀ ਨਹੀਂ ਸੀ ਕਿ ਉਹ ਕਿਉਂ ਉਹਦੇ ਨਾਲ ਹੈ ? ਗੁਰੂ ਤੋਂ ਕੁਝ ਪੁੱਛਣ ਲੱਗਿਆਂ ਉਹ ਕਦੇ ਅੜਿਕਾ ਬਣਿਆ ਹੀ ਨਹੀਂ ਸੀ। ਕਈ ਵਾਰ ਕੀਰਤਨ ਵੇਲੇ ਸੰਗਤ ਵਿੱਚ ਉਹਦਾ ਜਿਕਰ ਆਉਂਦਾ। ਲੋਕ ਸਜਾਦੇ ਵਿੱਚ ਉਹਦਾ ਮੜੰਗਾ ਵੇਖਦੇ। ਕਰਤਾਰਪੁਰ ਅੱਜ ਕੱਲ ਬਹੁਤ ਰੌਣਕੀ ਹੋ ਗਿਆ ਸੀ। ਕਦੇ-ਕਦੇ ਇਸ ਰੌਣਕ ਤੋਂ ਬਾਹਰ ਜਦੋਂ ਬਾਬਾ ਖੇਤਾਂ ਵਿੱਚ ਹਲ ਵਾਉਂਦਾ ਦਿੱਸਦਾ ਤਾਂ ਗੁਰੂ ਨੂੰ ਵੇਖਣ ਲਈ ਲਹਿਣਾ ਉਸੇ ਖੇਤ ਦੀ ਵੱਟ ਉੱਤੇ ਜਾ ਬੈਠਦਾ। ਲਹਿਣੇ ਨੂੰ ਵੇਖ ਭਗੀਰਥ, ਅਜਿੱਤਾ ਰੰਧਾਵਾ ਤੇ ਸਜਾਦਾ ਵੀ ਆ ਬੈਠਦੇ। ਬਾਬੇ ਦੇ ਹਰ ਲੰਘਦੇ ਸਿਆੜ ਨੂੰ ਉਹ ਰਬਾਬ ਦੀ 'ਟੁਣਕਾਰ' ਨਾਲ ਛੇੜਦਾ। ਪੁੱਛਣ ਦੀ ਇਹ ਕਲਾ ਉਹਨੇ ਅੱਬਾ ਕੋਲੋਂ ਸਿੱਖੀ ਸੀ। ਫਿਰ ਵੀ ਹਲਾਈ ਵਗਲਕੇ ਲੰਘਦੇ ਬਾਬੇ ਕੋਲੋਂ ਉਹ ਇਹ ਸੁਆਲ ਪੁੱਛ ਹੀ ਲੈਂਦਾ।

"ਭਲਾਂ ਬਾਬਾ ਉੱਪਰਲੇ ਤੋਂ ਬਾਅਦ ਫਿਰ ਹੋਰ ਕੌਣ-ਕੌਣ ਯਾਦ ਆਉਂਦੇ ਨੇ....?"

ਬਾਬਾ ਮੁਸਕਰਾਉਂਦਾ ਤੇ ਹਲਾਈ ਵਗਲਦਾ ਲੰਘ ਜਾਂਦਾ।

ਕਦੇ ਕਦੇ ਬਾਬਾ ਸਿਆੜਾਂ ਵਿੱਚ ਤੁਰਦਾ ਗੁਣਗੁਣਾਉਣ ਵੀ ਲੱਗ ਪੈਂਦਾ।

ਇਹ ਉਨ੍ਹਾਂ ਨੂੰ ਪਤਾ ਸੀ ਕਿ ਅੱਜ ਬਾਬਾ 'ਮੀਰ ਜੀ' ਨੂੰ ਗਾ ਰਹੇ ਨੇ।

ਸ਼ਬਦਾਵਲੀ

1. ਸੰਤਰੇਣ—ਸੱਚੇ ਸੌਦੇ ਵੇਲੇ ਜਿਨ੍ਹਾਂ ਸਾਧੂਆਂ ਨੂੰ ਬਾਬੇ ਨੇ ਭੋਜਨ ਖੁਆਇਆ, ਇਹ ਉਨ੍ਹਾਂ ਦਾ ਮੁਖੀ ਸੀ।
2. ਜੈਰਾਮ—ਬੀਬੀ ਨਾਨਕੀ ਦੇ ਘਰਵਾਲਾ।
3. ਖੋਖਰਾਂ—ਰਾਏ ਬੁਲਾਰ ਦੀ ਘਰ ਵਾਲੀ।
4. ਲੱਖੋ—ਮਰਦਾਨੇ ਦੀ ਅੰਮੀ
5. ਅੱਲਾ ਰੱਖੀ—ਮਰਦਾਨੇ ਦੀ ਘਰਵਾਲੀ।
6. ਮੀਰ ਬਦਰਾ-ਮਰਦਾਨੇ ਦਾ ਅੱਬਾ
7. ਸਾਜਿਦ ਵਾਜਿਦ—ਮਰਦਾਨੇ ਦੇ ਦੋਵੇਂ ਪੁੱਤਰ।
8. ਕਾਕੋ—ਮਰਦਾਨੇ ਦੀ ਧੀ
9. ਦੌਲਤਾਂ—ਮਰਦਾਨੇ ਦੀ ਮਾਸੀ ਤੇ ਬਾਬੇ ਦੀ ਦਾਈ।
10. ਚੰਦਰਭਾਨ—ਬਾਲੇ ਸੰਧੂ ਦਾ ਪਿਤਾ।
11. ਫਿਰੰਦਾ—ਭੈਰੋਆਣੇ ਦਾ ਘਟਾਉੜਾ ਜਾਤ ਦਾ ਤਖਾਣ, ਜਿਸਨੇ ਰਬਾਬ ਬਣਾਈ ਸੀ।
12. ਮੂਲ ਚੰਦ—ਬਾਬੇ ਦਾ ਸਹੁਰਾ।
13. ਚੰਦੋ ਰਾਣੀ—ਬਾਬੇ ਦੀ ਸੱਸ।
14. ਤਿਪਰੋ—ਮਾਤਾ ਤ੍ਰਿਪਤਾ ਦੇ ਪੇਕਿਆਂ ਦਾ ਨਾਂ।
15. ਘੁੰਮੀ—ਸੁਲੱਖਣੀ ਦੇ ਪੇਕਿਆਂ ਦਾ ਨਾਂ।
16. ਨੱਥੂ—ਰਾਏ ਬੁਲਾਰ ਦਾ ਨੌਕਰ ਜੋ ਫ਼ਸਲਾਂ ਦੇ ਉਜਾੜੇ ਦਾ ਉਲਾਂਭਾ ਮਹਿਤਾ ਕਾਲੂ ਕੋਲ ਲੈ ਕੇ ਗਿਆ ਸੀ।
17. ਭਗੀਰਥ—ਮੈਲਸੀਹੇ ਪਿੰਡ ਦਾ ਇਕ ਜਗਿਆਸੂ।
18. ਮਨਮੁਖ—ਲਹੌਰ ਦਾ ਇਕ ਜਗਿਆਸੂ।
19. ਚੇਤੰਨਿਆ ਪ੍ਰਭੂ—ਆਪਣੇ ਸਮੇਂ ਦਾ ਇਕ ਪ੍ਰਸਿੱਧ ਸੰਤ।
20. ਬੁੱਢਣਸ਼ਾਹ—ਇਕ ਮੁਸਲਮਾਨ ਫ਼ਕੀਰ।
21. ਅਜਿੱਤਾ ਰੰਧਾਵਾ—ਬਾਬੇ ਦਾ ਇੱਕ ਸੇਵਕ। ਪਿੰਡ ਪੱਖੋਕੀ ਦਾ ਰਹਿਣ ਵਾਲਾ ਸੀ।
22. ਅੰਗੁਲੀਮਾਰ—ਬੁੱਧ ਦੇ ਸਮੇਂ ਦਾ ਇਕ ਡਾਕੂ ਜਿਸਨੇ ਬੁੱਧ ਕੋਲੋਂ ਦੀਕਸ਼ਾ ਲੈ ਲਈ ਸੀ। ਪਰ ਲੋਕਾਂ ਨੇ ਉਹਨੂੰ ਪੱਥਰ ਮਾਰ ਕੇ ਮਾਰ ਦਿੱਤਾ ਸੀ।
23. ਫ਼ਕੀਰ ਅੱਲਾ ਦਿੱਤਾ- ਸੁਲਤਾਨਪੁਰ ਦਾ ਇੱਕ ਫ਼ਕੀਰ
24. ਦੌਲਤ ਖਾਂ- ਸੁਲਤਾਨਪੁਰ ਦਾ ਸਾਸ਼ਕ

25. ਗੋਪਾਲ ਪੰਡਤ, ਰੁਕਮਦੀਨ, ਹਮੀਦਾ, ਪੰਡਿਤ ਸਿਆਮਾ, ਬ੍ਰਿਜ ਨਾਥ- ਤਲਵੰਡੀ ਦੇ ਲੋਕ
26. ਸ਼ੇਖ ਇਬਰਾਹੀਮ- ਪਾਕਪਟਨ ਦਾ ਸੂਫ਼ੀ
27. ਸ਼ੇਖ ਕਮਾਲ- ਸ਼ੇਖ ਇਬਰਾਹੀਮ ਦਾ ਖਾਦਮ
28. ਨਾਨੂ ਪੰਡਿਤ ਤੇ ਦਿਗਬਿਜੈ- ਕੁਰਕਸ਼ੇਤਰ ਦੇ ਵਿਦਵਾਨ ਪੰਡਿਤ
29. ਪਦਮਾਸੰਭਵ ਉਰਗਿਆਨ- ਇੱਕ ਤਿਬਤੀ ਫ਼ਕੀਰ
30. ਪੰਡਿਤ ਚਤਰਦਾਸ- ਬਨਾਰਸ ਦਾ ਵਿਦਵਾਨ ਪੰਡਿਤ
31. ਕਲਜੁਗ- ਜਗਨਨਾਥ ਦਾ ਕਰੋਧੀ ਬ੍ਰਹਮਣ
32. ਬ੍ਰਹਮਦਾਸ- ਬਿਹਾੜੇ ਦਾ ਵਸਨੀਕ ਜੋ ਵੇਦਾਂ ਦਾ ਗਿਆਤਾ ਸੀ।
33. ਉਬਾਰੇ ਖਾਂ ਤੇ ਸ਼ੇਖ ਮਾਲੋ- ਉਬਾਰੇ ਖਾਂ ਜੌੜੀਆਂ ਪਿੰਡ ਦਾ ਵਸਨੀਕ ਸੀ। ਜੋ ਅਕਸਰ ਸ਼ੇਖ ਮਾਲੋ ਨਾਲ ਬਾਬੇ ਕੋਲ ਕਰਤਾਰਪੁਰ ਆਉਂਦੇ ਰਹਿੰਦੇ ਸੀ।
34. ਦੁਨੀਚੰਦ- ਬਾਬੇ ਦਾ ਇੱਕ ਸੇਵਕ
35. ਚੰਨਾ- ਮਹਾਤਮਾ ਬੁੱਧ ਦਾ ਰਖਵਾਨ
36. ਅਨੰਦ- ਬੁੱਧ ਦਾ ਸਿਸ਼

ਸ਼ੁਕਰਗੁਜ਼ਾਰੀ

ਹੁਣ ਮੇਰੇ ਕੋਲ ਕੋਈ ਵਿਆਖਿਆ ਨਹੀਂ ਹੈ। ਜਿਉਂ-ਜਿਉਂ 'ਬੋਲ ਮਰਦਾਨਿਆ' ਦਾ ਪਾਠਕਾਂ ਕੋਲ ਜਾਣ ਦਾ ਸਮਾਂ ਨੇੜੇ ਆ ਰਿਹੈ, ਮੈਂ ਸਰਲ ਹੁੰਦਾ ਜਾ ਰਿਹਾਂ। ਇਸ ਸਰਲਤਾ ਵਿੱਚ ਮੈਨੂੰ ਸਭ ਤੋਂ ਸੌਖਾ ਕੰਮ ਉਨ੍ਹਾਂ ਕਿਤਾਬਾਂ ਦਾ ਧੰਨਵਾਦ ਕਰਨਾ ਜਾਪਦਾ ਜਿਨ੍ਹਾਂ ਮੈਨੂੰ ਇਤਿਹਾਸ ਤੇ ਸਮੇਂ ਦੀ ਵਿੱਥ ਵਿੱਚ ਸਾਹਸ ਭਰਨ ਦਾ ਹੁੰਗਾਰਾ ਦਿੱਤਾ ਸੀ। ਇਹਦੇ ਵਿੱਚ ਸਾਰੀਆਂ 'ਜਨਮ ਸਾਖੀਆਂ' ਤੇ ਉਨ੍ਹਾਂ ਦੇ ਸਬੰਧ ਵਿੱਚ ਲਿਖੀਆਂ ਦਰਜ਼ਨਾਂ ਕਿਤਾਬਾਂ ਤੇ ਖੋਜ ਭਰਭੂਰ ਗ੍ਰੰਥ ਹਨ, ਜਿਨ੍ਹਾਂ ਮੈਨੂੰ ਇਤਿਹਾਸ ਦੇ ਉਸ ਦੌਰ ਦੀ ਭਰਭੂਰ ਜਾਣਕਾਰੀ ਦਿੱਤੀ।

ਇਨ੍ਹਾਂ ਕਿਤਾਬਾਂ ਤੋਂ ਬਿਨਾਂ ਸ਼ਮੀਲ ਤੇ ਡਾ. ਗੁਰਮੁੱਖ ਸਿੰਘ ਨੇ ਜਿਸ ਤਰ੍ਹਾਂ ਨਾਵਲ ਦੇ ਖਰੜੇ ਲਈ ਸਮਾਂ ਕੱਢਿਆ, ਉਹ ਜ਼ਿਕਰਯੋਗ ਹੈ। ਇਨ੍ਹਾਂ ਦੋਵਾਂ ਦੀਆਂ ਕੀਮਤੀ ਰਾਵਾਂ ਮੇਰੇ ਲਈ ਅਨਮੋਲ ਹਨ। ਨਾਵਲ ਨੂੰ ਛੱਪਣ ਤੋਂ ਪਹਿਲਾਂ ਕਿਸੇ ਵਿਦਵਾਨ ਨੂੰ ਪੜ੍ਹਾਉਣਾ ਕਿੰਨਾ ਲਾਹੇਵੰਦ ਹੁੰਦਾ ਹੈ, ਇਹ ਅਹਿਸਾਸ ਮੈਨੂੰ ਪਹਿਲੀ ਵਾਰ ਹੋਇਆ। ਮੈਂ ਇਨ੍ਹਾਂ ਦੋਵਾਂ ਦਾ ਰਿਣੀ ਹਾਂ।

ਵੱਖ-ਵੱਖ ਸਮੇਂ ਇਸ ਨਾਵਲ ਬਾਰੇ ਵਿਚਾਰ ਕਰਦਿਆਂ ਡਾ. ਜਗਬੀਰ ਸਿੰਘ (ਦਿੱਲੀ), ਡਾ. ਰਵਿੰਦਰ ਸਿੰਘ (ਦਿੱਲੀ) ਤੇ ਡਾ. ਹਰਪਾਲ ਪੰਨੂੰ ਨਾਲ ਬਹੁਤ ਹੀ ਲਾਹੇਵੰਦ ਤੇ ਦਿਲਚਸਪ ਗੱਲਾਂ ਹੁੰਦੀਆਂ ਰਹੀਆਂ ਨੇ। ਮੈਂ ਇਨ੍ਹਾਂ ਵਿਦਵਾਨਾਂ ਦਾ ਵੀ ਸ਼ੁਕਰਗੁਜ਼ਾਰ ਹਾਂ। ਪ੍ਰਸਿੱਧ ਚਿੱਤਰਕਾਰ ਜਗਦੀਪ ਗਰਚਾ ਨਾਲ ਬਹੁਤ ਹੀ ਅਨੁਭਵੀ ਮਿਲਣੀਆਂ ਹੋਈਆਂ। ਮੈਨੂੰ ਮਾਣ ਏ ਕਿ ਇਸ ਨਾਵਲ ਦਾ ਟਾਈਟਲ ਉਨ੍ਹਾਂ ਦੇ ਹੱਥੋਂ ਬਣਿਆ। ਮਨਮੋਹਨ ਸਿੰਘ ਦਾਊਂ ਨਾਲ ਵੀ ਭਾਸ਼ਾ ਬਾਰੇ ਵਿਚਾਰ ਵਟਾਂਦਰਾ ਹੁੰਦਾ ਰਿਹਾ। ਮੇਰੇ ਲਈ ਪੰਜਾਬੀ ਜਗਤ ਦੇ ਸਭ ਨਾਂ ਸਤਿਕਾਰ ਯੋਗ ਨੇ।

ਇਸ ਕਿਤਾਬ ਦੀ ਖ਼ੂਬਸੂਰਤ ਦਿੱਖ ਤੇ ਸਹਿਯੋਗ ਲਈ ਸ੍ਰੀ ਹਰੀਸ਼ ਜੈਨ ਜੀ ਦਾ ਵੀ ਧੰਨਵਾਦ।

—ਜਸਬੀਰ ਮੰਡ